வண்ணநிலவன் சிறுகதைகள் (1970-2019)

வண்ணநிலவன் சிறுகதைகள் (1970-2019)

வண்ணநிலவன் (பி. 1949)

1949 டிசம்பர் 15 அன்று திருநெல்வேலியில் பிறந்தார். தந்தை உலகநாதன், தாய் ராமலட்சுமி. வண்ணநிலவனின் இயற்பெயர் ராமச்சந்திரன். கண்ணதாசன், கணையாழி, அன்னைநாடு, புதுவை குரல், துக்ளக், சுபமங்களா ஆகிய பத்திரிகைகளில் பணியாற்றியுள்ளார். குறிப்பிடத்தக்க மொழிபெயர்ப்புகளுடன் ஐம்பதுக்கும் மேற்பட்ட கவிதைகள், நூற்றைம்பதுக்கும் மேற்பட்ட சிறுகதைகள், ஏழு நாவல்கள், முந்நூற்றுக்கும் மேல் கட்டுரைகள் எழுதியுள்ளார்.

'கடல்புரத்தில்' நாவலுக்காக இலக்கியச் சிந்தனை விருது, 'தர்மம்' சிறுகதைத் தொகுப்புக்காகத் தமிழக அரசு விருது ஆகியவற்றுடன் புதுதில்லி ராமகிருஷ்ண ஜெய் தயாள் மனிதநேய விருது, 'சாரல்' இலக்கிய விருது, எஸ்.ஆர்.வி. தமிழ் இலக்கிய விருது, வாலி விருது, 'விஜயா' வாசகர் வட்டத்தின் ஜெயகாந்தன் விருது, உலகத் தமிழ்ப் பண்பாட்டு மைய விருது, கோவை கொடீஸியா வாழ்நாள் சாதனையாளர் விருது, அமெரிக்காவாழ் தமிழர்கள் வழங்கும் புதுமைப்பித்தன் நினைவு விளக்கு விருது ஆகியவற்றைப் பெற்றுள்ளார். 'அவள் அப்படித்தான்' திரைப்பட வசனகர்த்தாக்களுள் ஒருவர். 'கடல்புரத்தில்' தூர்தர்ஷனில் பதின்மூன்று வாரத் தொடராக ஒளிபரப்பானது. வண்ணநிலவனின் மனைவி பெயர் சுப்புலட்சுமி. இவர்களுக்கு இரண்டு மகள்களும் ஒரு மகனும் உள்ளனர். தற்போது சென்னையில் வசித்துவருகிறார்.

வண்ணநிலவன்

வண்ணநிலவன் சிறுகதைகள்
(1970-2019)

காலச்சுவடு பதிப்பகம்

அன்பார்ந்த வாசகருக்கு,

வணக்கம்.

காலச்சுவடு நூலை வாங்கியமைக்கு நன்றி.

நூலின் உள்ளடக்கம், உருவாக்கம், அட்டைப்படம் இன்ன பிற அம்சங்கள் பற்றிய உங்கள் கருத்துகளையும் ஆலோசனைகளையும் காலச்சுவடு வரவேற்கிறது. தகவல், எழுத்து, வாக்கியப் பிழைகள் தென்பட்டால் அவசியம் தெரிவித்து உதவுங்கள். நூல் தயாரிப்பில் கடும் குறைபாடு இருப்பின் மாற்றுப் பிரதி உங்களுக்குக் கிடைக்கக் காலச்சுவடு ஏற்பாடு செய்யும்.

மின்னஞ்சல்: publisher@kalachuvadu.com

காலச்சுவடு நாகர்கோவில் அலுவலகத்திற்குக் கடிதம் அனுப்பலாம்.

தங்கள்
எஸ்.ஆர். சுந்தரம் (கண்ணன்)
பதிப்பாளர் – நிர்வாக இயக்குநர்

வண்ணநிலவன் சிறுகதைகள் (1970–2019) ❖ சிறுகதைகள் ❖ ஆசிரியர்: வண்ணநிலவன் ❖ © ராமச்சந்திரன் ❖ முதல் பதிப்பு: டிசம்பர் 2022, மூன்றாம் பதிப்பு: ஏப்ரல் 2025 ❖ வெளியீடு: காலச்சுவடு, 669, கே.பி. சாலை, நாகர்கோவில் 629001

vaNNanilavan ciRukataikaL (1970-2019) ❖ Short Stories ❖ Author: Vannanilavan ❖ © Ramachandran ❖ Language: Tamil ❖ First Edition: December 2022, Third Edition: April 2025 ❖ Size: Demy 1 x 8 ❖ Paper: 18.6 kg maplitho ❖ Pages: 736

Published by Kalachuvadu, 669 K.P. Road, Nagercoil 629001, India ❖ Phone: 91-4652-278525 ❖ e-mail: publications@kalachuvadu.com ❖ Printed at Clicto Print, Jaleel Towers, 42 KB Dasan Road, Teynampet Chennai 600018

ISBN: 978-93-5523-297-7

சுப்புலெட்சுமி (சந்திரா) க்கு

பொருளடக்கம்

முன்னுரை	13
யுகதர்மம்	15
மயான காண்டம்	25
அயோத்தி	31
சாரதா	36
விமோசனம்	42
வார்த்தை	48
பலாப்பழம்	54
அழைக்கிறவர்கள்	61
பிணத்துக்காரர்கள்	67
காரை வீடு	72
மனைவி	81
மிருகம்	87
எஸ்தர்	91
கரையும் உருவங்கள்	105
ஆதி ஆகமம்	111
ராஜநாகம்	116
அவனூர்	119
பாம்பும் பிடாரனும்	124
அரேபியா	128
நிஜ நிழல்	132

வெளிச்சம்	137
காட்டில் ஒருவன்	140
ஏழாவது நாள்	145
இரண்டாவது சொர்க்கம்	149
குழந்தைகள் ஆண்டில்	154
பயில்வான்	160
நரகமும் சொர்க்கமும்	165
பதில் வராத கேள்விகள்	169
துன்பக் கேணி	174
வெள்ளித்திரை	181
குடும்பச் சித்திரம்	189
தர்மம்	196
இரண்டு உலகங்கள்	204
துக்கம்	210
ராஜாவும் வாரிசுகளும்	213
ஒரே ஒரு நாள்	218
பிணந்தூக்கி	268
துருவங்கள்	274
வீட்டுக்காரச் சொர்ணத்தாச்சி	282
சமத்துவம், சகோதரத்துவம்	289
மழை	295
பகல் கனவு	303
உள்ளும் புறமும்	311
மனைவியின் நண்பர்	321
பிச்சாண்டி பானர்ஜி	331
ஏக்கம்	337
விருந்தாளிகள்	345
ஹரியின் புத்திரி	351
அசந்தர்ப்பம்	358
ஞாயிற்றுக்கிழமை	363

பேச்சுத் துணை	370
தீவிரவாதிகள் செய்த திருக்கூத்து	376
பிரயாணம்	382
யௌவன மயக்கம்	391
பேச்சி	398
ஒரு வேனில் காலத்திலே	403
மெஹ்ருன்னிஸா	408
மல்லிகா	421
வலி	428
அந்திக் கருக்கல்	435
விதி	444
இரண்டு பெண்கள்	449
அவர்கள்	457
நட்சத்திரங்களுக்குக் கீழே...	464
சரஸ்வதி	470
மனச் சிற்பங்கள்	478
மைத்துனி	487
அவன் அவள் அவன்	494
குணச்சித்திர நடிகர்	500
திருடன்	506
பெண்ணின் தலையும் பாம்பின் உடலும்	513
விடுதலை	519
அன்று...	525
தேடித்தேடி...	532
அரெஸ்ட்	539
மீண்டும்	546
விமோசனம்	551
கடன்	556
அவனுடைய நாட்கள்	563
கெட்டாலும் மேன்மக்கள்	567

மேட்டு வயல்	574
ராதா அக்கா	581
பிழைப்பு	591
அந்த இரவில்	603
வார்த்தை தவறிவிட்டாய்	608
ஆடிய கால்கள்	614
தாசன் கடைவழியாக அவர் செல்வதில்லை	620
ஒர்க் ஷாப்	625
இதோ, இன்னொரு விடியல்	629
காதுகள்	633
எஸ்.ஆர்.கே.	637
மழைப் பயணம்	643
குழந்தை	649
போக முடியாதவள்	654
அவனும் அவளும்	657
தாயார் சாட்சி	662
துஷ்டி	668
காம்பியர்	673
வாழ்க்கை	678
அழைப்பு	683
அன்பு வழி	688
பல்	694
களவாணி	701
அன்று	706
சுந்தரத்து அக்கா	711
தப்பித்தல்	717
ஒரு காதல் கதை	721
பசி	727
ஒரு உரையாடல்	731

முன்னுரை

1970 செப்டம்பரில் எனது முதல் சிறுகதை வெளியானது. எழுத்தாளனாக வேண்டும் என்ற ஆசையினால் கதை எழுத வரவில்லை. எட்டு, ஒன்பது வயதிலிருந்தே கதை படிக்கிற ஆர்வம் இருக்கிறது. 'எமிலி ஜோலா' எவ்வளவு புகழ்பெற்ற எழுத்தாளர் என்பதெல்லாம் தெரியாமலேயே, ஸ்ரீவைகுண்டம் பஞ்சாயத்து நூலகத்திலிருந்த அவரது நாவல் மொழிபெயர்ப்புகளை வாசித்தேன். 'வாசிக்க வேண்டும்' என்ற மாளாத ஆசை என்னை சதா இயக்கியது. கதைகளின் மீது இருந்த தீராத கவர்ச்சி என்னை இழுத்துச் சென்றது. வாசித்துக்கொண்டிருப்பதே போதும் என்று தோன்றவில்லை. நாமும் எழுதிப் பார்த்தால் என்ன என்று ஆரம்பித்ததுதான் இது.

சிறுகதை எழுதுவதற்கு முன்னால் கவிதைகள் தான் (அப்படி நினைத்துதான்) எழுதினேன். மரபில் எழுதுவது சிரமமாக இருந்தது. 'புதுக்கவிதை' என்ற வகை இருப்பது தெரியாது. அதனால்தான் சிறுகதை எழுதிப் பார்த்தேன். 'வ.க' என்ற வல்லிக்கண்ணனை நினைக்காமல் தீராது. அவர்தான் இந்தப் புனைபெயரை வைத்தவர். என் முதல் சிறுகதை பிரசுரமாகக் காரணஸ்தர்.

உற்சாகத்தோடு சிறுகதைகளை எழுத ஆரம்பித்தேன். என்னை 'யோகக்காரன்' என்பார் வண்ணதாசன். என்னுடைய சிறுகதைகளின் பிரசுரத்திற்கோ, தொகுப்புகளின் பிரசுரத்திற்கோ நான் ஒன்றும் படாதபாடு படவில்லை. எல்லாம் தன் போக்கில் கிரமமாக நடந்தன.

என்னுடைய முதல் சிறுகதைத் தொகுப்பு 'எஸ்தர்'. தொகுப்பு வெளியிட வேண்டும் என்று எனக்குத் தோன்றாமலிருந்தபோதே, நண்பர் விக்ரமாதித்யன் என்னை அணுகினார். 'திருநெல்வேலி நண்பர்கள் உங்கள் தொகுப்பை வெளியிட வேண்டும் என்கிறார்கள், கதைகளைத் தாருங்கள்' என்றார். அச்சில் வந்தது, வராதது என்று கையிலிருந்த சிறுகதைகளை எல்லாம் விக்ரமாதித்யனிடம் கொடுத்தேன். இரண்டே மாதத்தில் 'எஸ்தர்' தொகுப்பு வெளியாகிவிட்டது. அத்தொகுப்பு வெளிவரக் காரணமான அத்தனை நண்பர்களையும் நன்றியுடன் நினைத்துப் பார்க்கிறேன். திட்டமிட்டுச் செய்யவில்லை. எல்லாம் அதுவாகவே நடந்தது.

கதைகளைக்கூட பெரும்பாலும் திட்டமிடுவதில்லை. மனத்தில் சிறு பொறி தட்டும். எழுத உட்கார்ந்தால் எழுத எழுதக் கதை தானே வளரும். 'எஸ்தர்' சிறுகதையை எழுதும்போது, அதற்கு இவ்வளவு பாராட்டு கிடைக்கும் என்று நினைத்ததில்லை. 'எஸ்தர்' கதைக்கு ஏன் இத்தனை பாராட்டு என்பது இன்னமும் புரியவில்லை. பல சிறுகதைகளைப்பற்றி வாசகர்கள் என்ன நினைக்கிறார்கள் என்பதும் தெரியவில்லை. அதற்காக வருத்தமும் இல்லை. எல்லாம் உலகின் இயல்பு. ஏதாவது ஒன்றைக் கொண்டாடித் தீர்ப்பதும் இப்படித்தான். மனிதர்களுக்கு வியப்புகளும் கொண்டாட்டங்களும் வேண்டும்.

இத்தொகுப்பில் நான் எழுதிய அத்தனை சிறுகதைகளும் ஒன்று பாக்கியில்லாமல் இடம் பெற்றுவிடவில்லை. சுமார் 20 சிறுகதைகளாவது விடுபட்டிருக்கும். அதனால் ஒன்றும் பாதகமில்லை.

இச்சிறுகதைகளை வெளியிடும் காலச்சுவடு பதிப்பகத்தாருக்கும், கண்ணனுக்கும் என் நன்றிகள்.

சென்னை — 24 வண்ணநிலவன்

யுகதர்மம்

கொக்கிரகுளம் வக்கீல் குமாஸ்தாக்கள் சங்கம் திறக்கிற நேரம் முன்னே பின்னே இருந்தாலும் சாயங்காலம் மணி ஐந்தரை ஆகிவிட்டால் நடை சாற்றி விடுவார்கள். அங்கே அப்படி ஒரு ரகமான பங்சுவாலிட்டி அச்சங்கத்தின் ஸ்தாபித காலந் தொட்டே இருந்து வருகிறது.

சங்கத்தைப் பூட்டிவிட்டு கிளார்க் பிள்ளை பலாப்பழ ஓடையைப் பார்க்கப் புறப்பட்டுவிட்டார். சங்கத்தின் பங்சுவாலிட்டியைப் போலவே கிளார்க் பிள்ளைவாளின் பங்சுவாலிட்டியும் வெகு பிரசித்தம். எது எப்படி நடந்தாலும் நடக்காவிட்டாலும் மேற்படியார் சாயங்காலம் ஐந்தே முக்காலுக்குப் பலாப்பழ ஓடை மருத மரத்தடியில் குத்துக்காலிட்டு மாலைக் கடன்களைச் செட்டியாருக்குக் கொடுக்கா விட்டால் பிள்ளைவாளுக்கு மண்டையே வெடித்து விடும். எல்லாம் பழக்கதோஷம்.

சங்கத்து முன் வராந்தா திண்டுச் சுவரின்மீது ஒரே கட்டாகக் கட்டி வைத்திருந்த கேஸ் கட்டுகளை இறக்கி வைத்துவிட்டு ஒரு ஆசுவாசப் பெருமூச்சு விட்டார் திருவாளர் ஈஸ்வர மூர்த்தியா பிள்ளை.

‘சனியன் . . . என்ன கனம் கனக்குது? செக்கொலக்கை மாதிரி . . .’ என்று, ஒரு பாவமும் அறியாத சாது போல் திண்டுச் சுவரில் வீற்றிருக்கை கொண்டிருக்கும் அப்பாவி கேஸ் கட்டுகளைப் பார்த்து வெஞ்சினம் கொண்டார்.

ரோட்டைப் பார்த்தார். இரண்டு மூன்று பேர்களாக 'சீனியர் குமாஸ்தா'க்கள் பொடிநடையில், நெல்லையப்பர் கோவில் வசந்த மண்டபத்தில் உலா வருவது போல் பேசிக்கொண்டு சென்றுகொண்டிருந்தனர். இடையிடையே நேற்றுவரையிலும் அம்மையிடம் பால் குடித்த (இது பிள்ளையவர்களின் கணிப்பு) விடலை குமாஸ்தாப் பையன்களின் அட்டகாசமான சிரிப்பும் கேட்டது. இன்னும் சிறிது நேரத்தில் அந்தப் பக்கத்தில் ஈ, காக்கை கூட லாந்தாது.

வேஷ்டியைப் பெரிதாக, ஒரு பிறந்த குழந்தை தூங்கும் அளவுக்கு மடி விட்டுக் கட்டிக்கொண்டார். அப்படிக் கட்டிக் கொண்டால்தான் அவருக்கு வேஷ்டி கட்டிக்கொண்டது போலிருக்கும். எல்லாமே பழக்கதோஷம்.

என்னவோ பெரிய பாறாங்கல்லைக் கட்டித் தொங்க விட்டது போலவும், கடிகார ஊசலைப் போலவும் கனத்து ஆடிக் கொண்டிருந்த சட்டைப்பை, பிள்ளையவர்களைப் பொருத்த மட்டில் விசேஷமானதுதான். அந்தப் பையிலே கிடந்து ஊறிப் போய்விட்ட ஸ்ரீபாத ஸுப்ரமண்ய பஞ்சாங்க டைரி, சிறுபிள்ளை களின் மூக்கு ஒழுக்கைப் போல் நேரங்காலக் கணக்கின்றிச் சதாவும் ஒழுகிக்கொண்டிருக்கும் பேனா (அந்தப் பேனா ஒரு அசல் மேலப் பாளையம் சரக்கு), கணிசமான பருமன் உள்ள ஒரு சாவிக்கொத்து (பல சாவிகளுக்குப் பூட்டு கிடையாது என்பது அவருடைய பிராண சிநேகிதர்களுக்குத்தான் தெரியும்), அழி ரப்பர், புத்தகம் தைக்கும் ஊசி, ஒரு அரை பிளேடு (தவறாக எண்ணிக்கொள்ளக்கூடாது) இத்யாதிகளை ஒவ்வொன்றாக எடுத்து வேஷ்டி மடியில் கட்டிக்கொண்டபோது, தான் மிகவும் திருப்திகரமான ஒரு காரியத்தைச் செய்துவிட்ட நிறைவு இருந்தது பிள்ளையவர்களுக்கு. இதுவும்கூட பழக்கதோஷம்தானே?

மேற்கண்ட ஜங்கம சொத்துகள், பிள்ளையவர்கள் கட்டு சுமந்துகொண்டு திரிய ஆரம்பித்த பொன்னாளிலிருந்து சன்னஞ் சன்னமாகச் சேர்த்த சிறுபாடுகள்.

அடுத்த நிகழ்ச்சியாக மணிபர்ஸை எடுத்து (இந்த பர்ஸ் பிள்ளையவர்களின் ஜங்கம சொத்துக்களின் தபசிலில் விட்டுப் போன சங்கதி. சமயா சமயங்களில் பிள்ளையவர்களிடம் காரண காரியமின்றிக் கோபித்துக்கொண்டு பட்டினி கிடந்து சுருங்கிப் போவதும் உண்டு) கையில் வைத்துக்கொண்டு, மர்மக் கதைகளில் வருகிற சி.ஐ.டி.க்களின் லாவகத்தோடு சுற்றுமுற்றும் உற்று நோக்கி ஒரு விரிவான சர்வே நடத்தினார். கண்ணுக்கெட்டிய தூரம் வரை கருப்புக் கோட்டுகளையே காணோம்.

‘கழுகுப் பயல்கள் . . . இன்றைக்கு ஐயாவாளுக்குச் சேர்ந்திருக்கிற சில்லறையைப் பார்த்தால் அப்படியே அசந்து விடுவான்கள் ...’ என்று தனக்குள்ளாகத் தன் இனத்தையே சபித்துக்கொண்டு, அன்றைய மேல் வரும்படியை எண்ணிப் பார்க்க ஆரம்பித்தார்.

வக்கீல் ஐயர் கொடுக்கிற இருபது ரூபாய்க் காசு, அவர் வீட்டில் இருக்கிற பந்தானங்களுக்கு ஒரு நேரச் சாப்பாட்டுக்குக் கூடப் பற்றாது. அதனால் சற்று அதிகப்படியான உரிமையுடனே கட்சிக்காரர்களிடம் அடித்துப் பிடித்து மேல் வரும்படியைப் பார்த்துவிடுவார்.

அன்றைய மேல் வரும்படி ஐந்து ரூபாய் வரை தேறியது.

‘என்னத்தைப் பாடுபட்டு என்ன செய்ய? அறப்பாடு பட்டும் தரக்கெடைன்ன கதைதான்’ பிள்ளையவர்களின் பாடு.

பழக்கதோஷத்தினால் கேஸ் கட்டு தானாகவே தோளில் ஏறிக் கொண்டது. பிள்ளையவர்கள் புறப்பட்டாச்சு. செஷன்ஸ் கோர்ட் முன்னே செல்லும் ராஜபாட்டையில் நடந்து, மேலப்பாளையம் ரோட்டைக் கடந்து, ஆற்றினுள் இறங்குகிற படிக்கட்டில் இறங்க ஆரம்பித்தார்.

முப்பது வருடங்களாக அந்தப் படிக்கட்டில் ஏறி இறங்கி நடந்த ஆயாசம் அந்த வயதில் தெரியத்தான் செய்தது. அந்த ஐம்பத்தாறு படிகளிலும் இறங்கி ஆற்றினுள் நடந்தார். மெத்தென்ற புல்லாந்தரிசில் நடந்தபோது காலுக்கு இதமாகத்தான் இருந்தது.

‘டப்... டப்...’ என்று ஆற்றில் துணி துவைக்கிற சப்தம்கூட நன்றாகத்தான் இருந்தது. எதிரே தைப்பூச மண்டபத்துப் படித் துறையில் செக்கச் செவேல் என்ற நிறத்தில் ஒரு பெண் ‘களக்... களக்’ என்று நீரில் மூழ்கி எழுந்துகொண்டிருந்தாள்.

பொட்டென்று அவருக்குச் சாந்தாவின் நினைவு பொறி தட்டிற்று. இந்தப் பெரிய மூதி சமைஞ்சு எட்டு வருஷமாச்சு. இவ்வளவு நாளைக்குள்ளே நாலு சேலைகளுக்குமேல் எடுத்திருந்த தாக ஞாபகமில்லை. வாழ்க்கையின் கசப்பு நெஞ்சின் ஆழத்தி லிருந்து மெதுவாக மேலெழும்பி அடிநாக்குவரை வந்துவிட்டது. அடித்தொண்டையில் இனம்புரியாத கரகரப்பு. காறி உமிழ்ந்தார். கால் வலிக்கும் நெஞ்சு வலிக்கும் இதமாக இருக்கட்டுமே என்று, அங்கேயே மணலில் உட்கார்ந்துவிட்டார் பிள்ளை.

பெரிய மூதி எனப்படும் சாந்தாவுக்கு இருபத்தைந்து முடிந்துகொண்டிருக்கிறது. பிள்ளையவர்களின் சந்தான சம்பத்துக்களில் சாந்தாதான் மூத்தவள். அவர் மனையாளின்

மரணத்துக்குப் பின்னர் வீட்டுப் பொறுப்பை ஏற்று நடத்திக் கொண்டிருக்கிறாள்.

ஈஸ்வரமூர்த்தியா பிள்ளை சாந்தாவை வாய்க்கு வாய், காணும்போதெல்லாம், 'நாயே, பேயே' என்று திட்டினாலும் இரவு படுக்கப் போகிறவரைக்கும் அவள் பிரச்சனைதான் கண்ணுக்குள்ளே, நெஞ்சுக்குள்ளே நிற்கும்.

சில சமயங்களில் பிள்ளையவர்களுக்கு தம் ஏலாத தனத்தினால் ஒரு விபரீதமான ஆசைகூட ஏற்படும். ஊரிலே எத்தனையோ பிள்ளைகள் அவனைக் காதலிச்சேன், இவனைக் காதலிச்சேன்னு காயிதம் எழுதி வச்சுட்டு, பயல்கள்கூட ஓடிப் போய் எவ்வளவு ஜோராக் குடும்பம் நடத்துதுகள். இந்தப் பெரிய மூதிக்கு அப்படி ஒரு ஆசை ஏற்படாதா? எவனாவது கூட்டிக்கிட்டுப் போயிட மாட்டானா என்று தம் அந்தரங்கத்தில், ஒரு ரகமான, உலக லோகாதயங்களுக்கு அப்பாற்பட்ட எண்ணம் ஒன்று உண்டு.

'இந்த ஜென்மத்திலே நான் சம்பாரிச்சு அதைக் கட்டிக் குடுக்கவா போறேன்' என்று தம் வறுமையை நொந்து, ரெண்டாம் பேருக்குத் தெரியாமல் உள்ளுக்குள்ளேயே அழுது தீர்த்துக் கொள்வார். பெரிசுக்குப் பின்னர், ரெண்டு பொட்டைகளும் ஒரு பயலும் வேறே. இத்தனை பிக்கல் பிடுங்கல்களுக்கு இடையில் சாந்தாவைப் பற்றிய தமது எண்ணம்கூடச் சரியாகத்தான் பட்டது பிள்ளையவர்களுக்கு.

ஆனால் அந்தக் கதை நடைபெறுவது எவ்வளவு தூரம் சாத்தியம்?

தெருவோடு போகிற வாலிபப் பயல்களின் கண்பட்டு, காதல் பிறந்து, அவன் இவள்மீது கொண்ட புனிதமான அன்பினால் பிறைசூடாத பித்தனாகி, வலியவந்து கைப்பிடித்துக்கொண்டு போகிறதுக்கும் பாதையில்லை. ஏனென்றால், பிள்ளையவர்களின் வாசஸ்தலம், பாடகலிங்கம் பிள்ளை காம்பவுண்டில் கடைசியில் உள்ள எலி வளையாக இருக்கிறபடியினால் மேற்கூறிய இலக்கியக் காதல் நடைபெறத் தோது இல்லை.

எலி வளை என்றால் கேவலமோ?

எலி, வளையினுள்தான் குடித்தனம் செய்கிறது என்றாலும் தன் பெட்டையோடு சுகித்துப் புத்திர பாக்கியங்களோடு இல்வாழ்க்கையை ரசித்து வாழ்கிறதும் நிஜம்தானே?

அப்படிப்பட்ட நிஜம்தான் ஈஸ்வரமூர்த்தியா பிள்ளை தம் இல்லாளோடு, சதாவும் நீர்க்கசியும் தரையில், உப்படித்துக்

காரை பெயர்ந்து விழுந்துவிடப் போவதாக டிமாண்டு நோட்டீஸ் கொடுத்து எச்சரிக்கை செய்துகொண்டிருக்கிற ஒண்டுக் குடித்தனத்தில், 'ஏளா ... ஏளா ...' என்று தம் மனையாளை ஆசை தீரவும், ஆசை தீர்ந்துபோன சமயங்களில் கோபத்துடனும் அழைத்து இல்லறம் நடத்தியது.

பிள்ளையவர்களுக்கு நெஞ்சில் எதுக்களித்தது. இது வேறுவிதமான எதுக்களிப்பு.

பிறந்த ஒன்பது எண்ணத்தில் வயிற்றுக்குள்ளிருக்கும்போதே மண்ணுக்கு வரப் பயந்துபோய் அபார்ஷன் கேஸ்களாகிவிட்ட இரண்டு, அதையும் மீறிப் பிறந்து அல்பத்திலும் அல்பமாக மூச்சைப் பிடித்துக்கொண்டு, சில்லாட்டை நோய், ஜன்னி, இத்யாதிகள் கண்டு மாதக் கணக்கில் வாழ்ந்துவிட்டுப் போனதுகள் போக, எச்சிற் பருக்கைகள் போல் மீந்திருப்பதுதான் மூன்று பெட்டைகளும் ஒரு பயலும்.

இன்றைக்கு எப்படியும் பெரிசுக்கு ஒரு ரிப்பனும், அடுத்த நடுவுள்ளது இரண்டுக்கும் கண்ணாடிக்கல் மாலையும், சின்னப் பயலுக்கு ஒரு பென்சில் குச்சியும் வாங்கிக்கொண்டு போகவேண்டும் என்று நிச்சயித்துக்கொண்டார். அரிசியில் பாதி மண் விழும் என்று தெரியும். ஆனாலும், 'எம் புள்ளைகளுக்கு நான் வாங்கிக் கொடுக்காமல் யார் வாங்கிக் கொடுப்பா?' என்று அரிசியில் விழுந்த மண்ணை அள்ளிப் போடப் பார்த்தார்.

'பாவிமட்டே இந்தக் கண்றாவியெல்லாம் பாராமே போயிட்டா புண்ணியவதி ...' போனவளை நினைத்ததும் பிள்ளைவாளுக்கு நெஞ்சில் கைப்புத் தட்டியது.

'சனியனை விட்டுத்தள்ளு' என்று மனக்குரங்கை அடக்கி விட்டு எழுந்தார். வேஷ்டியில் ஒட்டிக்கொண்டிருந்த மணலைத் தட்டி விட்டுக்கொண்டார். கட்டு, தானாகவே தோள்மீது ஏறி ஆரோகணித்துக்கொண்டது. வேஷ்டியை இடுப்புவரை உயர்த்திக் கொண்டு கௌபீனத்துடன் ஆற்றினுள் இறங்கினார்.

ஆற்றினுள் நடக்கும்போது பள்ளிக்கூடத்தில் படித்த, 'சாமி எம் படகே ஐலசா' பாடல் நினைவுக்கு வந்தது. அதை நினைத்துத் தமக்குள்ளேயே சிரித்துக்கொண்டார். மனம் விட்டுத்தான் சிரித்தார்.

பின்னர் ஒரு சலிப்பும் சேர்ந்துகொண்டது. 'ஹூம் ... அதெல்லாம் ஒரு காலம்' என்று பெரிய ஞானக் கிறுக்கைப் போல் சொல்லிக்கொண்டார்.

கரையேறி, கட்டுகளை மறுபடியும் பாடி இறக்கி, கௌபீனத்தை அலசிப் பிழிந்து, ஒரு கையின் குறுக்கே போட்டுக்

கொண்டு, சமாதானக் கொடியைப் பறக்கவிடுவதுபோல் பக்கவாட்டில் வீசி வீசிக் காற்றில் உலர்த்திக்கொண்டு பீடுநடை போடத் தொடங்கியபோது, எதிர்த்தாற்போல் உள்ள பள்ளிவாசலி லிருந்து, 'அல்லாஹ் ... அக்பர் ... அல்லாஹ்' என்று வாங்கு சொல்லவும் சரியாக இருந்தது.

ஈஸ்வரமூர்த்தியா பிள்ளை சிவபெருமானின் மெய்யடியார் களில் ஒருவர்தான் என்றாலும், அக்கணத்தில் அதைக் கேட்டதும் திருவாசகத்தைக் கேட்டு உருகினது போல் பக்திப் பரவசராய் உருகி நடந்தார்.

'துலுக்கன்னாலும் என்னமாப் படிக்கான்? பாஷை தெரியாட்டியும் கூட மனசைக் கரையவச்சுப் போடுதானே' என்று தமக்கே உரித்தான வஞ்சப் புகழ்ச்சிப் பாணியில் அந்த வாங்கு கூறலை விமர்சித்துக்கொண்டார்.

'சும்மாவா சொன்னான் காந்தி, 'ஈஸ்வர அல்லா தேரே நாம்'னு.' மனம் இடையே காந்தியையும் கிண்டிப் பார்த்துக் கொண்டது.

பள்ளிவாசல் பக்கம் உள்ள மேட்டுத் தெருவில் ஏறி விறு விறுவென்று பஜாரை நோக்கி நடந்தார் பிள்ளைவாள்.

'பெரிய மூதி'க்கு என்று திட்டமிட்டிருந்தபடியே இரண்டு ரிப்பனும், நடுவுள்ளது இரண்டுக்கும் கண்ணாடிக்கல் மாலையும் வாங்கிக்கொண்டு, சிந்து பூந்துறையில் உள்ள தமது கிரகத்தை நோக்கி நடையைக் கட்டினார்.

ஐந்து ரூபாயில், இரண்டு ரூபாயும் சில்லறையும்தான் மீதமிருந்தது. சில்லறை கொஞ்சம் பொடிச் சில்லறையாக இருந்தபடியினால் மடி கனத்தது; என்னவோ ஆயிரக்கணக்கில் சுமந்து கொண்டு செல்வது போல.

அரிசி பட்ஜெட் கணக்கில் விழுந்துவிட்ட துண்டு, அடிக்கடி நினைவுக்கு வந்துகொண்டிருந்தது. 'எம் பிள்ளைகளுக்கு நான் போட்டுப் பார்க்காமே வேறு எவன் போடுவான்' என்று சமாதானம் சொல்லிக்கொண்டார். என்ன இருந்தாலும் இன்றைய செலவு சற்று அதிகமான கைக்கடிப்புதான்.

வக்கீல் ஆபீஸ் வருவதற்குள் எப்படியோ, நாளை சந்திக்கப் போகும் கால் பட்டினி நினைவைச் சுருக்கிக்கொண்டார். வக்கீல் ஆபீஸில் கட்டுகளைப் போட்டுவிட்டு வீட்டை நெருங்கும்போது வீட்டுக்கு முன்னால் சிறுசிறு கும்பல்களாகத் தெரு ஜனங்கள் கூடி நின்றுகொண்டிருந்தனர். நடுவுள்ளதும் சின்னப் பயலும் அழுதுகொண்டிருந்ததுகள்.

‘பெரியவளை எங்கே?’ என்று யோசித்துக்கொண்டே நடையை எட்டிப் போட்டார் பிள்ளை. இது போன்ற நேரங்களில் பிள்ளைவாளுக்கு ஏற்படுகிற பயம் அந்த நேரத்திலும் ஏற்பட்டது. உள் மனம், ‘நம்ம வீட்டிலேதான் இடி விழுந்திருக்கு’ என்று எண்ணிக்கொண்டது.

கூட்டத்திலிருந்து, அவர் குடியிருக்கும் வளவில் உள்ள கடைக்காரப் பிள்ளை, பிள்ளைவாளை நோக்கி விரைவாக நடந்து வந்தார்.

‘வே . . . ஒம்ம மக பண்ணியிருக்க வேலையைப் பார்த்தீராவே? அந்த மச்சு வீட்டுப் பையனோட போயிட்டாவே!’

இடி விழுந்துவிட்டது; பிள்ளைவாள் வீட்டிலேயேதான்.

‘போயிட்டாளா?’ என்று, ஏற்கெனவே எதிர்பார்த்திருந்த செய்தியைக் கேட்பது போல்தான் கேட்டார். அவர் கையில் இருந்த ரிப்பன் வியர்வையில் கசகசத்தது. நடுவுள்ளதும் சின்னப் பயலும் காலைக் கட்டிக்கொண்டு அழுதனர்.

ஏற்கெனவே முன்பொருமுறை அந்த ‘ஏளா’ போனபோதும் இதுகள் இப்படித்தான் அழுதன. இப்போது அதில் ஒன்று கழிந்து போனது போக, பாக்கி மூன்றும் காலைக் கட்டிக்கொண்டு நின்று கதறுகின்றன. எவ்வளவு அநியாயமாகப் பிள்ளைவாளின் குடும்பத்தில் ஆட்குறைப்பு செய்துவருகிறான் ஆண்டவன்.

எதிர்பார்த்த அளவு காரசாரமான நிகழ்ச்சிகள் எதுவும் நடைபெறாமல் போனதில் கடைக்காரப் பிள்ளை உட்பட பலருக்குச் சற்று மனவருத்தமே. ‘மனுஷனைப் பாரேன், குத்துக் கல்லா நிக்கானே’ என்ற ஒட்டுமொத்தமான விமர்சனத்துடன் கூட்டம் கலைந்து சென்றது.

மூன்று பிள்ளைகளையும் தம் வீட்டுக்குள் கூட்டிக்கொண்டு சென்றார். அவருடைய நிதானம் அவருக்கே ஆச்சரியமாக இருந்தது.

‘ஏலே . . . செல்லப்பா, அக்கா எப்பலே போனா?’ என்று தமது சட்டையைக் கழற்றியபடியே கேட்டார்.

‘ஏமிலே . . . அழுதிய? ஏலே செல்லப்பா! அழாதீங்கலே. அக்கா எப்பலே போனா?’ என்று மறுபடியும் கேட்டார்.

சின்னப் பயல் அழுதுகொண்டே தொடர்ந்தான். ‘சாயங் காலம் மூணு மணிக்கு மேலே நாங்கள்ளாம் விளையாடிக்கிட்டு இருந்தோம் . . . அக்கா, தண்ணிக்குப் போயிட்டு வாரேன்னிட்டு குடத்துக்குள்ளே துணிமணியெல்லாம் அள்ளிப் போட்டுக்

கிட்டுப் போயிட்டா. அக்கா போயிக் கொஞ்ச நேரத்திலே, அந்த மச்சிலே குடியிருக்கானே ஜவுளிக்கடைப் பையன் மவராசன் மாமா... அவனும் போனான். அப்புறம்... ம்... ம்... வந்து கடைக்கார மாமாதான், 'ஏலே ஒங்க அக்கா ஓடிப்போயிட்டா போலிருக்கு. அந்த மவராசன் பயலோட பஸ் ஸ்டாண்டிலே நிக்காலே'ன்னாரு. நானும் சின்னக்காவும் . . . போயி . . . போ . . .யி அக்காவைக் கூப்பிட்டோம். 'டேய், இனிமே அக்கா வீட்டுக்கு வரமாட்டேன்டா. நான் அப்பாவே விட்டுட்டு வந்துட்டேன். நீங்களாவது அப்பா பேச்சைக் கேட்டுக்கிட்டு ஒழுங்கா இருக்கணும்'னா . . . அந்த மவராச மாமா நெறைய பழம் வாங்கிக் குடுத்தான். அக்காளும் அழுதுக்கிட்டுத்தான் இருந்தா. நாங்களும் வந்துட்டோம்' என்று சின்னப்பயல் அக்கா ஓடிப்போனதை விவரித்தான்.

'ஏட்டி ! நடுவுள்ளவளே ! அழாமே தம்பியைக் கூட்டிக்கிட்டு இந்த ரிப்பனை அக்காகிட்டே கொண்டுபோயிக் குடுத்துட்டு வா. அங்கனதான் பஸ் ஸ்டாண்டில நிப்பா. 'அப்பா ஒனக்குன்னுதான் வாங்கியாந்தாளாம். நீ இல்லாததுனாலே எங்ககிட்டே குடுத்து அனுப்பிச்சான்னு போயி . . .' பிள்ளைவாளுக்குக் கண்ணீர் திரண்டு விட்டது. நடுவுள்ளதும் சின்னப் பயலும் கண்ணீரைத் துடைத்துக்கொண்டே நடந்தனர்.

சற்று நேரத்தில், கடைக்காரப் பிள்ளை மெதுவாக வீட்டினுள் தலையை நீட்டினார். மறுபடியும் ஏதாவது கிண்டிப் பார்க்கலாம் என்ற எண்ணம்.

'என்னவே, இப்பிடிப் பண்ணிட்டா?' வாசல் நடையில் துண்டை விரித்துப் போட்டு அமர்ந்துகொண்டார் கடைக்காரப் பிள்ளை.

கடைக்காரப் பிள்ளையைப் பொருத்தமட்டில் சாந்தா போனது பெரிய நஷ்டம்தான். ஏற்கெனவே பிள்ளையவர்களிடம் சாந்தாவைத் தனக்கு இரண்டாம் தாரமாகக் கேட்டிருந்தார். சாந்தாவைத் தரமாட்டேன் என்று அவர் மறுத்துவிட்டாலும், எப்படியும் நாளாவட்டத்தில் பிள்ளைவாளைத் தம் பக்கம் சாய்த்து விடலாம் என்ற எண்ணம் கடைக்காரப் பிள்ளைக்கு வெகு நாட்களாகவே உண்டு. மேலும், 'சாந்தா பைப்படியில் குளிக்கும்போது, கிழிந்துபோன சேலையில் தண்ணீர் பட்டு உடலோடு உடலாய் ஒட்டிக்கொண்டு வெளித்தெரியும் சாந்தா வின் கவர்ச்சியான சதைத் துண்டங்களைக் கல்யாணமான பெரிய மனுஷன் என்கிற கௌரவத்துடன் 'சைட்' அடிக்க முடியாது இனிமேல். அது உடனடி நஷ்டம்.

‘வே... பேசாமே போலீஸ்லே போயி ஒரு பெட்டிஷன் கொடுத்திட்டு வாரும். கழுதைகள் ரெண்டையும் மென்னியைப் புடிச்சுக் கொண்டாந்துருவான்’ என்று மந்திராலோசனை கூறினார் கடைக்காரப் பிள்ளை .

‘எதுக்குவே பெட்டிஷன்? இங்கப் பாரும். பிச்சை எடுக்கிறது தான் தப்புவே. அதைத் தவிர என்ன செஞ்சாலும் குத்தம் இல்லைம்பேன். வயித்துப் பாட்டுக்காகத்தானேவே இப்படி நாயா அலையுதோம்... சவம்... எங்கையும் இருந்திட்டுப் போகுது. பொறகு எத்தனை நாளைக்கித்தான் அது மனசை அடக்கிக்கிட்டு இருக்கும். தெருவுல எத்தனை கல்யாணம் நடக்குது? எவ்வளவு கல்யாண ஊர்வலம் போகுது. இதையெல்லாம் பார்த்துக்கிட்டு எவ்வளவு நாளைக்கிவே வீட்டுக்குள்ளேயே கெடக்கும்? இதைக் கவனிச்சு தாய் தகப்பனுங்க ஏதாவது செய்யணும். இல்லேன்னா இப்படித் தான். சும்மாவாவே சாப்பிடுதோம்? உப்புப் போட்டுல்லா சாப்பிடுதோம். எப்படி உணர்ச்சி செத்துப் போகும்னேன்’ என்று ஆத்திரத் துடன் பேசிக்கொண்டிருந்தவர், சற்று நிறுத்திவிட்டு மேல் மூச்சு கீழ் மூச்சு வாங்க மறுபடியும் தொடர்ந்தார் குமாஸ்தாப் பிள்ளை.

‘... ஆனா ஒம்மைப் போல வந்தவனுக்கு ரெண்டாந் தாரமா வாக்கப்படறதைவிட இது எவ்வளவோ மேல்தான். அந்தப் பய எப்பிடியும் காப்பாத்திப் போடுவான். ஆனா கொஞ்ச நாளைக்குச் சந்தி சிரிக்கும்... ஹூம்... பரவாயில்லவே.’

‘அது சர்தான்வே கொமஸ்தாப் பிள்ளே. என்னதான் சரின்னாலும் ஒலக தர்மம்னு ஒண்ணு இருக்குல்லா? அதையும் பார்க்க வேண்டாமா?’ என்றார் கடைக்காரப் பிள்ளை.

‘ஓஹோ! ஐயாவாள் தர்மத்தைப் பத்திப் பேச வாரீஹளா... பேஷ்... பேஷ்...’ பிள்ளையவர்களுக்குக் கோபத்தினால் கண்கள் நெருப்பாய்ச் சிவந்துவிட்டன. உஷ்ணக்காற்று மூக்கின் வழியே வெளியேறியது. மனுஷனுக்கு கோபம்தான் வந்துவிட்டது.

‘என்னவே தர்மம்? என்ன ஞாயத்திலேவே நீரு சீனியில ரவையைக் கலக்குறீரு? என்ன தர்மத்துலவே நல்லெண்ணை யிலே கானா எண்ணெயெ கலக்குறேரு? அந்த ஞாயம்தான்வே இது ஓடிப்போயிருக்கிறதும் . . . அலையுதேளே ஆத்திக் கெடமாட்டாமே? எங்கோவத்தைக் கௌப்பாதேயும். இங்கன இருந்து எடத்தக் காலி பண்ணும்...’

கடைக்காரப் பிள்ளைக்குப் பயம் வந்துவிட்டது. ‘ஏதேது ஆசாமிக்குச் சரியானபடி மரை கழண்டு போயிருக்கிறது’ என்று

எண்ணியபடி, 'அப்ப நான் வாரேன்' என்று கூறிவிட்டு நடையைக் கட்டினார்.

'வாரும் ... வாரும் ...'

சின்னப்பயல் ஓடிவந்தான்.

'என்னலே, அவளைப் பாத்தியா?'

'அக்கா போயிட்டாப்பல இருக்கு.'

'சவத்தே விடுங்கலே! அந்த ரிப்பனை அம்மாப் பெட்டிக்குளே வையி ... ஏட்டி சின்னவளே, ராத்திரிக்கு சோறு இருக்கா? இல்லைன்னா ஒலைய வையி ... நான் கடைக்கிப் போயிட்டு வாரேன்' என்று பையைத் தூக்கிக்கொண்டு புறப்பட்டார்.

தெருவில் போகும்போது தமக்குள்ளாகவே, 'தர்மத்தப் பேசுதானுகளாமே ... தர்மம் ... ஹூம் ... ஏது தெரியலே சேதி? கொளுத்திப்போடுவேன் கொளுத்தி ...' என்று குமுறிக் கொண்டே நடந்தார்.

தாமரை, 1970

மயான காண்டம்

செல்லையா பண்டிதனுக்கு, தனது பரம்பரைத் தொழிலான வெட்டியான் தொழிலில் கூடச் சலிப்பு ஏற்படுவது, மயானத்துக்குச் சேர்ந்தாற் போல் ஒரு வாரத்துக்கோ இரண்டு வாரத்துக்கோ பிணமே வந்து விழாதபோதுதான். அந்த மாதிரிச் சமயங்களில், இதுவரையிலும் பரம்பரைப் பரம்பரை யாகச் சோறு போட்டு வந்திருக்கிற தொழில் என்கிற நன்றி உணர்வெல்லாம் செல்லுபடியாகாது. 'சவம், இது என்ன பொழப்பு? பொணத்தை எரிச்சு எரிச்சு என்னத்தைக் கண்டுட்டோம்? என்னம்போ இதுல கோடி கோடியா அள்ளிக்கிட்டுப் போகலாம்கிற மாதிரி, அப்பனும் பாட்டனும் பொணத்தை எரிச்சது மில்லாம நம்மளையும் சுடுகாட்டைக் காக்கப் போட்டுட்டானுக. நம்ம எனத்தான் எவ்வளவு பேரு ஜோரா பார்பர் ஷாப்பு வச்சுக்கிட்டு நாலு பேர் தலையைத் தடவி காலத்தை ஓட்டிக்கிட்டிருக் கானுவ ...' என்று சமயா சமயத்தில் தன் பத்தினி செல்லம்மாவிடம் ஒரு பாட்டம் அழுது தீர்ப்பான்.

செல்லையா பண்டிதன் வீட்டில் அடுப்பு எரிந்து இரண்டு மூன்று நாட்கள் ஆகிவிட்டன. நேற்றும் முந்தாநாளும், பட்டினிக்கும் பசிக்கும் சமய சஞ்சீவியாக உபயோகப்பட்டு வந்த மரச்சீனிக் கிழங்கும் இன்றைக்குக் காலையோடு சரி. ஊருக்குள் ளிருந்து அழுகைச் சத்தம் கேட்கிறதா என்று காதைத் தீட்டிக்கொண்டு பத்து நாட்களாகக் காத்திருந்தும் பார்த்தாயிற்று. ஊருக்குள் துஷ்டி விழுகிற பாட்டைக் காணோம். வாரத்துக்கு ஒன்றாவது மண்டையைப்

போட்டால்தான் பண்டிதர்வாளின் கதை நடக்கும். செல்லையா பண்டிதனின் ஏகபத்தினியான செல்லம்மாளுக்கு, வயிற்றைக் கடிக்கிற கடியில் பண்டிதரய்யாவுக்கு மத்தியானம், சாமம் என்று நேரங்காலம் இல்லாமல் 'கொடை' கொடுத்துக்கொண் டிருந்தாள். இன்றைக்கு இவ்வளவு நேரமாகியும் ஊருக்குள் ஒரு பொட்டு பொடுசுகூட மண்டையப் போடக் காணோம். 'அடப்பாவி மட்டையோ, எல்லாருக்கும் சாவே இல்லைன்னு ஆயிப் போச்சா?' என்று அடிக்கடி தனக்குள் புலம்பிக்கொண்டான் பண்டிதன்.

வயிற்றுக்கில்லாத கொடுமையில் மிகவும் கசந்து போய், வீட்டுக்கு எதிரே சொள்ள மாடசாமி கோயிலுக்கு அடுத்தாற் போல், மாலைச் சூரியனின் அஸ்தமன ஒளியில் வெள்ளித் தகடாக மினுங்கிக்கொண்டிருக்கும் சுடுகாட்டுத் தகர ஷெட்டுகளைப் பார்த்துப் பெருமூச்சு விட்டவாறு அச்சலாத்தியாகத் தன் வீட்டுச் சாய்மானத் திண்ணையில் சாய்ந்து கிடந்தான்.

அந்தச் சாய்மானத் திண்ணை பண்டிதனின் அன்றாட ஜீவிதத்தில் ரொம்பவும் முக்கியமான அம்சம். சேர்ந்தாற் போல் ஊருக்குள் காலராவோ, வைசூரியோ கண்டு, அடுத்த ஊரில் இருக்கிற தன்னுடைய சின்ன மச்சினனையும் துணைக்கு அழைத்துக்கொள்கிற அளவுக்கு ஊர்ப்பிணங்கள் வந்து குவிய, மடி நிறைய சில்லறைகளும் நோட்டுகளும் வீட்டுக்குள் வரிசையாக அடுக்கி வைத்திருக்கிற காருகுறிச்சி மண்பானை அடுக்கிலும் உறங்கும்போது, மச்சினனைக் குஷிப்படுத்த அவனைப் பக்கத்து ஊர் டூரிங் கொட்டகைக்கு அனுப்பிவிட்டு, நிலா வெளிச்சத்தில் நாற்பத்திச் சொச்சம் வயசாகிவிட்ட செல்லையாவும் புளிபோட்டு விளக்கிய சொம்பைப் போல் தகதகக்கிற செல்லம்மாவும் உல்லாச மாய் உருளுவார்கள். அதே திண்ணையில்தான் இன்றைக்கும், புகையாத சுடுகாட்டு ஷெட்டுகளைப் பார்த்துப் பெருமூச்சு விட்டவாறு சாய்ந்து கிடக்கிறார் பண்டிதர்வாள். செல்லையா பண்டிதனின் பரம்பரைப் பாத்தியமாய்த் தொடர்ந்து வருவது சுடுகாட்டுக் குத்தகையும், இந்தச் சாய்மானத் திண்ணை போட்டுக் கட்டிய வீடும்தான்.

சாணம் போட்டு மெழுகி நாளாகிவிட்டதால் திண்ணையில் மண் திரைந்து, மண்ணுக்குள் விரவிக் கிடந்த ஓட்டாஞ்சில்லு, கரித்துண்டுகள், செங்காமட்டை எல்லாம் பல்லிளித்தன.

'ஏட்டி! வெறுவாக்கிலியத்தவளே!... வீட்டை மொழுகினா என்ன? ஆக்கங்கெட்ட மூதேவி... ஒன் ஆக்கங்கெட்ட தனத்துக்கே குடிக்கக் கூழு கெடைக்காமப் போகுமேட்டீ... சவமே!...' என்று தன் ஆங்காரத்தையெல்லாம் செல்லம்மாவின்மீது

தாராளமாகவே கொட்டித் தீர்த்துவிட்டு, அழுக்கும் மயானப் புழுதியும் மண்டிப் போயிருந்த சிட்டைத்துண்டைச் சாய்மானத் திண்டில் நாலாக மடித்துப் போட்டுச் சாய்ந்துகொண்டான்.

செல்லம்மாவின் பாஷையில், 'வீட்டில் வாக்கரிசி மூட்டிப் போகும்போது' பெரிய ஞானக்கிறுக்கனைப் போல் இந்தத் திண்ணையில் சாய்ந்துகொள்வான். மழுமழுவென்று, தயிர்க்காரியின் சிரட்டையைப் போல் சிரைக்கப்பட்ட தலையின்மேல் இரண்டு கைகளும் பின்னிக் கிடக்கும். இன்றைக்கும் அதே மோனத் தவத்தில் ஆழ்ந்து, மனம் எங்கோ பழங்கனவுகளில் லயித்துக் கிடந்தபோதுதான் செல்லம்மாவின் குரல் ஆளையே அடிக்கிற மாதிரி பீறிட்டுக் கிளம்பிற்று.

'யோவ் மனுஷா! ஏதாவது மிச்சம் மிஞ்சாடி சொரணையாவது இருக்கா? பொணத்தைக் காத்துக் கெடந்து காத்துக் கெடந்து நீயும் பொணமாகிப் போயிட்டீயா? மயிரே... வீடு மொழுகலைன்னு ஆடுதீரே, மூணு நாளாகுது சோத்துப் பருக்கையைப் பாத்து. இன்னைக்கு எளவு விழும், நாளைக்கு எளவு விழும்னு பத்துப் பகல் பத்து ராத்திரிக்கு மேலே கழிஞ்சாச்சு. நம்ம பாவத்துல மண்ணு விழதுக்குன்னு ஊர்ல எளவே விழமாட்டேங்குது. வேற எங்கேயாவது போயி கடன் கிடன் பொறட்டீட்டு வாரும்ன்னாக்க... சீமைய வித்தவரு மான அவமானம் பாக்காரு... தூ... மயிரே... சோறு போட வழியில்லை. ஒனக்குப் பொண்டாட்டி ஒரு கேடா? ஆசை வந்தா காலு, அரை கொடுத்து மாடத்தெருக்காரிகிட்டே போகக் கூடாது? இதுல பிள்ளையில்லன்னு வேறே பண்டிதருக்கு அச்சலாத்தியா இருக்கு... அட என் அதிகாரியே' என்று, சோத்துக்கு வழியில்லாத வெளத்தில் திருப்பிப் போடு போடென்று போட்டதும் இல்லாமல், ஏதோ ஒரு பாத்திரத்தைத் 'தொபீர்' என்று தரையில் வைத்துவிட்டு, பெரிய திருப்தியுடன் பின்வாசலில் துப்பிவிட்டுச் சுவரோரமாக ஒதுங்கி நின்று சளசளவென்று பெய்தாள்.

'ஏ... சவமே, ஒனக்கு அண்ணங்காரன் வூட்ல போயி வழிச்சி நக்கணும்னு ஆசை இருந்தா ஓடிப் போயேன்... அதுக்கில்லாம மருவாதி கெட்டப் பேச்செல்லாம் எதுக்குட்டீ? ஏங்கூட மழையிலவும் நனையணும், வெயில்லயும் காயணும். இதெல்லாந் தெரிஞ்சு தானடி வாக்கப்பட்டே? இந்தப் புருசனுக்கு வயசாகிப் போச்சுன்னதும் கள்ளப் புருசனைத் தேடுதீயோ? ஒனக்கு ஊருமேல போகணும்னு ஆசையிருந்தாக்க என்னை எதுக்குட்டீ மாடத்தெருவுக்குப் போகச் சொல்லுதே? அட எம் பத்தினியே... மாடத்தெருவுக்குப் போக ஒங்கிட்ட என்னடி ரோசனை வேண்டிக் கெடக்கு... நாயே ஏது, ஏது நானும்

பாத்துக்கிட்டே இருக்கேன். ஒரேடியாத்தான் வாய் நீளுது... நறுக்கிப் போடுவேன் நாக்கை... ஏடே...' என்று தன் திண்ணைத் தவநிலையைக் கலைத்து எழாமலேயே பதில் கொடுத்தான் பண்டிதன்.

இந்த மாதிரி ஒருவரை ஒருவர் பரஸ்பரம் ஊர்மேல் மேய விடுகிறது போல் பேசிக்கொள்வது அண்ணலும் அவளும் கைப் பிடித்த காலம் முதல் நடந்துவருகிற அன்றாடத் தொடர்கதை. இந்த விஷயங்களெல்லாம் அவ்வப்போது வயிற்றுக்கு மூட்டிப் போன நேரங்களில் தன் பிடரி மயிரைச் சிலுப்பிக்கொண்டு கிளம்பும். கிளம்பின வேகத்திலேயே சுவடு தெரியாமல் மறைந்தும் போகும். யார் சச்சரவை ஆரம்பித்து வைத்தாலும் கடைசியாக அழுதுகொண்டிருப்பது செல்லம்மாதான். பிறகு அவள் கண்ணீரை ஆதுரத்துடன் துடைத்து, 'இப்பம் என்னள்ளா நடந்து போச்சு?' என்பது போன்ற சமாதான மொழிகளைச் சொல்பவனும் செல்லையா பண்டிதன்தான். வழக்கம் போலவே இன்றைக்கும் இதெல்லாம் கிரமமாக நடந்தேறின. இரண்டு பேருமே அவ்வளவு வயசுக்கப்புறமும் இதுபோன்ற சண்டையையும் சமாதானத்தை யும் வெகுவாக ரசித்தார்கள்.

சட்டென்று ஏதோ நினைவுக்கு வந்தமாதிரி செல்லம்மாவை விட்டு விலகி, மண்சுவரில் கதவு நிலைக்கருகே பம்பரக் கயிற்றில் கட்டித் தொங்கவிட்டிருந்த இரட்டைச் சங்கை எடுத்துக் கொண்டு வெளியே வந்தான் செல்லையா பண்டிதன். செல்லம்மாவின் அழுகையில் இப்போது முன்பைவிடக் கொஞ்சம் சுரத்து இறங்கியிருந்தது. சாய்மானத் திண்டின்மீது கிடந்த சிட்டைத்துண்டை எடுத்து இரண்டு சங்குகளையும் துடைத்தான். நன்றாகத் துடைத்த திருப்தி ஏற்பட்டவுடன் முதுகிலும் மார்பிலுமாக இரண்டு சங்குகளையும் தோளிலிருந்து தொங்கவிட்டுக்கொண்டு சொள்ள மாடசாமி கோவிலைப் பார்க்க நடந்தான்.

செல்லையா, அந்தச் சங்குகள் இரண்டையும் வாயில் வைத்து மூச்சடக்கி, 'துஷ்டி' விழுந்த வீட்டிலிருந்து புறப்பட்டு விட்டால், சுடுகாட்டை அடைவதற்கு முன்னால் ஒரேயொரு தடவைதான் இடையே நிறுத்தி மூச்சை இழுப்பான். அப்படி ஒரு திறமை வாய்த்திருந்தது அவனுக்கு. 'செல்லையா பண்டிதன் சங்கைத் தொட்டால் எட்டு ஊருக்குக் கேட்கும்' என்பது, ஊர்க் காரர்கள் மனமுவந்து சொன்னது. அந்தச் சங்கொலியில் மனசையே கரைத்து விடுகிற மாதிரி, மனைவி, மக்கள், தாய், தந்தையர், கணவன் என்று எல்லோருடைய சோகத்தையும் ஊதிக் காட்டுகிற வித்தையும் அவன் பாட்டன் அப்பன் வழியாக அவனை வந்தடைந்திருந்த பூர்வீகச் சம்பாத்தியம்தான்.

கருகருவென்று இருட்டு இறங்கிக்கொண்டிருந்தது. அக்கரைக்குப் போகிற வண்டி மாடுகளை ஆற்றுக்குள் போகும் போது வண்டிக்காரர்கள் ஏக காலத்தில் பல குரல்களில் அதட்டுகிற சப்தம் மேலைக் காற்றோடு மிதந்து வந்தது.

சுடுகாட்டுச் சொள்ளமாடசாமி ரொம்பத் துடியான சாமி என்ற கீர்த்தி பெற்றவர். அந்தச் சாமிக்கு அப்படியொரு துடிப்பைக் கொடுத்ததில், வஞ்சனையில்லாமல் வெறுங்களிமண் பொம்மைக்கு உயிர் கொடுத்த பாண்டிய வேளாளருக்குப் பாதிப் பங்கு சேரும்.

சொள்ளமாடசாமியைப் பற்றி அந்த ஊருக்குள் வண்டி வண்டியாகக் கதைகள் வழங்கி வருகின்றன. ஆனால், இந்தக் கதைகளுக்கெல்லாம் பயப்படாத ஊர் சின்னஞ் சிறுசுகள் கள்ளத்தனமாய்ச் சந்தித்துக் குலாவி மகிழ, வசதியாக இருப்பது சொள்ளமாடசாமி வீற்றிருக்கிற இருண்ட பெரிய ஆலமரத்தடி தான். சாமியின் தலைக்கு மேலே மரத்தில் ஆணியடித்த தகர உண்டியலும் தொங்கிக்கொண்டிருக்கும்.

பண்டிதனின் குலதெய்வம் சொள்ளமாடசாமி. ரொம்ப வும் கஷ்டம். வரும்போது அந்தச் சங்குகள் இரண்டையும் வாயில் வைத்துச் சொள்ளமாடசாமியின் சந்நிதியில் நின்றுகொண்டு ஆங்காரத்துடன் அவன் ஊதுகிறது உண்டு. இந்தச் சங்கொலியில், தாங்கமுடியாத சோகம் கவிந்து மனசையே அலசிப் பிழிகிற போது, 'சுடுகாட்டு வெட்டியானுக்கு ரொம்பக் கஷ்டம் போலிருக்கே. அதனாலதான் சாமிகிட்ட மொறையிடுதான்' என்று ஊர் முழுக்கப் பேச்சு நடக்கும்.

பண்டிதனுக்கு ஏழெட்டு வயதிருக்கும்போது இந்த மாதிரி, இதே சொள்ளமாடசாமியின் முன்னால் நின்று அவன் தகப்பன் ஊதினதைப் பார்த்திருக்கிறான். அதன்பின் அவன் சாகும்வரை இப்படி முறையீடு செய்ததே இல்லை. தகப்பன் செத்துப்போன பிறகும் இவ்வளவு வருஷங்களுக்கு இடையில் செல்லையா பண்டிதன் இப்போதுதான் முறையீடு செய்யப் போகிறான். அவர்களுக்குள், அப்படிச் சாமி முன்னால் நின்று இழவுச் சங்கெடுத்து ஊதுவது ரொம்பவும் கேவலமானதுதான். பண்டித னுக்கோ வேறு வழியில்லை. தன் கஷ்டத்தை ஊர்க்காரர்களுக்குத் தெரிவிக்க, அவன் குல வழக்கப்படி இதுதான் கடைசி முயற்சி. நாளைக் காலை ஊர் பெரிய மனிதர்கள் எல்லோரும் அவன் வீட்டுக்கு வந்து அவனுக்கு ஏதாவது பணமோ தானியமோ கொடுத்து உதவுவார்கள்.

ஆலமரத்தடியை நோக்கி நடக்கும்போது பண்டிதனுக்குக் கண் கலங்கிவிட்டது. அந்தக் கருக்கல் அமைதியில் சருகுகள்

மயான காண்டம்

காலில் பட்டுச் சரசரக்க, சாமியின் முன்னால் போய் நின்றான். ஆலமரத்தின் பின்னால், உயரமாக வளர்ந்து கிடக்கும் எருக்கஞ் செடிகளினூடே தகர ஷெட்டுகள் தெரிந்தன. கண் இமைக்காது சாமி சிலையையே பார்த்துக்கொண்டிருந்தவன், 'பாண்டிய வேளாளன்னா பாண்டிய வேளாளன்தான். உசிரோட நேரா நின்னு, 'என்னடா வேணும்னு கேக்க மாதிரி என்னம்பா துடிப்போட செஞ்சிருக்கான்' என்று மெதுவாகத் தனக்குள் சொல்லிக்கொண்டான்.

'சாமி எங்கஷ்டத்தைத் தீருமையா . . .' என்று சத்தம் போட்டு ஆலமரமே அதிர்ந்து விழுகிற மாதிரி கத்திவிட்டு, தோளில் கிடந்த சங்குகளை எடுத்து வாயில் வைத்து மூச்செடுத்து ஊதினான். மரத்திலிருந்த நாரைகள், கிளைகள் முறிவது போல் சடசடவென்று இறக்கைகளை அடித்துக்கொண்டு பறந்தன. அக்கரை ஏறிவிட்ட வண்டிக்காரர்கள் வண்டியை நிறுத்தி விட்டுத் திரும்பிப் பார்த்துக்கொண்டார்கள். வயிற்றுப் பசியை யெல்லாம் வாய் வழியே காற்றாக்கிச் சங்குகளை ஊதினான். செல்லம்மா வீட்டு வாசலுக்கு வந்து எட்டிப் பார்த்து அப்படியே நின்றுவிட்டாள். பண்டிதனின் சங்கொலி ஆற்றங்கரை மணல், ஆற்றுத் தண்ணீர், அக்கரையில் உள்ள பச்சை வயல் வெளிகள், வண்டிப் பாதை சுற்றிக்கொண்டு போகிற வெள்ளிமலைக் குன்று இதையெல்லாம் தொட்டுத் தாண்டிப் போய்க்கொண்டே இருந்தது. அன்றைக்கு ரொம்ப அபூர்வமாக, ஒரு சங்கீதக் காரனைப் போன்ற கம்பீரத்துடன் மூச்சடைக்க, கண்களில் நீர் வழிய வழிய ஊதினான். மனசில் கொட்டிக் கிடந்த ஆவேசம் தீரும் மட்டும் ஊதிவிட்டு நிறுத்தினான்.

கொஞ்ச நேரத்துக்குச் சாமியையே வெறித்துப் பார்த்துக் கொண்டிருந்தான். ஆலமரத்தடியில் முழுவதுமாக இருட்டு கவிந்துவிட்டது. திடீரென்று சாமியின் முன்னால் நகர்ந்துபோய், ஆலமரத்தில் தொங்கிக்கொண்டிருந்த சிறிய தகர உண்டியலைப் பிடுங்கி, இடுப்பில் வேஷ்டி முந்தியில் கட்டிக்கொண்டு, ஆலஞ் சருகுகள் சரசரக்க வீட்டை நோக்கி நடந்தான்.

தாமரை, 1970

அயோத்தி

அவன் வீட்டுக்குள் நுழைகிறபோதே, அவனுடைய முகத்தைப் பார்த்ததுமே சந்திரா வுக்குத் தெரிந்துபோயிற்று, வெறுங்கையுடன்தான் திரும்பி வந்திருக்கிறான் என்று. குழந்தை மடியில் தூங்கிக்கொண்டிருந்தாள். நிமிர்ந்து அவனையே எரித்துவிடுகிறவளைப்போலப் பார்த்தாள். தலை குனிந்தபடியே உள்ளே நுழைந்து, கதவடியில் செருப்பைக் கழற்றிவிட்டு, குடையைத் தலைகீழாகக் கவிழ்த்துச் சுவரோடு சுவராக நிறுத்தினபின்பு சந்திராவைப் பார்த்தான். கையில் குடை கொண்டு போயிருந்தான் என்றாலும் முதுகுப்புறத்தையும் சட்டைக் கைகளையும் நனைத்துக்கொண்டிருந் தான். சட்டைப் பித்தான்களை ஒவ்வொன்றாகக் கழற்றிக்கொண்டே சொன்னான்:

'நாயுடு சாப்பிடப் போயிருக்காராம். அந்த வேலைக்காரப் பையன்தான் சொன்னான். அவர் வந்தப்புறம்தான் தரமுடியும்னு சொல்லிட்டான். சாயந்தரம்தான் கடைக்கி வருவாராம்.'

அவளுக்கு ஆத்திரமும் துக்கமும் தாங்க முடிய வில்லை. அவனை என்ன செய்கிறதென்று புரிய வில்லை.

'ஏன், அவர் வர்றவரைக்கும் கொஞ்சம் இருந்து வாங்கிட்டு வந்தா என்னவாம்? இங்கே என்னம்மோ பெரிய வேல பாத்து வெட்டி முறிக்கிற மாதிரிதான் ஓடியாந்தாச்சு. புள்ள முழிச்சதும் நான் என்னத்தைக் கலக்கிக் குடுக்கட்டும்?'

அவளுடைய பேச்சரவத்தில் குழந்தை புரண்டு படுத்தாள். அவன் பேசாமல் ஈஸிச்சேரில் சாய்ந்துகொண்டு புஸ்தகம் படிக்க ஆரம்பித்துவிட்டான். அவனுடைய லட்சியமின்மை அவளுக்கு ரொம்பவும் எரிச்சலூட்டியது. எதைப் பற்றியும் அக்கறையே கிடையாதா? இது என்ன ஜென்மம்?

நேற்றுப் பள்ளிக்கூடம்விட்டு வரும்போதே நாயுடுவைப் பார்த்து பால் டின்னுக்குச் சொல்லிவிட்டு வந்தாள். நாயுடு நாளைக்கு வாங்க என்று சொல்லியிருந்தார். வெளியே எங்கேயும் பால் டின்னே கிடைப்பதில்லை. நாயுடுவுடைய பையன் அவளிடம்தான் படிக்கிறான் என்பதால், நாயுடு பால்டின் தரச் சம்மதித்தார். மாதக் கடைசி ஆகிவிட்டது. வீட்டுக்கார அம்மாள்தான் கடன் கொடுத்தாள். அதை வாங்கிக் கொடுத்து அவனை அனுப்பி வைத்தாள். அவனானால் வாங்காமல் வந்து விட்டான். இவளே போயிருந்தால் வாங்கிக்கொண்டுதான் வருவாள். கடைப் பையனுக்கு இவளைத் தெரியும். இவளுடைய சிரிப்பு அவனுக்கு ரொம்பவும் பிடித்தமானது. இவள் பள்ளிக் கூடத்துக்குப் போகிறபோது, கடையில் ஆட்கள் நின்றிருந்தாலும் இவளைப் பார்க்காமல் இருக்கமாட்டான். நினைக்க நினைக்க ஆத்திரம் பெருகியது.

'இங்கே வந்து ஈசி சேர்ல சாஞ்சு கெடக்கறதப் பாருங்க ளேன்? நேத்துக் காலையில் இருந்தே பாலக் கலக்கிக் குடுக்க வழியில்ல. ராத்திரி பூரா முழிச்சி முழிச்சி எத்தனை தடவை அழுதிச்சி. பாதவத்தி செஞ்ச பாவத்துக்குப் பாலும் வராம அடச்சிப் போச்சு. இன்னைக்கு ஒரு நா லீவு. தொண்டத் தண்ணியக் குடுக்காம வீட்ல கெடக்க வழி இருக்கா?'

அவன் புஸ்தகத்தை மூடி மெதுவாக வைத்துவிட்டு, கண்ணாடியைக் கழற்றி, வேட்டி முனையில் பிரேமைத் துடைத்தான். மேலே சேலை விலகிக் கிடந்தது. வெளியே பெய்கிற மழையையே பார்த்துக்கொண்டிருந்தவள், சட்டென்று திரும்பிப் பார்த்துவிட்டு, சேலையைப் போட்டு மூடிக்கொண்டாள்.

'இங்க பாக்கறதுக்கு என்ன இருக்கு? அதுதான் என்னையே உருக்கொலச்சாச்சே' என்று வாய்க்குள் முணங்கினாள்.

இப்போது மழை வலுத்துவிட்டது. இந்த மழை இப்படி ரெண்டு நாளாகப் பெய்கிறது. தெருவில் யாருமே போகவில்லை. குளிர்ந்த சாரல் காற்று, திறந்துகிடந்த கதவுவழியாக வீசியது. அவன் நிதானமாக எழுந்துபோய்ச் சாத்திவிட்டு வந்து, ஜன்னலருகே நின்றுகொண்டு வெளியே பார்க்க ஆரம்பித்தான். ஒரே ஒரு பையன், அவ்வளவு பெரிய நீளமான தெருவில் சட்டை

போடாமல் சைக்கிள் ரிம்மில் குச்சியைக் கொடுத்து உருட்டிய வாறு மழையில் நனைந்துகொண்டே வந்துகொண்டிருந்தான்.

குழந்தையைப் பற்றிய நினைப்பு மறுபடியும் வந்தது. குழந்தை அழுதால் எப்படிச் சமாதானப்படுத்துகிறது என்றே அவளுக்குப் புரியவில்லை. அவளிடம் கொஞ்ச நாட்களாகவே பால் இல்லை. வீட்டுக்கார அம்மாள் கூட ஏதோ கைப்பக்குவம் சொன்னாள். ஒன்றுமே சரிப்பட்டு வரவில்லை.

கடைச்சாமான் வாங்குகிறது முதல் வண்ணான் கடை, காய்கறிக்கடை என்று எல்லாவற்றுக்கும் அவளேதான் அலைகிறாள். ஒரு சாமான் விலைபேசி வாங்கத் தெரியாது. எல்லாவற்றுக்கும் அவளேதான் போகவேண்டும்.

அன்றோடு அவளுடைய பாஸு அத்தான் வந்து இரண்டு நாட்கள் ஆகிவிட்டன. ஒவ்வொரு நாளும் சாயந்திரம் அவனைப் போய்ப் பார்க்கவேண்டும் என்று ஆசைப்படுகிறாள். முடியவே இல்லை.

அவனைப் பற்றி நினைத்ததும் அவளுக்குத் தாங்க முடிய வில்லை. கண்ணீர் வந்துவிட்டது. அவன் எவ்வளவு கெட்டிக் காரன். அவன் மட்டும் இவளுக்குக் கிடைத்திருந்தால் வாழ்க்கை இப்படி நரகமாகி இருக்குமா? எவ்வளவு சந்தோஷமாக இருப்பாள்? அவளைப்பற்றி, அவளுக்கு என்னென்ன பிடிக்கும் என்கிறதெல்லாம் அவனுக்குத் தெரியும். அவனோடு பேசின நாட்கள் எல்லாம் எவ்வளவு சந்தோஷமாக இருந்தன.

பாஸு அத்தான் அவளுக்கு முறைப் பையன். எல்லோருமே அப்படித்தான் சொன்னார்கள். அம்மாகூட அப்படித்தான் சொல்லிக்கொண்டிருந்தாள். அப்பாதான் இவனைப் பெரிய படிப்பாளி என்று ஆசைப்பட்டுக் கொடுத்துவிட்டார். இவன் வீட்டில், நகை அதிகமாகப் போடவேண்டாம், போடுகிறதைப் போட்டால் போதும் என்று சொல்லிவிட்டார்கள். அப்பாவுக்கு இதெல்லாம் ரொம்ப சௌகரியமாக இருந்தது. அதுக்காக இப்படி இவனோடு வந்து இவ்வளவு கஷ்டப்பட வேண்டியதாகி விட்டது. அவள் எவ்வளவோ நினைத்திருந்தாள். கடைசியில் இப்படி ஆகிவிட்டது.

கல்யாணம் ஆனபிறகும் பாஸு அத்தானை இவளால் மறக்க முடியவில்லை. அவனைப் பொறுத்து இவளுக்கு எத்தனையோ ஞாபகங்கள் இருந்தன. ஒன்றையும் மறக்க முடியவில்லை. இப்படியெல்லாம், இவ்வளவு ஆன பிற்பாடும் அவனை மறக்க முடியாமல் சங்கடப்பட்டாள். என்ன செய்யமுடியும் அவளால்? எந்த ஞாபகத்தை எங்கே கொண்டுபோய் ஒளித்துவைக்க முடியும்?

அயோத்தி

இவனோடு எப்படியாவது தன்னைப் பின்னிக்கொள்ள வேண்டும் என்று ரொம்பவும் ஆசைப்பட்டாள். அவளுடைய பாஸு அத்தானை மறக்க எவ்வளவோ பிரயாசைப்பட்டும் ஒன்றும் முடியவில்லை.

குனிந்தபடியே குழந்தையைப் பார்த்துக்கொண்டிருந்தாள். குழந்தை அவனையே உரித்து வைத்திருந்தது. அது ஒன்றுதான் அவளுக்குச் சந்தோஷத்தைத் தந்தது. பாஸு அத்தான் குழந்தையைப் பார்க்கவேண்டும் என்று கொண்டுவரச்சொல்லி விட்டிருக்கிறான். இங்கேயே வருவான் என்றாலும் ஊரிலே பலபேர் பேசுகிறதுக்கென்று விஷயத்துக்காக அலைந்து கொண்டிருக்கிறபோது அவனால் எப்படி வரமுடியும்? இவளுடைய அம்மா வீட்டுக்குப் போனால் ஓடி வந்துவிடுவான். அவனுக்குத்தான் எவ்வளவு ஆசையிருக்கிறது. குழந்தையைப் பார்க்கவேண்டும் என்று தம்பியிடம் சொல்லிவிட்டிருக்கிறானே. குழந்தையைப் பார்க்கவா? இவளைப் பார்க்கவா?

இவன் பால்டின் வாங்கி வந்து, காய்ச்சிக் கலக்கிக் கொடுத்துவிட்டு, இனி எப்போது போவாள்?

'நாளைக்குப் போட்டுக்கிட்டுப் போகச் சட்டை இல்லை. துவைச்சிப் போடணும்' என்றான், ஜன்னலுக்கு வெளியே பார்த்தபடியே.

அவளுக்கு எல்லாம் வெறுத்துவிட்டது. அவனைப் பார்க்க முடியவில்லை. கண்கள் கலங்கி இருந்தன. தெளிவில்லாமல் அவனை அண்ணாந்து பார்த்தாள்.

'ம் ... ம் ... துவைக்கணும். எல்லாம் எந்தலையிலதான் ...' என்று தலையில் அடித்துக்கொண்டாள்.

அவன் சட்டென்று திரும்பி இவளைப் பார்த்தான். குனிந்து அவளுக்குப் பக்கத்தில் உட்கார்ந்துகொண்டான். அவன் உடம்பிலிருந்து வியர்வை வாடை அடித்தது.

'சந்திரா . . . ஏன் ஒரு மாதிரியா இருக்கே . . .' என்று காதுக்குள் கேட்டான்.

அவள் பதில் சொல்லாமல் அழுதுகொண்டிருந்தாள். அவளுடைய விசும்பலில் குழந்தை விழித்துக்கொண்டு இரண்டு பேரையும் திரும்பிப் பார்த்தாள்.

'அழுதியா... நீ? ஐயோ...' என்றான்.

அவளுக்காக இரக்கப்படுகிறான். இவைதான் இரக்கத்தைக் காட்டுற வார்த்தைகளா? இதற்குமேலே ஒரு

வார்த்தை சொல்லத் தெரியவில்லை. எத்தனை புத்தகங்கள் படித்திருக்கிறான். கட்டினவள் அழுகிறாள். 'ஐயோ' என்கிற வார்த்தையைத் தவிர வேறு வார்த்தைகளே கிடையாதா? இது என்ன சுபாவம் ? ஒட்டகம் மாதிரி இது என்ன அசமந்த குணம்? மேலும் மேலும் அழுகை பெருகிற்று அவளுக்கு.

'ஆமா அழுதேன். என் தலவிதியை நெனச்சு அழுதேன். தூரப் போங்க...' என்று மேலும் தாங்க முடியாமல் ஏங்கி ஏங்கி அழுதாள். குழந்தை அவள் மடியில் படுத்திருந்தபடியே மிரள மிரள இருவரையும் பார்த்தாள். அவன் குழந்தையையே பார்த்துக்கொண்டிருந்தான். அது இவனைப் பார்த்துச் சிரித்தது.

அவள் இவனுக்கு எதிர்ப்புறமாய்த் தோளில் முகத்தை வைத்துக்கொண்டு அழுது கொண்டிருந்தாள். அன்யோன்யத் துடன் இருக்கும் மனைவி புருஷன் மேலே சாய்ந்துகொண்டுதான் அழுவாள். அவளுடைய அழுகை கூடிக்கொண்டே போயிற்று. அழ அழ பாஸு அத்தானின் ஞாபகம் மேலெழுந்துகொண்டே இருந்தது. இழந்துபோன சந்தோஷங்களை, ஏமாற்றங்களை நினைக்க நினைக்க அழுகையை அடக்க முடியவில்லை. வாயில் சேலைத் தலைப்பைச் சுருட்டிக் கவ்வினபடியே, அரைகுறை யாய் விசும்பல்களினூடே சொன்னாள்:

'சண்டாளப்பாவியோ இப்பிடி என்னயக் கொண்டு போயி பாழுங்கெணத்துல தள்ளுன மாதிரிப் பண்ணிட்டாங்களே. பணத்துக்கு ஆசைப்பட்ட கொள்ளக்காரப் பாவியோ என்னயப் பாழாக்கிட்டாங்களே ஓ... ஓ...'

அவளுடைய அழுகையைப் பார்த்துக்கொண்டே இருந்தவன் மனம் பொறுக்க முடியாமல் 'சந்திரா... சந்திரா... அழாத. அழாதன்னா அழாத...' அவனுடைய வேட்டி முனையைத் தூக்கித் துடைக்க வந்தவனின் கையைத் தட்டிவிட்டாள். குலுக்கலில் அவள் மடியில் கிடந்த குழந்தையின் தலை கீழே தரையில் இறங்கிவிட்டது. குழந்தையைத் தூக்கித் தோளில் போட்டுக்கொண்டான். அதன் முதுகில் தட்டிக்கொடுத்து அவனுக்குத் தெரிந்ததைச் சொல்லிச் சமாதானப்படுத்தினான். அவளைப் பார்த்து, 'சந்திரா, எந்திரி, எந்திரி... பால் டின் வாங்கிக்கிட்டு அப்படியே பாஸு அத்தான் வீட்டுக்குப் போயிட்டு வரலாம்' என்றான். அவனை நிமிர்ந்து பார்த்தாள் சந்திரா. வெளியே இன்னும் வேகமாய் மழையும் காற்றும் அடித்துக்கொண்டிருந்தது.

சதங்கை, 1973

சாரதா

பிரம்மதேசம் வெங்கய்யர் என்ற வெங்கடா சலம் ஐயரின் மூத்தாள் புதல்வி சாரதாவைத் திருநெல்வேலி மாஜிஸ்டிரேட் கோர்ட் வராந்தா வில் உட்கார்த்தி வைத்திருந்தது.

தாமிரவருணிக் கரைமேல் போகிற கொக்கிர குளம் ரோட்டையும் ரோட்டுக்குக் கீழே போகிற ஆற்றையும் வேடிக்கை பார்த்துக்கொண்டு உட்கார்ந்திருந்தாள் சாரதா.

சின்னப் பிள்ளையாக இருக்கையில் இதே ரோட்டில் அப்பாவோடும் அம்மாவோடும் கிட்டு மாமாவுடைய கல்யாணத்துக்காக நடந்து போயிருக்கிறாள். அப்போது அம்மா இருந்தாள். அதிகாலை முகூர்த்தத்துக்குப் பிரம்மதேசத்தி லிருந்து முதல் பஸ்ஸில் வந்து, ஜங்க்ஷன் பஸ் ஸ்டாண்டில் இறங்கி, சந்திர விலாஸ் ஹோட்டலில் காப்பி சாப்பிட்டுவிட்டு, ஆற்றுப் பாலம் வழியாக இதே ரோட்டில்தான் நடந்தார்கள். அது சித்திரை மாதத்து முகூர்த்தம். காலை வெயிலுக்கும்முன் லேசான குளிர்காற்று ஆற்றிலிருந்து வீசினதும், அக்கரையில் கைலாசபுரத்துப் படித்துறையில் லேசாக எரிந்துகொண்டிருந்த முனிசிபாலிட்டி விளக்குகளையும்கூட இன்னமும் ஞாபகம் இருக்கிறது.

‘ஏடே... இது யாரு புதுசா இருக்கே?’

‘நம்ம ஏட்டய்யாதான் புடிச்சாவ. இத்தனை வயசாகியும் பாரேன்’ என்று ஒருத்தி, கோர்ட் படிக்கல்லில் உட்கார்ந்திருந்த போலீஸ்காரரைப் பார்த்துப் பேச்சும் சிரிப்பாணியுமாகச் சொன்னாள். அவளைத் தொடர்ந்து, கூட இருந்த மற்றப் பெண்களின் சிரிப்புச் சத்தம் கேட்டது.

‘ஏய் ... செல்லம்மா ... நீ நேத்துப் பொறந்துட்டு நேரே மாடத்தெருக்கு வந்திட்டவ. நம்மளப் பத்தி அழகம்மையக் கேளு. சொல்லுவா’ என்று கண்ணைச் சிமிட்டியவாறே அழகம்மையைப் பார்த்தார். பின்னும் சிரிப்பும் கும்மாளமு மாகக் கிடந்தது.

சாரதாவுக்கு இந்தக் கேலிப் பேச்சுகள் ஒன்றும் புரிய வில்லை. அவளுக்கு அப்பாவுடைய ஞாபகம் வந்தது. இப்போது அப்பா வந்தால் எவ்வளவு நன்றாக இருக்கும்? இந்த ஏட்டையா அப்பா சொன்னால் கேட்க மாட்டாரா? கைலாசபுரத்திலிருந்து புவனேஸ்வரி வந்து ஏட்டையாவிடம் சொல்லிக் கூட்டிக்கொண்டு போனால் கூடப் போதுமே. புவனேஸ்வரி மட்டும் வீட்டில் இருந்திருந்தால் இவ்வளவு ஆகியிருக்காதுதான்.

நேற்று இதே நேரம் இருக்குமா, ஊரிலிருந்து புறப்படும் போது சித்திக்குத் தெரியக்கூடாது என்று, குடத்துக்குள்ளே அவளுடைய ஆஸ்திகளான வெள்ளாவியில் சாயம்போன இரண்டு சேலைகள், செங்கோட்டைப் பெரியப்பா தைத்துக் கொடுத்த ஜாக்கெட்டு, பின்னும் ஒரு சிட்டைத் துண்டு இதை யெல்லாம் அள்ளிப் போட்டுக்கொண்டு வாய்க்காலைப் பார்க்க நடந்ததும், கடைக்குப் போகிற பாவனையில் அப்பா சாக்குப் பையைத் தூக்கிக்கொண்டு கொஞ்ச நேரம் கழித்து வந்ததும் ... சித்திக்கு எப்படியும் சந்தேகம் வராமல் இருந்திருக்காது. இப்போது அப்பாவை என்ன பாடுபடுத்துகிறாளோ சித்தி.

‘சாரதா ... இதத் தவுத்தி எனக்கு வேற வழி தெரியல. இந்த முண்ட என்னைத் தின்னது காணாதுன்னு ஒன்னையுஞ் சாப்புட்டுருவா. புவனேசுவரிகூடப் போயி கொஞ்சகாலம் இரு. சொந்தக்காராளைவிட ஸ்நேகிதாதான் நமக்கு ஒதவுவா. அவ புருஷனுக்கு அங்க நல்ல வேலதான். எஸ்.எஸ்.எல்.சி பொஸ்தகத்தை எடுத்துக்கிட்டயா? இந்தக் காப்பிக் கௌப்பு நடத்தி நான் ஒன்னையக் கல்யாணங் கட்டிக் குடுத்திரப் போறேன்னு நம்பல. ஒனக்குப் புவனேசுவரியும் அவ புருஷனும் எப்படியும் பார்த்து ஏற்பாடு பண்ணுவாங்க. எல்லாத்துக்கும் மேல ஸ்வாமி இருக்கார். போயிட்டு வா ... நல்லபடியா ஆன பெறகு லெட்டர் போட்டாப் போதும் ... இந்த ரெண்டு ரூபாய வச்சுக்கோ.

பஸ் சார்ஜ் போக கூடுதலா ஒரு ரூபா கொடுக்கணும்னுதான் நெனச்சேன், முடியலை.'

இதுதான் சாரதாவுடைய அப்பா வெங்கய்யர் திருநெல்வேலி போகிற பஸ்ஸுக்காகக் காத்து நின்றபோது சாரதாவிடம் சொன்னது. அப்பா எப்போதும் போலத்தான் பேசினார். ஆனாலும் நேற்றுப் பேசின பேச்சை சாரதாவால் மறக்க முடிய வில்லை.

அப்புறம் என்ன? எட்டரை மணி பஸ் வந்தது. அப்பா கொண்டுவந்த சாக்குப் பையில் துணிமணிகளையும் சர்ட்டிபிகேட் புஸ்தகத்தையும் எடுத்துக்கொண்டு சாரதா பஸ்ஸில் ஏறினாள். இன்வாய்ஸ் எழுதுகிறதுக்காக பஸ் கொஞ்ச நேரம் நின்றுகொண்டிருந்தது. திடீரென்று சித்தி ஓடிவந்து, பஸ்ஸைவிட்டு இறக்கிவிட்டுவிடுவாளோ என்று பயமாகக்கூட இருந்தது சாரதாவுக்கு. நல்லவேளை, பஸ் புறப்படுகிறவரை சித்தி வரவில்லை. முருக்கனோடை தாம்போதியில் பஸ் இறங்கி ஏறும்போது, அப்பா வாய்க்கால் கரைமேல் தோளில் குடத்தைச் சுமந்தபடியே போனதைப் பார்த்தாள்.

கைலாசபுரத்திலும் சாரதாவை விதிதான் ஜெயித்தது. புவனேசுவரியும் அவள் புருஷனும் ஆழ்வார்திருநகரிக்கு மாற்றலாகிப் போய்விட்டிருந்தார்கள். புவனேசுவரி இருந்த வீட்டைக் கண்டுபிடிக்கவே மத்தியானம்வரை ஆகிவிட்டது. கையில் இருந்த பாக்கிச் சில்லறைக்கு, வெளியில் வாங்கிச் சாப்பிடக்கூட வெங்கய்யர் சொல்லிக் கொடுத்திருக்கவில்லை. அவ்வளவு ஒடுக்கமான சந்தில் குடியிருந்த புவனேசுவரி, தன் பள்ளிக்கூட ஸ்நேகிதி சாரதாவுக்கு எப்போதோ கடைசியாக, அளவற்ற பிரியத்துடன் ஒரு லெட்டர் எழுதியிருந்தாள். அந்த லெட்டரை ஊரில் இருந்தபோது தன்னுடைய எஸ்.எஸ்.எல்.சி. புஸ்தகத்துக்குள்தான் வைத்திருந்தாள். அதை சாலைக் குமாரசாமி கோயில் சன்னதியில் தூண் ஓரமாக இருந்தபடியே நேற்றுப் பல தடவை திரும்பத் திரும்பப் படித்து மனசுக்குச் சந்தோஷத்தைத் தேடிக்கொண்டாள் சாரதா. எவ்வளவு பிரியமானவள் அந்த புவனேசுவரி.

இந்த மாதிரி டவுனில், தனியே கோயிலுக்குள் உட்கார்ந்து இருந்தாலும் தப்பு என்கிறதை வெகுநேரத்துக்குப் பிற்பாடுதான் சாரதா அறிந்துகொண்டாள். அங்கேயிருந்து புறப்பட்டுப் பஸ் ஸ்டாண்டுக்கு வழி கேட்டுக்கொண்டு வந்து சேர்ந்தாள்.

வெங்கய்யருக்குப் பிரம்மதேசம் ரூட்டில் ஓடுகிற பஸ் கண்டக்டர்களைத் தெரியும். காலை பத்துமணி பஸ்ஸில் வருகிற

கண்டக்டர் பையன் வெங்கய்யருக்கு வேண்டியவன்தான். அவனிடம் சொன்னால் ஊரில் கொண்டு போய் இறக்கி விடுவான். ஆனால் ஊருக்குப் போனால் சித்தி அவளை என்ன செய்வாள் என்று சொல்ல முடியாது. ஆனாலும் இதைத் தவிர வேறுவழி என்ன ?

அவள் துரதிருஷ்டம் காலையில்தான் முதல் பஸ் புறப்படு கிறது என்று சொன்னார்கள்.

பஸ் ஸ்டாண்ட் குழாயில் தண்ணீரை வயிறுமுட்டக் குடித்துவிட்டு, சாக்குப் பையைத் தலைக்கு வைத்துக்கொண்டு, பஸ் ஸ்டாண்ட் கூட்டத்தோடு கூட்டமாய்ப் படுத்துக் கிடந்தவளை நடுச் சாமத்தில் தட்டி எழுப்பி போலீஸ் ஸ்டேஷனுக்குக் கூட்டிக்கொண்டு போனார்கள்.

'சைலன்ஸ்...' தலையை மட்டும் வெளியே வராந்தாவைப் பார்த்து நீட்டி ராகம் போட்டுச் சொல்லிவிட்டு உள்ளே போனான் பியூன்.

எல்லாப் பெண்களும் வரிசையாக எழுந்து நின்று கொண்டார்கள். ஏட்டு அவசர அவசரமாகக் கோர்ட்டுக்குள் போனார். சாரதாவும் அவர்கள் நின்றதைப் பார்த்து எழுந்து நின்றுகொண்டாள். கொஞ்ச நேரத்தில் பியூன் வெளியே வந்து அழகம்மையிடம் பேச்சுக் கொடுத்தான். சாரதாவைக் காட்டி ஏதோ கேலி பண்ணினான்.

ஒவ்வொருத்தர் பேராகச் சொல்லிக் கூப்பிட்டார்கள். சாரதாவும் கோர்ட்டார் முன்னால் போய் அந்தப் பெண்களோடு நின்றுகொண்டாள்.

'இது என்னய்யா, புதுசா ஒரு ஆளு வந்திருக்காப்பல இருக்கே' என்று சாரதாவைப் பார்த்து ஏட்டய்யாவிடம் கோர்ட்டார் கேட்டார். கோர்ட்டார் சொன்னதைக் கேட்டதும், சட்டப் புஸ்தகங்களைப் புரட்டிக்கொண்டிருந்த வக்கீல்களும் திரும்பிப் பார்த்தார்கள். சாரதாவுக்கு ரொம்பவும் கஷ்டமாக இருந்தது.

ஆளுக்கு ஐந்து ரூபாய் அபராதம் விதித்தார். ஏட்டய்யா ஒவ்வொருவரிடமாக ஐந்து ரூபாயை வாங்கினார்.

'என்ன முழிக்கே? அபராதம் கட்டப்போறீயா, இல்ல உள்ள போறியா?' என்று சாரதாவைப் பார்த்துக் கேட்டார்.

சாரதா மெதுவாக, 'பணம் இல்லை' என்று தலையைக் குனிந்தபடியே சொன்னாள்.

‘ராத்திரி எத்தனை ரூவா சம்பாதிச்ச? உள்ளதைச் சொல்லு. இல்ல நொறுக்கிருவேன் ... அந்தப் பைக்குள்ள என்ன வச்சிருக்க?’

பையைப் பிடுங்கினார். பையிலிருந்து அவளுடைய இரண்டு சேலைகள், உள்பாடிகள், அழுக்கான ஜாக்கெட்டுகள், ஒரு சோப்பு டப்பா, எஸ்.எஸ்.எல்.சி. சர்ட்டிபிகேட் புத்தகம், புவனேசுவரி அவளுக்கு எழுதின இன்லேண்ட் லெட்டர் உள்பட எல்லாவற்றையும் தரையில் கொட்டினார். எல்லோரும் அதைக் குனிந்து வேடிக்கை பார்த்தார்கள். அவளுடைய சேலை, உள்பாடி, ஜாக்கெட்டுகளை எல்லாம் உதறி உதறி எடுத்துப் பைக்குள் திணித்தார். சாரதாவுக்குக் கூச்சமாக இருந்தது. சோப்பு டப்பாவைத் திறந்து அதில் கிடந்த சில்லறை களை எண்ணிப் பார்த்து, ‘முப்பத்தி அஞ்சு பைசா இருக்கு ஐயா ... முப்பத்தஞ்சு பைசா போக பாக்கிய இன்னைக்கி சம்பாரிச்சுத் தந்திருவா’ என்று சிரித்துக்கொண்டே சொன்னார். எல்லோரும் சிரித்தார்கள்.

அழகம்மை மட்டும் ஏட்டய்யாவுக்குப் பக்கத்தில் வந்து நின்றாள்.

‘ஏட்டய்யா ... என்ன ஒரேடியாத்தான் பேசிக்கிட்டே போறிய? அதப்பாத்தா தெரியலியா? என்னம்போ அகஸ்துமாஸ்தா ஒங்க கையில ஆம்புட்டுக்கிட்டு. நல்ல எடத்துப் புள்ள மாதிரி இருக்கு. எல்லாத்தையும் எடுத்து உள்ளே போட்டுப் பைய அது கையில கொடுங்க. இத்தனை ஆம்பளைக முன்னால் அது சேல துணிய வெளிய எடுத்துப் போட்டீங்களே. அது என்னமா ஒடுங்கிப் போயி நிக்கி ... அதுக்குக் கட்ட வேண்டியத நாங் கட்டுதேன். இந்தாங்க. பைய அது கையில் குடுங்க’ என்று சொன்னாள் அழகம்மை. ஏட்டு பணத்தை வாங்கி கோர்ட் கிளார்க்கின் கையில் கொடுத்தார். எல்லோரும் வெளியே வந்தார்கள். பியூன் அடுத்த கேஸுக்கு எதிரி பேரைச் சொல்லிக் கூப்பிட்டான்.

சாரதாவுக்குப் பேசக்கூட முடியவில்லை. அழகம்மை சாரதாவைக் கூட்டிக்கொண்டு மரத்தடியைப் பார்க்கப் போனாள்.

‘என்ன அழகம்மக்கா, கவுல்கெடையா பாப்பாவப் புடிச்சிட்டீக போலிருக்கே’ என்று ஒருத்தி வந்து கேட்டாள்.

‘செம்பகம், வாய அடக்கிப் பேசு. ஒன் இதப் பொத்திக்கிட்டுப் போ தூர’ என்றாள் அழகம்மை. சாரதாவிடம் எல்லாவற்றையும்

கேட்டுக்கொண்டாள். சாரதாவுக்கு அவர்கள் யார் என்கிறது கூடத் தெரியவில்லை. யாரோ தன்னைப்போலக் கஷ்டப்பட்ட பெண்கள்தான் அவர்கள் என்று இன்னமும் நினைத்திருந்தாள். அழகம்மை சாரதாவைக் கோர்ட் கேண்டீனுக்குக் கூட்டிக் கொண்டு போய் இட்லி வாங்கிக் கொடுத்தாள். ஊருக்குப் போக பஸ் சார்ஜும் கொடுத்தாள். தனக்குத் தெரிந்த ஒரு சின்னப் பையனைக் கூப்பிட்டாள்.

'அக்காவ ஜங்ஷன் பஸ் ஸ்டாண்டுக்குக் கூட்டிக்கிட்டுப் போயிப் பிரம்மதேசம் பஸ்ல ஏத்தி அனுப்பிச்சிட்டு வா. பாப்பா போயிட்டு வாம்மா. எனக்கு இன்னுங் கொஞ்சம் கோர்ட்ல வேல இருக்கு' என்று சொன்னாள் அழகம்மை.

கண்ணதாசன், 1973

விமோசனம்

‘மொள்ள ... மொள்ளமா எறங்கு சார் ... ஏன் சார் இப்படி ஓவராப் போட்டு உடம்பக் கெடுத்துக்கறே? ஒனுக்கோசரம் வூட்டாண்ட ரெண்டு மூணு ஜீவனுக இருக்கத நெனிச்சி நடந்துக்கோ சாரே... அம்மா...’

‘சோமு ... நான் ஒண்ணும் ஓவராப் போடலை... நா நிதான... மாத்தான் இருக்கேன்... நீ... நீ அம்மாவைத் தட்டு... கதவத் தட்டு...’ தலை நிலைகொள்ளாமல் ரிக்ஷாவிலேயே சாய்ந்தான்.

‘அம்மா ... அம்மா ... கதவத் தொறம்மா ... நான் சோமு வந்திருக்கேன். அய்யாவ இட்டாந் திருக்கேன்.’

‘இன்னிக்குத்தான் நாங் கடேசியாக் குடிச்சாச்சு. சோமு, இந்தா கூட ... கூட எட்டணா வச்சுக்க. இன்னையிலேர்ந்து இன்னிமே குடிக்கிறதில்லேனு முடிவு பண்ணிட்டேன்.’

‘நீ எங்கே சார் நிக்கப் போறே? தேவ்டியாப் பசங்க கடைகளைத் தொறந்துவுட்டு இதும் மாதிரி நல்ல குடும்பத்தயெல்லாம் சீரழிச்சுப் போட்டானுவ.’

ராதாவுக்கு முதலில் அந்தப் பேச்சுச் சத்தம் ஏதோ கனவில் கேட்கிறது போல இருந்தது. கதவு தட்டுகிறதையும் அம்மா அம்மா என்று கூப்பிடுவதையும் கேட்ட பிறகுதான் விழிப்பு வந்தது.

ஒன்றும் புதிசில்லை. வழக்கமானதுதான். சோமுதான் வந்திருப்பான். மேலே பின்னிப்

பிணைந்து கிடந்த இரண்டு குழந்தைகளையும் விலக்கிப் போட்டு விட்டுச் சேலையை அள்ளி மேலே போட்டுக்கொண்டு வாசல் கதவருகே போனாள். மூடியிருந்த ஜன்னலைத் திறந்துகொண்டு எட்டிப் பார்த்தாள். அவன் ரிக்ஷாவில் சாய்ந்து கிடந்தான். சோமு ஹேண்டில்பாரைப் பிடித்துக்கொண்டு பீடியை இழுத்தபடியே நின்றிருந்தான். அந்தத் தெருவில் இரண்டு மூன்று நாட்களாகவே தெரு விளக்குகள் எரியவில்லை. இருட்டில் அவனுடைய பீடியின் ஜுவாலை மங்கி மங்கித் தெரிந்தது.

தாழ்ப்பாளைத் திறந்தாள். பதட்டமே இல்லாமல் பாதிக் கதவைத் திறந்துகொண்டு அவனைப் பார்த்தாள். அவளைப் பார்த்ததும் சோமு பீடியைக் கீழே எறிந்துவிட்டுக் காலால் தேய்த்தான்.

'என்னம்மா தூங்கிப் பூட்டிங்களா? சார்... சார்... எந்திரி சார்... அம்மா வந்திட்டாங்க. ஹும்! இன்னா சொன்னாலும் கேக்க மாட்டேன்றீயே. ராஜா மாதிரி அம்மா கூட இருந்து ஒயுங்காக் குடித்தனம் நடத்துறத வுட்டுட்டுத் தினோம் தினோம் இது என்ன சார் பொயப்பு? உனக்குன்னு ஒரு சோமு வந்து கெடச்சேன் பாரு. நீ அதிஷ்டம் பண்ணினவந்தான் சார்.'

எதையோ சோமுவுக்குப் பதில் சொல்வது போல் வாய்க்குள் முணங்கினான். அவனுடைய வலது அக்குளில் தன் தோளைக் கொடுத்துத் தூக்கி ரிக்ஷாவிலிருந்து கீழே இறக்கினான் சோமு. ராதா மெதுவாக இறங்கி வந்து இன்னொரு புறம் நின்றுகொண்டு அவனுடைய இடுப்பைப் பிடித்துக்கொண்டாள். இரண்டு பேருமாகச் சேர்ந்துகொண்டு அவனைக் கைத்தாங்கலாக நடைவாசல் படியில் ஏற்றினார்கள்.

'ராதா... உனக்கு என்னாலே ரொம்பக் கஷ்டம். எல்லாருக்கும் என்னாலே ரொம்பத் தொந்தரவு' என்று சொன்னான். குரல் ரொம்பவும் நெகிழ்ந்துபோய் அழுது விடுவான் போல இருந்தது.

அவளுடைய சேலையின் ஒருமுனை கீழே விழுந்து தரையில் இழுத்துக்கொண்டே வந்தது. இரண்டு பேரும் அவனை, விரித்துப் போட்டிருந்த படுக்கையில் படுக்க வைத்தார்கள். ஒன்றுக்குப் போய் விட்டுப் படுக்கை ஈரமாகிவிட்டதால், கைக் குழந்தை விழித்துக்கொண்டு குப்புறப் படுத்தவாறே தலையைத் தூக்கிப் பார்த்தது. ஒன்றுமே புரியாமல், விடிவிளக்கின் வெளிச்சத்தில் ஒவ்வொருத்தராகப் பார்த்தது. சோமு அந்தக் குழந்தையின் அழகையே பார்த்துக்கொண்டு நின்றிருந்தான்.

'சோமு, இவர் சாப்பிட்டாரான்னு தெரியுமா?'

‘தெரியலையே... எப்பவும் போல கடை வாசல்லேருந்து, ‘சோமு, என்னை வூட்டாண்ட இட்டுடுன்னு சொன்னாரு.’

‘சரி... வாடகை வாங்கிக்கிட்டியா?’

‘அதெல்லாங் குடுத்திட்டாரும்மா.’

‘சரி... நீ போ... நான் பார்த்துக்கிறேன்.’

‘வர்றேம்மா...’

கதவைச் சாத்திக்கொண்டு போய்விட்டான் சோமு. அவனுடைய தலைமாட்டில் உட்கார்ந்துகொண்டாள். அவனுடைய முகத்தையே பார்த்துக்கொண்டிருந்தாள். நெற்றியில் வியர்வை கோத்திருந்தது. சேலையினால் துடைத்து விட்டாள். சட்டைப் பித்தான்களைக் கழற்றிவிட்டாள். பனியன் நனைந்துபோயிருந்தது. டேபிள் பேனைத் தூக்கிவந்து அவனுக்குப் பக்கத்தில் வைத்துவிட்டுப் பிளக்கைச் சொருகினாள். சுற்ற ஆரம்பிக்கும்போது காற்றாடியின் இலைகள் வலைத்தடுப்பில் பட்டுச் சத்தம் போட்டன. சிறிது வேகம் கூடியதும் சத்தமில்லாமல் சுற்ற ஆரம்பித்தது.

விழித்துக்கொண்ட கைக்குழந்தை, இப்போது பெரியவளின் பக்கமாகச் சுற்றித் திரும்பி அவளுடைய தலைமுடிக்குள் மனம் போனபடி கைகளை நுழைத்து விளையாடிக்கொண்டிருந்தது.

அவன் காற்றின் சிலு சிலுப்பில் புரண்டு படுத்தான். அவன் முகத்தின் அருகே குனிந்து, ‘என்னங்க, சாப்பிட்டீங்களா?’ என்று கேட்டாள்.

விழித்துக்கொண்டு அவளை ஏறிட்டுப் பார்த்தான். எழுந்து உட்கார்ந்துகொள்ள ஆசைப்பட்டான். அவளுடைய மடியில் கையை ஊன்றிக்கொண்டு எம்பினான். அவள் அவனை நிமிர்த்தி உட்கார வைத்தாள்.

‘ராதா... நான் இனிமே குடிக்கமாட்டேன். நெஜம்மாத் தான் சொல்றேன்...’ அவள் முகத்தை அண்ணாந்து பார்த்துச் சொன்னான்.

இதைப் பலமுறை கேட்டிருக்கிறாள். எதுவும் புதிசு இல்லை.

‘நீ என்னை நம்பலியா?’

‘ம்... நம்பாம என்ன?’

அவள் மீது சாய்ந்திருந்தபடியே திரும்பி, குழந்தைகளைப் பார்த்தான்.

‘சின்னவளைத் தூக்கிட்டு வாயேன் . . . பெரியவள் சாப்பிட்டாளா? ரொம்பச் சேட்டை பண்ணினாளா?’

‘உங்களத்தான் தேடிக்கிட்டே இருந்தா. கொஞ்ச நேரம் படிச்சிட்டுத் தூங்கிட்டா. ஸ்கூல் விட்டு வந்ததுமே சாப்பிட்டுட்டா.’

அவனை உட்கார வைத்துவிட்டு எழுந்துபோய், கைக் குழந்தையைத் தூக்கிக்கொண்டு வந்து அவன் மடியில் வைத்தாள். அவன் குழந்தையைத் தூக்கித் தோளில் சாத்திக் கொண்டான். அது அவனுடைய நாடியைத் தடவ ஆரம்பித்தது.

அது ஒருபோதும் அடிக்கடி அழுது தொந்தரவு செய்ததே இல்லை. எப்போதும் ஏதாவது விளையாடிக்கொண்டே இருந்தது. பக்கத்து வீட்டுக்காரர்கள் அந்தக் குழந்தையை முன்னிட்டு அவளை அதிர்ஷ்டக்காரி என்று சொன்னார்கள். திடீரென்று அவளைப் பார்த்துச் சிரித்தது. துண்டு துண்டாய் கன்னத்துச் சதைகளில் மடிப்பு விழுந்தது.

‘ராதா . . . நீ என்ன நம்பவே மாட்டேங்கறீயே. நெஜம்மா நான் இனிமே குடிக்கவே மாட்டேன்.’

‘சரி . . . நீங்க குடிக்காமல் இருக்கிறது உடம்புக்கு நல்லது தானே? சாப்பிட்டீங்களா?’

‘என்னத்தைச் சாப்பிடறது? வேண்டாம். நீ சாப்பிடு. நீ சாப்பிட்டீயா?’

ராதா எழுந்து போனாள்.

சோற்றைப் பிசைந்து கொண்டுவந்து அவனுக்கு முன்னால் உட்கார்ந்துகொண்டாள். உருட்டி அவனுக்கு வாயில் ஊட்டினாள்.

‘நீ சாப்பிடு. நீ சாப்பிட்டாதான் நான் சாப்பிடுவேன்.’

பேசாமல் அவளும் தலைகுனிந்தபடியே ஒரு உருண்டை எடுத்து வாயில் போட்டுக்கொண்டாள்.

‘அவளைக் கீழே விடுங்க.’

‘மாட்டேன். அவ எங்க அம்மால்லா.’

‘அவளையும் வச்சுக்கிட்டு ஒங்களுக்குச் சோறு குடுக்கிறது எப்படி? வாயையும் நல்லா ஆங்கமாட்டேங்கிறீங்க . . . ஐயய்யோ . . . சோறெல்லாம் பேண்ட்ல விழுது பாருங்க.’

‘நான் எங்க அம்மைக்கிச் சோறு கொடுக்கப் போறேன்’ என்று தட்டிலிருந்து சோற்றை அள்ளிக் குழந்தையின் வாயருகே கொண்டு போனான். அவள் அவசரமாக அவன் கையைப் பிடித்து இழுத்தாள். அவள்மீது, அவன்மீது, குழந்தையின் வயிறெல்லாம் சோற்றுப் பருக்கைகள் சிந்தின.

‘ஒங்களுக்கு வேண்டாட்டி ஏன் சோத்த இப்படிச் சிந்திச் சீரழிக்கீங்க?’ என்று சொல்லிவிட்டுப் பக்கத்திலிருந்த சொம்பில் கையை நனைத்து அவன் வாய், குழந்தையின்மீது சோற்றுப் பருக்கைகள் பட்ட இடத்தையெல்லாம் துடைத்துவிட்டாள்.

மீதிச் சோற்றை அவளே சாப்பிட ஆரம்பித்தாள். மறுபடியும் சொன்னதையே சொல்ல ஆரம்பித்தான்.

‘ராதாவுக்கு எம்மேலே நம்பிக்கையே இல்லை. நான் குடிக்கிறதே இல்லைன்னு சொன்னாலும் நீ நம்ப மாட்டேங்கறியே... நெஜம்மா ராதா நான் இனிமே குடிக்கவே மாட்டேன். நம்ம ப்ரபாக் குட்டிமேலே ஆணையாச் சொல்லுதேன்’ என்று குழந்தையின் தலையில் கையை வைத்துச் சொன்னான்.

ராதா சாப்பிடுவதை நிறுத்திவிட்டு அவனைக் கோபத்துடன் நிமிர்ந்து பார்த்தாள்.

‘நீங்களும் ஒங்க குடியும்... அதுக்குப் புள்ளயா அகப்பட்டுது? நீங்க குடிச்சால் தேவலையா, குடிக்காமல் போனாத் தேவலையா? குடுங்க புள்ளைய...’ என்று ஒரு கையால் அவனிடமிருந்து குழந்தையைப் பறித்துத் தன் மடியில் போட்டுக்கொண்டாள்.

அவன் ஏதோ முனங்கிக்கொண்டே படுக்கையில் சாய்ந்தான்.

‘வீட்டையெல்லாம் விட்டுட்டு எங்கூட வந்தியே ராதா... ஒனக்குத் துரோகம் பண்ணிட்டேன்... ஒனக்குத் துரோகம் பண்ணிட்டேன்...’

ஒவ்வொரு நாளும் குடித்துவிட்டு வந்து, தூங்கப் போகும் போது, அவள் தன்னுடைய குடும்பத்தையெல்லாம் விட்டுவிட்டு அவனோடு வந்ததையெல்லாம் சொல்லுகிறான். சில சமயங்களில் அவள் முன்னால் அழுதிருக்கிறான். பின்னும் ஏன் இப்படிக் குடிக்கிறான் என்பதை அவளால் புரிந்துகொள்ளவே முடிய வில்லை.

ஒருநாள் சோமு, ‘அம்மா, ஐயா ரொம்ப நல்லவரு. அவரக் கெடுத்தது பூரா அவரோட பிரண்ட்சுங்கதான்’ என்று சொன்னான்.

எதுவானால் என்ன, அவளுக்கு நிம்மதி இல்லை. அதை அவள் தொலைத்துவிட்டாள்.

அவள் சாப்பிட்டு முடிக்கிறதுக்குள் அவன் தூங்கிப் போயிருந்தான். மடியில் கிடந்த குழந்தையும் தூங்கிப் போயிருந்தது.

அப்படியே குழந்தையைக் கவ்விக்கொள்கிறது போலத் தூக்கிக் கொண்டு, படுக்கையில் மெதுவாகப் படுக்க வைத்தாள். அதற்குத் தொட்டில்கூடக் கிடையாது. அந்த வயசுக் குழந்தைகள் எல்லாம் தொட்டிலில் படுத்து உறங்கும்போது அது கீழே படுத்துறங்கத் தெரிந்துவிட்டது. இந்த வயசிலேயே அதுக்கு வறுமையைத் தெரிந்து போயிற்றா? எவ்வளவு நல்ல குழந்தை?

கையைக் கழுவிவிட்டு வந்து அவனுக்குப் பக்கத்தில் உட்கார்ந்தபோது அவளுக்கு சந்தோஷமாக இருந்தது. இனிமேல் அவன் நிஜமாகவே குடிக்கமாட்டான். குழந்தையின் தலையில் அடித்துச் சத்தியம் செய்திருக்கிறானே, குடிப்பானா? குடிக்க மாட்டான். நேரங்கழித்து வீட்டிற்கு வரமாட்டான். சோமு சைக்கிள் ரிக்ஷாவில் கூட்டிக்கொண்டு வந்து கதவைத் தட்ட மாட்டான். நிறையக் கடன்கள் இருக்கின்றன. அதையெல்லாம் எப்படியாவது தீர்த்துவிடலாம். இரண்டே இரண்டு புடைவையை மாற்றி மாற்றி உடுத்திக்கொண்டு வெளியே போக வெட்கப் பட்டுக்கொண்டிருக்க வேண்டியதில்லை. பக்கத்து வீட்டுக் காரர்கள் இவளை இனிமேல் ஒரு மாதிரியாகப் பார்க்க வேண்டியதே இல்லை. அவன் குடிக்க மாட்டான். நிச்சயமாய் இனி குடிக்கப் போகிறதில்லை.

நாளைக்கு அவன் சீக்கிரமாக வந்துவிடுவான். வந்ததும், எங்கேயாவது குழந்தைகளுடன் வெளியே போய்விட்டு வர வேண்டும். வெளியே போய் எவ்வளவு காலமாயிற்று. சந்தோஷப் பட்டுக்கொண்டே அவனுக்குப் பக்கத்தில் படுத்து உறங்கிப் போனாள்.

மறுநாள் இரவு வெகு நேரங்கழித்து, சோமு ரிக்ஷாவில் அவனைக் கூட்டிக்கொண்டு வந்து கதவைத் தட்டினான். அன்றைக்கு அவள் தூங்கவேயில்லை. உடனே வந்து கதவைத் திறந்தாள்.

சதங்கை, 1973

வார்த்தை

'நீ அந்த மனுஷனைப் பார்த்திருக்கிறாயா?' என்று கேட்டான் பிலாத்து. அவனுடைய ராணியின் கவனம், சற்று முன்னால் அவன் சொன்ன விஷயத்தைப் பற்றியே இருந்தது. யோசித்தபடியே வெளியே பார்த்தவாறு இருந்தான்.

'ராணி, என்ன யோசித்துக்கொண்டிருக்கிறாய்?' என்று பிலாத்து திரும்பவும் கேட்டான்.

சொப்பனத்திலிருந்து மீண்ட பாவனையுடன் பிலாத்துவைப் பார்க்கத் திரும்பினாள் ராணி. அவள் முகத்தில் அளவற்ற கவலையும் துயரமும் படிந்துபோயிருந்தது. ஏதோவொரு தலையாய பணியில் தன்னை ஈடுபடுத்திக்கொள்ள ஆயத்தம் செய்கிறவளைப் போல் இருந்தாள் ராணி. எது குறித்து அவளுக்கு அத்தனை துயரமும் கவலையும் வந்தடைந்திருக்கக் கூடும்?

'நீ அந்த மனுஷனைப் பார்த்திருக்கிறாயா?' என்று கேட்டேன். நீயோ விசித்திரமான யோசனையில் இருக்கிறாய் போலும்...'

'யாரைக் கேட்டீர் பிரபு?'

'அதுதான் நான் சொன்னேனே சிறிது முன்னால். ஒருவனைச் சிலுவையில் அறைய வேண்டுமென்று பிரதான ஆசாரியாரும் ஆயக்காரரும் சொன்னதாக. அதற்குள் நீ அதை மறந்துவிட்டாயா ராணி. . ?'

'இல்லை பிரபு. நான் அந்த மனுஷனைப் பற்றியேதான் யோசித்துக்கொண்டிருந்தேன். அவனை நான் பார்த்ததில்லை. என் தோழி எஸ்தர் ஒரேயொரு முறை கலிலேயாவில் வைத்துப் பார்த்ததாகச் சொன்னாள். ஆனால், அந்த மனுஷனைப்பற்றி அவள் ஏராளமான காரியங்களைத் தெரிவித்தாள். அவைகளி லிருந்து அவன் எத்தனை நல்ல மனுஷனென்று தெரிகிறது. அவனுக்கு ஏன் இத்தனை பெரிய துன்பம் வரவேண்டும்?'

பிலாத்து மிகுந்த வியாகுலத்துடன் ராணியின் மடியில் தலை சாய்த்தான்.

'ராணி, எனக்கும் யாதொன்றும் புரியவில்லை. ஏன் இந்த மோசக்காரர்கள் அந்த மனுஷனைக் கொல்ல அலைகிறார்கள் என்று தெரியவில்லை. அவன் தன்னை தேவனுடைய குமாரன் என்று சொல்லிவருகிறானாம். அதற்காகவே அவனைச் சிலுவையில் இடவேண்டும் என்கிறார் ஆசாரியார். அந்த மனுஷனைக் கொல்லுகிறதுக்கு நானும் உடந்தையாய் இருந்தேன் என்பதை விட இந்த ராஜ்ய பாரத்தை நான் யாரிடமாவது ஒப்படைத்து விட்டுச் சென்றுவிடுவேன்...'

'அந்த மனுஷன் எல்லோருக்கும் நன்மைதானே செய்து வருகிறானாம். வயது கூட அப்படி ஒன்றும் அதிகம் இருக்காது என்று சொன்னாள் எஸ்தர். பெரும் வியாதிக்காரர்களை யெல்லாம் சொஸ்தப்படுத்தினானாமே... இவ்வளவு அபூர்வ மான மனுஷனைக் கொல்லவேணுமென்று சொல்லுகிற இந்த ஆசாரியாருக்குப் பைத்தியம்தான் பிடித்திருக்கவேண்டும்.'

'இருக்கும், இருக்கும். இல்லாது போனால் இவ்வளவு மோசமாகப் பேசுவார்களா? ஆனாலும் ராணி, இந்த ஜனங்கள் கூட அவனை துவேசிக்கிறார்கள் பாரேன். இந்த ஜனங்களுக்காக அவன் எவ்வளவு பாடுபட்டிருக்கிறான். நன்றியே இல்லாதவர்கள் எல்லோரும். இப்படி அநியாயம் பண்ணினால் அழிந்தே போவார்கள். இவ்வளவு நல்ல மனுஷனை அநியாயமாகத் தண்டிக்கச் சொல்லுகிறார்களே. எனக்கு அந்த மனுஷனின் நிமித்தம் உறக்கமே இல்லாமல் போய்விட்டது.'

'எனக்கும்தான் பிரபு. அவனை எப்படியாவது தப்புவிக்க முடியாதா உம்மால்?' என்று ஆவலுடன் பிலாத்துவின் முகத்தினருகே குனிந்து கேட்டாள் ராணி.

'ராணி, என்னால் இயன்றவரை அந்த மனுஷனை இந்தப் பொல்லாப்பிலிருந்து விடுவிக்கவே முயற்சிக்கிறேன். ஆயினும்

மூடத்தனமும் கிராதகமும் காட்டாற்று வெள்ளம் போல் பிரவகித்துப் போகும்போது என் ஒருவனால் என்ன செய்யக் கூடும் சொல்?'

'பிரபு, உம்மை நான் அறிவேன். நீர் ஒரு சத்திய புருஷர் என்பதை நான் அறிவேன். உம்மால் அவன் கைவிடப்பட்டான் என்று இருக்கக்கூடாது என்பதற்காகவே, நான் உம்மை மேலும் மேலும் வற்புறுத்துகிறேன்.'

'ராணி, நீ என்னைப் பூரணமாக நம்புதல் வேண்டும். உனக்காக வேணும் நான் அவனை விடுவிக்கப் பண்ண என் நினைவுள்ள வரை சோர்வின்றி முயற்சிப்பேன். சரி, வேலைக் காரர்களைக் கூப்பிட்டு மற்ற விளக்குகளை அணைக்கச் சொல்லு. இந்தச் சிறிய அகல் மட்டும் உன்னுடைய முழு அழகையும் காண எனக்கு உதவி செய்யட்டும். அந்த மனுஷனின் அபாக்கியமான நிலை என்னை வெகுவாகத் துயருறச் செய்துவிட்டது. இதிலிருந்து ஒரு சிறிதேனும் விடுதலை பெற இன்னும் கொஞ்சம் திராட்சை ரசம் பருக வேண்டும் நான்.'

ராணி அன்று இரவு முழுவதுமே உறக்கம் பிடிக்காமல் இருந்தாள். அந்த மனுஷனுக்கும் அவளுக்கும் முன்பின் எவ்விதப் பரிச்சயங்கூட இல்லை. எஸ்தரும் அரண்மனையை நாடி வருகிற இன்னும் சிலரும் சொன்னதைத் தவிர, அவனைக் குறித்து அவளுக்கு எதுவும் தெரியாது. ஆனால், அவன் பெயர், அவன் உருவம், அவன் பேச்சு, அவன் அசைவுகள் என்று பல தருணங் களில் சிறிது சிறிதாய்ச் சொல்லியிருக்கிறாள் எஸ்தர். இத்தனை சின்ன வயசிலெப்படி அவனுக்கு இத்தனை ஞானம் வந்தது என்பதில் ராணிக்கு என்றென்றும் ஆச்சரியமே.

எப்படியாகிலும் அந்த மனுஷனை என் பிரபு விடுவிப்பார். எனக்காக, என்னிடம் பெற்ற அளவற்ற சந்தோஷங்களுக்காக அந்த மனுஷனை விடுவிக்காமல் இரார். அப்படியே மோசம் நடந்தாலும் நான் அந்த மனுஷனை ஒரு தடவையாகிலும் பார்ப்பேன். அரண்மனையில் முடியாது போனாலும் அவன் பின்னே போய், அவனை அறைகிற கல்வாரி மலையிலே போயேனும் பாராமல் இருக்க முடியாது. அவனை நானெப்படிப் பாராமல் இருக்கக்கூடும்? அவனைப் பார்ப்பதுதானே என் வாழ்வு போலத் தோன்றுகிறது! எவ்வளவு சின்ன வயசில் அவன் என்னை இப்படி இழுக்கிறான். இப்போது அவன் என்ன செய்து கொண்டிருப்பான்? தன்னை மரணம் நெருங்குவதே தெரியாமல் உறங்கிக்கொண்டிருப்பானோ? அவன் தேவகுமாரனாமே? ஒரு தடவை அவனை நான் பார்ப்பேன். அதுபோதும் எனக்கு.

‘எஸ்தர், என்னைக் கூட்டிச் செல்.’

எஸ்தர், ராணியைச் சபை மண்டபத்து உப்பரிகைக்கு அழைத்துச் சென்றாள். ராணியின் அந்தப்புரத்திலிருந்து சபை மண்டபம் அதிக தூரத்தில் ஒன்றும் இல்லை. இருந்தும், அந்தப் பாதையில் நடந்தபோது ராணி, அந்தத் தூரத்தை வெகு காலமாகவே நடந்தும் தொலையாதது போல் உணர்ந்து, மிகுந்த சஞ்சலப்பட்டாள். அருமையான பளிங்கு வேலைப்பாடு அமைந்த தூணின் அருகே நின்று சபையைப் பார்த்தாள். எஸ்தர் அடையாளங்காட்டின இடத்தில் நின்ற அந்த மனுஷனைப் பார்த்ததும் கண்கள் இருண்டு வந்தன. நெடிய மனிதனொருவன், சுற்றிலும் கூடியிருந்து பரியாசம் பண்ணுகிறவர்கள் இடையே தலைகுனிந்து நின்றிருந்தான். அவ்வப்போது தன் நீல வர்ணக் கண்களால் எதிரே இருந்த தேசாதிபதியைப் பார்த்துவிட்டுத் திரும்பவும் அவசரப்பட்டுக் குனிந்து நின்றான். எதற்கும் பதில் சொல்லாதவனாய் இருந்தான். விருப்பமில்லை அவனுக்கு. மேலும், அங்கே பதில்களினால் என்ன சமாதானம் கிட்டிவிடப் போகிறது? ‘பாரச்சுமை அழுந்த அவன் தன் சிலுவையைத் தானே சுமந்துபோய் சிலுவையில் அறைந்து கிடந்து சாகவேண்டும்’ என்ற குரல்களே அந்தச் சபை பூராவிலும் கேட்டன. அந்தக் குரல்கள் அமானுஷ்யமான உறுதியுடன் இருந்தன. ஏகோபித்த குரல்களை எதிர்த்து தனியொரு மனிதனாய் அவன் என்ன செய்துவிடக்கூடும்?

அதுவும் எத்தனை பெரிய குற்றங்கள் என்மீது சுமத்தப் பட்டிருக்கின்றன? நானென்ன சொல்வேன்? இது என் விதி. அம்மா சொன்னபடியே எல்லாம் நடக்கின்றன. அவளைக் கடைசி முறையாகக்கூடப் பார்க்க முடியாது போலிருக்கிறதே. இத்தனை காலமும் அவள் என்னைப் பார்க்கிறதுக்கு ஆசைப்பட்டு எத்தனை பேரிடம் என்னைப்பற்றி விசாரித்துக் கேட்டிருக்கிறாள். என்னைப் பார்க்க வேணும் என்று பார்க்கிற பேர்கள் இடமெல் லாம் சொல்லிவிட்டிருந்தும், நான் அவளைப் பாராமல் இருந்தேனே ... ஓ ... நானே எவ்வளவு பெரிய பாவியானேன். அவளை திரஸ்கரித்ததுதான் இந்த என் தண்டனைக்குக் காரணமாய் அமைந்ததோ? அம்மாவின் முன்பு என் ஞானம் எத்தனை குறுகியதாய் இருக்கவேண்டும். நானே எல்லோரிடமும், பெற்றவர்களை கனம் பண்ணச் சொன்னேன். நான் அவ்விதமாய் இருந்தேனா? ஸ்வாமி, என்னை மன்னியும். என் தாய் மரியாளை ஒரேயொரு தடவையாகிலும் என் கண்களில் படும்படியாய்ச் செய்யும். தாயைக் கனம் பண்ணாதவனைச் சிலுவையில் அறைவதே சரி.

தன் தாயின்மீது தாகமுற்றவனாக அவன் உள்ளூர மிகுந்த கஷ்டப்பட்டுக்கொண்டிருந்தான். தன் தாயைக் காணும் ஆவல் மீதூர, அவன் தலை நிமிர்ந்து சுற்றிலும் சபையைப் பார்த்தான். அப்பெண் மரியாள் அக்கூட்டத்தின் ஒரு மூலையில்தான் தலையில் முக்காடிட்டு ஒதுங்கி நின்றிருந்தாள். அது, தீர்க்க தரிசனமும் தேவ கிருபையும் நிரம்பிய அவன் கண்களுக்குக் கூடத் தெரியவில்லை. ஆனால், மேலே இருந்து தன்னைப் பார்க்கிற இரண்டு ரூபவதிகளைப் பார்த்தான். அவர்களும் இவனைப் பார்த்தார்கள். அவர்களில் சற்றே அதிகமான சிவப்பு நிறமுடைய பெண்ணும் நீலப் பட்டுத் துகிலினால் தன்னை முக்காடிட்டவளுமான ஒருத்தி லேசாக இவனைப் பார்த்து தலையை அசைத்தது போல் இருந்தது. அத்தலையசைப்பு வெறும் மனப்பிரமையாகக் கூட இருக்கக்கூடும். ஆயினும் அப்போதைக்கு அது அவனுக்குப் பெருத்த ஆறுதல் அளித்தது என்றே சொல்லவேண்டும். காலமெல்லாம் கூடவே இருந்த அவனுடைய பன்னிரண்டு சிஷ்யர்களும் அவனுடைய அறிவும் வாதத்திறமையும், கருணையும் நிரம்பிய பிரசங்கங்களைக் கேட்ட ஜனங்களும்கூட இப்படியேபலதடவைதலையசைத்திருக்கிறார்கள். ஆயினும் அத்தனை தூரத்தில், உயரத்திலிருந்து இவனைப் பார்த்து அவள் தலையசைத்தது அத்தருணத்தில் மனசுக்கு மிகுந்த ஆறுதலாக இருந்தது. சஞ்சலப்பட்ட அவன் மனசை ஒரு அசைப்பொழுதில் அப்பெண்ணின் தலையசைப்பு அமைதி அடையச் செய்துவிட்டது. இது என்ன வேடிக்கை! அவன் செய்த நீண்ட ஜெபங்களில்கூட அவன் அடைந்திராத அமைதியையும் ஆனந்தத்தையும் அவளுடைய லேசான தலையசைப்புத் தந்து விட்டதே! இது எவ்வாறு? அத்தலையசைப்பில் அப்படி என்ன வல்லமை இருக்கிறது? அதுவும் முன்பின் அறியாத ரூபவதி அவள். திரும்பவும் அவளைப் பார்க்கப் பிரியப்பட்டும், கூச்சமுற்றவனாய் சும்மா இருந்துவிட்டான். கூடியிருந்த கூட்டத்திலிருந்து ஒருவன் துப்பின எச்சில், அவன் முகத்தில் விழுந்தது. அதைத் தொடர்ந்து, சபை மண்டபமே இடிந்து விழும்படியாய் ஒரே சிரிப்பாணியும் கும்மாளமுமாய்க் கிடந்தது.

அந்தத் தருணத்தில் அம்மனிதன் மிகுந்த அருவருப்புடன் உணர்ந்தான். இனி என்ன செய்ய இயலும்? எவ்வளவோ ஆகி விட்டது. இன்றோடு இந்த நாள் அழிந்து போகுமா?

ராணி, எஸ்தரைக் கீழே, தன் கணவனான தேசாதிபதி பொந்தியு பிலாத்துவிடம் அனுப்பிவைத்தாள். தாழ்ந்த குரலில், எஸ்தரின் காதருகே. மெதுவாய் ஒரு செய்தி சொன்னாள். வெகு சாதாரணமான வார்த்தைதான் அது.

அந்த வார்த்தைகளில் விவரித்து ஆச்சரியப்படும்படியான அர்த்தங்கள் ஏதுமில்லை. ஆயினும் அந்தச் சின்னஞ் சிறிய வார்த்தைகளில், அம்மனுஷனின்மேல் தான் கொண்டிருந்த அளவிலாத பிரியத்தைக் காட்டிவிட்டாள்.

'எஸ்தர், நீ போய் என் பிரபுவைப் பார்த்து, அந்த மனுஷ னுக்குத் தீங்கு எதுவும் செய்யலாகாது என்று சொல்லி வா' என்றாள். எஸ்தர் அந்தப்படியே உப்பரிகையிலிருந்து இறங்கிக் கீழே சபை மண்டபத்துக்குப் போனாள்.

நீலக்குயில், 1973

பலாப்பழம்

பக்கத்து வீட்டுக்குப் பலாப் பழம் வந்திருக்கிறது.

செல்லப் பாப்பா புரண்டு படுத்தாள். கனமான அடிவயிறுதான் சட்டென்று சிமெண்டுத் தரையின் குளுமையை முதலில் உணர்ந்தது. உடம்பெல்லாம் ஒருவிதமான கூச்சம் பரவிற்று. ஸ்டவ் அந்த அறையின் ஒரு மூலையில் சத்தத் துடன் எரிந்துகொண்டிருந்தது. பல திரிகள் கட்டையாகிவிட்டன. மாற்ற வேண்டும். சிலது எரியவே இல்லை. தீ சரியாக எரியாமல், அடுப்பில் எதை வைத்தாலும் இறக்குவதற்கு நேரமாகி விடுகிறது. ஒரு சிறு விஷயம், திரிகளை மாற்றுவது என்பது. ஆனாலும் திரிகளை மாற்றவில்லை அவள்.

சிமெண்டுத் தரையில் வெறுமனே ஒன்றையும் விரிக்காமல் படுத்துக்கொள்கிறது அவளுக்குச் சின்ன வயசிலேயே பிரியமான காரியம். எவ்வளவு கஷ்டமாக இருந்தாலும் அந்தக் குளிர்ச்சி எல்லா வற்றையும் மாற்றி மனசை லேசாக்கி விடும். ஆனால் இப்போது இந்தச் சின்னச் சின்ன விஷயங்கள் எல்லாம்கூட வெகுதூரத்தில் சென்று மறைந்துகொண்டுவிட்டன.

அண்ணாந்து உயரே சுவரில் தொங்கிய மர ஸ்டாண்டை வெறிக்கப் பார்த்தாள். அவளுடைய வீட்டிலிருந்து கொண்டுவந்திருந்த ஹார்லிக்ஸ் பாட்டில்களும் கிளாஸ்கோ டின்களும் புகையடை பிடித்துப்போயிருந்தன. பல பாட்டில்களில்

வண்ணநிலவன்

சாமான்களே இல்லை. இருந்த ஒன்றிரண்டு பாட்டில்களிலும் ரொம்பவும் கீழே ஏதேதோ சாமான்கள் கிடந்தன. மனசு முட்டிக்கொண்டு வந்தது. பார்வையைத் திருப்பிப் புரண்டு படுத்தாள்.

அவளை ஒட்டி சீனிவாசன் படுத்துக்கிடந்தான். அவனுடைய பனியன் பின்புற வாரைப் பிடித்துச் சுருட்டிச் சுருட்டி விளையாடினாள். கழுத்துப் பகுதியிலும் ஓரங்களிலும் அழுக்கு சேர்ந்து போயிருந்தது, அவளுடைய கைகளில் பிசுபிசுத்தது. அடி வயிறு தலையில் உரச, இன்னுங் கொஞ்சம் அவனுடைய முதுகோடு தன் வயிறும் மார்பும் ஒட்ட நகர்ந்து படுத்துக்கொண்டாள். அவனுடைய முரட்டுத் தலை மயிருக்குள் விரல்களை விட்டு அளைந்தாள். கொஞ்ச நேரத்தில் அது பிடிக்காமல் அவனுடைய பிடரியின் அடியில் முளைத்திருந்த சின்னச் சின்ன முடிகளைத் தொட்டு விளையாடினாள். அவனுடைய அடிக்கழுத்தில் கையை நுழைத்துக் கீச்சங் காட்டவேண்டும் என்று ஆசையாக இருந்தது. அப்படியே அவனுடைய இடுப்பின் மீது தலையை வைத்துப் படுத்துக் கொண்டாள். சீனிவாசன் விழித்துக்கொண்டான்.

‘இன்னம இந்தப் பக்கம் வாங்க, சொல்லுதேன். ஏய் சீதா, அங்க என்னடி ஆச்சு? நான் வந்துட்டேன்னு நீயும் அடுப்ப அப்படியே போட்டுட்டு வந்திட்டியா?’

‘இல்லம்மா... எனக்கு இன்னொரு சொளை வேணும்மா.’

‘அவளுக்கு மட்டும் கூட ஒண்ணாக்கும்? நான் அப்பாட்டப் போய் சொல்லப் போறேன்...’

‘ஏய் தடிக் கழுதைகளா ... ஒண்ணையுமே கண்ணால பார்த்திராத மாதிரிதான் லெச்ச கெடுக்கியளே. ஓங்களுக்குப் போய் வாங்கிக் கொண்ணாந்து போடுதாங்களே, அவங்களச் சொல்லணும்.’

‘இன்னும் ஒண்ணே ஒண்ணும்மா.’

‘பாடாப் படுத்துதீங்களே. லோசுக் குட்டியைப் பாருங்க. எம்புட்டுப் புள்ள. ஒனக்குக் காய்ச்சலும்மா, பண்டம் திங்கக் கூடாதுன்னு சொன்னேன். பார்த்துக்கிட்டுப் பேசாம இருக்கா பாருங்க... நீங்களா? பேருதான் பெரிய பிள்ளைகள்னு பேரு. பிசாசு மாதிரி...’

அந்தக் குழந்தைகளுக்குள்ளே ஏதாவது தகராறு வந்திருக்க வேண்டும். இரண்டு குடித்தனங்களுக்கும் தடுப்பாக இருந்த பலகைச் சுவரில் ஏதோ வந்து மோதி விழுந்ததும், தொடர்ந்து அழுகைச் சத்தமும் கேட்டது.

செல்லப் பாப்பா அவனை அணைத்துப் படுத்திருந்த படியே தலையை மட்டும் நீட்டி – ஒன்றும் தெரியப்போவ தில்லை என்றாலும் – பலகைத் தடுப்பைப் பார்த்தாள். பலகையின் மீது மோதின அதிர்ச்சியில் ஆணியில் மாட்டி யிருந்த சீனிவாசனுடைய சட்டை மட்டும் சுருட்டி எறிந்தது போல் தரையில் விழுந்து கிடந்தது.

திடீர் திடீரென்று அடுத்த பக்கத்திலிருந்து பலாப் பழ வாடை வீசியது.

சீனிவாசன் திரும்பி, அவள் பிரியப்பட்டபடியே அவளைத் தன் நெஞ்சோடு நெஞ்சாய் வாரியெடுத்துப் போட்டுக்கொண்டான். அவளிடமிருந்து பல்பொடி வாடை அடித்தது. அவளுடைய கனத்த வயிறு அவனுடைய வயிற்றின் மீது விழுந்து அழுத்தியபோது கேட்டான்.

‘செல்லப் பாப்பா, ஒனக்கு இப்படிப் படுத்தா வயிறு அமுங்கலியா? கஷ்டமா இருக்கா?’

செல்லப் பாப்பா பதில் சொல்லாமல் லேசாகச் சிரித்தாள். இரண்டு உதடுகளிலும் வெள்ளை வெள்ளையாய் மேல் தோல் உரிந்து பார்க்க அழகாக இருந்தது. மெதுவாகச் சிரிக்கிறபோது பின்னும் அந்த அழகு கூடிற்று. இப்போதெல்லாம் செல்லப் பாப்பாவுடைய சிரிப்பில் ஒரு சோர்வு இருக்கிறது. அந்தச் சிரிப்பு அவளுடைய முகத்தில் உண்டுபண்ணின அபூர்வமான சோபையை அவன் ரசித்தான். இன்னொரு தடவை அப்படிச் சிரிக்க மாட்டாளா என்று இருந்தது.

‘ஏய்... ஏய்... மாடு, எத்தனை தடவை சொல்லட்டும், கொட்டய எல்லாம் ஒரு எடத்துல துப்புங்கன்னு. ஏம் பிராணன ஏன் இப்பிடி வாங்கணும்?’

‘யம்மா... நான் பாரும்மா எல்லாக் கொட்டயவும் சேத்து வச்சிருக்கேன். இந்தப் புள்ள சீதாக் கொரங்குதான் நெடுகத் துப்பிப் போட்டுருக்கா.’

‘ஆமா... நீரு ஒம்ம துருத்தியை ஊதிக்கிட்டுக் கெடயும்.’

“ஏட்டி ஒனக்கு என்ன அம்புட்டு கொழுப்பா?”

ஏதோவொரு பாத்திரம் சரிந்து உருண்டுவிட்டது. ஒரே கூச்சலும் அழுகையும். எல்லாவற்றுக்கும் மேலே பலாப்பழ வாடை மட்டும் தனியே வந்துகொண்டிருந்தது.

எல்லாவற்றையும் செல்லப் பாப்பாவும் சீனிவாசனும் ஒருத்தர் முகத்தை ஒருத்தர் பார்த்தபடிக்கே கேட்டுக்கொண் டிருந்தார்கள்.

செல்லப் பாப்பா கேட்டாள், 'ஒங்களுக்கு ஏன் இன்னுஞ் சம்பளம் போடல?'

சட்டென்று சீனிவாசனுடைய முகம் மாறிவிட்டது. அவனுடைய முகத்தைப் பார்த்தபிறகு, தான் அப்படிக் கேட்டிருக்க வேண்டாமோ என்ற யோசனையுடன் பனியன் மேலே ஏறித் திரைந்துபோய்த் தெரிந்த, முடிகள் அடர்ந்த அவனுடைய தொப்புள்குழியைப் பார்த்துக்கொண்டிருந்தாள். அவனுடைய வெதுவெதுப்பான உடம்பின் சூடு அவளுக்கு இதமாக இருந்தது.

'நாங்க எல்லோரும் சம்பளம் வாங்குறது இல்லன்னு முடிவு பண்ணியிருக்கோம். பேச்சுவார்த்தை முடிஞ்சாத்தான் முடிவு என்னன்னு தெரியும்.'

அவள் ஒன்றும் பேசாமல் இருந்தாள். இரண்டுபேருமே மௌனமாக இருந்தது அவர்களுக்கே பயமாக இருந்தது. இரண்டு பேருமே எப்படியாவது ஏதாவது பேசிவிடவேண்டும் என்று ரொம்பவும் ஆசைப்பட்டார்கள்.

இப்போது பழவாடை ரொம்பவும் காரமாக, ஒரு நெடி பரவுவதுபோல் அந்தச் சின்ன அறை முழுவதும் வீசியது.

அவன் கேட்டான், 'இது என்னம்மோ வாடை அடிக்கே, பனம்பழ வாடை மாதிரி...'

'இல்ல, அது பலாப்பழ வாடை' என்று சட்டென்று சொன்னாள் செல்லப் பாப்பா. அவளுடைய வேகம் அவனுக்கு ஆச்சரியமாக இருந்தது. அவளையே பார்த்தான்.

இன்னமும் பலகைக்கு அந்தப் பக்கத்திலிருந்து அழுகை யும் கூச்சலும் ஓயவில்லை. கொஞ்ச நேரத்தில் அந்தப் பழ வாடை கூடப் போய்விட்டது. ஆனால் அழுகை மட்டும் நிற்கவில்லை. பழம் நறுக்கித் தந்த அம்மாவுக்காக அடுப்பைக் கவனித்துக்கொண்டிருந்த சீதாதான் அழுதுகொண்டிருந்தது. அந்த அம்மாள் கண்டபடித் திட்டிக்கொண்டிருந்தாள். வேகமாக வார்த்தைகள் வரும்போது, குரல் முறிந்துபோய் அழுதுவிடுவதுபோலத் தொண்டையை அடைத்துக்கொண்டு வந்தது. அந்தக் குழந்தைகள் படுத்துகிற பாட்டைப் பொறுக்க முடியாத தவிப்பு அந்தக் குரல் நெடுகிலும் கேட்டது. சத்தமும் அழுகையும் கூடக் கூட பழவாடையையே காணவில்லை.

‘செல்லப் பாப்பா, ரொம்பக் கஷ்டமா இருக்காம்மா? இந்தக் காப்பித் தண்ணிய மட்டும் போட்டு எறக்கி வையி. கௌப்புல போயி இட்லி ஏதாவது வாங்கிட்டு வாரேன். நீ ஒண்ணுஞ் செய்யவேண்டாம்.’ ரொம்பவும் பிரியமாகப் பேசினான் அவன்.

‘துட்டு ஏது?’

‘அதெல்லாம் இருக்கு. நேத்து அரிகிருஷ்ணங்கிட்டே ஒரு ரூவா கேட்டேன்.’

‘எந்த அரிகிருஷ்ணன்?’

‘அதுதாம்மா. நமக்குக் கல்யாணம் ஆன புதுசுல ஒரு நா சாயந்திரம் வந்து இந்த நடைவாசல் படியிலேயே இருந்து காப்பி எல்லாம் குடிச்சிட்டுப் பேசிட்டுப் போகல? அவந்தான்.’

‘ம்ஹூம்...’

‘சம்பளம் போட்டுருவாங்க, ஒன்னய டாக்டரம்மா கிட்டக் கூட்டிக்கிட்டுப் போலாம்னு பாக்கேன். முடியமாட்டேங்கே... இன்னைக்குச் சாயந்தரம் மேகநாதன் இருபது ரூவா தாரேன்னு சொல்லியிருக்கான்.’

‘ஒங்க கூடப் படிச்சாரு, பாத்திரக் கடை வச்சிருக்கா ருன்னு சொல்லுவீங்களே அந்த ஆளா?’

‘ஆமா, அவந்தான் எம்மேலே கொஞ்சம் உருத்து உள்ளவன். சாயந்திரம் போகணும். நேத்து பஜார்ல வச்சுப் பார்த்தேன். ஒன்னய ரொம்ப விசாரிச்சான். ஒன்னய டாக்டரம்மா கிட்டக் கூட்டிட்டுப் போகணும், பணம் கொஞ்சம் இருந்தாக் குடுன்னு கேட்டேன். கண்டிஷனா சாயந்தரம் வான்னு சொல்லியிருக்கான்.’

அவனைப் பார்த்துக்கொண்டே மேகநாதனை நினைத்துப் பார்த்தாள். அவனை அவளுக்கு நினைவில்லை. அவன் எப்படி இருப்பான் என்று மனசுக்குள் நினைத்தாள். அவனைப் பார்க்கவேண்டும்போல இருந்தது. அவனைப் பார்த்துவிட்டு வருகிறபோதெல்லாம், இவளை ரொம்பவும் விசாரித்ததாக இவன் சொல்லியிருக்கிறான். அவனைப் பற்றி இவன் பிரஸ்தா பிக்கிற போதெல்லாம் அவனைப் பார்க்க ஆசைப்பட் டிருக்கிறாள். அவனைப் பற்றியொரு சித்திரம் கூடச் செல்லப் பாப்பாவின் மனசில் இருக்கிறது.

செல்லப் பாப்பா காப்பித் தூளைப் போட்டுவிட்டு ஸ்டவ்வை அணைத்தாள். அதை நகர்த்திவைத்துக்கொண்டே

அவனிடம் சொன்னாள். ‘அந்த ஸ்டவ்வுத் திரி எல்லாம் சிறுசாப் போச்சுப்பா. மாத்தணும்.’

‘ஆகட்டும், சாயந்தரம் வாங்கிட்டு வாரேன். சாயந்தரம் ரெடியா இரு. வந்ததும் டாக்டர் வீட்டுக்குப் போவோம்.’

‘இப்ப எதுக்குப்பா? சம்பளம் வாங்குன பொறவு போய்க் கிடலாம். வீட்டுக்கார ஆச்சிக்கு மொதல்ல வாடகையைக் குடுத்திருவோம்.’

அவனுக்குக் கோபம் வந்துவிட்டது. பதிலே பேசாமல் உம்மென்று மேலே அண்ணாந்து பார்த்துக்கொண்டு படுத்திருந்தான்.

‘என்ன கோவிச்சிட்டீங்களாக்கும்? என்னப்பா சொல்லிட்டேன்?’

‘என்னத்தைச் சொன்ன? ஈர மண்ணுந் தெருப் புழுதியும்...’

அவள்... செல்லப் பாப்பா, ஒரு காலை மடித்துக் குனிந்த படிக்கே உட்கார்ந்திருந்தாள். காப்பியிலிருந்து, கொதிக்கிற மணங் கலந்த ஆவி காற்றிலே அலைந்துபோய்க்கொண்டிருந்தது.

திடீரென்று அந்தப் பழவாடை முன்பைவிட ஆழமாக வீசியது. ஒருவேளை அந்த அம்மாள் தன் பிள்ளைகளிடம் அந்தப் பழத்தைக் கொடுத்து அனுப்பி இருப்பாளோ என்று ஆசைப்பட்டாள்.

அவள் உட்கார்ந்திருந்த நிலை அவனுக்கு ரொம்பவும் இரக்கத்தை உண்டுபண்ணிற்று. சட்டென்று எழுந்துபோய் அவளுக்கு எதிரே உட்கார்ந்துகொண்டு அவள் நாடியைப் பிடித்து முகத்தைத் தூக்கினான். கலங்கிப்போயிருந்த கண்க ளுடன் அவனை ஏக்கத்துடன் பார்த்தாள்.

‘பின்ன என்னம்மா? நான் ஒண்ணு சொன்னா நீ ஒண்ணு சொல்லுத? மனுஷனுக்கு கோவம் வருமா வராதா, சொல்லு பாப்பம்?’

‘நானுந்தான் என்னத் தப்பா பெரிசாச் சொல்லிட்டேன்?’

யாரோ கதவைத் தட்டினார்கள். தொடர்ந்து ‘யக்கா... யக்கா...’ என்கிற குரல் கேட்டது.

செல்லப் பாப்பா, பின்னால் இரண்டு கைகளையும் ஊன்றி மெதுவாக எழுந்திருக்க முயன்றாள். அவன் அவளுடைய தோளைத் தொட்டு உட்காரப் பண்ணினான்.

அவனே எழுந்துபோனான். கேட்ட குரல் சீதாவுடைய குரலாக இருந்தது. ஞாபகமாக அந்த அக்கா குடுத்துவிட்டிருக்காங்களே என்று மனசுக்குள் சந்தோஷப்பட்டுக் கொண்டாள்.

அவன் கதவைத் திறந்தான். சீதாதான் நின்றுகொண்டிருந்தது. அவனைப் பார்த்துப் பேசாமல், அவன் நின்றிருந்த இடைவெளியினூடே இவளைப் பார்த்து, 'யக்கா, இன்னைக்குச் சாயந்தரம் புட்டாரத்தி அம்மன் கோயிலுக்குப் போயிட்டு வரலாமான்னு அம்மா கேட்டுட்டு வரச்சொன்னா' என்றாள்.

செல்லப் பாப்பா ஒன்றும் சொல்லாமல் அவனை அண்ணாந்து பார்த்தாள். பார்த்துவிட்டுச் சொன்னாள், 'இன்னைக்கி எங்கம்மா வர? அக்கா வரலையாம்னு சொல்லு.'

சீதா போகும்போது, அவளுடைய கடை வாயில் மேல் உதட்டோரமாக பலாப் பழ நார் ஒட்டிக்கொண்டிருந்ததைச் செல்லப் பாப்பா பார்த்தாள்.

சாயந்திரம் சீனிவாசன் சொன்னபடி வரவில்லை. ரொம்ப நேரம் கழித்துத்தான் வந்தான். கதவைத் திறந்ததும் தலையைத் தொங்கப் போட்டுக்கொண்டே உள்ளே வந்து உட்கார்ந்தான். சுவரில் மாட்டியிருந்த பெட்ரூம் லைட்டைத் தூண்டி எடுத்துக்கொண்டு வந்து அவனுக்கு முன்னால் வைத்துவிட்டு, அவனுக்கென்று எடுத்து மூடி வைத்திருந்த தட்டைத் திறந்து அவனிடம் தந்தாள். அப்படியே சென்று திரும்பவும் படுத்துக்கொண்டாள்.

திடீரென்று அந்தப் பழவாடை வீசிற்று. ஆச்சரியத்துடன் எழுந்து படுக்கையில் உட்கார்ந்துகொண்டாள்.

சீனிவாசன் குனிந்து மெதுவாகச் சாப்பிட்டுக்கொண்டிருந்தான்.

நீலக்குயில், 1973

அழைக்கிறவர்கள்

'அப்பா... அப்பா...'
'எப்பா... எப்பா...'
'என்னங்க... என்னங்க.'

லெட்சுமியும் குழந்தைகளும் அவரை ரொம்பவும் நம்பிக்கையுடன் கூப்பிட்டார்கள். கொஞ்சநேரம்விட்டு, கொஞ்சநேரம்விட்டுக் கூப்பிட்டு வருகிறார்கள். தினந்தோறும் சாயந்திரம் இதேபோல குறைந்தது பத்து நிமிஷத்துக்குமேல் அவரைக் கூப்பிட வேண்டியதிருக்கிறது.

அவர்களின் அப்பா தூங்கவில்லை. விழித்தே இருந்தும்கூடத் தொடர்ந்து கூப்பிடவேண்டும். அவர்கள் வீட்டில் ஒருத்தர் குரல்போல ஒருத்தருக்கு இல்லை. அவர்களின் அம்மாவுக்கு ஒரு குரல். விசித்திரம் நிரம்பிய, பூனை கூப்பிட்டு அழுகிறது போன்றது அம்மாவின் குரல். பூரணி குரல்தான் அவருக்குத் தெளிவாகக் கேட்கிறதுபோல தினந் தோறும் படுகிறது. பூரணிக்கு அடுத்தது சங்கரன். சங்கரன் குரலில் அம்மா வற்புறுத்திக் கூப்பிடச் சொன்ன பொறுப்பின்மை. அவருக்குத் தெரியும். இதே வரிசையில் அயர்வில்லாமல் கூப்பிடுவது அன்றாடமாகி வெகுகாலம் ஆகிவிட்டது. ஒரு தடவை மூன்றுபேரும் வரிசையாகக் கூப்பிட்டு விட்டால் ஒரு கால அளவுக்கு (அது அவர்களுக்குத் தெரியும். அந்த அளவு கொஞ்சங்கூட இதுவரை ஒருநாளும் முன்னே பின்னே பிசகி அவர் கண்ட தில்லை. இத்தனைக்கும் அவர் மனைவி லெட்சுமி

தவிர மற்ற இருவரும் சிறுகுழந்தைகள்) இடைவெளி விட்டு அவரிடம் ஏற்படும் சிறு சலனத்துக்காகக் காத்திருப்பார்கள். அவர் எழுந்திருக்க இன்னும் வெகுநேரம்வரை கூப்பிட வேண்டும் என்பது சின்னவன் சங்கரனுக்குக்கூடத் தெரியும். அவன் வயது ஐந்தரை. பூரணி வயது எட்டு. லெட்சுமி வயது 37. அவர் வயது 38.

அது சலனம்தான். அவர்களுக்கு நம்பிக்கை தரும் சலனம். நான்கைந்து அழைப்புகளில் அவர் எழுந்திருக்க வேண்டியதற் கான சிறு ஆயத்தம் மூச்சாக வெளிவரும். வேற்று ஆள் அறிந்து கொள்ள முடியாத நுட்பமான சிறு சீறல் . அப்போது அவர் அவர்களுக்கு மெச்சத் தகுந்தவர். அப்பா இன்று வெளியே புறப்படுவார் என்பதற்கு அது சிறு நம்பிக்கை. அந்தச் சீறல் அடையாளம் அந்த நிகழ்ச்சியில் ரொம்பவும் முக்கியமானது. மீண்டும் அயர்ந்துபோகாமல், அவரை அழைக்க நல்ல தருணம் அப்போதுதான் ஆரம்பமாகும். ஒவ்வொருவரும் காய்ந்து போன உதடுகளில் மலர்ச்சியைத் தருவித்துப் பார்த்துக் கொள்வார்கள். எல்லாம் தினமும் செய்யும் காரியம்.

அந்தச் சீறலை அவரும் வெளிப்படுத்த வேண்டும். அதைத் தவிர, அவர் படுக்கையிலிருந்து எழ அவருக்கு வேறு பற்றுக்கோடு இல்லை. குழந்தைகள் இரண்டு பேர், மனைவி. இவர்களுக்காகப் புறப்பட வேண்டிய முக்கியத்துவத்தை அப்போது நினைத்துக் கொள்வார். தீவிரமாக நினைத்துக்கொள்வார். மெல்ல . . . மெல்ல, மனத்தில் தன் குடும்பம், செய்யவேண்டிய தகப்பனின் பொறுப்பு இவற்றை ஆழமாக நினைப்பது, அந்த நாட்களில் கஸ்தூரியைப் பற்றி நினைவை வளர்த்து இடையறாமல் அவளைத் தேடித்தேடிப் போனது என்று ஞாபகத்துக்கு வந்து சித்ரவதை செய்யும். கஸ்தூரி செத்துப் பல காலம் ஆகிவிட்டது. குடும்பத்தைப் பற்றி நினைக்கும்போது கூடவே கஸ்தூரி ஞாபகமும் வருவதைக் குற்றமாகவே தினமும் உணர்ந்து, அனுபவிக்கும் மன வாதையோ தாங்க முடியவில்லை. கஸ்தூரியால்தான் இக்குடும்பம் இப்படி ஆயிற்று என்று லெட்சுமி சொல்லுவாள். இன்னமும் கஸ்தூரியை அறுத்துவிட மனமில்லை. உண்மையில், கஸ்தூரி செத்துக் காலம் பல கடந்தும்.

தினமும் லெட்சுமியும் இரண்டு குழந்தைகளும் ஒரு விஷயத்துக்காக உள்ளூர ஒரு பயத்தை அனுபவித்தார்கள். என்றாவது அவரிடமிருந்து சீறல் கிளம்பாமல் போனால் என்னவாகும் அன்று? எழுப்ப ஆரம்பிக்கும்போது லெட்சுமி இதை நினைத்துப் பயப்படாத நாளில்லை. கடவுளைக்கூட வேண்டிக்கொள்வாள் தினமும்.

அந்த நேரம் ஒரு பதமான சமயம். பகலின் தொடர்பு ரொம்பவும் இற்றுப்போய், இருட்டிடம் இன்னுங் கொஞ்சம் நேரம், இன்னுங் கொஞ்ச நேரம் என்று கெஞ்சி மன்றாடும் சமயம். சிலநாள் இப்படியும் ஆகும். பகலில் சௌக்கியமாக இருந்த உடம்பில் முறைக்காய்ச்சல் வந்து அனல் அடிக்கும். ஆனாலும் கூப்பிடாமல் தீராது. இரக்கமில்லாத சுயநலமான மனைவிபோல் அவள் அவரை எழுப்புவாள். லெட்சுமி தன்னையே வெறுத்து, அற்பமாக எங்கேயாவது போய்விடலாம் என்று நினைப்பாள். துயரமிக்கக் குரலோடு கூப்பிடுவாள்.

கஸ்தூரியின் நிமித்தம் என் வாழ்வில் துயரம் வந்தது. லெட்சுமி, உன் வாழ்வின் துயரம் என்னால் வந்தது. கஸ்தூரி ஜாலக்காரி. நகைகள் கேட்டாள். பணம் கேட்டாள். இருக்க வீடு கேட்டாள். கஸ்தூரி எப்போதும் கொடியவள் இல்லை. நீ குத்து விளக்கு ஏற்றும்போதும், கஸ்தூரி குத்துவிளக்கு ஏற்றும்போதும் அழகு வேறுபட்டது. உன் மடியில் தலைவைத்திருந்தால் பயம் இல்லை. ஆத்திரப்படாமல் உன் மடியில் படுத்து உறங்கியும் போகலாம். கஸ்தூரியின் மடியில், எந்த நிமிஷமும் கணவன் வந்துவிடுவான் போல (அவன் கஸ்தூரி சாகும்வரை வரவே இல்லை), வாசலில் சாவித் துவாரத்தின் வழியே பார்த்துக் கொண்டிருக்கிறவனைப் போல சலனம் தாங்க முடியாது. பயப் பட்டுப் படுத்திருந்த மடியில் இருந்த சந்தோஷம் உன்னிடம் தகையவில்லை. கஸ்தூரி செத்தும் காலம் பல கடந்துவிட்டது.

அவருக்கு அப்போது தினமும் சோர்வின்றி வரும் இதே நினைவு, இன்னும் மனவேதனையைச் சுடர்விடச் செய்யும். பக்கத்தில் மனைவியும் குழந்தைகள் இரண்டு பேரும் இருந்தும், இவ்வளவு இழிநிலையில் அழுந்திச் சாகும் போதும் சாகாதா மனம்?

சீறல்போல் விட்ட மூச்சுக்குப் பின்னால் தேவைப்படுகிற அழைப்புகள் இன்னும் இரண்டோ மூன்றுமுறையோ, லெட்சுமி, பூரணி, சங்கரன் – லெட்சுமி, பூரணி, சங்கரன் – லெட்சுமி, பூரணி, சங்கரன் என்று கூப்பிட்டதும் சுவரைப் பார்க்கப் படுத்திருந்தவர் லேசாக மல்லாந்து படுக்க முயற்சி செய்து தன்னுடைய அடுத்த நம்பிக்கையை அவர்களுக்கு அளிப்பார். இதைச் செய்வதற்குள் அவர் உடம்புபடும் அவதியை மூவரும் கூர்ந்து பயத்துடன் கவனிப்பார்கள். அவரை இழந்தால் அவர்களுக்கு நேரும் துன்பம் அளவிட முடியாதது என்பது அப்போது அவர்கள் முகங்களில் தெரியும்.

இப்போது கொஞ்சகாலமாய்க் குடும்பத்தின் மீது கொண்ட பற்றுதல் அதிகரித்து வருகிறது. வியாதியின் கொடூரம் தூங்க விடாமல் பண்ணும்போது குடும்பப் பற்று பலவிதமாகக்

கிளைக்கிறது. ஒரு முக்கியமான விஷயம் மறக்காமல் தினமும் நினைவுக்கு வரும். கஸ்தூரியோடு கழிந்த காலங்கள்போல ஒரு விஷயம். ஊரில் இருக்கும் மதகடி வயல் சங்கரனுக்குப் பேரனார் சொத்து. அவன் மைனராக இருக்கும்போது விற்றது செல்லாது என்று சங்கரன் மேஜர் ஆனதும் கேஸ் போட்டு கோர்ட்டில் டிக்கிரி வாங்கி சொத்தை ஸ்வாதீனத்துக்கு எடுத்துக்கொள்ளலாம் என்று, கஸ்தூரிக்காக வயலைக் கருங்குளத்து ஐயரிடம் விற்ற சமயம் பத்திரம் எழுதிய கணேசன் சொன்னான். கஸ்தூரியும் செத்துக் காலம் பல கடந்துவிட்டது.

ஊரிலேயே கஸ்தூரியின் காலத்துக்குப் பிறகும் சில காலம் இருந்தார்கள். கடைசியில் எல்லாவற்றுக்கும் வரும் கடைசிபோல் கஸ்தூரிக்கும் வந்ததே ஒரு நாள் கடைசி. ஊரை விட்டுப் புறப்பட்டுத் தாமரைக் குளத்தின் கரைமீது வந்து கொண்டிருந்தபோது எதிரே வந்தவன் குடும்பன். அப்போது தாமரைக் குளத்துத் திசையில் இருந்து சாயந்திரக் காற்று குளிருடன் வீசியது. பின்னால் லெட்சுமி சங்கரனைப் பிடித்துக் கொண்டு நின்றாள். அவர் பூரணியைப் பிடித்துக்கொண்டு நின்றார். குடும்பன் விசுவாசம் மிக்கவன். கஸ்தூரியின் வீடு இடிந்துவிட்டது தெரியும் அவர்களுக்கு . வீட்டடி மனையை வாங்கின குலசேகரப்பட்டணத்துச் சாயபு வீட்டை அடியோடு இடித்து மட்டமாக்கிப் புதுவீடு கட்ட ஆரம்பித்திருந்ததும் அப்போதுதான். குடும்பன் ஒதுங்கிநின்று சொன்னது வேதம். அவனும் கூலிக்கு வீடு இடித்தானாம். புறவாசல் அங்கணத்தை இடிக்கும்போது, அவர் போட்டுப் போட்டுத் துப்பின வெற்றிலை எச்சில் காவி இன்னும் அங்கணத்து மூலையில் இருந்ததைப் பார்த்தேஞ்சாமி என்றானே.

'அப்பா... அப்பா...'

சங்கரன் கூப்பிட்டு முடிந்ததும் சிறிது இடைவெளி விட்டு (அது எவ்வளவு நேரம் என்று, அவருக்கு எரிச்சல் ஊட்டாமல் தான் கூப்பிடவேண்டியது எப்போது என்பது லெட்சுமிக்குத் தெரியும்) லெட்சுமி கூப்பிட்டாள்.

இனி அவர்களுக்கு முழு நம்பிக்கையும் அளிக்கும் விதத்தில் ஏதாவது செயல்பட வேண்டும். அன்றைக்கு எழுந்து வெளியே, அவர்கள் விரும்புகிறவாறே போகப் போகிறார் என்பதைத் தெளிவாகவும் சூசகமாகவும் லெட்சுமி, பூரணி, சங்கரன் என்கிற மூன்றுபேர்கள் அடங்கிய அவருடைய நெருங்கிய குடும்ப நபர்கள் உணரும் விதத்தில் அவருடைய அடுத்த செயல் இருக்கவேண்டும். அது ரொம்பவும் லகுவானதுபோல் பார்க்கத் தோன்றினாலும் லகுவானதே இல்லை. அந்த நிகழ்ச்சி

யின் மிக முக்கியமான, ஜீவன் நிரம்பிய பகுதி அதுதான். அந்தக் குடும்பத்தாருக்குத் தன்னுடைய சூசகமான சிறுசெயலின் மூலம் அவர்களுக்குப் பெரும் நம்பிக்கையை வழங்கவேண்டிய உத்திரவாதமான நேரம் அவர் கையில் அளிக்கப்பட்டிருக்கிறது. கண்கள்கூட விரியாமலும் அவளைப் பார்ப்பதற்கான எவ்வித குறிப்பும் இல்லாமல் கருப்பு விழிகள் இரண்டு மட்டும் அவளைப் பார்க்கப் பின்னோக்கி நிமிரும். லெட்சுமி சுதாரித்துக் கொள்வாள். உறுதியாகிவிட்டது. அன்று இரவு வெகுநேரம் கழித்து வந்தாலும் ஏதாவது வீட்டில் தயாரித்துவிட முடியும். பூரணியைச் சைகையினால் இடுப்புப் பக்கம் வரச்சொல்லுவாள். சங்கரன் சிறு பையன். அவன் செய்யக்கூடிய காரியம் எதுவும் அப்போது ஒன்றும் இல்லை. அவனும் அப்பாவை நிமிர்த்தி உட்காரவைக்க அம்மாவுக்கும் அக்காவுக்கும் உதவியாக ஏதாவது ஒரு பக்கத்தில் நின்றுகொள்வான். இனிப் பயமில்லை. ஐந்தோ ஆறுமணி நேரங்களோ பூரணியும் சங்கரனும் தனியே வீட்டில் இருட்டுக்குள் இருக்கவேண்டும். அம்மா சாயந்திரமே தயாராகத் துணிப்பையில் அப்பாவுக்கு ஆஸ்பத்திரியில் கொடுத்த மாத்திரைகள், இரவுச் சமையலுக்கு வேண்டிய மிக மிக அத்தியாவசியமான பொருட்களை வாங்குவதற்காக ஒரு சிறியபை, பெரிய பையில் அப்பாவுக்குக் கஷ்டமாக இருக்கும்போது வாயில் ஊற்றுவதற்காக, சிறிய ஈயச் சட்டியில் அவர்களுடைய தேவையையும் மீறிப் பத்திரப்படுத்தி வைத்த தெளுத்தண்ணீர் எல்லாம் எடுத்துவைத்துவிட்டாள். பக்கத்திலேயே முக்கியமான அந்த போட்டோ பிரேம் இருக்கிறது. குடும்பப் போட்டோ பிரேம்.

லெட்சுமியின் கைகளும் முழு உடம்பும் அதி சாமர்த்திய மான வேகத்தில் இயங்கத் தொடங்கின. அவள் எதிர்பார்த்த படியே, எழுந்து உட்கார்ந்ததும் அவர் படுமோசமாக இருமினார். பக்கத்துச் சுவர் மறைவுக்கு அப்பால் அவர் இருமுவதைக் கேட்டு வழக்கமாக எரிச்சல் படுகிற மாயாண்டியின் குரலைக் கேட்டாள். அநேகமாக அந்த நேரத்துக்கு அவன் இல்லாமல் போன நாளே இல்லை. இவள் துரதிருஷ்டம், அவன் சாராயம் போட்டுக்கொண்டு வீட்டுக்கு வரும் நேரம் அதுவாகிவிடுகிறது. அவர் நெஞ்சைப் பூரணி நீவிவிடுவாள். பூரணிக்கும் இப்போது சமயம் தெரிந்தது. அப்பாவைத் தூக்கி உட்கார வைக்கிற சமயத்தில் அவள் உடம்பும் அம்மாவைப்போல துரித கதியில் இயங்க ஆரம்பித்தது. அவருக்குச் செய்யவேண்டிய சிகிச்சைகள் எல்லாம் பூரணிக்குப் பாடமாகியிருந்தன. அவ்வளவு சின்ன வயசில் அம்மாவோடு போட்டியிட்டு நிற்பவளைப்போல அவள் தோன்றுவாள் அவருக்கு. லெட்சுமி அவரைத் தன் மார்போடு சேர்த்து அணைத்துச் சிறிது நேரம் வைத்திருந்தாள். பூரணி

அவர் நெஞ்சில் தடவிவிட்டுக்கொண்டிருந்தாள். சங்கரன் அருகே தகர டின்னுடன், அவருக்குத் துப்பல் வரும்போது ஏந்துவதற்கு வசதியாக நின்றுகொண்டிருந்தான். அவன் இதுபோன்ற சில விஷயங்களில் பூரணியைப் போலக் குறிப்பறிந்து நடந்து கொள்ளும் பக்குவத்துக்கு வந்திருக்கவில்லை. இன்னும் சிறிது காலம் ஆகலாம். லெட்சுமிக்குச் சங்கரனைக் குறித்து நல்ல நம்பிக்கை உண்டு.

லெட்சுமி, பூரணி, சங்கரன் எல்லோருமே மிகவும் கேவல மானவர்களைப் போலப்பட்டது அவருக்கு. அல்பமான பிழைப்பு நடத்துபவர்கள். சீக்காளியை ஹிம்சைப்படுத்தி உயிர்வாழும் அற்பர்கள். சின்ன வயசாக இருந்தும் சங்கரனும் ஆகிப் போனானே இப்படி.

அம்மா தன் குழந்தைகளுக்குத் தேவையான உத்தரவு களை அவ்வப்போது இட்டுக்கொண்டிருந்தாள். கணவன்மீது பரிவு இல்லாதவள் போலத் தோன்றினாள். அவரே அறிந்து கொள்ள முடியாத வகையில் அவரைத் தேற்றித் தெருவில் கொண்டுவந்து விட்டுவிட்டார்கள்.

பூரணியும் சங்கரனும் பொறுப்புள்ள குழந்தைகளைப் போல் வீட்டு வாசலில் போய் நின்றுகொண்டார்கள். லெட்சுமி அவரை மெதுவாக அணைத்தபடியே மாம்பலம் ஸ்டேஷனை நோக்கி நடத்திக் கூட்டிக்கொண்டு போனாள். அவர் எப்போதும் இருமலாம் என்று அவளுக்குப் பட்டது.

1973

பிணத்துக்காரர்கள்

எல்லோரிலும் மூத்தவன் மூக்கன் சொன்னான் கடைசியாக. இன்னமும் யாரும் அங்கேயிருந்து புறப்பட்டிருக்கவே இல்லை. வெயிலின் கொடூரத்தை வழியே போகிறவர்களுக்குத் தெரிவித்துக்கொள்ளும் முகங்களோடு அவர்களிருந்தார்கள். எல்லோரும் ஒரே நிறம். கறுப்புத் தோலினால் மூடப்பட்ட திரேகங்களைச் சம்பாதித்திருந்தார்கள். குத்துக்கல்லின்மேல் உட்கார்ந்திருந்தவன் பேர் சம்முகம். இன்னொருவன் கன்னையா, படிக்கல்லின் மீதிருந்தான். படிக்கல்லின் மீதிருக்கவென்று அவனுக்கு முகம் படைத்துத் தந்திருந்தார்கள் அவன் பெற்றோர்கள். கொஞ்ச காலத்துக்கு முன்னால், அவ்வீட்டைச் சேர்ந்த ஒரு சிறு பெண் எப்போதும் அந்த நடைக்கல்லின் மீது உட்கார்ந்திருந்து இறந்து போனாள். அவள் இருந்துவந்த நடைப்படி மேலிருந்து மூன்றாவது. கன்னையா இரண்டாம் படியில், காக்கி டிரவுசர் போட்டிருந்து, தொடைகள் தெரிய உட்கார்ந்திருந்தான். மூன்றாமவன் தொம்மையும், பிறிதொருவன் ராமையாவும் மூத்தவன் மூக்கனிருந்த கல்லைச் சுற்றிக் கூடியிருந்தார்கள். கூடியிருந்து கேட்டார்கள் மூக்கன் சொன்னதை.

மூக்கன் சொன்னான் கடைசியாக.

கன்னையாவைப் பார்த்துக் கீழ்த்திசையிலும், சம்முகத்தைப் பார்த்து மேல்புறமாகவும்,

தொம்மையைத் தென்புறத்துக்கும் சின்னவனாயிருந்த ராமையாவைக் குறைந்த தூரமுள்ள நகரத்தின் வடவெல்லைக்கும் போகச் சொன்னான் முடிவாக.

தலைவன் பெரியவன். தலைவன் கீர்த்தி நிரம்பியவன். தலைவன் சொல்வன்மை பெற்றிருந்தான். மூக்கனின் உடம்பெங்கும் மயிர்களடர்ந்திருந்தன. அவர்களுக்கு வல்லமை மிக்க வார்த்தைகளைச் சொல்லி ஊக்குவித்து, அவர்களை ஆண்டு தலைவனாயிருக்கவே அவன் பெற்றோர் அவனை மயிர்களோடு விட்டிருந்தார்கள். வெகு காலம் வாறுகால்களில் இறங்கித் துளைத்து மயிர்களைப் போஷித்து வளர்த்திருந்தான். ஆட்களை ஏவிக் காரியம் செய்து வாழ ஏதுவாய், பெருமை பொருந்திய விரிந்த கண்களையும் அவன் அடைந்திருந்தான்.

விரல்கள் தலைவனுக்கே உரித்தாய் நீண்டதாக இருந்தன. மக்கள் மிதித்துப்போன கால் தடத்தின் மண்பதிவு பார்க்கப் பயந்தருவது. அவன் சென்ற காலடித் தடமழிக்க நிறையக் கால்கள் மேல் மிதித்துச் செல்வது தவிர வேறே கதியில்லை.

முதுகிலொரு கூனல். பாதங்களின் பின்புறத்தில் நாற்பத்து ஏழு வயதுக்கும் அலைந்து பெற்ற உஷ்ணப் புற்று வெடிப்புகள் அவன் வாழ்வைச் சொல்லிப் பிளந்து கிடந்தன.

எல்லோரும், அவனிடம் பெற்ற அனுபவ உரைகளைக் கேட்ட திருப்தியோடு எழுந்து நிற்கையில், எப்போதும் கடைசியாகச் சொல்லும் முக்கியமான நடபடிகளைப் பற்றி, அவன் கண்களும் முகமும் பாவனையேற்று நிற்கச் சொல்லுவான் மூக்கன்.

‘சந்தேகத்துக்கிடமானால் சீலாவைப் போட்டு விடுங்கள். கொண்டுவரவே வேண்டாம். ஆசை, தொழிலுக்குக் குந்தகம்.’

இவ்வுரை, அவர்களுக்குள்ளே ரொம்பவும் முக்கியமானது. ஆசையால் இழுபட்டு, சந்தேகம் விளைய, பிணத்தைத் தூக்கிக் கொண்டுவர முயற்சிக்கும் தருணங்களில், சிறிய கூனலைப் பெற்றவனும், நீண்ட விரல்களையும் விரிந்த கண்களையும் பெற்றவனான மூத்தவன் மூக்கனின் மொழிகள் மனசை இழுத்து நிறுத்தாதா?

திசை பிரிந்து செல்லும் வழக்கம் கொண்டவர்கள் சூரியனுக்குக் கீழே சிதறியவர்களாய் எதிரெதிர் வழிகளில் சென்றார்கள்.

தலைவனின் நம்பிக்கைக்கும் மனசுக்கும் உகந்தவன் இளையவன் ராமையா. ராமையா கால்களைப் பெயர்த்து நடக்கும் சாயலில், அவனுக்குப் பின்னே இப்பணியைச் செய்து முடிக்கும்

திறன் பெற்றவனென்ற உறுதி தெரியும். சிரித்துத் தன்னிடத்தே அவனைத் திரும்பக் கூப்பிடுவான். திரும்ப அவனை அழைக்கும் அந்நேரத்தில் வெயிலின் கொடூரம் அப்பகுதியில் மயங்கிச் சோர்ந்திருக்கும். இப்பிரபஞ்சம் மிக உன்னதமான காலத்தைக் கடந்துகொண்டிருப்பது போல் அவர்கள் இருந்து பேசின இடமும், தெருவும், வீடுகளும், வானம், சூரியன், காற்று முதலானவைகளும் வேறுபாடடைந்து தெரியும். ராமையாவிடமொரு சிலிர்ப்பு வந்து உடம்பைக் குலுக்கி மறையவும், புனிதமெய்திய பக்தி முகத்தில் பரவ, மூக்கனின் முன் நிற்பான்.

தாய், தந்தையை இழந்த ராமையாவின் நற்கதியைத் தானே அளிக்கப்போகிற பொறுப்பாளனின் கவனத்தோடு, அவர்கள் இருவருக்கும் மட்டுமே தெரிந்த, அருள்மிக்க அக்காலம் கழியும்வரை ராமையாவை உன்னிப்பாய்ப் பார்த்துவிட்டு வழி அனுப்பி வைப்பான். இன்றும் இறுதியில் இவ்விதம் செய்தனர் இருவரும்.

மிகுந்த சந்தோஷமுண்டாக, ராமையா, தனக்கு அளிக்கப் பட்ட வடதிசையை நோக்கிச் சென்றான். வடதிசைக்கு அவன் கொடுத்திருந்த வர்ணம் சிவப்பு. நிலாவின் வெளிச்சத்தில் அடங்கியும், மானுடர்களுக்கு வாழ்வுதரும் பகல் பொழுதில் வீட்டுக் கூரைகளுக்கு மேலெரியும் தீயின் தோற்றம் தரும் நாழி ஓடுகள், மலையாள ஓடுகளாலான கூரைகளைக் கொண்ட வீடுகளை நகரத்தின் வட திசை கொண்டிருந்தது.

இது போலப் பிணந்தேடிப் போகிறது அவனுக்கு எட்டா வது தடவை. மூன்றாவது முறையில் பிணந்தேடித் திரும்பிய போது கார்த்திகை மாதத்து மழை பிடித்துக்கொண்டது. திண்ணைகளிலும் மாடக் குழிகளிலும் ஏற்றிக் கிடந்த சின்னஞ் சிறிய இருக்காஞ் சட்டிகள் மழையில் நனைந்து, அவிழ்ந்த ஒளியை இருளிடம் ஒப்படைத்தன.

தலைவன் காலநிலையை அறிந்துகொள்ளும் பெரும் சாஸ்திரி தான். அவனும் தப்பவிட்டான் அந்நாளில் மழை வரும் என்பதை. பெரும் இக்கட்டில் நுழைந்துகொண்டார்கள். போன இடங்களில் புகலிடம் இறைஞ்சிப்பெற்று மழைக்கு வழிவிட்டு நின்றார்கள். கன்னையா போயிருந்த கீழ்த் திசையில்தான் மழை வெகு நுட்பத்தோடு பெய்தது. மேகங்களும் மழையின் ஆசைக்குத் துணை செய்து மற்ற மூன்று திசைகளை ஒதுக்கி விட்டுக் கீழ்த் திசையின்மீது கவர்ச்சி கொண்டு சென்றன. நகரத்தின் மிகப் பெரும்பகுதி கீழ்த் திசையில் வியாபித்திருந்தது. மேற்கிருந்து பார்க்க அடிவானம் தொட்டுத் தெருக்கள் மொய்த்துக் கிடக்கும் திசை அவ்வூரின் கீழ்த் திசை.

ஒரு சித்ரா பௌர்ணமிக்கு முன்னால் நாயுடு ஜாதியாருக்குள் மிகுந்த பிரபல்யமாய் இருந்து நொடித்துப் போன ஒரு வயசாளியை, அவர் சாகிற காலம்வரை அவரின் போக்குவரத்துகளைக் கண்காணித்து வந்து, உடையவர்கள் யாரும் அற்ற அனாதைப் பிணம் என்று வண்டியில் போட்டுக் கொண்டுவந்து தலைவனிடம் கொடுத்து நற்பெயர் பெற்று நின்றான்.

அப்பிணம் அவனுக்கு நாலு வருஷத்தில் மூன்றாவது சீலா. அதைப் பார்வைக்குக் கிடத்தி மறுநாள்வரை வசூலித்த பணம் எழுபது ரூபாய்க்கு மேலிருந்தது. அவர்களுக்குள் ஏராளமான சீலாவைக் கொண்டுவந்திருந்தவன் கண்களில் கூர்மை பெற்றிருந்தவனும், நோஞ்சல் உடலைக் கொண்டவனுமான தொம்மையே. இக்குழு தொடங்கி பதினெட்டுப் பிணங்களைக் கொண்டு வந்திருந்தான் தொம்மை.

ராமையா தன் காலத்துக்குள் கொண்டுவந்த சீலா ஒன்றே ஒன்று. அது வெகு விசித்திரமான சீலா. இவன் தேடிப்போன திசையில் நீர்க் கருவை மரங்களைக் கொண்டிருந்த பஜனை மடத்து நிலமொன்று இருந்தது. பஜனை மடத்துப் பின்புறம் நிழல் தேடி நிற்கப் போனான். 'தோட்டிகள் நாம். கோவில்களுக்கு முன்னால் போய் நிற்கக்கூடாது. தோட்டிகள் நாம்' என்பது தெய்வ நம்பிக்கையுள்ள தலைவனின் அறிவுரை.

பழந்துணி உடுத்தியிருந்த பெண் பிணம், கருவை மரங்களி னூடே முகத்தைத் தலை குப்புற வைத்து முதுகும் உயர்ந்த பிருஷ்டங்களும் நீல ஆகாயத்துக்குக் காட்டிக் கிடந்தது.

மிருகங்களின் முகங்களைக் கொண்டவர்கள் மானுடர்கள் என்று பிண சாஸ்திரம் பேசும்போது மூக்கன் சொல்லுவான். தான் சிங்க முகங்கொண்ட மானுடப் பிறப்பு என்றிருக்கிறான். மூக்கனுக்குப் பின்புறம் பிடரி மயிர் நிறைய. சிங்கமுக லக்ஷணங் களுக்கு உள்ள அபூர்வ அமைப்பைத் தேர்ந்தெடுத்த சொற்களைக் கொண்டு சொல்லுவான். மூக்கின் நீளமும் பரப்பும் சிங்க முகத்தின் பிரதானம். நல்ல சிங்க முகத்தவன் தன் ஆள்காட்டி விரலை மூக்கின்மேல் வைத்து அளக்க, மூக்கு விரலிலும் நீண்டு கிடக்கும்.

யார் சொல்ல முடியும் உயிர் போகும் விதம் பற்றி? மேடான, அரைவட்ட நகங்களைக் கொண்டவர்கள் அன்பு மிகுந்தவர்கள். நீண்ட உதடுகள் வாழ்வின் துக்கத்தை வெல்லத் தோன்றியவை. அவள் செத்துச் சில நேரம் அழிந்திருக்கும் போல. அவளுடைகளில் கற்றாழையை ஒடித்த வாடை இருந்தது. பாதங்கள் அவள் நாளில் பிரதிக்ஞை கொண்டு திரிந்திருந்த பாவத்துடன் வைராக்கியம் தெரிய மண்ணில் கிடந்தன. விரிந்துகிடந்த பாதங்களின் மீதேறி,

சேலைகளினூடே துன்பமற்ற பிள்ளையார் எறும்புகள் வரிசை செய்து போய்க்கொண்டிருந்தன. எவரிடம் பேசிக் களித்து, துக்கித்து, எங்கெங்கோ வாழ்ந்து திரிந்தவள் இங்கே மாய்ந்து கிடப்பதாய் அவளை ராமையா பார்த்திருந்தான்.

பெண் பிணம் கிடைப்பதரிது. அன்பும் தயையும் மிகுந்த மக்கள் பெண் பிணத்தின்மேல் பரிவு மிகக் காட்டுவார்கள். இறுதியெய்திய சக மனிதனை அடக்கம் செய்து தர்மத்தை நிறுவுவது ஜனக்கடமை. அவளால் அன்றடைந்த வருவாய் அவர்களின் நாட்களிலே வெகு சிலாக்கியமானது.

இன்றும் பெண் சீலா கிடைக்கும் என்று கண்களில் கூர்மை தேக்கிச் சென்றுகொண்டிருந்தான் ராமையா. ஊதுபத்தி, பழங்கள் இரண்டு, மஞ்சள்தூள், குங்குமம் இன்னும் பிணத்துக்கானவைகளோடு மூக்கன் காத்திருந்தான்.

பிரக்ஞை, 1973

காரை வீடு

தாதன்குளத்து ஊரில் நிறைய வீடுகள் இப்போது இருக்கின்றன. ஆனாலும்கூட இன்னமும் அங்கே போய் காரை வீடு எதுவென்று கேட்டால் பிள்ளைமார் தெருவில் கடைசியில் ஒதுங்கின மாதிரி இருக்கிற ஒரு மட்டப்பா போட்ட வீட்டைத்தான் காட்டுவார்கள். இதுதான் ஊரில் முதன்முதலாகக் காரை வீடு என்ற பெயரிலே வந்தது. இந்தப் பெயரே ஊரில் பிறகு எத்தனையோ வீடுகள் வந்த பிற்பாடும் நிலைத்துப் போய்விட்டது.

எத்தனை வீடுகள் ஊரில் வந்தால் என்ன, இந்தக் காரை வீட்டைப்போல ஒன்றுகூட அமைய வில்லை. கொஞ்சநாளுக்கு முன்னால்தான் நாடாக்கமார் தெருவில் தோமாஸ் நாடார்கூட ஒரு புது வீடு கட்டியிருக்கிறார். ரொம்பவும் புது மோஸ்தரில் பெரிய பங்களா மாதிரி கட்டியிருக்கிறார். எத்தனையோ நவீன நாகரிக வசதிகளையெல் லாம் வைத்துத்தான் கட்டியிருக்கிறார். ஆனாலும் இந்தக் காரை வீட்டுக்கு முன்னால் இருக்கிற ரெட்டை சாய்மானத் திண்ணைக்கு உறை போடக் காணாது அந்த வீடு.

திண்ணை என்றால் எப்பேர்ப்பட்ட திண்ணை. வழுவழுவென்று சுண்ணாம்புக் கொழுப்பைப் பூசித் தன்னுடைய லாவகத்தை யெல்லாம் காட்டியிருந்தான் சங்கரபாண்டியக் கொத்தன். திண்ணைக்கு மேலே ஓட்டுச் சார்ப்பு இறக்கி இருந்தது. நடைவாசலை விட்டு இறங்கி னால் வெயில் கொளுத்தும். ஆனால் திண்ணையில்

வண்ணநிலவன்

சொல்ல முடியாத குளிர்ச்சி. வேப்ப மரத்தடியில் இருக்கிறது மாதிரி ஒரு குளிர்ச்சி சதா காலமும் அந்தத் திண்ணையோ டேயே கூடப் பிறந்திருக்கிறது. அந்தச் சுண்ணாம்புக் கொழுப்பில் சங்கரபாண்டியக் கொத்தன் என்ன மாயம் பண்ணியிருந்தானோ தெரியாது.

அந்தத் திண்ணையில்தான் காரை வீட்டுப் பெரிய பிள்ளை வழக்கமாகப் படுக்கிறது. இத்தனை நேரத்துக்கு அவர் கருங்குளத்துத் தாமிரவருணிக் கரையில் பெருமாள் கோயில் மடப்பள்ளி ஐயங்கார், கொங்கராயக்குறிச்சி உதுமான் சாய்பு, போஸ்ட்மாஸ்டர் ஐயர் எல்லோரோடும் வேட்டியைத் துவைத்துக்கொண்டிருக்கிற நேரம்.

மேலப் பண்ணைக்குக் கறவை மாடுகள் போக ஆரம்பித்து விட்டன. ஒவ்வொரு வீட்டு மாட்டுக்குப் பின்னாலும் வீட்டுக் காரர்கள் ஹரிக்கேன்லைட்டைத் தூக்கிக்கொண்டு போவதில் அந்த வெளிச்சம் ஆடி ஆடி இவர் படுத்திருக்கிற திண்ணை மேல்விளிம்பை மட்டும் வந்து தொட்டுவிட்டுப் போகிறது. வெறும்தரையில் ஒன்றும் விரிக்காமல் படுக்க ஆரம்பித்து எவ்வளவோ காலம் ஆகிவிட்டது. இடுப்பு வேஷ்டியைக் கழுத்துவரை போர்த்தினபடி வெறும் கௌபீனத்துடன் அந்தத் திண்ணையின் குளிர்ச்சியில் படுத்துக் கிடக்கச் சுகமாகவே இருக்கிறது. இந்தச் சுகம் இன்னும் எத்தனைமணிநேரத்துக்கு?

வீட்டுக்குள்ளே ஏதோ சத்தம் கேட்டது. சின்னவனுடைய குழந்தை லோசுக்குட்டி அழுகிற சத்தம். அதைத் தொடர்ந்து அது போட்ட சத்தத்தில் பெரியவளும் முழித்துக்கொண்டு ஏதோ முணங்குகிறது. ரெண்டுபேரையும் சுப்புலெட்சுமி சமாதானப்படுத்துகிறாள். கைக்குழந்தை சுப்புலெட்சுமி பால் குடித்துக்கொண்டிருக்கவேண்டும். அது கண்ணை மூடிக் கொண்டு மொச்சுக்கொட்டிப் பால் குடிக்கிற சத்தம் தெளி வாகவே கேட்கிறது. அவ்வளவு கஷ்டத்திலேயும் அந்தச் சத்தம் பெரிய பிள்ளையை ரொம்ப காலத்துக்கு முன்னால் கூட்டிக் கொண்டு போயிற்று.

அப்போது உலகம்மாள் இருந்தாள். அவளிடம் இந்தச் சின்னவனும் பெரியவனும், இப்போது சுப்புலெட்சுமியிடத்தில் பால் குடிக்கிற லோசுக்குட்டியைப் போல மொச்சுக்கொட்டித் தான் தூக்கக் கிறக்கத்தில் பால் குடித்தார்கள். இவர் தூங்கு கிறார் என்று நினைத்துக்கொண்டு, ஹரிக்கேன் லைட்டைத் தூண்டி முன்னால் வைத்துக்கொண்டு, மாராப்பை ரொம்ப இயல்பாகக் கொஞ்சம் தாராளத்துடன் விலக்கிக்கொண்டு பால் குடிக்கிற குழந்தையையே உன்னிப்பாக லயித்துப் போய்

பார்த்துக்கொண்டிருப்பாள். திடீரென்று தலைநிமிர்ந்து பார்க்கையில், இவர் போர்வைக்குள்ளிருந்து திருட்டுத்தனமாக முகத்தை மட்டும் வெளியே காட்டிக்கொண்டு அவள் பால் கொடுக்கறதையே பார்த்துக்கொண்டிருப்பார்.

'சண்டாளி ஒத்தையிலே விட்டுட்டுப் போயிட்டாளே' என்று தனக்குள்ளாகவே சொல்லிக்கொண்டு புரண்டு படுத்தார். கண்ணீர் காதைச் சுற்றி ஓடி, திண்ணையில் இறங்கி முதுகுப் புறத்தை நனைத்தது. நடை வாசலில் அரவம் கேட்டது.

'மாமா இன்னும் நீங்க எந்திரிக்கலையா? ஆத்துக்குப் போகவேண்டாமா?'

மெதுவாகத் திரும்பிப் பார்த்தார். பெட்ரூம் லைட்டைக் கையில் பிடித்தபடிக்கே நிலைவாசல் படியில் சாய்ந்து கொண்டு சுப்புலெட்சுமி நின்றுகொண்டிருந்தாள். படுத்து எழுந்ததில் தலைமுடியெல்லாம் சுருள்சுருளாகக் கலைந்து கிடந்து பார்க்க அழகாக இருந்தது. அவள் முகத்துக்குள்ளே அரையிருள் கவிந்து கிடந்தது. சேலை இடுப்பை விட்டு அலட்சியமாகத் தளர்ந்துபோய், உள்ளே கட்டியிருந்த பாவாடை யின் நாடாவும் சுருக்குகளும் தெரிந்தன. பாவாடைக்கு மேலே மஞ்சள் வயிற்றில் ஒரு கறுத்த கோடு இடுப்பைச் சுற்றி ஓடி யிருந்தது. அது சேலை கட்டின கோடு. அவருக்குச் சின்ன மருமகளைப் பார்க்கையில், இவளோடு பேசுகையில், இவள் பரிமாறுகையில் எல்லாம் உலகம்மாளோடு இருக்கிறது போலவே இருக்கும். அப்போதும் அப்படித்தான். உலகம்மாளே கேட்டது மாதிரி இருந்தது.

இன்னும் சுப்புலெட்சுமி போகவில்லை. விளக்கை வாசல் படியில் வைத்துவிட்டுப் படியிறங்கி அவருக்கு முன்னால் வந்து நின்றாள்.

'ஏன் ஒடம்புக்குச் சொகமில்லையா மாமா?' என்று குனிந்து கேட்டாள். நெருக்கத்தில் அவளிடமிருந்து பால் கவுச்சி வாடை அடித்தது.

'இல்லம்மா... ஆத்துக்குப் போகவேண்டியதுதான். சும்மா ஒரு மாதிரியா இருந்திச்சி. சவம், போயி ஆத்துல முங்கிட்டு வர வேண்டியதுதான். அதுதான இப்பம் ஒழுங்கா நடக்கு?'

அவள் ஒன்றும் பேசவில்லை. சும்மா நின்றுகொண் டிருந்தாள். அவள் தெருவைப் பார்த்துக்கொண்டிருந்த சமயத்தில், சட்டென்று எழுந்து, வேட்டியை உட்கார்ந்த நிலையிலேயே இடுப்பில் சுற்றிக்கொண்டார். அந்த அவசர வித்தை அவருக்குத்தான் தெரியும்.

‘லோசுக் குட்டி முழிச்சிருந்தாப்போல... சத்தங் கேட்டுதே.’

‘ஆமா... அது வேற பாலு பாலுன்னு உயிர எடுக்கு. பாலு இருக்கோ இல்லையோ வெறுமனயாவது சவைச்சுட்டுத்தான் விடுதா. சாயந்தரம் வாங்குத பாலு ராத்திரிவரைக்கியும் கூட வரமாட்டேங்கு.’

‘வெறுவாக்கிலியத்தப் பயலுவ. புள்ளயத்தான் பெத்துப் போடப் படிச்சிட்டானுஹ. பாலு வாங்கிக் குடுக்கக் கெதி யில்லாத பயலுவளுக்கு புள்ள என்ன கேடு? த்தூ...’ என்று வெறும் வாயில் துப்பிக் காட்டினார்.

அவளுக்குக் கஷ்டமாக இருந்தது. தலையைக் குனிந்த படியே நின்றுகொண்டிருந்தாள். தெருவில் வாய்க்காலுக்குத் தண்ணீர் எடுக்க தாலியறுத்த பெண்களும் குமருகளுமாகப் போகிற பேச்சுச் சத்தம் கேட்டது.

‘நீ போயி அந்தச் சிட்டைத் துண்டையும் திருநூத்துப் பையையும் எடுத்துத் தந்துட்டுப் போயிப் படு.’

அவள் மெதுவாக நடையேறி வீட்டுக்குள்ளே போனாள். சுவர் ஓரத்தில் கொடி கட்டியிருந்தது. சுவர் ஓரமாக அவளுடைய புருஷன் படுத்துக்கிடந்தான். அவன் வயிற்றில் தலைவைத்தபடியே பெரியவள் படுத்திருந்தாள். எட்டி, கொடியில் கிடந்த துண்டை எடுத்தபோது, அது அவன் முகத்தில் விழுந்துவிட்டது. குனிந்து துண்டை எடுக்கையில், நேற்று ராத்திரி குடித்திருந்த சாராய வாடை இன்னமும் அவன் முகத்துக்குள்ளிருந்து வீசியது.

சலிப்புடன் துண்டை எடுத்துத் தோளில் போட்டுக் கொண்டபோது, துண்டில் புழுங்கின வாடை அடித்தது. திருநீற்றுப்பையை எடுப்பதற்காக ரெண்டாம் கட்டுக்குப் போனாள். ரெண்டாம் கட்டுக்குப் போகிற வழியில்தான் அக்காவும் அத்தானும் படுத்துக்கிடந்தார்கள். அவளுடைய புருஷனைவிட அவனுக்கு ஆறுவயது கூடுதல். அக்காவுக்கு அவளைவிடப் பத்து வயசாவது அதிகம் இருக்கும். ரெண்டு பேரும் அப்படியொரு நெருக்கத்தில் படுத்திருந்தார்கள். அவளுக்கு அவர்களைத் தாண்டிப் போவதா வேண்டாமா என்று தயக்கமாக இருந்தது. போகாமலும் முடியாது. பயந்து கொண்டே போய் ரெண்டாங்கட்டுக் கதவை, தான் நுழைகிற அளவுக்கு விரியத் திறந்தாள். அவள் பயந்தபடியே கதவு ரொம்பவும் சத்தம் போட்டது. யாரும் விழித்துக்கொள்ளாமல் இருந்ததில் ஒரு திருப்தி அவளுக்கு.

மாமா திண்ணையில் காலைத் தொங்கப் போட்டுக் கொண்டு உட்கார்ந்திருந்தார். அவரிடம் துண்டையும் திருநீற்றுப் பையையும் கொடுத்தாள். அவரைப் பார்த்தபோது அவளுக்கே ஐம்பது வயசு ஆகிவிட்டமாதிரி இருந்தது.

'ஹும்... இன்னையோட இந்தத் திண்ணையிலே படுத்துக் கெடந்து ஆத்துக்கு எந்திரிச்சுப் போறது சரி... நாளைக்கி யாரு இந்தத் திண்ணையில் படுக்கப் போறா?' என்று சொல்லிக்கொண்டே எழுந்து நின்றார்.

'ஒடம்புக்குச் சொகமில்லைன்னா பைய விடிஞ்சம் பொறவு போகலாமே...' என்றாள் சுப்புலெட்சுமி. அந்தப் பேச்சில் இருந்த பிரியத்துக்காகக் கொஞ்ச நேரமாவது இருந்து விட்டுப் புறப்படலாம்போல இருந்தது. ஒரு நிமிஷம் நின்று கொண்டே யோசித்தார். சட்டென்று புறப்பட்டு, தெருவில் இறங்கி நடக்க ஆரம்பித்தார். தெருவிளக்கைத் தாண்டி இருட்டுக்குள்ளே அவர் மறைகிறவரை பார்த்துக்கொண்டிருந்து விட்டுக் குனிந்து விளக்கைத் தூக்கிக்கொண்டு, அழிக் கம்பி போட்ட கதவைச் சாத்தினாள். அந்த வீட்டின் எல்லாக் கதவுகளுக்கும் ஒவ்வொரு சத்தம் உண்டு. முன் வாசல் அழிக்கம்பி கதவுக்குக் கீச்சுச் சத்தம். பட்டகசாலைக் கதவுக்குக் கோயில் கதவுகளைத் திறக்கிறபோது வருகிற கனத்த சத்தமும் வேறே ஒரு மாதிரியான மிருதுவான சத்தமும் கலந்த ரெட்டைச் சத்தம். ரெண்டாங்கட்டுக் கதவுக்கு இழுத்து மூடுகிறவரை, அழியாத ஒரே கனத்த சத்தம். அடுக்களைக் கதவு, பாதிக் கதவைச் சாத்தித் திறக்கிறபோதுதான் சத்தம் வரும்; அடுத்த பாதி அரவமே இல்லாமல் மூடும், திறக்கும். எல்லாச் சத்தங்களிலும் அவளுக்குப் பிரியமானது அந்த முன் வாசல் அழிக்கம்பிக் கதவுச் சத்தம் தான். அதை இத்தனை வருஷ காலத்தில் லட்சம் தடவை கேட்டிருப்பாள். ஒருதடவைகூட அந்தச் சத்தம் சலிப்பை உண்டுபண்ணியதே இல்லை. ஒவ்வொரு தடவையும் கேட்கக் கேட்கப் புதுசாக இருக்கும். பால்காரனுக்குக் கதவு திறக்கிற போது ஒரு சத்தம் கேட்கும். மாமா குளித்துவிட்டு வீட்டுக்குள்ளே வருகிறபோது திறக்கையில் ஒரு சத்தம் கேட்கும். பெரியவள் பள்ளிக்கூடத்துக்குக் கதவைத் திறந்துகொண்டு போகிறபோது ஒரு சத்தம் கேட்கும். ஊரிலிருந்து மூக்காண்டி மாமா வந்து விட்டால், மாமா கையால் திறக்கிறபோது ஒரு சத்தம் கேட்கும். அந்தச் சத்தம் என்னவோ ஒரே சத்தம்தான். ஆனாலும் சுப்புலெட்சுமிக்கு அது பலமாதிரியாகக் கேட்டது. அந்தச் சத்தத்துக்குப் பிரியப்பட்டு இன்னொரு தடவை திறந்து சாத்தி விட்டுப் போனாள்.

ஆற்றுக்குப் போகிற பாதையில் எல்லோரும், எல்லாமும் தாறுமாறாக நடக்கிறதுபோல இருந்தது பெரிய பிள்ளைக்கு. திரும்பி வருகிறபோது எதிரே வருகிற பண்ணை மாடுகளோடு அன்றைக்கு நடக்கவேண்டியதாகி விட்டது. கீரைத் தோட்டத்தில் கீரை பறிக்கப்போன பெண்கள், இப்போது கீரைப் பெட்டியும் சுமையுமாகத் திரும்பிவந்துகொண்டிருந்தார்கள். வாய்க்காலிலிருந்து குமருகளும் தாலியறுத்த பெண்களுமாகப் பேசினபடியே வந்துகொண்டிருந்தார்கள். ராமசாமியா பிள்ளை பொஞ்சாதி தாலி அறுத்தவள். ஆனாலும் அவர் அவளுக்கு அத்தான் முறை வேண்டியிருந்தது.

'என்ன, அத்தானுக்கு இன்னைக்கு ரொம்பத் தூக்கம் போல. ராத்திரி எந்த வீட்டுத் திண்ணையில படுத்துக் கிடந்தீய?' என்று கேட்டபடியே அவரைத் தாண்டிப் போனாள். அவளுடைய கேள்வியைத் தொடர்ந்து ஒரே சிரிப்பாக இருந்தது. வேறே சமயமாக இருந்தால், 'ஏன் ஒன் வீட்டுத் திண்ணையிலதான் படுத்துக் கெடந்தேன்' என்று சந்தோஷத் தோடு சொல்லியிருப்பார். அதைக் கேட்டு அவர்கள் பின்னும் சிரிப்பும் கும்மாளமுமாகப் போவார்கள். அன்றைக்குப் பேசவே இஷ்டமில்லை. பேருக்கு 'இல்லம்மா ... கொஞ்சம் தூங்கிப் போயிட்டேன்' என்றார்.

ஆத்துக்குப் போய் இவ்வளவு நேரத்துக்குப் பிறகு குளிக்க வெட்கமாக இருந்தது. ஒருநாள் கூட இப்படி ஆனதில்லை. கடைசிக் காலத்தில் இப்படியும் ஒரு கஷ்டமா?

இன்றைக்குக் குளிக்காமல் இருந்தால் என்ன? குளித்து விட்டு இன்றைக்கு என்ன வேலை நடக்கப்போகிறது? ரிஜிஸ்திரார் ஆபீஸில் போய் பாண்டித் தேவருக்கு வீட்டைக் கிரையம் எழுதிக் கொடுக்கிறதுக்கு என்ன குளிப்பும் முழுக்கும்? செங்கல் செங்கல்லாக அடுக்கி அடுக்கிக் கட்டின அருமாந்த வீடே கிரையமாகப் போகிறது. குளிப்பு என்ன முக்கியம்? தடிதடியாய், வேலைக்குப் போகாமல், இருந்தே சாப்பிட்டுக் கரியாக்கின பிள்ளைகளைப் பெற்ற கட்டைக்கு என்ன முழுக்கும் பூஜையும்?

சண்டாளி இதுக்கெல்லாம் இராமல் போனாளே. நீர் மட்டும் பாரும், இதெல்லாம் உம்மால்தான் பார்த்துக்கொண்டு சும்மா இருக்கமுடியும். என்னால முடியாது. நான் மானக்காரி. ஒட்டப்பிடாரத்து மண்ணு. ஒட்டப்பிடாரத்து மண்ணு சாதாரண மண்ணு இல்லை. தானாவதிப்பிள்ளை வம்சம் அவள் உலகம்மா ...

ஆற்றுக்குப் போக முடியாதுபோல இருந்தது. கால் எல்லாம் வாதம் வந்ததுபோல தாங்க முடியாத வலி. குளிக்க என்று வந்துவிட்டபிறகு குளிக்காமல் போகவும் மனசு இல்லை. வைராக்கியத்துடன் வாய்க்கால் கரையிலேயே இறங்கினார். சரிவான மண்கரை சரசரவென்று ஆளைத் தள்ளிவிட்டது போல் தண்ணீரைப் பார்க்கத் தள்ளிற்று. அந்த வேகத்தில்தான் ஞாபகம் வந்தது, அது பேச்சியம்மன் படித்துறை என்று. பேச்சியம்மன் படித்துறையில் பொழுது விடிந்தாலே ஆள் குளிக்கிறது அபூர்வம். எத்தனை பேரை இழுத்துக்கொண்ட படித்துறை அது. என்ன வேகம், ஆளைப் பிடித்துத் தள்ளியது மாதிரி. எப்படியோ பெரிய பிள்ளை உடம்பைக் கட்டுப்படுத்தித் தண்ணீருக்குள்ளே விழுந்துவிடாமல் நின்றுகொண்டார். மூச்சு வாங்கியது. யாரோ சிரிக்கிறமாதிரி இருந்தது. அந்த இருட்டில் அவரையும் மீறி அதட்டிக் கேட்டார்.

'யாரது?'

சத்தமே இல்லை. வெட்கமாக இருந்தது பெரிய பிள்ளைக்கு பெரிய பெரிய அமாவாசை இருட்டில் எல்லாம் போய்வந்த தைரியம் இப்போது உடம்பிலிருந்து எங்கே போயிற்று என்று புரியவில்லை.

'ச்சை... பேச்சியாவது அம்மனாவது. எல்லாம் மனப் பேய்...'

'க்ளக்...' தண்ணீருக்குள் அவர்தான் இறங்கினார். ஆனாலும் யாரோ பெரிய கல்லைத் தூக்கிப்போட்டதுமாதிரி அந்தச் சத்தம் கேட்டது.

இந்தக் குளிரில் மேலெல்லாம் வியர்த்தது. பாண்டித் தேவருக்குப் பத்திரத்தில் கையெழுத்துப் போடுகிறவரைக்கு மாவது உடம்பில் தெம்பு வேண்டுமே. நிற்க முடியவில்லை. துவைக்கிற கல்லில் உட்கார்ந்துகொண்டார். கல்லில் இருந்த ஈரம் பின்புறத்தில் சில்லென்று பரவிற்று.

குளிக்காமலே போனால் என்ன என்றுகூட இருந்தது. குளிக்காமல் போனால் வீட்டில் இருக்கிற பயலுகளுக்கெல்லாம் பதில் சொல்லியாக வேண்டும். முக்கியமாகச் சுப்புலெட்சுமிக்கு. அவள் யார்? மருமகளா? உலகம்மாளா? உலகம்மாளும் இவள் மாதிரிதான் பார்த்துக்கொண்டாள். நான் தூங்காமல் இருந்தால் வருத்தப்பட்டாள். ஆத்துக்குப் போகத் துண்டு எடுத்துத் தந்தாள். பார்த்துப் பார்த்துச் சாப்பாடு பரிமாறினாள். எண்ணெய் தேய்த்துக் குளிக்கையில் வென்னீர் முகந்து தந்தாள். இது சின்ன உலகம்மாள்.

வாய்க்கால் சின்ன வாய்க்கால்தான். அந்த இருட்டில் அது சமுத்திரம் மாதிரிப் பெரிசாக, இரைச்சலுடன் வண்டிப் பாலத்துக்கு அடியில் ஓடிக்கொண்டிருந்தது. முதலில் வாய்க்காலுக்கு வந்ததே தப்பு. அதுவும் இந்த வனப்பேச்சி... ஆடுகாலி பேச்சியம்மன் படித்துறைக்கு வந்தது தப்பு. காரை வீட்டுப் பெரிய பிள்ளை என்கிற பட்டத்தையெல்லாம் எடுத்துக் கொள்ளேன். என்னைத் தூக்கி மட்டும் நிறுத்திவிடு. தண்ணீரில் இறங்கி ஒரே ஒரு முங்கு போட்டுவிட்டு ஓடிவிடுகிறேன். பாண்டித் தேவருக்கு ரிஜிஸ்திரார் ஆபீசில் கையெழுத்துப் போடப்போய்விடுகிறேன்.

சிரிப்புச் சத்தம் பின்னால் கேட்டது. சிரிப்புத்தானா என்று பார்க்கக்கூட தைரியம் இல்லை.

ஒரு காலைத் தரையில் ஊன்றி, துவைக்கிற கல்லிலிருந்து எழுந்திருக்க முயன்றார். கல் லேசாக ஆடியது. பெரிய பிள்ளைக்கு எதிரே ஓடின வாய்க்கால், வண்டிப் பாலம் எல்லாமே ஒரு நிமிஷத்துக்கு ஆடி நின்றன.

பெரிய பிள்ளை எப்படிக் குளித்துவிட்டு வீடுபோய்ச் சேர்ந்தார் என்பது பெரிய விஷயம். சப் ரிஜிஸ்திரார் ஆபீசில் முதல் பத்திரமாகக் கிரையம் எழுதிக் கையெழுத்து போட்டதும், எல்லோருக்கும் முன்னதாக வந்து, பாண்டித் தேவர் பெரிய மனசுடன் காரை வீட்டுக்காரர்கள் வருகிறதுக்காக ஏற்பாடு பண்ணியிருந்த வில் வண்டியில் ஏறி உட்கார்ந்துகொண்டார். சின்னவன் தன் அண்ணாச்சியையும் மதினி, பெஞ்சாதியையும் வண்டியில் ஏற்றி அனுப்பிவிட்டுப் பின்னாலே வருகிறதாகச் சொன்னான். எல்லோருக்கும் அவன் எங்கே போவான் என்று தெரியும். என்றாலும், கேட்கத் துணிச்சல் இல்லை. சுப்புலெட்சுமி மட்டும் லேசாக வாயைத் திறந்தாள். அவளையும் கூடச் சாதுர்ய மாக ஏதோ சொல்லி வாயை அடைத்துவிட்டான். பாண்டித் தேவர் வண்டிக்காரனிடம் பத்திரமாக எல்லோரையும் வீட்டில் கொண்டு சேர்க்கும்படிச் சொன்னார். வண்டி, ரிஜிஸ்திரார் ஆபீஸ் நொண்டிக் கேட்டைத் தாண்டுகிறவரை வண்டி வில்லைப் பிடித்தபடியே நடந்துவந்து அனுப்பிவைத்தார்.

சுப்புலெட்சுமியுடைய கைக்குழந்தை லோசுக்குட்டி வண்டியின் ஆட்டத்தில் தூங்கிவிட்டது. பெரியவனும் அவன் மனைவியும் வண்டிக்குள்ளே, கல்யாணமாகி மறுவீடு போகிறது மாதிரி, சந்தோஷமாக டூரிங் டாக்கீஸில் நடக்கிற படத்தைப் பற்றிப் பேசிக்கொண்டிருந்தார்கள். சுப்புலெட்சுமி வண்டி யின் வெங்கலப்படியில் காலைத் தொங்கப் போட்டவாறே,

தன்னுடைய புருஷன் மட்டும் தனியே எதிர்த் திசையில் போகிறதைப் பார்த்துக்கொண்டிருந்தாள்.

வீட்டுக்கு வந்ததும் பெரிய பிள்ளை, அந்தக் காரை வீட்டைத் தான் கட்டின பெருமையை விஸ்தாரமாக எல்லோருக்கும் சொல்ல ஆரம்பித்தார். அன்று முழுவதும் சொன்னார். அடுத்த நாளும் அதற்கடுத்த நாளும் சொன்னார். அந்த வீட்டிலிருந்து தட்டாக்குடித் தெருவில் உள்ள ஒரு சின்ன வீட்டுக்குக் குடிவந்து விட்டபிறகும் கூட அந்தக் கதையைச் சொல்லிக்கொண்டு இருந்தார். அதாவது அவர் அந்தக் காரை வீட்டைக் கட்டின கதையை. எல்லோரும் சொன்னார்கள், அவருக்குப் புத்திக்குச் சரியில்லாமல் போனதென்று.

1974

மனைவி

மழையில் நனைந்துகொண்டே வந்த நெல்லையப்பன் ஈரம் சொட்டச் சொட்ட வீட்டுக்குள் நுழைந்தான். திறந்த கதவுக்குப் பின்னால் தெருவிளக்கு வெளிச்சத்தில் மழை பெய்கிற தெரு கொஞ்சம் தெரிந்தது சிவகாமிக்கு. உடனே கதவை மூடிவிட்டான். ரெண்டாங்கட்டு வாசல்படி நிலையோடு சாய்ந்திருந்தவாறு உட்கார்ந்திருந்த சிவகாமி, அவன் முகத்தையே பார்த்தாள்.

அவன் நிதானமாக நடந்துபோய்ப் பட்டக சாலைக் கொடியில் கிடந்த பழைய துணிகளில் துண்டைத் தேடினான். கொடியில் சிவகாமியின் சேலை, அவனுடைய சட்டை, வேஷ்டி, அவளுடைய பாவாடை, குழந்தையுடைய சின்னச் சின்ன மல் துணிச் சட்டைகள் எல்லாம் கிடந்தன. துண்டு மட்டும் கிடைக்கவேயில்லை. அப்படியே வந்து பெஞ்சில் உட்கார்ந்துகொண்டான்.

எதிரே அவன் துண்டு தேடின கொடி இன்னமும் லேசாக ஆடிக்கொண்டிருந்தது. சுவரில் நிழல் விழுந்து, சிவகாமி இருந்த இடத்தை மூடி மூடி மறைத்து விலக்கியது.

'நீ சாப்பிட்டாச்சா?' சட்டென்று கேட்டான் நெல்லையப்பன். அவன் எப்போதுமே இப்படித் தான். ரொம்ப நேரத்துக்குப் பேசாமலே இருப்பது போல் அவனுடைய காரியங்கள் இருக்கும். ஆனால் திடீரென்று ஏதாவது கேட்பான். ஒன்றும் புதுசில்லை அவளுக்கு.

‘எல்லாம் ஆச்சு.’ அவனைப் பாராமல் மூலையில் போட்டிருந்த குத்து உரலைப் பார்த்தபடியே சொன்னாள் சிவகாமி.

அவளுடைய பதிலே தேவையில்லாதவன் போல, எழுந்து நின்றுகொண்டு, ஈரவேஷ்டியை அவிழ்த்துக் கொடியில் காயப் போட்டான்.

‘மருந்து வாங்கிட்டு வந்தீங்களா?’ என்று கேட்டாள் சிவகாமி. அதைக் கேட்டபோது அவளுடைய முகத்தில் தெரிந்த ஆர்வத்தில் சிவகாமி பார்க்க ரொம்பவும் சோபையுடன் இருந்தாள்.

‘இல்லம்மா... வர்றதுக்குள்ள கடையை அடைச்சிட்டான். புள்ளக்கி எப்பிடி இருக்கு? டாக்டரம்மா கிட்டக் கூட்டிக் கிட்டுப் போனியா?’ என்று கேட்டபடியே, அவளைத் தாண்டித் தொட்டில் கிடந்த ரெண்டாங் கட்டுக்குள் போனான். பின்னா லேயே சிவகாமியும் எழுந்து போனாள். கதவுக்குப் பின்னால் சுவரில் மாட்டியிருந்த சுவரொட்டி விளக்கைத் தூக்கிக் கொண்டு தொட்டிலைப் பார்க்க நடந்தான். பின்னாலேயே சிவகாமியும் போனாள். குழந்தையுடைய கால்மாட்டில் அவன் நின்றுகொண்டான். சிவகாமி தலைமாட்டில் வந்து நின்றாள். விளக்கை அவள் கையில் கொடுத்தான்.

குழந்தை வாயால் மூச்சுவிட்டபடியே தூங்கிக்கொண் டிருந்தாள். சளி அடைத்துக்கொண்டு, கஷ்டப்பட்டு மூச்சை இழுத்து வெளியே விடுகிற சத்தம் கேட்டது. அவ்வளவு வேதனையிலும் ஏதோவொரு அமைதியுடன் குழந்தை தூங்கிக் கொண்டிருந்தாள். ஒன்றும் சொல்லாமல் நிமிர்ந்து சிவகாமியைப் பார்த்தான்.

மறுபடியும் ரெண்டுபேரும் பட்டக சாலைக்குத் திரும்பி வந்தார்கள். இன்னும் மழைபெய்துகொண்டிருக்கிற சத்தம் கேட்டுக்கொண்டிருந்தது. சிவகாமி கொடியில் கிடந்த துண்டை எடுத்து அவன் தோளில் போட்டாள். அவன் குழந்தைக்கு மருந்து வாங்கிக்கொண்டு வராமல் போனாலும், குழந்தையை வந்து பார்த்தது ரொம்பவும் திருப்தியாக இருந்தது அவளுக்கு. கடை அடைத்திருந்ததாக அவன் சொன்னதை அவள் நம்பவில்லை. அவனிடம் கையில் காசு கிடையாது என்பது அவளுக்குத் தெரியாததல்ல. அவனுக்கும், தான் சொல்லுகிற காரணங்களை அவள் நம்பமாட்டாள் என்பது தெரியும். இருந்தாலும் அப்படிச் சொல்லிச் சமாதானம் கொள்வதே இரண்டு பேருக்கும் விருப்பமாகப் போயிற்று.

'அசை'யில் கிடந்த படுக்கையைக் கால் பெருவிரல்களில் நின்று உன்னி எடுத்தபோது, முடிந்திராத ஜாக்கெட் பட்டி விலகி மார்பு வந்து விழுந்தது. இப்படி அவளை அடிக்கடி பார்க்கிறான் இப்போது. இப்படி அலட்சியமாக அவள் இருப்பது அவனுக்கு ரொம்பவும் பிடித்திருந்தது. கல்யாணம் ஆன புதுசில் அவள் இதையெல்லாம் ரொம்பவும் கவனமாகச் செய்தாள். குழந்தை பிறந்த பிற்பாடுதான் இது மாதிரியெல்லாம் ஒரு அலட்சியம் வந்துவிட்டது. இதுவும் சிவகாமிக்கு அழகாகவே இருந்தது.

அவனைவிடவும் அவள் நல்ல சிகப்பு. நல்ல உயரம். அவளோடு எங்கேயாவது போகவேண்டும் என்றால் அவனுக்குச் சங்கடமாக இருக்கும்.

கூடியவரைக்கும் அவளை மட்டும் தனியே அனுப்பி வைக்கவே பார்ப்பான். அப்படியே அவளோடு போக வேண்டியது வந்தாலும், அவன் வேகமாக முன்னால் நடக்க ஆரம்பித்துவிடுவான். அவளோடு கூட நடந்துபோக முடிந்ததில்லை. அவனுக்கு அவளைவிட வேகமாக நடக்க வரும். இது ஒன்றில் தான் அவனால் அவளை முந்திப் போக முடியும்.

தலையணையை எடுத்துப் போட்டுவிட்டு, அவள் வழக்கம் போல் சுவரை ஒட்டித் திரும்பிப் படுத்துக்கொண்டாள். நீளமான ஜடை முடியைத் தூக்கித் தலையணைக்குப் பின்னால் போட்டிருந்தாள். அது விரிப்பையும் தாண்டித் தரையில் போய்க் கிடந்தது. படுத்த கொஞ்ச நேரத்திலேயே தூங்கியும் விட்டாள். இதெல்லாம் அவளால்தான் முடியும். ஒருநாள்கூட படுத்தவுடன் அவன் தூங்கினதே இல்லை. அவளுக்குப் பக்கத்தில் படுக்கையில் உட்கார்ந்தபடியே யோசித்துக்கொண்டிருந்தான். தொட்டிலில் தூங்குகிற குழந்தையின் ஞாபகம் வந்துகொண்டே இருந்தது.

மறுநாள் சாயந்திரம் அவன் வேலைபார்க்கிற ஜவுளிக்கடை நிலுவைக்காகப் புறப்பட்டான். தன் சிநேகிதன் ஒருவனுடன் சைக்கிளை உருட்டிக்கொண்டு, பேசிக்கொண்டே வந்தான். தெருமுனையில் தூரத்தில் வருகிறபோதே அவனைப் பார்த்துவிட்டாள் சிவகாமி. தெருவாசல் நடையில் குழந்தையோடு உட்கார்ந்திருந்தவள் எழுந்து உள்ளே போனாள்.

கல்யாணம் ஆகியிருந்த புதுசில் நெல்லையப்பன் கடையிலிருந்து நிலுவைக்காக வெளியே புறப்பட்டால் வீட்டுக்கு

மனைவி   ➔ 83 ←

வராமல் போகமாட்டான். வெகுநேரம் ஆனாலும் போக மனசே இல்லாமல் அவளிடம் பேசிக்கொண்டே இருப்பான். இவள்தான் அவனை வெளியே தள்ளாத குறையாகத் தள்ளி விடுவாள். காலையிலுங்கூட இப்படித்தான். கடைக்கு நேரத்துக்குப் போகவே மாட்டான். 'வரட்டுமா வரட்டுமா' என்று சொல்லிக்கொண்டே அவளிடம் பேசிக்கொண்டிருப்பான். அதெல்லாம் ஒரு காலமும் பிரியமும். போகப்போக எல்லாமே சாதாரணமாகிப் போயிற்று. இன்றைக்கு ரொம்ப நாள் கழித்து இப்படி சாயந்திரம் வருகிறான். அவன் வீட்டிலேயே இருக்கிற ஞாயிற்றுக் கிழமையைக்கூட அவளுக்குப் பிடிக்காது. இது மாதிரி ஒரு அரைமணி நேரம் பேசுகிறதில் உள்ள திருப்தி, அவனோடு விடிய விடிய உட்கார்ந்து பேசினாலும் ஏற்படுவதில்லை. அவன் அப்போது வருவது சந்தோஷமாகவே இருந்தது சிவகாமிக்கு. தெருவில் அவன் சினேகிதனுடன் பேசிக்கொண்டே சைக்கிளை ஸ்டாண்ட் போட்டு நிறுத்தின சத்தம் அவளுக்கு ரொம்பவும் மகிழ்ச்சியைக் கொடுத்தது. அதுமாதிரி அவன் சாயந்திர நேரத்தில் வந்து சைக்கிளை ஸ்டாண்ட் போட்டு நிறுத்துகிற சத்தத்தைக் கேட்டு எவ்வளவு காலமாயிற்று.

இரண்டுபேரும் பேசினபடியே படியேறி உள்ளே வந்தார்கள். கூட வந்தவனை, ரெண்டாங்கட்டுக் கதவோரமாக நின்றபடியே கவனித்தாள். அவனை அவள் அடிக்கடி பார்த்திருக்கிறாள். அவள் சாயந்திரம் தெருவாசல்படியில் உட்கார்ந்திருக்கும்போது, அவன் திரும்பித் திரும்பி இவளைப் பார்த்துக்கொண்டே எத்தனையோ நாள் போயிருக்கிறான்.

இரண்டுபேரும் பெஞ்சில் உட்கார்ந்தார்கள். அவனுடைய சிநேகிதன் அவனுக்குத் தெரியாமல் வீட்டைச் சுற்றிலும் பார்க்க முயற்சி செய்தான். அவளைத் தேடுகிறான் என்பது சிவகாமிக்குத் தெரிந்துவிட்டது. அவள் உள்ளே ரெண்டாங்கட்டு இருட்டுக்குள் நின்றபடியே அவனைப் பார்த்துக்கொண் டிருந்தாள்.

'ஓம் புள்ளய எங்கப்பா ?'

'உள்ளதான் தூங்குவா, அதுக்குக் காய்ச்சல் ரெண்டு நாளா. அதை ஏங் கேக்க போ. மாசக் கடைசியா ? ஒரு எளவும் ஓடமாட்டேங்கு. செவாமி... செவாமி' என்று ரெண்டாங்கட்டு இருட்டைப் பார்த்துக் கூப்பிட்டான். சிநேகிதன் ஆவலோடு இருட்டையே பார்த்துக்கொண்டிருந்தான். கொஞ்சம் உள்ளே தாமதித்த சிவகாமி தோளில் சாத்திய குழந்தையுடன் சுவரோர மாக வந்து நின்று, அவனை வரவேற்கிறது மாதிரி லேசாகச்

சிரித்தாள். நெல்லையப்பன் அவளைக் கூப்பிட்டுவிட்டு அவன் பாட்டுக்குப் பேசிக்கொண்டிருந்தான். சிநேகிதன் அடிக்கடி சிவகாமியையே பார்க்க முயற்சி செய்தான். சிவகாமி குழந்தை யுடன் உள்ளே போய்விட்டாள்.

கொஞ்ச நேரம் கழித்து அவன் சிநேகிதன் குழந்தையைப் பார்க்கவேண்டுமென்று சொன்னான். திரும்பவும் நெல்லையப்பன் சிவகாமியைக் கூப்பிட்டான். சிவகாமி குழந்தையைத் தூக்கிக் கொண்டு வந்து நெல்லையப்பனிடம் தர முயற்சி செய்தாள். நெல்லையப்பன் அதைக் கவனியாதவன் போல, சிநேகிதனிடம் குழந்தையைப் பற்றிப் பேசிக்கொண்டிருந்தான். இது அவள் எதிர்பார்த்ததுதான். இப்படித்தான் ஒவ்வொரு தடவையும் அவன் இருக்கும்போதே, அவனிடம் குழந்தையைக் கொடுத்து வந்தவர்களிடம் குழந்தையைக் கொடுக்கச் சொல்ல முடியாமல், அந்நிய புருஷனிடம் குழந்தையை அவளே நேரில் கொடுக்கச் சொல்லுகிற கஷ்டத்தை ஏற்படுத்திவிடுகிறான். வேறு வழியில்லை. அவள் சிநேகிதனிடம் குழந்தையைத் தயக்கத்துடன் நீட்டினாள்.

அவன் அவசரத்துடன், அவள் எதிர்பார்த்தபடியே அவள் மார்பிலெல்லாம் கை படும்படியாகக் கைகளை நீட்டிக் குழந்தையை வாங்கிக்கொண்டான். எதுவும் புதுசில்லை அவளுக்கு. அவள் மார்பில் அந்நிய புருஷன் கைபடாமல், இதுவரை யார் குழந்தையை அவளிடமிருந்து வாங்கி யிருக்கிறார்கள்? இதையெல்லாம் அவனிடம் சொல்லித் தன் கஷ்டத்தை எப்படிப் புரியவைப்பது? அவனாகப் புரிந்து கொள்ளுகிறவனும் இல்லை.

குழந்தையைத் தந்துவிட்டு வேகமாகத் திரும்பிப் போய் விட்டாள். சிநேகிதன் குழந்தையை மடியில் கிடத்தியபடி அவள் போவதையே பார்த்தான். நெல்லையப்பன் இன்னமும் அவனிடம் பேசிக்கொண்டிருந்தான்.

'மெள்ளப்பா. காய்ச்சல் வந்து புள்ளயப் பாடாப் படுத்திட்டு. ரெண்டு நாளா அவளுக்கும் தூக்கங் கெடையாது. நானும் தூங்க முடியல... நீ காப்பி சாப்பிடுதியா?'

'இல்லப்பா, எதுக்கு? அதெல்லாம் ஒண்ணும் வேண்டாம்.'

'அட சும்மா சாப்பிடலாம்ப்பா. செவாமி, காப்பி போடு... நம்ம கணேசன் ஒங்காப்பியச் சாப்புட்டதே இல்லியே... புள்ளய வேணா எங்கிட்டக் குடு. இருந்து வச்சிறப்போறா...'

'இல்ல... சும்மா இருக்கட்டும் நெல்லையப்பா.'

‘அதுஞ் சரிதான். அவ தீர்த்தம் மேல விழதுக்கு உனக்குக் குடுத்து வச்சிருக்கணுமே.’

‘ஜாடையெல்லாம் அம்மா மாதிரித்தான்போல. கன்னம் உதடெல்லாம் அப்படியே இருக்கே.’

‘ஆமாமா . . . எல்லாம் அவ ஜாடைதான். காய்ச்சல் மட்டும் இல்லைன்னா நல்லா மொகம் பார்த்துச் சிரிப்பா.’

எல்லாவற்றையும் கேட்டுக்கொண்டேதான் இருந்தாள் சிவகாமி. அவன் காப்பி போடச் சொன்னதே அவளுக்குக் கஷ்டமாகத்தான் இருந்தது. இருக்கிற பாலை வைத்துக் காப்பி போட்டுக் கொண்டுவந்து, இரண்டுபேருக்கும் நடுவே பெஞ்சில் வைத்தாள். காப்பியை அவனுடைய சிநேகிதன் அதிகமாகவே பாராட்டிப் பேசினான். நெல்லையப்பனும் அவனுடன் சேர்ந்துகொண்டு பேசினான். சிவகாமிக்கு எல்லாம் வேடிக்கையாக இருந்தது.

கொஞ்ச நேரங்கழித்து இரண்டுபேரும் புறப்பட்டார்கள். சிநேகிதன் திரும்பத் திரும்ப சிவகாமியிடம் சொல்லிக் கொண்டான். மனசுக்கு என்னவோபோல இருந்தாலும், அவனுக்கு விடை கொடுத்தாள். இரண்டுபேரும் வாசல்படியை விட்டுத் தெருவில் இறங்கினதும், ஜன்னல் கதவோரமாக வந்து நின்று அவர்களைப் பார்த்தாள்.

‘கணேசா, ஒங்கிட்டே ஒரு ரெண்டு ரூபா இருந்தால் கொடேன். புள்ளைக்கு மருந்து வாங்கணும். பணங் கொஞ்சம் கொறையுது’ என்று நெல்லையப்பன் தன் சிநேகிதனிடம் கேட்டுக்கொண்டு இருந்தான்.

சுதேசமித்திரன் தீபாவளி மலர், 1974

மிருகம்

நார்ப் பெட்டியில் கொஞ்சம் சுள்ளி விறகுகளைத் தவிர வேறு ஒன்றுமில்லை. ஆனாலும் கூட பெட்டி கனமாக இருந்தது. பெட்டியை இறக்கிக் கீழேவைத்துவிட்டு, ஓரமாக நின்றிருந்த குத்துக்கல்லின் மேல் உட்கார்ந்தார் சிவனு நாடார். அவர் உடம்பிலிருந்து அடித்த நாற்றம் அவருக்கே குமட்டியது. பீடி குடித்தே ஏழெட்டு நாட்கள் ஆகிவிட்டன. ஆனால் இன்னமும் பீடி வாடை முகத்துக்குள் வீசியது.

வரிசையாக எல்லா வீட்டுப் புறவாசல்களும் சத்தமே இல்லாமல் கிடந்தன. நாலைந்து வீடுகள் தள்ளி, ஒரே ஒரு காக்கை மட்டும் ஒரு மண்சுவர்மீது உட்கார்ந்து பார்த்துக்கொண்டிருந்தது. நேற்றுக் காலையில் வண்டிமலைச்சியம்மன் கோவில் பக்கம் போகும்போது ஒரு காக்கை தலைக்கு மேலே பறந்துபோயிற்று. அதுக்கு முன்னால் காக்கையைப் பார்த்து இரண்டு மூன்று நாட்கள் இருக்கும். மண் சுவரில் உட்கார்ந்திருக்கிறது அதே காக்கைதானோ என்று யோசித்துக்கொண்டே எதிர்த்த வீட்டைப் பார்க்கத் திரும்பினார்.

ஒரு வெள்ளை நாய் அந்த வீட்டுப் புறவாசல் கதவு இடைவெளிக்குள் முகத்தைச் செருகி, கதவைத் திறக்கப் பிரயாசைப்பட்டுக்கொண்டிருந் தது. கதவு கொஞ்சங் கொஞ்சம் திறந்து திரும்பவும் மூடிக்கொண்டது. சிவனு நாடாருக்குச் சந்தோஷமும் ஆச்சரியமும் தாங்க முடியவில்லை. வேகமாக எழுந்து வீட்டைப் பார்க்க நடந்தார். இவர் வருகிற

சத்தம் கேட்டு, நாய் இவரைப் பார்த்துவிட்டுத் திரும்பவும் கதவைத் திறக்கப் பிரயாசைப் பட்டது. குனிந்து கல்லைத் தேடினார். எங்கேயுமே கல்லைக் காணவில்லை. மழையில் கரைந்துபோய் நின்றிருந்த மண் சுவரிலிருந்து துண்டுச் செங்கல், ஓட்டாஞ்சல்லி, ஜல்லிக் கற்களைப் பெயர்த்து எடுத்து நாயைப் பார்த்து எறிந்தார். நாய் தூர ஓடிப்போய் நின்றுகொண்டது. அது பக்கத்தில் வருவதற்குள் கதவைத் தள்ளித் திறந்துகொண்டு வீட்டுக்குள்ளே நுழைந்துவிட்டார். கதவைச் சாத்தினாலும் நாய் ஓடிவந்து கதவுக்குப் பக்கத்தில் வந்து நின்றது. வீட்டுக்குள்ளே நுழைந்ததும் அவருக்கு ரொம்பவும் திருப்தியாக இருந்தது.

அந்த வீட்டுக்கு இதுக்கு முன்னால் எத்தனையோ தடவை வந்திருக்கிறார். அந்த வீட்டில் நடந்த கல்யாணத்துக்கெல்லாம் இவரே வேலை செய்திருக்கிறார். இரண்டே கட்டுள்ள வீடு அது. அந்த அடுப்படிக்கு அப்புறம் ஒரு பட்டகசாலை இருந்தது. பட்டகசாலைக்கு வெளியே அழிப்பாய்ச்சின ஒரு திண்ணை மட்டுமே உண்டு.

அடுப்படி இருட்டுக்குள் கண் தெரிய அவருக்குக் கொஞ்சம் நேரமாயிற்று. அந்த இருட்டோடு அடுப்புச் சாம்பல் கலந்த வாடை வீசியது. கொஞ்ச நேரம் கழித்துப் பார்வை தெரிய ஆரம்பித்தது. அடுப்புக்கு மேலே இருந்த ஜன்னல் கதவு களைத் திறந்துவிட்டார். அடுப்பில் அள்ளாமல் போட்டிருந்த சாம்பலையும், புடை மேல் இருந்த சின்னதான சட்டியையும் தவிர அந்த அடுப்படியில் வேறு ஒன்றுமே இல்லை.

பட்டகசாலைக் கதவு சாத்தாமலே திறந்து கிடந்தது. கதவுக்குப் பின்னால் நின்றிருந்த நெல்குதிரின் வாய்க்குக் கீழே, அதை அடைத்துச் செருகியிருந்த துணி விழுந்து கிடந்தது. குனிந்து குதிருக்குள்ளே பார்த்தார். லேசாகப் படிந்திருந்த புழுதிக்குமேல் சில நெல்மணிகள் கிடந்தன. குதிருக்குப் பக்கத்தில் பூட்டிக் கிடந்த பெரிய மரப்பெட்டியைக் கஷ்டப் பட்டு அசைத்துப் பார்த்தார். சில பாத்திரங்கள் உருண்டன. முன் வாசல் நிலைக்கு மேலே, ஒரே ஒரு போட்டோப் படம் மட்டும் நூலாம்படையுடன் தொங்கிக்கொண்டிருந்தது. அந்தப் போட்டோவில் இருந்த ஒவ்வொரு ஆளாகக் கவனித்துப் பார்த்தார். எல்லோரும் அவருக்கு ரொம்பவும் தெரிந்தவர்கள். அதற்கப்புறம் அந்த அறையில் நிற்கவே அவருக்குச் சங்கடமாக இருந்தது.

வெளியே போகப் புறப்பட்டபோது நெல் குதிர் இருந்த பக்கத்துக் கதவுக்குப் பின்னால் ஒரு பழைய ஓவல்டின் டப்பா

உட்கார்ந்திருந்தது. ஆசையோடு அதைப் பார்க்க நடந்தார். அருகே போனதும் அதிலிருந்து எறும்புகள் போய்க்கொண்டிருந்ததைப் பார்த்துச் சந்தோஷமாக இருந்தது. டப்பாவைத் தூக்கி மூடியைத் திறந்து பார்த்தார். அடியில் கொஞ்சம் கருப்புக்கட்டித் தூள் கிடந்தது. அந்தத் தூளை வைத்து இரண்டு வேளை காப்பி போடலாம். டப்பாவைத் தரையில் வைத்துக் கதவுக்கு முன்னால் உட்கார்ந்து தட்டினார். எறும்புகள் சிதறி ஓடின. அடுப்படிக் கதவு அவ்வப்போது கொஞ்சம் திறந்து மூடுவதும், திறந்த சமயங்களில் நாயின் கறுப்பு மூக்கு தெரிவதுமாக இருந்தது.

சிறிது நேரத்தில் எறும்பெல்லாம் போய்விட்டது. டப்பாவைத் தூக்கிக்கொண்டு அடுப்படிக் கதவருகே வந்து பதுங்கி நின்றார். இந்தத் தடவை, நாய் முகத்தைக் கதவுக்குள்ளே நுழைத்தபோது, கதவோடு சேர்த்துத் தன்னுடைய முழுப் பலத்தையும் கொண்டு அழுத்தினார். நாய் இதுவரை அவர் கேட்டிராத புது மாதிரியான குரலில் ஊளையும் சத்தமும் கலந்து போட்டது. அந்தச் சத்தத்தைக் கேட்டுக் கதவின் இறுக்கத்தைத் தளரவிட்டுவிடுவோமா என்று அவருக்குப் பயமாக இருந்தது. ஒரு உலுக்கலுக்குப் பிறகு கதவு நன்றாகப் பொருந்தி நிலைச் சட்டத்துடன் மூடிக்கொண்டது. பயத்துடன் திரும்பி கதவைப் பார்த்தவாறு நின்றார். வெளியே அதே வினோதமான சத்தமும் ஊளையும் கலந்து கேட்டுக்கொண்டே போய்ச் சிறிது நேரத்தில் தேய்ந்துவிட்டன. நாய் முகத்தைக் கொடுத்துக் கதவைத் தள்ளின இடத்தில் ரத்தத் துளிகள் சிந்திக் கிடந்தன. இன்னும் பயம் தீராமல் டப்பாவை இறுகப் பிடித்தபடியே உள்ளேயே கொஞ்ச நேரம் நின்றுகொண்டிருந்துவிட்டு வெளியே வந்தார்.

வெளியே கதவடியில், நாய் தன் முகத்தை இழுக்கப் போராடியபோது ஏற்பட்ட நகப் பிராண்டல்கள் தரையிலும் அடிக்கதவிலும் தாறுமாறாகக் கிடந்தன. விட்டு விட்டு ரத்தத் துளிகள் சிந்திக்கொண்டே போயிருந்தன. அந்த ரத்தத்தின் நிறம் மனித ரத்தம் போல் இல்லை. இன்னும் கொஞ்சம் கொழுகொழுப்பாகவும் ஆரஞ்சு வர்ணத்திலும் இருந்தது. நிமிர்ந்து எதிரே பார்த்தபோது, மண்சுவர்மீது, நாலைந்து வீடுகள் தள்ளி முதலில் பார்த்த காக்கை இந்த வீட்டில் வந்து உட்கார்ந்து இவரையே பார்த்துக்கொண்டிருந்தது. டப்பா வைத்திருந்த கையோடு வீசி ஆட்டி விரட்டினார். வாயிலிருந்து சத்தமே வரவில்லை. காக்கை அசையாமல் உட்கார்ந்திருந்தது. நாயை விரட்ட முதலில் எறிந்த செங்கல் துண்டைக் குனிந்து எடுத்து வீசினார். காக்கை வேறு எங்காவது பறந்துபோய்விடும் என்று

எதிர்பார்த்தார். ஆனால் இரண்டு வீடுகள் தள்ளி இதேபோல இருந்த இன்னொரு மண்சுவரின் மேல் போய் உட்கார்ந்து கொண்டு, இவரையே பார்த்துக்கொண்டிருந்தது.

நாய் எங்காவது ஒளிந்திருக்கும் என்று நினைத்துக் கொண்டு, ரொம்பவும் ஜாக்கிரதையாகத் தன் கண்ணுக்கு எட்டின தூரம் வரை, எல்லாப் பக்கங்களிலும் பார்த்துக்கொண்டே தன் வீட்டுக்குப் போனார். தெருவில் எல்லா வீடுகளும் பூட்டிக் கிடந்தது அந்தப் பகலிலும் பயத்தைக் கொடுத்தது. அந்த நாய் எங்கேயாவது ஒளிந்து கிடந்து தன்னைத் தாக்கும் என்று எண்ணினார். நாய் வந்தால் ஏதாவது ஒரு பக்கம் ஓடித் தப்பித்துக்கொள்ள முன் எச்சரிக்கையாக நடுத்தெருவில் நடந்து போனார். வீட்டுக்குப் பக்கத்தில் வரும் போது நார்ப் பெட்டியின் ஞாபகம் வந்தது.

வீட்டுக்குள் நுழைந்து கதவை அவசரமாகச் சாத்தினதும், இவ்வளவு நாளும் உணர்ந்திராத நிம்மதியை உணர்ந்தார். தீப்பெட்டியில் மூன்று குச்சிகளே இருந்தன. ஒரே குச்சியில் நெருப்பு நிச்சயமாகப் பற்றிக்கொள்ளும் என்று திருப்தியாகும்வரை தீயைப் பற்றவைப்பதற்கான ஏற்பாடுகளைச் செய்தார்.

அன்று மாலையும் இரவிலும் அவர் வீட்டை விட்டு வெளியே போகவில்லை. காலையில் தூங்கி விழித்ததும் ஜன்னல் வழியே எட்டிப் பார்த்தார். நாய் வாசலில் உட்கார்ந்திருந்தது.

கணையாழி, 1974

எஸ்தர்

முடிவாகப் பாட்டியையும் ஈசாக்கையும் விட்டுச் செல்வது என்று ஏற்பாடாயிற்று. மேலும், பிழைக்கப் போகிற இடத்துக்குப் பாட்டி எதற்கு? அவள் வந்து என்ன காரியம் செய்யப் போகிறாள்? நடமாட முடியாது. காது கேளாது, பக்கத்தில் வந்து நின்றால், அதுவும் வெளிச்சம் இருந்தால்தான் கண் தெரிகிறது. ஒரு காலத்தில் பாட்டிதான் இந்த வீட்டில் எல்லோரையும் சீராட்டினவள். பேரப் பிள்ளைகளுக்கெல்லாம் கடைசியாகப் பிறந்த ரூத் உட்பட எல்லோருக்கும் பாட்டியின் சீராட்டல் ஞாபகம் இருக்கிறது. அதற்காக, இப்போது உபயோகமில்லாத பாட்டியை அழைத்துக் கொண்டு, பிழைக்கப் போகிற இடத்துக்கெல்லாம் கூட்டிச் செல்ல முடியுமா?

வீட்டில் பலநாட்களாக இதுதான் பேச்சு. எல்லோரும் தனித்தனியே திண்ணையில், குதிருக்குப் பக்கத்தில், மேல ஜன்னலுக்கு அருகே அந்தப் பழைய ஸ்டூலைப் போட்டுக்கொண்டு, பின்புறத்தில், புறவாசல் நடையில் இருந்துகொண்டு என்று அவரவர் யோசித்ததையெல்லாம் சாப்பாட்டு வேளைகளில் கூடுகிறபோது பேசினார்கள். முன்பெல்லாம் அந்த வீட்டில் சாப்பாட்டு நேரம் எவ்வளவோ ஆனந்தமாக இருந்தது. இப்போது நெல் அரிசிச் சோறு கிடைக்கவில்லை. கம்பும் கேப்பையும் கொண்டுதான் வீட்டுப் பெண்கள் சமையல் செய்கின்றனர். நெல்லோடு ஆனந்த வாழ்வும் போயிற்றா?

அப்படிச் சொல்லவும் கூடாது. இன்னமும் சமையலின் பிரதான பங்கும் எஸ்தர் சித்தியிடமே இருக்கிறது. சக்கை போன்ற இந்தக் கம்பையும் கேப்பையையும்தான் எஸ்தர் சித்தி என்னமாய்ப் பரிமளிக்கப் பண்ணுகிறாள்? இத்தனை மோசமான நிலையிலும் எஸ்தர் சித்தி மட்டும் இல்லாமல் போயிருந்தால் என்னவாகியிருக்கும்? யோசித்துப் பார்க்கவே பயமாக இருக்கிறது. மூன்று பெண்களுக்கும் ஒரு பையனுக்கும் தந்தையான அகஸ்டீன்கூட மாட்டுத் தொழுவில் பனங்கட்டை உத்திரத்தில் இடுப்பு வேட்டியை அவிழ்த்து முடிச்சுப் போட்டு 'நான்று' கொண்டு நின்று செத்துப் போயிருப்பான்.

இரண்டு பேருமே கல்யாணமாகிக் குழந்தை குட்டிகளுடன்தான் இருக்கிறார்கள். அகஸ்டீன்தான் மூத்தவன். எதிலும் இவனை நம்பி எதுவும் செய்ய முடியாது. அமைதியானவன் போல எப்போதும் திண்ணையையே காத்துக் கிடப்பான். ஆனால் உள்ளூர அப்படியல்ல. சதா சஞ்சலப் படுபவன். இரண்டாவதுதான் டேவிட். இவன் மனைவி பெயரும் அகஸ்டீனுடைய மனைவி பெயரும் ஒரே பெயராக வாய்த்துவிட்டது. பெரியவன் மனைவியை பெரிய அமலம் என்றும் சின்னவன் மனைவியை சின்ன அமலம் என்றும் கூப்பிட்டு வந்தார்கள். சின்னவனுக்கு இரண்டு பேரும் ஆண் பிள்ளைகள். இதுதவிர இவர்களின் தகப்பனார் மரியதாஸுடைய ஒன்றுவிட்ட தங்கச்சிதான் எஸ்தர் சித்தி. புருஷனுடன் வாழப் பிடிக்காமல்தான் வந்தாள் என்று எஸ்தரைக் கொஞ்ச காலம் ஊரெல்லாம் நைச்சியமாகப் பேசியது. இப்போது எல்லாம் பழைய கதையாகிவிட்டது. எஸ்தர் சித்தி எல்லோருக்கும் என்ன தந்தாள் என்று சொல்ல முடியாது. அகஸ்டீனுக்கும் டேவிட்டுக்கும் அழகிய மனைவியர்கள் இருந்தும்கூட எஸ்தர் சித்தியிடம் காட்டின பிரியத்தை அந்தப் பேதைப் பெண்களிடம் காட்டினார்களா என்பது சந்தேகம்.

எஸ்தர் சித்தி குட்டையானவள். நீண்ட காலமாகப் புருஷ சுகத்தைத் தேடாமல் இருந்ததாலோ என்னவோ, உடம்பெல்லாம் பார்க்கிறவர்களின் ஆர்வத்தைத் தூண்டுகிறவிதமாக இறுகிக் கெட்டித்துப் போயிருந்தது. இதற்கு, அவள் செய்கிற காட்டு வேலைகளும் ஒரு காரணம் என்று சொல்லலாம். நல்ல கருப்பானதும், இடையிடையே இப்போதுதான் நரைக்க ஆரம்பித்திருந்த நரைமுடிகள் சிலவுமாகச் சுருட்டை முடிகள். உள்பாடி அணிகிற வழக்கமில்லை. அதுவே மார்பகத்தை இன்னும் அழகானதாகப் பண்ணியது.

சித்திக்கு எப்போதும் ஓயாத வேலை. சேலை முந்தானை, கரண்டைக் கால்களுக்குமேல் பூனைமுடிகள் தெரிய எப்போதும்

ஏற்றிச் செருகப்பட்டே இருக்கும். சித்திக்குத் தந்திர உபாயங்களோ நிர்வாகத்துக்குத் தேவையான முரட்டுக் குணங்களோ கொஞ்சங் கூடத் தெரியாது. இருப்பினும் சித்தி பேச்சுக்கு மறுபேச்சு இல்லை. அவ்வளவு பெரிய குடும்பத்தை மரியதாஸுக்குப் பின் நிர்வகித்து வருகிறதென்றால் எத்தனை பெரிய காரியம். இத்தனை ஏக்கர் நிலத்துக்கு இவ்வளவு தானியம் விதைக்க வேண்டும் என்கிற கணக்கெல்லாம் பிள்ளைகளே போடுகிற கணக்கு. ஆனால் வீட்டு வேலைகளானாலும் காட்டு வேலை களானாலும் சுணக்கமில்லாமல் செய்யவேண்டும். வேலை பார்க்கிறவர்களை உருட்டி மிரட்டி வேலை வாங்கிக் காரியம் செய்வதெப்படி? சித்தி உருட்டல் மிரட்டல் எல்லாம் என்ன வென்றே அறியாத பெண்.

விதைக்கிற சமயமாகட்டும், தண்ணீர் பாய்ச்சுகிற நேர மாகட்டும் காலையிலோ மதியமோ அல்லது சாயந்திரமோ ஒரே ஒரு பொழுது, வீட்டுக் காரியங்கள் போக ஒழிந்த நேரத்தில் காட்டுக்குப் போய் வருவாள். அதுவும் பேருக்குப் போய்விட்டு வருகிறது போலத்தான் இருக்கும். ஆனால் வேலைகள் எல்லாம், தானே மந்திரத்தால் கட்டுண்டதுபோல் நடைபெற்றுவிடும். சாயங்காலம் காட்டுக்குப் போனாள் என்றால், இவள் வருகிறதுக்குள் பயபக்தியுடன் எல்லாவற்றையும் குற்றம் சொல்ல முடியாதபடிச் செய்துவைப்பார்கள். வீடே சித்திக்காக இயங்கியது. வேலைக்காரர்களும், ஏன் அந்த ஊருமேகூடச் சித்திக்காகக் கட்டுப்பட்டு இயங்கியது.

அந்த இரண்டுபெண்களுமே அபூர்வமான பிறவிகள். மூத்தவள் ஒரு பெரிய குடும்பத்தின் முதல் பெண்ணாகப் பிறந்தவள். தன் பள்ளி நாட்களிலும் சரி, ஐந்தாவது வகுப்பைத் தன் கிராமத்துப் பள்ளிக்கூடத்தில் முடிக்கும் முன்பே ருதுவாகி வீட்டில் இருந்த ஆறேழு வருஷமும் சரி, இப்போது இந்த வீட்டில் மூத்த அகஸ்டீனுக்கு வந்து மனைவியாக வாய்த்து அவனுக்கு மூன்று பெண்களும் ஒரு ஆண்மகவும் பெற்றுக் கொடுத்த பின்பும் கூட அவள் பேசின வார்த்தைகளைக் கூடவே இருந்து யாராவது கணக்கிட்டிருந்தால் எவ்வள வென்று சொல்லிவிடலாம். சில நூறு வார்த்தைகளாவது தன்னுடைய இருபத்தியெட்டு பிராயத்துக்குள் பேசியிருப் பாளா என்பது சந்தேகம். மிகவும் அப்பிராணி பெரிய அமலம். சித்தி அவளுக்கொரு விதத்தில் அத்தை முறையும் இன்னொரு சுற்று உறவின் வழியில் அக்கா முறையும் கூட வேண்டும்.

எஸ்தர் சொன்ன சிறுசிறு வேலைகளை மனங் கோணாமல் செய்வதும், கணவன் குழந்தைகளுடைய துணிமணிகளை வாய்க்காலுக்கு எடுத்துச் சென்று சோப்புப் போட்டு, வெயிலில்

எஸ்தர் 93

காயப்போட்டு உலர்த்தி எடுத்து, நன்கு மடித்துவைப்பதுமே இவள் வாழ்க்கையின் முக்கியமான அலுவல்கள் எனலாம். தனக்கென எதையும் ஸ்தாபித்துக்கொள்ளவேண்டும் என்ற ஆசையையும், யாரிடமாவது கேட்டு வாங்கிப் பெறவேண்டும் என்ற நியாயத்தையும் அறவே அறியாதவள்.

சின்ன அமலம் எதிரிடையான குணமுடைய ஸ்திரீ. உள் பாவாடைக்கு லேஸ் பின்னலாலும் பாடீஸ்களுக்கு விதம்வித மான எம்பிராய்டரி பின்னல்களாலும் அலங்கரித்துக்கொள்ள ஆசைப்பட்ட பெண். பெரியவளைவிட வசதிக்குறைவான இடத்திலிருந்தே வந்திருந்தாள். எனினும், இங்கே வந்தபின் தன் தேவைகளையும் புற அலங்காரங்களையும் அதிகம் பெருக்கிக் கொண்டவள். எல்லோரும் கீழேயே படுப்பார்கள். வீட்டில் மச்சு இருக்கிறது. ஓலைப்பரை வீட்டுக்கு ஏற்ற தாழ்வான மச்சு அது. வெறும் மண் தரைதான் அங்கும் என்றாலும், குழந்தைகளை யெல்லாம் கீழே படுத்து உறங்கப் பண்ணிவிட்டு, மூங்கில் மரத்தால் ஆன ஏணிப்படிகள் கிரீச்சிட ஏறிப்போய் புருஷனோடு மச்சில் படுத்துறங்கவே ஆசைப்படுவாள். பாட்டிக்குச் சரியான கண்பார்வையும் நடமாட்டமும் இருந்தபோது, சின்னவளை வேசி என்று திட்டுவாள். தன் புருஷன் தவிர அந்நிய புருஷர் களிடம் சம்பாஷிப்பதில் கொஞ்சம் விருப்பமுடைய பெண் தான். ஆனால் எவ்விதத்திலும் நடத்தை தவறாதவள்.

இனிமேல் இந்த ஊரில் என்ன இருக்கிறது? சாத்தாங் கோயில்விளையிலும், திட்டிவிளையிலும் மாட்டை விட்டு அழித்த பிற்பாடும் இங்கே என்ன இருக்கிறது.

பக்கத்து வீடுகளில் எல்லாம் ஊரை விட்டுக் கிளம்பிப் போய்விட்டார்கள். மேலத் தெருவில் ஆளே கிடையாது என்று நேற்று ஈசாக்கு வந்து அவர்களுக்குச் சொன்னான். ஊர் சிறிய ஊர்தான் என்றாலும் இரண்டு கடைகள் இருந்தன. வியாபாரமே அற்றுப்போய், கடைகள் இரண்டையும் மூடியாகிவிட்டது. வீட்டில் இருக்கிற நெருப்புப் பெட்டி ஒன்றே ஒன்றுதான். கேப்பை கொஞ்சம் இருக்கிறது. சில நாட்களுக்கு வரும். கம்பும் கூட இருக்கிறது. ஆனால் நெருப்புப் பெட்டி ஒன்றே ஒன்று இருந்தால் அதை எத்தனை நாளைக்குக் காப்பாற்ற முடியும்?

அநியாயமாக, பீடி குடிக்கிறதுக்காகவென்று எஸ்தர் சித்திக்குத் தெரியாமல் டேவிட் நேற்று ஒரு குச்சியைக் கிழித்த சத்தத்தை எப்படி ஒளிக்க முடியும்? இத்தனைக்கும் அவன், சத்தம் கேட்கக் கூடாதென்று மெதுவாகத்தான் பெட்டியில் குச்சியை உரசினான். எஸ்தர் சித்தி மாட்டுத் தொழுவத்தில்

நின்றிருந்தாள். வழக்கத்தைவிட அதிக முன்ஜாக்கிரதையாக நெருப்புக் குச்சியை உரசியதால் சத்தமும் குறைவாகவே கேட்டது. இருந்தும் எஸ்தர் சித்தியின் காதில் அது விழுந்து விட்டது. மாட்டுக்குத் தண்ணீர் காட்டிக்கொண்டிருந்தவள் அப்படியே ஓடிவந்துவிட்டாள். பதற்றத்துடன் வந்தாள். அடுப்படியில் நெருப்பு ஜ்வாலை முகமெங்கும் விழுந்துகொண் டிருக்க பீடியைப் பற்றவைத்துக்கொண்டிருந்தான் டேவிட்.

சித்தி அவனைக் கேட்டிருந்தால், ஏதாகிலும் பேசியிருந் தால் மனசுக்குச் சமாதானமாகப் போயிருக்கும். இவனுக்கும் ஒன்றும் பேசத் தோணவில்லை. ஒருவர் முகத்தை ஒருவர் சிறிது பார்த்துக்கொண்டதோடு சரி. வெறுமனே ஒன்றும் பேசாமல்தான் பார்த்துக்கொண்டார்கள். அது பேச்சை விடக் கொடுமையானதாக இருந்தது. முக்கியமாக டேவிட்டை மிகுந்த சித்திரவதைக்கு உள்ளாக்கிற்று. எஸ்தர் சித்தியிடம் இருந்த தயையும் அன்பும் அப்போது எங்கே போயின? இத்தனை காலமும் சித்தியின் நன்மதிப்புக்கும் அன்புக்கும் பாத்திரமான அவன், இந்த ஒரு காரியத்தின் காரணமாக எவ்வளவு தாழ்ந்து இறங்கிப்போய்விட்டான். அந்தப் பீடியை முழுவதுமாகக் குடிக்க முடியவில்லை அவனால். ஜன்னலுக்கு வெளியே தூர எறிந்துவிட்டான்.

அன்றைக்கு ராத்திரி கூழ்தான் தயாராகி இருந்தது. அந்தக் கூழுக்கும் வீட்டுச் செலவுகளுக்கும் வரவரத் தண்ணீர் கிடைப்பது அருகிவிட்டது. ரயில் போகிற நேரம் பார்த்து, எந்த வேலை இருந்தாலும் ஈசாக்கும் சித்தியும் ரயில்வே ஸ்டேஷனுக்குப் போக வேண்டி வந்தது. அந்த என்ஜின் டிரைவரிடம்தான் தண்ணீருக்காக எவ்வளவு கெஞ்ச வேண்டி யிருக்கிறது? எஸ்தர் சித்தியிடம் பேசுகிற சாக்கில் டிரைவர்கள் கொஞ்ச நேரம் வாயாடிவிட்டுக் கடைசியில் தண்ணீர் திறந்து விடுகிறார்கள். ஊரில் ஜனங்கள் இருந்தபோது இதற்குப் போட்டியே இருந்தது. ஊரைவிட்டு எல்லோரும் போனதில் இதுவொரு லாபம். நான்கைந்து பேரைத் தவிர போட்டிக்கு வேறு ஆள் கிடையாது.

அன்று இரவு எல்லோரும் அரைகுறையாகச் சாப்பிட்டுப் படுத்துவிட்டார்கள். சின்ன அமலம் எப்போதோ மச்சில் போய்ப் படுத்துக்கொண்டாள். டேவிட் வெகுநேரம்வரை திண்ணையில் இருந்துகொண்டிருந்தான். எஸ்தர் சித்தி அவனை எவ்வளவோ தடவை சாப்பிடக் கூப்பிட்டாள். எல்லோருக்கும் சாப்பாடு பண்ணி அனுப்பிவிட்டு, அவனிடத்தில் வந்து, முடிகள் அடர்ந்த அவன் கையைப் பிடித்துத் தூக்கி அவனை எழுந்திருக்க வைத்தாள். அவனை, பின்னால்

அடுப்படிக்குக் கூட்டிக்கொண்டு போய்த் தட்டுக்கு முன்னால் உட்கார வைத்தாள். தலையைக் குனிந்தவாறே சாப்பிட மனம் இல்லாதவனாக இருந்தான். சித்தி டேவிட்டுடைய நாடியைத் தொட்டுத் தூக்கி நிறுத்தி, 'ஏய் சாப்பிடுடே. ஒங் கோவமெல்லாம் எனக்குத் தெரியும்' என்று சொன்னாள். அப்படியே டேவிட், சித்தியின் ஸ்தனங்கள் அழுந்த அவளுடைய பரந்த தோளில் சாய்ந்து முகத்தைப் புதைத்துக்கொண்டான். சித்தி அவன் முதுகைச் சுற்றியணைத்து அவனைத் தேற்றினாள். டேவிட் லேசாக அழுதான். சித்தியும் அவனைப் பார்த்து விசும்பினாள். இருவருமே அந்த நிலையையும் அழுகையை யும் விரும்பினார்கள். ஒருவர்மீது ஒருவருக்கு இதுவரையிலும் இல்லாத அபூர்வமான பிரேமையும் கருணையும் சுரந்தது. டேவிட் அழுததில் நியாயமிருந்தது. ஆனால் சித்தியும் அழுதாளே ... அவள், தான் டேவிட்டிடம் அத்தனை கடுமையாக நடந்து கொண்டதற்காக வருத்தப்பட்டுத்தான் இவ்விதம் அழுகிறாளா? ஆனால் விஷயத்தைச் சொல்லவேண்டும். எஸ்தருக்கு அவள் புருஷன் லாரன்ஸுடைய ஞாபகம் வந்தது. லாரன்ஸும் அவனைப் பற்றிய ஞாபகங்களும் இப்போது எல்லோருக்குமே மிகப் பழைய விஷயங்களாகிவிட்டன. யாருக்கும் இப்போது லாரன்ஸின் முகம்கூட நினைவில் இல்லை. அவ்வளவாய் அவன் காரியங்கள் எல்லாம் அழிக்கப்பட்டுவிட்டன. இரண்டு பேருக்குமே அப்போது அதைவிடவும் உயர்வான காரியம் ஒன்றுமில்லை அந்நேரத்தில்,

அன்று இரவு டேவிட், மச்சில் படுத்து நன்றாக நிம்மதி யுடன் உறங்கினான். ஆனால் எஸ்தர் சித்தி உறங்கவில்லை. டேவிட் சாப்பிட்ட வெண்கலத் தாலத்தைக் கூடக் கழுவி எடுத்துவைக்கவில்லை. வெகுநேரம்வரை தனியே உட்கார்ந்து பழைய நாட்களைப் பற்றி நினைத்துக்கொண்டே இருந்தாள். பின்னர் எப்போதோ படுத்துறங்கினாள்.

ரயில் தண்டவாளத்தில் என்ன இருக்கிறது? அவள் இந்த வீட்டில் மூத்த மருமகளாக வந்த காலம் முதல், அவளுக்குக் கிடைக்கிற ஓய்வான நேரங்களிலெல்லாம் புறவாசலில் இருந்துகொண்டு இந்தத் தண்டவாளத்தைத்தான் பார்த்துக் கொண்டிருக்கிறாள். தண்டவாளம், போடப்பட்டிருந்த இடத்திலேயே அப்படியேதான் இருக்கிறது. அந்தத் தண்டவாளம் அவளுக்குப் புதுசாக எவ்விதமான செய்தியையும் அறிவித்து விடவில்லை. சிலசமயங்களில் அந்தத் தண்டவாளத்தின் மீதேறி ஆடுகள் மந்தையாகக் கடந்துபோகும். அதிலும் குள்ளமான செம்மறியாடுகள் தண்டவாளத்தைக் கடக்கிறதைவிட

வெள்ளாடுகள் போகிறதையே அவளுக்குப் பிடிக்கிறது. இரண்டுமே ஆட்டினம்தான். அவளுடைய வீட்டில் வெள்ளாட்டு மந்தை ஒன்று இருந்தது. இதற்காகத்தான் அவள் வெள்ளாடுகளை விரும்பினாளாக இருக்கும். இப்போது அது போல ஒரு வெள்ளாட்டு மந்தை அந்தத் தண்டவாளத்தைக் கடந்து மறுபுறம் போகாதா என்று இருந்தது. இப்போது ஊரில் மந்தைதான் ஏது? மந்தை வைத்திருந்த வீடுகள் எல்லாமே காலியாகக் கிடக்கின்றன.

சும்மா கிடக்கிற தண்டவாளத்தைப் பார்க்கப் பார்க்கத் தாங்க முடியாத கஷ்டத்தில் மனசு தவித்தது. இப்படிக் கஷ்டப்படுவதைவிட அவள் உள்ளே போய் இருக்கலாம். பள்ளிக்கூடத்தை மூடிவிட்டபடியால் குழந்தைகள் எல்லாம் திண்ணையில் பாட்டியின் பக்கத்தில் கூடியிருந்து விளையாடிக் கொண்டிருக்கின்றன. அங்கே போய்க் கொஞ்ச நேரம் இருக்கலாம். ஆனால் அதில் அவளுக்கு இஷ்டமில்லை. ஒருவிதத்தில் இவ்விதமான அளவற்ற கஷ்டத்தை அனுபவிப்பதை அவள் உள்ளூர விரும்பினாள் என்றே சொல்லவேண்டும். இவ்விதம் மனசைக் கஷ்டப்பட வைப்பது ஏதோவொரு வினோதமான சந்தோஷத்தைத் தந்தது.

முன்னாலுள்ள மாட்டுத் தொழுவில் மாடுகள் இல்லை. இவ்வளவு கஷ்டத்திலும் மாடுகளையும் காப்பாற்ற வேண்டிய துரதிர்ஷ்டம். இத்தனை நாளும் உழைத்த அந்த இரண்டு வாயில்லாத ஜீவன்களை எங்கேயென்று விரட்டிவிட முடியும்? ஈசாக்குதான் தண்ணீர்கூடக் கிடைக்காத சாத்தாங் கோயில்விளைக்கு, காய்ந்துபோன புல்லையும் பயிர்களையும் மேய்க்கிறதுக்குக் கொண்டு போயிருக்கிறான். ஈசாக்கு மட்டும் இல்லை என்றால் மாடுகள் என்ன கதியை அடைந்திருக்கும் என்பதை நினைத்துப் பார்க்கவே முடியவில்லை.

அத்தையையும் ஈசாக்கையும் ஊரில் விட்டுவிட்டுப் போக வேண்டுமாமே? இது எப்படி?

இவள் அத்தை இவளிடம் அதிகம் பேசினதே கிடையாது. இதற்குப் பெரிய அமலமும் ஒரு காரணமாக இருக்கும். யாரிடம் தான் அதிகம் பேசினாள்? அத்தையிடம் ஆழமான பரிவு உண்டு. இதைக் கற்றுத் தந்தது அம்மா என்றுதான் சொல்ல வேண்டும். அம்மா, அப்பாவுடைய அம்மாவும் இவளுக்கு ஆச்சியுமான ஆலீஸ் ஆச்சியிடம் மிகவும் பணிவாக நடந்து கொண்டதை சிறுவயது முதலே பார்த்திருக்கிறாள். எவ்வளவோ விஷயங்கள். ஆச்சிக்கும் அம்மாவுக்கும் இடையே நடந்த எதிர்ப்போ, சிணுங்கலோ இல்லாத அமைதியும் அன்பும்

நிரம்பிய சந்தோஷமான பேச்சுகளை இவள் நேரில் அறிவாள். எல்லாம் நேற்றோ முன்தினமோ நடந்ததுபோல் மனத்தில் இருக்கிறது.

ஆச்சிக்கு வியாதி என்று வந்து படுத்துவிட்டால், அம்மாவுடைய குடும்ப ஜெபத்தின் பெரும்பகுதியிலும், ஆச்சிக்கு வியாதி சொஸ்தப்படவேண்டும் என்ற வேண்டுதல்களே இருக்கும். அம்மா படிக்காத பெண். அம்மாவின் ஜெபம் நினைக்க நினைக்க எல்லோருக்கும் அமைதியைத் தருவது. அந்த ஜெபத்தை அம்மாவுக்கு யார் சொல்லித் தந்தார்கள் என்று தெரியவில்லை. அம்மாவே யோசித்துக் கற்றுக்கொண்டது அந்த ஜெபம். சின்னஞ் சிறிய வார்த்தைகள். பெரும்பாலும் வீட்டில் அன்றாடம் புழங்குகிற வார்த்தைகள். தினந்தோறும் அம்மா ஜெபம் செய்ய மாட்டாளா, ஜெபம் செய்கிற நேரம் எப்போது வரும் என்று இருக்கும். 'படிக்காத பெண்ணின் ஜெபம். அதனால்தான் பொய்யாகப் பண்ணத் தெரியவில்லை' என்று மாமா அடிக்கடி சொல்லுவார்.

அம்மா தன் அத்தையைக் கனம் பண்ணினாள். பெரிய அமலத்துக்கும் இது அம்மாவின் வழியாகக் கிடைத்தது. அம்மாவைப் போலவே குடும்பத்தில் எல்லோரிடமும் பிரியத்துடன் நடந்துகொள்ளவேண்டும் என்று உள்ளூரப் பேராசை வைத்திருந்த பெண் அமலம்.

அமலம் என்றும் நேசிக்கிற ஒரே ஒரு உயரமான ஆள் அவளூரில் இருக்கிறான். அவளூருக்குக் கீழமேலாய் ஓடுகிற வாய்க்கால் உண்டு. வாய்க்காலிலிருந்துதான் ஊர் ஆரம்பமாகிறது. வாய்க்காலுக்கு அப்பால் கார்போகிற ரோடுவரை வெறும் முட்செடிகள் அடர்ந்துகிடக்கின்றன. வாய்க்காலுக்கு அப்பால் ஊர் ஏன் வளரக்கூடாது என்று தெரியவில்லை. வாய்க்காலுக்கு அப்பால் ரோடுவரை ஊர்வளர யாருக்கும் விருப்பமில்லை. வாய்க்காலிலிருந்தே ஒவ்வொரு தெருவும் ஆரம்பமாகி முடிகிறது. அமலத்துடைய வீடு இருக்கிற தெருவுக்குப் பெயர் கோயில் தெரு. வெறும் சொரிமணல் உள்ள தெரு அது. அமலத்து வீட்டுக்கு வடக்கு வீடு நீலமான வீடு. இளநீல வர்ணத்தில் வீட்டின் சுவர்கள் இருக்கும். இந்த வீட்டில்தான் அமலம் நேசித்து, பேசிச் சிரிக்கிறவன் இருந்தான். அவனை அமலம் விரும்பினது வெறும் பேச்சுக்காக மட்டும் இல்லை. அவன் இங்கேயும் எப்போதாவது வருவான். ஏன் வந்தான் என்று சொல்லமுடியாது. வந்தவன் ஒருதடவைகூட, உட்காரக்கூட இல்லை. ஏன் வந்து விட்டு ஓடுகிறான் என்று யாரும் காரணம் சொல்ல முடியாது. அமலமாவது அறிவாளா? இவ்வளவு தூரத்திலிருந்து வருகிறவன் உட்காரக்கூட விருப்பமின்றிப் புறப்பட்டுத் திரும்பிப்

போகிறானே ? இதெல்லாம் யார் அறியக் கூடும் ? அமலத்துக்குத் தெரியாமல் இருக்குமா ?

இவ்வளவு மிருதுவான பெண்ணுக்கு, எல்லாம் இருக்கிற வீட்டில் என்ன கஷ்டம் வந்தது ? வீட்டில் யாரோடும் இணையாமல் தனியே இருந்து என்ன தேடுகிறாள் ? யாரிடமும் சொல்லாத அவள் விருப்பமும் அவள் துக்கமும்தான் எவ்வளவு வினோதமானவை ? அமலத்தின் மனசை அவள் புருஷனும் இவளுக்குக் கொழுந்தனுமான டேவிட்டும்கூட அறியவில்லை.

ஈசாக் காட்டிலிருந்து திரும்புகிற நேரம் ஆகிவிட்டது. ஈசாக்குக்கு இப்போது காட்டில் எந்த வேலையும் இல்லை. அவனுடைய உலகம் காடு என்பதை எஸ்தர் சித்தி மட்டும் எப்படியோ தெரிந்து வைத்திருந்து, வெயிலும் வறட்சியும் நிரம்பிய காட்டுக்குள் அவனை அனுப்பி வந்தாள். காட்டைப் பார்க்காமல் இருந்தால் ஈசாக் செத்தே போவான் போல. அவன் காட்டைப் பற்றிப் பேசாத நேரமே இல்லை. காடு மறைந்து கொண்டிருந்தது. விளைச்சலும் இறவைக் கிணறுகளில் கேட்ட மாடுகளின் கழுத்துச் சதங்கைச் சத்தமும் கண் முன்னாலேயே கொஞ்சங் கொஞ்சமாக மறைந்துவிட்டன.

ஊரில் எல்லோருக்கும் தேவையாக இருந்த காட்டுக்குள் இப்போது ஒன்றுமே இல்லை. ஒரு வெள்ளை வெயில் விளைகளுக்குள் அடிக்கிறதென்று ஈசாக்கு சொல்கிறான். வெயிலின் நிறங்களை ஈசாக்கு நன்றாக அறிவான். மஞ்சள் வெயில் அடித்தால் நாளைக்கு மழை வரும் என்று அவன் சொன்னால் மழை வரும். கோடைக் காலத்து, மழைக் காலத்து வெயிலினுடைய நிறங்களைப் பற்றி ஈசாக்குக்குத் தெரியாத விஷயமில்லை. ஈசாக்கு, விளைகளில் விளைகிற பயிர்களுக்காகவும் ஆடு மாடுகளுக்காகவுமே உலகத்தில் வாழ்ந்தான். ஆனாலும் ஈசாக்குக்குப் பிரியமான விளைகள் எல்லாம் மறைந்துகொண் டிருந்தன. கடைசியாகத் திட்டிவிளையில் மாட்டை விட்டு அழிக்கப் போனபோது, ஈசாக்கு கஞ்சி சாப்பிடாமல்தானே போனான் ? எவ்வளவு அழுதான் அன்றைக்கு ? இத்தனைக்கும் அவன் பேரில் தப்பு ஒன்றுமில்லை. தண்ணீரே இல்லாமல், வெயிலில் காய்ந்துபோன பயிர்களை அழிக்கத்தான் அவனைப் போகச் சொன்னாள் எஸ்தர் சித்தி. காய்ந்துபோன பயிர்களை அழிக்கிறதில் அவனுக்கென்ன நஷ்டம் ? ஆனாலும்கூட ஈசாக்கு எவ்வளவாய் அழுதான். இத்தனைக்கும் அது அவன் நிலம்கூட இல்லை.

இவ்வளவு அக்கினியை உயரே இருந்து கொட்டுகிறது யார் ? தண்ணீரும் இல்லாமல் சாப்பிடத் தேவையான உணவுப்

எஸ்தர்

பொருள்களும்கூட இல்லாத நாட்களில் பகல் நேரத்தை இரவு ஏழு மணிவரை அதிகப்படுத்தினது யார்? காற்றுகூட ஒளிந்து கொள்ள இடம் தேடிக்கொண்டது. பகலில் அளவில்லாத வெளிச்சமும் இரவிலோ, பார்த்தாலே மூச்சைத் திணறவைக்கிற இருட்டும் கூடியிருந்தது.

எஸ்தர் சித்தி ஒரு நாள் இரவு, ஹரிக்கேன் விளக்கு முன்னால் எல்லோரும் உட்கார்ந்திருந்தபோது சொன்னாள். 'இந்த மாதிரி மை இருட்டு இருக்கவே கூடாது. இது ஏன் இம்புட்டு இருட்டாப் போகுதுன்னே தெரியலை. இது கெடுதிக்குத்தான்.' நல்லவேளையாக, இந்த விஷயத்தைச் சித்தி சொன்னபோது குழந்தைகள் எல்லாம் குறுக்கும்நெடுக்குமாகப் படுத்து உறங்கிப் போயிருந்தனர். சின்ன அமலத்துடைய கைக்குழந்தை மட்டும் பால் குடிக்கிறதுக்காக விழித்திருந்தது. சித்தி கூறிய விஷயத்தை உணர முடியாத அந்தக் குழந்தைகள் அதிர்ஷ்டசாலிகள். இது நடந்துகூடப் பல மாதங்கள் ஆகிவிட்டன.

இப்போது இந்த இராவிருட்டு மேலும் பெருகிவிட்டது. நிலாக் காலத்தில்கூட இந்த மோசமான இருட்டு அழியவில்லை. ஊரில் ஆள் நடமாட்டமே இல்லாமல் போய்விட்டது வேறு இருட்டை மேலும் அதிகமாக்கிவிட்டது. வீடுகளில் ஆட்கள் இருந்தால், வீடுகள் அடைத்துக்கிடந்தாலும் திறந்து கிடந்தாலும் வெளிச்சம் தெருவில் வந்து கசிந்துகிடக்காமல் போகாது. எவ்வளவு அமாவாசை இருட்டாக இருந்தாலும் வீடுகளிலிருந்து கேட்கிற பேச்சுச் சத்தங்களும் நடமாட்டமும் இருட்டை அழித்துவிடும். இருட்டை அழிப்பது இதுபோல ஒரு சிறிய விஷயமே. இருட்டைப் போக்கினது பஞ்சாயத்து போர்டில் நிறுத்தியிருந்த விளக்குத் தூண்களோ பதினைந்து நாட்களுக்கு ஒரு தடவை வீசுகிற நிலா வெளிச்சமோ இல்லை. இருட்டை அழித்தது வீடுகளிலிருந்து கேட்ட பேச்சுக் குரல்களும் நடமாட்டங்களுமே. எல்லா வீடுகளிலும் வெளிச்சமே இல்லாமல், விளக்குகளை எல்லாம் பறித்துக்கொண்டிந்தாலும் கூட வீடுகளில் மனிதர்கள் வசிக்கிறார்கள் என்கிற சிறு விஷயமே இருட்டை விரட்டப் போதுமானதாக இருந்தது. இருட்டு ஒருபோதும் எஸ்தர் குடும்பத்துக்குத் துயரம் தருகிற தாக இருந்ததில்லை. இப்போது இருட்டு தருகிற துக்கத்தை, வெயிலின் கொடுமையைப் போலத் தாங்க முடியவில்லை.

வெயில், புழுக்கமும் எரிச்சலும் அளித்தது. வெயில் பகலின் துயரங்களை அதிகப்படுத்தியது. இருட்டோ வெயிலைப்போல எரிச்சலைத் தராமல் போனாலும் இன்னொரு காரியத்தைச் செய்தது. அதுதான் பயம். வெறும் இருட்டைக் கண்டு

குழந்தைகள் பயப்படுகிறதுபோலப் பயமில்லை. யாரும் ஊரில் இல்லை என்பதை, உறங்கக் கூட விடாமல், நடைவாசலுக்கு வெளியே நின்று பயமுறுத்திக்கொண்டிருந்தது இருட்டு.

இருட்டு, கரிய, உயிரில்லாத பொருள் போல்தான் இத்தனை வருஷமும் இருந்தது. இப்போது அது உயிர் பெற்று விட்டது வினோதம்தான். அது, எஸ்தர் சித்தி வீட்டுக்கு வெளியே நின்று முணுமுணுத்துக்கொண்டிருந்தது. அது என்ன சொல்லுகிறது? இவ்வளவு கருப்பாக, முகமே இல்லாதது எவ்விதம் பயமுறுத்துகிறது? ஆனால் உண்மையாக இவ்விதமே இருட்டு நடந்துகொண்டது. அதனால் தெளிவாகப் பேச முடியாமல் இருக்கலாம். ஆனால் முணுமுணுக்கிறது என்ன வென்று வீட்டில் உள்ள பெரியவர்களுக்குக் கேட்கிறது. முக்கியமாக விவேகமும் அதிகாரமும் நிரம்பிய எஸ்தர் சித்திக்கு அது முணுமுணுப்பது கேட்கிறது. இருட்டு சொன்னதைக் கேட்டுத் தைரியம் நிரம்பிய எஸ்தர் சித்தியே பயந்தாள். இனி மீள முடியாது என்பது உறுதியாகிவிட்டது. இருட்டின் வாசகங்கள் என்ன? மேலே ஓலைகளினால் கூரை வேய்திருந்த வீடுதான் அது என்றாலும், பக்கத்துச் சுவர்கள் சுட்ட செங்கற்களி னால் கட்டப்பட்டவை. சுவர்களுக்குச் சுண்ணாம்பினால் பூசியிருந்தார்கள். நல்ல உறுதியான சுவர்கள்தான். இருட்டு பிளக்க முடியாத சுவர்கள். அது நம்பிக்கைக்குரிய இந்தச் சுவர்களைக் கூடப் பிளந்துவிடுமா? எஸ்தர் சித்தி பயந்தாள். இருட்டு சொன்னது கொடுமையானது.

'நீயும் உனக்குப் பிரியமானவர்களும் இங்கிருந்து போவதைத் தவிர வேறு வழியென்ன?' இதுதான் எஸ்தர் சித்திக்கு இருட்டு சொன்னது. இதை அது தினந்தோறும் இடைவிடாமல் முணுமுணுத்தது. பிடிவாதத்துடன் கூடிய, உறுதி நிரம்பிய முணுமுணுப்பு.

கண்களில் இமைகளைச் சுற்றி ஈரம் கசிந்துகொண்டிருந்தது பாட்டிக்கு. எஸ்தர் சித்தி, வீட்டில் எல்லோரும் தூங்கியான பிறகு அடிக்கடி கைவிளக்கைத் தூண்டிக்கொண்டு வந்து பார்ப்பாள். அந்த வெளிச்சத்தில் அவள் கண்களில் ஈரத்துக்குப் பின்னே அழிக்கமுடியாத நம்பிக்கை இருக்கும். எவ்வளவோ வருஷங்களாகப் பார்த்துக்கொண்டே இருக்கிற கண்களுக்குள் இந்த நம்பிக்கை இருப்பது ஆச்சரியமே. கண்களுக்கு முதுமையே வராதா? இவ்வளவு தீவிரமான நம்பிக்கை கொண்டு, உறக்க மின்றிக் கூரையைப் பார்த்துக்கொண்டு கிடக்கிறவளை விட்டு விட்டுப் போவது தவிர வழி என்ன? ஈசாக்கு துணையாக இருப்பானா? அவனுக்குத் தருகிறதுக்குக்கூட ஒன்றும்

கிடையாது. எதையும் எதிர்பாராமல் உழைத்தான் என்றாலும் வீட்டை நிர்வகித்து வருபவளுக்கு இதுவும் ஒரு கௌரவப் பிரச்னைதான்.

கூரையில் பார்க்க என்னதான் இருக்கிறது? பயிர்களின் வளர்ச்சியைக் கூடவே இருந்து ஈசாக்கு அறிகிறதுபோல், கூரை ஓலைகளை வெயிலும் மழையும் காற்றும் முதுமையடையச் செய்து, அவை இற்றுக்கொண்டிருப்பதைப் பாட்டி அறியாமலா இருப்பாள்? கூரையின் எந்தெந்த இடத்தில் ஓலைகள் எப்போது வெளுக்க ஆரம்பித்தன என்பது பாட்டிக்குத் தெரியும்.

அன்றைக்கு ராத்திரி மறுபடியும் எல்லோரும் கூடினார்கள். இருந்தது கொஞ்சம்போல் கேப்பைமாவு மட்டிலுமே. காய்ந்துபோன சில கறிவேப்பிலை இலைகளும் கொஞ்சம் எண்ணெயும்கூட வீட்டில் இருந்தது பெரும் ஆச்சரியமான விஷயம். கேப்பைமாவிலிருந்து எஸ்தர் களிபோல ஒரு பண்டம் கிளறியிருந்தாள்.

நெருப்புக்காகக் கஷ்டப்பட வேண்டியது வரவில்லை. காய்ந்த சுள்ளிகளை இதற்காகவே ஈசாக்கு தயார் செய்துகொண்டு வந்து போட்டிருந்தான். கடைசித் தீக்குச்சியைப் பற்றவைத்த நாள் முதலாய் நெருப்பை அணையாமல் காத்து வருகிறார்கள். ஈசாக்கு மட்டும் காட்டிலிருந்து லேசான சுள்ளி விறகுகளைக் கொண்டுவந்து போடாமல் போயிருந்தால் இதுபோல நெருப்பைப் பாதுகாத்து வைத்திருக்க முடியாது. நெருப்பு இல்லாமல் என்ன காரியம் நடக்கும்?

இவ்வளவு விசுவாசமான ஊழியனை எவ்விதம் விட்டு விட்டுப் போக முடியும்? பயிர்களைப் பாதுகாத்து வந்தான். கால்நடைகளைப் போஷித்தான். மழையிலும் புழுக்கத்திலும் புறவாசல் கயிற்றுக் கட்டிலே போதும் என்று இருந்தான். பாட்டிக்காக ஈசாக்கைச் சாகவிட முடியுமா? இவளே சோறு போட்டு வளர்த்துவிட்டாள். இவளே மார்பில் முடிகள் படருகிறதையும் மீசை முடிகள் முளைக்கிறதையும் பார்த்து வந்தாள். இரவில் எத்தனை நாள் கயிற்றுக் கட்டிலுக்குப் பக்கத்தில் வந்து ஓசைப்படாமல் நின்றுகொண்டு, ஈசாக்கு கிடந்து உறங்குகிறதைப் பார்த்துக்கொண்டிருந்திருக்கிறாள்? ஈசாக்கிடம் என்ன இருக்கிறது? காட்டு வெயிலில் அலைந்து கருத்த, முரட்டுத் தோலினால் மூடப்பட்ட உடம்பு தவிர வேறே என்ன வைத்திருக்கிறான் ஈசாக்கு? புறவாசலில் மாட்டுத் தொழுவில் நின்று, தன்னுடைய மோசமான, வியர்வை நாற்றமடிக்கிற காக்கி டிரவுசரை மாற்றுகிறபோது எத்தனையோ தடவை, சிறுவயது முதல் இன்றுவரையிலும் முழு அம்மணமாய்

ஈசாக்கைப் பார்த்திருக்கிறாள். இது தவிரவும் அந்த முரடனின் ஈரப்பசையே இல்லாத கண்களில் ஒரு வேடிக்கையான பாவனை ஒளிந்துகொண்டிருக்கிறது. அது ஆடுகளையும் மாடுகளையும் பார்க்கிறபோது தெரிகிற பாவனை இல்லை. நன்றாக முற்றி வளர்த்த பயிர்களினூடே நடந்துபோகிறபோது கண்களில் மினுமினுக்கிற ஒளியும் இல்லை. எல்லாவிதங்களிலும் வேறான ஒரு ஒளியை எஸ்தரைப் பார்க்கிறபோது அவனுடைய கண்கள் வெளியிடுகின்றன.

யாருக்குமே பற்றாத சாப்பாட்டைத் தட்டுகளில் பரிமாறினாள் எஸ்தர் சித்தி. குழந்தைகளுக்கும்கூடப் போதாத சாப்பாடு. சின்ன அமலம் முகத்தைத் தூக்கிவைத்துக்கொண்டாள். அது அவளுக்கு இயல்புதான்.

'நீங்க ரெண்டுபேரும் ஒங்க வூடுகளுக்குப் போயி இருங்க. புள்ளயளவுங் கூட்டிட்டுப் போங்க' என்று பெரிய அமலத்தையும் சின்ன அமலத்தையும் பார்த்துச் சொன்னாள் எஸ்தர் சித்தி. இரண்டு பேரும் அதற்கு மறுப்பே சொல்லக்கூடாது என்கிறது போல அவளுடைய குரல் இருந்தது. அவர்களும் பதிலே பேசவில்லை.

'நீங்க ரெண்டுபேரும் எங்கூடவாங்க. மதுரையில் போய் கொத்த வேல பாப்போம். மழை பெய்யந்தன்னியும் எங்கன யாவது காலத்தை ஒட்டவேண்டியதுதானே? ஈசாக்கும் வரட்டும்.'

இதற்கும் அகஸ்டீனும் டேவிட்டும் ஒன்றும் சொல்ல வில்லை. கொஞ்ச நேரம் கழித்து டேவிட் மட்டும் பேசினான். கை விரல்களில் கேப்பைக் களி பிசுபிசுத்திருந்ததை ஒவ்வொரு விரலாக வாய்க்குள் விட்டுச் சப்பினபடியே பேசினான்.

'பாட்டி இருக்காளே?'

எஸ்தர் அவனைத் தீர்மானமாகப் பார்த்தாள். பிறகு பார்வையைப் புறவாசல் பக்கமாய்த் திருப்பிக்கொண்டாள். டேவிட் கேட்டதற்கு எஸ்தர் அப்புறம் பதிலே சொல்லவில்லை. படுக்கப்போகும்போதுகூடப் பதிலே சொல்லவில்லை. ஆனால் அன்றைக்கு ராத்திரி சுமார் ஒருமணிக்கும் மேலே, வறட்சியான காற்று வீச ஆரம்பித்தது. அப்போது நடுவீட்டில் குழந்தைகளின் பக்கத்தில் படுத்திருந்த எஸ்தர் சித்தி, எழுந்துபோய்ப் பாட்டியின் பக்கத்தில் படுத்துக்கொண்டாள்.

அதிகாலையிலும் அந்த வறட்சியான காற்று வீசிக்கொண்டிருந்தது. அது குளிர்ந்தால் மழை வரும். அது குளிராது. குளிர்ந்துபோக அக்காற்றுக்கு விருப்பம் இல்லை. மெலிந்து

போயிருந்த இரண்டு காளைமாடுகளும் அடிக்கடி பெருமூச்சு விட்டுக்கொண்டிருந்தன.

அதை அரைகுறையான தூக்கத்தில் புரண்டுகொண்டிருந்தவர்கள் எல்லோரும் நன்றாகக் கேட்டிருக்க முடியும். அந்த மாடுகளின் பெருமூச்சை அதிக நேரம் கேட்க முடியாது. தாங்க முடியாத சோகத்தை எப்படியோ அந்தப் பெருமூச்சில் கலந்து அந்த மாடுகள் வெளியிட்டுக்கொண்டிருந்தன. அந்தக் காற்றாவது கொஞ்சம் மெதுவாக வீசியிருக்கலாம். புழுக்கத்தை வீசுகிற காற்றுக்கு இவ்வளவு வேகம் வேண்டாம். காய்ந்து கிடக்கிற மேல் காட்டிலிருந்து அந்தக் காற்று புறப்பட்டிருக்க வேண்டும். காற்றில் காட்டில் விழுந்து கிடக்கிற காய்ந்த மாட்டுச் சாணம், ஆட்டுப் பிழுக்கை இவற்றின் மணம் கலந்திருந்தது. மேல்காட்டில்தான் கடைசியாக இந்த வருஷம் அதிகம் மந்தை சேர்ந்திருந்தது.

பாட்டியைக் கல்லறைத் தோட்டத்துக்குக் கொண்டு போகிறதுக்கு, பக்கத்து ஊரான குரும்பூரிலிருந்து ஒரு பழைய சவப்பெட்டியை மிகவும் சொல்பமான விலைக்கு ஈசாக்கே தலைச்சுமையாக வாங்கிக்கொண்டு வந்தான். அதற்குள் சாயந்திரம் ஆகிவிட்டிருந்தது. பாதிரியார் ஊரில் இல்லை என்று கோயில் குட்டியார்தான் பாளையஞ்செட்டிக்குளத்தூரிலிருந்து வந்திருந்தார். ஊரை விட்டுக் கிளம்புகிறதுக்காக என்று எஸ்தர் சேமித்துவைத்திருந்த பணத்தில், பாட்டியின் சாவுச் செலவுக்குக் கொஞ்சம் போய்விட்டது.

யாரும் அழவே இல்லை. மாறாக, பயந்துபோயிருந்ததை அவர்களுடைய கலவரமான முகங்கள் காட்டின. கல்லறைத் தோட்டம் ஒன்றும் தொலைவில் இல்லை. பக்கத்தில்தான் இருந்தது. கோயில் தெருவிலும் நாடாக்கமார் தெருவிலும் இருந்த இரண்டே வீட்டுக்காரர்கள் கொஞ்சநேரம் வந்து இருந்துவிட்டுப் போய்விட்டார்கள். துக்க வீட்டுக்குப் போய்த் துக்கம் விசாரிக்கிற பொறுப்பை அவ்வளவு லேசாகத் தட்டிக் கழித்துவிட முடியும்தானா?

எஸ்தர் சித்திக்கு மட்டும் பாட்டியின் ஈரம் நிரம்பிய கண்கள் கூரையைப் பார்த்து நிலைகுத்தி நின்றது அடிக்கடி ஞாபகத்துக்கு வந்துகொண்டே இருந்தது. வெகுகாலம்வரை அந்தக் கண்களை அவள் மறக்காமல் இருந்தாள்.

கணையாழி, 1974

கரையும் உருவங்கள்

தலையைக் குனிந்தபடியே நடந்து வந்து கொண்டிருந்தான். அந்தத் தெருவில் நடமாட்டம் குறைந்துவிட்டது. ஒரு வீட்டுக்குள்ளிருந்து, 'ராதை யின் நெஞ்சமே...' கேட்டது. வழக்கமாக எந்த இடத்தில் அந்தப் பாடலைக் கேட்டாலும் நின்று ரசித்துக் கேட்பவன். இன்று நிற்காமல் போகிறான்.

தெருவின் திருப்பத்தில் மட்டும் ஒரு டியூப்லைட் எரிந்துகொண்டிருந்தது. டீக்கடைக் காரர்கள் சாமான்களையெல்லாம் ரொம்பச் சொந்தத்துடன் தெருவில் பரப்பி வைத்துக் கழுவிக்கொண்டிருந்தனர்.

'என்ன அண்ணாச்சி...படத்துக்குப் போய்ட்டு வாறீங்களா ?'

'இல்லேப்பா...' என்று தேங்கிக் கிடந்த கரித் தண்ணீரைத் தாண்டிக் குதித்தான். செருப்பு அறுந்துவிட்டது. இரண்டு நாட்களாகப் பயமுறுத்தி வந்த செருப்பு, இன்று வீட்டுக்கருகில் ஆள் நடமாட்டமற்ற ராத்திரி வேளையில் அறுந்து போனது ஓரளவு நிம்மதியாக இருந்தது. ஆனாலும் நாளைக்குத் தைக்கவேண்டும். பதினைந்து பைசாவாவது ஆகும்.

குனிந்து அந்தச் செருப்பையும் மற்றொரு செருப்பையும் கழற்றிக் கையில் எடுத்துக் கொள்கையில் மனத்துள் பொங்கிய வேதனையை, 'சே' எனக் கூறிக் குறைக்க முயன்றான். பலசரக்குக் கடையின் முன்னால் பலகை பெஞ்ச் காலியாகக்

கரையும் உருவங்கள் 105

கிடந்தது. அதிலே கூடப் படுத்துவிடலாம். எஸ்.எஸ்.எல்.சி. படிக்கா திருந்தால் ஒருவேளை அதில் படுக்கத் தைரியம் வந்திருக்கக் கூடும்.

தொடர்ந்து நடந்தான்.

வீட்டுக்குள் விடிவிளக்கு மட்டும் எரிந்துகொண்டிருந்தது. அடுப்படியில் விளக்கொளி தெரிந்தது. கதவைத் தட்டக் கூச்சப்பட்டு வெளியே நின்றான். தெருவாசல் ஜன்னல் இருட்டில் முகம் தெரிகிறது. யாரென்று தெரிகிறதுக்குள் வாசல் கதவு திறந்துகொண்டது. அக்காதான் கதவைத் திறந்தது. அந்த அரை இருட்டில் அவள் தலையிலிருந்த பிச்சிப்பூவின் வாசனை தனியே குளிர்ச்சி தந்தது.

'ஏன்டா ஊமையா வாசல்லே நின்னுக்கிட்டிருக்கே? கதவைத் தட்டினா என்னடா? இவ்வளவு நேரமாச்சே, வெளியே வந்து பார்த்துட்டுப் படுப்போமேன்னு வாசலுக்கு வந்தேன் ... எவ்வளவு நேரமா இப்படி நிக்கிறே? ஏன்டா இப்பிடி ஆயிட்டே? கதவைத் தட்டினாத்தானே யாரும் திறப்பாங்க . . . நல்ல புள்ளைடா நீ? சரி . . . சரி . . . வா.'

திண்ணைக்கு அடியில் குனிந்து மெதுவாக, சத்தம் கேட்காமல் செருப்பைக் கீழேவைத்தான். அக்கா கதவைத் தாழ்ப்பாள் போட்ட சத்தத்தில் விழித்துக்கொண்ட அப்பா தலையைத் தூக்கிப் பார்த்தார்.

'யாரு சங்கரனா? எங்கேடா இவ்வளவு நேரமா சுத்திப் பிட்டு வாரே? காலகாலத்துல வந்து கடனப் பத்திட்டுப் படுத்தா என்ன? பொட்டப்புள்ள எம்புட்டு நேரத்துக்குடா முழிச்சுக் கிட்டு இருப்பா?'

சுவரோடு சுவராக ஒதுங்கி நின்றவனைப் பார்த்து 'நீ வாடா' எனக் கூறி உள்ளே போனாள் அக்கா. அடுப்படியைக் கழுவி விட்டிருக்கவேண்டும். இளம் பச்சை வர்ணத்தில் பள பளவென்று இருந்த சில இடங்களில் ஈரம் காய்ந்துபோயிருந் தது. ஒரு சாக்குத் துண்டை விரித்துச் சங்கரனை உட்காரச் சொன்னாள்.

'எனக்குச் சாப்பாடு வேண்டாம்' என்று நிலைப்படியருகே வந்து சொல்லிவிட்டுத் திரும்பிப் போக முயன்றான் அவன். வேகமாக வந்து அவன் கையைப் பிடித்திழுத்து நிறுத்தினாள்.

அவனது முகத்தையே கொஞ்ச நேரத்துக்குப் பார்த்தாள். அவன் தலையைத் தொங்கப் போட்டுக்கொண்டான்.

‘எதுக்குடா வேண்டாம்ங்கிற? வா வந்து சாப்பிட்டுப் படு. பெரிய இவன் மாதிரிதான் . . .’

இழுக்காத குறையாக இழுத்து வந்து, தோளைப் பிடித்து அமுக்கி, சாக்கின் மீது உட்காரப் பண்ணினாள். தயாராகப் பிசைந்துவைத்திருந்த சாப்பாட்டுத் தட்டை அவன்முன் வைத்துவிட்டு, சிறிய மரப் பலகையைப் போட்டுக்கொண்டு எதிரே உட்கார்ந்துகொண்டாள்.

அவன் சாப்பிடவில்லை. தட்டையே முறைத்துப் பார்த்துக் கொண்டிருந்தான்.

‘என்னடா பார்த்துகிட்டே இருக்கே? சாப்பிடு . . . ம் . . . மத்தியானம் சாப்பிட்டதுதானே? சாயந்தரங் காப்பிகூடக் குடிச்சிருக்க மாட்டியே? சாப்பிடு.’

அவளுடைய அழுத்தமான பிரியத்தை அவனால் தாங்கிக் கொள்ள முடியவில்லை. பொங்கிவந்த அழுகை தொண்டைக் குழியில் மரக்கட்டை மாதிரி தடுக்கிக்கொண்டு நின்றது.

பலகையை இழுத்துப் பக்கத்தில் போட்டு உட்கார்ந்து கொண்டாள். ‘ம் . . . கையைக் காட்டு . . .’ சோற்றை உருட்டிக் கையில் போட்டாள்.

‘நீ மட்டுமாடா வேலையில்லாமே ஊர்ல இருக்கே? எவ்வளவு பிள்ளைகள் வேலையில்லாம உன்னை மாதிரி படிச்சுப் போட்டு வீட்ல இருக்கு. வீட்டுக்கு வீடு வாசப்படி, எனக்கும்தான் வயசும் பொழுதும் ஏறிக்கிட்டே போகுது. நான் யார்கிட்டேடா போய் அழட்டும்? ம்? கையை நல்லா விரி, சோறு கீழே சிந்திரப் போவுது. யார் வீட்டுக்கோ வர்றமாதிரித் தயங்கித் தயங்கி வாரே . . . யார் வீட்டிலேயோ சாப்பிடுத மாதிரி கூச்சப்படுதே . . . ம் . . . வாயில போடு.’

இன்னும் கொஞ்சம் சோறு கேட்டு வாங்கிச் சாப்பிட்டான். அங்கணத்தில் கைகழுவத் தண்ணீர் ஊற்றினாள்.

‘பார்த்துப் போ . . . இதுகள் கால்மாடும் தலைமாடுமா படுத்துக் கெடக்கும். இந்தா இதெல்லாம் எடுத்து வச்சிட்டு வாரேன். போயிப் படுத்துக்கோ.’

வேட்டியில் கையைத் துடைத்தபடியே அறைக்குள் போனவன் விளக்கைப் போட்டான். பெரிய தம்பி புரண்டு படுத்தான். ஊஞ்சல் சத்தம் எழும்பித் தேய்ந்தது. அந்தச் சத்தத்தை அவனுக்கு நினைவு தெரிந்த நாளிலிருந்து கேட்டு

வருகிறான். அது அவனுக்கு ரொம்பப் பிடித்தமான சத்தம். அந்த ஊஞ்சலில் தம்பி, அக்கா, அவன் எல்லோரும் லீவு நாட்களில் பஸ் விளையாட்டு விளையாடுவார்கள். அவன்தான் டிரைவர். கைநிறையக் காலண்டர் தாளைக் கிழித்து வைத்திருக்கும் தம்பி கண்டக்டர், ஊஞ்சலை ஓடி ஓடி ஆட்டிவிட்டுவிட்டுக் கடைசியில் ஏறிக்கொள்ளும்போது ஒருமுறை தவறி விழுந்து நெற்றியில் வெட்டிவிட்டது. நெற்றித் தழும்புக்கு அவனது கை தானாகவே போயிற்று.

தம்பியின் சிதறிக் கிடந்த புத்தகங்களை எல்லாம் எடுத்து அடுக்கி வைத்தான். நன்றாகப் படிக்கும் தம்பியைக் கஷ்டத்தோடு கஷ்டமாய் அப்பா படிக்க வைக்கிறார். ஆனால் அவனுக்கோ... படிப்புமில்லை வேலையுமில்லை.

சட்டையைக் கழற்றிக் கொடியில் போட்டான். படுக்கையில் சுவரோரமாகச் சாய்ந்து உட்கார்ந்துகொண்டான். தூங்கப் போவதில்லை. இருந்தாலும் படுத்தே ஆகவேண்டும். இது என்ன கஷ்டம் ? வீட்டுக்குள் இருக்கவே சங்கடமாக இருந்தது.

அக்கா வந்தாள். அவனுடைய தலைமாட்டில்தான் அவளுக்குப் படுக்கை. 'இன்னும் என்ன யோசனை பண்ணிக்கிட்டிருக்கே? படுக்க வேண்டாமா?'

பெருமூச்சு விட்டான்.

இவன் தலையணையிலும் அவள் தலையணையிலுமாகச் சேர்ந்து உட்கார்ந்துகொண்டாள். மங்கிய விடிவிளக்கு வெளிச்சத்தில் ரொம்ப அழகாக இருந்தாள். வீட்டில் எல்லாரையும் விட அவள் நல்ல சிகப்புத்தான். இருந்தும் கல்யாணம் ஆகவில்லை.

'அந்தக் கம்பெனில யாரோ உன் பிரண்ட் இருக்கான், வேலை விஷயமா வரச்சொன்னான்னு சொன்னியே, பாத்தியா ?'

கொஞ்சநேரம் பேசாமல் இருந்துவிட்டு மெதுவாகப் பேச ஆரம்பித்தான்.

'பார்த்தேன், நாளன்னைக்கு வரச்சொல்லிவிட்டிருக்கான். வழியில லாலா சத்திர முக்கில் ஆறுமுகத்து மாமாவப் பார்த்தேன். நாளைக்குத் தாளையூத்துக்கு வா, எங்க சூபர்வைசர்கிட்ட சொல்லலாம்னு சொன்னார் ...'

ரொம்ப பயந்து தாழ்ந்த குரலில் பேசினான்.

'அவுஹ வீட்டுல எல்லோரும் சௌக்கியந்தானா ? அவுஹ பையன் வேலையிலே சேர்ந்தாச்சாமே . . . ம் . . .

பின்னே நம்ம அப்பாவை மாதிரியா? இவுஹளுக்கு இருக்கிற செல்வாக்குக்கு யார்கிட்டேயாவது சொன்னாக் கிடைக்கும்.'

அந்த மாமாவின் பையனைக்கூட அக்காவுக்குப் பேசி விட்டு, ஒன்றும் நடக்கவில்லை.

'நாளைக்கு நீ தாளையூத்துக்கு எப்பப் போகப் போற?'

'என்னத்தைப் போகச் சொல்லுதே. அங்கென்னாப்பலே வேலையை வெச்சுக்கிட்டு காத்திட்ருக்காஹளாக்கும்.'

'போடா முட்டாள். அந்த மாமா ஒன்னைய மெனக்கெட்டுப் பார்த்துக் கூப்பிட்டிருக்கா. போய்ட்டு வருவியா . . . ம் . . . பஸ்ஸுக்குக் காசு வைச்சிருக்கியா? நீ காசு இல்லாட்டாச் சொல்லாமக் கொள்ளாம நடந்தே கூடப் போயிருவியே . . .'

'ம் . . . இருக்கு.'

'பொய் . . . சொல்லாதே.' கொடியில் கிடந்த அவன் சட்டையை உட்கார்ந்தபடியே கையை நீட்டி இழுத்தாள். ஒரு ஐந்து பைசா கீழே விழுந்தது. சட்டையில் இருந்து ஒரே வியர்வை வாடை. பைக்குள் கையை விட்டுத் தேடினாள். இரண்டு கசங்கிப் போன பஸ் டிக்கெட்டுகளை எடுத்து வெளியே போட்டாள்.

'எங்கடா காசு வச்சிருக்க. எனக்கு ஒன்னையத் தெரியாதாடா?' என்று எழுந்துபோய் பீரோவைத் திறந்தாள். அவளுடைய துணிகள் இருந்த தட்டிலிருந்து ஒரு சாக்லெட் டப்பாவை எடுத்தாள். டப்பாவிலிருந்த சின்னக் குங்குமச் சொப்பை எடுத்துக்கொண்டு வெளிச்சத்திற்கு வந்தாள். மடக்கி வைத்திருந்த ஒரு ரூபாய் நோட்டைப் பிரித்து அவனிடம் நீட்டினாள்.

'எதுக்கு அக்கா . . .' மெல்லச் சொன்னான், அவளை அண்ணாந்து பார்த்து.

'சரிதான்டே . . . ரொம்பப் பிகு பண்ணிக்கிடாதே . . .' என்று சொல்லிவிட்டுச் சிரித்தாள். மீண்டும் அருகில் வந்து அமர்ந்தவள் சட்டையை எடுத்துக் கை மடிப்பைப் பிரித்தாள். அவனிடமிருந்த ரூபாயை வாங்கி அந்த மடிப்புக்குள் சுற்றினாள்.

'இன்னைக்குத்தானே இந்த சட்டையைப் போட்டே . . . அதுக்குள்ளே ஒரே வேர்வையா ஆக்கிட்டு வந்திருக்கியே? சோப்புப் போட்டுக் குளிக்கிறதை ஐயா விட்டாச்சு போலிருக்கு.'

அவளை நேருக்கு நேர் பார்த்தான்.

'எல்லாம் நான் பார்த்துக்கிட்டுத்தானே இருக்கேன். இவ வீட்ல கெடக்கவதானே, இவளுக்கு என்ன தெரியும்னு நெனச்சுக்கிட்டு இருக்கியா? சோப்புப் போட்டுக் குளிக்கிறதை விட்டுட்டே. எல்லாரும் பேஸ்ட் எடுத்துப் பல்லுத் தேய்க்கிறாங்க. நீ பதினைந்து பைசாவுக்குப் பல்பொடி வாங்கிட்டு வந்து தேய்க்கே . . . அம்மாவுக்கு இதெல்லாம் கவனிச்சுப் பார்க்கத் தெரியாது . . . உனக்கு என்னடா வந்திச்சு? வேலை இல்லாமே இருக்கதுக்காக இவ்வளவு ரோஷத்தோட இருக்கணுமாடா? அக்காவைப் பாரு, வீட்டுல உட்கார்ந்து பத்து வருஷம் முடியப் போகுது. எந்த சௌகரியத்தையாவது கொறைச்சிருக்கேனா? ஆனாலும் நீ ரோஷக்காரப் பயடா' விசும்பலாகக் குறைந்தது குரல்.

சட்டென்று, முகத்தை அவள் மடியில் குப்புற வைத்துக் கொண்டு படுத்தான். அவள் அவனுடைய விம்மித் தாழும் முதுகைத் தடவிக் கொடுத்துக்கொண்டிருந்தாள்.

தீபம், 1974

ஆதி ஆகமம்

ஆச்சி இறந்துபோனதை நல்ல விதமாகக் கொண்டாட வேண்டும் என்று சித்தப்பாவும் அப்பாவும் முடிவு செய்து செலவு செய்து வந்தார்கள். ஏனென்றால், ஆச்சி நல்ல சுமங்கலியாகச் செத்திருந்தாள். தாத்தா உயிருள்ள காலத்திலேயே பூரண சுமங்கலியாகச் செத்துப்போயிருந்தாள். நாங்களும் சித்தப்பாவுடைய பிள்ளைகளும் ஆச்சியை எடுத்துக்கொண்டு மயானம் போகிற போது நெய்ப்பந்தம் பிடித்தோம்.

முதலில் இந்த நெய்ப்பந்தம் பிடிக்கிற விஷயம் அநேகம் பேருக்கு ஞாபகத்துக்கே வரவில்லை. ஆலந்தா ஊரிலிருந்து எங்கள் குடும்பங்களிலேயே பெரிய தாத்தாவான வாலாட்டித் தாத்தா வந்திருந்தார். அவரைச் சுற்றி எல்லோரும் உட்கார்ந்து பேசிக்கொண்டிருந்தார்கள். எல்லாம் மிகப் பழைய விஷயங்கள். வாலாட்டித் தாத்தா, செத்துப்போன ஆச்சியின் கல்யாணம் எப்படி நடந்தது என்று உற்சாகமான குரலில் சொல்லிக்கொண்டிருந்தார். ஆச்சியுடைய தாத்தாவுக்கு இதெல்லாம் காதில் விழவே இல்லை. தாத்தாவின் மனது எங்கே இருந்தது என்று யாரும் அப்போது தெரிந்துகொள்ள வில்லை. ஆச்சியைச் சுற்றி அழுதுகொண்டிருந்த பெண்களையே பார்த்துக்கொண்டிருந்தார். நெய்ப்பந்தம் பிடிக்க வேண்டும் என்று தாத்தாவுக்கு அச்சமயத்தில் ஞாபகத்துக்கு வர நியாயமே இல்லை.

ஆனால், வாலாட்டித் தாத்தாவும் மற்றவர்களும் இதைச் சொல்லி ஞாபகப்படுத்தியிருக்கலாம்.

ஆனால், கடைசியாக ஞாபகப்படுத்தின ஆள் மூக்காண்டி மாமா தான். ஆச்சிக்குத் தீட்சை இறக்கவேண்டியது இருந்தது. இதுக்கும் மூக்காண்டி மாமாதான் மாதாங்கோயில் தெருவில் போய் குருக்களையாவைச் சைக்கிளில் பின்னால் வைத்துக் கூட்டிக் கொண்டு வந்தது. உயரமான, இற்றுப் போன திரேகம் மாமாவுக்கு. இது போல காரியங்கள் வந்துவிட்டால் அசுர பெலம் வந்து வேலை நடக்கும். தீட்சை இறக்கின பிறகு ஆச்சியைத் தூக்க வேண்டியதுதான்.

மூக்காண்டிமாமாவுக்கு துஷ்டியில் ஆகட்டும், சுபகாரியங் களில் ஆகட்டும் காரியங்களைக் கட்டுவிடாமல் செய்கிற ஞாபகம் ஏராளமாக இருந்தது. இத்தனைக்கும் மாமாவுக்கு முப்பது வயசிருந்தால் பெரிய விஷயம். யார் வீட்டில் எது நடந்தாலும், எத்தனை நாள் காரியம் ஆனாலும் மூக்காண்டி மாமாவிடம் பொறுப்பை ஒப்படைத்துவிட்டு, உடையவர்கள் விருந்தாளிகளோடு திண்ணையில் உட்கார்ந்து வெற்றிலை போட்டுப் பேசிக்கொண்டிருக்கலாம். அப்பாவும் சித்தப்பாவும் சேர்ந்து துஷ்டிக்குச் சொல்லிவிட ஆள் அனுப்புகிறபோது, முதல் ஆளாக மூக்காண்டி மாமாவுக்குச் சொல்லி அனுப்பினார்கள். பக்கத்துத் தெருவில்தான் செல்லம்மா அத்தை இருந்தாள். அவள் வருகிறதுக்கு முன்னால் டவுனிலிருந்து மூக்காண்டி மாமா வந்துவிட்டார்கள். மாமாவோடு மீனாட்சி அத்தையும் எல்லா வீடுகளுக்கும் வந்து எல்லா ஒத்தாசைகளும் செய்வாள். வெளிக் காரியங்களை மூக்காண்டி மாமாவும், சாப்பாடு, விசாரிப்பு, வைபவங்களுக்கு வேண்டிய சாமான்களை எடுத்துக் கொடுக்கிறது போன்ற உள்காரியங்களை மீனாட்சி அத்தையும் கவனித்துக்கொள்வார்கள். இவ்வளவு நல்ல தம்பதிகளுக்கு ஒரு குழந்தை இருந்திருக்கலாம்.

ஆச்சியைத் தூக்குகிற சமயம், மயானத்துக்குப் போய்விட்டு வருகிறவர்களுக்கு தோசை சுடுகிறதுக்காக மீனாட்சி அத்தை யிடம் சொல்லிக்கொண்டிருந்த மூக்காண்டி மாமா, கூடி நின்ற பெண்கள் கூட்டத்தை விலக்கிக்கொண்டு ஓடிவந்தார்கள். எங்களையும் சித்தப்பா வீட்டுப் பிள்ளைகளையும் பேர் சொல்லி அவசர அவசரமாகக் கூப்பிட்டார்கள். பண்டிதனைக் கூப்பிட்டு அவசரம் அவசரமாக எட்டு நெய்ப்பந்தங்கள் செய்யச் சொன்னார்கள். சிறிய குச்சியில் துணியைச் சுருட்டி நெய்யில் துணி முனைகளை முக்கிக் கொண்டு வந்தான் பண்டிதன். எங்கள் வீட்டிலும் சித்தப்பா வீட்டிலும் நாங்கள் மொத்தம் எட்டுப்பேர் பிள்ளைகள்.

ஆச்சி செத்துப்போன அன்றைக்கு வந்தவர்கள் அத்தனை பேரும் பதினாறாம் நாள் கருமாதிக்கும் வந்தார்கள். அப்பாவுக்கும்

சித்தப்பாவுக்கும் இந்தப் பத்து நாளில் தலையில் பச்சையாக இளம் முடிகள் முளைத்திருந்தன. மூக்காண்டி மாமாவும் மீனாட்சி அத்தையும் இரண்டு மூன்று தடவை, வீட்டுக்குப் போய் வந்து விடுகிறதாக அப்பாவிடம் கேட்டார்கள். அப்பா ஒரேயடியாக மறுத்துவிட்டார்கள். மேலும் தாத்தாவும் மாமாவிடம் இங்கேயே இருக்க வேண்டும் என்று கண்டிஷனாகச் சொல்லிவிட்டார்கள். இடையே கிழமை வீட்டுக்குச் சாமான் வாங்குகிறதுக்காக மாமா டவுனுக்குப் போனபோது, தன் வீட்டுக்குப் போய் அத்தைக்கு வேண்டிய சேலை, ரவிக்கைகளையும் தனக்கு வேண்டிய வேட்டி, சட்டைகளையும் சிங்கக்குட்டி ஷாப் படம் போட்ட பையில் எடுத்துக்கொண்டு வந்துசேர்ந்தார்கள்.

செல்லம்மா அத்தையுடைய வீடு பக்கத்துத் தெருவில்தான் இருந்தது. செல்லம்மாஅத்தை வீட்டு மாமாவுக்குப் பஸ்ஸில் கண்டக்டர் வேலை. செல்லம்மா அத்தைக்கும் குழந்தைகள் இல்லை. பக்கத்துத் தெருவில் அத்தை இருந்தபடியால் மாமா பஸ்ஸுக்குப் போன பிற்பாடு இங்கேயே வந்துவிடுவாள் அத்தை.

மீனாட்சிஅத்தையும் செல்லம்மாஅத்தையும் நல்ல சிநேகிதிகள். இருவருக்குமே சம வயசாக இருந்தது தவிர இரண்டு பேருக்குமே குழந்தை இல்லாமல் போயிருந்ததும் ஒரு காரியமாக இருக்கலாம்.

மூக்காண்டிமாமா கடைக்கோ, தோசைக்கு அரைத்துத் தருகிற வீட்டுக்கோ, கருமாதிக்குச் சமையல்காரரைப் பார்த்து விட்டுச் சொல்லிவிட்டோ வந்தபோது மீனாட்சிஅத்தையும் செல்லம்மாஅத்தையும் பேசிக்கொண்டிருந்தனர். மூக்காண்டி மாமா வருகிறதைப் பார்த்ததும் மீனாட்சிஅத்தை, செல்லம்மா அத்தையை மட்டும் மூக்காண்டிமாமா பார்க்க விட்டுவிட்டு ஏதோ காரணம் சொல்லிப்போனாள்.

மூக்காண்டிமாமாவுக்கு எப்போதும் செல்லம்மாஅத்தை யிடம் பேசுகிறதுக்கு என்ன விஷயம் இருக்கும் என்று யாராலும் விளங்கிக்கொள்ள முடியாது. வெகு நேரம் பேசிக் கொண்டிருப்பார்கள். செல்லம்மாஅத்தை மூக்காண்டி மாமா முகத்தை அதிகம் பார்க்கவே மாட்டாள். அவ்வளவு வயசிலும் கூச்சப்படுகிறது செல்லம்மாஅத்தைக்கு அழகாகவே இருந்தது. ஆனால் மாமா தன்னைப் பார்க்காதபோது மாமாவையே பார்த்துக்கொண்டிருப்பாள் செல்லம்மாஅத்தை.

மூக்காண்டிமாமாவுக்குப் பல வேலைகள் இருக்கும். முக்கியமாக அடுத்த வேளைச் சாப்பாட்டுக்காக இலைகள் நறுக்குகிறதை மூக்காண்டி மாமாவே செய்தால்தான் அவருக்குத் திருப்தி வரும். அரிவாள்மனையைக் காலுக்குள் வைத்துக்

கொண்டு இலைகளை வெட்டி வெட்டிப் போட, மாமாவுக்கு எதிரே குனிந்து நின்றுகொண்டு இலைகளை எடுத்து அடுக்கி வைக்கிற வேலையை செல்லம்மா அத்தை செய்வாள்.

இதிலே இடையிடையே அவர்கள் இரண்டு பேரையும் மேலும் ஊக்குவித்துச் சந்தோஷப்படுத்துகிறது போல, தன் வேலைகளின் நடுவே மீனாட்சி அத்தையும் கலந்துகொள்வதுடன், சமயம் கிடைத்தால் இரண்டு பேரையும் சேர்த்துக் கிண்டலும் பண்ணிவிட்டுப் போவாள். இதில் மீனாட்சி அத்தை அளவற்ற ஆனந்தத்தைப் பெற்றாள் என்பதுதான் நிஜம். அந்த மூன்று பேரில் யாருக்காக யார் இப்படி ஓடி ஓடி வேலை செய்தார்கள் என்று சொல்லுவது லேசான காரியமில்லை.

டவுனில் ஜவுளிக் கடைகள் நிறைய இருக்கின்றன. பவானி ஸ்டோர் என்கிற, சன்னதிக்கு எதிர்க்கடையில் துணிகள் எடுப்பதே அம்மாவுக்கு இஷ்டம். தாத்தாவுக்கும் அப்பா, சித்திக்கு எல்லாமும் கந்தவிலாஸ் கடையில் எடுப்பதே விருப்பம். கருமாதிக்கு நான்கு தினங்கள் இருக்கும்போது ஜவுளி எடுக்க வேண்டியதைப்பற்றிப் பேச்சு வந்தது. செல்லம்மா அத்தையும் மூக்காண்டி மாமாவும் முடிவு செய்த எம்.ஆர்.கே. கடையிலேயே எல்லோருக்கும் ஜவுளி எடுக்கிறதென்று தீர்மானம் ஆயிற்று.

ஜவுளி எடுக்க ஒருநாள் சாயந்திரம் புறப்பட்டுப் போனபோது, மூக்காண்டி மாமாதான் முன்னே போனார்கள். அவர்களோடு நானும் சித்தப்பாவீட்டுத் தம்பியும் போனோம். கொஞ்சம் பின்னால், தாங்கள் பேசுகிறது மூக்காண்டிமாமாவுக்கு கேட்கிற தூரத்தில் மீனாட்சிஅத்தையும் செல்லம்மாஅத்தையும் பேசிக் கொண்டு வந்தார்கள். செல்லம்மாஅத்தை ஏதாவது வேடிக்கை யாகச் சொல்லிவிட்டு மூக்காண்டிமாமா முகத்தை, மீனாட்சி அத்தை அறியாமல் திருட்டுத்தனமாகப் பார்ப்பாள். மாமாவும் ஏதாவது பதில் சொல்லிப் பேச்சில் கலந்துகொண்டால், அத்தைக்கு அளவற்ற குதூகலம் வந்துவிடும்.

மாடியுள்ள ஜவுளிக்கடையை மூக்காண்டிமாமா தேர்ந்தெடுத்தது ஏனென்று யாருக்கும் தெரியாது. ஆனால் கடைக்குள் போனதும் எல்லோருக்கும் விருப்பமான இடமாக அக்கடை இருந்தது. மாடியில் இருந்த ஜவுளிகளைப் பார்க்கப் போகிறபோது, யாருக்கும் மூக்காண்டி மாமாவைக் கவனிக்கத் தோன்றவில்லை. சித்தியின் குழந்தைகள், சித்தியின் கைப்பிடியை விட்டு விடுவித்துக்கொண்டு முன்னால் மாடிப்படிகளில் ஏறி ஓடினார்கள். பெரியவர்களும் வேகமாக, ஜவுளிகளைப் பார்க்கப் போகிற ஆனந்தத்துடன் படியேறினார்கள். மீனாட்சி அத்தை ஒன்று செய்தாள். சித்தியுடைய பெண்ணும் எனக்குப் பெரிய தங்கச்சியுமான ராஜேஸ்வரியையும் சின்னத் தம்பியையும்

தன்னோடு அழைத்துக்கொண்டாள். மூக்காண்டி மாமாவையும் செல்லம்மா அத்தையையும் விட்டுவிட்டு முன்னால் ஏறினாள். அந்த மாடிப்படி ஏறுகிறதுக்குள் அவர்கள் இரண்டு பேரும் என்ன பேச்சுப் பேசிவிட முடியும்? ஆனாலும் மீனாட்சி அத்தை அதை அவர்களுக்கு முழு மனத்தோடு விட்டுக் கொடுத்தாள். எடுத்த ஜவுளிகள் ஒன்றுமில்லை. மாடியில் போய் ஜவுளிகளைப் பார்த்ததே யாராலும் சொல்லத் தெரியாத அனுபவம்.

கருமாதி அன்று இரவு பக்கத்தில் இருந்த சிவன் கோயிலுக்கு எல்லோரும் போனோம். அப்பாவும் சித்தப்பாவும் வெளுக்காத கோடி வேட்டியும் வெறும் நேரியலும் மட்டும் அணிந்து கொண்டிருந்தார்கள். ராஜேஸ்வரிக்கு மட்டும் எல்லோரையும்விட அகலமான பார்டர் வைத்த பாவாடையும் ரவிக்கையும் பொருத்தமாக இருந்தது. அம்மா தன் ரவிக்கை, கையைப் பிடிக்கிறது என்றாள். சித்திக்கோ தன் சேலையில் திருப்தி காண முடியவில்லை. அம்மாவுடைய சேலையின் வர்ணம் அழகாகப் பட்டது சித்திக்கு. ஆண் பிள்ளைகளான எங்களுக்கும் சட்டை டிரவுசர்களில் ஏதாவது அதிருப்தி இருந்தது. குறிப்பாக என் டிரவுசரில், எவ்வளவோ சொல்லியும் எனக்கு 'பக்கிள்ஸ்' வைத்தும் பின்புற பாக்கெட் வைத்தும் தைக்கவில்லை.

தெருவெல்லாம் நல்ல வெளிச்சமே இருந்தது. இருப்பினும் ஹரிக்கேன் லைட்டைப் பொருத்தி எடுத்துக்கொண்டு மூக்காண்டி மாமாதான், வீட்டுக்கு வந்த குழந்தைகள் சூழ்ந்து வர முன்னால் நடந்துபோனார்கள்.

அன்றைக்கு மத்தியானம் மூன்று பந்திக்கும் பரிமாறிக் கொண்டிருந்த செல்லம்மாஅத்தை, பெண்கள் பந்தியில் பாதியி லேயே விட்டுவிட்டுப் போய், சுகமில்லை என்று படுத்துக் கொண்டாள். இது ஒன்றும் ஆச்சரியமில்லை. மூக்காண்டி மாமா கோயிலுக்குப் போய்விட்டு வந்ததும், மறுநாள் காலையில் போகலாம் என்று எல்லோரும் சொல்லியும் கேளாமல் அவசர அவசரமாகத் தோசையைச் சாப்பிட்டுவிட்டு, கடைசி டவுன் பஸ்ஸில் மீனாட்சி அத்தையையும் கூட்டிக்கொண்டு போனது தான் இன்னும் ஆச்சரியம்.

வெகு காலத்துக்குப் பிறகு அம்மா ஒரு தடவை, செல்லம்மா அத்தையை மூக்காண்டி மாமாவுக்குத்தான் கொடுக்கவேண்டும் என்று முதலில் இருந்தது என்பதை ஒரு தகவலைப் போல சாதாரணமாக என்னிடம் தெரிவித்தாள்.

1974

ராஜநாகம்

அதுக்காகவே காத்திருந்தவளைப் போல் எல்லோரும் சொன்னதும் பாட ஆரம்பித்தாள். அவளுக்குப் பாடவும் தெரியும் என்று அருகில் இருந்தவள் சொன்னதும் அந்த வீட்டுக்குப் போயிருந்த எங்களுக்கெல்லாம் சந்தோஷமாகப் போயிற்று. அவளைப் பாடச் சொல்லுகிற சாக்கில் எல்லோருக்கும் அவள் முகத்தை, அவள் எதிரே யிருக்கிற கணவனைப் பற்றிய பயமில்லாமல் பார்த்துப் பேச சந்தர்ப்பம் கிடைத்தது.

அவளைப் பார்த்துப் பேசுகிறதுக்கு பயப் பட்டதுக்கு, கூடவே இருந்த அவளுடைய புருஷன் மட்டும் காரணம் இல்லை. நிஜமாகவே அவளை அதிக நேரம் பார்த்துக்கொண்டிருப்பது முடியாத காரியம். அதற்குத் தைரியம் பற்றாது. சங்கல்பம் வேண்டும். அறைக்குள்ளே நுழைந்தபோதே வீட்டிலிருந்த அத்தனை பேர்களிலும் அத்தனை பொருட்களிலும் முதலில் அவள் இடம்தான் தெரிந்தது. யாரும் அவளை அதுக்குமுன் பார்த்ததோ அவள் அங்கேதான் இருப்பாள் என்று யூகித்ததோ கூட இல்லை. எங்களுக்கு முன்பரிச்சயம் அற்ற தம்பதிகள் அவள் புருஷனும் அவளும். அந்த வீட்டில் நுழைந்ததும், தானே அவளை அவள் காண்பித்துக்கொண்டாள். பார்த்த நேரம் முதல் எல்லோருக்கும் நிதானம் தவறிவிட்டது. உட்காரு வதும் பேசுவதும், மூச்சு விடுவதும் வினோதமான பழக்கங்களாகிப் புதுசாகச் செய்து பழகுகிறது மாதிரிதான் இருந்தது.

கொஞ்சம் தமிழே பேசத் தெரியும் என்று சொன்னாள். பேசின போது பெரும் பாண்டித்தியம்

தோன்றியது. அவள் தெலுங்குப் பெண். அவன் குரூபி. அவனில்லை, எல்லோருமே அவலட்சணமாகப் போனோம். எல்லோரிலும் அவள் புருஷன் அருவருக்கத்தக்க குரூபியாக இருந்தான். அறைப் பொருட்கள் எல்லாம் சிதிலப்பட்டுக் கிடந்தன.

பிரதான சாலையிலிருந்து தெரு தூரமாகவும், தெருவி லிருந்து வீடு தூரமாகவும் இருந்தது. வீட்டிலிருந்து வீட்டு முன்வாசல்படி தூரம், முன் வாசல் படியிலிருந்தோ மேலேறி வருகிற மாடி ஏறக்கூடாத உயரம், அவளிருந்த கட்டிலுக்கும் நாங்கள் இருந்த மோடாக்களுக்குமோ கடக்க முடியாத தொலைவு.

புருஷனுக்குப் பயந்த பெண்ணாய் இருந்தாள். யாரையும் அவளால் நிலைத்துப் பார்த்துப் பேசமுடியவில்லை. அவளுக்கே அவள் பயம் தந்தாள்.

குரூபி விவரிக்க முடியாத மனோநிலையில் உழன்று கிடந்தான். எந்தப் பேச்சிலும் அவளைக் கவனிக்கவேண்டிய கடமை இருந்தது அவனுக்கு. பேசாமல் இருப்பதே நல்லது என்று எல்லோரும் சிறிது நேரம் பேசாமலும் இருந்தோம்.

யாருமே பேசாத நேரம் பின்னும் சிரமமாக இருந்தது. ஏதோ அசம்பாவிதம் நடந்து, அவளுக்கு நடக்கக்கூடாதது விளைந்துவிடும் போலப் பயந்து உடனேயே யாராவது ஒருத்தர் மல்லுக்குப் பேசினோம். பேசாமல் இருந்தால் யாரால் என்ன விளையும் என்று யாருக்குத் தெரியும்.

பாட்டின் முதல் இனிமையைக் கேட்டதும் அவள் தன் பெரிய விஸ்வத்தன்மையிலிருந்து விடுதலையாகிச் சிறு நாகமாய்க் கட்டிலில் இருந்தாள். முன்வடிவைவிட இது தப்பிக்க முடியாதது.

எல்லோருக்கும் சேஷ்டைகள் ஒடுங்கிவிட்டன. மனம் செத்துக் கிடந்தது. அவள் பாட்டு உன்னதமாக இருந்திருக்கும் என்று எண்ணும்படி நாகத்தின் ஆட்டம் ஒயிலாக இருந்தது.

கைகள், கால்கள், மூக்கு, காதுகள், சட்டை, உடுத்தி இருந்த வேஷ்டி, வைத்திருந்த மீசை (துரை எனப் பேர் பெற்றிருந்தவன் பெரு மீசை வைத்திருந்தான்), முளைத்துக் கிடந்த தாடி, தலை மயிர்க் கற்றைகள், நெஞ்சு முடிகள், நாசித் துவாரங்கள் இரண்டு, கண்களுக்குள் கருப்புப் பாப்பா, கைவிரல் நகங்கள், கால் விரல்களில் முளைத்திருந்த தாறுமாறான நகங்கள், ஊத்தைப் பல் வரிசைகளை எங்கே வைப்பது என்று தெரியவில்லை, எல்லாம் தாறு மாறாய் வெட்கக் கேடாக இருந்தன என்று தோன்றியது. அணிந்திருந்த உடலுறுப்புகளை எப்போது கழற்றுவது?

தான் இருபத்தேழு வயதுவரை இத்தனை குரூபியாய் இருந்த தாகவும், துரை எனப்பட்டவன் முப்பதுவரை தாறுமாறான

உறுப்புகளைச் சுமந்து திரிந்ததாகவும், பின்னும் பேர் தெரியாத ஒருவன் வாலிபப் பருவம்வரை கேடு கெட்ட வாழ்க்கை வாழ்ந்ததாகவும் நாகத்தின் பாட்டும் ஒயிலாட்டமும் நினைக்க வைத்தது.

நாகமே, பாட்டை முடித்துக்கொண்டு சீக்கிரமே போய் விடு. உன் கருணையினால் நாங்கள் உயிர் பெற்றுச் செல்கிறோம். தீவினைகளிலிருந்து தப்பிக்கவே உன்னைப் பாடச் சொன்னோம். உன் தரிசனம் கிடைத்தது. கிடைத்ததே தவத்தை அழித்துவிட்டது. எங்கள் மனைவி மக்களிடம் செல்ல வேண்டிய தொலைவு இன்னும் இருக்கிறது. நெருங்கி நின்றாடிக் கொன்றுவிடாதே எங்களை. உன்னைப் பூஜிப்பது தவிர வேறு கதியில்லை. நாகமே உன்னைப் பூஜிக்கிறோம்.

குரூபியான புருஷனோடு வாழ்ந்த கசப்பை உமிழ்ந்து பாடினாள். எந்த வஸ்துவினாலும் அழிக்க முடியாத பாட்டினால், தான் இருந்த இடத்தை இட்டு நிரப்பினாள். காலோடு கால் பூட்டி, புணர்ச்சிக் கால்களின் பின்னலே போல் கட்டிலில் இருந்து நாகம் பாடியது. ஊளையிட்டு அழுது புலம்பிற்று.

ஊளையிடும் இவளை இவள் கணவன் என்ன சொல்லி வீட்டில் கொண்டுபோய் ஆறுதல் தருவானோ? அவளை இவன் கொண்டுபோவானா, இவள் அவனைக் கொண்டு வீடு சேர்ப்பாளா? தெருவில் எத்தனை வாகனங்களிலிருந்து அவனைப் பத்திரமாய்க் கூட்டிச் சென்று வீட்டில் இருத்தி அன்பு செய்தும் தன் பேரெழிலால் அவனைக் கிறக்கியும் கணவனாக்கி வாழ வேண்டும். அவளுக்குக் கொண்டு செல்லவும், துணைக்கு அழைத்துச் செல்லவும் உகந்த பொருள் கணவனே.

பாட்டை முடித்துவிட்டு இரைக்கிற மூச்சுடன், கொஞ்சமே என்றாலும் பேரலங்காரத்துடன் கட்டிலில் சோர்ந்து இருந்தாள். சோர்வும் இல்லை. அழியா மதுரத்தின் பின்வாங்கல். விஷம் கக்கி ஆடவொரு ஆயத்தம் அவளுக்கு அச்சோர்வு.

அவள் புருஷனை எங்கேயோ காணாமல் ஒழித்துவிட்டு மறுபடியும் ஒரு பாட்டுப் பாடத் தொடங்கினாள். பாடப் பாட எங்களுக்குத் தெரிந்த அவள் புருஷன் ஒடுங்கித் தேய்ந்து காணாமலே போனான்.

திடீரென்று பாட்டு நின்றது. நாகம் புருஷனைக் கூட்டிக் கொண்டு போயிற்று. பிறகுதான் மூச்சு வந்தது எல்லோருக்கும்.

1974

அவனூர்

நிகழ்காலம் தப்பி எத்தனையோ ஸ்டேஷனைக் கடந்துவிட்டது அவளுக்கு. ஒவ்வொரு ஸ்டேஷனிலும் ரயில் நிற்கிறபோது எவ்வளவு தொலைவுக்கு மனம் போயிருந்தாலும் கூட்டிக்கொண்டு வந்து அந்த ஸ்டேஷனுக்கு இன்னும் எத்தனை ஸ்டேஷன் இருக்கிறது என்று கழிக்க ஆரம்பிக்க மறக்கவில்லை. அடுத்த ஸ்டேஷனை நோக்கி நின்ற ரயில், இழுத்து இழுத்துப் புறப்படும்போது மனசும் விட்ட இடத்தைத் தொட்டுப் புறப்பட்டது. அந்த ஸ்டேஷன் நெருங்க நெருங்க பண்டியலுக்காகப் புருஷனோடும் குழந்தையோடும் ஊருக்குப் போகிற சந்தோஷம் எல்லாம் அழிந்துகொண்டிருந்தது.

ஒவ்வொரு தடவையும் இதுதான். கல்யாணத்துக்குப் பிறகு எத்தனையோ தடவை அந்த ஸ்டேஷனைத் தாண்டிப் போய், தாண்டி வந்து விட்டாள். ஒரு தடவை கூட அவன் கடைசியாகச் சொன்னது போல ஒன்றையும் மறந்து போக முடிய வில்லை. ஊருக்குப் போகிறதைப் பற்றிய பேச்சு வந்தாலே சகிக்க முடியாத துக்கமாகிவிட்டது. வெளிச் சந்தோஷம் இல்லாமல் போய்விடவில்லை. அத்தையிடமும், புருஷனிடமும், குழந்தைகள் இரண்டு பேரிடமும் வெளிச் சந்தோஷத்தைக் காண்பிக்கத் தெரிந்து வைத்திருந்தாள். ஒரு தடவைகூட அவன் சொன்னது போல அவளால் இருக்க முடியவில்லை. அவன் அப்படி இருக்கிறானா?

அவளுக்குத் தெரியும் அவனை. அவன் அவளுக்குத்தான் அப்படிச் சொன்னான். தானும் அப்படியே இருக்கப் போகிறது போல நம்பிக்

கொண்டு, அந்த நம்பிக்கைக்காக முகத்தில் கஷ்டப்பட்ட பாவனையை வரவழைத்துக்கொண்டு சொன்னான். இப்போதோ இவளும் அப்படியில்லை. அவனும் அப்படி இருக்கமாட்டான். அவளுக்குத் தெரியும் அவனை.

அவன் சொன்னான். 'எனக்கு அத்தான ரொம்பப் பிடிச்சிருக்கு. ரொம்ப அழகா இருக்கா. நாம நெனைக்கிறது போல நாம ரெண்டு பேரும் இருக்கவே முடியாது. அது ரொம்பக் கஷ்டம். நீ எங்கே இருந்தாலும் சந்தோஷமா இருக்கணும். அத்தான் கிட்டப் பிரியமா இரு. அத்தான எனக்கு ரொம்பப் பிடிச்சிருக்கு. அத்தான் சுபாவம் எவ்வளவு நல்ல சுபாவம் தெரியுமா?'

அவன் பேசிக்கொண்டிருந்தான். அவள் கேட்டுக்கொண் டிருந்தாள். கண்ணீரோடேதான். இது மாதிரி சமயங்களில் கண்ணீரின் அர்த்தம்தான் என்ன? அழுகை தவிர வேறு என்ன முடிந்தது.

'அண்ணனை விட்டுட்டு நான் எப்படி இருக்கப் போறேன்' என்று மெதுவாகக் குனிந்துகொண்டே சொன்னாள்.

'இல்ல, நீ இருப்பே. எனக்குத் தெரியும். நீ இருப்பே. இப்பத் தான் இதெல்லாம் கஷ்டமாத் தெரியும். அங்க அவர் வீட்டோட இருந்து காரியங் கணக்கெல்லாம் ஆகிப்போச்சுன்னா எல்லாம் சரியாப் போகும். அழுவாளாக்கும் இதுக்குப் போயி' என்றான்.

ஆனால், அவளுக்கு அழாமல் இருக்க முடியவில்லை. அவனும் அவளும் வஸந்தா அத்தை வீட்டிலிருந்து இப்படிப் பேசி அழுதார்கள்.

சின்ன வயதிலிருந்தே அவளுடைய வீட்டில் இருந்தவன், அவளுக்குக் கல்யாணம் ஆனதும் அவளை ரயில் ஏற்றி அனுப்பி வைத்த மறுநாளே புறப்படத் தோன்றிக் கிளம்பிவிட்டான். எல்லோருக்கும் உள்ளூர். இதெல்லாம் வெளியே சொல்லிக் கேட்கத் தேவையில்லாமல் தெரியும். என்றாலும், அவனிடம் நேரில் யாரும் கேட்க முடியாது. அவ்வளவு தூரம் அவன் அவளுடைய கல்யாணத்துக்குப் பாடுபட்டிருந்தான். எல்லா வற்றையும் மீறி அவனை வீட்டில் இருக்கச் சொல்ல அவர்களுக் கெல்லாம் ஒரு கடமை போல ஒரு உறுத்தல் இருக்கவே, இருக்கச் சொன்னார்கள். அவனை யாரும் தடுத்து நிறுத்துவது முடியாமல் ஆகிவிட்டது.

அவளை ரயில் ஏற்றிவிட்ட ஒரு நாள் சாயந்திரம் போல அவனும் புறப்பட்டுப் போனானாம். எல்லாம் பின்னால் வீட்டுக்கு வந்திருந்தபோது, அவனைத் தேடிக் கேட்டபோது,

வீட்டில் சந்தேகத்தோடு அம்மா அவளைப் பார்த்துக்கொண்டே சொன்ன விஷயங்கள்.

கொஞ்ச காலம் கழித்து அவன் மதுரையில் இருக்கிறான் என்று தகவல் சொன்னார்கள். எபனேசர் சித்தப்பா அவனை மதுரையில் ஒரு தெருவில் பார்த்ததாகச் சொன்னார். மேலே ஏதாவது அவரைக் கேட்கவேணும் என்று அவள் துடித்தாள் உள்ளூர. அத்தான், அம்மா, அப்பா, கூடப்பிறந்த அண்ணன், தங்கைமார்கள் இவ்வளவு பேர்களுக்கு இடையே அவனைப் பற்றி அவ்வளவாக விசாரிக்கக்கூடாதபடி ஆகிவிட்டது.

இரண்டு மூன்று வருஷத்தில் அத்தான் இரண்டு குழந்தைகள் தந்தான் அவளுக்கு. எல்லாரும் அவளையும் அவள் புருஷனையும் உரித்து வைத்திருக்கிறதாகச் சொன்னார்கள். அவளுக்கு இரண்டு முகமுமே தெரியவில்லை. எல்லோரும் அவளைப் பொறுத்துப் பொய்யே சொன்னார்கள். ஒரு முகம் தெரிந்தது. அது அவனுடைய முகம்.

இப்படி இரண்டு பிள்ளைகளைப் பெற்ற பிறபாடும் அவனை நினைத்துக்கொண்டிருக்கிறது பெரும் துரோகம் போல அடிக்கடி நினைத்து நினைத்து மன அவஸ்தைப்பட்டாள்.

கோயிலுக்குப் போனாள். ஜெபம் செய்தாள். புருஷனுக்காக வும் தன்னுடைய குழந்தைகளுக்காகவும் புருஷன் வீட்டாருக் காகவும் எல்லா ஸ்திரீகளும் வேண்டிக்கொள்கையில் இவள் மட்டிலும் அவனை நினைத்துமட்டுமே வேண்டிக்கொண்டாள். அவனுக்கு நல்ல பெலமும் சந்தோஷமான வாழ்க்கையும் தர கடவுள் சித்தமாயிருக்க வேண்டுமென்று கேட்டுக்கொண்டாள். இது ஒரு பெண் நியாயமாய்க் கேட்கக்கூடாத வேண்டுதலே தான் என்றாலும், இது தவிர வேறு மனம் விரும்பிக் கேட்க அவளுக்கு எதுவும் இஷ்டமில்லை. மற்றவை, மற்றவர்களைக் குறித்து எது விண்ணப்பித்துக்கொண்டாலும் அது பொய்யாக இருந்தது மனசுக்கு.

அத்தான் ஒரு நாள், லேசாக யாரோ சொல்லக்கேட்டு அவனைப் பற்றி அவளிடம் கேட்டான். குனிந்துகொண்டு மடியில் கிடந்த குழந்தையின் சிறு விரல்களைப் பிரித்துப் பிரித்து மூடிக் கொண்டிருந்தாள். பதிலே சொல்ல வாய் வரவில்லை. அத்தான் புரிந்துகொண்டது மாதிரி விட்டுவிட்டான். கேட்கவில்லை. அவளைத் தொந்தரவு படுத்தவில்லை. இது அவளுக்குப் பின்னும் கஷ்டமாயிற்று. அந்த உறவை அவன் பவித்ரம் போலக் கருதி, அவளை மிக உன்னதமான இடத்தில் வைத்துப் பார்க்கிறவனைப் போல மிகுந்த மதிப்புடன் அவளை நடத்தினான். அதுவே இன்னும் துக்கத்தைத் தந்தது. அவன் கேட்டிருந்தால் அன்றைக்கு

அவன் சொன்னது போல எல்லாம் சரியாகிப் போயிருக்கும் என்று வருத்தப்பட்டாள்.

இப்போது இது அவனூருக்கு அத்தான் ஊரிலிருந்து போகிற பாதை. வழியில் அந்த மதுரையைத் தாண்டிப் போகிற எத்தனையோ பெண்கள் அந்த வண்டியில் இருந்தார்கள். எல்லோரும் இவ்வளவாய் மன அவஸ்தையும் சஞ்சலமும் அடைந்தார்கள்தானா? இவளுக்கு மட்டும் ஏன் இத்தனை கஷ்டம் வந்தது? பக்கத்தில் புருஷனும் குழந்தைகளும் படுத்துக் கிடக்க ஏன் இத்தனை கஷ்டம் வந்தது?

கொஞ்ச நாட்களுக்கு முன்னால் ஊரிலிருந்து வந்திருந்த யாரோ சொன்னார்கள். அவன் முடியெல்லாம் வளர்த்துப் பார்க்க அலங்கோலமாய்த் தெருக்களில் சுற்றுகிறானாம். உடம்பு மிக மோசமாய் மெலிந்து க்ஷயம் கண்டு காறித் துப்பித் திரிகிறானாம்.

வர வர அவனைப் பற்றிய துரதிருஷ்டமான, இது போன்ற செய்திகள் மேலும் மேலும் இவளைத் தின்கின்றன. யாரிடம் கேட்டு ஆறுதல் பெறக்கூடும்?

அவன் செத்துப் போவான் என்று நம்ப ஆரம்பித்துவிட்ட பிறகு, அவனை ஒரே ஒரு தடவை பார்க்கவேண்டும் என்ற ஆவல் மிகுந்துவிட்டது. ஒரு கிறிஸ்தவக் குடும்பத்துப் பெண் என்று கருதப்படுகிற அவளுக்கு, அவனுக்காக மதுரையில் இறங்கி அவனைப் பார்க்க அனுமதி உண்டா? அவளுடைய மேன்மை பொருந்திய திருச்சபை இதை அங்கீகரித்து அவளுடைய ஆசையை நிறைவேற்றி வைக்கக் கூடியதுதானா? ஆசையைச் சொன்னால் பொறுப்பற்ற பெண் என்றே பேர் கிடைக்கும். சபை அவளைத் திரஸ்கரித்துவிடும். இந்த இரண்டு குழந்தைகளுக்கும் இன்னொரு கிறிஸ்தவக் குடும்பத்தோடு மணம் செய்ய முடியாது. ஏன் இப்படித் தன் சொந்தத்தை விசுவாசிக்காத பெண்ணாகப் போனாள்? எதன் நிமித்தம் முடிவில் இவளுக்குச் சாவு வரும்?

வெட்கத்தை, நெடுங்காலமாய்ப் பெண்களுக்குரிய பண்பு களை எல்லாம் விட்டுவிட்ட ஒரு அழுகிப்போன பெண்ணாய், மிகக் கேவலமானவளாய் ரயிலிலிருந்து அவனுக்காக ஜெபம் செய்தாள். கடவுள்மீது இப்போதெல்லாம் நம்பிக்கை எப்படியோ அருகிவிட்டது. வேத வாக்கியங்கள் எல்லாம் அழகாக இருந்தன. ஆனால் முன்பு போல. முழு நம்பிக்கையுடன் விசுவாசியாகப் பைபிளைப் படிக்க முடியவில்லை. ஆனாலும் கூட ஒன்றே ஒன்று மட்டும் எல்லா விசுவாசங்களையும் தன்னிடம் கேட்டுப் பெற்றுக்கொண்டிருந்தது. அது பரமண்டல ஜெபம். ஆச்சரியம் கொள்ளத்தக்கதாய் ஜெபத்தை இறுகப் பற்றிக்கொண்டு ஆத்மாவுக்குச் சுகம் தேடினாள். நம்பிக்கை யில்லை. விமோசனம் உண்டு என்ற நம்பிக்கை இல்லை

என்றாலும் ஜெபித்தாள். அவளுடைய ஒரே ஒரு அத்தியாவசிய மான அவனைக் குறித்து ஜெபித்தாள்.

பெருங்கூட்டமாய் திரளான ஜனம் இறங்கிப்போயிற்று அந்த ஸ்டேஷனில். புருஷன் எழுந்து அவள் முகத்தை அர்த்தத்தோடும் ஏக்கத்தோடும் உற்றுப் பார்த்துவிட்டு தூங்கி விழித்த முகத்துடன் அவளுக்கும் குழந்தைகளுக்கும் பால் வாங்கிவரப் போனான்.

தூங்குகிற தன் குழந்தைகளின் முகங்களையே பார்த்துக் கொண்டிருந்தாள். இந்தக் குழந்தைகளை அவன் பார்த்தால் எவ்வளவாய் சந்தோஷம் கொள்வான்? போன தடவை ஊருக்குப் போயிருந்த சமயத்தில் வஸந்தா அத்தை இவளைப் பார்த்து, 'நீ குழந்தைகளைப் பார்த்துச் சந்தோஷப்படணும்' என்று சொன்னாள். ஆனந்தம் குழந்தைகளிடமிருந்து கிடைக்கிறது தானா? நம்பிக்கையும் தளராத அன்பும் கொண்டிருக்க ஒன்று மில்லை என்கிறது போல வெறுமனே இருந்தாள். ஸ்டேஷனில் அவள் இருந்த ரயில் பெட்டியைச் சுற்றி எவ்வளவோ காரியங்கள் நடந்துகொண்டிருந்தன. ஸ்டேஷனில் நிறைய வெளிச்சம் இருந்தது. இருந்தும் அகாலமான இருட்டுக்குள் இருக்கிறது போல் இருந்தாள். இருள் குளிர்ச்சியானதா என்று தெரிய வில்லை. ஆனால் அப்படி குளிர்ச்சி தெரிந்தது. வெளிச்சம் என்ன உஷ்ணமா? இரண்டுமில்லை. அவளுக்கு மட்டும் இருள் குளிர்ச்சியாக இருந்தது.

ரயில் புறப்படுகிறதுக்குக் கொஞ்ச நேரம் இருக்கிறபோது பால் வாங்கப் போனவன் அவசரமாய் வந்து அவளைக் கீழே நின்று கூப்பிட்டான். எல்லாம் தெரிந்து போயிற்று; அவன் கூப்பிட்டதும் வேகமாக அவன் பின்னே போனாள்.

பிளாட்பாரத்தில் இருந்தபடியே வெளியே டிக்கெட் கௌண்டர் பக்கம் அவளுக்குக் காட்டினான். இஷ்டப்படி தூங்கிக் கிடந்த ஜனங்களுக்கு இடையே நிறையத் தூண்கள் முளைத்துக் கூரையைத் தாங்கி நின்றிருந்தன. அவன் காட்டின இடத்தில் ஒரு தூணில் ஒரு காலை மடித்து உட்கார்ந்திருந்தான் அவன்.

ரயில் புறப்படுகிற சமயத்துக்குப் புருஷனுடைய மடியில் முகம் வைத்துப் பொருமி அழுதாள். சொல்ல முடியாத ஆதரவுடன் அவன் அவளை வருடிக் கொடுத்துத் தேறுதல் சொல்லிக்கொண்டிருந்தான். வேறு என்ன செய்யமுடியும் அவனால்? அவள் அழுவதும் அவன் தேறுதல் சொல்வதும்தானே வாழ்வு?

1974

பாம்பும் பிடாரனும்

வெகுநேரமாக ஊதிக்காட்டியும் அதற்குச் சினம் தணியவில்லை. ஏதோவொரு அபூர்வ நிலையை எய்துவதற்காக நின்றும் வளைந்தும் ஆடிக்கொண்டிருந்தது என்று நினைத்தான் பிடாரன். இருவரும் ஒருவரோடு ஒருவர் பழகி, வாழ்ந்திருந்து, ஒத்த நிறத்தை அடைந்திருந்தார்கள்.

சாம்பலும் கருப்பும் கலந்த ஒருவர்ணத்தைப் பிடாரனும் பாம்பும் தோலின் நிறமாகப் பெற்றிருந்தார்கள். யாரோ ஒருவருக்கு ஆதிநிறம் வேறொன்றாக இருந்து, நட்பின் நிமித்தம் சுய வர்ணத்தை அழித்துக்கொண்டிருந்தார்கள். அபூர்வமான ஸ்நேகத்தினால் இருவரும் பீடிக்கப் பட்டுப் பல காலம் ஆயிற்று. யாரிடமிருந்தும் யாரும் இனித் தப்பிப்பதற்கில்லை.

அவன் மகுடியின் ஊதுவாய் எச்சிலால் நிரம்பி வழிந்துவிட்டது. அநேகவிதமான பாம்பு களுக்குக் கிளர்ச்சியும் ஆனந்தமும் நல்கிய மகுடியின் துவாரங்களில் பிடாரனின் நாற்றம் நிறைந்த எச்சில், நுரைநுரையாகக் கொப்புளித்து, அடைத்துக்கொண்டிருந்தது.

இன்றுபோல அது என்றும் நடந்துகொண்டதே இல்லை. இத்தனையிலும் இருவருக்குள்ளும் எவ்விதமான குரோதமும் சமீப காலத்தில் இல்லை.

அப்போது மகுடிகளைச் செய்ய இப்பிடாரன் தன் மாமனுடன் காட்டில் கல் மூங்கில்களைத் தேடி அலைந்தான். மாமன் அவனுக்கு ஆசானாக

வண்ணநிலவன்

இருந்து, பாம்புகளையும் மகுடியின் நுட்பங்களையும் குறித்துப் பலவிதமான செய்திகளைச் சொல்லியிருந்தான். மாமன் பாம்புகளோடு சிறுவயது முதலே வாழ்ந்து, கண்களும், அவன் இடுப்பின் மெலிந்த வளைவும், கால் தொங்கு சதைகளில் உள்ள வங்குச் செதில்களும் அவனைப் பாம்புகளோடு பொருத்தி யிருந்தன. வீர்யமுள்ள விஷ ஜந்துக்களோடு அவன் காலம் கழித்தும், நல்லது என்று தோன்றியதைச் செய்தும் வாழ்ந்திருந் தான். பாம்புகளிடம் பேசும் விதம் முப்பதுவயதுக்குமேல் பிடிபட்டதென்றும், பிடாரன் பசி பொறுக்கத் தெரிந்திருக்க வேண்டும் என்றும் மாமன் அடிக்கடிச் சொல்லுவான். கிராமங்களை விட்டு மரங்கள் அடர்ந்த சாலைகளின் வழியே போகிறபோதுதான் மாமன் பாம்புகளைக் குறித்த ரகசியங் களைக் கூறுவான்.

கிராமங்களில் மாமன் பாம்புகளைப் பிடித்த விதம் வினோதம் தருவது. தூரத்தில் தெரியும் ஊர்களைப் பார்த்த படியே 'இந்த ஊரில் பாம்பு வாழ நீதமில்லை' என்று சொல்லி ஒதுங்கிப் போவான். பாம்புகள் இல்லாத ஊர்களில் வாழ்ந்த மனிதர்களின் பேரில் மாமனுக்கு அளவற்ற குரோதம் இருந்தது.

பாம்புகள் வாழும் ஊர்களை மாமன் நெருங்குவதைப் பார்க்க, உடன் இருப்போர் மனம் புனிதநிலை எய்தும். ஜடைகள் விழுந்த தலை அசைய, பாம்புகள் இருக்கும் இடத்தைக் கிரகித்துத் தெய்வ அருள் வந்த பாவத்துடன் செல்வான். அவன் கண்களின் பாப்பா அப்போது ஜொலிக்கும். அவன் எய்திய தீக்ஷண்யத்தில் காது மடல்கள் சிவந்துபோகும்.

தெருவின் ஆரம்பத்திலிருந்து தெருவின் இரு ஓரங்களுக்கும் அருள் வந்த உடம்போடு குறுக்கும் நெடுக்குமாக அலைவான். பழைய உடம்பை எங்கோ போக்கி, புடைகளில் ஒளிந்து வாழும் பாம்புகளே உணரும்படி, ஒவ்வொரு மயிர்க் கால்களும் கூடப் பாம்புகளுக்காய்த் திடனடைந்து முகப்படுத்தப்பட்ட புதுத் திரேகத்தை அப்போது மாமன் அடைவான். மண்ணை ஆள்காட்டி விரலால் தொட்டு நாவில் வைத்துச் சுவைத்துப் பார்த்தும், காற்றை ஆழமாக முகர்ந்தும் பாம்புகள் இருக்கும் இடத்தை அறிந்துகொள்வான். பாம்புகளை அறியும் பிடாரர்களில் மாமன் மிகுந்த கீர்த்தி பெற்றிருந்து, அறுபத்தேழாம் வயதில் காலாவதியானான்.

காற்றைவிட லேசாக மகுடியில் நாதத்தை விளைவித்தால் பாம்புகள் மயங்கித் தலை சாயும் என்பது மாமன் சொன்னது. பாம்புகளைப் பிடிக்க, ஒரே வேளைச் சாப்பாட்டையே மாமன் கூலியாகப் பெற்று வந்தான். தனக்கென்று சிருஷ்டித்துக்கொண்ட

தர்மத்தின்படி, பிடித்த பாம்புகளை மலைகளின் மேல் பத்துப் பதினைந்து மைல் தூரம் சென்று விட்டுவந்தான். முதுமையால் பீடிக்கப்பட்ட காலத்திலும்கூட இதிலிருந்து அவன் நழுவ வில்லை. நாகங்களுக்குப் பயப்படும் ஜனங்களுக்குள் அமைதி உண்டாக்கவும் நாகங்களைக் காப்பாற்றவும் மாமன் வாழ்ந்தான் என்று இப்போது தோன்றுகிறது. சர்ப்பங்களைப் போஷித்தும், ஜனங்களுக்குப் பாம்புகளைப் பற்றிய பயத்தைப் போக்கியும் வாழ்ந்தவன், பட்டினியால் சீரழிந்து திரிந்தவிதம் எப்படி என்று தெரியவில்லை.

இன்று இப்பாம்பின் சினத்தின் முன்னே, பிடாரனுக்கு வரக்கூடாது என்று மாமன் சொன்ன பாம்பு பற்றிய பயம் பிடாரனுக்கு வந்தது. இருவரும் ஸ்நேகிதம் ஆகி எட்டு வருஷங்கள் ஆகிவிட்டன. ஆனாலும் இன்று பாம்பு ஆடும் விசித்திரத்தைப் புரிந்துகொள்ள முடியாத, பழக்கமற்றவன் போல் பிடாரனின் நிலை ஆகிவிட்டது. திசைக்குத் திசை சுற்றி ஆடியது. நிமிர்ந்தும் வளைந்தும் ஆடியதோடு திருப்தியுறாமல், ஆட ஆரம்பித்த குறுகிய பொழுதுக்குள்ளேயே ஆட்டத்தின் நுட்பத்தில் ஞானம் எய்திவிட்ட பாவனையோடு வேகத்தையும் கண்களில் சாந்த குணத்தையும் காட்டி ஆடிப் பிடாரனைக் கிலேசத்திற்கு உள்ளாக்கியது.

தன்னுடைய அடிமைத்தளையைத் திடீரென்று உணர்ந்து, சுதந்திரம் அடைய வேண்டி இவ்விதமாய் நீண்ட ஆட்டம் போட்டு யுக்தி செய்கிறதோ என்று அவன் நினைத்தான். மகுடியிலிருந்து குதிரையின் வாய் நுரைக்குச் சமமான பிடாரனின் எச்சில் வழிந்து மண் தரையில் படிந்திருந்தது. பாம்பின் உடம்பு, ஆடலின்போது எச்சில் ஈரத்தில் பட்டு நகர்ந்துகொண்டிருந்தது. என்றாலும் குழல் ஊதுவதை நிறுத்துவது விவேகமற்றது என்று உறுதியாக நம்பினான்.

சில வாசிப்புகளில் அது மகிழ்ந்து, அடங்கிச் சுருண்டு, நட்போடு முகர்ந்து அவன் உடம்பில் ஏறி இறங்கிக் களிப்பதும் அதற்கொரு வழக்கம்தான். முதலில், இவ்விதமே பின்னால் செய்யும் என்று நம்பிக்கையோடுதானே குழலூதினான் சிறிது நேரம்? வித்தைகளைப் பணிவோடு செய்வதும், அதற்குள்ள கூலியாக மீண்டும் வித்தைகள் செய்து, ஜனத்திரளை மகிழ்விக்கச் சிறிது உணவே உண்டு ஓய்ந்துகிடப்பதும் அதன் வாழ்வாக இருந்தது.

அது ஆடும் ஆட்டத்தின் வேகமும், பிடாரனுக்கு அடங்காத தன்மையும் கூடியிருந்த திரளுக்கு அதிவினோதம் அளித்தன. எல்லோரும் வழியே செல்வோர்தான் என்றாலும், தங்கள் சுய

காரியங்களை அழித்துப் பக்குவப்பட்டவர்கள் என்று நினைக்கும் விதமாய் லயித்திருந்தார்கள்.

திடீரென்று ஒரு நிலையில் பாம்பின் தலை வானத்தை நோக்கி அண்ணாந்துவிட, பாம்பு சூர்யனைத் தரிசித்து விட்டது. அண்ணாந்த நிலையில் அது கண்ட சூர்யதர்சனம், அதன் நாளில் அது காணாதது. நெருப்பென்று கண்கள் ஒளிரப் புதுப் புது வீச்சுகளையும் ஆடல் நிலைகளையும் சிருஷ்டித்துத் திரும்பத் திரும்ப சூர்யனைத் தரிசிக்க ஆரம்பித்தது. இடை யிடையே சூர்ய தர்சனத்தில் உண்டான மயக்கத்தினால் தலை மண்ணிலும், பிடாரனின் நுரைத்த எச்சிலிலும் மோதி மோதி விழுந்து உழன்றது. இருந்தபோதும் சூர்யனைப் பார்க்கும் பிரயத்தனத்தை விட்டுவிடவில்லை. தான் அடைந்த நிலை உன்னதம் என்று உணர்ந்து, எங்கெங்கோ காட்டுப் பொந்துகளில் பதுங்கி உறைந்து காலம் கழிக்கும் சர்ப்பங்களை நினைத்தது. நின்றிருந்த திரள் பேசும் பாஷை, சூர்ய தர்சனத்திற்குப்பின் மெல்லவே புரிய ஆரம்பித்தது. ஆட்டத்தை மறக்காமல், எதிரே ஊதிச் சோர்ந்துகொண்டிருக்கும் பிடாரனோடு வாயைப் பிளந்து தன் சிவந்த இரட்டை நாக்குகளை வீசி, வீசி ஏதோவொரு விதமாய்ப் பேசியது.

சாந்த குணமும் அறிவும் நிரம்பிய நாகத்தைத் தான் இழந்து கொண்டிருப்பதைப் பிடாரன் உணர ஆரம்பித்தான். நாகத்தின் இப்போதைய செயல்களுக்கு அவனால் அர்த்தம் காண முடியாத துர்பாக்கியத்தை அடைந்திருந்தான். அது ஆடுதல் இல்லை என்று அறிந்துகொண்டான். அதன் நாவுகள் மகுடியின் கீழ்வாயை வருடி, வருடி மேலும் மேலும் புதிய இசை அனுபவத்தைக் கேட்டன. பிடாரனுக்குத் தெரிந்த மகுடி ஞானத்தை அது மிஞ்சிப்போனதுபோல, வேறு வேறு நாத ரூபங்களை அவனிடம் யாசித்தது.

இறுதி நிலை மிகுந்த நிதானத்தோடு கவிந்து வர ஆரம்பித்தது. நெஞ்சடைத்துப் பிடாரன் மயங்கிச் சரிந்த சற்றைக்கெல்லாம் சர்ப்பம் உயிர் துறந்து சுருண்டது.

பிரக்ஞை, 1976

அரேபியா

நாளைக்கு அவன் புறப்பட வேண்டியதிருந்தது. ஆற்றங்கரையின்மேல் மெதுவாகச் சைக்கிளை ஓட்டிக்கொண்டு போனான். அந்த ஆற்றங்கரை இது போல இத்தனை உயரமாய் அது போகிற இடங்களில் எங்கேயும் அமைந்திருக்கவில்லை. மனிதர்கள் ஆற்றுக்குப் பயந்துகொண்டு எத்தனையோ காலமாய்ப் பாடுபட்டுக் கட்டிய ஆற்றின் கரை அது. இது போல ஒரு ஆற்றின் கரை அரேபியாதேசத்தில் இருக்குமா என்று தெரியவில்லை. அரேபியா தேசத்தைப்பற்றி இப்போது சில நாட்களாக நினைத்துக்கொண்டிருக்கிறான். 'அரேபியா' என்கிற சொல் அவனுக்குச் சிறு வயது முதலே பிடித்திருந்தது. பூகோளப் பாடமும் சரித்திரப் பாடமும் எப்போதும் கற்பனைகளுக்கு இடம் தருகிறவை.

அரேபியாதேசம் பூகோளப் பாடத்தில் இருக்கிறபடி நல்ல தேசம்தான். நிறைய மணலும் பேரீச்சை மரங்களும் நிறைந்த தேசம். அரேபியா தேசத்தில் வீட்டாரை மறந்து பாடுபடும்போது அங்கேயுள்ள மணல்வெளிகள் இந்த ஆற்றின் மணல்வெளியை ஞாபகப்படுத்தக்கூடும் ஒருவேளை. நேற்று இரவு, சாப்பிட்டுவிட்டுத் திண்ணையில் உட்கார்ந்துகொண்டு அப்பா சொன்னது எல்லாம் நல்லதுக்குத்தான். சண்முகம் அரேபியாவில் எப்படி வாழுகிறான் என்று தெரியவில்லை. இரண்டு வருஷங்களுக்கு முன்னால் கார்த்திகைக்கு மறுநாள் அரேபியாதேசத்திற்குப் புறப்பட்டான்.

கார்த்திகை நாளன்று மாலையில் சண்முகம் இவனைச் சந்திக்க வீடு தேடி வந்தான். வருகிற வழியெங்கும் சிறு பிள்ளைகளின் கோலாகலத்தினால் தெரு அபூர்வமாகிக் கிடந்தது. விளக்குக் கம்பங்களில் மாடுகளை அதிகம் கட்டியிருக்கிற தெரு அத்தெரு. மாடுகள் யாதவர்களின் பொக்கிஷம். அந்தக் கார்த்திகைப் பண்டியலுக்காக வீடுகளின் பின்புறங்களில், அவரவர்க்கென்று ஏற்கெனவே மனத்திலிருந்து வந்த மறைவான இடங்களிலென்று மாடுகளை ஓட்டிக் கொண்டுபோய் கட்டிப் பண்டியலுக்காகத் தெருக்களில் தாராளமாக இடம் ஒதுக்கித் தந்தார்கள். இது எப்போதும் யாதவர்களுக்குள் இருந்துவருகிற வழக்கம்தான்.

திண்ணையில் சண்முகமும் இவனும் உட்கார்ந்தார்கள். பக்கத்தில், தூரத்தில் என்று வெளிச்சமும் புகையுமாய் கார்த்திகைப் பண்டிகை கழிந்துகொண்டிருந்தது. வீடுகளில் உள்ள பெண்கள் சொக்கப்பனை பார்க்கக் கோவிலுக்குச் செல்ல ஆரம்பித்தார்கள். தெருக்களின் கோலாகலம் மெதுவே கோயில் பக்கமாய் ஊர்ந்து செல்ல, சிறிது நேரத்திற்குள் தெரு தனித்துப் போய்விட்டது. சண்முகம் வெகுநேரத்திற்கு வானத்தையே பார்த்திருந்தான். இன்னும் சிலமணி நேரத்தில் இந்தக் கார்த்திகைப் பண்டியல் முடிந்து போகும் என்பதை அவன் துயரத்தோடு உணர்ந்துகொண்டிருந்தானோ என்று இவன் நினைத்தான்.

‘உனக்கு ஞாபகமிருக்கா ?’

‘எது ?’

‘நாளைக்குப் பிரயாணம் வச்சிருக்கு ?’

யாரோ ஒரு சிறு பெண் இவர்களைக் கடந்து தெருவில், நேரங்கழித்து கோவிலுக்குப் பட்டாடைகளை உடுத்தித் தனியே சென்றாள். இந்தச் சூழலுக்கு ரொம்பவும் அவசியம் என்று யாரோ ஏற்கெனவே தீர்மானித்து அவளை அனுப்பியிருந்தது போல் இருந்தது அவள் வருகையும் மறைவும். இரண்டு பேருக்குமே நினைவில் இருந்த அரேபியாதேசம் ஞாபகத்துக்கு வந்திருந்தது போன்ற பாவனையோடு சும்மா திண்ணையில் இருந்து கொண்டிருந்தார்கள்.

அரேபியா சென்றபிறகு, தொலைதூரம் சென்றுவிட்ட எல்லோரையும் போல அவனும் கடிதங்கள் எழுதிக்கொண் டிருந்தான். அவனுடைய வாழ்வு நற்கதி அடைந்துவிட்டதாக ஊரில் ஒரு திருப்தி நிலவியது. அவனுடைய கடிதத் தாள்களின்

புதுமை அவன் வாழ்வை உறுதி செய்பவை என்று பேசித் திரிந்தார்கள் ஊருக்குள்.

அரேபியாவுக்குச் செல்லும் ஆவல் அதன்பின் அநேகருக்கு ஏற்பட்டது. சண்முகம் சென்ற சில வாரங்களுக்கு உள்ளேயே ஊரிலுள்ள பல ஜாதியாரும் அரேபியாவைப்பற்றிய செய்திகளைக் கவனமாக மனத்தில் சேர்த்துக்கொண்டு வரலானார்கள். அரேபியாவைப்பற்றி புதிய செய்திகளை அறிந்திருப்பவர்களுக்கு ஊருக்குள் வெகுவான மரியாதை கிடைத்தது.

இடையே ஒரு வருஷம் கழித்து சண்முகம் ஊருக்கு வந்து போனான். அதன்பிறகு அரேபியாவில் தாங்கள் வாழ்வது போலவும், எல்லோருடைய வீடுகளிலும் ஒட்டகங்களும், பேரீச்சையும் திராட்சை ரசமும் இருப்பது போலவும் பாவித்துப் பழகினார்கள். ஊரின் நிஜநிலை கெட்டுப் போயிற்று. தாங்கள் தெரிந்துகொண்டிருந்தபடி, மணல் வெளிகள் மலிந்த தேசம் அது என்று முடிவு செய்து ஊரில் மணல் உள்ள தெருக்களில் நடந்து திரியும் புதுக்குணம் கொண்டார்கள்.

சி.எஸ்.ஐ. சர்ச் இருந்த நாடாக்கமார் தெருவும் சேர குளத்துச் சாலையும், அரேபியாதேசத்துக்குப் போகிற சாலை என்று மயக்கம் காட்டியது. சேரகுளத்துச் சாலை ஓரத்தில் குத்துச்செடிகள் போல் உள்ள முட்செடிகள் அங்கே உண்டு என்று சண்முகம் சொல்லியிருந்தான். மாடுகளும் ஆடுகளும் மேய்க்கும் இடைக்குடிப் பிள்ளைகள், காடுகளில் மேய்ச்சலைக் கூட்டிக்கொண்டு திரிந்தபோது தங்களை அரேபியச் சிறுவர்கள் என்று எண்ணி மகிழ்ந்தார்கள். வானத்தில் வெள்ளை மேகங்கள் ஊருக்குமேலே கவிந்திருந்தால், அம்மேகங்கள் பாலைவனங்களில் திரியும் மேகங்கள் என்று பேசிக்கொண்டார்கள்.

அந்நிய தேசத்தில் வாழ்ந்த சண்முகம் ஊருக்குப் பெருமை சேர்த்தான். நடு ஆற்றில், அது கோடைக்காலம் என்று தெரியும் படி தண்ணீர் ஓடிக்கொண்டிருந்தது. சைக்கிளிலிருந்து இறங்கிக் கரையில் இருந்தபடி ஆற்றைப் பார்த்தான். அக்கரைக்கு வண்டிகளை ஆற்றின் குறுக்கே ஓட்டிச்சென்று ஏற்பட்ட வண்டித்தடம் மணலில் நெடுந்தூரம் சென்று, நடு ஆற்றில் தண்ணீரில் மூழ்கி, திரும்பவும் மணலில் ஏறி, எதிர்த்த கரையில் பனைவடலிகளின் ஊடே போய் மறைந்திருந்தது. அக்கரையில் இருந்த கொங்கராயக் குறிச்சி கிராமத்தில் வாழ்ந்தவர்கள், அயல் தேசம் சென்று பொருள் சேர்க்க ஆசைப்படாதவர்கள் என்று நினைக்கிற விதமாய் பனைவடலிகளுக்குள் சிவந்த மலையாள ஓடுகள் வேய்ந்த வீடுகளின் கூரைகள் தெரிந்தன. அந்த ஓடுகளின்

கீழே உத்தம குணமுள்ள மனிதர்கள் வாழ்கிறார்கள். பனைகளுக்கு நடுவே வீடுகளைக் கட்டி வாழும் மனம் படைத்தவர்கள் மனிதர்களுக்குள் உயர்வானவர்கள் என்று எப்போதோ பள்ளிக்கூடத்தில் ஆசிரியர் சொன்னதாகத் தோன்றியது.

ஆற்றுக்குள் சைக்கிளை இறக்கினான். வண்டித் தடத்தின் மீது சைக்கிளை உருட்டிச் சென்று தண்ணீர்க் கரையின் அருகே சைக்கிளை மணலில் படுக்கவைத்தான். சிறிது தூரத்தில் சில குடியானவர்கள் குளித்துவிட்டுக் கரையேறிக்கொண்டிருந்தார்கள். முட்டளவே தண்ணீர் ஓடிய மணல் நிரம்பிய ஆற்றில் உச்சிக்கு வெயில் ஏறுகிறமட்டும் குளித்தான்.

பிரக்ஞை, 1976

நிஜ நிழல்

'இனிமேல் ஒன்றுமில்லை' என்று நினைத்தேன். இந்த நினைப்பு எனக்கு ஒன்றும் புதுசில்லை. நான் இப்படி ஆனதிலிருந்து இந்த வாக்கியம் வெகு முக்கியமான தருணங்களில் எல்லாம் என் மனத்தில் தோன்றியிருக்கிறது. என்னுடைய கிராமத்துத் தெருவின் சாயங்காலத் தோற்றம் இந்த வாக்கியத்தை ஒட்டி கண்டிப்பாக நினைவுக்கு வரும். எல்லாமே கிரமமாகத்தான் நடக்கின்றன. இதில் ஞாபகமும் விலக்கில்லைதான். ஆனால் இதையெல்லாம் யாராவது நம்புவார்களா? நான், 'இனிமேல் ஒன்றுமில்லை' என்று நினைக்கிறதை எனக்கு நெருங்கிய நண்பனான தியோப்ளஸ் அடிக்கடி கேட்டாலும், 'நீ சொல்லுகிறதும் சரிதான்' என்று சொல்வான் அவனும்கூட. வெகு சந்தோஷமாக இருக்கிற சமயங்களில் இதைக் கேலி செய்கிறது போல இன்றும் கேலி செய்தான். அவன் எப்போதாவதுதான் கேலி பேசுகிறவன் என்றாலும்கூட இன்று அவனுக்கிருந்த சந்தோஷத்தில் கேலி பண்ணத் தோன்றிற்று.

நான் இதைச் சொல்லுகிறபோது அவன் ஜன்னல் ஓரமாய்க் கட்டிலில் சாய்ந்திருந்தான். வெளியே கொஞ்ச நேரத்துக்கு முன்னால்தான் ஆடுகள் மந்தை கூடிச்சென்றன. இப்போது இன்னொன்றும் ஞாபகத்துக்கு வருகிறது. நான் இவ்விதம் நினைக்கிறபோது அனேகமாய் ஆடுகளைப் பார்க்கிறேன் போல. ஆடுகளுக்கும் என்னுடைய இந்த ஆதி வார்த்தைக்குமான

தொடர்பு, நினைக்க நினைக்கத் துயரம் தருவது. பெரும்பாலும் மனிதர்களோடு வாழும் ஆடுகள் நன்றாகப் போஷிக்கப்பட்டுப் பிற்பாடு கொலையுண்டு மாண்டு போகின்றன. தியோப்ளஸின் வீட்டில் ஆடு வளர்க்கிறதில்லை என்கிறதால்தான் நான் அவனோடு சிநேகிதமாய் இருக்கிறேனோ என்னவோ? ஆனால், நிறையக் கோழிகளை வளர்த்து வந்தார்கள். கிராமத்தில் வசித்து வருகிறவர்களுக்கு ஏதாவது இன்னொரு சகஜீவனை வளர்க்காமல் தீராது.

அவன் தியோப்ளஸ் இருக்கிற இடத்திலிருந்து தெரு பார்க்க வெகு உன்னதமாகத் தெரியும். அவன் இல்லாத சமயத்தில் அவன் இருக்கிற இடத்திலிருந்து பார்த்தால்கூட இந்த உன்னதத்தைத் தெரு வழங்குகிறதில்லை. தியோப்ளஸுக்கு எதிரே நாம் இருந்து, தியோப்ளஸோடு ஜன்னல் கம்பிகளுக்கு வெளியே தெரிகிற தெருதான் பார்க்க அபூர்வமாக இருக்கிறது. இந்த விசித்திரத்தின் காரணம் என்னவென்று இன்னமும் என்னால் புரிந்துகொள்ள முடியவில்லை.

எனக்கு அடிக்கடி வெறுத்துப் போகிறதை நான் எத்தனை யாவது தடவை சொன்னாலும் அவன் வெகு கவனத்தோடு கேட்பான். இவ்வளவு சின்ன வயதில் இத்தனை உத்தம குணம் கொண்டு திரிகிறது விகல்பமாய்த் தோன்றுவதுண்டு எனக்கு. தியோப்ளஸ் சீக்கிரமே எனக்கு முன்னால் கூட மரித்துப்போவான் என்று நினைத்தேன். அவனுடைய தகப்பனார் அவனை வேலைக்குப் போகச் சொல்லுகிறதைக் கொஞ்சமேனும் பொறுத்துக்கொள்ள முடியாதவனாக நான் ஆகிவிட்டேன். அவர் ஒரு இழிந்த மனிதர். பாட்டத்துக்கு எடுத்த பனைக்காரர் களுக்குத் தர வேண்டிய கருப்புக்கட்டியை ஒழுங்காகத் தருகிற தில்லை என்று அவருக்கு ஊருக்குள் கெட்ட பெயர் ஏற்பட்டுப் போயிருந்தது. என்றாலும் தியோப்ளஸின் உத்தம மனம் அவர் சொன்னதை ஏற்றுக்கொண்டது. அவனும் நான் முன்பு செய்து வந்தது போல் ஆங்கிலப் பத்திரிகைகளைப் பார்த்து வேலை களுக்கு மனு எழுதிப் போடுகிறதுண்டு. இந்தச் செயல் அவனை நினைத்துப் பார்க்கையில் வெகு அல்பமானது. ஜன்னல் அருகே அமைதியோடு இருந்துவந்து, பின்னால் தென்படும் தெருவுக்கு உன்னதம் சேர்க்கிற மனிதனுக்கு உகந்த காரியம் இல்லைதான் இது.

தியோப்ளஸ் திருமணம் செய்துகொள்ளமாட்டான் என்று நான் நினைப்பதும் அவனைப்பற்றி நான் வரித்துள்ள சிலவற்றில் ஒன்று. காந்தியைப் போல ஒரு புறமாய் மடித்துப் போட்டபடி இருக்கும் அவனுடைய கால்கள், குழந்தைகளின் மலத்தை மிதிக்கிறதுக்குக் கொஞ்சம்கூட லாயக்கற்றவை. அவனுடைய கண்கள் மிகவும் முக்கியமுள்ள விஷயத்தைப் பார்க்கிறதுக்காகவே

பொருத்தப்பட்டிருக்கின்றன. எல்லா உறுப்புகளுமே அவனுடைய மனத்தின் உயர்ந்த ஸ்தானத்தைக் காண்பிக்கின்றன. என்றாலும், அவனை அவன் வீட்டில் எல்லோரையும் போல வேலைக்குப் போகச் சொல்லுகிறதும், நான் வெட்கமற்று, எனக்குத் துரோகம் இழைத்துவிட்டதாக நினைக்கிறவளைப்பற்றிப் பேசுகிறதும் நல்ல வேடிக்கைதான்.

'இனி ஒன்றுமில்லை' என்று தோன்றியும் திரும்பத் திரும்ப வாழ்வைத் தொடர்ந்துதான் வந்திருக்கிறேன் நானும்.

தியோப்ளஸைத் தவிர வேறு யாராலும் இவ்வளவு மோசமான வார்த்தையைத் தொடர்ந்து, முக்கியமாய் மிகுந்த பரிவோடு கேட்டு வந்திருக்க முடியாது. இதை நினைக்கும்போது எல்லாமே முடிந்துவிட்டது என்றுதான் படும். உலகத்துக்கு வந்த காரியம் நிறைவேறி விட்டது என்று நான் தியோப்ளஸிடம் சொல்லுவேன்.

அறையில் என்னைக் கொல்வதற்குத் தேவையான மாத்திரைகளும் – ஏற்கெனவே ஒருமுறை இந்தத் தூக்க மாத்திரைகளைச் சாப்பிட்டுப் பிழைத்துக்கொண்டதால், இப்போது இவைமீது முழு நம்பிக்கையும் இல்லாமல் போய் – எலிப் பாஷாணமும் வாங்கி வைத்திருக்கிறேன். எலிப் பாஷாணம் முதலில் ஞாபகத்துக்கு வரவில்லை. புதிதாய் வந்திருக்கிற பல மூட்டைப்பூச்சி மருந்துகள்தான் நினைவுக்கு வந்தன. நல்லவேளையாய்க் கடைசி நேரத்தில் என்னுடைய கிராமத்து ஜனங்கள், எலிப் பாஷாணம் என்கிற சொல்லை வெகு அற்புத மாய் உச்சரிக்கிறதும், அந்தப் பாஷாணம் இருக்கிற அழகான சிறிய செவ்வக வடிவ அட்டைப்பெட்டியும் ஞாபகத்துக்கு வந்தது. எல்லாமே சீக்கிரத்தில் மாறிப் போய்விடுகிற உலகத்தில் இந்த எலிப் பாஷாண அட்டைப் பெட்டி, மாறாமல் அதே வடிவத்தோடு இருந்துவருகிறது மிகுந்த சந்தோஷத்தை உண்டுபண்ணுகிறது. இதைப்பற்றி சற்று முன்னால் தியோப்ள ஸிடம் சொல்லி சிலாகித்தபோது, அவனும் இதை வெகு சந்தோஷமுடனே ஆமோதித்துப் பேசினான்.

இது போலப் பல விஷயங்களுக்காகத் தியோப்ளஸை சிலாகிக்க வேண்டும். அவன் கொண்டுள்ள அபூர்வ நிலையை யாரும் அறியாமல் போகிறதுக்காக இப்போது என்னுள்ளே மிகுந்த வருத்தம் உண்டாகிறது. நான் நினைக்கிறபடிக்கே ஏனோ அவனுடைய காலம் சமீபித்துக்கொண்டிருக்கிறது. அவனை நினைத்து அல்லலுற்று என் வாழ்வு இற்றுக் கிடந்தாலும் நான் கோழை மனசுக்காரன். எலிப் பாஷாணமும் தூக்க

மாத்திரைகளும் மேஜையிலேயே கிடக்க, திரும்பவும் நாளைக் காலை விழித்து எழும் அல்ப சந்தோஷிதான்.

கோர்த்த விரல்களோடு கைகளை மடித்து வைத்திருக் கிறதையும் எதிராளி சொன்னதைப் பரிவு நிரம்பிய கண்களோடு கேட்டு விலையேறப்பெற்ற நிதானமுடன் பேசுகிறதையும் கொண்டு அவனுள் உறையும் ஞானத்தை யாரும் உணராமல் போனது நினைக்க நினைக்க ஆச்சரியமுள்ளதுதான்.

'சொல்லு' என்றான்.

'நான் எப்போதும் என்னைப்பற்றிய மிகவும் மலிவான விஷயங்களையே உன்னிடம் பேசி வருகிறேன். ஆனாலும் இவ்விதம் பேசுகிறதுதான் என்னுடைய மனசுக்கு உகந்ததாக இருக்கிறது.'

'உன்னைப்பற்றின எதையும் நான் மலிவானதென்று நினைக்கவில்லை. மேலும், அவளுடைய பிரியத்தையும் அவள் உனக்குக் காட்டியுள்ள உலகத்தையும் நீ நினைக்கிறபடியே நானும் உயர்வானதென்றே நினைக்கிறேன். எதுவாயினும் மனசுக்கு உகந்ததைத் தொடருவது நியாயம்.'

'இனி ஒன்றுமில்லை. எல்லாக் காரியங்களும் முடிந்து விட்டன. தற்கொலை செய்துகொள்ளவேண்டும் என்று தோன்றுகிறது' என்று நான் சொல்லிக்கொண்டிருக்கும் போது தான் ஆட்டு மந்தை ஒன்று அவனுக்குப் பின்னால் மிகுந்த உன்னதத்தோடு தெரியும் தெருவில் போனது. நிஜத்தில் அந்த மந்தையும், அதைத் தொடர்ந்து கிளம்பிய புழுதியும், ஆடுகளின் உடம்பிலிருந்து வந்த ஆட்டுப் புழுக்கையும் உரோமமும் கலந்த வாடையும் தற்கொலைபற்றிய யோசனையை நிராகரித்தன. இதைக் கேட்டுத்தான் தியோப்ளஸ் சிரித்தான். அவனுக்குள் ஏதோ சந்தோஷம் உண்டாகியிருக்கிறது என்று பட்டது. ஞானமும் பிரியமும் நிரம்பிய தியோப்ளஸ் சொல்லுவான்:

'திரும்பவும் யோசித்துவிட்டுச் செய். நீயும் விவேகம் உள்ளவன்தான். எல்லா விஷயங்களும் காலப்போக்கில் வீர்யம் இழந்துவிடுகின்றன. நான் உன்னை நாளை திரும்பவும் சந்திக்கவே விருப்பமுள்ளவனாக இருக்கிறேன். எந்த ஸ்நேகத்திலும் சூழ்நிலையிலும் அர்த்தம் இல்லை. என்றாலும் மனத்தைச் சொஸ்தப்படுத்திக் கொண்டு வாழ்வதுதான் நல்லது.' நான் கொஞ்ச நேரத்துக்கு மட்டும் சும்மா இருந்தேன். பிறகு தலையை ஆட்டிக்கொண்டு (இது என்னுடைய பழக்கமே இல்லை. ஆனாலும் மனம் பொய்யானதைச் சிருஷ்டிக்க முயற்சித்துத் தோற்றுப்போனபிறகு இப்படித் தலையை ஆட்டிக்

கொள்கிறதுண்டு), 'ஆனாலும் என்றாவது ஒரு நாள் தற்கொலை தான் செய்துகொள்வேன் என்று தோன்றுகிறது. நீ சொல்லுகிற சமாதானங்களை என்னால் அப்படியே ஏற்றுக்கொள்ள முடியும்தான் என்றாலும் தற்கொலை செய்து மாண்டு போவதே எனக்குத் தர்மம் என்று நான் நினைக்கிறேன். என்னை நீ நம்ப மாட்டாய். ஆனாலும் வேறு வழியில்லை. என்னை நம்பு. நான் என்றாவது தற்கொலை செய்துகொள்வேன். நம்பு.'

'நான் உன்னை நம்பாமல் இல்லை. நீ அனேகமாய்த் தற்கொலை செய்து இறந்துபோனதை என்னிடம் யாராவது வந்து சொல்லத் தான் போகிறார்கள். இதெல்லாம் நிஜம்தான் என்றாலும் பிடிவாதமாய் எதையும் செய்யாதே' என்று சொல்லி நிறுத்தினான் தியோப்ளஸ்.

அவன் வீட்டிலிருந்து வெளியே வரும்போதே இன்றைக்கும் தற்கொலை செய்துகொள்ள முடியாது என்று தோன்றியது. பிடிவாதமாய் எதையும் செய்யக்கூடாது என்று தியோப்ளஸ் சொன்னதுதான் சரி என்று உறுதியாகத் தோன்றிற்று. ஆனாலும், அறைக்குள் நுழைந்தபோது இன்று உறுதியோடு செத்துப் போவது என்று நினைத்ததும், அப்புறம் அப்படியே தூங்கிப் போனதும் நிஜம்தான்.

பாலம், 1976

வெளிச்சம்

அவன் இப்போது குடிபோயிருக்கிற வீட்டுக்கு ஒரு ஜன்னல்திரை வேண்டியிருந்தது. அவன் வீடு தெரு ஓரத்தில் இருந்தது. அந்த ஜன்னலுக்கு முன்னால் இளநீல வர்ண ஒளியை வாரி இறைத்துக் கொண்டு இரவுபூராவும் மெர்க்குரி விளக்கு எரிந்துகொண்டிருக்கும். மெர்க்குரி விளக்கின் தீமைகளைப்பற்றி உலகம் பூராவும் போய்ப் பிரசங்கம் செய்யத் தேவையான அளவுக்கு அவனுக்கும் அந்த மெர்க்குரி விளக்குக்கும் இடையே பெரிய விரோதம் வளர்ந்துபோயிருந்தது. இந்தப் பூமியில் இப்போது அவனுக்குள்ள ஒரே எதிரி இந்த மெர்க்குரி விளக்குதான்.

எல்லாம் வேடிக்கையாகத்தான் இருக்கிறது. சின்ன வயசில், 'பால் ஐஸை'ப் போன்ற வர்ணம் உள்ள இந்த மெர்க்குரி விளக்குத் தான் அவனுக்கு எவ்வளவு விருப்பமாக இருந்தது? அப்போதுதான் இந்த விளக்கு அறிமுகமாகியிருந்த புதுசு. ஊரில் முதன்முதலாகச் சந்திப் பிள்ளையார் கோயிலுக்கு முன்னால்தான் இந்த விளக்கைப் போட்டார்கள். அப்போது இவன் மூன்றாவதோ நாலாவதோ வாசித்துக்கொண்டிருந்தான்.

இப்போது பெரியவனாகி, வேலை என்று பார்த்துக் கல்யாணமும் ஆகிவிட்டது. இத்தனை குறைந்த சம்பளத்தில் கல்யாணமே செய்துகொண் டிருக்கக்கூடாது. கல்யாணத்துக்குப் பிறகு, அவன் கொஞ்சங்கொஞ்சமாகக் கூனிக் குறுகிக்கொண் டிருந்தான். பிரம்மச்சாரியாக இருக்கையில், இந்த வாழ்க்கையில் அர்த்தமே இல்லை என்று

நினைத்தான். இப்போது கல்யாணமான பிறகும் இந்த நினைப்புத் தான் நிஜமாக இருக்கிறது. நிஜமாகவே, வாழ்க்கையே ஒரு தண்டனை மாதிரி ஆகிப்போய்விட்டது.

அவனும் அவளுமாகத் தனிக்குடித்தனம் வந்து சில நாட்களே ஆகியிருந்தன. அவளுக்கு எதுவுமே தெரியவில்லை. இவனுடைய புஸ்தகங்கள், சினிமா, தியேட்டர் என்று ஒவ்வொரு விஷயத்திலும் மற்றவர்களிடமிருந்து தனித்துப்போய் இவன் கொண்டிருந்த அபிப்பிராயங்கள் இவற்றிலிருந்து அவளுடைய உலகம் வெகு தொலைவில் இருந்தது. ஆனாலும், அவளிடம் அற்புதமான ஒன்று இருந்தது. அதுதான் அவள் காட்டிய பொய்யில்லாத அன்பு. இதைத் தவிர அவளிடம் வேறெதுவும் இல்லை.

இப்போது அவன் குடிவந்திருக்கிற சின்னஞ்சிறிய வீட்டின் ஜன்னலுக்கு ஒரு திரைச்சீலை வேண்டும். இருக்கிற கஷ்டத்தில் அந்தத் திரைச்சீலை வாங்க முடியாதபடி தள்ளிப் போய்க் கொண்டே இருந்தது.

அவனுக்குத் தெரிந்த ஜவுளிக்கடை ஒன்று டவுனில் இருக்கிறது. அவனுக்குத் தேவையான துணிமணிகளைக் கடனில் வாங்கிக்கொண்டு பின்னால் சன்னஞ் சன்னமாகக் கொடுத்துத் தீர்ப்பான். திரைச்சீலையைக் கடனில் கேட்கவே வெட்கமா யிருந்தது. யாராவது கடனில்கூட திரைச்சீலையைக் கேட்டு வாங்கியிருக்கிறார்களா என்ன? ஆனாலும்கூட அன்று சாயந்திரம் போல ஜவுளிக் கடைக்குப் போனான். இத்தனை நாளும் அந்தக் கடையில் அவன் பார்த்திருக்கிற மெர்க்குரி விளக்குகள்தான் கடை ஹாலின் நடுவில் எரிந்துகொண்டிருந்தன. அங்கேயும் மெர்க்குரி விளக்கைப் பார்க்க நேர்ந்துபோனதை அவனால் தாள முடியவில்லை. கடை முதலாளி அவனை உபசரித்ததைக் கூடக் காதில் வாங்கிக்கொள்ளாமல் கடைக்குள் நுழைந்த பத்தடியிலேயே கடையை விட்டு வெளியே வந்துவிட்டான்.

கதவைத் தட்டினான். அவள் திறந்தாள்.

கதவைத் திறந்ததுமே, ஜன்னல் வழியாக உள்ளே வந்து தரை, சுவர் என்று அறை பூராவும் படர்ந்திருந்த அந்த மெர்க்குரி விளக்கின் வெளிச்சம்தான் அவனை வரவேற்றது. அறை நெடுகிலும் ஓடி ஓடிக் காலால் மிதித்துக் கைகளால் அடித்து அந்த ஒளியை விரட்ட வேண்டும்... வெளிச்சத்துக்கு, வெறும் விளக்கு வெளிச்சத்துக்கு, இத்தனை வல்லமையா?

அவன் சட்டையைக் கழற்றிக் கையில் வைத்துக்கொண்டு ஹாங்கரைத் தேடியபோது அவள், அவனிடமிருந்து சட்டையை வாங்க வந்தாள்.

வண்ணநிலவன்

'ஒண்ணும் வேண்டாம். எனக்குக் கண்ணு தெரியும். அதுதான் ஊர் உலகத்துக்கே விளக்கு போட்ட மாதிரி இந்தா தெரியுதே வெளிச்சம். இந்த வெளிச்சத்திலே என்ன கண்ணு அவிஞ்சா போயிரும்?'

அவள் ஒன்றும் பதில் பேசவில்லை. அமைதியாக அவனையே அண்ணாந்து பார்த்துக்கொண்டு நின்றிருந்தாள்.

'வேற வீட்டைப் பார்த்து தொலைக்கிறதுன்னா அதுக்கும் வக்கு இல்லை. சாயந்திரம் ஆறு மணியிலே இருந்து காலம்பற வரைக்கும் பட்டப்பகல் மாதிரி இங்கே பூரா ஒரே வெளிச்சம். இந்த வெளிச்சத்திலே தூங்கத்தான் முடியுதா? தினசரி சிவராத்திரி தான்.'

'ஜன்னல்ல என்னோட சேலையைப் போட்டு மறைக்க லாம்னா அதுவும் வேண்டாங்கிறீங்க? உங்களுக்கு எல்லாம் டீசண்டாவும் இருக்கணும்.'

'ஆமா. அப்படித்தான் இருப்பேன். போ, உன் ஜோலியைப் பார்த்துக்கிட்டு.'

அவள் அதுக்கப்புறம் நீண்ட நேரம்வரை அழுதுகொண் டிருந்தாள். அவளை ஏதாவது சொல்லி சமாதானப்படுத்தலாம் என்று அவன் நினைத்தாலும் ஏனோ அவனால் அதைச் செய்ய முடியவில்லை. அழுதுகொண்டே இருந்தவள் அப்படியே வெறும் தரையில் படுத்துத் தூங்கிவிட்டாள். இந்த மெர்க்குரி விளக்கினால் வீடே நிர்மூலமாகிக்கொண்டிருக்கிறதாக நினைத்தான். இந்த வெளிச்சத்தினால் அவனுக்கும், அவளுக்கும் வீணாகச் சண்டை வந்து பிரிந்து போகப்போகிறார்களா? வெறும் வெளிச்சம் இத்தனை பெரிய மோசமான காரியத்தைச் செய்துவிடும்தானா? ஐயோ! அப்படியாகிப் போனால் அது எவ்வளவு கொடுமையானது!

இரண்டாவது ஆட்டங்கூட முடிந்துவிட்டது. சினிமா பார்த்து விட்டுப் படத்தைப்பற்றிப் பேசிக்கொண்டே போனவர் களின் சந்தடியெல்லாம் கூட அடங்கிப் போய்விட்டது. அவன் பாயில் தூங்காமல் உட்கார்ந்துகொண்டிருந்தான்.

திடீரென்று எழுந்து கதவைத் திறந்துகொண்டு வெளியே போனான். தெருவில் இரண்டு பக்கமும் பார்த்தான். கீழே கிடந்த கற்களைப் பொறுக்கி, அந்த மெர்க்குரி பல்பை நோக்கிக் குறிபார்த்து வீச ஆரம்பித்தான். நான்காவது கல் பல்பில் பட்டுக் கண்ணாடிச் சில்லுகள் தெறித்தன.

ஆனந்த விகடன், 1977

காட்டில் ஒருவன்

நாய்கள் குரைக்கின்ற சத்தம் எந்தத் திசையிலிருந்து கேட்கிறது என்று ஒன்றும் யூகிக்க முடியாமல் இருந்தது. மேலும் அவனுக்கு அந்த மரங்களினூடே திசைகளைப் பற்றின ஞாபகமே அழிந்துவிட்டது. இதுவரை இவ்விதமாய்த் திசைகளை மறந்துபோன நிலை அவனுக்கு ஏற்பட்ட தில்லை. அறைக்குள், ரயிலில், நீரில் மூழ்கிக் கிடக்கையில் என்று எந்த இடத்தில் இருந்தாலும் மறந்துவிடக்கூடியவை அல்ல திசைகள். அவன் மனத்தில் உள்ள திசைகளுக்கு வர்ணங்கள்கூட ஏற்பட்டுப் போயிருந்தனதான். ஆனால் விட்டு விட்டுக் குரைக்கிற சத்தம் கேட்டுக்கொண்டு இருந்தது. அவற்றுக்குள் பலவிதமான நாய்களும் இருக்கும் போல. சில குரல்கள் தெளிவாக இருந்தன. சில தீர்மானித்துச் சொல்லமுடியாதபடி இருந்தன. அந்தக் குரல்களை வைத்து அவற்றுக்குரிய முகங்களையும் உடல் அமைப்புகளையும் நிறங்களையும் யோசித்துப் பார்த்தான். கடைசியில் ஒரே ஒரு நாயின் முகமும் உடம்பும் மட்டும் திரும்பத் திரும்ப ஞாபகத்துக்கு வந்தது. அது அவனோடு அவன் பால்யத்தில் பரிச்சயமாகியிருந்த அவன் நினைவில் உள்ள ஒரு நாய்.

இப்போது அந்த நாய்களின் குரைப்பில் வேறொரு விசித்திரம் குடிபுகுந்திருந்தது. தொடர்ந்து சிறு சிறு கால இடைவெளியில் கேட்டுக் கொண்டிருந்த சத்தம் முற்றிலுமாக அடங்கிப் போய்விட்டது. இனிமேல் ஒன்றுமில்லை என்று

மனத்தில் இருந்த பதற்றத்தைத் தணித்துக்கொண்டு, அளவற்ற சந்தோஷத்துடன், அடர்ந்திருந்த மரங்களுக்குள் பார்வையைச் செலுத்தி வேடிக்கை பார்த்திருந்தான். பெரிய பெரிய தூர்கள் உள்ள மரங்கள் அவனைச் சுற்றிலும் நின்றிருந்தன.

காட்சி தந்திருந்த சுற்றுப்புறத்தைக் குறித்த எச்சரிக்கைகளுக்கும் தனக்கும் இந்தக் கானகத்துடன் அவ்வளவாகச் சம்பந்தமில்லை என்று நினைத்துக்கொண்டு பார்க்கவேண்டிய துரதிருஷ்டம் அவனுக்கு ஏற்பட்டிருந்தது. அவன் உட்கார்ந்திருந்த மரமே பெரிய மரம்தான். அதுமாதிரி மரங்களை அவன் பார்த்ததே இல்லை. அவனைச் சுற்றி நின்றிருந்த மரங்களில் ஒன்றாவது அவன் ஏற்கெனவே பார்த்த மரமாகவோ, இனம் கண்டுகொள்ளக்கூடியதாகவோ இல்லை. அவற்றின் மேல்தோடுகளைப் பார்க்கையில் அவற்றுக்கு ஏகப்பட்ட வயதிருக்கும் என்று தோன்றியது. அவனுடைய வயதைவிட நூறு நூற்றைம்பது வயது கூடுதலாக இருக்கும். அந்த மரங்கள் முளைக்க ஆரம்பித்திருந்தபோது ராபர்ட் கிளைவ் இந்தியாவுக்கு வந்திருக்கக்கூடும் என்று நினைப்பது மனசுக்கு உகந்ததாக இருந்தது. அப்போதும், மனித வழக்கப்படியே, நினைவுகளைத் தடுக்க முடியவில்லைதான். ஒன்றைப் பற்றி யோசிக்கும்போது அதைப்போல உள்ள, எப்போதோ பார்த்திருந்த, இன்னொன்று மனத்தில் தோன்றித் துன்புறுத்துகிறது. அவனுடைய ஊரில், அவன் வீட்டெதிரே மரம் ஒன்று இருந்தது. மரத்திலிருந்து உதிர்ந்த வேப்பம்பூக்கள் விசேஷ நாட்களில் பூஜைக்கும் சமையலுக்கும் என்று பயன்பட்டன. தன்னுடைய தாத்தா உண்டாக்கின மரம் என்று அப்பாவுக்குப் பெருமை பேச வாய்ப்பளித்தது அம்மரம்.

கானகம் என்று அழைக்கவைத்த அம்மரங்களின் சேர்க்கை மனசுக்குள் குதூகலத்தைத் தந்துவிடவில்லை. அவன் பேரில் அவை ரொம்பவும் அக்கறையும் பிரியமும் உள்ளவைபோல நின்றிருந்தன. 'ராமையா, ராமையா' என்று எப்போது ஊருக்குப் போனாலும் அன்போடு இருக்கிற கந்தசாமிச் சித்தப்பாவின் முகத்தை இவனுக்கு இடப்புறம் இருந்த மரம் பெற்றிருந்தது. நாலைந்துபேர் சேர்ந்து கட்டிப் பிடிக்கக் கூடியதாக இருந்த அம்மரத்தின் அடிமரம் அவர் சிரித்துக்கொண்டே இவனைப் பார்க்கிற பாவனையில் இருந்தது.

இவ்வளவு நெருக்கத்தில் இத்தனை விதங்கள் உள்ள மரங்களோடு அவன் இதற்குமுன் இருந்ததே இல்லை. அந்த மரங்கள் அவனைத் தங்கள் நம்பிக்கைக்குரிய மனிதனாக ஆக்கிக் கொண்டுவிட்டதுபோல அவற்றின் கிளைகளும் இலைகளும்

காற்றில் மிகுந்த எச்சரிக்கை கொண்டு செயல்பட்டன. அவற்றால் அவனுக்கு எவ்விதத் தீங்கும் நேர்ந்துவிடாது என்பதை அவை உணர்த்திவிட்டன என்று அவன் கண்டுகொண்டான்.

ஆனாலும் அவன் துரதிருஷ்டம் அவனைத் தொடர்ந்து வந்திருந்தது. நினைத்துப் பயந்திருந்தபடியே, வெகு நேரத்திற்கு முன் கிராமத்திற்குள் கேட்ட நாய்களின் குரைப்பொலிகள் இப்போது காட்டுக்குள் அருகே எங்கோவென்று கேட்க ஆரம்பித்தன. கிராமத்துக்காரர்கள் அவனைக் காட்டிக் கொடுத்திருப்பார்கள் என்று எண்ணவும் தோன்றவில்லை. கிராமத்து மனிதர்களைச் சந்தேகிப்பது அவன் தத்துவத்துக்குப் புறம்பானதும்தான். அநேகருக்கு அவன் கானகத்தினுள் நுழைந்ததே தெரியாது. கிராமங்கள் நம்பிக்கைக்கு உகந்தவை என்று சிறுவயது முதலே ஒரு அபிப்பிராயம் ஏற்பட்டுப் போயிருந்தது. மேலும், அவன் மேலிடம் கற்பித்திருந்தபடியே அவன் எந்த இடத்தையும் நேராகச் சென்று அடைவதில்லை. பஸ்ஸில் ஏறி எங்கோ இதுபோல உள்ள இன்னொரு சிறிய கிராமத்துக்குப் புறப்பட்டுப்போகிறான் என்பதுபோலத்தான் முன்தினம் இரவு தங்க நேர்ந்த கிராம மக்களுக்குப் போக்குக் காட்டியிருந்தான். பாவனைகளைக் கண்டு அவ்வளவாக நிஜத்தை உணர்ந்துகொள்ள முடியாதவர்கள் அவர்கள் என்றுதான் நகரத்துவாசியான இவனால் அபிப்பிராயப்பட முடிந்தது. இது தவறோ என்னவோ, நாய்களின் குரைப்பொலிகளின் முன்னே.

இக்கானகத்துக்கு வரும் வழியில் நடந்த நிகழ்ச்சி அற்பமானதுதான். பஸ் போகிற வழியில் ரோட்டோரத்தில் ஒரு சிறிய கோவிலும் கோவிலைச் சுற்றிக் குழுமியிருந்து கொண்டாட்டத்தில் களித்திருந்த ஜனங்களும் தென்பட்டார்கள். அவர்களை விலக்கிக்கொண்டு போகிறதுக்காக என்று இவன் சென்ற பஸ் ஊர்ந்தும் நின்று நின்றும் போகவேண்டிய தாயிற்று. கொண்டாட்டத்தில் ஈடுபட்டிருந்தவர்களின் கவனம் பஸ்ஸின் பேரிலும் பஸ்ஸில் இருந்தவர்களின் கவனம் கொண்டாட்டக்காரர்களைப் பார்ப்பதிலுமாகக் கவனங்களைப் பின்னவிட்டபோதுதான் பஸ்ஸிலிருந்து கீழே இறங்கினான். கூட்டத்தில் இருந்த ஒன்றிரண்டு பேர் இவனைப் பார்த்திருக்கலாம். என்றாலும் அவர்களின் முகத்தில் இருந்த உல்லாசத்தால் அவர்களுக்கு இவன் முகம் திரும்பவும் ஞாபகத்திற்கு வராது என்பது இவன் நினைப்பு.

கோவிலின் புறத்தே ஒரு வண்டித்தடம் தொலைவில் தெரிந்த காட்டைப் பார்க்கப் புறப்பட்டிருந்தது. காட்டை நெருங்கினோம் என்று தீர்மானம் செய்யத் தகுந்த நேரத்தில்தான்

ஆச்சரியப்படும் விதமாய், காட்டை ஒட்டி ஒரு பெரிய சரிவும் சரிவில் இன்னொரு கிராமமும் துலங்கிற்று. அக்கிராமத்தை விட்டு விலகியே செல்ல முயன்றுங்கூட, வழியில் மாடுகள் ஓட்டும் குடியானவர்கள் எங்கிருந்தோ இவனைப் பார்த்தபடிக் கடந்து போனார்கள். அவர்கள் பாமரர்கள் என்றாலும் தர்மத்திற்குத் தலைவணங்கக் கூடியவர்களே என்பதை அவர்களின் எளிமை உறுதிப்படுத்தியது.

கானகத்தை நெருங்கித் தொட்டுவிட்டதும் கானகத்தின் அபூர்வநிலை, இவனுடைய லட்சியப்பாதைக்கு மயக்கம் தந்துவிடும் போல் இருந்தது. சற்றுமுன் எதிரே தென்பட்டு மாடுகள் ஓட்டிப்போன குடியானவர்களைவிட அக்கானகத்தின் அழகு மனத்தில் கிலேசம் உண்டாக்கியது. சிறிது காலமாக, ஒற்றையடித் தடங்களிலும் வண்டித்தடங்களிலுமாக நடந்து நடந்து தடங்களைப் பற்றி அவன் மனத்தில் நிறைய மதிப்புகள் ஏற்பட்டுப் போயிருந்தன. லட்சியங்களைக் குறித்த பிரசங்கங் களைச் செய்ய இயலுகிறதுபோல, மண்ணின் தன்மைக்கு ஏற்றவிதமாய் மாறுதல்களுக்கு உட்படும் தடங்களின் குணத்தைப் பற்றியும் அவனால் செய்ய இயலும்தான்.

செறிவான மரங்களிடையே புகுந்துகொண்டதும் அவற்றின் துணுக்கு இடைவெளிகள் வழியே அக்கிராமத்தைப் பார்க்கும் ஆவல் ஏற்பட்டது. கிராமத்து வீடுகளிலிருந்து, ஒரு ஒழுங்கற்று, சீர்குலைந்த விதமாய், ஓடுகளின் இடைவெளிகளி லிருந்து சமையல் செய்கிறதினால் உண்டான புகை வெளி வந்துகொண்டிருந்தது. அவனைச் சுற்றிலும் நின்றாடிய சூழலின் கூத்து, அவன் இயங்கிவந்த லோகாயத மனத்தை எங்கோ அவன் அனுமதி இன்றியே தொலைவுக்குத் தள்ளிச் சென்றுவிட்டது. அழகின் வசப்படுவதிலிருந்து தப்பிப்பதும் பெரும்பாடாகி, அக்காட்டை விட்டு அகன்று போகவே நினைத்தான். எனினும் கூட, நினைத்ததைச் செயல்படுத்தும் அவன் பிடிவாதக் குணம், தூய்மையும் ஒளியும் துலங்கிய அக்கானகத்தின் முன்னே வெட்கத்தோடு ஒளிந்துகொண்டிருக்கவேண்டும்.

அவனுக்கு உணர்வுதந்து இயங்கவிட்ட கட்சி மேலிடம் காடுகளையே நல்ல புகலிடம் என்று பாடம் புகட்டியிருந்தது. காடுகளை நல்ல புகலிடம் என்று தீர்மானித்த அம்மேலிட மனிதர் யார் என்று தெரியவில்லை. இவ்வுன்னதக் கானகத்தின் முன்னே எச்சரிக்கையோடு செயல்படவேண்டிய அல்ப மனம், மண்டியிட்டுத் தலை குனிந்துகிடக்கும் என்பதை அவர்கள் எப்படித்தான் உணராமல் போனார்களோ, தெரியவில்லை.

காட்டில் நுழைந்த பின்னே அதை அலட்சியப்படுத்துவது அவனுக்கு எளிதாக இல்லை. அக்காட்டின் போதைக்கு உட்பட்டே அதன் ஆழத்தை நோக்கிப் புகுந்தான்.

மாடியறையில் மனோதிடம் அல்லது நம்பிக்கை குறித்து அவன் நிகழ்த்தியிருந்த உரைகளும் சர்ச்சைகளும் நினைவிற்கு வந்தபோதெல்லாம் ஒரு எழிலுணர்வும் மனத்தில் தோன்றுவது வழக்கம். அமானுஷ்யத்தில் உறையும் இக்கணத்தில் இனிமையைக் குலைத்த அக்குரைப்பொலியில் அம்மென்னுணர்வு வேறெங்கோ பதுங்கிக்கொண்டது. யோசித்துப் பார்த்தும் அவ்வுணர்வு காணக் கிடைக்கவில்லை.

நாய்களின் குரைப்பொலியை அவன் இரண்டாவது உலக யுத்தம் சம்பந்தமான சினிமாக்களில் கேட்டிருக்கிறான். உலக யுத்தத்தில் ஈடுபட்ட நாய்களும் காடுகளுக்குள் எதிரிகளை மோப்பம் பிடித்துத் தேடித் திரிந்தன. தங்கள் அறிவுக்குப் புலப்படாத மர்மங்களை நாய்களைக் கொண்டு கண்டறியும் மனிதர்களை வெகுகாலத்துக்கு முன்பே கொண்டதுதான் இவ்வுலகம் என்பதை நினைக்க வினோதமாகவும் இருந்தது. இந்நாட்களின் புராதனச் செயல்களை எண்ணிப் பார்த்தாலோ சலிப்பு உண்டாயிற்று. புராதனந் தொட்டே இதைச் செய்து வந்ததும், சலிப்பின்றி அவை திரும்பவும் மனிதர்கள் ஒளியும் மறைவிடங்களைத் தொடர்ந்து மூக்கைத் தரையில் கவிழ்த்துத் திரிந்து காலந்தள்ளுவது ஆச்சரியமும்தான் என்று யோசித்துக் கொண்டிருந்தபோதுதான் சற்றுத் தொலைவில் திடீரென்று மரச்சந்துகளினூடே சில நாய்களும் மனிதர்களும் தென்பட்டார்கள். இனித் தப்பித்தல் என்பதில்லை என்பதை உலகம் தீர்மானித்துவிட்டது என்று கருதினான். நாய்களைப் பிடித்து வந்தவர்கள் நீண்ட காலமாக இந்த வேலையில் ஈடுபட்டிருந்ததை மறக்க ஒருவருக்கொருவர் பேசிக்கொண்டு வந்தார்கள். அவர்களின் முகத்தில், தேடிச் செல்கிற தீவிரம் அவ்வளவாகக் காணப்படவில்லை. ஒருவேளை இந்த எளிமையும் மதுரமும் நிறைந்த இச்சூழல் அவர்களையும் வயப்பட வைத்திருக்கலாம். சுவர் போலச் சுற்றி நெருக்கும் நாய்களின் குரைப்பொலியைக் கேட்டுக்கொண்டே மரத்தின் மீது இருந்தான். பிடிபடுவதற்கே இத்தனை காலமும் தப்பித்து வாழ்ந்து விட்டோமோ என்று யோசித்திருந்தவன், பிடிபடுவதற்காக, வந்துகொண்டிருந்த மனிதர்களையும், வலிமை வாய்ந்த நாய்களையும் நோக்கினான்.

கொல்லிப்பாவை

ஏழாவது நாள்

அந்த அறையில் இருப்பதற்கே கூச்சமாக இருந்தது இளம் டைரக்டருக்கு. சிவப்புக் கம்பள விரிப்பில் ஏராளமான அலங்காரப் பொருள்களுக்கு நடுவே இருந்துகொண்டிருப்பது என்னவோ போல் இருந்தது. அவனுக்கு நேரே எதிரில் இருந்த ஒரு அறையின் வாசல் மூடிக்கிடந்தது. அந்த அறையின் கதவுகளுக்கு வெளிறிய மஞ்சள் வர்ணம் அடித்திருந்தார்கள். மஞ்சள் வர்ணத்தைப் போற்றிய பிரெஞ்சு ஓவியன் ஒருவனைப் பற்றிச் சமீபத்தில் படித்திருந்த கட்டுரை ஞாபகத்துக்கு வந்தது. அந்த அறை அவனுக்கு ரொம்பவும் விருப்பமாகப் போயிற்று. அந்த அறையில் தானும் சுமதியும் இருப்பதாக நினைத்துக்கொண்டான். மஞ்சள் வர்ணம் பூசப்பட்ட அந்தக் கதவைத் திறந்து கொண்டு சுமதியோடு வெளியே சென்று வருகிறது எவ்வளவு அருமையாக இருக்கும்? 'குட்! இப்படி என்றாவது ஒருநாள் நடக்காமலாப் போகும்?' என்று இவனுடைய நண்பரும், பழம்பெரும் காமெரா மேனுமான டி.ஹெச். கோஷ் (அவர் இப்படித்தான் உலகெங்கும் உள்ள திரைப்படத் துறையினரால் அழைக்கப்படுகிறார். ஆனால், அவருடைய துரதிர்ஷ்டம் இப்போது மூடிக் கிடக்கிற ஒரு பழைய ஸ்டுடியோவுக்குப் பக்கத்தில் உள்ள இரண்டுங்கெட்டான் கிராமத்தில் ஒரு நாய், விசுவாசமுள்ள ஒரேயொரு வேலைக்காரி இவர்களோடு வாழ்ந்து வருகிறார். அவருடைய வீட்டில் நல்ல டீ கிடைக்கும்) அடிக்கடி சொல்லுவார்.

சுமதியும் அவனுமாக இந்த மஞ்சள் வர்ணம் பூசப்பட்ட கதவைத் திறந்துகொண்டு வருகிற

காட்சியை வெகுநேரம் கற்பனை செய்துகொண்டிருக்க முடியாத படி, அவனுக்குப் பக்கத்தில், பெரிய குங்குமப் பொட்டு முகத்தோடு ஜிப்பா அணிந்த ஒருவர் சோபாவில் வந்து அமர்ந்தார்.

அவன் மட்டுமே இன்று காலையில் ராஜரெத்தின நாடாரைச் சந்திக்கப் போவதாக நினைத்துக்கொண்டிருக்கிறது பொய்யாகப் போய்விடுமா? நேற்று ராஜரெத்தின நாடாரைச் சந்தித்தபோது, இன்று காலையில் கதையைக் கேட்டுவிட்டு, மேலே படம் எடுக்கிறதைப்பற்றிப் பேசலாம் என்று சொல்லி யிருந்தார். நேற்று ராஜரெத்தின நாடாரைத் தேடி வந்து திரும்பிச் சென்றிருந்தது ஆறாவது நாள்.

இன்னும் கொஞ்சம் சீக்கிரமாகவே வந்திருக்கலாம். தாமதித்து வருகிறது, எதிர்காலத்தில் சுடர்விட்டுப் பிரகாசிக்க நினைக்கிற ஒரு டைரக்டருக்கு அழகல்ல. ஒருவேளை டி.ஹெச். கோஷும் இப்படித்தான் தாமதித்தே சென்று இந்த நிலைமைக்கு ஆளாகிவிட்டாரோ? அப்படியானால் நாமும் டி.ஹெச்.கோஷைப் போல ஒரு கிழட்டு நாய், ஆஸ்துமா தொந்தரவுள்ள அழகற்ற கருத்த வேலைக்காரி இவர்களோடு வாழ்க்கையைக் கழிக்கும் படியாக ஆகிவிடுமோ? இது நிகழ்ந்துபோனால், சுமதிக்கு ஆந்திராவில் கல்யாணமாகி அவளை என்றென்றும் பார்க்கவே முடியாதபடி ஆவதும் நிகழும். ராஜரெத்தின நாடாருடைய வீட்டைப் போல் இருக்கிற அரண்மனை போன்ற வீட்டின் மஞ்சள் வர்ணம் பூசிய கதவைத் திறந்துகொண்டு அவளோடு வெளியே சென்று வருகிறதும் ...

'தம்பி யாரு?'

பக்கத்தில் இருந்தவரை மெதுவாகத் திரும்பிப் பார்த்தான். அவருடைய குரல் கள்ளத்தனமுள்ள கீச்சுக்குரலாக இருந்தது. சின்ன வயசிலேயே இந்த வியாபாரக் குரல் இவருக்கு வந்திருக்கும் போல. எல்லோருமே பின்னால் ஆகப்போகிறதைச் சின்ன வயசிலேயே இனம் காட்டிவிடுகிறார்கள் என்று தோன்றியது. தான் கூடச் சிறுவயதில் ஊர் குளத்தங்கரையில், ஆடிக் காற்றடித்து அலைகள் கரையைத் தாண்டி விழுகிறதை வேடிக்கை பார்த்து மயங்கிக்கிடந்தது, இன்று டைரக்டராகி இப்படி யாரோ ஒருத்தருக்குப் பதில் சொல்லிக்கொண்டிருக் கிறதுக்காகத்தானா?

'சாரைப் பார்க்க வந்திருக்கிறேன்.'

'யாரு? நாடாரையா?'

அதற்குப் பதில் சொல்லவேண்டாம் என்று தோன்றியது. வெறுமனே அமைதியாக அவரைப் பார்த்துக்கொண்டிருப்பதே போதும் என்று நினைத்தான். இப்போதெல்லாம் அவன்

வெகுவாகப் பேச்சைக் குறைத்துவிட்டிருந்தான். ஒருநாள் கடற்கரையில் வைத்துச் சுமதிகூட இதற்காக வருத்தப்பட்டாள். எல்லா விஷயங்களிலும் விவரிக்க முடியாத அமைதி நிரம்பிய ஒழுங்கைக் கடைப் பிடித்து வந்தான் அவன். யாருடன் எவ்வளவு மோசமாக விவாதம் செய்யவேண்டியது வந்தாலுங்கூட உணர்ச்சிவசப்படாமல், வார்த்தைகளைத் தேடிப்போட்டுப் பேசுகிற பக்குவத்துக்கு வந்துகொண்டிருந்தான்.

சலனமில்லாத மெதுத்தன்மை அவனை, ரொம்பவும் உன்னதம் நிரம்பிய வாழ்க்கையை வாழ்கிறவன் என்று காட்டியது. ஆனால் இதெல்லாம் டைரக்டராக இருப்பதற்கு இங்கே தேவையில்லாத விஷயம் என்று சில நாட்களுக்கு முன் டி.ஹெச். கோஷும் இவனும் ஒரு தியேட்டர் வாசலில் வைத்துப் பேசிக்கொண்டிருந்தபோது, அவர் இது குறித்து இவனை எச்சரித்திருந்தார். 'தான் இப்படி ஆகிப்போனதுக்குக் காரணம் தான் நிறைய யோசித்ததும், எதையுமே உணர்ச்சிவசப்படாமல் அறிவார்த்தமாக அணுகியதுமே' என்று கோஷ் சொன்னார்.

'நீங்க என்ன விஷயமா வந்தீங்க?'

'ஒரு பட விஷயமாக ...'

'என்ன படம் பண்ணப்போறே?'

திடீரென்று இதுமாதிரி 'நீ' என்று ஒருமையில் அழைக்கிறது ஒன்றும் புதுசாக இல்லை. எத்தனையோ முறை வாழ்க்கையில் இது போல நிகழ்ந்திருக்கிறது. அவரை எப்படி வெட்கமுறச் செய்யவேண்டும் என்கிறது அவனுக்குத் தெரியும்.

'நான் டைரக்ட் செய்யப் போறேன்!'

அவர் பேசவில்லை . சிறிது நேரம் கழித்து, 'நீ யாருன்னு எனக்குத் தெரியலையே? உன்னோட பேர்?'

'ரவி...'

'அடையாறு ஸ்கூல்லே படிச்சிருக்கியோ.'

'ஸ்கூல் இல்லே அது. இன்ஸ்டிட்டியூட். பிலிம் இன்ஸ்டிட்டியூட்.'

'ஓகோ! அங்கேயிருந்து வர்றவங்களுக்கு இங்கே இண்டஸ்டிரியிலே மதிப்பே இல்லியேப்பா. அது வெத்து ஏட்டுப் படிப்பு. இங்கே வெசயமே வேற. எதுக்குப்போட்டு வீணா...'

'என்னால முடியும்னு நினைக்கிறேன். அதுதான் சாரெப் பார்த்துட்டுப் போக வந்திருக்கேன்' என்று அவன் சொல்லிக் கொண்டிருக்கும்போதே ராஜரெத்தின நாடார் மார்பை டர்க்கித் துண்டால் போர்த்தியபடியே வெளியே வந்தார்.

‘அடே ... டே ... தம்பீங்களா? பனா மூனா, இது யார் தெரியுமா? நம்ம இன்ஸ்டிட்டியூட் ஸ்டூடண்ட். ரொம்பக் கெட்டிகாரப் புள்ளே. நிறையப் படிச்சிருக்கு. இது மாதிரி ஆட்கள்தான் இனிமே வரணும். இவ்வளவு சின்ன வயசிலே என்ன படிப்புங்கிறீங்க... தம்பீ! இதுதான் பனா மூனாங்கிறது. பெரிய மொதலை, கேள்விப்பட்டிருப்பீங்களே..! என்று சந்தோஷ மாகச் சொல்லிக்கொண்டே அவனுக்கு எதிரே உட்கார்ந்தார்.

‘நீங்க அறிமுகப்படுத்துறதுக்கு முன்னாடியே நானும் தம்பியும் அறிமுகம் செய்துக்கிட்டோம். எல்லாம் சொல்லியாச்சு. நாடாரே, நான் வந்த விஷயம் என்னான்னா...’ என்று ஜிப்பாக் காரர் ஆரம்பித்தார்.

‘அப்போ தம்பீ, நீங்க சாயந்தரமா அஞ்சு அஞ்சரைக்கி வாங்களேன். இன்னக்கி எப்பிடியும் கதையைக் கேட்டுரலாம். தம்பியை மாதிரி ஆட்கள் முன்னுக்கு வர்றதுதான் எனக்கு ஆசை. ஏன்னா தம்பியை மாதிரி கீழே இருந்து கஷ்டப்பட்டு மேலே வந்தவன் நான். நம்ம பனா மூனாவுக்கு எல்லாம் தெரியும். ஆனால் பனா மூனா வெவகாரம் வேறே. அவுஹ பரம்பரைப் பணக்காரவுஹ. செட்டி நாட்டுல தங்கத்துக்கு என்ன கொறைச்சல். . ?’ என்று ஜிப்பாக்காரரைப் பார்த்துச் சிரித்துக்கொண்டே உற்சாகத்தோடு சொல்லிக்கொண்டு போனார் நாடார்.

‘அப்போ நான் வர்றேன் சார்.’

‘சரி செய்யுங்க...’

பனா மூனாவிடம் சொல்லிக்கொள்ளாமலே வெளியே வந்தான் இளம் டைரக்டர். தெருவுக்கு வந்த உடனே சுமதியைப் பார்க்கவேண்டும் போல் இருந்தது. தெருவில் நல்ல வெயில். சுவர் ஓரமாக ஒண்டி ஒதுங்கி நடந்துபோனான்.

டி.ஹெச். கோஷின் வீட்டில், அன்று மாலை நீண்ட நேரம் வரை பிரெஞ்சு டைரக்டர் ட்ரூபாவைப்பற்றிப் பேசிக் கொண்டிருந்துவிட்டுப் புறப்பட்டான். புறப்படுகிறபோது டி.ஹெச். கோஷ் தன்னுடைய நாயின் முதுகைத் தடவிக் கொடுத்தவாறே, ‘உங்களுக்கு ஞாபகமிருக்கில்லையா? டைரக்டர் மைக்கேல் ஏஞ்சலோ அண்டோனியோ இண்டஸ்டிரியைப் பிரேக் பண்ணி உள்ளே வர்றதுக்கு பதிமூணு வருஷம் புடிச்சது தெரியுமில்லியா?’ என்றார். தலையை ஆட்டிவிட்டுப் புறப்பட்டான்.

1978

இரண்டாவது சொர்க்கம்

'ஏ, தங்கக் கனி ... தங்கக் கனி ... ஒரு செம்புத் தண்ணி கொண்டாள்ளா, இந்தச் செருப்புல என்ன எளவு சனியனோ அப்பியிருக்கு. தேவிடியா புள்ளயோ ரோட்டுக் காடெல்லாம் கொல்லைக்கி இருந்து வச்சுத் தொலைச்சிருக்குதுவோ ...' என்று உள்ளே பார்த்துச் சத்தம் போட்டுவிட்டு, நடை வாசல் படியிலேயே உட்கார்ந்துவிட்டார் பரதேசி நாடார்.

'இங்க தங்கக் கனியுமில்ல, வெள்ளிக் கனியுமில்ல... நீரு பாட்டுக்கு அங்கென கெடந்து கத்திக்கிட்டுக் கெடக்காதீரும். தண்ணி வேணும்னா உள்ள வந்து எடுத்துக்கிடும்' என்றாள் அன்னப்பழம்.

'அடத் தேவடியா புள்ளயோ ... கால்ல என்ன எளவோ நரகலு அப்பியிருக்குதுன்னு சொல்லுததக் காதுல வாங்காமப் பேசித் தொலைக்கியளே...' என்று எரிச்சலோடு கத்தினார்.

பிறகு கொஞ்ச நேரத்தில், அன்னப்பழமே சாணி பிசைந்த கையோடு அலுமினியச் சொம்பில் தண்ணீர் கொண்டு வந்து நடைக்கல்லில் டக்கென்று வைத்தாள்.

படிக்கல்லில் உட்கார்ந்தபடியே அவளை அண்ணாந்து பார்த்து, 'ஒரு முண்டையளும் வூட்ல இல்லயா? அந்த வேதக் கோயிலுக்குப் போயிட்டாளுவ போல. இந்துக் குடும்பத்துல பொறந்துப் போட்டு வேதக் கோயில் வேதக் கோயில்ன்னு அலையிதாளுவளே... லெச்சணத்தப் பாரு லெச்சணத்த. அம்மக்காரியுமில்லா தொணைக்கி இருக்கா ... த்தூ ... நாயிவோ.'

'நாக்க அறுத்துப் போடுவேன் அறுத்து... நீரு கெவுனரு மவன், வெளியில் போயிட்டு வாரேரின்னுட்டு அவவூட்ல கெடக்கணுமாக்கும்? வெள்ளன கோதுமக்களியே உருட்டி உருட்டி வாயில போடுதரே, அது எங்கன கெடந்து வருதாம்? ஓம்ம ஆத்தாளும் அப்பனுமா கொண்டாந்து கொட்டுதாவ? அந்த வேதக் கோயிலு புண்ணியத்துலதான் காவ்வயிறு அரை வயிறாவது ரொம்புது? ஓம்ம சாதி சனத்துக்கிட்டே ஒரு குத்து அரிசி வாங்கிட்டு வாரும் பாப்பம்? ஒருவாரமா அம்மங் கொடைக்கி வரி தா, வரி தான்னு வந்து நிக்யானுவளே ஓம்ம சாதிக்காரனுவோ, அவனுவளை எச்சிக்கையால் காக்கா வெரட்டச் சொல்லும் பாப்பம்... எம் வாயில் என்னமாத்தான் வருது...'

அன்னப்பழம் சொல்லுவதும் சரிதான். வேதக்கோயில் பாதிரியார் வீடு மட்டும் இல்லாவிட்டால் என்ன ஆகும்? கோவிலில் மணி அடித்துப் பெருக்கிச் சுத்தம் செய்து கொண்டிருந்த யேசாவை விலக்கிவிட்டு, இந்தப் பயல் ஆத்தாங்கரையானை வேலைக்குப் போட்டுப் பத்து ரூபாய் சம்பளமும் கொடுக்காமல் போயிருந்தால் என்ன ஆகியிருக்கும்? தங்கக்கனியையும், அவளுக்கு அடுத்தவள் வண்டிமலைச்சியை யும் தன்னுடைய வீட்டில் சுற்று வேலைகளுக்குப் போட்டு, பள்ளிக்கூடத்தில் மிஞ்சுகிற கோதுமைக் குருணையையும் தராமல் இருந்தால் வீட்டு நிலைமைதான் எவ்வளவு மோசமாகி யிருக்கும்? பிச்சை எடுக்கிற கேவலத்துக்குத்தானே போக வேண்டும். பரதேசி நாடாரின் பிள்ளைகளும் குடும்பமும் பிச்சைக்கு வருகின்றன என்பது எவ்வளவு கேவலமானது?

பரதேசி நாடாரைப் பொறுத்து, அவர்கள் வேதக் கோயில் காரர் வீட்டில் வேலை பார்க்கிறதில் ஒன்றும் குற்றமில்லை. ஆனால் வீட்டுக்கு வந்தபிறகும் வேதக் கோயில் பாட்டுகளைப் பாடிக்கொண்டு திரிகிறதும், அந்த இழவு பைபிளைக் கட்டிக் கொண்டு முழங்காலில் நின்று மலையாளத்து மந்திரவாதி மாதிரி முணுமுணுக்கிறதும் கொஞ்சங்கூடப் பிடிக்கவில்லை. அதுக்காக, அவர் சொல்லைக் கேட்கிற காலமா இது? அவர் பனை ஏறுகிற காலமாயிருந்தால் இந்த மாதிரி அசிங்கமெல்லாம் நடந்திருக்குமா? அதுவும் எப்பேர்ப்பட்ட குடும்பம் அது? ஒரு பரம்பரை இந்து நாடார் வீட்டுச் சுவரில் சிலுவை வந்து தொங்குகிறதுஎன்றால் உலகம் ரொம்பவும் கெட்டுப்போய்விட்டது என்றுதானே அர்த்தம்?

செருப்பில் அப்பியிருந்த அசிங்கத்தைக் கல்லில் தேய்த்துக் கழுவிச் செருப்புகளைத் தூக்கிக்கொண்டுபோய் ஒரு ஓரத்தில்

போட்டுவிட்டு வீட்டுக்குள் போய் உட்கார்ந்தார். அதற்கு மேல் பேசினால் நிலைமை ரொம்ப மோசமாகிவிடும் என்பது பரதேசி நாடாருக்குத் தெரியாததல்ல.

ஒரு காலத்தில் இதே வீட்டில், இதே அன்னப்பழமே இவருக்குத் தினசரி ராத்திரிதோறும் பொறுக்கப் பொறுக்க வெந்நீர் வைத்துக் குளிப்பாட்டி விட்டிருக்கிறாள். நார்க் கட்டிலில் பக்கத்தில் படுத்துக்கிடந்து விடியவிடியப் பேசிக் கொண்டிருந்திருக்கிறாள். காட்டில் பனையேறிக்கொண்டிருந்த இடத்துக்குக் கஞ்சி கொண்டுவந்தால், அந்தப் பனங்காட்டில் குத்துச்செடிகளுக்குள்ளும் ஓலைப் புற்களுக்கு இடையிலும் தான் எத்தனை கேளிக்கைகள் நடந்திருக்கின்றன. அதெல்லாம் ஒரு நேரம் போல. பிறகு தங்கக்கனி, ஆத்தாங்கரையான், வண்டி மலைச்சி என்று குடும்பம் பெருகியபிறகு, கையில் இருந்த ஒன்றிரண்டு பொட்டல் காடுகளும் பனைகளும் கையை விட்டுப் போய்விட்டன. கூடவே, உடம்பும் விழுந்துவிட்டது. நினைக்க நினைக்கப் பெருமூச்சுதான் வந்தது.

கூரைக்கு அப்பால் தூரத்தில் தெரிந்த பனைவடலிகளைப் பார்த்தார். இப்போது காலில் வாதம் வந்த பிறகு பனை ஏற்றத்துக்குக்கூடப் போக முடியவில்லை. ஆனாலும் அதற்காக, பனை ஏறவேண்டும் என்ற ஆசை இல்லாமல் போகுமா என்ன? பனிரெண்டு வயசிலிருந்து மார்பில் தோள் வாரையும் கால்களில் சுற்றுநாரையும் போட்டுக்கொண்டு ஏற ஆரம்பித்த தொழிலை அவ்வளவு லேசில் மறந்துவிட முடியும்தானா?

தெருவாசலில் யாரோ ஆட்கள் வருகிற சத்தம் கேட்டது. அன்னப்பழம் சாணி உருண்டை பிடித்த கையோடு அப்படியே எழுந்து வெளியே போனாள்.

‘ஆரு... அன்னப்பழமா? ஓம் புருஷன் பரதேசி நாடான் இல்லையா?’

‘இருக்காரு . . . வே . . . ஓம்மத் தேடிக்கிட்டு அம்மங் கொடைக்காரங்க வந்திருக்காவ . . .’ என்று இளப்பமாகச் சொல்லிக்கொண்டே உள்ளே வந்துவிட்டாள். அவர் எழுந்து, காலை இழுத்து இழுத்து நடந்து இவளைத் தாண்டிக்கொண்டு போகும்போது, அன்னப்பழம் அவரை ஏதோ ஒரு மாதிரியாக – அது கேலியாகத்தான் இருக்கவேண்டும் – பார்த்தமாதிரி இருந்தது.

‘வே என்ன? ஓம்மத் தேடி எப்ப வந்தாலும் வூட்ல காண முடியல? நாளன்னைக்கிக் கொடைங்கதாவது யாபகம்

இருக்கா, இல்ல? நீரு ஒருத்தருதான் அம்மங் கொடைக்கி வரி குடுக்காத ஆளு. கோயில்ல பந்தல் போட ஆரம்பிச்சாச்சி... பாத்தேருல்லா?' என்றார் ரைஸ்மில்கார பால் நாடார்.

பரதேசி நாடார், ஒன்றும் பேசாமல் மண்சுவரில் ஒரு கையை ஊன்றிக்கொண்டு சாய்ந்து நின்றார். ஊர் பெரிய ஆட்கள் எல்லாம் வந்து கேட்கும்போது என்ன சொல்ல முடியும்?

'வே... இந்த மாதிரிப் பேசாம நிண்டா எப்பிடி? அம்மங் கொடைக்கித் தலைக்கட்டு வரியக் குடுக்கணுமா இல்லியா? வெவரந் தெரிஞ்ச மனுஷந்தான நீரு?'

'அம்மங் கொடைக்கி வரி குடுக்கலைண்டா ஊரவுட்டு வெலக்கி வைக்ய வளம தெரியாமய இருப்பாரு?' என்றார் நல்லக்கண்ணு நாடார்.

பரதேசி நாடார் தலையைக் குனிந்துகொண்டே பேசாமல் நின்றார். அவர்களைப் போல அவரும் நரையும் சுருக்கமும் கண்டுபோன வயசாளிதான். ஒரே சாதி சனம்தான் என்றாலும் சொல்லுகிறவர்கள், கேட்கிறவர்கள் என்று எல்லாவற்றுக்கும் ஒரு தராதரம் இருக்கத்தானே செய்கிறது?

'கொடைக்கி வரி குடுக்காதது ஊரை எளப்பமா நெனைச்ச தோட போவல. அம்மங் குத்தத்துக்கும் ஆளாகுதேரு... இதை மறந்துராதீரும்...' என்று சொல்லிவிட்டுப் போய்விட்டார்கள்.

அவர்கள் போனபிறகு கொஞ்சநேரம்வரை அங்கேயே நின்றுகொண்டிருந்தவர், பிறகு காலை இழுத்து இழுத்து நடந்து கொண்டே தெற்கே பார்க்கப் போய்விட்டார்.

ராத்திரி ஏழெட்டு மணிக்கும்மேல் முட்டை விளக்கு வெளிச்சத்தில் அன்னப்பழம் அடுப்பில் எதையோ போட்டுக் காய்ச்சிக்கொண்டிருந்தாள். ஆத்தாங்கரையானும் சின்னவளும் பக்கத்தில் அடுப்பைச் சுற்றி உட்கார்ந்து அவள் காய்ச்சிக் கொண்டிருப்பதையே பார்த்துக்கொண்டிருந்தனர். மத்தியானம் வெளியே போனவரை இவ்வளவு நேரமாகியும் காணாதது அவளுக்கு என்னவோபோல இருந்தது.

'ஏல ஆத்தாங்கரையான்... அய்யா மத்தியானமே எங்கியோ போனாருடா. வெளக்கு வச்சு இத்தன நேரமாகியும் அய்யாவக் காணலை... வேதக் கோயிலுவூட்ல போயி அக்காவக் கூட்டிக்கிட்டு அப்படியே கடத்தெருவுல எங்கயாச்சும் நிக்யாரான்னு பாத்துட்டு வாயண்டா... என் ராசா இல்ல...' என்று ஆத்தாங்கரையானிடம் கெஞ்சினாள்.

அவன் ரொம்பப் பிடிவாதம் பிடித்தவன், சினிமாவுக்குத் தூட்டுத் தாரேன் என்று அவள் சொன்னபிறகுதான் சமாதான மாகிப் புறப்பட்டுப் போனான். போனவன் தங்கக்கனியை மட்டும் கூட்டிக்கொண்டு வந்துசேர்ந்தான்.

மறுநாள் காலையில் வெள்ளாளன்விளைக்குப் போகிற பாதை யில், ஊர்க்காட்டான் விளையிலுள்ள கிணற்றில் பரதேசி நாடார் விழுந்துகிடந்ததை ஆடு மேய்க்கிற பையன்கள் பார்த்துவிட்டு வந்து ஊருக்குள் சொன்னார்கள். ஊர்க்காரர்கள் ஏழெட்டுப் பேர் கிணற்றில் இறங்கிக் கட்டில் போட்டுப் பிணத்தைத் தூக்கினார்கள்.

நிஜமாகவே பரதேசி நாடார் செத்ததால் அன்னப் பழத்துக்குப் பெரிய இழப்பு ஏதுமில்லை. அவரோடு வாழ வேண்டியதெல்லாம் வாழ்ந்து முடித்தாயிற்று. மேலும் அவர் செத்துப்போனதால் வீட்டில் ஒருஆள் சாப்பாடு குறையுமே. இருந்தாலும் கூட, புருஷன் செத்ததுக்காகத் தாலி கட்டியவள் அழாமல் இருக்கமுடியுமா என்ன? பார்க்கிறவர்கள் என்ன நினைக்கமாட்டார்கள்?

இந்தச் சாவு விழுந்து ஒரு வாரம்கூட ஆகவில்லை. அதற்குள் அன்னப்பழம் ஒரு கேவலமான காரியத்தைச் செய்து விட்டாள். ஊரில் உள்ள இந்து நாடார்களின் கோபத்தைச் சம்பாதித்துக்கொண்டாள். அதிலும் முக்கியமாகப் பரதேசி நாடார் மட்டும் இருந்திருந்தால் இந்த மாதிரி ஒரு காரியத்தை நடக்கவிட்டிருப்பாரா என்று எல்லோருமே பேசிக்கொண்டார்கள்.

வேறு ஒன்றுமில்லை. அன்னப்பழம் குழந்தைகளோடு போய் ஞானஸ்நானம் வாங்கிக்கொண்டு வேதத்தில் சேர்ந்து விட்டாள். இப்போது அவள் பெயர் அன்னப்பழம் இல்லை. மேரி ஜோஸபின் அமலோற்பவம்.

1979

குழந்தைகள் ஆண்டில்

வைகாசி மாதம்கூடக் கழியவில்லை. அதற்குள் மேல்காற்று கிளம்பிவிட்டது. ஆளையே தூக்கி எறிந்துவிடப் போகிற மாதிரி வீசிக்கொண் டிருந்தது. ஞானையாநாடாரின் சம்சாரமான அலங்காரத்துக்கு அப்படி ஒன்றும் ரொம்ப வயசு ஆகிவிடவில்லை. போன மாசியோடு அறுபத்தி ஏழோ, அறுபத்தி எட்டோதான் முடிந்திருக்கிறது. அவளுடைய மாமன் உமரிக்காட்டான், சாயல் புரத்து சின்னமாமி பவுனம்மாள் இவர்கள் எல்லாம் தொண்ணூறுக்குமேல்தான் செத்தார்கள். ஆனாலும், அதற்குள் இந்தப் பஞ்சக்காற்றை எதிர்த்து நடக்கக்கூட முடியவில்லை அலங்காரத் தால். காற்றின் வேகம், யாரோ பிடித்துத் தள்ளிவிட்ட மாதிரி அவளை ஒற்றையடித் தடத்தை விட்டுக் கீழே தள்ளிவிட்டது. பாம்படம் இல்லாத வெற்றுக் காதுத் தொங்கல்களில் தேரி மணல் புகுந்து கொண்டு உறுத்தியது.

‘பாட்டியோவ்... கால்ல முள்ளு குத்திட்டுது பாட்டி... யாத்தாடி...’ என்று ஊளையிட்டாள் சொர்ணம். அலங்காரத்துக்குப் பக்கத்தில்தான், பின்னால் விளையாட்டுப் பார்த்துக்கொண்டே வந்துகொண்டிருந்தது அந்தப் பிள்ளை. அது என்ன விளையாட்டோ... தினந்தோறும் வருகிற பாதை அது. காற்றுச் சத்தத்தில் அவள் கத்தியது, தொலைவில் எங்கோ இருந்து சத்தம் போட்டது மாதிரித்தான் கேட்டது. கையிலிருந்த அரிவாளையும் ஓலைக் கொடியையும் அப்படியே பாதையில் போட்டுவிட்டு, கால்களை அகற்றி அகற்றிப் போட்டுச் சொர்ணத்தைப் பார்க்க ஓடினாள் அலங்காரம்.

சொர்ணம், கீழே தேரி மணலில் சப்பென்று உட்கார்ந்து, முள் குத்திய இடத்தை அமுக்கிப் பிடித்து பல்லைக் கடித்த படியே முகத்தைத் திருப்பிக்கொண்டு உட்கார்ந்திருந்தாள்.

'ஏ, பாவி மட்டப்புள்ள… காக்கா முள்ளுல்லா போல… பாதையில நடந்து வாரயில கண்ணப் பொடதியில வச்சுக்கிட்டா வார? ஒரு நேரம் சோறு பத்தலையின்னா கெளக்க இருந்து மேக்க வர என்னம்பா நீட்டி மொழக்குதா..?' பாதையப் பாத்து வரத் தெரியாது? பாட்டி நோட்டின்னு கத்துதீய… முள்ளு எத்தாத் தண்டிக்கி இருக்கு..?' என்று முள்ளைப் பிடுங்கித் தூரப் போட்டாள்.

சொர்ணத்துக்கு வலியில் கண்ணீர் தேங்கி நின்றது. அழுதால் பாட்டி இன்னும் திட்டுவாள் என்பது தெரியும். தலையைக் குனிந்து பாவாடையின் அழுக்குநாடாவை எடுத்து வாயில் வைத்துக் கடித்துக்கொண்டு நின்றாள். ஒரு மாதிரியான கரிப்பும் புளிப்புமாக நாக்கில் சுவை தட்டியது.

'அந்த நாடாவ எதுக்குட்டி வாயில வச்சுக் கடிக்கா? இருக்கது இந்த ஒண்ணுதான். இதையும் கடிச்சுக் கடிச்சுத் துப்பிட்டு அம்மணக் குண்டியோட அலை...' என்று சொல்லிவிட்டு நடந்தாள். பதற்றத்தில் வீசி எறிந்த ஓலைக்கொடியையும் அரிவாளையும் தேடி எடுத்துக்கொண்டு திரும்பவும் நடக்க ஆரம்பித்தாள். கொஞ்ச தூரம் நடந்தபிறகு, பின்னால் திரும்பி சொர்ணம் வருகிறாளா என்று பார்த்தாள். காற்று கிளப்பிய மணல் புழுதிக்குள் சொர்ணம் இன்னும் அதே இடத்தில் நின்றுகொண்டிருந்தது லேசாகப் புகைக்குள் பார்க்கிற மாதிரித் தெரிந்தது.

'ஏட்டீ… ஓங் கோவமெல்லாங் கெடக்கட்டு… வெரசலா பின்னால வாரியா என்ன? இன்னைக்கி ஒரு தலைச் சொமை யாவது முள்ளு வெட்டலைன்னா ராத்திரிக்குப் பட்டினிதான் கெடக்கணும். இத மனசுல வச்சுக்கிட்டு நட… மோண்டுக்கிட்டுக் கெடக்கதுகளையெல்லாம் எந்தலையிலே கட்டிவிட்டு வேடிக்கை பார்க்காளுவல்ல, அவளுகளச் சொல்லணும்… செல்லங் கொஞ்சா தட்டி நடந்து வாரியா என்ன..?'

இதைச் சொல்லி முடித்தபோது காற்றின் வேகமும் புழுதியும் குறைந்து சொர்ணம் நின்றுகொண்டிருப்பது தெளிவாகத் தெரிந்தது. லேசாகத் தலையைச் சாய்த்துப் பாட்டியைத் திரும்பிப் பார்த்துவிட்டுத் தலையைக் குனிந்துகொண்டே நடக்க ஆரம்பித்தாள் சொர்ணம். இன்னும் காலைச் சரியாகக் கீழே ஊன்ற முடியவில்லை. கெந்திக் கெந்தி நடந்தாள்.

அம்மா, அப்பா, தங்கச்சி, குட்டித் தம்பியின் ஞாபகம் எல்லாம் வந்தது சொர்ணத்துக்கு. போன பண்டியலுக்கும் முந்தின

பண்டியலுக்கு முன்னால் அவர்களைப் பார்த்ததுதான். அதற்கப்புறம்தான் ஒரு நாள், ஊரில் ரொம்பக் கஷ்டமாக இருக்கிறது என்று, சொர்ணத்தை மட்டும் வண்டிக்காரத் தவசிக் கோனாரின் போக்குவண்டியில், தட்டப்பாறையில் இறக்கிவிடச் சொல்லி ஏற்றிவிட்டாள். வண்டிக்குப் பின்னாலேயே சின்னத் தம்பியை ஒக்கலில் வைத்துக்கொண்டு, ஒரு கையில் தங்கச்சியைப் பிடித்தபடியே ஊருக்கு வெளியே இருக்கிற சாமியார்தோப்பு வரைக்கும் அம்மா வந்தாள். வெட்டுவான் பறம்பு ஏற்றத்தில் வண்டி ஏறி இறங்குகிறவரைக்கும் அம்மையும் தங்கச்சியும் நின்று இவளைப் பார்த்துக்கொண்டே இருந்தது வண்டிக்குள் உட்கார்ந்திருந்த சொர்ணத்துக்குத் தெரிந்தது.

கொஞ்ச நேரம்வரைக்கும் அவர்களுடைய ஞாபகம் இருந்தது சொர்ணத்துக்கு. வேடிக்கை பார்க்க ஆரம்பித்தபிறகு எல்லாம் மறந்துபோய்விட்டது. வண்டியில் ஏற்றியிருந்தது என்ன சாக்கு என்று தெரியவில்லை. ஏதோ சில மூட்டைகள் இருந்தன. கூண்டு வண்டியானபடியால் வெயிலுக்கு நன்றாக இருந்தது. கொஞ்ச தூரத்திலேயே அப்படியே மூட்டைகளின் மீது, உடுமாத்துக்கு அம்மா முறுக்கிக்கொடுத்திருந்த பாவாடையைத் தலைக்கு வைத்துப் படுத்துத் தூங்கிவிட்டாள். ஏதோ ஒரு ஊரில் பொழுது சாய ஆரம்பித்திருந்தபோது, வண்டியை நிறுத்தி, காப்பிக் கிளப்பில் கிழங்குப் போண்டாவும் காரச்சேவும் வாங்கிக் கொடுத்தார் தவசிக் கோனார்.

அலங்காரத்துப் பாட்டியை, ஒரே ஒரு தடவை, தங்கச்சி பிறந்த வீட்டில் வைத்துப் பார்த்திருக்கிறாள். அப்போதெல்லாம் அப்பச்சிக்குப் பனை ஏற்றமும் பதினிக் காய்ச்சலும் இருந்தன. பிறகு தான், கள்ளு இறக்கினார் என்று அப்பச்சியைப் போலீஸில் வந்து பிடித்துக்கொண்டுபோய் ஜெயிலில் போட்டது. தங்கச்சி பொறந்த வேளைதான் அது என்று அப்போது எல்லாருமே சொன்னார்கள்.

இருட்டில் வெகுநேரம் வரைக்கும், ஊரில் இருக்கிற மாதிரி யான அடர்ந்த பனங்காட்டின் வழியே வண்டி போய்க்கொண்டு இருந்தது. அது நிலாக்காலம். வண்டியின் வேகத்தில் பனை ஓலைகளினூடே தெரிந்த நிலா, ஒளிந்து பார்க்கிற மாதிரி மறைந்து மறைந்து தெரிந்தது. வண்டிக்கு அடியில் நிலா வெளிச்சத்தில் வண்டிச் சக்கர நிழல்கள் ரொம்ப தூரத்துக்கு ரோட்டை விட்டுக் கீழே இறங்கி, பெரிய ராட்சஸ சக்கரங்களாக வண்டியுடன் கூடவே உருண்டு வந்துகொண்டிருந்ததைப் பார்க்க வேடிக்கை யாகத்தான் இருந்தது. பாட்டி வீட்டுக்கு வந்துசேர்ந்தபோது ராத்திரி எத்தனை மணி இருக்குமோ தெரியாது.

‘தாயி, தாத்தா, பாட்டி சொன்னதைக் கேட்டுக்கிட்டு கிருமமா இரி என்ன?’ என்று தலையைத் தடவிக் கொடுத்துச் சொல்லி விட்டுப் போனார் தவசிக் கோனார்.

ஆரம்பத்தில் பாட்டியும் தாத்தாவும் ரொம்பப் பிரியமாகத்தான் இருந்தார்கள். சந்தைக்குப் போய் சட்டை பாவாடையெல்லாம் வாங்கி, பள்ளிக்கூடத்தில் பேர் எழுதிச் சேர்த்துப் படிக்க வைத்தார்கள். மூணாங் கிளாஸில் பாதி படித்துக்கொண்டிருக்கும் போதே தாத்தாவுக்குப் பக்கவாதம் வந்து முடங்கிவிட்டார். பிறகு, பாட்டி வீட்டிலும் கஷ்டமாகி விட்டது. பள்ளிக்கூடத்தில் இன்ஸ்பெக்டர் வந்ததுக்கும் சுதந்திர தினத்துக்கும் காசு கொடுக்க முடியவில்லை. புது யூனிபாரம் சட்டை தைத்துப் போடச் சொன்னார்கள். ஒன்றுமே முடிய வில்லை. ‘தலைக்குத் தேய்க்க எண்ணெய் இல்லாத கழுதை களுக்கெல்லாம் என்ன படிப்பு?’ என்று வாத்தியாரே சொர்ணத்தை அடித்து விரட்டிவிட்டார். கடைசியில் பள்ளிக் கூடத்தில் கிடைத்த ஒரு நேர சாம்பார்ச் சோறும் போய்விட்டது. பாட்டிதான் சுண்ணாம்பு அரைக்க, மண் சுமக்க, முள்ளு வெட்ட என்று அலைந்து திரிந்து, திட்டிக்கொண்டே கஞ்சி காய்ச்சி ஊற்றினாள். என்ன இருந்தாலும் பள்ளிக்கூடத்துச் சாம்பார்ச் சோறு நன்றாகத்தான் இருந்தது.

பாட்டியும் பேத்தியும் காட்டுக்குள் நுழைந்தபோது வெயில் உச்சிக்கு ஏறிவிட்டது. முன்புமாதிரி, பக்கத்தில் முள் வெட்ட முடியவில்லை. கொஞ்சம் கொஞ்சமாக வெட்டிக் கொண்டே வந்து நரி ஓடைவரைக்கும் முள்ளுக்கு அலைய வேண்டியதாகிவிட்டது. அலங்காரமும் சொர்ணமும் நரி ஓடைக்குள் இறங்கும்போதே, அக்கரையில் தங்கக்கனியும் பார்வதியும் முள் வெட்டிக்கொண்டிருந்தார்கள். அவர்களைத் தூரத்தில் பார்த்ததுமே அலங்காரம் வாய்க்குள்ளேயே திட்ட ஆரம்பித்துவிட்டாள்.

‘இந்த அவுசாரியோ நிக்க எடத்துல ஈ, காக்கா பறக்கக் கூடாதுன்னு நெலையா நிப்பாளுவளே... இவளுவளுக்குன்னு முள்ளுக் காட்டப் பட்டா போட்டுக் குடுத்தாப்பலல்ல குதிப்பாளுவ... ஏட்டி, சொர்ணம், நீ இந்தக் கரையிலேயே நின்னு வெட்டு... நான் தெக்க போயி வெட்டுதேன்... முள்ளு வெட்டுதேன், முள்ளுவெட்டுதேன்னு ஆட்டுக்காரப் பயலுக கூடப் போயி நின்னு சிரிச்சிச் சிலுப்பிக்கிட்டு நிக்காதே...’ என்று சொல்லிவிட்டுப் போனாள் அலங்காரம்.

சொர்ணத்துக்குக் காலில் முள் தைத்த இடத்தில் நெறி கட்டி வலி தாள முடியவில்லை. கடுத்தது. அப்படியே மரத்து

நிழலில் படுத்துத் தூங்கினால் நன்றாக இருக்கும். வெயிலில் நடந்து வந்தது வேறு வயிற்றைக் கிள்ளியது. தங்கக்கனி அக்காள் பழைய சோற்றுத் தண்ணீர் வைத்திருப்பாள். கேட்டால் தருவாள்தான். ஆனால், பாட்டிக்குத் தெரிந்தால் பெரிய மோசமாகிவிடும். பாட்டி இப்போது வரவர எரிந்து விழ ஆரம்பித்துவிட்டாள். அப்போதெல்லாம் பாட்டி, எவ்வளவு பிரியமாக மடியில் படுக்கப் போட்டுக் கொண்டு பேன் பார்ப்பாள். இந்தப் பாட்டிக்கு என்னதான் வந்துவிட்டது?

பனிரெண்டரை மணி பஸ், தூரத்தில் போகிற சத்தம் கேட்டது. இந்தப் பஸ்ஸில்தான் ரொம்ப நாளைக்கு முன்னால் பாட்டி, தாத்தாவுடன் ஏறிப்போய் அம்மாவை, தம்பி, தங்கைகளையெல்லாம் பார்த்துவிட்டு வந்தாள். அந்தப் பஸ் போகிறபோதெல்லாம் அந்தப் பஸ்ஸில் ஏறி ஊருக்குப் போக வேண்டும் போல இருக்கும் சொர்ணத்துக்கு. இந்த பஸ் போனதும் பள்ளிக்கூடம் விட்டுவிடுவார்கள். ஈயத் தட்டைத் தூக்கிக்கொண்டு ஒண்ணாங் கிளாஸில் போய் உட்கார வேண்டும். பொன்னையா சார்வாள் எல்லாப் பிள்ளைகளுக்கும் சாம்பார்ச் சாதம் போடுவார்.

முள்ளை வெட்டித் தலையில் சுமந்துகொண்டு திரும்பும் போது பள்ளிக்கூடம் விடுகிற நேரம் ஆகிவிட்டது. ஊருக்கு ஒதுக்குப் புறமாக இருக்கிற கட்டடம், பள்ளிக்கூடக் கட்டடம் தான். தூரத்தில் வருகிறபோதே பள்ளிக்கூடத்து மலையாள ஓட்டுக் கூரை தெரிய ஆரம்பித்துவிடும். அந்தக் கூரையை ஏக்கத்துடன் பார்த்துக்கொண்டே பாட்டியுடன் வழி நடந்தாள் சொர்ணம்.

வடக்கு ஜன்னல் ஓரத்தில் அமலிக்குப் பக்கத்தில்தான் சொர்ணத்துக்கு இடம். அவளுக்கு அடுத்து பாலம்மாவும் மீனாட்சியும் இருந்தார்கள். இப்போது, சொர்ணம் படிப்பை நிறுத்தினபிறகு, பின் பெஞ்சில் இருந்த நொண்டிக்காலன் மகள் மாடத்தி, அவள் உட்கார்ந்திருந்த இடத்துக்கு வந்துவிட்டாளாம். மாடத்தி தன்னுடைய இடத்தில் உட்கார்ந்திருக்கிறாள் என்பதைக் கேள்விப்பட்டது முதல் சொர்ணத்துக்கு ஒரே கோபம். பாலம்மாவும் சடையனும்தான் இந்தத் தகவலைக் கொண்டு வந்தவர்கள். அவளுக்கும் பள்ளிக்கூடத்துக்கும் இப்போது எந்தத் தொடர்பும் இல்லை. ஆனாலும், தான் உட்கார்ந்திருந்த இடத்தில் மாடத்தி உட்கார்ந்திருக்கிறாள் என்பதைக் கேட்பதற்கு மனசுக்குக் கஷ்டமாக இருந்தது சொர்ணத்துக்கு. ஒருநாள், பாட்டியுடன் ஐயர் காட்டுக்கு வேலைக்குப் போய்க்கொண்டிருந்தபோது சொர்ணம் ஒரு காரியம் செய்தாள்.

வழக்கம் போல, பாட்டியை முன்னால் போகவிட்டுப் பின்னால் போய்க்கொண்டிருந்த சொர்ணம், பள்ளிக்கூடத் துக்கு அருகே வந்ததும் தெருவில் கிடந்த சாணியை எடுத்துக் கொண்டாள். அந்த ஜன்னல் பக்கமாகப் போனாள். பள்ளிக்கூடம் இன்னும் திறக்கவில்லை. அமலிக்குப் பக்கத்தில் இருந்த அந்த ஜன்னல் கதவுக்குக் கொக்கி கிடையாது. கல்லின் மீது ஏறி நின்று கதவைத் திறந்து மாடத்தி உட்காருகிற இடத்தில் சாணியை எறிந்துவிட்டாள். அன்று முழுவதும் சொர்ணத்துக்குப் பெரிய சந்தோஷமாக இருந்தது. மறுநாள் மீனாட்சியைப் பார்த்த போது, அவள் அன்று மாடத்தி பட்ட பாட்டைப் பற்றிச் சொர்ணத்திடம் விவரித்தாள். அதைக் கேட்டபோது சொர்ணத் துக்குச் சந்தோஷமாக இருந்தது. ஆனால், தான் சாணி எறிந்த சம்பவத்தைப்பற்றித் தன் நெருங்கிய சிநேகிதிகளிடம்கூட சொர்ணம் தெரிவிக்கவில்லை. எப்படித்தான் அவ்வளவு கமுக்கமாக இருந்தாளோ ... இன்றைக்கும், தான் அப்படி இருந்தது சொர்ணத்துக்கு ஆச்சரியமாகத்தான் இருக்கிறது.

'ஆமை நடந்தாப்பல நடக்காதே... எப்ப ஊருக்குள்ளே போயி சுத்தி, முள்ள விக்கது?' என்று முன்னால் விரட்டிக் கொண்டே போனாள் அலங்காரம்.

பள்ளிக்கூடத்தைத் தாண்டிப் போகும்போதெல்லாம் சொர்ணம் தன்னுடைய இடத்தை ரொம்ப ஆசையுடன் பார்ப்பாள். அன்றும் பார்த்துக்கொண்டேதான் போனாள். இன்றும் பள்ளிக்கூடம் விடவில்லை. ஜன்னல் ஓரத்தில் உட்கார்ந்திருந்த அமலியா சொர்ணத்தைப் பார்த்து சைகை காட்டிச் சிரித்தாள். காலில் முள் குத்திய இடம் வலித்தது. நொண்டிக்கொண்டே அவள் பாட்டிக்குப் பின்னால், முள் கட்டுச் சுமையுடன் தூரத்தில் போய்க்கொண்டிருந்ததைப் பாலம்மாவும் மாடத்தியும்கூடப் பார்த்தார்கள். நாளைக்கும் அவர்கள் இந்தக் காட்சியைப் பார்ப்பார்கள். ஏன்... நாளை மறு நாளும் கூடத்தான்.

1979

பயில்வான்

ஆமீனா, ரொம்பவும் நாள்பட்ட கருவாட்டை வதக்கிக்கொண்டிருந்தாள். நாற்றம் சகிக்க முடிய வில்லை. அவளுக்கே குமட்டிக்கொண்டு வந்தது. விறகுக் கட்டைகளைப் பிழிந்தால் தண்ணீர் கொட்டும் போல, அவ்வளவு ஈரம். காலையில் பெரிதாக ஒன்றும் ஆடு, கோழியை அறுத்துச் சமையல் பண்ணவில்லை. என்றாலும், வெறும் சோளக்கூழைக் காய்ச்சுவதற்குள் அந்த ஈர விறகோடு மாரடித்து நெஞ்செல்லாம் உலர்ந்தே போய்விட்டது. அடுப்பை ஊதுவதற்குச் சரியான ஊதுகுழலாவது உண்டா? எந்தக் காலத்திலோ ஊதுபத்தி வாங்கிய தகரக் குழல் கிடந்தது. அதை எடுத்து ஊதி ஊதி கஞ்சி காய்ச்சுவதற்குள் சிறிசுகள் இரண்டும் அழுது கேவலப்படுத்திவிட்டன. வீட்டில் எவ்வளவு அருமையான பித்தளைக் குழல் கிடந்தது. மனுஷாள்களுக்குக் கஷ்டம் என்று வந்தால் அடுப்பு ஊதுகிற குழலை விற்றுச் சாப்பிடும்படியாகவா கஷ்டம் வரவேண்டும்? அதுவும் மாமி மவுத் ஆனதிலிருந்தே ரொம்ப மோசமாகிவிட்டது. குஸ்திக்குப் போகிறேன் என்று வீட்டு ஆண்பிள்ளை எங்கேயோ போய் மேய்ந்து விடுகிறது. வீட்டில் இருக்கிற பிள்ளைகளுக்கு என்ன செய்வது?

'ஏளா நூரூ! காலையில இருந்து இந்த அடுப்புக்குள்ள கெடந்து சாவுதனே . . . உம்மா இப்படி கெடந்து கஷ்டப்படுதாளண்டு ஒனக்கு ஈவு எரக்கம் இல்லியா பாவி மவளே...' என்று பின்னால் திரும்பிப் பார்த்துச் சத்தம் போட்டாள் ஆமீனா.

பீடி சுற்றிக்கொண்டிருந்த நூர், உம்மாவின் முகத்தையே பார்த்தாள். பிறகு மெதுவாக, 'ராவைக்கி பீடிக் கம்பெனிப் பையன் வந்திருவானேன்னு ஒரு மூச்சூடா உக்காந்து சுத்திரலான்னு தான்' என்றாள்.

'அடுப்புக்குத்தான் வரமாட்டா . . . இந்தச் சைத்தான் குட்டிகளையாவது ரெண்டு அரட்டு அரட்டி வச்சா என்ன? நான் அடுப்போட கெடந்து போராடுவேனா இந்தச் சயித்தானுவ ளோட கெடந்து மாரடிப்பேனா? யம்மா... என் ஈரக்கொலை எல்லாம் என்னம்பா வலிக்கிது... யா அல்லா... நாகூராரே... ஏ சயித்தான்களா? எதுக்கு இந்த ஆட்டம் ஆடுதீய?' என்று சுவரோடு சுவராகச் சாய்ந்துகொண்டே சத்தம் போட்டாள் ஆமீனா.

அவளுடைய சத்தத்தைக் கேட்டு, ஏதோ ஒரு பழைய பிரப்பம் பெட்டியை வைத்துத் தள்ளி, ஐஸ்வண்டி விளையாட்டு விளையாடிக்கொண்டிருந்த சிறுசுகள் சுபைதாவும் ஆயீஷாவும் விளையாட்டை நிறுத்திவிட்டுப் பேசாமல் நின்றனர்.

'அந்தப் புள்ளையள எதுக்கு உம்மா சத்தம் போடுறா? அதுக என்னத்தக் கண்டதுக?' என்றாள் நூர். இதைக்கூட மெதுவாகத் தான் சொன்னாள்.

ஆனால், ஆமீனாவுக்கு மேலும் கோபம் அதிகமாகி விட்டது. 'ச்சீ... நாயீ... பேசாமக் கெட... பெத்தவளப் போட்டு இப்பிடிப் படுத்துதோமேன்னு ஒங்களுக்கெல்லாம் கொஞ்ச மாவது எரக்கம் இருக்கா பாவியோ? பள்ளியில இருக்க தூண் மாதிரி இம்புட்டு ஒசரத்துக்கு நிக்கிற ஒனக்கே கூறு இல்ல... அதுகளுக்கு ஏண்டுக் கிட்டா வாரா? நாம் பெத்ததுகளே இப்படி என்னயப் பேசுதுகளே...' என்று அழவே ஆரம்பித்துவிட்டாள்.

இது ஒன்றும் புதிசில்லை. எப்போதும் நடப்பதுதான். தனக்கு எதிராக உலகமே இருப்பதாகவும் அதனோடு போராடிப் போராடியே தான் அழிந்துகொண்டிருப்பதாகவும் ஆமீனா கற்பனை செய்துகொண்டு அழ ஆரம்பித்துவிடுவாள். நூருக்கும் இது ஒன்றும் புதிதல்லதான். அதுவும் அவள் பேசினால் ஆமீனாவுக்கு ஆகவே ஆகாது. அவளுக்கு யாரைத்தான் பிடிக்கிறது? அவளுடைய புருஷனைத்தான் பிடிக்கிறதா என்ன? இந்தச் சின்னஞ்சிறுசுகள் சுபைதாவும் ஆயீஷாவும்தான் என்ன பாவம் செய்தார்கள்? எவ்வளவு அழகான இரட்டைப் பிள்ளைகள் அவர்கள்? அதுவும் பெண் பிள்ளைகள். எத்தனை தான் அடித்தாலும் சத்தம் போட்டாலும் 'உம்மா, உம்மா' என்று கழுத்தைக் கட்டிக்கொள்கின்றனவே. அந்தப் பிள்ளைகளைச் சத்தம் போடத்தான் யாருக்காவது மனசு வருமா?

நூரைத்தான் பிடிக்காது. அவள் என்ன இருந்தாலும் இன்னொருத்தன் வீட்டுக்குப் போகப்போகிறவள்தானே? அதுவும் சும்மாவா போகப்போகிறாள்? எவ்வளவு செலவழித்துக் கட்டிக் கொடுக்கவேண்டியதிருக்குமோ, யார் கண்டது? இந்தச் சிறுசுகளிடம் அன்பாக இருப்பதற்கென்ன? மூன்று பிள்ளைகளுமே அவள் பெற்ற பிள்ளைகள்தானே?

‘உம்மா... நீ வேணுமின்டா படுத்துக்க... நான் கருவாட்டக் கவனிச்சிக்கிடுதேன். ஏய் சுபைதா, ஆயிஷா! ரெண்டு பேரும் கீழே எறங்கி அத்தா வூட்ல போயி வெளையாடுங்க போங்க... பண்ணுற சேட்டையைத் தாங்க முடியல...’ என்று சும்மாவேணும் அந்தப் பிள்ளைகளைக் கோபித்து வைத்தாள் நூர். அவளுக்காக யாரையாவது கோபித்துக்கொண்டால் போதும். ஆமீனாவின் அழுகை, எரிச்சல் எல்லாம் பறந்தே போய்விடும். அதுவும் போன ரம்ஜான் பிறைக்கு முன்னால் குடும்பத்தோடு கடைசியாக ஒட்டிக் கொண்டிருந்த பதினைந்து தென்னைகளையும் கழுதைகள் மேயும் அந்தத் துண்டு நிலத்தையும் சீனாதானாவுக்குக் கிரையம் பேசியபிறகு ஆமீனா ரொம்பவும் மோசமாகிவிட்டாள்.

அவளுடைய வாப்பாவையும் சும்மா சொல்லக்கூடாது. செத்துப்போன பெத்தா, குலசேகரப்பட்டினத்துச் சாச்சா எல்லோருமே வாப்பாவை ரொம்ப இளப்பமாகத்தான் பேசுவார்கள். அதுவும் பெத்தா எடுத்ததுக்கெல்லாம் வாப்பாவைத் திட்டுவாள்.

‘அடே இஸ்மயீலு... இது செலம்புக்காரரு வூடுன்னு பேரெடுத்தது எல்லாம் ஒங்க வாப்பாக் காலத்தோட போச்சுடா மவனே... இந்தக் காலத்துப் புள்ளயோ துபேய்க்கும், சிங்கப்பூருக்கும் பறந்து போவுதுக... அதுக எங்க ஒங்கிட்ட செலம்பமும் குஸ்தியும் பெடிக்க வரப்போவுதுக? வீணாட்டுப் புள்ளயக் கண் கலங்க வச்சீராதப்பா...’ என்று அவள் உயிரோடு இருக்கிற காலமெல்லாம் சொல்லிக்கொண்டுதான் இருந்தாள்.

வாப்பா கேட்கவில்லை. ஆனாலும், பெத்தா சொன்னது போல ஒரேயடியாக வாப்பாவுக்குக் குஸ்தி ஆட வழியே இல்லாமல் போய் விடவில்லை. லங்கோட்டுடன் தான் நிற்கும் போஸ்டரைத் தூக்கிக்கொண்டு திடீர் திடீரென்று வாப்பா வரும்.

‘ஆமீனா... பாத்தியாளா? மதுரையில நாலுநாள் குஸ்தி. தூத்துக்குடியில எட்டுநாள் ஆட்டம்... எப்பிடிப் போனாலும் ஆயிரம் ரூவா கெடைக்கும்... அடுத்த சந்தனக் கூடு வரைக்கியும் கவல வாண்டாம் ஒனக்கு...’ என்பார். எல்லோரிடமும் போஸ்டரைக் காட்டிப் பெருமைப்படுவார். வீட்டுச் சுவரில் அடுத்த குஸ்தி வருகிறவரைக்கும் அந்த போஸ்டர் இருக்கும்.

இன்றைக்கும்கூட வாப்பாவுக்குக் குஸ்தி இருக்கிறது. பத்து நாள் குஸ்தியாம். ஆயிரம் கிடைக்குமோ, இரண்டாயிரம் கிடைக்குமோ, எவ்வளவு பணம் வந்தால்தான் என்ன? ஆமீனா வுக்குப் புகைகிற அடுப்பும், வறட்டு இருமலும், கத்திக் கத்திச் சலிப்பை உண்டு பண்ணுகிற இந்தப் பிள்ளைகளும்தான் மிச்சம். நூருக்கோ இருக்கவே இருக்கிறது வட்டச் சுளகும் பீடி இலைகளும். பல் தேய்த்தது முதல் படுக்கப்போகிறவரை இந்தப் பீடி இலைகள் தான் அவளுடைய உலகம். ரொம்ப அமைதியான பிள்ளை அவள். பசிக்கிறது என்று அவள் சொன்னதே இல்லை. அவள் மட்டும் இல்லையானால் வீடு என்ன ஆகியிருக்கும் என்று சொல்லவே முடியாது. முதுகு ஒடிய அவள் பீடி சுற்றப் போய் ஈர விறகாவது புகைகிறது. ஈர விறகானாலும்கூட, துட்டு இல்லாமலா கடையில் தருவான்?

குஸ்திக்குப் போய் இஸ்மாயில் சம்பாதிக்கிற பண மெல்லாம் அவருக்கே பற்றாது. குஸ்தி சமயத்தில் ஐம்பது, நூறு வீட்டுக்குக் கொடுத்தாலே அதிகம். அவருக்குச் சுத்தமல்லி ஊரில் ஒருத்தி இருக்கிறாள். அவள் நாடகக்காரியாம். அவளுக்குக் கொட்டி அழுவதற்கே போதுமோ போதாதோ. யார் கண்டது? எல்லோரும் சொல்லுகிறார்கள். கீழ் வீட்டு அத்தா அந்த நாடகக் காரியைப் பார்த்திருக்கிறாராம். 'இப்படியும் செய்வானோ ஒரு ஆள்? குழந்தை குட்டிகளைப் பெற்ற பிற்பாடு ஒருத்தன் பண்ணுகிற காரியமா இது?' என்று இஸ்மாயிலைப் பற்றிப் பேசாத ஆளில்லை. ஆனால், இஸ்மாயில் வந்துவிட்டால் அடுத்த நிமிஷமே அவரைப்பற்றி அக்கறையாக விசாரிப்பார்கள். பக்கத்து ஊர் சந்தனக் கூட்டில் அவருடைய சிலம்புப் பள்ளிக்கூடப் பையன்கள் ஆடிய ஆட்டத்தையோ, கடைசியாகப் பார்த்த அவருடைய குஸ்தியையோ பற்றிப் புகழ்ந்து தள்ளிவிடுவார்கள். நூருக்கு இதெல்லாம் ரொம்ப ஆச்சரியமாக இருக்கும்.

நூர், உம்மாவுக்குப் பாயை விரித்துப் படுக்கை போட்டாள். ஆமீனா ஏதேதோ முணுமுணுத்துக்கொண்டே இருந்தாள். அவள் வறுத்துக்கொண்டிருந்த கருவாடு அனேகமாகத் தீய்ந்தே போய்விட்டது. படுத்தபிறகும் தன் புருஷன், பிள்ளைகள், செத்துப் போன மாமி எல்லோரையும் திட்டிக்கொண்டே இருந்தாள். அவளுடைய தலைக்கு உயரே, இஸ்மாயில் அன்று மாலை நாகர்கோவில் காமா பயில்வானுடன் மோதுகிற குஸ்தி போஸ்டர் இருந்தது.

அதைப் பார்த்ததும் ஆமீனா பெரிதாகச் சத்தம் போட்டாள். 'ஏ... நூரு... இதக் கிழிச்சு எறிடி... பாழாப்போற மனுஷன் குஸ்திக்குப் போவுதாம் குஸ்திக்கு... வூட்டச் சீர் படுத்தக் கெதி இல்லாத ஆளுக்கு குஸ்தி என்ன குஸ்தி...

அதைக் கிழிச்சுப் போட்டு நீ ஒன் பீடியக் கட்டி அழு ... மொதல்ல அதைக் கிழிச்சுத் தெருவுல கொண்டுப்போடு ... யா, நாகூராரே ...' என்று கத்தினாள்.

நூர் ஒன்றும் பேசாமல் அந்த போஸ்டரைக் கிழித்து எடுத்தாள். கைகளில் சுருட்டிக்கொண்டு, 'எதுக்குப் போயி நீ எடுத்ததுக்கெல்லாம் இப்படி கரையுதே? பேசாமே தூங்கு ...' என்று சொல்லிவிட்டு மச்சுப் படியருகே போய் நின்று, 'ஏய் ... சுபைதா, ஆயிஷா ... ஆயிஷாக்குட்டி ...' என்று சத்தம் போட்டாள். குழந்தைகளின் அரவமே கேட்கவில்லை. இவளே கீழே படி யிறங்கிப் போனாள். முற்றத்தில்கூட அந்தப் பிள்ளைகளைக் காணோம். சீக்காளியான ரவூத் ராவுத்தர்தான் தொய்ந்து போன நார்க் கட்டிலில் படுத்துக்கிடந்தார். வேறு எந்த வீட்டிலும் ஆட்களே இல்லை. அவர் முகத்தருகே போய் குனிந்து பார்த்தாள் நூர். அவர் தூங்குகிறாரா, விழித்திருக்கிறாரா என்று தெரிய வில்லை. கண் இமைகளை லேசாக அசைத்த மாதிரி இருந்தது.

'ஆரு ... நூரா ... இந்தப் புள்ளேயோ இத்தனை நேரமா இங்கதான் நிண்டுதுங்க. அந்தக் காப்பிரிப் பெயலொட வாப்பா அவனுக்குக் காலையில் பத்து பைசாவோ என்னமோ கொடுத்தாராம். அதைக் கொண்டுக்கிட்டு இதுக மிட்டாயி வேண்டப் போயிருக்கும் போல ...' என்று இழுத்து இழுத்துச் சொன்னார்.

'அதுதானே பாத்தேன் ... ஒண்ணையுங் காண இல்லை யேன்னு ...' என்று சொல்லிக்கொண்டே, போஸ்டரை வெளியே கொண்டுபோய்ப் போடுவதற்காகத் தெருவாசலுக்குப் போனாள். நடைக் கூடத்து இருட்டில் போய்க்கொண்டிருக்கும் போது, அவளுடைய வாப்பா இஸ்மாயில் படியேறி வந்து கொண்டிருந்தார்.

இதயம் பேசுகிறது, 1979

நரகமும் சொர்க்கமும்

பெற்ற குழந்தையை அனுப்பிவைப்பது என்பது லேசானதல்ல, அதுவும் பட்டணத்துக்கு. பார்க்கவேண்டும் என்று நினைத்தால் இரண்டு நாள்கூட ஆகுமாமே போய்வர. அடேயப்பா உலகம் ரொம்பத்தான் பெரிசாகிவிட்டது. ஒரு இடத்துக்குப் போய் வரவே இப்படி ஒரு பாடா?

'இந்தாம்மா . . . இந்தக் கதையெல்லாம் வேண்டாம்... உனுக்குப் புட்சிருந்தா சொல்லு... நான் வேற வூடுங்களுக்குப் போகணும்... நீ ஒருத்தி தான் பொம்பளையா? இல்ல ஆயாவா? நம்ம கம்பெனில வந்து பாத்தியானா தெரியும்... எத்தினி புள்ளீங்க நிக்குதுன்னு... அவனவன் ஏரோப்ளேன்ல ஏறி துபாய் சிங்கப்பூருன்னு பறந்து பூறான். என்னமோ ஊர்ல இல்லாத புள்ளயப் பெத்துப் பூட்டோம்னு கெடந்து அட்சுக்றியே...'

அதற்குமேல் அவள் தன் மகனிடம் அன்பு செலுத்த முடியாது. பக்கத்து வீடுகளுக்கு அவன் புறப்பட்டு விடுவான் போல் இருந்தது.

'நீங்க இம்புட்டுத் தூரத்துக்குச் சொல்லும் போது நான் மறுப்புச் சொல்லவா முடியும்? புள்ளய ஒரு ஆறு மாசத்துக்கு ஒரு தடவையாவது இப்படி ரயில்லே ஏத்தி அனுப்பிச்சுக் கண்ணுல காட்டிட்டுப் போனீங்கன்னா ஒங்களுக்குப் புண்ணியமாப் போவும் . . .' இதைக்கூட அவள் தயக்கத்தோடு தான் சொல்ல வேண்டியதிருந்தது. பட்டணத்து

மனிதர்கள்தான் எதிலும் சீக்கிரம் சலிப்படைந்துவிடுகிறார்களே. ஒருவேளை இந்த ஆளும்கூட அந்த மாதிரிச் சலிப்படைந்துவிடலாம். அதற்காக, என்ன இருந்தாலும் அவள் பெற்ற மகனைப்பற்றி, அவனுடைய எதிர்காலத்தைப் பற்றிக் கொஞ்சம்கூட யோசிக்காமலா இருந்துவிட முடியும்? எத்தனையோ பேர் ஊரில் பிள்ளைகள் வளர்க்கிறார்கள்தான். என்றாலும், அவள் அவனை வளர்த்தது மாதிரியா?

இவள் ரொம்பவும் யோசிப்பதையும் துருவித் துருவிக் கேட்பதையும் பார்த்து அவன் பக்கத்து வீடுகளுக்குச் சென்றாலும் சென்றுவிடுவான். ஐயோ, அப்படி ஆகிவிட்டால் எல்லாமே கெட்டது. ஏழைக்கு ஆண்டவன்தான் இரக்கப்படணும். வேறு யாரால் அவளுடைய கஷ்டத்தைத் தீர்க்க முடியும்? மனித ஒத்தாசையினால் முடிகிற காரியமா இதெல்லாம்?

'தோ பாரும்மே, சும்மாவானும் பிறாஞ்சுக்கிட்டிராதே... நீ என்ன ஓம் புள்ளய சும்மாவா வுடப் போறே? மாசா மாசம் பத்து ரூவா எம்.ஓ.வுல கீறல் போட்டு வாங்கப் போறேல்ல? நல்ல ரோதனையாப் போச்சும்மே... சரியான சாவு கிராக்கி நீ... ஒரு பையனைக் கூட்டிக்கிறதுக்கோசரம் இத்தினி அவுர் ஆனா நான் எப்போ பொறப்படறதும்மே?'

'நீங்க குப்ப நாயக்கர் வூட்டுக்குத்தானே போயிட்டு வரணும்? நீங்க போயிட்டுத் திரும்பறதுக்குள்ளே இந்தா பின்னாலேயே புள்ளய அளச்சிட்டு வாரேன்.'

ஒரு காலத்தில் அவளுடைய தம்பிமார்கள் எல்லாம் எப்படி வளர்ந்தார்கள். பெரியவன் தங்கையாவுக்குக் கல்யாணம் நடக்கும் போதுகூட நாசேரத்து ரயில் ரோட்டுக்குத் தெற்கே கொஞ்சம் நிலமும் நாலைந்து பருவப்பனைகளும் இருந்தன. அதற்குள் இப்படி எல்லாம் தலைகீழாக மாறிவிட்டதே. தங்கையாவே மலையாளத்துப் பக்கம் மில் வேலைக்குப் போய்விட்டானே. பிறகு அவனுக்கும் நாலைந்து பிள்ளைகளாகி பெரிய சம்சாரம் ஆகிவிட்டது.

'ஏளா... ஒன் புருசன் சரியில்ல...' என்று கெட்டி பொம்மபுரத்து மாமி காதுப் பாம்படங்கள் ஆட அடிக்கடி சொல்லுவாள். அவள் அனுபவசாலி. செயலாக இருந்த எவ்வளவு குடும்பங்களைப் பார்த்திருக்கிறாள். அவளுக்குத் தெரியாதா, எப்படி இந்த மாதிரியெல்லாம் ஆகிறதென்று... அவள் சொல்லுவது அனேகமாகச் சரியாகத்தான் இருக்கும்.

இந்த வீட்டு ஆம்பளை சரியாக இல்லாமல் இருக்கப் போய்த் தானே அருமந்தப் பிள்ளையை எல்லாம் இப்படிக் கண்

காணாத தொலைவுக்குப் பட்டணத்துக்கு அனுப்பிப் பிழைக்க வேண்டியதாகிவிட்டது.

அவனுடைய துணிகள் என்று ஒன்றும் அதிகமில்லை. இருக்கிற துணிகளை எடுத்துப் பையில் வைக்கும்போது அவளுக்கு அழுகையே வந்துவிட்டது. செய்துங்கநல்லூர்ச் சந்தையில் வாங்கினது அந்தப் பை. நாலாம் வருஷத்துப் பண்டியல் சமயத்திலோ எப்போதோ அவளுடைய மாமனார் ஊருக்கு வருகிற வழியில் செய்துங்கநல்லூரில் இறங்கி அந்தப் பை நிறைய இனிப்புச் சேவும் கொஞ்சம் கருவாடும் வாங்கிக் கொண்டு வந்திருந்தார். அவர் போய்ச் சேர்ந்தும் தையோடு தை இரண்டு வருஷம் ஓடிப் போய்விட்டது. செத்தவர்களுக்கு நாள் சீக்கிரம் போய்விடும் என்பது எவ்வளவு சரியாகப் போய்விட்டது.

'ஏலேய்... ஐயா, மூக்கா...' என்று ஒரு தடவை வாசல் பக்கம் வந்து சத்தம் கொடுத்துவிட்டுப் போனாள்.

மேல வீட்டுத் தொண்டுச் சுவருக்குள்ளிருந்து அவனுடைய தலை தெரிந்தது. சேக்காளிகளிடம் சொல்லிவிட்டு வரப் போயிருந்தான். பின்னே? அவனுக்கும் வேண்டிய நண்பர்கள் என்று உண்டே. மேலும், அதெல்லாம் ஒரு நாள் ரெண்டு நாள் பழக்கமா என்ன? ஆனால், ஒரு துரதிருஷ்டம். இந்த வருஷம் வருகிற பதநீர்ப் பருவத்தில் அவர்களோடு பாண்டி ஆடுவதற்கு அவன் இருக்க மாட்டான். இனிமேல்தான் அவன் பட்டணத்துக்காரனாயிற்றே. ஒருவேளை திரும்பி வரும்போது, பாளையங்கோட்டை வாத்தியார் மாதிரி பேண்ட், சர்ட் எல்லாம் போட்டுக்கொண்டு வருவானோ என்னவோ?

'ஏய், நீ ரஜினியைப் பாப்பியாடே?' என்று கேட்டான் ஆசாரி மகன். மூக்கனுக்கானால் சந்தோஷம் தாங்க முடியவில்லை. பெருமையில் முகம் விரிந்தது.

'பின்னே? பாக்காமலாடா இருப்பான்? பேசுதீயே நீயும்... ரஜினியைப் போய்ப் பாத்தா வேல எல்லாம் வாங்கித் தருவாரா மில்லே? சேரகொளத்துல தலையாரித் தேவர் மகனுக்கு அவரு தான் வேல வாங்கித் தந்தாராமில்லே. . ?'

ரஜினிகாந்தைப்பற்றி நினைத்ததுமே மூக்கனுக்கு மனசெல்லாம் நிறைந்துபோய்விட்ட மாதிரி இருந்தது. நிஜமாகவே அடுத்த பண்டியலுக்கு ஊருக்குத் திரும்பும்போது அவன் ரொம்பப் பெரிய மனுஷனாகத்தான் வரப்போகிறான். திரும்பவும் அவள் கூப்பிடுகிற சத்தம் கேட்டது.

வீட்டைப் பூட்டிக்கொண்டு புறப்படுகிற சமயத்தில் அவள் அவனை அப்படியே நெஞ்சோடு நெஞ்சாக அணைத்து, இறுகக்

கட்டிக்கொண்டு அழுதாள். எத்தனை வருஷங்களாக இரவும் பகலும் அவளோடு கூடவே அலைந்த பிள்ளை அவன்.

'கிருமமா ஒரு இடத்துல இருக்கணும் என்ன? கண்ட பயலுவளோடயும் அலையாத. அங்க உண்டான வேலையப் பார்த்துக்கிட்டு மொதலாளிமார் சொல்லுததைக் கேட்டு இருக்கணும். சாப்பாடு, துணிமணி, சோப்பு, எண்ணை எல்லாம் அவியளே தாராவளாம்... கண்டவனுவளோடயும் அலைஞ்சு கெட்டுப் போயிராத... பொறவு ஒங்க அய்யாவ மாதிரி செயில்ல கம்பி எண்ண வேண்டியதுதான். நல்லபடியா நடந்து இருந்தியானா மேன்மைக்கி வருவ... அந்த ஆண்டவருதான் ஒனக்குப் புத்தியத் தரணும்...'

அவளைப் போலவே மொட்டையனும் ஆத்தாங்கரையாளும் தங்கள் பிள்ளைகளைப் பட்டணத்துக்கு அனுப்பி வைத்தார்கள். பிள்ளைகளின் தாய், தகப்பன்மார்கள் எல்லோரும் மெயின்ரோடு வரை பிள்ளைகளை வழியனுப்ப வந்தார்கள். பட்டணத்து ஆள் எதிர்பார்த்தபடி அந்த ஊரில் ஆறு பையன்கள் கூடச் சிக்கவில்லை. இதில் அவனுக்குக் கொஞ்சம் வருத்தம் தான். போகிற வழி பூராவும் அவர்கள் மாறி மாறி அந்தப் பையன்களுக்குப் புத்திமதி சொல்லிக்கொண்டே வந்தார்கள்.

பட்டணத்துக்காரனிடம் அவர்கள் ஒரு விஷயத்தை மட்டும் மறக்காமல் திரும்பத் திரும்ப ஞாபகப்படுத்திக்கொண்டிருந்தார்கள். மாதந்தோறும் சம்பளப் பணத்தை ஒழுங்காக மணியார்டர் செய்துவிடவேண்டும் என்பதுதான் அது. பஸ்ஸில் பையன்களை அந்த ஆளோடு ஏற்றிவிட்டதும் எல்லோருமே அழுதுவிட்டார்கள். என்ன இருந்தாலும் அவர்கள் பெற்றவர்களில்லையா?

தினமணி கதிர், 1980

பதில் வராத கேள்விகள்

'அம்மா, இந்தத் தண்டவாளமெல்லாம் நீ போட்டதாம்மா?'

'பேசாம இருக்கமாட்டே?'

'நீ, அப்பா, ராமுத் தாத்தாவெல்லாம் தெக்குக் காடு வழியா தண்டவாளம் போட்டீங்களே? அந்தத் தண்டவாளம்தானம்மா இது?'

'ஆமா, ஆமா ... அந்தத் தண்டவாளம்தான் இது... உயிரை வாங்காதே...'

ரங்கம்மாவுக்கு அவன் தொந்திரவு செய்தது கொஞ்சம் எரிச்சலாக இருந்தாலும், கூடவே சந்தோஷம் இல்லாமல் போய்விடவில்லை. போன வருஷம் கோவில் கொடைக்கு முன்னால் ஒரு ஆறேழு மாதம் போல, குரும்பூர்வரை தண்டவாளம் மாற்றுகிற வேலை நடந்தது. வேலை செய்கிற இடத்துக்கு இவனையும் தூக்கிக்கொண்டு போய் விடுவாள். அப்போது சின்னவன் பிறந்திருக்க வில்லை. அதை இன்னும் அவன் ஞாபகம் வைத்திருக்கிறது அவளுக்குச் சந்தோஷமாகத்தான் இருந்தது. எவ்வளவு அறிவுள்ள பையன் அவன். அவனுக்கு எப்படியாவது படிப்புச் சொல்லித் தரவேண்டும். அவன் படித்துப் பெரியவன் ஆகிவிட வேண்டும். பிறகு எல்லா கஷ்டமும் தீர்ந்துவிடாதா என்ன?

'அம்மா, அப்பாவும் மெட்ராஸ்ல தண்டவாளம் போடுத வேலையிலதான இருக்கா?'

திரும்பவும் அவனிடமிருந்து கேள்விகள் வர ஆரம்பித்துவிட்டன. அவனிடம்தான் எத்தனை கேள்விகள். அவன் சும்மாவே இருக்க மாட்டான். எதையாவது தொணதொணவென்று கேட்டுக் கொண்டேதான் இருப்பான்.

'ச்ச... சும்மா இருக்கமாட்டீயா நீ?'

அதுக்கப்புறம் அவன் ஒன்றும் பேசவில்லை. அவள் பதில் சொல்லாவிட்டால் அவனுக்குப் பதில் தெரியாதா என்ன? அவனுக்கும் எவ்வளவோ விஷயங்களைப்பற்றித் தெரியுமே. அப்பா இவ்வளவு காலமாக ஊருக்கு வரவில்லை என்றால் அதுக்குக் காரணம் இல்லாமலா போகும்? மெட்ராஸில் எவ்வளவு பெரிய நீள நீளமான தண்டவாளங்களை அப்பா போட்டுக்கொண்டிருக்கிறாரோ? சீனி வீட்டுப் பட்டாளத்து சித்தப்பா இருக்கிற ஊர் என்றால் சின்ன ஊராகவா அது இருக்கும்?

ரயில் வந்துவிட்டது. பிளாட்பாரத்தில் இந்த முனையிலிருந்து அந்த முனைவரை அளவெடுத்துச் செய்தது மாதிரி ரயில் வந்து நின்றது. ஊரில் நேற்று சாயந்திரம் பிள்ளையார் கோவில் முன்னால் விளையாடிக் கொண்டிருந்தபோது ரெட்டை மண்டையன் சொன்னது அப்படியே சரியாகப் போயிற்று. மெட்ராஸுக்குப் போகிற ரயில் என்றால் சும்மாவா?

'அம்மா... அம்மா... இந்த ரயில்லதானே நாம மெட்ராஸுக்குப் போகணும்?' என்றான் மூக்கையா.

'பேசாம கெடக்கமாட்டே? எனக்கு வாற கோவத்துல ஒன்னைத் தூக்கி தரையில் நச்சுன்னு அடிச்சுப் போடுவேன் அடிச்சு...' என்றாள் ரங்கம்மா. மூக்கையாவைப் போட்ட சத்தத்தில் மடியில் படுத்துக்கிடந்த சின்னவன் அவள் முகத்தைப் பார்த்துப் பார்த்து அழுதான்.

அம்மாவுக்கு இப்போதெல்லாம் எதுக்கெடுத்தாலும் கோபமும் எரிச்சலும்தான். ஒருநாள் இந்த மாதிரி சின்னவனைத் தரையில் வீசியே விட்டாள். ராமுத் தாத்தா வந்து தூக்கியிரா விட்டால் என்ன ஆகியிருக்கும்? அன்றைக்கு அவனைத் தரையில் வீசிக் கொன்றே இருப்பாள் அம்மா. இனி ரயிலைப்பற்றி அவளிடம் எதுவுமே கேட்கக்கூடாது.

நீண்ட தூர எக்ஸ்பிரஸ் ரயிலில் வருகிறவர்களுக்கு வழக்கமாக ஏற்படுகிற எல்லா தாகங்களையும் தீர்த்துக்கொண்டாயிற்று.

பத்திரிகைகள். டீ, காப்பி, பழங்கள், டிபன் பொட்டலங்கள். தண்ணீர்ப் பானைகள்கூடக் காலியாகிவிட்டன.

எவ்வளவு பெரிய ரயில் அது. இத்தனை பேர்களையும் வைத்து இழுத்துக்கொண்டு மெட்ராஸில் கொண்டுபோய் விட்டுவிடுமாமே? இங்கே வெளியே இருந்து பார்க்கவே எவ்வளவு அழகாக இருக்கிறது. உள்ளே போய் உட்கார்ந்துகொண்டால் எப்படியிருக்கும்? அசல் வீடு மாதிரியே இருக்கிறதே...

பக்கத்தில் போய் நின்று பார்க்கலாம்தான். பக்கத்தில் போனால் அம்மாவுக்குக் கோபம் வரும். பிறகு தரையில் வீசி எறிந்துவிடுவாள், சின்னவனை எறிந்தது மாதிரி. அவனைத் தூக்கிக்கொள்ளவும் அம்மாவைச் சத்தம் போடவும் ராமுத் தாத்தாகூட இங்கே இல்லை.

திடீரென்று ரங்கம்மாள் பரபரப்பானாள். பிளாட்பாரத்தில் நின்றுகொண்டிருந்தவர்கள் எல்லோரும் அவசர அவசரமாக ரயிலுக்குள் ஏறினார்கள். சின்னவனைத் தூக்கித் தோளில் போட்டுக்கொண்டாள் ரங்கம்மா. மூக்கையாவை ஒரு கையில் பிடித்து இழுத்துக்கொண்டு ரயிலைப் பார்க்க ஓடினாள். ஏறப் போகும்போது கதவை யாரோ இழுத்துச் சாத்தினார்கள். ரங்கம்மா ஒரு கையால் கதவைத் தள்ளினாள். எந்த நேரமும் ரயிலை இழுத்துவிடுவான் போலிருந்தது.

'ஐயா... ஐயா... கொஞ்சம் தயவு பண்ணுங்க ஐயா... கையில புள்ளைகளோட நிக்கிறேன் சாமி... கொஞ்சம் தயவு பண்ணுங்க ஐயா...' என்று ஒரு கையால் கதவைத் தள்ளிக்கொண்டே கெஞ்சினாள் ரங்கம்மா.

'ஏய்... ஏய் கதவை விடு...'

'தாம்பரம்வரைக்கும்தான் சாமி... கொஞ்சம் இரக்கம் காட்டுங்க சாமி... புள்ள குட்டிக்காரி ஐயா...'

'ஏய் ராஜாராமா, கதவை இழுத்துப் பூட்டுடா... சுத்த இவனா இருக்கியே... வித்தவுட் டிக்கெட்டுகளுக்கெல்லாம் தயவு தாட்சண்யம் பாத்துக்கிட்டு?'

'தாம்பரம்வரைக்கும்தான் சாமி...'

'தாம்பரமாவது, மாம்பலமாவது? டிக்கெட் இல்லாத ஏர்றதுக்கு இது என்ன ஒன் பாட்டன் வீட்டு வண்டியா? இது ரிசர்வேஷன் கோச் வேறே...'

வேறு யாரோ இரண்டு மூன்று பேர் அந்த ராஜாராமனுடன் சேர்ந்துகொண்டு கதவை இழுத்துத் தள்ளிப் பூட்ட வந்தார்கள். ஏதோ ஒரு பலத்தில் ரங்கம்மா ஓங்கித் தள்ளினாள். கிடைத்த இடைவெளிக்குள் மூக்கய்யாவையும் இழுத்துக்கொண்டு நுழைந்துவிட்டாள். ரயில் ஊர்ந்து செல்ல ஆரம்பித்திருந்தது.

ஹிந்து பேப்பரும் கையுமாக மூன்று நான்கு பேர் ரங்கம்மாவைச் சூழ்ந்துகொண்டுவிட்டார்கள். யாரோ ஒருத்தர் சங்கிலியைப் பிடித்து இழுத்து நிறுத்த யோசனை சொன்னார். ஒருத்தர் ரொம்பச் சரியாக ரயில்வே இலாகாவின்மீது குற்றம் கண்டுபிடித்துச் சொன்னார்.

'வர ... வர ... ரயில்வே டிப்பார்ட்மெண்டே ரொம்ப மோசமாப் போச்சு. இத்தனை களேபரத்துக்கும் இந்தக் கண்டக்டரைக் காணோம் பாருங்களேன் ...' என்றவரோடு அந்த ராஜாராமனும் சேர்ந்துகொண்டு பேசினான்.

'கண்டக்டர் என்னடா கண்டக்டர்? நீ இடி தடியனாட்டம் நின்னுப்பிட்டு ... கழுதைய ஓங்கிக் கீழே தள்ளிக் கதவைச் சாத்துவானா ... பேசறான் பாரு பேச்சு ... இந்தக் கோச்லே கண்டக்டர் ஏறலைங்கிறதைத் தெரிஞ்சுண்டுத்தானே வந்து ஏர்றா அவ?'

'என்ன தைரியமும் நெஞ்சழுத்தமும் இருக்கணும் பாருங்களேன் ...'

'அதுதான்யா பிழைக்கிற வழி...'

ஆத்திரம் தீருகிறவரை ஆணும் பெண்ணுமாகப் பேசித் தீர்த்த பிறகு, திரும்பவும் வாரப் பத்திரிகைகளிலும், தினசரி களிலும் மூழ்கிவிட்டார்கள்.

ரங்கம்மா அழுதுவிட்டாள். கக்கூஸுக்கு எதிரே இரண்டு குழந்தைகளையும் வைத்துக்கொண்டு சுவரோடு சுவராய்ச் சாய்ந்து உட்கார்ந்துகொண்டாள்.

மூக்கையாவுக்குப் பெஞ்சின்மீது ஏறி உட்கார்ந்துகொண்டு வெளியே வேடிக்கை பார்க்கவேண்டும் என்று ஆசை. அதுவும் முதல் வரிசையில் ஜன்னலோரமாக ஒரு சின்னப் பெண் உட்கார்ந்து கொண்டு வெளியே வேடிக்கை பார்த்துக்கொண்டு வருவதைப் பார்த்தபிறகு நிஜமாகவே ஆசையாகத்தான் இருந்தது.

'அம்மா... அந்தப் பெஞ்சிலே போயி உட்காரலாமா அம்மா?'

'பெஞ்சா? நாமெல்லாம் பெஞ்சுல உக்காரமுடியாது. சும்மா கெட...'

'பெஞ்சுல உட்காரணும் அம்மா... ஆசையா இருக்கும்மா...'

'டிக்கெட் எடுத்துட்டா வண்டியில ஏறியிருக்க? பெஞ்சில உட்காரணுமாம் பெஞ்சில...'

டிக்கெட் வாங்க வேண்டுமாமே? அது என்ன டிக்கெட்டோ? இந்த அம்மாதான் டிக்கெட் எடுத்து வந்தால் என்ன?

ஏதோவொரு ஸ்டேஷனில் ரயில் தற்செயலாக நின்றது. யாரோ ஒருத்தர் அந்த ராஜாராமனுடன் கதவைத் திறந்துகொண்டு அவசர அவசரமாகக் கீழே இறங்கினார். ரங்கம்மாவுக்குச் சந்தேகமாக இருந்தது. மடியில் படுத்திருந்த பையனை அப்படியே தரையில் உருட்டிவிட்டு அவர் பின்னால் போய்க் கெஞ்சினாள்.

'புடிச்சுக் குடுத்திராதீங்கய்யா... வேலை வெட்டி இல்லாமத் தான்யா இப்பிடி நாடு வுட்டு நாடு பொழைக்கப் போறோம்... மவராசமாருகளே, பாவப்பட்ட ஜனங்கய்யா... தயவு பண்ணுங்க சாமி...'

என்ன இருந்தாலும் அவர்களுக்குத் தெரியாதா என்ன, ரயில்வே சட்டத்தைப்பற்றி. டிக்கெட் இல்லாமல் பிரயாணம் செய்பவர்கள் தண்டனைக்குள்ளாவர்கள் என்பது எவ்வளவு நீண்ட நெடுங்காலமாக இருந்து வருகிற சட்டம். மேலும் ரிசர்வேஷன் கோச்சில் வருகிறவர்களின் கோபமும் நீதி வேட்கையும் எவ்வளவு உண்மையானது.

சிறிது நேரத்திலேயே ரயில் புறப்பட ஆரம்பித்துவிட்டது. ரங்கம்மாவும் அவள் குழந்தைகளும் இப்போது ரயில்வே போலீஸாரின் வசம் இருந்தார்கள். அங்கே ஏற்கெனவே இவர்களைப் போல் ஒரு கும்பல் வெட்கத்தோடு கூனிக் குறுகி உட்கார்ந்திருந்தது. ஆமாம், அது எவ்வளவு அவமானகரமானது. பெரியவர்கள் போலீஸில் சிக்கிக்கொள்வது என்பது எவ்வளவு வெட்கக் கேடானது?

'அம்மா ரயில் போற இந்தத் தண்டவாளம்கூட நீ போட்டது தானம்மா?'

அஸ்வினி, 1980

துன்பக் கேணி

'ஏடே . . . இது ஆரு? இது நம்ம கிட்ணத்தேவர் மவ வண்டிமலைச்சியில்லாடே? இவ எங்கன கெடந்துடே ஆம்புட்டா?' என்று ஆச்சரியத்தோடும் பிரியத்தோடும் கேட்டார் நம்பித்தேவர்.

பட்டப் பகல் மாதிரி நிலாவெளிச்சம் இருந்தாலும் நம்பித் தேவர் உட்கார்ந்திருந்த இடத்தில் பூவரச மர நிழல் விழுந்து அவரை மறைத்திருந்தது.

அவளுடன் வந்த ஆட்கள் பதில் சொல்வதற்கு முன்பாகவே வண்டிமலைச்சி, 'என்ன மாமோவ்... பொம்பளையின்னா வேண்டானிட்டு அனுப்பி வச்சிருவீயளா?' என்று சொல்லிக்கொண்டே நம்பித் தேவரின் கால்மாட்டில் போய் உட்கார்ந்தாள்.

'ஏ பெயபுள்ள . . . அதுக்குச் சொல்லலை. ஆரோ அன்னைக்கி ஊருக்குள்ள, நீ முளுவாம இருக்கன்னு பேசிக்கிட்டாவ . . . முளுவாம இருக்கவளப் போயி இந்த வேலைக்கிக் கூட்டிட்டு வந்துருக்கானுவளேன்னுதான் கேட்டேன் . . . இந்த முள்ளுக்காட்டுக்குள்ள சரக்கத் தூக்கிக்கிட்டுப் பத்துப் பன்னெண்டு மைலு நடக்கணும் நீ . . . ம் . . . இதுல மத்த வேலையவுடக் கூட ரெண்டு ரூவா கெடைக்குமுன்னு பாத்தியாக்கும் . . . எந்தப் பாவிப் பெய வுட்ட சாவமோ தெரியல . . . எப்பேர்க்கொத்த மறக்குடிச் சனங்க எல்லாம் இப்பிடிக் கெடந்து சீரழியணும்னிட்டு இருக்குது . . .'

'நீங்க எதுக்கு மாமோய் இந்த முள்ளுக் காட்டுக்குள்ள இத்தனை வயசுக்குப் பொறவும்

ஒத்தையிலே கெடந்து சாராயம் காச்சிக்கிட்டு, எந்த நேரம் எவன் வருவானோன்னு செத்துக்கிட்டுத் திரியுதீய?'

'வேற என்ன... துட்டுக்குத்தான்.'

இதைக் கேட்டுவிட்டு வண்டிமலைச்சி லேசாகச் சிரித்தாள்.

'சரி பெருசு... மணி எட்டு எட்டரைக்கி மேல இருக்கும் போல. நெலா மேல ஏற ஆரம்பிச்சாச்சி. சீக்கிரமா எடத்தக் காலி பண்ணணும். பொழுது விடியறதுக்குள்ள சரக்கக் கொண்டு போயி நாசரேத்துல சேப்பிக்கணும். இந்தக் கொள்ளைக்குள்ள மொபைல் பார்ட்டிக்கி புது இன்ஸூப்பெக்டரு வந்திருக் காராம். கொஞ்சம் கடுத்தமான ஆளுபோல. எச்சரிக்கையாக் கொண்டுட்டுப் போகணும்னு மொதலாளி சொல்லி அனுப்பிச்சிருக்காரு... சரக்க டின்னுலே அளந்து அடச்சிட்டீ ருல்ல? வண்டிமலைச்சி கதய நாளைக்கு ஊருக்குள்ள போயிப் பேசிக்கிடலாம்...' என்று சொன்னான் சங்கரபாண்டி.

வண்டிமலைச்சி ஓடை மரங்களுக்கு மேலே தெரிந்த நிலாவையே பார்த்துக்கொண்டிருந்தாள். சங்கரபாண்டி பேசினது நம்பித்தேவருக்குக் கொஞ்சம்கூடப் பிடிக்கவில்லை. வண்டிமலைச்சியைப் பார்க்கப் பார்க்க அவருக்கு மனசுக்குக் கஷ்டமாக இருந்தது.

'இந்தத் திமிருனாலதாம்லே கெட்டுக் குட்டிச்சொவராப் போறீங்க. அந்தப் பெய சம்மூகம் மட்டும் சயிலுக்குப் போவாம இருந்தான்னாக்க இந்தப் புள்ள இன்னைக்கி இப்படியா சாராய டின்னு தூக்க வந்துருக்கும்?'

வண்டிமலைச்சிக்கு அவள் புருஷன் சண்முகத்தை நினைத்ததும் ஒருமாதிரியாகப் படபடவென்று வந்தது. தலை சுற்றுகிற மாதிரி இருந்தது. கொஞ்சம் பின்னால் நகர்ந்து அப்படியே அடிமரத்தோடு மரமாகச் சாய்ந்து உட்கார்ந்து கொண்டாள். எங்கோ தூரத்தில் பஸ் போகிற சத்தம் கேட்டது.

பஸ் சத்தம் வந்த திசையைப் பார்த்தாள் வண்டிமலைச்சி. கிழக்குத் திசையில், அடிவானத்தில் போய்க்கொண்டிருந்த பஸ்ஸின் ஹெட்லைட் வெளிச்சம் திட்டுத்திட்டாக முள் மரங்களுக்குமேல் விட்டுவிட்டுத் தெரிந்தது. கொஞ்ச நேரத்துக்குப் பிறகு, சத்தமும் வெளிச்சமும் மறைந்தே போய்விட்டன.

அது எந்த ஊருக்குப் போகிற பஸ்ஸாக இருக்கும்? ஒருவேளை சாத்தான்குளம் பஸ்ஸாக இருந்தாலும் இருக்கலாம். கல்யாணம் ஆனபிறகு அம்மன் கோயில் கொடை, பொங்கல்

என்று இந்த நாலு வருஷத்தில் எத்தனை தடவை திருச்செந்தூர், சாத்தான்குளம் பஸ்ஸில் சண்முகத்தோடு போய் வந்திருக்கிறாள். ஒரு தடவை சண்முகம் வேலை பார்த்த வாழைத் தோட்டத்தி லிருந்து நாகர்கோவிலுக்கு வாழைக்காய் லாரி லோடு ஏற்றிக் கொண்டு போனபோது, சாத்தான்குளம் வழியாகத்தான் போகிறது என்று, திடீரென்று தோட்டத்திலிருந்து அவசர அவசரமாக வந்து இவளைப் புறப்படச் சொன்னான் சண்முகம். சாத்தான்குளத்துக்கு லாரி போய்ச் சேரும்போது இதே நேரம் இருக்கும். இதே மாதிரித்தான் நிலவுகூட அன்றும் இருந்தது. மெயின் ரோட்டிலிருந்து வீட்டுக்குச் சின்னச் சின்ன முடுக்குகளைக் கடந்துதான் போகவேண்டும். நிலா வெளிச்சத்தில் அவளோடு சிரித்துச் சிரித்துப் பேசிக்கொண்டே அந்தச் சின்னஞ்சிறு முடுக்குகளினூடே நடந்து போனபோதுதான் எவ்வளவு சந்தோஷமாக இருந்தது. அப்போது அய்யாவும் ஆத்தாவும் இருந்தார்கள். இரண்டுபேரையும் பார்த்தபோது அவர்களுக்கும்தான் எவ்வளவு சந்தோஷம். ஆத்தா தோசை சுட்டுக் கொடுத்தாள். ராத்திரி வெகுநேரம்வரை எல்லோரும் பேசிக்கொண்டிருந்தார்கள்.

இரண்டு வருஷத்துக்கு முன்னால் மழையே இல்லாமல் போய்த் தண்ணீர்த் தட்டு வந்தபிறகுதான் எல்லாமே ரொம்ப மோசமாகி விட்டது. சண்முகத்துக்குத் தோட்டத்தில் வேலை இல்லாமல் போய்விட்டது. ஒருநாளைக்கு ஒரு இடத்தில் கூலி வேலை பார்க்க ஆரம்பித்தான். சாத்தான்குளத்தில் அய்யாவும் ஆத்தாவும் அடுத்தடுத்த ஒரு வருஷத்துக்குள் செத்துப்போய் விட்டார்கள். அண்ணன் சாத்தான்குளம் வீட்டைத் திருட்டுத் தனமாகஎடுத்துக்கொண்டுவிட்டான். இத்தனைக்கும் அண்ணன் இவள்மேல் 'தங்கச்சி, தங்கச்சி' என்று எவ்வளவோ பாசமாக இருந்தவன்தான். ஆனாலும், அவனுக்குக்கூட வீடு, வாசல், சொத்து என்றதும் பாசமெல்லாம் விட்டுப்போய்விட்டது. வீட்டு விவகாரத்துக்குப் பிறகு பேச்சுவார்த்தை கூட வேண்டாம் என்று, உறவே விட்டுப் போய்விட்டது.

சண்முகத்துக்கு வாழைத் தோட்டத்தில் வேலைபோன பிற்பாடு எல்லாமே தலைகீழாக மாறிவிட்டது. இரண்டு மாதத் துக்கு முன்னால் குரும்பூர் பஜாரில் ஏதோ தகராறு வர,கோபத்தில் ஒருத்தனை வெட்டிக் கொன்றுவிட்டான். கல்யாணமாகி நாலு வருஷத்துக்குப் பிறகு அப்போதுதான் வண்டிமலைச்சி முதன் முதலாக உண்டாகியிருந்தாள்.

சண்முகம் திருச்செந்தூர் சப் ஜெயிலில்தான் இருக்கிறான். அவன்மேல் கேஸ் போட்டிருக்கிறார்கள்.அண்ணனிடம் போய்க் கேட்டதுக்கு, 'கொலைகாரப் பெயலுவோ பொஞ்சாதிமாருக்

கெல்லாம் இந்த வூட்டுல என்ன வேல...' என்று கோபமாகச் சொல்லி விரட்டிவிட்டான்.

அன்றைக்கு ராத்திரியே ஊருக்குத் திரும்பிவிட்டாள். அரளி விதையை அரைத்துக் குடிக்கப்போனவளை ராமக்கா வின் மகள் பார்த்துவிட்டாள்.

'வண்டிமலைச்சிஅக்கா அரளி வெதையை அரைச்சுக் கிட்டிருக்கா...' என்று சொல்லிவிட்டாள். பிறகு, ராமக்கா ஓட்டமாக ஓடிவந்து அரைத்ததைப் பிடுங்கி எறிந்தாள். இவளைக் கண்ட மாதிரி திட்டினாள்.

'ஏ, சங்கரபாண்டி ... நீயும் மணிப்பெயலுமா குளத்துக்குள்ள பதிச்சு வச்சிருக்க டின்னைத் தூக்கிக்கிட்டு இங்கன வாங்கடே... இங்கனே வச்சே அத அளந்து டின்னுகள்ல ரொப்பிரலாம்...' என்றார் நம்பித்தேவர்.

'பாத்தேரா ... ஒம்ம சோலியக் காட்டிட்டீரே ... ரெண்டு நாளாக் காட்டுக்குள்ள கெடந்து சாராயம் காச்சுத ஆளுக்கு இந்த டின்னுகள்ல அளந்து ரொப்பி வக்கத் தேரமில்லாமேப் போயிட்டுதாக்கும்... இதுக்கு ஆளு வரட்டும்னு பாத்துக்கிட்டு இருந்தீராக்கும். இதுதான ஒம்மகிட்ட உள்ள கெட்ட பளக்கம்...'

'பெரிய கெவுனரு மவனுவோ இவனுக... போங்கல, போயித் தூக்கிட்டு வாங்கடா ... இந்தப் புள்ளய வேற கூட்டிக்கிட்டு வந்துட்டியோ. வயித்தத் தள்ளிக்கிட்டு இதுவேற இங்கன தனியா உக்காந்திருக்கு. என்னத்தெயாவது ஒண்ணக் கெடக்க ஒண்ணு ஆயிடிச்சின்னா...'

'ஒமக்கென்ன... ஒம்ம சோலி முடிஞ்சிது... இன்னைக்கி ராவு பூரா காட்டுக்குள்ள பதுங்கிக் கெடந்து போட்டு நாளைக்கிக் காலையில மொதலாளியப் பாத்து சம்பளத்தக் கணக்குப் பாத்து வேண்டி முடிஞ்சுக்கிட்டுப் போயிருவீரு... வந்த எடத்துல வந்தமா போனமான்னு இல்ல ... சரக்க டின்னுல ரொப்பிக்கிட்டு இன்னும் பத்துப் பன்னெண்டு மைலு லொங்கு லொங்குன்னு ஓடணும் ... மூணுநாளா இங்கனயே கெடக்கேரு ... இந்த டின்னுகள ரொப்பி வைக்க முடியல ஒம்மாலே?' என்று முணு முணுத்துக்கொண்டே பக்கத்தில் தெரிந்த குளத்து மேட்டைப் பார்க்க நடந்தார்கள் சங்கரபாண்டியும் மணியும்.

அவர்கள் போகும்போது, ஏய்... அங்கன குளத்தாங்கரை மேலேயே நாலஞ்சாறு டின்னுக கெடக்கும்... அந்த எடத்துக்கு நேரே கீள கொளத்துக்குள்ள எறங்குங்க... தண்ணிக்கரை ஓரத்துல ஒரு கல் அடையாளங் கெடக்கும். கல்லைப் பொரட்டிப் போட்டுட்டுத் தோண்டுங்க...'

அவர்கள் போவதைப் பார்த்துக்கொண்டே இருந்தார் நம்பித் தேவர். அவர்கள் குளத்துமேட்டில் ஏறுவதைப் பார்த்து விட்டுப் பேச ஆரம்பித்தார்.

'ஏளா ... என்னடா இந்தக் கெழட்டுப் பெய இப்பிடிச் சொல்லுதானேன்னுட்டு வருத்தப்படாத. இதெல்லாம் பொம்பள செய்யக்கூடிய வேலையா? மொதலாளிமாருக்குச் சாராயம் கடத்துததுக்கு ஆம்பளயவுடப் பொம்பளையோதான் ரொம்பத் தோது. யாரும் சந்தேகப்பட மாட்டாவ ... அவெனுவோ நாலஞ்சு தாரானுவோங்கிறதுக்காவ வவுத்துப் புள்ளக்காரி இப்படி ஓடியாரலாமாளா? இந்தக் கண்றாவிய ஆரு கிட்டச் சொல்லி அழ? நாஞ் சொல்லுததக் கேளு. இன்னையோட இத வுட்டுரு. நாளையே ஒன் அண்ணங்காரன் கால்ல போயி வுளு. அந்தச் செறுக்கி மவென் ஏதாவது ஏடாகூடமாப் பேசினாம்னாக்க எங்கிட்டே வந்து சொல்லு ... ஊர்ப்பஞ்சாயத்தக் கூட்டிப் பேசிப்புடுவோம். நாஞ்சொல்லுததக் கேளுளா ... இது வெறுவாக்கிலியத்த தொழிலுளா ... இன்ன நேரமின்னு இல்லாம எப்பயும் போலீஸுக்குப் பயந்து பயந்து சாகணும்ளா ...'

வண்டிமலைச்சி மரத்தில் சாய்ந்து உட்கார்ந்திருந்தபடியே அழ ஆரம்பித்துவிட்டாள்.

'மாமோய் ... நான் வேணுமுன்னா இங்க வந்தேன்? தவிச்ச வாய்க்கித் தண்ணி தாரதுக்கு எனக்கு ஒரு நாதி இல்லையே. அந்த மனுஷங் கோவத்துல ஆரையோ வெட்டிச் சாய்க்கப் போயி ஊருக்குள்ள கெடந்து நாமுல்லா சீரழியுதேன் ... என்னையும் அந்தப் பன்னருவாளால் வெட்டிக் கொன்னுருக்கக்கூடாதா அந்தப் பாவி மவென்? அந்த ஆறுமுகமங்கலம் சொடலைக்கிக் கூடக் கண்ணு இல்லாமே போச்சுதே ...' என்று சத்தம் போட்டுப் புழுங்கிப் புழுங்கி அழுதாள் வண்டிமலைச்சி.

'கடவுளா வந்து ஒனக்கு நிக்கப் போறாரு? அழாத ... அழாத ... சரி, நீ ஒண்ணு பண்ணு ... இந்தா, ஒரு பத்து ரூவா இருக்கு. இத வச்சுக்க. நாளைக்கிக் காலம்பறயே சாத்தாங் கொளத்துக்குப் பொறப்பட்டுப் போயிரு. நாளைக்கி ராவும் நான் சரக்க ஏத்திவுட வேண்டியிருக்கு ... நாளன்னிக்கிக் காலம்பற பத்துமணி வண்டிக்கி நான் சாத்தாங்கொளத்துக்கு வந்துருதேன் ... நீ ஒன் அண்ணங்காரன் அடிச்சாலும் புடிச்சாலும் அவென் வூட்டுத் திண்ணையிலேயே வுளுந்து கெட ... கோவிச்சுக்கிட்டு வந்திராத. நான் வந்து எல்லாம் பேசிக் கிடுதேன் ...' என்று அவளிடம் ரூபாயைக் கொடுத்தார்.

'இது எதுக்கு மாமா? வயசு காலத்துல நீங்களே புள்ள குட்டியள வச்சிக்கிட்டு அநேகம் பாடு படுதீய. இதுல எஞ் சொமை வேறயா ஒங்களுக்கு?'

'ஏழைக்கு ஏழைதான் தொணை... என்ன பெரிய சொமை? பத்தோட பதினொண்ணுன்னு, நீயும் எனக்கு ஒரு மவ. அம்புட்டுத்தானள்ளா...'

மூன்றுபேரும் டின்களைத் தலையில் வைத்துக்கொண்டு மெயின்ரோட்டை விட்டுத் தள்ளி ஒருமைல் தூரத்துக்கும் மேல் உள் காட்டுக்குள் வேக வேகமாக நடந்துகொண்டிருந்தார்கள். ஆளுக்குப் பத்து லிட்டர் வீதம் சுமந்துகொண்டு போகத் தலைக்குப் பத்து ரூபாய்க் கூலி என்றுதான் பேச்சு. சங்கர பாண்டியும் மணியும் வண்டிமலைச்சிமேல் இரக்கப்பட்டு அவள் தலையில் ஆறு லிட்டர் மட்டுமே ஏற்றிவிட்டனர். பாக்கி நாலு லிட்டரைத் தங்கள் டின்களில் நிரப்பிக்கொண்டார்கள்.

தலையில் சுமை இருந்தாலும், தேரிக்காட்டுக் காற்றும் நிலாவெளிச்சமும் சேர்ந்து வழியைத் தோற்றாமல் செய்து விட்டன. ஆறுமைல்போல நடந்திருப்பார்கள்.

கீரையூருக்குத் தெற்கே போகும்போது ஒரு வெட்ட வெளியில் சுமையை இறக்கிவைத்துவிட்டுக் கொஞ்ச நேரம் உட்கார்ந்தார்கள்.

சங்கரபாண்டியும் மணியும் கொண்டுவந்திருந்த ஒரு அரைச் சிரட்டையில் சாராயத்தை ஊற்றிக் குடித்தார்கள். வண்டிமலைச்சி ஒரு பக்கத்தில் ஆயாசமாகப் படுத்துவிட்டாள். அவளையும் குடிக்கச் சொன்னார்கள். அவள் வேண்டாம் என்று சொல்லிவிட்டாள்.

மணி அவளைக் குடிக்கச் சொன்னபோது அவளுக்கு சண்முகத்தின் ஞாபகம் வந்துவிட்டது. அவனும் அவளும் எத்தனையோ தடவை குடித்திருக்கிறார்கள். சாராயத்துக்குக் கருவாட்டைத் தொட்டுக்கொண்டு சாப்பிடுவது அவளுக்கு ரொம்பப் பிடிக்கும்.

'மணி என்ன இருக்கும்?' என்று படுத்துக்கொண்டே கேட்டாள் வண்டிமலைச்சி. டின்னைச் சுமந்து வந்ததில் பிடரி யும் தோள்களும் ரொம்பவும் வலித்தன.

மணி வானத்தை அண்ணாந்து பார்த்தான். 'என்ன மிஞ்சி மிஞ்சிப் போனா ஒண்ணு ஒண்ணரை இருக்கும்...' என்றான்.

'ஒடம்பு வலிக்கிற வலியில் இந்தக் காத்தும் நெலா வெளிச்சமும் எம்புட்டுச் சொகமாக இருக்குது தெரியுமா? அப்பிடியே படுத்துத் தூங்கிறலாமான்னு இருக்குது ...'

‘அதுக்குத்தான் ஒரு ரெண்டு செரட்டை குடிச்சியானா கெச்சலா இருக்கும்...’ என்றான் மணி.

‘குடிக்கலாந்தான் ... ஆனா வவுத்துல புள்ளண்டு ஒண்ணு கெடக்குதே. அது என்னம்பாவது ஆயிப் போச்சின்னா?’

‘நீ ஒருத்தி ... இந்தப் பெயகிட்டே போயி பெருசா வெளக்கம் பேசிக்கிட்டு இருக்கியே? கெர்ப்பமா இருக்கவ குடிச்சாள்னா கெர்ப்பம் கலைஞ்சி போயிரும்டா ... ஒழுங்கா மோளத் தெரியாத பெய ... ஒனக்கு எதுக்குடா இதெல்லாம்?’ என்றான் சங்கரபாண்டி.

பேசிக்கொண்டிருக்கும்போதே தூரத்தில் ஏதோ சத்தம் கேட்கிறமாதிரி இருந்தது. கொஞ்ச நேரம் கவனித்துக் கேட்ட பிறகு, குசுகுசுவென்று ரொம்பத் தாழ்வான குரலில் மனிதக் குரல்கள் பேசுவது கேட்டது.

‘ஏலேய் ... மோசம் போயிட்டமடா ... ஏட்டி வண்டிமலைச்சி, எந்திரி ... எந்திரி ... லே மணி, பக்கத்துல தங்கவேல் நாடார் வெளையில கெணறு இருக்குது. அதுல தூக்கிப் போட்டுட்டு ஓடிருவோம் ... தூக்கு ... தூக்கு ...’ என்று அவசரப்படுத்தினான். சங்கரபாண்டி.

‘நான் அப்பயே, உட்காரப் போவயிலேயே சொன்னேன். நீ கேட்டியா? காட்டுக்குள்ள நேரத்துக்கு ஒரு தெசையில இருந்து காத்து அடிக்கும். டின்னைத் தொறந்தா வாடை காட்டிக் குடுத்துரும்னு சொன்னேனே ... கேட்டியா? இப்ப எல்லாரையும் சேத்து மாட்டி வுட்டுட்டியே?’

‘செறுக்கி மவன ... கூடச் சேர்ந்து குடிச்சுப்போட்டுப் புத்தியா சொல்லிக்கிட்டிருக்க? ஒரே இறுக்கா இறுக்கிப் போடுவேன் . . . தூக்குலே டின்னை ...’

மறுநாள் திருச்செந்தூர் சப் மாஜிஸ்டிரேட் கோர்ட்டில் சங்கரபாண்டி, மணி இவர்களோடு வண்டிமலைச்சியும் உட்கார்ந்திருந்தாள்.

ஆனந்த விகடன், 1980

வெள்ளித்திரை

கண்களைத் திறக்கும்போதே இரண்டு கண்களும் நெருப்புத் துண்டங்களைப்போல் எரிந்தன. படுத்திருந்தபடியே பக்கத்தில் சிகரெட் பெட்டியைத் தேடினான். ஏதோவொரு சளிந்துபோன வெற்றுச் சிகரெட் பெட்டிதான் கையில் சிக்கியது.

அறை பூராவும் சாராய வாடை. அவன் படுத்திருந்த கட்டில் கூட நடு அறையில் தாறுமாறான கோணத்தில் கிடந்தது. பழைய விஸ்கி, பிராந்திப் பாட்டில்கள், சிகரெட் அட்டைகள், எரிந்த சிகரெட் துண்டுகள், டிபன் வாங்கிவந்த பழைய நியூஸ் பேப்பர்துண்டுகள் என்றுஒரேகுப்பையாகக்கிடந்தன. பாண்டுகூட எத்தனையோ தடவை அறையைப் பெருக்கிச் சுத்தம் செய்ய வந்தான். அவனுக்கு ஏனோ அந்த அறை அப்படியே இருப்பதுதான் பிடித்திருந்தது.

பாண்டு எப்போது வருவானோ தெரியவில்லை. ஆனால் எப்படியும் வந்துவிடுவான். அவன்தான் எவ்வளவு விசித்திரமானவன். ஒரு காலத்தில் பத்து வருஷங்களுக்கு முன்னால் தமிழ் சினிமாவுலகத்தின் பெருமைக்குரிய கதாநாயகனாக இருந்தபோதும் இந்தப் பாண்டுதான் கூடவே இருந்தான். மூன்று கார்களும் ஐந்து வீடுகளும் நாளுக்கொரு பொண்ணு மாகக் கோலோச்சிய காலம் அது.

'பாபு... பாபு...' என்று லட்சக்கணக்கான மக்களுடைய இதயங்களில் நிறைவதற்கு முன்னால், தி. நகரில் லாட்ஜில் ரூம் எடுத்துக் கஷ்டப்பட்டுக்

காலத்தை ஓட்டிக்கொண்டிருந்தபோதே இந்தப் பாண்டுதான் காப்பி, டீ வாங்கிவருகிறவனாகவும், சட்டைத் துணிமணிகளை லாண்டரிக்குக் கொண்டுபோய்ப் போடுகிறவனாகவும், 'ஏன் சார், சும்மா சிகரெட் பிடிக்கிறே?' என்று பிரியத்தோடு கேட்கிற வனாகவும் இருந்தான்.

பாண்டுவிடம் பணம் ஏதும் இருக்குமா என்று தெரிய வில்லை. இரண்டுநாட்களுக்கு முன்னால் மியூஸிக் டைரக்டர் மனோகரன்தான் நூறு ரூபாய்போல் கொடுத்தான். சிகரெட் கடையில் பாக்கியே அறுபது ரூபாய்க்கு மேலே நின்றது. அதைக் கொடுத்துத் தீர்ப்பதற்கும், குடலை ஓட்டை போடுகிற இந்த நாட்டுச் சாராயத்துக்கும், கொஞ்சம் சாப்பாடு வாங்கிச் சாப்பிடவுமே அந்தப் பணம் சரியாகப் போய்விட்டது.

பாண்டுவுக்குச் சம்பளம் என்று கொடுத்து எத்தனையோ வருஷம் ஆகிவிட்டது. அவ்வப்போது யாரிடமாவது செலவுக்குக் கேட்டு வாங்குகிற பணத்தில் அவனுக்குப் பத்தோ பதினைந்தோ கொடுத்தால்கூட வாங்கமாட்டான். 'ஒங்கையாலே எவ்வளவோ பணம் வாங்கியிருக்கேன் சார்... எங்கிட்டே பணத்தைக் குடுத்து, பணத்தைக் குடுத்து என்னைத் தூரத் தள்ளாதே சார்... பணத்துக்காகவா சார் ஒங்கூட இருந்துக்கிட்டிருக்கேன்?'

'ஒன்னை எனக்குத் தெரியாதா பாண்டு? பிள்ளைகளுக் காவது ஏதாவது வாங்கிக்கொண்டு போய்க் கொடேன்.'

'நீ விளக்கேத்தி வச்ச குடும்பம் சார் என் வூடு... நீ பாத்துக் கண்ணாலம் பண்ணலைன்னா இந்த ஜென்மத்துல எனக்குக் கண்ணாலம் ஏது?'

பாண்டு லாட்ஜில் வேலை செய்துகொண்டிருந்தபோதே அவனுக்கும் லாட்ஜில் வேலை பார்த்த தெலுங்குக்காரி ஒருத்திக்கும் தொடர்பு ஏற்பட்டது. பிறகு இவன்தான் அவர்களுக்குக் கல்யாணம் செய்துவைத்தான்.

அவன் உடுத்தியிருந்த கைலி கட்டிலுக்குக் கீழே எங்கோ கிடந்தது. மேலே போர்த்தியிருந்த அழுக்குப் போர்வையை அப்படியே இடுப்பில் சுற்றிக்கொண்டு ஜன்னலருகே போய் நின்றுகொண்டான்.

பின் ரோட்டில் அந்த ஜன்னலுக்கு எதிரேதான் பஸ் ஸ்டாண்ட் இருந்தது. மணி எட்டு எட்டரை இருக்கும் போல. பஸ் ஸ்டாண்டில் கல்லூரி மாணவிகளும் ஆபீஸுக்குப் போகிறவர்களுமாக ஒரே கூட்டமாக இருந்தது. அந்தப் பெண் களில் கொஞ்சம் குட்டையாக,சிவப்புப் பாவாடை தாவணியில்

இருந்த பெண்ணை ஏனோ அவனுக்குப் பிடித்திருந்தது. தினகரிக்கும் இப்போது அந்தப் பெண்ணின் வயதில் ஒரு பெண் இருக்கிறாள்.

தினகரிக்கும் இவனுக்கும் ஒத்துவராமல் போய் விவாகரத்து வாங்கிக்கொண்டு போகாமல் இருந்தால், இந்த வீட்டிலிருந்துதான் அந்தச் சிவப்புப் பாவாடை, தாவணி அணிந்த பெண்ணைப்போல, இவன் மகளும் காலேஜ் போய் வருவாள்.

ஆனால் எல்லாமே நினைத்தறியாதபடித் தாறுமாறாக நடந்துவிட்டன. தினம் ஒரு பெண்ணுடன் கூத்தடித்துவிட்டு வரும் அவனை அவளால் ஏற்றுக்கொள்ளவே முடியவில்லை. கடைசியில் விவாகரத்தில்தான் போய் முடிந்தது. அப்போது கூடத் தினகரி ரொம்பவும் அழுதாள். ஏனென்றால், அவனை அவள் உள்ளூர அவ்வளவு விரும்பினாள்.

பிறகென்ன? அவளையே கல்யாணம் செய்வேன் என்று சொல்லிக்கொண்டிருந்த உறவுப் பையனுக்கு அவளை மறுமணம் செய்துகொடுத்துவிட்டார் தினகரியின் அப்பா. பெரிய பஸ் கம்பெனி முதலாளியின் பெண்ணை அவ்வளவு சுலபமாக வாட விட்டுவிடுவார்களா என்ன?

சூடாக காப்பி, டீ ஏதாவது சாப்பிடலாம் போல் இருந்தது. சமையலறையில் ஏதாவது சாமான்கள் இருக்குமா என்பதே சந்தேகம் தான். நேற்று பாத்ரூமுக்குக் குளிக்கப் போனபோது தான், திரும்பவும் தான் நாலாவது நாளாகவோ ஐந்தாவது நாளாகவோ சோப்பில்லாமல் குளிக்க வந்திருப்பது தெரிந்தது.

யாரோ வாசலில் கூப்பிடுகிற மாதிரி சத்தம் கேட்டது. போலீஸ் வந்திருக்குமோ? பெர்மிட் வைத்திருக்கிறான். ஆனால் அதைத் தேடிப் பிடித்தாக வேண்டும். ஒருவேளை காணாமல் போனாலும் போயிருக்கும். இப்படியொரு நிலைமை வந்தால் சங்கத்துக்குத்தான் உதவிகேட்டு போன் பண்ண வேண்டியதிருக்கும்.

தலைசிறந்த நடிகர்களின் வரிசையில் இவனுடைய பெரிய போட்டோ பிரேம் அங்கே இருக்கிறதுதான். என்றாலும் சங்கம் இவனுக்கு உதவுமா என்று தெரியவில்லை. தொழிலில் இல்லாத பழம்பெரும் நடிகர்கள் குடிப்பதற்குச் சங்கம் உதவவேண்டும் என்று நிர்வாகக் குழுவிலோ எதிலோ ஒரு தடவை கூச்சல் போடப்போய் பெரிய கலாட்டா ஆகிவிட்டது. இப்போது அவர்கள் உதவாமல் போனாலும் போய்விடலாம். இதற்கெல் லாம்தான் பாண்டு இருக்கவேண்டும் என்பது. 'சம்பளமே இல்லாமல் வேலை பார்க்கிற எவனும் எஜமான் தேடுகிறபோது அருகே இருக்கமாட்டான். தானியங்களைப் போடாமல் புறா ...'

என்று, பைபிள் வரிகளைப் போலச் சில வரிகள் மனத்தில் தோன்றின.

'சார்...'

இப்போது அந்தக் குரலைத் தெரிந்து போயிற்று. வீட்டுக்காரர்தான். அவருடன் பேசவேண்டும் என்றால் ராட்சஸப் போதையில் இருக்கவேண்டும். பதினெட்டு மாத வாடகைப் பாக்கிக்காக இந்த வாரத்தில் இரண்டாவது தடவையாக வந்துவிட்டார். யோசித்துக்கொண்டிருக்கும்போதே 'சார்...' என்று திரும்பவும் கூப்பிடுகிற குரல் கேட்டது. இடுப்பில் கட்டியிருந்த அந்தப் போர்வையுடனேயே போய்க் கதவைத் திறந்தான்.

கதவைத் திறந்ததுமே அவராகவே உள்ளே வந்து அங்கே கிடந்த பழைய மர பெஞ்சில் உட்கார்ந்துகொண்டார். அவனைக் கடந்துபோகும்போது வழக்கத்தை விடவும் அன்று அவருடைய வாய் ரொம்பவும் நாற்றமடித்த மாதிரித் தெரிந்தது. அவன் கதவில் சாய்ந்துநின்றுகொண்டு தெருவை வேடிக்கை பார்க்க ஆரம்பித்தான். அவருடைய மனைவி, பிள்ளைகளெல்லாம் எப்படித்தான் அவரோடு வாழ்கிறார்களோ என்று ஆச்சரியமாக இருந்தது அவனுக்கு.

தெருவில் ஈயத் தூக்குப் பாத்திரங்களுடன் வேலைக்குப் போய்க்கொண்டிருந்த கட்டடத் தொழிலாளர்கள், தூரத்தில் வரும்போதே அவனைப் பார்த்துவிட்டார்கள். இவனைப் பார்த்துத் தாழ்ந்த குரலில் ஏதோ பேசிக்கொண்டே போனார்கள். வலது ஓரத்தில் போன கொஞ்ச வயசுப் பையன் மட்டும் அவர்களை முன்னால் போகவிட்டு நின்று நின்று அவனைப் பார்த்துக்கொண்டே போனான்.

'அந்தக் காலத்துல இவர் நடிச்ச படமெல்லாம் என்னம்மா ஓடிச்சு தெரியுமா? 'கனவு கண்ட காதல்னு ஒரு படம்... அது மட்டும்...' என்று இந்த மாதிரித்தான் எதையாவது அவனைப் பற்றிப் பேசிக்கொண்டே போவார்கள். இந்த மாதிரி பேச்சுக்களையெல்லாம் கேட்டுக் கேட்டு அவனுக்குச் சலித்துப் போய்விட்டது.

'ஏன் சார் இந்த மாதிரி சாப்பிடாமக் கொள்ளாமக் கெடந்து குடிச்சு அளிஞ்சுபோறே... ஒடம்பக் கொஞ்சமாச்சம் கவனிச்சுக்கோ சார்... திடீர்னு யாருனாச்சும் பார்ட்டிங்க வந்து சூட்டிங்குக்கு இட்டுக்கினு போனாங்கன்னா அங்கே போயி சுருண்டு வுளுந்தா கெடப்பே?'

அவருடைய பேச்சு அவனுக்குப் பெருத்த ஆச்சரியமாக இருந்தது. அவர் வந்தால் வழக்கமாக ஒரு பெரிய ஸீனே

நடக்கும். அவர் வீட்டைவிட்டுப் புறப்பட்டுப் போகிறபோது சுற்றிலும் உள்ள வீட்டு ஜன்னல்களில் தலைகள் தெரியும். சில வேளைகளில் தெருவில் போகிற, வருகிற ஆட்கள் கூட அவனுக்கு உதவிக்கு வந்து அவரைச் சமாதானப்படுத்தி அழைத்துக்கொண்டு போவார்கள். பாண்டு இருந்தால் நிலைமை இன்னும்கூட மோசமாகும். அவரையே ஆச்சரியத்தோடு பார்த்துக்கொண்டிருந்தான்.

இன்று வீட்டைக் காலி பண்ணச் சொல்ல மாட்டார் என்பது நிச்சயமாகத் தெரிந்தது. ஆனாலும், சம்பந்தத்தை நம்ப முடியாது. ரொம்ப அமுக்கமான ஆள். நிச்சயமாக அவருடைய இந்தப் பரிவுக்குப் பின்னால் ஏதாவது இருக்கத்தான் செய்யும். ஒருவேளை படத்தில் நடிப்பதற்கு சான்ஸே வாங்கிக்கொண்டு வந்துவிட்டாரோ என்னவோ? புரொட்யூஸரிடம் பணத்தை வாங்கிக் கழித்தபின்பு விரட்டி அடித்துவிடலாம் என்று திட்டமோ என்னவோ?

'சம்பந்தம் கடுமையானவன். அவனிடம் உன் ஜம்பம் பலிக்காது' என்றோ, 'அவனிடம் உன் பாச்சா பலிக்காது' என்றோ தான் எப்போதோ ஒரு படத்தில் வசனம் பேசிய மாதிரித் தோன்றியது. இதைப்போன்ற பீற்றல் வசனமெல்லாம் கே.கே. ஆதிநாராயணன் எழுதியதாகத்தான் இருக்கும். அவன் முதுகெலும்பே இல்லாத ஒரு மோசமான அழுக்குப் பன்றி. புரொடியூஸருக்குத் தெரிந்த லைட்பாய் வந்து வசனத்தைத் திருத்தச் சொன்னால்கூடத் திருத்த உட்கார்ந்துவிடுவான்.

ஆனால் அந்த ஆதிநாராயணன் இன்று முன்னுக்கு வந்துவிட்டான். சினிமா உலகத்தில் பெரிய ஆள் ஆகிவிட்டான். அவன் இல்லாமல் எந்தப் படமும் வெளிவர முடியாது என்று ஆகிவிட்டது. ஆதிநாராயணனிடம் கூட ஒரு தடவை பணம் வாங்கியது ஞாபகத்திற்கு வந்தது.

'இன்னைக்கு டி.வி.யிலே நீ நடிச்ச 'வாழ்வே மாயம் காம்பிக்கிறாங்களாமே... அப்படியா சார்?' என்று கேட்டார் சம்பந்தம்.

இரண்டு நாளைக்கு முன்னால், தெரிந்த ஒரு டைரக்டருடன் தாஜ் ஹோட்டல் பாருக்குப் போயிருந்தபோது அங்கே வந்திருந்தவர்கள் யாரோ இந்தத் தகவலைச் சொன்னார்கள்.

'அது மாதிரியெல்லாம் ஒரு ரோல் பண்றதுக்கு இந்தக் காலத்திலே எந்த நடிகனாலே முடியும்? என்னா ஆக்டிங் அது' என்று அந்த நினைவுகளில் ஆழ்ந்துபோகிறவர் மாதிரி தரையைப் பார்த்துக்கொண்டே உட்கார்ந்திருந்தார் சம்பந்தம்.

இந்த மனுஷனிடம்கூட இந்த மாதிரியெல்லாம் மனசு இருக்கும்தானா? அவர் தரையைப் பார்த்துக்கொண்டே உட்கார்ந்திருந்தார். அவனுக்கும் அவருக்குமுள்ள இத்தனை காலத் தொடர்பில் இதைவிட இத்தனை நெருக்கமாக அவர் அவனுக்குப் பக்கத்தில் வந்ததே இல்லை. அந்தப் படத்தைப் பற்றிப் பேசினாலே மனத்திலுள்ள அழுக்குகள் எல்லாம் ஓடிப் போய்விடுகிற மாதிரிதான் இருக்கும். அந்தப் படத்தைப் பற்றி யார் பேசினாலும் அவன் ரொம்ப மேன்மையானவனைப் போல்தான் தோன்றுவான். இத்தனைக்கும் அது சாதாரண மான குடும்பக் கதைதான்.

எதிரே இருந்த வீடுகளுக்கு மேலே இருந்த டி.வி. ஆண்டெனாக்களினூடே தெரிந்த துண்டு வானத்தைப் பார்த்துக்கொண்டே இருந்தான்.

இரண்டு மூன்று முறை அவர் அவனைக் கூப்பிட்டிருப்பார் போல. அவன் மனம் எங்கெங்கோ தாவிப் போய்விட்டது.

'டி.வியிலே படம் போட்டா உனக்கு எதுனாச்சும் தருவாங்களா சார்?'

அவனுக்கு எல்லாம் புரிந்ததுமாதிரி இருந்தது. ஆனாலும், இப்போது அவர்மீது கோபமோ சலிப்போ வரவில்லை. தன்னால் எல்லாத் துயரங்களையும் தாங்கிக்கொள்ள முடியும் என்கிற மாதிரிப் பட்டது அவனுக்கு. எவராலும் தொடமுடியாத சிகரங்களைத் தொட்ட மகத்தான கலைஞன் நான். லட்சோப லட்சம் பேர்களின் மனதோடு மனதாகக் கலந்துபோனவன் நான். காலத்தை வென்று நிற்பவன் நான்...

தலை கிறுகிறுத்து மயக்கம் வருகிறமாதிரி இருந்தது. சாய்ந்திருந்த கதவைக் கெட்டியாகப் பிடித்துக்கொண்டான்.

'பேருதான் பெத்த பேரு ஒனுக்கு. பாபு... பாபுன்னு ஊரே ஒன்னே நெனைச்சுக்கிட்டிருக்கு. ஆனால் என்ன பிரியோஜனம்? சல்லிக் காசுக்கு வழியில்லாத ஆளு நீ... எம் புள்ளிங்க கூடத்தான், அவரு மாதிரி இப்போ ஆக்ட் பண்றதுக்கு ஆரு இருக்காடான்னு பேசிக்குதுங்க. அதுக்கோசரம் வூட்டு வாடகையை வுட முடியுமா சொல்லு? இதப் பாருப்பா, நீ வாடகையே தராட்டியும் போவுது. ஒரு வாரத்துல எப்படியாவது வீட்டக் காலி பண்ணி சாவியக் கையில குடுத்துடுப்பா... அது போறும். ஒன்னெப் பாத்தாலும் பாவமாத்தான் இருக்கு... எப்பிடி இருந்த ஆளுநீ? பாவம், நீயும் ரொம்ப நொந்துபோயிக்கெடக்கே. இத்த மட்டும் எனக்குப் பண்ணிக் குடுத்துடு. பெரிய ஒபகாரமாப்

பூடும் சாரே...' என்று சொல்லிக்கொண்டே படியிறங்கிப் போனார் சம்பந்தம்.

வெகுநேரம் வரை அங்கேயே நின்றுகொண்டிருந்தான். வயிறு முட்டக் குடிக்கவேண்டும் போலிருந்தது. எதுவானாலும் பாண்டு வந்தால்தான் முடியும்.

தெரு முடிகிற இடத்தில் ஒட்டியிருந்த சினிமாப் போஸ்டரைப் பள்ளிக்கூடம் போகிற நாலைந்து பிள்ளைகள் நின்று பார்த்துக்கொண்டிருந்தனர். அந்தப் போஸ்டர் ரொம்பக் கொச்சையான வர்ணத்தில் அச்சிடப்பட்டிருந்தது. ஆனால், அந்தப் போஸ்டரில் இருந்த நடிகனும் நடிகையும் இப்போது ரொம்பப் பிரபலமானவர்கள்.

மனம் தினகரியைத் தேடிற்று. இப்போதும்கூட, அவளைத் தான் கைவிட்டிருக்கக்கூடாது என்று நினைத்தான். அவள் விவாகரத்து பெற்றுக்கொண்டது, வேணுகோபாலுக்கும் அவளுக்கும் திருமணம் நடந்தது, அவனுக்கு இரண்டு குழந்தை களைப் பெற்றுக்கொண்டது எல்லாம் நேற்றோ அதற்கு முன் தினமோதான் நடந்ததுபோல் இருக்கிறது. ஆனால், பதினெட்டு வருஷங்கள் முடிந்துவிட்டன. தன்னுடைய இரண்டாவது மகனுக்குக்கூட இவன் பெயரைத்தான் வைத்திருக்கிறாளாம் தினகரி.

சமீபத்தில் ஏதோவொரு வெளிநாட்டுத் திரைப்பட விழா நடந்தபோது, தன் கணவனோடும் குழந்தைகளோடும் வந்திருந்த தினகரி அவனைப் பார்த்துவிட்டாள். அவன் யாரிடமோ, தியேட்டருக்கு வெளியே மிதமிஞ்சிய போதையில் உளறிக்கொண்டிருந்தான். அப்படியே அவனைக் காரில் தூக்கிப் போட்டுக்கொண்டு வீட்டுக்குப் போனாள். அவனுடைய நலிந்துபோன உடம்பையும் ஓய்வு ஒழிச்சலே இல்லாத குடியை யும் பார்த்து ரொம்பவும் வருத்தப்பட்டாள்.

இனி யார்தான் என்ன செய்யமுடியும்? பிலிம் இன்ஸ்டிட்டியூட்டில் அவனுடைய படங்களைப் போட்டுப் பார்த்துக் கற்றுக்கொண்டிருக்கிறார்கள் மாணவர்கள். ஆனால் அவனுடைய வாழ்வோ சீரழிந்துகொண்டிருக்கிறது.

மெதுவாக நடந்து உள்ளே போனான். அவனுக்கு விருப்ப மான நடிகை லீவ்உல்மானின் சுயசரிதைக் குறிப்புகளைப் படிக்கவேண்டும் போல் இருந்தது. தாங்க முடியாத வேதனை யில் மனம் ஆழ்ந்துபோகிறபோதெல்லாம் அந்தப் புஸ்தகத்தைத் தான் எடுத்துப் படிப்பான். தனக்கும் அவளுக்கும் நெருங்கிய

சம்பந்தம் இருக்கிறமாதிரித் தோன்றும். சமீபத்தில்தான் அவளும் இவனைப் போலவே நடிப்பதை விட்டுவிட்டாள். தென்கிழக்கு ஆசிய நாடுகளுக்குச் சென்றிருந்தபோது அகதிகள் முகாம் ஒன்றைப் பார்த்தாள். அந்த அகதிகளைப் பார்த்தபிறகு நடிப்பதையே விட்டுவிட்டாள். இந்தச் செய்தி வந்திருந்த டைம் மேகஸீன் இதழையே அவன் பத்திரப்படுத்தி வைத்திருந்தான்.

எப்போதோ பாண்டு வந்தான். அன்றைய செலவுக்கு யாரிடம் பணம் கேட்டு வாங்குவது என்று யோசித்தான். தினகரியிடமே கேட்டு வாங்கலாம் என்று தோன்றிற்று. அவளுக்கே பணம் கேட்டு சீட்டு எழுதிக் கொடுத்தனுப்பினான்.

அன்று இரவும் வழக்கம்போல் குப்பைகளும் துண்டுச் சிகரெட்டுக் குவியலுமாகக் கிடக்கிற அந்த அறையில் உட்கார்ந்து மலிவான நாட்டுச் சாராயத்தைக் குடித்துக்கொண்டிருந்தான். பக்கத்து வீடுகளில் உள்ள டி.வி. செட்களில் அவனுடைய 'வாழ்வே மாயம்' ஓடிக்கொண்டிருந்தது.

1980

குடும்பச் சித்திரம்

‘ஏளா . . . ஏளா . . . ஒரு செம்புத் தண்ணி கொண்டு வாயேன்... மனுசன் ஆத்துக்குப் போயிட்டு வந்தா காலு பூரா ஒரே நரகல். தெருவுல இப்பிடியா பேண்டழிச்சுத் தொலைக்கது? ச்சேய்...’

‘ஏட்டி காந்தி . . . கீழ இருந்து அவுக சத்தம் போடுதத உக்காந்து கேட்டுக்கிட்டுத்தான இருக்க? சொப்பானையில் ஒரு சொம்புத் தண்ணி எடுத்துக் கொண்டு போயி குடுத்திட்டா என்ன தேஞ்சா போயிருவ..?’

‘க்கும் . . . ஆத்திரமுன்னா நீ எறங்கிப் போயி குடு...’

‘அடுப்புச் சோலியும் அதுவுமா இருக்கேம் முல்லா . . . தண்ணி மோந்து குடுத்திட்டா என்ன ஒங்கௌரவங் கொறஞ்சா போயிரும் . . ? யய்யா . . . நீங்களுந்தான் ஒரேயடியா கத்தாதீய . . . இட்லிய விட்டு வச்சிட்டுத்தான் நாங் கீழ எறங்க முடியும். ஒங்க மவ ஒய்யாரத்துலச் சாஞ்சு கெடக்கா... ஒரு சொம்புத் தண்ணி மோந்து குடுக்காத புள்ளயெல்லாம் நாளையும் பின்னையும் வந்து நமக்குச் செய்யப் போவுதாக்கும் . . ?’

‘. . .மவளுவோ . . . ஒங்களுக்கெல்லாம் ஓடிச் சாடிப் பொறக்கிக் கொண்டாந்து தட்டுதேன் பாரு, எம்புத்திய பழஞ்செருப்பால அடிக்கணும். தாயும் மவளும் எப்பப் பார்த்தாலும் எசலிக்கிட்டா கெடக்கீய..? ஏட்டீ காந்தி, நீ இப்பம் தண்ணி கொண்டாரப் போறீயா இல்லியா..?’ என்று

அண்ணாந்து மாடியைப் பார்த்துச் சத்தம் போட்டார் ரெங்கனாத பிள்ளை.

'தாயி, திருப்தியாப் போச்சா ஒனக்கு..? ஒம் புருஷங் கிட்டப் பேச்சு வாங்கிக் குடுத்துட்டல்ல ... நிம்மதியா இருக்குமே ஒனக்கு..? எனக்காகப் பேசதுக்கு இந்த வீட்ல எந்த நாதி இருக்கு? என்னை இப்பிடி வீட்ல வச்சே புருஷனும் பொஞ்சாதி யுமாச் சேந்து கொல்ல வேண்டாம். சண்டாளப் பாவியோ...' என்று மாடிப்படி ஏறி வருகிற வழியில் கிடந்த பெஞ்சில் உட்கார்ந்துகொண்டே அழ ஆரம்பித்துவிட்டாள், அவர் மகள் காந்திமதி.

'யய்யா... வாசல்ல நிக்க கவர்னரய்யா? கேட்டயளா கதய..? ஒரு சொம்புத் தண்ணி மோந்து கொடுக்கச் சொன்னதுக்கு இத்தனை கூத்து... கேட்டுக்கிட்டுதானே நிக்கிய..? உங்களுக்குப் படிக்கட்டு ஏறயிலேயே வீட்ல எல்லாந் தயாரா இருக்கணும். அவுரு சின்னக் கலைக்கட்டரு எங்க போயிருக்காரோ தெரியல. அவருக்குக் குளிக்க வென்னியில இருந்து பல்லுத் தேச்சு வுடுதது வரைக்கியும் இந்தப் பொம்பளதான் செஞ்சாகணும். இன்னும் அவர ஆபீஸ்ல கொண்டுபோயி விட்டுட்டுத்தான் வரல நான்... இந்தச் செம்பகத்தம்மா ஒருத்தி கெடக்கப் போயித்தான எல்லாரும் ஆளு ஆளுக்கு அதியாரம் பண்ணுதிய..? அட ராமா...'

தெருவடி வீட்டு வயர்மேன் முருகேசனின் பொஞ்சாதி வடிவு, அழிக் கம்பி போட்ட தார்சாவில் சேலையைக் கட்டிக் குளித்துக்கொண்டிருந்தாள். சேலையைக் கொஞ்சம் இறக்கி, அழிக் கம்பிகள் ஊடே ரெங்கநாத பிள்ளையைப் பார்த்தாள்.

'கால் அலம்பத் தண்ணிதான மாமா வேணும்..? இந்தாங்க கதவுக்கு இடையில வச்சிருக்கேன். எடுத்துக்கிடுங்க..'

'நீ குளிச்சிக்கிட்டிருக்கவ எதுக்குப் போயி இம்புட்டுச் செரமப்படுத..? ரெண்டு பேரு நெல்லுக் குதிரு மாதிரி இருக்காளுவோ. தண்ணி மோந்து தரமாட்டங்காளுவோ பாரேன். செறுக்கி புள்ளையள காலைக் கைய முறிச்சு ஒடைச்சாத்தான் சரிப்பட்டு வருவாளுவோ... இந்தாம்மா சொம்பு. நீ குளி...' என்று கால்களைக் கழுவி கதவடியில் செம்பை வைத்துவிட்டுக் கோபத்தோடு மாடிப்படி ஏறினார்.

'இங்கன கெடக்க துரும்ப அங்கென தூக்கிப் போட இந்த வீடான வீட்ல ஆளு கெடையாது... இவ மரம் மாதிரி ஊரை மேஞ்சுக்கிட்டு வாரா...' என்றாள் செண்பகம்.

அவள் இப்படிச் சொன்னதுதான் தாமதம், காந்திமதி செண்பகத்தம்மாவைப் பிடித்துக்கொண்டுவிட்டாள். அவள்

தாய், பாட்டி, பாட்டியின் பாட்டி எல்லோரும் வழிவழியாக ஊரில் மேய்ந்தவர்கள் என்று நிரூபிக்க ஆரம்பித்துவிட்டாள். செண்பகத்தம்மாளுக்கு அழுகையே வந்துவிட்டது. ரெங்கநாத பிள்ளையின் தலை நடை வாசலில் தெரிந்ததும் இட்லிக்கு மாவு ஊற்றிய அகப்பையும் கையுமாக அழுதுகொண்டே ரெங்கநாத பிள்ளையிடம் வந்துவிட்டாள்.

'என்னை ஊர் மேயப் போனவன்னு நான் பெத்த புள்ளயே சொல்லுததக் கேட்டுக்கிட்டு இன்னும் நான் ஒலகத்துல இருக்க வாய்யா..? ஒங்க மவளாலே எனக்கு வார சீரழிவப் பாத்தேளாய்யா... நான் ஆத்துல கொளத்துல போயி எறங்க வேண்டியது தான்.'

ரெங்கநாத பிள்ளைக்கு, பாம்புக்கு விஷம் ஏறிய மாதிரி கோபம் தலைக்கு ஏறி நின்றது.

'இந்தானைக்கி ஒங்களையெல்லாம் என்ன செய்யணும் தெரியுமா? எனக்கு வார கோவத்துக்கு... மவளுவோ ஒங்க ரெண்டு பேர் தலையிலவும், அம்மிக் கொளவியத் தூக்கிப் போட்டுக் கொன்னுபோட்டு, செயில்ல போயி உக்காந்தாத்தான் எனக்கு நிம்மதி... ரெண்டு செறுக்கியளும் சேந்து வீட்டை நாற அடிக்கியளே...'

'ஓம் புருஷன் வந்துட்டாருல்ல... அவரத் தாப்பாள் போட்டு வச்சுக்க. எனக்காகப் பேசதுக்கு இந்த வீடான வீட்ல எந்த நாதி இருக்கு? நான் எந்தப் புருசனைக் கெட்டிக்கிட்டு உட்காந்திருக்கேன்..? என் வழக்கக் கேக்க எந்தப் புருசன் இருக்கான் எனக்கு..?' என்று செண்பகத்தம்மாளை விடப் பெரிதாகச் சத்தம் போட்டு அழுதாள் காந்திமதி. அம்மாவுக்கு மேல் தான் சத்தம் போட்டால்தான், கோபத்தில் இருக்கிற ரெங்கநாத பிள்ளை தன் பக்கத்தில் கூட வரமாட்டார் என்பது காந்திமதியின் அனுபவ உண்மை. ஆனால், அன்று நேர்மாறாக நடந்துகொண்டார் ரெங்கநாதபிள்ளை.

'ஏ, செருக்கி மவளே... ஒன்னை இன்னைக்கி வெட்டிப் பொங்கலிட்டுப் போட்டுத்தான் மறு சோலி... எதுத்து எதுத்தா பேசிக்கிட்டு இருக்க? இன்னையோட ஒங் கத தீந்துது...' என்று நிஜமாகவே அம்மிக் குழவியைத் தூக்கப் போனார்.

காந்திமதி மாடிப்படிகளில் இறங்கி ஓடிவிட்டாள். கீழ் வீட்டு வயர்மேன் முருகேசன், வெளியே எங்கோ போய்விட்டு வந்தவன், சைக்கிளை அப்படியே சுவரில் சாய்த்து வைத்துவிட்டு மேலே ஏறவும், காந்திமதி கீழே இறங்கி ஓடிவரவும் சரியாக இருந்தது. அவன் மீது மோதிக்கொண்டு கீழே ஓடினாள் காந்திமதி.

அம்மிக் குழவியைத் தூக்கிக்கொண்டு, ரெங்கநாத பிள்ளை மாடிப்படி வரை வந்துவிட்டார். முருகேசன் அவரை மறித்து, அவர் கையில் இருந்த குழவியைப் பிடுங்கிக் கீழே போட்டான். அவரை பிடித்து இழுத்துப் பெஞ்சில் உட்கார வைத்தான்.

வெளியே சிகரெட் பிடிக்கப் போயிருந்த அவர் மகன் கணேசன் அப்போதுதான் மேலே வந்தான். அவனைப் பார்த்ததும் ரெங்கநாத பிள்ளையின் கோபம் அதிகமாகிவிட்டது.

'ஹும்... தொரைகள் எங்கே போயிட்டு வாறாக..? சிகரெட்டா..? ஒன் தங்கச்சி எவன் கூடடா ஓடிப் போகலாம்ன்னு அலையுதா... நீயானா இப்படி ரயில் எஞ்சின் மாதிரி பொகைய விட்டுக்கிட்டுத் திரி... ஒரு மூதேவியும் உருப்பட வழியில்ல' என்றார்.

கணேசன் பேசாமல் சென்று அடுப்படியில் அம்மாவுக்குப் பக்கத்தில் போய் உட்கார்ந்துகொண்டான். அவனைப் பார்த்ததும் செண்பகத்தம்மாள் பெரிதாக அழ ஆரம்பித்துவிட்டாள். காந்திமதியும் கீழே நின்று வாய்க்கு வந்தபடியெல்லாம் அம்மா, அப்பா, அண்ணன் எல்லோரையும் திட்டிக்கொண்டு இருந்தாள். எல்லோர் காதிலும் விழவேண்டிய முக்கியமான வசவுகளை, மாடிப்படி அருகே வந்து நின்று உரக்கச் சொன்னாள். மத்தியானம் ரெங்கநாத பிள்ளை கடையிலிருந்து வந்து சாப்பிட்டுவிட்டு பெஞ்சில் சிறு தூக்கம் ஒன்று போட்டுவிட்டுப் போய்விட்டார். அவர் வரும்போதும் போகும்போதும் மாடிப்படி அருகே இருந்த காந்திமதி சற்று உடம்பைச் சாய்த்து அவருக்கு வழிவிட்டாள். அவ்வளவுதான். அவரும் அவளிடம் பேசவில்லை.

அவர் போனதும், செண்பகத்தம்மாள் உள் அறையில் நின்றுகொண்டே காந்திமதியைப் பார்த்து, 'ஏட்டி... ஒரு வாய் சோறு சாப்பிடேன். இந்த மாதிரி கொலை பட்டினியாக் கெடக்கியே? காலையில் நடந்தது காலம்பறயோட போச்சு. வா. வந்து சாப்பிடுள்ளா... ஒன்னையத் திட்டிப்போட்டு எனக்கும் தொண்டைல பச்சத் தண்ணி எறங்க மாட்டேங்குது... பெத்த வயிறு கேக்குதா..? வாள்ளா, வந்து சாப்புடு...' என்று கூப்பிட்டாள் செண்பகத்தம்மாள்.

காந்திமதியின் பக்கத்தில் வந்து நின்றுகொண்டு அவள் கையைப் பிடித்துத் தூக்கினாள். கொஞ்சமும் விருப்பமில்லாத மாதிரி முகத்தை வைத்துக்கொண்டாலும், பேசாமல் அவளுக்குப் பின்னால் நடந்துபோய் அடுப்படியில் உட்கார்ந்துகொண்டாள் காந்திமதி.

இரண்டு பேரும் சாப்பிட ஆரம்பித்தார்கள். குழம்புச் சோறு சாப்பிட்டு முடிக்கும்போது, செண்பகத்தம்மாள் காந்திமதியின் முகத்தைப் பார்த்தாள். இப்போது பழைய படபடப்பு, வேக மெல்லாம் இல்லாமல் தணிந்து போயிருந்தாள் காந்திமதி.

'பாப்புலர் டாக்கீஸ்ல என்ன படம் போட்டிருக்கான்?' என்று கேட்டாள் செண்பகத்தம்மாள். காந்திமதிக்கு உள்ளூரப் பெரிய சந்தோஷம் பொங்கியது. ஆனால், அதை அவ்வளவு லேசில் வெளியே காட்டிக்கொள்ள விருப்பமின்றி ரொம்பச் சாதாரணமாக. 'எதுக்குக் கேக்க..?' என்றாள். 'எதுக்கா..? சினிமாவுக்குப் போகத்தான்... அப்பாட்ட துட்டு வாங்கி வச்சிருக்கேன்... மொதப் பிளேக்குப் போறோம்னு சொல்லிட்டேன். முந்தா நாளுதானே சினிமாவுக்குப் போனீங்க. அதுக்குள்ள நெதம் என்ன சினிமான்னு கேட்டாக... இது நல்ல படம் அப்படின்னு சொல்லி துட்டைப் புடுங்கி வாங்கி வச்சிருக்கேன்...' என்றாள் செண்பகத்தம்மாள். இப்போது செண்பகத்தம்மாள் குழம்புச் சோற்றின் களிம்பைத் தட்டில் திரட்டி, விளிம்போரமாகச் சேர்த்துக்கொண்டிருந்தாள்.

அதைப் பார்த்ததும் காந்திமதி, 'அம்மா... களிம்பு எனக்கு' என்றாள். தட்டிலிருந்து களிம்பை வழித்து, காந்திமதியின் உள்ளங்கையில் வைத்தாள்.

'நல்ல படந்தாம்மா... ரசனிகாந்து நடிச்ச படம்...' என்றாள் காந்திமதி.

'சீக்கிரமா இட்லிக்கு அரைச்சு வச்சுப் போட்டு பொறப்பட்டுருவோம்... வடிவக்கா வாறாளான்னு கேளு... பூக்காரி வந்தா பூ வாங்கணும்.'

ராத்திரி பத்து, பத்தரை மணிக்குமேல் இருக்கும். மொட்டை மாடியில் ரெங்கநாத பிள்ளை, செண்பகத்தம்மாள், கணேசன், காந்திமதி, கீழ் வீட்டு முருகேசன், அவன் மனைவி வடிவு எல்லோரும் ஒன்றாக உட்காந்து நிலாச் சாப்பாடு சாப்பிட்டுக் கொண்டிருந்தார்கள். அன்று கொஞ்சம் படம் ஓடிவிட்டது. இடைவேளையில் எல்லோரும் சந்தித்துக்கொண்டனர். காந்திமதி யின் குதூகலம் அளவற்றுப் போயிற்று. சினிமாவுக்குப் போனது, இடைவேளையில் அண்ணனையும் முருகேச அத்தானையும் பார்த்தது, படம் விட்டு நிலா வெளிச்சத்தில் பேசிக்கொண்டே வீட்டுக்கு வந்தது, நேயர் விருப்பத்தில் பழைய சினிமாப் பாடல் களாக ஒலிபரப்பாகியது, இந்த நிலாச் சாப்பாடு எல்லாமே அவளை எங்கோ வெகு தொலைவுக்கு இழுத்துச் சென்றுவிட்டன.

அன்று பார்த்த சினிமாவைப் பற்றி, போன வாரம் சந்திப் பிள்ளையார் முக்கில் நடந்த கருணாநிதி மீட்டிங்கைப் பற்றி, கணேசன் ஆபீஸ் டைப்பிஸ்ட், வடிவு வாங்கிய புதுச் சேலை, வழக்கமாகத் தயிர் விடும் தயிர்க்காரி வரவரக் குறைவாகத் தயிர் விடுவதைப் பற்றி, தாமிரவருணியில் தண்ணீர் வற்ற ஆரம்பித்திருப்பது என்று எதையெல்லாமோ தொட்டுத் தொட்டுப் பேசிக்கொண்டிருந்தார்கள்.

சில விஷயங்களில் முருகேசனும் காந்திமதியும் ஒரு கட்சியாகவும், வடிவும் கணேசனும் ஒரு கட்சியாகவும் நின்று பேசினார்கள். செண்பகத்தம்மாளும் ரெங்கநாத பிள்ளையும் பொதுவாக நின்றுகொண்டார்கள். வடிவு கணேசனோடு சேர்ந்துகொண்டு தன் புருஷனையும் காந்திமதியையும் மடக்கு மடக்கென்று மடக்கினாள். இரவு வெகுநேரம்வரை பேசிக் கொண்டிருந்துவிட்டுத் தூங்கப் போனார்கள்.

'**கா**ந்தி... காந்தி...' என்று, தூங்கிக்கொண்டிருந்தவளை அசைத்து எழுப்பினாள் செண்பகத்தம்மாள். குப்புறப் படுத்துக் கிடந்த காந்திமதி தலையை மட்டும் தூக்கிப் பார்த்தாள்.

'என்ன?'

'கணேசனை நாலஞ்சு தடவை எழுப்பிப் பார்த்துட்டேன். எந்திரிக்கவே மாட்டேங்கான். நீயாவது இந்த சபாபதித் தாத்தா கடையிலே போயி நாலு துண்டு தேங்கா வாங்கிட்டு வாயேன்... அப்பா ஆத்துல இருந்து குளிச்சிட்டு வார நேரமாச்சு...' என்றாள் செண்பகத்தம்மாள்.

'உனக்கு ஒம் மகன் மட்டும் நல்லா தூங்கணுமாக்கும். நான் தூங்குனா மட்டும் சங்கடமா இருக்கு... நான் போகமாட்டேன்' என்று முகத்தைத் திருப்பிக்கொண்டு படுத்துவிட்டாள்.

'ஏட்டி ... அவன் எந்திரிக்க மாட்டேன்னு சொல்லு தானே... தேங்காய் வாங்கித் தந்துட்டுப் படுத்துக் கெடயேன்...'

'நான் என்ன நீ வச்ச ஆளா..? வேலைக்காரியா..?'

'இட்லிய அவுக் அவுக்குன்னு புட்டுப் புட்டு முளுங்கணும்னா தேங்கா வாங்கிட்டு வந்தாத்தான முளுங்கலாம்.'

படுத்திருந்த காந்திமதி போர்வையை விலக்கித் தூர எறிந்துவிட்டு எழுந்து உட்கார்ந்தாள்.

‘ஒங்க அப்பன் வீட்லருந்து நீ கொண்டாந்த சீதனத்தையா நான் திங்கேன் ... ரெங்கநாத பிள்ளை சம்பாத்தியத்துலதான் நான் இட்லிய முளுங்குதேன் ...’

‘பல்லைப் பேத்துப் போடுவேன் பேத்து ... ஒன்னைக் கெட்டிப் போட்டு வைக்கிறதுக்கு ஆளு இல்லாமல்லா நீ இந்த மாதிரித் துளுத்துப் போயி அலையுத ...’

‘நீதான் துளுத்துப் போயிருக்க ... ரசனிகாந்த் படம் பாக்கற வயசா ஒனக்கு. . ?’

‘அடப் பாதகத்தி ... நீயும்தான சிலுப்பு சிலுப்புன்னு சிலுப்பிக்கிட்டு நேத்து சினிமாவுக்கு வந்தே? பெத்தவளைப் பாத்து என்ன கேள்வியெல்லாம் கேக்க? ஒன் வாயில் சூடு போட ஒரு பெய ஆம்புட மாட்டடங்கானே ...’

‘எம் புருசன் வந்தா அவனையும் ஓம் புருசன வளச்சுப் போட்ட மாதிரி வளைச்சு போட்டுரலாம்னு பாக்கியா?’

‘அடப் பாதகத்தி ... இந்த வரத்து வாராளே ... நாக்கு அழுகிச் சாகத்தான் போறே நீ ...’

‘எனக்கு முன்னால நீ போயிருவ ...’

கேட்டுக்கொண்டே படி ஏறிக்கொண்டிருந்தார் ரெங்கநாத பிள்ளை.

***தினமலர்*, 1980**

தர்மம்

'எங்கன போயி உட்கார்ந்து பேசலாம்?' என்று கேட்டுவிட்டு, வேறு யாரையும் பார்க்காமல், நேராக முத்தையா பக்கம் திரும்பினார் பவுனு நாடார். அவர் எதிர்பார்த்தபடியே மற்ற மூன்று பேரும் நெருக்கமாக அவருக்குப் பக்கத்தில் இணங்கின மாதிரி நிற்கும்போது, முத்தையா மட்டும் கொஞ்சம் விலகினவன் மாதிரி, அவருக்கு இடது புறமாகப் பட்டும் படாமலும் நின்றான். ரொம்ப நுட்பமாகக் கவனித்தால்தான், அவன் கொஞ்சம் ஒரு மாதிரி தூர விலகி நிற்கிறான் என்று தெரியும்.

'ரயில் ரோட்டுப் பக்கம் செவந்திப்பட்டி வெலக்குல போயி உக்காந்து பேசலாமா? அங்கன ஓடைக்குள்ள நல்ல மணலும் கெடக்கு...' என்றான் பொயிலான். தங்கராசு எதையோ சொல்ல வாயெடுத்தான். அதற்குள் பவுனு நாடார் அங்கேயே போகலாம் என்று சம்மதங்கொடுத்து முன்னால் வண்டிப்பாதையில் நடக்க ஆரம்பித்தார். அவருக்குப் பக்கத்தில் பொயிலானும் பின்னால் தங்கராசுவும் சுப்புக்குட்டியும் நடக்க, முத்தையா மட்டும் மூன்றாவது வரிசையில் தனியே பின்னால் நடந்துவந்தான். அவனுடைய ஞாபகம் பூராவும் கனகு செட்டியாரின் பொஞ்சாதி வள்ளி பேரில் சென்றது. வள்ளி ரொம்ப நல்ல பெண். கனகு செட்டியார் மாதிரியே எல்லோரிடமும் மாமா, அத்தான், அண்ணன் என்று முறை போட்டுத்தான் பேசுவாள். யாரைப் பார்த்தாலும் வெட்கப்படாமல் நடுத்தெருவில் நின்று வீட்டில் உள்ள எல்லோரையும்

வண்ணநிலவன்

பற்றி ஞாபகமாக விசாரிப்பாள். கனகு செட்டியாருக்காவது கொஞ்சம் முன்கோபம் உண்டு. இந்தப் பிள்ளைக்கு அதுவும் கிடையாது.

'ஏலே . . . தங்கராசு . . . முத்தையா என்னால பேக்லயே வாரான்? திருகுதாளம் போட்டுருவானோலே . . .' என்று லேசாகப் பின்னால் திரும்பி, முத்தையாவை மட்டும் தேடிப் பார்த்துச் சிரித்துவிட்டு தங்கராசுவைப் பார்த்தார் பவுனு நாடார். அவர் பேசின நேரம் பார்த்துக் கணக்காகக் காற்று வீச, அவர் குடிக்கிற டைமன் சுருட்டு வாடை காற்றில் வந்து முகத்தில் வீசியது. முத்தையாவுக்கு அவர் கேட்டதும் சுருட்டு வாடையும் சேர்ந்து என்னவோ ஒரு மாதிரியாக இருந்தது.

'பெரசண்டு நாடாரே, நீரு ஒருத்தரு . . . அந்தப் பெயலோட சுபாவமே அப்பபடித்தான் . . . அவன் ஒரு மங்குனிப் பெய தானே? ஆனா, நம்ம மேலே ரொம்ப விசுவாசமான பெய . . . மேலயும் நாம கட்சியில இருந்து அவனுக்கு எம்புட்டு செஞ்சிருக் கோம். அன்னிக்கு, போன கோயில் கொடை சமயத்துல சாராயக் கேசுல ஆளு மாட்டிக்கிட்டு உள்ள போயிரக் கெடந்தவன ஆரு டேசனுக்குப் போயி கூட்டியாந்தது? இத மறந்திருவானா?' என்று பின்னால் அடிக்கடி திரும்பி முத்தையாவைப் பார்த்துக் கொண்டே பொயிலான் பேசினான். பவுனு நாடாரின் முகம் தெரியவில்லை. அவர் முகம் அதை ஏற்றுக்கொண்ட மாதிரி இருந்ததோ என்னவோ. ஆனால் இந்தத் தங்கராசும் சுப்புக்குட்டியும், சின்னக்குட்டியா பிள்ளை வீட்டில் நடந்த திருட்டைப் பற்றிப் பேசிக்கொண்டு வந்தார்கள்.

முத்தையாவுக்கும் பெரிய மாசானத் தேவருக்கும் தங்கராசு பேரில் கொஞ்சம் சந்தேகம் உண்டு. ஊரில் கொஞ்ச நாளாக நாலைந்து வீடுகளில் சில்லறைத் திருட்டுகள் நடந்திருந்தன. அந்தத் திருட்டுகளைத் தங்கராசுதான் செய்திருப்பான் என்று ஒருநாள் பெரிய மாசானத் தேவர் சில விஷயங்களைச் சொல்லி ப்ரூவ் பண்ணினார். அது முதல் முத்தையாவுக்கும் தங்கராசுபேரில் இப்படி ஒரு கண் உண்டு. பெரிய மாசானத்தேவர் அடிக்கடி, 'ஏல முத்தையா, நீ இந்தப் பவுனு நாடான்கூடயும் அவன் சேக்காளிப் பயலுவோ கூடயும் சேந்துக்கிட்டு அலையாதல. ரொம்ப கவுல் கடையான பெயலுவோ. கல்லைக்கட்டி எறக்கித் தாத்துப் போடுவானுவடா. இந்தத் தங்கராசுப் பெய, கெட்ட சாதிப் பெயடா. குரும்பூர்ல ஒரு கேசுல ஆம்புட்டுக்கிட்டு ஓடியாந்திட்ட பெயடா. நீ கயிஸ்டப்பட்டவன்; அதனாலதான் ஒங்கிட்டச் சொல்லுதேன். இந்தப் பெயலுவோ சகவாசமே ஒனக்கு வேண்டாம்லே . . .' என்று சத்தம் போடுவார்.

செவந்திபட்டி விலக்கில் எல்லோரும் வட்டமாக உட்கார்ந்துகொண்டார்கள். நல்ல மணல். முத்தையாவுக்கு ரொம்பப் பிடித்தமான இடம்தான் இது. தங்கராசும் சுப்புக் குட்டியும் இன்னும் சின்னக்குட்டியா பிள்ளை வீட்டுத் திருட்டுக் கதையைப் பேசி முடிக்கவில்லை. பொயிலான், மடியிலிருந்து செய்யது பீடியை எடுத்துப் பற்றவைத்தான்.

'ஏய், பீடி குடிக்கியாடா?' என்று கேட்டுவிட்டுப் பொயிலான் பீடிக்கட்டை முத்தையாவின் மடியில் வீசினான்.

'ஏல ... என்ன எளவெடுத்த பேச்சுல பேசிக்கிட்டே இருக்கீய? ஓலப்பாயில நாயி மோண்ட மாதிரி ... ச்சேய் ... பொம்பள மாதிரி தொணதொணங்கானுவ பாருமேன் ...' என்று பவுனு நாடாரைப் பார்த்துச் சொன்னான் பொயிலான். அவர் சுருட்டை வேகமாக இழுத்தார்.

'ஏய் என்னமோப்பா ...' என்று பவுனு நாடார் பேசத் தொடங்கியதும் மூவரும் அவரைக் கூர்ந்து கவனிக்க ஆரம்பித்தனர். பொயிலான் மட்டும் காற்றுக்கு வாகாக மேல்புறம் திரும்பி, அணைந்து போகப்போன பீடியை வேகமாக இழுத்தான்.

'நான் நாள மறுநாள் மெட்ராஸுக்குப் போறேன். வெள்ளிக் கெழம அன்னிக்குச் சாயந்திரம் இன்னேரத்துக்குச் சோலிய முடிச்சிருக்கணும்... வெள்ளூர் கோயில்ல கூட்டத்தோட கூட்டமா சண்டைய இழுத்து முடிச்சாலுஞ் சரி. இல்ல தண்ணி கிண்ணி வாங்கிக் குடுத்து தெக்கக் கூட்டியாந்து கதய முடிச்சாலுஞ் சரி.. பேங்கு எலக்சனுக்கு கனகு செட்டி இருக்கக்கூடாது. என்னலே... நாஞ் சொல்லுதது சரிதான?' என்று சொல்லிவிட்டு எல்லோரையும் ஒரு தடவை பார்த்தார். முத்தையாவைப் பார்த்தது ரொம்ப இயல்பாகவும் நம்பிக்கையோடும் பார்த்த மாதிரி இருந்தது.

'ஓமக்காவன்னு இல்லாட்டியும் எங்களுக்கு அவென்மேல எம்புட்டுக் கோவம் இருக்கு தெரியுமா? களத்து நெல்லு குடுக்கதுக்கு எம்புட்டுச் சட்டம் பேசுவாங்கீரு? என்னலே சுப்புக்குட்டி பேசாம இருக்க... இந்தத் தங்கராசுப் பெயதான் கொஞ்சமா அந்தச் சிறுக்கி மவங்கிட்டக் கெடந்து சீரழிஞ்சிருக்காங்கேரு?' என்று ஆவேசத்தோடு கைகளை ஆட்டியும் விரித்து நீட்டி மடக்கியும் பேசினான் பொயிலான்.

'ஏய் ... நீ ஒருத்தம்ப்பா ... போன கத வந்த கதயப் பேசிக்கிட்டு. ஏற்கெனயே முடிவு பண்ணுனதுதான?... இதுக்குப் பெரசங்கம் வேற பண்ணுதீயாக்கும்...' என்று இளக்காரமாகச் சொன்னான் சுப்புக்குட்டி. பவுனு நாடார் சந்தேகத்தோடு

பார்க்கிறமாதிரி முத்தையாவையே பார்த்துக்கொண்டிருந்தார். முத்தையா குனிந்து கட்டைப் பீடியைக் கொண்டு மணலில் கோடு போட்டுக்கொண்டிருந்தான்.

'ஏ, நீ என்னமோ முத்தையாவப் பெரிசாச் சொல்லுதீய... அவென் ஒரு மாதிரியாவே இருக்காம் பாரேன்...' என்றார் பவுனு நாடார் பொயிலானிடம்.

'இங்கேரும்... ஒம்ம வுட எனக்கு இந்தப் பயல நல்லாத் தெரியும்... பேசாமக் கெடயும். வள்ளியத் தெரியுமா ஒமக்கு வள்ளிய?' என்றான் பொயிலான்.

'எந்த வள்ளிடே?'

'அதான்... செட்டியோட பொஞ்சாதி வள்ளி...'

'அடடே... கத அப்பிடிப் போவுதா?'

'பெய பாக்கத்துக்குத்தான் இப்பிடி இருப்பான். ரொம்ப கவுல் கெடையானவனாக்கும்!'

தங்கராசு தூரத்தில் எதையோ கூர்ந்து பார்ப்பதைப் பார்த்து எல்லோரும் அந்தப் பக்கம் திரும்பினார்கள். தண்டவாளத்தில் ஏறி ஊருக்குள் போகிற வண்டித்தடத்தில் இறங்கிக்கொண்டிருந்தார் பொன்னுபட்டர்.

'டே... இந்தக் காலகண்ட ஐயன் எங்கன வந்தான்? கோயில் பூசக்கிப் போறாரு போல... டே இவன் மோசமான ஆளுல்லாடே' என்றார் பவுனு நாடார்.

'நீரு ஒம்ம அலப்பரையைக் கொஞ்சம் மூட்ட கட்டி வையும். அவரு பாட்டுக்கு வண்டித் தடத்துல போறாரு...'

இவர்கள் பக்கம் வந்ததும் பொன்னுபட்டர் நின்று பார்த்தார்.

'அதாரு டே... நம்ம நல்லகண்ணா?'

'ஒண்ணுமில்ல சாமி... சும்மா இங்கனே உக்காந்து வெட்டிப்பேச்சுப் பேசுதோம்...' என்றான் சுப்புக்குட்டி.

பவுனு நாடாருக்கு என்னமோ ஒரு மாதிரியாக இருந்தது. முகத்தை வேறு பக்கம் திருப்பிக்கொண்டார்.

பொன்னுபட்டருக்கு அவர்கள் யார் என்பது புரிந்ததோ இல்லையோ, 'சரி சரி...' என்று சொல்லிவிட்டு நடக்க

தர்மம்   199

ஆரம்பித்தார். பொன்னுபட்டர் போன பிறகு கொஞ்சநேரம் வரை யாரும் ஒன்றுமே பேசவில்லை. பவுனு நாடார் பொயிலானை மட்டும் தனியே கூட்டிக்கொண்டு ரயில்வே லைன் ஓரமாகக் கொஞ்ச தூரம் நடந்துபோனார். இது தங்கராசுக்கும் சுப்புக்குட்டிக்கும் கூச்சமாகவோ தாழ்வாகவோ படவில்லை. ஆனால் முத்தையாவுக்கு அகௌரவம் மாதிரிப் பட்டது. எழுந்து போய்விடலாம் போல் இருந்தது. இப்போது சுப்புக்குட்டியும் தங்கராசும் ஜெபமணி டீச்சரைப் பற்றிப் பேச ஆரம்பித்திருந்தார்கள். ஜெபமணி டீச்சரை முத்தையாவுக்கும் தெரியும் என்பதால், தங்கராசு இடையிடையே முத்தையாவைப் பார்த்து அவனையும் பேச்சில் கலந்துகொள்ளச் சொல்லுகிற மாதிரி பேசினான். முத்தையாவுக்கு வருத்தமாகவும் பயமாகவும் இருந்தது. வெங்கிடாசலம் காப்பிக் கிளப்பில் காலையில் தந்திப் பேப்பர் படிக்கிறபோது பல கொலைச் செய்திகளைக் கேட்டிருக்கிறான். அவை ஞாபகத்துக்கு வந்தன. போலீசில் மாட்டிக்கொண்டால் தன் பெயரும் அந்தப் பேப்பரில் வருமே என்று பயமாக இருந்தது.

கனகு செட்டியார் செத்துப்போனபிறகு வள்ளி என்ன தான் செய்வாளோ பாவம்? அவளுக்கு அம்மா இருக்கிறாள். அவள் சேந்தமரத்தில் இருக்கிறாள். அங்கே போய்விடுவாளோ என்னவோ?

'நான் போறேன் ...' என்று திடீரென்று எழுந்தான் முத்தையா. சுப்புக்குட்டியும் தங்கராசும் பேசுவதை நிறுத்திவிட்டு ஒன்றும் புரியாமல், எழுந்து நின்ற அவனைப் பார்த்தார்கள். பொயிலானும் பவுனு நாடாரும் இன்னும் வரவில்லை. அவர்கள் இரண்டுபேரும் முத்தையாவைச் சந்தேகத்தோடு பார்த்தார்கள்.

'என்னப்பா, திடீர்ன்னு இப்பிடிச் சொல்லுத?' என்றான் தங்கராசு. அவன் குரல் ஒரு மாதிரியாக இருந்தது.

'இல்ல ... ஒரு சோலி இருக்கு ... நாடாரையும் பொயிலானை யும் காணல. அதான் போவலாம்ன்னு பாத்தேன் ...' என்று சொல்லிக்கொண்டே பயந்துபோய்த் திரும்பவும் உட்கார்ந்தான் முத்தையா.

'ஒனக்குக் கிறுக்கு கண்டா புடிச்சிருக்கா?' என்றான் தங்க ராசு. சுப்புக்குட்டி, முத்தையாவின் முகத்தையே ஒரு மாதிரி யாகப் பார்த்துக்கொண்டிருந்தான்.

சுப்புக்குட்டியும் தங்கராசுவும் அவன் புறப்பட்டதைக் கடைசியில் வேடிக்கையாகவே எடுத்துக்கொண்டு முன்பைப்

போல் சகஜமாகப் பேசத் தொடங்கியிருந்தார்கள். முத்தையா வும், அவர்கள் பவுனு நாடாரிடம் சொல்லிவிடக் கூடாதே என்று ரொம்ப உற்சாகமாகப் பேச்சில் கலந்துகொள்கிறமாதிரி காட்டிக்கொண்டான். ஜெபமணி டீச்சரைப் பற்றி வேண்டு மென்றே, நம்பவைக்கிறமாதிரி ஒரு பொய் சொன்னான். அவளுக்கும் பவுனு நாடாருக்கும் பழைய தொடர்பு இருந்தது போலச் சொல்லி அவர்களைக் குஷிப்படுத்தினான். இரண்டு பேரும் துருவித் துருவிக் கேட்டுத் தெரிந்துகொண்டதிலிருந்து, அவர்கள் தற்காலிகமாகத் தன்னைப் பற்றித் திருப்தி அடைந்து விட்டார்கள் என்று சந்தோஷம் அடைந்தான் முத்தையா.

பவுனு நாடாரும் பொயிலானும் வரும்போது கையில் இரண்டு பெரிய பாட்டில்களுடன் வந்தார்கள். அவர்கள் வந்து உட்கார்ந்ததும் 'தொட்டுக்கிடக்கூட ஒண்ணும் கொண்டாரலையே ... மொதல்லய தெரிஞ்சிருந்தா என்னத்தையாவது வாங்கிட்டு வந்திருக்கலாமே? எங்க? ஆத்தி தோட்டத்துலயா ...' என்றான் சுப்புக்குட்டி.

பவுனு நாடாரும் பொயிலானும் ஏற்கெனவே கொஞ்சம் குடித்திருப்பார்கள் போல. தங்கராசுதான் முதலில் பாட்டில் மூடியைத் திறந்து அப்படியே சாய்த்துக் குடித்தவன். பாதியை வாங்கி சுப்புக்குட்டி கொஞ்சம் போலக் குடித்துவிட்டு, எருக்களிக்கிறது என்று சொல்லி நிறுத்திவிட்டான். பவுனு நாடார் எல்லாவற்றையும் கூர்மையாகப் பார்த்துக்கொண் டிருந்தார். பொயிலான் அடுத்த பாட்டில் மூடியைத் திறப்பதற்கு முயன்றுகொண்டிருந்தான். சுப்புக்குட்டி முத்தையாவிடம் பாட்டிலைக் கொடுத்தான். முத்தையாவுக்கு ரொம்பத் தயக்க மாகவும் கூச்சமாகவும் இருந்தது.

'பாத்தியா... பொயிலான்? நீ என்னமோ சொன்னியே... நீயே பாரு' என்றார் பவுனு நாடார் பொதுவாக. பொயிலானும், முத்தையாவையோ வேறு யாரையுமோ பாராமல், அவர் சொன்னதைக் கொஞ்சம் கஷ்டத்தோடு ஆமோதித்தவன் மாதிரி தலையை லேசாக ஆட்டினான்.

தங்கராசு அடுத்த பாட்டிலையும் காலி செய்தான். சுப்புக்குட்டி மணலில் படுத்துவிட்டான்.

'ஏ முத்தையா! ஒன்னைப் பத்தி நாடாருக்கு ரொம்பச் சந்தேகம் இருக்கு. இருந்தாலும் நம்ம எல்லாம் ஒரு செட்டுன்னு தான் அவரு பேசாம இருக்காரு ... நீ முன்ன மாதிரி இல்லேன்னு சொல்லுதாரு ...' என்றான் பொயிலான்.

தர்மம்

தங்கராசு வேகமாக வாய்விட்டுச் சிரித்தான். படுத்துக் கிடந்த சுப்புக்குட்டிகூட எழுந்து உட்கார்ந்து அவனை ஒருமாதிரியாகப் பார்த்தான். ரொம்ப நேரம் சிரித்துவிட்டுச் சொன்னான் தங்கராசு: 'இவன் சுத்த சோதா. இவனை நாம் ஆரம்பத்துல இருந்தே சேத்திருக்கக் கூடாது. நீதான் பார்வதி . . .' என்று சொல்லிவிட்டு முத்தையாவைப் பார்த்து, 'ஓம் பொஞ்சாதி பார்வதி தான் . . . அவ மேல உள்ள இதுல முத்தையாவ இழுத்து இழுத்து வச்சுக்கிட்ட . . . இங்க இருக்கவன முட்டாப் பயலுகன்னா நெனச்சே . . . எல்லாம் துட்டுக்காகத்தானன்னு நானும் பேசாம இருந்தேன் . . . ஆளக் கழட்டிவிடுறதா இருந்தா இப்பமே வுட்டுரு . . .'

முத்தையா திடீரென்று தங்கராசுவின் கால்களைப் பிடித்துக்கொண்டான்.

'தங்கராசு . . . ஒன்ன என்னம்போன்னு நெனச்சிருந்தேன். நீ ரொம்பப் பெரிய ஆளு! எனக்கு மொதல்ல இருந்தே இந்த சங்கதிக எல்லாம் புடிக்கல. எனக்கு என்னம்போ மாதிரி இருந்திச்சி . . . நாடாரே . . . நான் இதுக்கு லாயக்கில்லாத பய . . . ஆனா, தங்கராசு, நீ என்னப் பாத்து சோதாப்பயன்னு சொன்ன பாரு. அத மட்டும் வாபஸ் வாங்கிக்க . . . பார்வதி வெசயம் எல்லாம் ரொம்ப கரெக்கெட்டு . . . சோதாப் பயன்னு மட்டும் சொல்லாத . . . நான் கொஞ்சம் எரக்கப்பட்டவன் . . . அதுதான் என்னைச் சீரழிக்கிது . . .' என்று சொல்லித் தங்கராசின் மடியில் படுத்துக்கொண்டு அழ ஆரம்பித்தான்.

'சேவகம் பண்ணித்தான் பொழக்யணும்னு தலையில் எளுதியிருக்கே . . . இதுல ஈவு எரக்கம் என்ன . . . பெரிய ராசா பரம்பரையா நீ . . . கூட இருந்தே கொதவளைய அறுக்க பெயதானடா . . . நீ செத்து ஒழிஞ்சாத்தான் எம் மனசு ஆறும் . . .' என்று சொல்லிக்கொண்டே எழுந்து, இடுப்பில் வைத்திருந்த சூரிக் கத்தியை எடுத்துக்கொண்டு வேகமாகப் பாய்ந்தான் பொயிலான்.

தங்கராசு ஆத்திரத்தோடு எழுந்து பொயிலானைத் தள்ளி விட்டான். பொயிலான் மணலில் விழுந்தான். பவுனு நாடார் எழுந்து நின்றுகொண்டார். சுப்புக்குட்டி ஏதோ அரைகுறையாக உளறினான். பொயிலான் திரும்பவும் கோபத்தோடு எழுந்து, 'நீ என்னலே அவனுக்கு ஏண்டுக்கிட்டு வார . . . பார்வதி ஓங்கூடயும் வந்தாளா?' என்று தங்கராசுவைக் குத்த வந்தான். தங்கராசு எழுந்து நின்று காலால் பொயிலான் வயிற்றில் உதைத்தான். பொயிலான் கத்திக்கொண்டே சுருண்டு விழுந்தான்.

'நீ என்னடா பெரிய யோக்கியன்? ஜெட்சு மாதிரி நியாயம் சொல்லிக்கிட்டு... நீயும் சோதாப்பயதான்டா... முத்தையா பக்கத்துல வந்தியானா ஒரே இறுக்கா இறுக்கிப் போடுவேன், படவா?' என்று சொல்லிவிட்டு, கீழே விழுந்துகிடந்த முத்தையாவைப் பார்த்தான். அவன் அழுதுகொண்டிருந்தான். பவுனு நாடாரை முறைத்துப் பார்த்துவிட்டு 'நாளைக்கிப் பார்க்கலாம்...' என்று சொல்லிவிட்டுப் போனான். சுப்புக்குட்டியும் பவுனு நாடாரும் பேசாமல் நின்றுகொண்டிருந்தார்கள். பொயிலான் வயிற்றைப் பிடித்தபடியே முணங்கிக்கொண்டு கிடந்தான்.

தாய், 1981

இரண்டு உலகங்கள்

'நீ எந்த ஊர்க்காரன்டே?' என்று கேட்டார் வடிவேலுப் பிள்ளை. அவருக்கு எதிரே மாரியப்பனும் கிட்டுவும் நின்றுகொண்டிருந்தார்கள். கிட்டுவின் அரைக்கால் டிரவுசர் இடுப்புக்குக்கீழே ரொம்ப தூரத்துக்கு இறங்கிவந்துவிட்டது. ஆனாலும் அவன் அதைப் பற்றிய கவலையே இல்லாமல் நின்றுகொண்டிருந்தான். மாரியப்பனுக்குக் கிட்டுவின்மேல் கோபம் கோபமாக வந்தது. ஒரு பெரிய மனுஷர் முன்னால் இப்படி நிற்கிறானே! இந்த மாதிரி இடத்துக்கெல்லாம் சின்னப் பயலு களைக் கூட்டிக்கொண்டு வரக்கூடாது என்று நினைத்தான். அவர்கள் அந்தத் தெருவுக்குள் நுழையும்போதே, ஊருக்குப் புதியவர்களான அவர்களைப் பார்த்துக் குரைக்க ஆரம்பித்த நாய், தூரத்தில் நின்று இன்னும் அவர்களைப் பார்த்துக் குரைத்துக்கொண்டேதான் இருந்தது. அது போட்ட சத்தத்தில் வடிவேலுப் பிள்ளை கேட்டது காதில் விழவே இல்லை.

'ஐயா கேட்டது நாய் போடுத சத்தத்துல காதுலேயே வுழலீங்க...'

ஆளைப் பார்த்தால் முன்கோபக்காரர் மாதிரித்தான் தெரிந்தது. ஆனால் மாரியப்பன் சொன்னதைக் கேட்டதும், திரும்பவும் சர்வ சாதாரணமாக, 'இல்ல, ஒனக்கு எந்த ஊருன்னு கேட்டேன்' என்று கொஞ்சம் சத்தமாகவே சொன்னார். வெற்றிலை போடுவார்போல. அவருக்குப் பின்னால் அழிக்கம்பிகளுக்குள்

வண்ணநிலவன்

நின்றுகொண்டிருந்த ஒரு பையனைப் பார்த்து, 'வெற்றிலைச் செல்லத்தை எடுத்து வா' என்று சைகை காட்டினார். அநேக மாக கால் வழியாக அவிழ்ந்தே விழுந்துவிடும் போல் இருந்த டிரவுசரைக் கிட்டு மேலே இழுத்துச் செருகிக்கொண்டது மாரியப்பனுக்குக் கொஞ்சம் ஆசுவாசமாக இருந்தது. பெரிய மனுஷர்களுக்கு முன்னால் சொல்லவும் கூடாது. சத்தம் போடவும் கூடாதே.

'நமக்குச் செவலுங்க...தெண்டிக்கா தேவி அம்மன் கோயில்ல கொடைன்னாவ. அதான் ஐயா உத்தரவு குடுத்தாகன்னா கோயிலுக்கு மேக்காம ராட்டுப் போட்டுக்கிடுவேன்.'

கிட்டுப் பயலால் இப்போது இன்னொரு தொல்லை ஆரம்பித்திருந்தது. அந்த நேரம் பார்க்க, பின்னால் திரும்பி, அவருக்குப் பின்புறத்தைக் காட்டிக்கொண்டு, தெருவை வேடிக்கை பார்த்துக்கொண்டிருந்தான். கொஞ்ச தூரத்தில் செக்கடி இருந்தது. அதற்குப் பக்கத்தில் வண்டி ஒன்று நின்று கொண்டிருந்தது. வண்டியின் மேல் பெரிய கழுகு ஒன்று உட்கார்ந்திருந்தது. அதை இரண்டு மூன்று பையன்கள் விரட்டிக் கொண்டிருந்தார்கள். அது கிழட்டுக் கழுகோ என்னவோ தெரியவில்லை. எவ்வளவு விரட்டியும் சும்மாவே தலையைத் தொங்கப்போட்டுக்கொண்டு உட்கார்ந்திருந்தது.

கிட்டு எதையோ கவனித்துக்கொண்டிருக்கிறான் என்பதைப் பார்த்த வடிவேலுப் பிள்ளையும், அந்தப் பக்கம் பார்த்தார். கிட்டுப் பயலின் செய்கைக்குக் கோபப்படுவாரோ என்று நினைத்துக்கொண்டிருந்தான் மாரியப்பன். அவரிடம் பேசிவிட்டுப் போனபிறகு, பயலை வெளுத்து வாங்கிவிட வேண்டியதுதான்.

வெற்றிலைச் செல்லத்தை எடுக்கப்போன பையன் திரும்பி வந்தான். வெற்றிலைச் செல்லத்தை அவருக்குப் பக்கத்திலே வைத்துவிட்டு அழிக்கம்பிகளுக்குள் போய், பழைய இடத்திலேயே நின்றுகொண்டான். வடிவேலுப் பிள்ளை அந்தப் பையனைப் பார்த்து, 'டேய் அய்யா! அந்தப் பயலுகளைச் சத்தம் போடுடா... அந்தக் கழுகக் கொன்னுபோடப் போறானுவோ... போ!' என்றார்.

அவர் சொல்லுவதைப் பார்த்தால், அது அடிக்கடி இந்த மாதிரிப் பறக்க முடியாமல் அந்தப் பையன்களிடம் அகப்பட்டுக் கொள்ளுமோ என்று தோன்றியது. அந்தப் பையன் அவர்களை விரட்டுவதற்காக அழிக்கதவைத் திறந்துகொண்டு வெளியே வந்தான்.

இரண்டு உலகங்கள்

'சின்ன ஐயா இருக்கட்டுங்க. நான் விரட்டிட்டு வந்திருவேங்க' என்று சொல்லிவிட்டு, இடுப்பில் கட்டியிருந்த துண்டை அவிழ்த்து, சத்தம் போட்டுக்கொண்டே அந்தப் பையன்களைப் பார்க்க ஓடினான் மாரியப்பன். திடீரென்று மாரியப்பனையும் முந்திக்கொண்டு 'டேய்! டேய்!' என்று கத்திக்கொண்டே கிட்டு பாய்ந்து ஓடினான். அவன் ஓடுவதைப் பார்த்ததும் மாரியப்பனுக்கு வந்த கோபம் இன்னமட்டும் என்றில்லை. அவனை அப்படியே காலைப் பிடித்துத் தூக்கித் தரையில் அறைந்து கொன்றுவிடலாம் போல ஆத்திரம் வந்தது. மாரியப்பன் வண்டிக்குப் பக்கத்தில் போவதற்குள்ளாகவே கிட்டு போய் எல்லாப் பையன்களையும் விரட்டிவிட்டான். பையன்கள் கேலியாகக் கத்திக்கொண்டே ஓடிப்போய்விட்டார்கள். பையன்களை விரட்டிவிட்டு, கிட்டு மட்டும் அந்தக் கழுகுக்கு முன்னால் போய் நின்று அதை வேடிக்கை பார்க்க ஆரம்பித்தான். அது லேசாக முனகிக்கொண்டிருந்தது கேட்டது.

'அவனுகள அனுப்பிப் போட்டு நீ வேடிக்கை பார்க்க வந்து நின்னுட்டியே. ஒரு பெரிய மனுஷங்கூடப் பேசிக்கிட்டிருக்கேன். அவருக்கு முன்னால் டவுசரக் கட்டாம நிக்கே . . . இப்பம் என்னடான்னா இங்க ஆளுக்கு முன்னால ஓடியாந்து நின்னு வேடிக்கை பார்த்துக்கிட்டு . . . இரிடா இரி . . . இந்த வூரு அம்மங்கொடைக்கி முன்னால ஒனக்குத்தான் கொடை . . .' என்று திட்டினான். மாரியப்பனுக்குப் பின்னால் முகத்தைத் தொங்கப்போட்டுக்கொண்டே போனான் கிட்டு.

'எத்தனை வருஷமாடே ராட்னம் போடுதே?' என்று கேட்டார் அவர்.

'இந்தப் பயல மாதிரி இருக்கும்போதே ராட்டு சுத்தக் கத்துக்கிட்டேன்' என்று பக்கத்தில் நின்றுகொண்டிருந்த கிட்டுவைக் காட்டிச் சொன்னான்.

வெற்றிலைக் காம்பைக் கிள்ளிக்கொண்டே அடுத்த கேள்வியைக் கேட்டார் வடிவேலுப் பிள்ளை. 'சொந்த ராட்னமாடே?'

'ஆமாங்க ஐயா . . . எங்க அப்பாதான் இந்த ராட்ட வச்சிருந்தாரு. அவரு இருக்கும்போதே கூடப்போயி தொழில் கத்துக்கிட்டேன். இப்போ ஒரு பத்துப் பதினைஞ்சு வருஷமா நான் தனியாவே தொழில் பண்ணுதேங்க.'

'ஒம் பேரு என்ன சொன்ன?'

'மாரியப்பங்க!'

‘அப்பம் பேரு?’

‘சிவனுப் பண்டாரம்!’ மாரியப்பன் சொல்லி முடித்ததும், அவர் மடியிலிருந்து வெற்றிலைப் பெட்டி நழுவிக் கீழே விழப்போனது. அதைப் பார்த்த மாரியப்பன் அதை எடுக்கக் குனிந்தான். அதற்குள் கிட்டு அதைப் பிடித்துவிட்டான். வெற்றிலைச் செல்லத்தை அவருக்குப் பக்கத்தில் வைத்துவிட்டு, தூரப்போய் நின்று மாரியப்பனைப் பார்த்தான்.

‘கருத்த கெச்சலான ஆளா?’

‘ஆமாங்க! பக்கத்துல கருங்கொளத்துக் கோயிலுக் கெல்லாங் கூட சப்பரத்துக்கு மாலை கட்டிக் குடுப்பாரு. வருஷா வருஷம் சித்ரா பௌர்ணமிக்கி அப்பாதான் மாலை கட்டிக் குடுப்பாரு . . .’

‘சரியாப் போச்சு போ... அந்தச் செவனுப் பண்டாரத்து மகனாடே நீ? ராட்டெல்லாம் வச்சிருக்கேன்னதும் யாரோ எவரோன்னு கேட்டேன் ...’

‘சைட்ல இதும் இருக்குங்க... மெயினா எங்களுக்குப் பூக்கட்டறதுதாங்க... அப்பா ஒரு மாதிரியா ரெண்டையும் இழுத்துப் புடிச்சுப் பண்ணிட்டிருந்தாரு. நான் ராட்டு போடறது மட்டுந்தாங்க பண்ணுதேன்.’

நாலைந்து தடவை ஆடு செருமின மாதிரி, ‘சீத், சீத்’ என்று கிட்டு தும்மல் போட்டான். மாரியப்பன் வடிவேலுப் பிள்ளையின் முகத்தைப் பார்த்தான். அவர் அண்ணாந்து புகையிலையைப் போட்டுக்கொண்டிருந்தார். கிட்டுவும் தும்மிச் சிவந்த முகத்தோடு, அவர் புகையிலை போடுவதையே பார்த்துக் கொண்டு நின்றுகொண்டிருந்தான்.

‘செவனுப் பண்டாரம் இருக்காரா?’

‘அவரு போய்ச் சேர்ந்து மூணு வருஷம் ஆச்சுங்க . . .’

‘இப்பம் கருங்கொளத்துக் கோயிலுக்குப் பூக்கட்டுதது ஆரு?’

‘அவரு இருக்கும்போதே ஆறேழு வருசமா விட்டுப் போச்சு. அவருக்குக் கை காலு வெளங்காமப் போயி அனேகம் பாடுபட்டுப் போனாரு. இப்பம் கருங்கொளத்துக் கோயிலுக்கு வேற ஆள்தாங்க பூக்கட்டிக் குடுக்குது. நானும் இந்தத் தொழிலுக்கு வந்திட்டம் பொறவு அதைக் கவனிக்க முடியலே . . .’

‘இதுல ஒனக்கு என்ன வரும்படி கெடைக்கும்?’

‘என்ன கெடைச்சிடும்? மிஞ்சி மிஞ்சிப் போனாக்க அம்பது ரூவா கெடைக்கும். நல்ல வெள்ளாமை எல்லாம் வெளஞ்சு இருந்தா கோயிலுகளுக்குச் சனங்க நெறைய்ய வரும் . . . அப்படின்னா புல்ரா கெரவுட் இருந்திச்சின்னா, நாள் ஒண்ணுக்கு நூறு நூத்தம்பதுக்குமேல கூடப் போகும் . . .’

‘இந்த ஊர்ல என்ன வரும்படி வரும்ன்னு நெனைக்கே?’

‘இதுக்கு முன்னாடி நம்ம ஊருக்கு நான் வந்ததில்லங்க. அய்யா புண்ணியத்துல நல்லா தொழில் நடந்திச்சின்னா ரெண்டு மூணு நாள்ல எரநூறு, முந்நூறுகூடப் பாத்துரலாம்...’

‘ஒரு தடவை சுத்தத்துக்கு என்ன ரேட்டு வாங்குத?’

‘எல்லாம் நோக்கம் போலப் போட்டுக்கிடதுதாங்க. கூட்டம் இருந்தா ஒரு ரேட்டு... இல்லைன்னா ஒரு ரேட்டு...’

‘இவன் யாரு? ஓம் மவனா?’

‘இல்ல! கூட ராட்டு சுத்துத பையன், நம்ம ஊர்க்காரந் தான்!’ என்று சொல்லிவிட்டுக் கிட்டுவைப் பார்த்தான். கிட்டு சுரத்தே இல்லாமல் நின்றுகொண்டிருந்தான்.

திடீரென்று பக்கத்துச் சந்து வழியாகப் பசுமாடு ஒன்று அறுத்துக்கொண்டு கயிற்றுடன் ஓடி வந்தது. கிட்டு பசு மாட்டின் பின்னால் ஓடினான்.

‘மாட்டைப் பிடிடா . . . மாட்டைப் பிடிடா’ என்று வடிவேலுப் பிள்ளை சத்தம் போட்டார். கிட்டுவுக்குப் பின்னால் கடும் ஆத்திரத்துடன் மாரியப்பன் ஓடினான். இரண்டு மூன்று தெருக்களைத் தாண்டியும் மாட்டைப் பிடிக்க முடியவில்லை. மாட்டுக்குப் பக்கத்தில், அதன் வேகத்தோடு ஓரளவுக்காவது ஈடுகொடுத்து ஓடிக்கொண்டிருந்தவன் கிட்டுதான். மாரியப்பன் பின்னால்தான் ஓடிக்கொண்டிருந்தான். மாரியப்பனால் அவ்வளவு வேகமாக ஓட முடியவில்லை. மாடு அநேகமாக ஊரை விட்டே வெளியே போய்விட்டது. ஒரு இடத்தில் லேசாக மாட்டின் கயிற்றைப் பிடித்தான் கிட்டு. ஒரு சிலுப்புச் சிலுப்பிக் கொண்டு ஓடிவிட்டது. அது தெண்டிக்கா தேவி அம்மன் கோவிலுக்கு முன்னால் உள்ள பீடத்துக்குப் பக்கத்தில் போய் நின்றுகொண்டு, ஓடிவந்துகொண்டிருந்த கிட்டுவையும், மாரியப்பனையும் பார்த்தது. கிட்டு பக்கத்தில் வந்ததும், திரும்பவும் ஓட ஆரம்பித்தது. மாடும் கிட்டுவும் தெண்டிக்கா தேவி அம்மன் கோவிலைச் சுற்றி வந்துகொண்டிருந்தனர். ஒரு சுற்று முடியப்போகும் நேரத்தில் மாரியப்பன் எதிரே வந்து கயிற்றைப் பிடித்துக்கொண்டான். பின்னாலேயே வந்து

கொண்டிருந்த கிட்டு மாரியப்பனுடன் சேர்ந்து மல்லுக்கு நின்று, மாட்டை இழுத்துப் பிடிக்க உதவினான்.

மாரியப்பன் அவசர அவசரமாக மாட்டைப் பிடித்துப் பக்கத்தில் இருந்த கல்லில் கட்டிவிட்டுக் கோபத்தோடு கிட்டுவை அடிப்பதற்குக் கையை ஓங்கினான். இதை எப்படியோ ஒரு நொடியில் புரிந்துகொண்டுவிட்ட கிட்டு, அவனிடமிருந்து தப்பித்து தெண்டிக்காதேவி அம்மன் கோயிலுக்குப் பின்னால் போகிற வண்டித் தடத்தில் ஓடினான். சிறிதுதூரம்வரை அவனைத் திட்டிக்கொண்டே பின்னால் சென்ற மாரியப்பன், அவனோடு ஓட முடியாமல் நின்றுவிட்டான். வண்டித் தடத்தின் ஓரத்தில், மழையில் அரித்துவந்து ஒதுங்கிக்கிடந்த அழகழகான உருண்டைக் கற்களை எடுத்து அவன் மீது வீசினான். கிட்டு எங்கோ தூரமாக ஓடி மறைந்துவிட்டான். வடிவேலுப் பிள்ளை வீட்டுப் பசு மாடு மிரண்டுபோய் வண்டித் தடத்தையே பார்த்துக்கொண்டு நின்றது.

மையம், 1982

துக்கம்

எல்லாம் முடிந்துவிட்டது. இனிமேல் மதுரைக்கும் உடன்குடி ஜமால் மைதீன் குடும்பத் துக்கும் ஒரு தொடர்பும் இருக்காது. பஸ்ஸில் சுபைதாளை அழைத்துக்கொண்டு திரும்பிக்கொண் டிருந்த மெஹ்ருன்னிஸாவுக்குச் சுபைதாளைப் பற்றி நினைக்க நினைக்க வருத்தமாகத்தான் இருந்தது. எவ்வளவு தங்கமான பையன் சுலைமான். ஒரு கெட்ட பழக்கம் உண்டுமா? மவுத்துக்கு வந்தவர்கள் எல்லோரும் இந்தப் பையனுக்கு இப்படி ஆகியிருக்க வேண்டாமே என்று வருத்தப் பட்டார்கள். வருத்தப்படாதவர்கள் பாக்கியில்லை. மில்லில் டூட்டி முடிந்த பத்தாவது நிமிஷம் சுலைமானை வீட்டில்தான் பார்க்கலாம்.

பெட்டியைத் தூக்கப்போகிற நேரத்துக்கு அந்தச் சின்ன முதலாளியே காரில் வந்துவிட்டார். வீடு ரொம்பச் சின்ன வீடு. ஒரே ஒரு பெஞ்சு மட்டும் தான் வாசலில் போட்டிருந்தது. மில்லிலிருந்து வந்த ஜனம் பூராவும் சந்தில்தான் நின்றது. 'முதலாளி வந்துவிடுவார், வந்துவிடுவார்' என்று சொல்லித்தான் தாமதப்படுத்திக்கொண்டே இருந்தார்கள்.

தீபம் வைக்கிற நேரமாகிறது என்றுதான் அந்தச் சங்கத் தலைவரே – அவனும் இந்தச் சுலைமானைப் போல எவ்வளவு அருமையான பிள்ளை – தூக்குகிறதுக்கு ஏற்பாடு செய்தான். சொல்லிவைத்தது மாதிரி நேரத்துக்கு முதலாளி வந்துவிட்டார். 'சின்ன முதலாளி, சின்ன முதலாளி வந்தாச்சு ...' என்று ஒரே பேச்சாகக் கிடந்தது.

அடக்கம் செய்கிறவரைக்கும் அவர் கூடவே இருந்தாராம். எவ்வளவு பெரிய கோடீஸ்வரன் அந்தப் புள்ளையாண்டான். காரை, வீட்டுக்குப் பக்கத்தில் நிறுத்திவிட்டு ஜனத்தோடு ஜனமாய் அதுவும் அடக்க ஸ்தலத்துக்கு நடந்தே போயிருக்கிறதே. நல்ல மனுஷாள்கள் எங்கேயும் இருக்கிறார்கள் என்று சொல்லுவதுதான் எவ்வளவு சரியானது.

இந்தப் பிள்ளைக்குத்தான் எல்லாம் கொடுத்துவைக்காமல் போய்விட்டது. அவனும் வாப்பா, உம்மாவை அறியாத பையன். இதுவும் வாப்பாவைத் தின்ன பிள்ளை என்று பார்த்துத்தான், பட்டணத்து தாவூது சாச்சா சொல்லித்தான் எல்லாம் நடந்தது. என்னம்மோ ஆண்டவருக்கு இப்படித் தோணியிருக்குது, மூன்றாவது வருஷமே அறுத்துக்கிடணும் என்று.

மெஞ்ஞானபுரமே வந்துவிட்டது. ஒரு அஞ்சலில் உடன்குடி பஸ் ஸ்டாண்டில் போய் நின்றுவிடுவான். இந்தப் பிள்ளைகள் இரண்டும் என்ன செஞ்சுக்கிட்டு இருக்குதுகளோ தெரியவில்லை. எல்லாம் ஹாஜியார் வீட்டில் பார்த்துக்கொள் வார்கள் என்றாலும், கிலேசப்படாமல் இருக்க முடியவில்லை. இந்த மில்லுப் பணம் ஒரு மாதத்துக்குள் வந்துவிடுமாம். எட்டாயிரம் ரூபாய் வருமாம். அது வந்தால் நடுவுள்ளவளைத் தள்ளிவிட்டுவிடலாம். ஆத்தாங்கரைப் பள்ளியில் ஆயிஷா வோட பையன் காப்பிக்கடை வைத்து நடத்துகிறானாம். ஒண்ணுக்குள்ள ஒண்ணா இருக்கும். இங்கே பிறந்த வீட்டிலே தான் கோரையை முடைந்து முடைந்து கை வாரியல்குச்சி மாதிரி ஆகிவிட்டது. அங்கேயாவது கொஞ்சம் உட்கார்ந்து சாப்பிடட்டும். ஆயிஷா பெற்றவளைப் போலப் பார்த்துக் கொள்ளுவாள். அதைத் தள்ளிவிட்டாயிற்று என்றால் அடுத்தது இந்த நொண்டிக் கழுத ஒண்ணுதான். இதுக்கும் ஒரு நொண்டியைத் தேடவேண்டியதுதான். பாவி, பெத்ததுதான் பெத்தேன், ஒண்ணாவது ஆம்பிளப் பிள்ளையாப் பெத்திருக்கக் கூடாதா?

பெரிய வீடுகளாக இருந்தால், முதல் மாப்பிள்ளை போனால் அடுத்த மாப்பிள்ளையைப் பிடித்துவிடுவார்கள். ஜமால் மைதீன் வாப்பா சாகும்போது ஒரு கட்டுக் கோரைப் புல்லைத்தானே விட்டுட்டுப் போயிருக்காரு.

சீக்கிரமேதான் உடன்குடி வந்துவிட்டது. சுபைதாளை பஸ் ஸ்டாண்டிலேயே சாமான்களுக்குப் பக்கத்தில் காவலுக்கு வைத்து விட்டுப் பஞ்சாயத்து போர்டு ஆபீஸ் பக்கம் போய் முத்தையாக் கோனார் வண்டியை அழைத்துக்கொண்டு வந்தாள்.

வீட்டுக்குப் போனதுமே எல்லோருமே வந்து கூடி விட்டார்கள். துஷ்டி கேட்க வேண்டாமா? ஜமால் மைதீன் குடும்பம் என்னதான் தாழ்ந்துபோய்விட்டாலும் ஊர் வளமை என்று ஒன்று இருக்கிறதே? அதை விட்டுக் கொடுத்துவிடுகிறது என்பதுதான் அவ்வளவு லேசானதா என்ன?

சுபைதா அழுதுகொண்டே இருந்தாள். என்ன இருந்தாலும் சுலைமான் அவளுக்கு மற்ற மனிதர்களைப் போன்றவன் இல்லையே. மூன்று வருஷங்கள் அவனோடு உடனிருந்து வாழ்ந்தவள் இல்லையா? வந்து விசாரித்தவர்கள் எல்லோரும் சுலைமானுடைய மவுத்துக்காக ஆற்றாமைப்பட்டுவிட்டுத் தான் போனார்கள். சில பெண்கள், குறிப்பாகக் கொருக்கு முதலாளியின் சம்சாரம் கூட அழுவது என்பது லேசானதல்ல.

மெஹ்ருன்னிஸாவுக்கு ஒரே ஒரு விஷயம் மட்டும் ஆச்சரியமாயிருந்தது. துஷ்டி கேட்க வந்தவர்கள் எல்லோரும் அவளைப் போலவே, மில்லில் இருந்து வருகிற பணத்தை வைத்து நடுவுள்ளவளைத் தள்ளிவிட்டுவிடவேண்டும் என்று சொன்னார்கள். அப்படிச் சொல்லும்போதெல்லாம், மெஹ்ருன்னிஸா, அதைப்பற்றி அவ்வளவாக அக்கறை இல்லாதவளைப் போலக் கண்களை இடுக்கிக்கொண்டு மெதுவான குரலில், ‘ஆமாம்ளா, நானும் அப்படித்தான் நெனைச்சிருக்கேன். ஆனா நாகூராரு என்ன நெனைச்சிருக் காரோ தெரியல்ல. இந்தப் புள்ள சுபைதாள நெனைச்சாத்தான் தாங்க முடியல. இத்தன வயசுல இது இப்பிடி வந்து உக்காந்துட்டுதேங்கிறதை நெனச்சா ஈரக்கொலையே அந்து விளுந்தாப்பல இருக்கு...’ என்று கண்கலங்க அழ ஆரம்பித்து விடுவாள்.

‘பின்ன? பைத்தியக்காரி... நீ பெத்தவளாச்சே... கஷ்டமா இராதா?’ என்பார்கள்.

ஆனால், இதையும் எல்லோரும் ஒரே மாதிரியாகத்தான் சொன்னார்கள்.

1981

ராஜாவும் வாரிசுகளும்

சிவனு செட்டியார் பெருமாள்புரம் ரோட்டில் வேகமாக நடந்துகொண்டிருந்தார். பயந்து பயந்துதான் கால்களைத் தரையில் ஊன்ற வேண்டியிருந்தது. பத்து மணிக்குள் ஹைகிரவுண்டு ஆஸ்பத்திரியில் இருக்கவேண்டும் என்று நேற்று சாயந்தரமே பேட்மா நகரத்துச் சாயபு கண்டிஷனாகச் சொல்லிவிட்டார்.

இரண்டு கால்களிலும் ஏழெட்டுக் கால் ஆணிகளாவது இருக்கும். செருப்பு என்ற பிறப்பே கிடையாது. கொஞ்ச நாட்களுக்கு முன்னால்வரை ஒரு ஜோடி ஓலைச் செருப்புகளைக் கட்டிக் கொண்டு அலைந்தார். ஒருநாள் சாத்தாங்கோயில் விளைக்கு (காட்டில் ஒரு பகுதி), எரிக்கிற விறகுக் காக முள் வெட்டப் போனபோது அதுவும் அறுந்து போய்விட்டது. ஓலைச் செருப்பு எத்தனை நாளைக்குத்தான் வரும்?

ரொம்பப் பதனமாகப் பார்த்துப் பார்த்து நடக்க வேண்டியிருந்தது. கொஞ்சம் கனமான துரும்பு பட்டுவிட்டால் கூட, பெரிய இரும்புக் கம்பியைக் காலுக்குள் சொருகி எடுத்துவிட்டது மாதிரி உயிரே போய்த்தான் திரும்பும். ஆஸ்பத்திரிக்கு இன்னும் இரண்டு மைலாவது நடக்கவேண்டும். உடம்பில் தெம்பே இல்லை.

பஞ்சாயத்துப் போர்டு சேர்மன் வீட்டைத் தாண்டிப் போகிற போது எத்தனையோ தடவை அந்தச் சம்பவத்தைப் பார்த்திருக்கிறார். தெருவில்

போய்க்கொண்டிருக்கிறபோது ஜன்னல் வழியே, அண்ணாந்து கலர் கலரான மாத்திரைகளை அவர் விழுங்குவதைப் பார்த்திருக்கிறார். ரொம்ப உசத்தியான மாத்திரைகளாம் அவை. அந்த மாத்திரைகளைச் சாப்பிட்டால் சோறுகூடச் சாப்பிட வேண்டாமாம். ஆடுகளையும் கோழிகளையும் நூற்றுக்கணக்கில் கொன்று அதிலிருந்து செய்த மாத்திரைகளாம். வேறு யார், அந்தப் பள்ளிக்கூடத்து வாத்தியார்தான் வாய்க்கால் கரையில் உட்கார்ந்துகொண்டு இது மாதிரியெல்லாம் அளந்து கொண்டிருப்பார்.

பஞ்சாயத்துப் போர்டு சேர்மன் விஷயத்தில் அந்த மாத்திரைகளைப் பற்றி வாத்தியார் சொன்னது வெறும் அளப்பாக இருக்காது.

'சாப்புடாம ஒடம்ப வளக்கதுக்குன்னு இப்படி மருந்தக் கண்டுபுடிச்சவன் மண்டையில மூளைதான் இருக்குமா வேற என்னம்மாவது இருக்குமான்னு தெரியலியே?' என்று தனக்குள்ளாகவே சொல்லிக்கொண்டார் சிவனு செட்டியார்.

புதுக்காலனி இறக்கத்தில் டவுன் பஸ்ஸுக்காகத் திடீரென்று ஒதுங்கவேண்டியதாகி விட்டது. ரோடு ஓரத்தில் மழையில் அறுத்துப் பெயர்த்துக்கொண்டு வந்த கருங்கல் ஜல்லிகளின்மீது கால்களை வைத்து ஒதுங்கியபோது...

இரண்டு மூன்று இடத்தில் கால் ஆணியில் கல் பட்டுவிட அப்படியே தலையைப் பிடித்துக்கொண்டு உட்கார்ந்துவிட்டார். மயிர்க்கால்களில் எல்லாம் அந்த வலி ஓடி மறைந்தது. ரொம்ப நேரம் கழித்துத்தான் திரும்ப எழுந்து நடக்க முடிந்தது. அங்கே தலையைப் பிடித்துக்கொண்டு உட்கார்ந்ததில்வேறு கொஞ்சம் நேரமாகிவிட்டது.

'ஒலகத்துல எதுக்கெல்லாமோ மருந்து மாயம் கண்டு பிடிச்சிருக்கானே. இந்த தரித்திரியம் புடிச்ச கால் ஆணிக்கி மருந்தக் கண்டுபிடிக்க மாட்டானோ? புள்ள பெறாம இருக்கிறதுக்கே மருந்தக் கண்டுபிடிச்சிட்டான். இதுக்கு எப்ப கண்டுபிடிக்கப் போறானோ?' என்று நினைத்துக்கொண்டே நடந்தார்.

அவருக்கு எதிரே சாராள் தக்கர் கல்லூரிக்குப் போகிற பெண்கள் கூட்டம்கூட்டமாக வந்துகொண்டிருந்தனர். எல்லோருமே கால்களில் விதவிதமான வண்ணச் செருப்பு களை அணிந்திருந்தனர். அவ்வளவு அழகான செருப்புகளை வரிசையாக அடுக்கி வைத்தே அழகு பார்த்துக்கொண்டிருக்க லாம் போலிருந்தது.

சிவனு செட்டியாருக்கு அப்படி ஒன்றும் வயதாகி விட வில்லை. ஐம்பது வயதுதான் இருக்கும். இந்தியாவுக்குச் சுயராஜ்யம் கிடைத்த வருஷத்தில்தான் அவருக்குக் கல்யாணம் நடந்தது. இதில் இன்றும்கூட அவருக்குப் பெருமை உண்டு. சிவந்திப்பட்டி மாடசாமிச் செட்டியார் மகள் ரெங்கம்மாதான் செட்டியாருடைய தர்ம பத்தினியாகக் கையைப் பிடித்தாள்.

கல்யாணம் என்றால் சும்மா லேசுப்பட்ட கல்யாணம் இல்லை. அந்தக் காலத்திய மூணு நாள் கல்யாணம் அது. நிறத்தில் இவரைப் போலத்தான் ரெங்கம்மாளும் பிடித்து வைத்த புளியைப் போல இருப்பாள். என்றாலும், நல்ல ஆகிருதியான உடம்பு ரெங்கம்மாளுக்கு.

கல் செக்கு, நாலு ஜோடி மாடுகள், கடல் போல வீடு இவை எல்லாம் சிவனு செட்டியாருக்கும் இருந்தன. அந்தக் காலத்து மைனர்களைப் போல வண்டி கட்டிக்கொண்டு, 'போய் இருந்து விட்டு' வருகிற 'தொடுப்பு' ஒன்றும் மூலைக்கரைப் பட்டியில் இருந்தது. எண்ணெய் வியாபாரத்துக்குப் போன இடத்தில் கிடைத்த உருப்படி அது. ரெங்கம்மாளுக்கு நேர் எதிராகக் கோதுமை மாவு மாதிரி நல்ல நிறம் அந்த உருப்படி.

இவர் நொடித்துப்போன பிற்பாடு, எல்லாம் போனது மாதிரி அவளும் கையைவிட்டுப் போய்விட்டாள். அதெல்லாம் ரெட்டியார்பட்டியைச் சுற்றியுள்ள பட்டி தொட்டிகளிலிருந்து எல்லாரும் சிவனு செட்டியாருடைய செக்கு எண்ணெயை வாங்குவதற்காக வந்து காத்துக் கிடந்த காலம். வரிசையாக ஆறு குழந்தைகள் பிறந்தன. காலப்போக்கில் நோய் நொடி, சத்துணவின்மை முதலான பல்வேறு கண்டங்களில், மூன்று மண்டையைப் போட்டுவிட்டன.

சுதந்திரத்துக்குப் பிற்பாடு ஊர் ரொம்ப வேகமாகத்தான் மாறிப் போய்விட்டது. ஊரிலுள்ள பல குடும்பங்கள் சென்னை, பம்பாய் என்று சோறும் வேலையும் கிடைக்கிற இடங்களைத் தேடிக்கொண்டு பறந்துபோய்விட்டன. சிவனு செட்டியாரின் கல்செக்கு எண்ணெய்க்கும் மணக்கிற எள்ளுப் புண்ணாக்குக்கும் ஜனங்கள் காத்துக்கிடந்த காலமெல்லாம் ரொம்ப சீக்கிரமாகத்தான் மலையேறிப் போய்விட்டது. கண்டும் காணாததுக்கு தூத்துக்குடி, மேலப் பாளையத்திலிருந்தெல்லாம் டின்களில் அடைத்த எண்ணெய்வேறு வியாபாரத்துக்கு வந்துவிட்டது.

சிவனு செட்டியார் ரொம்ப ஒன்றும் பெரிய படிப்புப் படித்து விடவில்லை. என்றாலும் அவருடைய புத்திக்கு எண்ணெயை டின்னில் அடைத்து விற்கிற சித்து வேலை புரியத் தான் இல்லை. காலப்போக்கில் கடலில் பெருங்காயத்தைக்

கரைத்தது மாதிரி ஒவ்வொன்றாகக் கரைந்து போய்விட்டன. அண்ணாந்து பார்த்தால் துண்டு துண்டாக மேகங்கள் வானில் நீந்திச் செல்லுகிற அபூர்வமான காட்சியை இலவசமாகவே தருகிற ஓட்டைக்கூரை வீடுதான் 'மிச்சம் மிஞ்சாடி' என்று எஞ்சியது. எண்ணெயை அளந்து கொடுத்த ரெங்கம்மாளின் கைகள் காட்டுக்குப் போய் பருத்தி எடுக்க ஆரம்பித்தன. சிவனு செட்டியார் காட்டில் முள் வெட்டி, விற்றுப் பிழைக்கக் கற்றுக் கொண்டார். அதற்காக மனிதர்கள் என்ன செத்தா போய் விடுவார்கள்?

ஒரு மாசமாகத்தான் ரெங்கம்மாளுக்கு மிகவும் முடியாமல் போய்விட்டது. எப்படியோ இருந்தவள் எப்படியோ ஆகிவிட்டாள்.

ஒரு வாரமாகவே ஊரில் குடும்பக் கட்டுப்பாட்டுக்கு ஆள் பிடித்துக்கொண்டு போகிறார்கள். தாமரைச்செடி ஊரிலிருந்து ஒரு புரோக்கர் வந்து ஆட்களைக் கூட்டிக்கொண்டு போகிறார். புரோக்கரே இல்லாமல் நேரில் போய் ஹைகிரவுண்டு ஆஸ்பத்திரி யில் ஆபரேஷன் செய்துகொண்டால் புரோக்கருக்கு கொடுக்கிற முப்பது ரூபாய் மிச்சம். ஆபரேஷனுக்கு அறுபது ரூபாயும் வேட்டி, துண்டும் தருகிறார்களாம்.

நேற்று கடைத்தெருவுக்குப் போனபோது, பேட்மா நகரத்துச் சாயபு அந்த ஆப்ரேஷனைப்பற்றிக் கதை கதையாகச் சொன்னார். ஆஸ்பத்திரியில் கொடுத்த வேட்டியையும் துண்டை யும் போகிற வருகிறவர்களிடமெல்லாம் காட்டிப் பெருமைப் பட்டுக்கொண்டார்.

'வே... செட்டியாரே! பாத்தேரா! சாக்கு மாதிரி வேட்டிய! என்ன பெரிய ஆப்ரேசங்கேரு? ஒரு அஞ்சு நிமுசத்து வேலகூட இராது. கண்ண மூடிக் கண்ணத் தொறக்க நேரந்தான். படக்குன்னு சோலிய முடிச்சுப் போடுதானுவ! பாலு, பழம் அது இதுன்னு வேற தந்து ஆள என்னம்பாக் குளுப்பாட்டிப் போடுதாங்கேரு! இன்னிக்குக் கெரயத்துக்கு இந்த வேட்டியும், முண்டுமே பத்துப் பதினைஞ்சு ரூவாக்கிப் பெறும். அப்பளம் மாதிரி அறுபது ரூவா வேற தாரான். இப்படிக் கெடந்து காலக் கையை ஓதஞ்சுக் கிட்டிருக்கீரே... போயி இந்த ஆப்ரேசனப் பண்ணிட்டு வாரும்! நாலு நாளைக்கி நல்ல சாப்பாடாவது சாப்புடலாமே வேய்..! இன்னும் எந்தப் புள்ளயப் பெத்து எந்த ராச்சியத்த ஆளக் குடுக்கப் போறேரு..?' என்றார்.

சாயபு சொல்லுவதும் சரிதான் என்று பட்டது சிவனு செட்டியாருக்கு. எந்த ராச்சியத்த வச்சிருக்கோம்?

அன்றைக்குச் சாயந்தரமே வீட்டுக்குப் போகலாம் என்று அனுப்பிவிட்டார்கள். நடக்கும்போது கால்கள் கூசின. உடம்பில்

என்னவோ புது உறுப்பு ஒன்று திடீரென்று உண்டானது போலிருந்தது. பாளையங்கோட்டை பஜாருக்குப்போய் பிள்ளைகளுக்கு இனிப்புப் பலகாரமும், அரிசி, காய்கறிகளும் வாங்கிக் கொண்டார். ‘ஒரு வாரம் போல அதிகம் நடக்காதீரும்’ என்று டாக்டர் சொல்லியிருந்தார். நாளைக்கே பாண்டித் தேவனைப் பார்த்து சூரணம் வாங்கிக் கொடுத்தால் ரெங்கம்மா எழுந்திச்சிர மாட்டாளா என்ன? அவள் எழுந்திச்சிட்டான்னா காடு கரைக்கிப் போக ஆரம்பிச்சிருவா. . !’

பஸ் ஸ்டாண்டுக்கு வருகிற வழியில் பள்ளிக்கூடத்துப் பிள்ளைகள் வரிசையாகப் போய்க்கொண்டிருந்தார்கள். ‘நாமளும் இந்த ஊர்ல இருந்தா இந்த மாதிரி நம்ம பிள்ளையளையும் படிக்க வைக்கலாம். இந்தப் புள்ளயளோட அப்பன்மாருக ஆப்ரேஷன் பண்ணியிருப்பானுகளோ என்னம்மோ. . . ஹும்! அவங்க எதுக்குப் பண்ணனும்? நம்மள மாதிரி இல்லாதது பொல்லாததுகளா? நமக்குத்தான் புள்ளயப் பெத்து வளக்கத் தெரியல. . . அவனுக இப்பிடியா? வளர்க்கத் தெரியாதவனுக்கு எதுக்குப் புள்ளயும் பொட்டியும்?’

‘வே, வூட்ல சொல்லிட்டுத்தான் வந்தேரா? வுளுந்து சாகதுக்கு என் மோட்டார்தானா கெடச்சிது?’ என்று பெரிய சத்தம் கேட்டதும் அடித்துக் கரையேறிக்கொண்டு தூர விலகினார்.

கன்னியாகுமரிக்குப் போகிற ஸ்டேட் பஸ் உறுமிக் கொண்டு பின்னால் நின்றுகொண்டிருந்தது. பஸ் டிரைவருடன், கண்டக்டரும் பிரயாணிகளும் சேர்ந்துகொண்டு அவரைத் திட்டினார்கள். வெட்கப்பட்டுப்போய் தலையைக் குனிந்து கொண்டார்.

எது எப்படியோ, சிவனு செட்டியாரின் வீட்டில் அடுத்த இரண்டு நாளும் ஏக தடபுடலாகச் சாப்பாடு நடந்தது. ரெங்கம்மாளுக்குக் கூட, வந்திருந்த வியாதியில் பாதி குணம் கண்டுவிட்டது. சிவனு செட்டியார் ஆபரேஷன் செய்து கொண்டதில் அவளுக்கு வருத்தமே கிடையாது. பின்னே அவள் என்ன ராஜ்ஜியமா வைத்திருக்கிறாள்; பிள்ளைகளுக்கு ஆளக் கொடுப்பதற்கு?

1982

ஒரே ஒரு நாள்

(குறு நாவல்)

1

வழக்கம் போலவே அன்று காலையில் ராதா தூங்கி விழித்தபோது தூரத்தில் ஓடுகிற மின்சார ரயிலின் சத்தத்தைத்தான் கேட்டான். இன்றைக்கும் தெருத் திருப்பத்தில் ஏதாவது புது போஸ்டர் ஒட்டியிருக்கும். சினிமாப் போஸ்டர், மாதத் தவணையில் பொருட்கள் கிடைக்கிற விபரத்தைத் தெரிவிக்கிற விளம்பரம், பொதுக் கூட்டம் அல்லது போராட்டத்தை அறிவிக்கிற பல்வேறு போஸ்டர்கள் என்று ஏதாவது ஒட்டப் பட்டிருக்கும்.

கீழே பாத்ரூமில் வேகவேகமாகக் குளிக்கிற சத்தம் கேட்டது. சுவரைப் பார்க்கப் படுத்திருந்தவன் திரும்பிப் பக்கத்துப் படுக்கையைப் பார்த்தான். கணேசனின் படுக்கை சுருட்டிக் கிடந்தது. கணேசன் தான் குளித்துக்கொண்டிருந்தான். சிறிய மர ஸ்டாண்டில் இருந்த டைம் பீஸை, படுத்திருந்த படியே தலையை உயர்த்திப் பார்த்தான்.

மணி ஏழேகால் ஆகியிருந்தது. கணேசன் டூட்டிக்குப் போக நேரமாகிவிட்டது. ரயிலைப் பிடித்து மீனம்பாக்கத்தில் உள்ள பின்னி பாக்டரியில் சரியாக எட்டு மணிக்கு இருக்கவேண்டும் அவன்.

வண்ணநிலவன்

ரயில் பிரயாணம் மூன்றே நிமிஷம்தான். ஆனால், ரூமிலிருந்து ஸ்டேஷனுக்குச் செல்கிற பிரயாண நேரம் கொஞ்சம் இருக்கிறது.

கீழே மீராவின் வீட்டில் அவள் மகன் ரமேஷ் சத்தம் போட்டு அழ ஆரம்பித்தான். தெருவில் வருகிற வியாபாரங்கள் மும்முரமாக ஆரம்பித்துவிட்டன. கோலப்பொடிக்காரி ஒரு மாதிரியான கட்டைக்குரலில் சறுக்கிக்கொண்டே கூவிச் சென்றாள். அவளும் தினம்தோறும் அந்தத் தெருவில் வந்து கோலப்பொடி விற்று விட்டுப் போகிறாள். கோலப்பொடியைத் தினம்தோறும் யாராவது வாங்குவார்களா என்ன? அன்றாடம் நிறைய செலவழிகிற பொருளும் இல்லை. இருந்தாலும் அவள் தினசரி இந்தத் தெரு வழியே தவறாமல் சத்தம் போட்டுக்கொண்டு போகிறாள். அவளுக்கு நிறையக் குழந்தைகள் இருக்குமோ என்னவோ? அவளை ஒன்றிரண்டு தடவை மாடி ஜன்னலிலிருந்து பார்த்திருக்கிறான். ஒட்டடைக் கம்பு மாதிரி ஒல்லியாக இருப்பாள். குழந்தைகளை வருஷத்துக்கு ஒன்று பெற்றுத்தான் அவள் அந்த மாதிரி மெலிந்து போனாளோ என்னவோ.

அவளை மாதிரியே இன்னொருத்தி தேனாம்பேட்டையில் மண்ணெண்ணெய் வண்டியைத் தள்ளிக்கொண்டு போவதை கணேசனுடன் அவனுடைய பேக்டரி யூனியன் லீடர் புருஷோத்த மன் வீட்டுக்குப் போகும்போது அடிக்கடி பார்த்திருக்கிறான். அவளைப் பார்த்தால் அவனுடைய தங்கை மீனா மாதிரியே சாயல் இருக்கும். ஒருவேளை அப்பாவும் செத்துப் போய், தனக்கும் வேலை கிடைக்காவிட்டால், மீனாவும் அவளை மாதிரியோ, இந்தக் கோலப் பொடிக்காரி மாதிரியோதான் ஆகவேண்டுமா? அதற்குமேல் யோசித்துப் பார்க்கவே அவனுக்குக் கஷ்டமாக இருந்தது. சட் டென்று எழுந்து ஜன்னலுக்குப் பக்கத்தில் ஸ்டூலைப் போட்டுக் கொண்டு உட்கார்ந்துகொண்டான்.

பேப்பர் போடுகிற பையன் 'ஹிந்து'ப் பேப்பரை வேகமாகப் போட்டுவிட்டு மாடிப்படிகளில் தடதடவென்று இறங்கி ஓடினான். அவன் வீசிய வேகத்தில், பேப்பர் இவனுக்குப் பக்கத்தில் கொஞ்சம் எட்டுகிற தூரத்தில் கிடந்தது.

அந்தப் பேப்பரிலிருந்து வீசுகிற மையும் மக்கிய வைக்கோலின் நெடியும் கலந்த வாசனை அவனுக்கு ஞாபகத்துக்கு வந்தது. ஹிந்துவின் இரண்டாம் பக்கம், பெரும்பாலான எல்லா இளைஞர் களையும் போலவே அவனுக்கும் மிக முக்கியமானது. காலேஜில் படிக்கிறபோது கூட அவனுக்கும் ஹிந்துப் பேப்பருக்கும் இப்படி ஒரு பிணைப்பு ஏற்படும் என்று யோசித்ததில்லை. அன்றைக்கு அதைப் பார்க்கவே வெறுப்பாக இருந்தது.

அந்த 'சிச்சுவேஷன்' காலத்தைப் பார்க்கிறபோதெல்லாம் அவனுக்கு வேடிக்கையாக இருக்கும். ஞாயிற்றுக்கிழமை தவிர மற்ற நாட்களில் பத்து ஐயிட்டங்கள் கூட, 'வேலை காலி' வந்திராது. இல்லையென்றால் பல வேலைகளுக்கு முன் அனுபவமும், ஏதாவது நூதனமான டிகிரியும் வேண்டுமென்றுதான் விளம்பரங்கள் வரும். 'பி.ஏ. சரித்திரம் படித்தவர்கள் அந்தமானில் காடுகளை வெட்டிச் சமப்படுத்துவதற்குத் தேவைப்படுகிறார்கள். முன் அனுபவம் தேவையில்லை. பிரயாணச் செலவு, உணவு, தங்குமிடம் அனைத்தையும் இந்திய அரசாங்கமே ஏற்றுக்கொள்கிறது' என்று, என்றாவது ஒரு விளம்பரம் வரக்கூடும் என்று அவனுக்கு அடிக்கடி தோன்றும்.

கணேசன் குளித்துவிட்டு வந்தான். அவசர அவசரமாகத் தலையை வாரிக்கொண்டே, 'என்ன ராதா பேப்பர் பார்க்கலையா. . ?' என்றான்.

ராதா அவனைத் திரும்பிப் பார்த்தான். மெதுவாகவே பதில் சொன்னான்.

'இல்லை ... என்னத்தைப் பார்க்க...'

'சட் சட்டுன்னு நீ ஃப்ரஸ்ட்ரேட் ஆயிடறீயே. . ? வேலை கிடைக்கிறது இந்தக் காலத்துல கஷ்டம்தான். அதுக்காக உன்னை மாதிரி சோர்ந்து ஓஞ்சுபோற பையனை நான் பார்க்கலப்பா. . ! இப்ப என்ன வந்திச்சு? போல்டா இருக்க மாட்டேங்கறீயே...' என்றான் கணேசன்.

அவன் சொல்வதைக் கேட்டுக்கொண்டிருக்கும்போதே கீழே இருந்து யாரோ, 'ப்ரதர், ப்ரதர்?' என்று கூப்பிடுகிற மாதிரி இருந்தது. ராதா ஜன்னல் வழியே கீழே தெருவைப் பார்த்தான். எதிர்த்த வீட்டுக் கதவோரமாக முருகானந்தம் நின்றுகொண் டிருந்தான். அவ்வளவு காலையிலேயே தோல் பையும், புகைகிற பீடியுமாக எங்கோ புறப்பட்டுவிட்டிருந்தான்.

'ஹலோ' என்றான் ராதா.

'ரூம்லதான இருப்பீங்க? ஒரு சின்ன வேலை இருக்குது. முடிச்சிட்டு வந்திடறேன். உங்களைப் பார்த்துப் பேசணும்.'

'எப்ப வேணும்னாலும் வாங்க. ரூம்லதான் இருப்பேன்... என்ன விஷயம் ..?'

'முந்தா நாள் உங்களை ஸ்டேஷன் பக்கம் பார்த்தப்போ சொன்னேனே, அன் எம்ப்ளாய்ட் யூத் ஆர்கனைசேஷன்பற்றி. அது விஷயமாத்தான் பார்க்கணும். இருங்க, வந்துடறேன்...'

ராதா முருகானந்தத்துடன் பேசிக்கொண்டிருக்கும்போதே, தலையை வாரிவிட்டு ஜன்னலருகே வந்து எட்டிப் பார்த்தான் கணேசன். கணேசனின் முகம் ஜன்னலருகே தெரிந்ததைப் பார்த்ததும், முருகானந்தம், 'ஹலோ ! எப்படி இருக்கீங்க?' என்றான்.

'ஃபைன் ! எங்கே இவ்வளவு காலையிலேயே கிளம்பிட்டீங்க?'

'ஸ்டேஷன்வரைக்கும் ! வர்றேன் . . .' என்று சொல்லிக் கொண்டு புறப்பட்டான் முருகானந்தம். அவன் வேகமாக நடந்து செல்வதைப் பார்த்துக்கொண்டிருந்தான் கணேசன். 'வாட் எ லவ்வபிள் ஃபெலொ . . . இந்த ஏஜ்ல என்ன டெடிகேஷன் . . .' என்று சொல்லிவிட்டுச் சாப்பிட உட்கார்ந்தான். ராதா பழையபடி தெருவை வேடிக்கை பார்க்க ஆரம்பித்தாள் . . .

2

'**சா**யந்தரம் ரெடியா இரு . . . நாம ரெண்டு பேரும் ஸ்டீவர்ட் கிட்டே போயிட்டு வரலாம். எங்கியாவது போகணும்னாலும் சீக்கிரமாப் போயிட்டு வந்துரு!' என்று காலில் செருப்பை மாட்டிக் கொண்டே சொல்ல ஆரம்பித்த கணேசன் மாடிப் படியிறங்கிப் போய்விட்டான்.

கணேசன் படியிறங்கிக் கீழேயுள்ள குடித்தனங்களைக் கடந்து தெரு வழியாகப் போகிறதை அவள் இன்னும் கொஞ்ச நேரத்தில் பார்க்க முடியும். கீழே யாருடனோ அவன் பேசுகிற சத்தம் கேட்டது. கூடவே, உற்சாகமான பெண்ணின் குரலும் கேட்டது. முதலில் கேட்ட ஆண்குரல் யாருடையதாக இருக்கும்? ருத்ரப்ப நாயுடுதான் கணேசன் வேலைக்குப் போகிற நேரத்தில் அநேகமாகக் கீழே கயிற்றுக்கட்டில் போட்டு உட்கார்ந்திருப்பார். அவர் செங்கல்பட்டுக்கு அருகே உள்ள தன்னுடைய கிராமத் துக்குப் போய் இரண்டு நாளாகிறது. ஒருவேளை அவர்தான் வந்திருப்பாரோ? அவர் எந்த ஊரிலும் அதிக நாள் தங்குகிற ஆளில்லை . பலசரக்குக் கடையைப் போட்டுவிட்டு அவரால் இருக்க முடியாது. ருத்ரப்ப நாயுடு எதைப் பேசினாலும் பேச்சின் இடையே அடிக்கடி காரணமே இல்லாமல் ஒருமாதிரி அருவருப் பான கீச்சுக்குரலில் சிரிப்பார். தபேலா மணியாகவும் இராது. அவன் ராமநாதபுரத்துப் பக்கம் ஏதோ ஒரு பகுதியில் 'குடும்பக் கட்டுப்பாடு வாரம்' என்று சொல்லிக்கொண்டு, கோடம்பாக்கத்தில் உள்ள ஒரு கச்சேரி பார்ட்டியுடன் குடும்பக் கட்டுப்பாடு பிரசாரத்துக்குப் போய்விட்டான்.

கணேசனுடன் இரண்டாவதாகப் பேசிய குரல் மீரா வுடையது தான். மீராவுடைய குரலை மட்டும் எப்படி

சந்தேகத்துக்கே இடமில்லாமல் இத்தனை துல்லியமாகத் தன்னால் அனுமானிக்க முடிந்தது? நினைத்தபோது அவனுக்கே ஆச்சரியமாக இருந்தது. அவன் நினைத்தபடியே கணேசன் கொஞ்சநேரம் மீராவிடம் பேசிக்கொண்டிருந்துவிட்டுத்தான் புறப்பட்டுப் போனான். இது ஒன்றும் ஆச்சரியமில்லை. மீராவிடம் யார்தான் பேச விருப்பப்படவில்லை? அவள்தான் யாரை நிறுத்தி வைத்துப் பேசாமலில்லை?

ராதாவுக்கும் கீழே இறங்கிப்போய் அவளிடம் பேச வேண்டும் போலிருந்தது. ஆனாலும் அவனால் உடனே கீழே இறங்கிப் போக முடியவில்லை. வேலையில்லாமல் நண்பனுக்குப் பாரமாக இருக்கிறவன், இப்படியெல்லாம் மனத்துக்குப் பிடித்தமான காரியங்களைச் செய்யக்கூடாதென்று அவனுக்குள் கொஞ்ச நாட்களாகவே ஒரு தீர்மானம் ஏற்பட்டுப் போயிருந்தது. இப்படி ஜன்னலருகே ஸ்டூலைப் போட்டுக்கொண்டு உட்கார்ந்து வேடிக்கை பார்க்கிறதேகூடப் பெரிய குற்றம் மாதிரி இருந்தது அவனுக்கு. மெட்ராஸுக்கு வந்த புதுசில் ராதா இப்படியெல்லாம் இல்லை.

கணேசன் அவனுக்கு நெருங்கிய சொந்தம் இல்லை. ராதா பாளையங்கோட்டையில் படித்துக்கொண்டிருந்தபோது கணேசனின் குடும்பம் கல்லிடைக்குறிச்சியில் இருந்தது. ரொம்பவும் எளிய குடும்பம்தான் அவர்களுடையது. கணேசனின் அப்பா திருவடியா பிள்ளை அம்பாசமுத்திரத்தில் ஒரு முதலாளி வீட்டில் கணக்குப் பிள்ளையாக இருந்தார். கல்லிடைக்குறிச்சி ஆற்றுக்குள் இறங்கி ஒரு மைல் வடக்கே நடந்தால் அம்பாசமுத்திரம் வந்து விடும். பஸ் இருந்தாலும் நடந்தேதான் போவார். எப்போது திரும்பி வருவார் என்று சொல்ல முடியாது. அனேகமாக அவர் திரும்பி வருகிறபோது வீட்டில் எல்லோரும் உறங்கி இரண்டு ஜாமம் முடிந்திருக்கும்.

ராதாவின் அப்பாவும் கணேசனின் அப்பாவும் பால்ய கால சிநேகிதர்கள். கணேசன் வீட்டுக்கு ராதா இரண்டொரு தடவை சின்ன வயதில் போயிருக்கிறான். கணேசன் வீட்டுக்கு ஒரு தடவை போனால் போதும். அவர்கள் எவ்வளவு தொலைவுக்குப் போனாலும் அந்தக் குடும்பத்தை மறந்துபோக முடியாது. ஒரே ஒரு மணி நேரம் அந்த வீட்டில் தங்கியிருந்தாலும் போதும். வாழ்நாள் பூராவும் நினைத்துப் பார்த்துக்கொள்ளச் சொல்லுகிற ஒரு அபூர்வமான குடும்பம் அது.

கல்லிடைக்குறிச்சி மெயின் பஜாரில் பாபநாசம் போகிற ரோட்டில் சற்று உள்ளடங்கி இருந்தது கணேசனின் வீடு. கணேசனுடைய வீட்டில், அவனுடைய அப்பா அம்மாவைத் தவிர

கணேசனோடு கூடப் பிறந்தவர்கள் நான்கு பேர்களும் இருந்து வந்தனர். எல்லோருக்கும் மூத்தவன் ரங்கன், ஜவுளிக்கடையில் வேலை பார்த்து வந்தான். இரண்டு பெண்களும் பெரிய மனுஷி களாகி வீட்டில் இருந்துவந்தனர். மூன்றாவது பெண்ணும், கணேசனும், கணேசனுடைய தம்பியும் அப்போது பள்ளிக்கூடத் துக்குப் போய் வந்தனர்.

முதல் தடவையாகக் கணேசன் வீட்டுக்கு ராதா போனது இன்னும் ராதாவுக்கு ஞாபகமிருக்கிறது. அப்போது ராதா எட்டா வது படித்துக்கொண்டிருந்தான். கணேசனும் கல்லிடைக் குறிச்சி யில் அதே வகுப்பில்தான் படித்துக்கொண்டிருந்தான். கணேசனின் அப்பா தன்னுடைய முதலாளி வீட்டு கேஸ், வியாபாரம் விஷய மாக அடிக்கடி திருநெல்வேலிக்கு வந்துபோவார். கால் பரீட்சை லீவில் இருந்த ராதாவையும் அவன் தங்கையையும் பாளையங் கோட்டைக்கு வந்து அழைத்துக்கொண்டு போனார். முதலில் ராதாவின் அப்பா சம்மதிக்கவில்லை. திருவடியா பிள்ளை விடுகிறதாக இல்லை. குழந்தைகளைக் கையோடு அழைத்துக் கொண்டு கல்லிடைக்குறிச்சிப் பஸ்ஸில் ஏறினார். நாலே நாளில் திரும்பி வந்துவிட வேண்டும் என்றுதான் முதலில் பேச்சு.

‘ஏய் சங்கரா.. ! நீ அந்தக் காலத்துல இப்படித்தான் கண்டிஷன் போட்டு லீவுக்கு ஊருக்குப் போயிட்டு வந்தியோடே? சின்னப் புள்ளைக பிரியப்படுதுஹ ... ஒரு பத்துநாள் இருந்துட்டுதான் வரட்டுமேப்பா! இங்க என்ன காரியம் குடிமுழுகப் போவுதாம் இதுஹ இல்லாம?’ என்று ஒரு போடு போட்டுவிட்டு அழைத்துக் கொண்டு போனார் திருவடியா பிள்ளை. திருவடியா பிள்ளை பீமன் போல நல்ல உயரம். வறுத்த அரிசி நிறத்தில் தேகம். நெற்றியில் பெரிய திருநீற்றுக் கீற்றும் குங்குமப் பொட்டும். எழுந்து நின்று சாதாரணமாகப் பேசினாலே கட்டளையிடுகிறது மாதிரித்தான் இருக்கும். அம்பாசமுத்திரம் ராஜையாத் தேவர் வீட்டுக் கணக்கப்பிள்ளை என்று சொல்லிக்கொண்டு வெறும் சாதாரண ஆள் போய் அந்த இடத்தில் உட்கார்ந்துகொண்டு காரியம் பண்ண முடியுமா என்ன?

ஐந்து மணிக்கே எழுந்து ஆற்றில் போய் குளித்துவிட்டு வந்துவிடுவார். கணேசனுடைய அம்மா அவர் ஆற்றுக்குப் புறப்படும் போதே எழுந்து அடுப்பை மெழுகி வாசல் தெளித்து விட்டு காப்பிக்கு அடுப்பைப் பற்ற வைத்துவிடுவாள். அவர் குளித்துவிட்டு வந்து காப்பி சாப்பிட்டுவிட்டு ரயில்வே ஸ்டேஷன் பக்கம் போய் ஜான் வாத்தியார் வீட்டில் தினமணிப் பேப்பர் படித்துவிட்டு வரும்போது மணி ஏழு ஏழரை ஆகியிருக்கும். சுடச்சுட இட்லிக்கு மிளகாய்ப்பொடி வைத்துச் சாப்பிட்டு விட்டுத் தோளில் துண்டை எடுத்துப் போட்டுக்கொண்டு

அம்பாசமுத்திரத்துக்குப் புறப்பட்டுவிடுவார். ராத்திரி அவர் திரும்புகிறபோது மணி பன்னிரெண்டோ ஒரு மணியோ ஆகி யிருக்கும். அம்பாசமுத்திரத்திலிருந்து வருகிற போக்கு வண்டி களிலோ பால்காரர்களின் சைக்கிளின் பின்னால் உட்கார்ந்தோ திரும்புவார். அந்த வட்டாரத்தில் அவருக்குத் தெரியாத ஆட்களே கிடையாது. தோட்டிமுதல் தொண்டைமான் வரை அவரை அறிவார்கள்.

அவர்களோடு வருகிறபோது அன்று காலையில் படித்த தினமணி அரசியல் விவகாரங்களிலிருந்து பக்கத்துக் கிராமங்களில் நடந்த கொலை, திருட்டு, பெண் விவகாரம் முதலான பல்வேறு சுவாரஸ்யமான விஷயங்கள்வரை எதிராளிக்குச் சமமாகப் பேசுவார்.

3

'**எ**ன்ன பலமான யோசனை போலிருக்கே?' என்று கேட்டுச் சிரித்துக்கொண்டே வந்தாள் மீரா.

'யோசனை ஒண்ணுமில்லே. சும்மாத்தான் உட்கார்ந் திருக்கேன்' என்று சொல்லிக்கொண்டே அவள் உட்காருவதற் காகப் பாயை எடுத்துப்போட்டான் ராதா.

கணேசன் புறப்பட்டுப் போனபிறகு வெகுநேரம்வரை உட்கார்ந்துகொண்டிருந்துவிட்டு, அப்போதுதான் பல் தேய்த்து பானையில் இருந்த மீதிப் பழையதைப் பிழிந்து சாப்பிட்டு விட்டு உட்கார்ந்திருந்தான்.

'பாயில நீங்க உட்காருங்க... நான் ஜன்னல் பக்கம் ஸ்டூல்ல உட்கார்ந்தா ஒண்ணும் தப்பாயிடாதே?" என்று சொல்லிவிட்டு ஸ்டூலில் போய் உட்கார்ந்துகொண்டாள் மீரா.

மீரா அப்போதுதான் குளித்திருந்தாள் போல. அவள் போட்டுக் குளித்திருந்த சோப்பின் மணம் வீசிக்கொண்டிருந்தது. அவள் தன் பையனை வீட்டில் விட்டு வந்திருந்தது அவனுக்குப் பிடித் திருந்தது. மீராவுக்குச் சற்றுப் பூரித்த உடம்பு. நிறைய கர்ப்பத்தடை மாத்திரைகளைத் தின்றால் உடம்பு குண்டாகி விடும் என்று எப்போதோ படித்திருந்தது ஞாபகத்துக்கு வந்தது ராதாவுக்கு.

ஜன்னல் வழியே வெளியே பார்த்துக்கொண்டிருந்தவள் திடீரென்று திரும்பியபோது, தன்னையே பார்த்துக்கொண்டு உட்கார்ந்திருந்த ராதாவைப் பார்த்துச் சிரித்தாள். அவளுடைய மனத்தில் குதூகலமும் பெருமிதமும் பெருகி ஓடிற்று. நீண்ட

நாட்களுக்குப் பிறகு தான் மிகப் புதிய உணர்வுகளை அனுபவிப்ப தாகத் தோன்றியது. இருந்தாலும் தன்னுடைய உணர்ச்சிமயமான மனத்தை அவனுக்குக் காண்பிக்க விரும்பாமல் அந்த வேகத்தி லேயே, 'கணேஷ் உங்களுக்குத் தன்னோட பேக்டரியில வேலைக்கு ஏற்பாடு செஞ்சிருக்குதாமே...' என்று கேட்டாள் மீரா.

அவன் லேசாகத் தலையை அசைத்து அதை ஆமோதித்தான். வேறு என்ன சொல்வதென்று தெரியவில்லை. அவளுடைய அக்கறை ரொம்பவும் பொய்யானது என்று தோன்றியது அவனுக்கு. இப்போதே மீஞ்சூர் நாயக்கர் வந்துவிட்டால் மீரா இறங்கிப் போய்விடுவாள். ஏன் சில வேளைகளில் அவளுடைய நாடகக் குழுவின் சக நடிகன் தண்டபாணி வந்துவிட்டால்கூட அவனுடன் சென்றுவிட்டு சாயந்திரமோ, இரவு வெகு நேரத்துக்குப் பின்போதான் திரும்புவாள். எத்தனை பேரிடம் ஒருத்தி அக்கறை செலுத்த முடியும்? மீஞ்சூர் நாயக்கர், தண்டபாணி, கணேஷ், சுந்தரம், ராதா என்று அவளுக்குப் பழக்கமான ஆண்களிட மெல்லாம் சமமான அன்பும் அக்கறையும் கொண்டவளாகத் தான் தோன்றினாள். இதில் யாரிடம் காட்டிய பரிவு நிஜம், எது பொய் என்று யாராலும் அறிய முடியாது.

மீஞ்சூர்நாயக்கர்தான் மீராவைப் போஷித்துக் கொண்டிருக் கிறார். என்றாலும், திடீரென்று என்றாவது கீழே தண்டபாணி யின் குரல் கேட்கும். கொஞ்ச நேரத்தில் மீராவும், தண்டபாணியும் கணவன் மனைவி மாதிரி இழைய இழையத் தெருவில் போய்க் கொண்டிருப்பார்கள். எதிரே ராதாவைப் பார்த்தால்கூட ரொம்ப இயல்பாகச் சிரித்துக்கொண்டே போய்விடுவாள்.

அதுமாதிரி தருணங்களுக்காகவே காத்திருக்கிறவள் ருத்ரப்ப நாயுடுவின் மனைவி. மீராவின் அம்மா ஏதாவது கை ஜோலியாக இருந்தால் ரமேஷைப் பார்த்துக்கொள்கிற பாவனையில் அவனைத் தன் வீட்டில் அழைத்து வைத்துக் கொண்டு, 'உங்க அம்மா யாருகூடப் போயிருக்கா?' என்று கேட்பாள்.

'தந்தபாநி கூத...'

'தண்டபாணி யாரு?'

'தந்தபாநி மாமா...'

'மாமா இல்ல அப்பா... சொல்லு...'

'அப்பா!' என்று திரும்பத் திரும்பச் சொல்லிப் பார்ப்பான் ரமேஷ்.

ஒருநாள் திடீரென்று மீஞ்சூரிலிருந்து நாயக்கர் வந்து விட்டார். அன்று ரொம்ப நாளைக்குப் பிறகு தண்டபாணி வந்திருந்தான். அவனுடன் சென்றிருந்தாள் மீரா. ரமேஷ் நாயக்கரிடம் 'தண்ட பாணி அப்பா'வுடன் மீரா போயிருப்பதாகச் சொல்லிவிட்டான். நல்லவேளையாக மீரா அன்று எட்டு மணிக்கெல்லாம் திரும்பி விட்டாள். நாயக்கர் அவளைத் துளைத்துவிட்டார். அவள் தன் சிற்றப்பாப் பையனுடன் போய் வந்ததாகச் சமாதானம் சொல்லியும் நாயக்கருக்குத் திருப்தி இல்லை.

நாயக்கர் மீஞ்சூருக்குப் புறப்பட்டுப் போனபிறகு, ருத்ரப்ப நாயுடுவின் மனைவிக்கும் மீராவுக்கும் பெரிய சண்டை நடந்தது. பிறகு பத்துப் பதினைந்து நாளில் ருத்ரப்ப நாயுடுவின் மனைவியும் மீராவும் வடபழனிக் கோயிலுக்குப் போனபோது சமாதானம் ஆகிவிட்டார்கள். அன்று கோவிலிலிருந்து வரும்போது ருத்ரப்ப நாயுடுவின் மனைவியின் இடுப்பில்தான் ரமேஷ் இருந்தான்.

'என்ன... அப்படியே முழிச்சுப் பார்த்துக்கிட்டே இருக்கீங்க? கேட்டதுக்குப் பதிலைக் காணலையே?'

'ம்... வந்து... உங்க கிட்டே சொல்லாம என்ன? நேத்துச் சாயந்தரம் வெளியே போயிட்டு வந்தப்ப உங்க வீட்ல எட்டிப் பார்த்தேன். உள்ள நாயக்கரும் நீங்களும் உக்காந்து பேசிக்கிட் டிருந்தீங்க. அப்படியே மாடிக்கு வந்துட்டேன்!'

அதைக் கேட்டதும் மீராவுக்கு கஷ்டமாக இருந்தது. நாயக்கருடன் தான் பேசிக்கொண்டிருந்ததை ராதா பார்த்து விட்டிருக்கிறான் என்பது அவளுக்கு என்னமோ மாதிரி இருந்தது. ரொம்ப வருத்தமாக இருந்தது. சொல்லி வைத்துப் போகிறது மாதிரி, அவளும் நாயக்கரும் பேசிக்கொண்டிருக்கிற போதுதான் ராதா அவள் வீட்டைக் கடந்து போகிறான்.

நேற்று நாயக்கர் வந்திருந்தபோது நாயக்கருக்குப் பக்கத்தில் உட்கார்ந்திருந்து பேசினோமா, தூரத்தில் தள்ளி உட்கார்ந்து பேசிக்கொண்டிருந்தோமா என்பதை யோசித்துப் பார்த்தாள். நாயக்கர் வீட்டிற்கு வந்துவிட்டால் அவள் அவரை விட்டுப் பிரியக் கூடாது. ரமேஷைக்கூட அவளுடைய அம்மா வெளியில் தூக்கிக்கொண்டு போய்விடுவாள். இது வெகுகாலமாக நடக்கிறது. இதை மாற்ற முடியாது. இதை மாற்ற வேண்டுமானால் வாழ்க்கையையே தலைகீழாகப் புரட்டி வைக்கவேண்டும். இந்த மாடி அறைக்கு எத்தனையோ பேர்கள் வந்து இருந்து கல்யாணமாகியும் போய்விட்டார்கள். இந்த ராதாவிடம் மட்டும் அவளுக்கு ஏன் இவ்வளவு அக்கறை வந்தது என்று அவளுக்கே தெரியவில்லை. இத்தனைக்கும் ராதா அவளிடம் அவ்வளவு

அதிகமாகக்கூடப் பேசமாட்டான். அப்படி இந்த ராதாவிடம் என்னதான் இருக்கிறது? அப்படியே எழுந்துபோய் அவன் மடியில் படுத்துக்கொள்ளவேண்டும் போல் இருந்தது அவளுக்கு.

‘நாயக்கர் வந்திருந்தப்போ நீங்க போனீங்களா?’ என்று ஏதோ பதில் சொல்லவேண்டுமே என்று கேட்டாள்.

மீராவின் பையன் ரமேஷ் மாடிப்படி அருகே வந்து நின்று மீராவைப் பார்த்து,‘அம்மா! அம்மா நான் வந்தித்தேன்’ என்றான். மாடிக்கு எதிரே இருக்கிற மொட்டை மாடிக்கு ஓடிச்சென்று விளையாட ஆரம்பித்தான். ரமேஷுக்கு அவளைப் போலவே பெரிய கண்கள். ஐந்தாறு வருஷங்களுக்கு முன்னால் ஒரு செட்டியார்வீட்டுப் பையனோடு ஆழ்வார் பேட்டையில் வீடு எடுத்துக் குடும்பம் நடத்தி வந்தாள். கோவிலில் அவன் இவளுக்குத் தாலி கூடக் கட்டினான். பிறகு அவன் இவளையும் நாலு மாதப் பிள்ளையையும் விட்டுவிட்டு, தன் தகப்பனார் எடுத்த படத்தில் நடித்த கதாநாயகியை வைத்துக்கொண்டான். மீராவின் அம்மாவும், தபேலா மணியும், இன்னும் சில நாடகக் காரர்களும் அந்தப் பையனிடம் போய்ப் பேசிப் பார்த்தார்கள். ‘முடிஞ்சா கோர்ட்டுக்குப் போங்க’ என்று சொல்லிவிட்டான். கோர்ட்டுக்குப் போகிற அளவுக்கா மீரா இருந்தாள்?

மீஞ்சூர் நாயக்கர், தபேலா மணிக்குத் தெரிந்தவர். மீஞ்சூர் நாயக்கரை சும்மா சொல்லக்கூடாது. வெறும் உடம்பு சுகத்துக் காக மட்டும் அவர் மீராவை வைத்திருந்தார் என்று சொல்ல முடியாது. மீராவிடமும் ரமேஷிடமும் நிஜமாகவே பிரியம் வைத்திருந்தார். சில சமயங்களில் மீஞ்சூரிலிருந்து வருகிறபோது அவருடைய மகனையும் கூட்டிக்கொண்டு வருவார். மீராவும் அந்தப் பிள்ளைக்கு, அவன் இருக்கிற இரண்டு மூன்று நாட்களிலும் விழுந்து விழுந்து செய்வாள். ஆனால், நாயக்கருக்கு மீராவைக் கல்யாணம் செய்துவிட்டுத் தெருவில் விட்டுவிட்டுப் போன அந்தச் செட்டியார் வீட்டுப் பையனைபற்றிய பேச்சு வந்தால் கோபம் வரும். அவனைக் கண்டபடி திட்டுவார்.

இந்த விஷயத்தில் மட்டும் மீரா அசல் பெண்ணாகவே இருந்தாள். அவனைப்பற்றி யார் என்ன சொன்னாலும் அவளுக்குப் பொறுக்காது. மீராவுக்குக் கோபம் வந்துவிட்டது என்று தெரிந்ததும் நாயக்கர் அந்தக் காம்பவுண்டில் இருக்கிற யாராவது தெரிந்த மனிதர்களிடம் போய், ‘இந்தக் கழுத இன்னும் அந்தப் பயலுக்கு எவ்வளவு விசுவாசமா இருக்கு பார்த்தீங்களாய்யா? இந்தப் புள்ளையப் போய் இப்படித் தள்ளி வச்சுப் போட்டானய்யா பாவிப்பய... என்னமோ பாப்பா... நீதான் அந்தப் பயமேல இத்தினி பிரியம் வச்சிருக்கே...’ என்று ஆற்றாமைப்படுவார்.

‘நாயக்கர் ரொம்பப் பெரிய மனுஷன்’ என்பான் கணேசன். மீராவை வைப்பாக வைத்துக்கொண்டிருந்தாலும் அவளுடைய கடந்த காலத்தின்மீது அவருக்கு அளவு கடந்த இரக்கமும் அபிமானமும் இருந்தது. அவன்பேரில் மீரா அப்படி இருப்பது சரிதான். ‘என்னதான் இருந்தாலும் தாலி கட்டுனவன் இல்லியா?’ என்று மற்றவர்களைச் சமாதானப்படுத்துவது மாதிரி கடைசியில் சொல்லி முடிப்பார்.

‘அம்மா! அம்மா! ஏரோப்ளேன்...’ என்று ரூம் வாசலுக்கு வந்து சொல்லிவிட்டுத் திரும்பவும் மொட்டை மாடிக்கு ஓடிப் போய்விட்டான். ஒரு பெரிய விமானம் ஒன்று தாழ்வாக அறை வாசலுக்கு முன்னால் பறந்து போயிற்று. அதன் பின்னால் மொட்டை மாடிச் சுவர்வரை கத்திக்கொண்டே ஓடினான் ரமேஷ்.

மீரா எழுந்து நின்றாள்.

‘அப்போ நான் வரட்டுமா?’ என்று சொல்லிவிட்டு ராதாவைப் பார்த்தாள். ராதா எழுந்து நின்று கைலியைச் சரியாகக் கட்டினான். இனிமேல் அவளை இருக்கச் சொன்னாலும், அவள் இருக்கமாட்டாள். எல்லோருமே ஏதோ காரணத்துடனோ, காரணமின்றியோ அவரவர் உலகங்களில்தான் உழன்று கொண்டிருக்கிறார்கள் என்று தோன்றியது ராதாவுக்கு.

மீஞ்சூர் நாயக்கருடன் இருக்கிற மீராவைப்பற்றி நினைக்கிறபோதெல்லாம் வருகிற கோபமும் பொறாமையும் இப்போது ராதாவுக்கு வரவில்லை. இந்தத் தெருவில் எந்தப் பெண்ணுக்குமே நேராத துரதிருஷ்டம் மீராவுக்கு மட்டும் எப்படி நேர்ந்துவிட்டது? வியாபாரிகளிடம் கைக்குக் கை மாறுகிற பொருள் மாதிரி இவள் வாழ்க்கை ஏன் இப்படி ஆனது? அவளுடைய சின்ன வயதிலேயே, ரமேஷைப் போல இருக்கும்போதே, துரதிருஷ்டமும் கேவலமும் நிரம்பிய இந்த உலகம் அவளுக்காக உருவாக்கப்பட்டுவிட்டதா? அப்போதே அந்தச் செட்டியார் பையனும், என்றோ ஒருநாள் தருகிற நாடக சான்ஸுக்காக நினைத்தபோது வந்து மீராவை அழைத்துக் கொண்டுபோகிற தண்டபாணியும் தீர்மானிக்கப்பட்டு விட்டார்களா?

ஜோதிவிலாஸ் ஹோட்டலில் வேலை பார்க்கிற சுந்தரம் கூட கஞ்சா பீடியும் கையுமாகத் திரிந்து பார்ப்பதற்குச் சந்தோஷத்தோடு வாழ்பவனைப் போல் காணப்பட்டாலும், நிஜமாகவே அவன் வாழ்க்கை என்னமாய் அழுகி நாற்றம் எடுக்கிறது. அவன் வயதொத்தவர்கள் ஆபீஸில் வேலை பார்க்கிறார்கள். கல்யாணம் செய்துகொண்டு குழந்தைகளுடன் பீச், சினிமாவுக்குப் போய் வருகிறார்கள். சுந்தரம் எங்கே பிறந்தான்,

எங்கே வளர்ந்தான் என்று யாருக்குமே தெரியாது. அவனுக்கு வேண்டியவர்கள் யாரென்று தெரியாது. பெரம்பூரில் யாரோ ஒரு பாட்டி இருக்கிறாள் என்று சொல்லிவிட்டு, தீபாவளி பொங்கலுக்குப் போய் வருவான். அவன் கழிக்கிற ஞாயிற்றுக் கிழமைகளுக்கும் இதே ஊரில் மற்றவர்கள் கழிக்கிற ஞாயிற்றுக் கிழமைகளுக்கும் எவ்வளவு வித்தியாசம் இருக்கிறது?

'ம்... ம்... என்னையா கேட்டீங்க? என்னையா...' என்று பதறி அடித்துக்கொண்டு கேட்டான். இடுப்பில் ரமேஷுடன் அவனுக்குப் பக்கத்தில் இன்னும் நின்றுகொண்டிருந்தாள் மீரா. அவன் முகத்தையே கொஞ்ச நேரம் குனிந்து பார்த்துக் கொண்டிருந்தவள், ரமேஷை மொட்டை மாடி முற்றத்திலேயே விளையாட விட்டு விட்டுத் திரும்பவும் அவனிடம் வந்தாள்.

அவன் சற்றும் எதிர்பாராதபோது அவனுக்குப் பக்கத்தில் பாயில் உட்கார்ந்துவிட்டாள். அவள் கையில் உள்ள பூனை முடிகள் அவன் ஊன்றியிருந்த கையின்மீது பட்டுக்கொண்டிருந்தன. அந்த அன்யோன்யத்தில் எப்படி நடந்துகொள்ள வேண்டும் என்று அவனுக்குப் பிரமிப்பாக இருந்தது. என்ன பேசவேண்டும்?

'இன்னிக்கு ஏன் என்னமோ மாதிரி இருக்கீங்க? கணேஷ் ஏதாவது சொல்லிச்சா? அது உங்களைத் தாம்பாளத்துல வச்சுத் தாங்காத கொறையால்ல நடத்துது... என்ன நடந்திச்சு?'

'ஒண்ணுமில்ல . . . எதையெதையோ யோசிச்சுக்கிட் டிருந்தேன்... வேற ஒண்ணுமில்ல.'

'அப்படி எதைப்பற்றி யோசிக்கிறீங்கன்னு கேட்டா சொல்ல மாட்டேங்கறீங்களே?'

யாரும் வந்து பார்த்துவிடுவார்களோ என்று ராதாவுக்குப் பயமாக இருந்தது. சுந்தரம்கூட இப்போது டூட்டி முடிந்து வருகிற நேரம்தான்.

'உங்களுக்கு வேல கெடைக்கணுங்கிறதுக்காக நான் வடபழனி கோவிலுக்கு வேண்டிக்கிட்டிருக்கேன் தெரியுமா?'

'அப்படியா, அப்படியா?' என்று யந்திரம் மாதிரி இரண்டு மூன்று தடவை திரும்பத் திரும்பச் சொன்னான்.

'இந்த வேல உங்களுக்கு நிச்சயமா கெடைக்கும், உங்க அப்பா அம்மாவையெல்லாம் இங்கேயே கூட்டிட்டு வந்திரலாம். நான்தான் வீடுபாத்து வைப்பேன்... அப்புறமா நீங்க அளகா ஒரு பொண்ணைப் பாத்துக் கல்யாணம் கட்டிக்கணும்...' என்று குதூகலத்தோடு சொன்னாள்.

ரமேஷ் உள்ளே வேகமாக ஓடி வந்தான். 'அம்மா! உன்னைப் பாட்டி கூப்பிடுது...' என்றான். மீரா எழுந்துகொண்டாள்.

'மத்தியானம் இன்னிக்கி நம்ம வீட்டுச் சாப்பாடு உங்களுக்கு... இந்தப் பழையது கெடக்கட்டும்... என்ன?' என்று சொல்லிவிட்டுப் போய்விட்டாள்.

4

மீரா கீழே இறங்கிச் சென்று வெகுநேரம் ஆகியும் அப்படியே பாயில் உட்கார்ந்திருந்தான். அவளை நினைக்க நினைக்க அவன் மனத்தில் அளவற்ற இரக்கம் சுரந்து, பெருகி ஓடிற்று. அவளைத் தொட்டு ஊரில் இருக்கிற அவனுடைய அம்மா, தங்கை, மீனா, கணேசனின் கல்யாணமாகாத தங்கைகள் எல்லோரும் ஞாபகத்துக்கு வந்தார்கள். கோலப்பொடிக்காரி, தேனாம்பேட்டையில் மண்ணெண்ணெய் வண்டி தள்ளிப் பிழைக்கிற பெண் இவர்கள் எல்லோருமே எவ்வளவு துயரத்தோடு வாழ்ந்துகொண்டிருக்கிறார்கள்! இவர்களுக்கு விமோசனமே கிடையாதா? ஒருவேளை, முருகானந்தம் மாதிரி யாராவது ஒருத்தன் முன்னால் நின்று உழைத்தால் இந்தப் பெண்களுக்கு விமோசனத்தைத் தரலாம். மீனா, மீராவைப் போல் ஆவதற்கும், மற்ற பெண்களைப்போலக் குடும்பப் பெண்ணாக வாழ்வதற்கும் இடையே உள்ள கோடு, பட்டு நூல் மாதிரி எவ்வளவு மெலிதாக இருக்கிறது என்பதை நினைத்துப் பார்க்கவே பயமாக இருந்தது. காலையில் வருவதாகச் சொன்ன முருகானந்தம் இப்போது வந்தால் மனசுக்கு ஆறுதலாக இருக்கும் போல் இருந்தது.

அறைவாசலுக்கு எதிரே இருந்த கைப்பிடிச் சுவர்மீது காக்கைகள் வரிசையாக உட்கார்ந்து ஓய்வெடுத்துக்கொண் டிருந்தன. அவற்றைத் தாண்டி அவன் பார்வை சென்றபோது, தூரத்தில் ஏதோ ஒரு வீட்டு மாடியில் ஒரு பெண் கொடியில் துணிகளைக் காயப்போட்டுக்கொண்டிருந்தது தெரிந்தது. அந்தப் பெண், தான் நினைத்தபடி, தனக்கு விருப்பமானவனைத் தேர்ந்தெடுத்து, உண்டு, உறங்கி வாழ்ந்து வருகிறாளா? அவளும் தன் வாழ்க்கையைத் தொலைத்துவிட்டுத் தேடிக்கொண்டுதான் இருக்கிறாளா?

சுந்தரத்தின் தகரப்பெட்டியில் வெளிநாட்டுப் போர்னோ புஸ்தகங்கள் ஏராளம் உண்டு. இரண்டு மாதங்களுக்கு ஒரு தடவை சட்டை, துணிமணி எடுக்கிறது மாதிரி பர்மா பஜாரில் போய் அந்தப் புஸ்தகங்களை முப்பது, நாற்பது கொடுத்து வாங்கி வருவான். அவன் பெட்டிக்கு நேரே உயரத்தில் மாட்டியிருக்கிற ஜெயமாலினியின் படம் போட்ட காலண்டர்கூட யாரிடமோ சொல்லிவைத்து வாங்கியதுதான். உலகம் பூராவும் பெண்கள் ஆண்களுக்கு அடிமைகள் ஆகிவிடுகிறார்கள். அந்தப் போர்னோ

புஸ்தகங்களில் இருக்கிற நிர்வாணப் பெண்களுக்குக் குடும்பம், காதலன் என்று இருக்க மாட்டார்களா என்ன? கொடியில் துணியை உலர்த்துகிற பெண்ணின் கைகளையும் கால்களையும் போலத்தானே அந்த நிர்வாணப் பெண்களின் உடம்பும் இருக்கும். அவர்கள் மட்டும் ஏன் மீரா மாதிரி பளிச்சென்று பலர் பார்க்க இப்படி ஆகிப் போகவேண்டும்?

ராதா கூட சுந்தரம் இல்லாத வேளைகளில் அறைக் கதவைப் பூட்டிக்கொண்டு அந்தப் புஸ்தகங்களைத் திருப்பிப் பார்ப்பான். கேவலமும் அவமானமும் தருகிற அந்த உலகத்தினுள் நுழைவதை எத்தனையோ தடவை தவிர்க்க முயற்சித்தும் அவனால் ஜெயிக்க முடிந்ததில்லை.

அந்தத் தருணம் அவன் மனத்தில் எப்படித்தான் தோன்று கிறதோ தெரியவில்லை. வெளியே எங்காவது சென்றிருப்பான். அந்தப் புஸ்தகத்தின் ஞாபகம் வந்துவிட்டால் போதும். அதற்கு மேல் அவனால் எங்கும் நிற்க முடியாது. அறைக்கு வந்து அந்தப் புஸ்தகங்களில் மூழ்கிவிடுவான். அதிலிருந்து மீளுகிறபோது, அவன் படுகிற வெட்கமும் அவமான உணர்வும்... 'இனி இதுதான் கடைசித் தடவை' என்று தனக்குத்தானே சத்தியம் செய்துகொள்வான்.

மனசு முட்டிக்கொண்டு வந்தது. மீராவிடம் பேசிக் கொண்டிருக்கிறபோதெல்லாம் ஏதோ ஒருவிதமான உறுத்தல் அவனை வருத்துகிறது. அவள் யாருடன் எங்கே போனால் என்ன? அது ஏன் தன்னைப் பாதிக்கவேண்டும்? ருத்ரப்ப நாயுடுவின் மனைவி, எதிர்வரிசையில் இருக்கிற மெடிக்கல் ஸ்டோர்ஸ்காரரின் மனைவி இவர்களைக்கூடத்தான் அன்றாடம் பார்க்கிறான். அவர்களைப் போல இந்த மீராவும் ஒரு பெண்தானே?

மெடிக்கல் ஸ்டோர்ஸ்காரரின் மனைவி மீராவையும் விட நல்ல அழகானவள்தான். மாடிக்கு ஏதாவது வேலையாக வந்தால் வேண்டுமென்றே சிறிது நேரம் இவன் பார்க்கும்படியாக அங்குமிங்குமாக உலாத்துவாள். ஜன்னலருகே வந்து நின்று இவனையே பார்த்துக்கொண்டுகூடச் சில நாட்கள் நின்றிருக் கிறாள். கணவனும் மனைவியுமாக காரில் எங்காவது செல்கிற போது, கார் கதவைத் திறந்துகொண்டே ராதா உட்கார்ந்திருக்கிற மாடி ஜன்னலை நோட்டம் விடுவாள். தற்செயலாக ராதாவும் அங்கே இருந்து அவளைப் பார்த்துவிட்டால் அவள் முகத்தில் தோன்றுகிற திருப்தியை இவனே எத்தனையோ தடவை பார்த்திருக்கிறான்.

மீராவிடம் மட்டும் ஏன் இவ்வளவு அக்கறை உண்டாக வேண்டும்? அவள் வேறு யாருடனாவது பேசினால் ஏன்

பொறாமை ஏற்படுகிறது? மீஞ்சூர் நாயக்கர் அவளை வைத்துக் கொண்டிருக்கிறார். அவர்தான் அவளைக் கவனித்துக் கொள்கிறார். அவரோடு மீரா பேசாமல் இருக்க முடியுமா என்ன? இது தனக்குப் பிடிக்கவில்லை என்று நினைப்பது எவ்வளவு தூரத்துக்குச் சரி? இந்த விஷயத்தில் கணேசன் மீராவிடம் பேசினால்கூடக் கோபம் வருகிறது. கணேசன் எவ்வளவு உண்மையான நண்பன்! அவனும் மீஞ்சூர் நாயக்கர், தண்டபாணி மாதிரி மீரா விஷயத்தில் மனத்திற்குள் எதிரியாகி விடுகிறானே!

அவனையே அவனுக்குப் பிடிக்கவில்லை. தன்னைப் போல் இவ்வளவு கேவலமான மனிதன் யாரும் இருக்கவே மாட்டான் என்று நினைத்தான். தன்னுடைய உண்மையான வாழ்க்கை நிலைக்கும், மனத்திலுள்ள ஆசைகளுக்கும் இடையே உள்ள அகலமான பள்ளத்தை நினைத்தபோது கூச்சமாக இருந்தது. உடனே தற்கொலை செய்துகொள்ளவேண்டும் போல் இருந்தது.

இதுபோல எத்தனையோ தடவை அவனுடைய இரட்டை முகம் அவனை இம்சை செய்திருக்கிறது. இந்த முரண்பாடுகளைத் தீர்க்கவும் முடியவில்லை. நெருஞ்சிமுள் மாதிரி கால் வைத்த இடமெல்லாம் அவனுடைய உணர்வுகளே அவனைத் தைக்கின்றன.

அவன் எப்படி இப்படி மாறினான் என்று அவனுக்கே தெரியவில்லை. இத்தனைக்கும் போன வருஷம்வரை தன் வீட்டோடு தம்பி, தங்கைகளுடன் இருந்தவன்தான்.

திடீரென்று எழுந்து மாடிப்படியருகே சென்று கீழே பார்த்தான். குருவம்மாப் பாட்டி படுத்திருக்கிற திண்ணையில், கீழ் வீடுகளில் உள்ள எல்லோருமே ஒன்றாகக் கூடி நின்று ஏதோ வியாபார பேரத்தில் ஈடுபட்டிருந்தார்கள்.

5

'ஏ ப்ரதர்! ப்ரதர்!' என்று கதவைத் தட்டுகிற சத்தம் கேட்டது. சோர்ந்துபோய் தூங்கிக்கொண்டிருந்தவன் எழுந்தான். உடம் பெல்லாம் தாங்க முடியாத அசதி. கண்களில் ஒரே எரிச்சல். எழுந்து நின்றால் தலைசுற்றும்போல் தோன்றியது. கைலியைக் கட்டிக்கொண்டான். மனத்தில் மிகுந்த வெறுப்பாக இருந்தது. மெதுவாகச் சென்று கதவைத் திறந்தான். சிரித்துக் கொண்டே முருகானந்தம் நின்றுகொண்டிருந்தான்.

'வாங்க...'

செருப்பைக் கதவோரத்தில் கழற்றிக்கொண்டே, 'நல்ல தூக்கம் போலிருக்கு... சாரி ஃபார் மை என்ட்ரி...' என்றான்.

'அதனாலே என்ன... பரவாயில்லே.'

முருகானந்தம் பாயிலே உட்கார்ந்துகொண்டு ஜிப்பாவில் கையை விட்டு பீடி, தீப்பெட்டியை எடுத்தான்.

'எங்கியாவது வெளியில போயிருப்பீங்களோன்னு பார்த்தேன்... கொஞ்சம் முன்னாடியே வந்திருப்பேன்... நம்ம பேட்டையில் ஒரு சின்னத் தகராறு. புருஷன் பெஞ்சாதிக்குள்ள சண்டை. அங்க போயி பாத்துப் பேசிட்டு வரும்படியா ஆயிடுச்சு...'என்றான் புகையை இழுத்து உறிஞ்சிக்கொண்டே

'எங்கே போறது? எங்கேயும் போகப் பிடிக்கலே!'

முருகானந்தம் லேசாகச் சிரித்தான். ராதா அவனுக்குப் பக்கத்தில் உட்காரக் கூச்சப்பட்டுக்கொண்டு சற்றுத் தள்ளி சுவரோடு சுவராய்ச் சாய்ந்து கூனிக்குறுகி உட்கார்ந்திருந்தான். முருகானந்தம் அணிந்திருந்த கதர் ஜிப்பா வெளிறிப்போயிருந்தது. கோயல்ஸ் கம்பெனியில் மலிவு விலையில் வாங்கின ஜீன்ஸின் கால் பகுதிகளில் பளபளவென்று அழுக்கு மின்னியது. அதனால் என்ன? அவன் தெருவில் கீழே இறங்கினால் போதும். 'முருகானந்தம் அங்கிள்... முருகானந்தம் அங்கிள்' என்று ஒரே விசாரிப்பாகக் கிடக்கும்.

அவன் சிட்டிக்குப் போகிறதாக இருந்தால், மெனக்கெட்டு ஒவ்வொரு வீடாக வந்து அவர்களுக்கு ஏதாவது சிட்டியில் ஆகவேண்டிய காரியம் உண்டா என்று கேட்டு விசாரித்துக் கொண்டுதான் போவான்.

அவனுடைய தந்தை ஒரு ரயில்வே புக்கிங் கமிஷன்ஏஜெண்ட். அவனுடைய செயல்கள் குறித்து வீட்டிலே எப்போதுமே முணு முணுப்புத்தான் கிளம்பும். ஏதோ வீட்டில் வந்து, பணம் அது இதுவென்று தொந்திரவு பண்ணாமல் இருந்தால் சரி என்று, நீக்குப் போக்காக விட்டுவிட்டார்கள். ஆனால், வீட்டுக்கு வெளியே அவன் உலகமே தனி. அவன் ஏறுகிற மின்சார ரயில் இஞ்ஜினின் டிரைவர்கள், வயதான கார்டுகள் முதல் நர்சரி ஸ்கூலில் படிக்கிற குழந்தைகள் வரை எல்லோரும் அவனுடைய நண்பர்கள். ஸ்டேஷனில் அவனை ரிக்ஷாக்காரர்கள் பார்த்துவிட்டால் போதும். 'ஐயரே! நம்ம வண்டியில குந்து. நம்ம வண்டியில குந்து!' என்று ஒரே போட்டியாக இருக்கும். அவர்களுடைய சங்கத்துக்கு அவன்தான் செயலாளர்.

'வேலை இல்லாம இருக்கிற எல்லா யூத்தோட லைஃப்பும் இந்த மாதிரித்தான் இருக்கவேண்டியதாயிட்டுது... இந்த நாட்டோட தலைவிதி... நாம எல்லாருமாச் சேர்ந்து ஆர்கனைஸ்டா ஏதாவது சத்தம் போட்டாத்தான் காரியம் நடக்கும். இந்தக் காலத்துல சத்தம் போடாம ஒண்ணுமே நடக்காது.'

‘என்ன பண்றதா இருக்கீங்க?’

‘வேலை இல்லாத இளைஞர் சங்கம்னு தமிழ்நாட்டிலே எல்லாப் பகுதியிலேயும் இளைஞர்கள் எல்லோரும் சேர்ந்து ஆரம்பிச்சிருக்காங்க. நம்ம பகுதியில் இந்த மாதத்துக்குள்ளே கிளை ஒண்ணு திறக்கிறதா இருக்கோம். நீங்களும் அதுல சேர்ந்துக்கிடணும். ஏதாவது ஒரு பொறுப்பை எடுத்துக்கிட்டு வொர்க் பண்ணணும்.’

‘இந்தக் காலத்துல எல்லாத்துக்கும் சங்கம் வைச்சிருக்கி றாங்களே? கொள்ளை அடிக்கிற வியாபாரிங்ககூட எல்லாரும் ஒண்ணாச் சேர்ந்து தங்களோட கொள்ளை லாபம் குறைஞ்சிடக் கூடாதுங்கறதுக்காக சங்கம் வச்சிருக்காங்களே? சங்கம் வச்சு என்ன பண்ணப் போறோம்? இதெல்லாம் ஒரு ஃபேன்ஸின்னு தான் எனக்குப் படுது!’

முருகானந்தம் அதைக் கேட்டு லேசாகச் சிரித்தான். அணைந்து போன பீடியைப் பற்ற வைத்து இழுத்துக்கொண்டே, ‘நீங்க ஃப்ரஸ்ட்ரேஷன்ல இப்படிப் பேசறீங்க. ஜெ.பி. பீஹார்ல அவ்வளவு பெரிய இயக்கம் எப்படி நடத்தினார்? அவரைக் கண்டு பீஹார் அரசு என்னமாப் பயந்தது? ஸ்டூடண்ட்ஸை எப்படி ஆர்கனைஸ் பண்ணினார். ஜெ.பி. இறந்ததுதான் இந்த இயக்கத்துக்குப் பெரிய நஷ்டம்! உங்களை மாதிரி இளைஞர்கள் எல்லோரும் இதுக்கு முன் வரணும்.’

சிறிது நேரம் ராதா மௌனமாக இருந்தான். பிறகு, ‘அப்ப சரி... நீங்க எப்போ ஆரம்பிக்கிறீங்களோ அப்போ நானும் வர்றேன். ஆனா, எனக்கு என்னமோ இதுல எல்லாம் நம்பிக்கை கிடையாது... ரொம்ப ஃப்ராங்காச் சொல்லிட்டேன்.’

‘பரவாயில்லே... நீங்க ஆதரவு தர்றதே போதும்... போகப் போக நம்பிக்கை வரும்.’

6

வெகுநேரம்வரை ராதா எதை எதையெல்லாமோ யோசித்துக் கொண்டு உட்கார்ந்திருந்தான். அப்பாவிடமிருந்து சில தினங்களுக்கு முன்னால் கடிதம் வந்திருந்தது. அப்பாவை நினைத்தால் ஆச்சரியமாக இருக்கிறது. அப்பா கலெக்டர் ஆபீஸில் வேலை பார்த்து ரிட்டையர் ஆகிவிட்டார். அப்பாவுடைய பென்ஷனிலும் வெள்ளக் கோயில் நிலத்திலிருந்து கிடைக்கிற நெல்லையும் வைத்துத்தான் குடும்பம் நடக்கிறது. மீனா பத்தாவது படிக்கிறாள். தாத்தாவுடைய சொத்தில் எல்லாம் போக எஞ்சியது அந்த நிலமும் இப்போது குடியிருக்கிற ஓட்டுக்கை

வீடும்தான். அம்மா ஒரு நோயாளி. அப்பா எல்லாவற்றையும் பொறுத்துக்கொண்டு எப்படித்தான் சமாளிக்கிறாரோ? நினைத்தாலே ஆச்சரியமாகத்தான் இருக்கிறது. எப்படியும் மாதத்தில் அவனுக்கு இரண்டு லெட்டர்கள் எழுதிவிடுவார்.

கலெக்டர் ஆபீஸில் கழித்த முப்பத்தைந்து வருஷ சர்வீஸில் அப்பாவுடைய கையெழுத்தே மாறிப் போய்விட்டது. கருப்பு மையில் குச்சி குச்சியாய் எழுதப்பட்ட வேகமான எழுத்து அப்பாவுடையது. சர்க்கார் தஸ்தாவேஜ்களைப் போலவே அப்பாவுடைய கடிதங்களில் உள்ள வாக்கியங்கள் இருந்தன.

'செல்வச் சிரஞ்சீவி ராதாகிருஷ்ணனுக்கு கடவுளின் பெரிதான கிருபையால் எல்லா நன்மைகளும் உண்டாக வேண்டியது' என்கிற ஆரம்ப வரிகள் மட்டும் எல்லாக் கடிதங் களுக்கும் பொதுவான வாசகங்கள். உறவினர்கள் யாராவது வந்து போனதுமுதல், அவனை விசாரிக்கிற அவருடைய பழைய அலுவலக நண்பர்கள், சுவாரஸ்யமான உள்ளூர்ச் செய்திகள், ஆற்றில் தண்ணீர் குறைந்துவிட்டதுபற்றி என்று சகல அம்சங் களையும் தொட்டுச் சொல்லிக்கொண்டு போவார் அப்பா. கடைசியில், 'அம்மாவுடைய உடம்பு சரியாக இல்லை. ரொம்ப வும் பலவீனமாக இருக்கிறாள். உன் தங்கை ஒழுங்காகப் படித்து வருகிறாள். நீ அங்கே வேலைக்காக ரொம்பக் கஷ்டப்பட்டுக் கொண்டிருக்காதே. முடியாவிட்டால் புறப்பட்டு வந்துவிடு. இங்கேயே ஏதாவது பார்த்துக்கொள்ளலாம். கணேசனுக்கும் மற்ற உன் நண்பர்களுக்கும் என்னுடைய விசாரிப்பைச் சொல்லு' என்று முடித்திருப்பார்.

மாதா மாதம் தன்னால் இயன்ற தொகையையும் அனுப்பி உதவி வந்தார். கணேசனுக்கு இதுதான் ரொம்பக் கஷ்டமாக இருந்தது. அவனே ராதாவுடைய அப்பாவுக்கு இதைப்பற்றிக் கோபப்பட்டுத் தபால் எழுதியும், அவர் தொடர்ந்து மாதா மாதம் தன்னுடைய பென்ஷன் பணம் வந்ததும் சிறு தொகையை அவனுக்கு அனுப்பி வைத்து வருகிறார்.

எங்காவது வெளியே போகலாம் என்றிருந்தது. ரயில்வே ஸ்டேஷன்வரை போய் வரலாம் என்று நினைத்தான். அப்படியே உடுத்தியிருந்த கைலியுடன் சட்டையை மட்டும் போட்டுக்கொண்டு புறப்பட்டான். தான் புறப்படுவதற்குள் ஒருவேளை சுந்தரம் ஹோட்டலில் டூட்டி முடிந்து வந்துவிடுவான் என்று எதிர் பார்த்தான். ஆனால் ராதா கதவைப் பூட்டி, கதவு நிலையின் மீது வழக்கம்போல சாவியை வைக்கிற வரைக்கும் சுந்தரம் வர வில்லை. சுந்தரம் இப்போது வந்து படுத்தான் என்றால் சாயந்திரம் ஐந்து மணிக்குத்தான் எழுந்திருப்பான். அப்படியே எழுந்து சட்டையைப் போட்டுக்கொண்டு கஞ்சா பீடியைப்

பிடித்துக்கொண்டே, 'ராதா போயிட்டு வர்றேம்மா' என்று சொல்லிவிட்டுப் போய்விடுவான். பிறகு, இரவு இரண்டாவது ஷோ பார்த்துவிட்டு இரண்டு மணிக்கோ, இரண்டரை மணிக்கோ வந்து படுப்பான். திரும்பவும் காலை ஐந்து மணிக்கெல்லாம் அலாரம் வைத்து எழுந்தது மாதிரி எழுந்து ஓட்டலுக்குப் புறப்பட்டு விடுவான். வாரத்தில் ஒருநாள் கிடைக்கிற லீவில்கூட அறையில் இருக்க மாட்டான். அன்றைக்கும் எப்படியாவது பணம் புரட்டி கோடம்பாக்கத்தில் அவனுக்குத் தெரிந்த பெண் ஒருத்தி இருக்கிறாள், அவளோடு இருந்துவிட்டு வருவான். அறைக்கு வந்ததும் பிளாஸ்டிக் பக்கெட் நிறைய தண்ணீர் அடித்து, அறைக்கு எதிரே மொட்டை மாடி முற்றத்தில் அங்குமிங்கும் அலைந்துகொண்டே குளிப்பான்.

கீழே மாடிப்படி முடிகிற இடத்தில்தான் பம்ப் இருக்கிறது. அவன் தண்ணீர் அடிக்கிறபோது மீரா வீட்டில் இருந்து விட்டால், சிரித்துக்கொண்டே, 'என்ன சுந்தரம் கோடம்பாக்கம் போயிட்டு வர்றீயா?' என்று கேட்பாள். சுந்தரம் சிரிக்காமல் நல்ல பிள்ளை மாதிரி, 'ஆமக்கா. அந்தக் கழுதையைத்தான் பார்த்துட்டு வாரேன்' என்பான். குளித்து முடித்துவிட்டு நெற்றியில் திருநீறும் சந்தனப் பொட்டும் வைத்துக்கொண்டு கோவிலுக்குப் புறப்பட்டுப் போய்விடுவான்.

கோவிலுக்குப் போய்விட்டு வந்தபிறகு யார் யாரை எல்லாமோ கேலி செய்து பேசிக்கொண்டிருப்பான். மீஞ்சூர் நாயக்கர் வந்துவிட்டால் போதும்... அன்று அவர்கள் இரண்டு பேரும் சமதையாக ஒருத்தரை ஒருத்தர் சளைக்காமல் கேலி செய்வார்கள். ருத்ரப்ப நாயுடுவின் மனைவியும் ஊடே ஊடே இந்தக் கேலிப்பேச்சில் கலந்துகொள்வாள்.

சுந்தரம் எல்லோரையும் முறை வைத்துத்தான் கூப்பிடுவான். நாயக்கரை, 'மீஞ்சூர் மாமா' என்பான். மீராவை அக்கா என்பான். ருத்ரப்ப நாயுடுவை, 'கடைக்கார நாயுடு' என்பான். அவருடைய மனைவியை, 'மதினி' என்பான். தபேலா மணியை, 'கொழுக்கட்டை' என்று கூப்பிடுவான். இரவு பதினோறு பன்னிரெண்டு மணிவரைக்கும்கூட சுந்தரம் எல்லோரையும் உற்சாகப்படுத்திப் பேசிக்கொண்டிருப்பான். அன்று நாயக்கர் அவனுக்காகவே அங்கே தங்கிவிடுவார். அவர் புறப்பட்டாலும், 'என்ன மாமா அங்கே மீஞ்சூர்ப் பட்டிக்காட்ல போயி என்ன பண்ணப் போறீங்க? பேசாம மீரா அக்கா கையால சாப்புட்டுப் போட்டு கட்டையைச் சாத்துங்க' என்று செல்லமாகச் சொல்லி அவரை உட்கார வைத்துவிடுவான்.

போர்ஷனில் உள்ள எல்லோரும் படுக்கப்போனபிறகு, மடித்துக் கட்டியிருக்கிற வேட்டியைத் தூக்கி உள்ளே டிரவுசர்

பைக்குள் கைவிட்டு கஞ்சா பீடியை எடுத்து நாயக்கருக்குக் கொடுத்துவிட்டுத் தானும் ஒன்றைப் பற்ற வைத்துக்கொள்வான். பிறகு, இரண்டு பேரும் ஸ்டேஷன் பக்கம் இருக்கிற டீக்கடையில் போய் கொஞ்ச நேரம் வம்பளந்துவிட்டுத் திரும்புவார்கள். அந்த ஒருநாள் மட்டும் அந்தக் காம்பவுண்டில் அவன் கொடி தான் பறக்கும்.

வேலை நாட்களில் அவன் வருகிறதும் தெரியாது, போகிறதும் தெரியாது. கணேசன் அவனிடம் வாடகையே வேண்டாம் என்று தான் சொன்னான். 'நீ எப்பவோ வந்து இருந்துட்டு போறவன் தானே சுந்தரம்... நீ எனக்கு வாடகை தரவேண்டாம். நான் அட்ஜெஸ்ட் பண்ணிக்கிறேன்' என்று பல தடவை மறுத்துச் சொல்லிப் பார்த்தான். ஆனால், சுந்தரம் பிடிவாதமாக மாதா மாதம் வாடகைக்காகப் பதினைந்து ரூபாய் கொடுத்துவிடுவான் கணேசனிடம். கணேசன், மேலும் முப்பது ரூபாய் போட்டு வீட்டுக்காரரிடம் கொடுத்துவிடுவான். சுந்தரம் கணேசனின் பேரில் அளவற்ற மரியாதை வைத்திருந்தான்.

கீழே இறங்கி மீரா வீட்டைத் தாண்டிப் போகும்போது அவள் வீட்டுப் பக்கம் பார்க்கக்கூடாது என்றுதான் நினைத்தான் ராதா. ஆனால், வாசல் நடையில் உட்கார்ந்திருந்த மீராவுடைய அம்மா, 'என்ன தம்பி வெளியில் புறப்பட்டுட்டீங்களா?' என்று கேட்டாள். அவளுக்குப் பதில் சொல்வதற்காக அவன் சிறிது நேரம் நிற்க வேண்டியதாயிற்று. அந்த நேரத்தில் உள்ளேயிருந்த மீராவும் வெளியே வந்துவிட்டாள்.

'எங்கே கௌம்பீட்டீங்க? சீக்கிரமா வந்துடுங்க. சாப்பாட்டுக்கு நேரமாயிடப் போகுது!' என்றாள் மீரா. மீராவை நிமிர்ந்து பார்த்தான். வாசல் நிலைகொள்ளாமல் உயரமும் உடம்புமாக மீரா நின்றுகொண்டிருந்தாள். இந்த உடம்புதான் மீஞ்சூர் நாயக்கரை இழுக்கிறது. எப்போதாவது அபூர்வமாய் விசேஷ நாட்களில் நாயக்கரும் மீராவும் சாயந்திர வேளைகளில் வெளியே எங்காவது போவார்கள். நாயக்கர் மீராவுக்கு மேல் ஒரு பிடி உயரம். முகத்தில் பாதியை அவருடைய மீசை அடைத்துக்கொண்டிருக்கும். நெற்றியில் பத்துப் பைசா அகலத்துக்குச் சந்தனப் பொட்டும் அதன்மேல் வைக்கப்பட்ட குங்குமப் பொட்டும் ராத்திரி அவர் படுக்கைக்குப் போகிறவரை இருக்கும்.

ரமேஷைத் தூக்கிக்கொண்டு மீராவோடு பட்டுக்கரை வேஷ்டியும், சட்டையும், நேரியல் துண்டுமாகப் புறப்பட்டு விடுவார். மீராவினால் நாயக்கர் எடுப்பாகத் தெரிகிறாரா, நாயக்கரினால் மீரா அழகாக இருக்கிறாளா என்று நிச்சயிக்க முடியாத ஒரு விசித்திரப் பொருத்தம் அவர்களுக்குள் உண்டு.

நாயக்கரிடம் பெர்மிட் இருக்கிறது. மீஞ்சூரில் வேறு ஏதாவது நாட்டுச்சரக்கு குடிப்பாரோ என்னவோ. சில சமயங்களில் பெர்மிட்டில் வாங்கிக்கொண்டு வருவார். மீராவும் அவருமாக உள்ளே கட்டிலில் உட்கார்ந்து குடிப்பார்கள். அன்று மட்டும் மீராவுடைய அம்மா ரமேஷைத் தூக்கிக்கொண்டு சினிமா வுக்குப் போய்விடுவாள்.

மீராவுக்கு என்ன பதில் சொன்னோம் என்றே அவனுக்கு ஞாபகமில்லை. பிரக்ஞை வந்தபோது தெருவாசலுக்கு வந்ததும், ‘என்ன ராசா? வெளியே கிளம்பிட்டியா? ஒரு அஞ்சு பைசாக்குப் பொகையிலை வாங்கிட்டு வந்திரேன்’ என்று குருவம்மா பாட்டி கேட்டதும்தான் அவனுக்கு உறைத்தது. தெருவாசலை ஒட்டி ஒரு சிறிய திண்ணை இருந்தது. அந்தத் திண்ணைதான் குருவம்மா பாட்டியின் ஜாகை. அவள் தபேலா மணியின் தாயார். வாதத்தினால் கால் கைகள் முடங்கிப் போய்விட்டன. அந்த நடைக் கூடத்தைத் தாண்டிப் போகும்போது அவளுடைய மூத்திர வாடையும், அவள் தேய்க்கிற தைல எண்ணெய்களின் வாடையும் கலந்து வீசும்.

ரிக்ஷா மணிச்சத்தம் யோசனைகளைக் கலைத்தது. ஸ்டேஷனுக்குப் போகிற வழியில் பாதிதூரம் வந்திருந்தான். அன்று வெயில் கூட இல்லை. இரண்டு நாட்களுக்கு முன்னால் பெய்திருந்த மழையின் குளிர்ச்சி இன்னமும் இருந்துகொண் டிருந்தது. தூரத்தில் தெரிந்த பல்லாவரம் மலைக் குவாரியி லிருந்து கல் உடைக்கிற சத்தம் கேட்க ஆரம்பித்திருந்தது.

ஸ்டேஷன் பக்கத்திலுள்ள வேலாயுதன் நாயர் கடையில் டீ குடித்துவிட்டு, குருவம்மா பாட்டிக்குப் புகையிலையும் வாங்கிக் கொண்டு அப்படியே மலைப்பக்கம் போய் வரலாம் போல் இருந்தது. மத்தியானத்திற்குள் திரும்ப முடியுமா என்று யோசித் தான். மலைக்குப் போனால் மத்தியானம் திரும்ப முடியாது. மூன்று மணிகூட ஆகும். மீரா அதுவரை சாப்பிடாமலே காத்திருந்தாலும் இருப்பாள். சிறிது நேரத்தில் கணேசனும் வந்துவிடுவான். பிறகு, இரண்டுபேரும் வேலை விஷயமாக ஸ்டூவர்ட்டைப் பார்க்கப் புறப்படுவதற்குத்தான் நேரம் சரியாக இருக்கும். கைக்கடியாரத்தைப் பார்த்தான். பதினொன்றரை மணிதான் ஆகியிருந்தது. வேலாயுதன் நாயர் கடையருகே போனதும் கால்கள் தானாகவே கடைக்குள் நுழைந்தன.

7

வேலாயுதன் நாயர் கடையில் அவன் வழக்கமாக டீ குடிக்க உட்காருகிற இடத்தில் யாரோ ஒரு தச்சுஆசாரி, பக்கத்தில்

தன்னுடைய ஆயுதங்களைத் தரையில் வைத்துவிட்டு உட்கார்ந்து டீ குடித்துக்கொண்டிருந்தார். அந்த இடத்தில் அந்த ஆசாரி உட்கார்ந்திருந்தது அவனுக்கு எரிச்சலாக இருந்தது.

அந்தத் தச்சுஆசாரி பார்ப்பதற்கு ரொம்ப விகாரமாக இருந்தார். இரண்டு பக்கக் கன்னத்திலும் எலும்புகள் துருத்திக் கொண்டிருந்தன. தலையில் எண்ணெய் இல்லாமல் தலை பரட்டையாகக் கிடந்தது. டீ குடிக்கிறபோது வாயை அளவுக்கு அதிகமாகத் திறந்து வைத்துக்கொண்டு அழுக்குப் பற்கள் தெரிய டீயை உறிஞ்சி உறிஞ்சிக் குடித்தார். அவர் குடித்த விதமே அவர் வெகு நேரமாகச் சாப்பிடாமல் இருந்திருக்கிறார் போலிருந்தது.

ராதா அவருக்கு முன்னால் இருந்த மேஜையில் உட்கார்ந்தான். டீக்காகக் காத்திருந்தபோது வேலாயுதன் நாயர் அவனிடம் விசாரித்தான்.

'இந்த வெயில்ல சார், எங்க கௌம்பிட்டாப்பலயோ?' என்றான் வேலாயுதன் நாயர் கல்லாவில் நின்றுகொண்டே.

'நேரம் போகலை. அப்படியே ரயில்வே லைன் ஓரமா கொஞ்சம் தூரம் நடந்து போகலாம்னுதான் புறப்பட்டேன்.'

'இந்த வெய்யல்லயா? சாயந்தரமாட்டு போவலாமே?'

'வெயில் இருந்தாலும் புழுக்கமா இல்லியே. எப்படியாவது நேரத்தைப் போக்கணுமே?'

'சாருக்கு... மனசு... ஒரு மாதிரியாட்டுக்கொள்ளாம் போல' என்று சொல்லிவிட்டு இவனைப் புரிந்துகொண்டவன் போலச் சிரித்தான். கடைப்பையன் டீ கொண்டுவந்து வைத்தான். அந்தப் பையன் முகத்தைப் பார்த்தான். அவன் புதுசா வந்திருக்கிறவன் போல. அதை அந்தப் பையனும் உணர்ந்துகொண்டான். அவன் சிரிக்கிறானா, சிரிக்கவில்லையா என்று சொல்ல முடியாதபடி உதடுகள் லேசாகக் கோண, டீ அடிக்கிற மாஸ்டர் பக்கம் நகர்ந்தான். வேலாயுதன் நாயருக்கும் அவனுக்குத் தோன்றிய சந்தேகம் புரிந்திருக்க வேண்டும். அவன் முகத்தைப் பார்த்துக் கொண்டே சொன்னான்:

'சார் நெனைச்சது சரிதான். பையன் புதுப்பையன்தான். நேத்தைக்கித்தான் கொண்டுட்டு வந்தது!'

'வாரத்துக்கு ரெண்டு பையனைப் புடிச்சுக் கொண்டாறீயே? எப்படி?'

'அந்தக் காலத்துல ஞான் பெரம்பூர்ல ஏழெட்டு வருஸத்துக்கு முன்னாடி தாமச்சிச்சிருந்தப்போள் ஒரு பையனுக்கு ஜுரம் வந்து படுத்துட்டா போச்சி... ஆளே

ஒரே ஒரு நாள் ➤ 239 ◆

கெடைக்காது. இப்போ கொல்லம் மெயிலில் திவசம் ஒரு பத்து எண்ணம் பையன்கள் மெட்ராஸுக்கு வந்துக்கிட்டே இருக்கான்...'

'நிரந்தரமாக ஒருத்தரும் இருக்கிறதில்லையா?'

'... ஊர்ல கஞ்சி வெள்ளத்துக்கு கெதியில்லாமக் கெடப்பானுவள்... இவ்விடத்தில் வந்து கையிலை நாலு காசுகள் பொறண்டப்புறம் பட்சிகள் மாதிரி கடைவிட்டுக் கடைன்னு பறந்துக்கிட்டே இருப்பன்... விசுவாசம் கெட்ட பயல்கள்... டேய் அந்தக் குடிச்ச களாசுகள இவ்விடே சேர்க்கு...' என்று அதட்டினான் பையனை.

அந்தப் பையன் நல்ல சிவப்பு நிறத்தில் பார்க்க அழகாக இருந்தான். அவன் கண்களில் வேதனை கலந்த கலக்கம் இருந்தது. சோகையினால் கூடிய தோல் மினுமினுப்பும், தேவையில்லாத பூரிப்பும் இருந்தது. அழுக்கு வேட்டி கட்டியிருந்தான். மேலே கிழிந்த பனியன். அதுவும் அழுக்குத்தான். அவனுடைய ஊரில் அவனுக்கு அம்மாவோ, கூடப்பிறந்தவர்களோ இருக்கலாம். அவன் வயதை ஒத்த வசதியான பையன்கள் இந்நேரம் பள்ளிக்கூடத்தில் படித்துக்கொண்டிருக்கக்கூடும். சர்க்கார் அமுல்படுத்துகிற எந்தக் கல்வித் திட்டமும் அவனைக் கரை சேர்க்கவில்லை. இலவசக் கல்வித் திட்டம்கூட அவனைக் கைவிட்டுவிட்டது. எச்சில் கிளாஸ் பொறுக்க வந்துவிட்டான். இன்னும் சில நாட்களில் கால் விரல்களுக்கு இடையே சேற்றுப்புண் வந்து, கத்தியை வைத்துக் கீறிப் பிளந்தது மாதிரி ஆகிவிடும்.

தொடர்ந்து அவன் வேலையில் இருக்க இருக்க டி.பி., யானைக் கால் முதலான நீண்ட காலக் குத்தகையுடன் வியாதி களுக்கும் அவனுக்கும் ரகசிய ஒப்பந்தம் ஏற்படும். பெரிய வியாதிகள் அதிகமாகி, முற்றி, எதற்கும் உதவாத உடம்புடன் அவன் ஊருக்கு நடைப்பிணமாகத் திரும்பும்போது, புதிய கட்சி ஏதாவது அரசாங்கப் பதவியேற்று, அடிமட்டத்தில் உள்ளவர்களுக்கான திட்டத்தைப் பல புதிய அம்சங்களுடன் அமுல்படுத்தவோ அல்லது பிரசாரம் செய்யவோ முயற்சித்துக் கொண்டிருக்கும். இவன் ஊருக்குப் போய் இங்கே காலியாக விழுந்த தன் இடத்தை நிரப்பத் தன் தம்பியையோ, தன் நண்பனையோ கொல்லம் மெயிலில் ஏற்றி அனுப்பி வைப்பான்.

தச்சு ஆசாரி வைத்த கண் வாங்காமல் தனக்கு எதிரே இருந்த கண்ணாடிப் பீரோவுக்குள் மொய்த்துக்கொண்டிருந்த ஈயையே பார்த்துக்கொண்டிருந்தார்.

'என்ன ஆசாரியாரே... அடுத்த சாயாவுக்குச் சொல்லனுமா?' என்றான் வேலாயுதன் நாயர்.

‘நீ வேற சும்மா கிண்டல் பண்ணாதப்பா. வேல வெட்டி ஒண்ணுமில்லாம மனுஷங் கெடந்து தவிச்சுக்கிட்டிருக்கான்...’ என்று சொல்லிக்கொண்டே தன்னுடைய ஆயுதங்களைக் கட்டி வைத்திருந்த சாக்குக் கட்டை எடுத்துக்கொண்டு வெளியே புறப்பட்டார்.

‘என்ன கடனா?’

‘என்ன நாயரே ஓடியா போயிரப் போறேன்... எழுதிக்கோ... வாங்கிக்கலாம்...’ என்றார் ஆசாரி.

‘ஒங்கிட்ட என்னத்த வாங்குறது? காலும் கையும்தான் இருக்கு... போ... போ...’ என்றான் வேலாயுதன் நாயர்.

ஆசாரிக்கு நாற்பது வயதுக்கு மேல் இருக்கும். ஆனால், அவர் வேலாயுதன் நாயர் கடையிலிருந்து இறங்கித் தெருவில் போகும்போது, போலீஸ் ஸ்டேஷனுக்குக் கொண்டுபோகிற மாதிரி புறங்கைகளைக் கட்டிக்கொண்டு கூச்சத்தோடு போனார்.

ராதாவுக்கு இப்போது அந்த ஆசாரியின்மீது இருந்த எரிச்சல் மறைந்து பரிவு ஏற்பட்டிருந்தது. அந்த ஆசாரிக்குக் குழந்தைகள் எத்தனையோ? இவருக்காக அந்தக் குழந்தைகளும் இவர் மனைவியும் ஒருவேளை காத்துக்கொண்டிருக்கலாம். சமீபத்தில் இரண்டு மூன்று நாட்களாக மழை பெய்தது. மழை பெய்தால் கூலிவேலை இல்லாமல் போய்விடுவது, ராதா சின்னப் பையனாக இருக்கிற காலம் முதலே நிகழ்ந்து வருகிற ஒரு துயரமான விஷயம்தான். அவன் காலேஜ் படித்து வேலை தேடுகிற வயதுக்கு வந்தபிறகும், மழை பெய்தால் பெரும்பாலான அன்றாடங்காய்ச்சிகளுக்கு வேலை கிடைக்கவில்லை. அவனையும்மீறி மனத்தில் கோபம் கொப்பளித்தது.

ரயில்வே லைன் ஓரமாகவே நடக்க ஆரம்பித்திருந்தான். முன்னும் பின்னுமாக மின்சார ரயில்கள் அவனைத் தாண்டிச் சென்றுகொண்டிருந்தன. முன்தினம் பெய்திருந்த மழைத் தண்ணீர் தேங்கி நின்றிருந்தது. சிறிது நேரத்திலேயே அவனுக்கு மிகவும் விருப்பமான பல்லாவரம் மலை தெரிய ஆரம்பித்துவிட்டது.

அந்த மலை அவனுக்குப் பிடித்தமாக இருப்பதற்கு விசேஷமான காரணங்கள் எதுவும் இருக்கலாம். வேர்ட்ஸ்வொர்த்தின் கவிதை ஒன்றை அந்த மலை நினைவுபடுத்துவதாக வேண்டுமானால் அவன் காரணம் சொல்லலாம். ஒருவேளை, அவனைப் போலவே வேர்ட்ஸ்வொர்த்தைப் படித்த இன்னொரு இளைஞனோ, அல்லது வயதான மனிதரோ அந்த உடைந்த மலையின் மீது அன்பு பாராட்டக் கூடும். அதன் ஒழுங்கற்ற அழகு பல கடந்த காலத்திய துயர நினைவுகளைக்

கிளர்ந்தெழச் செய்யக் கூடும். அந்த மலையை நெருங்க நெருங்க அவன் மனத்தில் சந்தோஷம் பெருக ஆரம்பித்தது.

ஒரு வேளை, அந்த வழியே தினந்தோறும் கணேசனைப் போலவே மின்சார ரயிலின் நெருக்கத்திலும் புழுக்கத்திலும் சென்று வருகிறவர்களுக்கு – அவனுக்கு அந்த தச்சு ஆசாரியின் மீது வந்த எரிச்சலைப் போல – அந்த மலை எரிச்சலைத் தரக் கூடும். ஆனால், ஒன்று மட்டும் நிச்சயமாகச் சொல்லலாம். எல்லாரும் ராதாவைப் போல அந்த மலையின்மீது விருப்பம் வைத்து, அடிக்கடி அதைத் தேடி வந்துகொண்டிருக்க மாட்டார்கள் என்பது மட்டும் நிச்சயம்.

அந்தப் பக்கத்திலேயே அதைப்போன்ற மலை எங்குமே இல்லை. மேலும் முக்கியமான ஒன்று என்னவென்றால், அந்த மலை ரயில்வே லைனை ஒட்டி இருந்தது. எளிதில் கடக்க முடியாத நீண்ட தொலைவுகளை இணைக்கும் ரயில் பாதைகளை ஒட்டி இதைப்போல் மலைகள் அமைந்திருக்கிற இடங்கள் வெகு சொற்பம் என்கிற ஒன்றே ராதாவைக் கவர்ந்திருக்கலாம்.

ஆனால், இவை எல்லாவற்றையும்விட மிக அவசியமான தகவல் ஒன்று மலையைப்பற்றி இருக்கிறது. அந்த மலையில் மிகப்பெரிய கல் உடைக்கும் குவாரி இருந்து வருகிறது. பாதிக்கு மேல் அதன் அழகிய உருவம் சிதைக்கப்பட்டுவிட்டது. இரவைத் தவிர மற்ற எல்லா நேரங்களிலும் அந்த மலையில் கல் உடைக்கிற சத்தம் கேட்டுக்கொண்டே இருந்தது. சுகாதாரம் என்றால் என்ன என்றே தெரியாத, கர்னாடக சங்கீதம், நாடகம், இலக்கியம் போன்ற நளினமான கலைகளின் சுவட்டைக்கூடப் பார்த்திராத ஒரு பெரிய அழுக்குக் கும்பல் காலம் பூராவும் அந்த மலையை உடைத்துத் தகர்த்துக்கொண்டிருந்தது.

ஆண், பெண், குழந்தைகள் என்று சகல மானிடப் பிரிவினரும் அங்கே கல் உடைத்தனர். பக்கத்திலேயே அவர்கள் குடிசை போட்டுத் தங்கியிருந்தனர். இரவில் அரைகுறையாகச் சோற்றை வடித்துச் சாப்பிட்டுவிட்டு முடங்கிவிடுவார்கள். மீன்களைச் சரியாகக்கூடக் கழுவத் தெரியாது. எப்படியோ சமைப்பார்கள்.

வாரத்தில் ஒரு நாள் தரப்படும் சம்பளம் அங்கு முக்கிய மான பாத்திரத்தை வகித்தது. அன்று மலைக்கு அப்பால் உள்ள சிறு கிராமத்திற்குப் போய் எல்லோரும் வயிறு முட்டக் கள்ளச் சாராயத்தைக் குடிப்பார்கள். கள்ளச் சாராயம் குடிக்காதவனும் ஒரு மனிதனா? முடிந்தால் ஆண்கள் மலிவாகக் கிடைக்கிற விபச்சாரிகளிடம் சென்றுவருவார்கள். அல்லது டூரிங் கொட்டகையில் இரண்டாவது ஆட்டமாவது பார்க்கவேண்டும். பின்னே, சம்பள நாள் என்பது எவ்வளவு முக்கியமானது?

மலையை நெருங்க நெருங்க பலவிதமான உளிச் சத்தங்களும், பேச்சுக் குரல்களும், மலிவான விலைக்கு வாங்கிய ஓட்டை லாரிகளின் இரைச்சல்களுமாக இருந்தன. அனேகமாக எப்போதும் அந்த மலையை ஒருமுறை சுற்றி வலம் வருவான் ராதா. அன்று ஏனோ அவன் அப்படிச் செய்யவில்லை. மழைக்குப் பிறகு அடிக்கிற கடுமையான வெயிலில் நடந்து வந்திருந்ததால் அவனுக்குத் தலை கனத்தது. மலைப்பக்கமிருந்து வீசிய குளிர்ந்த காற்றில் இன்னும் கொஞ்சநேரம் நிற்கத் தோன்றினாலும் தலைக் கனம் அவனுக்கு பெரிய அசௌகரியத்தைத் தந்தது. சற்றுமுன் குமிழியிட்ட சந்தோஷத்தையெல்லாம் அது எடுத்துக்கொண்டு போய்விட்டது. அந்த வெயிலிலும் அவர்கள் எப்படித்தான் மலையில் உட்கார்ந்து வேலை செய்கிறார்களோ என்று அவனுக்கு ஆச்சரியமாக இருந்தது.

வந்த வழியே திரும்பினான். திரும்புகிறபோது வேகமாக நடக்க ஆரம்பித்தான். மீரா சமையல் செய்து முடித்திருப்பாள். ஒருவேளை மீஞ்சூர் நாயக்கர் வந்திருந்து, அவளும் தானும் ஆசைப்பட்டது நிறைவேறாமல்கூடப் போகலாம்... எல்லா வற்றிலுமே தான் துரதிருஷ்டமானவன்தான் என்று நினைத்தான்.

ஸ்டேஷனுக்கு அருகே வந்ததும் ஞாபகமாகக் குருவம்மா பாட்டிக்குப் புகையிலையும் தனக்கு நான்கு சார்மினார் சிகரெட்டுகளும் வாங்கிக்கொண்டான். சுந்தரம் அறைக்கு வந்திருந்தால் சிகரெட் தூளைத் தட்டிவிட்டு கஞ்சா போட்டுத் தருவான். மீஞ்சூர் நாயக்கரும் வந்திருந்து, கஞ்சாவும் அடித்தால் ரொம்பப் பொருத்தமாக இருக்கும்தான்.

ஆனால், அன்று முருகானந்தம் வந்துபோனது காரண காரியம் இல்லாமலேயே, எதைச் செய்ய நினைத்தாலும் ஞாபகத்துக்கு வந்துபோகிறது. கஞ்சாவுக்கும் முருகானந்தத்துக்கும் எவ்வளவு வித்தியாசம்? முருகானந்தம் கல்யாணம் செய்து கொள்வானா? செய்துகொள்ள மாட்டான் என்றுதான் தோன்றியது. அவனுடைய தலைவர் ஜெ.பி. மாதிரி ஒருவேளை கல்யாணத்துக்குப் பிறகு சுத்த சந்நியாசியாக இருப்பானோ என்னவோ?

8

குருவம்மா பாட்டியிடம் புகையிலையைக் கொடுத்துவிட்டு மாடிப் படிக்குச் செல்ல முயற்சித்தபோது மீரா முன்னால் இறங்க, அவளுக்குப் பின்னால் சுந்தரம் சோப்பு, டவலுடன் மாடியிலிருந்து இறங்கிக்கொண்டிருந்தான். மீரா அவனைப் பார்த்ததும் வேகமாக இறங்கி அவனுக்கு எதிரே ஓடிவந்தாள்.

'உங்களுக்கு என்ன வயிறு பசிக்கலையா? எவ்வளவு நேரமா தெருவாசல்ல நின்னு நின்னு பார்த்தேன் தெரியுமா? எங்கே போயிட்டீங்க?'

'சும்மாதான் பல்லாவரம்மலை வரைக்கும் போயிட்டு வர்றேன்.'

மீராவுக்கு ஆச்சரியத்தில் கண்கள் பெரியதாயின. 'எதுக்கு இந்த வெயில்ல..?' என்றாள். மாடிப்படி முடிகிற இடத்தில் ஒதுங்கி நின்றுகொண்டாள். சுந்தரம், அவன் வந்ததைக் கவனித்தானா, கவனிக்கவில்லையா என்பதை ராதாவால் தெரிந்துகொள்ள முடியவில்லை. ரொம்பச் சாதாரணமாக மீராவையும் அவனையும் தாண்டி பாத்ரூமுக்குள் சென்றுவிட்டான்.

'மேலே சாப்பாடு எல்லாம் கொண்டுபோயி வச்சுட்டு இப்பத்தான் வர்றேன். சுந்தரத்துக்கும் சேர்த்து சாப்பாடு இருக்கு... வாங்க...' என்று அவனை அழைத்துக்கொண்டு அவனுக்கு முன்னால் குதித்துக் குதித்துப் படியேறினாள். அவள் படி ஏறிய வேகத்திலிருந்து அவள் மிகுந்த உற்சாகத்துடன் இருப்பது தெரிந்தது.

அறைக்குள் நுழைந்ததும், 'ரமேஷ் எங்கே..?' என்று கேட்டான் ராதா.

'அம்மா அவனைத் தூக்கிக்கிட்டு டெய்லர்கிட்டே போயிருக்கா' என்றாள். அவனைக் கையைக் கழுவிவிட்டுச் சாப்பிட உட்காரச் சொன்னாள்.

அவளை ஒரு நடிகை என்றோ, பல ஆண்களுடன் வாழ்ந்து வரும் கேவலமான ஒருத்தி என்றோ அப்போது பார்த்தால் சொல்லவே முடியாது. அவளுடைய இயல்பான தோற்றம், மற்ற நடை உடை பாவனைகள்கூட குடும்பப் பெண்களைப் போலவே ரொம்ப இயல்போடும் ஆண்களின் மனதுக்கு இசைந்தவாறும் இருந்தன. அவள் தட்டைக் கழுவிக் கொண்டு வந்து சாதத்தைத் தள்ளிக்கொண்டிருக்கும்போது அவளை அப்படியே தூக்கி நிறுத்தி அணைத்துக்கொள்ளவேண்டும் போலிருந்தது.

அந்த நிமிஷம்முதல் அவளோடு வாழவேண்டும் என்ற அடக்க முடியாத ஆசை அவனுள் கிளர்ந்தது.

சாப்பாட்டைப் பரிமாறிவிட்டுத் திரும்பிய மீரா, தன்னையே பார்த்துக்கொண்டிருந்த ராதாவைப் பார்த்ததும், வெட்கத்தினால் வேறு எங்கோ பார்வையைத் திருப்புகிற மாதிரி ஒரு க்ஷணம் பார்வையைத் திருப்பிவிட்டுத் திரும்பவும்

வண்ணநிலவன்

ராதாவைப் பார்த்தாள். இன்னும் அவளுடைய கண்களிலும், விடைத்திருந்த மூக்கிலும் வெட்கத்தின் கீற்று இருந்தது.

'உட்காருங்க...' என்றாள்.

'இப்போ மீஞ்சூர் நாயக்கர் வந்துட்டார்னா என்ன பண்ணுவீங்க...' என்றான் திடீரென்று. தான் கேட்டது மீராவை ஆச்சரியப்படுத்தும் என்று நினைத்தான். மீராவின் முகத்தில் எந்தவிதமான மாற்றமும் இல்லை. எப்போதும் போலவே, அந்த முகத்தில் தெரிவது துயரமா வெறுப்பா என்று புரிந்துகொள்ள முடியாத விதமாகவே இருந்தது.

'வந்தா என்ன? உங்களுக்குச் சாப்பாடு பண்ணிட்டுக் கீழே போவேன்' என்றாள். அவளுடைய பதிலை அவனால் ஏற்றுக் கொள்ள முடியவில்லை. அவளுடைய இயல்பான தோற்றமும் பதிலுமே அவள் செயற்கையாக வலிந்து ஏற்படுத்திக் கொண்டது மாதிரித்தான் அவனுக்குத் தெரிந்தது. தன்னை இந்தப் பதிலின் மூலம் திருப்திப்படுத்தப் பார்க்கிறாள் என்று பட்டது.

'நீங்க வேணும்னா போங்க... நான் கொஞ்ச நேரங்கழித்து சாப்பிட்டுக்கிறேன்' என்றான். மீரா அவனையே ஆழமாக உற்றுப் பார்த்தான்.

'எனக்கு இப்ப பசி இல்லை...' என்றான்.

கொஞ்ச நேரம் மௌனமாக இருந்தாள் மீரா... பிறகு, 'அப்போ மூடி வச்சுட்டுப் போகட்டுமா..?' என்று சொல்லி விட்டு அவளே அந்தத் தட்டை மூடி வைத்துவிட்டுக் கீழே இறங்கப் போகும்போது, 'உங்களுக்கு மனசு சரியில்லை போல...' என்றாள். ராதா அதற்கு ஒன்றும் பேசாமல் நின்று கொண்டிருந்தான்.

'வெயில்ல வந்திருக்கீங்க... கொஞ்சம் ரெஸ்ட் எடுத்துக்குங்க...' என்று சொல்லிவிட்டு மெதுவாகச் சென்றாள். அவள் கீழே சென்ற சிறிது நேரத்தில் சுந்தரம் அவளிடம் ஏதோ பேசுவது மேலே கேட்டது.

ராதாவுக்கு எல்லாம் வெறுப்பாக இருந்தது. மீரா தன்னிடம் மட்டும் அன்பாக இருப்பதாகக் காட்டிக்கொண்டு தன்னை ஏமாற்றுவதாகத் தோன்றிற்று. அவளைத் தொட்டு அடிக்க வேண்டும். அல்லது அவளைப் பலர் முன்னால் கேவலப் படுத்த வேண்டும். அவள் மிக மோசமானவள். யாருக்கும் உண்மை யாக இருக்க முடியாதவள். எல்லோரையும் ஏமாற்றுபவள். படு கேவலமானவள்.

தன்னுடைய உடம்பினாலும் சாகசம் நிறைந்த மொழிகளினாலும் ஆண்களை ஏமாற்றுகிறவள். நாயக்கருடன் இருக்கிறபோது நாயக்கருக்காகவே என்கிற மாதிரி உருகுவாள். தண்டபாணி வந்தால் அவனுடன் வாழ முடியாதது தன்னுடைய துரதிருஷ்டம் என்றுகூட அவனிடம் பசப்பாகப் பேசியிருக்கலாம். மீஞ்சூர் நாயக்கரைப்பற்றி அவனிடம் இழிவாகப் பேசி அவன் மனத்தில் தவிர்க்க முடியாத இடத்தைத் தேடிக்கொண்டிருக்கலாம். மாடிக்கு வந்தால், 'ராதா, ராதா' என்று உயிரை விடுகிறாள். கோபத்தில் ஓங்கி ஜன்னல் கதவை அறைந்து மூடினான். இயலாமையும் கோபமும் கலந்து வந்து தொண்டைக் குழிக்குள் நின்றன. பாயை விரித்துப் படுத்துக்கொண்டு கொஞ்ச நேரம் அழுதான். சுந்தரம் குளித்துவிட்டு வந்திருந்தபோது ராதா தூங்கியிருந்தான். அவனுக்கு அது ஆச்சரியமாக இருந்தது.

9

மீரா கீழே இறங்கி வந்தபிறகு, பாத்ரூம் கதவு வழியாக மேலே தலையை மட்டும் நீட்டி, 'ராதா சாப்பிட்டாச்சா?" என்று கேட்டான் சுந்தரம்.

மீரா தன் வீட்டு நடைப்படியில் நின்றுகொண்டே பதில் சொன்னாள். அறைக்குள் வந்து கட்டிலில் உட்கார்ந்துகொண்டே யோசித் தாள். சற்றுமுன் என்ன நடந்தது என்பதைக் கோர்வையாக நினைத்துக்கூடப் பார்க்க முடியவில்லை. என்ன நடந்தது என்றே அவளுக்கு விளங்கவில்லை. ராதாவுக்குச் சாப்பாடு எடுத்து வைத்துக்கொண்டிருந்ததுவரை நினைவில் இருக்கிறது. அதற்குப் பிறகு நடந்தது எதுவுமே நினைவில்லை. தலைக்குள் ஏதோ சொருகிக்கொண்டது மாதிரி இருந்தது.

அந்த அறைக்குள் அவளுக்கு மூச்சு முட்டிக்கொண்டு வந்தது. மெதுவாக எழுந்து கதவைச் சாத்திவிட்டு ஃபேன் சுவிட்சைப் போட்டாள். நெஞ்சு வேகமாகத் துடித்தது. மார்பை அழுத்திப் பிடித்திக்கொண்டாள். அவளிடம் அவளுடைய கணவன் கடைசியாகத் தகராறு பண்ணிவிட்டுப் போன அன்று இருந்த மனோநிலையை, தான் திரும்பவும் அனுபவிக்கிறது போலிருந்தது. நிச்சயமாக அன்று போலவே இன்றும் மிக துரதிருஷ்டமான ஒரு நாள்தான்.

கட்டில் சட்டத்தில் தலையணையைப் போட்டுச் சாய்ந்து உட்கார்ந்துகொண்டாள். ஏழெட்டு வருஷத்துக்கு முன்னால் மீரா ஒரு நாடகத்தில் விதவையாக நடித்துக்கொண்டிருந்தாள். மைலாப்பூரில் உள்ள சில பையன்கள் சேர்ந்து அந்த நாடகத்தை

நடத்திவந்தார்கள். அந்தப் பாத்திரத்தின் பெயர் அவளுக்கு ரொம்பவும் விருப்பமான பெயர் – நிர்மலா.

இந்தப் பெயரில் அவளுக்கு ஒரு சிநேகிதி இருந்தாள். அப்போதுதான் மீரா பாட்டும் நடனமும் கற்றுக்கொண்டிருந்தாள். அவர்கள் குடும்பம் மெட்ராஸுக்கே வந்திருக்கவில்லை. மதுரையில் இருந்தார்கள். நிர்மலாவுக்கு மலையாளத்துப் பக்கம், பி.யூ.சி.வரை படித்துவிட்டுத் தன்னுடைய அக்காள் வீட்டில் தங்கியிருந்தாள். மதுரையில் அவளுடைய அக்காள் புருஷன் ஸ்வீட் மாஸ்டராக ஒரு கடையில் வேலை பார்த்து வந்தார். மீரா இருந்த வீட்டுக்கு அடுத்த வீட்டில்தான் அந்தக் குடும்பம் இருந்துவந்தது.

மீராவும் நிர்மலாவும் சிறிது காலத்திலேயே நெருங்கிய ஸ்நேகிதிகள் ஆகிவிட்டார்கள். நிர்மலாவுக்கு மேல் வரிசையில் இரண்டு பல் தெத்துப்பல். அதுகூட அவளுக்கு அழகாகத்தான் இருந்தது. நிர்மலா மீராவுக்கு மலையாளம் சொல்லிக்கொடுத்தாள். அவளுடைய அக்கா ரொம்பக் கண்டிப்பானவள். நிர்மலாவை எடுத்ததுக்கெல்லாம் கண்டிஷன் பண்ணுவாள். ஒரு வேளை தாய், தகப்பன் இல்லாத பெண் என்பதால் அவள் நிர்மலாவிடம் அவ்வளவு கடுமையாக நடந்திருக்கக்கூடும். ஆனால், மீரா வீட்டிற்கு மட்டும் போய்வர அவள் நிர்மலாவுக்கு அனுமதி தந்திருந்தாள்.

மீரா, நிர்மலாவிடம் மலையாளம் படிக்க ஆரம்பித்த கொஞ்ச நாளிலேயே 'செம்மீன்' படம் ரிலீஸானது. மீராவும் நிர்மலாவும் அந்தப் படத்தைப் பார்க்க மாட்னி ஷோவுக்குப் போய் வந்தார்கள். அதற்குப் பிறகு ஒரு பத்துப் பன்னிரெண்டு நாளிலேயே தூத்துக்குடியில் டீ மாஸ்டராக இருந்த காயங்குளத்து மாப்பிள்ளைக்கு அவளைத் திடீரென்று கட்டிக் கொடுத்துவிட்டார்கள். அதற்கப்புறம் நிர்மலாவை மீரா பார்க்கவே இல்லை. செம்மீன் படத்தில் மன்னா டே பாடுகிற 'மானஸ மயிலே' பாட்டை எப்போது கேட்டாலும், நிர்மலா அப்படியே கண்ணுக்குள் வந்து நிற்பாள். நிர்மலா அந்தப் பாட்டை மனம் தோய்ந்து பாடுவாள்.

அந்த நாடகத்தில் அவள் ஏற்று நடித்த வேஷத்துக்கு நிர்மலாவுடைய பெயர் இருந்ததும், விதவைப் பாத்திரமாக இருந்ததனாலும் அந்தப் பாத்திரத்தை ரொம்பவும் விரும்பி நடித்தாள். அவளுடைய நடிப்பைப் பாராட்டாதவர்களே இல்லை. இரண்டு மூன்று சினிமா டைரக்டர்கள் அவளுக்குச் சினிமா சான்ஸ் தருவதாகக்கூடச் சொன்னார்கள். அவர்களோடு நாலைந்து நாட்கள் ஹோட்டல் அறைகளில் கொட்டம் அடித்தது தான் அவளுக்குக் கடைசியில் மீதமாயிற்று. .

அந்த விதவைப் பாத்திரத்திற்கு அவள் எப்படி அவ்வளவு உயர்ந்த நடிப்பைத் தந்து, அவ்வளவு உன்னதமாக அப்பாத்திரத்தை மாற்றினாள் என்பதற்குப் பின்னால் பொதிந்திருந்த அவளுடைய ஸ்நேகிதி நிர்மலா, அவளுடன் பார்த்த செம்மீன் படம், அவள் உருகிப் பாடுகிற 'மானஸ மயிலே' பாட்டு, அவள் நினைவே இவளுக்குள் விதைத்த அளவற்ற துயரம் இவற்றையெல்லாம் யார்தான் அறிவார்கள்?

அந்த நாடகம் நடந்துகொண்டிருந்தபோது, அந்தப் பாத்திரத்தில் நடித்தபிறகு இனி வேறு எந்தப் பாத்திரத்திலும் நடிக்கவே கூடாது என்று, தினமும் நாடகம் முடிந்து வீடு திரும்புகிறபோது நினைப்பாள். ஆனால் துரதிருஷ்டவசமாக அப்படி எதுவும் நிறைவேறிவிடவில்லை. அந்த நாடகத்துக்குப் பிறகு எத்தனையோ மோசமான நாடகங்களில் எல்லாம் நடித்து விட்டாள்.

மிகுந்த துயரத்துடன் இருக்கும்போதெல்லாம் மீராவுக்கு அவள் ஸ்நேகிதி நிர்மலாவும், தான் ஏற்று நடித்த அந்தத் துயரமிக்க விதவை கதாபாத்திரமும் நினைவுக்கு வரும். எவ்வளவு கொடுமையும் கடினமும் மிக்கது உலகம்? எதை நினைத்தாலும் ஏன் கசப்பாகவே இருக்கவேண்டும்? சந்தோஷமோ, அமைதியோ மருந்துக்குக்கூட இல்லாமல் இன்னும் எவ்வளவு காலத்துக்கு இப்படியே எவ்வித அர்த்தமும் இல்லாமல் நாட்களைக் கழிக்க வேண்டும்? 'சுவாமி... இந்த ஜென்மத்தை எப்ப எடுத்துக்கப் போறீரய்யா. . ?' என்று வாய்விட்டுச் சொல்லி அழுதாள் மீரா. அதற்குமேல் பொறுக்க முடியவில்லை. மனத்தைக் கட்டி வைத்திருக்க முடியவில்லை.

சாயந்திரம் பெர்மிஷன் போட்டுவிட்டுச் சீக்கிரமே வந்து விட்டான் கணேசன். அவன் வருகிறபோது அறையில் சுந்தரமும் ராதாவும் உட்கார்ந்து பேசிக்கொண்டிருந்தார்கள். சுந்தரம், தான் போன வாரம் பார்த்த ஏதோ ஒரு சினிமாவைப் பற்றிப் பேசிக்கொண்டிருந்தான். ராதாவுக்கு அவன் பேச்சில் மனமே ஓடவில்லை. பேருக்குக் கேட்டுக்கொண்டிருந்தான். அவன் மனம் மத்தியானம் நடந்ததைப் பற்றியே யோசித்துக்கொண்டிருந்தது. தான் அந்த மாதிரி நடந்துகொண்டது முழுவதும் சரி என்றும் சொல்ல முடியவில்லை. சுந்தரம் சாப்பிட உட்காரும்போது ராதாவையும் எழுப்பினான். ராதா வேண்டாம் என்று சொல்லி விட்டுத் தூங்க ஆரம்பித்தான். பிறகு கொஞ்ச நேரத்தில் சுந்தரமும் படுத்துத் தூங்கிவிட்டான். ராதா விழித்தபோது, சுந்தரமும்

அப்போதுதான் தூங்கி விழித்துப் படுக்கையில் எதையோ யோசித்துக்கொண்டே படுத்திருப்பதைப் பார்த்தான் ராதா.

‘என்ன ராதா ஒரு மாதிரியா இருக்கே? மத்தியானம் சாப்பிட்டியா இல்லையா..?’ என்றான் கணேசன் சட்டையைக் கழற்றிக்கொண்டே... ராதா அவனுக்குப் பதில் சொல்வதற்கு முன்னால் சுந்தரம் பதில் சொன்னான்.

‘அவன் சாப்பிட்ட மாதிரித் தெரியலை கணேசா... மீரா கொண்டுவந்த சாப்பாடு அப்படியே இருக்கு பாரு...’ என்று மூடி வைத்திருந்த சாப்பாட்டைக் காண்பித்தான்.

‘அப்படியா...’ என்றான் திரும்பிப் பார்த்து. ராதாவின் முகத்தைக் கூர்ந்து பார்த்தான்.

‘மத்தியானத்திலிருந்து வயிறு சரியில்லை... அதுதான் வேண்டாம்னு இருந்திட்டேன்.’ என்றான் ராதா. கணேசனுக்கு அவன் சொன்னதில் நம்பிக்கை ஏற்படவில்லை. லேசாகச் சிரித்துக்கொண்டான்.

‘சரி, நாம தாம்பரத்துக்குப் போகலாமா..? ஸ்டூவர்ட்டைப் பார்க்கிறதுக்காகத்தான் சீக்கிரமாக ஆபீஸ்ல சொல்லிட்டு வந்தேன்...’ என்றான் கணேசன்.

மொட்டை மாடி முற்றத்துக்கு முகம் கழுவுவதற்காக ராதா வந்தபோது, மீராவின் வீட்டை எட்டிப் பார்க்காமல் இருக்க முடியவில்லை. இவனைப் பார்ப்பதற்காகவே உட்கார்ந்திருக்கிற மாதிரி மீரா வீட்டு வாசலில் உட்கார்ந்திருந்தாள். அவளை அப்போது பார்த்ததும் ராதாவின் மனத்தில் அளவு கடந்த இரக்கம் பெருகிற்று. சிரித்தான். மீராவும் மத்தியானம் எதுவுமே நடக்காத மாதிரி, ‘என்ன வெளியில கௌம்பப்போறீங்களா..?’ என்றாள்.

‘ஆமா... வேலை விஷயமா கணேசனும் நானும் தாம்பரம் வரைக்கும் போறோம்.’

‘அந்த இண்டர்வியூ விஷயமாத்தானே...’

‘ஆமா... மா..!’

ராதாவும் மீராவும் பேசிக்கொண்டிருந்தபோது மொட்டை மாடிக்கு வந்த கணேசன் கீழே இருந்த மீராவைப் பார்த்து, ‘என்னம்மா, எங்களுக்கு ஒரு வாய் காப்பி தரக்கூடாதா? எல்லாம் கேட்டுத்தான் வாங்கவேண்டியிருக்கு...’ என்றான் கேலியாக.

‘நீங்க இப்படிச் சொல்வீங்கன்னு தெரியும்... நீங்க கேட்டாலும் கேக்காம இருந்தாலும் இன்னுங் கொஞ்ச நேரத்துல

காப்பி மேல வந்திருக்கும். நீங்க மாடிப்படி ஏறும்போதே அடுப்பைப் பற்ற வைச்சாச்சு. நீங்கள் புறப்படறதுக்குள்ளே காப்பி ரெடியாகிவிடும்' என்றாள் மீரா. இதைச் சொல்லிவிட்டு அடுப்பைக் கவனிப்பதற்காக உள்ளே போனாள். ராதாவும் கணேசனும் அவள் சொன்னதைக் கேட்டு ஒன்றுமே பேச முடியாதவர்களாய் ஒரு க்ஷணத்துக்கு அப்படியே நின்றுவிட்டனர். மீரா அப்படிச் செய்தது அவர்களுக்கு ஒன்றும் ஆச்சரியமில்லை என்றாலும் அவளுடைய ஆரவாரமோ பூச்சோ இல்லாத அன்பு அவர்களை அப்படி முடக்கிப் போட்டுவிட்டது. அவள் எந்த இடத்தில் நின்றுகொண்டு இதுபோல மனிதர்களைத் தன் அன்பென்னும் பெரு வெள்ளத்தில் நனைத்து எடுக்கிறாள் என்பதை யாராலும் அறிந்துகொள்ள முடியாது. யாரும் எளிதில் பார்த்துவிட முடியாத மிக ரகசியமான இடம் அவள் நிற்கிற இடம்.

10

தாம்பரம் ஸ்டேஷனுக்கும் ஸ்டுவர்ட்டின் பங்களாவுக்கும் ரொம்பத் தூரம் இருந்தது. ரயில்வே காலனியிலிருந்தே ஒரு மைலுக்கு மேல் போரூர் ரோட்டில் நடக்கவேண்டியதிருந்தது. ஸ்டுவர்ட் பங்களாவை அடைந்தபோது நன்றாக இருட்டிவிட்டது.

சாலைக்கும் பங்களாவுக்கும் இடையில் உள்ள தொலைவே நீண்டதாயிருந்தது. அடர்த்தியான மரங்களுக்கு நடுவே சிறிது நேரம் நடந்து செல்லவேண்டியிருந்தது. அவருடைய பழைய மாடல் போர்டு கார் போவதற்கு மட்டுமே அளவெடுத்தது மாதிரி இடம் இருந்தது. பாதையை நெருக்கிக்கொண்டு, தங்க அரளிச் செடிகளும் பெயர் தெரியாத பல்வேறு காட்டுக் கொடிகளும் கிடந்தன.

பெரிய உயரமான மேடையின்மீது, மாளிகை போன்ற அந்த பிரம்மாண்டமான ஆங்கிலப் பாணிக் கட்டடம் இருந்தது. முகப்பில் இருந்த பெரிய போர்ட்டிகோவிலேயே ஒரு குடும்பம் நடத்தலாம். அந்த மாளிகையை நெருங்கும்போது, 'ராபர்ட் கிளைவ் இந்த மாளிகையில்தான் தங்கியிருந்து ஓய்வெடுப்பாராம்...' என்றான் கணேசன்.

மிகச் சொற்பமான விளக்குகளே அந்தக் கட்டடத்தில் பயன்படுத்தப்பட்டு வந்திருக்கவேண்டும். பிரதானமான முன்னறை போல் உள்ள இடத்தில் மட்டும் மற்ற அறைகளைவிடச் சிறிது வெளிச்சம் கூடுதலாகத் தெரிந்தது. அந்த முன்னறையை அடைய நாற்பதுக்கும் மேற்பட்ட கருங்கல் படிகளைக் கடக்க

வேண்டிய திருந்தது. பத்துப் பன்னிரெண்டு ஆட்கள் ஒருத்தர் தோள்மீது ஒருத்தர் ஏறி நின்றால்தான் அந்த அறையின் இரும்பு உத்திரத்தைத் தொட முடியும். இரவில் பார்ப்பதற்கு அந்த மாளிகையே ரொம்ப வினோதமாக இருந்தது.

கணேசனும் ராதாவும் மேல்படியைத் தொடும்போது உள்ளேயிருந்து ஒரு வயதான, மீசை வைத்த பெரியவர் வெளியே வந்தார். முகத்தில் பாதியை அடைத்துக்கொண்டு அவர் வைத்திருந்த மீசை நன்றாக வெளுத்துப் போயிருந்தது.

அவர்களைப்பற்றிய விபரத்தைத் தெரிந்துகொண்டதும் அந்த முன்னறையில் நுழைந்து உள்ளே சென்றார். சிறிது நேரத்தில் திரும்பி வந்து இவர்கள் இருவரையும் அழைத்துக்கொண்டு அந்த அறை வாசலில் கொண்டுபோய் விட்டார்.

அவர்கள் நுழைந்த அறையும் ஒரு தர்பார் மண்டபத்தைப் போல விசாலமாக இருந்தது. கூரையில் ஏராளமான அலங்கார லஸ்தர் விளக்குகள் தொங்கிக்கொண்டிருந்தன. புழுக்கமும் பழைய கட்டடங்களுக்கே உரிய ஒரு மாதிரியான முடை நாற்றமும் கலந்த வாடை அந்த அறைக்குள் இருந்தது.

நீளமான பழைய காலத்துச் சோபாவில், நடுத்தர வயதினரைப் போலத் தோன்றிய ஒரு வெள்ளைக்காரர் உட்கார்ந்திருந்தார். அவர் அருகே சிங்கத்தில் பாதியை ஒத்த ஒரு நாய் உட்கார்ந்திருந்தது. இவர்கள் அந்த அறையினுள் நுழைந்ததும் அவர்களை ஒருமுறை கூர்ந்து பார்த்துவிட்டு அந்த நாய் அசுவாரஸ்யத்தோடு முகட்டை வேடிக்கை பார்க்க ஆரம்பித்தது. அதனுடைய இந்த அலட்சியப் போக்கு கணேசனுக்கும் ராதாவுக்கும் ஆச்சரியமாக இருந்தது. அங்கு எல்லாமே அளவுக்கு மீறிய நிதானத்துடன்தான் நடக்கும் போலிருந்தது அதனுடைய அலட்சியப் பார்வை.

அவர் தனக்கு எதிரே இருந்த சோபாவைக் காண்பித்து உட்காரச் சொன்னார். வாழ்வில் சுவாரஸ்யமற்று நிதானப் போக்கு கொண்டுவிட்ட அந்த நாய், அந்த அறை, அந்த மனிதர், வயதான வேலையாள், ஸ்டேஷனிலிருந்து இவ்வளவு தொலைவில், வனாந்திரத்தில் இருக்கிற அந்த மாளிகையின் தனிமை இவை எல்லாமே, பக்கத்தில்தான் இந்தியாவிலேயே பெரிய நகரங்களில் ஒன்றான மெட்ராஸ் இருக்கிறது என்பதை மறந்துவிடச் சொல்லுகிற மாதிரி இருந்தது.

அவர் வெள்ளைக்காரர்தான் என்றாலும், இந்தியாவில் வாழ்ந்து இங்குள்ள சீதோஷ்ண நிலை, தண்ணீர் போன்றவை அவருடைய தோலின் நிறத்தைப் பெருமளவுக்கு மாற்றியிருந்தது.

கணேசன் வேலை பார்க்கிற கம்பெனியில் இவரைப் போல இன்னும் ஏழெட்டு துரைமார்கள் இருக்கிறார்கள். கணேசன் வேலை பார்க்கிற கம்பெனியில் என்றில்லை, இதே மாதிரியான எத்தனையோ அந்நியக் கம்பெனிகள், கிடைக்கிற மலிவான வேலையாள், கச்சாப்பொருட்கள் இவைகளைப் பயன்படுத்தி, கோடி கோடியாக இந்தியாவிலிருந்து சுரண்டிக்கொண்டு போகின்றன. ஆட்சிதான் கைமாறியதே தவிர, இதுபோன்ற துரைமார்களை 'இந்திய சர்க்காரால் ஒன்றும் செய்ய முடியவில்லை. இந்தியா நவீன காலனி ஆகிவிட்டது' என்று ஒரு தடவை முருகானந்தம் இதைப்பற்றி என்னவெல்லாமோ சொன்னது லேசாக நினைவுக்கு வந்தது ராதாவுக்கு.

கணேசன் ராதாவை அறிமுகப்படுத்தி வைத்து, மிகுந்த அடக்கத்தோடு அவரிடம் பேசினான். அவர் உட்காரச் சொல்லியும் உட்காரவில்லை அவர்கள். அதுபோன்ற பணிவும் அடக்கமும் கணேசனுக்குத் தலைகீழ்ப் பாடம். எப்போதுமே மேலே இருக்கிறவர்கள் பரந்த மனமுள்ள ஞானிகளைப் போல் தான் பேசுவார்கள். காட்சி தருவார்கள். ஆனால் அதைவ் சகஜமாக எடுத்துக்கொண்டு பழகினால் தலைக்கு ஆபத்து வந்து சேரும். கணேசனுக்கு இந்தப் பசுக்களைப் பற்றி ரொம்ப நன்றாகவே தெரியும்.

விஷயத்தைக் கேட்டுக்கொண்டு, தான் கவனித்துக் கொள்வதாகவும், இண்டர்வியூ சமயத்தில் அன்று தன்னிடம் திரும்பவும் ஞாபகப்படுத்தும்படியும் கூறினார்.

அதையெல்லாம் கேட்டபோது ராதாவுக்கு மனசுக்கு சந்தோஷமாகத்தான் இருந்தது. ஆனால், இந்த வார்த்தைகளுக்கு எவ்வளவு பெரிய அர்த்தம் இருக்க முடியும் என்பதை அவனுடைய பல கசப்பான, மறக்க முடியாத அனுபவங்கள் சொல்லியிருக்கின்றன.

நாளைக்கே பொன்மயமான ஒரு எதிர்காலத்தைத் தரப் போகிற அளவுக்கு நம்பிக்கையைத் தந்த எத்தனையோ பேர்களை ராதா சந்தித்துச் சலித்துப்போயிருந்தான். ஸ்டூவர்ட்டின் வார்த்தைகளில் உண்மையிலேயே நிஜத்தன்மை இருந்ததாகத் தோன்றினாலும், அந்த அரைகுறை நிஜத்தை நம்ப முடியவில்லை.

அவர்கள் பேசிக்கொண்டிருந்தபோதே அந்த நாய், யாரோ கூப்பிட்டது மாதிரி அவசர அவசரமாக எழுந்து எங்கோ சென்றது. இருவரும் ஸ்டூவர்ட்டிடம் பேசிவிட்டு வெளியே வந்தபோது, அந்தப் புராதனமான போர்ட்டிகோவில் தூண் ஓரமாகச் சோம்பலுடன் படுத்துக் கிடந்தது அது.

ஸ்டூவர்ட்டுக்கு மனைவியோ, குழந்தைகளோ இல்லை. பல இந்தியப் பெண்களை அவ்வப்போது வைத்துக்கொண்டிருப்பார். நிரந்தரமாக யாரையும் அவர் வைத்துக்கொண்டிருக்கவில்லை. பரங்கிமலையிலிருந்து சில சமயங்களில் சட்டைக்காரப் பெண்கள் வந்து போவார்கள். அவர் முகத்தைப் பார்த்தால் தூசு, துரும்புகூட மேலே படாத ஆண் மாதிரித் தெரியும். ஒரு கனவானைப் போல் அமைதியான கண்களும், நீளமான மூக்கும், தட்டையான முகமுமாக இருப்பார். ஆனால் இவற்றில் எதுவும் உண்மை இல்லை.

ராதா பேசாமலேயே வந்துகொண்டிருந்ததைப் பார்த்து கணேசன் பேச்சைத் தொடங்கினான்.

'என்ன ராதா கம்முன்னு வர்றே. . ?'

இப்போது மெயின் ரோட்டிற்கு வந்திருந்தார்கள். ராதா அவனுடைய கேள்விக்குப் பின்னரும் மௌனமாகவே சிறிது நேரம் வந்தான்.

'ஸ்டூவர்ட் குள்ளமா இருப்பார்னு நெனைச்சேன் . . .' என்றான் ராதா.

அவன் ஸ்டூவர்ட்டைப்பற்றி மனத்தில் ஏதாவதொரு அபிப்பிராயம் வைத்திருந்ததுகூட கணேசனுக்கு சந்தோஷமாக இருந்தது.

'பழகறதுக்குத் தங்கமான மனுஷன். பார்த்தே இல்லையா. . ? என்ன இருந்தாலும் வெள்ளைக்காரன் வெள்ளைக்காரன்தான். என்ன உயரம்! என்ன கம்பீரம்!... அந்த வீட்டைப் பார்த்தியா? என்ன ஆர்க்கிடெக்ச்சர்! இந்தக் காலத்துல அந்த வீட்டுல இருக்கிற ஒரு தூணை நம்மாலே அந்த மாதிரி டெக்கரேட் பண்ணிக் கட்ட முடியுமா? அந்த நாயைப் பாரேன். என்ன ஜெஜாண்டிக்கா நிக்கிது என்று வியந்துகொண்டே வந்தான்.

அவனை மாதிரியே எத்தனையோ பேர்களிடம் வெள்ளைக்காரப் புகழ்ச்சியைக் கேட்டுக்கேட்டுப் புளித்துப் போய்விட்டது ராதாவுக்கு. ரயில்வே ஸ்டேஷன், பஸ் ஸ்டாண்ட் போன்ற இடங்களில் கூட்டமோ, காலதாமதமோ இருந்தால் போதும், வெள்ளைக்காரனை நினைக்க ஆரம்பித்துவிடுவார்கள். அல்லது கையில் ஆளுக்கொரு பெட்டியுடன், கூட்டத்தில் மற்றவர்களுக்கு இடைஞ்சலாக அதை வைத்து இடித்துக் கொண்டே என்.ஜீ.ஓ. இங்கிலீஷில் பேசிக்கொண்டு போகிறவர்கள், அயல்நாடுகளை எடுத்ததுக்கெல்லாம் வாய்க்கு வாய் புகழ்ந்து தள்ளுவார்கள். வெளிநாடுகளில் ரோடுகளில் மண்ணே கிடையாது. மண் தரையைப் பார்க்கவேண்டுமானால்

பல மைல்கள் போகவேண்டும் என்கிற அளவுக்கு அந்நிய நாட்டுத் துதி பாடுவார்கள். அவர்கள் பேசுவதைக் கேட்டால் வெளிநாடுகளில் வசிக்கிற காக்காய்கூட தங்கத் தண்ணீரில்தான் குளிக்கும் என்கிறது மாதிரி இருக்கும்.

ராதா, தான் சொல்வதைக் கேட்கிறானா கேட்கவில்லையா என்ற உணர்வுகூட இல்லாமல் பேசிக்கொண்டே போனான் கணேசன்.

11

தாம்பரம் ஸ்டேஷனை நெருங்கிக்கொண்டிருந்தபோது, மழை பிடித்துக்கொண்டது. அப்போது ரயில்வே காலனி வழியே சென்று கொண்டிருந்தார்கள். ஒரு வீட்டு வராந்தாவில் ஒதுங்கி நின்றார்கள். அந்த வீட்டு வராந்தாவில் யாரையோ எதிர்பார்த்து லைட்டைப் போட்டு வைத்திருந்தது. வராந்தாவுக்குப் பக்கத்தில் உள்ள அறை ஜன்னலில் ஒரு இளைஞனின் முகம் தெரிந்தது.

அந்த வீட்டு இளையவர்களின் எண்ணிக்கையில் அவன் எத்தனாவது வேலையில்லாத இளைஞனாய் இருப்பானோ தெரியவில்லை. வேலையில்லாத இளைஞர்களுக்கே உரிய பொத்தாம் பொதுவான வறண்டுபோன கண்களையும், ஒட்டிய கன்னங்களையும் கொண்டிருந்தான் அவன். எத்தனையோ அசுவாரஸ்யமான, சலிப்பான நீண்ட பொழுதுகளை அந்த ஜன்னலடியில் இருந்தே அவன் கழித்திருக்கவேண்டும். வெளி உலகத்தின் எந்தச் சிறிய பெரிய சலனமும் அவனை ஏதும் செய்துவிடவில்லை. அவனும் கணேசனும் அந்த வராந்தாவில் ஒதுங்கியதுகூட அவன் கவனத்திற்கு உள்ளாகவில்லை. மிகுந்த பரிவுடனும் திடீரென்று பெருகிய எல்லையற்ற அன்புடனும் அவனைப் பார்த்துக்கொண்டே இருந்தான் ராதா. அவனோ மழையைத்தான் வேடிக்கை பார்த்துக்கொண்டிருந்தான்.

மழை நின்று ஸ்டேஷனுக்குத் திரும்பியபோது ஸ்டேஷனில் அதிகக் கூட்டமில்லை. பீச்சிலிருந்து வருகிற ரயில் நிற்கிற பிளாட்பாரத்தில் மட்டும் அடிக்கடி ஆரவாரமும் ஜனசந்தடியும் இருந்தது. அதற்கு எதிர்த்த பிளாட்பாரத்தில் புறப்படத் தயாரான நிலையிலேயே ஒரு ரயில் நீண்ட நேரமாக நின்றுகொண்டிருந்தது. ஜன்னலோரத்து இருக்கைகளில் வழக்கம்போலவே ஒவ்வொருவராக இடம்பிடித்து உட்கார்ந்து கொண்டிருந்தனர். கட்டட வேலைத் தொழிலாளர்கள் சிலர் ஒரே கும்பலாக வந்தனர். கால்களில் எல்லாம் சுண்ணாம்பு, சிமெண்டின் வெண்மை அப்படியே காய்ந்து போயிருந்தது.

கொஞ்ச வயதுள்ள பெண்கள்கூடப் பெரிய மனுஷிகளைப் போல், வெற்றிலைக் கறை படிந்த பற்கள் தெரிய, அடிக்கடி எடுத்ததற்கெல்லாம் ஆண்கள் பக்கம் இடித்துச் சிரித்துக் கூச்சலிட்டுக்கொண்டே ரயிலுக்குள் ஓடி உட்கார்ந்தனர்.

அவர்களையெல்லாம் பார்த்ததும் ராதாவுக்கு முருகானந்தத்தின் ஞாபகம் வந்தது. ரயில்வே காலனி வீட்டில் பார்த்த அந்த வறண்டுபோன இளைஞன், இந்தத் தொழிலாளர்கள் இவர்களுக்கெல்லாம் முருகானந்தத்தை ரொம்பப் பிடிக்கலாம். திடீரென்று இந்தக் கொத்தனார்கள், சிற்றாள்களை அழைத்துக் கொண்டு முருகானந்தம் தலைமை வகித்து அவர்களை என்றாவது ஊர்வலமாக அழைத்துச் செல்லலாம்.

மழை நின்றுவிட்டது என்றும் சொல்லமுடியாது, தூறிக் கொண்டேதான் இருந்தது. கணேசன் தன்னுடன் வேலை பார்க்கிற யாரோ ஒருவருடன் பாலத்துக்குப் படியேறுகிற இடத்தில் நின்று பேசிக்கொண்டிருந்தான்.

திரும்பவும் மழை பலமாகத் தூற ஆரம்பித்துவிட்டது. ரயிலுக்குள் உட்கார்ந்து பேசிக்கொண்டிருந்த அந்தக் கட்டடத் தொழிலாளர்கள், மழைத் தூறலைப் பார்த்து திடீரென்று தன்னிச்சையாகவே பேசுவதை நிறுத்திவிட்டுத் திரும்பவும் ஒருவிதமான மந்தகதியில் பேச ஆரம்பித்தார்கள்.

ஊரில் அப்பா இப்போது என்ன செய்துகொண்டிருப்பார்? இந்த மழை நேரத்தில் அப்பாவுக்கு நிச்சயமாக எப்படியும் கால்களில் வாதம் வந்து தொந்திரவு செய்யும். ஏதாவது நாட்டு மருந்துத் தைலத்தைப் பூசிக்கொண்டுதான் படுப்பார். மீனாகூட சீக்கிரமே படுத்துத் தூங்கிவிடுவாள். அம்மாவுக்கு எப்படியும் ராத்திரி பத்துப் பத்தரை மணி வரையிலும் வீட்டு வேலைகள் இருந்துகொண்டிருக்கும்.

அம்மா ரொம்ப வேடிக்கையானவள். இரவில் நடுவே தூக்கத்தில் விழிப்புத் தட்டிவிட்டால் போதும். அதுக்கப்புறம் அம்மா தூங்கவே மாட்டாள். விளக்கைப் பொருத்தி வைத்துக் கொண்டு ஊறுகாய் ஜாடியைக் கிளறிவிடுவது, பாத்திரத்திலோ டப்பாவிலோ கொட்டப்படாமல் கடையில் வாங்கி வந்தபடியே இருக்கும் பலசரக்குச் சாமான்களைப் பேப்பர்க் கட்டிலிருந்து பிரித்து மாற்றுவது. கொடியில் கிடக்கிற துணிமணிகளை எடுத்து மடித்து வைப்பது என்று ஏதாவது சின்னச் சின்ன வேலைகளைச் செய்யத் தொடங்கிவிடுவாள். சமயத்தில், அவள் அப்படியே அந்த வேலைகளைச் செய்து முடிக்கிறபோது அதிகாலை நான்கு மணிகூட ஆகிவிட்டிருக்கும். அதற்குப் பிறகு, இனிமேல் தூங்கப் போவானேன் என்று பண்ணைக்குப் பால் வாங்கப்

போய்விடுவாள். இந்த மழைக் காலத்தில் எப்படியும் பழைய பித்தளை செப்புத் தவலைகளில் தண்ணீர் பிடித்து வைத்திருப் பாள். இதுபோல எத்தனையோ சின்னச் சின்ன விஷயங்கள் அவளைச் சுற்றிப் பிணைந்து கிடக்கின்றன.

கணேசன் தனது நண்பருடன் பேசிக்கொண்டிருக்கும்போதே ரயில் மெதுவாகக் குலுங்கிக்கொண்டே நகர ஆரம்பித்தது. திடீ ரென்று ரயில் புறப்பட்டுவிட்டதால் பிளாட்பாரத்தில் நின்று பேசிக்கொண்டிருந்தவர்களும், வேறு ஏதேதோ கவனத்தில் இருந்தவர்களும் விழுந்தடித்துக்கொண்டு பெட்டிகளுக்குள் ஏறினார்கள், சிக்னல் விளக்குகளின் வெளிச்சம் மழைத் தூறலுக்குள் பார்ப்பதற்கு அழகாக இருந்தது. ரயில் புறப்பட்டதும் பெட்டிக்குள் தடைப்பட்ட பேச்சு ரயில் சீராக ஓடத் தொடங்கியதும், திரும்பவும் பழைய வேகத்துடனும், ஆரவாரத்துடனும் தொடங்கியது. பக்கத்துக் கம்பார்ட்மெண்டில் சில இளைஞர்கள் ஏதோ பாட ஆரம்பித்திருந்தார்கள்.

லெவல் கிராஸிங் ஒன்றைத் தாண்டிப் போனபோது அதுவரை எதையோ நினைத்துக்கொண்டு வெளியே பார்த்துக்கொண்டு வந்த கணேசன், ராதா இருந்த பக்கம் திரும்பினான்.

‘இது யார் தெரியுமா.. ?’ என்று கேட்டு முகத்தைப் பெருமை பொங்க வைத்துக்கொண்டு லேசாகச் சிரித்தான் கணேசன். ராதா தெரியாது என்கிற மாதிரி தலையை ஆட்டினான். கணேசன் எதுவுமே பேசாமல் வந்தால் நன்றாக இருக்கும் போல் இருந்தது ராதாவுக்கு. கணேசன் சில சமயங்களில் தன்னை மறந்து பேச ஆரம்பித்துவிடுவான். பேச்சோடு பேச்சாக ஒன்றிப் போய் விடுவான். அது மாதிரியான தருணங்கள் எப்போதாவதுதான் அவனுக்கு ஏற்படும். அந்த நேரத்தில் எதிரே இருக்கிற மனிதரின் பதிலோ அல்லது அவரது செளகரியமோ கணேசனுக்கு ஒரு பொருட்டே அல்ல. அது மிக மோசமான குணமா அல்லது நல்ல அம்சமா என்று தெரியவில்லை. ஆனால், கணேசனுக்கு இதுபோன்ற அளவற்ற உற்சாகம் திடீர் திடீரென்று ஒரு மாதத்தில் இரண்டொரு தடவை ஏற்பட்டுவிடும். அப்போதும் அந்த உற்சாகம்தான் ஏற்பட்டிருந்தது அவனுக்கு.

‘என்ன தெரியாதுங்கற... ஒரு தடவை மாம்பலத்துல வச்சு ரங்கநாதன் ஸ்ட்ரீட் முனையில அறிமுகப்படுத்தல? மணி சார், மணி சார்னு சொல்வேனே அவர்தான் இது...’

ராதா அவரைப்பற்றிக் கொஞ்சம் யோசித்துக்கூடப் பார்த்தான். உண்மையாகவே அவனுக்கு யாரும் அப்படி ஞாபகத்துக்கே வரவில்லை. நிச்சயமாக அந்த மாதிரி ஒருத்தரை கணேசன் அவனிடம் அறிமுகப்படுத்தியே இருக்கமாட்டான்.

வேறு யாரிடமாவது அவரை ரங்கநாதன் தெரு முனையில் அறிமுகப்படுத்தியிருப்பான் என்பதுவரை நிஜமாக இருக்கலாம். அவனுக்கு அடிக்கடி ஞாபகமறதி ஏற்படும். பாக்டரியில் வேலை பார்க்கிறவனுக்குக்கூட ஞாபக மறதி இருக்குமா என்று தெரியவில்லை. ஆனால், கணேசனுக்கு ரொம்பக் கடுமையான ஞாபக மறதி உண்டு. அதுவும் ஆட்கள் விஷயத்தில் அது ரொம்பவும் அதிகம்.

ராதாவுக்கு எரிச்சலும் அசுவாரஸ்யமும் வந்துவிட்டது. அவன் சொல்வதைக் கேட்காமலே வெளியே பார்க்க ஆரம்பித்தான். தூரத்தில் தெரிந்த மெயின் ரோட்டில் ஏதோ ஒரு சுவரில் பழைய மகாதேவி சினிமாப் போஸ்டர் ஒன்று கண்களில் பட்டு மறைந்தது. பெட்ரோல் டேங்கர் லாரி ஒன்று வேகமாக, சாலையில் ரயில் போகிற திசையிலேயே சென்று கொண்டிருந்தது. அதற்குப் பின்னால் சிறிய பியட் கார் ஒன்று அதைப் பிடித்துவிடுகிற மாதிரி ஓடிக்கொண்டிருந்தது. ஆனால் அது நிகழவேயில்லை.

'செகரடேரியட்லே நல்ல போஸ்ட்ல இருக்காரு... சர்க்கார்ல ஏகப்பட்ட செல்வாக்கு உள்ள ஆளு. பல ஆட்களுக்குப் பழக்கம். உனக்கு வேலைக்குத்தான் சொல்லிக்கிட்டிருந்தேன். உன்னைக் கூடக் கூப்பிட்டேன். நீ என்னடான்னா நாங்க இருந்த பக்கமே திரும்பிக்கூடப் பார்க்கலை. . . அப்படி என்னப்பா யோசனை பண்ணிக்கிட்டிருந்த.. ?' என்று கேட்டுவிட்டு ராதாவின் முகத்தைப் பார்த்தான். ராதா சலனமே இல்லாமல் தாம்பரம் சானடோரியம் பிளாட்பாரத்தைப் பார்த்துக்கொண்டிருந்தான். அவர்கள் இருந்த பெட்டியில் யாருமே ஏறவுமில்லை, இறங்கவுமில்லை. ரயிலின் கூரையில் மழை உரத்துப் பெய்கிற சத்தம் கேட்டது. ஸ்டேஷன் மாஸ்டர் அறையைத் தாண்டி ரயில் நகர்ந்தபோது இரும்புத் தூண் மீது அவனுக்குப் பிடித்தமான ஹிந்தி நடிகை ராக்கியின் பட போஸ்டரைப் பார்த்தான். ராக்கி தலையில் முக்காட்டுடன் இருந்தாள்.

ராக்கியை அவனுக்கு ரொம்பப் பிடிக்கும். அவன் முதன் முதலாகப் பார்த்த அவளுடைய படம் ஷர்மிலி. அந்தப் படம் பெரும்பாலான ஹிந்திப் படங்களைப் போன்ற திகில், சண்டைகள் நிறைந்த படம்தான். ஆனால், அதில் ராக்கி நடித்திருந்த பாத்திரம் அவன் மனசை ரொம்பவும் பாதித்து விட்டது. அந்தப் படம் ஊரில் ராயல் டாக்கீஸில் ஓடிக் கொண்டிருந்தது. ராயல் டாக்கீஸில் அதற்கு முன்னால் எத்தனையோ தடவை படம் பார்த்திருக்கிறான். ஷர்மிலி படத்தைப் பார்த்தபிறகு அந்தத் தியேட்டரின்பேரில் அவனுக்குத் தனிப்பட்ட ஒரு விருப்பம் வந்துவிட்டது.

ஷர்மிலி படம் பார்க்கப் போனபோதும், காலேஜ் முடித்து விட்டு வேலையில்லாமல்தான் உட்கார்ந்திருந்தான். ஹை ஸ்கூலுக்குப் பிறகு காலேஜில் அவன் யாருடனும் நெருக்கமாகவே பழகவில்லை. இதற்கு விசேஷமான காரணங்கள் ஏதும் கிடையாது. கணேசன் மெட்ராஸ் வந்துவிட்ட பிறகு அவனுடைய ஒரே நெருங்கிய நண்பனும் அங்கே இல்லாமல் போய்விட்டான். வாரத்தில் மூன்று நாட்களாவது சினிமாவுக்குப் போய்விடுவான். வீட்டில் பழைய சைக்கிள் ஒன்று கிடந்தது. அதை எடுத்துக்கொண்டு செகண்ட் ஷோவுக்குக் கிளம்பிவிடுவான். அப்பாகூடச் சத்தம் போடுவார். ஆனாலும் அவனுக்கு செகண்ட் ஷோ பார்க்கத்தான் பிடித்திருந்தது. ஆள் நடமாட்டம் இல்லாத ஆற்றுப் பாலத்தின் மீதும் தனிமையான சாலையிலும் அந்த நேரத்தில் மெதுவாகச் சைக்கிளில் வருவதை இன்னும்கூட மறக்க முடியவில்லை. அப்போது பார்த்ததுதான் ஷர்மிலி. அந்த நேரத்தில் அவனுக்கு இருந்த மனோ நிலையும், ஒரு வேளை அந்தப் படம் பிடித்துப் போனதற்குக் காரணமாக இருக்கலாம். வேலைக்காக ஊரில் எவ்வளவு பேர்களைப் போய்ப் பார்த்திருக்கிறான். நாளைக்கே கிடைத்துவிடுகிற மாதிரி தோன்றிய வேலை வாய்ப்புகள்தான் எத்தனை வந்து போய்விட்டன.

ராக்கியின் துரதிருஷ்டமான வாழ்க்கையைப்பற்றி பின்னால் அவனுக்குத் தெரியவந்தபோது, அவளை அவனால் மறக்கவே முடியவில்லை. மூக்கு முனைக்குக் கீழே விரலை அழுத்தி எடுத்தது மாதிரிப் பள்ளம் விழுந்திருக்கும் ராக்கிக்கு. அதற்காகவேகூட அவளைப் பிடித்துவிட்டது. அவளுடைய வாழ்க்கை ஏன் இப்படி ஆயிற்று? மாடியிலிருந்து கிழித்துப் பறக்கவிட்ட பேப்பர்த் துண்டுகள் மாதிரி, எந்த இடத்தில் தலை சாய்ப்பது என்று தெரியாமல் இருக்கிறாளே?

12

'இறங்கு... இறங்கு... என்னப்பா யோசனை' என்று கணேசன் அவசரப்படுத்தினான். ரயில் குரோம்பேட்டைக்கு வந்திருந்தது. அப்படியே அந்த ரயிலில் தன்னந்தனியே பீச்வரை போய்விட்டு வரவேண்டும் போல் இருந்தது. ரயிலிலிருந்து இறங்கியதும் எதிரேயிருந்த பிளாட்பாரத்துப் பெஞ்சில் அன்று மத்தியானம் பார்த்த தச்சுஆசாரி உட்கார்ந்திருந்தார். மத்தியானம் பார்த்ததை விட ரொம்பச் சோர்ந்து, முகமெல்லாம் வெளுத்துப் போயிருந்தார். அவரை அங்கே பார்த்தது அவனுக்கு ரொம்பவும் ஆச்சரியமாக இருந்தது. அவனைப் பார்த்த ஞாபகத்தில் லேசாக அவனை உற்றுப் பார்த்தார். அவரிடம் சென்று ஏதாவது பேசலாமா என்று நினைத்தான். கணேசனை நினைத்ததும்

பேசாமல் அவன் பின்னால் போய்விட்டான். அவர் அன்று பூராவும் வேலையில்லாமல்தான் அலைந்திருக்கிறார். வேலாயுதன் நாயர் கடையில் அப்போது சாப்பிட்ட டீக்குப் பிறகு வேறு எதுவும் சாப்பிட்டிருக்கவே மாட்டார் போல. அவருடைய வீடு எங்கே இருக்கும்? வீட்டில் எத்தனை பேர் இவரை எதிர்பார்த்து உட்கார்ந்திருக்கிறார்களோ? அன்று இரவும் சாப்பிடாவிட்டால் அவரும் அவருடைய வீட்டாரும் என்ன ஆவார்கள்?

ஆனால் ரொம்பப் பேர்கள், உலகம் பூராவுமே சந்தோஷ மாக இருக்கிறது என்கிறமாதிரி பேசிச் சிரித்துக்கொண்டே ரயிலிலிருந்து இறங்கிச் சென்றுகொண்டிருந்தார்கள். அவர்களைப் பார்த்ததும் ராதாவுக்கு மனத்தில் ரொம்பக் கோபமாக இருந்தது. வேலை பார்க்கிறவர்களை எல்லாம் அடித்து விரட்டவேண்டும் போல் இருந்தது. அந்த ஆசாரியும் இவர்களைப் போல இந்த நாட்டுப் பிரஜைதானே..! இத்தனை பேர்களும் கும்பல் கும்பலாகப் பாரீஸ் கார்னரிலிருந்து சந்தோஷ மாகத் திரும்பிக்கொண்டிருக்க அவர் மட்டும் ஏன் வேலைக்காக அலைந்து திரிந்து சோர்ந்து உட்கார்ந்திருக்க வேண்டும். இந்த நாட்டுக்கு அவர் வேண்டாதவராகப் போய்விட்டாரா? வேலை பார்த்துவிட்டுத் திரும்புகிற இவர்களுக்குத்தான் வேலை யில்லாதவர்களைப் பார்த்து எப்படி வெட்கமே இல்லாமல் போய்விட்டது. ஏதோ ஒரு ரயில் எதிர் தண்டவாளத்தில் சென்றது. ராதாவுக்குக் கணேசனைப் பார்க்கக்கூட வெறுப்பாக இருந்தது.

'ஏய்... என்னப்பா பேசாமலே வந்துக்கிட்டிருக்கே..?' என்றான் கணேசன்.

'என்னத்தைப் பேசணும்கிற..?'

கணேசனுக்கு அவன் இப்படிச் சொன்னது ஆச்சரியமாக இருந்தது. பிறகு அவனே சிரித்துக்கொண்டே கேட்டான்.

'ஏன் பாலன்ஸ்டாவே இருக்கமாட்டேங்கிறீயே?'

'வேலையில்லாதவன் எப்படி பாலன்ஸ்டா இருக்கணும்னு நெனைக்கிற..?'

'வேலை இல்லைங்கிறதுக்காக எரிச்சல் படணுமா..? அப்படி எல்லாருமே எரிச்சல் பட்டுட்டா என்ன ஆறது..? நீ என்னமோப்பா ரொம்ப ஒரு மாதிரியாத்தான் கீழே விழுந்துக்கிட்டிருக்கே.'

'நான் ஒண்ணும் ரிஷி இல்லை. வேலை இல்லேங்கிறதுக் காகக் கண்ணை மூடித் தியானம் பண்ணி மனத்தைச் சமனப் படுத்த முடியாது. வேலை இருக்கிறவன்தான் அமைதியா இருக்க

முடியும். வேலை இல்லாதவன் அமைதியா இருக்கவே முடியாது... உன் இஷ்டத்துக்கு உலகம் இயங்காது...'

'ஏய்... நீ என்ன இருந்தாலும் படிச்சவன்தானப்பா? உனக்கும் மத்தவங்களுக்கும் ஒரு வித்தியாசம் இருக்கு... மொதல்ல நீ அதை மனசுலே வச்சுக்கோ...'

'கணேசா, நீ சொன்னதையே சொல்லிக்கிட்டிருக்காதே. வேலையில்லாதவன் மனசு அமைதியா இராது. மனசு நல்லா சந்தோஷமா இல்லாதவன் கேலி பண்ணி எப்பிடிப் பேச முடியும். . ? நீ சொல்ற பாலன்ஸ் வானத்துல இருந்தா மனசுல குதிச்சிட முடியும்கிற. . ? நான் எத்தனை நாளைக்குப் பொய்யா அந்த மாதிரி பாலன்ஸ் பண்ணிக்கிட்டு இருக்க முடியும். . ?'

லெவல் கிராசிங்கைத் தாண்டிவிட்டார்கள். அந்தப் பக்கம் இருந்த கடைகளில் ஒரே கூட்டமாக இருந்தது. கணேசனுக்கு, கடைசியாக அவன் சொன்னது சரியாக இருந்த மாதிரி இருந்தது. கேட்டைத் தாண்டியதும் வழக்கம் போல ரிக்ஷாக் காரர்களின், 'ரிக்க்ஷா வேணுமா சார்... ரிக்ஷா வேணுமா சார்' குரல்கள் தன்னிச்சையாகக் கேட்டன. ரயில்வே கேட்டைத் தாண்டி தாரா சிங் பயில்வானே போனால்கூட ரிக்ஷா வேணுமா என்று கேட்பது போல, கேட்டைத் தாண்டி எந்த மனித உருவம் வந்தாலும் அதனிடம், 'ரிஷா வேணுமா' என்று கேட்பது எத்தனையோ ஆண்டுகளாக அந்த இடத்தில் நடக்கிறது.

சிறிது தூரம் நடந்தபிறகு கணேசன் சொன்னான், 'ஸ்டுவர்ட் ரொம்ப நல்ல மனுஷம்பா... எப்டியாவது இந்த வேலைய உனக்குப் போட்டு தந்திடுவார்ன்னுதான் நெனைக்கிறேன். அந்த ஆளுக்கு என்மேலே ஒரு நல்ல எண்ணம் உண்டு. ஆபீஸ்ல எப்ப ஓ.டி. பண்ணச் சொன்னாலும் நான் ஓ.டி. பண்ணுவேன். இது அவருக்கு ரொம்ப பிடிச்சுப்போச்சு. . .'

'நான் அந்த வேலையை எப்படிப் பார்ப்பேனா, பார்க்க மாட்டேனாங்கிறது முக்கியமில்லை. உனக்கு வேண்டியவனா வேண்டாதவனாங்கிறதுதான் ரொம்ப முக்கியம்' என்றான் ராதா.

'வேலைக்கு எடுக்கிறவங்க தெரிஞ்ச ஆளான்னுதான் பார்த்து எடுப்பாங்க. . ? இதுல என்ன தப்பு. . ?'

ராதா அதற்கு ஒன்றும் பதிலே சொல்லவில்லை. பேசாமல் நடந்துகொண்டிருந்தான். முகைதீன் ராவுத்தர் பலசரக்குக் கடையைத் தாண்டிப் போகும்போது, கடைப் பக்கமிருந்து வெல்லத்தின் ஊளை நாற்றம் வந்தது. கடைப் பக்கம் திரும்பிப் பார்த்தான் ராதா. தபேலாமணியின்

தம்பி ராசு, கடைக்குள் நின்று எதையோ நியூஸ் பேப்பரில் கட்டிக்கொண்டிருந்தான்.

13

பிள்ளையார் கோயில் பக்கம் போனதும் கணேசன் ராதாவைப் பார்த்துக் 'கோயிலுக்குப் போகலாம்' என்றான். அதைச் சொல்லும்போது அவனுடைய குரல் பக்தி உணர்ச்சியினால் பணிவாகக் கேட்டது. செருப்பை வாசலில் உட்கார்ந்திருந்த பையனிடம் கொடுத்துவிட்டு உள்ளே போனார்கள். அந்தப் பையனுக்குப் பக்கத்தில் சில இளைஞர்கள் நெற்றியில் விபூதி குங்குமத்தோடு ஏதோவொரு சினிமாவைப்பற்றிப் பேசிக்கொண்டிருந்தார்கள். அது ஒன்றும் புது விஷயமே அல்ல. குள்ளமாக இருந்த ஒரு பையன் தன்னை மறந்து அந்தப் படத்தை விவரித்துக்கொண்டிருந்தான். ராதாவுக்குக் கோயிலுக்குப் போகவே இஷ்டமில்லை. தனக்கும் கணேசனுக்கும் இது வரையிலும் இல்லாத புதிய இடைவெளியை இன்று தான் பார்த்துவிட்டது மாதிரி இருந்தது ராதாவுக்கு.

பிரகாரத்தைச் சுற்றி வரும்போது கணேசன் மெதுவாக ராதாவிடம் சொன்னான். 'இந்தப் பிள்ளையார் ரொம்ப சக்தி வாய்ந்த பிள்ளையார். நாம நினைச்சது நடக்கும்... உனக்கு இந்த வேலை கிடைச்சா ஐம்பது தேங்காய் விடலை போடறேன்னு வேண்டியிருக்கிறேன்...' என்றான் கணேசன்.

அவன் தன்மீது கொண்டுள்ள உண்மையான அக்கறையும் அவனது பேதமைத்தனமும் ஒரே நேரத்தில் வெளிப்பட்டதைப் பார்க்க வேடிக்கையாக இருந்தது ராதாவுக்கு. தன் தொழிற் சாலையில் யூனியனிலும் இருந்துகொண்டு கடவுளையும் மனப்பூர்வமாக நம்புகிறான். அதே சமயத்தில் ஸ்டுவர்ட்டைப் போய்ப் பார்த்து வேலை வாங்க முடியும் என்று நினைக்கிறான்.

எத்தனையோ படித்த இளைஞர்கள் தேவி தியேட்டர் வாசலிலும் பெண்கள்கல்லூரிகளுக்கு முன்பும் காத்துக் கிடக்கிறபோது, இந்த முருகானந்தம் மட்டும் எப்படி இத்தனை பேரிலும் தனியாக வந்துவிட்டான். அவன் எங்கே போனாலும் அவனைச் சுற்றிக் கூடிவிடுகிறார்களே. அவனுடைய காலடி யில் அவர்கள் மயங்கி விழுந்துகிடக்கிறார்களா? அல்லது முருகானந்தம்தான் அவர்கள் காலடியில் விழுந்து கிடக்கிறானா? எப்படி, தான் பார்க்கிறவர்களையெல்லாம் கட்டிப்போட்டுப் பிணைத்துவிடுகிறான்? அவனுக்கு மிஞ்சிப் போனால் என்ன வயதிருக்கும்? இருபத்து ஐந்துகூட இருக்காது.

ஒரே ஒரு நாள்

இவ்வளவு சின்ன வயதில் உலகத்தைப் புரிந்துகொண்டு வழி நடத்திக்கொண்டு போகத் தெரிந்துகொண்டுவிட்டது பெரிய ஆச்சரியம்தான்.

'உனக்கு வரவர ஒண்ணுலேயும் நம்பிக்கைங்கறதே இல்லாமல் போயிட்டுது ராதா...' என்றான் கணேசன். பஜாரைத் தாண்டி வீடுகள் தொடங்கும் பகுதிக்கு வந்திருந்தார்கள். அவர்களுக்கு முன்னால் பாம்பே மிட்டாய் விற்கிற வடக்கத்திக்காரப் பையன், கையில் தாங்குக்கட்டையுடன் லாந்தி லாந்திப் போய்க் கொண்டிருந்தான். அவனுடைய ஆட்டத்துக்கு ஏற்ற மாதிரி அவன் கட்கத்தில் இருந்த பெட்ரோமாக்ஸ் லைட் வெளிச்சமும் ஓடி ஓடித் திரும்பியது.

தெரு முனையில் இருந்த ஒரே ஒரு விளக்கும் அணைந்து கிடந்தது. ஒரு ஒழுங்கின்றி விட்டுவிட்டு வீடுகளில் விளக்குகள் எரிந்துகொண்டிருந்தன. மின்சார ரயில் வருகிற சத்தம் மட்டும் தெளிவாக விட்டுவிட்டுக் கேட்டுக்கொண்டிருந்தது. ஐம்பது வருஷங்கள் கழித்து வந்தாலும் அந்த இடத்தில் மின்சார ரயில்கள் ஓடுகிற சத்தம் அதே மாதிரிதான் கேட்டுக்கொண்டிருக்கப் போகிறது. அந்த வீடுகளில் இருந்தவர்கள் எத்தனையோ பேர்கள் இறந்து போயிருக்கலாம். அது போலவே புதிதாக நிறையக் குழந்தைகள் பிறந்திருக்கலாம். அந்த மின்சார ரயில்களை ஓட்டிக் கொண்டு போகிற டிரைவர்களும் கார்டுகளும்கூடப் புதிதாக நியமிக்கப்பட்டிருக்கலாம். பல்லாவரம் கல் குவாரி அப்போது இருக்குமா! நிச்சயமாக இருக்கும் என்று சொல்ல முடியாது.

நகரங்களில் உள்ள மனிதர்கள் தங்கள் வழக்கப்படியே அந்த மலையைத் தூர்த்துவிட்டு இந்த இடத்தில் பிரம்மாண்டமான கட்டடத்தைக் கட்டியிருப்பார்கள். கல் குவாரியில் வேலைபார்த்த நூற்றுக்கணக்கான தொழிலாளர்கள்..?

இது என்ன பிரமாதம்? அவர்கள் எப்போதோ க்ஷயரோகம் போன்ற ஏதாவது ஒரு வியாதியினால் மரித்துப் போய் அவர்களுடைய குழந்தைகள் உருவாகியிருப்பார்கள். அவர்களும் வேறு எங்காவது மலையைத் தேடிக் கண்டுபிடித்து, வாரச் சம்பளத்துக்காகக் கல் உடைத்துக்கொண்டிருப்பார்கள். மலைகளுக்குப் பஞ்சம் வரும்வரை இந்தச் சம்பவம் தொடர்ந்துகொண்டிருக்கலாம். அப்போது பிள்ளையார் கோவிலும், கணேசனும், ஸ்டுவர்ட் போன்ற வெள்ளைக் காரனும், வேலையில்லாத இளைஞர்களுக்காகப் போராடப் போகிற முருகானந்தமும் கூட இருப்பார்களா? இப்படியே இருந்தால் இந்த வாழ்க்கை எவ்வளவு கேவலமானது?

தலைவாசல்படியில் நுழையும்போது குருவம்மா பாட்டியின் மூத்திரவாடை அந்த இருட்டுடன் கலந்து படு மோசமாக வீசியது. கணேசன்தான் முன்னால் போனான். ருத்ரப்ப நாயுடு இன்னும் கடையிலிருந்து திரும்பவில்லை போல. அவருடைய சம்சாரம் முற்றத்திலேயே கட்டில் போட்டுப் படுத்திருந்தது. அவளுக்குக் கீழே தரையில் மீராவின் அம்மாவும் அவள் பையன் ரமேஷும் பாயில் படுத்திருந் தார்கள். கணேசன் முன்னால் போய்க்கொண்டே ராதாவிடம், 'பார்த்து வா ராதா... எல்லாரும் படுத்திருக்கிறாங்க...' என்றான். மீராவின் வீட்டுக் கதவு சாத்தியிருந்தது. கதவுக்கு அடியிலிருந்து லேசாகத் தெரிந்த வெளிச்சத்தில் அவள் வீட்டு வாசலருகே சுவரை ஒட்டி ஒரு ஜோடி செருப்பு கிடந்தது. அது மீஞ்சூர் நாயுடுவின் செருப்பு.

மொட்டை மாடியில் சுந்தரம் மட்டும் தனியே இருட்டில் உட்கார்ந்திருந்தான். வாயில் சிகரெட் நெருப்பு விட்டு விட்டுக் கனிந்துகொண்டிருந்ததைப் பாதிப் படிக்கட்டு ஏறும்போதே ராதாவும் கணேசனும் பார்த்துவிட்டார்கள்.

இரண்டு பேருமே சுந்தரத்துக்குப் பக்கத்தில் போய் உட்கார்ந்தனர். கணேசன் அசதியில் சுந்தரத்துக்குப் பக்கத்தி லேயே தரையில் படுத்துவிட்டான். சுந்தரம் அவசர அவசரமாக, 'ஏய். . . கணேசா. . . தலையணையிலே படுப்பா. . . அது வெயில் அடிச்ச தரை. சூடா இருக்கும்...' என்றான்.

'பரவாயில்லை... சும்மா கொஞ்ச நேரந்தானே? தாம்பரம் போயிட்டு வந்தது கால் எல்லாம் வலிக்கிறது...' என்றான் கணேசன். ராதா ரூமுக்குப் போய் லைட்டைப் போட்டு உடை மாற்றிக்கொண்டிருந்தான்.

'போன காரியம் என்னப்பா ஆச்சு?'

'துரைகிட்டே சொல்லியிருக்கு. அனேகமா இந்த வேலை கிடைச்சிடும். ஆனால் ராதாவுக்குத்தான் நம்பிக்கையே இல்லை...'

'அவன் என்னப்பா பண்ணுவான்! புள்ள எத்தனை ஆபீஸ் படி ஏறி இறங்கி சோர்ந்து போயிட்டான்... அவனுக்கு இன்னமே எந்த வேலையும் கையிலே கிடைச்சாத்தான் நம்புவான்...' என்றான் சுந்தரம்.

'ஏ பாவி! நீ இன்னமுமா தூள் போடறே. . ? ஒடம்பு என்னத்துக்குடா ஆகும். . ?'

சுந்தரம் சிரித்தான். சிரிக்கும்போது இருமல் வந்துவிட்டது. சளியைக் காறி, தலையை நீட்டி, தூர எட்டி சுவர் ஓரமாகத் துப்பினான்.

‘ஏய் கணேசா, மனுஷன்னு இருந்தா மனசு இல்லாம இருக்குமாடா. . ? இந்த மனசை மட்டும் நான் ஜெயிச்சிட்டா நான்தான்டா உலகத்துலயே பெரிய்ய ஆளு. . !’

‘தூள் போடறதை நிறுத்தப் பாருடான்னா மனசு அது இதுன்னு வேதாந்தம் பேசிக்கிட்டிருக்கிறே...’ என்றான் கணேசன்.

ராதாவும் சுந்தரத்துக்குப் பக்கத்தில் வந்து உட்கார்ந்தான்.

‘யம்மா நீ மனசால ரொம்பப் பெரிய ஆளுதாம்பா... ஆனா உலக வெவகாரத்துல நீ இன்னும் சின்னப் பையன்தான். என்ன ராதா, நான் சொல்றது கரெக்ட்தானே. . ?’ என்று சொல்லி விட்டுச் சிகரெட்டை இழுத்தான்.

‘ஆமா நீ பெரிய தாத்தா, அவன் ஒனக்கும் தாத்தாவாக்கும் அவன் கிட்டே போயிக் கேட்கிறீயே? நீ மாடு மாதிரி வளர்ந்திருக்கே. உனக்குப் புத்தியில்லே... நீ அவன, சின்னப் பையனைப் போயி சாட்சிக்குக் கூப்பிடுதியாக்கும்... நீ உருப்படவே மாட்டடா சுந்தரம்...’

‘டேய், சொல்லிக்கிட்டே இருக்கே. ஒரு நாள் பாரு நான் எம்புட்டுப் பெரிய ஆளா வாறேன்னு...’ என்று சொல்லி விட்டு லேசாக நிறுத்தியவன் திரும்பவும் தொடங்கினான். ‘டேய் கணேசா, நான் செத்துப் போயிட்டேன்னா நீ என்னடா பண்ணுவே!’ என்றான் திடீரென்று. குரலில் ஒரு நடுக்கமோ, தொய்வோ ஏற்படாமல் ரொம்பச் சாதாரணமாகக் கேட்டு விட்டான். அதைக் கேட்டதும் கணேசன் பட்டென்று எழுந்து உட்கார்ந்தான். ராதா சுந்தரத்தையே பார்த்துக்கொண்டிருந்தான்.

‘மடையன். . ! மடையன். . ! என்னடா செத்த பேச்சுப் பேசுத. . ?’

‘நெசமாத்தான்டா கேக்கறேன் கணேசா. . ! நான் செத்துப் போனா நீதான்டா தூக்கிப் போடணும். இந்தச் சுந்தரம் பயலுக்கு வேற யாரு நாதி இருக்கா?’

கணேசன் சுந்தரத்தின் முதுகில் அறைந்தே விட்டான். ‘தடித்தனமாகப் பேசாதே. . !’ என்றான்.

அதற்குப் பிறகு சுந்தரம் அழ ஆரம்பித்துவிட்டான். கணேசனின் மடியில் தலையை வைத்துக்கொண்டு ரொம்ப நேரத்துக்குப் பொங்கிப் பொங்கி அழுதுகொண்டிருந்தான். கணேசன் எவ்வளவோ சொல்லியும் அவனால் அழுகையை நிறுத்தவே முடியவில்லை. ‘இந்தப் பைத்தியக்காரப் பயலைப் புரிஞ்சுக்கிடவே முடியாது. . !’ என்றான் கணேசன் ராதாவிடம்.

ராதாவுக்கு அந்தச் சம்பவமே ரொம்ப ஆச்சரியமாக இருந்தது. சுந்தரத்திடம் இந்த மாதிரியான பகுதிகள்கூட இருக்கின்றன என்பது அவனை ரொம்பவும் பாதித்துவிட்டது.

'வெறும் பைத்தியக்காரன்னா இவன்தான் வெறும் பைத்தியக்காரன்' என்று ராதாவிடம் திரும்பத் திரும்பச் சொல்லிக்கொண்டிருந்தான் கணேசன். ராதாவுக்குக் கண் கலங்கிவிட்டது. இவ்வளவு ஆழமாகத் தன் மனத்தை சுந்தரம் ஒரு நாளும் காண்பித்ததே இல்லை.

கொஞ்ச நேரத்திலேயே சுந்தரம் தூங்கிப் போய்விட்டான். அதற்குப் பிறகு ராதாவும் கணேசனும் அறைக்கு வந்து இருக்கிற சோற்றைப் பிழிந்து வைத்துக்கொண்டு சாப்பிட்டார்கள். கணேசன் எந்த ஆடி கோடையாக இருந்தாலும் மொட்டை மாடியில் படுக்கவேமாட்டான். அன்று என்னவோ அவனுக்குச் சுந்தரத்துக்குப் பக்கத்தில் படுக்கவேண்டும் என்று தோன்றி அவனருகே பாயை விரித்துப் படுத்துக்கொண்டான். ராதா ரொம்ப நேரம்வரை அறையில் ஜன்னலருகே ஸ்டூலைப் போட்டுக் கொண்டு எதையெல்லாமோ யோசித்தபடியே உட்கார்ந் திருந்தான். மின்சார ரயில்கள் ஓடுகிற சத்தமெல்லாம்கூட ஓய்ந்துவிட்டது. எதிர்த்த வீட்டு மெடிக்கல் ஸ்டோர்ஸ்காரர் ரொம்ப நேரம் கழித்து காரை ஓட்டிக்கொண்டு தன் வீட்டுக்கு முன்னால் வந்து நிறுத்தினார். அவருக்குக் கார் ஷெட் கிடையாது. ரோட்டில்தான் காரை நிறுத்துவார். அவருக்குக் கதவைத் திறப்பதற்காக வெளியே வந்த அவருடைய மனைவி எதிர்த்த மாடியில் விளக்கு எரிகிறதைப் பார்த்து அண்ணாந்து பார்த்தாள். அவர் அவளைத் தாண்டிக்கொண்டு வீட்டினுள்ளே போனபிறகும், அவள் வாசலிலேயே வேண்டுமென்றே கொஞ்சம் தாமதித்து, திரும்பவும் ஒரு தடவை அவன் முகத்தைப் பார்த்துவிட்டுக் கதவைச் சாத்திக்கொண்டு போனாள்.

மெட்ராஸுக்கு நேற்று வந்தது மாதிரித்தான் இருக்கிறது. அதற்குள் எவ்வளவு நாட்கள் ஆகிவிட்டன. கத்தியை மாற்றி மாற்றிப் பிடித்துச் சாணை தீட்டுகிற மாதிரி எங்கே ஆரம்பித் தாலும் நினைவு மீராவிடமே சென்றது.

தாம்பரத்துக்குப் போய்விட்டுத் திரும்பும்போது அந்தச் சன்னமான இடைவெளியினூடே, மீரா வீட்டு வாசலில் மீஞ்சூர் நாயக்கரின் செருப்புகள் கிடந்தனவே? அப்போது மீரா உள்ளே என்ன செய்துகொண்டிருந்திருப்பாள்? அவரோடு சிரித்துப் பேசிக்கொண்டிருந்திருப்பாளா? இதற்குமேல் நினைத்துப் பார்க்க முடியவில்லை. மனசு முட்டிக்கொண்டு

வந்தது. உடம்பெல்லாம் என்னவோ மாதிரியாக, காய்ச்சல் வரப்போகிற மாதிரி இருந்தது.

இனி சென்னையில் இருப்பதில் அர்த்தமே இல்லை என்று தோன்றியது. தாம்பரத்திலிருந்து வரும்போது கணேசனிடம் பேசிக்கொண்டு வந்தபோது இருந்த உற்சாகமெல்லாம் இப்போது கண் மூடித் திறக்கிற நேரத்தில் எங்கோ மாயமாக மறைந்துபோய்விட்டது. திரும்பத் திரும்பச் சகதிக்குள் நடக்கிற மாதிரி இருந்தது.

கீழே யார் வீட்டிலோ கதவைத் திறக்கிற சத்தம் கேட்டது. ஒரு வேளை அது மீரா வீட்டில்தானோ? அதற்கு மேலும் ஸ்டூலில் உட்கார்ந்திருக்க முடியவில்லை. மாடிப்படி அருகே நின்றுகொண்டு கீழே பார்த்தான். மீராவேதான். மீஞ்சூர் நாயக்கர் பம்ப் ஓரமாகக் குனிந்து கையைக் கழுவிக்கொண் டிருந்தார். செம்பில் தண்ணீர் விட்டுக்கொண்டிருந்தாள் மீரா. பட்டுப்புடைவையும் தலை நிறையப் பூவும் வைத்திருந்தாள். மீஞ்சூர் நாயக்கர் மேல் துண்டில் கையைத் துடைத்துவிட்டு உள்ளே போய்விட்டார். மீராவும் தன்னுடைய கையைக் கழுவி விட்டுத் தற்செயலாக மாடிப் பக்கம் அண்ணாந்து பார்த்தாள். ராதாவைப் பார்த்ததும் அவளுக்கு எதுவுமே ஓடவில்லை. அவனைப் பார்த்துச் சிரிக்கவேண்டுமா, அல்லது ஒன்றுமே பேசாமல் உள்ளே போய்விடவேண்டுமா என்று தெரியாமல் தத்தளித்தாள். ஒரு நிமிஷம் போல அவனையே பார்த்துக் கொண்டிருந்துவிட்டு, முகத்தில் எதையுமே காட்டிக்கொள்ளாமல் தலையைக் குனிந்துகொண்டே உள்ளே போய் உடனே கதவைச் சாற்றிக்கொண்டுவிட்டாள்.

அந்த இடத்திலேயே ரொம்ப நேரம்வரை நின்று கொண்டிருந்தான். அப்படியே மாடிப்படி இறங்கிப் போய் அவளைக் கூட்டிக்கொண்டு வந்துவிடவேண்டும் போல் இருந்தது. அல்லது அப்படியே ஸ்டேஷனுக்குப் போய் ரயிலேறி ஊருக்குப் போய்விட வேண்டும்.

மீரா இதற்கு என்ன சமாதானத்தைச் சொல்லமுடியும்! இது எவ்வளவு மோசமான வஞ்சனை? அன்று மத்தியானம் தானே அவனுடைய காலடியில் தன்னுடைய உலகமே கொட்டிக் கிடக்கிறது என்கிற மாதிரி நடந்துகொண்டாள். அதற்குள், ஒரு அரை நாள் பொழுதுக்குள் மனமும் கொண்டிருந்த அன்பும்கூட அவ்வளவு சீக்கிரத்தில் மாறிப் போய்விட முடியுமா? மீரா வீட்டுக் கதவைத் தட்டி அவள் கால்களைக் கட்டிக்கொண்டு அழுதால் என்ன? இந்த மாதிரி நிராகரிக்கக்கூட அவளுக்குத் தெரிந்திருக்கிறதே. இது நிஜமாகத்தான் நடந்ததா? நிஜமில்

லாமல் என்ன? மீராவேதான் அதைச் செய்தது. வேறு யாருமா அப்படிச் சலனமற்ற முகத்தோடு தலையைக் குனிந்துகொண்டு வீட்டினுள் சென்று கதவைத் தாழிட்டுக்கொண்டார்கள்?

அறைக்குள் வந்து விளக்கை அணைத்துவிட்டு படுத்துக் கொண்டே ரொம்ப நேரத்துக்கு அழுதுகொண்டிருந்தான். இரண்டாவது ஆட்டம் சினிமா முடிந்துபோகிற சந்தடியெல்லாம் கூட அடங்கிப் போய்விட்டது. அழுகையை நிறுத்தவே முடிய வில்லை. விடையே இல்லாத அந்தக் கேள்வியை எப்படி மறப்பது? என்று தெரியவில்லை. மீரா ஏன் அப்படிச் செய்தாள்? மீராவால் எப்படி இது முடிந்தது என்று பல மாதிரி நினைத்துக்கொண்டே அழுதுகொண்டிருந்தான். அவளுடைய இரக்கமும் அன்பும் அவன் அனுபவித்திராத ஒன்றல்ல. அதனால்தான் அவளுடைய போலியான அந்தச் செயல் மிகக் கொடூரமாக, திரும்பத் திரும்ப மனத்தில் வந்து மோதியது. இனிமேல் இந்த ஊரில் இருப்பதற்கு என்ன இருக்கிறது? மீராவே இப்படிச் செய்து விட்ட பிறகு இனி என்ன இருக்கிறது? நிஜமாகவே உலகம் ரொம்பக் குரூரமானதுதானா?

காலையில் அவன் தூங்கி விழித்தபோது அறையில் யாருமே இல்லை. கணேசன், சுந்தரம் எல்லாருமே போய்விட்டார்கள். தொலைவில் மின்சார ரயில் ஓடுகிற சத்தம் கேட்டது. லேசாகத் திறந்துகிடந்த அறைக் கதவின் வழியே மொட்டை மாடியில் மீரா தலையில் ஈரத் துண்டை சுற்றிக் கொண்டை போட்டுக்கொண்டு துணிகளைக் காயப்போட்டுக்கொண்டிருந்தது தெரிந்தது. ரமேஷும் அவளுடன் ஓடி ஓடி, சிறு சிறு துணிகளைத் தரையில் விரித்துக்கொண்டிருந்தான். இன்னும் கொஞ்ச நேரத்தில் முருகானந்தம் வருவான் என்று தோன்றியது.

தினமணி கதிர், 1983

பிணந்தூக்கி

ரங்கன் வருவதற்கு முன்பே ராஜாங்கம், அம்சு, கிருஷ்ணன் மூன்று பேரும் மரத்தடியில் வந்து உட்கார்ந்திருந்தார்கள்.

ரங்கன் வருவதைப் பார்த்ததும், துஷ்டி வீட்டுக்கு வந்திருந்த ஆட்களோடு கட்டிலில் உட்கார்ந்திருந்த நமச்சிவாயம் பிள்ளை எழுந்து வந்தார். 'என்னடே ரெங்கா... இம்புட்டு நேர மாயிட்டுதா? எங்க போயிருந்த? ஒனக்குச் சொல்லி யனுப்பி ரொம்ப நேரம் ஆச்சே..., என்னடா இன்னும் வரக் காணலையேன்னு பாத்தேன். அம்சு, ராஜாங்கம் எல்லாம் அப்பமே வந்துட்டாங்க...' என்றார்.

'இல்லய்யா... ஒரு வேலயா மேலப்பாளையம் வரைக்கும் போயிருந்தேன்... வந்ததும் என் வூட்டுக் காரி இந்த மாதிரி வெசயம்னு சொன்னா... வூட்டுக் குள்ள கூட நொழையல... அந்தானக்கி, ரோட்டுல நின்னமானைக்கே அப்பிடியே ஓடியாரேன்... என்னய்யா, இப்பிடிப் போயிட்டாகளே? நாலஞ்சு நாளைக்கி முன்னதான வாகையடி முக்குல வச்சு அய்யாவப் பாத்தேன்... ரொம்ப வெசாரிச்சாவளே? இப்பிடியா சாவு வரணும்? மெட்ராஸ்ல இருந்து சின்ன அய்யா, மக, மருமக்கமாருக எல்லாம் வந்தாச்சா?" என்று கேட்டான் ரங்கன்.

'மெட்ராஸ்காரன்கூட இப்ப சித்த மிந்தித்தான் வந்தான். நேத்துச் சாயந்தரமே தந்தி குடுத்தாச்சு, அவன் அவ்வளவு தூரா தொலைவுல இருந்து

வண்ணநிலவன்

வந்துட்டான். இந்தா இங்கன இருக்க டோனாவூர்க்காரியத் தான் இன்னும் காணலை. மத்தியானம் மூணு மணிக்கே சீவம் போயிட்டுது. சாயந்தரம் அஞ்சு அஞ்சரைக்கெல்லாம் கையில துட்டக் குடுத்து எல்லா ஊருக்கும் சொல்லிட்டு வரச்சொல்லி ஆள அனுப்பிச்சாச்சு. விட்டலாவரம், தாதங்குளம், வாழவல்லான், நெடுங்கரை எல்லாம் போயிட்டுக் கடைசியா திருச்செந்தூரில் இருந்து அப்பிடியே டோனாவூர் போயிருப்பான் போல. ஒருவேள, ராத்திரி வண்டி கெடையாம அங்க எங்கயாவது தங்கிப் போட்டு காலம்பற மொதல் வண்டிக்கி டோனாவூர் போயிருப் பான்னு நெனைக்கேன். அதான் இம்புட்டு நேரமாவுது . . . அங்க அவ நெலம எப்பிடியோ தெரியல. கௌப்புக்கடைய சட்டுப் புட்டுன்னு பூட்டிப் போட்டுப் பொறப்பட்டுர முடியுமா? முன்னையும் பின்னையுமா ரெண்டு பிள்ளைக வேற இருக்குது . . . நல்லவேளை! நீயும் வந்துட்ட . . . கவலை விட்டுது. ஒன்னைக் காணலன்னதும் என்னமோ ஏதோன்னு பயந்துக் கிட்டிருந்தேன் . . . 'ரெண்டு பத்து ராம் பாப்புலர் வண்டி ஒண்ணு இருக்கு மாப்பிள்ளே'ன்னு திருவேங்கடத்துப் புள்ள சொன்னாரு. அந்த வண்டியில் கண்டா வாராளோ என்னம்மோ. பஸ் ஸ்டாண்டுக்குத் தெரவியம் போயிருக்கான். அந்த வண்டிய மட்டும் பாத்துட்டுத் தூக்கிர வேண்டியதுதான். இன்னைக்கிச் சோமவாரம் வேற . . . கோயில்ல பூச நடக்கணும். என்னம்மோ போ, அவுஹ மண்டயப் போட்டுட்டாஹ . . . எங்கள மாதிரிக் கட்டைகள் கெடக்கோம் . . . நமக்கு என்னைக்கோ?' என்று சொல்லிக்கொண்டே போய்விட்டார் நமச்சிவாயம் பிள்ளை .

ரங்கன் அந்த வீட்டு வாசல் ஓரமாக தூணைப் பிடித்துக் கொண்டு வீட்டுக்குள் எட்டிப் பார்த்தான். பட்டக சாலையில் பெஞ்சுபோட்டு அதன்மேல் பாப்புப் பிள்ளையைக் கிடத்தி யிருந்தது. பெஞ்சைச் சுற்றிப் பெண்கள் அழுதுகொண்டிருந்தார்கள். ஒரே ஒப்பாரிச் சத்தம். தூணைப் பிடித்துக்கொண்டே எட்டி எட்டிப் பார்த்தான். பாப்புப் பிள்ளையின் மூக்குநுனி மட்டும் தான் லேசாகத் தெரிந்தது. கொஞ்சநேரம் நின்று பார்த்துவிட்டு, வேப்ப மரத்தடிக்குப் போய் அம்சு, கிருஷ்ணன் இவர்களோடு உட்கார்ந்துகொண்டான். கொஞ்சம் தள்ளி, மாலையா பிள்ளை பச்சைத் தென்னை ஓலையில் கிடுகு முடைந்துகொண்டிருந்தார். பாடை தூக்கும் சட்டம் தயாராக இருந்தது. கிடுகு முடைந்து விட்டால் வேலை முடிந்தது. ஆளைக் குளிப்பாட்டி பாடையில் தூக்கி வைக்க வேண்டியதுதான்.

ராஜாங்கத்துக்கும் இவனுக்கும் சண்டை. பேசி ஏழெட்டு மாதத்துக்குமேல் இருக்கும். ரங்கன் அவனைத் தாண்டிப்

போகும்போது வேண்டுமென்றே எச்சிலைக் காறித் துப்பினான். கிருஷ்ணன் எப்போதுமே, யாரிடமும் ரொம்பப் பேசமாட்டான். அம்சு மட்டும் ரங்கனிடம் 'வா!' என்றான்.

'மூங்கில் தண்டயம் எல்லாம் ரெடியாயிட்டுது. ஓலை மொடஞ்சாச்சுன்னா ஜோலி முடிஞ்ச மாதிரித்தான். ஓலைய வும் நாமளே மொடஞ்சிரலாம்ன்னு சொன்னேன்... அய்யா தான் நான் மொடஞ்சிருதேன்னு சொல்லிட்டாக... அவுஹளும் இன்னும் ரெண்டு வரி போட்டாஹன்னா வேலை முடிஞ்சிரும்...' என்றான் அம்சு.

நேற்றுத்தான் மழை பெய்திருந்தது. கிருஷ்ணன் தனக்கு முன்னால் ஈர மணலில் ஆடு புலிக் கட்டம், ஆனைக்கால் பாண்டிக் கட்டம், காக்காய் படம், சூரியன் என்று எதை எதையோ வரைந்திருந்தான். படம் வரைந்த வேப்பங் குச்சியின் முனை ஈர மண்ணோடு செறுமிப்போய், இரண்டாக முறிந்து பக்கத்தில் கிடந்தது.

ராஜாங்கம் அம்சுவிடம், 'மூங்கில் கெட்டுனதுக்கெல்லாம் தனியா கூலி போட்டுரணும்டே... தூக்குக் கூலி தனி. அதயும் இதயும் ஒண்ணாக்கிப்புடாதீய... சுடுகாட்டுல போயி நமக்குள்ள தகராறு வச்சுக்கிட வேண்டாம்பா... மொதல்லயே வந்திருந்து பாடை கட்டக் கூடமாட இருந்தா பாடை கட்டுக் கூலிய நாலாப் பங்கு போடலாம். கடைசி நேரத்துல வந்து உட்கார்ந்துட்டு, பொறவு அங்கன வந்து சட்டம் பேசக்கூடாது' என்றான். பக்கத்தில்தான் ரங்கன் இருந்தான். வேறு யாரையோ பற்றிச் சொல்லுகிற மாதிரி ரங்கனின் முகத்தைப் பாராமலேயே அம்சைப் பார்த்துப் பேசினான் ராஜாங்கம்.

'இப்ப யாருப்பா சண்டைக்கி வாராவ? என்ன அம்சு பேசாம இருக்க?' என்றான் ரங்கன். அவனும் ராஜாங்கத்தைப் பார்க்காமல் தான் பேசினான்.

'இங்க யாரும் ஊரு மொதலுக்கு ஆசப்படலை' என்றான் ரங்கன்.

முடுக்கு வழியாக யாரோ ஒரு பெண் கையில் ஒரு பிள்ளையைத் தூக்கிக்கொண்டு, தலையை விரித்துப்போட்டு அழுதுகொண்டே வந்தாள். ரங்கன் சொன்னது அவளுடைய அழுகைச் சத்தத்தில் சரியாக யார் காதிலும் விழவில்லை. அந்தப் பெண்ணுக்குப் பின்னால் ஒரு பையனைக் கூட்டிக்கொண்டு துணிப் பையுடன் ஒருவர் வந்துகொண்டிருந்தார்.

'யம்மா! டோனாவூர்க்காரி வந்துட்டா!' என்று யாரோ சொன்னார்கள்.

ரங்கன் அந்தப் பெண்ணின் முகத்தைப் பார்த்தான். பார்த்த முகம்தான். அந்தப் பெண் சின்னப் பிள்ளையாக இருக்கும்போது, அவளைப் பாப்புப் பிள்ளை சைக்கிளில் முன்னால் உள்ள கம்பி ஃபிரேமில் துண்டைப் போட்டுக் கட்டி அதன்மேல் உட்கார வைத்து ஆற்றுக்குக் குளிக்கப் போகும்போது, அவன் பல தடவை பார்த்திருக்கிறான். அது பெரிய மனுஷியாகி, கல்யாணம் நடந்து, அதுக்கும் இரண்டு பிள்ளைகளா?

பாப்புப் பிள்ளைதான் எவ்வளவு செல்வாக்கோடு இருந்தார். கீழ ரத வீதியில் தேரடிக்குப் பக்கத்தில் ஸ்டூடியோ வைத்திருந்தார். சின்ன வயசில் ரங்கன் அந்த ஸ்டூடியோவைத் தாண்டிப் போகும்போதெல்லாம், ஸ்டூடியோவுக்கு முன்னால் பெரிய பெரிய கண்ணாடி ஃபிரேம்களில் வைத்திருக்கிற போட்டோப் படங்களை ஒவ்வொரு தடவையும் அப்போது தான் புதுசாகப் பார்க்கிற மாதிரி ரொம்ப நேரம் நின்று பார்த்துக்கொண்டிருப்பான். குழந்தைகள் படம், திருமணத் தம்பதிகள், ஸ்நேகிதிகளாகச் சேர்ந்து எடுத்துக்கொண்ட படங்கள், தாழம்பூ வைத்துப் பெரிய ஜடையுடன் பின்னால் இருக்கிற கண்ணாடியில் அந்த ஜடை தெரிய நிற்கிற பெண்ணின் படம் என்று, விதவிதமான படங்கள் இருக்கும். பின்னால் அவனுக்குக் கல்யாணம் ஆனபோதுகூட, பாப்புப் பிள்ளை ஸ்டூடியோவில் வந்துதான் பொஞ்சாதியுடன் படம் எடுத்தான். முதல் பிள்ளை பிறந்தபோது அது குப்புற விழ ஆரம்பித்த சமயத்தில், அது குப்புற விழுந்த நிலையில் எடுத்த படமும் பாப்புப் பிள்ளை எடுத்ததுதான்.

பாப்புப் பிள்ளையுடைய அப்பா நாலைந்து வருஷத்துக்கு முன்னால் இறந்தபோது, இவன் பிணம் தூக்க வந்திருக்கிறான். அந்த வளவுக்கு ஏழு வீட்டு வளவு என்று பெயர். அந்த வளவில் நடந்த எத்தனையோ சாவுகளுக்கு இதே வேப்பமரத்தடியில் உட்கார்ந்திருந்துபாடையெல்லாம்கட்டித்தூக்கிப்போயிருக்கிறான். பாப்புப் பிள்ளையே எத்தனையோ சாவுகளுக்குக் கருப்பந் துறை சுடுகாட்டுக்கு வந்திருக்கிறார். அவனை எந்த இடத்தில் கண்டாலும் பேசாமல் போகமாட்டார். பிணத்தை இறக்கி வைத்த பிறகு, மூட்டம் பூசுகிறவரை ஆட்கள் ஆங்காங்கே மரத்தடிகளிலும், தகரக் கொட்டைகளிலும் கூட்டம் கூட்ட மாக உட்கார்ந்து பேசிக்கொண்டிருப்பார்கள். இவனும் சற்றுத் தூர நின்று, துஷ்டிக்கு வந்த ஆட்களோடு, நெல் விலை, வாய்க்கால் தண்ணீர் வரத்து, சந்திப் பிள்ளையார் முக்கில் நடந்த ஏதாவது கட்சிக் கூட்டம் என்று எதையாவதுபற்றிப்

பேசிக்கொண்டிருப்பான். துஷ்டிக்கு வந்து அப்படிப் பேசிக் கொண்டிருந்த ஆட்களையே அவன் பிணமாகத் தூக்கிவந்தும் இருக்கிறான்.

பாப்புப் பிள்ளையை நாலைந்து பேர் தூக்கிக்கொண்டு வந்து, முற்றத்தில் பலகையில் உட்காரவைத்துப் பிடித்துக் கொண்டு குளிப்பாட்டினார்கள். அம்சு, ராஜாங்கம், கிருஷ்ணன் எல்லோரும் லாட்டரிச் சீட்டைப்பற்றிப் பேசிக்கொண்டிருந் தார்கள். இவன் மட்டும் அவர் முகத்தைப் பார்ப்பதற்காக எழுந்து போனான். கழுத்தில் ரோஜா மாலை கிடந்தது. முகத்தைப் பார்த்தால் செத்துப் போன மாதிரியே தெரியவில்லை.

கொஞ்ச நேரத்தில் தூக்கிவிட்டார்கள். முன்னால் ரங்கனும் அம்சும் தோள் போட்டார்கள். பின்னால் ராஜாங்கமும் கிருஷ்ணனும். பாப்புப் பிள்ளையைத் தூக்கித் தோளில் வைத்ததும் அவனுக்குக் கண் கலங்கிவிட்டது. திருப்பணி முக்குத் தாண்டுகிறவரை கையால் கண்ணீரைத் துடைத்துக் கொண்டே வந்தான். பாதித் தொலைவு வந்திருப்பார்கள். நமச்சிவாயம் பிள்ளை சைக்கிளில் வந்து இறங்கி, இவர்களுக்குப் பக்கத்தில் சைக்கிளை உருட்டிக்கொண்டே நடந்து வந்தார்.

'ரொம்பக் கனமா இருக்கோடே?' என்று கேட்டார். அம்சு தான் பதில் சொன்னான்.

'கனக்கிறதுக்கு அய்யா ஒடம்புல என்ன இருக்கு? ரொம்பப் பூஞ்ச ஒடம்புதான...'

நமச்சிவாயம் பிள்ளை ரங்கனைப் பார்த்தார். அவன் அழுதிருப்பது தெரிந்தது. அவர் தன்னைப் பார்க்கிறார் என்று தெரிந்தாலும், ரங்கன் அவர் முகத்தைப் பார்க்கவில்லை. அவரைப் பார்த்தால் மறுபடியும் அழுகை வந்துவிடும் போல் இருந்தது.

'ஏய் கிறுக்கா ... அழுதீயா? என்னடே செய்ய? ஓங்க ஐயாவுக்குக் குடுத்து வச்சது அம்புட்டுதான்... அம்பத்திரண்டு வயசெல்லாம் ஒரு வயசா? என்னம்போ ... போ ...' என்று சொல்லிவிட்டுச் சிறிது நேரம் எதுவும் பேசாமல் அவர்களுடன் வந்துகொண்டிருந்தார்.

'சின்னப்பையன் குப்புற விழப்படிச்சப்போ, அய்யா ஸ்டுடியோவுலதான் கொண்டுபோயி படம் எடுத்தோம். அதுக்கு ஒரு பைசாகூட வேண்டமாட்டனுட்டாவ... 'போடா போ... மொதப் பிள்ளைய அருமையா நெனச்சுப் போட்டா

எடுக்கே... அதுக்குப் போயி துட்டுத் தாராறாம் தொரை! பேசாம படத்தை எடுத்துக்கிட்டுப் போயி பிரேம் பண்ணி மாட்டுடா...'ன்னு சொல்லி, கடேசிவர துட்டு வாங்க மாட்டேன்னு சொல்லிட்டாவ அய்யா...' என்றான் ரங்கன்.

சுடுகாட்டில் பாப்புப் பிள்ளையை எருவில் கிடத்தி மூட்டம் பூசியாயிற்று. தீ வைக்கப்போகிற நேரம் ஆட்களோடு தூர ஒதுங்கி நின்றுகொண்டிருந்த ரங்கன் மெதுவாக ரோட்டைப் பார்க்க நடக்க ஆரம்பித்தான். அவன் போனதை யாரும் கவனிக்கவில்லை.

இதயம் பேசுகிறது, 1984

துருவங்கள்

அவன் போய்விட்டான். பெரிய மழையே பெய்து ஓய்ந்தது மாதிரி இருந்தது. ஜன்னலுக்கு வெளியே பார்த்துக்கொண்டிருந்தாள். திட்டுத் திட்டாகக் கருமேகங்கள் திரண்டிருந்தன. அவற்றில் எப்போதும் விதவிதமான உருவங்களைக் கற்பனை செய்து மகிழ்வது அவளுக்குப் பிரியமான விளையாட்டு. அந்த மேகங்களின் அமைப்பு, அவளுடைய பள்ளி நாட்களில் ஸ்நேகிதிகளோடு பேசிக்கொண்டு வந்த ஏதோ ஒரு கருக்கல் நேரத்தை ஞாபகப்படுத்தியது. 'கோமதியின் காதலன்' படத்தில் வரும் 'வானமீதில் நீந்தியோடும் வெண்ணிலாவே' என்ற பாட்டைக் கேட்க வேண்டும் போல் இருந்தது. அவளுக்குக் கல்யாணமாகி ஆறு வருஷங்கள் ஆகிவிட்டன. ஒரு குழந்தை கூடப் பிறந்துவிட்டது. ஆனாலும் அவளுடைய மனம் பூராவும் ஊரில்தான் இருந்தது. ஏதோ பேருக்காக அவனோடு வாழ்ந்துகொண்டிருந்தாள்.

அவனுக்கும் அவளுக்கும் எதிலுமே ஒட்டவில்லை. இரண்டு பேருடைய ருசிகளும், ரசனைகளும், விருப்பு வெறுப்புகளும் நேர் எதிர்மாறாக இருந்தன. எதிலுமே அவள் மட்டும்தான் விட்டுக் கொடுக்க வேண்டியிருந்தது. இந்த ஆறுவருஷத்தில், எல்லா விஷயத்திலும் அவனுக்காக, அவன் கோபிப்பான் என்று விட்டுக் கொடுத்து, விட்டுக் கொடுத்து அவளே இல்லாமல் போய்விட்டாள். அவளுக்கென்று ஒரு மனமே இல்லாமல் போக்கி விட்டான் அவன். இவ்வளவு தூரத்துக்கு அவள்

வண்ணநிலவன்

ஆளாகியும், தினசரி எதையாவது முன்னிட்டுச் சண்டை வேறு போடுவான். எத்தனை நாள்தான் பொறுத்துக்கொள்வது? எதையென்றுதான் பொறுத்துக்கொள்வது?

அவளுக்கு மல்லிகைப்பூதான் பிடிக்கும். ஆனால் அவன் செவ்வந்திப்பூதான் வாங்கி வருவான். அவனிடம் பூ வாங்கி வரச் சொல்லி ஒருநாள் கூடக் கேட்டுக்கொண்டதில்லை. ஏன், அவள் அவனிடம் எதையுமே விரும்பிக் கேட்டதில்லை. அந்த மாதிரி எல்லாம் அவனிடம் கேட்கவேண்டும் என்று அவளுக்குத் தோன்றியதே இல்லை. அவன் தினசரி பூ வாங்கி வந்து இவள் பேரில் அன்பு செலுத்துகிறானாம்.

கல்யாணமான புதுசில் ஒன்றிரண்டு தடவை அவள் தனக்குச் செவ்வந்திப்பூ பிடிக்காது என்று ஜாடைமாடையாகச் சொல்லிப் பார்த்தாள். தவிர, அவளுக்கு அந்தப் பூவை வைத்துக் கொண்டால் சமயங்களில் தலைவலிகூட வந்துவிடும். என்றாலும் அவன் பிடிவாதமாகச் செவ்வந்திப் பூவைத்தான் வாங்கி வருகிறான். என்றாவது இவளே வாசலில் பூக்காரியிடம் மல்லிகைப் பூ வாங்கி வைத்தால்கூட, ‘இது என்ன தேவிடியா மாதிரி மல்லிகைப் பூ வைச்சுக்கிட்டு’ என்று வெடுக்கென்று சொல்லிவிடுவான். இப்போது மல்லிகைப் பூவே மறந்து போய் விட்டது.

சினிமாவுக்குக் கூட்டிக்கொண்டு போனாலும் சண்டைப் படங்களுக்குத்தான் கூட்டிக்கொண்டு போவான். அவளுக்குச் சண்டைப் படங்களே பிடிக்காது. என்றாலும், ‘கல்லானாலும் கணவன், புல்லானாலும் புருஷன்’ என்பதற்காக, அவள் அவனோடு எத்தனையோ தடவை அந்தப் படங்களைப் பார்த்துத் தொலைத்திருக்கிறாள்.

தெருவில் போகும்போது அவனுக்கு இவளுடைய கையைப் பிடித்துக்கொண்டு நடக்கவேண்டும். இது அவளுக்குப் பிடிக்காது. பலர் பார்க்க அப்படிக் கைகோர்த்துக் கொண்டு போவது அவளுக்கு வெட்கமாக இருக்கும். தவிர, ஜன நெருக்கடி யான இடங்களில் அப்படிக் கை கோர்த்துக்கொண்டு போகவும் முடியாது. அதுபோன்ற இடங்கள் எப்போது வருமென்று எதிர்பார்ப்பாள். அந்த இடங்களில் அவனிடமிருந்து முதலில் கையை விடுவித்துக்கொள்வது அவளாகத்தான் இருக்கும். உடனே அவன் இவளை முறைத்துப் பார்ப்பான். ‘கூட்டத்திலே நீ பாட்டுக்கு எங்கேயாவது போயிட்டா யார் தேடுறது?’ என்று பலர் பார்க்கும்படியாகச் சத்தம் போடுவான். அவளுக்கு அழுகை முட்டிக்கொண்டு வரும். அப்போதே அவனை விட்டு விட்டு ஊருக்கு ரயில் ஏறிப் போகவேண்டும் என்று தோன்றும். ஒரு தடவை சத்தம் போட்டதோடு விடமாட்டான். மறுபடி

மறுபடி சொல்லிக் குத்திக் காட்டிக்கொண்டே இருப்பான். அவள் கூட்டத்தில் தொலைந்துவிடக் கூடாது என்பதில் அவனுக்கு அத்தனை அக்கறையாம். பொய்... பொய்... அத்தனையும் பொய்! பெண்டாட்டியின் கையைப் பிடித்துக்கொண்டு நடப்பதில் ஒரு அற்ப சந்தோஷம். 'இவ்வளவு அழகான பெண்டாட்டி எனக்குச் சொந்தமாக்கும்' என்று கொட்டம் அடித்துக்கொள்ளும் பவிசு.

அவளுக்கு ரொம்ப மென்மையான வர்ணங்கள்தான் பிடிக்கும். ருக்மிணிக் கலர், கிளிப்பச்சை இவைதான் விருப்பம். அவனுக்குக் கண்ணைக் குத்துகிற அழுத்தமான வர்ணங்கள்தான் பிடிக்கும். அரக்குச் சிவப்பு, கரும் பச்சை வர்ணத்தில்தான் சேலை எடுத்துத் தருவான். அவற்றைத்தான் அவள் கட்டிக்கொள்ள வேண்டும். 'வேறு கலரில் புடைவை பார்க்கலாமே' என்று லேசாக ஏதாவது சொன்னாலும் போதும், கடையில் வைத்தே அவளைத் திட்டி விடுவான். அவள்தான் அவமானப்பட வேண்டியதிருக்கும்.

அவன் நாக்கு தீ நாக்கு! அவளிடம் என்றில்லை, எல்லோரிடமும் அவன் கடுமையாகத்தான் பேசுவான். மென்மை என்றால் என்னவென்றே அவனுக்குத் தெரியாது. அவனுக்குப் பயந்து பயந்தே இவள் தன்னைச் சுருக்கிக் கொண்டுவிட்டாள். இந்த ஆறு வருஷங்களில் அவளுக்கென்று ஒரு முகமே இல்லாமல் போய்விட்டது. அவளைப் பொறுத்த வரை எல்லாமே சலித்துப் போய்விட்டது. யாரைப் பார்த்தாலும் வெறுப்பாக இருக்கிறது.

அவளுக்கென்று தனிப்பட்ட எந்த ரசனையும்தான் இல்லாமல் போக்கிவிட்டான். அவளுடன் சண்டை போடாமலாவது இருக்கலாம். அவள் இப்போதெல்லாம் அவனிடம் பேசுவதே இல்லை. ஏதாவது கேட்டால் பதில் சொல்வதோடு சரி. அவனோடு என்றுதான் அவள் மனம் விட்டுப் பேசினாள்? இவ்வளவு தூரத்துக்கு அவள் அவனை விட்டு ஒதுங்கி வந்தும்கூட அவனுக்கு அவள் எது செய்தாலும் குற்றம்தான். அவளுடன் தகராறு பண்ணாத நாளே அபூர்வம் என்றாகிவிட்டது. அவனோடு, அவன் முரட்டுத்தனத்தோடு மோதி மோதி அவள் நொறுங்கிப் போய்விட்டாள். மகா அசடன், முரடன், கிராதகன். எப்படியோ அவனோடு வாழ்ந்து ஒரு பிள்ளையைப் பெற்றுக்கொண்டு விட்டாள்.

அவன் ஆபீஸுக்குப் புறப்பட்டுப் போனபிறகு குழந்தையைத் தூக்கிக்கொண்டு ஊருக்குப் போகவேண்டும் என்று எத்தனையோ நாள் நினைத்திருக்கிறாள். வீணாக, அப்பா, அம்மாவுக்குப் பாரமாக இருக்கவேண்டியதிருக்குமே என்று தான் அந்த முடிவைப் பல நாள் தள்ளிப்போட்டு வந்திருக்கிறாள்.

வண்ணநிலவன்

இன்று காலையில் நடந்த சம்பவம்கூட ரொம்ப அற்பமானதுதான். வெந்நீர் சற்றுச் சூடாகிவிட்டது. அவள் வேண்டுமென்றே அப்படிச் செய்யவில்லை. அப்படி வேண்டுமென்றே கொதிக்க வைத்தாலும் கூடத் தவறு இல்லைதான். அவன் அவளைப் படுத்துகிற கொடுமைக்கு அவனை என்ன வேண்டுமானாலும் செய்யலாம் தான். ஆனால், அன்று காலை வெந்நீர் சற்றுக் கொதித்துப்போனது ரொம்பவும் தற்செயலானது. துரதிருஷ்டவசமானது. துவையல் அரைத்துக்கொண்டிருந்ததில் அவள் அடுப்பில் இருந்த வெந்நீரைக் கவனித்து இறக்க மறந்துபோய்விட்டாள்.

சூடாக இருந்த வெந்நீரைச் சற்று ஆறட்டும் என்று கீழே இறக்கி வைத்திருந்தாள். ஆனால், அதற்குள் அவனே வந்து வெந்நீர்த் தவலையைத் தூக்கிக்கொண்டுபோய் வைத்துக் குளிக்க ஆரம்பித்துவிட்டான். சுடுகிற வெந்நீரை மேலே ஊற்றிக் கொண்டு ஆவி பறக்க பறக்க, ஈரம் சொட்டும் உடம்புடன் அடுக்களைக்கே வந்து அவள் தலையைப் பிடித்து சுவரோடு சுவராய் மோதி விட்டான். அவளுக்குப் பொறி கலங்கிவிட்டது. வாய்விட்டு அழக்கூட முடியவில்லை. சத்தமாக அழுதால், 'எல்லோரும் என்னைக் கேவலமாக நினைக்கட்டும் என்று சத்தம் போட்டு அழுது ஊரைக் கூட்டுகிறாயா?' என்று, அழுததற்கு வேறு அவனிடம் வாங்கிக் கட்டிக்கொள்ள வேண்டும். இன்று காலைதான், 'இனி அவனோடு வாழ நீதமே இல்லை' என்று முடிவுக்கு வந்தாள்.

குழந்தை விழித்துக்கொண்டது. அவளை எடுத்துத் தோளில் போட்டுக்கொண்டாள். அப்போதே வீட்டை விட்டு வெளியேறி ஊருக்குப் போகவேண்டும் போல் இருந்தது. ஆனால், ரயில் மூன்று மணிக்குத்தான். அதற்குள் அவன் திடீர் என்று வந்தாலும் வந்துவிடுவானோ என்று அவளுக்குப் பயமாக இருந்தது. சமயங்களில், இதுபோல் கோபித்துச் சண்டை போட்டுக்கொண்ட நாட்களில் அவன் சீக்கிரமாக வீட்டுக்கு வந்து அவளை எங்காவது அழைத்துச் செல்வது வழக்கம். கடவுளே! அவள் புறப்பட்டுப் போகிறவரை அவன் வந்துவிடக் கூடாது.

ஊரில் எவ்வளவோ அருமையான விஷயங்களும் மனிதர்களும் இருக்கிறார்கள். மனம் விட்டுப் பேச அவளுடைய பிரியமான ராதா இருக்கிறாள். அவளோடு பேசிக்கொண்டே போவதற்காகப் போடப்பட்டது போல் தோன்றும், அந்த ஆளரவம் அற்ற, மருத மரங்கள் அடர்ந்த ஆற்றுக்குப் போகும் சாலை இருக்கிறது. வழியில் கண்டால் 'எப்பம்மா வந்தே?' என்று பிரியத்தோடு விசாரிக்கிற மனிதர்கள் எத்தனையோ பேர் இருக்கிறார்கள். எல்லாவற்றுக்கும் மேலாய் அப்பா இருக்கிறார். கம்பிகள் கிரீச்சிட ஊஞ்சலில் ஆடிக்கொண்டிருக்கும் அவர்

மடியில் தலைவைத்துப் படுத்துக் கிடந்தாலே போதும். எந்தத் துன்பமும் மறைந்துவிடும்.

பக்கத்துத் தெருவில், இனம்புரியாத குரலில், ஏதோ விற்பது கேட்டது. இனிமேலும் இங்கே இருந்துகொண்டிருக்க என்ன இருக்கிறது? எத்தனை காலத்துக்குத்தான் இப்படியே வாழ்ந்து அழிந்து போவது? எதற்கெடுத்தாலும் சண்டை, தகராறு என்று ஆகிவிட்டபின், எத்தனை நாளைக்குத்தான் எல்லாவற்றையும் பூசி மெழுகி, ஒன்றுமே நடக்கவில்லை என்கிற மாதிரி வாழ்ந்து கொண்டிருக்க முடியும்? அவள் வாழ்வு ஏன் இப்படி நிர்மூலம் ஆகிவிட்டது?

அன்று ஆபீஸுக்குப் புறப்படுகிற சமயத்தில்கூட அவளிடம் சண்டை போட்டான். அதுவும் அற்ப விஷயம்தான். உப்புப் புளிக்குப் பெறாத காரியம் அது. அவன் புறப்படுகிறபோது பெட்டியிலிருந்து எடுத்த சட்டையில் பித்தான் இல்லை. சட்டையில் பித்தான் இல்லாததுகூட ஒரு குற்றமாகிவிடுமா என்ன? மேலும், அந்தச் சட்டையைத் தவிர வேறு எத்தனையோ ஒழுங்கான சட்டைகள் பெட்டியில் இருந்தன. ஏதாவது ஒன்றை எடுத்துப் போட்டிருக்கலாம். ஆனால், அது அவனுக்கு நோக்கம் இல்லை. அவளைக் குற்றம் சொல்லி மட்டம் தட்ட வேண்டும்! பித்தான் இல்லாத சட்டையை எடுத்துச் சுருட்டி அவள் முகத்தில் எறிந்தான். அவள் எடுத்து வைத்திருந்த டிபனைக் காலால் எட்டி உதைத்தான். வாய்க்கு வந்தபடி திட்டிவிட்டுப் போய் விட்டான். இது மாதிரி எத்தனை நாள். எத்தனை அடி, உதை, வசவுகள்.

அவள் பெருந்தன்மையான குடும்பத்தில் பிறந்தவள். வீட்டில் நடந்த எந்த ரகளையைப்பற்றியும் அப்பாவுக்கோ, அம்மாவுக்கோ எழுதியது கிடையாது. அம்மா இவள் பக்கம் பேசவே மாட்டாள். என்றாலும், அப்பாவுக்குக்கூட எழுதியது கிடையாது. ஆனால், எத்தனை நாளைக்குத்தான் பொய் நெல்லைக் குத்திப் பொங்கிச் சாப்பிட்டதாகப் பாவனை பண்ணிக்கொண்டிருக்க முடியும்?

குழந்தையை உட்கார வைத்துவிட்டு தன்னுடைய துணிமணிகளையும் குழந்தையின் உருப்படிகளையும் எடுத்து மடிக்கத் தொடங்கினாள். அவளுடைய சேலையுடன் அவனுடைய சட்டையும் கிடந்தது. அதைத் துவைத்து வைக்க வேண்டும் என்று சாப்பிடும்போது சொல்லியிருந்தான்.

இனிமேல் அவனுக்கு யார் துணிமணிகளைத் துவைத்துப் போடுவார்கள்? இதை நினைத்தபோது அவன்மீது அவளுக்கு இரக்கமாக இருந்தது. ஒரு க்ஷணத்தில் அந்த இரக்கமும் மனதி

லிருந்து வடிந்துவிட்டது. அவனுக்கு இரங்குவதே பாவம் என்று தோன்றியது.

அவனுக்குத் தானாக ஒரு காரியமும் செய்யத் தெரியாது. எடுத்ததுக்கெல்லாம் இவளைத்தான் கூப்பிடுவான். இனிமேல் அவள் ஊருக்குப் போய்விட்டால் துணி துவைப்பதற்கும், வீட்டு வேலைகளுக்கும் ஆள் வைத்துக்கொள்வான் என்று நினைத்தாள். இப்போது அவன் இருந்தால், 'நீ இல்லாவிட்டால் என்ன, உலகமே அஸ்தமிச்சுப் போயிடும்னு நெனெச்சியா?' என்றுதான் கேட்பான். எந்த நிலையிலும் அவனுடைய ஆணவம் குறையவே குறையாது. போயும் போயும் இந்த முரடனுக்காக இரக்கப் படுகிறோமே என்று நினைத்தாள். அவனோடு எடுத்ததுக் கெல்லாம் மல்லுக்கு நின்று அவளுக்கும் மனத்தில் இரக்கமே இல்லாமல் போய்விட்டது.

மடித்த துணிகளைப் பெட்டிக்குள் அடுக்கப் போனாள். பெட்டியைத் திறந்தபோது, பெட்டிக்குள்ளிருந்து காய்ந்த தாழம்பூவின் மணம் வீசியது. சென்ற முறை கருடசேவை சமயத்தில் ஊருக்குப் போயிருந்தபோது அம்மாதான் 'பூச்சி வராது' என்று சொல்லி அதைப் போட்டிருந்தாள். பெட்டியின் அடியில் பழைய 'ஹிந்து'ப் பேப்பர் விரித்திருந்தது. அந்தப் பேப்பரை அவள்தான் விரித்தாள். அவசரத்துக்கு வேறு பேப்பர் எதுவும் கிடைக்கவில்லை என்பதால், அன்று வந்திருந்த பேப்பரை விரிக்கும்படி ஆயிற்று. அதுவும் இரண்டு பக்கங்களிலும் விளம்பரங்கள் அச்சிடப்பட்டிருந்த தேவையில்லாத பகுதியைத் தான் விரித்தாள். என்றாலும், அவனுக்கு அவளைக் கோபிக்க வேண்டுமே? அதற்கு அது காரணமாயிற்று. 'புதுப் பேப்பரை விரிக்கிறியே? உனக்குத் தலையிலே ஏதாவது இருக்கா?' என்று ஒரேடியாகக் கத்தினான். அந்தச் சத்தத்தைக் கேட்டு ஊஞ்சலில் ஆடிக்கொண்டிருந்த அப்பாவே நிலைகுலைந்து போய் விட்டார். ஏதோ வேலையாக வெளியே போகிற மாதிரி, மெதுவாக எழுந்து போய்விட்டார்.

பிறகு, சாயந்திரம் ரயிலுக்குப் புறப்படுவதற்காகக் கிணற்றடியில் சோப்புப் போட்டு முகத்தை அலம்பிக்கொண் டிருந்தபோது அப்பா வந்தார். 'ஊரிலும் இந்த மாதிரித்தான் சண்டை போடுவானா?' என்று விசாரித்தார். அப்போதுகூட அவனைப்பற்றி அவள் ஒன்றும் சொல்லவில்லை. 'அதெல்லாம் ஒன்றும் இல்லை அப்பா' என்று சொல்லிச் சமாளித்துவிட்டாள்.

தெருவில் பண்ணைமாடுகள் கறவைக்குப் போய்க் கொண்டிருந்தன. கடிகாரத்தைப் பார்த்தாள். மணி ஒன்று. மூன்று மணிக்கு அவள் ஊருக்குப் போகிற பாசஞ்சர் வண்டி இருக்கிறது. போகிற வழியிலேயே போஸ்ட் ஆபீஸில் போய்த் தந்தி கொடுத்துவிட்டால் அப்பா, வில் வண்டியோடு

ஸ்டேஷனில் தயாராக நிற்பார். காலும் அரையுமாகச் சேர்த்து வைத்த பணம் நாற்பது ரூபாய்வரை இருக்கிறது. ரயில் சார்ஜுக்கு அது போதும். கார்களும் மனிதர்களும் இடித்துக்கொண்டு ஓடும் இந்தப் பட்டினத்துப் பக்கம் இனிமேல் வரவே வேண்டாம். முக்கியமாக, இன்று இரவு ஏதாவது அற்ப காரணத்தை முன்னிட்டு இன்னொரு சண்டை போட்டுவிட்டு, முகம் வீங்கப் படுக்கையில் அழுதுகொண்டு கிடக்கவேண்டாம். நினைத்த போதே மனத்துக்கு ஆறுதலாகவும் சந்தோஷமாகவும் இருந்தது.

பொதுவாக, ரொம்பத் தகராறு பண்ணிவிட்டுப் போயிருந் தால், சாயந்திரம் ஆபீஸிலிருந்து சீக்கிரமாகவே பெர்மிஷன் வாங்கிக்கொண்டு வந்துவிடுவான். அவளை எங்காவது வெளியே அழைத்துச் செல்வான். ஆனாலும் அவனுடைய குண விசேஷம், போன இடத்திலும் அவளோடு எதையாவது சாக்கிட்டு வாதம் பண்ணுவான். பிறகு அது பெரிய தகராறில் போய் முடியும். அப்படி அவளைச் சமாதானப்படுத்துகிறதுக்காக அவன் அடிக்கடி கூட்டிக்கொண்டு போகிற இடம் சினிமாக் கொட்டகை. சமாதானத்துக்காக வந்த இடத்தில், பாதி சினிமாவில் கோபித்துக்கொண்டு, அவன் பின்னால், தோளில் தூங்குகிற குழந்தையுடன், இருட்டில் ஆண்களின் கால்களில் தடுக்கி விழுந்து, மனசும் உடம்பும் பதறப் பதற எத்தனை நாட்கள் ஓடியிருக்கிறாள். இப்படி எத்தனை அவமானங்கள்.

எப்போதோ, உனக்கும் எனக்கும் உள்ள உறவு அறுந்தது என்று சொல்லிவிட்டு ரயில் ஏறிப் போயிருக்கலாம். இவளால் ஏன் அப்படிச் செய்ய முடியாமல் போயிற்று? அப்படித் துண்டித்துக்கொண்டு போக முடியாமல் தடுத்தது எது? இந்தக் குழந்தைக்காகவா, இல்லை உலகம் சொல்லும் பழிச் சொல்லுக்காகவா? உலகத்தை அவள் ஒன்றும் பெரிதாக மதிக்கவில்லை. அவன் பேரிலும் அவளுக்குப் பெரிய மதிப்போ, பிரியமோ இல்லை. அந்த வீட்டில் உள்ள மேஜை, நாற்காலி, கட்டில், திரைச்சீலை, அவள் புழங்கும் சமையல் பாத்திரங்கள் இவற்றைப் போல்தான் அவனோடு இருந்து வருகிறாள். அவனோடு வாழ்ந்து பெற்றுக்கொண்ட குழந்தையின் பேரில் அவளுக்கு ஓர் ஒட்டுதல் இருந்தது வாஸ்தவம் தான். ஒட்டுதல் என்பதைவிடப் பொறுப்பு என்று சொல்லலாம். அதுதான் அவளை இத்தனை காலமும் இந்த வீட்டிலேயே சகித்துக் கொண்டு இருக்கச் செய்திருக்கிறது.

வாசலில் சைக்கிளை ஸ்டாண்ட் போட்டு நிறுத்துகிற சத்தம் கேட்டது. ஆறு வருஷமாக அவள் கேட்கிற சத்தம் அது. ஐயோ! அவனே வந்துவிட்டான். வெட்கமில்லாமல் சமாதானம் செய்ய வந்துவிட்டான். 'ஆபீஸுக்கு லீவு போட்டுவிட்டு வந்து விட்டேன். வெளியே எங்கேயாவது போகலாம். உடனே புறப்படு'

என்பான். நான் இன்று புறப்படமாட்டேன். அவன் இழுத்த இழுப்புக்கெல்லாம் அவனோடு போகமாட்டேன். அவனுக்கு உடல், பொருள், ஆவி அனைத்தையும் தத்தம் செய்து என்னைக் கருக்கிக்கொள்ள இனியும் முடியாது. நான் நளாயினி அல்ல. நான் மெழுவர்த்தி அல்ல. என்னைக் கரைத்துக்கொண்டு ஒளி தர. நான் மனுஷி! சாதாரண மனுஷி. ரத்தமும் சதையுமான மனுஷி.

அவன் வீட்டினுள் வரும்போது அவளைப் பார்த்துச் சிரித்துக்கொண்டே வந்தான். அந்தச் சிரிப்பு, வெளிறிப்போன அவனுடைய முகத்துக்கு ஏற்றதாக இல்லை. அதைப் பார்த்ததும் அவளுக்கு எரிச்சலாக வந்தது. அது கள்ளச் சிரிப்பு. 'திருடன்... திருடன்...'என்று அவனைப் பார்த்துக் கத்தவேண்டும் போல் இருந்தது.

அவளை அவன் வழக்கம் போல் புறப்படச் சொன்ன போது அவளால் ஒன்றும் பதில் பேச முடியவில்லை. ஆனால், அவளுக்குத்தான் அவனுடன் முகம் கொடுத்துப் பேசவே வெட்கமாக இருந்தது. சில மணி நேரங்களுக்கு முன்னால் சண்டை போட்டுவிட்டு, இப்போது ஒன்றுமே நடக்காத மாதிரி, எப்படி இவ்வளவு தூரத்துக்கு வெட்கங்கெட்டு அவளுடன் வந்து பேச முடிகிறது? அவனுக்கு வெட்கமே கிடையாதா? அவள் இல்லாமல் அவனால் இருக்க முடியாதா? இல்லை. நடந்ததை எல்லாம் உடனுக்குடன் மறந்துவிடும் குழந்தையா?

அவன் குழந்தை இல்லை. அவளுடன் திரும்பத் திரும்பச் சமாதானமாகப் போவதற்கு அவளை அவன் நேசிக்கிறான் என்பதல்ல அர்த்தம். அவன் நேசித்திருந்தால் அவளுடைய ருசிகளில் அவளுடைய ரசனைகளில் அவன் குறுக்கிட்டிருக்க மாட்டான். அவள்மீது தன் விருப்பு வெறுப்புகளைத் திணித்திருக்க மாட்டான். இது விவஸ்தை கெட்ட சமாதானம். வெட்கங்கெட்ட சமாதானம். அவனுடைய உடம்பின் தேவையை முன்வைத்துச் செய்துகொள்ளும் மிக மலிவான சமாதானம். அவனுடைய இச்சையை முன்னிட்டு அவன் போடும் மண்டி இது.

சேலை மாற்றும்போது அவளுக்கு அழுகை பொங்கிப் பொங்கி வந்தது.இயலாமையும் வெறுப்பும் தொண்டைக் குழியை அடைத்தன. தன்மீதே அவளுக்கு வெறுப்பாக இருந்தது. சிறிது நேரத்தில் அவனும் அவளும் வெளியே புறப்பட்டுச் சென்றார்கள். அவன் குழந்தையை எடுத்துக்கொண்டான். அவள் குனிந்த வாறே அவன் பின்னால் போய்க்கொண்டிருந்தாள்.

1985

வீட்டுக்காரச் சொர்ணத்தாச்சி

'என்னடா இந்தப் பொம்பளை இத்தனை கண்டிஷன் போடுதாளேன்னு வருத்தப்படாதீய. எதையுமே கறாராப் பேசிக்கிறது ஒங்களுக்கும் நல்லது. எனக்கும் நல்லது. என்ன சொல்லுதீய?'

'சரிதான்... சொல்லுங்க...'

'பம்பு அடிக்கும்போது மெதுவா அடிக்கணும். தக்கு புக்குன்னு அடிக்கக்கூடாது. பம்புக்கு வாஸர் போடணும்னா வாடகைக்குக் குடியிருக்கிறவுஹ தான் துட்டுப்போட்டு வாஸர் வாங்கிப் போடணும்... என்ன சொல்லுதீய?'

'சரி... சொல்லுங்க...'

'ராத்திரி ஒன்பது மணிக்குள்ளே யாரா இருந்தாலும் வீட்டுக்குள்ள வந்திரணும். சரியா ஒம்பதுன்னா ஒம்பதுக்குத் தலைவாசல் கதவச் சாத்திருவேன். அப்புறமா அம்மான்னாலும் முடியாது. அய்யான்னாலும் தொறக்க முடியாது... கதவைத் தாழ்ப்பாள் போட்டுச் சாவியை நான்தான் வச்சிருப்பேன்.'

'ஒம்பது மணிக்கே வெளிக்கதவைப் பூட்டிருவீங்களா? ஒரு அஞ்சு பத்து நிமிசம் லேட்டா வந்தாக்கூடக் கதவைத் தொறக்க மாட்டீங்களா?'

'அதுதானய்யா இத்தனை நேரமும் சொல்லுதேன்... விடிய விடிய ராமாயணம் கேட்டுட்டு, சீதைக்கி ராமன் சித்தப்பான்ன கதை யிலல்லா பேசுதீய... என்ன சொல்லுதீய?'

‘சரி, சொல்லுங்கம்மா...’

‘வீட்டுக்குள்ள கண்ட எடத்துலயும் ஆணி அடிக்கக் கூடாது. விறகு அடுப்பு வச்சு சமையல் பண்ணக்கூடாது. சமையல் கட்டுலே ஒரு பொட்டுக் கரியைப் பார்த்தாலும் எனக்குப் புடிக்காது... என்ன சொல்லுதீய?’

‘சொல்லுங்கம்மா...’

‘ஏன்னா எல்லாத்தையும் நீங்க குடி வர்றதுக்கு முன்னாலேயே பேசிக்கிட்டா ஒங்களுக்கும் நல்லது. எனக்கும் நல்லது பாருங்க. என்ன சொல்லுதீய?’

‘சொல்லுங்கம்மா...’

‘ஆங்... சொல்ல மறந்துட்டேன். துணிமணிகளை மொட்டை மாடியிலே கொண்டுபோயி காயப் போடக்கூடாது. மொட்டை மாடிக்கி யாரும் போகவே கூடாது. வத்தல் போடுதேன், துணி காயப் போடுதேன், வீட்டுக்கு வந்த விருந்தாளிகளைப் படுக்கவைக்கேன்னு ஆரம்பிச்சிரக் கூடாது. என்ன சொல்லுதீய?’

‘... ...’

‘இத்தனை கண்டிஷனுக்கும் ஒத்து வர்றதா இருந்தா மவராசனா வாங்க. ம்... சொல்ல மறந்துட்டனே. விருந்து கிருந்துன்னு ஊர்லாம்பட்ட ஆட்களை வீட்டுக்குள்ள அடைச்சு வச்சிரப்படாது. ஏதோ ஒரு ஆளு, ரெண்டு ஆளு வந்தாப் பரவாயில்லை. அதுவும் மிஞ்சி மிஞ்சிப் போனா ஒரு மூணு நாளு தங்கியிருக்கலாம். ஒரேயடியா மாசக் கணக்கிலே டேராப் போட்டு உக்காந்தா நீங்க தான் அடுத்த மாசமே வீட்டைக் காலி பண்ணணும். என்ன சொல்லுதீய?’

‘சரிம்மா ... சொல்லுங்க...’

‘என்னடா, இந்த வீட்டுக்கார ஆச்சி கண்டிசன் மேல கண்டிசனாப் போடுதாளேன்னு பாக்காதீய. நாளையும் பின்னயும் நீங்களும் நல்லா இருக்கணும். நானும் நல்லா இருக்கணும் பாருங்க... எனக்கு இந்த வீட்டு வாடகை வந்துதான் வயிறு நெறையணும்கிறது இல்லை. எம் மவன் மிலிட்டரியிலே இருக்கான். எங்க வீட்டு அய்யா நயினாகுளம் பக்கத்துலே நாலு மரக்கா வெதைப்பாடும் பேங்குல ரெண்டு லட்சத்திச் சொச்சம் ரூபாயும் விட்டுட்டுத்தான் மண்டையப் போட்டாஹ... அந்த அதியாரி இருந்தாஹன்னா நான் இந்த மாதிரி வீட்டை விட்டு வெளியில வந்து நின்னு பேசுவனா? அது கெடக்கட்டும். எங்கதை என்னோட. இத்தனை கண்டிசன் இருக்கு.

சம்மதமுன்னா வாங்க... இங்க இருக்க எல்லா குடித்தனங்களும் இப்படித்தான் இருக்குதுஹ... என்ன சொல்லுதீய?'

'சரிம்மா... வீட்டு வாடகை...'

'வாடகை எரநூறு ரூபா. ரெண்டாயிர ரூபா அட்வான்ஸு. அட்வான்ஸைப் போகும்போதுதான் திருப்பித் தருவேன். வீட்டைக் காலி பண்றதுன்னா ஒரு மாசத்துக்கு முந்தியே அட்வான்ஸா சொல்லிப்புரணும். என்ன சொல்லுதீய?'

அந்தப் பக்கம் பதில் இல்லை. சிறிது நேர மௌனத்துக்குப் பின்னர், 'அட்வான்ஸ்தான் கொஞ்சம்...'

'அய்யா, அதான் சொல்லிட்டேனே, காலணாக்கூட கொறைக்கதுக்கு இல்ல. இஷ்டம்னா வாங்க. என்ன சொல்லுதீய?'

'ரொம்ப சரிங்க... நல்ல நாள் பாத்து வந்துடறோம். நாளைக்கிக் காலம்பற அட்வான்ஸ் தந்துடறோம்.'

'சொல்லுதனேன்னு கோச்சுக்கிடாதீய. நீங்க அட்வான்ஸ் தர்றதுக்கு மிந்தி ஆராவது வந்து தந்துட்டாஹன்னா அவுஹளுக்குத்தான் வீடு. பொறவு வந்து, 'என்ன ஆச்சி, வீட்டை விட்டுட்டீஹளே'ன்னு கேளாதீய. சம்மதமா? என்ன சொல்லுதீய?'

'சரிம்மா... காலையில எட்டு எட்டரைக்கெல்லாம் வந்து தந்திடுதோம்...'

'மவராசனாப் போயிட்டு வாங்க...'

'சொர்ணத்தாச்சி வளவு' என்கிற அந்த வீடுகளுக்குக் குடிவருகிற நபர்கள் இன்னும் பல விசித்திரமான கண்டிஷன்களுக்கும் ஆளாகவேண்டும். அந்த கண்டிஷன்கள் எல்லாம் வீட்டுக்கு குடிவந்தபிறகுதான் அனுபவத்தில் ஒவ்வொன்றாகத் தெரியவரும். ஆச்சியின் கெடுபிடிகளைப் பற்றித் திருநெல்வேலி டவுனில் கேள்விப்படாத ஆளே இருக்க முடியாது.

'ஐயோ, நீங்க சொர்ணத்தாச்சி வீட்டு வளவுலேயா குடியிருக்கீஹ... அடப்பாவமே... உக்காந்தாக் குத்தம், நின்னாக் குத்தம்பாளே அந்த ஆச்சி...' என்று சொர்ணத்தாச்சி வீட்டில் குடியிருக்கிற ஜீவன்களை, ஏதோ கூண்டுக்குள் அடைபட்டு இருக்கிற சர்க்கஸ் மிருகங்களைப் பரிதாபத்துடன் பார்க்கிற மாதிரிப் பார்ப்பார்கள். ஆனால், ஆச்சியின் அத்தனை கெடுபிடிகளுக்கும் மசிந்து கொடுத்து, அந்த வளவில் குடி இருக்கக் காரணம் தண்ணீர் வசதி. பம்பில் எந்த நேரமும் தண்ணீர் வரும். காலையில் ஆற்றுக்குக் குளிக்கப் போவதற்கும்

ரொம்ப சௌகரியம். நெல்லையப்பர் கோவில், காய்கறி மார்க்கெட், பள்ளிக்கூடம் எல்லாம் பக்கத்தில்தான். இந்த சௌகரியங்கள் சொர்ணத்தாச்சி தரும் கெடுபிடிகளை மறக்கடிக்கச் செய்துவிடுகின்றன.

எல்லா வீடுகளையும் வாடகைக்கு விட்டுவிட்டுச் சொர்ணத்தாச்சி, மாடியில் இரண்டே இரண்டு அறைகளை மட்டும் தனக்கென்று வைத்துக்கொண்டாள். ஓர் அறையில் மிலிட்டரியில் இருக்கிற அவளுடைய ஒரே மகனுடைய மிலிட்டரி டிரங்க் பெட்டிகளும் புழங்காத சாமான்களுமாகக் கிடக்கும். இன்னொரு அறையைத்தான் புழங்கி வந்தாள்.

எல்லா வீடுகளிலுமாக இரண்டாயிரம் ரூபாய் வாடகை வருகிறது என்றாலும், ஆச்சி தன் வீட்டில் சமையல் செய்வதைப் பார்க்கவே முடியாது. காலையில் மட்டும் யாராவது பையன் களை அனுப்பி ஹோட்டலில் இட்லி வாங்கிச் சாப்பிடுவாள். மதியமும் இரவுச் சாப்பாடும் அனேகமாக அங்கே வாடகைக்குக் குடியிருக்கிற குடித்தனக்காரர்கள் வீட்டிலோ, அல்லது உறவினர்கள் வீட்டிலோ தான் நடக்கும்.

மனிதர்களுக்கு வம்பளக்கும் பலவீனம் உண்டு என்பது ஆச்சிக்குத் தெரியும். யார் யாருக்கு எந்த மாதிரி வம்புகள் பிடிக்கும் என்பதும் ஆச்சிக்குக் கரதலப் பாடம். இரண்டாவது வீட்டில் குடியிருக்கிற கோமதி நாயகமும் அவர் பொஞ்சாதியும் சினிமா பைத்தியங்கள். அவர்கள் வீட்டுக்குப் போனால், தியாகராஜ பாகவதர் காலத்துச் சினிமா கிசுகிசுவரை அவிழ்த்துவிடுவாள். குழாயடி வீட்டில் குடியிருக்கிற கௌரிக்கு வேம்படித் தெருவில் இருக்கிற அவள் நாத்தனாரைப்பற்றிப் பேச ஆரம்பித்தாலே போதும். சோறு தண்ணீர்கூட வேண்டாம். சொர்ணத்தாச்சி அவள் நாத்தனாரின் நடையுடை பாவனைகளைக் கேலிபண்ணி கௌரியை மகிழ்ச்சிக் கடலில் ஆழ்த்திவிடுவாள். அதற்குள் சாப்பாட்டு நேரமே வந்துவிடும்.

‘ஏளா பாத்தியா ... பேசிக்கிட்டே இருந்ததுலே நேரம் காலமே தெரியலை... இரு... போயி ரெண்டு வாயி சோத்தை அள்ளிப் போட்டுட்டு வாரேன்’ என்று மெதுவாக எழுந்திருப் பாள். தவறு, எழுந்திருக்கிற மாதிரி பாவனை செய்வாள்.

கௌரி விடுவாளா? அவள் மனத்தையெல்லாம் சர்க்கரைப் பாகாக இனிக்க வைத்துவிட்டிருக்கிற ஆச்சியின் பேச்சை இன்னும் இரண்டு மணி நேரமாவது கேட்க வேண்டாமா?

‘ரெண்டு வாய்ச் சோத்தை அள்ளிப் போடறதுக்காக நீங்க மாடிப்படி ஏறி இறங்கணுமாக்கும்... அந்தச் சோத்தை

இங்க உக்காந்து அள்ளிப்போட்டாத்தான் என்னவாம்' என்று தட்டில் சாப்பாட்டை எடுத்துக்கொண்டுவந்து ஆச்சியின் முன்னால் வைத்தே விடுவாள்.

'எனக்கு மக இல்லாத குறையைத் தீர்க்கத்தான் காந்திமதி அம்மனே உன் ரூபத்தில் வந்திருக்காம்மா' என்று சொல்லி விட்டுச் சாப்பாட்டை ஒரு பிடி பிடித்துவிடுவாள்.

ராத்திரிச் சாப்பாட்டுக்கு இதேபோல் இன்னொரு கோமதி. அல்லது கோமதி நாயகத்து வீடு. அவர்களுக்குப் பிரீதியான விஷயத்தைப் பேசி ஆளைக் கிறங்கடித்துச் சாப்பாட்டை முடித்துக்கொள்வாள்.

ஆச்சிக்குத் தெரிய யாரும் அமிர்தாஞ்சனமோ விக்ஸோ தேய்த்துவிடக் கூடாது. வாசனை எந்த வீட்டிலிருந்து வருகிறது என்பதைக் கண்டுபிடித்து, அவர்கள் வாங்கிவைத்திருக்கிற பாட்டில் காலியாகிறவரை அவ்வப்போது வந்து வாங்கி, தைலத்தை எண்ணெய் தேய்க்கிற மாதிரி தேய்த்துக்கொள்வாள்.

குடியிருக்கிறவர்கள் ரேடியோ வைத்திருந்தால் போச்சு. ஆச்சி ஒரு ரேடியோ பைத்தியம். ராத்திரி பத்து மணிக்கு ஒலிபரப்பாகும் நேயர் விருப்பத்தில் வாரம்தோறும் திருநெல்வேலிடவுன் சொர்ணத்தம்மாள் என்கிற நேயரின் பெயர் வாசிக்கப்படுவதைக் கேட்டிருக்கிறீர்களா? அந்த நேயர் நமது வீட்டுக்கார ஆச்சியேதான். தினசரி சென்னை, திருச்சி, திருநெல்வேலி ரேடியோ நிலையங்களுக்கு, நாலாவது வீட்டில் குடியிருக்கிற அர்ஜுனனின் மகனிடம் சொல்லி, தனக்குப் பிடித்தமான சினிமாப் பாட்டுக்களை ஒலிபரப்பக் கேட்டுக் கார்டுகளைத் தட்டிவிட்டுக்கொண்டே இருப்பாள். அந்தத் தெருவில் 'நேயர் விருப்ப ஆச்சி' என்றே ஆச்சிக்குப் பெயர் உண்டு.

நேயர் விருப்ப ஆச்சியாக இருந்தாலும் ஆச்சியின் வீட்டில் நூறு ரூபாய் டிரான்சிஸ்டர்கூடக் கிடையாது. அப்படியானால் ஆச்சி எப்படித் தனக்கு விருப்பமான பாடல்கள் ஒலிபரப்பப் படுவதைக் கேட்கிறாள் என்று உங்களுக்குத் தோன்றலாம். இதிலும் ஆச்சியின் சாமர்த்தியமே தனிதான். நேயர் விருப்ப நிகழ்ச்சி இருந்தால், அதற்கு ஒரு மணி நேரத்துக்கு முன்பே சாமர்த்தியமாக வீட்டுக்குள் வந்து உட்கார்ந்துகொண்டு, நம்மை ரேடியோ போட வைத்துவிடுவாள்.

ஆச்சியின் ரேடியோத் தொந்தரவு பொறுக்க முடியாமல் வீட்டைக் காலி செய்துகொண்டு ஓடிய குடும்பங்கள் பல. சிலர் தங்கள் வீட்டில் இருந்த ரேடியோக்களையே விற்றுவிட்டார்கள்.

எல்லா வீடுகளுக்கும் தனி மீட்டர் இருக்கிறது. என்றாலும், இரவு அகால நேரத்தில் எந்த வீட்டிலாவது விளக்கு எரிகிறதா என்று ஆச்சி மோப்பம் பிடிப்பாள். எல்லா போர்ஷன்களும் ஓடு போட்டவைதான். இதனால் வீட்டினுள் விளக்கு எரிந்தால், ஓடுகளுக்கு இடையேயுள்ள இடுக்குகளின் வழியாக விளக்கு வெளிச்சம் வெளியே தெரியும்.

'ஏளா . . . இம்புட்டு நேரத்துலே வெளக்குப் போட்டு என்னம்மா செய்யிற? வெளக்கை அணை' என்ற ஆச்சியின் குரல் கேட்கும்.

தனக்குப் பிடிக்காத குடித்தனத்தைக் காலி செய்ய ஆச்சி கையாளும் நடவடிக்கைகள் ரொம்ப டிப்ளமேட்டிக் ஆனவை. இந்த விஷயத்தில் ராஜதந்திரிகள் எல்லாம் ஆச்சியிடம் கைகட்டி நிற்கவேண்டும்.

யார் யார் எப்படி என்பதை, ஆச்சியின் கூர்மையான அறிவு அவர்களுடன் பழக ஆரம்பித்த சில தினங்களிலேயே எடை போட்டு வைத்துவிடும். ஆளுக்கு ஏற்றபடி, காலி செய்யும் நடவடிக்கைகளும் இருக்கும்.

சற்றுப் படித்தவராக, விவரம் தெரிந்தவராக இருந்தால் அவர்களுக்குப் புரிகிற மாதிரி ஜாடையாகப் பேசுவாள். கேலி பேசுவாள். அக்கம்பக்கத்தில் உள்ளவர்களிடம் அவர்களைப் பற்றி அவதூறுகளைக் கிளப்பி விட்டுவிடுவாள். அந்த வீட்டுக்காரார்கள் பம்பில் தண்ணீர் அடிக்க வந்தால், அவர்கள் காதில் விழுகிற மாதிரி, 'மனுஷாள்கள் தண்ணீர் அடிச்சா மெதுவா அடிப்பாஹ... மாடுங்க மாதிரி தண்ணீர் அடிச்சா, பம்பு எத்தனை நாளைக்கி வரும்?' என்று சத்தம் போட்டுச் சொல்லுவாள். கொஞ்சம் உணர்வுள்ள குடித்தனக்காரர்கள் இந்த அவமரியாதைகளைச் சகிக்க முடியாமல் காலி செய்துகொண்டு ஓடிவிடுவார்கள்.

எதற்கும் மசியாத கடோத்கஜர்களை விரட்ட ஆச்சி கையாளும் நடவடிக்கைகள் அவர்களுடைய குணத்துக்கு ஏற்ற மாதிரி இருக்கும். வீட்டுப் புரோக்கர்கள் மாதிரி, வீட்டைக் காலி செய்து தருவதற்கும் பழைய பேட்டைக்கு பக்கத்தில் சில புரோக்கர்கள் இருக்கிறார்கள். சம்பந்தப்பட்ட குடித்தனக் காரர்கள் வேலைக்குப் போய்விட்டுத் திரும்புகிற வழியில், குடித்துவிட்டு, அவர்களை வம்புச் சண்டைக்கு இழுப்பார்கள். ஒருத்தன், 'ஆச்சி வீட்டிலே இருந்துக்கிட்டு காலி பண்ண மாட்டேங்கிறியா ராஸ்கல்' என்று சத்தம் போடுவான். இதற்கும் மசியாத ஆட்களை வீட்டுக்குள் புகுந்து, சாமான்களை எடுத்துப் போட்டு விரட்டி விடுவார்கள்.

'ஆச்சி... ஆச்சி... யாரோ ஓங்க வளவுலே வீடு வாடகைக்கு இருக்குதுன்னு சொன்னாஹ. வீடு கிடக்குதா ஆச்சி...' என்று விசாரிக்கிறார்கள்.

'ஆரு? அடே ராமய்யாவா, ஒனக்கு இல்லாத வீடாப்பா... வா... வீட்டை வந்து பாரு... புடிச்சிருக்குதா பாரு... அப்புறமா வாடகையைப் பத்திப் பேசுவோம். செத்த மிந்திக்கூட ஒருத்தர் வந்து பாத்துட்டுப் போனாரு. நீயும் பாரு... யாரு மிந்தி அட்வான்ஸ் தாரீஹளோ அவுஹளுக்குத்தான் வீடு... என்ன சொல்லுதீய?'

கல்கி, 1985

சமத்துவம், சகோதரத்துவம்

ஜமாஅத் தலைவர் சலாம் மரைக்காயர் வீட்டில் எப்போதும் கூட்டத்துக்குக் குறைச்சல் இல்லை. அவர் வீட்டுக்கு முன்னால் தெருவோரமாக இரண்டு பெரிய திண்ணைகள். அந்தத் திண்ணைகளைப் பார்த்தாலே அவற்றில் படுத்துத் தூங்க வேண்டும் போல் இருக்கும். சிமெண்டுக் கொழுப்பைப் போட்டு மொளுமொளுவென்று தேய்த்துப் பளபளப்பேற்றிய தளம். பக்கத்தில் பெரிய வேப்ப மரம் வேறு. சலாம் மரைக்காயர் ஊரில் இருந்தால் வலதுபுறத் திண்ணையில்தான் உட்கார்ந்திருப்பார். பெரிய பெரிய இலவம் பஞ்சுத் திண்டுகளைப் போட்டுச் சாய்ந்து உட்கார்ந்து இருப்பார். இடது பக்கத் திண்ணை கணக்குப்பிள்ளைகளுக்கு. காலை எட்டு எட்டரை மணியிலிருந்து சாய்மான மேசைகளைப் போட்டுக் கொண்டு எழுதிக்கொண்டிருப்பார்கள். அவர்களுக்குப் பக்கத்தில், திண்ணையில் பாதியை அடைத்துக்கொண்டு சிட்டைகளும் பெரிய பெரிய பேரேட்டுப் புத்தகங்களும் கிடக்கும்.

மத்தியானம் ஒருமணிக்குமேல் சலாம் மரைக்காயர் அங்கே உட்கார்ந்திருக்க மாட்டார். சாப்பிட்டுவிட்டுப் படுத்துவிடுவார். பிறகு நாலு நாலரை மணிக்குத்தான் எழுந்திருப்பார். அன்று சலாம் மரைக்காயர் ஊரில்தான் இருந்தார்.

காலை அவர் சாயா குடித்ததிலிருந்தே ஆட்கள் வந்துகொண்டிருந்தார்கள். சலாம் மரைக்காயருக்கு நான்கு லாஞ்சிகள் இருக்கின்றன.

உடன்குடி ரோட்டில் காயலுக்கு அடுத்து வரும் பெரிய தென்னந்தோப்பு மரைக்காயருடையதுதான். தவிர, தூத்துக்குடியில் இரண்டு லாரிகள் ஓடுகின்றன. ஜமாஅத் தலைவர் வேறு. வீட்டில் கூட்டத்துக்குக் கேட்கவா வேண்டும்? சலாம் மரைக்காயர் சுவர் ஓரமாகச் சாய்ந்து, முதுகுக்குத் தலையணைத் திண்டுகளை அண்டை கொடுத்து உட்கார்ந்திருந்தார். அந்தத் திண்ணையில் அவரோடு சமதையாக உட்காருவதற்கே ஒரு தகுதி வேண்டும்.

நிச்சயமாக அசரப் அலிக்கு அந்தத் தகுதி கிடையாது. அவரும் சலாம் மரைக்காயரைப்போல ஒரு முஸல்மான்தான் என்றாலும், அவர் தறி நெய்கிறவர். ஒரு தறிக்காரர் முதலாளியுடன் சமதையாக உட்கார்ந்துவிட முடியுமா என்ன? இடுப்பில் ஒற்றை மூட்டுச்சாரம். அது கீழே நழுவிவிடாமல் இருக்க அரைநாண் கயிற்றைச் சாரத்துக்குமேல் போட்டிருந்தார். மேலே கட்டம் போட்ட ஒரு பழைய துண்டு. திண்ணைக்குக் கீழே தெருவில் அவரைப் பார்க்கவந்த ஆட்களுடன் நின்றுகொண்டிருந்தார் அசரப் அலி.

சலாம் மரைக்காயருக்கு எதிரே சற்றுத் தள்ளி, தூணோடு தூணாக, மீன் கொள்முதலுக்கு வந்திருந்த ஆட்கள் இரண்டுபேர் உட்கார்ந்து பேசிக்கொண்டிருந்தார்கள். சலாம் மரைக்காயருக்கு எதிரே இருந்த கணக்குப்பிள்ளைத் திண்ணையிலும் இரண்டு மூன்றுபேர் உட்கார்ந்திருந்தார்கள். தெருவில், மரத்தடியில் ஒரு அம்பாஸிடர் கார் நின்றுகொண்டிருந்தது.

'நீங்களே இப்படிச் சொன்னா எப்படி வாப்பா? நாலு ரூபா தந்திருதோம், முடிச்சுப்புடுவோம்...' என்றார் ஒருத்தர்.

சலாம் மரைக்காயர், எப்போதும் தான் பேசும்போது எதிராளி முகத்தைப் பார்க்கவே மாட்டார். தூரத்தில் எங்காவது பார்த்துக்கொண்டுதான் பேசுவார்.

'இதுல சொல்றதுக்கு என்ன இரிக்கி? ஆறு ரூபாய்க்கு குறையாதெண்டுதான் நான் அப்பவே சொல்லிட்டேனே' என்றார் சலாம் மரைக்காயர்.

அசரப் அலிக்கு, மரைக்காயர் தன்னைப் பார்த்துக்கொண்டு பேசினமாதிரிதான் இருந்தது. அவர் வந்து இரண்டு மணி நேரத்துக்கும்மேல் இருக்கும். அவருக்கு எதிரேதான் நின்றுகொண்டிருக்கிறார். யார் யார் எல்லாமோ வந்து போய்க்கொண்டிருக்கிறார்கள். இன்னும் அவரைப் பார்த்து ஒரு வார்த்தைகூட என்ன ஏது என்று கேட்கவில்லை. ஆறுமணிக்கு வீட்டைவிட்டுப் புறப்பட்டது. மணி ஒன்பதுக்கும்மேல் இருக்கும் போல. நிற்க முடியவில்லை. ஏழெட்டு நாட்களாக

இதே மாதிரி தினசரி காலையிலும் சாயந்திரமும் மாறி மாறி மணிக்கணக்கில் வந்து நின்று காத்திருந்து விட்டுத்தான் போகிறார். கடைசியில், அப்போதுதான் அவரைப் பார்த்த மாதிரி, 'என்னவே அசரப்? ஒம்ம வெவகாரம்தான? யாபகம் இரிக்கி. நாளைச்செண்டு வாருமேன் . . .' என்பார்.

'ஜமாஅத்துல இருந்து ஏதாச்சும் பண்ணினாத்தான் இந்தப் புள்ளயக் கரையேத்த முடியும். ஒங்களுக்குத் தெரியாதது ஒண்ணுமில்ல . . .'

'ஜமாஅத், ஜமாஅத்துன்னு சொல்லிக்கிட்டு இரிக்காதீரும். ஜமாஅத் பணத்தத் தூக்கியாவே தந்திர முடியும்? நிக்காவுக்கு எப்படித் தரமுடியும்? நாமளா பாத்துத்தான் கைப்பணத்துல இருந்துதான் ஏதாவது செய்யவேண்டியது இரிக்கிது. கொஞ்சம் பொறுமேன் பாப்பம் . . .'

இரண்டுநாள் கழித்துப் போவார். மணிக்கணக்கில் கால் கடுக்க, தெருவிலேயே, அவர் கண்ணில் படுகிறமாதிரி நின்று கொண்டிருப்பார். அப்போதுதான் அவரைப் பார்த்த மாதிரி, 'அதாரு? அஸ்ரப்பா? என்னவே? நேத்தைக்கு ராவுல கண் முழிப்பு. தூக்கம் இல்ல. ஆறுமுகநேரிக்குப் பக்கத்துல சரக்கு ஏத்திக்கிட்டுப் போன நம்ம லாரி ரோட்ட வுட்டுக் கீழே எறங்கிப் போச்சி. கிரேனக் கொண்ணாந்து தூக்கிச் சோலிய முடிச்சுப் போட்டுக் காலம்பறதான் வந்தேன். அதுக்குள்ள இங்க இத்தனை ஆளுக. பாத்தேருல்ல? பொறவு வாருமேன் . . .'

'கடனாக் குடுத்தா போதும் . . . மாசா மாசம் பணத்த அடச்சிட்டு வந்திருவேன்.'

'சரிதான்வே . . . எது ஒண்ணுன்னாலும் யோசிச்சுத்தான் செய்யணும். அதான் சொன்னேனில்லா. பொறவு வாருமேன்' என்பார்.

அவர் கண்காணவே அத்தனை நேரமும் யார் யாரோ வந்து பார்த்துப் பேசிவிட்டுப் போவார்கள். வியாபாரம், ஊர்க் காரியம் எல்லாம் நடக்கும். ஆனால் இவருக்கு மட்டும்தான் 'ராத்திரி கண்முழிப்பு' என்றரீதியில் பதில் வரும். தலையைத் தொங்கப்போட்டுக்கொண்டே வீட்டுக்குத் திரும்புவார். வீட்டில் இருந்தாலாவது அத்தனை நேரத்தில் ஒரு சவுக்கம் போட்டிருக்கலாம்.

அசரப் அலிக்கு ஐந்து பிள்ளைகள். மூத்தது மூனும் பெண்கள். பிறகு இரண்டு பையன்கள். மூத்தவள் சித்திக்குக்கு மட்டும் நிக்காஹ் முடிந்திருந்தது. லைலாவுக்கும் மூருன்னிஸா வுக்கும் ஆகவில்லை. லைலாவுக்கு இருபத்தி ஆறு முடியப்

போகிறது. நாலு வருஷத்துக்கு முன்னால் ரோஜாப்பூக் கலரில் இருந்தவள் லைலா. இன்று உருக்குலைந்து போய்விட்டாள். அருளாளன் அல்லா, கடைசியாகப் பிறந்த இரண்டு ஆண் பிள்ளைகளையும் முதலில் கொடுத்திருக்கக் கூடாதா? கஷ்டத்துக்கு ஏற்றமாதிரி முதலில் பெண்களும் பிறகு பையன்களுமாக மாறிப் பிறந்துவிட்டனர்.

லைலாவையும் ஒன்றிரண்டு இடங்களில் கேட்கிறார்கள். ஏரலில் எலெக்ட்ரிக் கடையில் வேலை பார்க்கிற ஒரு பையனைப் பேசிவைத்திருக்கிறது. தறி அடிக்கிற காசு தறி கெட்டுத்தான் போகும் என்று அவருடைய வாப்பா சொல்லுவார். அது சரியாகத்தான் போய்விட்டது. ஏதோ சாப்பாட்டுக்கு ஓடி அடைகிறதே தவிர, மிச்சம் மீதம் ஒன்றுமில்லை.

திடீரென்று ஒரே பேச்சுக் குரல்களாகக் கேட்டன. அசரப் அலி திரும்பிப் பார்த்தார். தூரத்தில் பத்து இருபது ஆட்கள் வந்துகொண்டிருந்தனர். அவர்களைப் பார்த்ததும் சலாம் மரைக்காயர் நிமிர்ந்து உட்கார்ந்தார்.

திண்ணையில் உட்கார்ந்திருந்தவர்களைப் பார்த்து, ‘அப்பம் நீங்க பொழுது தாள வாங்களம்பா . . . பேசிக்குவம் . . . மேலூர்க்காரங்க வாறாங்க . . ரொம்ப முக்கியமான வெசயம் பேச வேண்டியிரிக்கி . . .’ என்றார் சலாம் மரைக்காயர்.

அவர்கள் பின்னால் திரும்பிப் பார்த்தார்கள். அந்த ஆட்கள் ரொம்பப் பக்கத்தில் வந்துகொண்டிருந்தார்கள். ‘கேள்விப்பட்டோம். இஸ்லாத்துக்கு மாறப் போறாகளாமில்ல, அப்ப சரி . . . இது ரொம்ப முக்கியமான சமாச்சாரம்தான். பொறவு வாரோம் . . .’ என்று திண்ணையிலிருந்து இறங்கி, கீழே நின்றுகொண்டிருந்த லாஞ்சிக்காரர்களையும் அழைத்துக் கொண்டு போய்விட்டார்கள்.

சலாம் மரைக்காயர், வந்த ஆட்களைச் சந்தோஷமாக வரவேற்றார். அவர்களில் இரண்டுமூன்றுபேர் மட்டும் திண்ணையில் ஓர் ஓரமாக உட்கார்ந்தனர். மற்றவர்கள் நின்று கொண்டிருந்தார்கள். அசரப் அலியும் அவர்களுக்கு வழிவிட்டுச் சற்றுத் தள்ளி நின்றுகொண்டார்.

‘அட அப்படி ஒதுங்கி ஒதுங்கி நிக்காதீங்கப்பா, இஸ்லாத்துல எல்லாரும் சகோதர சமத்துவந்தான். இப்படிப் பக்கத்துல வந்து இரியுங்கோ . . . ஏ . . . அந்த மேலக் கடேசில நிக்கது ஆரு? சின்னான் மவனோடே? ஏ, வேலுதானடே? அது என்னப்பா அப்பிடி ஆரோ அசல் ஆளுமாதிரி தூணுக்குப் பொறத்தால மொவத்த மறைச்சிக்கிட்டு நிக்கா? கூச்சப்படாம

இங்கன வந்து உக்காரப்பா... இஸ்லாத்துல பெரிய ஆளு சின்ன ஆளு ஒண்ணும் கெடையாதப்பா ...'

'அத நெனச்சித்தான் நாங்க இங்கே வாரோம்... அதுக்காவ ஐயா பக்கத்துல உக்காந்திர முடியுமா? மதிப்பு மரியாத இல்லாமப் போயிருமா?' என்றார் ஒருத்தர்.

'நீங்க என்னப்பா... சுத்தப் பைத்தியக்காரங்களா இருக்கீய ளேப்பா ... வே ... ராமையா பிள்ளை ...' என்று பக்கத்துத் திண்ணையைப் பார்த்துக் கூப்பிட்டார். திண்ணையை மறைத்துக் கொண்டிருக்கிற ஆட்கள் ஒதுங்கி நின்றுகொண்டார்கள். ராமையா பிள்ளை சாய்மான மேஜையி லிருந்து எழுந்து நின்று, அவிழ்ந்த இடுப்பு வேட்டியைக் கட்டிக் கொண்டார்.

'வே ... உள்ள போயி, வந்திருக்க ஆட்கள் எல்லாருக்கும் சாயா போடச் சொல்லும்' என்றார் சலாம் மரைக்காயர். ராமையா பிள்ளை நின்றுகொண்டே ஆட்களை எண்ண ஆரம்பித்தார்.

'யப்பா ... எல்லா ஏற்பாடுகளும் பண்ணியாச்சி. மதராஸ்லே இருந்து நாளைச்செண்டு அல்லாரும் வர்றாங்கோ' என்றார் சலாம் மரைக்காயர்.

திண்ணையில் முதலில் உட்கார்ந்திருந்த ஒரு ஆள் அவரைப் பார்த்து, 'நம்ம பச்சேரித் தலைக்கட்டுல அஞ்சு பயலுவோ பி.ஏ., பி.எஸ்ஸி., படிச்சுப் போட்டு சும்மா கெடக்கானுவோ...அவனுகளுக்கு ஏதாவது வேல பண்ணி வைக்கணும்... கண்ணத் தொறந்துவுட்ட மாதிரி இருக்கும்... அய்யாதான் ஒரு வழி பண்ணணும்... மறந்துராதீய ...' என்றார்.

'அது என்னடே அந்த மாதிரிச் சொல்லிட்ட? அப்பிடி மறந்துருவனா நான்? அன்னைக்கி ஒங்க ஊருல வச்சிச் சொன்னத யாபகம் வச்சுக்க. அத மீறி ஏதாவது ஆயிப்போச்சின்னா சொல்லு. மொஸல்மான் கவுல் கெடையா பண்ணுதவன் அல்ல. இஸ்லாத்துல யாரும் யாருக்கும் பயப்பட வேண்டியது இல்ல. அல்லா ஒருத்தனுக்குத்தான் பயப்படணும்...' என்றார் சலாம் மரைக்காயர். அவர்களிடம் ரொம்ப அனுசரணையாகப் பேசிக்கொண்டே இருந்தார் சலாம் மரைக்காயர். வெகு நேரம் நின்று பார்த்தார் அசரப் அலி. அதற்கு மேலும் நின்றுகொண்டிருப்பதில் பிரயோஜன மில்லை என்று நினைத்து, வீட்டுக்குப் புறப்பட்டுவிட்டார். மற்ற

நாளிலாவது எப்போதாவது இவரைப் பார்த்து ஏதாவது நாலு வார்த்தை பதில் சொல்லுவார். இன்று அதுவும் இல்லை.

லைலா பின்வாசல் நடையில், கால்களின் மேல் சுளகை வைத்துப் பீடி சுற்றிக்கொண்டிருந்தாள். வாப்பா வந்த சத்தம் கேட்டுத் திரும்பிப் பார்த்தாள். வாப்பாவின் முகத்தைப் பார்த்ததுமே தெரிந்துபோயிற்று. ஒரு வாரத்துக்குள் தகவல் சொல்லிவிடவில்லை என்றால் வேறு இடம் பார்த்து விடுவோம்' என்று மாப்பிள்ளை வீட்டுக்காரர்கள் சொல்லி விட்டார்கள். எங்கேயாவது கண்ணுக்குத் தெரியாமல் போய்விடலாமா என்றிருந்தது லைலாவுக்கு. ஆனால் எங்கே போவது? அதுவும் ஒரு பெண் அந்த மாதிரிச் செய்துவிட முடியுமா என்ன ?

அசரப் அலி செருப்பைக் கழற்றிப் போட்டுவிட்டுப் பாயில் உட்கார்ந்தார்.

'என்ன மொதலாளியப் பாத்தீங்களா?' என்று அவர் மனைவி கேட்டாள்.

'பார்த்தேன், பாக்காம என்ன ? இன்னைக்கி இஸ்லாத்துக்கு மாறப் போற ஆளுக வந்துட்டானுங்க . . . ஏகத் தடபுடலா இரிக்கி. இஸ்லாத்துக்கு மாறினா ரூவா, வேல எல்லாம் தருவாவளாம். சொந்தச் சனத்துக்கு ஒதவ ஆளு இல்ல. அடுத்த சாதி சனத்துக்குச் செய்யிதாவோ. தறி நெஞ்சும் பீடி சுத்தியும் ஆணும் பெண்ணும் செத்துச் சுண்ணாம்பாப் போயிட்டிருக்கு. நாம இந்த இஸ்லாத்துல வந்து பொறந்ததுக்கு அந்த ஆளுகளோட பச்சேரியில பொறந்திருந்தா இப்ப இவ நிக்காவுக்குத் துட்டாவது கெடைச்சிருக்கும் . . .' என்று சொன்னார் அசரப் அலி.

1986

மழை

ஒரு வாரமாக மழை பெய்துகொண்டே இருக்கிறது. நேற்றும் இன்றும் காற்றும் மழையும் அதிகம். தீபாவளி மழை. நாளை மறு நாள் தீபாவளி. சமயத்தில் இந்த மழை கந்தசஷ்டி வரைகூடப் பெய்யும்.

அந்த மழைக்குள் இரண்டு மணி நேரத்துக்கும் மேலாகக் கதிரேசன் வீட்டைத் தேடிக்கொண் டிருந்தான். பஜாரைத் தவிர, பெரும்பாலும் தெருக்களில் ஜன நடமாட்டமே இல்லை. எங்கே பார்த்தாலும் தண்ணீர் வெள்ளம் போல் ஓடிக் கொண்டிருந்தது. ஆளையே கீழே தள்ளுகிற மாதிரி காற்று வீசிக்கொண்டிருந்தது. அதுவும் தூத்துக்குடி கடற்கரை ஊர்.

ஊரிலிருந்து புறப்படும்போதே மழைதான். அம்மா எவ்வளவோ சொன்னாள். அம்மா சொன்னதைக் கேளாமல் வந்தது தப்புதான். அந்த வருஷம் தீபாவளியைக் கதிரேசனுடன் கொண்டாடவேண்டும் என்று ஆசைப்பட்டான். கதிரேசனைப் பார்த்தும் ரொம்ப நாளாயிற்று. சமீபத்தில் அவர் லெட்டரும் எழுதவில்லை. அதனால்தான் போய்விட்டு வரலாம் என்று தோன்றியது. அம்மா பஸ்ஸ்டாண்டுக்குப் புறப்படுகிறபோது கூடச் சொன்னாள்.

'நீ உன் மனசாலேதான் கெட்டழியப் போறே. ஒரு வாரமா மழை ஊத்து ஊத்துன்னு ஊத்துது. ஊரெல்லாம் ஒரே வெள்ளக்காடா

கெடக்கு. அங்கே கொளம் ஒடைஞ்சிட்டு, இங்கே ஆறு பெருகிட்டுன்னு பேசிக்கிடுதாஹ. தீபாவளி கொண்டாட அவன் வீட்டுக்குத்தான் போவேன்னு ஒத்தைக் கால்லே நின்னு பொறப்பட்டுட்டீயே. மழை தண்ணியெல்லாம் வெறிச்ச பிற்பாடு ஆற அமர அவன் வீட்டுக்குப் போயி ஒரு நாலு நாள் இருந்து பேசிட்டு வாயேன். யாரு ஒன்னைத் தடுக்கா. . ? நெனச்சதைச் செஞ்சிரணும் . . . ஒங்க அய்யா இப்பிடிப் பண்ணிப் பண்ணித்தான் அடுப்புல போனாஹ . . . வாரிசும் வம்சபுத்தியும் லேசுல போயிருமா?' என்று சத்தம் போட்டாள் அம்மா.

கையில் ஒரே ஒரு துணிப்பையை மட்டும் எடுத்துக் கொண்டான். உடுத்தியிருந்த வேட்டியும் சட்டையும் வாசுதேவ நல்லூர் பஸ் ஸ்டாண்டுக்கு வருவதற்குள்ளேயே நனைந்து விட்டது. தீபாவளிக்கு வைத்திருந்த புது உடுப்புகளை மட்டும் ஒரு பிளாஸ்டிக் பையில் போட்டு நனையாதபடி வைத்திருந்தான். ஊரில் பஸ் ஏறும்போது பதினோரு மணி இருக்கும். கடையநல்லூரைத் தாண்டும்போது, 'ஆலங்குளத்துக்கு மேலே பஸ் போவாதாமே' என்று பேசிக்கொண்டார்கள். நல்லவேளை, அந்த மாதிரி எதுவும் ஆகிவிடவில்லை. அந்த மத்தியான நேரத்தில் கூட அந்திக் கருக்கல் மாதிரி இருட்டிக் கிடந்தது. மழைக்குள் பஸ் வேகமாகப் போக முடியவில்லை.

பாவூர்ச் சத்திரம் வந்தபோது பஸ்ஸில் நாலைந்து பேர்தான் இருந்தார்கள். கண்டக்டர் இன்வாய்ஸ் எல்லாம் எழுதிவிட்டு டிரைவருக்குப் பக்கத்துச் சீட்டில் உட்கார்ந்து பீடி குடித்துக் கொண்டே பேசிக்கொண்டு வந்தார். இவன் உட்கார்ந்திருந்த சீட்டுக்குப் பின்னால் இரண்டு சீட்கள் தள்ளி ஒரு தம்பதி உட்கார்ந்திருந்தார்கள். அருகில் ஒரு பெண் பிள்ளை . ஏழெட்டு வயதிருக்கும். தலையில் தாழம்பூ வைத்துப் பின்னியிருந்தது. பக்கத்தில் இருந்தவளைப் பார்த்து, 'அக்கா, அக்கா' என்று கூப்பிட்டது. அவள் புருஷன், அந்தச் சின்னப் பெண்ணிடம் வேடிக்கையாக ஏதாவது சொல்லி கிண்டல் செய்துகொண்டே வந்தான். 'போங்க அத்தான் ...' என்று பெரிய மனுஷி மாதிரி தலையை ஆட்டிச் சிணுங்கிக்கொண்டது அது. தலை தீபாவளிக்குப் போகிறார்கள் போல.

இவனுக்கு முன் சீட்டில் வயசாளி ஒருத்தர் ஓரமாய் உட்கார்ந்துகொண்டு அடிக்கடி இருமிக்கொண்டே இருந்தார். தாங்கமுடியாமல் போகும்போது, 'யய்யா . . . இன்னும் எத்தனை நாளைக்கப்பா' என்று மெதுவாக முணங்குவார்.

பாவூர்ச் சத்திரத்தில் பஸ் நின்றபோது அவரிடம், 'பெரியவரே, எந்த ஊருக்குப் போறீங்க?' என்று கேட்டான்.

‘அதுவா? வந்து சேரகுளம் போகணும்...’ என்று சொல்லி விட்டு இரும ஆரம்பித்துவிட்டார். அவருக்குப் பக்கத்தில் காலடியில் ஒரு சிறிய நார்ப்பெட்டி கிடந்தது. ‘டீ சாப்பிடறீங்களா?’ என்று கேட்டான். தலையை ஆட்டி ‘வேண்டாம்’ என்று சொல்லிவிட்டார். அவருக்காகப் பஸ் ஜன்னல் படுதாவை நன்றாக இறக்கி, தூறல் விழாதபடி கட்டிவிட்டான். ‘ஜங்ஷன் வர்றவரை பேசாமே சீட்டிலேயே படுத்துக்குங்க பெரியவரே’ என்று சொன்னான். ‘சரிய்யா...’ என்று சொல்லிவிட்டு முன்பை விட அதிகமாக இரும ஆரம்பித்தார்.

திருநெல்வேலி ஜங்ஷன் பஸ் ஸ்டாண்டில் அவருக்குக் காப்பி வாங்கிக் கொடுத்து, சேரகுளம் பஸ்ஸில் ஏற்றிவிட்டான். ஜங்ஷனில் தூத்துக்குடிப் பஸ்ஸில் ஏறும்போதே மணி மூன்றரை இருக்கும்.

தூத்துக்குடிப் பஸ் ஸ்டாண்டில் வந்து இறங்கி இத்தனை நேரமாகியும் கதிரேசன் வீட்டைக் கண்டுபிடிக்க முடியவில்லை. கதிரேசன் டூவிபுரத்தில்தான் இருந்தார். அந்த அட்ரஸில் போய் விசாரித்தபோது, அவர் சிவன் கோயில் தெருப்பக்கம் போய்விட்டதாகச் சொன்னார்கள். அந்தக் காற்று, மழைக்குள் ஒரு வழியாக எப்படியோ விசாரித்துச் சிவன் கோவில் தெருவைக் கண்டுபிடித்துவிட்டான்.

ஒருவேளை கதிரேசன் தீபாவளிக்காகத் தன் மனைவி ஊருக்குக் குடும்பத்தோடு போயிருப்பாரோ என்று சந்தேகமாக இருந்தது. அவர் பழைய அட்ரஸில் இல்லை என்றபோதே ஒரு மாதிரி ஆகிவிட்டது. கையில் ஏழே ஏழு ரூபாய்தான் இருந்தது. கதிரேசனின் பிள்ளைகளுக்குக்கூட ஒன்றும் வாங்கவில்லை. கதிரேசன் இல்லை என்றால் ஊருக்குத் திரும்புவது ரொம்பத் திண்டாட்டம்தான். தூத்துக்குடியில் அவனுக்கு யாரையும் தெரியாது. கதிரேசன் இருந்தால் கவலையே இல்லை. டெல்லிக்குப் போகணும் என்றால் கூட, எங்காவது பணம் புரட்டி டிக்கெட் எடுத்துக் கொடுத்துவிடுவார். அந்தப் பெரிய மனசும் வசதியும் கதிரேசனுக்கு உண்டு. இவனுக்குத்தான் என்றில்லை. அவர் யாருக்குமே இப்படித் தான்செய்வார்.

பாபநாசம் காலேஜில் படித்துக்கொண்டிருந்தபோது, யார் யாருக்கெல்லாமோ புத்தகம் வாங்கவும், பீஸ் கட்டவும் பணம் கொடுத்திருக்கிறார். அதில் பாதிப்பணம் திரும்பிவரும், பாதி திரும்பவே திரும்பாது. அவருடைய சட்டைகள், கைலிகள் எல்லாம் ஹாஸ்டல் பூராவும் நடமாடும்.

ஒருநாள் தேசிகர் மடத்துப் படித்துறையில் ஆற்றில் குளித்துக்கொண்டிருந்தபோது, ‘யோவ் மணி, அந்தா முன்னாலே

என் கைலியைக் கட்டிக்கிட்டு ஆத்துக்குள்ள இறங்குறது சங்கரன் தானேய்யா? இதோட அவன் ரெண்டு கைலியத் தூக்கிட்டான்யா... கேட்டா, 'என்னடா மாப்ளே... நீ கட்டினா என்னம்மா... நான் கட்டினா என்னம்மா...ங்கறான். இந்தக் கைலியைக் காணலையேன்னு ஒரு வாரமா தேடிக்கிட்டு இருக்கேன். இது எப்பிடிய்யா இந்தப் பய கண்ணுல பட்டுது? பெட்டிக்குள்ளேல்லா வச்சிருந்தேன்... இவன் சின்னப் புத்தியப் பார்த்தேராவே மணி? டேய்... சங்கரா... சங்கரா... என் கைலியை எடுத்துப் பெரிய சீமான் மாதிரி உடுத்திக்கிட்டா அலையுத..? பொறுக்கி... ஒன்னை என்ன பண்றேன் பாரு...' என்று ஆற்றுத் தண்ணீருக்குள் குனிந்து, காலடியில் கிடந்த கல்லை எடுத்து சங்கரனைப் பார்த்து வீசினார். அது அவன்மேல் விழாமல் தண்ணீரில் விழுந்தது. சங்கரன் திரும்பிப் பார்த்தான்.

'மாப்ளே ... மாப்ளே ... ஆத்துலே வச்சுக் கேவலப் படுத்தாதடா. ஒங் கைலி ஒங்கிட்ட இருந்தா என்ன? என்கிட்ட இருந்தா என்னடா..? நாம ஆத்ம நண்பர்களாச்சே கண்ணா... நமக்குள்ளே நீ வேற, நான் வேறயாடா..?' என்று சத்தம் போட்டுச் சொன்னான் சங்கரன்.

'அடி செருப்பால... திருட்டு நாயி... நீயெல்லாம் ஒரு மனுஷனாடா..?' என்றார் கதிரேசன். அன்று ஆற்றில் குளித்து விட்டு ஹாஸ்டலுக்கு வந்தபிறகும்கூட, சங்கரன் கைலியை எடுத்துக் கொண்டதைப்பற்றிக் கடுமையாகப் பேசிக்கொண் டிருந்தார்.

இரண்டு நாட்கள் கழித்து கதிரேசனிடம் கேட்டபோது, விழுந்து விழுந்து சிரித்தார். 'வே மணி... உமக்கு விஷயமே தெரியாதா? நேத்துச் சாயந்தரம் நம்ம சீனா தானா பெட்டிக் கடையிலே அவர் கல்லாப் பெட்டிக்கு மேலே இருக்கிற கண்ணாடி பீரோவுலே அந்தக் கைலி இருந்துச்சு...'சீனா தானா, அந்தக் கைலியை எடுங்க'ன்னு கேட்டேன். 'எதுக்கு'ன்னார். 'எடுங்க சீனா தானா... புதுசா இருக்கே பார்ப்போம்'ன்னேன். பீரோவைத் திறந்து எடுத்துக் காண்பித்தார். பார்த்தா நம்ம கைலிதான். ஏதுன்னு கேட்டேன். 'வேற ஆருது? உங்க பிரண்டு சங்கரன் கைலிதான். ரயில் புகை விடுகிற மாதிரி, சிகரெட்டை பாக்கெட் பாக்கெட்டா கடனுக்கு வாங்கி ஊதிட்டு, நூத்து முப்பது ரூபாய்க்கு மேலே பாக்கி. அடி மடியைப் பிடிச்சுக் கேட்டதுக்கு இந்த கைலியைக் கொடுத்தாரு. ஏன் உங்களுக்கு வேணுமின்னா இதை ஒரு விலைபோட்டு எடுத்துக்குங்க'ன்னாரு. நான் அவருகிட்டே வேற ஒண்ணும் பேசலே. இன்னைக்கிக் காலையிலே கோயில் முன்னாலே மண்டபத்துலே வச்சு, பையன் கையிலே மாட்டினான். கேட்டதுக்கு, கோவிலுக்குள்ளே

என்னைக் கையைப் பிடிச்சு இழுத்துக்கிட்டுப் போயி, உள் பிரகாரத்துலே தெட்சிணாமூர்த்தி சன்னதிக்குப் பக்கத்திலே உக்கார வெச்சு, மாலை மாலையாக் கண்ணீர் வடிக்கிறான். என்னடா மூதின்னு கேட்டதுக்கு, அவங்க அப்பா மூணு மாசமா பணமே அனுப்பலையாம்... அவங்க அப்பா ரெண்டாவது கல்யாணம் பண்ணியிருக்காரே, அந்தச் சித்தி, நாலாவதா உண்டாகி இருக்காளாம்... 'நாலைஞ்சு நாளா சாப்பிடவே இல்லைடா கண்ணான்னான்... கிளப்புக்கு கூட்டிட்டுப் போயி இட்லி வாங்கிக் கொடுத்தேன். பொறவு என்ன செய்யச் சொல்லுதீரு..?' என்றார் கதிரேசன்.

அதற்கப்புறம் ஒரு நாள்.

'உமக்கு ஞாபகம் இருக்கா மணி..? கொஞ்ச நாளைக்கு முந்தி சங்கரன் ரொம்ப சீரியஸா சகலகலாவல்லி மாலை மனப்பாடம் பண்ணிக்கிட்டிருந்தானே... ஞாபகம் இருக்கா? பயலுக்கு ஏதோ பக்தி வந்துட்டுதே, பரவாயில்லையேன்னு நெனைச்சேன். சங்கதியே வேற... குத்தாலத்துக்கு யாரோ ஒரு சாமியார் வந்திருக்கார். அவருக்குச் சகலகலாவல்லி மாலைன்னா ரொம்ப இஷ்டமாம். அதை இந்தப் பயல் எப்படித்தான் தெரிஞ்சுக்கிட்டானோய்யா! குத்தாலத்துக்குப் போயி அவரு கால்லே விழுந்து கும்புட்டு, கடகடன்னு, மனப்பாடம் பண்ணுன சகலகலாவல்லி மாலையை ஒப்பிச்சிருக்கான். சாமியாரு கெறங்கிப் போயிட்டாரு கெறங்கி. அவ்வளவு பிரமாதமாச் சொல்லி அவரை அசத்திட்டான்யா..! சாமி, எனக்கு எந்த நாதியும் கிடையாது. அம்மா செத்துப் போயிட்டா. அப்பா ரெண்டாம்தாரத்துக்காரியே கெதின்னு கெடக்காரு... படிக்க ரொம்பக் கஷ்டப்படுதேன்னு சொல்லி கண்ணீர் விட்டிருக்கான். சாமியாரு மனசு இரங்கி அவனுக்குப் பட்டெல்லாம் போர்த்தி, 51 ரூபா, பழம், கல்கண்டு அது இதுன்னு எல்லாம் வச்சுக் கொடுத்து, நான் இப்போ வடக்கே யாத்திரை போறேன். திரும்பி வந்தப்புறம் என்னை மடத்திலே வந்து பாரு. உனக்கு மாசா மாசம் ஸ்டைபண்ட் ஏற்பாடு பண்றேன்னு சொல்லியிருக்காரு பாரும்...' என்றார் கதிரேசன்.

பிறகு, 'என்னைக்காவது இந்தப் பய சாமியாரையும் அவர் மடத்தையும் சேர்த்து அடகு வைக்காமே இருந்தாச் சரி...' என்று சொல்லிவிட்டு விழுந்து விழுந்து சிரித்தார்

'பாவம்யா... அவன் ரொம்ப நல்ல பய... எல்லாம் இல்லாத குறைதான்...' என்றார் கதிரேசன்.

'அதுக்காகத் திருடணுமா?'

'போயிட்டுப் போறான்... விடும்...' என்றார் கதிரேசன்.

இதுதான் கதிரேசன். கதிரேசனுக்குத்தான் இந்த மனசு வரும்.

தெருவோரமாக நின்றிருந்த ரிக்‌ஷாவுக்குள்ளிருந்து, ‘சார்... சார்... எங்கே சார் போகணும்? ரிக்‌ஷா வேணுமா?’ என்ற குரல் கேட்டது. ரிக்‌ஷாவுக்குப் பக்கத்தில் போய், இந்தத் தெருவிலே கதிரேசன்னு பெருங்குளத்துக்காரர். . . வாத்தியார் வேலை பார்க்கிறார், தெரியுமா. . ?’ என்று கேட்டான்.

நனையாமல் இருப்பதற்காகப் போட்டிருந்த திரையை நீக்கி, ஒரு முகம் எட்டிப் பார்த்தது. ‘கதிரேசன்னா சொன்னீங்க..? இங்கன அப்படி யாரும் இருக்கிறதாத் தெரியலையே. . ? மழையில நிற்கிறீங்களே... இப்படி ஓரமா வாங்க... ஆளு எப்படி இருப்பார். . ?’ என்று கேட்டான்.

‘சுமாரான உயரம்தான். கண்ணாடி போட்டிருப்பார். சைக்கிள் வச்சிருக்கார். ஸ்கூலுக்குக்கூட சைக்கிள்லேதான் போவார்...’

பக்கத்தில் இருந்த இன்னொரு ஆள், ‘ஓ... அந்த சார்வாள் வீடா..? நேரா போயி கோயிலுக்குத் தெக்கால திரும்புங்க. இடது கைப் பக்கம்... ஒண்ணு, ரெண்டு மூணாவது வீடுதான்... பக்கத்திலேதான்... பார்த்துப் போங்க... பொசலும் மழையுமா இருக்குது...’

‘ரொம்ப நன்றிங்க...’

‘போயிட்டு வாங்க... இப்படி மழைக்குள்ளே வந்து சங்கடப்படுதீங்களே...’

தூரத்தில் கோபுர விளக்கு தெரிந்தது. கோவிலுக்கு முன்னால் கொஞ்சம் வெளிச்சம் தெரிந்தது. ஒரு மாதிரியாக அனுமானித்து நடந்தான். கோவில் முன்மண்டபத்தில் மழைக்காக ஒதுங்கிய சிலர் இருந்தார்கள். அந்த மழையிலும் ஒரு பெண், சிறு ஜாதிக்காய்ப் பெட்டிமேல் உட்கார்ந்துகொண்டு பூ கட்டிக்கொண்டிருந்தாள். பக்கத்தில் ஒரு சொம்பில் காப்பியோ, டீயோ ஆவி பறக்க இருந்தது. வருகிற வழியில் ஹோட்டல் எதுவும் கண்ணில் படவில்லை. எங்கே வாங்கினாளோ, யார் வாங்கி வந்தார்களோ தெரியவில்லை.

கதிரேசன் இருக்கிறாரோ, இல்லையோ? ஒருவேளை தீபாவளிக்காக ஊருக்குப் போய்விட்டாரோ என்னவோ? அம்மா சொன்னதைக் கேட்டிருக்கலாம். மனம் போன வழியெல்லாம் போவது என்பதே வாழ்வாகிவிட்டது. வாசுதேவநல்லூருக்குப் போகப் பணம் போதாது. கையில் இருக்கிற பணத்தை

வைத்துக்கொண்டு திருநெல்வேலிவரை போய்விடலாம். அங்கே கோவில் வாசலில் கடை வைத்திருக்கிற பிச்சையா மாமாவிடம் கேட்டுப்பார்க்க வேண்டியதுதான். மாமா, சமயத்தில் நன்றாகப் பேசுவார். சமயத்தில் ஏனென்றுகூடக் கேட்க மாட்டார். ஒழுங்காக வேலை, குடும்பம் என்று இல்லாத யாரையுமே மாமாவுக்குப் பிடிக்காது. கதை, சினிமா, நாடகம், சங்கீதம் இதெல்லாம் அவருக்கு ஆகவே ஆகாது. இவன் நிறைய சினிமா பார்ப்பான். இதனால் பிச்சையா மாமாவுக்கு அவன்பேரில் வருத்தம். 'ஒங்க அப்பனை மாதிரியே வளர்ந்துட்டியேடா. . . அவம்லாடா சினிமா, நாடகம், கட்சிக்கூட்டம்னு அலைவான். காசைக் கட்ட மண்ணாக்குவான். இந்த மேனாமினுக்கித் தனம் எல்லாம் சோறு திங்க உதவாதுடா. என்கூட கடையிலே வந்து இரு... ரெண்டே வருசத்திலே உன்னை இந்த ஊருக்கே ராசாவாக்கிச் சிம்மாசனம் போட்டு உக்கார வைக்கேன்' என்பார். இப்போதும் திட்டுவார். அதுவும் இந்த மழைக்குள் யாரோ சிநேகிதனைப் பார்க்கப் போனேன் என்று மனம் போன போக்கில் அலைந்துவிட்டுத் திரும்புகிறவனை ஏறெடுத்தும்கூடப் பார்க்க மாட்டார். அத்தையிடம்தான் கேட்கவேண்டும்.

ரிக்ஷாக்காரர் சொன்ன மாதிரியே, மூன்றாவது வீட்டில் போய் கதவைத் தட்டினான். 'கதிரேசன்...' என்று கூப்பிட்டான். வாசலில் தகரக்கொட்டகை போட்டிருந்தது. தகரத்தில் மழை விழுகிற சத்தத்தையும்மீறிச் சத்தம் போட்டுக் கூப்பிட வேண்டியிருந்தது.

அந்தத் தாழ்வாரத்துக்கு அப்பால் இருந்த அறைக்கதவு சாத்தியிருந்தது. ஜன்னல் இடுக்கு வழியே டியூப் லைட் வெளிச்சம் துண்டு துண்டாகத் தெரிந்தது. மறுபடியும், 'கதிரேசன், கதிரேசன்' என்று கூப்பிட்டான். திடீரென்று கதவு திறந்தது. ஒரு பையன் வந்தான். 'யார்?' என்று கேட்டான். அவனுக்குப் பின்னால், கனத்த சரீரமுள்ள ஒருவர் பனியனுடன் வந்தார்.

'இது கதிரேசன் வீடுதானே?'

'கதிரேசனா?'

'நான் அவரோட ஃப்ரண்ட். இது கதிரேசன் வீடுதானே?'

'இங்கே கதிரேசனும் இல்லே, ஒருத்தரும் இல்லே.' என்று சொல்லிவிட்டு அந்தப் பையனைப் பார்த்து, 'டேய் உள்ளே வாடா... மழை ரொம்பப் பெய்யறது... சார்... இங்கே நீங்க சொல்ற ஆளு யாரும் இல்லே சார்... உள்ளே வாடா...' என்று சொல்லிவிட்டுப் போய்விட்டார் பனியன்காரர்.

பையன் அழிக்கம்பிக்குப் பக்கத்தில் வந்து நின்று கொண்டு, 'நீங்க கதிரேசன் சார்வாளைத்தானே கேட்கிறீங்க?' என்று கேட்டான்.

'ஆமா... அவர் இங்கே இல்லியா?'

'நான் கதிரேசன் சார்வாளோட ஸ்டூடண்ட்தான். அவர் இந்த வீட்டிலே தான் இருந்தார்...' என்று சொல்லிவிட்டு நிறுத்தினான். பிறகு, 'நீங்க அவரோட ஃப்ரெண்டா?' என்று கேட்டான்.

'ஆமா... அவர் இப்போ இங்கே இல்லையா.'

'அவர் செத்துப் போயிட்டார் சார்... இந்த வீட்லே தான் அவர் இருந்தார். திடீர்னு சொகமில்லாமே போயிடுத்து. செத்துப் போயிட்டார்... பாவம், ரொம்ப நல்ல சார்... ஸ்டூடண்ட்ஸை அடிக்கவே மாட்டார். ஒங்களுக்குத் தெரியாதா? அவரோட ஃப்ரெண்டுங்கிறேளே.. நீங்க அவருக்கு ரொம்பத் திக் ஃப்ரெண்ட் தானே? அப்போ அவா உங்களுக்குத் தகவல் தெரிவிச்சிருப்பாளே... அவர் போனப்புறம் இப்போ நாங்கதான் இங்கே இருக்கோம்...' என்று சொல்லிக்கொண்டிருந்தான். மழை பெய்து கொண்டிருந்தது.

1987

பகல் கனவு

நாச்சியார்புரம், தெற்குத் தெரு 13ஆம் நம்பர் வீட்டில் பரிபூரணத்தம்மாள் என்ற பரிபூரணத்தாச்சி சாகக் கிடந்தாள். அரசாங்க தஸ்தாவேஜ்களில் அவள் பெயர் பரிபூரணத்தம்மாள் என்று இருக்கும். இறந்து போன அவள் புருஷன் பூவலிங்கம் பிள்ளைக்கு அவள் பரிபூரணம், அவளுடைய பேரன் பேத்திகளுக்கும் தெருக்காரர் களுக்கும் அவள் பரிபூரணத்தாச்சி.

உலக வழக்கப்படி பரிபூரணத்தாச்சியை அவளுடைய மூத்த மகன் வெயிலுகந்த பெருமாள் தான் போஷித்து வந்தான். அவள் படுக்கையில் படுத்து இரண்டு வாரங்கள் ஆகின்றன. டாக்டருடைய கெடு, ஜோஸ்யருடைய கெடு எல்லாவற்றையும் தாண்டி பரிபூரணத்தாச்சி இன்னும் உயிர் வாழ்ந்து கொண்டிருந்தாள். இடையே மூன்று நாட்கள் பேச்சு மூச்சு இல்லாமல்கூடக் கிடந்தாள். வயது எழுபத்திரண்டு ஆகிறது. அநேகமாகக் கதை முடிந்த மாதிரிதான் என்று அப்போது எல்லோரும் நினைத்தார்கள். ஆனால், நாலாம் நாளே விழித்துக் கொண்டு கையால் ஜாடை காட்டி, காப்பி கேட்டாள்.

ஆச்சியுடைய தங்கச்சி ராமாச்சிதான், 'ஏட்டி ... இவ மண்டையைப் போட்டுருவான்னு நெனைச்சோமே டாக்குட்டருகூட கைய விரிச்சிட்டாரே . . . கடைசியில் எல்லாரையும் ஏமாத்திப் போட்டுக் காப்பியக் கொண்டாடின்னு கேக்காளட்டி...' என்று பக்கத்தில் உட்கார்ந்திருந்த பரிபூரணத்தாச்சியின் மூத்த மருமகளிடம் சொல்லிக்கொண்டே காப்பி போட்டுக் கொண்டு வந்து கொடுத்தாள்.

வீடு பூராவும் அவள் மக்கமார்கள், மருமகள்கள், பேரன் பேத்திகள் என்று ஒரே கூட்டமாகக் கிடந்தது. அக்காவைப் பார்த்துவிட்டுப் போவதற்காக வந்திருந்த ராமாச்சி அங்கேயே தங்கிவிட்டாள். இன்றைக்கு மண்டையைப் போட்டுவிடுவாள், நாளைக்கு மண்டையைப் போட்டுவிடுவாள் என்று எல்லோரும் எதிர்பார்த்தார்கள். ஒரேயடியாக இருந்து பதினாறு விசேஷம் முடிந்தபிறகு போகலாம் என்று இருந்துவிட்டார்கள். ஊருக்குப் போய் வர இரட்டிப்புச் சார்ஜ் ஆகும் என்பதும் ஒரு காரணம். மேலும் ராமாச்சியுடன் வந்திருந்த அவள் புருஷனும் அதற்கு மறுப்புச் சொல்லவில்லை. பொதுவாக அவர் ஆச்சியை எதிர்த்து ஒன்றும் சொல்லமாட்டார். ஏதாவது சொன்னால் ராமாச்சி அவர் மேலே விழுந்து பிடுங்கிவிடுவாள். அதற்குப் பயந்துதான் அவர் மறுப்புச் சொல்லவில்லை.

ஒருநாள் மத்தியானம் இரண்டு மணி சுமாருக்கு ஒரு நபர் வந்து, ‘பரிபூரணத்தம்மாள் வீடு எது?’ என்று தெருவில் விளையாடியக் கொண்டிருந்த பிள்ளைகளிடம் கேட்டான். அவர்கள் பாண்டி ஆடிக்கொண்டு இருந்தார்கள். விளையாட்டு மும்முரத்தில் அவன் முகத்தைக்கூட ஏறிட்டுப் பார்க்க யாரும் தயாராக இல்லை. சுவர் ஓரமாகக் கிடந்த பழங்கால ஆட்டுக்கல்லின்மீது இளம்பிள்ளை வாதம் வந்து பாதிக்கப் பட்ட பையன் ஒருவன், விளையாட்டில் கலந்துகொள்ளாமல் உட்கார்ந்திருந்தான்.

அந்த நபர் அவனிடம் போய், கரகரத்த குரலில், ‘தம்பி, இங்கே பரிபூரணத்தம்மாள் வீடு எது?’ என்று கேட்டான். பையன் அவனை மேலும் கீழும் பார்த்தான். அவன் சரித்திர நாடகங் களில் வரும் ராஜாக்களைப் போல உடை அணிந்திருந்தான். அவனை ஒரு மாதிரியாகப் பார்த்துக்கொண்டே, ‘வீட்டு நம்பர் என்ன?’ என்று கேட்டான் பையன். ‘பதிமூணு’ என்று அவன் பதில் சொன்னான். ‘பதிமூணுன்னா இந்த வீடுதான்... யார் வீடு?’ என்று திரும்பவும் கேட்டான் பையன். ‘பரிபூரணத்தம்மா வீடு’ என்றான் வந்தவன். பையனுக்குப் பொறி தட்டியது. ‘அடடே... பரிபூரணத்தாச்சி வீடா?’ என்று அவனைப் பார்த்துச் சிரித்துக்கொண்டே சொல்லிவிட்டு, விளையாடிக் கொண்டிருந்தவர்களைப் பார்த்து, ‘ஏ பார்வதி... ஏ நாயகம்... ஒங்க ஆச்சியத் தேடி ஆரோ வந்திருக்காங்க பாரு’ என்றான்.

அப்போதுதான் பாண்டி ஆட்டம் நின்றது. அவர்க ளுடைய கவனம் புது நபர்மீது திரும்பியது. விளையாடிக் கொண்டிருந்த பையனும், பாண்டிக் கட்டத்தைச் சுற்றி நின்று ஆட்டத்தை வேடிக்கை பார்த்துக்கொண்டிருந்தவர்களும் அந்த ஆளை விசித்திரமாகப் பார்த்தார்கள். அவனுடைய

உடையைப் பார்த்து அவர்களுக்குச் சிரிப்பு தாங்கவில்லை. எட்டு வயதுச் சிறுமி ஒருத்தி சிரிப்பை அடக்க முடியாமல், 'ஒங்களுக்கு ஆரு வேணும்?" என்று கேட்டாள்.

'பரிபூரணத்தம்மாள்.'

'அது எங்க ஆச்சிதான்.'

'அவங்களைப் பார்க்கணும்?'

'அவங்களுக்குச் சொகமில்லை.'

'அதுக்குத்தான் பார்க்கணும்.'

'அவ எப்பம் பார்த்தாலும் தூங்கிக்கிட்டு இருப்பா' என்று, ரொம்பவும் முக்கியமான தகவலைச் சொல்வதுபோல் முகத்தை வைத்துக்கொண்டு சொன்னான் அவள் தம்பி நாயகம்.

'அதுக்காகத்தான் அவங்களைப் பார்த்துட்டுப் போக வந்திருக்கேன்.'

'சேரி... அப்பம் வாங்க... நீங்க வெளையாடுங்க... நான் கூட்டிட்டுப் போயி வீட்டைக் காம்பிச்சிட்டு வாரேன்' என்று தன் சகாக்களைப் பார்த்துச் சொல்லிவிட்டு, அவனை அழைத்துக் கொண்டு போனாள். அந்த நபர் அவள் பின்னால் போனான். போகும்போது இருபுறமும் வரிசையாக இருந்த வீடுகளைப் பார்த்துக்கொண்டே போனான். எல்லா வீடுகளும் சந்தடி இல்லாமல் கிடந்தன. மத்தியான நேரமானதால் வீட்டு வாசல் கதவுகள் எல்லாம் அடைத்திருந்தன.

'நீ ராசா வேசம் போட்டிருக்கியே... ஏதாவது நாடகத்துலே கண்டா நடிக்கியா?' என்று பின்னால் திரும்பிப் பார்த்துக் கேட்டாள் பார்வதி. அவளை அறியாமலேயே மரியாதை குறைந்துவிட்டது.

'நாடகமா?'

'பின்னே? ஒன்னைப் பார்த்தா அப்படித்தான் இருக்கு. நீ வேசந்தான போட்டுட்டு வந்திருக்க? ஆச்சிக்கி நீ என்ன வேணும்?'

'நான் நாடகக்காரன் இல்லே... எமதர்மன்' என்று அந்த நபர் சொல்லிக்கொண்டிருக்கும்போதே, வீடு வந்துவிட்டது. வீட்டின் முன்கூடத்தில் நாலைந்துபேர் ஆண்களும் பெண்களு மாகப் படுத்துத் தூங்கிக்கொண்டிருந்தார்கள். ஒரு கைக் குழந்தை மட்டும் மூத்திரம் பெய்து, அதன்மீதே உட்கார்ந்து அளைந்து விளையாடிக்கொண்டிருந்தது. வீட்டினுள் பெண்களின் பேச்சுக் குரல் கேட்டது. பார்வதி, 'ராமாச்சி... ராமாச்சி...' என்று கூப்பிட்டுக்கொண்டே உள்ளே போனாள்.

ராமாச்சி எழுந்து வந்தாள். அவளுடன் பேசிக்கொண்டிருந்த இளம்பெண், உட்கார்ந்திருந்த இடத்திலிருந்தே திரும்பிப் பார்த்தாள். அவளுக்குப் பக்கத்தில் கட்டிலில் பரிபூரணத்தாச்சி படுத்திருந்தாள். எமதர்மன் அறை வாசலிலேயே நின்று கொண்டிருந்தான். பார்வதி மட்டும் உள்ளே போய், எதிரே வந்த ராமாச்சியிடம், 'ராமாச்சி... இவன் பேரு எமதர்மனாம்... ஆச்சியப் பாக்க வந்திருக்கான் ...' என்று சொல்லிவிட்டு, வாசலை அடைத்து நின்றுகொண்டிருந்த எமதர்மனைத் தள்ளிக் கொண்டு ஓடினாள். ராமாச்சி கண்களை இடுக்கியவாறே பக்கத்தில் வந்து அந்த நபரை ஏறிட்டுப் பார்த்தாள். பரிபூரணத்தாச்சிக்குப் பக்கத்தில் உட்கார்ந்திருந்த அந்தப் பெண்ணும் ஆவலுடன் எழுந்து வந்தாள்.

'எய்யா, நீங்க ஆரு?' என்று கேட்டாள் ராமாச்சி. எமதர்மன் கையால் சைகை காட்டி, 'குடிக்கக் கொஞ்சம் தண்ணீர் கொடுங்க' என்றான். 'கோமு... தண்ணி கொண்டா...' என்று பக்கத்தில் வந்து நின்ற பெண்ணிடம் சொன்னாள் ராமாச்சி.

'நீங்க ஆரு, என்ன வெவரம் ஒண்ணும் தெரியலியே?'

'நான் எமதர்மன் ... இங்கே பரிபூரணத்தம்மா யாரு?' என்றான் கரகரத்த குரலில்.

'பரிபூரணம் எங்க அக்காதான். அந்தா படுத்திருக்கா பாருங்க ... ஏது, என்ன வெசயம். . ?' என்றாள் ராமாச்சி. அவளுக்கு அவனுடைய உடைகளைப் பாத்துச் சிரிப்பாக இருந்தது. ஆனாலும், முன்பின் அறிமுகமில்லாத ஆளுக்கு முன்னால் சிரிப்பது அநாகரிகம் என்று நினைத்துச் சிரிப்பை வாய்க்குள் அடக்கிக்கொண்டாள். கோமு தண்ணீர் கொண்டுவந்து ராமாச்சியிடம் கொடுத்தாள். அதை வாங்கி எமதர்மனிடம் கொடுத்தாள் ராமாச்சி. அவன் தண்ணீர் குடித்துவிட்டுச் சொம்பைத் தரும்போது அது நழுவிக் கீழே விழுந்துவிட்டது. அதைப் பார்த்ததும் கோமு சிரித்துவிட்டாள். அந்த ஆள் 'ஹும்...' என்று உறுமினான்.

'என்னடி சிரிப்பு வேண்டிக் கெடக்கு?' என்று கோமுவை அடக்கிவிட்டு, 'அய்யா ... எமதர்ம ராசாங்களே, நீங்க என்ன வெசயமா வந்திருக்கியோ. . ? ஒங்களுக்கு எந்த ஊரு? ஒங்களப் பாத்தா ட்ராமால வேசம் போடுத ஆள் மாதிரித் தெரியுதே. . ?' என்றாள் ராமாச்சி.

மீண்டும், 'ஹூம் . . .' என்று உறுமினான் அவன். ஜலதோஷம் பிடித்திருந்ததால் மூக்கிலிருந்து மூக்குச்சளி வெளியே வந்து எட்டிப் பார்த்துவிட்டு உள்ளே சென்றது.

‘நான் யாருன்னு தெரியாமே என்கிட்ட பேசறீங்க... ஒங்க அக்கா உயிரைக் கொண்டுபோறதுக்காக வந்திருக்கேன் ...’ என்றான் எமதர்மன்.

அப்போதுதான் ராமாச்சி சற்றுப் பயந்தாள். ‘கொஞ்சம் வெளியிலே திண்ணையிலே உட்கார்ந்து இருங்க. நான் அக்காவை எழுப்பிக் கூட்டிக்கிட்டு வாரேன் ...’ என்று சொன்னாள். எமதர்மன் கூடத்தில் படுத்திருந்த ஆட்களை மெதுவாகத் தாண்டித் தாண்டிக் கடந்து சென்று திண்ணையில் போய் உட்கார்ந்துகொண்டான்.

ஏற்கெனவே அவனுக்கு ஜலதோஷம் பிடித்திருந்தது. மத்தியான வெயிலில் வந்து குளிர்ந்த தண்ணீரைக் குடித்தது வேறு அவனைத் தும்மல் போட வைத்தது. கட்டடமே இடிந்து போகிற மாதிரி தொடர்ந்து ஏழெட்டுத் தும்மல்கள் போட்டான். தும்மல் சத்தம் கேட்டு மூத்திரத்தை அளைந்து விளையாடிக்கொண்டிருந்த குழந்தை திடுக்கிட்டு, தும்மல் வந்த திசையை வெறித்துப் பார்த்தது. பிறகு மறுபடியும் தன் விளையாட்டைத் தொடங்கியது. அவன் போட்ட தும்மல் சத்தத்தில் நடைக்கூடத்தில் படுத்திருந்த ராமாச்சியின் கணவர் தூக்கம் கலைந்து எழுந்து உட்கார்ந்திருந்தார். இடுப்பில் வேட்டி முந்தியில் சுருட்டிவைத்திருந்த பொடி மட்டையை எடுத்துப் பிரித்து, ஒரு சிட்டிகைப் பொடியை எடுத்து உறிஞ்சினார். மேலே கிடந்த சிட்டைத் துண்டை எடுத்து, ஒரு மூலையில் திரி மாதிரி திரித்து, அதைக் காதுக்குள் விட்டுச் சுகமாகக் குரும்பி எடுக்க ஆரம்பித்தார். வீட்டுக்குள் குசுகுசுவென்று பேசுகிற சத்தம் கேட்டுத் திரும்பிப் பார்ப்பதும், மறுபடி காதுக் குரும்பி எடுப்பதுமாக இருந்தார்.

‘ஏட்டி கோமு . . . இந்தக் கூத்தை என்னன்னு சொல்லட்டும் . . ? எவனோ ஒருத்தன் எமதர்மராசான்னு சொல்லிக்கிட்டு சாத்தாங் கோயில் ஆலி மாதிரி வந்து உக்காந்திருக்கானட்டி... அவன் நெசமாவே எமதர்மந்தானா. . ?’ என்று கதவுக்குப் பின்னால் கோமுவிடம் தாழ்ந்த குரலில் பேசிக்கொண்டிருந்தாள் ராமாச்சி.

‘எமனாவது... தருமனாவது... சும்மா எவனோ ஒருத்தன் வந்து நம்மை ஏமாத்தப் பாக்கான். நான் போயி தாத்தாவையும் கொன்னாரத்து அண்ணனையும் எழுப்பட்டா?’ என்று சற்று சத்தமாகக் கேட்டாள் கோமு. ராமாச்சி கழுத்தை மட்டும் வாசல் பக்கம் நீட்டிப் பார்த்துவிட்டு. ‘ஏட்டி . . . மெல்லப் பேசுட்டி... அந்த ஆளு காதுல விழப் போவுது... இது என்ன எளவு புதுச் சங்கடமா இருக்கு... இப்பிடி எவனோ ஒருத்தன்

எமதர்மராசான்னு சொல்லிக் கிட்டு வந்து உக்காந்து உசுரை வாங்குதான...' என்றாள். சலிப்புடன் சொல்லிக்கொண்டிருக்கும் போதே முதுகில் ஊறல் எடுத்தது. சேலை முந்தானையைக் கழுத்தைச் சுற்றி மாலை மாதிரி போட்டுக்கொண்டு, ஜாக்கெட் போடாத வெறும் முதுகைச் சுவரில் தேய்த்தாள். கட்டிலில் படுத்திருந்த பரிபூரணத்தாச்சி தலையை லேசாகத் தூக்கிப் பார்த்தாள். 'என்ன விஷயம்?' என்பது போல் கையால் ஜாடை காட்டிக் கேட்டாள். ராமாச்சிக்கு அக்காவைப் பார்த்து எரிச்சலாக இருந்தது. முதுகைச் சுவரில் தேய்த்துக்கொண்டே, 'ஆமா ... இவ ஒருத்தி ... பெரிசா வெசாரிக்க வந்துட்டா ... பேசாமப் படுத்துக் கெட... ஓணான் தலையைத் தூக்குத மாதிரி தலையைத் தூக்கிப் பார்த்துக்கிட்டு இராத. வெளியில ஒருத்தன் உக்காந்துருக்கான். ஒஞ் சீவன வாங்கிட்டுப் போவதுக்குன்னு வந்து உட்காந்திருக்கான். செவனேன்னு கெட ...' என்று சொல்லிவிட்டு, முதுகைச் சுவரில் தேய்ப்பதை நிறுத்தினாள். அவளுக்கு ஒரு யோசனை தோன்றியது. 'ஏட்டி கோமு ... வந்திருக்க தீவட்டித் தடியன் வாசல்ல காயப்போட்டுருக்க போர்வையைக் கண்டா தூக்கிட்டுப் போயிரப் போறான் ... நீ அதை எடுத்துக்கிட்டு, அப்பிடியே அந்த ஆளுக்குக் காலு இருக்கான்னு பாரு... ஜாடையாகப் பாரு... அப்பிடியே உள்ளே வாரயில ஒங்க தாத்தாவைக் கூட்டியா ... சத்தம் போடாம மெள்ளக் கூப்புடு... என்ன. . ?' என்றாள்.

கோமு விறுவிறுவென்று வேகமாகப் போய், வாசல் கொடியில் காயப் போட்டிருந்த போர்வையை உருவி எடுத்தாள். எமதர்மன் அவளைத் திரும்பிப் பார்த்தான். அதற்குள் அவனுக்குத் தும்மல் வந்துவிட்டது. மறுபடியும் தும்மல் போட ஆரம்பித்தான். அவன் தும்மல் போட ஆரம்பித்தது ஒரு விதத்தில் வசதியாகப் போயிற்று. அவன் காலை நன்றாகப் பார்த்தாள். பொன்னிறத்தில் அவன் பாதம் இருந்தது. வீட்டினுள் நடைக் கூடத்தில் நுழைந்ததும், காதில் குரும்பி எடுத்துக்கொண்டிருந்த தாத்தாவைச் சைகை காட்டி உள்ளே வருமாறு கூப்பிட்டாள். அவர் முதலில் விழித்தார். பிறகு, 'எதுக்குக் கூப்பிடுதா?' என்று முணங்கிக் கொண்டே எழுந்து, கோமுவின் பின்னால் போனார்.

உள்ளே வந்த தன் கணவரை ராமாச்சி தன் பக்கத்தில் கூப்பிட்டாள். அவருக்கு அவள் நடவடிக்கை புதிராக இருந்தது. பக்கத்தில் போனார். அவள் முகத்துக்குள்ளிருந்து கீரை வாடை வீசியது. அவர்கள் இரண்டு பேரும் வயதானவர்கள்தான் என்றாலும் அங்கே நின்றுகொண்டிருந்த கோமுவுக்கு அவர்களுடைய நெருக்கம் கூச்சத்தைத் தந்தது. ஏதோ வேலை இருக்கிற மாதிரி அடுப்படிப் பக்கம் போய்விட்டாள்.

‘குத்துக்கல்லு மாதிரி கூடத்துல உக்காந்திருக்கியளே ... முன்னால ஒரு ஆளு ராசா மாதிரி சட்டை எல்லாம் போட்டுக்கிட்டு உக்காந்திருக்கானே ... அது யார் தெரியுமா?’ என்று தாழ்வான குரலில் பேசினாள். அவர் உடனே வாசல் பக்கம் போய்ப் பார்ப்பதற்காகத் திரும்பினார். அவரைப் போக விடாமல் கையைப் பிடித்து இழுத்தாள்.

‘எங்க போறீயோ. . ? பேசாம இருங்க...’

‘பின்ன என்ன? நீதான சொன்ன? யாரோ வந்திருக்கான்னு என்று எரிச்சலுடன் கேட்டார் தாத்தா.

‘சொன்னேன்... சொரக்காய்க்கு உப்பு இல்லைனு...’ என்று வெறுப்பாகச் சொல்லிவிட்டு அவள் மட்டும் தலையைத் திருப்பி வாசல் பக்கம் மெதுவாகப் பார்த்தாள். வெளியே எமதர்மன் மறுபடியும் தும்மிக்கொண்டிருந்தான்.

‘சுத்த வெவரங்கெட்ட மனுசனா இருக்கீயளே.. ? வெளியில உக்காந்து இருக்கவன் எமதர்மராசான்னு சொல்லுதான்யா. அக்காவைப் பார்க்கணும்னு சொன்னான். ‘செத்த வெளியில உக்காந்து இருங்க, கூப்பிடுதேன்’னு சொல்லி, ஆள வெளியில உக்கார வச்சிருக்கேன். எமன்னு சொன்னா ஆளுக உசுரைப் பறிச்சிட்டுப் போறவன்தான.. ? இவ கோமு போயிப் பாத்துட்டு வந்து, அவனுக்குக் காலு இருக்குன்னு சொல்லுதா? மேல் லோகத்துல இருந்து வாற ஆளுகளுக்கு எல்லாம் காலு இருக்காதுன்னு சொல்லுவாஹ ... ஆனா இவனுக்குக் காலு இருக்குது. இது என்ன எளவு மாயம்னு தெரியலையேன்னுதான் ஒங்களக் கூப்புடச் சொன்னேன் ... நீங்க என்னடான்னா ரொம்பத்தான் சடைச்சுக்கிடுதியோ ...’ என்றாள் ராமாச்சி. இப்போது தாத்தா நிஜமாகவே துணுக்குற்றார். ராமாச்சியையும் அடுப்படியிலிருந்து பக்கத்தில் வந்துநின்ற கோமுவையும் மாறி மாறிப் பார்த்தார்.

அந்த நேரம் பார்த்து பரிபூரணத்தாச்சி ஈர்க்குச்சி போல் மெலிந்த தன் கைகளை நீட்டி, ராமாச்சியைக் காண்பித்து, ‘இவள் என்ன சொல்கிறாள்?’ என்று சைகை செய்து கேட்டாள்.

‘சும்மா கெடக்க மாட்ட. . ? ஒன்னாலதான இத்தனை தொந்தரவும். . ? கொஞ்சம் ஒடம்பு கெதியாகதுக்குள்ளே இந்த வரத்து வாறீயே?’ என்று சத்தம் போட்டாள். கோமு, காப்பி போடக் கருப்புக்கட்டி எடுப்பதற்காக அறை வீட்டுக் கதவைத் திறந்தாள். கதவைத் திறந்ததும் உள்ளேயிருந்து பலசரக்குச் சாமான்களின் வாடை வீசியது. திடீரென்று ராமாச்சியின் கணவர் வெளி வாசலைப் பார்க்க நடந்தார். திண்ணையில்

யாரையும் காணோம். வளவே வெறிச்சோடிக் கிடந்தது. தெருவில் பிள்ளைகள் விளையாடுகிற சத்தம் மட்டும் கேட்டது. மூன்றாவது வீட்டுக்கு முன்னால் ஒரு சுளகில் மிளகாய் வற்றல் காய வைத்திருந்தது. தாத்தா ஆச்சரியத்துடன் உள்ளே திரும்பினார்.

'என்ன ஔறுதே..? எமன் வந்தான், அவன் வந்தான், இவன் வந்தாங்கிறீயே..? அங்கே ஒருத்தனையுங் காணலையே..?' என்று ஆச்சியை மடக்கிவிட்ட சந்தோஷத்தில் கீழே உட்கார்ந்தார். ராமாச்சி ஆள்காட்டி விரலை மூக்கு நுனியில் கேள்விக்குறி போல் வைத்தாள்.

'என்ன சொல்லுதியோ? ஆரையுங் காணலையா? செத்த மிந்தி தும்மல் போட்ட சத்தங்கூடக் கேட்டுச்சே... அதுக்குள்ள காணம்னு சொல்லுதேள...' என்று சொல்லிக்கொண்டே வாசல் பக்கம் போனாள். அவள் பின்னால் கோமுவும் ஆவலுடன் வேகமாகப் போனாள். தாத்தா சொன்னது நிஜந்தான். திண்ணையில் யாருமே இல்லை. இரண்டு பேரும் ஒருவர் முகத்தை ஒருவர் பார்த்தனர்.

'இது என்ன கூத்தா இருக்கு? சொப்பனங்கண்ட மாதிரி யில்லா இருக்கு' என்றாள் ராமாச்சி. விளையாடிக்கொண்டிருந்த பார்வதி தண்ணீர் குடிப்பதற்காக வேகமாக ஓடி வந்தாள். அவளிடம் கோமு, 'அந்த ஆள் வெளியிலே போனானா' என்று விசாரித்தாள். 'இல்லை' என்று சொல்லிவிட்டு வீட்டுக்குள் வேகமாக ஓடிவிட்டாள்.

ராமாச்சியும் கோமுவும் ஒருத்தரை ஒருத்தர் ஆச்சரிய மாகப் பார்த்துக்கொண்டனர். தாத்தாவும் அவர்களோடு நின்று கொஞ்சம் எளக்காரமாகவே ராமாச்சியைப் பார்த்தார். ராமாச்சியே ஏமாந்துவிட்ட சந்தோஷம் அவருக்கு. அதைக் கொண்டாடவேண்டும் போலிருந்தது தாத்தாவுக்கு. பொடி மட்டையை எடுத்துப் பிரித்தார்.

1990

உள்ளும் புறமும்

‘என்ன, நான் சொல்லுறது காதுல விழுந்திச்சா என்ன? ஒங்களுக்குப் பொழுது விடிஞ்சா பேப்பருக்குள்ள தலையைப் பூத்துக் கிடதுக்குத்தான் நேரம் சரியா இருக்குது ... ரெண்டு நாளா பிள்ளை கண்ண முழிக்க முடியாமக் கெடக்குது ... நானும் என்னாலே ஏண்ட மட்டும் எல்லாக் கைப்பக்குவமும் பண்ணிப் பாத்தாச்சு... ஒண்ணுக்கும் கேக்க மாட்டேங்குது. டாக்டர் கிட்டக் கொண்டுபோயி அவருக்கு அழவேண்டியத அழுதாத்தான் சரிப்பட்டு வரும்போல இருக்கு... ஒங்களுக்கானா பொழுது விடிஞ்சு பொழுது போனா ஊரு ஒலகத்துல எவன் என்ன பண்ணு தான்னு தேடி அலையதுக்குத்தான் நேரம் சரியா இருக்குது ... இந்தப் புள்ளய டாக்டர் கிட்டே கூட்டிட்டுப் போயிக் காம்பிப்பமேன்னு தோணுதா? எல்லாத்துக்கும் இந்த நீலாம்மாதான் போகணும் ... கடைக்கிப் போகணுமா? நீலா ... கல்யாணத்துக்குப் போகணுமா? நீலா ... சுடுகாட்ல கொண்டு போயி வைக்கணும்னாலும் அதுக்கும் இந்த நீலாதான் வேணும். ஒங்களுக்கு என்ன? இன்னும் செத்த நேரத்துல, கெடக்கது கெடக்கட்டும், கெழவனத் தூக்கி மனையில வையின்ன கதையா, சட்டையைத் தூக்கிப் போட்டுட்டுச் சர்க்கோடு பொறப்பட்டுருவிய... திரும்பி வாரதுக்கு ராத்திரி பத்தாகுமோ, பனிரெண்டாகுமோ? அதுவரைக்கும் இந்தக் காச்சக்காரப் புள்ளய வச்சுக்கிட்டு லோல்

படுதது ஆரு? செண்பகத்தக்கா வாறீயா, கிருஷ்ணம்மக்கா வாறீயான்னு டாக்டர் வீட்டுக்குப் போவதுக்கு நான் வீடு வீடா ஏறி எறங்கித் தொணை தேடணும்... நான் என்னத்தக் கத்தி என்ன பண்ண? ஒங்க காதுல விழவா போகுது? பொழுதன்னைக்கும் பேப்பரு... பேப்பரு... அந்த மாயப் பேப்பருல என்ன எளவு தான் இருக்கோ ?'

'பின்னே பேப்பர் பாக்காமே தேவாரம், திருவாசகமா படிக்கச் சொல்லுத ? பேப்பர் படிக்கதுக்குத்தான ஆபீஸ்லே சம்பளம் குடுக்கான்...' என்று எரிச்சலோடு சொல்லிவிட்டு மறுபடியும் பேப்பர் படிக்க ஆரம்பித்தான்.

தொட்டிலில் கிடந்த குழந்தை, நீலா போட்ட சத்தத்தைக் கேட்டு முணங்கியது. குழந்தையைத் தொட்டிலில் இருந்து தூக்கலாம் என்று தோன்றியது. அப்படித் தூக்கினால் அவளுக்கு விட்டுக்கொடுத்த மாதிரி, அவள் சத்தம் போட்டதுக்குப் பயந்ததுபோல் ஆகிவிடும் என்று நினைத்தான். குழந்தை கால்களை உதைத்துத் திமிறிக்கொண்டிருந்தது, தொட்டில் வேட்டியின் வழியே தெரிந்தது. இன்னும் கொஞ்ச நேரத்தில் பெரிதாக அழ ஆரம்பித்துவிடுவான். பார்த்துக்கொண்டே பேசாமல் இருந்தான். லேசாகச் சத்தம் போட ஆரம்பித்தது குழந்தை. நீலா அடுக்களையிலிருந்து வரக் கொஞ்சம் நேரமாயிற்று.

'பாத்துக்கிட்டு உட்காந்திருக்கீயளே? புள்ளயத் தூக்கினா என்னவாம்?' என்று குரல் கம்மச் சொல்லிக்கொண்டே குழந்தையைத் தூக்கிக்கொண்டு அடுக்களைக்குப் போனாள். தடால் தடால் என்று வேண்டுமென்றே பாத்திரங்களைச் சத்தம் கேட்கும்படியாகக் கீழேவைத்தாள்.

சங்கரனுக்கு ஒன்றும் ஓடவில்லை. பேப்பரை மூடி பெஞ்சில் ஒரு ஓரமாக வைத்துவிட்டு, ஜன்னல் வழியே தெரிந்த வயல்களையும் அதற்கு அப்பால் தெரிந்த குன்னத்தூர் பொத்தையையும் பார்த்துக்கொண்டிருந்தான். வயல்களுக்கு நடுவே சென்ற செங்கோட்டை லைனில், இரண்டு சிறுவர்கள், ஒருவர் கையை ஒருவர் பிடித்துக்கொண்டே வேகமாகப் போய்க்கொண்டிருந்தார்கள்.

'எல்லாம் எந்தலைவிதி . . . இப்பிடிக் கைப்பிள்ளையோட கெடந்து சாகவா, இல்லை அடுப்படியில் கெடந்து சாகவான்னு தெரியல . . .'

'வேலக்கி ஒரு ஆள வையின்னு சொன்னாக் கேக்க மாட்டேங்கிறீயே? ஒன்னை யார் எல்லா வேலையையும் செய்யச் சொன்னா?' என்று ஜன்னல் வழியே வெளியே பார்த்துக்கொண்டே சொன்னான் சங்கரன்.

‘ஆமா . . . ஐயா கொண்டுட்டு வாற சம்பளத்துல வேலைக்கி ஆள் வைக்கது ஒண்ணுதான் கொறச்சலாப் போச்சாக்கும்? வேலைக்கு ஆளுவைக்கணுமாம்லே ஆளு, நாம கெடக்க கெடையிலே அது ஒண்ணுதான் கொறச்சல்.’

சங்கரனுக்கு ஒன்றும் சொல்லத் தோன்றவில்லை. வாழ்வே நரகம் ஆகிவிட்டது. ஒருவேளை குழந்தையை நேற்றே டாக்டரிடம் கொண்டுபோய்க் காண்பித்திருந்தால் நீலாவுக்கு இன்று இவ்வளவு கோபம் வந்திருக்காதோ? அப்படியும் சொல்ல முடியாது. அவளுக்குச் சண்டை போட வேறு ஏதாவது காரணம் கிடைத்திருக்கும். வரவர எடுத்ததுக்கெல்லாம் இரண்டுபேருக்கும் சண்டை வந்துவிடுகிறது. யார் பக்கம் தவறு என்றே தெரியவில்லை.

யோசித்துப் பார்த்தால் நீலா கோபப்படுவதிலும் தவறு இல்லை என்றுதான் அவனுக்குத் தோன்றியது. அவன் பொறுப்பு இல்லாமல்தான் இருக்கிறான். வீட்டில் என்ன நடக்கிறது என்றே அவனுக்குத் தெரியாது. கடைக்குப் போய் ஒரு சாமான் வாங்கி அறியமாட்டான். சம்பளத்தை அவள் கையில் கொடுப்பதோடு சரி. அவனுக்கு முன்னாள் பிரதமரின் தவறுகளைப் பற்றித் தெரியும். இந்நாள் பிரதமரின் அரசியல் பலமின்மையைப் பற்றித் தெரியும். சத்யஜித் ரேயின் படங்களை ரசிக்கத் தெரியும். எவ்வளவு காலமானாலும் கு.ப.ரா.வின் அகலிகையை மறக்காதிருக்க முடிகிறது. ஆனால் வீட்டைத் தான் கவனிக்க முடியாமல் போகிறது. குடும்பப் பொறுப்புத் தெரியாமல் போய்விட்டது. தான் ஏன் இப்படி ஆனோம் என்று அவனுக்கே புரியவில்லை. சமயங்களில், தான் ரொம்பச் சுயநலம் பிடித்தவனோ என்று தோன்றும்.

குழந்தை அழுகிற சத்தத்துடன் நீலா அழுவதும் கேட்டது. அதற்கும்மேல் அவனால் அங்கே உட்கார்ந்திருக்க முடியவில்லை. எழுந்து அடுக்களைக்குப் போனான். வாசல் பக்கம் நின்றுகொண்டு, ‘பிள்ளையை எங்கிட்டே குடு . . . நான் பார்த்துக்கிடுதேன்’ என்று மெதுவாக, அவளைச் சமாதானப் படுத்துகிறமாதிரி சொன்னான்.

‘போங்க ஒங்க சோலியப் பாத்துக்கிட்டு . . . பெரிசா புள்ளயத் தூக்க வந்துட்டாகளாம் . . . தூக்க. வேசம் போடதீய’ என்றாள் நீலா.

சிறிது நேரம் அங்கேயே நின்றுகொண்டிருந்தான். நீலா அழுகிற குழந்தையை மடியில் போட்டுக்கொண்டே அடுப்பிலிருந்து, அவிந்த இட்லியை எடுத்துக்கொண்டிருந்தாள்.

தடதடவென்று யாரோ படியில் ஏறிவருகிற சத்தம் கேட்டது. பவானி வந்தாள். நடைக் கூடத்தைத் தாண்டி அவன் எதிரே மூச்சு இறைக்க நின்றாள். அவிழ்ந்துகொண்டிருந்த பாவாடை நாடாவைக் கட்டிக்கொண்டே, 'மாமா ஒங்களுக்குப் போன் வந்திருக்கு' என்றாள்.

'போனா? எங்கே இருந்து?'

'தெரியல ... அப்பாதான் சொன்னா ... மச்சு வீட்டு மாமாவுக்குப் போன் வந்திருக்கு போயிக் கூட்டியான்னா ...' என்று அவன் முகத்தைப் பார்க்காமல் நீலாவையும் குழந்தையை யும் பார்த்தபடியே சொன்னாள். 'ஏன் அக்கா? ராஜு அழுதானா? எங்கிட்ட குடுங்க, நான் வேணும்னா கொஞ்ச நேரம் வச்சுக்கிடுதேன்...' என்று சொல்லிக்கொண்டே, அவள் பக்கத்தில் போய் குனிந்து, மடியில் இருந்த குழந்தையைத் தூக்கினாள்.

'இல்ல பவானி... அவனுக்கு மேலுக்குச் சொகமில்லை... தூக்குனா அழுவானே' என்று சொன்னாலும், குழந்தையைப் பவானியிடம் கொடுத்தாள் நீலா. இப்போது அவளுக்கு மனம் லேசாக இருப்பதுபோல் இருந்தது. சேலை முந்தானையால் நீலா கண்ணீரைத் துடைத்துக்கொண்டாள். அவள் கண்ணீரைத் துடைப்பதைப் பார்த்து, முகத்தைத் துணியால் மூடி விளையாடு கிறாள் என்று நினைத்துக் குழந்தை நீலாவைப் பார்த்துச் சிரித்தது.

'எதுக்குக்கா அழுதீங்க? மாமா ஏதாவது சொன்னாளா?' என்று பெரிய மனுஷி மாதிரி பவானி கேட்டாள்.

'மாமா என்னத்தைச் சொல்ல இருக்கு? என் விதிய நெனச்சு அழுதேன் . . .' என்று சொல்லிவிட்டுத் தலையைத் திருப்பி, சங்கரன் என்ன செய்கிறான் என்று பார்த்தாள்.

அவன் உள்ளறைக்கொடியில் துண்டைத் தேடிக்கொண் டிருந்தான். துண்டு கிழக்குச் சுவர் ஓரமாக டிரங்க் பெட்டி அடுக்கின் மீது கிடக்கிறது என்பது அவளுக்குத் தெரியும். ஆனாலும் அவன் தேடுகிறதைப் பார்த்துக்கொண்டே இருந்தாள். அவனே எப்படியோ அதைக் கண்டுபிடித்து எடுத்துத் தோளில் போட்டுக் கொண்டு போனான்.

அவன் கீழே படியிறங்கிப் போனபிறகு, பவானி குழந்தையைத் தூக்கிக்கொண்டு உள்ளே போய், பெஞ்சின் மீது அவனை உட்கார வைத்தாள். அவளும் அவனுக்குப் பக்கத்தில் உட்கார்ந்துகொண்டாள். குழந்தையிடம், ஜன்னல் வழியே தூரத்தில் தெரிந்த குன்னத்தூர்ப் பொத்தையைக் காட்டி, 'ராஜு ... அந்தா பாரு மலை ... மலையைப் பாத்தியா? ஏயப்பா... எம்புட்டுப் பெரிசு...' குழந்தை வேறு எங்கோ பார்த்தது.

முகத்தில் குளிர்ந்த காற்று பட்டதும், அது மூன்று நான்கு முறை தும்மியது. கூடவே சிறுநீரும் கழித்தது.

‘பவானி ... அவன இப்படிக் கொண்டாம்மா ... அவனுக்குக் காய்ச்சல் அடிக்கி ... குளுந்த காத்து படக்கூடாது’ என்று அடுக்களையிலிருந்து நீலா சொன்னாள்.

‘சரிக்கா ...’ என்று சொல்லிவிட்டு, பெஞ்சில் இருந்த குழந்தையைத் தூக்க முடியாமல் தூக்கிக்கொண்டு நீலாவிடம் போனாள்.

‘கொஞ்ச நேரம் அவனை இங்கேயே வச்சிரு... நான் இந்த ஈடு இட்லியை ஊத்திட்டு வந்து வாங்கிக்கிடுதேன்...’

இடுப்பில் இருந்த குழந்தையின் பாரம் தாங்க மாட்டாமல், ஒரு பக்கமாகக் காலைச் சாய்த்து நின்றுகொண்டு நீலா இட்லி ஊற்றுவதையே பார்த்துக்கொண்டிருந்தாள் பவானி. நல்ல வேளை அவள் அம்மா அங்கு இல்லை. அவள் இருந்தால், அடுத்த வீட்டு அடுக்களைக்குள் போகக்கூடாது என்று சத்தம் போடுவாள். குழந்தை கரண்டியிலிருந்து இட்லித் தட்டில் மாவு விழுவதை வேடிக்கை பார்த்துக்கொண்டிருந்தது.

‘இன்னுங் கொஞ்ச நேரத்துல ஒங்க மாமா ஆபீஸுக்குப் போகணும், ஆபீஸுக்குப் போகணும்னு கால்ல வென்னிய ஊத்திக்கிட்டு நிப்பாங்க...’ என்று சொல்லிக்கொண்டே இட்லித் தட்டைக் கொப்பரைக்குள் வைத்து மூடினாள். குழந்தையை பவானியிடமிருந்து வாங்கிக்கொண்டு, ‘நீ பள்ளிக்கூடம் போவாண்டாமா பவானி?’ என்றாள்.

‘போகணுமக்கா...’

‘நேரமாச்சுன்னா நீ போம்மா ... இவன நான் பார்த்துக் கிடுதேன். இன்னமே அக்காவுக்கு வேல ஒண்ணும் இல்ல . . .’ என்றாள் நீலா. பவானி அவளிடம் சொல்லிக்கொண்டு புறப்படவும், எதிரே சங்கரன் படியேறி வரவும் சரியாக இருந்தது. ‘மெள்ள பார்த்துப் போ பவானி ... ஓடாதே’ என்று, அவள் தன்னைத் தாண்டி வேகமாகப் போகும்போது சொன்னான் சங்கரன்.

அவனைப் பார்த்ததும் வெடுக்கென்று வேறெங்கோ பார்க்கிறமாதிரி முகத்தைத் திருப்பிக்கொண்டாள் நீலா. அவளிடம் டெலிபோன் தகவலைச் சொல்வதா வேண்டாமா என்று யோசித்தான். அவள் அவ்வளவு கோபமாக இல்லை என்று அவனுக்குத் தோன்றியது. குழந்தையைத் தூக்கிக்கொண்டு அவள் நின்றவிதம் அவனுக்கு ரொம்பப் பிடித்திருந்தது. அவளுடைய பின்புறப் பிடரி மயிர்ச் சுருள் ஜன்னல் பக்கமிருந்து வீசிய

காற்றில் சுருண்டு, பார்க்க ரொம்ப அழகாக இருந்தது. அவள் நின்றிருந்த விதம் ஏதோ ஓர் ஓவியம் போல் இருந்தது.

'ஆபீஸ்லேருந்துதான் போன் வந்தது... மினிஸ்டர்கூட டூர் போக வேண்டியிருக்கு. ரெண்டு ரிப்போர்ட்டர்ஸும் இல்லை. அதுதான் நான் போகவேண்டியிருக்கு. தூத்துக்குடி வரை போகணும். வர்றதுக்கு ராத்திரியாகும். நான் பவானி அம்மா கிட்டே சொல்லியிருக்கேன். நீயும் அவங்களுமா டாக்டர் கிட்டே பிள்ளையத் தூக்கிட்டுப் போயிட்டு வாங்க...' என்று சொல்லிவிட்டு, அவள் ஏதாவது பதில் சொல்வாள் என்று அவள் முகத்தையே பார்த்துக்கொண்டு நின்றிருந்தான்.

அவன் முகத்தைப் பார்க்காமலேயே, 'எதுக்கு இதை எங்கிட்ட சொல்லணும்? சொன்னாலும் சொல்லாட்டாலும் அப்படித்தான நடக்கப் போவுது...' என்றாள் நீலா.

இன்னும் அவள் அவனிடம், யாரோ முன்பின் தெரியாத வர்களிடம் பேசுவதுபோல் பேசியது, அவனுக்கு என்னவோ போலிருந்தது. உண்மையில் அவள் மனத்தில், சற்று முன் இருந்த கோபமும் ஆத்திரமும் இல்லைதான். வேண்டுமென்றேதான் அவனிடம் முகம் கொடுத்துப் பேசாமல் இருந்தாள். ஏனோ அப்படிப் பொய்க் கோபத்துடன் இருப்பது அவளுக்குப் பிடித்திருந்தது. ஆனால் அவனால் அவள் அலட்சியத்தைத் தாங்க முடியவில்லை.

குழந்தை அவனைப் பார்த்துச் சந்தோஷத்துடன் கையை மேலும் கீழும் ஆட்டியது. குழந்தையைத் தூக்கவேண்டும் என்று நினைத்தான். என்றாலும் அவளுக்கு இருக்கிற கோபத்தில் இப்போது குழந்தையைத் தூக்கப்போனால் தரமாட்டாள் என்பது அவனுக்குத் தெரியும். தவிர, அவள் கோபமும் அதிகமாகும் என்று தோன்றியது.

உள் அறைக்குச் சென்று, மறுபடியும் ஜன்னல் வழியே வெளியே பார்க்க ஆரம்பித்தான். ஆற்றுக்குக் குளிக்கப் போகிறவர்களும் வருகிறவர்களுமாகக் குறுக்குத் துறை ரோடு பரபரப்பாக இருந்தது. ஆற்றில் குளித்து எவ்வளவோ காலம் ஆகிவிட்டது. கல்யாணமான புதிதில் அவனும் நீலாவும் தினசரி காலை ஐந்து ஐந்தரை மணிக்கெல்லாம் ஆற்றுக்குக் குளிக்கப் போய்விடுவார்கள். ஆற்றில் நீலா துணிகளுக்குச் சோப்புப் போடுகிறவரை அவன் கரையில் உட்கார்ந்து அவளுடன் பேசிக்கொண்டிருப்பான். அவள் சோப்பு போடும்போது, அவள் விரலில் அணிந்திருந்த நெளிவு மோதிரம் பார்க்க ரொம்ப அழகாக இருக்கும். அவனைச் சோப்புப் போட விடமாட்டாள். 'ஆம்பளைகளுக்கு இந்த வேலையெல்லாம் எதுக்கு?' என்பாள். அந்த

நாட்கள் எல்லாம் என்னவாயின? பொய்யாய், பழங்கதையாய், கனவாய் போயிற்றா?

வரவரப் பத்திரிகை வேலையும் அவனுக்குப் பிடிக்க வில்லை. அன்றாட அரசியல் நடப்புகளை விமர்சனம் செய்து கட்டுரைகள் எழுதுவது அவனுக்குப் பிடிக்கவில்லை. ஒருவிதத்தில் பார்த்தால் யாரையுமே விமர்சனம் செய்வது அவனுக்குப் பிடிக்கவில்லை. ஒரு குடும்பத்தை நிர்வாகம் செய்யத் தெரியாத தான், பிறரை விமர்சிப்பது சரியில்லை என்று அவனுக்குத் தோன்றியது. மேலும் கடவுளைத் தவிர யாரும் பரிபூரணமாக இருக்க முடியாது என்றும் நினைத்தான். ப்ரூஃப் ரீடர் குத்தாலம் பிள்ளை அண்ணாச்சிதான் அவனை அவ்வப்போது சமாதானப்படுத்தி வந்தார். அவருக்காகத்தான் அவன் அங்கு தொடர்ந்து வேலை பார்த்துக்கொண்டிருந்தான். உடனே அவரைப் பார்க்கவேண்டும் போல் இருந்தது.

சோப் டப்பாவை எடுத்துக்கொண்டு குளிக்கப் புறப்பட் டான். நீலா மடியில் குழந்தையைப் போட்டுக்கொண்டே அடுப்பு வேலையைக் கவனித்துக்கொண்டிருந்தாள். அவளைப் பார்க்கும்போது அவனுக்குச் சங்கடமாக இருந்தது.

மாடியில் பாத்ரூம் கிடையாது. கக்கூஸ் கீழேதான். மாடியில் உள்ள அவன் வீட்டைத் தவிர கீழே மூன்று குடித்தனங்கள் இருந்தன. அதனால் காலை நேரத்தில் அந்த அறைகளுக்கு ஏகப்பட்ட போட்டி இருக்கும். ஆனால், அன்று அதிர்ஷ்டவசமாகப் பாத்ரூம் காலியாகக் கிடந்தது. அடி பம்பிலிருந்து தண்ணீர் அடித்து நிரப்பிப் பாத்ரூமுக்குள் கொண்டு போய் வைத்தான். எப்போதும் நீலாதான் தண்ணீர் அடித்து வைப்பாள்.

'தம்பி . . . நீங்க குளிக்கப் போறேளா?' என்று சுந்தரத்து மாமா கேட்டார். அவன் பாத்ரூமுக்குள் நின்றுகொண்டே 'ஆமாம்' என்பதுபோல் தலையை ஆட்டினான்.

'சரி . . . நான் அப்புறமா குளிச்சுக்கிடுதேன்' என்று சொல்லிவிட்டு அவர் வீட்டுக்குள் போய்விட்டார்.

அவர் அந்தக் கேள்வியைக் கேட்டிருக்க வேண்டியதே இல்லை. அவனைப் பார்த்தாலே தெரிந்தது, அவன் குளிக்கப் போகிறான் என்று. இது ஒன்றும் புதுசில்லைதான். தங்களுக்குத் தெரிந்த பதிலையே எதிராளியிடம் கேட்டுத் தெரிந்துகொள்ளும் இதே காரியத்தை அவனே எத்தனையோ முறை செய்திருக்கிறான். ஏதோ ஒரு அன்னியோன்யத்தை ஏற்படுத்திக்கொள்கிற முயற்சி இது. என்றாலும் அவனுக்கு அவர் அப்படிக் கேட்டது எரிச்சலாக இருந்தது.

பாத்ரூம் கதவைச் சாத்தி, கொண்டி போட நேரமாகியது. அந்தக் கொண்டி, தகரக் கதவோடு சேர்ந்து சுற்றிக்கொண்டே இருக்கும். பல மாதங்களாக இப்படித்தான் இருக்கிறது. பாத்ரூமில் குளிக்கிற எல்லோருமே இந்தக் கஷ்டத்தை அனுபவிக்கிறார்கள். அந்த நட்டை முறுக்கினால் போதும். அது அசையாமல் நின்று விடும். தானே அதைச் செய்யவேண்டும் என்று பல நாள் நினைத்திருக்கிறான். ஆனால் செய்ததில்லை. அவனிடம் ஒருவிதமான கூச்சம் உண்டு. அவன் அந்த நட்டை முறுக்குவதை அகௌரவமாக நினைக்கவில்லை. அவன் அதைச் செய்யும்போது யாரும் பார்க்கக்கூடாது என்று நினைத்தான். குறிப்பாகப் பெண்கள் பார்த்துவிடக்கூடாது. ஞாயிற்றுக் கிழமை சாயந்திரம் எல்லோரும் டி.வி. பார்க்கிற நேரத்தில் அந்தக் கொண்டியைக் கதவோடு சேர்த்து முறுக்கிவிடலாம் என்று அதற்கு ஒரு மார்க்கம் கூடக் கண்டுபிடித்து வைத்திருந்தான். ஆனால் காரணம் சொல்ல முடியாமலே அந்தக் காரியம் நழுவிக் கொண்டிருந்தது.

சுந்தரத்து மாமாவுக்கோ, அடுத்த வீட்டில் இருக்கும் ஜவுளிக்கடை கனகுப்பிள்ளைக்கோ தாங்கள் நட்டை முறுக்குவதைப் பிறர், குறிப்பாகப் பெண்கள், பார்க்கக் கூடாது என்பதெல்லாம் ஒரு பிரச்னையே இல்லை. இப்படி எல்லாம் அவர்கள் மனத்தைக் குழப்பிக்கொள்ள மாட்டார்கள். இது கூச்சமா அல்லது பொறுப்பற்ற தன்மையா?

தன்னுடைய இதே பொறுப்பின்மைதான் குழந்தையை டாக்டர் வீட்டுக்குக் கூட்டிக்கொண்டு போகாததற்கும் காரணம் என்று தோன்றியது. அந்தக் காம்பௌண்டில், அந்தத் தெருவில், அந்த ஊரில்கூடத் தன்னைப்போல் இவ்வளவு பொறுப்பற்ற மனிதன் எவனும் இருக்க மாட்டான் என்று நினைத்தான்.

அந்தப் பாத்ரூம் பலவிதங்களிலும் அசௌகரியமானது. சோப்டப்பா வைப்பதற்கு ஒரு மாடக்குழி இருந்தது. அதை முக்கோண வடிவில் செய்திருந்தார்கள். ஆழம் போதவே போதாது. அது, சோப்புப் பெட்டியின் நீளம் கூடக் கிடையாது. எல்லோரும் எப்படி அதில் சோப்பு டப்பாவை வைத்து விட்டுக் குளிக்கிறார்கள் என்றே தெரியவில்லை. கீழே தரையில் வைத்தால் டப்பாவின் மீது தண்ணீர் படும். சோப்பு கரைந்து விடும். அந்த மாடத்தை இன்னும் ஆழமாகச் செய்திருக்கலாம். அதில் எப்படியோ டப்பாவை வைத்துவிடலாம்; ஆனால் குளித்து முடிக்கிறவரை அவன் கவனம் பூராவும் டப்பாவின் மீது தான் இருக்கும். தண்ணீரின் குளிர்ச்சியையோ, சோப்பு போடும்

போது அதன் மணத்தையோகூட அனுபவிக்க முடிந்ததில்லை. கொண்டி நழுவிக் கதவு திறந்துவிடுமோ என்ற பயத்திலும், சோப்பு டப்பா கீழே விழுந்துவிடக்கூடாதே என்ற கவனத்திலுமே ஒவ்வொரு நாளும் குளிக்கவேண்டியிருந்தது. அன்றும் அப்படித்தான் குளித்து முடித்தான்.

பாதிப் படி ஏறிவரும்போது சுந்தரத்து மாமா ஞாபகம் வந்தது. கீழே இறங்கிப்போய் அவரிடம் சொல்லிவிட்டு வந்திருக்கலாம். அவன் குளிப்பதற்காக அவர் எத்தனையோ நாள் மெனக்கெட்டு மேலே ஏறி வந்து, பாத்ரூம் காலியாக இருக்கிறது என்று சொல்லிவிட்டுப் போயிருக்கிறார். ஆனால் திரும்பவும் கீழே இறங்கி சுந்தரத்து மாமாவிடம் போய்ச் சொல்ல, வழக்கம் போல் அவன் சுபாவம் இடம் கொடுக்கவில்லை.

பெஞ்சில், அவன் சாப்பிடுவதற்காக இட்லி தயாராக இருந்தது. தொட்டிலில் குழந்தை தூங்கிக்கொண்டிருந்தான். அதற்குள் எப்படியோ நீலா குழந்தையைத் தூங்க வைத்திருந்தாள். மாடிக் கைப்பிடிச் சுவர்மீது ஏதோ ஞாபகமாகச் சொம்பை வைத்துவிட்டுப் போயிருந்தாள் போல. அதில் தண்ணீர் இருந்ததோ என்னவோ தெரியவில்லை. ஒரு காக்கை, சொம்பு விளிம்பில் ஏறி நின்றுகொண்டு, மூக்கை உள்ளே நீட்டித் தண்ணீர் குடித்துக்கொண்டிருந்தது. கண்ணாடி முன்னால் தலை சீவிக்கொண்டு இருந்தபோதுதான் அதைப் பார்த்தான். அவனே அதை விரட்டி இருக்கலாம். ஆனால். 'நீலா ... நீலா ...' என்று கூப்பிட்டான். பதில் இல்லை. அடுக்களையிலும் அவள் இல்லை. மறுபடியும் 'நீலா' என்று கூப்பிட்டான்.

அவனுக்குப் பயமாக இருந்தது. ஒருவேளை நீலா எங்காவது போய்விட்டாளோ? சிறுவயதில், மாமாவிடம் சண்டை போட்டுவிட்டு, கல்யாணமான நாலே மாதத்தில் காணாமல் போன கோமதி அத்தையின் ஞாபகம் வந்தது. இன்றுவரை அத்தையைப் பற்றிய தகவல் இல்லை. கோமதி அத்தை மாதிரி நீலாவும் காணாமல் போய்விட்டாளா?

அவசர அவசரமாக வீட்டுக்குள் போய் நீலாவின் பெட்டியைத் திறந்து பார்த்தான். துணிமணிகள் எல்லாம் அப்படியே இருந்தன. 'நீலா... நீலா...' என்று கூப்பிட்டுக்கொண்டே மாடிப்படிப் பக்கம் போய் நின்று கீழே பார்த்தான். அவன் பக்கத்தில் வந்ததும் அந்தக் காக்கை பறந்து போயிற்று.

கீழே சுந்தரத்து மாமா பம்பில் தண்ணீர் அடித்துக்கொண்டிருந்தார். அவனைப் பார்த்ததும், 'நீங்க பாத்ரூம்லே குளிச்சிட்டிருக்கும்போதுதான் நீலா எண்ணெய் பாட்டில

எடுத்துக்கிட்டுக் கடைக்கிப் போச்சு தம்பி... என்ன வேணும்? நம்ம பயலை விட்டுக் கூட்டியாரச் சொல்லட்டா?' என்றார். 'இல்லை, வேண்டாம். காணமேன்னு கேட்டேன்...' அவருடைய சௌஜன்யமும் பரிவும் அவனுக்குச் சங்கடமாக இருந்தது. சற்றுமுன் பாத்ரூம் காலியாகிவிட்டதைக் கூடச் சொல்லாமல் வந்துவிட்ட தன்னிடம் அவர் காட்டிய அக்கறை அவனைக் குறுக வைத்தது.

உள்ளே வந்து சாப்பிடுவதற்காக பெஞ்சில் உட்கார்ந்தான். அப்போதுதான் தட்டின் ஒரு ஓரத்தில் எண்ணெய் விடுவதற்குத் தயாராக, நீலா மிளகாய்ப் பொடியைக் குழித்து வைத்திருப்பதைப் பார்த்தான். எதிரே எண்ணெய்ப் பாட்டிலுடன் நீலா அவசர அவசரமாக வந்துகொண்டிருந்தாள்.

இந்தியா டுடே, 1990

மனைவியின் நண்பர்

சாயந்திரம் ஆகிக்கொண்டிருந்தது என்றாலும் வெயிலின் உக்கிரம் இன்னும் தணியவில்லை. ரங்கராஜு, கடைக்கு முன்னால் ஒரு ஓரமாக சைக்கிளை ஸ்டாண்ட் போட்டு நிறுத்தினார். பச்சை வண்ண ராலி வண்டி அது. அந்த வண்டியைப் பார்த்தால் ஒரு மாதத்துக்குமேல் சொல்லத் தோன்றாது. அவ்வளவு புதுசாக வைத்திருந்தார். அவர் அவனைக் கண்டு கொண்ட மாதிரியே தெரியவில்லை. அது ஒன்றும் ஆச்சரியமில்லை. எப்போதும் அவர் அப்படித்தான், சைக்கிளை நிறுத்தி வைத்துவிட்டு, அவசர மில்லாமல் பூட்டி, சாவியைக் கையில் எடுத்தபிறகு, கண்ணிமைக்கும் நேரம் நின்று, தெருமுனைவரை பார்வையை ஓட்டுவார். அவர் அப்படிச் செய்வதில் விசேஷ அர்த்தம் எதுவும் இல்லை. என்றாலும், கடைக்குள் உட்கார்ந்திருக்கிற அவனுக்கு அவரது அச்செய்கை, அவருடைய குற்றமுள்ள நெஞ்சைக் காட்டுவதாகவே தோன்றும். தன்னை யாரும் நோட்டமிடுகிறார்களா என்று பார்க்கிறார் என்று தான் அவன் நினைத்தான். அதற்குப் பிறகுதான் அவர், கடைக்கு வெளியே கிடக்கிற ஸ்டூலில், கழுத்திலிருந்து கைக்குட்டையை எடுத்து அலட்சியமாகத் தூசி தட்டிவிட்டு, அதையே விரித்து, உட்காருவார். உட்கார்ந்தபிறகும் அவனைப் பார்த்ததாகக் காட்டிக்கொள்ளமாட்டார். தங்க ஃபிரேம் போட்ட மூக்குக் கண்ணாடியை நேராக்கிய பின்னர்தான் அவனைப் பார்த்துப் பேசத் தொடங்குவார். பேச்சு வெகு சகஜமாக இருக்கும்படிப் பார்த்துக்

கொள்வார். ஆனால், ஏனோ தெரியவில்லை, ஒருபோதும் அவர் பேச்சு சகஜமாக இராது. அவர் அங்கே வந்தது முதல் திரும்பிப் போகிறவரை எதுவுமே சகஜமாக இராது. ரங்கராஜு கடைக்கு வந்துவிட்டால் அவனாலும் சகஜமாக இருக்க முடியாது.

அவர் எப்போதும் ரொம்ப மெல்லிசான சிவப்புக் கரை போட்ட மல் வேட்டிதான் கட்டுவார். அந்த எட்டு முழ வேட்டியின் ஒரு தட்டை மட்டும் மடித்துக் கட்டியிருப்பார். அவரோடு அவனுக்குப் பழக்கம் ஏற்படுவதற்கு முன்னால், அந்த மாதிரி ஒற்றைத் தட்டாக வேட்டியை மடித்துக் கட்டுகிறவர் களைக் கண்டால் அவனுக்கு மிகவும் பிடிக்கும். இப்போதெல்லாம் இந்த மாதிரி மடித்துக் கட்டுகிறவர்கள் பெரிய போக்கிரிகள் என்று நினைக்க ஆரம்பித்திருந்தான்.

ரங்கராஜுவைப் போக்கிரி என்று சொல்ல முடியாது. அங்கிருந்து மூன்று மைல் தூரத்தில் அவருக்கு ஒரு குடும்பம் இருந்தது. ஒரு பையனும் இரண்டு பெண்களும் இருந்தனர். பையன் கல்லூரியில் படிக்கிறான். கூட்டுறவு நாணயச் சங்கம் போன்ற ஏதோ ஒன்றில் அவர் தலைவராக இருக்கிறார். அந்தத் தெருவி லேயே மூன்று வீடுகளை வாடகைக்கு விட்டிருக்கிறார். கொடுக்கல் வாங்கலும் உண்டு. எதற்காகவும் அவரைப் போக்கிரி என்று கருதவே முடியாது. கழுத்தில் அவர் கைக்குட்டை வைத்திருப்பது கூட, சட்டைக் காலர் அழுக்காகி விடக்கூடாது என்பதற்காகத் தான். அதற்காக ஒருவரைப் போக்கிரி என்று சொல்லலாம் என்றால் ரங்கராஜுவையும் அப்படிச் சொல்வது தவிர வேறு வழியே இல்லை. எப்படியோ அவனைப் பொருத்தவரை அவர் போக்கிரிதான்.

'போக்கிரிதான்' என்று தன்னை அறியாமலேயே வாய் விட்டுச் சொல்லிவிட்டான். ஸ்டூலில் உட்கார்ந்திருந்த அவர் அவனைப் புதிருடன் பார்த்தார். முகத்துக்குள் வந்து வட்டமிட்ட ஈயைத் தூர விரட்டிக்கொண்டே, 'என்ன சொன்னீங்க?' என்று கேட்டார். அப்போதுதான் அவனுக்குத் தான் ஏதோ சொல்லி யிருக்கிறோம் என்று தெரிந்தது. 'ஒண்ணும் சொல்லலையே . . .' என்று சொல்லிச் சமாளித்தான். அவன் சொன்னதில் அவருக்கு நம்பிக்கை ஏற்பட்டது மாதிரித் தெரியவில்லை. அவர் இன்னும் கடையின் உட்பக்கம் திரும்பி, கடையோடு சேர்ந்த வீட்டின் பின்பகுதியைப் பார்க்காமல் இருந்தது அவனுக்கு ஆச்சரியமாகத்தான் இருந்தது. அதைவிட ஆச்சரியம், இன்னும் அவன் மனைவி வீட்டின் உள்ளிருந்து வராததுதான். அவர் சைக்கிளை ஸ்டாண்ட் போட்டு நிறுத்துகிற சத்தம் கேட்டதுமே, சிவகாமி வீட்டின் எந்தப் பக்கத்தில் இருந்தாலும் வந்துவிடுவாள். வீட்டோடு சேர்ந்த கடை அது. வீட்டையும்

கடையையும் பிரிக்கிற வாசல் கதவோரத்தில் வந்து நின்று, 'இப்பத்தான் வந்தீங்களா?' என்று கேட்டுக்கொண்டே, தான் இயல்பாக இருப்பது போல் காட்டுவதற்காக ஏதாவது ஒரு பொருளைச் சிறிது நகர்த்தியோ அல்லது சற்று இடம் மாற்றியோ வைத்து ஒழுங்குபடுத்துவதுபோல் பாவனை செய்வாள்.

நினைத்துக்கொண்டிருக்கும்போதே வீட்டின் உள்ளிருந்து குட்டிக்கூரா பவுடரின் மணம் வீசியது. தொடர்ந்து கொலுசுச் சத்தமும் கேட்டது. சிவகாமிதான் வந்தாள். ரங்கராஜுக்கும் கொலுசுச் சத்தம் கேட்டது. ஆனால், அவர் கேட்டமாதிரி காட்டிக் கொள்ளவில்லை. அவரால் அவ்வளவு வெளிப்படையாகக் காட்டிக்கொள்ள முடியாது. என்ன இருந்தாலும் அது அடுத்த இடம் . . . இங்கு கொஞ்சம் நாகரிகமாகத்தான் நடந்து கொள்ள வேண்டியிருக்கிறது. அவனிடம் யதேச்சையாகப் பேசுகிற மாதிரி 'மணி நாலு ஆகப் போவுது . . . இன்னும் வெயில் இறங்கலியே . . .' என்று அவர் சொல்ல ஆரம்பிக்கவும், சிவகாமி அவர் முகத்தைப் பாராமலேயே, 'வந்து ரொம்ப நேரமாச்சுதா?' என்று கேட்கவும் சரியாக இருந்தது. அவர் அவனிடம் வெயிலைப்பற்றிக் கேட்டதற்கு அவன் பதிலே சொல்லவில்லை. சிவகாமி வந்துவிட்ட பிறகு அந்தப் பதில் தேவையில்லை என்பது இருவருக்குமே தெரியும். வலப்பக்கம் தலையைத் திருப்பி அப்போதுதான் அவளைக் கவனித்த மாதிரி, 'இல்லை, இப்பத் தான் வந்தேன் . . .' என்று லேசான சிரிப்புடன் சொன்னார்.

சிவகாமி அந்தப் பிற்பகல் வேளையிலும் பளிச்சென்று ரொம்ப அழகாக இருந்தாள். விவரிக்க முடியாத சோபையுடன் திகழ்ந்தாள். கண்களில் அபூர்வமான ஒளி. 'இப்பத்தான் குளிச்சீங்களா . . .? பவுடர் எல்லாம் ரொம்பப் பெலமா இருக்கே' என்றார். ஏற்கெனவே காலையிலே ஒரு தடவை குளிச்சிட்டேன். வெயில் ஜாஸ்தியா இருந்ததாலே இப்பம் ஒரு சொம்புத் தண்ணியை தலையிலே ஊற்றினேன் . . .' என்றாள். 'ஆமா . . . வெயில் ரொம்ப ஜாஸ்தியாத்தான் இருக்கு . . .' என்றார் ரங்கராஜு. அவர் அவளை, 'நீ' என்று ஒருமையிலேயே அழைத்திருக்க லாம். அவர் வயதும் அதை அனுமதித்திருக்கும்தான். என்றாலும் அவர் சிவகாமியை ஒருபோதும் ஒருமையில் அழைத்ததே இல்லை. இதில் என்றில்லை. எல்லாவற்றிலுமே அவர் ஒரு பண்பாட்டைக் கடைப்பிடித்தார். ஒரு பையன் வந்து எட்டணா வுக்குத் தேங்காய்ச் சில்லு கேட்டான். சிவகாமியின் கணவன் கீழே குனிந்து தேங்காய் கீறியால் சில்லு போட ஆரம்பித்தான். அவன் வேலையில் ஈடுபட்டது அவருக்கு உள்ளூர ஆசுவாசமாக இருந்தது. அவனுடைய கவனம் வியாபாரத்தில் இருக்கிற நேரத்தில் அவளிடம் பேசத் தோதாக இருந்தது அவருக்கு.

'ஒருத்தன் இவ்வளவு தூரம் வந்து உட்கார்ந்திருக்கானே... அவனுக்கு ஒரு வாய் காப்பித்தண்ணி குடுப்போம்னு தோணுதா உங்களுக்கு?' என்று சிவகாமியைப் பார்த்துக் கேட்டார். அவளுக்கு அவருடைய செல்லப் பேச்சுகள் அலுத்துவிட்டன. என்றாலும், ஐந்தாறு வருஷப் பழக்கத்தின் நிமித்தம் அவளும் அவருக்குச் சமதையாக அவரோடு சிணுங்கவும் செல்லமாகப் பேசவும் பழகியிருந்தாள். 'என்ன அப்படி யாரோ எவரோ மாதிரிப் பேசறீங்க...? உள்ளே வாங்களேன்...' என்று கண்களை ஒரு வெட்டு வெட்டிக்கொண்டே சொன்னாள். அதில் அவர் கிறங்கிப் போயிருப்பார் என்று அவளுக்குத் தெரியும். அவர் அங்கு வருவதே அவளைப் பார்க்கத்தானே? அவளுடைய அன்னியோன்யத்தைத் தேடித்தானே? அவரை அப்படிக் கிறங்கடிப்பதில் அவளுக்கு ஒரு அலாதியான சந்தோஷம் இருந்தது. அவரிடம் என்று இல்லை. அவளிடம் வலிய வந்து பழக்கம் ஏற்படுத்திப் பேசும் எல்லா ஆண்களிடமும் அவள் இப்படித்தான்.

'உங்க வீட்டுக்காரர் காப்பி சாப்பிட்டுட்டாரா?' என்று மேலும் பேச்சைத் தொடர விரும்பி அவர் கேட்டார். அவனைப் பற்றிக் குறிப்பிடும்போதும் அவர் குரலில் மிதமிஞ்சிய பணிவும் கண்ணிய மும் இருந்தன. அது அவள் கணவனுக்கும் பிடித்திருந்தது. அவர் சிவகாமியிடம் ஒருபோதும் ரசாபாசமாக நடந்துகொள்ளக் கூடியவரல்ல என்று நினைத்தான் அவன். 'நீங்க உள்ளே போயி காப்பி சாப்பிடுங்க. நான் அப்பவே காப்பி சாப்பிட்டுட்டேன். வேணும்னா இன்னொன்னு கூட சாப்பிடலாம். சிவகாமி... நீ அண்ணாச்சிக்கும் காப்பி போட்டுக் குடுத்துட்டு எனக்கும் ஒரு டம்ளர் கொண்டு வா...' என்றான். ரங்கராஜு உடனே போகவில்லை. ஸ்டூலிலேயே உட்கார்ந்திருந்தார். சிவகாமி ஒரு காலைச் சுவரின்மீது வைத்து, ஒற்றைக் காலில் சுவரோடு சுவராய், சிங்கால் வரைந்த காலண்டர் ஓவியம் போல் நின்றுகொண்டிருந்தாள். அவள் கணவனுக்கு, தான் அவரிடம் ரொம்பத் தாராளமாகப் பேசிவிட் டோமோ என்று தோன்றியது. ஆனால், அவரிடம் அப்படிப் பேசாமல் முடியாது. அவரைக் கடிந்துகொள்ளவோ, அவர் முகத்தை முறித்துப் பேசவோகூட முடியாது. அவர் தயவு தேவையில்லாமல் இருந்தால், அவர் வருகிறபோதெல்லாம் அவரை விழுந்து விழுந்து உபசரிக்க வேண்டியதுகூட இல்லை. அவர் சிவகாமியிடம் இவ்வளவு உரிமை எடுத்துக்கொண்டு வம்பளக்க முடியாது. கடைக்கு சரக்கு வாங்கிப் போட, திடீர் திடீரென்று ஏற்படும் பணமுடையைத் தீர்க்க அவரை நாடாமல் இருக்க முடிந்திருந்தால் அவர் தொடர்பே ஏற்பட்டிருக்காது. ஆனால், அவரைச் சொல்லியும் குற்றம் இல்லை. இவளே அவர் வந்தால் சிரித்து சிரித்து மாய்ந்து

வண்ணநிலவன்

போகிறாளே, அதைப்பற்றி அவளிடம் கேட்க முடிய வில்லை. அவரைப்பற்றி அவளிடம் பேசவே அவனுக்குப் பயமாக இருந்தது. அதனால் தாம்பத்ய வாழ்வு சீர்குலைந்து போகுமோ என்று அஞ்சினான்.

ரங்கராஜுவை வீட்டுக்குள் வரச் சொல்லிவிட்டு சிவகாமி போய்விட்டாள். போகும்போது கடையில் நின்றிருந்த அவன் மூக்கைச் செல்லமாகப் பிடித்து இழுத்துவிட்டுப் போனாள். அவள் மிகுந்த சந்தோஷமாக இருக்கிறபோது இப்படிச் செய்வது வழக்கம் தான். அதுவும் ரங்கராஜுவுக்கு முன்னால் அவனிடம் இப்படி விளையாடியது அவள்பேரில் அவனுக்கு இருந்த நம்பிக்கையை உறுதிப்படுத்தியது. என்றாலும், க்ஷண நேரத்தில் அவள் விளையாட்டே அவனுக்கு வேறுவிதமாகப் பட்டது. வீட்டினுள் ரங்கராஜுவிடமும் இப்படித்தான் ஒயிலாக நடந்துகொள்வாளோ என்று தோன்றியது. சிவகாமி வேண்டுமென்றேதான் அவர் முன்னால் அப்படிச் செய்தாள். அவன் மூக்கு நுனியைப் பிடித்து இழுத்துவிட்டு வீட்டினுள் திரும்பும்போது அவரைப் பார்த்து லேசாகச் சிரித்ததை அவன் பார்க்கவில்லை. ரங்கராஜு தன்னையும் அறியாமல் பெருமூச்சு விட்டார்.

சிவகாமி அவ்வளவு அழகாக இல்லாவிட்டால் அவளைப் பார்க்க ரங்கராஜு அடிக்கடி வந்து போகமாட்டார். விபரீதமாக ஏதும் இல்லாவிட்டாலும், இவ்வளவு வயதில் ஏதோ ஒரு சபலம் அவருக்கு. அவர் லேவாதேவி செய்கிற வேறு கடைக்காரர்களிடம் அவர் இந்த மாதிரியெல்லாம் நடந்துகொள்வதில்லை. ஆனால், சிவகாமியும் அதற்கு இடம் கொடுக்கிறாளே. அவர் வலிய வந்து பேசும்போது, நாலு தடவை முகத்தைத் திருப்பினால் ரங்கராஜு இந்த மாதிரி நாய் போலத் தேடி வருவாரா? அவரிடம் என்றில்லை. எல்லோரிடமும் சிவகாமி இந்த மாதிரித்தான் சிரித்துச் சிரித்துப் பேசுகிறாள். ஆனால், அதெல்லாம் அவளைக் கட்டுப்படுத்த வில்லை. துரதிர்ஷ்டமோ அதிர்ஷ்டமோ தெரியவில்லை. நாற்பது வயதாகியும் அவள் வனப்பும் அழகும் குறையவே இல்லை . ஊரிலிருந்து வரும் உறவினர்கள்கூட அவனிடம் உபசாரத்துக்கு இரண்டு வார்த்தைகள் பேசுவதோடு சரி, அவளிடம் மணிக்கணக்காகப் பேசிக்கொண்டிருப்பார்கள். அவன் மத்தியானம் சாப்பிடப் போகும்போது அவள்தான் கடையைப் பார்த்துக்கொள்வாள். வியாபாரம் கொஞ்சம் ஓய்ந்திருக்கிற சமயத்தில் சாப்பிடப் போவான். ஆனால் அவன் உள்ளே போனதும் வியாபாரம் திடீரென்று சூடு பிடிக்கும். அவன் சாப்பிட்டுவிட்டு சிறு தூக்கம் ஒன்று போடுவான். அவன் திரும்பி வந்து உட்காரும்போது கணிசமான அளவுக்கு அந்த மத்தியான நேரத்தில்கூட வியாபாரம் ஆகியிருக்கும்.

ரங்கராஜு ஸ்டூலை விட்டு எழுந்து வேட்டியை இறுக்கிக் கட்டிக்கொண்டார். அப்படியென்றால் அவர் வீட்டுக்குள் போகப் போகிறார் என்று அர்த்தம். மறுபடியும் ஒருமுறை கண்ணாடியை மூக்கின்மீது சரியாகப் பொருத்திக்கொண்டார். சைக்கிள் சாவிச் செயினை ஆள்காட்டி விரலில் வைத்து லேசாகச் சுழற்றினார். அதில்கூட ஒரு பவிசு தெரிந்தது. ரோட்டின் இருபுறமும் பார்வையை ஓட்டினார். அவர் உள்ளே போவதற்குள் தன்னிடம் ஏதாவது பேசுவார் என்று எதிர்பார்த்தான். அவன் நினைத்த மாதிரியே, 'சின்னத்தம்பி இன்னும் பள்ளிக்கூடம் விட்டு வரலையா?' என்று கேட்டார். அவன் பள்ளிக்கூடத்திலிருந்து நேராக டியூஷனுக்குப் போய்விட்டுத்தான் வருவான் என்பது அவருக்கே தெரியும். 'அவன் வர்றதுக்கு ஏழு மணியாகுமே. . .' அவருக்குத் தெரிந்த தகவலையே அவரிடம் சொன்னான். அவன் சொன்ன தொனியே 'உங்களுக்குத் தான் இந்த விஷயம் தெரியுமே' என்கிற மாதிரி இருந்தது. அவரும் அதை உணர்ந்தார். ஆனால், தான் அகௌரவப்படுத்தப்பட்டது போல் அவர் நினைக்கவில்லை. அப்படியெல்லாம் நினைத்துக் கொண்டால் அவரால் தொடர்ந்து அங்கே வர முடியாது. சிவகாமியைப் பார்க்க முடியாமல் போய்விடும். 'ஓஹோ . . . ஆமா . . . அவன் டியூஷனுக்குப் போறான் இல்லே. . .? மறந்தே போச்சு. . .' என்று ரொம்ப சகஜமாகச் சொன்னார். 'பெரிய திருடன்யா நீ. . .' என்று நினைத்துக்கொண்டான்.

'சரி. . . உள்ளே போய் காப்பியை ஒரு கை பார்த்துட்டு வாரேன். . .' என்று சொல்லிவிட்டு லேசாகச் சிரித்தார். அவனுக்கு அவர் இளித்தது போல் இருந்தது. கடையைச் சுற்றிக்கொண்டு பக்கத்தி லிருந்த வாசல் வழியாக வீட்டினுள் நுழைந்தார் ரங்கராஜு. அவர் நினைத்தால் கடைக்குள் ஏறி, அந்த வாசல் வழியாகவே வீட்டுக்குள் போயிருக்கலாம். அவர் அப்படிச் செய்தால் அவனோ, சிவகாமியோ அவரை எதுவும் சொல்வதற்கில்லை. அவர்களுக்குப் பணமுடை ஏற்படுகிறபோதெல்லாம் கொடுத்து உதவுபவர் அந்த உரிமையையும் எடுத்துக்கொள்ள முடியும். முன்பெல்லாம் பல தடவை அவரிடம், 'எதுக்கு அப்பிடிச் சுத்திக்கிட்டு போறீங்க. . . இப்படியே போங்களேன். . .' என்று சொல்வான். அவரது வருகைகள் எரிச்சலே தராத காலம் அது. அவர் மறுத்துவிடுவார். 'கடை, சீதேவி இருக்கிற இடம். கல்லாப் பெட்டியைத் தாண்டக் கூடாது. . .' என்று சொல்லி விடுவார். அதுதான் அவனுக்கும் விளங்கவில்லை. அவர் எல்லா விதத்திலும் ஏதோ ஒரு ஒழுங்கை, கண்ணியத்தைக் கடைப்பிடிக்க முயற்சி செய்வது ஏன் என்று அவனுக்குத் தெரியவில்லை. அந்தக் கண்ணியத்துடன் சிறிது வைராக்கியமும் சேர்ந்திருந்தால்

ஒரு வேளை சிவகாமியைத் தேடி வராமல் இருக்கக்கூட அவரால் முடியுமோ? இல்லை. இந்தக் கண்ணியமே அவரிடம் உள்ள ஏதோ ஒரு பலவீனமான பகுதியை மூடி மறைக்கும் போர்வையா? தவறு யாரிடம் இருக்கிறது? சிவகாமியிடமா? தன்னிடமா? அவரிடமா? ஒருவேளை இதெல்லாம் ஒன்றும் பெரிய தவறே இல்லையோ? அவனால் புரிந்துகொள்ள முடியவில்லை.

ரங்கராஜு செருப்பைக் கழற்றி வாசல் கதவுக்குப் பக்கத்தில் போட்டார். மடித்துக் கட்டியிருந்த வேஷ்டியின் மேல் கட்டை கீழே இறக்கிவிட்டார். எப்போதும் வீட்டுக்குள் நுழையும்போது வேட்டியை மடித்துக் கட்டுவதில்லை. சிறு கூடத்தைத் தாண்டி ஒரு பெரிய ஹால். ஹாலின் இருபுறங்களிலும் தென்வடலாக இரண்டு ரூம்கள். ஒன்று பிள்ளைகளுக்கு, இன்னொன்று சிவகாமிக்கும் அவள் கணவனுக்குமானது. ஹாலின் மேற்குப் பகுதியில் வீட்டின் உள்ளிருந்தே கடைக்குப் போக வாசல் இருந்தது. ஹாலின் கிழக்குக் கோடியில் சமையல் அறை தொடங்கிற்று. அதற்கு அப்பால் பின்வாசல், கிணறு. எல்லா வாசல் நிலைகளிலும் திரைச் சீலைகள் தொங்கின. ஹாலில் யாரும் இல்லை. இடது பக்கத்து அறையில் ஃபேன் சுற்றுகிற சத்தம் கேட்டது. 'சரோஜா, படிக்கிறியாம்மா?' என்று கேட்டார். அறைக்குள்ளிருந்து உடனே பதில் வரவில்லை. சற்றுப் பொறுத்து, 'யாரு மாமாவா? நான் ஜாக்கெட் தைக்கிறதுக்காக துணி வெட்டிக்கிட்டு இருக்கேன்' என்று அவருக்குக் கேட்க வேண்டும் என்பதற்காகச் சற்று சத்தமாகவே சொன்னாள் சரோஜா. சொன்னபிறகு, இவ்வளவு சத்தமாகச் சொல்லி யிருக்க வேண்டியதில்லையோ என்று பட்டது அவளுக்கு. 'அப்படியாம்மா, நடக்கட்டும்... நடக்கட்டும்...' என்று சொல்லிக் கொண்டே எதிர்ச் சுவர் ஓரமாக இருந்த பெஞ்சில் போய் உட்கார்ந்தார். அவர் கண்கள் சிவகாமியைத் தேடிற்று. 'சிவகாமி' என்று பிரியமாகக் கூப்பிடத் தோன்றியது. சரோஜா அங்கே இல்லை என்றால் அவர் கூப்பிட்டிருப்பார். அடுப்படியில் இருந்த சிவகாமிக்கு அவர் வந்தது அப்போதே தெரிந்து போயிற்று. என்றாலும், வேண்டும் என்றே சற்று தாமதித்தாள். 'உக்காருங்க... இப்போ ஒரு பத்து நாளாத்தான் தையல் கிளாஸுக்குப் போறாள். கிளாஸுக்குப் போக ஆரம்பிச்சதி லேருந்து எப்போ பார்த்தாலும் துணியோடவும் அந்தத் தையல் மிஷினோடவும்தான் அவளுக்குப் பொழுது போவுது' என்று சொல்லிக்கொண்டே பெஞ்சில் அவருக்குப் பக்கத்தில் வந்து உட்கார்ந்தாள். முன் நெற்றியில் வியர்வை அரும்பியிருந்தது. சேலை முந்தானையால் முகத்தைத் துடைத்துக் கொண்டாள். 'போக வேண்டியதுதானே? புருஷன் வீட்டுக்குப் போனால்

இந்தக் காலத்தில் நாலும் தெரிந்திருக்க வேண்டியதிருக்கே. . .' என்று அவர் சொல்லிக்கொண்டிருக்கும்போதே, எழுந்து சென்று ஃபேனைப் போட்டுவிட்டு, முன்பைவிட இன்னும் பக்கத்தில் அவர் உடம்போடு உடம்பு படுகிற மாதிரி உட்கார்ந்துகொண்டாள். அவருக்கு மனசெல்லாம் குறுகுறுத்தது.

'எங்கே ஒரு வாரத்துக்கு மேலா ஆளையே காணலேயே . . .? வெளியூருக்கு ஏதாவது போயிருந்தீங்களா? இல்லே ஒடம்புக்கு ஏதாவது சுகமில்லையா?' என்று அவர் கண்களை ஆழமாக உற்றுப் பார்த்துக் கேட்டாள்.

'வெளியூராவது ஒண்ணாவது? சும்மாதான் வரலை. . . தினசரி வரணும்னுதான் நெனைச்சுக்கிடுவேன்.'

'அப்போ வர்றதுக்கென்ன . . .?' என்று ஒரு பொய்க் கோபத்துடன் கேட்டாள். அவள் பேச்சில் இருந்த நெருக்க உணர்வு அவரைக் கிளர்ந்தெழச் செய்தது. அந்த அன்னியோன்யம் தந்த மதுரத்திலிருந்து அவரால் உடனே மீள முடியவில்லை. எதிர் அறையில் தையல் மிஷின் ஓடுகிற சத்தம் கேட்க ஆரம்பித்தது. அவள் சரோஜாவின் தாய் என்பது நினைவுக்கு வந்ததும் மனத்தில் இனம்புரியாத குற்ற உணர்வு படர்ந்தது. மனம் தடுமாறியது.

'என்ன பேசாமே இருக்கீங்க. . .? இந்த உலகத்திலேதான் இருக்கீங்களா . . .?' என்று இன்னும் அவர் முகத்துக்கு நெருக்கமாக வந்து கேட்டாள். அவர் குனிந்து அவள் கால்களையே பார்த்துக் கொண்டிருந்தார். அவளுடைய விரல் நகங்கள் அர்த்த சந்திர வடிவில் சதைக்குள் அழகாக அழுந்தியிருந்தன.

'வேற ஒண்ணுமில்லே... உங்க வீட்டிலேயும் சமைஞ்ச பொண்ணு இருக்குது . . . என் வீட்டிலேயும் கல்யாணத்துக்கு ஒண்ணு நிற்குது . . . நான் அடிக்கடி இங்கே வந்து போறதுனாலே நம்ப ரெண்டு வீடுகளுக்கும் ஏதாவது அகௌரவம் வந்திருமோன்னு . . .' என்று சொல்லி இழுத்தார். சிவகாமி தன் சதைப் பற்றான விரல்களால் அவரது முடிகள் நிரம்பிய கையை அழுத்திப் பற்றிக்கொண்டாள்.

'ஏது? ஏதோ சாமியாராப் போறாப்பலே இருக்கு . . .? புத்தருக்கு திடீர்னு ஞானம் உதயமான மாதிரி . . .' என்று அவரைக் கேலி செய்தாள்.

'இல்லே . . . ஏதோ அந்த மாதிரி தோணிச்சு ... அதே நேரம் உங்களைப் பார்க்காமலும் இருக்க முடியலே ...' என்று அவள் முகத்தைப் பார்த்து ஏக்கத்துடன் சொன்னார். இப்போது சிவகாமி, சரோஜாவின் அறையை வெறித்துப் பார்த்துக் கொண்டிருந்தாள். அவரைப் பார்க்காமலேயே, 'உங்களுக்கே

ஏதாவது மனசுக்குள்ளே தப்பா தோணுதோ என்னவோ ...?' என்றாள். வார்த்தையில் இருந்த கடுமை முகத்தில் சிறிதுகூட இல்லை. அவளுக்கே அவருடைய ஸ்நேகத்தை என்ன செய்வது என்று தெரியவில்லை. அது ஏதோ தொந்திரவு போலப் பட்டது.

'சே, சே... என்ன சிவகாமி அந்த மாதிரிச் சொல்லிட்டீங்க...?' என்று அவசரத்துடன் கேட்டார் ரங்கராஜு. ஏதோ விரிசல் விழுந்து கொண்டிருக்கிற மாதிரிப் பட்டது.

'உங்களுக்கே உங்கமேலே நம்பிக்கை இல்லாமப் போயிட்டுது போல் இருக்கு ... அதனாலேதான் மற்றவங்க அந்த மாதிரி நெனைக் கிறதுக்கு முன்னே நீங்களே அப்படி நெனைக்க ஆரம்பிச்சிட்டீங்க' என்றாள் சிவகாமி. இதைச் சொல்லும்போதுகூட அவள் முகத்தில் எவ்விதக் கடுமையோ அசூயையோ இல்லை. அவரும் வாய் தவறித் தான் எதையோ நினைத்துக் கொண்டு, எதையோ சொல்லி வைத் தார். என்ன பேசுவது என்று புரியாமல் தவித்தார்.

அதற்குள் சிவகாமி வெடுக்கென்று எழுந்துவிட்டாள். அவள் அடுப்பில் கொதித்துக்கொண்டிருக்கிற காப்பியை நினைத்துத்தான் எழுந்தாள். ஆனால், அவருக்கு அவள் கோபித்துக்கொண்டு போகிற மாதிரிப் பட்டது. தையல் மிஷின் இன்னும் ஓடிக்கொண்டிருந்தது. வெளியே கடையில் தராசின் செயின் சத்தம் கேட்டது. எதுவும் தோன்றாமல் சிறிது நேரம் பெஞ்சிலேயே உட்கார்ந்திருந்த ரங்கராஜு மெதுவாக எழுந்து அடுப்படிப் பக்கம் போனார். சிவகாமி காப்பியை வடிகட்டிக் கொண்டிருந்தாள்.

'ஒருத்தரை ஒருத்தர் பார்த்துப் பேசறதே மற்றவங்களைப் பாதிக்கும்னா நாம பார்க்காமலே இருக்கிறதுதான் நல்லது' என்றாள் சிவகாமி. அதைச் சொல்லும்போதே தொண்டையை அடைத்தது. ஆனாலும், அப்படிச் சொல்வதைத் தவிர அவளுக்கு வேறு வழியே இல்லை. தங்களுக்கு இடையே உள்ள ஸ்நேகம் எந்த நேரமும் வரம்புமீறிப் போய்விடுமோ என்ற பயமும் அவளுக்கு இருந்தது. அவரே அந்த விஷயத்தைத் தொட்டது, அவளுக்கு ரொம்ப நல்லதாகவும் போயிற்று.

'சிவகாமி, நான் ஏதாவது தவறாகச் சொல்லிட்டேனா?'

'இதிலே தப்பு எங்கேயிருந்து வந்தது? என்ன இருந்தாலும் நாம அன்னிய ஆட்கள் தானே? திடீர்னு ஏதோ கொஞ்ச நாள் பழகினோம்... அந்த மதிப்பைக் காப்பாத்திக்கிட்டு கௌரவமா தூர வெலகிப் போயிருவோம். நீங்க பயப்படற மாதிரியே எனக்கும் நமக்குள்ளே ஏதாவது நடந்திருமோன்னு பயமாத்தான் இருக்கு...'

'என்ன தப்பு நடந்திடும்னு பயப்படறீங்க?'

இதற்கு சிவகாமி பதில் ஒன்றும் சொல்லவில்லை. அவரை ஏறிட்டுப் பார்த்துவிட்டு, காப்பிடபராவை எடுத்து அவர் கையில் கொடுத்தாள். 'காப்பி சாப்பிடுங்க...' என்று சொல்லிவிட்டு, இன்னொரு காப்பியை எடுத்துக்கொண்டு முன் பக்கம் பார்க்க நடந்தாள். கணவனிடம் காப்பியைக் கொடுத்துவிட்டு, நின்று கொண்டே பேசிக் கொண்டிருந்தாள். அவள் அவசரப்படாமல் பேசிக்கொண்டிருந்தது அவனுக்கு ஆச்சரியமாக இருந்தது. ஒருவேளை ரங்கராஜு வீட்டினுள் இல்லையோ என்று சந்தேகப் பட்டான். 'ரங்கராஜு உள்ளே இல்லையா?' என்று கேட்டான். 'காப்பி குடிக்கிறார்' என்று அலட்சியமாகச் சொன்னாள். வெகு நேரமாக அவள் அங்கேயே நின்றுகொண்டிருந்தாள். அவன், அவரை உள்ளே விட்டுவிட்டு வந்துவிட்டாயே என்று சொல்லியும் கூட, அவள் வேண்டுமென்றே நின்றுகொண்டிருந்தாள். அவனால் அவளைப் புரிந்துகொள்ள முடியவில்லை. அவளுடைய செயல் பெரிதும் விசித்திரமாக இருந்தது. திடீரென்று அவள் ஏன் இப்படி நடந்துகொள்ள வேண்டும்?

சிறிது நேரத்தில் அவரே மெதுவாகப் பூனை மாதிரி கடையைச் சுற்றிக்கொண்டு முன் பக்கம் வந்துவிட்டார். அவரைப் பார்த்ததும் சிவகாமிதான், 'என்ன எந்திரிச்சு வந்திட்டீங்க...?' என்று விசாரித்தாள். 'உள்ளே ஒரே புழுக்கமா இருந்திச்சு...' என்று சொல்லிக்கொண்டே, 'நான் வர்றேன். ஒரு அவசர வேல இருக்கு...' என்று சொல்லிவிட்டு சைக்கிளை எடுத்தார். அவன் ஒன்றும் புரியாமல் சிவகாமியின் முகத்தைப் பார்த்தான். அவள் கண்கள் கலங்கியிருந்தன.

'அவர் போறதைப் பார்த்தா ஏதோ கோபமாப் போறார் போலிருக்கே...?' என்று அவளை அண்ணாந்து பார்த்துக் கேட்டான்.

'ஆமாம்... அதுக்கு நான் என்ன பண்ண முடியும்? இனி வரமாட்டார்...' என்று சொல்லிவிட்டு வேகமாக வீட்டினுள் போய் விட்டாள். அதற்குமேல் அங்கே நின்றால் அழுதுவிடுவாள் போல் இருந்தது.

தாய், 1990

பிச்சாண்டி பானர்ஜி

ராமையா வேகமாக நடந்துகொண்டிருந் தான். பிரஸ்ஸை விட்டுப் புறப்படும்போதே ஒன்பதரை மணி ஆகிவிட்டது. சிட்டி பஸ்கள் நிற்க இன்னும் ஒரு அரை மணி நேரமாவது ஆகும். ஆனால், ராமையாவுக்குப் பஸ்ஸில் போகும் உத்தேசம் இல்லை. பொதுவாக ராமையா, காலை யில் பிரஸ்ஸுக்கு வரும்போதுதான் பஸ்ஸில் வருவான். இரவு வீடு திரும்பும்போது, பஸ்ஸில் போகிற பழக்கம் கிடையாது. பொருளாதார நிலை அப்படி. ராயப்பேட்டைவரை போய் பஸ் ஏறினால்கூட ஒரு ரூபாய் சார்ஜ் ஆகிவிடும். ஒரு ரூபாயைப் பார்க்காமல் பஸ்ஸில் போனாலும், மெயின் ரோட்டிலிருந்து வீட்டுக்குப் போக ஒரு பத்து நிமிஷமாவது நடக்கவேண்டும். தெருக்களில் விளக்கே இருக்காது. இருட்டில் படுத்துக்கிடக்கிற நாய்களை மிதித்துவிடாமலும், தேங்கிக் கிடக்கிற சாக்கடைத் தண்ணீரில் கால் வைத்துவிடாமலும் நடப்பது ஒரு அரிய கலை.

மேலும், ராமையாவைப் பொறுத்தவரை இரவு நேரத்தில் நடப்பதில் ஒரு சௌகரியமும் இருக்கிறது. அவன் பார்ப்பது ப்ரூஃப் ரீடர் தொழிலாக இருந்தாலும், அவனுள் ஒரு மூலையில் ஒரு எழுத்தாளனும் உயிர் வாழ்ந்துகொண்டிருந்தான். பத்திரிகைகளுக்கு ஏதாவது கதைகள் எழுதிக் கொடுப்பான். அவனது கலைப் படைப்புக்கான கருக்கள் இதுபோன்ற இரவு நடைப் பயணங்களில் தான் உதயமாகும்.

சாகித்ய அகாதெமி பரிசு வாங்குவதற்காகவோ, ஞானபீடப் பரிசு வாங்குவதற்காகவோ ராமையா கதைகள் எழுதவில்லை. அந்த மாதிரி ஆசைகள் எதுவும் ராமையாவுக்குக் கிடையவே கிடையாது. ஏதோ ஒரு சாக்கடைச் சந்தில் குடியிருக்கிறவனைத் தேடி அந்தப் பரிசுகள் வரும் என்ற எதிர்பார்ப்பெல்லாம் ராமையாவுக்குக் கொஞ்சம்கூட இல்லை. அவ்வப்போது ஏதாவது கதை எழுதினால், ப்ரூஃப் ரீடர் வேலையில் வருகிற 400 ரூபாய் வரும்படிக்கு மேல், மாதம் ஒரு இருபது முப்பது ரூபாய் ஸைடு இன்கம் வருமே என்பதுதான் ராமையா எழுத்தாளனாக மலர்ந்ததன் ரகசியம். எப்போதாவது பிரசுரமாகும் அவனது கதைகள், தமிழ்நாட்டின் தலைசிறந்த இலக்கியச் சிற்பி என்று அவனை உலகத்துக்கு இனம் காட்டாவிட்டாலும், அவனது உபரி வருமானத்துக்கு வழி செய்தன. வருகிற சம்பளத்தில் வீட்டு வாடகைக்கு நூறு ரூபாய் கொடுத்துவிட்டு அவன், மனைவி, மூன்று குழந்தைகள் உள்பட ஐந்து உருப்படிகள் சாப்பிட்டுக் காலந்தள்ளுவது என்பது கயிற்றின்மேல் நடக்கிற மாதிரிதான். தன் குழந்தைகளை நாட்டின் தலைசிறந்த குடிமக்களாக ஆக்க முடியாவிட்டாலும், பெற்றுவிட்ட பாவத்துக்காக அவர்களுக்கு அரை வயிற்றுச் சோறாவது போடவேண்டாமா? பிள்ளைகளுக்கு ஒரு நேரச் சாப்பாடு சர்க்கார் உபயத்தில் நடக்கிறது என்றாலும், மீதி இரண்டு நேரச் சாப்பாட்டுக்கு அவன்தானே வழி செய்ய வேண்டும்?

ஆனால், அவனைப் பிடித்த கெட்ட காலமோ என்னவோ கொஞ்ச காலமாக இந்த உபரி வருமானம் தடைப்பட்டு விட்டது. அதற்குக் காரணம் இல்லாமல் இல்லை. எப்போதாவது பிரசுரமாகிற அவனது கதைகளுக்கு கிடைத்த அடி, அவனைப் பேனாவைத் தொட முடியாமலே செய்துவிட்டது. அவன் எழுதிய ஒரு கதையில் ஏதோ ஒரு ஜாதிப் பெயரைச் சொல்லி எழுதிவிட்டான். அந்த ஜாதிச் சங்கத்தைச் சேர்ந்தவர்கள் கதை வெளியான பத்திரிகை அலுவலகத்தைத் தேடிப் படையெடுத்து வந்துவிட்டார்கள். அந்தக் கதையை எப்படிப் பிரசுரிக்கலாம் என்று பத்திரிகை ஆசிரியரைப் பிடித்து உலுக்கிவிட்டார்கள் உலுக்கி. கதை தத்ரூபமாக இருக்க வேண்டும் என்பதற்காகத்தான் கதாபாத்திரங்களின் பெயரோடு ஜாதிப் பெயரையும் சேர்த்து எழுதினான் ராமையா. அதைத் தவிர அவனுக்கு வேறு எந்த உள்நோக்கமும் இல்லை. மேலும், ராமையாவுக்கு ஜாதித் துவேஷம் என்றோ, ஜாதி அபிமானம் என்றோ எதுவும் கிடையாது. ஏதோ அவன் வயிற்றுப்பாட்டுக்கு எழுதப் போக, அதற்கு இப்படியொரு இடைஞ்சல். அதுமுதல், அவனுடைய கதைகளைப் போட்டு சகாயம் செய்துவந்த அந்தப் பத்திரிகை ஆசிரியர், அவன் சகவாசமே வேண்டாம் என்று ஒதுங்கிவிட்டார்.

'பட்ட காலிலே படும்' என்கிற கதையாக, அவன் எழுதிய இன்னொரு கதைக்கும் அப்படியொரு விபத்து நடந்தது. அந்தக் கதையில் கார் மெக்கானிக் ஷாப் ஒன்றில் உள்ள எடுபிடிப் பையன்களை வைத்து எழுதியிருந்தான். அவர்களும் சங்கம் வைத்திருக்கிறார்கள் என்கிற சமாசாரம் அவனுக்குத் தெரியாது. ஜாதிச் சங்கத்துக்காரர்களாவது அந்தக் கதையைப் பிரசுரித்த பத்திரிகை ஆபீஸுக்கு வந்து திட்டிவிட்டுப் போனார்கள். இந்த மெக்கானிக் ஷாப் பையன்கள் சங்கத்தைச் சேர்ந்தவர்கள் அவன் வீட்டுக்கே வந்துவிட்டார்கள். நல்லவேளையாக, அந்தக் கும்பலில் அவனுக்குத் தெரிந்த ஒரு பையன் இருந்தானோ, அவன் தலை தப்பித்ததோ! அன்று பேனாவைத் தலையைச் சுற்றி எறிந்தவன்தான், அதன்பின் தொடவே இல்லை.

அவன் வேலை பார்க்கிற பிரஸ்ஸுக்கு கார்மேகம் என்ற எழுத்தாளர் ஒருத்தர் வந்து போவார். சற்றுப் பிரபலமான எழுத்தாளர் அவர். அவரிடம் தனது இரண்டு கதைகளுக்கும் நேர்ந்த கதியைச் சொல்லிப் புலம்பினான். அவர் ஒரு பெரிய ராமாயணத்தையே ஆரம்பித்துவிட்டார்.

'அடேய், ராமையா. . . அந்தக் கூத்தை ஏன் கேட்கிறாய்? இப்போதெல்லாம் பேனாவைத் தூக்கவே நீதமில்லையப்பா. எந்தக் கதையை எழுதினாலும் எவனாவது சங்கத்துக்காரன் கொடி பிடித்துக்கொண்டு வந்துவிடுகிறான். ஒரு நாலு மாதத்துக்கு முன்னால் ஒரு கதையில் விதவை ஒருத்தியைப் பற்றி எழுதி இருந்தேன். ஒன்றும் தப்பாக எழுதிவிடவில்லை. கதைப்படி ஒரு இடத்தில் அவளைக் கருமி என்று சித்திரித்திருந்தேன். இது ஒரு தப்பா. . ? அவ்வளவுதான். . . 'அனைத்திந்திய விதவையர் சம்மேளனம்' என்று சொல்லிக்கொண்டு நாலு பாட்டிகள் சண்டைக்கு வந்துவிட்டார்கள். அவர்களைச் சமாதானப்படுத்தி அனுப்புவதற்குள் போதும் போதும் என்றாகிவிட்டது. எதை எடுத்தாலும், 'அனைத்திந்திய, அனைத்திந்திய'ன்னு வேறு பெரிசாகப் போட்டுக்கிறானுங்க. அது என்ன எழவு அனைத்திந்தியவோ? காக்கை, கோழி, குருவி இவற்றைப்பற்றி எழுதினால்கூட அதுகளும் சங்கம் வைத்துக்கொண்டிருக்குமோ என்ன இழவோ? யார் கண்டது? அதனால்தான் நான் இப்போது சமூகக் கதைகள் எழுதுவதை விட்டுவிட்டுச் சரித்திரக் கதைகளில் இறங்கிவிட்டேன். பராந்தகச் சோழனும் பெருஞ்சேரலாதனும் நம்மிடம் சண்டைக்கு வரமாட்டார்கள் பார். . ! வர வர ஜனங்களுக்குப் புத்தி கெட்டுப் போச்சப்பா. . . இந்தப் பைத்தியக்கார ஜனங்கள் மத்தியில் கிடந்து லோல்பட வேண்டும் என்று நம் தலையில் கடவுள் எழுதிவிட்டான். வேறென்ன சொல்ல?' என்று தலையில் அடித்துக்கொண்டார்.

அதற்கப்புறம் ஒரு ஆறேழு மாதம்வரை பேனாவையே தொடாமல்தான் இருந்தான் ராமையா. ஆனால், பழக்கதோஷமும் பணத் தேவையும் அவனுடைய விரதத்தை முறித்து விட்டன. பூட்டுச் சாவி ரிப்பேர்காரர்களை வைத்து ஒரு கதை எழுதினான். முந்தைய அனுபவங்கள் அவனை யோசிக்க வைத்தன. அதனால் கதையை அனுப்பாமலேயே வைத்திருந்தான். இதே மாதிரி ஒரு நாள் ராத்திரி, அகால நேரத்தில் வீட்டுக்குத் திரும்பிக்கொண்டிருந்தபோது, நுங்கம்பாக்கத்தில் இவனைப் போலவே தரித்திரத்தில் உழலும் பூட்டுச்சாவி ரிப்பேர்காரர் ஒருவர், தோளில் ஒரு பெரிய சாவிக் கொத்து மூட்டையைத் தொங்கவிட்டுக்கொண்டு அந்த நேரத்தில் வந்துகொண்டிருந்தார். அவரை நிறுத்தி, அவர்களுக்குச் சங்கம் இருக்கிறதா என்று விசாரித்தான். அவர்களுக்கும், 'அனைத்திந்திய பூட்டுச் சாவி ரிப்பேர்காரார்கள் சங்கம்' என்று ஒன்று இருக்கிறதென்று சொன்னார். அவ்வளவுதான். வீட்டுக்கு வந்ததும் முதல் வேலையாகக் கதையைக் கிழித்துப் போட்டுவிட்டான்.

ஆனால், விதி யாரை விட்டது? உபரி வருமானத்தில் மண் விழுந்துவிட்டதால், வருகிற சம்பளத்துக்குள் குடும்பம் நடத்த முடியாமல், அவன் மனைவி பத்ரகாளி ஆகிவிட்டாள். 'குடும்பம் நடத்த வக்கில்லாத ஒனக்கெல்லாம் பொண்டாட்டிப் பிள்ளை எதுக்கய்யா?' என்று கூப்பாடு போட்டாள். அவனை நீ, அவன், இவன் என்றெல்லாம் பேசத் தொடங்கிவிட்டாள். மரியாதை குறைந்துவிட்டது. 'கவர்மெண்ட்லேயே ஒண்ணு போதுங்கான்... நீ என்னடான்னா ஒண்ணுக்கு ரெண்டு, ஒவத்திரவத்துக்கு மூணுன்னு பெத்து வச்சிருக்க...' என்று தனக்குத் தெரிந்த குடும்பக் கட்டுப்பாட்டுத் தகவல்களை எல்லாம் எடுத்து வீசினாள். பக்கத்து வீட்டுக்காரர்களெல்லாம் ஒரு மாதிரியாகப் பார்த்தார்கள். ராமையா கூனிக் குறுகிப் போனான்.

'நெஸஸிட்டி ஈஸ் த மதர் ஆஃப் இன்வென்ஷன்' என்பது ராமையா விஷயத்தில் நிஜமாகிவிட்டது. ராமையாவின் பொருளாதாரத் தேவை, தலைசிறந்த இலக்கிய உத்தி ஒன்று பிறப்பதற்குக் காரணமாகிவிட்டது. எடுத்ததுக்கெல்லாம் சங்கம் வைத்துக்கொண்டு, அவன் பிழைப்பில் மண்ணைப் போடும் சங்கத்துக்காரர்களின் கண்களில் மண்ணைத் தூவ, ஒரு 'அயனான' வழி கிடைத்துவிட்டது. அவன் வீடு இருக்கிற தெரு முனையில் ஒரு சேட் கடை இருக்கிறது. ஒரு நாள் அந்த அடகுக் கடையைத் தாண்டி வரும்போதுதான் ராமையாவின் மனத்தில் அந்த இலக்கிய உத்தி பளிச்சிட்டது. 'இந்த சங்கத்துக்காரர்களிடமிருந்து தப்பிக்க கார்மேகம் சரித்திரக் கதைகளை எழுதுகிற மாதிரி, நாம் எழுதுகிற கதைகளில் கதாபாத்திரங்களின் தமிழ்ப்

பெயர்களுடன் வடநாட்டுக்காரர்களின் பெயரையும் சேர்த்து எழுதினால் என்ன' என்று தோன்றியது.

ராமையாவுக்குப் பிச்சாண்டி என்று ஒரு மாமா இருந்தார். அந்த மாமாவை வைத்து ஒரு கதை எழுதினான். அந்த மாமா வின் பெயரைப் 'பிச்சாண்டி பானர்ஜி' என்று மாற்றினான். 'பூமாலை' பத்திரிகை ஆசிரியர் அவன் பேரில் கொஞ்சம் இரக்கம் உள்ளவர். அவரிடம் தன் நிலைமையை எடுத்துச் சொன்னான். அவர் கதையைப் பிரசுரம் செய்துவிட்டார். போனவாரம்தான் அந்தக் கதை வெளிவந்தது. அடுத்த வாரம் கதைக்கான சன்மானத்தைத் தருகிறேன் என்று சொல்லியிருந்தார்கள். அந்தப் பணம் வந்தால் அந்த வார ரேஷனுக்காகும்.

கோடம்பாக்கம் மேம்பாலத்துக்கு அருகில் போகும்போது, நாலைந்து பேர் சைக்கிளில் குடங்களைக் கட்டிக்கொண்டு தண்ணீர் எடுப்பதற்காகச் சென்றுகொண்டிருந்தார்கள். அதைப் பார்த்ததும், அன்று குழாயில் தண்ணீர் வருகிற நாள் என்பது ஞாபகத்துக்கு வந்தது. அப்படியானால், இன்று சிவராத்திரிதான். தூக்கம் போவதைப்பற்றிக்கூடப் பரவாயில்லை. குழாயடியில் சண்டை போடத்தான் உடம்பிலும் மனதிலும் தெம்பு இல்லை. இந்தத் தண்ணீர் கஷ்டத்தை வைத்தே ஒரு கதை எழுதலாமே என்று தோன்றியது. அந்தக் கதையை யோசித்துக்கொண்டே மெயின் ரோட்டிலிருந்து அவன் வீட்டுக்குப் போகிற பாதையில் திரும்பினான். அந்த விளக்கில்லாத தெருவில் இன்னும் கொஞ்ச தூரம் நடந்தால்தான் வீடு வரும். எதையெல்லாமோ யோசித்துக்கொண்டே நடந்துகொண்டிருந்தவனை, யாரோ அவன் பெயரைச் சொல்லிக் கூப்பிடுகிற மாதிரி இருந்தது.

'டேய். . . ராமையா. . . ராமையா. . .' என்று கூப்பிடுகிற சத்தம் கேட்டது. பின்னால் திரும்பிப் பார்த்தான். இருட்டில் ஒன்றும் தெரியவில்லை. யாரோ நடந்து வருகிற சத்தம் மட்டும் கேட்டது. ராமையாவுக்குப் பேப்பரில் படித்த கொலை, கொள்ளை பற்றிய பல செய்திகள் நினைவுக்கு வந்தன. இன்னும் சிறிது தூரம் போனால் பிள்ளையார் கோவில் வந்துவிடும். அங்கிருந்து ரொம்பப் பக்கம்தான் வீடு, பிள்ளையார் கோவில் பக்கம் ஒரு டீக்கடை கூடத் திறந்திருக்கும். அங்கே போய்விட்டால் ஆள் நடமாட்டம் இருக்கும். பயமும் இல்லை. வேகமாக நடக்க ஆரம்பித்தான்.

'டேய் ராமையா. . . ராமையா. . . ஒன்னைத்தாண்டா. . .' அந்தக் குரல் பழக்கமான குரலைப் போலத் தெரிந்தது. திடீரென்று பொறி தட்டியது. 'அடடே, இது பிச்சாண்டி மாமா குரல் அல்லவா? மாமா கதையைப் படித்துவிட்டார் போல்

இருக்கிறது. இனித் தொலைந்தோம். நல்ல வேளை மாமாவுக்கு வீடு தெரியாது. அவர் அருகில் வருவதற்குள் பக்கத்துச் சந்தில் நுழைந்து ஓடிவிடலாம்' என்று நினைத்து, ஓடுவதற்காக வேட்டியை மடித்துக் கட்டினான். அதற்குள் அவரே பக்கத்தில் வந்துவிட்டார்.

'டேய். . . என்னடா நான் கூப்பிட்டுக்கிட்டே வாரேன். நீ பாட்டுக்குப் போய்க்கிட்டே இருக்கியே? நீ எழுதின கதையைப் படிச்சேன்டா. . .' என்றார்.

இனிமேல் வேறு வழியே கிடையாது. அவர் காலில் விழ வேண்டியதுதான்.

'ஏண்டா. . . பிச்சாண்டியைப் பிச்சாண்டி பானர்ஜின்னு மாத்திட்டா மட்டும் ஆளு யாருன்னு அடையாளம் தெரியாமப் போயிருமாடா? பைத்தாரப் பயலே. . .'

'மாமா, மாமா. . . மன்னிச்சிருங்க மாமா. . . தெரியாம எழுதிட்டேன். மன்னிச்சிருங்க மாமா... ஏதோ வயித்துப்பாட்டுக் க்காக எழுதிட்டேன் மாமா. . .' என்று உளறினான் ராமையா.

'அடாடா... ஓங்களோட பெரிய தொந்தரவாப் போச்சே... வரவர ராத்திரிப் பொலம்பல் ரொம்ப அதிகமாத்தான் போச்சு. மாமனாவது மச்சானாவது? எந்திரிங்க. . . ஒரு தம்ளர் தண்ணி குடிச்சிட்டுப் படுங்க...' என்றாள் பக்கத்தில் படுத்திருந்த ராமையா வின் மனைவி. ராமையா தூக்கக் கலக்கத்தோடு எழுந்து உட்கார்ந்து அவளையே பார்த்துக்கொண்டிருந்தான்.

'என்ன முழிச்சுக்கிட்டு உட்கார்ந்திருக்கீங்க. . ? எந்திரிச்சுப் போயி தண்ணியக் குடிச்சிட்டு வந்து படுங்க. .' என்றாள்.

உதயம், 1990

ஏக்கம்

நாளை விடிந்தால் வண்டிமலைச்சி அம்மன் கோவிலில் கணுக்கட்டு. பட்டகசாலையில் வள்ளி படுத்திருந்தாள். முன்வாசல் அழிக்கதவை வெறுமனே சாத்தியிருந்தாள். முற்பகல் வெயிலில் செங்கல் தரையில், எதையும் விரிக்காமல் படுத்திருப்பது அவளுக்கு ரொம்பப் பிடித்தமானது. பட்டக சாலையும் மச்சும் மட்டும் எவ்வளவு வெயில் அடித்தாலும் குளிர்ச்சியாக இருக்கும். வெளியே வெயில் ஏறஏற வீட்டினுள் குளிர்ச்சி அதிகரித்துவிடும்.

எப்போதுமே வீட்டுக்குள் கொஞ்சம் மங்கலான வெளிச்சம்தான் விழும். அதுவும் பின்வாசல் கதவைச் சாத்திவிட்டால் முன்வாசல் வெளிச்சம் மட்டும் தான் லேசாக விழும். அந்த இருட்டுதான் அவ்வளவு குளிர்ச்சியைத் தருகிறதோ என்னவோ? தூங்க மாட்டாள். சும்மா கண்களை மூடிப் படுத்திருப்பாள். ஏதேதோ நினைவுகளில் ஆழ்ந்திருப்பாள். கனவில் மிதப்பதுபோல் இருக்கும். அரைப் பிரக்ஞை நிலையில், நேரம் போவது தெரியாமல், பல நாட்கள் அப்படியே மத்தியானம் வரைக்கும்கூடப் படுத்துக் கிடந்திருக்கிறாள்.

குத்துவிளக்கு மாடத்துக்கு முன்னால் வாழைப்பழத்தில் குத்திவைத்திருந்த ஊதுபத்தி எரிந்து முடிந்திருந்தது. சிவப்புச் சாயம் தோய்ந்த அந்த வெறும் குச்சி மட்டும் பழத்துக்கும் மேலே கொஞ்சம் நீட்டிக்கொண்டிருந்தது. அந்தக் குச்சியை உருவினால், பழத்துவாரத்தின் வட்ட விளிம்பில் குச்சியின் சிவப்புச் சாயம் ஏறியிருக்கும். சில சமயம் பழத்தினுள்கூட அந்தச் சாயம் இறங்கி

யிருக்கும். சாயம் இறங்கிய பழப் பகுதியைச் சாப்பிடும்போது அதன் சுவையும் மணமும் வித்தியாசமாக இருக்கும். பழத்தை எடுத்துச் சாப்பிடவேண்டும் போல் இருந்தது. ஊதிபத்தி எரிந்து வெகுநேரமாயிற்று என்றாலும் இன்னும் அந்த மணம் அறையைவிட்டுப் போகவில்லை.

குத்துவிளக்குப் பக்கத்தில் சாத்தி வைத்திருந்த கரும்புத் தோகை சுவரில் பட்டு சரசரவென்று உரசுகிற சத்தம் கேட்டது. குப்புறப் படுத்திருந்தபடியே தலையைத் திரும்பிப் பார்த்தாள். குருவிகள்தான் கரும்புத் தோகை மீது ஏறி விளையாடிக்கொண்டிருந்தன. ஆண் குருவி வெளியே பறந்து அழிக்கம்பிகளின் வெளியே வேகமாகப் போயிற்று. அதைத் தொடர்ந்து பெண்குருவியும் கீச்சிட்டுக்கொண்டே பின்னால் போனது.

நேரங்கழித்துப் பொங்கல் இட்ட யார் வீட்டிலோ காகத்தைக் கூப்பிட்டுக்கொண்டிருந்தார்கள். முன் வாசலில் மச்சு நிழல், பொங்கலிட்ட அடுப்புக்கட்டிவரை வந்து விழுந்திருந்தது. அந்த வருஷம் அடுப்புக் கட்டி நன்றாக வந்திருந்தது. சின்னக் குத்துப் போணியை வைத்து அடுப்புக்கட்டி போட்டால்தான் நன்றாக வருகிறது. முந்தின வருஷமெல்லாம் பாரீஸ் சாக்லெட் டின்னை வைத்துத்தான் பழனி அடுப்புக்கட்டி போட்டான்.

அது கொஞ்சம் உயரமாக இருக்கும். தவிர, அந்த டின்னை வேறு வருஷாவருஷம் பத்திரப்படுத்த வேண்டியிருந்தது. அவளுக்குக் கல்யாணமாகி வந்ததிலிருந்தே அந்த டின்னை வைத்துத்தான் அடுப்புக்கட்டி போடுவது வழக்கம். இந்த வருஷம் டின்னை எடுக்கும்போது டின்னின் தூர் இற்றுப் போயிருந்தது. அதனால்தான் சின்னக் குத்துப்போணியை வைத்து அடுப்புக்கட்டி போட நேர்ந்தது. நீண்ட உருண்டையான அந்த அடுப்புக்கட்டியைப் போடும்போதே, அதை அவளுக்கு ரொம்பப் பிடித்திருந்தது. ஈரம் காய்ந்து, சுண்ணாம்பு, காவிப் பட்டையெல்லாம் அடித்தபிறகு இன்னும் ரொம்ப அழகாக இருந்தது.

பழனி ஒருவருஷம்கூடப் பொங்கலுக்கு வீட்டில் இருக்க மாட்டான்; இருக்க முடியாது. அவனும் தெற்குத் தெரு ராசாப் பிள்ளை மாமாவும் வருஷாவருஷம்மாட்டுப்பொங்கலன்றுநடக்கும் கணுக்கட்டுக்காக, பொங்கலுக்கும் முதல்நாளே வல்லநாட்டு மலைக்கு மண் எடுக்க நாலைந்து ஆட்களோடு போய்விடுவார்கள். மாமாவும் அவனும் பத்துநாள் விரதம் இருப்பார்கள். விரதம் இருந்து, மலையில் பார்வதி அம்மன் கோவிலுக்குப்

வண்ணநிலவன்

பக்கத்தில் மண் எடுத்துவந்து வண்டிமலையானுக்கும் வண்டி மலைச்சிக்கும் தீத்துவார்கள்.

மலைக்குப் போகும்போதும் மலையிலிருந்து வரும்போதும் மலையைச் சுற்றிக்கொண்டு ஓடுகிற ஆற்றில் குளித்துவிட்டுத் தான் போகவேண்டும். விரதத்தில் தப்பு நடந்துவிடக் கூடாது. அம்மன் கண்ணைப் பறித்துவிடுவாள். கால் கையை முடமாக்கி விடுவாள். இந்தப் பத்துநாளும் பச்சரிசிச் சாப்பாடுதான். ராத்திரி அம்மன் கோவில் முன்னால் கயிற்றுக் கட்டிலில்தான் தூங்க வேண்டும். காலையில் தென்னமரத்து வீட்டு ஆச்சியோடும் வடக்கு வளவு ராசத்தக்காவோடும் ஆற்றுக்குக் குளிக்கப்போகும் போது, பனிக்குள் அவன் போர்வையைப் போர்த்திக்கொண்டு படுத்துக் கிடப்பதைப் பார்க்கச் சங்கடமாகத்தான் இருக்கும்.

ஆனாலும் என்ன செய்ய முடியும்? கோவில் காரியமாச்சே? மலையிலிருந்து மண் எடுத்து வந்து, அம்மனுக்கும் சாமிக்கும் தீத்தியபிறகு, கண் திறப்பார்கள். கண்திறக்கும்போது ராசாப் பிள்ளை மாமாவுக்குச் சாமி வந்துவிடும். போன வருஷமும் கண்திறக்கும்போது ராசாப்பிள்ளை மாமாவுக்கு ஆதாரனை (அருள்) வந்துவிட்டது. அப்போதுதான் பழனியைப் பார்த்து, 'இனிமே எனக்கு நீதாண்டா கண் தொறக்கணும்... தொறப்பியா?' என்று கேட்டார்.

மாமாவுக்கு அருள் வந்து பேசும்போது ஊர்ச்சனம் முழுவதும் பந்தலுக்குள் நின்றிருந்தாலும், அந்த நேரத்தில் மூச்சு விடுகிற சத்தம்கூடக் கேட்காது. கணியான் கொட்டு அடிப்பதை நிறுத்திவிடுவான். ஊரே அடங்கி ஒடுங்கிப் போய்விட்ட மாதிரி இருக்கும். கோவிலுக்குத் தெற்கே கொடிக்காலுக்கு (வெற்றிலைக் கொடிக்கால்) போகிற பாதையில் நிற்கிற பனை மரங்களிலிருந்து பனை ஓலைகள் காற்றில் ஒன்றோடொன்று உரசுகிற சத்தத்தைத் தவிர வேறு அரவம் எதுவும் இராது.

ராசாப்பிள்ளை மாமா கேட்டதுக்குப் பழனி ஒன்றும் சொல்லவில்லை. தலையைத்தான் 'சரி' என்கிறமாதிரி ஆட்டினான். திரும்பவும் அவனைப் பார்த்துக் கேட்டார். 'நீதான்டா இனிமே என் மகன்... அதனாலே நீதான் எனக்குக் கண் தொறந்து வைக்கணும்... ஒரு தப்பும் நடந்திரப்படாது... வெரதத்துல குத்தம் வராமப் பாத்துக்கிடணும்...' என்று சொல்லி நிறுத்திவிட்டுச் சிறிது நேரம் அவனையே பார்த்துக்கொண்டு நின்றார். அவர் உடம்பு அருளினால் நடுங்கிக்கொண்டிருந்தது. லேசாக முன்னும் பின்னும் சென்றார். மறுபடியும் அவனுக்கு எதிரே வந்து நின்றுகொண்டு, 'ஒனக்குப் புள்ள இல்லன்னு தெரியும் . . .' என்று சொல்லிக்கொண்டே திருநீற்றுக்

கொப்பரையை எடுத்துக்கொண்டு, வடக்கே திரும்பி, பீடத்தைப் பார்க்க நடந்தார். வேகமாகத் திருநீற்றை அள்ளிக் காற்றில் வீசினார்.

வள்ளிக்குச் சந்தோஷத்தினாலும் பக்தியினாலும் கண் களில் கண்ணீர் கோத்து நின்றது. உடம்பெங்கும் மயிர்க்கூச் செறிந்தது. கூடவே வெட்கமும். ராசாப்பிள்ளை மாமா திரும்பி வந்து பழனியைப் பார்த்து, 'எனக்குத் தெரியும்டா மகனே... உனக்கு எப்பம் சந்தான பாக்கியம் கொடுக்கணும்னு எனக்குத் தெரியும்...' என்று சொல்லிவிட்டு, ஆடிக்கொண்டே அவன் நெற்றியில் திருநீற்றைப் பூசினார். 'அவளை எங்கே? என் மகளை எங்கே?' என்று கேட்டார்.

ஒரு கணம் ஒருத்தருக்கும் ஒன்றும் புரியவில்லை. கூடி யிருந்த அத்தனைபேரிலும் மகளை எங்கே என்று மாமா கேட்டது ஊரிலிருந்து வந்திருந்த பத்திரகாளி ஆச்சிக்குத்தான் புரிந்தது. 'வள்ளி... ஒன்னைத்தாம்மா... போ... ஒனக்கு நல்ல காலம் பொறந்துட்டுது... போயி அவன் கையாலே திருநீறு வாங்கிக்கோ...' என்றாள். அவ்வளவு வயதான ராசாப்பிள்ளை மாமாவை 'அவன்' என்று பத்திரகாளி ஆச்சி சொன்னது அவளுக்கு ரொம்பப் பிடித்திருந்தது. மெதுவாக மாமாவுக்கு முன்னால் போய் நின்றாள். மாமா அவள் முகத்தைப் பார்த்தாரா, பார்க்கவில்லையா என்று சொல்ல முடியவில்லை. கண்களைப் பாதி மூடிக்கொண்டே அவள் நெற்றியில் திருநீற்றைப் பூசினார். 'எதுக்கும் கவலைப் படாதே... நான் இருக்கேன்...' என்றார்.

அன்று வீட்டுக்கு வந்தபிறகு, பத்திரகாளி ஆச்சி 'அந்த வண்டிமலைச்சியே சொல்லிட்டா... இந்த வருஷமாவது ஒன் வயித்தைத் தொறந்துவிட்டுட்டான்னா போதும்... ஒன் கொறை தீந்துரும்...' என்றாள்.

போன வருஷம் கணுக்கட்டுக்குப் பிறகு வந்த சோமவாரத் தன்று, எப்போதும் பூ கொண்டுவருகிற ஆவுடை அன்று சாயந்திரமும் பூ கொண்டுவந்தாள். அன்று அவள் கொண்டுவந்த பிச்சிப்பூவுக்கென்று அப்படியொரு மணம் இருந்தது. அவள் பூக்குடலையுடன் வளவுக்குள் நுழையும்போதே அடுப்படியில் நின்றிருந்த வள்ளிக்கு மணத்தது. அவள் நடைவாசலுக்கு வந்து அழிக்கதவைத் திறக்கவும் ஆவுடை வந்து நிற்கவும் சரியாக இருந்தது.

அவள் போன பிறகு, விளக்கு மாடத்துக்கு முன்னால் பட்டகசாலையை நிறைத்துத் தேர்க்கோலம் போட்டாள். கோவிலில் சாயந்திர பூஜையை முடித்துவிட்டு, அப்படியே

கொடிக்காலுக்கும் போய்ப் பார்த்துவிட்டு ஏழு ஏழரை மணிக்கெல்லாம் பழனியும் வீட்டுக்கு வந்துவிட்டான். இரண்டு பேரும் ஒன்றாக உட்கார்ந்தே தோசை சாப்பிட்டார்கள். அவள் அவனுக்குச் சுட்டுப் போட்டுக்கொண்டே தானும் சாப்பிட்டாள். அன்று தோசையும் எள்ளு மிளகாய்ப் பொடியும் ஏதோ ஒரு புது ருசியுடன் இருக்கிறமாதிரிப் பட்டது.

சாப்பிட்டபிறகு எப்போதும் வழக்கமாக இரண்டு பேரும் தூக்கம்வருகிறவரை வாசல் நடையில் உட்கார்ந்து பேசிக்கொண் டிருப்பார்கள். தினந்தோறும் செய்கிற காரியம்தான் என்றாலும், அது அலுக்கவே அலுக்காது. அந்தப் பேச்சில் விவரிக்க முடியாத சந்தோஷம் இருக்கிறது. அதுவும் மனசுக்குப் பிடித்தமானவர் களுடன் பேசிக்கொண்டிருந்தால் கேட்கவே வேண்டாம். அன்று தற்செயலாக வடக்கு வளவு ராசத்தக்கா வந்திருந்தாள். அவளோடு நேரம் போவதே தெரியாமல், நேயர் விருப்பம் முடிகிறவரை பேசிக்கொண்டிருந்தார்கள்.

அன்று நேயர் விருப்பத்தில் போட்ட பாட்டுகள்கூட, சொல்லிவைத்துப் போட்டதுமாதிரி பழைய பாட்டுகளாகவே இருந்தன. எல்லாப் பாட்டுகளுமே அவளுக்குப் பிடித்தமான பாட்டுகளாக இருந்தன. சாயந்திரம் ஆவுடை பிச்சிப்பூக் கொண்டு வந்ததிலிருந்து அடுத்தடுத்து நடந்தவை எல்லாமே அவளுக்குச் சந்தோஷமாக இருந்தன. இந்த மாதிரி எப்போ தாவதுதான் ஒன்று சேர்ந்தாற்போல நடக்கும்.

அவளுக்கு மிதப்பதைப்போல் இருந்தது. ராசத்தக்கா வுடன் பேசிக்கொண்டிருக்கும்போதே பழனி நடுவில் எழுந்து மச்சுக்குப் போய்விட்டான். எப்போதும் அவன்தான் முதலில் எழுந்து போவான். அழிக்கதவையும் பெரிய கதவையும் சாத்தித் தாழ்ப்பாள் போடுவது இவள்தான். அன்றும் அவன் வெகு இயல்பாகத்தான் எழுந்து மச்சுக்குப் போனான். அவன் போன பிறகும் அவள் ராசத்தக்காவோடு கொஞ்ச நேரம் பேசிக்கொண் டிருந்தாள். ஏதோ ஒரு கூச்சம் அவளை உடனே எழுந்து போக விடவில்லை.

பழனி எழுந்து போனதுமே அவளுக்கு உள்ளுக்குள் வெட்கமாக இருந்தது. ஏதோ ஒரு அந்தரங்கத்தை அந்த அக்கா உணர்ந்தமாதிரியும், இவளை அர்த்தத்தோடு பார்க்கிறமாதிரி யும் இருந்தது. ஆனால், ராசத்தக்கா எந்தவிதமான விகல்பமும் இல்லாமல், இயல்பாகத்தான் தொடர்ந்து பேசிக்கொண்டிருந் தாள். அவள் பேச்சை முடித்துக்கொண்டு புறப்படுகிற மாதிரித் தோன்றிய சமயங்களிலெல்லாம், இவள், 'தான் தூங்கப் போக அவசரப்படவில்லை' என்று காட்டுகிறதுபோல, வேண்டு மென்றே மீண்டும் மீண்டும் வலியப் பேச்சைத் தொடர்ந்தாள்.

அழிக்கதவைச் சாத்தியபிறகும்கூடக் கொஞ்ச நேரம் கதவுக்குப் பின்னால் நின்று பேசிக்கொண்டிருந்தாள். பிறகு ராசத்தக்காவேதான், 'சரிம்மா, நீ போயிப் படு... நேரமாச்சுது...' என்று சொல்லிவிட்டுப் போனாள். பெரிய கதவைத் தாழ்ப்பாள் போடும்போதுகூட, அந்த அக்கா எதையோ ஜாடையாக உணர்ந்துகொண்டு போனமாதிரிதான் அவளுக்கு இருந்தது. உள்ளூரக் கூச்சமாகவும் இருந்தது. ஆனால், மச்சுப்படி ஏறும் போதே மனம் தளும்பி வழிந்தது. அந்த மாதம்கூட நாலுநாள் தள்ளிப் போயிற்று. அதுவே பூரிப்பைத் தந்தது. ஆனால் நாலு நாளைக்கும்மேல் தள்ளிப்போகவில்லை.

அதன்பிறகு எத்தனையோ சோமவாரங்கள் வந்தன. ஆவுடை பிச்சிப் பூச்சரங்களைக் கொண்டு வந்தாள். எத்தனையோ நாள் பட்டகசாலையில் தேர்க் கோலங்கள் போட்டிருக்கிறாள். அன்றுபோல் தோசையும் எள்ளு மிளகாய்ப் பொடியும் வைத்துச் சாப்பிட்ட எத்தனையோ முன்னிரவுகள் வந்து சென்றன. இராக் காலத்துப் பேச்சுகள், நேயர் விருப்பங்கள் என்று அவளுக்குப் பிரியமான எவ்வளவோ நடந்தன. ஆனால்...

ரொம்ப நேரம் குப்புறப் படுத்திருந்ததால் தாலிக் கொடியில் இருந்த பிள்ளையார் சிறகு மார்பை அழுத்தியது. எழுந்து உட்கார்ந்தாள். வாசல் பக்கம் நிழலாடியது. வெளியே முற்றத்தில் யாரோ வேகமாகக் கடந்து போனார்கள். கடிகாரம் பதினொன்று அடித்தது. குத்துவிளக்குச் சுடர் ஒரே சீராக, செங்குத்தாக, நிறுத்திவைக்கப்பட்ட சிவப்புக் கல் மாதிரி அசையாமல் பிரகாசித்துக்கொண்டிருந்தது. நல்லெண்ணெயின் மணமும் விளக்குக்கு முன்னால் படைத்திருந்த பாயசத்தின் மணமும் கலந்த வினோதமான வாடை அறையில் நிறைந்திருந்தது. யார் வீட்டிலோ கரண்டியைக் கீழே போடுகிற சத்தம் கேட்டது.

தூத்துக்குடி பஸ் இன்னும் கொஞ்ச நேரத்தில் வந்துவிடும். பிறகு வீடெல்லாம் நிறைந்துவிடும். அக்கா, அத்தான், பிள்ளைகள், கால்வாய் பெரியம்மா, பத்திரகாளி ஆச்சி எல்லோரும் வந்து விடுவார்கள். இந்நேரம் எல்லோரும் பஸ்ஸில் வந்துகொண் டிருப்பார்கள். பஸ் இப்போது நத்தத்தைத் தாண்டியிருக்குமா? நத்தத்துக் கோயிலுக்குப் பக்கத்தில் பனை மரங்களினூடே பஸ் வருகிறபோதுதான் எவ்வளவு குதூகலமாக இருக்கும் . . . அவிழ்ந்துகிடந்த முடியை அள்ளிக் கொண்டை போட்டாள்.

மனம் என்னவோபோல் இருந்தது. சற்று முன்னால் இருந்த சந்தோஷம் இப்போது இல்லை. ஏதோவொரு நெருடல், துக்கம் தொண்டைக் குழியை அடைத்தது. கண்கள் கலங்கின. வீட்டின் அமைதி அமானுஷ்யமாக இருந்தது. இந்த அமைதியைக்

குலைக்க யாராவது வரமாட்டார்களா என்று மனம் ஏங்கிற்று. சேலை முந்தானையால் கண்களைத் துடைத்துக்கொண்டாள். எழுந்து அடுப்படிக்குப் போனாள். அடுப்படியில் வேலை ஒன்றும் இல்லைதான். என்றாலும் அங்கேயே உட்கார்ந்திருந்தால் இன்னும் அழுகைவரும்போல் இருந்தது. அதற்காகவே எழுந்துபோனாள்.

பின்வாசல் கதவு இரட்டைக் கதவு. பேர்தான் பின்வாசலே தவிர, அந்த பக்கம்தான் தெரு போகிறது. மேல் கதவை மட்டும் திறந்தாள். எப்போதும் அந்தத் தாழ்ப்பாள் சத்தம் அவளுக்குப் பிடிக்கும். அவள் இருந்த மனோநிலையில் அந்தச் சத்தம் என்னவோபோல் இருந்தது.

கதவுக்கு வெளியே தெரு ஆளரவமின்றிக் கிடந்தது. அழிக்கதவுக்குப் பின்னால் நின்றுகொண்டு தெருவையே வெறித்துப் பார்த்துக்கொண்டிருந்தாள். எதிரேதான் ராதா வீடு.

இவள் கதவைத் திறக்கிற சத்தம் கேட்டாலே ராதா ஜன்னல் பக்கம் வந்து நின்றுவிடுவாள். அவள் அந்தப் பக்கம், இவள் இந்தப் பக்கமுமாக நின்று பேசிக்கொண்டிருப்பார்கள். பழனி வீட்டில் இருந்தால் அவனும் வள்ளிக்குப் பக்கத்தில் நின்றுகொண்டு ராதாவைக் கேலி செய்துகொண்டிருப்பான். அவனுக்கு ராதாவைக் கேலி செய்வது என்றால் ரொம்ப விருப்பம். இப்போது ராதா இல்லை. அவளுக்குக் கல்யாணமாகி இரண்டு வருஷம் ஆகிவிட்டது. ஒரு பிள்ளைகூட இருக்கிறது. ராதா வீட்டு ஜன்னலின் மீது முகம் பார்க்கிற கண்ணாடியைச் சாற்றி வைத்திருந்தது. பக்கத்தில் எவர்சில்வர் தம்ளர் ஒன்றிருந்தது. கண்ணாடியின் பின் சட்டத்தில் 'கல்யாணப் பரிசு' படத்தில் அக்கா மகனுடன் சரோஜாதேவி மத்தாப்பு கொளுத்துகிற படம் இருந்தது. அந்தக் கண்ணாடி ராதா இருக்கும்போது வாங்கினது. பட்டகசாலையில் கரும்புத் தோகை சரசரப்பதும், கூடவே குருவிகளின் சத்தமும் கேட்டது.

ஏனோ திடீரென்று கீரைக்கார நாச்சியாராச்சியின் ஞாபகம் வந்தது. நேற்றுகூட நாச்சியாராச்சி கீரை போடும் போது, 'இந்தத் தடவை வேணும்னாப் பாரேன்... இந்தக் குருவி கூடு கட்டிக் குஞ்சு பொரிக்கையிலே, அம்மன் ஒன் வயித்திலேயும் கருப்புடிக்க வச்சிருவா பாரேன்... ஆச்சி சொன்னது நடக்கா இல்லையான்னு பாரு... அப்புறம் சொல்லு...' என்று வெற்றிலைக் காவியேறிய பற்கள் தெரியச் சிரித்துக்கொண்டே சொன்னாள்.

வள்ளிக்கு ரொம்ப வெட்கமாக இருந்தது. சங்கடமாகவும் இருந்தது. மார்பு விம்மித் தாழ்ந்தது. ஆச்சி சொன்னது இந்தத்

தடவையாவது நிஜமாகுமா? இப்போது ஒருவாரமாகவே அந்தக் குருவிகளின் அன்னியோன்யத்தையும் விளையாட்டையும் பார்க்கும்போது, அவை இன்னும் சிலநாட்களில் கூடு கட்டும் போல் இருந்தது. அவள் நின்றுகொண்டிருக்கும்போதே, சத்தம் போட்டுக்கொண்டு ஆண் குருவி அவள் தலைக்கும்மேல் பறந்து வெளியே போயிற்று. அதைத் தொடர்ந்து பெண் குருவியும் போனது.

இன்னுங் கொஞ்ச நேரத்தில் அக்காப் பிள்ளைகள் இரண்டும் இந்த இரட்டைக் கதவில் ஏறி நின்று விளையாட ஆரம்பித்துவிடும். பெரியவளாவது சொன்னால் கேட்பாள்; சின்னவன் சற்றுப் பிடிவாதக்காரன்; கேட்கவே மாட்டான். அத்தானுக்கு அவனுடைய பிடிவாதத்தைப் பார்த்தால் கோபம் வரும். மேலும் அத்தானுக்கு, பெரியவள் என்றால் கொஞ்சம் செல்லம்தான். அவள் வள்ளியைப் போலவே இருக்கிறாள் என்பது அத்தானுடைய அபிப்பிராயம். எல்லாவற்றையும் மறந்து போகவேண்டும் போல் இருந்தது. வீட்டைப் பெருக்கினாள். மரப்படிகளில் மெட்டி சப்திக்க மாடிக்கு ஏறிப்போய்ப் பனங்கிழங்குக் கட்டை எடுத்து வந்தாள். கிழங்குகளைக் கழுவி இட்லிக் கொப்பரையில் வைத்து அவிக்க ஆரம்பித்தாள். அந்தக் குருவிகள் வீட்டுக்குள் வருவதும் வெளியே பறப்பதுமாக இருந்தன.

வாசல் அழிக்கதவு நாதாங்கிச் சத்தம் கேட்டது. தொடர்ந்து, ‘சித்தி... சித்தி...’ என்று கூப்பிடுகிற குரல் கேட்டது. திரும்பிப் பார்த்தாள். அக்கா பிள்ளைகள்தான் நின்றுகொண்டிருந்தன. பஸ் வந்துவிட்டதுபோல. பத்திரகாளி ஆச்சி, கால்வாய் பெரியம்மா, அக்கா, அத்தான் எல்லோரும் வந்துவிட்டார்கள். ஆச்சியும் பெரியம்மாவும் வாசல் நடையிலேயே உட்கார்ந்திருந்தார்கள். அத்தான் துண்டால் முகத்தைத் துடைத்துக்கொண்டு நின்றிருந்தார். வள்ளி கதவைத் திறந்தாள். இரண்டு பிள்ளைகளையும் அள்ளித் தூக்கி, முகமெங்கும் முத்தமாரிப் பொழிந்தாள். இவ்வளவு நேரமும் அடக்கி வைத்திருந்த அழுகை அவளை அறியாமலேயே வந்துவிட்டது. ஒருத்தருக்கும் அவள் ஏன் அழுகிறாள் என்று புரியவில்லை.

1990

விருந்தாளிகள்

வீடு நிறைய விருந்தாட்கள் வந்துவிட்டார்கள். கண்ணம்மாவுடைய சுதந்திரம் பறிபோய்விட்டது. அம்மாகூட அவளைக் கவனிப்பதில்லை. அவள் எப்போது பார்த்தாலும் அடுக்களையிலேயே வேலையாக இருக்கிறாள். வேலை இல்லாத வேளையில், வந்திருக்கிற விருந்தாட்களுடன் பேசிக்கொண்டிருக்கிறாள். ராத்திரி தூங்கப் போகும்போது அப்பா வழக்கமாகக் கதை சொல்லுவார். அவரும் இப்போது கதை சொல்லுவதை விட்டுவிட்டார். எல்லாம் இந்த விருந்தாட்களால் வந்த வினை.

அவர்களோடு ஒரு பெண் வந்திருக்கிறது. பெண்ணா அது? எமன்! எலிக்குஞ்சுமாதிரி இருக்கிறது. அது இருக்கிற லட்சணத்துக்கு அதற்கு இரட்டைவால் வேறு பின்னிவிடுகிறார்கள்.

முன்பெல்லாம் பள்ளிக்கூடம் விட்டு வந்ததும் புத்தகப் பையை வைத்துவிட்டு, அம்மா மடியில் உட்கார்ந்துதான் காப்பி குடிப்பாள். அவளுக்கு எவ்வளவு சூடு இருக்க வேண்டும் என்பது அம்மா வுக்குத் தெரியும். ஆனால் இந்த விருந்தாட்கள் வந்ததிலிருந்துதான் வீடே தலைகீழாக மாறிப் போய்விட்டதே. இப்போதெல்லாம் அம்மா மடியிலிருந்து காப்பி குடிக்க முடியவில்லை. அடுப்படியில் வேலையாக இருக்கும் அம்மாவிடம் 'காப்பி, காப்பி' என்று கத்திக்கொண்டே இருக்க வேண்டியிருக்கிறது. காப்பித் தம்ளரைத் தரும் போதுகூட, அந்த விருந்தாளி அம்மாவுடன் பேசிக் கொண்டு, இவள் முகத்தைக்கூடப் பார்க்காமல் தான் தருகிறாள். அழுகை முட்டிக்கொண்டு

வருகிறது. காப்பித் தம்ளரை அந்த விருந்தாளியம்மாள் மேல் விட்டெறியவேண்டும் போல் இருந்தது. நல்ல விருந்தாட்கள் இவர்கள்! எங்கிருந்துதான் வந்து தொலைந்தார்களோ? இன்னும் எத்தனை நாட்களுக்கு இங்கே டேரா போடப் போகிறார்களோ?

எப்போதும் அவளை அப்பாவோ அல்லது அம்மாவோ தான் குளிப்பாட்டிவிடுவார்கள். இவர்கள் வந்தது முதல் அவளே தான் குளிக்கவேண்டியிருக்கிறது. துண்டு எடுத்துத் தரக்கூட ஆள் இல்லை. ஸ்டூலைப் போட்டு ஏறி எடுக்க வேண்டியிருக்கிறது.

இவளுடைய பீரோவில் யாரும் கைவைக்க மாட்டார்கள். விளையாட்டுச் சாமான்களையெல்லாம் அடித்தட்டில் வைத்திருப்பாள். மேல்தட்டில் புத்தகங்களை வைத்திருப்பாள். மூன்றாவது தட்டில் அவளுடைய துணிமணிகள் இருக்கும். இந்தக் கூட்டம் வந்ததிலிருந்து அவள் பீரோ அலங்கோலமாகி விட்டது. புத்தகத் தட்டில் போய் யாருடைய துணிகளை யெல்லாமோ மடித்து வைத்திருக்கிறது.

ஒருநாள் பள்ளிக்கூடம் விட்டு வரும்போது வெளிவாசல் பக்கம், போன வருஷம் பொருட்காட்சியில் வாங்கின ரயில் இஞ்ஜின் கிடந்தது. கல்திண்ணைக்குக் கீழே ஸ்கிப்பிங் கயிறு பிடியில்லாமல் கிடந்தது. ஓடிப்போய் பீரோவைத் திறந்து பார்த்தாள். பல்லாங்குழி, சோழியெல்லாம் தட்டு பூராவும் இறைந்துகிடந்தன.

எல்லாம் அந்த எலிவால் குஞ்சம்மாவின் வேலை. இவளுக்கு வந்த ஆத்திரம் இன்னமட்டும் என்றில்லை. பீரோக் கதவைப் படாரென்று அடித்துச் சாத்திவிட்டு அந்த குஞ்சம்மா குரங்கைத் தேடினாள். அது அவள் அப்பாவுடன் எங்கோ வெளியில் சென்றிருந்தது.

இன்னொரு நாள் பூகோள நோட்டையே காணவில்லை. எவ்வளவு தேடியும் கிடைக்கவில்லை. அப்பா வேறு திட்டினார். நோட்டு இல்லாமலேயே பள்ளிக்கூடம் போனாள். பள்ளிக் கூடத்தில் நோட்டு கொண்டுவராததுக்காக சங்கரி டீச்சர் இவளை முழங்காலில் நிறுத்திவிட்டாள். அன்று ராத்திரி நெல்லு மூட்டைகளுக்கு ஊடே ஏதோ கிடக்கிற மாதிரி இருந்தது. ஏறிப் பார்த்தால், இவளுடைய பூகோள நோட்டுதான் அது. எல்லாம் அந்த எலிவால் ஜடை குஞ்சம்மாவின் வேலைதான்.

நெல்லையப்பன், சைலு, காந்தம்மா, முறுக்காச்சி வீட்டு ராஜம் இவர்களெல்லாம் சாயந்திரமானால் அவளுடன் விளையாட வந்துவிடுவார்கள். இவள்தான் அவர்களுக் கெல்லாம் லீடர். இவள் பேச்சுக்கு மறுபேச்சு கிடையாது.

பாண்டியானாலும் சரி, கிளியந்தட்டு, கள்ளன் போலீஸ், ஐஸ்பால் எது ஆடினாலும் சரி, இவள் சொல் பேச்சைக் கேட்டு நடப்பார்கள். சைலுதான் திடீர் திடீரென்று கிறுக்குத்தனம் பண்ணுவான்.

அவளுக்கு அடங்காதமாதிரிப் போனால், அவனை வழிக்குக் கொண்டுவர கண்ணம்மாவிடம் ஒரு அஸ்திரம் இருந்தது, ‘ஏய் சைலு, நான் சொல்லுறதைக் கேட்கலேன்னா உன்னை ட்ரேட் விளையாட்டுலே சேர்க்க மாட்டேன்’ என்று சொல்லிவிட்டு, தன் இதர சிநேகிதர்களைப் பார்த்து முகத்தைக் கோபித்துக்கொண்டதுபோல் சீரியஸாக வைத்துக்கொண்டு, ‘ஏய் அவன் விளையாட்டுக்கு வேண்டாம், நாம எல்லாரும் விளையாடுவோம் . . .’ என்று சொல்வாள். அவர்களும் கண்ணாம்மாவுடன் ஒத்துப் பாடுவார்கள்.

அவர்களுக்கு ஞாயிற்றுக்கிழமைதோறும் கண்ணம்மா வீட்டு மாடியில் வைத்து விளையாடும் ட்ரேட் விளையாட்டுத் தான் சைலுவைவிட ரொம்ப முக்கியம். அதை அவர்களால் எக்காரணத்தைக் கொண்டும் இழக்க முடியாது. சைலுப் பக்கம் நியாயம் இருந்தால்கூட ட்ரேட் விளையாட்டுக்காக வேறு வழியில்லாமல் கண்ணம்மாக் கட்சியில் சேர்ந்துவிடுவார்கள். சைலு கோபித்துக்கொண்டவன் மாதிரி கொஞ்ச நேரம் சுவர் ஓரமாக ஒதுங்கிநின்றுவிட்டு, பிறகு மெல்ல மெல்ல விளையாட்டில் வந்து சேர்ந்துகொள்வான். சேராத நண்பர் களுடன் சேர்ந்து கெட்டழிந்துவிட்டு, தகப்பனாரைத் தேடிவந்த கதையில் வருகிற கெட்ட குமாரன் மாதிரி, கண்ணம்மா அவனை ஆரச் சேர்த்துக் கட்டியணைத்து விளையாட்டில் சேர்த்துக்கொள்வாள். அதற்குப் பிறகு அவனை யாரும் ஒரு வார்த்தை கடிந்துபேச விடமாட்டாள்.

பாழாய்ப்போன விருந்தாட்கள் வந்ததிலிருந்து அவளுடைய சிநேகிதர்கள் யாரும் இவள்கூட விளையாட வருவதே இல்லை. கண்ணம்மாவுடைய கூட்டாளிகளெல்லாம் – அதுவும் யார் வீட்டுக்கு, அந்த நெட்டைக் கொக்கு சங்கரம்மா வீட்டுக்கு. அவளுக்கும் இவளுக்கும் ஆகவே ஆகாது – அவளுடன் போய் இவள் சிநேகிதர்களெல்லாம் விளையாடுகிறார்கள்.

அவர்களைக் குற்றம் சொல்லவும் முடியாது. இங்கே தான் வீடு நிறைய எப்போது பார்த்தாலும் ஆட்களாக இருக்கிறார்களே. சாயந்திரமானால் எல்லோரும் வீட்டு முற்றத்தில் இருக்கிற நாற்காலி, ஈஸிச்சேர்களை எல்லாம் எடுத்துப் போட்டு உட்கார்ந்து பேசத் தொடங்கிவிடுகிறார்கள். பிறகு எங்கே விளையாட முடியும்?

முற்றம் பூராவும் அவர்கள் கழற்றிப்போட்டிருக்கிற செருப்பு மயம்தான். அந்தச் செருப்புகளைத் திண்ணையில் எடுத்துப் போடவும் விடமாட்டாள் அம்மா. 'செருப்புகளை வீட்டிற்குள்ளா கொண்டுவருவது?' என்று சத்தம் போடுவாள். உட்கார்ந்து பேசுவதற்கு அப்பாவுடைய பெரிய ஈஸிச்சேரை எடுத்துப் போட்டால்கூடப் பரவாயில்லை. இவள் உட்காருகிற சின்ன ஈஸிச்சேரையும் அல்லவா எடுத்துப் போட்டு உட்கார்ந்து விடுகிறார்கள். சின்னப் பிள்ளை உட்காருகிற ஈஸிச் சேராயிற்றே என்கிற அறிவுகூட இந்த ஜென்மங்களுக்கு இல்லை.

அதுவும் இந்த எலிக்குஞ்சு குஞ்சம்மா இருக்கிறாளே, அவளுக்கு இந்தச் சின்ன ஈஸிச்சேரில்தான் கண். எப்போது பார்த்தாலும் கால்களை ஆட்டிக்கொண்டு, பெரிய ராணி மாதிரி அதில் உட்கார்ந்து இருக்கிறதும் அல்லாமல், இவளைப் பார்த்து எகத்தாளமாக வேறு சிரிப்பாள்.

தப்பு இவள் பேரில்தான், அவர்கள் வந்த அன்றைக்கு அவளிடம் அந்த ஈஸிச்சேரைக் காட்டிப் பெருமைப்பட்டது தான் தப்பாகப் போயிற்று. சுவரில் ஆணியில் மாட்டியிருந்த ஈஸிச்சேரை இவள்தான் அப்பாவிடம் சொல்லி, கீழே எடுத்துப் போடச் சொன்னாள். அன்று இந்தக் குஞ்சம்மா, அவள் ஒய்யாரமாக ஈஸிச்சேரில் உட்கார்ந்திருப்பதை ஊமைக் கோட்டான் மாதிரிப் பார்த்துக்கொண்டே இருந்தாள். அவள், தன் வீட்டில் இந்த மாதிரி ஈஸிச்சேரே இல்லை என்று சொன்னது வேறு இவளுக்கு ரொம்பச் சந்தோஷமாக இருந்தது.

கொஞ்ச நேரம் கழித்து அம்மா சாப்பிடக் கூப்பிட்டதும், ஞாபக மறதியாக ஈஸிச்சேரை மடக்கிவைக்காமல் போய் விட்டாள். அப்பாவிடம் சொன்னால்கூட அவர் அதை மடக்கிப் போட்டிருப்பார். அப்படிச் சொல்லாததுதான் தவறாகப் போயிற்று. தோசை சாப்பிட்டுவிட்டு வந்து பார்த்தால், அந்தக் குஞ்சம்மாக் குரங்கு ஈஸிச்சேரில் உட்கார்ந்திருக்கிறது. இவளுக்கு வந்ததே கோபம். எழுந்திருக்கச் சொன்னதுக்கு, சூரன் தலையை ஆட்டுகிறமாதிரி, மாட்டேன் என்று ஆட்டினாள்.

அழுதுகொண்டே, தோசை சுட்டுக்கொண்டிருந்த அம்மா விடம் போய்ச் சொன்னபோது, அம்மா குஞ்சம்மாவுக்குத் தான் பரிந்து பேசினாள். குஞ்சம்மாவின் தலைமுடியைப் பிடித்து இழுத்தாள்; முகத்தில் பிராண்டினாள். அப்போதுகூட அந்தக் குஞ்சம்மா குரங்கு எழுந்திருக்கவில்லை. வாசலில் பேசிக்கொண்டிருந்த அப்பாவும் உள்ளே வந்து இவளைத்தான் அடித்தார். வெகுநேரம்வரை அழுதுகொண்டே இருந்தவள், அப்படியே வெறும் தரையில் படுத்துத் தூங்கிவிட்டாள்.

காலையில் தூங்கி விழித்தபோது பார்த்தால் அவள் படுக்கையில் படுத்திருந்தாள். அப்பாதான் தூக்கிப் போட்டிருப்பார். அதுவும் யார் பக்கத்தில்? அந்தக் குஞ்சம்மா பக்கத்தில். நல்லவேளை, ஈஸிச்சேர் 'ட'னா ஆணியில்தான் மாட்டியிருந்தது. காப்பி குடித்தபிறகு, அதில் குஞ்சம்மா உட்காரக் கூடாது என்று வீட்டில் இருந்த எல்லோரிடமும் போய்ச் சொன்னாள்.

அன்று மாலை பள்ளிக்கூடம் விட்டு வந்து பார்த்தால் இவளுடைய ஈஸிச்சேரில் அந்தக் குஞ்சம்மா உட்கார்ந்திருக்கிறாள். பையை விட்டெறிந்துவிட்டு அழுதாள். அவளுடைய பிடிவாதம் எடுபடவில்லை. அன்றிலிருந்து அந்த ஈஸிச்சேருக்குப் பிடித்தது சனி. அதில் யார்தான் உட்கார வேண்டும் என்ற கணக்கே இல்லாமல் போய்விட்டது. தடித்தடியாகப் பெரிய ஆட்கள் எல்லோரும் உட்கார ஆரம்பித்துவிட்டார்கள். இந்தச் சனியன் பிடித்த விருந்தாட்கள் எங்கிருந்துதான் இப்படி வந்து சேர்ந்தார்களோ தெரியவில்லை. இவர்கள் என்றைக்கு வீட்டை விட்டுப் போய்த் தொலைவார்களோ?

அம்மா எப்போது பார்த்தாலும் அடுப்படியே கதி என்று ஆகிவிட்டாள். இந்தக் கூட்டத்திற்குப் பொழுதெல்லாம் சோறு பொங்கிப் போடுவதும் தோசை சுடுவதுமாகவே இருக்கிறாள். அப்பாவுக்கும் வந்திருக்கிற விருந்தாட்களை முகம் கோணாமல் பார்த்துக்கொள்வதற்கே நேரம் சரியாக இருக்கிறது. இவளை யாருமே கவனிப்பதில்லை.

இவளுக்கு தலைப்பின்னி விடக்கூட அம்மாவுக்கு நேரமில்லை. இரண்டுதினங்களுக்கு முன்னால் அந்தக் குஞ்சம்மாவுடைய சித்தியிடம் தலையைப் பின்னிக் கொள்ளச் சொன்னாள் அம்மா. அவளைப் பார்த்தாலே சூர்ப்பனகை மாதிரி இருந்தது. அவள் தலையைப் படக்படக்கென்று இழுத்துச் சீவினாள். வலி தாங்க முடியவில்லை. அதோடு, இரட்டைவால் போடும்போது இறுக்கிப் பிடித்துப் போட்டுவிட்டாள். அன்று பூராவும் பள்ளிக்கூடத்தில் இருக்கும்போது தலையை வலித்தது. மத்தியானம் பெரிய கிளாஸில் படிக்கிற ஒரு அக்காதான் இரக்கப்பட்டுத் தலையை அவிழ்த்து லேசாகக் கட்டிவிட்டாள்.

வீட்டுக்கு வந்த ஆட்களை எப்படி விழுந்து விழுந்து கவனிக்கிறார்கள். இவளுக்கு வலிக்காமல் தலை கட்டிவிடத்தான் நாதியில்லாமல் போய்விட்டது. வந்தவர்கள் தங்களை நன்றாக கவனித்தார்கள் என்று மெச்ச வேண்டுமாம். அதற்காகப் பெற்ற பிள்ளையைக்கூட கவனிக்க மாட்டேன் என்கிறார்கள்.

சாயந்திரம் பள்ளிக்கூடம் விட்டுப் போகும்போது அப்படியே எங்காவது கண்காணாமல் போய்விடலாமா என்று தோன்றும். பிள்ளை பிடிக்கிறவன் கையில் அகப்பட்டால் கையைக் காலை ஒடித்துப் பிச்சை எடுக்க வைத்துவிடுவான் என்று முறுக்காச்சி அடிக்கடி சொல்லுவாள். அதற்குப் பயந்து தான் அவள் எங்கும் போகவில்லை.

தினசரி சாயந்திரம் பள்ளிக்கூடம் விட்டு வீட்டுக்குத் திரும்பும்போது, இன்று என்ன விளையாட்டுச் சாமான் காணாமல் போயிருக்கிறதோ, எந்தப் புஸ்தகம் கிழிந்து போயிருக்கிறதோ என்று பயந்துகொண்டேதான் வர வேண்டியிருக்கிறது.

ஒரு வழியாக, இரண்டு வாரம் வீட்டை நிர்மூலம் ஆக்கி விட்டு அவர்களெல்லாம் புறப்பட்டார்கள். கண்ணம்மாவுக்குச் சந்தோஷம் பிடிபடவில்லை. அன்று ஞாயிற்றுக்கிழமை. காலையி லேயே அவர்கள் புறப்படப்போகிறார்கள் என்பது தெரிந்து போயிற்று. உடனே இந்த சமாசாரத்தைத் தன் ஸ்நேகிதர்களிடம் போய்ச் சொன்னாள். இனிமேல் முற்றத்தில் மனம்போனபடி எல்லா விளையாட்டும் விளையாடலாம்.

மத்தியானம் மூன்றுமணி சுமாருக்கு அந்த விருந்தாட்கள் எல்லாம் புறப்பட்டபோது, அவர்களை வழியனுப்ப அப்பாவும் அவர்களோடு ஸ்டேஷனுக்குப் புறப்பட்டார். இவளையும் கூப்பிட்டார். இவளா போவாள்? வரவில்லை என்று சொல்லி விட்டாள். போயும் போயும் இந்த ஆட்களை வழியனுப்ப ஸ்டேஷனுக்கு வேறு போகவேண்டுமாக்கும் ?

குங்குமம், 1990

வண்ணநிலவன்

ஹரியின் புத்திரி

செல்வி நடந்துகொண்டிருந்தாள். ஒரு கையில் பெரியவள் அன்னத்தைப் பிடித்துக்கொண்டிருந்தாள். ஆள்காட்டி விரலுக்கிடையே சங்கரய்யர் கொடுத்த துணிப்பை இருந்தது. தோளில் சின்னவன் தூங்கிக்கொண்டிருந்தான். அவன் இடையிடையே தூக்கத்தில் இருமிக்கொண்டிருந்தான். அவனுக்கு இரண்டு நாளாக நல்ல ஜலதோஷம். நல்ல வேளையாகக் காலையிலிருந்தே வெயில் அவ்வளவாக இல்லை.

செல்வராஜ் அண்ணன் வீட்டுக்கு இன்னும் ஒரு மைல் இருக்குமா? கால்வாய் விலக்கில் சுடலைக் கோவில் ஒன்று வரும். அது வந்துவிட்டால் அங்கிருந்து பக்கம்தான். கோவிலுக்கு அடுத்தாற்போல் ஆலமரத்து மேடு வரும். அந்த மேடு ஏறிவிட்டாலே, தூரத்தில் பச்சேரி வீடுகள் தெரியும். ஆலமரத்து மேட்டிலிருந்து அரை மைல்கூட இருக்காது. ஊருக்கு முன்னாலேயே பச்சேரி இருக்கிறது.

அங்கேயும் சண்டையும் தகராறுமாக இருக்குமோ? அப்படியெல்லாம் இருக்காது என்று தான் வழியில் பார்த்த தெக்கூர் ஆள் ஒருத்தர் சொன்னார். விசாரித்ததற்குச் 'சும்மா தைரியமா போம்மா... தகராறு எல்லாம் கோவில்பத்தோட சரி...' என்று தைரியம் சொன்னார்.

நம் கெட்ட காலத்துக்கு அங்கேயும் தகராறு என்றால் எங்கே போவது? அவளால் நினைத்துப்

பார்க்கவே முடியவில்லை. பேசாமல் சங்கரய்யர் வீட்டிலேயே இருந்திருக்கலாம்.

சங்கரய்யர் ரொம்பப் பெரிய மனுஷர், கடவுள் மாதிரி. ஆனால், அவர் சம்சாரம்தான் குணக்கேடான பொம்பளை. அவருக்கும் அந்த அம்மாளுக்கும் ஏணி வைத்தால்கூட எட்டாது. இத்தனைக்கும் அவருக்கு இரண்டு வருஷமாகக் கட்டுக் குத்தகை நெல்லே அளக்கவில்லை. அதையெல்லாம்கூடப் பார்க்காமல் அன்றைக்குச் சாயந்திரம், பால்குடி மறவாத பிள்ளையும் கைப்பிள்ளையும் கையுமாக அவர் வீட்டு வாசலில், 'சாமி. . .' என்று சொல்லிக் கூப்பிட்டபோது, 'வாம்மா...உள்ளே வாம்மா...' என்று வாய் நிறைய அழைத்தாரே, எவ்வளவு பெரிய மனுஷன் அந்த ஆள்.

அவர் உள்கட்டுக்கே கூப்பிட்டார். என்னதான் படித்து, உள்ளூர்த் தொடக்கப் பள்ளிக்கூடத்தில் டீச்சராக இருந்தாலும் இவளால் ரேழியைக் கடந்து உள்ளே போக முடியவில்லை. சின்ன வயதிலிருந்தே வருகிற பழக்கமும் மரியாதையும் லேசில் போய் விடுமா என்ன? அந்த வீட்டுக்குப் பாவாடை கட்டிக் கொண்ட காலத்திலிருந்தே அப்பனோடு வந்து போகிறாள். அப்போதெல்லாம் பெரிய ஐயர் இருந்தார். திண்ணைக்கு அப்பால் இவள் போனதே இல்லை.

உள்கட்டில், தலையில் முக்காடு போட்ட ஒரு சாமியார் உட்கார்ந்திருக்கிற படம் பெரியதாக மாட்டியிருக்கும். வெளியே இருந்து பார்த்தாலும் அந்தப் படம் நன்றாகத் தெரியும். அவ்வளவு பெரிய போட்டோ. அப்பன் பெரிய ஐயரோடு பேசிக்கொண்டிருக்கிறபோது இவள் அந்தப் படத்தையே பார்த்துக்கொண்டிருப்பாள். பின்னால், பள்ளிக்கூடம் போன பிறகு, அதே படம் பாடப் புஸ்தகத்திலும் இருந்தது. அதுதான் சங்கரர் என்று தெரிந்துகொண்டாள். அந்தப் படத்தில் இருந்தவர் பெயரும் சங்கரய்யர் பெயரும் ஒன்றாக இருந்ததால் தானோ என்னவோ அவளுக்குச் சங்கரய்யரை எப்போதுமே பிடிக்கும்.

'அம்மா. . . கால் வலிக்கும்மா. . .' என்றாள் அன்னம். அவள் அண்ணாந்து பார்த்துச் சொன்னபோது, அவள் முகத்தில் இருந்த ஆயாசத்தையும் ஏக்கத்தையும் பார்க்க செல்விக்குக் கண்களில் கண்ணீர் முட்டிக்கொண்டு வந்தது. பேச முடிய வில்லை. தொண்டையில் துக்கம் அடைத்தது.

'இன்னுங் கொஞ்ச தூரந்தாம்மா. அப்புறம் செல்வராஜ் மாமா வூடு வந்திரும். கையில தம்பி இருக்கான். இல்லேன்னா அம்மா ஒன்னையத் தூக்கிக்கிடுவேன். என் ராசாத்தியில்ல.

கொஞ்ச தூரந்தாம்மா. மெள்ள நடந்து மாமா வூட்டுக்குப் போயிட்டோம்னா பெறவு பயமில்லை.'

'செல்வராஜ் மாமான்னா யாரும்மா?'

'நம்ம வூட்லே சன்னலுக்குமேல போட்டோ படத்துல பெரிய்ய மீசை எல்லாம் வச்சுக்கிட்டு ஒரு மாமா இருப்பாவளே... அவிய தான் செல்வராஜ் மாமா...'

'அவிய பக்கத்துலே தடியா ஒரு அத்தை நிப்பா. . . இன்னொரு அக்காகூட என்னையே மாரி போட்டாலே நிப்பாளே. . . அவிய வூட்டுக்கா?' என்றாள் அன்னம். இதைக் கேட்டபோது, சற்றுமுன் அவள் முகத்தில் இருந்த சோர்வு இருந்த இடம் தெரியாமல் போயிருந்தது. கண்களில் எல்லை யற்ற சந்தோஷம்.

'ஆமாம்மா. . . அவிய வூட்டுக்குத்தான் போறோம்.'

'ஐய்யா...' என்று சொல்லிவிட்டு மௌனமானாள் அன்னம். மாமா வீட்டைக் கற்பனை பண்ணிக்கொண்டிருந்தாளோ என்னவோ?

இவளுக்கே நடக்க முடியவில்லை . பாவம், நாலு வயதுப் பிள்ளை எப்படி நடக்கும்? விளையாட்டுப் போல ஐந்து மைலுக்கு மேல் நடந்திருக்கிறது. காலில் செருப்புக்கூட இல்லை. எல்லாம்தான் வீட்டில் எரிந்து போய்விட்டதே. எது மிஞ்சியது, சின்னப் பிள்ளை செருப்பு மிஞ்சுவதற்கு? சண்டாளப் பாவிகள். ஊரையே தீ வைத்துக் கொளுத்திவிட்டார்களே.

ஒரு நாள் பகை, ரெண்டு நாள் பகையா? எத்தனை வருஷத்துப் பகை. . . வருஷா வருஷம் அம்மன் கோவில் கொடை வருவதும், சண்டை போட்டு ஒருத்தரை ஒருத்தர் வெட்டிக் கொல்வதும், பச்சேரியில் புகுந்து தீ வைக்கிறதும், பெண் பிள்ளைகளைக் கெடுக்கிறதும், ஜனங்கள் ஊரையே காலி பண்ணிவிட்டு ஓடுகிறதுமாகத்தானே இருக்கிறது?

இவ்வளவு நாகரிகம் வந்துவிட்டபிறகும் இந்த ஜனங்கள் இந்த மாதிரியா அடித்துக்கொண்டு சாகவேண்டும்? போயும் போயும் அம்மன் பேரால் இப்படி அடித்துக்கொள்கிற அசிங்கத்தைத்தான் தாங்க முடியவில்லை. அம்மனா சண்டை போடச் சொன்னாள்?

போன வருஷமும் இப்படித்தான் அம்மன் கொடை சமயத்தில், பெரிய ஜாதிக்காரர்களுக்கும் இவர்களுக்கும் தகராறு வந்துவிட்டது. அம்மன் கொடை ஒரு சாக்கு. அவ்வளவுதான். எத்தனையோ வருஷத்துப் பகை ஜன்ம ஜன்மமாகத் தொடர்ந்து

வருகிறது. காப்பி வாங்கப் போன பையனை மறித்து யாரோ கேலி பண்ணப் போக, கடைசியில் பெரிய வினையில் போய் முடிந்தது. ஏழு ஊர்கள் பற்றி எரிந்தன. அப்போது ஊரை விட்டு ஓடிப்போன ஜனங்கள் இன்னும்கூடப் பயந்துபோய் ஊருக்குள் வரவில்லை.

காசியும் ஒரு மாதம் ஆட்களோடு ஆட்களாய் ஜெயிலில் போய் இருந்துவிட்டு வந்தான். அதற்குப் பிறகுதான் அடுத்தடுத்து மாமனும் அப்பனும் இறந்தது. இத்தனை நாளும் இந்த மாதிரிச் சமயத்தில் அப்பன் வீட்டில் போய் ஒண்டலாம். அவனும் போனபிறகு, அம்மை அண்ணன் வீட்டோடு போய்விட்டாள். அவனை விட்டால் சொந்தபந்தம் என்று சொல்லிக்கொள்ள வேறு யார் இருக்கிறார்கள்?

அவன் பொஞ்சாதி ஒரு மாதிரிப்பட்டவள்தான். ஏழெட்டு வருஷமாகப் போக்குவரத்தே நின்றுவிட்டது. நன்மை, தீமை எதுவும் கிடையாது. மாமன் செத்ததுக்குச் சொல்லி விட்டதுக்குக்கூட வரவில்லை. நல்லவேளையாக அப்பன் செத்ததுக்கு வந்து கொள்ளி போட்டான். அதோடு சரி. ஒரு காகிதம்கூடக் கிடையாது. தங்கச்சி இருக்கிறாளா, செத்தாளா என்று நினைத்துக்கூடப் பார்க்க மாட்டான்.

காசி என்ன ஆனான் என்றே தெரியவில்லை. நல்ல வேளையாக அவன் சாகவில்லை என்பது தெரிந்துவிட்டது. கலவரத்தில் செத்தவர்களில் அவன் பேர் இல்லை என்று சங்கரய்யர் பேப்பர் பார்த்துவிட்டுச் சொன்னார். அரெஸ்ட் ஆகி உள்ளே இருக்கிறானோ, இல்லை உயிருக்குப் பயந்து எங்காவது ரொம்ப தூரம் ஓடிப் போய்விட்டானோ தெரியவில்லை.

ஆம்பிளையாட்கள் பண்ணுகிற அழிம்புக்கும் அக்கிரமத்துக்கும் இந்த மாதிரிப் பொண்ணுகளும் சின்னப் பிள்ளைகளும் அல்லவா கெடந்து கஷ்டப்பட வேண்டியிருக்கிறது. இந்தக் கண்றாவியை எங்கே போய்ச் சொல்ல? மூணு நாளாய் இந்தச் சுற்றுவட்டாரத்தில் பஸ் வண்டி எதுவும் போகவில்லை.

தெக்கூர்க்காரர், பெரிய ரோட்டுக்கு இந்தப் பக்கம் தகராறு எதுவும் இல்லை என்றுதான் சொன்னார். என்றாலும், நம் விதி, அண்ணன் ஊரிலும் ஜாதித் தகராறு ஏதாவது வந்திருந் தால், எங்கே போய் ஒண்ட முடியும்? திரும்பவும் இத்தனை மைல் தூரம் இந்தச் சிறுசுகளை இழுத்துக்கொண்டு வரவேண்டுமா? என்னைப் பெத்த ஆத்தா, என்னை இப்பிடித் தவிக்க விட்டுட்டீயே..?

செல்விக்கு கண்ணீர் மாலை மாலையாக வடிந்தது. மனத்தில் இனம் புரியாத பயமும் துயரமும் பரவியது.

தூரத்தில் ஆலமரத்து மேடு தெரிந்தது. எதையெல்லாமோ நினைத்துக்கொண்டு நடந்ததில் சுடலைக் கோவிலைத் தாண்டினதைக்கூட அவள் கவனிக்கவில்லை. கால்கள் தன் போக்கில் நடந்திருக்கின்றன. செல்வராஜ் அண்ணனும் இல்லை என்றால், நல்லதங்காள் மாதிரி எங்காவது ஆறு, குளத்தில் விழுந்து சாக வேண்டியதுதான். வேறு வழியே இல்லை. பேசாமல் சங்கரய்யர் சொன்னதைக் கேட்டுக்கொண்டு அவர் வீட்டிலேயே இருந்திருக்கலாம்.

சங்கரய்யர் பெரிய மனுஷர்தான். ஆனால் அவர் பொஞ்சாதி சரியில்லை. எல்லா ஆம்பிளைகளுக்கும் பொஞ்சாதிதான் சரியில்லை. செல்வராஜ் அண்ணனுக்கு ஒரு தாடகை சம்சார மாக வந்து வாய்த்தது மாதிரி அந்தப் பெரிய மனுஷனுக்கு இப்படியொருத்தி வந்து வாய்த்திருக்கிறாள்.

புறப்படும்போதுகூடச் சொன்னார். ‘செல்வி. . . நீ வித்யாசமா எதையும் நெனைச்சுக்காதே. . . ஒன் புருஷன் வர்றவரைக்கும் இங்கியே இரு. . . ஊரெல்லாம் வெட்டு பழியாக் கெடக்கறது. . . அய்யரு வீட்டிலே எப்படிடா இருக்கறதுன்னு ஏதாவது நெனைக்காதே. . . எல்லாரும் மனுஷாதான். ஸ்வாமி எல்லாரையும் ஒரே மாதிரியாத்தான் படைச்சிருக்கார். என் பொண்ணு தன் பிள்ளைகளோட வந்து நிர்க்கதியா நின்னா அவளை விட்டுடுவேனா? ஒன்னை என் பொண்ணா நெனைச்சுக்கிறேன். ஊர் தகராறு எல்லாம் ஓயட்டும். ஓம் புருஷன் வந்து சேர்றவரைக்கும் இங்கியே இரு. ஒன் குடும்பம் தலைமுறை தலைமுறையா எங்காத்துக்குப் பருவம் பாத்து, நெல் அளந்துருக்கு. அப்பிடி ஒரு சொந்தம் ஒன் குடும்பத்துக்கும் என் குடும்பத்துக்கும் இருக்கு. அதைத் தெரிஞ்சுக்கோ முதல்ல. நீ அங்கே பச்சேரியிலே இருக்கே. . . நான் இங்கே அக்ரஹாரத் திலே இருக்கேன். அவ்வளவுதான் வித்யாசம். இதெல்லாம் வெளி வித்யாசம். மனசுக்குள்ளே ஒண்ணுங் கெடையாது. நெலத்துக்காரனுக்கு ஒரு ரத்தம், பயிர் பண்றவனுக்கு ஒரு ரத்தம்னா ஓடம்புலே ஓடறது? பகவான் அந்த மாதிரியா மனுஷனைப் படைச்சிருக்கார்? ஒன் அண்ணங்காரனைத் தேடிப் போறே. . . அவன் இல்லைன்னா என்ன பண்ணுவே? இந்தக் கைக் குழந்தைகள் ரெண்டையும் வச்சுக்கிட்டு நீ எங்கே போவாய்? ஒண்ணும் நெனைக்காதே. . . இங்கேயே இருந்துடு. . .’ என்றார் சங்கரய்யர்.

அவர் பெரிய மஹாத்மா. கோவிலில் சொல்லுகிற மந்திரத்தின் சொரூபம் மனுஷனாக இருந்து சொன்ன மாதிரி தான் இருந்தது செல்விக்கு. ஆனால் அவர் சம்சாரம் அவருக்கு நேர் எதிர். அது ரொம்ப ஆசாரமான பொம்பளை. இவளால்

அவர்கள் இரண்டு பேருக்குள் தகராறு. இவள் பிள்ளைகளை வைத்துக்கொண்டு திண்ணையில்தான் இருந்தாள் என்றாலும், உள்ளே புருஷன் பொஞ்சாதிக்குள் நடக்கிற 'கசமுசா' இவள் காதிலும் விழுந்தது.

வந்த அன்றைக்குச் சாயந்திரம் வேலைக்காரி வெளியில் போயிருந்தாள் போல. அதனால் சங்கரய்யர் சொல்லி, அந்த அம்மாளே காப்பி கொண்டுவந்து வைத்தாள். வைக்கும்போதே அவள் எரிச்சல் தெரிந்தது. டக்கென்று ஓங்கித் தரையில் வைத்தாள். அப்போதே செல்விக்குத் தெரிந்துபோயிற்று. அந்த அம்மாவுக்குத் தான் வந்தது பிடிக்கவில்லை என்று. ராத்திரிச் சாப்பாடு வேலைக்காரிதான் கொண்டுவைத்தாள்.

சாப்பாடு போடுகிறதைச் சங்கரய்யர் பக்கத்தில் நின்று பார்த்துக்கொண்டே இருந்தார். சின்னவனுக்குத் தம்ளர் நிறையப் பால் கொண்டுவந்து கொடுத்தார். ராத்திரி குளிர் அடிக்கும் என்று அவரே சாக்குப் படுதாவை எடுத்து வந்து அழிக்கம்பியில் கட்டிவிட்டார். இருட்டில் வெளியே போகிறதுக் காக டார்ச் லைட் கொண்டுவந்து கொடுத்தார். ஏதும் தேவை என்றால், தயங்காமல் வந்து என்னை எழுப்பு என்றும் சொன்னார். அவர் உள்ளே போன கொஞ்ச நேரத்துக்கெல்லாம் அவரும் அவர் சம்சாரமும் பேசுகிறது கேட்டது.

'யார் யாரையெல்லாமோ ஆத்துலே கூட்டி அடைச்சு வச்சிண்டு. . . ரோட்டுலே போறதுக்கெல்லாம் இங்கே வடிச்சுக் கொட்டறதுக்கு இது என்ன சத்திரமா. . ?'

'ஆரைப் பாத்துடீ ரோட்டுலே போறவங்கறே. . ? அது நாம பார்த்து வளர்த்த புள்ளைடீ. . .. வீட்டையெல்லாம் கொளுத்திப் புட்டான். . . புருஷங்காரன் என்ன ஆனான்னே தெரியலே. . . கையிலே ரெண்டு பிள்ளைகளை வெச்சுண்டு அவ எங்கடீ போவா. . ?'

'ஏன் அவா ஒறவுக்காரா ஆத்துக்குப் போக வேண்டியது தானே. . ? நீங்க என்ன அவாளுக்கு ஒறவா. . ? பேசறேளே பேச்சு. . ?'

கோபத்தில் சங்கரய்யர் எழுந்து அவள் பக்கத்தில் போயிருப்பார் போல. எங்கிருந்தோ கேட்டது போலிருந்த அவருடைய குரல் இப்போது வெகு சமீபத்தில் கேட்டது. இவ்வளவு நேரமும் அவர் ஊஞ்சலில் ஆடிக்கொண்டிருந்திருக்க வேண்டும். ஊஞ்சல் ஆடுகிற சத்தம் நின்றுவிட்டது.

'ஆமாண்டி . . . அவா எனக்கு ஒறவுதான் . . . அதுக்கு என்ன பண்ணப் போறாய் இப்போ . . ? இல்லே தெரியாமத்தான்

கேக்கறேன் . . . என்னடீ பண்ணப் போறாய் . . .? கழுத்தச் சீவிப்புடுவியோ . . .?’

‘புதுசு புதுசா ஒறவெல்லாம் வந்து, சேராதவா கூடயெல்லாம் சேர்ந்தா, கழுத்தச் சீவற புத்திதானே வரும்? வேறென்ன வரப் போறது? போயும் போயும் இந்தப் பிராமணனுக்கு இப்படியும் புத்தி போறதே. . . கஷ்ட காலம். . . தலைவிதி. . . வேறென்னத்தைச் சொல்றது?’

‘போடீ உள்ற. . . வாய் இருக்குங்கறதுக்காக என்ன வேணா பேசறதாடீ. . ? இதுக்கு மேலே ஏதாவது பேசினே ஆமா. . .’

மறுபடியும் ஊஞ்சல் கிறீச்சிடுகிற சத்தம் கேட்க ஆரம்பித்தது. தொடர்ந்து அவர் சம்சாரத்தின் சிணுங்கலும் கேட்டது. காலையில் எழுந்ததும் அங்கிருந்து போய்விட வேண்டும் என்று நினைத்தாள். சங்கரய்யரிடம் சொன்னபோது, அவர் போகக் கூடாது என்று கண்டிப்பாகச் சொல்லிவிட்டார்.

இந்த இரண்டு நாட்களும் அவள் அவர் வீட்டில் சும்மா உட்கார்ந்திருக்கவில்லை. வீட்டுக்குப் பின்புறம் இருந்த குத்துச் செடிகளை எல்லாம் வெட்டிச் சீர்படுத்தினாள். அவளுக்கு அந்த வேலையெல்லாம் இப்போது பழக்கமில்லை. என்றாலும், சங்கரய்யருக்காகச் செய்தாள். சின்னவன் அழுதுகொண்டே இருந்தான். அன்னமும் ஒரு இடத்தில் உட்காராமல் ஓடியாடி விளையாடிக்கொண்டிருந்தாள். இதெல்லாம் அவர் சம்சாரத் துக்குக் கொஞ்சங்கூடப் பிடிக்கவில்லை. அவளை முன்னிட்டு அந்த அம்மாள் அவரிடம் ஏதாவது சிறுசிறு சச்சரவுகள் செய்து கொண்டே இருந்தாள். கடைசியில் இன்று காலை சாப்பிட்ட பிறகு ஒரேயடியாகப் புறப்பட்டுவிட்டாள்.

‘அம்மா தண்ணி வேணும்மா. . .’ என்றாள் அன்னம்.

‘தண்ணிதானம்மா. . . அந்தா மாமா வூடு வந்தாச்சு. . . அங்க போயி தண்ணி, மோரு எல்லாம் குடிக்கலாம்.’

ஆலமரத்து மேட்டில் அன்னத்தைப் பிடித்துக்கொண்டு ஏறினாள். மேட்டின்மீது ஆறேழு குடும்பங்கள் உட்கார்ந்திருந் தன. தூரத்தில் ஊர் தெரிந்தது. வெள்ளை நிறப் போலீஸ் வேன் நின்று கொண்டிருந்தது. வேனுக்குப் பக்கத்தில் போலீஸ் காரர்கள் பெஞ்சு போட்டு உட்கார்ந்திருந்தார்கள்.

குங்குமம், 1990

அசந்தர்ப்பம்

'அப்பா. . . ரயில் எந்தத் தண்டவாளத்திலேப்பா வரும்?'

'முதல் தண்டவாளத்திலேதான் வரும்.'

'அப்போ. . . அதோ வேறே வரிசையா நிறைய தண்டவாளங்கள் இருக்கே. . . அதுலே எல்லாம் வராதா?'

ராகவனுக்கு எரிச்சலாகத்தான் இருந்தது. வீடாக இருந்தால் குழந்தையைச் சத்தம் போடலாம். மனதார முதுகில் இரண்டுகூட வைக்கலாம். பொது இடத்தில், அதுவும் இவ்வளவு கூட்டமாக இருக்கிற ரயில்வே ஸ்டேஷனில் அந்த மாதிரி எல்லாம் பகிரங்கமாக நடந்துகொள்ள முடியாது. அவனும் அவனுடைய சிநேகிதன் ஜான் சுந்தரும் வெகு ரசமான விஷயத்தைப்பற்றிப் பேசிக்கொண்டிருந்தார்கள். ஜான்சுந்தர் தன் அலுவலகத்தில் வேலை பார்க்கும் சக அலுவலகி ஒருத்தியைப்பற்றி ரொம்ப விஸ்தாரமாகச் சொல்லிக்கொண்டிருந்தான். அதைக் கேட்க விடாமல் ராகவனின் குழந்தை இல்லாத கேள்விகளையெல்லாம் கேட்டுத் துளைத்துக்கொண்டிருந்தது. கௌரிக்கும் அவள் அலுவலக மேலாளருக்கும் இடையே மலர்ந்திருந்த நட்பைப் பற்றித்தான் ஜான் சுந்தர் சொல்லிக்கொண்டிருந்தான். அவன் நிறுத்தியிருந்த இடத்தை வைத்துப் பார்த்தால் இன்னும் பாதிக் கதை இருக்கும் போல் இருந்தது. பச்சை விளக்கு போட்டுவிட்டான். எந்த நேரமும் ரயில் வந்துவிடும். இப்படியும் ஒரு பிள்ளையா? ஒரு பேச்சுப் பேசவிடாமல்.

'அப்புறம்?' என்றான் ராகவன்.

ஜான் சுந்தர், கௌரியின் லீலா வினோதங்களை விட்ட இடத்திலிருந்து தொடர்ந்தான்.

'ஒரு பத்து நாளைக்கு முன்னாடி ஆபீஸ்லே எல்லாரும் கிளம்பிப் போயாச்சு. . . இவ நாலு மணிக்கு ஆபீஸர் ரூமுக்குள்ளே போனவள்தான். . .'

'அப்பா. . . அந்தத் தண்டவாளத்திலே எல்லாம் ரயில் வருமாப்பா. . ?'

'மணி அஞ்சு ஆச்சு. . . அஞ்சரை ஆச்சு. . . ஹெட் கிளார்க் ரெண்டு மூணு தடவை ஆபீஸர் ரூமுக்குள்ளே போயிட்டு போயிட்டு வர்றார். . .'

'அப்பா. . . அந்தத் தண்டவாளத்திலே எல்லாம் ரயில் வருமா வராதாப்பா? சொல்லுப்பான்னா. . .'

'அடி செருப்பாலே. . . என்ன நேரத்தில் என்னத்தைக் கேட்கிறதுன்னு இல்லை' என்ற எரிச்சல் ராகவனுக்கு. ஜான் சுந்தர் தன் விவரிப்பைச் சற்று நிறுத்தினான். ராகவன் அவனை அவசரப்படுத்தினான். அவன் முழு விஷயத்தையும் சொல்லி முடிப்பதற்குள் ரயில் வந்து தொலைத்துவிடக்கூடாதே.

'அப்புறம்?' என்று அவனை அவசரப்படுத்தினான் ராகவன்.

'அப்பா. . . அப்பா. . .' என்று அவன் வேட்டியைப் பிடித்து இழுத்தது குழந்தை. அதைத் தூக்கி அப்படியே பிளாட்பாரத்தில் வீசலாம் போல் இருந்தது. நல்ல வேளையாக ஜான் சுந்தர் தொடர்ந்தான்.

'அவங்களுக்கு நேரம் போறதே தெரியலை. . . இவர் ஏதோ கையெழுத்துக்காக உள்ளே போயிட்டுப் போயிட்டு, குட்டி போட்ட பூனை மாதிரிச் சுத்திச் சுத்தி வர்றார். . . அவங்களானா சிரிச்சுச் சிரிச்சுப் பேசிக்கிட்டு இருக்காங்க. . .'

இந்தக் குட்டிபோட்ட பூனை மாதிரிங்கிற வர்ணனையெல்லாம் தேவையா இவனுக்கு? பேசாமே கடகடன்னு சொல்லிட்டுப் போக வேண்டியதுதானே என்று நினைத்துக் கொண்டான்.

'கடைசியாக ஆறு மணிக்கு அவரும் புறப்பட்டுப் போயிட்டார். . .'

'அப்போ ஆபீஸ்லே எல்லாரும் போயிட்டாங்கன்னு சொல்லு. . . பலே. . . பலே. . .'

‘வாட்ச்மேன் இருக்கானே. . . அவன் ஆபீஸைப் பூட்றதுக்காகச் சுத்திச் சுத்தி வர்றான். உள்ளே ரூமுக்குள்ளே இருந்து ஒரே பேச்சும் சிரிப்புமாக் கேட்குது. .’

‘அப்பா. . . சொல்லுப்பா. . . இந்தத் தண்டவாளத்திலே எல்லாம் ரயில் வருமா வராதாப்பா?’ என்று தன் முயற்சியில் சற்றும் தளராத குழந்தை கேட்டது. ராகவனுக்கு ஒரு விஷயம் பொறி தட்டியது. இந்தக் கேள்விக்கு ஏதாவது பதிலைச் சொல்லி வைத்தால் அது அடுத்த கேள்வியைத் தயார் செய்வதற்குச் சிறிது நேரம் பிடிக்கும். அதற்குள் ஜான் சுந்தரிடம் இன்னும் கொஞ்சம் கதையைக் கேட்டுவிடலாம் என்று நினைத்தான். குழந்தையின் தயவு அவனுக்கு வேண்டியதிருந்தது. அதனால் குனிந்து, சந்நியாசியிடம் பவ்யமாகப் பேசுகிற மாதிரி, குரலில் சற்றும் எரிச்சலைக் கலக்காமல் பதில் சொன்னான். அவனுடைய நிதானம் அவனுக்கே ஆச்சரியத்தை அளித்தது.

‘அந்தத் தண்டவாளத்தில் எப்பவாவதுதான் ரயில் போகும். . .’ என்று பரிவுடன் பதில் சொல்லிவிட்டு ஜான் சுந்தரைப் பார்த்து, ‘அப்புறம்?’ என்று கேட்டான். இந்த ஜான் சுந்தர் ஒரு மாங்காய் மடையன். கிடுகிடுன்னு நேரே விஷயத்துக்கு வரமாட்டானோ? இந்த எழவெடுத்த பிள்ளையானால் எதையாவது கேட்டுக் கழுத்தை அறுக்கிறது. துரதிருஷ்டவசமாக, ஜான் சுந்தர் பேசத் தொடங்குவதற்குள், குழந்தை வாயு வேகத்தில் தனது அடுத்த கேள்வியை வீசியது.

‘எப்பவாவது வரும்னா எப்ப வரும்ப்பா?’ என்றது குழந்தை .

‘சரியா ஆறு பத்துக்கு வாட்ச்மேனை விட்டு ஆட்டோ கொண்டு வரச் சொல்லியிருக்கார். .’

‘சொல்லுப்பா. . . எப்பவாவதுன்னா?. . .’ என்று குழந்தை தன் முயற்சியில் சற்றும் மனம் தளராமல் கேட்டது. ராகவன் கதையின் சுவாரஸ்யம் தாங்காமல், ‘எதுக்கு ஆட்டோ? அவர் வீட்டுக்குப் போறதுக்கா, இல்லே அவள் வீட்டுக்குப் போறதுக்கா?’ என்று கேட்டான். கேட்டபிறகுதான், தான் வேறு இடையிடையே பேசி நேரத்தை வீணாக்குகிறோம் என்று பட்டது.

‘சொல்லுப்பான்னா. . . எப்பவாவது வரும்னா எப்ப வரும்ப்பா?’

‘ரெண்டு பேரும் கிளம்பி நேரா சினிமாவுக்குப் போயிருக்காங்க’ என்று சொல்லிவிட்டு ஜான் சுந்தர் ரயில் வரும் திசையைப் பார்த்தான். தூரத்தில் ரயில் வந்துகொண்டிருந்தது.

‘சொல்லுப்பா. . . எப்ப வரும்னு சொல்லுப்பா. . .’

‘வீட்டுக்குப் போனதும் இதை வெளுத்துவிட வேண்டும்’ என்று தீர்மானம் செய்துகொண்டான் ராகவன். அதோடு ‘ஏன்னா கொழந்தையையும் ஒங்களோட அழைச்சுண்டு போனா என்ன? என்னை வெளியிலே அழைச்சுண்டு போனாத் தான் ஒங்க கௌரவம் கொறஞ்சிடும். . . பாவம் கொழந்தை. . . அதை யார் கூட்டிண்டு போவா?’ என்று, புறப்படும்போது இந்தச் சனியனைத் தலையில் கட்டிய அவளையும் நாலு போட வேண்டும். அப்போதுதான் மனசு ஆறும்.

இந்த ஜான் சுந்தர் ஒரு விவரங்கெட்ட பயல். மடமடன்னு விஷயத்தைச் சொல்லமாட்டானோ. பகவான் இப்படியும் பிரகிருதிகளைப் படைச்சுவிட்டிருக்கிறாரே? ஒவ்வொரு தடவையும் அப்புறம். . . அப்புறம். . . என்று இவனே தூண்டித் தூண்டிக் கேட்பது வெட்கமாகத்தான் இருந்தது. ஜான் சுந்தர், சிக்னல் எரிகிறதா என்று பார்த்துக்கொண்டிருந்தான். வெட்கத்தைப் பார்த்தால் முடியாது. எவ்வளவு ரசமான விஷயம்.

‘அப்புறம்?’ என்று துரிதப்படுத்தினான் ராகவன்.

‘சொல்லுப்பான்னா. . . எப்பவாவதுன்னா, எப்பப்பா வரும்?’

குழந்தையா இது? எமன். . . குட்டிப் பிசாசு. . .

‘அவங்க சினிமாவுக்குப் போனது எப்படித் தெரிஞ்சுது?’ என்று கேட்டான் ராகவன். ஜான் சுந்தர் அவனை அலட்சிய மாகப் பார்த்தான். எவ்வளவோ விஷயங்களைத் தெரிந்து வைத்திருக்கிற தன்னிடம் போய் இப்படி ஒரு அற்பமான கேள்வியைக் கேட்டுவிட்டானே என்பது போல் அவனது பார்வை இருந்தது.

‘எப்பவாவது வரும்னா. . .’

அடித்துக் கொல்லு இந்தச் சனியனை. இதைக் கூட்டிக் கொண்டு போகச் சொன்னாளே அந்தச் சண்டாளியைச் சொல்லணும்.

‘அவங்க சினிமாவுக்குப் போனதைத் தெரிஞ்சுக்கிடறது ஒண்ணும் பெரிய விஷயமே இல்லை. . . அவங்களை நிமிஷத் துக்கு நிமிஷம் நோட் பண்ணுறதுக்கு நமக்கு அங்கங்கே ஆட்கள் இருக்காங்கப்பா. . .’ என்று வெற்றிச் சிரிப்புடன் ராகவனைப் பார்த்தான் ஜான் சுந்தர்.

‘எப்பவாவது வரும்னா எப்ப வரும்ப்பா?’

‘அன்னைக்கி அவங்க ரெண்டு பேரும் தியேட்டர்லே போய் இறங்கினதுமே, அங்கே தியேட்டர் வாசல்லே நின்னுக்கிட்டு

இருந்த ஹெச் த்ரீ கிளார்க் பார்த்துட்டான். . .' என்றான் ஜான் சுந்தர்.

'அடடா. . .' எமகாதகப் பயல்கள்தான். . . நம்முடைய ஆபீஸும் இருக்கிறதே பஜனை மடம் மாதிரி. . . இந்த மாதிரி ஒரு சம்பவம் ஒரு நாளாவது நடந்திருக்குமா?

'அப்பா சொல்லுப்பா. . . எப்பவாவது வரும்னா எப்ப வரும்ப்பா?'

இந்த எழவு இப்படி உயிரை வாங்கித் தொலைக்கிறதே.

'இது என்ன பிரமாதம் ராகவா. . . இதுக்கு ஒரு வாரத்துக்கு முன்னே ரெண்டு பேரும் கொடைக்கானல் போயிட்டு வந்தாங்க தெரியுமா?' என்று அவன் சொல்லிக்கொண்டிருக்கும்போதே ரயில் வந்து தொலைத்தது. ஜான் சுந்தர் அவசர அவசரமாக ரயிலில் ஏறிக்கொண்டான். குழந்தை தன் கேள்வியை நிறுத்தி விட்டு ரயிலை வேடிக்கை பார்க்க ஆரம்பித்தது. ரயில் புறப்பட்டுப் போனதும் அது மீண்டும் தன் கேள்வியைத் தொடர்ந்தது.

'எப்பவாவது வரும்னா எப்ப வரும்ப்பா?'

1990

ஞாயிற்றுக்கிழமை

இந்த ஞாயிற்றுக்கிழமையாவது நிலத்தைப் போய் பார்த்துவிட்டு வரவேண்டும் என்று நினைத்தான். மூன்று வாரங்களாகப் புறப்பட்டுக் கொண்டிருக்கிறான். போக முடியவில்லை. நிலங்கள் விற்றுத் தீர்ந்துகொண்டிருக்கின்றன என்று ரியல் எஸ்டேட் ஏஜெண்ட் ஆள் மேல் ஆள் அனுப்பிச் சொல்லிவிட்டுக்கொண்டிருக்கிறார். அதுவும் இந்த நிலம், நிஜமாகவே நகரத்துக்குப் பக்கத்தில் உள்ள நிலம். சுமார் மூன்று மணி நேரப் பயண தூரத்தில் உருவாகி வரும் அந்தப் புதிய காலனியை அடைந்துவிடலாம்.

அவனுடன் வேலை பார்க்கும் அலுவலக நண்பர்கள், பக்கத்து வீட்டுக்காரர்கள், உறவினர்கள் அனைவருமே வளமான எதிர்காலத்தைத் திட்ட மிட்டுவிட்டார்கள். இவன் மட்டும் எதிர்காலத்தைத் திட்டமிடாமல் இருப்பது அவர்களுக்கு என்னவோ போல் இருந்தது. இப்படி எதிர்காலத்தைத் திட்ட மிடாமல் இருப்பது சட்ட ரீதியாகத் தவறில்லை தான். என்றாலும், அவனைத் திட்டமிடச் சொல்லி ஓயாமல் நச்சரித்துக்கொண்டிருந் தார்கள். இதனால் அவனுக்கும் அவன் மனைவிக்கும் பேச்சுவார்த்தையே நின்றுவிட்டது. ஓ.யூ.இ. மோட்டார் பொருத்தப்பட்ட கிரைண்டரை வாங்காததற்கே அவள் கோபித்துக்கொண்டு அம்மா வீட்டுக்குப் போய்விட்டாள். இதற்காக எத்தனை மாதம் போய் இருந்துவிடுவாளோ தெரியவில்லை.

மொத்த நகரவாசிகளும் ஞாயிற்றுக்கிழமைகளில் இரண்டு பெரிய காரியங்களில் ஈடுபட்டிருக்கின்றனர். அன்று காலை நேரத்தை நிலங்களைப் பார்வையிடுவதிலேயே செலவிடு கின்றனர். சுவையான குடிநீர், நல்ல காற்று, பள்ளிக்கூடம், ரயில்வே ஸ்டேஷன், வங்கி, சோடா ஃபேக்டரி, மாவு அரைக்கிற மில், மயானம் இவற்றுக்குச் சமீபத்தில் இருக்கிற லே அவுட்களைத் தேடி, ரியல் எஸ்டேட்காரர்களின் இலவசக் காரில் பிரயாணம் செய்யப் புறப்பட்டுவிடுகின்றனர். நகரத்தை விட்டு 50 கிலோ மீட்டருக்கு அப்பால் உள்ள இடத்தைப் பார்த்துவிட்டு மத்தியானத்துக்கு மேல்தான் வீட்டுக்குத் திரும்புகின்றனர். குறிப்பாகக் களைப்புடன் வீடு திரும்புகின்றனர்.

மாலையில் டி.வி.யில் தமிழ்த் திரைப்படத்தைக் காண குடும்பத்தோடு உட்கார்ந்துவிடுகின்றனர். குடும்பத்தோடு காண வேண்டிய திரைச்சித்திரமாக இருந்தாலும் சரி, தனியே காணவேண்டிய திரைச்சித்திரமாக இருந்தாலும் சரி, எப்படியும் ஞாயிறு மாலையில் திரைப்படங்களைக் கண்டு களித்துத் தீர்க்கின்றனர்.

தனஞ்செயன் மனித விரோதி அல்ல. ஆனால், கடந்த மூன்று வாரங்களாக ஞாயிற்றுக்கிழமை காலை நேரத்தை யாராவது ஆட்கள் வந்து அபகரித்து, அவனுடைய வளமான எதிர்காலத்தைத் திட்டமிடாதபடி செய்துவருவதால், சமீப காலமாக அவன் மனித விரோதி ஆகிவிட்டான். யாரைப் பார்த்தாலும் விலகி ஓட ஆரம்பித்துவிட்டான்.

ஒவ்வொரு ஞாயிற்றுக்கிழமையும் அவன் தன்னுடைய எதிர்காலத்தை அமைக்க அடியெடுத்து வைத்துப் புறப்படும் ம்போது யாராவது வீடு தேடி வந்துவிடுவார்கள். சமயங்களில் நாலைந்து பேராகச் சேர்ந்தே வந்துவிடுவார்கள். சில சமயம் தனித்தனியாக வந்து இருந்துகொண்டு மணிக்கணக்கில் கண்டதையும் பேசிக் கழுத்தை அறுப்பார்கள். வருகிற ஆட்களில் பல தினுசான ஆட்கள் இருப்பார்கள். சிறிது நேரம் இருந்து விட்டுப் போகிறவர்கள், வெகு நேரம் இருப்பவர்கள் என்று பல ரகத்தினர் உண்டு.

உபசாரத்துக்காக அதிதியுடன் அனுசரணையாகப் பேச வேண்டியிருக்கிறது. அவனுடைய அபிப்பிராயம் எதுவாக இருந்தாலும், வந்திருக்கிறவரின் முகம் கோணக்கூடாது என்பதற் காக, அவர் அபிப்பிராயம்தான் தன்னுடைய அபிப்பிராயமும் என்கிற மாதிரி வேஷம் போடவேண்டியிருக்கிறது.

ஆபீஸ் பைத்தியங்கள் சில உண்டு. இந்த ரகத்து ஆட்கள் எப்போது வந்தாலும் ஆபீஸைப் பற்றித்தான் பேசிக்கொண்டிருக்கும். அவர்கள் பேச்சில் அடிபடும் ஜே.டி., டி.எம்., சூப்பிரெண்ட் யாரையும் தனஞ்செயனுக்குத் தெரியாது. அவர்கள் முகத்தைக்கூட அவன் பார்த்திருக்கமாட்டான். ஆனால், அந்த ஜீவனுக்கு அதைப் பற்றி என்ன கவலை? இந்த மாதிரி சினிமாப் பைத்தியம், அரசியல் பைத்தியம், விளையாட்டுப் பைத்தியம் என்று பல தினுசுகள் உண்டு.

வருகிறவர்களுக்கு ஏற்றபடியெல்லாம் பேசி, ஒன்றும் இல்லாததுக்கெல்லாம் ரொம்பப் பெரியதாகச் சிரித்து, அவர்களை உபசரித்து, பண்பாடு காத்து, சலித்துப் போய்விடும். அந்த எரிச்சலில் வீட்டில் உள்ளவர்களிடம் எரிந்துவிழுவான். 'வெளியாட்களிடம் இளித்து இளித்துப் பேசுகிறீர்கள். வீட்டு ஆட்களைக் கண்டால்தான் உங்களுக்கு ஆகவில்லை... எங்கள் தலைவிதி...' என்று அவன் மனைவிவேறு குத்திக் காட்டுவாள்.

இப்போதெல்லாம் ஞாயிற்றுக்கிழமை காலையில் யாராவது வாசலில் செருப்பைக் கழற்றிப் போடுகிற சத்தம் கேட்டாலே அவனுக்கு வயிற்றில் புளியைக் கரைக்கும். வருகிற மகானுபாவன் எதையெல்லாம் பேசி எவ்வளவு நேரம் அறுத்துக் குவிக்கப் போகிறானோ என்று நடுக்கமாக இருக்கும்.

அதுவும் இந்த அளகேசன் ('அழகேசன்' இல்லையாம். 'அளகேச'னாம். ஒரு தடவை தீபாவளி வாழ்த்து அனுப்பும் போது 'அழகேசன்' என்று அவன் பெயரை எழுதிவிட்டதற்காக ரொம்ப வருத்தப்பட்டான். 'சைக்கிள்' என்று எழுதமாட்டான். 'சைக்கில்' என்றுதான் எழுதுவான். சிங்கிள் டீயை 'சிங்கல் டீ' என்று எழுதுகிற ஊரைச் சேர்ந்தவன் அவன். அப்படியொரு தமிழ்ப் பயிற்சி அவனுக்கு.) வந்து தொலைத்தால் எப்போதும் தண்ணீர் பற்றாக்குறையைப்பற்றியே பேசிக்கொண்டிருப்பான்.

தங்கக்கனி மிஸ்ரா பொதுவாழ்வில் பெருத்த அக்கறை கொண்டவன். இவனுடைய முன்னோர்கள் வடக்கே பீகாரிலிருந்து தமிழ்நாட்டுக்கு வந்து குடியேறியவர்கள். என்றாலும் தமிழ்ப் பண்பாட்டுடன் இரண்டறக் கலந்துவிட்டவர்கள். இதனால் தமிழ்ப் பெயருடன் இவர்களுடைய பூர்வீக குலப்பெயரான மிஸ்ரா என்பதும் சேர்ந்தே இருக்கும். இவனுடைய அப்பா பெயர் பரமசிவம் மிஸ்ரா. அண்ணன் பெயர் ராமலிங்கம் மிஸ்ரா. இவனுக்கு நேரே அடுத்த தம்பியின் பெயர் ஆசீர்வாதம் மிஸ்ரா. இரண்டாவது தம்பியின் பெயர் வள்ளி

நாயகம் மிஸ்ரா. தங்கக்கனி மிஸ்ரா வீட்டுக்குள் நுழையும்போதே, 'இந்த ஜார்ஜ் புஷ் இந்த மாதிரிப் பண்ணிட்டானே?...', 'இந்த தாச்சர் பண்ணுகிற அட்டகாசத்தைப் பார்த்தாயா?' என்று பொது வாழ்வில் ஈடுபட்டிருக்கிறவர்களைப்பற்றிக் கனல் தெறிக்கப் பேசிக்கொண்டேதான் வருவான். அவர்கள் ஏதோ செய்ததற்கு தனஞ்செயன் என்ன செய்வான்? டவுன் வல்லடியார் கோவில் தெருவில் வசிக்கும் அவனால் என்ன பண்ண முடியும்?

தங்கக்கனி மிஸ்ரா திருநெல்வேலியில்தான் ஆசிய விளையாட்டுப் போட்டிகளை நடத்தவேண்டும் என்று பத்துப் பதினைந்து வருஷங்களாகக் கோரிக்கை வைத்துப் பேசி வந்தான். அவனுடைய கோரிக்கை மீது ஆவன செய்யப்படாமலேயே இருந்தது. ஆவன செய்யக்கூடிய கோரிக்கை எதுவென்று யோசித்தான். பிறகுதான், 'வீடுதோறும் முருங்கை மரம்' இயக்கம் ஒன்றை ஆரம்பித்தான். அது வெற்றிகரமாகவும் நடைபெற்று வருகிறது. 664499888755 என்ற எண்ணுக்கு போன் செய்தால் போதும், அவனது இயக்கத்தைச் சேர்ந்தவர்கள் உங்கள் வீட்டுக்கு வந்து இலவசமாகவே முருங்கைக் கம்பை நட்டுவிட்டுப் போய் விடுவார்கள். இந்த இயக்கம் வெகுவாகப் பிரபலமடைந்ததைப் பார்த்துத் தேரடித் தெருவில் உள்ள ஒருத்தரும் 'முருங்கை மரம் நடும் இயக்கம்' என்ற ஒன்றை ஆரம்பித்தார். அதுவும் செழிப்பாகச் செழித்து வளர்வதைப் பார்த்தபிறகு, எங்கே தன் இயக்கத்துக்குப் பேர் இல்லாமல் போய்விடுமோ என்று, அந்த இயக்கத்துக்காரர்மீது வழக்குத் தொடுத்தான். தன் முருங்கை மர இயக்கம்தான் ஒரிஜினல் இயக்கம் என்று வாதாடினான். இன்னும் வழக்கு ஓயவில்லை. இப்போது இரு இயக்கத்தவரும் போட்டி போட்டு முருங்கை மரங்களை இலவசமாக நட்டு வருகின்றனர். இதுவரை ஒரு லட்சத்து எண்பத்தெட்டாயிரத்துக்கும் மேற்பட்ட முருங்கை மரங்கள் நடப்பட்டுள்ளன.

தனஞ்செயனின் ஆபீஸில் அவனுக்கு அடுத்த சீட்டில் இருப்பவன் அம்ருதவர்ஷன். அவனிடம் பேசிக்கொண்டிருந்தால் கண் முன்னே கலை களிநடம் புரிவது போல் இருக்கும். அம்ருதவர்ஷன் பெரிய கலை விற்பன்னன். கதை, கவிதைகள் எழுதுவான். (கட்டுரை மட்டும் எழுதமாட்டான். கட்டுரையில் கலை இல்லையாம்.) நாடகங்களை எழுதி, இயக்கி நடிப்பான். பெரிய சைத்ரிகனும்கூட. சித்திரத்தில் விஷாரத் பட்டம் பெற்றவன். சமயங்களில் அவன் மனைவியும், கலையும் கவித்துவமும் சிந்த வந்து உட்காருவாள். அவள் ஒரு செமினாரினி. உலகெங்கும் நடந்த நூற்றுக்கணக்கான செமினார்களில் கடந்த கால் நூற்றாண்டுக் காலமாகக் கலந்துகொண்டு, இன்னும்

சிறப்பித்து வருபவள். இவர்கள் இரண்டு பேரும் வந்துவிட்டுப் போனால் தனஞ்செயனுக்குத் தரையில் கால் பாவி நடக்கவே சங்கடமாக இருக்கும். அவ்வளவு கலையுணர்வும் கவித்துவமும் அவனை ஆட்கொண்டு விடும்.

ஜோன்பூர் இருசப்ப பிள்ளை இவனுக்குத் தூரத்து உறவினர். தனது சிறுவயதிலேயே ஜோன்பூர் கார்த்திகேயனைத் தரிசித்தவர். அதனால் அவரை உறவினர்கள் எல்லோரும் ஜோன்பூர் இருசப்ப பிள்ளை என்றே கூப்பிட்டு வந்தனர். கனிந்த பக்திமான் அவர். வீட்டினுள் நுழையும்போதே பித்தநாதன் விபூதியின் மணம் தூக்கியடிக்கும். நெற்றி நிறையத் திருநீறு. எப்போதும் முருக நாமம். கந்தா... கடம்பா... கதிர்வேலா... என்று முருகப் பெருமானின் பல்வேறு நாமங்களையும் உச்சரித்துக் கொண்டே இருப்பார். எப்போதும் பாவம், புண்ணியம், வீடு பேறு இவற்றைப்பற்றியேதான் அவர் பேச்சு இருக்கும். எல்லாம் முருகப் பெருமான் கிருபை என்பது அவரது மனோபாவம். ரேஷனில் அரிசி கிடைக்கவில்லை என்றாலும் முருகப் பெருமான் கிருபைதான். ரயிலுக்கு ரிசர்வேஷன் டிக்கெட் கிடைத்தாலும் முருகப் பெருமான் கிருபைதான் அவருக்கு. அவருடன் ஐந்து நிமிஷம் பேசினால் போதும்; உடனேயே குடும்பம், பந்தம், பாசம் இவற்றையெல்லாம் ஓரங்கட்டிவிட்டுத் தேசாந்திரியாகப் போகத் தோன்றும். அவர் எப்போதும் காலை சரியாக ஒன்பது மணிக்குத்தான் வருவார். அது என்ன ஒன்பது மணிக்கணக்கு என்று தெரியவில்லை. அந்தச் சமாசாரத்தைப்பற்றி அவரிடம் அவன் கேட்டதில்லை. அதைப்பற்றிக் கேட்கப் போக, கைவல்ய நவநீதத்தில் ஒன்பது மணியைப்பற்றி என்ன சொல்லியிருக்கிறது என்று மேலும் ஒரு மணி நேரம் பேசிப் புளகாங்கிதம் அடையச் செய்துவிடுவார் என்ற பயத்தில்தான் அவன் கேட்கவில்லை.

'ஸ்... ஸ்... ஸ்...' என்று சாரைப் பாம்பு சீறுகிற மாதிரி யாராவது வீட்டுக்குள் நுழைந்தால், அது பாடகலிங்கம் பிள்ளை தான் என்று கண்களை மூடிக்கொண்டு சொல்லிவிடலாம். அவரிடம் அசந்து மறந்து யாராவது 'சுகமில்லை' என்று சொன்னால் தொலைந்தது. உடனே காயத்தைப் பொடிபண்ணி தேனில் குழைத்துச் சாப்பிடச் சொல்லிவிடுவார். காயம் அவருக்குச் சர்வரோக நிவாரணி. ஜலதோஷம் முதல் எலும்பு முறிவுவரை காயத்தைப் பொடித்துத் தேனில் குழைத்துச் சாப்பிடச் சொல்லிவிடுவார். ஒரு நாள் தனஞ்செயன் வெளியூர் போவதற்காகப் பஸ் ஸ்டாண்டில் நின்றுகொண்டிருந்தான். பின்னால், யாரோ யாரிடமோ காயத்தைப் பொடிபண்ணி தேனில் குழைத்துச் சாப்பிடச் சொல்லிக்கொண்டிருந்தார்.

காயத்தைப் பொடி பண்ணித் தேனில் குழைத்துச் சாப்பிடும் வைத்தியம் பாடகலிங்கம் பிள்ளையின் வைத்தியமாயிற்றே என்று சந்தேகப்பட்டுக்கொண்டே பின்னால் திரும்பிப் பார்த்தான். பாடகலிங்கம் பிள்ளையேதான்.

மாறாந்தை மன்னர்மன்னன் வந்தால், எதைப் பார்த்தாலும் விசாரிக்கத் தொடங்கிவிடுவான். 'இதை எங்கே வாங்கினீர்கள்..? என்ன விலை..? எந்தக் கடையில் வாங்கினது?' என்று விசாரித்துத் தள்ளிவிடுவான். அவனைப் பொறுத்தவரை பொருளின் விலையும் வாங்கிய கடையும் வாழ்வின் இரு கண்களைப் போன்றது.

இதையெல்லாம்கூடச் சகித்துக்கொள்ளலாம். அவனுடைய மாமனாரைத்தான் தனஞ்செயனால் சகித்துக்கொள்ளவே முடியவில்லை. அவனைப் பார்க்க யாராவது வந்துவிட்டால் போதும், அவரும் நாற்காலியைப் போட்டு ஆளோடு ஆளாகச் சட்டமாக வந்து உட்கார்ந்துவிடுவார். என்ன வேலையாக இருந்தாலும் சரி, அதை அப்படியே போட்டுவிட்டு வந்து விடுவார். வந்திருக்கும் நபர்களை முன்னே பின்னே பழக்கம் உண்டா, இல்லையா என்பதெல்லாம் அவருக்கு அனாவசியம். ஆளோடு ஆளாய் உட்கார்ந்துகொண்டு, வேலிஓணான் தலையைத் தலையை ஆட்டுகிற மாதிரி ஓயாமல் தலையை ஆட்டிக்கொண்டே இருப்பார். இவ்வளவு ஆர்வமாக நாற்காலியைத் தூக்கிக் கொண்டுவந்து போட்டு உட்காருகிறாரே, பேச்சிலாவது கலந்துகொள்வாரா என்றால் அதுவும் கிடையாது. இருந்தும் அவர் எதற்காக வந்து சும்மா உட்கார்ந்துகொண்டு தலையைத் தலையை ஆட்டிக்கொண்டிருக்கிறார் என்பதுதான் அவனுக்கும் விளங்கவில்லை. சும்மா இருந்தாலும் பரவா யில்லை. ஓணான் மாதிரி எதற்காக இப்படித் தலையை ஆட்டிக் கொண்டிருக்க வேண்டுமோ தெரியவில்லை. அந்த எரிச்சலை வெளியே காட்டவும் முடியாது. காட்டினால், 'எங்க வீட்டு ஆட்கள் என்றால் தான் உங்களுக்குப் பிடிக்காதே' என்று மனைவி ருத்ர தாண்டவமே ஆடித் தீர்த்துவிடுவாள். ராத்திரி அவளுக்குத் தூக்கம் வருகிறவரை, அதைச் சொல்லிச் சொல்லியே சண்டை போடுவாள்.

இரண்டு நாட்களுக்கு முன்பே, வருகிற ஞாயிற்றுக்கிழமை யார் கண்ணிலும் படாமல் எப்படியாவது தப்பித்து, ரியல் எஸ்டேட் ஏஜெண்டைப் பார்த்து, வளமான எதிர்காலத்தைத் திட்டமிட்டு விடுவது என்று முடிவு செய்திருந்தான். ஏழு மணிக்கே வீட்டை விட்டு வெளியேறிவிடலாம் என்று திட்ட மிட்டிருந்தான். அவ்வளவு சீக்கிரம் யாரும் தேடிக்கொண்டு வரமாட்டார்கள் என்று ஒரு நம்பிக்கை அவனுக்கு.

நல்லவேளையாக அன்று குளித்து முடிக்கிறவரை யாருமே வரவில்லை. குளித்துவிட்டுப் பாத்ரூமை விட்டு வெளியே வந்ததும் சுவர்க் கடிகாரத்தைப் பார்த்தான். 6:36. 'இப்போது நேரம் ஆறு மணி முப்பத்தாறு நிமிடம்' என்று ரேடியோவில் மணி சொல்வது நினைவுக்கு வந்தது. ஏனோ அவனுக்கு மணி பார்க்கும்போதெல்லாம் அப்படித்தான் தோன்றுகிறது. மனைவி சாப்பிடச் சொல்வாள் என்று எதிர்பார்த்தான். துணி மாற்றிக்கொண்டு புறப்பட்டபோது, அவன் நலனில் பெரிதும் அக்கறை கொண்ட அவனது மனைவி, 'சாப்பிடவில்லையா' என்று விசாரித்தாள். 'வெளியே சாப்பிட்டுக்கொள்கிறேன்' என்று அவளுக்குப் பதில் சொல்லிவிட்டு, அவன் செருப்பை மாட்டும்போதே வெளியே யாரோ செருப்பைக் கழற்றிப் போடுகிற சத்தம் கேட்டது.

விருட்சம், 1990

பேச்சுத் துணை

சீதாராமன் ஈஸிச்சேரில் சாய்ந்து உட்கார்ந்திருந்தார். பக்கத்தில் வாக்கிங் ஸ்டிக் கிடந்தது. அவருக்கு நேரமே போகவில்லை. தூக்கமும் வரவில்லை. குனிந்து மணிக்கட்டைத் திருப்பி வாட்சைப் பார்த்தார். மணி நாலுதான். வாக்கிங் போக இன்னும் ஒரு மணி நேரம் இருக்கிறது. அதுவரை நேரத்தை எப்படிக் கடத்துவதென்று தெரியவில்லை. ஹிந்துப் பேப்பர்கூட ஸ்போர்ட்ஸ் காலம்வரை படித்து முடித்தாயிற்று. சில நாட்களில் நேரம் போகாவிட்டால் பழைய பேப்பரில், தான் படிக்காமல் விட்டுவைத்திருந்த விஷயங்களை எடுத்து வைத்துக்கொண்டு வாசிக்கத் தொடங்கிவிடுவார். சமீபத்தில் அந்த மாதிரி வாசிக்காமல் விட்ட நிலுவை ஐட்டம் எதுவும் இல்லை. அதனால் பழைய பேப்பரைப் புரட்டிப் பார்க்கவும் வழி இல்லை.

வீடு நிறைய விருந்தாட்கள் இருந்தும் அவரிடம் பேசுவதற்குத் தான் ஆள் இல்லை. அவரிடம் நிறைய விஷயங்கள் இருந்தன. மத்தியானம் சாப்பிடும்போது பேசுவதற்கு நிறைய சந்தர்ப்பம் கிடைத்தது. இந்திய கிரிக்கெட் அணியைப்பற்றிப் பேச்சு வந்தது. நமது டீமில் என்ன குறை இருக்கிறது என்று சீதாராமனுக்குத் தெரியும். அத்தனையும் யாராலும் மறுக்க முடியாத பாயிண்ட்கள். ஆனால், யாராவது அவரைப் பேச விட்டால்தானே? நாலைந்து தடவை, இடையே புகுந்து பேச்சில் நுழையப் பார்த்தார். அவருடைய மூத்த பேரன் ரங்குவும் மகள் வயிற்றுப் பேத்தி ரமாவும் அவர் பேச ஆரம்பிக்கும்போதெல்லாம்

வண்ணநிலவன்

ரொம்ப ஜாக்கிரதையாகக் கட் பண்ணிவிட்டனர். அவருடைய அபிப்பிராயப்படி அப்படி ஒன்றும் அவர்கள் பிரமாதமாக நம் கிரிக்கெட் டீமைப்பற்றி அனலைஸ் பண்ணிவிடவில்லை.

ஊரிலிருந்து எப்போது வந்தாலும் அவரிடம்தான் முதலில் வந்து விசாரிப்பான் கிச்சாமி. அவன்கூட இந்தத் தடவை, 'என்ன மாமா, சௌக்யமா இருக்கேளா?' என்று விசாரித்த தோடு சரி, உள்ளே போனவன்தான். அப்புறம் இந்தத் திண்ணைப் பக்கமே எட்டிப் பார்க்கவில்லை. ஆனால் அவன், வீட்டுப் பொம்மனாட்டிகளோடு உள்ளே இளித்து இளித்துச் சத்தம் போட்டுச் சிரித்துப் பேசுகிறது முன்வாசல்வரை கேட்டது. தான் பார்த்த சினிமாக் கதையைப்பற்றி சவிஸ்தார மாகச் சொல்வது என்ன, அமெரிக்காவிலிருந்து வந்திருந்த அத்திம்பேருடைய பிரதாபத்தை அவிழ்த்துவிடுகிறது என்ன என்று ஒரே பேச்சு அமர்க்களம்தான்.

அவனுடைய அப்பா நீலகண்டன் இந்த விடலைகளோடு சேர்த்தி இல்லை. அவராக எதையும் பேசமாட்டார். அடுத்தவர் பேசுவதை மணிக்கணக்காகக் கேட்டுக்கொண்டிருப்பார். சீதாராமனுக்கு அந்த மாதிரி ஆள்தான் வேண்டும். ஆனால், பாவம் அவருக்கு இப்போது கண்பார்வை சுத்தமாகப் போய் விட்டது. எல்லோரும் மூட்டை முடிச்சுகளோடு வந்து இறங்கிப் பதினைந்து நிமிஷம் ஆனபிறகுதான் தெருவில் அவருடைய தலை தெரிந்தது. அவருடைய கடைசிப் பேரன்தான் அவர் கையைப் பிடித்துக் கூட்டி வந்துகொண்டிருந்தான். சின்னப் பையனாக இருந்தாலும் எருமை மாட்டுப் பொறுமை. தேர் அசைகிற மாதிரி அவ்வளவு மெதுவாக வந்துகொண்டிருந்தார் நீலகண்டன். அவரை அந்தச் சின்னப் பையன் தலையில் கட்டிவிட்டு இவர்கள் எல்லாம் குஷாலாக வந்துவிட்டார்கள்.

வீட்டினுள் அவர் வந்ததும் சீதாராமன், 'ஓய் வாருமய்யா. . . சௌக்யமா. . ?' என்று கேட்டார்.

'யாரு சீதாராமனா. . ?' என்று குரலை வைத்தும், கேட்ட தோரணையை வைத்தும் சட்டென்று ஆளை அடையாளம் கண்டு விட்டார். ஆனால் அவர் எங்கே இருக்கிறார் என்று தெரியாமல் சுவர்ப் பக்கமாகப் பார்த்துப் பேசினார். பார்வை அவ்வளவு பிரகாசமாக இருக்கிறது. இந்த லட்சணத்தில் இருக்கிற ஒரு மனுஷனைக் கூட்டி வைத்துக்கொண்டு என்ன பேசுகிறது? அதைவிட சுவரைப் பார்த்தே பேசிக்கொண்டிருக்கலாம்.

வரவர அவரிடம் உட்கார்ந்து பேசுகிறவர்களே இல்லை என்று ஆகிவிட்டது. வாக்கிங் போகிறபோது பரமசிவத்தின்

பலசரக்குக் கடையில் கொஞ்ச நேரம் உட்கார்ந்து பேச முடிகிறது. அதுவும் அவருடைய வீட்டில் மொத்த மாதச் சாமான் வாங்குவதால்தான், அவனும் போனால் போகிறது என்று இவரைப் பேசவிடுகிறான். மாதம் எண்ணூறு ரூபாய்க்குச் சாமான் வாங்குகிறார்களே என்பதால் சீதாராமனை மளிகைக் கடைக்காரன் சகித்துவந்தான். அவரோடு பேச ஆரம்பித்தால் எதிராளிக்குக் கோபம்தான் வரும். 'இந்தக் கிழவனை விறகுக் கட்டையால் நாலு சாத்துச் சாத்தினால் என்ன' என்று தோன்றும். ஏன் என்றால், அவர் பேச்சு அப்படி. அவரைப் பற்றி விஷயம் தெரிந்தவர்கள் அவரோடு பேச்சுக் கொடுக்கவே மாட்டார்கள். தூர ஓடிப் போய்விடுவார்கள். இதன்னால் தான் வீட்டில் உள்ளவர்கள் அவரோடு அவ்வளவாகப் பேச்சு வார்த்தை வைத்துக்கொள்வதே இல்லை.

உதாரணத்துக்குப் போன வாரம் டாக் ட்ரெய்னர் வீட்டுக்கு வந்திருந்தான். புதிதாக வாங்கியிருக்கிற அல்சேஷன் நாய்க்குட்டிக்கு விளையாட்டு உட்பட பல்வேறு பழக்க வழக்கங் களையும் கற்றுத் தரவேண்டியது அவன் வேலை. தோட்டத்தில் அதற்கு விளையாட்டெல்லாம் சொல்லிக்கொடுத்தபிறகு, தெரியாத்தனமாக அந்த ட்ரெய்னர் முன்கூடத்தில் வந்து உட்கார்ந்துவிட்டான். இவ்வளவு அருமையான சந்தர்ப்பத்தை சீதாராமன் நழுவவிடுவாரா என்ன?

'நாய்க்கு என்ன சோப் போட்டுக் குளிப்பாட்டலாம். . .' என்று ரொம்ப அக்கறையோடு கேட்கிறவர் மாதிரிக் கேட்டார் சீதாராமன். ட்ரெய்னர் ஏதோ ஒரு சோப் பெயரைச் சொன்னான்.

'இப்போ யாரும் அதைப் போட்டுக் குளிப்பாட்டறதே இல்லையே? அதையா சொல்லுகிறாய்?'

'இல்லைங்க. . . அதாங்க இருக்கிறதிலேயே நல்ல சோப். . .'

'ஒனக்கு வேணா அது ஒஸ்தியானதா இருக்கலாம். . . நீ சொல்ற சோப் இப்போ அவுட்டேட்டட். . . சன் பாத்னு ஒரு சோப் இருக்கு தெரியுமா?' என்று சர்வ அலட்சியமாக அவனைப் பார்த்துக் கேட்டார்.

'அந்தப் பேரே நான் கேள்விப்படலீங்க. . . நீங்க டாக் சோப்பைச் சொல்றீங்களா? மனுஷங்க போடற சோப்பைச் சொல்றீங்களா. . ?'

'ஒனக்குத் தெரிஞ்சது அவ்வளவுதான். . . ரொம்ப ஹைஜீனிக் சோப் அது. . . நான் வீட்லே உக்காந்துண்டு இருக்கற கெழவன். அத்தைத் தெரிஞ்சு வெச்சிண்டிருக்கேன். . . நீ

ட்ரெயினரா வேற இருந்துண்டு ரீசண்ட்டா வந்த சோப் பேரு தெரிஞ்சுக்காமே இருக்கிறீயே?' என்று அவனை மட்டம் தட்டினார். அவனுடைய சப்தநாடியும் ஒடுங்கிவிட்டது. அவர் பேசிய விதத்தைப் பார்த்து, தனக்குத்தான் அந்த சோப் மார்க்கெட்டில் வந்திருப்பது தெரியவில்லை என்ற முடிவுக்கு வந்துவிட்டான். ஆனால், மறுநாளே அந்த சோப் குழந்தை களுக்குப் போடுகிற சோப் என்ற விவரம் தெரிந்துவிட்டது. ஆனால், அதைப்பற்றியெல்லாம் கவலைப்படுகிறவர் அல்ல சீதாராமன்.

ஒரு வழியாக ஐந்துமணி ஆனதும் வாக்கிங் ஸ்டிக்கைத் தூக்கிக்கொண்டு வெளியே புறப்பட்டார் சீதாராமன். ஞாபக மாகப் பொடி டப்பியை எடுத்து மடியில் வைத்துக்கொண்டார். தெப்பக்குளத்தை ஒரு சுற்று சுற்றிக்கொண்டு பஜாருக்கு வந்தார். பரமசிவம் மளிகைக்கடையில் அவர் வழக்கமாக உட்காருகிற ஸ்டூலில் உட்கார்ந்துகொண்டார்.

'இன்னைக்கு வெயில் ரொம்ப ஜாஸ்தியா இருக்கிற மாதிரி இல்லை?' என்று சொன்னான் பரமசிவம்.

அவ்வளவு லேசில் அவன் கட்சியை ஜெயிக்க விட்டு விடுவாரா சீதாராமன்?

'நீ கடைக்குள்ளியே இருக்கே. இப்படிக் கொஞ்சம் வெளியே வந்து பாரு. . . காத்து பிச்சுண்டு போறது. . .'

பரமசிவம் தெருவைப் பார்த்தான். அப்படி ஒன்றும் காற்று அடிக்கிற மாதிரியே தெரியவில்லை. தெருவோடு போன ஒருத்தர் முகத்தைக் கர்ச்சீஃபால் துடைத்துக்கொண்டே போனார். அவ்வளவு புழுக்கம்.

'ஒரு வேளை மழை வாறதுக்காகத்தான் இம்புட்டுப் புழுக்கமோ என்னவோ?' என்று தன் கட்சியை விட்டுக் கொடுக்காமலே பேசினான் பரமசிவம். ஆனால், சீதாராமனா எதிராளிக் கட்சியை ஜெயிக்கவிடுகிறவர்? இனிமேல் நேரடி யாகப் பதில் சொன்னால் அவனை விழத்தட்ட முடியாது என்று, பாணியைக் கொஞ்சம் மாற்றினார் சீதாராமன்.

'இது என்ன மாசம்?' என்று கண்ணாடி ஃபிரேமுக்கு மேலே அவனைப் பார்த்துக் கேள்வியை வீசினார்.

'இது. . . ஆடி மாசம்' என்று புதிருடன் அவரைப் பார்த்துச் சொன்னான்.

'பின்னே. . . மழை எங்கேருந்து வரும்கிறாய். . ? ஆடியிலே எந்த ஊர்லேயாவது மழை வருமா. . ? இது காத்துக்காலம். . . அதான் காத்து பிச்சுண்டு போறது. . .'

கடைக்குள் நின்றிருந்த கடைப்பையன்கூட பரமசிவத்தைக் கொஞ்சம் இளக்காரமாகப் பார்த்தான். பரமசிவம் மேற்கொண்டு என்ன பேசுவது என்று தெரியாமல் தெருவையே பரிதாபமாகப் பார்த்துக்கொண்டிருந்தான். அவனுடைய வயிற்றெரிச்சலைக் கிளப்புகிற மாதிரி, ஒரு ஆள் சட்டைப் பித்தானைக் கழற்றிவிட்டுக்கொண்டதோடு மட்டு மின்றி, புழுக்கத்துக்காகச் சட்டைக் காலரைப் பின்பக்கமாகத் தூக்கிப் போட்டபடி சென்றுகொண்டிருந்தார். பிளாஸ்டிக் கூடையும் கையுமாகப் போய்க்கொண்டிருந்த ஒரு பெண் சேலை முந்தானையால் விசிறிக்கொண்டே போனாள். எவ்வளவு நிருபணம் இருந்தால் என்ன? சீதாராமனைப் பொறுத்த மட்டிலும் ஜிலுஜிலுவென்று காற்று வீசுகிறது.

சல்வார் கமீஸ் அணிந்த ஒரு இளம்பெண் ஏதோ சாமான் வாங்க வந்தாள். அவள் போனபிறகு, ‘பார்த்தாயா பரமசிவம், இத்தூணூண்டு பொண்ணு. . . தானே கடைக்கு வந்து சாமான் வாங்கறது. . . காலம் ரொம்ப மாறிட்டுது. . .’ என்றார்.

‘சில வீடுகள்லேதான் பொம்பளைங்க வந்து சாமான் வாங்குவாங்க. நீங்க நெனைக்கிற மாதிரி அப்படி ஒண்ணும் ஒரேயடியாகக் காலம் மாறிப் போகலை. . . கடை கண்ணிக்குப் போறதுன்னா வீட்டு ஆம்பளைங்கதான் போகணும்கிற பழக்கம் இன்னும் இருந்துக்கிட்டுதான் இருக்குதுங்க. . .’ என்றான் பரமசிவம்.

கண்ணாடி ஃபிரேமுக்குமேல் பார்வையை உயர்த்தி, சுண்டெலியைப் பார்ப்பது போல் அவனைப் பார்த்தார்.

‘கார்த்தாலே பஸ்லே போய்ப் பாரு. . . பொம்மனாட்டிகள் தான் பாதிப்பேர். . .’

‘நீங்க சொல்றா மாதிரியும் இருக்கு. . . ஆனா இன்னைக்கும் பொம்பளைங்களைக் கடைக்கு அனுப்பாத குடும்பங்கள் நிறைய இருக்குதுன்னு சொல்றேன். . .’

‘பெண் போலீஸே வந்தாச்சு. . . காலம் அவ்வளவு மாறிக் கெடக்கு. . . இந்தக் காலத்தில் பொம்மனாட்டிகளை நீ சொல்ற மாதிரி யார் காபந்து பண்றா. . ?’

‘பெண் போலீஸ் எத்தினி பேரு? ஏதோ பேருக்கு ரெண்டு பேர் இருக்கிறாங்க. ரிஸர்வ் போலீஸ், மிலிட்ரியிலே எல்லாம் யாரு இருக்கா? பொம்பளைங்களால எல்லா வேலையும் பண்ணிட முடியுமா?’

பரமசிவத்தின் பக்கம் கொஞ்சம் நியாயம் இருக்கிறது என்று அவருக்குத் தெரியாமல் இல்லை. ஆனால் தன்னை மீறி

ஒருவன் பேசுவதாவது! கொஞ்சம் மட்டையடியாக அடித்துப் பயலை விழத் தட்டிவிட வேண்டியதுதான்.

‘நீ இங்கே கல்லாவிலே உக்காந்துண்டு பேசிண்டிருக்க வேண்டியதுதான். எல்லாமே ஃபாரீனைப் பாத்துதான் நம்ப ஊர்லே பண்றான். இந்தப் பெண் போலீஸ் சமாச்சாரமும் அந்த மாதிரி தான். அங்கேயெல்லாம் மிலிட்ரியிலே பொண்ணுங்க இருக்கா தெரியுமோல்லியோ. . ? இன்னைக்கி இல்லாட்டி நாளைக்கே நம்ப ஊர் பொண்ணுங்களும் மிலிட்ரியிலே சேரத்தான் போறா. . .’ என்று ஒரே போடாகப் போட்டார்.

எதிரே ஒரு வாடிக்கை வந்துகொண்டிருந்தது. அவரிடம் எதற்கு வீண் பேச்சு என்று நினைத்தான் பரசிவம்.

‘நீங்க சொல்றது நூத்துக்கு நூறு சரிதான். இனிமே ஆம்பளைங்க எல்லாம் சமையல்தான் பண்ணப் போறாங்க. வேணும்னாப் பாருங்க. . . வர்ற காலத்திலே இனிமே எல்லா வேலையும் பொம்பளைங்களுக்கேதான். . .’ என்று நமக்கேன், இந்த வம்பு என்று தூர ஒதுங்கிக்கொண்டான்.

‘அப்படி வா வழிக்கு’ என்பது போல் அவனைப் பார்த்தார் சீதாராமன்.

1990

தீவிரவாதிகள் செய்த
திருக்கூத்து

முந்தாநாளிலிருந்துதான் காந்திமதிநாதன் பேப்பர் வாங்க ஆரம்பித்திருந்தார். மளிகைக் கடையில் வேலை பார்க்கிறவருக்கு நியூஸ் பேப்பர் வாங்குகிறதெல்லாம் கட்டுப்படி ஆகக்கூடிய சமாச்சாரம் அல்ல என்பதெல்லாம் அவருக்குத் தெரியாமல் இல்லை. ஏதோ அவரைப் பிடித்த கெட்ட நேரம் என்றுதான் சொல்லவேண்டும். இல்லை என்றால் இப்படித் தினசரி காலையில் தூங்கி விழித்ததும் விழிக்காததுமாய்ப் பேப்பர்க் கடையைத் தேடி ஓடச் சொல்லுமா?

உலகத்தில் எது நடந்தாலும் செவிவழிச் செய்தியாகத் தெரிந்துகொள்வதுதான் அவர் வழக்கம். தவிர, புளியும், கருப்பட்டியும் மடித்துக் கொடுக்கிறவருக்கு உலக விவகாரங்களைத் தெரிந்து ஆகப்போகிறது என்ன? எப்போதாவது சலூனுக்கு முடிவெட்டப் போகும்போது அங்கே கிடக்கிற பேப்பரைப் புரட்டிப் பார்ப்பார். மத்தியான வேளைகளில் கடையில் கூட்டம் இல்லாத நேரத்தில், முதலாளிக்குத் தெரியாமல் சாக்குமூட்டைக்குப் பின்னால் நின்றுகொண்டு, சாமான் கட்டுவதற்காக வைத்திருக்கிற நியூஸ் பேப்பரை எடுத்துப் பார்ப்பார். தமிழ்ப் பேப்பர் தான். நாலு வரி படிக்கிறதுக்குள், 'ஒரு நூறு வத்தல் போடுங்க அண்ணாச்சி!' என்று குரல் கேட்கும். அதற்குப் பிற்பாடு பேப்பராவது ஒண்ணாவது?

ஆனால், யாருக்கு எந்த நேரத்தில் மண்டைக்குள் 'கொன'க்கும் என்று யார் கண்டது?

நாலு நாளைக்கு முன்னால் பெரியவனுடைய வேலை விஷயமாக வேம்படித் தெருவில் இருக்கிற மச்சினன் வீட்டுக்குப் போனதிலிருந்துதான் அவருக்கு வினையே பிடித்தது. புறப்படும்போதே கிருஷ்ணம்மாள், தேருக்குத் தடி போடுகிற மாதிரித் தடுத்தாள். 'இப்பம் இந்த ராத்திரியிலே போகணுமாக்கும். மத்தியானத்துக்கு மேல மண்டையிடின்னு கடையில லீவு சொல்லிட்டு வந்திருக்கிய. . . பேசாமப் படுத்துக் கெடந்துபோட்டு காலம்பரப் போயி அவனெப் பாத்தா என்னவாம்? அந்த மவராசன் அரை நாள் லீவு குடுத்ததே அபூர்வம்! அதையும் பழராட்டுக் கணக்காச் சுத்தி வம்பாக்கணு மாக்கும்' என்று சொன்னாள். அவள் சொன்னதைக் கேட்டு மறுநாள் காலையில் அவனைப் போய்ப் பார்த்திருந்தால், இந்தப் பேப்பர் வாங்குகிற கிறுக்கே பிடித்திருக்காது. ஆனால் விதி விடுமா? இப்படி பேப்பர் படிக்கிற ஆசை வரவேண்டும், கிருஷ்ணம்மாளிடம் தினசரி வாங்கிக் கட்டிக்கொள்ளவேண்டும் என்று தலையில் எழுதிவிட்டபிறகு அதை யாரால் மாற்ற முடியும்?

ஒருக்களித்துச் சாத்தியிருந்த கதவைத் திறந்தார் காந்திமதி நாதன். அவ்வளவு நேரமாக வெளியே காத்திருந்தது போல் கதவைத் திறந்ததும் குளிர்ந்த காற்று வீட்டினுள் புகுந்தது. கிருஷ்ணம்மாளுக்குத் தெரியாமல் வெளியே போகவேண்டும் என்றுதான், அவள் புறவாசல் பக்கம் போன நேரமாகப் பார்த்து எழுந்துவந்து கதவைத் திறந்தார். ஆனால், அந்தக் கதவு திறக்கும் போது கிரீச்சிடும் என்பது, பேப்பர் வாங்கப் போகிற அவசரத்தில் அவருக்கு மறந்தே போய்விட்டது. கொஞ்சம் எச்சரிக்கையாக இருந்து தொலைத்திருக்கலாம். காரியம் மிஞ்சிவிட்டது. கதவு திறக்கிற சத்தம் அவளுடைய பாம்புச் செவிக்குக் கேட்டுவிட்டது. புறவாசல் பக்கமிருந்து அவளுடைய குரல் கேட்டது. 'யய்யா. . . என்ன இன்னைக்கும் காலங்கார்த்தாப்பல கடைத்தெருவுக்குக் கௌம்பியாச்சா? போங்க, போங்க. வந்த அப்பறம்லா இருக்கு கொடை. . .' என்று பின்னாலிருந்து சத்தம் போட்டாள். புறவாசலில் சாம்பலும் கையுமாக ஏனம் கழுவிக்கொண்டிருந் தாளோ என்னவோ? இல்லை என்றால் ஓடிவந்து அவரைப் போகவிடாமல் மறித்திருப்பாள். தெருவில் இறங்கினார். கால் சொடக்குப் போட்டது.

தண்ணீர் பிடிக்கிற மும்முரத்தில் பெண்கள் தெருவில் குறுக்கும் நெடுக்குமாகப் போய்க்கொண்டிருந்தார்கள். எதிரே வந்துகொண்டிருந்த வடிவு அவரைப் பார்த்ததும், 'என்ன அத்தான், துண்டைப் போட்டுக்கிட்டு எங்க கௌம்பிடீய. . ?

தீவிரவாதிகள் செய்த திருக்கூத்து 377

ஆத்துக்கா. . ?' என்று கேட்டுக்கொண்டே இடுப்பில் வெறும் குடத்துடன் அவர் பதிலை எதிர்பாராமல் வேகமாகப் போய்க்கொண்டிருந்தாள். 'இல்லம்மா, பஜார் வரைக்குந்தான்' என்று அவர் சொன்னது அவள் காதில் விழுந்திராது.

அன்று வேம்படித்தெருவில் நுழையும்போதே வீடுகளிலிருந்து டி.வி.யில் நியூஸ் வாசிக்கிற சத்தம் கேட்டுக்கொண்டிருந்தது. மச்சினனும் வீட்டில் டி.வி. பார்த்துக்கொண்டுதான் இருந்தான். ரொம்பக் கூச்சப்பட்டு, தயங்கித் தயங்கித்தான் உள்ளே போனார். என்னதான் மச்சினன் என்றாலும் அவன் நல்ல செயலாக இருக்கிறவன். அவன் இவரைப் பார்த்ததுமே எழுந்து வந்து, 'வாங்க அத்தான்! வாங்க அத்தான். . .' என்று ரொம்ப மரியாதையோடுதான் வரவேற்றான்.

அவர் உள்ளே போய் உட்கார்ந்ததும்தான் வினையே பிடித்தது. செய்தி வாசிப்பவர், 'காந்திமதிநாதன் என்ற உயர் அதிகாரி ஒருவரைத் தீவிரவாதிகள் கடத்திச் சென்றுவிட்டனர்' என்று சொன்னார்.

'காந்திமதிநாதன்னு சொன்னா அப்போ நம்ம திருநெல்வேலிக்காரராகத்தான் இருக்கணும். அடப் பாவமே' என்று சங்கரன் வருத்தப்பட்டான். அதைக் கேட்டதுமே அவருக்குத் தன்னுடன் படித்த காந்திமதிநாதனுடைய ஞாபகம் வந்தது.

சங்கரனும் அவரும் வெகு நேரம் பேசிக்கொண்டிருந் தார்கள். அவர் அவனோடு பேசிக்கொண்டிருந்தாலும், அவர் மனம் எல்லாம் கடத்திச் செல்லப்பட்ட காந்திமதிநாதன் மீது தான் இருந்தது. அவர் ஆறாங்கிளாஸ் படித்துக்கொண்டிருந்த போது அவருடன் இன்னொரு காந்திமதிநாதனும் படித்தான். இரண்டு பேருக்கும் வித்தியாசம் தெரியவேண்டும் என்பதற்காக இனிஷியலை வைத்துக் கூப்பிடுவார்கள். இவர் எஸ். காந்திமதி நாதன். அவர் டி. காந்திமதிநாதன் என்பார்கள். ஏனோ அவருக்குக் கடத்திச் செல்லப்பட்டது தன்னோடு படித்த டி. காந்திமதி நாதன்தான் என்று தோன்றியது. அவரை ஆபீசர் என்று சொன்னது பெருமையாகத்தான் இருந்தது. 'கடத்திக்கொண்டு போகிற அளவுக்கு இருந்தால் அவன் எவ்வளவு பெரிய உத்தியோகத்தில் இருக்கவேண்டும்!' என்று பெருமைப்பட்டுக் கொண்டார். சந்தேகமே இல்லை. அதே டி. காந்திமதிநாதன் தான் இவன். அவன் வகுப்பில் ரொம்ப நன்றாகப் படிப்பான். பரம சாதுவும்கூட.

வெகுநேரம் கழித்து வீட்டுக்கு வந்தபோது பிள்ளைகள் எல்லோரும் படுத்துத் தூங்கிவிட்டிருந்தனர். கிருஷ்ணம்மாள் கதவைத் திறந்தாள். 'எங்கூடப் படிச்ச டி. காந்திமதிநாதன் பெரிய ஆபீஸரா இருக்கான் தெரியுமா? அவனைக் கடத்திக் கிட்டுப் போயிட்டாங்க. அம்புட்டுப் பெரிய ஆபீஸராக்கும்' என்றார். அவளுக்கு நல்ல தூக்கக் கலக்கம். கதவைத் திறந்து விட்டுவிட்டு, நெடுமரம் போலக் கீழே சாய்ந்துவிட்டாள். அவருக்குத் தூக்கமே வரவில்லை. அந்த டி. காந்திமதி நாதனைப் பற்றியே நினைத்துக்கொண்டிருந்தார். தன்னுடன் படித்தவன் ஆபீஸராக இருக்கிறான் என்ற நினைப்பில் ஏற்பட்ட மிதப்புடன் உறக்கம் வராமல் புரண்டுகொண்டிருந் தார். அவனை விடுதலை பண்ணியிருப்பார்களா? காலையில் பேப்பரைப் பார்த்தால் விபரம் தெரியும். எதிர்த்த வீட்டில் கணேசன் பேப்பர் வாங்குகிறான். நாமே காலையில் ஒரு தமிழ்ப் பேப்பரை வாங்கிப் பார்த்துவிடவேண்டியதுதான். கணேசன் உட்கார்ந்து படிக்கிறமாதிரி அவனுக்கு எதிரே திண்ணையில் உட்கார்ந்து சத்தம் போட்டுப் படிக்கவேண்டும். கூடப் படித்த ஸ்நேகிதனுக்கு ஒரு ஆபத்து என்றால் என்ன ஏது என்று தெரிந்துகொள்ள வேண்டாமா? ஒரு தம்ளர் தண்ணீரைக் குடித்துவிட்டு வந்து படுத்த பிறகுதான் தூக்கம் வந்தது.

காலையில் தூங்கி விழித்ததும் முதல் வேலையாக நியூஸ் பேப்பர் ஸ்டாலைப் பார்க்கப் போனார். பேப்பரை வாங்கியதும் முகர்ந்து பார்த்தார். காகிதமும் மையும் கலந்த அந்த விநோதமான மணத்தை முகர முகர சுகமாக இருந்தது. தெருவில் வரும்போது கூட, யாரும் பார்க்காத சமயத்தில் மூக்குக்குப் பக்கத்தில் கொண்டு போய் முகர்ந்து பார்த்துக்கொண்டார். அந்த மணத்துக்காகவே தினசரி பேப்பர் வாங்கலாம் போல் இருந்தது. அடேயப்பா! என்ன ஒரு வாசனை.

வீட்டுக்கு வந்து திண்ணையில் உட்கார்ந்து பேப்பர் படிக்கும்போது அடிக்கடி எதிர்வீட்டைப் பார்த்தார். கணேசன் அவன் பாட்டுக்குப் பேப்பர் படித்துக்கொண்டிருந்தான். அவரைத் திரும்பியே பார்க்கவில்லை. அவன் பார்க்காதது கொஞ்சம் வருத்தமாகத்தான் இருந்தது. ஒரே ஒரு தடவை யாவது இந்தப் பக்கம் திரும்பிப் பார்க்கமாட்டானா என்றிருந்தது.

பிள்ளைகளுக்கெல்லாம் அவர் பேப்பர் வாங்கிவந்து படிப்பது பெரிய ஆச்சரியமாக இருந்தது. அவர்கள் கேட்டதற்கு 'அந்தக் காலத்துல எங்கூடப் படிச்சவன் ஒருத்தனைத் தீவிரவாதிகள் புடிச்சுட்டுப் போயிட்டாங்களாம்... அது என்ன ஆச்சுன்னு தெரிஞ்சுக்கிடதுக்குத்தான் பேப்பர் வாங்குனேன்!' என்றார்.

‘எதுக்கப்பா புடிச்சிட்டுப் போனாங்க?’ என்று சின்ன மகன் கேட்டான்.

‘அவரைப் புடிக்காம மத்த ஒன்னையும் என்னையு மாடா புடிச்சிட்டுப் போவான்? அவன் பெரிய ஆபீசரா இருக்கான்டா... அதான் புடிச்சிட்டுப் போயிருக்காங்க...’ என்று பெருமையோடு சொன்னார்.

மறுநாளும், காலையில் விடிந்ததும் விடியாததுமாக அவர் துண்டை எடுத்துப்போட்டுக்கொண்டு வெளியே கிளம்பியதும் தான் கிருஷ்ணம்மாளுக்குத் தூக்கிவாரிப்போட்டது. அவள் கத்த ஆரம்பிப்பதற்குள் அவர் தெருவில் இறங்கிவிட்டார். பேப்பரை வாங்கி வந்து அட்டணக்கால் போட்டு உட்கார்ந்து கொண்டு அவர் படிக்கிற தோரணையைப் பார்த்ததும் கிருஷ்ணம்மாளுக்குக் கோபம் தலைக்கு ஏறிவிட்டது.

‘இது என்ன புதுப் பௌசிங்கேன்... இல்ல தெரியாமத்தான் கேக்கேன்? நெதசரி ரெண்டு ரெண்டு ரூவா குடுத்துப் பேப்பர் வாங்கிப் படிக்கதுக்கு இங்க என்ன தவுட்டுப் பானையில பொன்னா கொட்டிக் கெடக்கு. . ? நல்லா இருக்குய்யா நீங்க பண்ணுத ஆதிக்கம்’ என்று சத்தம் போட்டுவிட்டு உள்ளே போனாள். அவருக்காக மூடி வைத்திருந்த காப்பியை எடுத்து வந்து கோபத்தோடு அவருக்கு முன்னால் டக்கென்று வைத்தாள். காந்திமதிநாதன் அவளைப் பார்க்காமலேயே ‘கௌப்புலயே காப்பி குடிச்சிட்டேன்’ என்றார். பேப்பர் படிக்கிற பெருமிதத்தில் அவள் முகத்தைக்கூட அவர் ஏறிட்டுப் பார்க்கத் தயாராக இல்லை.

‘பேப்பர் வாங்கிக் காசை கரியாக்குதது போதாதுன்னு கௌப்புக் கடையில வேற காப்பி வேண்டி மண்டியாகுதாக்கும்? எந்தக் கரிமுடிவானோ எந்தப் பெயலையோ தூக்கிட்டுப் போக, இங்க இந்த ஆளுக்குப் பௌசி கெடந்து அடிக்குது. . . நெதசரி பேப்பருக்கு ரெண்டு ரூவா. . . கௌப்புல போயி காப்பி மண்டுததுக்கு ரெண்டு ரூவான்னா எவ தாலிய அறுத்துப் போடுதது?’

‘அட. . . எதுக்குள்ளா வீணா வாணாலைக் குடுக்கே? பேசாம உள்ளே போ. . . ஒன்னோட பெரிய செறையாப் போச்சு. . .’ என்று அவளை விரட்டினார்.

‘சர்தான்யா. . . ஏஞ் சொல்ல மாட்டீயோ? ஒரு வாரமா பால்காரி கணக்கைத் தீக்க முடியாம, இந்தா தாரேன் அந்தா தாரேன்னு அவளை நகட்டி விட்டுக்கிட்டு இருக்கேன். . . இங்க என்னடான்னா ஒங்களுக்குப் பேப்பர் பாத்துப் பௌசி கொழிச்சி முடியலை!’

நேற்று அவ்வளவு தூரத்துக்குப் கோபித்துக்கொண்டவள், இன்று வீட்டுக்குள் நுழையவே விடமாட்டாள். பேசாமல் பேப்பர் வாங்காமல் வீட்டுக்கே திரும்பிப் போய்விடலாமா என்று நினைத்தார். அப்படிச் செய்தால் அவளுக்குப் பயந்த மாதிரி ஆகிவிடும் என்று தோன்றியது. இன்று ஒருநாள் மட்டும் வாங்கிப் பார்ப்போம் என்று முடிவு செய்தார்.

எதிரே ஆற்றில் குளித்துவிட்டு ஈர வேஷ்டியுடன் செட்டியார் தாத்தா வந்துகொண்டிருந்தார். அவரிடம் மாட்டிக்கொண்டால் விடமாட்டார். அவருக்கு நேரம், இடம், ஏவல் எதுவுமே தெரியாது. பேசிக்கொண்டே இருப்பார். நல்ல காலம்! அவரைப் பார்க்காமலேயே தாத்தா கடந்து போய்விட்டார். ரொம்ப நிம்மதியாக இருந்தது.

வாகையடி முக்கில் நியூஸ் பேப்பர் ஸ்டாலில் தொங்க விட்டிருந்த பத்திரிகைப் போஸ்டர்களைப் படித்தார்.

அவர் தினமும் வாங்குகிற பத்திரிகைப் போஸ்டரில் ‘கடத்திச் செல்லப்பட்ட உயர் அதிகாரி விடுதலை’ என்று போட்டிருந்தது. அதைப் படித்ததும் அவருடைய ஆர்வம் எல்லாம் வற்றிப் போய்விட்டது. இதற்காகவா இவ்வளவு தூரம் வரவேண்டும்? பேப்பர் வாங்காமலேயே திரும்பினார்.

1991

பிரயாணம்

தெருவில் வளையல்வியாபாரி கூவிக் கொண்டு போனான். திண்ணைத் தூணில் முதுகுக்குத் துண்டை அண்டை கொடுத்து உட்கார்ந்திருந்த நமச்சிவாயம் அவசரமாக எழுந்து வீட்டினுள் சென்றார்.

'கனகு. . !' என்று கூப்பிட்டுக்கொண்டே நுழைந்தார். வானவெளி முற்றத்தில் தூணுக்குத் தூண் தாவி கிளியந்தட்டு ஆடிக்கொண்டிருந்த பிள்ளைகள் போட்ட சத்தத்தில் அவர் கூப்பிட்டது கனகாச்சியின் காதில் விழவில்லை. அவள் அடுக்களையில் வேலையாக இருந்தாள். கை, வேலை செய்துகொண்டிருந்தாலும், கூடவே பேச்சும் நடந்தது. கனகாச்சியுடன் அவள் தங்கை லெட்சுமியும் மருமகளும் எதிரே இருந்தால் பேச்சுக்குக் கேட்கவா வேண்டும்? இதனாலும் அவர் கூப்பிட்டது அவள் காதில் விழவில்லை. அதற்குள் அவரே அடுக்களைப் பக்கம் வந்துவிட்டார்.

'ஏளா. . ! நான் கூப்புட்டது காதுல விழுந்துதா இல்லியா. . ?' என்று கேட்டார் நமச்சிவாயம்.

'நீங்க ரோட்டுல நின்னுக்கிட்டு னோழா, னோழான்னா ஆருக்கய்யா காதுல விழும். . ?' என்று எரிச்சலுடன் சொன்னாள் கனகாச்சி.

'சின்னப் பிள்ளைக்குப் பால் குடுக்க பால் பாட்டில், ரப்பர் எல்லாம் எடுத்து வச்சிட்டியா?'

'எல்லாம் வச்சாச்சு. . .' என்று அலட்சியமாகப் பதில் சொன்னாள் கனகாச்சி.

‘இப்பம் இப்படித்தான் சொல்லுவே. பொறவு அங்க போயி நின்னுக்கிட்டு பாட்ல காணும், ரப்பரைக் காணும்னு, இருக்க ஆளுகளத் தெருவுல அலைய விட்டுருவியே. . ? ஒரு தடவைக்கி இரு தடவையா எல்லாம் இருக்கான்னு பாரு. . !’

‘இல்ல அத்தான். . ! அவ வைக்கும்போது நான் பார்த்தேன். . . பிளாஸ்டிக் கூடையிலதான் வச்சிருக்கா. . .’ என்று தன் அக்காவுக்குப் பரிந்துகொண்டுவந்தாள் லெட்சுமி.

‘எம்மா. . ! எதுக்குச் சொல்லுதம்னா. . . இப்படித்தான் விசாகத்துக்குத் திருச்செந்தூருக்குப் போயிருந்த சமயத்துல அங்க கோயில் வாசல்ல வச்சு பெரியவன் பொண்டாட்டி, ‘பால் பாட்ல மறந்து வச்சிட்டு வந்திட்டேனே’ங்கா. . ! எள்ளுப் போட்டா எள்ளு எடுக்க முடியாது. அம்புட்டுச் சனம். . . எங்கன போயி பாட்ல வாங்கது? கடேசில பெரியவந்தான் தண்ணியில நீஞ்சிப் போற மாதிரி கூட்டத்துல நீஞ்சிப் போயி எங்கியோ வாங்கிட்டு வந்தான். எதுக்குச் சொல்லுதம்னா. . .’

‘சொன்னிய. . . சொரைக்காய்க்கு உப்பு இல்லன்னு. . . அதான் வச்சாச்சுன்னு சொல்லுதேம்லா. . .’

‘வச்சாச்சுன்னா சரி. . !’ என்று சமாதானத்தோடு புறப்பட்டார். சிறிது தூரம் சென்றபின் திரும்பவும் வந்தார்.

‘அந்த ஜாதகத்தை எம் பெட்டியிலதான வச்சிருக்க. . ?’

‘நீங்கதான எடுத்துவச்சியோ. . . நேத்து நேரியலுக்குள்ள சுத்தி வைக்கல. . ? நீங்க வச்சுப்போட்டு ஏங்கிட்ட வந்து கேட்டா. . ?’

‘ஆமாமா. . ! நாந்தான எடுத்துவச்சேன். . . மறந்தே போச்சு. . .’

அவருடைய மருமகள் பிச்சம்மாவிடம், ‘சோப்பு டப்பா, பல்பொடி எல்லாம் எடுத்து வைச்சிட்டல்ல. . ?’ என்று கேட்டார்.

‘வைச்சிட்டேன். . !’

‘தொட்டில் வேட்டியை மேல்ட்டாப்ல பிளாஸ்டிக் கூடையில வச்சிருக்கியா. . ?’

‘அதுலதான் இருக்கு!’

‘ஏன்னா. . . ரெண்டு பெர்த்துக்கும் நடுவுல கயித்தைப் போட்டுக் கட்டி பிள்ளைக்கித் தொட்டில் கட்டிரலாம். கீழே போட்டா பிள்ளை தூங்காது. . . தொட்டிலைக் கட்டிப் போட்டுட்டோம்னு வைபி, அது பாட்டுக்குப் பாலைக் குடிச்சிட்டுத் தூங்கிரும்.’

‘இங்க வந்து தொணத்தொணன்னு ஆளக் கொடைஞ்சு எடுக்காதீய. . ? போயி கொஞ்ச நேரம் கட்டையச் சாத்துங்க. . !’ என்று சலிப்புடன் சொன்னாள் கனகாச்சி.

‘படுக்கவா. . ? படுத்தா காரியம் கெட்டுப் போயிரும்ளா! என்ன என்ன எடுத்து வச்சிருக்குதுன்னு பாக்கவேண்டாமா? இப்பமே மணி பன்னிரெண்டரை ஆச்சு. ரெண்டு மணி நேரத்துல பொறப்பட்டாகணும். . . அப்பன்னாத்தான் சரியா இருக்கும்!’ என்றார் நமச்சிவாயம்.

‘எத்தனை மணிக்கு அத்தான் வண்டி. . .’ என்று விசாரித்தாள் கொழுந்தியாள்.

‘எம்மா, வண்டி அஞ்சு மணிக்கித்தான். இத்தன சாமானையும் பஸ் ஸ்டாப்புக்குக் கொண்டுபோயி, பஸ்ஸுல ஏத்தி, பெறவு அங்க ஐங்ஷன்ல எறக்கி, ஸ்டேஷனுக்குள்ள கொண்டு போய்ச் சேக்கணுமே. . ? சமயத்துல டவுன் பஸ் வாரதுக்கு லேட் ஆயிட்டுதுன்னா போச்சு. . . அதான் எல்லாத்தையும் கணக்குப்பண்ணி, சரியா ரெண்டு மணிக்கி வீட்ட வுட்டுப் பொறப்பட்டாதான் தோதுப்படும். எல்லாத்தையும் மேச்சடைச்சுக் கொண்டுபோகணுமே. . .’ என்றார் நமச்சிவாயம்.

அடுப்பில் புளியோதரையைக் கிண்டிக்கொண்டிருந்த அவருடைய சம்சாரத்துக்கு எரிச்சலாக இருந்தது.

‘எய்யா. . ! ரெண்டு மணிக்கு எதுக்குங்கேன் . . ? இப்பமேன்னாலும் எல்லாத்தையும் தூக்கிக்கிட்டுப் போய்ச் சேருங்கய்யா. . ! ஆரு வேண்டாங்கது. . ? நாங்க பொறத்தால பஸ் ஏறி வந்து சேருதோம். . !’ என்றாள் கனகாச்சி.

இனிமேல் அங்கே நிற்கக்கூடாது என்று முடிவு செய்து மெதுவாகத் துண்டால் விசிறிக்கொண்டே நடந்தார் நமச்சிவாயம்.

‘பெரிய செறையா இருக்கம்மா. . . இப்பிடியாம்மா தொண தொணக்கும். . ? இருக்க ஆளுகளுக்குக் கோட்டி புடிச்சிரும். . .’ என்றாள் கனகாச்சி.

‘என்னக்கா. . ? அஞ்சு மணி ரெயிலுக்கு ரெண்டு மணிக்கே போகணும்காகளே. . !’ என்றாள் கனகாச்சியின் தங்கை.

‘எம்மா, ஒங்க அத்தாங்கிட்ட ஆரு பேச முடியும் சொல்லு. . . இந்த மனுசனோடயும் முப்பத்தஞ்சு வருசமா குப்பை கொட்டியிருக்கேனே. . . என்னை நெனைச்சுப் பாரு. . !’

‘அவுக பேச்சுத் தெரிஞ்சதுதானே. . ? அவுக பாட்டுக்குப் பேசிட்டுப் போறாக. . ! சரி சரின்னுட்டுப் போகவேண்டியது

384 வண்ணநிலவன்

தானே. . ?' என்று அத்தையைச் சமாதானப்படுத்தினாள் பிச்சம்மா.

அறை வீட்டைத் தாண்டிப்போகும்போது நமச்சிவாயம் பிள்ளைக்கு ஒரு யோசனை உதித்தது. அறை வீட்டு விளக்கைப் போட்டார். எலி பாய்ந்து ஓடிற்று. அரிசிப் பானைக்குள் கையை விட்டார். மூன்று மாம்பழங்கள் தட்டுப்பட்டன. சந்தோஷத்தோடு அவற்றை வெளியே எடுத்தார். 'வகையாக மாட்டிக்கொண்டார்கள்' என்ற குதூகலத்துடன் திரும்பவும் அடுக்களைப் பக்கம் போனார்.

'ஏய் கனகு. . ! இந்தா பாரு, மாம்பழத்த அரிசிப் பானைக்குள்ள போட்டுட்டு ஊருக்குப் போனா என்ன ஆவும். . ? திரும்பி வாறதுக்குப் பதினஞ்சு நாள் ஆவப்போவுது. அதுக்குள்ளே பழம் அழுகி நாத்தமெடுத்திராது? நல்ல வேளை. . ! போயிப் பாத்தேன். . ! இந்தா. . ! இதை நறுக்கிப் புள்ளையளுக்கெல்லாம் குடுத்துட்டு நீங்களும் சாப்புடுங்க. . !' என்று சொல்லிவிட்டு வானவெளி முற்றத்தைத் தாண்டிப் பட்டகசாலைக்கு வந்தார். அங்கே ரயிலுக்கு போவதற்காகப் பெட்டி, சாமான்கள் எல்லாம் எடுத்துவைத்திருந்தது. அவற்றை ஒவ்வொன்றாக எண்ணினார். மொத்தம் பதிமூன்று உருப்படிகள். பெட்டிகளெல்லாம் சரியாக மூடியிருக்கிறதா என்று பார்த்தார். ப்ளாஸ்டிக் கூடை, துணிப்பைகளின் கைப்பிடி களைச் சோதித்துப் பார்த்தார். கூடை, துணிப் பைகளில் இருக்கிற வற்றை எல்லாம் ஒரு பெட்டிக்கு மாற்றியிருக்கலாம் என்று தோன்றியது. இப்போது கடைசி நேரத்தில் அதையெல்லாம் மாற்றவும் முடியாது. எதற்கும் முன்யோசனை வேண்டும். சொன்னால் இந்தப் பொம்பளைகளுக்குக் கோபம்தான் வரும். சின்னச் சின்ன உருப்படிகளை ஏற்றி இறக்கும்போது தவறிப் போய்விடும். எங்காவது உட்காருகிற சீட்டில், காலுக்குக் கீழே வைத்துவிட்டு மறதியாக இறங்கிப் போய்விடுவோம். பெரிய பெட்டியை அந்த மாதிரி லேசில் மறந்துபோக முடியாது. இந்த எழவெடுத்த வீட்டில் இதையெல்லாம் சொன்னால், 'இவனென்ன கிழட்டுப் பயல், நொர நாட்டியம் பேசுதானே' என்றுதான் பேர் கிடைக்கும். நாலு பையைத் தவறவிட்டால் தான் புத்தி வரும்.

மொட்டைமாடியில் காயப்போட்டிருந்த துணிகளை எடுத்துக்கொண்டு பெரிய மருமகள் வந்தாள்.

'எல்லாத்தையும் ஞாபகமாப் பாத்து எடுத்தியாம்மா. . ?'

'எடுத்துட்டேன் மாமா. . ! தட்டட்டிச் சுவர்மேல பொற வாசலுக்குப் போடுத சாக்கு மட்டும்தான் கெடக்கு. . . அது

பாட்டுக்குக் கெடந்துட்டுப் போவுது. அதை யாரு எடுக்கப் போறா. . ?' என்று சொல்லிக்கொண்டே உள்ளே போனாள்.

விளையாடிக்கொண்டிருந்த பையன்களைப் பார்த்து, 'டேய் மூக்காண்டி. . ! மேலே போயி கால்ல மிதிக்கிற சாக்கு காயப் போட்டுருக்கு. . . அதை எடுத்துட்டு வாடா. . !' என்றார். ஒரு பையன் அவிழ்ந்த டிரவுசரை முடிந்துகொண்டே ஓடினான். 'வரும் போது தட்டட்டிக் கதவை ஞாபகமாச் சாத்திட்டு வா!' என்று சத்தம் போட்டுச் சொன்னார்.

வாசலில் பெருமாள், சைக்கிளை ஸ்டாண்டு போட்டு நிறுத்திவிட்டு, வாழை இலையுடன் உள்ளே வந்தான். அவன் தூரத்தில் வரும்போதே, 'ஏய், சைக்கிளை எடுத்து உள்ள வைச்சிர வேண்டியதுதானடா. . . அதுக்கு ஒரு முகூர்த்தம் பாத்து எடுத்து வைக்கப் போறீயாக்கும். . .' என்றார்.

'இல்லப்பா. . ! மொதல்ல எலையை உள்ள கொண்டு போயிக் குடுத்திட்டு வந்து எடுத்து வைக்கலாம்னு பாத்தேன். . .' என்று அடுக்களையைப் பார்க்கப் போனான்.

அவன் பின்னாலேயே நமச்சிவாயம் போனார். பெருமாள் இலையை, அடுக்களை நடைவாசலில் உட்கார்ந்திருந்த தன் மனைவியிடம் கொடுத்தான். பின்னால் அவர் வந்து நிற்பதை அவன் கவனிக்கவில்லை. 'மார்க்கெட்டுக்குப் போனேன். . . அதான் நேரமாயிட்டுது' என்றான்.

'பிச்சம்மா! இலையை சைஸாப் பாத்து வெட்டு. மட்டையைக் கிழிச்சிரு. தீயில லேசா எலையை வாட்டிட்டு வச்சுக் கட்டுனாத்தான் எலை நெரியாம இருக்கும்.'

'ஆமாய்யா. . ! நாங்க கட்டுச்சோறு கட்டுனதே இல்ல பாருங்க. . ? ஓங்க ரோசனயைக் கேட்டுத்தான் இனிமே சோறு கெட்டிப் பழகணும். ஓங்கள இங்க ஆரு கூப்புட்டா. . ? குட்டி போட்ட பூனை மாதிரி அடுக்களையையே சுத்திச் சுத்தி வந்து, இருக்கவுகள வேலை செய்ய விடாமப் பாடாப் படுத்துதீயளே. . ! ஓங்களோட பெரிய செறையால்ல இருக்கு. . .' என்று அலுத்துக் கொண்டாள்.

நமச்சிவாயம் மகனைக் கூப்பிட்டார்.

'டேய் பெருமாள். . ! சாதத்தைக் கெட்டும்போது புளியோதரைப் பொட்டணத்துமேல 'புளின்னு எழுதிரு! எது புளியோதரை, எது தயிர்ச்சாதம்னு தெரியும். இல்லன்னா ரெயில்ல உக்காந்துக்கிட்டு பிரிச்சுப் பார்த்துக்கிட்டு இருக்க வேண்டியது இருக்கும். என்ன நாஞ் சொல்லுதது தெரிஞ்சுதா?'

பெருமாள் தலையை ஆட்டினான்.

பின்வாசல் கதவையெல்லாம் சாத்தினபிறகு அறை வீட்டு ஜன்னல் கதவு சாத்தாமல் இருப்பது கண்டுபிடிக்கப்பட்டது. அந்தக் கதவுக்கு சரியான கொக்கி கிடையாது. ஒரு கனமான கல்லைக் கொடுத்து அண்டை கொடுப்பது வழக்கம். அந்தக் கல்லைக் காணோம். வாதாங்கொட்டை தட்டுவதற்காக பெரியவனுடைய மகள் சங்கரம்மாள்தான் கல்லை எடுத்தாள் என்ற விபரம் தெரிய வந்ததும் அவளுக்குத் தலையில் இரண்டு குட்டு விழுந்தது. புறவாசலில் போய் வேறு பெரிய கல்லை எடுத்து வரவேண்டியதுதான் என்று அவசர முடிவு மேற்கொள்ளப்பட்டது. கனகம்மாதான் பின் வாசல் கதவைத் திறந்துகொண்டு கல்லைத் தேடிப் போனாள். கிணற்றைத் தாண்டிப்போனபோது, கிணற்றுச் சுவரோரமாகத் தவலைச் சொம்பு இருப்பது அவள் கண்ணில் பட்டது.

கல்லெடுக்கப்போனவள் சொம்பையும் தூக்கிக்கொண்டு வருவதைப் பார்த்தும், ‘பின்வாசலில் ஒண்ணும் இல்லை. எல்லாம் பாத்தாச்சு’ என்று சொல்லிக் கதவைச் சாத்தின மூக்காண்டியுடைய அம்மாவின் பேரில் எல்லோரும் ஆவலாதி சொன்னார்கள். மிகப் பெரிய குற்றம் செய்துவிட்டது போல் அவள் ரொம்ப வருத்தப்பட்டாள். அழவே ஆரம்பித்துவிட்டாள். அதன்பிறகுதான் எல்லோரும் ஒருவிதமாக திருப்தி அடைந்து ஓய்ந்தார்கள்.

சாமான்கள் எல்லாம் ஒவ்வொன்றாகத் திண்ணைக்குப் போய்விட்டன. எல்லாக் கதவுகளையும் தாழ்ப்பாள் போட்ட நமச்சிவாயம், தானே திரும்ப ஒரு தடவை எல்லாவற்றையும் திறந்து பார்த்து மறுபடியும் தாழ்ப்பாள்களைப் போட்டுவிட்டு வந்தார். அவர் முன்பக்கம் வந்தபோது தொம் தொம் என்று அடிகள் பரிமாறிக்கொள்கிற சத்தம் கேட்டது. பெருமாளுடைய மகன் கிட்டுவுக்குத் தான் அடிகள் சரமாரியாக விழுந்து கொண்டிருந்தன. பெருமாளும் அவன் மனைவியும் சேர்ந்து அவனை அடித்துக்கொண்டிருந்தார்கள். அவர்களைக் கனகம்மாவும் அவள் தங்கை லெட்சுமியும் தடுத்துக்கொண்டிருந்தனர். பிளாஸ்டிக் கூடையில் வைத்திருந்த பால் தரையில் சிந்திக் கிடந்தது.

அந்த ரகளை ஓய்ந்ததும், யார் யார் எந்தச் சாமான்களை வைத்துக்கொள்வது என்பதில் உடன்பாடு காண சிறிது நேரம் ஆயிற்று.

ஒரு வழியாக மார்க்கெட் பஸ் ஸ்டாப்புக்கு வரும்போது மணி மூன்று ஆகிவிட்டது. ஒரு மணி நேரம் லேட் ஆகிவிட்டது

என்று நமச்சிவாயம் எல்லோரையும் சத்தம் போட்டுக்கொண்டிருந்தார்

ஏற்கெனவே பஸ் ஸ்டாப்பில் இரண்டு பஸ் அளவுக்குக் கூட்டம் நின்றுகொண்டிருந்ததுவேறு எல்லோருக்கும் கவலையாக இருந்தது. கனகம்மாளுக்கு பஸ் படியில் ஏறுவதற்கு ரொம்ப நேரமாகும். இந்த விஷயம் ஞாபகத்துக்கு வந்ததும் நமச்சிவாயம் ஒரு உத்திரவு போட்டார்.

'கனகு. . . பஸ் வந்ததும் மொதல்ல நீ ஏறிரு. ஒனக்குத்தான் படி ஏறதுக்கு ரொம்பச் சங்கடமா இருக்கும். அதனால நீ மொதல்ல ஏறிரு' என்றார். நல்ல காலம். கனகம்மா அதற்கு மறுப்பு ஒன்றும் சொல்லவில்லை.

பஸ் வந்ததும் அடித்துப் பிடித்துக்கொண்டு ஏறினார்கள்.

'கையை வச்சு மறிச்சுக்கிட்டு நின்னா அடுத்த ஆளு எப்பிடிவே ஏறுதது? கொஞ்சமாவது அறிவு இருக்கா?'

'அறிவு இருக்கிறதா' என்று சந்தேகிக்கப்பட்டவர் பின்னால் திரும்பிப் பார்த்தார். தன்னைச் சந்தேகித்தது யார் என்று அவரால் நெருக்கடியில் கண்டுபிடிக்க முடியவில்லை. அதற்குள் யாரோ, 'பொறத்தால என்னய்யா திரும்பிப் பார்க்கியோ? மடமடன்னு ஏறுங்கய்யா' என்று விரட்டினார்கள்.

'படியில ஏன்யா நிக்கியோ? முன்னால போங்கய்யா. . .'

'யோவ்! செருப்ப உடுமய்யா!?'

'ஒம்ம செருப்ப யாருய்யா மிதிக்கா?'

'இந்த வண்டியில எப்பவும் கூட்டந்தான்யா.'

'ஏம்மா. . . வாரியலைக் கொண்டு மொகத்துல இடிக்க?'

'ஏய்! சங்கரம்மாளை எங்கடா?'

'தாத்தா, நான் இங்க அம்மாகூட இருக்கேன்.'

'ஏட்டி! கிட்டு எங்கடீ இருக்கான்?'

'இங்கதான் மாமா இருக்கான்' என்று பிச்சம்மா குரல் கொடுத்தாள்.

திடீரென்று நமச்சிவாயத்துக்கு ஒரு சந்தேகம் வந்தது. கிணற்றுச் சுவருக்குப் பின்னால் தவலைச் சொம்பு இருந்தது போல், ரோட்டில் கீழே ஏதாவது சாமான் இருக்கப்போகிறது என்று நினைத்தார். அத்தனை பேரையும் நெருக்கித் தள்ளிக் கொண்டு கீழே இறங்கினார். வேட்டி அவிழ்கிற மாதிரி

இருந்தது. வேட்டியைக் கட்டிக்கொண்டு, நின்றுகொண்டிருந்த ஆட்களுக்கு ஊடே புகுந்து சாமான்கள் எதுவும் இருக்கிறதா என்று தேடினார். அதற்குள் டிரைவர் பஸ்ஸை எடுத்துவிட்டான். பஸ்ஸின் பின்னால் தட்டிக் கொண்டே ஓடினார். கண்டக்டர் பஸ்ஸுக்குள் நின்றவாறே எட்டிப் பார்த்தார். படியில் தொற்றிக் கொண்டிருந்தவர்கள், 'டிரைவர்! பஸ்ஸ நிறுத்துங்கய்யா! வயசான ஆளு ஒருத்தரு ஓடியாராரு! பஸ்ஸை நிறுத்துங்கய்யா... யோவ்!' என்று சத்தம் போட்டனர். முன்னால் நின்ற பெருமாள் சந்தேகத்தோடு திரும்பிப் பார்த்தான். பஸ் நின்றுவிட்டது. மூச்சு இரைக்க வந்து பஸ்ஸில் ஏறினார் நமச்சிவாயம். பஸ்ஸில் இருந்தவர்கள் அவரைச் சத்தம் போட்டனர். மேல் துண்டால் முகத்தைத் துடைத்துக்கொண்டார்.

எல்லோரும் பத்திரமாக ஜங்ஷன் பஸ் ஸ்டாண்டில் இறங்கினர். பொருட்களையும் ஆட்களையும் சரிபார்த்தபின் ஸ்டேஷனை நோக்கி நடக்கத் தொடங்கினர்.

சிவாஜி ஸ்டோர்ஸ் பக்கத்தில் போய்க்கொண்டிருந்த போது, கிட்டு தன் கையிலிருந்த பஸ் டிக்கெட்டுகளை மூக்காண்டியிடம் காட்டி, 'டேய்! பாத்தியாடா எத்தனை டிக்கெட்டுன்னு!' என்று பீற்றிக்கொண்டான். மூக்காண்டி சளைக்கவில்லை. 'என்னம்மோ பெரிசா ஒங்கிட்ட மட்டுந்தான் டிக்கெட் இருக்குன்னு நெனைச்சியா. . ? இந்தா பாருடா. எங்கிட்டேயும் இருக்குடா!' என்று கற்றைகளை எடுத்துக் காண்பித்தான்.

இந்த சம்பாஷணையைக் கேட்டவாறு சென்றுகொண்டிருந்த பெருமாள் துணுக்குற்றான். தன் அண்ணன் மகன் மூக்காண்டியிடம், 'ஏதுடா டிக்கெட்?'என்று விசாரித்தான்.

'தாத்தாதான் குடுத்தா. .' என்றான் அவன். நமச்சிவாயம் பின்னால் வந்துகொண்டிருந்தார். அவர் வரும்வரை பெருமாள், பெட்டியைத் தூக்க முடியாமல் தூக்கிக்கொண்டு நின்றுகொண்டிருந்தான். அவர் பக்கத்தில் வந்ததும் சந்தேகத்துடன், 'ஏம்பா. . . நீங்க டிக்கெட் எடுத்தீங்களா?' என்று கேட்டான்.

'ஆமா. . . ஏன்? நீ வேற டிக்கெட் எடுத்தியா?' என்று கேட்டார். ஸ்டேஷன் பிளாட்பாரத்தில் சிறிது சிறிதாகக் கூட்டம் சேர்ந்துகொண்டிருந்தது. பிள்ளைகளுக்கு ஒரே குஷி. ஓடிப்பிடித்து விளையாடிக்கொண்டிருந்தனர். பெண்கள் எல்லோரும் வசதியாக ஒரு சிமெண்ட் பெஞ்சைப் பிடித்து உட்கார்ந்துவிட்டனர். நமச்சிவாயம் சாமான்களையெல்லாம்

தன் கண் பார்வையில் வைத்துக்கொண்டார். பெரிய டிரங்க் பெட்டிமீது செளகரியமாக உட்கார்ந்துகொண்டார். பெருமாள் சிகரெட் குடிப்பதற்காகச் சற்றுத் தள்ளி மறைவாகப் போயிருந்தான். நமச்சிவாயம் மணிப்பர்ஸை எடுத்து டிக்கெட்டுகளைச் சரிபார்த்துக்கொண்டார்.

சிறிது நேரத்தில் ரயில் பிளாட்பாரத்தில் வந்து நின்றது. பெருமாள் டிக்கெட்டை வாங்கிக்கொண்டு 'ஜி' கோச்சைத் தேடினான். 'ஜி' கோச்சின் முன்னால் ஒட்டப்பட்டிருந்த சார்ட்டைப் படிக்க ஏக காலத்தில் ஒரு முப்பது பேர் முயற்சித்துக் கொண்டிருந்தனர். பெருமாளும் பெருமுயற்சி செய்து சார்ட்டைப் பார்த்தான். யாருடைய பெயரும் இல்லை. திரும்பவும் ஒரு தடவை தேடினான். பெயர்களைக் காணோம். டிக்கெட்களைப் பார்த்தான். எல்லவாற்றிலும் 'ஜி' என்றுதான் இருந்தது. ஒன்றும் விளங்கவில்லை.

அப்போதுதான் அந்தக் கோச்சுக்கு எதிரே டி.டி.இ. வந்து நின்றார். அவரிடம் போனான். 'சார். . . நீங்கதானே இந்த கோச்சுக்கு. . .' என்று தயங்கிக்கொண்டே கேட்டான்.

'ஆமா. . . என்ன வேணும்?'

அவரிடம் டிக்கெட்டுகளைக் காட்டி, 'இதிலே 'ஜி' கோச்சுன்னுதான் போட்டிருக்கு. ஆனால் ரிஸர்வேஷன் சார்ட்லே பேர் இல்ல' என்றான்.

அவர் டிக்கெட்டுகளை வாங்கிப் பார்த்தார். புருவத்தை நெரித்தார். 'என்ன சார் இது? நேத்தைக்கி உள்ள டிக்கெட்டை இன்னைக்கிக் கொண்டுவந்து தேடினா எப்படி சார் சார்ட்லே பேரு இருக்கும்?' என்றார்.

1991

யௌவன மயக்கம்

கலா நிலைக்கண்ணாடிக்கு முன்னால் நின்று பக்கவாட்டில் திரும்பிப் பார்த்துக் கொண்டாள். அவள் அணிந்திருந்த கிளிப்பச்சை வண்ணத் தாவணி முந்தானையைத் தோள்பக்கம் கொஞ்சம் சரி செய்தாள். முந்தானையைச் சரி செய்கிறபோதெல்லாம் அவளுக்கு, தான் கெமிஸ்ட்ரி மிஸ்ஸைப்போல் இருப்பதாகப் படும். எஸ்தர் தனபாண்டியன்தான் அடிக்கடி முந்தானையை இழுத்து இழுத்துச் சரி செய்துகொள்ளும். முந்தானை ஒன்றும் நழுவுகிற மாதிரி இராது. என்றாலுங்கூட, அவளுக்குக் கை அடிக்கடி முந்தானைக்குப் போய்விடும். அவளுக்குக் கெமிஸ்ட்ரி ரொம்ப இஷ்டமான பாடம். அதனால் தான் கெமிஸ்ட்ரி மிஸ்ஸைப் பிடிக்கிறதோ என்னவோ?

காலையில் குளித்ததுமே அந்த டிரஸ்ஸை ஒரு தடவை உடுத்திப் பார்த்துவிட்டாள். அதை உடுத்திக்கொண்டுதான் அம்மன் கோவில் நந்தவனத்துக்குப் பூப்பறிக்கப் போனாள். கோவில் நந்தவனத்தில் இப்போது பூஞ்செடிகள் அவ்வளவாக இல்லை. அவள் சின்னப் பிள்ளையாக இருக்கையில், ஆள் நிற்கிறது தெரியாத அளவுக்கு ஒரே பூச்செடிகளாகத்தான் இருக்கும். தாத்தாவும் அவளும்தான் தினசரி குளித்து முழுகிவிட்டுப் போய் குடலை நிறையப் பூப்பறித்து வருவார்கள். இப்போது தாத்தா இல்லை. நந்தவனத்தில்கூடப் பேருக்கு ஒரே ஒரு நந்தியாவட்டையும், இடது

மூலையில் அந்த வயதான தங்கரளி மரமும்தான் நிற்கின்றன. என்றாலும் குளித்ததும் நந்தவனத்துக்குத்தான் ஓடுவாள். பழைய பழக்கம் விடவில்லை. அம்மாகூடச் சொல்லிப் பார்த்து விட்டாள். அவள் கேட்கவில்லை.

இதுகூட ஒரு விஷயமில்லை. அவள் புறப்படுகிறது அந்த ராசத்தக்கா மகனுக்கு எப்படித்தான் தெரியுமோ, தெரிய வில்லை. அவள் திரும்பி வருகிறபோது, அவள் வீட்டுக்கு வருகிற முடுக்கில், சொல்லிவைத்தது மாதிரி எதிரே வருவான். மேலே இடித்துவிடுவான் போல் இருக்கும். ஆனால் ஒரு நாள் கூட அப்படி இடித்ததில்லை. என்றாலும் அவனைப் பார்த்தாலே அவளுக்கு எரிச்சலாக இருக்கும். அவன் எதிரே வருவதைப் பார்த்ததுமே சுவரோடு சுவராய் ஒதுங்கித் தலையைக் குனிந்து கொண்டேதான் போவாள். ஆனாலும் அவன் அவள் பக்கத்தில் வந்ததும் பல்லைக் காட்டிச் சிரித்துக்கொண்டு, 'என்ன ரொம்ப ஸ்பீடாப் போறாப்ல இருக்கு!' என்பான். இல்லையென்றால் 'நேத்து ராத்திரி ரொம்ப நேரம் படிச்சியோ? ஒருமணி வரைக்கும் லைட் எரிஞ்சுதே?' என்பான்.

அவன் பக்கத்தில் வந்ததுமே நடையை எட்டிப்போட்டு ஓடிவிடுவாள். சில சமயங்களில் அவளையும் மீறி, 'இதுக விசாரிக்கலைன்னு யார் கவலைப்பட்டா? கொஞ்சம் கூட ஒரு இது கிடையாது' என்று எரிச்சலுடன் சொல்வாள்.

ஆனால் ராசத்தக்காவுடைய மகன் இதுக்கெல்லாம் வருத்தப்படவே மாட்டான். மறுநாளும் இதேமாதிரி பல்லைக் காட்டிக்கொண்டு வருவான். அவன் பேரில் கலாவுக்குக் கொஞ்சங்கூட மரியாதை கிடையாது.

இன்று அந்த ட்ரெஸ்ஸைப் போட்டுக்கொண்டு பூப்பறித்து விட்டுத் திரும்பும்போது அவன் ஞாபகம் வந்தது. அந்த உடையில் அவன் தன்னைப் பார்க்கவேண்டும் போல் இருந்தது. ஆனால் துரதிருஷ்டம் அவன் வரவில்லை. நேற்றுக்கூட அவனைக் காணவில்லை. அவன் ஊரிலே இல்லையோ என்னவோ? அந்த வருத்தமும் ஏமாற்றமும் மறைய அவளுக்கு வெகுநேரம் ஆயிற்று.

கீழே நீலா பேசுகிற சத்தம் கேட்டது. அம்மாவிடம்தான் பேசிக்கொண்டிருந்தாள். ராதா? ராதாவும் வந்திருப்பாள். ஆனால் அவள் குரல் கேட்கவில்லை. அவள் அதிகம் பேசவே மாட்டாள். ஏதாவது பேசவேண்டியிருந்தால்கூட இரண்டு வார்த்தை பேசிவிட்டு மௌனமாகி விடுவாள். அவள் சுபாவமே அப்படித்தான்.

ஜன்னல் கம்பிகளுக்கு நடுவில் ஒரு காக்காய் வந்து உட்கார்ந்தது கண்ணாடியில் தெரிந்தது. சட்டென்று திரும்பினாள். அது பறந்துபோய் எதிர்வீட்டு நாழி ஓட்டின் மேல் உட்கார்ந்துகொண்டது.

சிலோன் ரேடியோ நேயர் விருப்பத்தில், கள்ளப் பார்வை கண்ணுக்கு விருந்து, கள்ளச் சிரிப்பு நெஞ்சுக்கு இன்பம் . . . என்ற பாட்டு ஒலிபரப்பாகிக்கொண்டிருந்தது. அவளும் ரேடியோவுடன் அந்தப் பாட்டை முணுமுணுத்துக்கொண்டே இருந்தாள். ரொம்பச் சந்தோஷமாக இருந்தது.

ஈரத்துணிகளைக் காயப்போடுவதற்காகப் பிளாஸ்டிக் பக்கெட்டுடன் மேலே மச்சுக்கு வந்த மதினி அவளைப் பார்த்தும், 'நீயும் பச்சைப் பாவாடை தாவணிதான் போட்டிருக்கியா? ப்ரெண்ட்ஸ் மூணுபேரும் பேசிவச்சுக்கிட்டு இப்படி ட்ரெஸ் பண்ணிட்டுக் கௌம்பிட்டீங்களாக்கும்' என்று சிரித்துக்கொண்டே கேட்டாள்.

'நல்லா இருக்கா மதினி?' என்று லேசாக நெஞ்சை முன்னால் தள்ளிக் குனிந்துபார்த்துக்கொண்டே கேட்டாள் கலா.

மதினி பக்கெட்டைக் கீழேவைத்துவிட்டு அவள் பக்கத்தில் வந்தாள். 'நல்லா இருக்காவா? அடேயப்பா! மகாராணிமாதிரி இருக்கு' என்று சொல்லிக்கொண்டே, அவளுடைய கன்னத்தில் இரண்டு கைவிரல்களையும் மடக்கிவைத்து மழித்து திருஷ்டி கழித்துச் சொடக்குப் போட்டாள். மதினியின் கையிலிருந்து ரின் சோப்பு வாடை அடித்தது.

வெள்ளந்தாங்கிப் பிள்ளையார் கோவில் பக்கம் போகும்போது, சாந்தி வந்தாள். அவர்களைப் பார்த்ததும் முதுகைத் திருப்பிக் கொண்டு வேகமாக முன்னால் போய்விட்டாள். நீலாவுக்கு அதைப் பார்த்ததும் ஆத்திரமாக இருந்தது.

'சூர்ப்பனகை போறா பாருடி!' என்றாள்.

'அவ பாட்டுக்குப் போறா . . . ஒன்னை என்னடி பண்றா?' என்றாள் ராதா மெதுவாக.

'அதானே பாத்தேன் ... காரைக்கால் அம்மையார் அறநெறிச் சிந்தனைகளை வழங்குவாங்களேன்னு' என்றாள் நீலா.

'வம்புச் சண்டைக்குப் போறதுன்னா ஒனக்கு அல்வா சாப்புடுத மாதிரி!' என்றாள் கலா, ஒருகையால் தாவணியைச் சரி செய்துகொண்டே.

'காரைக்கால் அம்மையார் ஆச்சு! அடுத்தது தமிழ் மூதாட்டியா? ஐயோ! ஏன்டி இப்படி ஒரே அறிவுரையா வழங்கி அறுக்கிறீங்க!' என்று தோள்களைக் குலுக்கி முகத்தைச் செயற்கையாகச் சுழித்தாள் நீலா.

எதிரே பேசிக்கொண்டே வந்துகொண்டிருந்த இரண்டு வயதான ஆண்கள் இவர்களைப் பார்த்ததும் பேச்சை நிறுத்தினர். அவர்களைக் கடந்துபோகும்வரை அவர்களையே பார்த்துக்கொண்டு சென்றனர்.

'மூணுல எது நல்லா இருக்குன்னு பாக்குறாங்க! மீசை நரைச்சாலும் ஆசை நரைக்கலே பாரேன்...' என்று அவர்கள் காதில் விழுகிறமாதிரி சற்றுச் சத்தமாகவே சொன்னாள் நீலா. சொல்லிவிட்டு ராதாவையும் கலாவையும் குறும்புச் சிரிப்புடன் பார்த்து விழுந்து விழுந்து சிரித்தாள். கலா மிரண்டுபோய்ப் பின்னால் திரும்பிப் பார்த்தாள். நல்லவேளையாக அவர்கள் தங்கள் பேச்சைத் தொடர்ந்தவாறு சென்றுகொண்டிருந்தனர். கலாவுக்குச் சற்று ஆசுவாசமாக இருந்தது. செல்லமாக நீலாவின் தோளில் தட்டினாள்.

மூவரும் சிறிது நேரம் பேசாமலே நடந்துகொண்டிருந்தனர். போகிற வருகிறவர்கள் எல்லாம் அவர்களையே பார்த்துக் கொண்டு சென்றனர். ஆண்கள் ஆசையோடு பார்த்தனர். பெண்கள் பொறாமையாகப் பார்த்தனர்.

ஆனால் கலாவுக்கு அதெல்லாம் திருப்தியாக இல்லை. அவள் மனம்பூராவும் சந்திப் பிள்ளையார் கோவிலுக்குப் பின்னால் வழக்கமாகச் சைக்கிளுடன் நின்று பேசிக்கொண் டிருக்கிற இரண்டு பையன்களைப் பற்றியே இருந்தது. அந்தப் பையன்கள் இவர்களைப் பார்ப்பதற்காகத்தான் நிற்பார்கள். அங்கிருந்து பஸ் ஸ்டாண்ட் வருகிறவரை இவர்கள் பின்னா லேயே வருவார்கள். இவர்கள் கவனத்தைக் கவரவேண்டும் என்பதற்காகச் சத்தம் போட்டுச் சிரித்துப் பேசிக்கொண்டே வருவார்கள். கலாவுக்கு அவர்களைக் கண்டால் ஆகவே ஆகாது. அதுவும் அந்த உயரமான பையன் அவளையேதான் முறைத்துப் பார்ப்பான். 'தீவெட்டித் தடியனுக மாதிரி பின்னாலேயே வாறானுக பாரேன்டி!' என்பாள் கலா.

ஆனால் இன்று கலாவுக்கு அந்தப் பையன்களைத் தேடிற்று. குறிப்பாக, அந்த உயரமான பையனுடைய முகம் கண்ணுக்குள்ளேயே நின்றது. அந்தப் பையன் தன்னைப் பார்க்கவேண்டும் போல் இருந்தது.

சந்திப்பிள்ளையார் கோவிலுக்குக் கொஞ்சம் தள்ளி வரும் போதே அவளுடைய கண்கள் அந்தப் பையனைத் தேடிற்று.

காணவில்லை. அவளுக்கு ஏமாற்றமாக இருந்தது. கை தாவணி முந்தானையைத் தானாகவே இழுத்துவிட்டுக்கொண்டது.

யானை போட்ட வீட்டைத் தாண்டிப் போகும்போது, 'டீ இன்னைக்கி அந்த அப்பளத் தொப்பியை எங்கேடி காணலை?' என்றாள் ராதா. வழக்கமாக அவர்கள் சந்திப் பிள்ளையார் கோவில் முக்கைக் கடப்பதற்குள் வட்டத் தொப்பி வைத்த ஒருத்தன் அவர்களைப் பார்த்துக்கொண்டே ஸ்கூட்டரில் போவான்.

'ஆமா அவனும், அவன் மொகரையும்' என்று சலிப்புடன் சொன்னாள் கலா. அவளுக்கு அந்தப் பையனைக் காண வில்லையே என்ற ஆதங்கம். ராசத்தக்கா மகனைத்தான் காணோம் என்றால் இந்தப் பையன் கூடவா இப்படி? பேசாமல் வீட்டுக்குத் திரும்பிப்போய், எல்லாவற்றையும் மாற்றி வேறு உடைகளை அணிந்துகொண்டு வந்துவிடலாமா என்றிருந்தது. அவளை ரசிக்கிறவர்கள் எல்லாம் பார்க்காத இந்த உடைகளை அவள் இனி யாருக்காக அணிந்துகொண்டு போகவேண்டும்? ஆத்திரமும் வெறுப்பும் முட்டிக்கொண்டு வந்தன.

சந்திப் பிள்ளையார் கோவிலைத் தாண்டி மேல ரத வீதியில் திரும்பும்போது ஆவலுடனும் எதிர்பார்ப்புடனும் பின்னால் திரும்பிப் பார்த்தாள். அந்தச் சைக்கிள் இளைஞர் களைக் காணவில்லை. கை தானாகவே முந்தானையைச் சரி செய்தது.

பஸ் ஸ்டாண்டில் அவர்களுடைய காலேஜ் பஸ் இன்னும் வரவில்லை. தூரத்தில் அவர்கள் வரும்போதே, அங்கே நின்று கொண்டிருந்த அவர்களுடைய ஸ்நேகிதிகள் எல்லோரும் இவர்களையே பார்த்தனர். பக்கத்தில் போனதும் சிலர் முறுவலித்தனர். சில மாணவிகள், பார்த்தும் பார்க்காதமாதிரி முகத்தைத் திருப்பிக்கொண்டனர். மற்ற சமயமாக இருந்திருந் தால் கலாவுக்கு அவர்களுடைய பொறாமை சந்தோஷத்தைத் தந்திருக்கும். ஆனால், அப்போது இருந்த மனநிலையில் அவளுக்கு எதுவுமே பிடிக்கவில்லை. சக மாணவிகள் பொறாமைப்பட்டு என்ன செய்ய? இவர்கள் பார்த்து என்ன ஆகப்போகிறது? பார்த்து ரசிக்க வேண்டியவர்கள் ரசிக்காமல், இந்த இரட்டை வால் ஜடைகள் ரசிப்பதும் பொறாமைப்படுவதும் யாருக்கு வேண்டும்?

'பூங்கதவே தாழ் திறவாய்!' என்று பாடுகிற குரல் கேட்டுத் திரும்பினாள். அது அவளுக்கு அறிமுகமான குரல். ஆவலுடன் திரும்பினாள் கலா. அந்தப் பையன்தான் தன் நண்பனுடன் சைக்கிளைப் பிடித்துக்கொண்டு வந்துகொண்டிருந்தான்.

கூட்டத்துக்குள் நின்றிருந்த அவளை அவன் பார்க்கவில்லை. அவர்களுக்கு முன்னால் நிறைய மாணவிகள் நின்று கொண்டிருந்தனர். இன்னுங் கொஞ்சம் முன்னால் நின்றிருந் தால் அவன் பார்வையில் எளிதாகப் பட்டிருக்கலாம். எல்லாம் இந்த நீலாவால் வந்தது. நிழலுக்காக அவள் பின்னால் வரப்போய்தான் இங்கே வந்து நிற்க வேண்டியதாயிற்று. நீலா ஒரு மாணவியிடம் சத்தம் போட்டுச் சிரித்துப் பேசிக் கொண்டிருந்தாள்.

இன்னுங்கூட அவன் அவளைப் பார்க்கவில்லை. அது கூடப் பாதகம் இல்லை. ஆனால் அவன் முன்வரிசைப் பெண்களோடு நின்றுகொண்டிருந்த அந்தத் தாரிணியையே பார்த்துக்கொண்டிருந்தான். அவன்மீது அவளுக்குக் கோபம் வந்தது. இவனெல்லாம் ஒரு மனுஷனா? ஒவ்வொரு நாளைக்கும் ஒவ்வொருத்தியா? அதுவும் போயும் போயும் அந்தத் தாரிணியைப் பார்க்கிறானே? அவளும் அவள் ஒட்டகச்சிவிங்கி உடம்பும். கலாவுக்குக் கண்ணீர் முட்டி நின்றது. முகத்தைத் திருப்பிக்கொண்டாள். அந்தப் பக்கமே பார்க்கக்கூடாது என்ற வைராக்கியம் மனத்தில் எழுந்தது.

ஆனால் சிறிது நேரங்கூட அவளால் அப்படி நிற்க முடிய வில்லை. அவள் பார்வை தன்னிச்சையாகவே அவன் பக்கம் திரும்பியது. அவள்மீது யாரோ பூவைச் சொரிந்தமாதிரி இருந்தது. அவன் அவளையே இமைக்காமல் பார்த்துக் கொண்டிருந்தான். மார்பு உவகையினால் விம்மித் தாழ்ந்தது. உடம்பெல்லாம் புல்லரித்தது. வெட்கத்துடன் தலையைக் குனிந்துகொண்டாள். புஸ்தகத்தை நெஞ்சோடு இறுக்கினாள். அவன் பேரில் இருந்த வெறுப்பெல்லாம் இப்போது மாயமாய் மறைந்திருந்தது. அவனை ஏறெடுத்துப் பார்க்கவே கூச்சமாக இருந்தது. இந்தச் சந்தோஷத்தை அடையத்தானே மனம் இவ்வளவு தூரம் ஏங்கிற்று.

அவன் தன் நண்பனிடம் பேசுவதை விட்டுவிட்டான். பிரமை பிடித்தவன் போல் அவளையே பார்த்துக்கொண்டிருந் தான். மின்னல் கொடி தரையில் நிற்பதுபோல் இப்படியும் ஒரு அழகா? வெட்கத்தை விட்டுத் தலைமுதல் பாதம்வரை திரும்பத் திரும்ப அவளைப் பார்த்தான்.

‘டேய்! மாப்ளே! கொஞ்சம் இந்தப் பக்கம் பாருடா!’ என்று அவன் ஸ்நேகிதன் கேலி செய்தான்.

‘போடா! அதைப் பாரேன்டா. என்னமா இருக்கா’ என்று வியந்தான்.

அவன் தன் காலடியில் விழுந்து கிடப்பது ரொம்பப் பெருமையாக இருந்தது. சொல்ல முடியாத சந்தோஷத்தைத் தந்தது; என்றாலும் அவளால் அவனுடைய பார்வையைத் தாங்க முடியவில்லை. வெட்கமும் சந்தோஷமுங் கலந்த இனம்புரியாத உணர்வினால் உடல் லேசாக நடுங்கிற்று. உள்ளங்காலில் வியர்த்தது. செயற்கையாக முகத்தை வேறு எங்கோ பார்க்கிறமாதிரி வைத்துக்கொண்டு பார்த்தாள். கழுத்தை அப்படியும் இப்படியும் திருப்பிக் கைக்குட்டையால் முகத்துக்கு விசிறிக்கொண்டாள். ஆனாலும் கழுத்தைத் திருப்பும் போது திருட்டுத்தனமாக அவன் பக்கம் பார்க்கத் தவறவில்லை.

'ஒனக்கு எல்லாத்துக்கும் ஒரு பாட்டு ஞாபகம் வருமே... இப்பம் என்ன பாட்டுடா ஞாபகம் வருது?' என்று அவனுடைய ஸ்நேகிதன் கேட்டான். அவன் உதட்டுக்குள் சிரித்துக் கொண்டான்.

அவளைப் பார்த்துக்கொண்டே, 'ம்! பாட்டா...' என்று இழுத்தான். பிறகு, 'நின்றால் கோவில் சிலையழகு, நடந்தால் அன்னத்தின் நடையழகு' என்று பி.பி. ஸ்ரீனிவாஸ் மாதிரி குரலை மாற்றிக்கொண்டு பாடிக்காட்டினான்.

அதற்குள் பஸ் வந்துவிட்டது. நீலா அவள் தோளைத் தட்டினாள். ராதா அவளைப் பார்த்துச் சிரித்தாள். அவள் நடந்ததை எல்லாம் பார்த்திருப்பாளோ?

கலா எப்போதும் நெருக்கிக்கொண்டுதான் ஏறுவாள். இன்று ஏனோ அவளால் அப்படிச் செய்ய முடியவில்லை. எல்லோரையும் போகவிட்டு அவள் நின்றுகொண்டிருந்தாள். அவனைத் தாண்டிப் போய்த்தான் ஏற வேண்டியிருந்தது. அவன் அருகே வரும்போது குனிந்துகொண்டாள். அவள் பக்கத்தில் வந்ததும், 'என்ன இன்னைக்குப் பச்சை சாத்தியா?' என்று அவளுக்கு மட்டும் கேட்கிறமாதிரி தாழ்ந்த குரலில் கேட்டான். அவள் ஒன்றும் சொல்லவில்லை. கோபம்கூட வரவில்லை. எல்லோரும் ஏறுகிறவரை படிக்குப் பக்கத்திலேயே நின்றுகொண்டிருந்தாள். அதுகூட அவனுக்காகத்தான். அவள் ஏறவும் பஸ் புறப்படவும் சரியாக இருந்தது.

பஸ் ஸ்டாண்ட் வெறிச்சோடிக்கிடந்தது. அவன் ஏக்கத்தோடு பஸ்ஸையே பார்த்துக்கொண்டு நின்றிருந்தான்.

தாய், 1991

பேச்சி

அவள் இல்லாமல் அந்தத் தெருவுக்கே முடியாது. நொடிக்கு ஒரு தடவை பேச்சியைத் தேடிக்கொண்டிருப்பார்கள்.

'பாத்திரத்தை எல்லாம் எப்பமோ ஒழிச்சுப் போட்டாச்சு. . . இன்னும் இந்தப் பேச்சியை காணலையே. . ?', 'மணி ஆறு ஆகப்போவுது. . . இந்தப் பேச்சி எங்கதான் போனாளோ? சீக்கிரமா வந்து அரைச்சாத்தானே மாவு புளிக்கும்?' என்று எப்போதும் எந்த வீட்டிலாவது பேச்சியைத் தேடிக் கொண்டிருப்பார்கள்.

பேச்சியின் வீடு பக்கத்துத் தெருவில்தான் இருந்தது. அந்தத் தெருப் பிள்ளைகளுக்கு எல்லாம் பேச்சியுடைய வீடு தெரியும். வீட்டுப் பெண் களுக்கும் வயதானவர்களுக்கெல்லாம்கூட அவளுடைய வீட்டை அடையாளம் தெரியும். எந்த ராத்திரியில போய் என்ன வேலை என்று கூப்பிட்டாலும் பேச்சி வந்துவிடுவாள்.

அவளுக்குப் பொதுவாகப் பாத்திரம் கழுவி வைக்கிறதும், துணி துவைக்கிறதும், தோசைக்கு அரைக்கிறதும்தான் எல்லா வீடுகளிலும் உள்ள பதிவான வேலை. ஆனால், கல்யாண வேலைகள், நெல் அவிப்பது, விசேஷ நாட்களில் பலகாரத்துக்கு மாவு இடித்துக் கொடுப்பது போன்ற உபரி வேலை களையும் பேச்சி செய்வாள். தவிர இரவு அகால நேரங்களில் நடக்கிற பேறு காலங்களுக்குப் பேச்சி யின் ஒத்தாசை இல்லாமல் தீராது.

அவளுடைய இரண்டு கடைவாய்களும் வாய்ப் புண்ணினால் எப்போதும் வெள்ளை

வெளேர் என்று இருக்கும். தெருவில் அவள் போகும்போது இரண்டு மூன்று பாத்திர அடுக்குகளையாவது மூடி எடுத்துக் கொண்டு போவாள். விசேஷ நாட்களில் இந்தப் பாத்திரங்களின் எண்ணிக்கை அதிகரிப்பதுண்டு. சமயங்களில் அவள் மூடிய பாத்திரங்களை எடுத்துச் செல்லும்போது, மூடியினூடே லேசாகத் தெரியும் இட்லி அல்லது அப்பளம் சோறு இவற்றை எடுப்பதற்காக காகம் பின்புறமாக வந்து மூடியைத் தட்டிவிடும். அதற்குமேல் அதனால் ஒன்றும் செய்ய முடியாது. அதைக் கண்டபடி திட்டிக்கொண்டே, அவ்வழியாகக் கடந்துபோகிற ஆட்களுக்காகக் காத்திருப்பாள். யாராவது பக்கத்தில் வந்ததும், கீழே விழுந்து உருண்டு கிடக்கிற மூடியை எடுத்துத் தரச் சொல்வாள். பெரும்பாலும் பெரியவர்கள் எடுத்துத் தந்துவிட்டுப் போவார்கள். சில சிறு பிள்ளைகள் எடுத்துத் தருவதில்லை. அவளுக்குத் தெரியாத பிள்ளைகள் என்றால் முணுமுணுப்பாள். தெரிந்த வீட்டுப் பிள்ளைகள் என்றால், ‘ஒங்க வீட்டுல சொல்லுதேன் பாரு..?’ என்று கோபமாகச் சொல்வாள். ஆனால், அவள் ஒரு நாளும் அவர்களைப் பற்றி அவர்கள் வீட்டில் புகார் சொன்னதில்லை.

அவளுக்கு என்ன வயதிருக்கும் என்று சொல்வது கடினம். ஆனால், வயதானவர்களால் அவளுடைய வயதை உத்தேசமாகச் சொல்லிவிட முடியும். ஏனென்றால் அவள், அவர்கள் பார்க்க வளர்ந்த பெண். அவர்கள் வீட்டில் யாருக்காவது நடந்த கல்யாணம், குழந்தைப் பிறப்பு, அல்லது வீட்டில் நடந்த துஷ்டி இவற்றுடன் அவள் அவர்கள் வீட்டில் வேலை பார்க்க ஆரம்பித்ததைத் தொடர்புபடுத்தி, குத்துமதிப்பாக அவளுக்கு என்ன வயதிருக்கும் என்று சொல்லிவிடுவார்கள்.

பேச்சிக்குத் தலை நிறையப் பேன் உண்டு. வேலை செய்த நேரம் போக மீதி நேரங்களில் தலையைச் சொறிந்துகொண்டே இருப்பாள். அல்லது யாரையாவது கூப்பிட்டுப் பேன் பார்த்துக் கொண்டிருப்பாள். வீடுகளிலிருந்து சோறு வடித்த கஞ்சித் தண்ணீரைக் கேட்டு வாங்கிப்போய் தலைக்குத் தேய்த்துக் குளிப்பாள். ஆனாலும், பேன் போனதே இல்லை. இரண்டொரு தடவை மொட்டைகூட அடித்துப் பார்த்துவிட்டாள். இந்தப் பேன் போனபாடில்லை.

அடுக்குப் போணிகள் மாதிரி பேச்சிக்கு ஐந்து பிள்ளைகள். ஐந்து பேரையும் நிற்க வைத்தால் படிக்கட்டுபோல் இருக்கும். அவள் புருஷனுக்குக் குடிப்பதைத்தவிர வேறு வேலையே கிடையாது. அவளுக்குக் கல்யாணம் ஆன புதுசில் அவன் ஒரு தேங்காய்க் கடையில் வேலை பார்த்து வந்தான். தொண்டர் சன்னதியில் இருந்த அந்தக் கடையை விட்டுவிட்டுப் பெரிய தெருவில் இருந்த நூல் கடையில் கொஞ்ச நாள் வேலை

பார்த்தான். பிறகு ஒரு சாயப் பட்டறையில் வேலை பார்த்தான். எப்போது வேலையை விடுவான், எப்போது வேலைக்குப் போவான் என்று சொல்ல முடியாது. லாலா சத்திர முக்கில் நிற்கிற டவுன் பஸ் எப்போது புறப்படும் என்று சொல்ல அந்த ஊரில் எந்த மனுஷனுக்காவது தெம்பு உண்டுமா? அந்த மாதிரிதான் அவன் சமாச்சாரமும். கடைசிப் பையன் பிறந்தபோது சாயப்பட்டறையில் பார்த்த வேலையையும் விட்டு விட்டான். அதற்குப்பிறகு இத்தனை வருஷங்களாகக் குடிப்பது ஒன்றுதான் அவனுடைய வேலை.

அந்தத் தெருவில் உள்ள ஒவ்வொரு வீட்டுச் சமாச்சாரமும் பேச்சிக்கு அத்துப்படி. அவள் வாயைக் கொஞ்சம் கிண்டினால் போதும். பொலபொலவென்று உதிர்த்துவிடுவாள். அடுத்த வீட்டு ரகசியங்களைத் தெரிந்துகொள்ள யாருக்குத்தான் ஆசை இராது? இதற்காகவே அவளுக்கு விசேஷ உபசாரங்கள் நடக்கும். ஆனால், அதற்காகத் தங்கள் யஜமான தோரணையை விட்டுக்கொடுத்துவிட மாட்டார்கள்.

வாடாவழியாகத் திரிகிற அவளுடைய புருஷனைப்பற்றி அவளிடமே பேசுவது அந்தத் தெருக்காரர்களுக்கு நல்ல பொழுதுபோக்கு. அவளுக்கும் தன் மனபாரத்தை இறக்கி வைக்க வேண்டுமே? புருஷன்பேரில் அவளுக்கு மரியாதை இருக்கிறதா, இல்லையா என்பதைச் சொல்வது கடினம். புருஷனைப்பற்றி வாய்க்கு வந்தபடி பேசுவாள். ஆனால், அவன் வாசலில் வந்து நின்று, 'பேச்சி. . !' என்று குரல் கொடுத்தால் போதும், பாகாய் உருகிவிடுவாள்.

'என்ன பேச்சி? எம்புட்டு நேரமாச்சுது? காலையில பலகாரம் சாப்புட்ட தட்டெல்லாம் அப்பிடியே களுவாமெக் கெடக்கு! மத்தியானச் சாப்பாடு சாப்புடுத நேரம் ஆச்சு. ஏனங் களுவ வார நேரமா இது?'

'நான் என்னம்மா பண்ணட்டும்? எனக்குன்னு வந்து வாச்சிருக்கானே ஒரு புருஷன்? அந்தக் கரிமுடிவானப் பத்தி ரங்கூன்காரரு வீட்டுல அந்த அம்மாகிட்டப் பேசிக்கிட்டு இருந்தேன். நேரம் போனதே தெரியலை. அவன் செத்துத் தொலைச்சான்னா ஒரேயடியா கருப்பந்தொறையில கொண்டு போயி எரிச்சிட்டு வந்து நிம்மதியா இருந்திரலாம். . . இந்தா ஒரு நிமுசத்துல பாத்திரத்தைக் களுவி எடுத்திருதேம்மா. . .'

'யம்மா தாயி! அவசரத்துல கோயில்ல சாமிக்கு அவுசியம் பண்ணுத மாதிரி பத்துப் போகாம தண்ணிவுட்டு அவுசியம் பண்ணிராத. . . நல்லாத் தேய்ச்சுக் களுவு' என்று எச்சரித்து விட்டு அடுப்புப் பக்கம் போனாள் வீட்டுக்கார அம்மாள். அடுப்பில் மத்தியானச் சமையல் நடந்துகொண்டிருந்தது.

அடுப்பில் வெந்துகொண்டிருப்பதைப் பேருக்குக் கிண்டிக் கொடுத்துவிட்டு, பேச்சி பாத்திரம் கழுவிக்கொண்டிருக்கும் இடத்துக்கு வந்து நின்றாள்.

'ரங்கூன்காரர் வீட்டம்மாகிட்டே அப்பிடி என்னதான் பேசுன?' வலியக் கேட்கிற மாதிரி இருக்கக்கூடாது என்ற ஜாக்கிரதை உணர்வுடன் மெதுவாகக் கேட்டாள்.

'புதுசா என்ன இருக்கு பேசுறதுக்கு? கட்டமண்ணாப் போவானாலே ஒரு சீரழிவு ரெண்டு சீரழிவா? அவனக் கொண்டு ஓடப்புல வச்சாத்தான் எம்மனசு ஆறும்' என்று ஆத்திரத்தோடு பாத்திரத்தை அங்கணக் குழியில் இழுத்து இழுத்துத் தேய்த்தாள்.

'ஏளா மெள்ளத் தேயீ! அவெம் பேர்ல உள்ள கோவத்தை ஏனத்து மேல காம்பிக்காத. . .'

பேச்சியிடமிருந்து பதில் வரவில்லை . ஆனால், அங்கணத்தில் பாத்திரம் இழுபடுகிற சத்தம் சற்றுக் குறைந்திருந்தது.

'நீ அவன எதுக்கு வீட்டுக்குள்ள நடை ஏத்துற?' என்று பேச்சியின்மீது அளவற்ற பரிவுடன் கேட்டாள் வீட்டுக்கார அம்மாள். பேச்சி பாத்திரம் தேய்ப்பதை நிறுத்திவிட்டு, வீட்டுக்கார அம்மாளை ஏறிட்டுப் பார்த்தாள்.

'அவனுக்குக் கொஞ்சமாவது மான ரோசம் இருந்தா அவென் என்னைத் தேடிவருவானா? அவந்தான் எல்லாத்தையும் உதுத்துப் போட்டுட்டானே?' என்று ஆற்றாமையோடு சொல்லிவிட்டுத் திரும்பவும் பாத்திரத்தைத் தேய்க்க ஆரம்பித்தாள்.

'நீ ஒரு பைத்தியாரிள்ளா! ஓம் புத்திய நல்லாத் தெரிஞ்சுக்கிட்டுத்தான் அவென் இத்தனை களுதப் பொறட்டுப் பெறட்டுதான். . .'

சற்று முன்புவரை இரண்டு பேருக்கும் நடுவில் இருந்த எஜமானி – வேலைக்காரி என்ற வர்க்க எல்லைகள் மறைந்து, நீண்ட காலமாகப் பழகும் ஸ்நேகிதிகளைப் போல் ஆகிவிட்டார்கள்.

'நேற்று அச்சாபீஸ்காரரு வீட்டுல சாயந்திரம் முறுக்குக்கு மாவு இடிச்சுக்கிட்டு இருக்கேன். . . அங்க வந்து தீவட்டித் தடியன் மாதிரி நிக்கான். . .'

'ஆரு?'

அந்த அம்மாளுக்கு அவள் யாரைச் சொல்கிறாள் என்பது தெரியும். இருந்தாலும் அப்படித் தெரியாத மாதிரிக் காட்டிக் கொண்டால்தானே பேச்சு ரசமாக இருக்கும்?

‘வேற ஆரு? எனக்குன்னு வந்து வாச்சானே, அந்தக் கொள்ளி முடிவான்தான்.’

‘எதுக்கு வந்தானாம்?’ என்று கேட்டுக்கொண்டே, கொஞ்சம் தள்ளி இருக்கிற மர அலமாரியிலிருந்து சமையலுக்குத் தேவை யான மசாலாச் சாமானைத் தேடி எடுத்தாள்.

‘துட்டு வேணுமாம்.’

‘வேலக்கிப் போகாம தெண்டச் சோறு திங்கது காணாதுன்னு துட்டு எதுக்காம்?’

‘மைனருக்குச் சாயந்திரம் ஆச்சுன்னா தண்ணி அடிக்காண்டமா? அதுக்குத்தான். துட்டுக் கேட்டு, வேலை செய்யுத எடத்துக்குல்லா வந்து நிக்கான் கட்ட மண்ணாப் போவான்’ என்று வேகமாகப் பாத்திரத்தை இழுத்து இழுத்துத் தேய்த்தாள். ஆனால் இப்போது அந்தச் சத்தம் வீட்டுக்கார அம்மாளின் காதில் விழவே இல்லை. பேச்சின் சுவாரஸ்யம் அவள் காதைக் கொஞ்சம் மந்தமாக்கியிருந்தது.

‘அம்புட்டுத் தூரத்துக்கு வந்துட்டுதா? நீதான் அவெனக் கெடுத்து வச்சிருக்க. . . அவனைச் சொல்லிக் குத்தம் இல்லள்ளா! பெறவு என்ன செஞ்சே?’

‘பெறவு என்ன பெறவு. . . அந்த வீட்டம்மாகிட்டத்தான் நாலு ரூவா வேண்டிக் குடுத்தேன். . .’

‘சர்தாம் போ! சதி அனுசூயா மாதிரி நீ அவனைத் தூக்கிக் கூடையில வச்சிக்கிட்டு தேவிடியா வீட்டுக்குத்தான் போகல’ என்று, அவள் கழுவிவைத்த பாத்திரங்களை எடுத்துவைக்க ஆரம்பித்தாள் வீட்டுக்கார அம்மாள். பேச்சிக்கு முன்னால் இன்னும் நாலைந்து பாத்திரங்கள்தான் கிடந்தன.

‘பேச்சி! பேச்சி! யம்மா பேச்சி இருக்காளாம்மா?’ என்று வாசல் பக்கமிருந்து ஒரு குரல் கேட்டது. கழுவிக்கொண்டிருந்த பாத்திரத்தை அப்படியே வைத்துவிட்டு எழுந்தாள் பேச்சி. அவசர அவசரமாக வாளித் தண்ணீரில் கையைக் கழுவினாள். ‘இந்தா வந்திருதேன் அம்மா. . .’ என்று சொல்லிக்கொண்டே முன் வாசலைப் பார்க்க ஓடினாள்.

வீட்டுக்கார அம்மாள் எட்டிப் பார்த்தாள். பேச்சியின் புருஷன்தான் நின்றுகொண்டிருந்தான்.

தாய், **1991**

ஒரு வேனில் காலத்திலே

'ராத்திரி வேட்டைக்குப் போகிறோம், துப்பாக்கிகளை எல்லாம் ரெடி பண்ணு' என்று அப்பா காலையிலேயே சொல்லிவிட்டார். வேலையே இல்லாமல் வீட்டில் அலுப்புடன் நாட்களைப் போக்கிக்கொண்டிருந்த எனக்கு அது சந்தோஷமாக இருந்தது. அதுவும் ரொம்ப நாட்களுக்குப்பிறகு போகிற வேட்டை இது.

நீங்கள் வேட்டைக்குப் போயிருக்கிறீர்களா? வேனில் காலத்தில், அதுவும் வளர்பிறை நிலாக் காலத்தில் வேட்டைக்குப் போகவேண்டும். கோடைக்காலம் வறட்சியானதுதான். வாய்க்கால்களில் தண்ணீர் அறவே வற்றிவிடும். ஆற்றில் கூட கரை ஓரமாகத் தான் சிறு ஓடை போல தண்ணீர் ஓடிக்கொண்டிருக்கும். காலையிலும் மாலையிலும் கூட்டம் கூட்டமாகத் தெருவில் போகும் பள்ளிப் பிள்ளைகள் வேனில் காலத்தில் காணாமல் போய்விடுவார்கள். பகல் நேரத்தில் வெயிலோ சொல்லவேண்டாம். பலாப்பழ ஓடைப் பக்கத்தில் நிற்கும் மாமரங்களிலிருந்து கருக்கல் நேரத்தில் குயில்கள் தீனமாகக் கத்தும்.

வேனில் காலத்தில் இராக்காலம் வெகு சோபையுடன் திகழும். கோடை நாட்களில் வரும் நிலவுக்கென்றே விவரிக்க முடியாத ஒரு குளிர்ச்சி இருக்கிறது. அந்தக் குளுமையுடன் மேற்கே இருந்து வீசும் காற்றின் மிருதுவும் மனத்தைப் பறித்துவிடும். காட்டில் நடந்து போகும்போது காலில் மிதிபடும் காய்ந்த இலைச் சருகுகளின் ஒலி மனத்தில்

ஏற்படுத்தும் உணர்ச்சியை விவரிக்கவே இயலாது. அந்தச் சருகுகளின் ஒலியைக் கேட்கும்போதெல்லாம் எனக்கு 'சௌதவின் கா சாந்த். . .' என்ற பாட்டுதான் நினைவுக்கு வரும். அந்தப் பாடல் மெட்டுடன், முன்னால் துப்பாக்கியைத் தோளில் வைத்துக் கொண்டு செல்லும் மியான் சாயபு போட்டிருக்கும் செண்டின் மணம் வெகு இசைவாகப் பொருந்தியிருக்கும். பின்னிரவு நேரத்தில் எங்கிருந்தோ கேட்கும் பறவையின் ஒலி நம்முள் இனம்புரியாத துயரத்தை எழுப்பும். 'எத்தனையோ யுக யுகங்களாக மனிதகுலம் அனுபவித்து வரும் விவரிக்க இயலாத சோகம் அது' என்று டாக்டர் மாமா சொல்லுவார். டாக்டர் மாமாவுக்குப் பேஷண்ட்களைவிடப் புஸ்தகங்கள் அதிகம். எப்போது பார்த்தாலும் படித்துக்கொண்டே இருப்பார். வருகிற சொற்ப வருமானத்தையும் புஸ்தகங்களுக்காகச் செலவிட்டு விடுவார். டாக்டர் மாமா, எழுதாமல்போன ஒரு இலக்கிய ரசிகர். அவர் எழுதியிருந்தால் தமிழுக்கு ஒரு செகாவ் கிடைத்திருப்பார்.

டாக்டர் மாமாவிடம் ஒரு பழைய துப்பாக்கி இருந்தது. அவருக்குக் கேட்ரஜ்கள் தயார் பண்ணக்கூடத் தெரியும். ஆனால் அவருடைய இத்தனை வருஷ அனுபவத்தில் நான்கு முயல்களுக்கு மேல் சுட்டதே இல்லை. இதை மியான் சாயபு கேலியாகக் குறிப்பிடுவார். என்றாலும் மாமாவுக்குத் துப்பாக்கிகளைப்பற்றி நிறையத் தெரியும். ஒரு துப்பாக்கியைப் பார்த்ததுமே அது எந்த வருஷத்து மாடல் என்று சொல்லிவிடுவார். டாக்டர் மாமாவின் தோளில் துப்பாக்கி தொங்கும். அது உபயோகிக்கப் படுவது அபூர்வம். சுடுவதைவிட விளக்கு அடிப்பதில் அவர் வெகு சமர்த்தர். வேட்டையில் அவரைப் போல் விளக்கு அடிக்கக்கூடிய ஆள் இந்தச் சுற்று வட்டாரத்திலேயே கிடையாது என்பது, பெரிய வேட்டைக்காரரான மியான் சாயபுவின் அபிப்பிராயம். வேட்டை விஷயத்தில் மியான் சாயபு எது சொன்னாலும் அது சரியாகத்தான் இருக்கும்.

இரண்டு நாட்களுக்கு முன்பு, ஞாயிற்றுக்கிழமை, மாலை ஆராதனைக்குப் போயிருந்தபோதே, 'இன்னும் சில நாட்களில் வேட்டைக்குப் போவோம்' என்று ஏதோவொரு உள்ளுணர்வு கூறியது. ஒரு வாரமாகவே வீட்டின் முன்புறம் உள்ள குண்டு மல்லிச் செடிகளில் நிறையப் பூக்கள் பூக்க ஆரம்பித்திருந்தன. குண்டு மல்லிகைகள் பூக்க ஆரம்பிக்கிற சமயத்திலெல்லாம் அனேகமாக வேட்டைக்குப் போவதுண்டு. இது எப்படி நடக்கிறது என்று தெரியாது. ஆனால் பல வருஷங்களாக இப்படித்தான் நடக்கிறது. குண்டு மல்லிகைகள் பூப்பதும் வேட்டைக்குப் போவதும் விளக்க முடியாத ஏதோ ஒரு பிணைப்பைக் கொண்டிருக்கின்றன. இது பற்றி ஆச்சியிடம் கேட்டேன். 'இதெல்லாம் ஆண்டவருடைய ஏற்பாடு' என்றாள்.

டாக்டர் மாமாவுக்கும் கடவுள் நம்பிக்கை உண்டு என்றாலும், அவருடைய நம்பிக்கையில் புஸ்தகப் படிப்பும் சேர்ந்திருக்கும். இது போன்று ஒத்திசைவாக நடக்கும் இரண்டு சம்பவங்களை, தற்செயலானது என்று சொல்வார்.

நாங்கள் வேட்டைக்குப் புறப்படுகிற சமயங்களில் குண்டு மல்லிகைகள் பூப்பதைத் தவிர இன்னொன்றும் நடக்கும். ஆனால், அதைப்பற்றி நான் ஆச்சியிடம்கூடச் சொன்னதில்லை. அது என் அந்தரங்கத்தில் நான் வைத்துக் காப்பாற்றி வந்த ஒன்று. அதுதான் நிர்மலாவின் வருகை.

இன்று காலை, அப்பா வேட்டைக்குத் தயாராக இருக்கச் சொன்னதுமே எனக்கு நிர்மலாவின் நினைவுதான் வந்தது. வேனில் காலத்தில் நாங்கள் வேட்டைக்குப் புறப்படும் போதெல்லாம் நிர்மலா இருந்திருக்கிறாள். வருஷா வருஷம் கோடை விடுமுறையில் நிர்மலா நாகர்கோவிலிலிருந்து வருவாள். அவள் வராமல் கழிந்த கோடை விடுமுறைகளே இல்லை என்று சொல்லலாம். ஆச்சியின் ஒன்றுவிட்ட தங்கை யின் பேத்தி அவள். ஏப்ரல், மே இரண்டு மாதமும் இங்கேதான் இருப்பாள். காலேஜ் முடிந்தபிறகு, ஏன் இரண்டு வருஷங்களுக்கு முன்புவரைகூட வேனில் விடுமுறையில் வந்து போனாள்.

கோடை நிலாக்காலத்து இரவையும் மேற்கு மலைக் காற்றின் குளிர்ச்சியையும் போன்றது நிர்மலாவின் பிரியம். அவள் எங்கிருந்தாலும் அந்த இடம் ஜீவனுடன் திகழும். அவளுடைய காரியங்கள் எல்லாவற்றிலும் ஒரு மனோகரமும் லயமும் விரவிக் கிடக்கும். வளையல் போடாத பெண்கள் யார்? ஆனால், நிர்மலாவின் கை வளையோசை நம் காதருகில் எதையோ முணுமுணுப்பது போலிருக்கும். அவளுடைய கலகலப்பான பேச்சு, சிரிப்பு எல்லாமே திரும்பத் திரும்ப நினைவுக்கு வருபவை.

என்னை மட்டுமல்ல. எல்லோரையுமே நிர்மலா தன்னிட முள்ள ஏதோ ஒரு புதிரான அம்சத்தினால் கவர்ந்திருந்தாள். ஆச்சி, அம்மா, அப்பா, டாக்டர் மாமா, அம்மாவின் க்ஷயரோகத்துக்காக தினசரி முட்டை கொண்டுவரும் கிருஷ்ணன், தபால்காரர் தாஸ், கோவில் பாதிரியார், மியான் சாயபு என்று எல்லோரையுமே தன் விலைமதிப்பற்ற பிரியத்தினால் தன் பக்கம் இழுத்து வைத்திருந்தாள். அவளிடம் பேசிக்கொண்டிருக்கும்போது நமக்கு மிகவும் வேண்டிய நபருடன் பேசிக்கொண்டிருப்பது போல் இருக்கும். எல்லோரும் தங்கள் மனத்தைப் பறிகொடுப்பதற்கு அவளிடம் எவ்வளவோ இருந்தது. அவளிடம் இருந்த நளினம், பரிவு, எல்லையற்ற அன்பு இப்படி எத்தனையோ – ஆண்டவரின் கிருபை இருந்தால் தான் இவை கிடைக்கும். நிர்மலா கடவுளால் வெகுவாக

ஆசீர்வதிக்கப்பட்டவள் என்பது ஆச்சியின் திடமான அபிப்பிராயம்.

பெண்கள் சாப்பாடு பரிமாறுவது என்பது ஒன்றும் பெரிய காரியமில்லை. ஆனால், நிர்மலா பரிமாறினால் நிறையச் சாப்பிடத் தோன்றும். நோயாளிகளைக் கவனிப்பதில் அவளுடைய அக்கறை இன்னமட்டிலும் என்று சொல்ல முடியாது.

தினசரி முட்டை கொண்டுவரும் கிருஷ்ணன் அம்மாவைப் போல் எப்போதும் இருமிக்கொண்டே இருப்பான். அவன் அனேகமாகக் காலைவேளையில்தான் முட்டை கொண்டு வருவான். முன்வாசலில் வந்து இருமிக்கொண்டே குரல் கொடுப்பான். நிர்மலா அவனிடமிருந்து பிரம்புக் கூடையை வாங்கி, தானே நாட்டு முட்டைகளைப் பொறுக்கி எடுப்பாள். அவள் வந்திருக்கிற நாட்களில் அம்மா அந்த வேலையை அவளிடம் ஒப்படைத்துவிடுவாள். அவன் இருமுவதைப் பார்த்து, 'நீ முட்டை விற்பது இருக்கட்டும். முதலில் உன் இருமலுக்கு மருந்து சாப்பிடு' என்பாள். காசு கொண்டுவந்து கொடுக்கும்போது, அம்மாவுக்காக வாங்கி உபயோகப்படாமல் இருக்கிற மருந்துகளை எடுத்துவந்து அவனிடம் தருவாள். அவன் வரும்போதெல்லாம், ஒழுங்காக மருந்து சாப்பிடுகிறானா என்று விசாரிப்பாள்.

எங்கள் தெருவுக்குத் தபால் கொண்டுவரும் தாஸ் ரொம்பக் கறாரானவர். மணியார்டர்களுக்குக் காசு வாங்காத தபால் காரர் அவர். அவருக்கு மூன்றும் பெண்கள். மூன்று பேரும் கல்யாணத்துக்காகக் காத்திருந்தார்கள். அவருடைய பெண்களுக்குத் திருமணம் ஆகவேண்டும் என்று நிர்மலா தினசரி தன் இரவு ஜெபத்தின்போது வேண்டிக்கொள்வாள்.

மியான் சாயபு எப்போது வந்தாலும் ரேக்ளா வண்டியில் தான் வருவார். எங்கள் வீட்டுப் பக்கம் வந்தால் வீட்டுக்கு வராமல் போகமாட்டார். தன்னுடைய முரட்டு மீசையை முறுக்கிக் கொண்டே, 'நிர்மலா. .! ஒன் கையால நல்ல சாயா போட்டுக் குடும்மா. . ! மாமி கையாலே சாயா சாப்புட்டுச் சாப்புட்டு அலுத்துப் போச்சு. . ?' என்பார்.

நிர்மலா அருமையாக ஆர்கன் வாசிப்பாள். அவள் வந்திருக்கிற நாட்களில் தினசரி வீட்டில் ஆர்கன் இசை கேட்கும். பொதுவாக முன்னிரவு நேரத்தில்தான் ஆர்கன் வாசிப்பாள். ஆனால், ஞாயிற்றுக்கிழமை மட்டும், காலை ஆராதனைக்குக் கோவிலுக்குப் போய்விட்டு வந்த பிற்பாடு ஆர்கன் வாசிப்பாள். நீலக்கல் பதிக்கப்பட்ட மோதிரம் அணிந்த அவளுடைய நீண்ட மெல்லிய விரல்கள் ஆர்கன் கட்டைகளில் ஓடும் நளினம் பார்க்கப் பார்க்கப் பரவசப்படுத்தும். அவளுடைய ஆர்கன் இசையும் ஜன்னலுக்கு வெளியிலிருந்து வீட்டுக்குள் பரவும் குண்டு மல்லிகையின் மணமும் மனத்தை எங்கோ இழுத்துச் செல்லும்.

துவைத்துக் காயப்போட்ட துணிகளை அடுக்கி வைக்கும் போதோ, சாமான்களை ஒழுங்குபடுத்தி வைக்கும்போதோ நிர்மலா ஏதாவது கீர்த்தனையை முணுமுணுப்பாள். குறிப்பாக, 'தேனினிமையிலும் இயேசுவின் நாமம் திவ்ய மதுரமாமே. . .' என்ற கீர்த்தனையைத்தான் அடிக்கடி பாடுவாள்.

அவள் இருந்துவிட்டுப் போகிற அந்த இரண்டு மாதமும், எத்தனையோ யுகங்களாக அவள் நம்மோடு இருந்துவிட்டுப் போகிற மாதிரி இருக்கும்.

மாடியில் இருந்த துப்பாக்கிகளைத் தேங்காய் எண்ணெய் போட்டுத் துடைக்க ஆரம்பித்தேன். பேரலைத் துடைத்துவிட்டு அதன் வழியே பார்த்தேன். வெள்ளியை உருக்கிவிட்டது போல் குழாயினுள் வெளிச்சம் பட்டுப் பிரகாசித்தது ரொம்ப திருப்தியாக இருந்தது.

ஒரு வருஷம், இதேபோல வேட்டைக்குப் புறப்பட்டுக் கொண்டிருந்தபோதுதான் நிர்மலா தன் அப்பாவோடு ஊரிலிருந்து வந்தாள். இன்றும் அந்த மாதிரி நிர்மலா வந்தால் நன்றாக இருக்கும். . . ஆனால், நிர்மலா வரமாட்டாள். ஏனென்றால் அவளுக்கு இப்போது திருமணம் ஆகிவிட்டது. இரண்டு வருஷங் களுக்கு முன்புதான் நிர்மலாவுக்குக் கல்யாணமாயிற்று. புத்தன் துறையில்தான் நடந்தது. இப்போது அவள் எனக்கு அத்தை முறை வேண்டும். இருபத்தி இரண்டு வயதில் எனக்கு இப்படி ஒரு அத்தை. அவளுக்குக்கூடக் கல்யாணமாக வேண்டுமா? எல்லோருடைய மனதிலும் படர்ந்திருந்த அவள், இப்போது யாரோ ஒருத்தருக்கு மட்டும் சொந்தமாகிவிட்டாளே?

வேனில் காலத்து இரவுகள், அவள் விடுமுறையில் வந்து சென்ற நாட்களைப்போல்தான் இருக்கின்றன. நிலவின் குளிர்ச்சி யிலும், மேகங்களற்ற நட்சத்திரங்கள் நிரம்பிய வானத்திலும், பள்ளிப் பிள்ளைகள் போகாத மாலை நேரத் தெருக்களிலும் எந்த மாற்றமும் இல்லை. இந்தக் கோடையில் தாமிரவருணிகூட வெட்கப்படும் கிராமத்துப் பெண்ணைப் போல, ஒரு ஓரமாக அடிமணல் பரப்புத் தெரிய ஓடுகிறது. எதிலும் மாற்றமில்லை. ஆனால் நிர்மலாதான் வரவில்லை.

பின்னிரவு தொடங்குவதற்குச் சற்று முன்பாக நாங்கள் வேட்டைக்குப் புறப்பட்டபோதுகூட, திடீரென்று நிர்மலா தன் கணவருடன் கடைசி பஸ்ஸில் வந்து இறங்கிவிட மாட்டாளா என்று இருந்தது. ஆனால், நிர்மலா வரவே இல்லை.

தாய், 1991

மெஹ்ருன்னிஸா

நாலைந்து நாட்களாகத்தான் வெயில் கொஞ்சம் கடுமையாக ஆரம்பித்திருந்தது. மத்தியான நேரங்களில் பனை வடலிகளின் ஊடே நிற்கிற கருவேல முள்மரங்களிலிருந்து, பச்சை முள்ளை முறித்தால் வருகிற வாசனை காற்றில் அவ்வப்போது மிதந்துவரத் தொடங்கியிருந்தது. அந்திக் கடைத் தெருவில் கடலில் மீன் படுகை குறைந்துவிட்டது என்று பேசிக்கொண்டார்கள். எல்லோரும் காலை யிலும் சாயந்திரமும் இரண்டு நேரமும் கிணற்றில் தண்ணீர் இறைத்துக் குளித்தார்கள். வெயில் ஏறஏறப் பூவரச மரங்களின் இலைகள் தரையை நோக்கித் தலையைத் தொங்கப்போட்டுக் கொண்டன. அனேகமாகக் காலைமுதல் சாயந்திரம்வரை ஓடிக்கொண்டிருக்கும் தோமாஸ் நாடாருடைய ரைஸ் மில், விட்டு விட்டுத்தான் ஓடவேண்டியிருந்தது. ஜெர்மனியிலிருந்து வரவழைத்த பிரம்மாண்டமான ஸ்டீம் இஞ்ஜினில் ஓடும் ரைஸ்மில் அது. அதற்குத் தேவையான தண்ணீரை மில்லின் பின்புறம் உள்ள அந்தப் பெரிய கிணற்றால் சப்ளை செய்ய முடியவில்லை. தண்ணீர் ஊற ஊறத்தான் டிரைவர் ஜெயராஜ் மில்லை ஓட்டுவான். அப்படியென்றால் வேனில் காலம் ஆரம்பித்துவிட்டது என்றுதான் அர்த்தம்.

ஆனால் என்னதான் நொடித்துப்போயிருந் தாலும் மேலத்தெரு கப்பல் முதலாளி வீட்டின் வண்ணச் சுண்ணாம்புக் கொழுப்புப் பூசப்பட்ட மாடி அறைகளை இந்தக் கோடை வெயிலால் ஒன்றும் செய்ய முடியவில்லை. ஏனென்றால் அந்த அறைகளின் கூரைகளுக்கு இரட்டை ஓடுகள் போடப் பட்டிருந்தன. வீட்டின் பின்பகுதி விழுந்து நொறுங்கி

எத்தனையோ காலம் ஆகிவிட்டது. விழுந்துவிட்ட பகுதிகளில், ஒரு காலத்தில் ஆட்டுக்கறியும் கோழியும் சதாவும் வெந்து கொண்டிருந்த ஆக்குப்புரையும் ஒன்று. என்றாலும், இன்னும் இடிந்துவிழாமல் இருந்த வீட்டின் முன்பகுதி கப்பல் முதலாளி யின் கௌரவத்தைக் காப்பாற்றிக்கொண்டிருந்தது. இவ்வளவு துயரத்திலும் அந்தக் குளுமையான, வண்ணச் சுண்ணாம்புக் கொழுப்புப் பூசப்பட்ட அந்த மாடி அறைகள் ஒன்றிலிருந்து பிற்பகல் நேரத்தில், மிருதுவான வயலின் நாதம் கேட்டுக் கொண்டுதான் இருந்தது. அதை இசைத்தது கப்பல்முதலாளியின் ஒரே பெண்ணான மெஹ்ருன்னிஸா.

தேரிக்காட்டிலிருந்து தலையில் முள் விறகுச் சுமையுடன் ஓட்டமும் நடையுமாக ஊருக்குள் விறகு விற்கப்போகும் பெண்கள், அந்த வீட்டுக்கு முன்னால், தெருவில் நிற்கிற பூவரச மரத்தின் மீது சுமையைச் சாத்திவைத்துவிட்டு நிற்பார்கள். அப்போது மாடியிலிருந்து கேட்கும் வயலின் இசை அவர்களை அண்ணாந்து பார்க்கச் சொல்லும்.

சில வருஷங்களுக்கும் முன்னே ஷவ்வல் நாலாம் பிறை அன்று, அந்தி மயங்கிக்கொண்டிருந்த நேரத்தில் மெஹ்ருன்னிஸா வின் புருஷன் மீரான், கருத்த உயரமான ஒரு வாலிபப் பையனைத் தன்னுடன் அழைத்துக்கொண்டு வந்தான். அப்போது மெஹ்ருன்னிஸா நடுக்கூடத்தில் அவளுடைய சாச்சாவுடனும் கைரூன் மாமியுடனும் பேசிக்கொண்டிருந்தாள். ஆக்குப்புரையில் ராத்திரிச் சாப்பாட்டுக்காக ஆயிஷா வைத்துக்கொண்டிருந்த ரசத்தின் மணம் வீட்டுக்குள் சுற்றிச் சுற்றி வந்தது. ஆயிஷா ரசம் வைப்பதிலும் புட்டு வைப்பதிலும் கெட்டிக்காரி. அவன் கூச்சத்துடன் சுவர் ஓரமாக நின்றுகொண்டிருந்தான். மல் சட்டையைக் கழற்றி மர ஸ்டாண்டில் தொங்கவிட்டுவிட்டுத் திரும்பிய மீரான், 'ஏம்ப்பா நின்னுக்கிட்டிருக்கா? அட! சும்மா அந்தச் சேர்ல உக்காருவேன் ... கூச்சப்படாத மக்கா!' என்றான்.

அன்றுமுதல் அவன் அந்தக் குடும்பத்தில் ஒரு நபர் ஆகிவிட்டான். சில தினங்களிலேயே அவன் எல்லா வேலைகளும் செய்யக் கற்றுக்கொண்டுவிட்டான். ஊரில் இருந்தபோது அவனுக்கு எதுவும் தெரியாது. கடையில் ஒரு சாமானைச் சரியாக நிறுத்து வாங்கத் தெரியாது. அழுகல் தேங்காயை வாங்கிக் கொண்டு வந்து நின்று அம்மாவிடம் பேச்சு வாங்குவான். 'நீயெல்லாம் என்னன்னுதான் காலங்கழிக்கப் போறீயோ தெரியலை' என்று அம்மா வருத்தப்படுவாள்.

ஆனால் நாற்பது மைல் தள்ளி இருக்கிற அந்த ஊருக்குக் கப்பல் முதலாளி வீட்டுக்கு வந்து சேர்ந்தபிறகு அவன் ரொம்பக்

கெட்டிக்காரப் பையன் ஆகிவிட்டான். அந்திக்கடையில் போய் நல்ல மீன், கருவாடு எல்லாம்கூட வாங்கத் தெரிந்துகொண்டு விட்டான். ஒருபோதும் முக்காட்டைத் தலையிலிருந்து நழுவ விடாத ஆயிஷா அவனுக்கு ரசம் வைப்பதற்குச் சொல்லித் தந்திருந்தாள். அவனுடைய ஊரில் ஆறு, வாய்க்கால், குளம் இவை எல்லாமே இருந்தன. இங்கே வந்தபிறகு இப்போது அவனுக்கு வயதான சீக்காளி மனுஷனைப்போல் முணங்கும் துலாவில் தண்ணீர் இறைத்துக் குளிக்கத் தெரியும். ஆனால் சுண்ணாம்புத் தண்ணீரில் சோப்புதான் சரியாகநுரைப்பதில்லை.

அந்த வீட்டின் நடுவீட்டு மாடத்தில், வேலைப்பாடு அமைந்த நீளமான கண்ணாடிப் பாட்டிலில், கிளிப் பச்சை நிறத்தில் ஒரு எண்ணெய் இருந்தது. அந்த எண்ணெயைத்தான் தலையில் தேய்த்துக்கொள்வான். அந்த எண்ணெயில் சம்பங்கி விதைகளைப் போட்டிருந்தது. அதைத் தேய்த்துக்கொண்டால், இரவு படுக்கப் போகிறவரைகூட அந்த மணம் முகத்துக்குள் வீசிக்கொண் டிருக்கும். அவனுக்கென்று பூத்தையல் போடப்பட்ட ஒரு தலையணையும் பாயும் கொடுத்திருந்தார்கள். அந்தத் தலையணை யில்கூட அந்த எண்ணெயின் மணம் இருந்தது.

மெஹ்ருன்னிஸாதான் தன்னிடமிருந்த தலையணையை அவனுக்குக் கொடுத்திருந்தாள், 'இந்தா, அத்தை தலையணையை வச்சுக்குவேன்!' என்று. அந்த வீட்டுக்கு அவன் வந்து சேர்ந்த அன்று தந்தாள். ஆனால் அதை அவளுடைய சாச்சாவும் கைரூன் மாமியும் வெகுவாக எதிர்த்தார்கள். 'கடை வேலைக்கு வந்திருக்கிற பையனுக்கு இவ்வளவு நல்ல தலையணை எல்லாம் எதற்கு?' என்ற பேச்சு எழுந்தது. எல்லோரும் தூங்கப்போகிற நேரம் ஆகிவிட்டபடியால் அந்த விஷயம் பெரிதாகவில்லை. பிறகு அந்தத் தலையணை அவனுக்கே சொந்தம் ஆகிவிட்டது. அன்றி லிருந்து அவன் மெஹ்ருன்னிஸாவை அத்தை என்றும் அவள் புருஷன் மீரானை மாமா என்றும் அழைத்தான்.

கப்பல் முதலாளி வீட்டின் முன்புறம் தெருவை ஒட்டிப் பெரிய திண்ணை ஒன்று இருந்தது. ஏக காலத்தில் அதில் பத்துப் பனிரெண்டுபேர் படுத்துத் தூங்கலாம். அங்கு வந்த அவன் அந்தத் திண்ணையில்தான் படுத்துக்கொண்டான். அவ்வளவு பெரிய திண்ணையில் அவனும் மெஹ்ருன்னிஸாவுடைய சாச்சாவும்தான் படுத்துறங்கினார்கள். நடு இரவில், காற்றில் சலசலக்கிற பூவரச இலைகளின் சத்தத்தில் எப்போதாவது அவன் விழித்துக்கொள்வான். நிலாக்காலத்தில் அந்தத் தெரு பார்க்க அழகாக இருக்கும். இருபுறமும் வரிசையாக நின்ற பூவரச

மரங்கள், அவற்றினூடே அரைகுறையாகத் தெரிகிற வீடுகள் இவற்றையெல்லாம் பார்க்க ஒரு ஓவியம் போல் இருக்கும். நடு இரவில், விழித்துக்கொண்டால், வெளியூர்களிலிருந்து வந்து வேலை பார்க்கிற பையன்களுக்கு ஏற்படும் வீட்டு ஞாபகம் ராமையாவுக்கும் வந்துவிடும். எத்தனையோ வருஷங்களுக்கு முன்னால் நடந்த சிறுசிறு விஷயங்கள்கூட நினைவுக்கு வரும். சாச்சாவின் குறட்டையொலி, பூவரச இலைகள் ஒன்றோடு ஒன்று உரசுகிற சத்தத்துடன் சேர்த்து விசித்திரமாய்க் கேட்கும். அந்த வீட்டுடன் ஊர் முடிந்துவிடுகிறது. வீட்டுக்குப் பின்னால் அடர்த்தியான பனங்காடுதான். வீட்டை ஒட்டி மேற்கே பார்த்துப் போகிற வண்டிப்பாதை அந்தப் பனைவடலிகளுக்கு அழைத்துச் செல்லும். சாச்சா நல்ல உறக்கத்தில் இருக்கிறார் என்றால், அந்த வண்டிப்பாதையில் பனைவடலிகளை நோக்கிப் போவான். நிலவொளியில் குளிர்ந்துபோயிருக்கும் தேரி மணலில் கால்கள் புதையப் புதைய நடந்துபோவான். ஒவ்வொரு பனைமரத்தைச் சுற்றியும் அதன் அடியில், காற்று, கொண்டுவந்து சேர்த்த, மிருதுவான தேரி மணல் கிடக்கும். நிலவின் குளுமையிலும் கடல் காற்றிலும் சில்லென்று குளிர்ந்துபோயிருக்கும். அந்த மணலைக் கையால் அள்ளி முகர்ந்து பார்ப்பான். அதன் விவரிக்க முடியாத மணம் அவனை எங்கோ இழுத்துச்செல்லும். அந்தத் தேரிக்காட்டு மணலுக்கு ஒவ்வொரு நேரத்தில் ஒவ்வொரு விதமான மணம் உண்டு. விடிவதற்குச் சற்றுமுன்னால் அந்த மணலை முகர்ந்து பார்த்தால் பச்சைப் பனை ஓலைகளின் வாடை அடிக்கும். நல்ல மத்தியான வேளையில் வெயில் சூட்டினால் அந்த மணலில் ஒரு விதமான கார நெடி வீசும். எண்ணெயில் வறுத்த முருக்கு வத்தலின் மணத்தை ஒத்திருக்கும். சிறுவயதில் அவனை அம்மா அணைத்துக் கொஞ்சும்போது அம்மாவுடைய உடம்பிலிருந்து அந்த மணம்தான் வீசும். இன்றும் அம்மா தன் கோணல்மாணலான கையெழுத்தில் அவனுக்கு எழுதும் கடிதங்களில்கூட அந்த மணம் வீசுவதுபோல் இருக்கிறது.

நிலவொளியில், சாம்பல் நிறத்தில் தெரிகிற நெருக்கமான அந்தப் பனைகளினூடே வளைந்து வளைந்து போய்க்கொண்டே இருக்கவேண்டும் போல் இருக்கும். ஆனால் சிறிது நேரத்திலேயே சாச்சாவின் நினைவு வந்துவிடும். சாச்சா ரொம்பக் கண்டிப்பானவர். திடீரென்று தூக்கத்திலிருந்து விழித்துக்கொண்டால் அவ்வளவுதான்! மெஹ்ருன்னிஸாவைத் தவிர வேறு யாராலும் அவருடைய ஆத்திரத்தைத் தணிக்க முடியாது. சாச்சாவின் ஞாபகம் வந்துவிட்டால் வேகமாகத் திரும்பிவிடுவான். பிறகு அவனுக்கு உறக்கம் வராது. சாச்சாவின் குறட்டையொலியுடன், விட்டுவிட்டுக் கேட்கிற சுவர்க்கோழியின் சத்தத்தையும் கேட்டுக்கொண்டு மீதி இராப் பொழுதையும் கழிப்பான்.

பிறகென்ன? மீண்டும் இன்னொரு நாள் பொழுது தொடங்கும். முக்காட்டை ஒருபோதும் தலையிலிருந்து நழுவ விடாத ஆயிஷாவை ஆக்குப்புரைக்குத் தேடிக்கொண்டு போய் சாயா வாங்கிக் குடிப்பான். எப்போதும் அவள் தனக்கென்று 'ரெங்கு' அதிகமாக இருக்கும் சாயாவைத் தனியே எடுத்து வைத்திருப்பாள். ஆக்குப்புரைக் கதவுவரை சென்று, யாராவது வருகிறார்களா என்று பார்த்துவிட்டு, அதைக் கலந்து அவனிடம் ஊற்றித் தருவாள். அவன் சாயா குடித்துக்கொண்டிருக்கும்போது, வீட்டை ஒட்டிப்போகிற வண்டித்தடத்தில் காட்டுவேலைக்குப் போகிறவர்களின் பேச்சுக் குரல்கள் அனேகமாகக் கேட்கும்.

அடுத்து, புறவாசலில் போட்டிருக்கிற துலாவில் தண்ணீர் இறைத்து அரையாள் உயரமுள்ள தண்ணீர்த் தொட்டியை நிரப்பவேண்டும். தண்ணீர் இறைக்கும்போது சாச்சா வந்து விட்டால், வாளி கிணற்றுச்சுவரில் படாமல் தண்ணீர் இறைக்க வேண்டும் என்பார். துலாவில் தண்ணீர் இறைக்கும்போது மாடியிலிருந்து மெஹ்ருன்னிஸாவின் ரேடியோ பாட ஆரம்பித்து விடும். கடல்காற்றில் லேசாக அசையும் முக்காடு போட்ட மெஹ்ருன்னிஸாவின் முகம் சமயங்களில் ஜன்னல் கம்பிகளினூடே தென்படும். அவனுக்காக அவள் பரிந்து பேசுவாள்.

'போதும்! போதும்! வூட்டுல உள்ள ஆட்கள் எல்லோருக்கும் குளிக்கதுக்கு நீதான் தண்ணி எறச்சுக் குடுக்கணுமா? அவுஹ இறைச்சிக்கிட மாட்டாங்களா? நீ அப்புராணிப் புள்ளையா இருக்கப் போயிதான் ஒன்னை இந்த மாதிரி வேலை எல்லாம் வாங்குதாவ . . . நீ பேசாம இரு!' என்று மிகுந்த பிரியத்துடன் ஜன்னல் வழியே சொல்வாள்.

அவள் கப்பல் முதலாளியின் ஒரே பெண்தான் என்றாலும், அவளுடைய பேச்சு ஒன்றும் அந்த வீட்டில் எடுபடாது. ஏனென்றால் அவளை உலகம் தெரியாத பேதை என்றுதான் சாச்சாவும் கைரூன் மாமியும் முடிவு செய்திருந்தார்கள். அவள் புருஷன் மீரானேகூட அப்படித்தான் நினைத்தான். வீட்டு நிர்வாகம் பூராவும் ஒருவிதத்தில் பார்த்தால், சாச்சாவிடமும் கைரூன் மாமியிடமும்தான் இருந்துவந்தது என்று சொல்ல வேண்டும். தண்ணீர் இறைக்கிற விஷயத்தில் அத்தையின் பேச்சைக் கேட்டால் சாச்சாவிடம் ஏச்சு வாங்கவேண்டியிருக்கும் என்பது அவனுக்குத் தெரியாததல்ல. என்றாவது ரெண்டாம் பிளே சினிமாவுக்குப் போவதை சாச்சா பெரிய மனத்தோடு அனுமதித்து வந்தார். அத்தைக்காக அதை அவனால் இழக்க முடியாது.

எப்போதும் ஆக்குப்புரையிலேயே வெந்துகொண்டிருக்கும் ஆயிஷாவுக்கு அவன் கடைக்குப் புறப்படத் தயாரானது எப்படித்தான் தெரியுமோ? தலை சீவிவிட்டுச் சீப்பை மாடத்தில் வைக்கவும் ஆக்குப்புரையிலிருந்து ஆயிஷாவின் குரல் கேட்கவும் சரியாக இருக்கும். 'ராமையா . . . புட்டு தயாராயிட்டுது... வந்து நாஷ்டா பண்ணுவேன்...' என்பாள்.

சரியாக எட்டுமணிக்குக் கடையைத் திறக்கவேண்டியது அவனுடைய பொறுப்பு. மீரான் கடைக்கு வர பத்து, பத்தரை மணி ஆகிவிடும். மீரான் எதிலுமே பட்டும் படாமலும்தான் இருப்பான். கடைவிஷயத்திலும் அப்படித்தான். அந்த வீடு, கடை எல்லாமே அவனுடைய மனைவியுடையதுதான். என்றாலும் அவன் எதிலும் உரிமை கொண்டாடியதில்லை. அவன் வீட்டில் இருக்கிற சமயங்களில்கூட, அவ்வளவு பெரிய குடும்பத்தின் மூத்த மருமகன் போல் தோன்ற மாட்டான். அந்த வீட்டில் உள்ள நபர் யாரையோ பார்த்துவிட்டுப் போவதற்காக வந்த வெளிஆள் மாதிரித்தான் அவனுடைய நடவடிக்கைகள் இருக்கும்.

அவன் கடைச்சாவியை எடுத்துக்கொண்டு புறப்படும் போது அனேகமாக மீரான் நார்க்கட்டிலில் நன்றாக உறங்கிக் கொண்டிருப்பான். கட்டிலுக்குக் கீழே அவனுடைய செல்லமான கருப்புப்பூனை அரைத்தூக்கத்தில் படுத்துக் கிடக்கும். பக்கத்தில் யாராவது நடமாடுகிற அரவம் கேட்டால் லேசாகக் கண்களைத் திறந்து பார்த்துத் திரும்பவும் அது சோம்பலுடன் கண்களை மூடிக்கொள்ளும்.

ஆயிஷாவோ புட்டு அவிப்பதிலும் ரசம் வைப்பதிலும் தான் கைதேர்ந்தவள். மட்டன்கறி, கோழிக்கறி எல்லாம் அவ்வளவாக வைக்கத் தெரியாது. மெஹ்ருன்னிஸாவைத் தவிர மற்றவர்களுடைய ஏகோபித்த அபிப்பிராயம் இது. மெஹ்ருன்னிஸாதான் அவளுக்குப் பரிந்து பேசுவாள். 'இம்புட்டுத் தூரத்துக்கு ஆக்கி எடுத்துப் பண்ணுதவளுக்கு அதெல்லாம் ஆக்கத் தெரியாமலா போகும்? நீங்க அவளைக் கறி புளி ஆக்கவுட்டாத்தானே' என்பாள். ஆனால் அவளுடைய பேச்சை யார் மதிப்பார்கள் ? வேலைக்காரர்களிடம் அளவற்ற பரிவு காட்டுகிற அவளைச் சொந்தக்காரர்கள் எல்லோரும் எரிச்சலுடன் பார்த்தனர். 'இந்தாப் பாரு முருன்னிஸா! ஒனக்கு இந்த வூட்டு வெவகாரமெல்லாம் சரிப்பட்டு வராது' என்று கைரூன் மாமி முகத்தில் அடித்ததுபோல் சொல்லிவிடுவாள். என்றாலும், மெஹ்ருன்னிஸா அதற்காகக் கோபித்துக்கொள்ள

மாட்டாள். அவளுக்கு யார் பேரிலும் கோபமோ ஆத்திரமோ ஏற்படாது. அதுதான் மெஹ்ருன்னிஸா.

ஆனால் ஆயிஷா அப்படியல்ல. அவளை யாராவது குற்றம் சொன்னால் அவளுக்குக் கோபம் வந்துவிடும். வீட்டுக்காரர்கள் இருக்கும்போது அவர்கள் காதுபட எதுவும் சொல்ல மாட்டாள். வேறு யாரும் இல்லாத நேரத்தில், ராமையாவிடம் மட்டும்,'எனக்குன்னு சாதி சனம் ஆரும் இல்லண்டு நெனைச்சுட்டாங்க போல . . . செய்யது வாப்பா தர்க்கா இருக்க உரூஸ்பேட்டை தெரியுமா ஒனக்கு... அங்க எங்க பெரிய மாமி வூடு இருக்குதாக்கும்... இன்னைக்கியும் என்னையத் தாங்கி வெச்சுக்கிடுவாஹ... ஒரு வரி கடுதாசி எளுதிப் போட்டாப் போறும். எங்க மாமி ரவூத் அண்ணனை அனுப்பிச்சு என்னையக் கூட்டியாரச் சொல்லிருவா! ஆண்டவரு இந்த ஆயிஷாம்மாவை அப்பிடி ஒண்ணும் அனாதையாப் படைச்சிரலை . . .' என்று சொல்லிவிட்டு அழுவாள். அவனுக்கு என்ன சமாதானம் சொல்வதென்று தெரியாது. ஆனால் ஆயிஷா ஒரு தடவைகூட உரூஸ்பேட்டையில் இருக்கிற பெரிய மாமிக்குக் கடிதம் எழுதிப் போட்டதே இல்லை. ரவூத் அண்ணனும் அவளைக் கூட்டிக்கொண்டு போக வரவில்லை. சிறிது நேரம் விம்மிக்கொண்டிருப்பாள். அவளுடைய அழுகை குறையும்வரை இருந்துவிட்டுப் புறப்படுவான். அப்போது அவனை ஆயிஷா போக விடமாட்டாள். 'மக்கா! ரெண்டு சீனிக் கெழங்கு சாப்புட்டுட்டுப் போயேன் . . .' என்றோ, 'அந்திக்கடையில் வாங்குன இனிப்புச் சேவு இருக்குது! சாப்புடுவேன்' என்றோ எடுத்துத் தருவாள். அப்படிச் செய்வதில் அவளுக்கு ஒரு சந்தோஷம். கைரூன் மாமியோ சாச்சாவோ அல்லது வேறு யாருமோ அவளைச் சத்தம் போட்ட சமயத்திலெல்லாம் அனேகமாக இப்படித்தான் நடந்து கொள்வாள். இதைச் செய்தபிறகு, கொல்லைக்குப் போகிற வழியில் உள்ள ஓடுகள் போட்ட நீண்ட தாழ்வாரத்தை நோக்கிப் போவாள். அந்தத் தாழ்வாரத்தில், பம்பரக் கயிற்றால் கட்டப்பட்ட கொடியில்தான், கறி மசாலாவாடை அகலாத தன் சேலைகளைத் துவைத்துக் காயப்போட்டிருப்பாள். எவ்வளவு துவைத்தாலும் அந்த மசாலாவாடை போகவே போகாது. அந்தச்சேலையை எடுத்து 'என்னைய சாதி சனம் ஆரும் இல்லாதவண்டு நெனைச்சுக்கிட்டாவ போல . . .' என்று முணுமுணுத்துக்கொண்டே மடிப்பாள்.

ராமையாவுக்குச் சங்கீதம் என்று எதுவும் பெரிதாகத் தெரியாது. அவனுக்குத் தெரிந்ததெல்லாம் சினிமாப் பாட்டுகள்

தான். தனியே இருக்கும்போது தனக்குப் பிடித்தமான சினிமாப் பாட்டுகளை மிகுந்த உணர்ச்சியுடன் பாடுவான். ஆனால் மெஹ்ருன்னிஸா வயலின் வாசிக்கும்போது அவனும் உட்கார்ந்து கேட்பான். இளஞ்சிவப்பு வண்ணச் சிமெண்டு கொழுப்பு இடியப்பட்ட அந்தத் தரை, சுவரில் மாட்டப்பட்ட பழைய போட்டோப் படங்கள், சட்டமிட்ட ஓவியங்கள் இவற்றுடன் அவளுடைய வாசிப்பு இசைந்திருப்பதுபோல் இருக்கும். அவள் எழுப்பும் நாதம் மனத்தை உருக வைக்கும். அதைக் கேட்கும்போது அவனுக்குப் பிடித்தமான தேரிக்காட்டு மணலில் பனை வடலிகளினூடே, தன்னந்தனியே முடிவற்ற அந்த வண்டித்தடத்தில் நடந்துபோவதைப்போல் இருக்கும். ஏனோ அவள் எப்போதும் பிற்பகல் நேரத்தில்தான் வயலின் வாசிப்பாள். மத்தியானச் சாப்பாட்டுக்கு வரும் சமயம், பூவரச மர நிழலில் சைக்கிளை ஸ்டாண்ட் போட்டு நிறுத்தும் போதே, மாடியிலிருந்து அவள் வயலின் வாசிப்பது, துருப்பிடித்த ஜன்னல் கம்பிகள் வழியே வெளியே கேட்கும். முன் கூடத்தைத் தாண்டிப் போனால், வானவெளி முற்றத்தில் கைரூன் மாமி தன் கனத்த உடம்புடன் நார்க் கட்டிலில் குறட்டைவிட்டுத் தூங்கிக்கொண்டிருப்பாள். அவள் அந்த வேளையில் உறங்குவதும் நல்லதுதான். இல்லையென்றால் 'ஒனக்கு வேற ஜோலி இல்லியா? எதுக்கு எப்பம் பார்த்தாலும் அதைப் போட்டு வறட்டு வறட்டுன்னு இழுத்துக்கிட்டு இருக்கே?' என்பாள்.

அவசர அவசரமாக ஆக்குப்புரையில் போய்ச் சாப்பிட்டு விட்டு மாடிக்கு ஓடுவான். தன்னுடைய வாப்பாவின் பெரிய போட்டோ படத்துக்கு முன்னால், ஜமுக்காளத்தின் மேல் முக்காடிட்ட தலையுடன் வயலின் வாசித்துக்கொண்டிருப்பாள். அவனைப் பார்த்ததும் வாசிப்பை நிறுத்தாமலே லேசாகச் சிரிப்பாள். அவளுடைய உற்சாகம் பெருகிவிடும். ஏனென்றால், அந்த வீட்டில் அவனைத் தவிர வேறு யாரும் அவள் வயலின் இசைப்பதை விரும்புவதே இல்லை. அந்த உவகை அவளுடைய மெலிந்து நீண்ட விரல்களின் வழியே தந்திக் கம்பிகளில் நாத வெள்ளமாய்ப் பிரவஹிக்கும். ஒருநாள் மதியம் அவன் சாப்பிட வந்தபோது மெஹ்ருன்னிஸாவின் வயலின் நாதம் கேட்க வில்லை. வழக்கம் போல் ஆயிஷாதான் மசாலாவாடை வீசும் முரமுரப்பான சேலையுடனும் நழுவாத முக்காட்டுடனும் சாப்பாடு பரிமாறினாள். சாப்பிடும்போது 'ஆயிஷாம்மா' என்று மெதுவாகக் கூப்பிட்டான் ராமையா. என்ன என்பதுபோல் திரும்பிப் பார்த்தாள் ஆயிஷா. குழம்புதான் கேட்கிறானோ என்று நினைத்தாள்.

'மத்தியானம் சாச்சா, அவுஹ ஊர்க்காரங்க ரெண்டுபேரைக் கூட்டிக்கிட்டு சாப்புட வந்துட்டாஹ . . . அதுதான் கொழம்பு போதாது' என்றாள்.

'அதுக்கில்லை.'

'பின்னே ?'

'அத்தை மச்சுலே இருக்காங்களா ?'

'எந்த அத்தை ? கைரூன் மாமியா ?'

'மோருன்னிஸா அத்தை.'

'எதுக்கு ?'

'இல்லை . . . இந்த நேரத்துக்கு எப்பவும் பிடில் வாசிப் பாங்களே ... இன்னிக்கி வாசிக்கக் காணலையேன்னு கேட்டேன்.'

இதற்கு ஆயிஷா உடன் பதில் சொல்லவில்லை. ஏதோ ரகசியத்தை அவனுடன் பகிர்ந்துகொள்ளப் போகும் பாவனையுடன் அவள் முகம் தோற்றமளித்தது. பொதுவாக, வீட்டில் உள்ளவர்களைப் பற்றி அவனிடம் ஏதாவது பேசப் போகிறாள் என்றால், கதவுப்பக்கம் சென்று, யாராவது வருகிறார்களா என்று எட்டிப்பார்த்துவிட்டு வருவாள். அதுபோல் இப்போதும் செய்தாள். பிறகு, முக்காட்டை நன்றாக இழுத்து விட்டுக்கொண்டு அவனுக்கு முன் வந்து நின்றாள். மிக முக்கியமான தகவலைச் சொல்லப்போகிற பாவனை யுடன் முகத்தை வைத்துக்கொண்டாள். ஆக்குப்புரை அரையிருட்டில் அவனருகே குனிந்து, 'ஒனக்கு வெசயம் தெரியாதா ?' என்று கேட்டாள். அவன் தலையை அசைத்தான். யார் வீட்டிலோ சேவல் தீனமாகக் கத்தியது.

'மோருன்னிஸா, மீரானுக்கு நிக்கா பண்ணி வைக்கப்போறா ! தெரியுமா ?' என்றாள்.

'அப்போ மோருன்னிஸா அத்தை ?' என்று வியப்புடன் கேட்டான்.

'ஸ் ... ஸ் ...' என்று தன் கருத்த ஆள்காட்டி விரலை, கூட்டிக் குவித்த இரண்டு உதடுகளின் மீதும் வைத்து அவனை எச்சரிக்கை செய்தாள்.

'மெள்ளப் பேசு மக்கா ... சத்தம் போட்டுப் பேசாத. கைரூன் மாமி காதுல வுழுந்தா ஒன்னையும் என்னையும் கொத்திப் போடுவா கொத்தி . . . மீரானுக்கு இவளே இன்னொரு நிக்கா பண்ணி வைக்கப் போறாளாக்கும் !'

‘நெசம்மாவா ?’ என்று மிகுந்த ஜாக்கிரதையாக, மெதுவாகப் பேசினான்.

‘பின்னே பொய்யா சொல்லுதேன் ?’

‘எதுக்கு இன்னொரு கல்யாணம் ?’

‘சுத்த பைத்தியக்காரப் புள்ளியா இருக்கியே ? ரெண்டு பேருக்கும் கல்யாணங்களிஞ்சு எத்தனை வருஷம் இருக்கும் ?’ என்று கேட்டுவிட்டு, ‘நீ எங்கே சரியான பதிலைச் சொல்லப் போகிறாய்’ என்பதுபோல் அவனை இளக்காரமாகப் பார்த்தாள்.

அவனும், ‘ரொம்ப வருஷம் இருக்காது ?’ என்று பொதுவாகக் கேட்டான்.

‘ஆச்சு மக்கா ... இந்த ரம்சான் பொறை கண்டா பதினாலு வருசம் ஆயிப்போச்சு ... அவ வயித்துல ஒரு புள்ள உண்டுமா சொல்லு ?’ என்று சொல்லிவிட்டு, திரும்பவும் ஒரு தடவை கதவுப் பக்கம் போய்ப் பார்த்துவிட்டு வந்தாள். யாருமில்லை என்ற திருப்தி முகத்தில் நிலவியது. தண்ணீர் நிரம்பிய துலா வாளி ‘மொர மொர’ வென்ற சப்தத்துடன் மேலே ஏறிக்கொண்டிருந்தது எங்கிருந்தோ கேட்டது.

‘இந்தக் கைரூன் மாமி காதுல நாம பேசுதது வுளுந்திச்சோ ... கொத்திப் போடுவா கொத்தி ... வெசயத்தைக் கேளு ! தனக்குப் புள்ள இல்லண்டுதான் மோரூன்னிஸாவே பொண்ணு பேசி முடிச்சிருக்கா ... இன்னைக்கி வெள்ளன நீ கடை தொறக்கப் போனம் பெறவு புருசங்கிட்டே இதைப் பேசப் போக, அந்த ஆளு மாட்டேன்னு சொல்லப்போக . . . ஒரே தகராறு ! அவன் கடைக்கிப் போனம் பெறவு மச்சுக்குப் போனவதான். கீள எறங்கவே இல்ல. இதுவாக்கும் வெசயம் !’ என்று நழுவப்போன முக்காட்டை இழுத்து விட்டுக்கொண்டே சொன்னாள். இதைத் சொல்லிவிட்டு, ஏதோ நினைவில் மோட்டுவளையைப் பார்த்துக்கொண்டிருந்தாள்.

‘அந்த நிக்கா நடந்துச்சுன்னா இந்த ஆக்குப்புரைக்கு வேற ஆளு வந்திரும் ... எங்க மாமிக்கு நான் கடுதாசி எளுதிப் போடுவேன் ரவூத் அண்ணன் வந்து என்னையக் கூட்டிட்டுப் போயிருவாங்க. நிக்கா முடிஞ்சிட்டுதுன்னா, வார மனுஷி எப்படிப்பட்டவளோ ... ஆரு கண்டது ? சொல்லு பாப்பம்’ என்றாள் ஆயிஷா.

வேகமாகச் சாப்பிட்டு முடித்தான். மாடிப்படிக்குப் போகிற பாதையில் வானவெளி முற்றத்தில் உறங்கிக்கொண் டிருந்த கைரூன்மாமியை எழுப்பிவிடாமல் மெதுவாக மாடிப்படிகளில் ஏறினான். பாதிப்படிக்கட்டில் படுத்துக்

கிடந்த பூனை, அவனைக் கண்டதும் எழுந்து நின்று முதுகை உயர்த்திச் சோம்பல் முறித்தது. அவன் மேலே ஏறிப் போகிறவரை அவனையே பார்த்துக்கொண்டிருந்தது. அவன் தலை மறைந்ததும் மறுபடியும் அதே படியில் கால்களை முடக்கிக்கொண்டு படுத்துக்கொண்டது.

மாடியில் மெஹ்ருன்னிஸாவின் அறைக்கதவு லேசாகச் சாத்திக் கிடந்தது. எங்கிருந்தோ கௌளிப் பல்லி குறி சொல்லியது. காலையில் வைத்திருந்த ஊதுபத்தியின் மணம் இன்னும் அந்த அறைக்குள் லேசாக மிதந்து கொண்டிருந்தது. எட்டிப் பார்த்தான். அவனுடைய பிரியமான மெஹ்ருன்னிஸா அத்தை தோம்ரா கட்டிலில் ஒருச்சாய்ந்து படுத்து உறங்கிக்கொண்டிருந்தாள். அவளுடைய வயலின் பெட்டி கட்டிலுக்குக் கீழே கிடந்தது. அவளுக்கு நேரெதிரே சுவரில் மாட்டியிருந்த பெரிய போட்டோ படத்திலிருந்து, கப்பல் முதலாளி, தன் மகளையே மிகுந்த வாத்ஸல்யத்துடன் பார்த்துக்கொண்டிருந்தார். அதற்குமேல் அவனால் நின்றுகொண்டிருக்க முடியவில்லை. கீழே இறங்கிப் போய்விட்டான்.

பிறகு மேலத்தெரு கப்பல்முதலாளியின் வீட்டில் எவ்வளவோ காரியங்கள் நடந்துவிட்டன. மீரான் என்னவெல்லாமோ சொல்லிப் பார்த்தான். ஆனால் அவளுடைய மெலிந்த திரேகத்தினுள் இருந்த ஹிருதயம், அந்த வயலின் நாதத்தைப் போலவே பரிசுத்தமானதாக இருந்தது. அதனால் கரையூரி லிருந்த ஏழைப் பெண்ணான சுலைகாவுக்கும் அவள் புருஷனுக்கும் அவளே கல்யாணம் செய்து வைத்தாள். ஆனால் மீரானால் பதினாலு வருஷமாகக் குடும்பம் நடத்திய அதே வீட்டில், மெஹ்ருன்னிஸாவின் முன்னால் இன்னொரு பெண்ணுடன் குடித்தனம் நடத்த இயலாமல் போயிற்று. தன் புதுப் பொஞ்சாதியுடன் ஆத்தாங்கரைப் பள்ளிக்குப் போய்விட்டான். மெஹ்ருன்னிஸா, மாதத்துக்கு ஒரு தடவையாவது ஆத்தாங்கரைப் பள்ளிக்குப் போய் வருவாள். அந்த ஊருக்குக் குடிபோன ஒரு வருஷத்துக்கெல்லாம் சுலைகா ஒரு பெண் குழந்தையைப் பெற்றாள். அதற்கு மெஹ்ருன்னிஸா என்றே பெயரிட்டார்கள். வேறு யார், சுலைகாதான் அந்தப் பெயரை இடவேண்டும் என்று சொன்னவள்.

ராமையா, மீரானுக்குக் கல்யாணம் நடப்பதற்கு முன்பே வேலையை விட்டுப் போய்விட்டான். மெஹ்ருன்னிஸாவின் மென்மையான ஹிருதயத்துக்கு நேரிடப்போகும் தனிமையை அவனால் நினைத்துக்கூடப் பார்க்க முடியவில்லை. சொன்னால்

போகவிட மாட்டார்கள் என்பதனால், ஒருநாள் இரவு கடையைப் பூட்டிவிட்டு வந்தபிறகு, கடைச்சாவியை நாகூர் தர்க்கா படம் மாட்டியிருந்த ஆணியில் வழக்கம் போல் மாட்டிவிட்டுப் போய்விட்டான். துரதிர்ஷ்டவசமாக அன்று மீரான் ஊரில் இல்லை. சரக்கு எடுப்பதற்காகச் சாத்தான்குளம்வரை போயிருந்தான். அவன் வீட்டை விட்டு வெளியேறியது ஆயிஷாவுக்குத்தான் முதலில் தெரிந்தது. அவள் அவனுக்குச் சாப்பாடு போடுவதற்காக அந்தப் புகைபடிந்த ஆக்குப்புரையின் மங்கலான வெளிச்சத்தில் வெகுநேரம்வரை காத்துக் கொண்டிருந்தாள். பிறகுதான் தெரிந்தது ராமையாவைக் காணவில்லை என்று. தனது மனத்தாங்கலைப் பகிர்ந்து கொள்வதற்கு இருந்த ஒரே ஜீவனும் அந்த வீட்டை விட்டுப் போய்விட்டது என்பதைக்கூட உணர முடியாத அந்த அப்பாவிப்பெண், மறுநாள் காலை வழக்கம்போல் புட்டு அவிப்பதற்கான ஏற்பாடுகளில் யந்திரம் போல் ஈடுபட்டாள்.

மீரானுக்குக் கல்யாணம் ஆன நாலாவது மாதத்தில்தான் அது நடந்தது. உலகந் தெரியாத ஆயிஷா ஒருநாள் நெஞ்சு வலிக்கிறது என்று ஆக்குப்புரை நடைவாசலில் உட்கார்ந்தாள். அப்படியே அவளுடைய உயிர் பிரிந்துவிட்டது. அவளை எப்போதும் சத்தம் போட்டுக்கொண்டே இருக்கும் கைரூன் மாமி அன்று அழுததை நினைத்தால் ஆச்சரியமாகத்தான் இருக்கிறது. யாருடைய மனத்தில் எப்போது அன்பு சுரக்கும் என்று எப்படிச் சொல்ல முடியும்? ‘இந்தப் பைத்தியக்காரிக்கு இப்பிடி ஒரு சாவையா அந்த ஆண்டவர் தரணும்?’ என்று மார்பில் அடித்துக்கொண்டு துக்கம் தாங்காமல் அழுது புரண்டாள் கைரூன் மாமி. பாவம், அவளுடைய மவுத்துக்கு மியான் பள்ளியிலிருந்து அவளுடைய மாமியோ ரவூத் அண்ணனோ வரவில்லை.

ஆயிஷாவுக்குபிறகு, நொடித்துப்போன கப்பல் முதலாளி வீட்டுக்குச் சமையல் வேலைக்கு யாரும் வரத் தயாராக இல்லை. அதனால் கைரூன் மாமியும் சாச்சாவும் ஆத்தாங்கரைப் பள்ளிக்கு மீரான் வீட்டுக்குப் போய்விட்டார்கள். அவர்கள் சென்ற சில நாட்களில், அந்தக் கருப்புப் பூனை, நடைக் கூடத்தில் செத்துக் கிடந்ததை ஒருநாள் காலை மெஹ்ருன்னிஸாவே பார்த்தாள். இப்போது அந்த வீட்டில் அவளைத் தவிர யாருமே இல்லை.

உயர்வைப் போலவே தாழ்வும் வெகுவேகமாகத்தான் வருகிறது என்பதற்குக் கப்பல் முதலாளி வீடு ஒன்றே போதும். கடவுளுடைய நோக்கத்தை யாரால் அறிய முடியும்? மீரானுக்கு இரண்டாவது பெண் குழந்தை பிறந்த சமயத்தில் பெய்த அடை மழையில் அந்த வீட்டின் பின்பகுதி பூராவும் விழுந்து

விட்டது. இப்போது எஞ்சி இருந்தது வானவெளி முற்றத்தை ஒட்டியிருந்த இரண்டே இரண்டு அறைகளும் மாடியும்தான். வீடு இடிந்து விழுந்ததைப்பற்றி மேலத் தெருவில்தான் யாரோ இரக்கப்பட்டு மீரானுக்கு எழுதிப்போட்டார்கள். அவன் அன்று சாயந்திரமே ஓடிவந்தான். தன்னோடு வந்துவிடும்படி மெஹ்ருன்னிஸாவிடம் மன்றாடினான். அவள் மறுத்து விட்டாள். வாழ்வானாலும் தாழ்வானாலும் இந்த வீட்டோடு தான் இருப்பேன் என்று சொல்லிவிட்டாள். அவளுடைய ஜீவனத்துக்குக் கடை வாடகை மட்டும் நூறு ரூபாய் வந்து கொண்டிருந்து.

எப்போதாவது தன் தளர்ந்து மெலிந்த விரல்களால் வயலின் வாசிப்பாள். ஆனால் அதைக் கேட்க ராமையாதான் இல்லை. அதனால் என்ன? அவளுடைய வாப்பாதான் போட்டோ படத்திலிருந்து மிகுந்த வாத்ஸல்யத்துடன் தன் மகள் வாசிப்பதைப் பார்த்துக்கொண்டிருக்கிறாரே.

தாய், 1991

மல்லிகா

அவளுக்குத் தூக்கம் வந்தது. கொட்டாவி விட்டாள். ராத்திரி பூராவும் தூக்கம் இல்லாதது கண்களை இருட்டிக்கொண்டு வந்தது. ஆனால் அவள் படித்துக்கொண்டிருந்த கதை இன்னும் ஒரு பக்கம் இருந்தது. அதைப் படித்து முடிக்க முடியாது போலிருந்தது.

ஆலங்குளத்தில் நேற்று கச்சேரி முடிந்து திரும்பும்போது மணி மூன்றுக்கும் மேல் இருக்கும். நல்ல வேளையாக, கச்சேரிக்கு ஏற்பாடு செய்து அழைத்துப் போனவர்கள், திரும்பி வருவதற்கு வேனுக்கு ஏற்பாடு செய்திருந்தார்கள். இல்லை என்றால் காலையில் பஸ் பிடித்துத்தான் வந்து சேரவேண்டி இருந்திருக்கும்.

வழக்கமாக ஒரு மணிக்கெல்லாம் கச்சேரியை முடித்துவிடுவார்கள். நேற்று நல்ல கூட்டம். பழைய பாட்டுகளாகக் கேட்டு, சீட்டு அனுப்பிக்கொண்டே இருந்தார்கள். கச்சேரி நன்றாக இருந்தது. நேரம் போனதே தெரியவில்லை. அவளுக்குப் பிடித்த மான பாட்டுகளைக் கேட்டே சீட்டு வந்தது. அன்று ராஜனும் ரொம்ப அருமையாகப் பாடினான். யாரோ ஒருத்தர் பஸ் டிக்கெட்டுக்குப் பின்னால் அவளுக்கு விருப்பமான, 'உன்னிடத்தில் என்னைக் கொடுத்தேன்' என்ற பாட்டைப் பாடச் சொல்லிக் கேட்டிருந்தது அவளுக்குச் சந்தோஷமாக இருந்தது.

நேற்று இரவு வேனில் பின்சீட் கூடக் காலியாகத்தான் கிடந்தது. டவுன் வருகிறவரை அதில் படுத்துக்கொண்டு வந்திருக்கலாம். டிரைவருக்குப் பின்னால் உள்ள சீட்டில் தபேலா

சண்முகமும் ஹார்மோனியம் வாசிக்கிற நாயுடுவும்தான். வாத்தியங்களை எல்லாம் அவர்களுக்கு எதிரே இருந்த சீட்டில் வைத்திருந்தார்கள். அவளுடன் பாடுகிற ராஜன், அந்த ஊரிலேயே படுத்திருந்துவிட்டு காலையில் வருகிறேன் என்று சொல்லிவிட்டான். அதனால் பின்சீட் காலியாகவேதான் கிடந்தது. பின்னால் போய் ஏறப்போனவளை மாமாதான் கூப்பிட்டு முன்னால் வரும்படிச் சொன்னார். டிரைவர் சீட்டுக்குப் பக்கத்துச் சீட்டில் ஒருத்தர்தான் தாராளமாக உட்காரலாம். 'இல்லே மாமா! பின்னாலே சீட் காலியாகத் தானே கெடக்கு' என்று சொல்லிப் பார்த்தாள். மாமா மறுத்து விட்டார். அவருடன் போய் உட்கார்ந்தால்தானே அவளை இடித்துக்கொண்டு உட்காரலாம். கோபத்தோடு முன்னால் ஏறி உட்கார்ந்தாள். 'நீயெல்லாம் ஒரு மனுஷனா?' என்று முணு முணுத்தாள். அவள் சொன்னது அவர் காதில் விழுந்திருக்குமோ என்னவோ? 'என்னது?' என்றார். அவள் அவரைத் திரும்பியே பார்க்கவில்லை. வந்த ஆத்திரத்தை அடி உதட்டைக் கடித்து அடக்கிக்கொண்டாள். அவள்மேலே உட்காராத குறையாக அவளை நெருக்கிக்கொண்டு உட்கார்ந்துகொண்டார் மாமா. வலது கையைப் பின்பக்கமாக அவள் சீட்டைச் சுற்றிப் போட்டுக்கொண்டார்.

பஸ்ஸில் வந்தாலும் இதே சபலம்தான். பெண்களுடன் சேர்ந்து சீட்டில் உட்காரப் போனால், ரொம்ப யோக்கியன் மாதிரி, 'மல்லிகா. . . இப்பிடி வந்து உட்காந்துக்கம்மா' என்று தன் பக்கத்துச் சீட்டைக் காட்டிக் கூப்பிடுவார்.

'இல்ல மாமா. . . எதுக்கு? இங்கியே லேடீஸ் சீட்லே உக்காந்துக்கிடுதேன்.'

'சொன்னாக் கேளு மல்லிகா. . . ஒங்க அம்மைக்குப் பதில் சொல்லி முடியாது.'

பொறுக்கி! வயதான பொறுக்கி! அம்மாவுக்குப் பயப்படு கிறானாம். என்னை உரசிக்கொண்டு உட்கார வேண்டும். இதற்கு அம்மா ஒரு சாக்கு.

இதெல்லாம் அம்மாவுக்குத் தெரியுமா? அவளிடம் எப்படிச் சொல்லுகிறது? அவள் தன் தம்பியைக் கண்கண்ட தெய்வமாக அல்லவா நினைத்துக்கொண்டிருக்கிறாள். திடீரென்று புருஷன் இறந்துபோய் நாலு வயதுப் பிள்ளையுடன் தவித்துக்கொண்டிருந்தவளுக்காக, கல்யாணம்கூடச் செய்து கொள்ளாமல் தன் வாழ்வையே தியாகம் செய்துவிட்டவர் என்றல்லவா மாமாவைப் பற்றி அம்மா நினைத்துக்கொண்டிருக் கிறாள். ஊரில்கூட இப்படித்தானே எல்லோரும் பேசிக்கொள் கிறார்கள்? ஆனால், மாமா கல்யாணம் பண்ணிக்கொள்ளாத

காரணம் அவளுக்கல்லவா தெரியும். சிறுவயதில் அவளுக்கு மாமாவின்பேரில் அளவற்ற பிரியமும் மரியாதையும் இருந்தது. அவள் வயதுக்கு வந்தபிறகுதான் மாமாவின் நிஜ முகம் தெரிகிறது.

அடுக்களையில் ஏதோ பாத்திரம் உருண்டு விழுந்தது. சத்தத்தை வைத்துப் பார்த்தால், அது வெண்கலத் தம்ளராகத்தான் இருக்க வேண்டும். முன்னால் தார்சாவில் கீரையைக் குப்பை பார்த்துக்கொண்டிருந்த அம்மா, 'மல்லிகா. . . அடுப்படியிலே பூனை எதையோ உருட்டுது பாரு!' என்றாள். அப்படியென்றால், 'போய்ப் பார்' என்று அர்த்தம். படித்துக்கொண்டிருந்த ராணியை அப்படியே போட்டுவிட்டு வேகமாக எழுந்து அடுக்களையைப் பார்க்கப் போனாள். அவள் எழுந்து சென்ற வேகத்திலா, இல்லை புறவாசலிலிருந்து வீசிய காற்றிலா என்று தெரியவில்லை. கொடியில் கிடந்த மாமாவுடைய ஜிப்பா கீழே விழுந்தது. அதை எடுத்துக் கொடியில் போட்டுவிட்டே போயிருக்கலாம். ஆனால் அவள் அப்படிச் செய்யவில்லை.

குடத்துக்குப் பக்கத்தில் வெண்கலத் தம்ளர்தான் உருண்டு கிடந்தது. கொஞ்சம் பாலும் சிந்தியிருந்தது. பூனை, சிந்திய பாலை ஒரு ஓரமாக நக்கிச் சாப்பிட்டிருக்கும் போல. பூராவும் சாப்பிட்டு முடிப்பதற்குள் அம்மாவுடைய சத்தம் கேட்கவே அது ஓடியிருக்க வேண்டும். அப்படி ஒன்றும் அதிகப் பால் இல்லை. பாவம், முழுவதையுமே நக்கிச் சாப்பிட்டிருக்கலாம். அடுப்படிக் கதவுக்குப் பக்கத்தில் போய் வெளியே பூனை தென்படுகிறதா என்று பார்த்தாள். புறவாசலில் கண்டங்கத்திரிச் செடிக்குப் பக்கத்தில் மொட்டைச் சுவரோடு சுவராய் ஒண்டிக்கொண்டு நின்றிருந்தது. இவளையே பார்த்துக்கொண்டிருந்தது. பார்த்தால் பயந்து நிற்கிற மாதிரித் தெரியவில்லை. அவள் நின்றிருந்த இடத்துக்கும் அது நிற்கிற இடத்துக்கும் நிறைய தூரம் இருந்தது. அந்தத் தூரம்தான் அதற்கு தைரியத்தைத் தந்திருக்கவேண்டும்.

பக்கத்து வீட்டு அங்கணத்தில் யாரோ குளிக்கிற சத்தம் கேட்டது. தண்ணீர் மொள்ளுகிற வேகத்தையும் ஊற்றிக் குளிக்கிற தையும் பார்த்தால் குளிக்கிறது யாராவது ஆணாகத்தான் இருக்க வேண்டும். நைட் டூட்டி பார்த்துவிட்டு மில்லிலிருந்து அந்தோணி தான் வந்திருக்கவேண்டும். அவன்தான் குளித்துக்கொண்டிருக்க வேண்டும்.

பூனை சுவர்மீது ஏறி, அந்தப் பக்கம் குதித்துவிட்டது. திடீரென்று வீசிய காற்றில் கலந்திருந்த தும்பைச் செடியின் காரமான நெடி மூக்கில் ஏறியது. புறவாசல் கதவை இழுத்துச் சாத்தும்போது, கதவின் அடிப்பக்கம் கீழே உராய்ந்து மண் நெறு நெறுத்தது. அதற்குள் அம்மாவே வந்துவிட்டாள். கீழே சிந்தியிருந்த பாலைப் பார்த்ததும் சத்தம் போட்டாள்.

‘அடக் கொள்ளையிலே போவான் பூனை..! அசந்து மறந்து ஒரு சாமான வைக்க நீதமில்லையே!’ என்று சொல்லிக்கொண்டே குனிந்து தம்ளரை எடுத்துத் தண்டை மரத்தில் வைத்தாள்.

மல்லிகா முன்வாசலைப் பார்க்க நடந்தாள். இப்போது மாமாவுடைய ஜிப்பா பட்டகசாலையில் மச்சுப்படிக்குக் கீழே, காற்றில் உருண்டுவந்து பந்துபோல் சுருண்டுகிடந்தது. நேற்றுதான் அதை எடுத்துப் போட்டாரோ என்னவோ, நல்ல வெளுப்பாக இருந்தது.

தார்சாவில் தூணைப் பிடித்துக்கொண்டு கண்களை மூடி, எதிர்த்த நாரத்தை மரத்திலிருந்து வந்த மணத்தை இழுத்து ரசித்துக் கொண்டிருந்தவளை, ‘ஏளா! மல்லிகா, கேட்டது காதுல வுளுந்துதா என்ன? என்ன அப்படியே காந்திமதி அம்மன் மாதிரி செலையா நிக்கியே? உள்ள அம்மை இருக்காளா?’ என்ற குரல்கேட்டுக் கண்களைத் திறந்து பார்த்தாள்.

‘அடே. . ! அத்தையா? வாங்க. . ! அம்மாதான? உள்ள இருக்கா. . .’ என்று பதட்டத்துடன் சொன்னாள்.

‘அப்பிடி என்ன ரோசனை பண்ணிக்கிட்டு இருக்கே. . ? கூப்பிட்ட சத்தங்கூடக் காதுல வுழாம. . ?’ என்று லேசாகச் சிரித்துக்கொண்டே படியேறினாள் பாப்பு அத்தை.

தெரு வாசலில் யாரோ பேசுகிற சத்தம் கேட்டது. குரல், வரவர பக்கத்தில் வந்தது. வந்துகொண்டிருந்தது மாமாவும் தபேலா சண்முகமும்தான். மாமா சண்முகத்தோடு ரொம்ப சந்தோஷமாகப் பேசிக்கொண்டே வந்துகொண்டிருந்தார். அவளைப் பார்த்ததும், ‘என்னம்மா மல்லிகா? ராத்திரி கச்சேரி இருக்கே! கொஞ்சநேரம் படுத்துத் தூங்கக் கூடாது. . ?’ என்றார். வெடுக்கென்று, ‘தூங்கணும்!’ என்று சொல்லிவிட்டு வேகமாக உள்ளே போய்விட்டாள். சண்முகம் அவரைப் பார்த்து லேசாகச் சிரித்தான்.

ராணியை எடுத்துக்கொண்டு ஏணிப்படிமீது உட்கார்ந்து படிக்க ஆரம்பித்தாள். பாப்பு அத்தை, மாமாவைப் பார்த்ததும், சந்தோஷத்தினால் ஏற்பட்ட செயற்கையான கீச்சுக்குரலில், ‘எங்க போயிட்டு வாராப்ல. . ?’ என்று கேட்டுக்கொண்டே நிலைப்படி அருகே உட்கார்ந்தாள்.

‘எங்கே போயிட்டு வரப்போறான்..? நேரம் போகணும்லா..? வெளியே எங்கயோவது போயிட்டு வருவான்..!’ என்று சொல்லிக் கொண்டே அம்மா அவளுக்கு எதிரே உட்கார்ந்தாள். தபேலா சண்முகம் திண்ணையிலேயே தயங்கி நின்றுகொண்டிருந்தான். மாமா அவனை உள்ளே கூப்பிட்டார். ‘இல்ல அண்ணாச்சி. . .

சும்மா இங்கியே இருக்கேன்...' என்று சொல்லிவிட்டு, திண்ணையில் கிடந்த மரபெஞ்சில் உட்கார்ந்துகொண்டான். கட்டாயத்தின் பேரில் உட்கார்ந்திருக்கிறவனைப் போலப் பெஞ்சு விளிம்பில் உட்கார்ந்திருந்தான்.

'கூட வந்திருக்கது ஆரு. . ?' என்று கேட்டுவிட்டு எட்டிப் பார்த்தாள் பாப்பு அத்தை.

மாமா குனிந்து ஜிப்பாவைக் கழற்றினார். வியர்வை உலருவதற்காகக் கொடியில் அதைப் பரத்திப் போட்டுகு கொண்டே, 'நம்ம ஆளுதான்!' என்று சொன்னார். நாற்காலியை ஃபேனுக்கு முன்னால் இழுத்துப் போட்டு உட்கார்ந்தார். ஸ்டூலின்மீது இருந்த ஃபேனை ஓடவிட்டார்.

'நீ வந்ததும் ஒருவிதத்துல நல்லதாப் போச்சு!' என்று சொல்லிக்கொண்டே அத்தை மல்லிகாவைப் பார்த்தாள். அவர் அவள் சொன்னதைக் காதில் வாங்கிக்கொண்ட மாதிரியே தெரியவில்லை. முண்டாபனியன் தோள்பட்டியை முன்னால் இழுத்துவிட்டு, காற்று உடம்பில் படுகிறமாதிரி ஃபேனுக்கு முன்னால் குனிந்துகொண்டிருந்தார். காற்றில் முன் பக்கத்து முடி பின் வழுக்கைமீது விழுந்து விழுந்து புரண்டது.

'அப்பம் என்னமோ வெசயத்தோடதான் வந்துருக்கேன்னு சொல்லு. . !' என்று உணர்ச்சியே இல்லாமல் கேட்டாள் அம்மா.

'எல்லாம் கல்யாண வெசயந்தாம்மா. . !' என்று பாப்பு அத்தை சொன்னதும், மாமா சட்டென்று அவளைப் பார்க்கத் திரும்பினார். மல்லிகா அவரை அருவருப்புடன் பார்த்தாள். கணுக்காலில் உட்கார்ந்த கொசுவை விரட்டிவிட்டு, ஊறல் எடுத்த இடத்தைச் சொறிந்தாள் அத்தை. விரல் நகம்பட்டு, தோலில் ஜன்னல் கம்பி மாதிரி நீளநீளமாக வெள்ளைக் கோடுகள் விழுந்தன.

'ஏளா! நேத்துக் குத்தால ரோட்டுல கலைக்கிட்டர் பிள்ளை வீட்டுக்கு முறுக்குச் சுத்ததுக்காகப் போயிக்கிட்டிருந்தேன். எதுத்தாப்புல கொசவந்தட்டித்தெரு வேம்பு வந்தான். வந்தவன், அத்தை ஒங்களயில்லா பாக்கணும்னு நெனைச்சிக்கிட்டிருக்கேன்னு மறிச்சுக்கிட்டான். வெசயம் என்னன்னு கேட்டூன்னா வீரவாண்டியில ஒரு பையன் இருக்கான். அய்யா பலசரக்குக் கட வச்சிருக்காரு. இவ மல்லிகா பாட்டுக்கச்சேரிய எங்கியோ கேட்டானாம். இவளத்தான் கெட்டுவேன்னு சொல்லுதானாம். வெசாரிச்சுப் பாத்ததுல நமக்கும் சொந்தம் தான். அவுஹ அப்பா நம்ம வேம்பைப் பாத்துக் கேட்டுச் சொல்லுன்னு சொல்லியிருக்காக. ஒன் அபிப்பிராயம் எப்பிடி?'

என்றாள் பாப்பு அத்தை. அம்மா, மாமா முகத்தைப் பார்த்தாள். சண்முகத்துக்கு அங்கே இருக்க என்னவோபோல் இருந்திருக்க வேண்டும்.

'அண்ணாச்சி! இந்த முக்குக்கடை வரைக்கியும் போயிட்டு வாரேன்' என்று சொல்லிவிட்டு வேகமாகப் படி இறங்கிப் போனான். அவன் சொன்னதையோ, எழுந்து சென்றதையோ மாமா பெரிதாக எடுத்துக்கொண்ட மாதிரி தெரியவில்லை. பாப்பு அத்தையைப் பார்த்து அவசர அவசரமாகப் பேச ஆரம்பித்தார்.

'வீரவாண்டிங்கியளே... அம்புட்டுத் தூரத்துல கொண்டு போயி என்னம்பாக் குடுக்கது?'

'நல்லா இருக்கு நீ சொல்லுது...வீரவாண்டி என்ன சீமையிலா இருக்கு? மினுக்குங்கதுக்குள்ள கொண்டுபோயி உட்டுருவான். பொறப்பட்டா பாக்குக் கடிக்கற நேரத்துல அங்க போயிரலாம். எத்தனை பஸ்ஸு வுட்டுருக்கான்!'

மாமாவுக்கு இதில் இஷ்டமில்லை என்று தெரிந்ததும் அம்மாவும் மாமா பக்கம் சேர்ந்துகொண்டு பேச ஆரம்பித்தாள்.

'அது சரி பாப்பு! இப்பம் ஒரு ரெண்டு மூணு வருசமாத் தான் அவளுக்குக் கச்சேரி எல்லாம் வருது. கொஞ்சநாள் போகட்டுமே' என்றாள்.

'இவளுக்கு இப்ப வயசென்ன ஆச்சு?'

'வயசா? ஆச்சு... இருவத்தி அஞ்சு முடியப் போவுது.'

'பொறவு என்னள்ளா! இது நல்ல சம்மந்தம். தட்டிக் கழிக்காதியோ' என்று அம்மாவையும் மாமாவையும் பார்த்துச் சொன்னாள் பாப்பு அத்தை.

'அவ கல்யாணத்துக்கு இப்பம் ஒண்ணும் அவசரமில்லை. மெள்ளப் பாத்துக்கிடலாம் அத்தை' என்றார் மாமா.

'பாப்பு அத்தை! இந்த ஆள் என்னை இன்னொருத்தருக்குக் கல்யாணம் கட்டிக் கொடுக்க விடமாட்டார் அத்தை' என்று கத்த வேண்டும் போலிருந்தது மல்லிகாவுக்கு.

அதற்குமேல் மல்லிகாவுக்கு அங்கே இருக்கவே பிடிக்க வில்லை. வேகமாக எழுந்து புறவாசல் கதவைத் திறந்து கொண்டு தோட்டத்தில் போய் நின்றுகொண்டாள்.

பாப்பு அத்தை சிறிது நேரத்தில் புறப்பட்டுவிட்டாள். அவளுடைய அம்மா பாப்பு அத்தையை வழி அனுப்ப தெரு வாசல்வரை போனாள். அங்கேயே நின்று பேசிக்கொண்டிருந்தாள்.

உள்ளேயிருந்து மாமா, 'மல்லிகா' என்று கூப்பிட்டார். பேசாமல் நின்றுகொண்டிருந்தாள். மறுபடியும் அவர் கூப்பிடுகிற சத்தம் கேட்டது. மெதுவாக அவர்முன் போய் நின்றாள்.

'ஜிப்பா கீழே வுளுந்து கெடக்கே. . . அதை எடுத்துக் கொடியிலே போட்டா என்னா?' என்று ஜிப்பாவைக் காட்டிக் கேட்டார்.

'ஒங்க துணிமணியெல்லாம் எடுத்து வைக்கறதுக்கு நான் ஒண்ணும் ஒங்க பொஞ்சாதியில்லை' என்று வெடுக்கென்று சொன்னாள்.

'என்ன சொன்ன? என்ன சொன்ன... வரவர மரியாதையே இல்லாமே போகுதே... என்ன வெசயங்கேன்? ஒன்னை இத்தனை வயசுவரை வளத்து ஆளாக்கி, ஊர் உலகத்துல நாலு பேரு சொல்லுத மாதிரி பேர் வாங்கித் தந்திருக்கேங்கிற நன்றிய மறந்துட்டுப் பேசாத' என்றார்.

'பேர் வாங்கித் தாங்கன்னு ஒங்களை ஆரு கேட்டா? ஒங்களுக்குப் பணம் சம்பாதிக்கிறதுக்கு மல்லிகான்னு ஒரு பைத்தியாரி அம்புட்டா. . . வேற என்ன?'

அவரே குனிந்து தன் ஜிப்பாவை எடுத்துக் கொடியில் போட்டார். ரொம்பப் பாவம் போல முகத்தை வைத்துக் கொண்டு வாசலைப் பார்க்க மெதுவாக நடந்தார். அவருடைய பொய்யான அப்பாவித்தனத்தைப் பார்த்ததும் அவளுக்கு ஆத்திரம் வந்தது. இன்னும் கொஞ்சம் அவரைக் குத்திக்காட்ட வேண்டும் என்ற குரூரமான எண்ணம் அவள் மனத்தில் எழுந்தது. வாசல் பக்கம் பார்த்தாள். பாப்பு அத்தை இன்னும் அம்மாவுடன் பேசிக்கொண்டிருந்தாள்.

'மாமா?' என்று மெதுவாகக் கூப்பிட்டாள் மல்லிகா. அவர் திரும்பிப் பார்த்தார்.

'என்னைக் கல்யாணம் கட்டிக்கிறீங்களா?' என்று கேட்டாள்.

தாய், 1991

வலி

ஆடு, தூணில் கட்டியிருந்த அகத்திக்கீரையை, 'மொறுக் மொறுக்' என்று அவசரத்தோடு கடித்துத் தின்கிற சத்தம் கேட்டுக்கொண்டிருந்தது. வெயில் ஏறிவிட்டது. இப்போது மணி என்ன இருக்கும்? பதினொன்று இருக்குமா? கயிற்றுக்கட்டிலில் படுத்திருந்தவன் கழுத்தைத் திருப்பிக் கடிகாரத்தைப் பார்த்தான். திரும்பியபோது, எப்படியோ காயம் பட்டிருந்த பெருவிரலில் இடித்துவிட்டது. வலி சுரீர் என்று மண்டையில் போய் உறைத்தது. உதட்டைக் கடித்துக்கொண்டான். கட்டுப் போட்டிருந்த வலதுகை பெருவிரலுக்குக் கீழே இன்னொரு கையால் அழுத்தினால் வலி மெல்ல மெல்லக் குறைந்த மாதிரி இருந்தது.

வலி குறைந்ததும், மணி என்னவென்று தெரிந்து கொள்ளும் ஆர்வம் மீண்டும் எழுந்தது. முன்வாசல் வழியாக வந்த வெளிச்சம் கடிகாரத்தின் கண்ணாடி மீது பட்டு முள் சரியாகத் தெரியவில்லை. அலுப்பும் எரிச்சலுமாக இருந்தது. இப்போது மணி பார்த்து ஒன்றும் ஆகப் போகிறதில்லை. என்றாலும் மணி தெரிந்துகொள்ள வேண்டும்போல் இருந்தது. திடீரென்று வாசல் பக்கமிருந்து ஆட்டுப் புழுக்கை மணம் வீசியது. மெதுவாக எழுந்து உட்கார்ந்து, நெகிழ்ந்து போயிருந்த சாரத்தை, பெரு விரலை ஜாக்கிரதையாக வைத்துக்கொண்டு கட்டினான். எழுந்து நின்றதும் கடிகாரம் நன்றாகத் தெரிந்தது. பனிரெண்டு ஆக இன்னும் பத்து நிமிடம் இருந்தது.

'நஸ்ரின்! நஸ்ரின்!' என்று கூப்பிட்டான். பதிலே இல்லை. ஆனால், உள்ளேயிருந்து ஏதோ

சத்தம் கேட்டது. அடுப்படியில் எட்டிப் பார்த்தான். இடது மூலையில் இருட்டுக்குள் குடத்தைப் பிடித்துக்கொண்டு குழந்தைதான் நின்றுகொண்டிருந்தது. அவன் வந்ததை லட்சியம் பண்ணாமல் குடத்துக்குள் கையைவிட்டுத் தண்ணீரை அளைந்து கொண்டிருந்தது. அதன் முகம், வயிறு, காலெல்லாம் ஒரே தண்ணீர்.

'அடடே! எங்க அம்மையை விட்டுட்டுப் போயிட்டாளா அம்மா!' என்று சந்தோஷத்தோடு சொல்லிக்கொண்டே, காயத்தில் இடித்துவிடாமல் குழந்தையை ஆவிச் சேர்த்துத் தூக்கினான். அதன் நனைந்த உடம்பு அவன்மேல் பட்டதும் ஜில் என்று இருந்தது. விளையாட விடாமல் தூக்கினதுக்காக அது அழ வில்லை. இன்னும் அதன் முகத்தில் சிரிப்பும் சந்தோஷமும் இருந்தன. சந்தோஷத்தில் கண்கள் பளபளவென்று மின்னின. அதன் உப்பிய வயிற்றில் உதட்டால் செல்லமாகக் கடித்தான். குழந்தை வயிற்றை எக்கிக்கொண்டு சத்தமாகச் சிரித்தது. மீண்டும் அவன் அதேபோல விளையாட்டுக் காட்டுகிறானா என்ற ஆர்வத்துடன் அவன் முகத்தையே பார்த்தது. மறுபடியும் அவன் அந்த வேடிக்கையைத் தொடர்வதற்குத் தலையைக் குனிவதற்குள்ளாகவே அதற்கு வெடித்துக்கொண்டு சிரிப்புக் கிளம்பியது. அண்ணாந்து கழுத்தெல்லாம் உப்ப வயிற்றை எக்கிக் கொண்டு சிரித்தது. சிரித்தபோது அவனது சுருண்ட தலைமுடி யில் அதன் வாயிலிருந்து எச்சில் நூல் மாதிரி வடிந்தது. வீட்டுக்குள் ளிருந்து வந்த இந்தக் குதூகலத்தைக் கேட்டு ஆடு காதுகளை விறைப்புடன் வைத்துக்கொண்டு, தலையை லேசாகச் சாய்த்து உள்பக்கம் பார்த்தது. பிறகு மீண்டும் தூணில் கட்டியிருந்த அகத்திக் கீரையைக் கடிக்க ஆரம்பித்தது. அவன் மூன்றாவது தடவையாக அந்த விளையாட்டைத் தொடர்ந்தபோது நஸ்ரின் உள்ளே வந்தாள். இரண்டு பேரையும் பார்த்துப் புன்முறுவ லுடன், 'அப்பாவும் மகளும் விளையாடுகிற சத்தம் வெளியே வரைக்கும் கேட்குதே...' என்று சொல்லிக்கொண்டே கையில் இருந்த காகிதப் பொட்டலத்தை மர ஸ்டாண்டின்மீது வைத்தாள்.

'பிள்ளையைத் தனியா விட்டுட்டு எங்கே போயிருந்தே' என்று அதனுடன் செல்லங் கொஞ்சிக்கொண்டே கேட்டான்.

'ஆங்... நல்லா இருக்கு... நான் போகும்போது ஒங்க மக தூங்கிக்கிட்டு இருந்தா... கடைக்கிப் போய்ட்டு வாரதுக்குள்ளே செல்லக்கண்ணு முழிச்சிட்டுது!' என்று சொல்லிக்கொண்டே அவன் பக்கத்தில் வந்து குழந்தையின் கன்னத்தைப் பிடித்துக் கிள்ளினாள். அது, 'பப்பா' என்று சொல்லிச் சிரித்தது.

வலி

‘அடிக்கள்ளி! அப்பாகிட்டே இருக்கிற சந்தோஷமாக்கும். சிரிச்சுச் சிரிச்சு மேலெல்லாம் எச்சி வடிச்சிருக்கதைப் பாருங்க ளேன். . ! ஒங்க தலைமுடி எல்லாம் எச்சி’ என்று பிரியத்தோடு அவன் முடியைக் கோதினாள்.

‘கைவலி எப்படி இருக்குது?’ என்று பெருவிரலை மெதுவாகப் பிடித்துக் கேட்டாள்.

‘விண் விண்ணுன்னு தெறிக்குது’ என்றான். அதைக் கேட்டு அவளுக்குக் கண் கலங்கிவிட்டது. அவனையே துயரத்தோடு பார்த்தாள்.

‘அண்ணன் இருக்காரா?’ என்ற குரலைக்கேட்டு இருவரும் லேசாகத் திடுக்கிட்டுத் திரும்பினர். நஸ்ரின் கொஞ்சம் விலகி நின்றாள்.

வாசலில் மூன்றுபேர் நின்றுகொண்டிருந்தனர். கட்சிக் காரர்களாகத்தான் இருக்கவேண்டும். குழந்தையை நஸ்ரினிடம் கொடுத்துவிட்டு, முன் பக்கம் பார்த்துப் போனான். நஸ்ரின் அவசரத்தோடு வாசல் ஸ்கிரீனை இழுத்துவிட்டாள்.

வந்திருந்தவர்களை வீட்டுக்கு முன்னால் நின்றிருந்த வாதமடக்கி மரத்தடிக்கு அழைத்துக்கொண்டு போனான். மரத்தடியில் தொய்ந்துபோன ஒரு நார்க்கட்டிலும், முதுகுப் பட்டை இல்லாத இரண்டு ஸ்டூல் சேர்களும் கிடந்தன.

‘உக்காருங்க. . ’ என்று சொல்லிவிட்டு, அவன், நார்க்கட்டி லில் மிகத் தொய்ந்துபோயிருந்த அதன் மத்தியப் பகுதியில் உட்கார்ந்தான். இரண்டுபேர் நாற்காலியிலும் இவனுக்குப் பக்கத்தில் கட்டிலின் சட்டத்தின்மீது ஒருத்தருமாக உட்கார்ந் தார்கள்.

மூன்று பேரும் கையில் ஆளுக்கொரு ரெக்ஸின் பேக் வைத்திருந்தனர். அந்தப் பைகளின் கைப்பிடிகள், அடிப்பகுதி எல்லாம் தையல் போட்டிருந்தது. அவர்களுடைய உள்ளங்கைகள் எல்லாம் மொரமொரவென்று விறைப்பாக, ஒரு தினுசான மாநிறத்தில் இருந்தன. தொட்டுப் பார்த்தால் மரப்பலகையைத் தொட்ட மாதிரி இருக்கும் என்றுபட்டது.

‘கையில் என்ன கட்டு’ என்று சற்று வயசாளியாகத் தெரிந்தவர் கேட்டார்.

‘இதுவா. . ? ரெண்டு நாளைக்கு முன்னாலே தெக்கே ஒரு கூட்டம். . . கூட்டத்திலே கொஞ்சம் கலாட்டா நடந்துச்சு. . ! அப்பம் விரல்ல அடிபட்டுட்டுது. . ’

‘ச்சோ... ச்சோ...’ என்று மூவருமே ஏககாலத்தில் அனுதாபப் பட்டனர். அவர்களைத் தேற்றுகிறது போல், ‘இது ஒண்ணும் பிரமாதம் இல்லை. . . எல்லாம் சகஜமாயிட்டு. ஒடம்புபூரா காயம்தான். என்ன பண்ணச் சொல்லுதீங்க. . . நம்ம தொழில் அந்த மாதிரித் தொழிலாப் போச்சு. . .’ என்றான்.

அவர்கள் எந்தச் சலனமும் இல்லாமல் அவன் சொல்வதைக் கேட்டுக்கொண்டிருந்தார்கள். அவர்கள் முகத்தை ஏறிட்டுப் பார்த்தபோது, தான் இவ்வளவு பேசியிருக்க வேண்டியது இல்லையோ என்ற நினைத்தான்.

‘ஒங்க அட்ரஸத் தேடி ரொம்ப அலையணுமோன்னு நெனைச்சோம்! நல்ல வேளை. . . பஸ்ஸை விட்டு எறங்கி ஒரு கடையில ஓங்க பேரைச் சொல்லிக் கேட்டதுமே வழி சொல்லிட்டாங்க. . .’ என்றார் வயதானவர்.

அனேகமாக அவனைப் பார்க்க வருகிறவர்கள் எல்லோருமே இந்த மாதிரி ஏதாவது சொல்லித்தான் பேச்சை ஆரம்பிப்பார்கள் என்பது ஞாபகம் வந்தது. பதில் சொல்லாமல் லேசாகச் சிரித்தான். அவனுக்குப் பக்கத்தில் கட்டில்சட்டத்தில் உட்கார்ந்திருந்த பையன் அவ்வளவாகப் பேசமாட்டான் என்று தோன்றியது.

‘உங்களுக்கு எந்த ஊரு?’ என்று கேட்டான்.

‘மேலக்கொளம்’ என்றார் உயரமாக இருந்தவர். அவருக்குப் பக்கத்தில் இருந்த வயதானவர், திடீரென்று ஏதோ ஞாபகத்துக்கு வந்தது மாதிரி அவசரமாகப் பேசினார்.

‘எம்பேரு தங்கராஜ். மேலக்கொளம் யூனியன் செயலாளர். இது சுப்பையா. . . நம்ம மாவட்டச் செயலாளருடைய அக்கா மவன். நம்ம ஊரு பஞ்சாயத்துப் பெரஸண்டு. . . ஒங்க பக்கத்துல உக்காந்திருக்கது இளைஞர் அணித் தலைவர். . . பாண்டி! ரொம்பத் துடியான புள்ளை!’ என்று அறிமுகப்படுத்தினார்.

ஒவ்வொருவரை அறிமுகப்படுத்தும்போதும் கைகளைக் குவித்து, ‘வணக்கம்’ சொன்னான். கைகளைச் சேர்க்கும்போது காயம் ரொம்ப வலித்தது. ஆடு, ஆங்காங்கே சிலுப்பிக்கொண் டிருந்த கீரைத் துணுக்குகளை எம்பிஎம்பிக் கடிப்பதில் மும்முர மாக இருந்தது. தூணில் கட்டியிருந்த சணல் முடிச்சு அவிழ்ந்து திடீரென்று கீரைக்கட்டு பொத்தென்று கீழே விழுந்தது.

‘அஞ்சாறு வருசத்துக்கு முன்னாலே நவநீதகிருஷ்ணன் தலைவரா இருந்தப்போ ஊர்லே வந்து பேசியிருக்கீங்க! ஒங்களுக்கு ஞாபகம் இருக்கா?’ என்று தங்கராஜ் கேட்டார்.

அவனுக்கு ஞாபகம் இல்லை. இருந்தாலும் ஏதாவது பேச வேண்டும் என்பதற்காக, 'எப்போ?' என்று கேட்டான்.

'அதாவது போன எலெக்ஷனுக்கு ஒரு ஆறு மாசம் முந்தி!

'இருக்கும். . .' என்று பொதுப்படையாகச் சொல்லிவிட்டு, 'இப்போ என்ன விஷயமா வந்தீங்க?' என்று கேட்டான்.

'வேற ஒண்ணுமில்ல. . . நம்ம ஊர்லே ஒங்க மீட்டிங் ஒண்ணு போடணும்னு எல்லாரும் ரொம்ப ஆசைப்படுதாங்க. அதுதான் அண்ணனைக் கேட்டு ஒரு டேட் வாங்கலாம்னு வந்தோம்' என்றார் தங்கராஜ்.

அவர் அவனை, 'அண்ணன்' என்றதும் அவனுக்கு என்னவோ போலிருந்தது. அவனைவிட அவர் பத்து வயதாவது மூத்தவராக இருக்கவேண்டும்.

'நம்ம ஊரு பேங்குல ஏகப்பட்ட ஊழல். . . அதப்பத்தி நீங்கதான் கொஞ்சம் காரசாரமாகப் பேசணும்! நீங்கதான் நல்லா வக்கணையாப் பேசுவீங்களே!' என்று சொல்லிவிட்டுச் சிரித்தார் சுப்பையா. அவர் சொன்ன விதம், 'யாரையாவது தாக்கிப் பேசணும்னா அதுக்கு நீதான் லாயக்கு' என்பது போலிருந்தது. தன்மீதே அவனுக்கு இரக்கமாக இருந்தது.

'என்னைக்கு வரணும்?' என்று கேட்டான்.

'ஞாயித்துக்கெழமையா இருந்தா நல்லது. . !' என்றார் தங்கராஜ்.

'ஞாயித்துக்கெழமை டேட்ஸ் குடுக்குறது ரொம்பக் கஷ்டம். டிசம்பர்மாசம் வரைக்கியும் ஞாயித்துக்கெழமை புக் ஆயிட்டுது. சனிக்கெழமை பரவாயில்லையா?'

'பரவாயில்லைங்க. . .'

'வர்ற வியாழன், வெள்ளி. . . மதுரை, ராஜபாளையம் கூட்டம். சனிக்கெழமை சாயந்தரம் சங்கரன்கோயில்லே ஒரு கூட்டம். நீங்க என்ன பண்றீங்க. . . அன்னைக்குச் சங்கரன் கோயில் மீட்டிங்குக்கு வண்டி எடுத்துட்டு வந்துட்டீங்கன்னா, ஒம்பது மணிக்குள்ளே அங்கே கூட்டத்தை முடிச்சிட்டு நேரே ஒங்க ஊருக்குப் போயிரலாம். அங்க இருந்து ஒங்க ஊரு என்னா மிஞ்சிமிஞ்சிப் போனா பதினஞ்சுமைல் இருக்குமா? இல்ல கொறைவா இருக்குமா. . ?'

'சரியாச் சொன்னீங்க. . ! கரெக்ட்டா பதினைஞ்சு மைல் தான்!' என்று திடீரென்று உற்சாகத்தோடு பேசினான் பாண்டி.

'எம்புட்டு நேரம்னாலும் பேசுங்க.. ஒங்களை இங்கக் கொண்டு வந்து சேர்க்குறது எங்க பொறுப்பு. வண்டி ஏற்பாடு பண்ணிருதோம். . ! பேச்சு ரொம்பப் பிரமாதமா இருக்கணும். ஊர்ல ரொம்ப எதிர்பார்த்துக்கிட்டு இருக்கிறாங்க. . .' என்றார் சுப்பையா. பாண்டிக்கு அந்த விஷயத்தைத்தான் சொல்லி யிருக்க வேண்டும் என்றுபட்டது. சுப்பையாவைப் பொறாமை யோடு பார்த்தான்.

'நீ என்னப்பா! அண்ணனுக்கு அதெல்லாம் சொல்லவா செய்யணும். . ?' என்றார் தங்கராஜ். கூச்சத்தால் நெளிந்தான் அவன்.

சிறிதுநேரம் மௌனம் நிலவியது. அடுத்தது ரேட் பேசுவார்கள் என்று எதிர்பார்த்தான். பேசிக்கொண்டிருந்த போது தெரியாத வலி இப்போது அதிகரித்ததுபோலிருந்தது. தங்கராஜ் செயற்கையாகத் தொண்டையைக் கனைத்துக் கொண்டார். அவர் அப்படிச் செய்யாமலேயே பேச்சைத் தொடங்கியிருக்கலாம் என்று நினைத்தான். பணத்தைப்பற்றிப் பேசும்போது எல்லோருக்குமே ஒரு தயக்கம் வந்துவிடுகிறது. அது ஏன் என்று தெரியவில்லை.

'அப்போ. . . என்ன ரேட்டு?' என்று இழுத்தார் தங்கராஜ்.

'ஒங்களுக்குத் தெரியாததா?' தங்கராஜ் சிரித்தார்.

'செரி. . . இருந்தாலும் நீங்க ஒரு ரேட்டைச் சொல்லணும் இல்லியா?'

'ம். . . சாதாரணமா கூட்டத்துக்குப் போக்குவரத்துச் செலவெல்லாம் போக நூறு ரூபா வாங்குதேன். மதுரையிலே ஒரே நாள்ல அடுத்தடுத்து ரெண்டு கூட்டம்! எரநூறு பேசியிருக் காங்க. ராஜபாளையத்துல நூத்தம்பது தாறாங்க. . . அப்பறம் ஒங்க பிரியம் போலச் செய்யுங்க.

'நம்ம ஊரு ஒண்ணும் பெரிய டவுன் இல்ல! பெரிசா நிதி வசூலிச்சுத் தர முடியாது. நூறு ரூவா தந்திருதோம்! டேக்ஸி செலவு வேற இருக்கு. . . அதையும் நீங்க பாக்கணும்!' என்றார் தங்கராஜ்,

'அய்யோ. . ! நான் ஒண்ணும் ஒங்ககிட்ட இவ்வளவு தாங்கன்னு டிமாண்ட் பண்ணலையே. . ? நீங்க சந்தோஷமா தர்றதைத் தாங்க. . ?' அவர்களிடம் பேரம் பேசவே அவனுக்கு என்னவோ போலிருந்தது. அவர் வைத்திருந்த ஹாண்ட்பேக்கின் கிழிசலில் போட்டிருந்த பழுப்பேறிய தையலைப் பார்க்கச் சங்கடமாயிருந்தது. அவர் பையைத் திறந்து இருபத்தியொரு

ரூபாயை எடுத்து அவனிடம் தந்து, 'இதை அட்வான்ஸா வச்சுகிடுங்க!' என்றார். ஆடு, 'சீத் சீத்' என்று தும்மல் போட்டது. அவன் சங்கோஜத்துடன் வாங்கிக்கொண்டான்.

'அப்போ அடுத்த சனிக்கெழம சரியா ஏழு மணிக்கெல்லாம் சங்கரன்கோவில் கூட்டத்துல தம்பி பாண்டியும் சுப்பையாவும் காரோட வந்து நிப்பாங்க. . . போஸ்டர்ல 'கடலோசை கணேசன்'னு தானே போடணும். . ?' என்று ஞாபகமாகக் கேட்டார். அவன் ஆமோதிப்பதுபோல் சிரித்தான். அவர்கள் எழுந்துவிட்டார்கள்.

'அப்பம் போயிட்டு வரட்டுமா?' என்று கும்பிட்டார் தங்கராஜ். மற்றவர்களும் கும்பிட்டார்கள். இவனும் கும்பிட்டான். காயம் விண்ணென்று தெறித்தது. அவர்கள் போவதையே ஆடு பார்த்துக்கொண்டிருந்தது.

தாய், 1991

அந்திக் கருக்கல்

பீடிக்கட்டையும் தீப்பெட்டியையும் தேடி பெஞ்சில் தடவிப் பார்த் தார். தடவியபோது பெஞ்சின் வழுவழுப்பு விரல் சுருக்கங்களில் பதிந்து ரொம்ப இதமாக இருந்தது. பெஞ்சின் இரண்டு பக்கமும் விளிம்புவரை தடவிப் பார்த்துவிட்டார். விளிம்பு மடக்கில்கூட, பெஞ்சின் மேற்பகுதியில் இருந்த அதே வழுவழுப்பு. பெஞ்சின் கால்களைத் தடவினால்கூட பளிங்குக்கல் மாதிரிதான் வழவழ வென்று இருக்கும். இந்த மாதிரி மரவேலை செய்ய சுடலைக்கண்ணு ஆசாரி மாதிரி இன்னொருத்தன் ஜென்மம் எடுத்தால்கூட முடியாது. எத்தனை வருஷ மாக எவ்வளவு வேலை செய்து கொடுத்திருக்கிறான். ஒரு தடவையாவது, ‘இவ்வளவு கூலி கொடும்’ என்று கேட்டிருப்பானா? வில் வண்டியில் கூண்டுக்குப் போட்டிருக்கிற அந்த உருட்டுப் பிரம்புகளை, எப்படித்தான் அப்படி ஒரே சைஸில் அளவெடுத்தது மாதிரி இரண்டு பெருவிரல் பருமனில் தேடிப்பிடித்து வாங்கினானோ? அவனை மாதிரி எல்லாம் ஒரு தொழிலாளி இனிமேல் கிடைப்பானா?

பெஞ்சுக்குக் கீழே விழுந்துகிடக்கிறதா என்று காலைவிட்டுத் துழாவினார். அகப்படவில்லை. புறவாசலுக்கு வேறு போகவேண்டும். இந்த ரஞ்சிதம் பிள்ளை எங்கேதான் போய்த் தொலையுமோ? விளையாட்டுப் பிள்ளையை எல்லாம் வேலை வாங்கினால் இப்படித்தான். விளையாடத்தான்

போயிருக்கிறதோ இல்லை வீட்டுக்கே போய்விட்டதோ? அவள் ஆத்தாக்காரியிடம் சொன்னால், சின்னப்பிள்ளை என்றும் பாராமல் கண்மண் தெரியாமல் அடிப்பாள். புறவாசலுக்குப் போகாமல் தீராது. இந்தச் சங்கரபாண்டி வந்தானே, அவனை யாவது கூட்டிக்கொண்டு போகச் சொல்லியிருக்கலாம். மோட்டார் ரூமைப் பூட்டி சாவியைக் கொண்டுவந்து போட்டானா? வலதுகைப் பக்கமாக உயரே சுவரில் தடவினார். சுண்ணாம்புக்காரை பெயர்ந்து விழுந்தது. இன்னும் கொஞ்சம் தள்ளிப்போனதும் நீளமான இரும்புத் திறவுகோலின் குளிர்ச்சி யான அடிப்பகுதி விரல்களில் தட்டுப்பட்டது. பக்கத்தில் பால்கவுச்சி வாடை அடித்தது. ரெஜினாவாகத்தான் இருக்க வேண்டும்.

அதற்குள் அவளே, 'மாமா, என்ன தேடுதீங்க?' என்று கேட்டாள்.

'ரெஜினாவா? பொறவாசலுக்குப் போகணும். . . பீடி, தீப்பெட்டியைத் தேடுதேன். . . இந்த ரெஞ்சிதம் புள்ள எங்க போச்சுதோ தெரியலை!'

'வாங்க நாங் கூட்டிட்டுப் போறேன். . . பீடியும் தீப்பெட்டி யும் இந்தா மாடக் குழியிலல்லா இருக்கு' என்று சொல்லிக் கொண்டே, எட்டி இரண்டையும் எடுத்தாள். அவர் கையைப் பிடித்துத் தன் புறங்கைமீது வைத்தாள். வளையல்கள் லேசாகக் கிணுகிணுத்தன. அவர் எழுந்திருக்கும்போது தோளில்கிடந்த துண்டு கீழே விழுந்துவிட்டது. அதை எடுக்க அவள் கீழே குனியப் போகிறாள் என்பது லேசான அசைவிலேயே அவருக்குத் தெரிந்துவிட்டது. அவசர அவசரமாக அவளைப் பார்க்கக் கையை நீட்டி, 'வேண்டாம்மா. அது கெடக்கட்டும். . . அப்பறம் எடுத்துக்கிடலாம்' என்றார். கையை நீட்டிச் சொன்னபோது அவள் நெஞ்சில் அவருடைய கை பட்டுவிட்டது.

'மெள்ள வாங்க' என்று அவர் இடுப்பைச் சுற்றிக் கையைப் போட்டுப் பிடித்துக்கொண்டே அவரை நடத்திக் கூட்டிக் கொண்டே போனாள். வெகுநேரமாக உட்கார்ந்தே இருந்ததால் கால் மரத்துப்போய் ரொம்பப் பாரமாகத் தெரிந்தது. காலைத் தூக்கி வைக்கும்போது ஒரு மாதிரிக் கூச்சமாக இருந்தது.

'இந்தக் கெழடால ஒனக்கு எம்புட்டுத் தொந்தரவு? ஆண்டவர் அழைக்க மாட்டேங்காரே!' என்று சொல்லும்போதே குரல் கம்மிவிட்டது.

'இதுல என்ன கஷ்டம்? ஒங்களுக்கு ஏன் அப்படி எல்லாந் தோணுது? மெள்ளப் பாத்து. . . நடை இருக்கு!'

பட்டகசாலையில் நுழைந்ததும், 'ங்கா. . . ங்கா. . .' என்ற சத்தம் காதில் விழுந்தது.

'சின்னப்பய முழிச்சிக்கிட்டிருக்கானா?' என்று சத்தம் வந்த திசையைப் பார்த்துக் கேட்டார்.

'இப்பந்தான் முழிச்சான், அத்தை மடியிலதான் படுத்துக் கிடக்கான்' என்றாள் ரெஜினா. சுவர் ஓரமாக உட்கார்ந்திருந்த அலங்காரம் அவர்களை ஏறிட்டுப் பார்த்தாள். கீழே தலையணை கிடந்தது. அவரைப் பிடித்தபடியே குனிந்து தலையணையைத் தள்ளிப்போட்டாள்.

'என்னது?'

'தலவாணி!

இரண்டாங்கட்டுக்குள் நுழைந்ததும் அடுக்கியிருந்த மூட்டைகளிலிருந்து சணலும் புழுதியும் கலந்த நெல்வாடை அடித்தது.

'ரெஜினா!' என்று மெள்ளக் கூப்பிட்டார்.

'என்ன மாமா?'

'கோயில் பிச்சை வந்தானாம்மா?'

'அவுக வீட்டுக்கு வந்து ஒரு வாரம் ஆச்சு. . . அன்னைக்கு ஞாயித்துக்கெழம வந்ததுதான்.'

'மடேர் மடேரென்று தலையில் அடித்துக்கொண்டார். ரெஜினா அவர் கையைப்பிடித்து அமர்த்தினாள். 'என்ன மாமா. . . சின்னப்புள்ள மாதிரி!'

'நல்லா வாழவேண்டிய ஒன்னைய இந்த ஆடுகாலிப் பெயலுக்குக் கெட்டி வச்சு ஒன் வாழ்வக் கெடுத்துப் போட்டேம்மா... ஆண்டவரே... இப்பிடி ஒரு புள்ளயக் குடுத்துச் சோதிக்கேரே.'

'அதெல்லாம் ஒண்ணுமில்ல மாமா. . . எனக்கு என்ன கொறச்சல் இப்பம்? எங்க வூட்ல இருக்கதவுட ஒங்க வீட்டுக்கு வந்து நல்லாத்தான் மாமா இருக்கேன்' என்றாள். ஆனால் இதைச் சொல்லும்போது அவளுக்கு அழுகை வந்துவிட்டது.

'ஆமா! அந்தக் காலத்துல நீரு இந்த அலங்காரத்தம்மாவப் படுத்தாத பாடா? ஒம்ம மாதிரி ஒம்ம வாரிசும் அலையுது. . . வேற என்னங்கேன்?' என்று பட்டகசாலையிலிருந்து அலங்காரத்தம்மாள் சத்தம் போட்டாள்.

‘இவ ஒரு வெறுவாக்கிலியத்த மூதி!’ என்று அவர் சொன்னது, அலங்காரத்தம்மாவின் காதில் விழவில்லை. இல்லை என்றால் சண்டை வந்திருக்கும். அவரைப் பின்பக்கம் கொண்டு போய் விட்டாள். அவர் கையில் பீடிக்கட்டையும் தீப்பெட்டியை யும் கொடுத்தாள். ‘கூப்பிடுங்க மாமா!’ என்று சொல்லிவிட்டு வீட்டினுள் வந்து புறவாசல் கதவை லேசாக ஒருக்களித்துச் சாத்தினாள்.

பக்கத்தில் வெங்காயவாடை அடித்தது. இந்த ரஞ்சிதம் பிள்ளையாகத்தான் இருக்கவேண்டும். அதுதான் எப்போதும் வெங்காயத்தைத் தின்றுகொண்டு அலையும். வெங்காயம் ஒரு தீவனமா?

‘ஏய். . ! அது ரஞ்சிதமா புள்ள. . ?’

‘ஆமா. . !’ என்ற குரல் மெதுவாகக் கேட்டது.

‘இங்க வா, ஒன்னச் சொல்லுதேன். . ! நீ பாட்டுக்குச் சொல்லாமக் கொள்ளாம எங்க புள்ள போன. . ? அப்புறஞ் சத்தம் போட்டா மட்டும் எட்டு வூட்டுக்குக் கேக்காப்பல ஒப்பாரி வக்கியே. . ?’

ரஞ்சிதம் பதிலே சொல்லாமல் நெஞ்சைப் பிடித்துக் கொண்டு நின்றது.

‘செரி. . ! இங்க வா புள்ள. . !’

ரஞ்சிதம் பக்கத்தில் போய் நின்றாள்.

‘தாயோளி மவ! எப்பம் பார்த்தாலும் வெங்காயத்தையா திம்பா. . ? ச்சேய். . . உள்ள போயி ஏஞ் சட்டய எடுத்துக்கிட்டு வா. . !’

சட்டையை எடுக்க உள்ளே போனாள்.

சட்டை எட்டவில்லை. எம்பி எம்பித்தான் எடுக்க வேண்டி யிருந்தது. அவள் சட்டையை எடுப்பதைப் பார்த்து, ‘இப்பம் எங்கட்டி பொறப்படுதாரு. . ? இருட்டப்போற நேரமாச்சே. .’ என்று கேட்டாள் அலங்காரத்தம்மாள்.

சட்டையைப் பிடித்தபடியே கதவோரமாகத் தயங்கி நின்று கொண்டு, ‘தெரியல. . !’ என்று சொன்னாள் ரஞ்சிதம். இவர்கள் பேசுகிறதைக் கேட்டுவிட்டு உள்ளேயிருந்து வந்தாள் ரெஜினா.

‘மாமா! எங்க பொறப்படுதீய?’ என்று வாசல் நிலைப்படியில் நின்றுகொண்டே கேட்டாள் ரெஜினா. ரஞ்சிதம் அவர்கள் இரண்டு பேரையும் மாறிமாறிப் பார்த்துக்கொண்டிருந்தாள்.

‘கடத்தெரு வரைக்கியும் போயிட்டுவாரேன்..’

‘எதும் வேணும்னா இவகிட்டச் சொன்னா வாங்கிட்டு வர மாட்டாளா?’

‘அதுக்கில்லம்மா! சும்மா வூட்டுக்குள்ளேயே கெடக்கம்லா... கொஞ்சம் வெளியில போய் வந்தாத் தேவல போல இருந்தது... அதான்!’ என்று கையை உயர்த்திக் கழுத்து வழியாகச் சட்டையைப் போட்டுக்கொண்டே சொன்னார்.

அதற்குமேல் ரெஜினா ஒன்றும் சொல்லவில்லை. ரஞ்சிதத்தைப் பார்த்து, ‘அய்யாவ மெதுவாக் கூட்டிட்டுப் போயிட்டுக் கூட்டியாரணும். . . என்ன?’ என்றாள். ரஞ்சிதம் அவருடைய கையைப் பிடித்துக்கொண்டே, ‘சரி’ என்று தலையை ஆட்டினாள். நடையை விட்டுத் தெருவில் இறங்கும்போது கடைசிப் படியில், கோழி இருந்துவைத்திருந்தது. அதைப் பாராமல் மிதித்துவிட்டாள் ரஞ்சிதம். கொஞ்ச தூரம்வரை காலைத் தரையில் தேய்த்துக்கொண்டே நடந்தாள்.

‘ஏட்டீ! ஒனக்கு அவ வூடு தெரியுமா?’

‘ஆரு வூடு?’

‘அதாம் புள்ள. . . இந்தக் கோயில் பிச்சை பெய போயி வுழுந்து கெடக்கானே அவ வூடுதான். . !’

ரஞ்சிதம் கண்களைச் சுருக்கிக்கொண்டு அவரை அண்ணாந்து பார்த்தாள். பிறகு லேசாகச் சிரித்துக்கொண்டு, ‘அந்தப் பரிமளத்தக்கா வூடா?’ என்று கேட்டாள்.

‘ஆமா! அந்தக் கேடு கெட்டவ வூடுதான்..’

‘இப்பிடியே பசாருக்குப் போயி, பெறவு தெக்காமப் பாத்துப் போவணும். ரெயில்கெடி இருக்கும் பாரும், அந்த ரோட்டுல போயித் திரும்புனா வேளாளர் வூடு வரும்... அதுக்கு அடுத்த வூடுதான் பரிமளத்தக்கா வூடு. . .’ என்று அவருக்குப் பாதை சொல்லுகிற மாதிரிச் சொன்னாள்.

‘ஏங்கிட்ட வழி சொல்லி என்ன பெரயோஜனம் புள்ள? எனக்கு என்ன எளவு தெரியப்போவுது? அவ வூட்டுக்குத்தான் போவணும், கூட்டிட்டுப் போ!’ என்றார்.

ரஞ்சிதம் பாவாடை நாடாவுக்குள் சுருட்டி வைத்திருந்த ஒரு வெங்காயத்தை எடுத்து வாயில் போட்டுக்கொண்டாள். ஜாக்கிரதையாகத்தான் கடித்தாள் என்றாலும், ‘கருக்’ என்று கடிக்கிற சத்தம் கேட்டுவிட்டது. அவர், ‘அது என்னத்தப் போட்டுக் கடிக்க. . ?’ என்று கேட்டார். ரஞ்சிதம் வெங்காயத்தைக் கன்னத்துக்குள் ஒரு ஓரமாக ஒதுக்கிக்கொண்டே ‘ஒண்ணு மில்லியே!’ என்றாள்.

‘ஒண்ணுமில்லியாவது? பேசற சத்தம் ஒருமாதிரி கேக்கு! ஒண்ணுமில்லங்கியே!’ என்றார்.

ரஞ்சிதம் தலையைத் தொங்கப் போட்டுக்கொண்டு வெங்காயத்தை வாய்க்குள் அதக்கியபடியே நடந்தாள்.

‘அக்கா! அக்கா!’ என்று கூப்பிடுகிற சத்தம் கேட்டது. அவள் முகத்துக்குப் பௌடர் போட்டுக்கொண்டிருந்தாள். அவன் கட்டிலில் உட்கார்ந்து அவித்த மொச்சையைத் தின்று கொண்டிருந்தான்.

‘பரிமளா! யாருன்னு போயிப் பாரு!’ என்றான். அவனுக்குப் பக்கத்தில் வந்து குனிந்து, தட்டிலிருந்து மொச்சையை எடுத்து வாயில் போட்டுத் தின்றுகொண்டே நடைக்கூடத்தைப் பார்க்கப் போனாள். லேசாகத் திறந்திருந்த மேல்ஜன்னல் வழியாகப் பார்த்தாள். தெருவில் அவர் நின்றுகொண்டிருந்தார். ரஞ்சிதம் கதவுக்கு முன்னால் நின்று கூப்பிட்டுக்கொண்டிருந்தாள். அவளுக்குத் திக்கென்றது. கால்மெட்டிச் சத்தம் சப்திக்க அவனிடம் போய், ‘ஒங்க அய்யால்ல வந்திருக்காங்க?’ என்றாள். அவனது கண்கள் ஆச்சரியத்தால் விரிந்தன. ஒன்றும் புரியாமல் அவளையே பார்த்தாள். அதற்குள் தெரு வாசல் பக்கமிருந்து, ‘அக்கா. . ?’ என்ற குரல் மீண்டும் கேட்டது.

‘செரி! நான் மச்சில போயி இருக்கேன். . . நீ கதவத் தெறந்து என்னன்னு பாரு!’ என்று சொல்லிவிட்டுத் தட்டை எடுத்துக் கொண்டு வேகமாக மாடிக்குப் போனான். அவள் யோசனை யுடன் குனிந்துகொண்டே போய், வழக்கத்தை விடவும் மெதுவாகத் தயங்கிக்கொண்டே தாழ்ப்பாளைத் திறந்தாள். கதவடியில் நின்றிருந்த ரஞ்சிதம் சிரித்தாள்.

தெருவில் நின்றுகொண்டிருந்த அவரைப் பார்த்து, ‘வாங்க மாமா!’ என்று சொல்லிக்கொண்டே வேகமாகப் படி இறங்கி, அவர் கையை மெதுவாகப் பிடித்து நடையேற்றி வீட்டுக்குள் அழைத்துக்கொண்டு போனாள். தட்டுத் தடுமாறி அவளுடன் நடந்தார். புது இடமாதலால் கால் கூசியது.

‘மெள்ள மாமா! கல் படி இருக்கு!’ என்று சொன்னாள் பரிமளா. அவருக்கு, அது ரெஜினா சொன்னது போலவே இருந்தது. அவள் அவரைக் கட்டிலில், கொஞ்ச நேரத்துக்கு முன்னால் அவன் உட்கார்ந்திருந்த இடத்திலேயே உட்கார வைத்தாள். ரஞ்சிதம் உள்ளே வராமல் வெளியே நின்று கொண்டிருந்தாள். பரிமளா அவளையும் உள்ளே வரச் சொன்னாள். ‘இல்லக்கா. . . நான் வாசல்லேயே இருக்கேன். . .’ என்று சொல்லிவிட்டுத் தெருவாசலில் போய் உட்கார்ந்து கொண்டாள்.

‘ஊட்ல எல்லாரும் சௌக்கியந்தானே?’ என்று கேட்டாள்.

‘ம். . . ம். . . சௌக்கியந்தான். . .’ என்றார்.

‘இந்தா வாரேன்…’ என்று சொல்லிவிட்டு உள்ளே போனாள். அவள் போகிற அவசரத்தைப் பார்த்ததும், ‘இப்பம் ஒண்ணுஞ் செய்யவேண்டாம்’ என்றார்.

‘ஒண்ணுஞ் செய்யல. . . காப்பிதான் போடப் போறேன். . .’ என்று உள்ளேயிருந்து பதில் வந்தது.

‘உங்கிட்டச் சண்டை போடணுமின்னு வந்தேன்…’ என்றார்.

‘நல்லாச் சண்டை போடுங்க! ஒங்க மருமவட்ட சண்டை போடதுக்கு ஒங்களுக்கு உரிமை இல்லியா? காப்பியக் குடிச்சுப் போட்டுச் சண்டை போடுங்களேன். . . ஒங்கள ஆரு வேண்டாமுன்னது?’ என்று அவள் கேலியும் சிரிப்புமாகச் சொன்னாள். அவரிடம் அவ்வளவு சகஜமாகப் பேசியது அவளுக்கே ஆச்சரியமாக இருந்தது. அவருக்கு மேற்கொண்டு என்ன பேசுவது என்பதே விளங்கவில்லை. காப்பிக்குத் தண்ணீரை அடுப்பில் ஏற்றி வைத்துவிட்டு, கட்டிலில் அவருக்குப் பக்கத்தில் வந்து உட்கார்ந்துகொண்டாள். அவள் போட்டிருந்த பௌடர் வாடை அவர் முகத்துக்குள் வீசியது.

‘அவன் இல்லையாம்மா?’ என்று கேட்டார். அவருக்கு என்ன பதில் சொல்வது என்று தயங்கினாள். பிறகு சமாளித்துக் கொண்டு, ‘வெளியில போயிருக்காவ. . .’ என்றாள். அவர் பெருமூச்சு விட்டார்.

‘அவென் வெசயமா ஒன்னைப் பாத்துப் பேசணும்னுதான் வந்தேன். . . அவென் என்னடான்னா ஒன் வீடே கெதின்னு கெடக்கான். . . பொண்டாட்டி, புள்ள, குடும்பம்னு ஒண்ணு இருக்கதே மறந்துபோச்சு. . . நீதான் அவனுக்குப் புத்தி சொல்லி அனுப்பி வைக்கணும்! இந்தக் கண்ணத்த பாவி எத்தன நாளைக்கி காடு, கரை, தோட்டம்னு அலைஞ்சிக்கிட்டு இருக்கட்டும்? சொல்லு பாப்பம்? ஒன்னால ஒரு குடியே கெட்டுப்போயிரும்

போல இருக்கு... ஆண்டவர் என்ன அழைச்சுக்கிட்டாருன்னா இந்தக் கண்றாவியெல்லாம் பார்க்காமே போயிச் சேரலாம்...'

அவள் சேலை முந்தானையை வாயில் கவ்விக்கொண்டு விம்மினாள். அவளுடைய விசும்பல் சத்தம் கேட்டு, அவளைத் தேற்றுவதற்காக அவளைத் தேடினார். கையால் தட்டுத் தடுமாறித் துழாவினார். அவள் தோள்மீது கை பட்டது. அவளை ஆதரவாகத் தொட்டார். அவள்பேரில் கோபப்படவே முடியவில்லை. 'அழுதியா பரிமளா? என் ஆத்தாமையைச் சொன்னேன். நீயும் வேற அசல் மனுஷி இல்ல!'

பரிமளா முகத்தைத் துடைத்துக்கொண்டாள். 'நீங்க சொன்னதுல தப்பு ஒண்ணும் இல்ல மாமா! இன்னைக்கிக் காலம்பறகூட அவியகிட்ட வூட்டுக்குப் போயிட்டு வாங்கன்னு சொன்னேன்... எத்தனை நாள் சொல்லியிருக்கேன்... இங்க எப்பயாவது வாங்க, வூட்டுல போயி இருங்கன்னு எத்தனை தடவ சொல்லியிருக்கேன் தெரியுமா..? அவிய கேக்க மாட்டேங்காகளே! சின்னப்புள்ளயில இருந்து பளகிட்டேன். என்னால ஒன்னய விட்டுப்போக முடியலன்னு சொன்னா நான் என்ன பண்ணட்டும் மாமா? இந்த வூடும் அந்தத் துண்டு நெலமும் இல்லன்னா நான் இந்த வூர வுட்டே போயிருவேன் மாமா! எனக்கு வேற ஆரு இருக்கா? பெத்து வளத்தவுக இருக்காவளா, இல்ல கூடப் பொறந்ததுக இருக்கா? ஒருத்தருங் கெடையாது... இவிய ஒருத்தரு இல்லன்னா இந்த ஊருல என்னை ஏன்னு கேக்க ஒரு நாதி கெடையாது' என்றாள். அவர், அவள் சொல்வதையே கேட்டுக் கொண்டிருந்தார். முகத்தைத் துடைத்துக்கொண்டு அவசரத்தோடு எழுந்தாள்.

'பேசிக்கிட்டு இருந்ததுல காப்பிக்கித் தண்ணி வச்சதையே மறந்திட்டேன்...' என்று சொல்லிக்கொண்டே எழுந்து போனாள். அவருக்கு என்ன சொல்வதென்றே தெரியவில்லை. அவள் பேரில் அவருக்கு ரொம்ப இரக்கமாக இருந்தது. பரிமளா காப்பியைச் சேர்த்து எடுத்துக்கொண்டு வந்து, அவருக்கு முன்னால் நின்று ஆற்றினாள். சூடான காப்பித் திவலைகள் அவர் கைமேல் லேசாகப் பட்டன.

'பால் இல்ல மாமா! ரெண்டு பேருக்கும் நூறே நூறு பால்தான் வாங்குவேன்! ஒருநாளும் வராதவிய இந்த மருமக வீட்டைத் தேடி வந்திருக்கிய... பால் காப்பி தரக்கூட முடியல மாமா..!' என்று வருத்தத்தோடு சொன்னாள். அழுததால் ஜலதோஷம் பிடித்திருந்தது. மூக்கை உறிஞ்சிக்கொண்டாள். அவருக்குக் காப்பி கொடுத்துவிட்டு, தெருவாசலில் உட்கார்ந் திருந்த ரஞ்சிதத்துக்கும் காப்பி கொண்டுபோய்க் கொடுத்தாள்.

அவர் காப்பி சாப்பிட்டு விட்டுப் புறப்பட்டார். ரஞ்சிதத்தைக் கூப்பிட்டார். ரஞ்சிதம் ஓடிவந்தது. அவர் எழுந்து நின்றதும், பரிமளா அவருக்கு முன்னால் தரையில் முழந்தாள் படியிட்டு நின்றாள்.

'மாமா! என்னை ஆசீர்வாதம் பண்ணுங்க மாமா!' என்று சொன்னாள். அவருக்கு அழுகை வந்துவிட்டது. குனிந்து அவளுடைய நெற்றியைத் தேடினார். பக்கத்தில் நின்றிருந்த ரஞ்சிதம் அவர் கையைப்பிடித்து அவள் தலைமீது வைத்தாள். அவள் தலை வகிட்டை விரல்களால் தடவிக் கண்டுபிடித்து, மோதிர விரலை நெற்றிக்குக் கொண்டுவந்து, நெற்றியில் சிலுவைக் குறியிட்டார். 'கர்த்தாவே ரெச்சியும்' என்று நடுங்கும் குரலில் சொன்னார். வாய்க்குள், 'என் ஆத்துமாவே கர்த்தரை ஸ்தோத்திரி. அவர் செய்த சகல உபகாரங்களையும் மறவாதே. என் ஆத்துமாவே கர்த்தரை ஸ்தோத்திரி. . .' என்று முணு முணுத்தார். பரிமளா மெதுவாக எழுந்து கண்களைத் துடைத்துக் கொண்டு அவரை வழிநடத்திக் கூட்டிக்கொண்டு போனாள்.

தெருவில் இறங்கியதும் அவளைப் பார்த்து, 'கர்த்தரை ஜெபி. . ! அவர் ஒனக்கு மனச் சமாதானத்தைத் தருவார். திரும்பத் திரும்ப மன்றாடி ஜெபி. . .' என்று சொல்லிவிட்டு, மெதுவாக ரஞ்சிதத்தின் கையைப் பிடித்துக்கொண்டு நடக்கத் தொடங்கினார். அவர் போவதையே தெரு வாசலில் நின்றபடி வெகுநேரம் பார்த்துக்கொண்டிருந்தாள்.

தாய், 1991

விதி

அனேகமாக இருட்டிவிட்டது. எந்த நோக்கமும் இல்லாமல் நடந்துகொண்டிருந்தான். எதிரே கோபுரம். கோபுரத்தின் ஒவ்வொரு அடுக்கிலும் இருந்த சிறு வாசல்களின் உயரே வரிசையாக விளக்குகள் எரிந்துகொண்டிருந்தன. குற்றாலத்தில் சில தினங்களுக்கு முன்னால்தான் சாரல் ஆரம்பித்திருந்தது என்று பஸ் ஸ்டாண்டில் டிரைவர், கண்டக்டர்கள் பேசிக்கொண்டிருந்தது சரிதான். கோபுர வாசலை நெருங்க நெருங்க காற்று அதிகமாகிக்கொண்டிருந்தது. கோவில் வாசலுக்கு முன்னால் உள்ள மண்டபத்தில் இருந்த வளையல், அழகு சாதனப் பொருட்கள் விற்கும் கடைகளில் அவ்வளவாகக் கூட்டம் இல்லை. அந்தக் கடைகளினூடே நடப்பது அவனுக்கு ரொம்பப் பிடிக்கும். விதவிதமான பவுடர், குங்குமம், சாந்து இவற்றின் வினோதக் கலவையுடன் கூடிய அந்த மணம் இனிய உணர்வுகளைத் தரும்.

மூன்றாவது கடையைத் தாண்டிப் போகும் போதுதான் அவளைப் பார்த்தான். மண்டபத்தில் தூண் ஓரமாக ஒதுங்கி நின்றுகொண்டு, தன்னை யாரும் தப்பாக நினைத்துவிடக் கூடாதே என்ற பரபரப்புடன் அவள் முகத்தைத் திரும்பவும் ஒரு தடவை பார்த்தான். அவளேதான்... அலமேலுவேதான். வலது மூக்குக்குப் பக்கத்தில் இருந்த சிறு கருப்பு மரு, அந்த மங்கலான வெளிச்சத்தில் விவரிக்க முடியாத சோபையுடன் இருந்தது. அவள் திரும்பட்டும் என்று காத்திருந்தான். கடைக்காரர்

குங்குமத்தை மடித்துக் கொடுத்தார். அவள் அதைக் கை நீட்டி வாங்கியது, இருபது வருஷங்களுக்கு முன்னால், பின் பெஞ்சில் இருந்த தன்னிடமும் மனோகரிடமும் பேனா அல்லது ஸ்கேல் போன்றவற்றைக் கை நீட்டி வாங்கியதை அவனுக்கு நினைவு படுத்தியது. கடைக்காரரிடம் காசைக் கொடுத்துவிட்டுத் திரும்பிய தும், எதிரே நின்றுகொண்டிருந்த அவனைத்தான் பார்த்தாள். கண்களில் திகைப்புப் பரவியது.

'என்னைத் தெரிகிறதா?' என்று அவளிடம் கேட்டான். கடைக்காரர் அவர்களைப் புதிருடன் பார்த்தார். ஒரு க்ஷண நேரம் தாமதித்தாள்.

'நீங்க மோகன்தானே?'

'நல்லா ஞாபகம் வச்சிருக்கீங்களே.'

'ஏன் மறந்திடுமா?' என்று லேசான வெட்கத்துடன் சொன்னாள். அப்போதுதான் அவனுக்கு அவளிடம் மனோகரனைப் பற்றிச் சொல்லவேண்டும் என்று தோன்றியது. அவர்களைத் தாண்டி ஆட்கள் சென்றுகொண்டிருந்தனர். அந்த இடத்தில் நின்று பேசுவது அவளுக்கு அகௌரவமாக இருக்கும் என்று நினைத்தான்.

'உங்ககிட்ட ஒரு விஷயம் சொல்லணும். உங்களுக்கு நேரமிருந்தால் கோவிலுக்குள்ளே போகலாமா?'

அவள் அவன் முகத்தையே பார்த்துக்கொண்டிருந்தாள். எவ்வளவோ வருஷங்களுக்குப் பிறகு பார்க்க நேர்ந்த அவனை உடனே உதறித்தள்ள அவளால் முடியவில்லை. அவளுக்கு அவனுடனும் மனோகரனுடனும் கழித்த நாட்கள் நினைவுக்கு வந்தன. பழைய நினைவுகளுடனே அவனைப் பார்த்து, 'போகலாம். வீட்டில் அத்தைகிட்டே சொல்லிட்டுத்தான் வந்தேன். அவங்களும் ஊரிலே இல்லை' என்றாள்.

மண்டபத்திலிருந்து இறங்கி ரோட்டைக் கடந்தார்கள். அவன் கண்ணியம் மிக்க ஒரு இடைவெளியில் அவளுடன் நடந்து பேசிக்கொண்டே வந்தான். அவள் குடும்ப வாழ்வைப் பற்றி அவன் துருவித் துருவிக் கேட்காதது அவளுக்கு ரொம்பவும் பிடித்திருந்தது. நினைத்துப் பார்த்தபோது, பள்ளி நாட்களிலும் பின்னால் மனோகரனுடன் சந்திக்க நேர்ந்த சமயங்களிலும்கூட அவனிடம் இதே கண்ணியம் இருந்தது அவளுக்கு ஞாபகம் வந்தது. சுவாமி சன்னதியைத் தாண்டி ஆறுமுக நயினார் சன்னதிக்குப் பக்கத்தில் வந்த பிறகும்கூட அவன் அதைச் சொல்ல ஆரம்பிக்கவில்லை. 'என்ன விஷயம்' என்று அவளால் கேட்கவும் முடியவில்லை. அப்படிக் கேட்பது அவனை

அகௌரவப்படுத்துவது போலிருக்கும் என்று நினைத்தாள். அவனாகச் சொல்லும்வரை கேட்காமலே இருப்பதுதான் அவன் நட்புக்குச் செய்யும் மரியாதை என்று நினைத்தாள்.

அம்மன் சன்னதிக்குப் போகும் திருப்பத்தில் அவனே அவளிடம், 'நாம தெப்பக்குளத்துப் படித்துறையில் உட்கார்ந்து பேசலாமா?' என்று கேட்டான். அவள் ஒன்றும் சொல்லப் போவதில்லை என்றாலும், அவளுடைய சுதந்திரத்தின்பேரில் அவனுக்கு இருந்த அக்கறை உணர்வு அவள் நெஞ்சை அடைத்தது. இனம்புரியாத துயரம் மனத்தில் படர்ந்தது. வௌவால் ஒன்று விசித்திரமாக ஒலி எழுப்பிக்கொண்டு தலைக்குமேலே பறந்து போயிற்று. வசந்த மண்டபத்துக்கு உள்ளிருந்து வந்த காற்று, அவள் தலைமயிரைக் குலைத்தது. அவனுடைய வேஷ்டி, அவள் சேலை முன் கொசுவத்தைத் தொட்டுத் தொட்டு விலகியது.

வசந்த மண்டபத்தைத் தாண்டியபிறகு அவள் வெகு சகஜமாகப் பேச ஆரம்பித்தாள். குழந்தைகளின் படிப்பைப் பற்றி, அவள் கணவனின் ஊர் சுற்றும் வேலைபற்றி, கோவில்பட்டியில் திருமணம் செய்துகொடுத்திருக்கும் தங்கையைப்பற்றி எல்லாம் பேசினாள். அந்த அலைகள் அற்ற தெப்பக்குளத்திற்குள் இறங்கும் படிக்கட்டு வரிசையின் மத்தியில் அவர்கள் உட்கார்ந்திருந்தனர். அவர்கள் முதுகுக்குப் பின்னால், படிக்கட்டு ஆரம்பிக்கிற இடத்தில் மட்டும் ஒரே ஒரு குழல் விளக்கு எரிந்துகொண்டிருந்தது. பிரகாரத்தில் இருந்த ஆஞ்சநேயர், அம்மன் சன்னதிகளிலிருந்து எண்ணெய்ப் பிசுக்குக் கலந்த அரளி, துளசி மாலைகளின் மணம் காற்றில் அவ்வப்போது வந்துகொண்டிருந்தது.

அவன் இவ்வளவு நாளும் தன் வீட்டுக்கு வராமல் இருந்ததுக்காக ரொம்ப வருத்தப்பட்டாள். அதைச் சொன்ன போது நிஜமாகவே அவள் முகத்தில் வருத்தம் தோன்றி மறைந்தது. அந்த அவளுடைய வருத்தத்துக்குச் சிறிதும் இசைவற்ற விதமாகப் பொற்றாமரைக் குளத்தின் காரமான பாசிநெடி அவன் மூக்கில் ஏறியது.

குழந்தை மாதிரி அவள் பேசிக்கொண்டே இருந்தாள். இதே போல் எட்டு வருஷங்களுக்கு முன்னால் கல்யாணமான புதிதில், இதே தெப்பக்குளத்தின் தெற்குக் கரையில் அவளும் அவள் கணவனும் உட்கார்ந்து நீண்ட நேரம், நேரம் போவதே தெரியாமல் பேசிக்கொண்டிருந்ததை அந்நிய ஆடவனிடம் சொல்ல நேர்ந்த மென்மையான கூச்சத்துடனும் ஸ்நேகத்துடனும் அவனிடம் சொன்னாள். அவன் அவள் பேசுவதைக் கேட்டுக்கொண்டிருந் தான். அவள் சொல்லிக்கொண்டிருந்தாள். ஆனால், அவள்

மனோகரனைப் பற்றி எதுவும் கேட்கவில்லை. எவ்வளவு ஆழமான நட்பு அவர்களுக்குள் இருந்தது. அவன் அவளைத் திருமணம் செய்துகொள்ளத் தயாராக இருந்தான். ஆனால் அவள்தான், தன்னால் குடும்பத்தைப் பகைத்துக்கொண்டு வர முடியாது என்று சொல்லிவிட்டாள். அவள் அந்த ஊரிலேயே வேறு ஒருத்தரின் மனைவியாக வாழ, மனோகரன் தான் பார்த்துக் கொண்டிருந்த வேலையை விட்டுவிட்டு வெளியூருக்குப் போய் விட்டான். இத்தனை வருஷமும் அவன் தனியேதான் வாழ்ந்தான். ஒரு மாதத்துக்கு முன்புதான் இறந்தான். அவனுடைய சடலம் தான் இங்கே வந்தது. மனோகரனைப்பற்றி அவளுக்கு ஏன் கேட்கத் தோன்றவில்லை.

தெப்பக்குளத்துக்குள் இரண்டுபேர் இறங்கிக் கால்களைக் கழுவிக்கொண்டிருந்தார்கள். தண்ணீர் அலம்புகிற சத்தம், 'களக்களக்' என்று கேட்டுக்கொண்டிருந்தது. அவள் இப்போது பேசவில்லை. மௌனமாக இருந்தாள். நீண்டநேரப் பேச்சுக்குப் பிறகு ஏற்படும் வழக்கமான மௌனம் அது. இதே பொற்றாமரைக் குளப்படித்துறையில் அவள் மனோகரனுடன் பேசிக்கொண் டிருந்த நாட்கள் எத்தனையோ உண்டு. கணவனுடன் பேசிக் கொண்டிருந்ததை நினைவுகூரும் அவளுக்கு, மனோகரனின் ஞாபகம் வராதது ஆச்சரியமாக இருந்தது. கவனமாக அவனைப் பற்றிய பேச்சை அவள் தவிர்க்கிறாள் என்றே தோன்றியது. அவளுடைய கபடத்தை அவனால் தாங்கிக்கொள்ள முடிய வில்லை. மனோகரன் இறந்துபோன தகவலை அவளிடம் சொல்லவேண்டும் என்று நினைத்துத்தான் அவளை அங்கே அழைத்துக்கொண்டு வந்திருந்தான். அந்தத் தகவலைச் சொல்லக் கூடிய அளவுக்கு அவள் இல்லை என்று தோன்றியது.

'நேரம் ஆகிவிட்டது போலிருக்கிறதே. . . போகலாமா?' என்று மெதுவாகக் கேட்டான்.

அவள் மணிக்கட்டைத் திருப்பிக் கடிகாரத்தைப் பார்த்தாள். 'ஏயப்பா! மணி எட்டாச்சே. . . நேரம் போனதே தெரியலை' என்று சிரித்துக்கொண்டே எழுந்தாள். அவளுடைய சிரிப்பு அவனுக்குக் கசந்தது. இருவரும் மௌனமாக நடந்து கொண்டிருந்தார்கள். தகுதியே இல்லாத இவளை நினைத்து மருகி வாழ்வையே முடித்துக்கொண்ட மனோகரனின் நினைவு அவனை அலைக்கழித்தது. பிரகாரத்திற்குள் எங்கோ யாரோ சத்தம் போட்டுப் பேசிச் சிரிக்கிற சத்தம் கேட்டது. கோலாட்டு மண்டபம், கோலாட்டம் ஆடும் பெண்களும், தேவாரம் பாடும் ஓதுவாரும் இன்றி வெறுமனே வௌவால்கள் அடையப் பூட்டிக் கிடந்தது. எத்தனையோ வருஷங்களுக்கு முன் கேட்ட, 'ஞாயிறு திங்கள் செவ்வாய்' என்ற ஞானசம்பந்தரின் தேவார

வரிகளைப் பாடிய ஓதுவாரின் குரல் அந்த மண்டபத்தைத் தாண்டும்போது அவனுக்குக் கேட்டது போலிருந்தது. கோலாட்டு அடித்த அந்தச் சிறு பெண்களின் கைகள் இன்று ஏதோ ஒரு ஊரில் குழந்தைகளை ஏந்திக்கொண்டிருக்கலாம். அவர்கள் வாழ்வு எங்கோ நகர்ந்து சென்றுவிட, இந்தக் கோலாட்டு மண்டபம் மட்டும் தூசி படிந்து பொய்யாய்ப் பழங்கதையாய்க் கனவாய் நின்றுகொண்டிருந்தது. வாழ்வே இப்படித்தானா? ரஸ்தாவுக்கு வந்ததும் அவள் அவனைத் தன் வீட்டுக்கு வரும்படி அழைத்தாள். அவள் முகத்தில் எந்தவிதச் சலனமும் இல்லை. பால்ய நண்ப னுடன் மாலை நேரத்தைச் செலவிட்ட சந்தோஷம் மட்டும் கண்களில் ஒளிர்ந்தது. அவன் சொல்லவந்த விஷயத்தைப்பற்றி அப்போதும்கூட அவள் கேட்கவில்லை. அவள் அவனிடம் சொல்லிக்கொண்டு போய்க்கொண்டிருந்தாள். அவன் குறுக்கும் நெடுக்குமாக ஓடும் வாகனங்கள், பாதசாரிகள், கடைகள் இவற்றுக்கு நடுவே நின்றுகொண்டிருந்தான்.

தாய், 1991

இரண்டு பெண்கள்

இருபது வருஷமாகியும் அவ்வளவாக ஊர் மாறாமலே இருந்தது அவளுக்கு ரொம்பவும் பிடித்திருந்தது. ஒன்பதாம் நம்பர் பஸ் அவளை இறக்கிவிட்டுச் சென்றுவிட்டது. இத்தனை வருஷத்தில் அந்தப் பஸ் நம்பர்கூட மாறவில்லை. திருநெல்வேலி ஜங்ஷனில் ராஜவல்லிபுரம் பஸ்ஸைப்பற்றி, கூட்டமாக நின்று டீ குடித்துக் கொண்டிருந்த கண்டக்டர், டிரைவர்களிடம் விசாரித்தபோது, 'ஒன்பதாம் நம்பர் பஸ்ஸில் போங்கம்மா' என்று ஏக காலத்தில் இரண்டு மூன்று பேர் சொன்னார்கள். அப்போதுதான் தெரிந்தது ராஜவல்லிபுரத்துப் பஸ் நம்பர் மாறவில்லை என்பது. ஆனால் பஸ் ஸ்டாண்ட் ரொம்ப விரிவடைந்திருந்தது. எங்கே பார்த்தாலும் பஸ்கள். கூட்டம். முன்பெல்லாம் பேண்ட் போட்ட ஆண்கள் எப்போதாவதுதான் தென்படுவார்கள். ஆண்களின் உடைகள் மாறியிருந்தாலும் பேச்சு மாறவில்லை. நல்லவேளையாக இன்னும் பெண்கள் சல்வார் கமீஸ் அணிய ஆரம்பிக்கவில்லை. மணி பத்து ஆகிக்கொண்டிருந்தது என்றாலும் வெயில் அவ்வளவு கடுமையாக இல்லை. பஸ் தச்சநல்லூர் கேட்டைத் தாண்டியவுடன் மனம், கடந்த நாட்களில் உழல ஆரம்பித்தது. அதே பாதையில், இதே ஒன்பதாம் நம்பர் பஸ்ஸில் எத்தனைமுறை ரங்கத்தானுடன் பாளையங்கோட்டை காலேஜுக்குப் போய் வந்திருக்கிறாள். தச்சநல்லூர் வாய்க்காலைத்

தாண்டும்போதெல்லாம் வாய்க்காலுக்குப் பக்கத்தில் இருந்த ஸ்பீக்கர் செட் கடையிலிருந்து அனேகமாகப் பாட்டுச் சத்தம் கேட்கும். இப்போது அந்த இடத்தில் அந்தக் கடை இல்லை. அவளுக்குப் பிடித்தமான எத்தனையோ பாட்டுக்களை ஒலிபரப்பிய அந்தப் பையன் இப்போது எங்கே இருப்பான்? கரையிருப்பு வரையிலும் வயல்கள் ரோட்டின் இருபக்கமும் பஸ்ஸூடனே ஓடி வந்தன. அனேகமாய்த் தச்சநல்லூர் கேட்டிலும் தாழையூத்துக் கேட்டிலும் கடந்துபோகிற ரயில்களுக்காகக் காத்து நிற்க வேண்டிவரும். அன்று ஆச்சரியப்படும்படியாக இரண்டு கேட்களையும் தாமதமின்றி பஸ் கடந்து வந்துவிட்டது. ஆனால் அப்படி நடந்தது அவளுக்குப் பிடிக்கவில்லை. கடந்து போகிற ரயில் அல்லது கூட்ஸ் வண்டிக்காகக் காத்திருந்து, அது போவதைப் பஸ்ஸூக்குள் இருந்தபடியே வேடிக்கை பார்க்கிற அந்தச் சந்தோஷம் பறிபோனது என்னவோபோல்தான் இருந்தது.

பஸ் அவளை இறக்கிவிட்டுப் போய்விட்டது. ஆற்றுப் பக்க மிருந்து குளிர்ந்த காற்று வீசியது. பெட்டியைத் தூக்கிக்கொண்டு ரோட்டைத் தாண்டி நடக்க ஆரம்பித்தாள். பெரியப்பாவும் ருக்கு அக்காவும், திடீரென்று வந்து நிற்கிற அவளைப் பார்த்து ஆச்சரியப்பட்டுப் போவார்கள். பெரியப்பா வண்டிக்காரனைக் கூப்பிட்டு வண்டிக் காடினாவிலிருந்து வண்டியை எடுக்கச் சொல்லி, அவளையும் ருக்கு அக்காவையும் ஆற்றுக்குக் கூட்டிப் போய்வரச் சொல்லுவார். பாவம் ருக்கு அக்கா, ரங்கத்தானோடு அவளுக்கு வாழக் கொடுத்து வைக்கவில்லை. அத்தான் உயிரோடு இருந்தால் இவளைப் பார்த்ததும் எவ்வளவு சந்தோஷப்படுவார். ஒருவேளை அத்தான் உயிரோடு இருந்திருந்தால் இவ்வளவு தூரத்துக்குத் தேடி வந்திருக்க மாட்டோமோ என்று நினைத்தாள்.

ரங்கத்தான் இவளுக்கும் ருக்குவுக்கும் முறைமாப்பிள்ளை தான். பெரியப்பா, இவளுடைய அப்பா, ரங்கத்தானுடைய அம்மா மூன்று பேரும் உடன்பிறந்தவர்கள். சின்ன வயசிலிருந்தே ரங்கத்தானோடு அவளையும் ருக்கு அக்காவையும் சேர்த்தே பேசுவார்கள். ரங்கத்தானிடம், ‘அக்கா, தங்கச்சி ரெண்டு பேரை யும் சேத்துக் கெட்டிக்கோ. . .’ என்று கேலி பண்ணுவார்கள். மூன்று வீடுகளுமே அடுத்தடுத்த வீடுகள்தான். ருக்கு பெரிய மனுஷியான ஒரு வருஷத்துக்கு எல்லாம் காந்திமதியும் வயதுக்கு வந்துவிட்டாள். அப்போது ரங்கத்தான் காலேஜில் படித்துக் கொண்டிருந்தான்.

ருக்கு ரொம்ப அமைதியானவள். ஆனால் காந்திமதி அவளுக்கு நேர் எதிரானவள். ருக்கு பெரிய மனுஷி ஆனதுமே அவளைப் படிக்கப் போகவேண்டாம் என்று பெரியப்பா நிறுத்தி விட்டார். எல்லோரும் இதுக்காகப் பெரியப்பாவைச் சத்தம்

போட்டார்கள். 'பொம்பளைப் பிள்ளைக்குப் படிப்பு எதுக்கு? இம்புட்டுப் படிச்சது போதும்' என்று சொல்லி, பத்தாவது வகுப்புடன் பெரியப்பா நிறுத்திவிட்டார். ருக்கு எதைப்பற்றியுமே பெரிதாக அலட்டிக்கொள்ள மாட்டாள். படிப்பை நிறுத்தினதுக் காக அவள் நிஜமாகவே வருத்தப்பட்டாளா இல்லையா என்று கண்டுபிடிப்பது கடினம். எதையும் வெளியே காட்டிக்கொள்ளவே மாட்டாள். ஆனால், ரங்கத்தான் அவளுக்கு வீட்டில் வைத்துப் பாடங்கள் சொல்லிக் கொடுத்தான். அவளை எப்படியாவது எஸ்.எஸ்.எல்.சி. எழுத வைத்துவிடவேண்டும் என்று அவன் தீர்மானமாக இருந்தான்.

ரங்கத்தான் பாளையங்கோட்டை காலேஜில் கடைசி வருஷம் படிக்கும்போதுதான் காந்திமதி காலேஜுக்குப்போக ஆரம்பித்தாள். சிறுவயது முதலே அவள் அத்தானோடு சேர்ந்து விளையாடியிருக்கிறாள். ஒன்றாகப் பள்ளிக்கூடம் போயிருக் கிறாள். ஆனால் அத்தானோடு பஸ்ஸில் பக்கத்தில் உட்கார்ந்து கொண்டு காலேஜுக்குப் போய்வரும்போது, மனம் இனம் புரியாத குதூகலத்தில் திளைத்தது. அது என்ன சந்தோஷம் என்று அப்போது சொல்லத் தெரியவில்லை. ஒருநாள் காலை ருக்கு அக்காவோடு ஆற்றுக்குக் குளிக்கப் போகும்போது, ஏதோ பேச்சில், 'ஒனக்கென்னமா? ரங்கத்தான்கூட ஜோடி சேந்து இப்பவே காலேஜுக்கெல்லாம் போக ஆரம்பிச்சிட்டே' என்று ருக்கு சொன்னாள். அப்போதுதான் தெரிந்தது அவளுக்கு ரங்கத்தானோடு தான் சேர்ந்துபோவது பிடிக்கவில்லை என்பது.

ஆனால் கல்யாணம் நடந்தது என்னவோ அக்காவுக்கும் அத்தானுக்கும்தான். கல்யாணமானபிறகு காந்திமதி அத்தான் வீட்டுக்குப் போவதில் எச்சரிக்கையோடு இருந்துவந்தாள். ருக்கு அக்காவே இதுபற்றி அவளிடம் கேட்கிற அளவுக்கு அவள் நடந்துகொண்டாள். ஆனால், அவள் அப்படி ஒதுங்கிப்போனது ருக்குவின் நன்மைக்காகத்தான் என்பதை அவள் உணராததுதான் துரதிர்ஷ்டமானது. தன்னுடைய இனம் புரியாத தனிமையையும் ஏமாற்றத்தையும் படிப்பில் கரைத்துக்கொள்ளத் தொடங்கினாள் காந்திமதி. மெட்ராஸில் பட்டமேற்படிப்பு, ஆராய்ச்சி மாணவி, கல்லூரி ஆசிரியை என்று தனிமையிலேயே வாழ்வைக் கழிக்கத் தெரிந்துகொண்டுவிட்டாள். அவளுடைய அப்பா காலமான பிறகு ஊரோடு இருந்த கடைசித் தொடர்பும் அற்றுப்போய்விட்டது.

தெருவில் நடக்க நடக்கக் குதூகலமாக இருந்தது. அனேக மாக எல்லா வீடுகளையும் அவளுக்கு அடையாளம் தெரிந்தது. அந்த வீட்டு ஆட்களின் முகங்கள் நினைவுக்கு வந்தன. சில வீடு களில் தெருப்பக்கமாக இருந்த சுவர்களுக்குச் சிமெண்ட்

இரண்டு பெண்கள்

பூசியிருந்தது. எதிரே ஒரு வளையல் வியாபாரி கூவிக்கொண்டு போனார். தெருவில் போகும்போது வீடுகளுக்குள் பேசுகிற சத்தத்தைக் கேட்க ரொம்பவும் சந்தோஷமாக இருந்தது. பஜனை மடத்துக்கு முன்னால் கிடந்த பெரிய கருங்கல்பாறை இத்தனை வருஷமாகியும் அந்த இடத்திலேயே இருந்தது. அது அனுமார் சஞ்சீவி மலையைத் தூக்கிக்கொண்டு போகும்போது கீழே விழுந்த பாறை என்று சொல்வார்கள். அந்தப் பாறையில் ஏறி விளையாடாத பிள்ளைகள் அந்த ஊரில் யாரும் இருக்கமாட்டார்கள். அவள், ருக்கு அக்கா, பிரஸிடெண்ட் வீட்டு மரகதம் எல்லோரும் லீவு நாட்களில் அங்கே விளையாட வந்துவிடுவார்கள். விளையாட்டு, விளையாட்டு அப்படியொரு விளையாட்டு. இருட்டியதுகூடத் தெரியாமல் விளையாடிக்கொண்டிருப்பார்கள். பல வீடுகளுக்கு முன்னால் நின்றிருந்த மரங்கள்கூட இன்னும் நின்றுகொண்டிருந்தன. தெற்குத் தெரு திருப்பத்தில் நின்ற வாகை மரம் இன்னும் இருந்தது. அந்த வழியே போன எத்தனை கல்யாண ஊர்வலங்களை, சாவுகளை அந்த மரம் பார்த்திருக்கும்... அந்த மரத்தைப் பார்த்ததும் அவளுக்குக் கண் கலங்கிவிட்டது. இனம் புரியாத துக்கம் மனத்தைக் கவ்வியது. ஒரு தடவை ரங்கத்தான் அந்த மரத்தில் ஏறிக் கீழே விழுந்து கையை முறித்துக்கொண்டான்.

பெரியப்பா வீடு வந்துவிட்டது. தெருவில் நின்றிருந்த படியே பெருமூச்சுடன் வீட்டைப் பார்த்தாள். வண்டி காடினாவின் மலையாள ஓடுபோட்ட கூரை ஒரு பக்கமாகச் சரிந்து கிடந்தது. தெருவாசல் நடைப்படிக் கற்கள் பெயர்ந்துகிடந்தன. அதற்குச் சிறுசிறு கற்களை அண்டை கொடுத்திருந்தது. கதவின் வெண்கலக் கைப்பிடிகளில் தூசியும் மண்ணும் செருமிப் போயிருந்தன. அந்தக் கைப்பிடிகளைத் திருகுவதற்கு ருக்கு அக்காவுக்கும் அவளுக்கும் சின்னவயதில் பெரிய சண்டையே நடக்கும். சமயங்களில் ரங்கத்தானும்கூடச் சேர்ந்துகொள்வான். கதவின்மீது லேசாகக் கையை வைத்ததுமே கதவு பின்னால் மெதுவாக நகர்ந்தது. கதவு திறக்கிற சத்தம் அப்படி ஒன்றும் பெரிதாகக் கேட்கவில்லை என்றாலும், அதற்குள் யாரோ வெள்ளையாக வீட்டிற்குள்ளிருந்து தெரு வாசலைப் பார்த்துக் கொண்டிருப்பது தெரிந்தது. தெருவில் ஒரு பையன் எலெக்ட்ரிக் போஸ்ட்டில் கல்லை வைத்துத் தட்டிக்கொண்டிருந்தான். இவள் நடைக்கூடத்தைத் தாண்டி முற்றத்தைத் தாண்டி, தார்சாவில் படியேறவும், உள்ளேயிருந்த வெள்ளை உருவம் மெதுவாகத் தயங்கித்தயங்கி வந்து நிற்கவும் சரியாக இருந்தது. வந்தது ருக்கு தான்.

'அக்கா! என்னைத் தெரியுதா?' என்று சொல்லிக் கொண்டே கையில் இருந்த பெட்டியைக் கீழே வைத்துவிட்டு

அவளை அப்படியே ஆவிசேர்த்துக் கட்டிக்கொண்டாள். ருக்கு லேசான புதிருடனும், அவ்வளவாக ஆரவாரமற்ற சந்தோஷத்துடனும் அவளைப் பார்த்தாள்.

'காந்தியா. . ? என்னது இப்பிடித் திடுதிப்புன்னு வந்து நிக்கிறியே?' என்று மெதுவாகக் கேட்டாள். வீட்டினுள் திரும்பி 'அப்பா! அப்பா! யாரு வந்திருக்கா பாத்தியா? காந்தி வந்திருக்காப்பா' என்று சொல்லிக்கொண்டே கீழே இருந்த பெட்டியை எடுத்துக்கொண்டு 'வா! உள்ளே வா காந்தி!' என்று அவளைக் கூட்டிக்கொண்டு, வீட்டினுள் போனாள். அவளை வரவேற்று உபசரித்தாளே தவிர, வார்த்தையில் இருந்த உபசாரம் முகத்தில் இல்லை. காந்திமதிக்கு இருந்த பரவசத்தில் அதையெல்லாம் அவள் உணரவில்லை.

பட்டகசாலையில் கொஞ்சம் வெளிச்சம் இருந்தது. வீட்டினுள் சாணிபோட்டு மெழுகிய வாடை அடித்தது. ஜன்னலுக்குப் பக்கத்தில் ஈஸிச்சேர் போட்டு உட்கார்ந்திருந்தார் பெரியப்பா. கையில் இருந்த திருவாசகப் புஸ்தகத்தை ஜன்னல் சுவரின்மீது வைத்துவிட்டு மூக்குக் கண்ணாடிக்கு மேலே பார்வையை உயர்த்திப் பார்த்தார். அதற்குள் காந்திமதி அவருக்குப் பக்கத்தில் உட்கார்ந்துகொண்டு, அவருடைய பஞ்சு போன்ற, சுருக்கம் விழுந்த விரல்களை மெதுவாகப் பிடித்துக் கொண்டு குசலம் விசாரித்தாள். உடனே உள்ளே போய்விடக் கூடாது என்பதால், ருக்கு சிறிது நேரம் பேருக்கு அங்கே நின்று கொண்டிருந்தாள். பிறகு உணர்ச்சியற்ற முகம் பொருத்தப்பட்ட அந்த உடம்பு உள்ளே போய்விட்டது. பெரியப்பா கேள்விமேல் கேள்விகளாகக் கேட்டு அவளிடம் விசாரித்துக்கொண்டிருந்தார். நாற்பது வயதாகியும் அவள் கல்யாணமே பண்ணிக்கொள்ளாமல் இருந்தது அவருக்கு அளவற்ற வருத்தத்தைத் தந்தது.

'எனக்கு என்னமோ இப்பிடியே இருக்கதுதான் புடிச்சிருக்கு. . . அக்கா கல்யாணம் பண்ணிக்கிட்டு என்ன வாழ்ந்திட்டா?' என்று வருத்தத்தோடு சொன்னாள் காந்திமதி. அதற்கு அவரால் ஒன்றும் பதில் சொல்ல முடியவில்லை. ஜன்னலுக்கு வெளியே பார்த்துக்கொண்டிருந்தார். ஜன்னலின் மீது இருந்த திருவாசகத்தின் மேலட்டை காற்றில் திறந்து திறந்து மூடிக்கொண்டிருந்தது. ருக்கு அடுப்படியில் வேலையாக இருந்தாள் போல. பாத்திரங்கள் புழங்குகிற சத்தம் கேட்டது. சிறிது நேரம் கழித்து பெரியப்பா பெருமூச்சுடன், 'விதின்னு ஒண்ணு இருக்கும்மா. . . அதை யாராலே மாத்த முடியும் சொல்லு பாப்பம்?' என்று சொல்லிவிட்டு அயர்வுடன் ஈஸிச்சேரில் சாய்ந்துகொண்டார். அவளுக்கு அவர் மனத்தைக் கஷ்டப்படுத்தி விட்டோமோ என்று இருந்தது. ருக்கு பக்கத்தில் இல்லாதது

அவளுக்கு என்னவோ போலிருந்தது. நல்ல வேளையாக பெரியப்பாவே அந்த இறுக்கமான சூழ்நிலையைக் குலைத்தார். 'ஏம்மா! நீ வெயில்ல வந்திருக்கே. மொதல்ல போயி நல்லாக் குளிம்மா...' என்று சொல்லிவிட்டு அடுப்படிப் பக்கம் பார்த்து, 'ருக்கு! காந்திக்குக் குளிக்கிறதுக்கு தண்ணி எடுத்து வையி!' என்றார். எங்கிருந்தோ, 'சரிப்பா!' என்ற குரல் கேட்டது.

ருக்கு அவளுடைய பெட்டியைச் சுவர் ஓரமாக வைத்திருந்தாள். துண்டு, மாற்றுப்புடைவை, ரவிக்கையை எடுப்பதற்காகப் பெட்டியைத் தேடினாள். மேலச் சுவரில் ஒரு போட்டோவுக்கு மாலை இட்டிருந்தது. அது, ரங்கத்தானுடைய படம். அக்காவும் அத்தானும் சேர்ந்து எடுத்த கல்யாணப் படம் ஒன்று உண்டு. அதைத் தேடினாள். காணவில்லை. பட்டணம் பொடி கம்பெனிக் காலண்டரைத் தவிர வேறு படமே இல்லை. அடுப்படியில் ஏதோ தண்ணீர் கொதிக்கிற சத்தம் கேட்டுக் கொண்டிருந்தது. அவளுக்காக ஏதோ செய்துகொண்டிருந்தாள் ருக்கு.

அவளுக்கு ஆற்றுக்குப் போய்க் குளிக்கவேண்டும்போல் இருந்தது. ஆனால், அதற்குள் அக்கா புறவாசலில் குளிக்கத் தண்ணீர் எடுத்து வைத்துவிட்டாள்.

'எனக்காக ஒண்ணும் பண்ணவேண்டாம் அக்கா!' என்று சொல்லிக்கொண்டே அவள் பக்கத்தில் போய் நின்றாள். ருக்குவின் கனத்த, மெத்தென்ற விரல்கள் கத்திரிக்காயை வதக்கிக் கொண்டிருந்தன. அடுப்படி இருட்டிலும், கரியிலும் அவளுடைய வெள்ளைப் புடைவை பளிச்சென்று இருந்தது. ரொம்ப அழகாகவே இருந்தாள் ருக்கு.

'ஒனக்குன்னா ஒனக்கு மட்டுமா? எல்லாருந்தானே சாப்பிடப் போறோம்?' என்று வெடுக்கென்று பதில் சொன்னாள் ருக்கு. காந்திமதிக்கு அவள் சொன்னது என்னவோ போலிருந்தது. சிறிது நேரம் எதுவுமே பேசத் தோன்றவில்லை.

'இல்லக்கா... உனக்கு எதுக்கு வீண் கஷ்டம்னு நெனைச்சேன்...' என்று அவளைச் சமாதானப்படுத்துகிற மாதிரிச் சொன்னாள்.

'நானும் அப்படி என்ன தப்பாச் சொல்லிட்டேன்' என்று அவள் முகத்தைப் பாராமலேயே சொன்னாள். அதற்குமேல் காந்திமதியால் அங்கே நின்றுகொண்டிருக்க முடியவில்லை. கண் கலங்கிவிட்டது. அங்கே வந்திருக்கக்கூடாதோ என்று தோன்றியது. ஏதோவொரு உணர்ச்சி வேகத்திலும் கடந்த நாட்களின் நினைவு களிலும், ஊரையும் உறவுகளையும் தேடி வந்துவிட்டோம் என்று

நினைத்தாள். ருக்கு, காந்திமதி குளிப்பதை அடுப்படி ஜன்னல் வழியே குரோதத்துடன் பார்த்துக்கொண்டிருந்தாள். அவள் பேரில் தாங்க முடியாத வெறுப்புணர்வு எழுந்தது.

அவள் குளித்துவிட்டு வருவதற்குள் பெரியப்பா, ஈஸிச்சேரில் படுத்தபடியே தூங்கிவிட்டிருந்தார். ருக்கு முன்வாசலில் யாருடனோ கதவோரமாக நின்று பேசிக்கொண்டிருந்தாள். புறவாசலில் புடைவை மாற்ற முடியவில்லை. அதனால் அறை வீட்டுச் சுவரோரமாக நின்று புடைவை மாற்றிக்கொண்டிருந்தாள். அவள் உடை மாற்றுவதை ஸ்டூலில் உட்கார்ந்தபடியே வெறித்துப் பார்த்துக்கொண்டிருந்தாள் ருக்கு. திடீரென்று பின்பக்கம் திரும்பிப் பார்த்தவளுக்கு ருக்கு தன்னையே பார்த்துக்கொண்டிருப்பது தெரிந்தது. சூழ்நிலையை சகஜமாக்கு வதற்காக, 'மெட்ராஸ்லே தம்பி தான் அடிக்கடி, ஊருக்குப் போயி பெரியப்பா, அக்காவையெல்லாம் பாத்துட்டு வரணும்னு சொல்லிக்கிட்டே இருப்பான். நான் போய்ச் சொன்னால், என்னை மட்டும் விட்டுட்டுப் போயிட்டு வந்திட்டியேக்கான்னு சொல்வான்!' என்று சொல்லிவிட்டு அவளே செயற்கையாகச் சிரித்தாள்.

'ஏன் அவனையும் கூட்டிக்கிட்டு வந்தா என்ன?' என்று குரலில் சிறிதுகூடச் சுரத்தின்றி, யந்திரம் போல் பேசினாள் ருக்கு. அதற்குப் பதில் சொல்லவே தோன்றவில்லை. என்றாலும், ஏதாவது பேசினால் அந்த இறுக்கம் குறையும் போலிருந்தது.

'நானும் எங்க காலேஜ் ஸ்டூடன்ஸ்களோடத்தான் வந்தேன். குற்றாலம், கன்னியாகுமரி எல்லாம் போயிட்டு வந்தோம். இன்னைக்கிச் சாயந்திரம் ரெயில்ல மெட்ராஸ் போறோம்' என்று சொன்னாள் காந்திமதி. அவள் அங்கே இரண்டு மூன்று நாளாவது தங்கி இருந்துவிட்டுப் போகலாம் என்றுதான் வந்திருந்தாள். ஆனால், இப்போது உடனே அங்கிருந்து போனால் போதும் போலிருந்தது. ருக்கு அவள் சொன்னதைக் கவனித்தாளா என்றே தெரியவில்லை.

அவள் கவனம் பூராவும் இப்போது, திறந்து கிடந்த காந்திமதியின் பெட்டியின்மீதே இருந்தது. அவள் பெட்டி நிறைய அடுக்கி வைத்திருந்த விதவிதமான புடைவைகளைப் பார்த்துப் பெருமூச்சு விட்டாள். அவளுடைய கனத்த மார்பு ஏறித் தாழ்ந்தது. அவளையே பார்த்துக்கொண்டிருந்த காந்திமதி, திடீரென்று ஏதோ நினைவுக்கு வந்தவளாய். . . 'அடாடா. . . மறந்தே போயிட்டேன் அக்கா' என்று சொல்லிக்கொண்டே பெட்டிக்குப் பக்கத்தில் போய் குனிந்து புடைவைகளின் அடியில் கையை நுழைத்து ஒரு சிறு பையை எடுத்தாள். வேகமாக ருக்கு

விடம் வந்தாள். 'அல்வா, பழம் எல்லாம் வாங்கினேன். பேசிக் கிட்டே இருந்ததுலே எடுத்துக் குடுக்க மறந்துட்டேன் அக்கா' என்று சொல்லிக்கொண்டே அந்தப் பையை அவளிடம் கொடுத்தாள். ருக்கு உணர்ச்சியே இல்லாமல் அதை வாங்கி வைத்துக் கொண்டாள். சேலைகளின் நடுவில் இருந்த வேட்டி, துண்டை எடுத்துக்கொண்டு பெரியப்பாவிடம் போனாள். ருக்குவைத் தாண்டிப்போகும்போது, 'ஒனக்கு என்ன எடுக்கறதுன்னே புரியல... அதனாலதான் பெரியப்பாவுக்கு மட்டும் ஒரு வேட்டி, துண்டு எடுத்தேன்' என்று அவற்றைப் பெரியப்பாவிடம் கொடுத்தாள். அவர் சிரித்துக்கொண்டே வாங்கிக்கொண்டார்.

'அவுஹளுக்கு வாங்கியிருக்கேல்லா. . . அது போதும்! எனக்கு என்னத்துக்கு? நான்தான் தாலியறுத்துத் தட்டழிஞ்சு நிக்கேனே!' என்று எரிச்சலுடன் சொன்னாள் ருக்கு.

பெரியப்பா சாப்பாடு எடுத்துவைக்கச் சொன்னார். சாப்பிட ஆரம்பிக்கும்போது, ருக்குவையும்கூட உட்கார்ந்து சாப்பிடச் சொன்னார். 'நானும் உட்கார்ந்துட்டா யாரு வந்து பரிமாறுவா?' என்று வெடுக்கென்று சொன்னாள். ஆனால் பெரியப்பா மிகுந்த சந்தோஷத்தோடு அவளோடு பேசிக் கொண்டே சாப்பிட்டார். சாப்பிட்ட சிறிது நேரத்துக்கெல்லாம் புறப்பட்டுவிட்டாள்.

'பெரியப்பா! அப்ப நான் வரட்டுமா? சாயந்திரம் மெட்ராஸ் வண்டிக்குப் போகணும்' என்றாள்.

'என்னம்மா இது? இப்பிடி வந்ததும் வராததுமா உடனே போகணும்கிறியே? ஒரு நாலு நாள் இருந்துட்டுப் போகலாம்' என்று வற்புறுத்தினார்.

'இல்லே பெரியப்பா. . . இன்னொரு தடவை வாரேன். இப்போ ஸ்டூடன்ஸ்களோட எக்ஸ்கர்ஷன் வந்தேன். எல்லோரும் எனக்காகக் காத்துக்கிட்டு இருப்பாங்க. ஒங்களையெல்லாம் பார்க்கணும்னு தோணிச்சு! பாத்தாச்சு. . . பொறப்படட்டுமா?'

'அவ காலேஜ் பிள்ளைகளைக் கூட்டிக்கிட்டு வந்திருக்கா... அவளைப் போயி நாலு நாள் இருன்னு சொன்னா எப்படி?' என்றாள் ருக்கு. காந்திமதி புறப்பட்டுக்கொண்டிருந்தாள். காலண்டர் காற்றில் அடித்துக்கொண்டிருந்தது.

***தாய்*, 1991**

அவர்கள்

அம்பாள் டிரைகிளீனர்ஸில் உட்கார்ந்திருந்த பற்பனாத பிள்ளை அடிக்கடி கடைக்கு வெளியே எட்டிப் பார்த்தார். இஸ்திரி போட்டுக்கொண்டிருந்த நாயகம். 'என்ன எட்டி எட்டிப் பார்த்துக்கிட்டு இருக்கீயளே' என்று கேட்டும் விட்டான். 'ஒண்ணு மில்ல சும்மாதான்' என்று சொன்னாலும் சிறிது நேரம் கழித்துத் திரும்பவும் எட்டிப் பார்த்தார். இப்போது அவர் முகத்தில் ஒரு சந்தோஷம். மணி கடையில் யாரும் இல்லை. சட்டென்று, உட்கார்ந் திருந்த ஸ்டூலிலிருந்து குதித்து இறங்கினார். நாயகம் அவர் போவதையே ஆச்சரியத்தோடு பார்த்தான்.

பற்பனாத பிள்ளை வேகமாக மணி கடைக்கு முன்னால் வந்து நின்றார். சிகரெட் அட்டைகளை வெட்டிக்கொண்டிருந்த மணி அவரை எரிச்சலோடு பார்த்துவிட்டுத் திரும்பவும் தன் வேலையில் மூழ்கினான். நீள நீளமான அட்டைத் துண்டுகள் கீழே விழுந்துகொண்டிருந்தன. அவர் அவன முகத்தையே தயக்கத்தோடு பார்த்துக்கொண்டு நின்றுகொண்டிருந்தார். அவர் காலுக்குக் கீழே கடைச்சுவரோடு சுவராக உராய்ந்துகொண்டு, 'மொர் மொர்' என்ற விசித்திரமான சத்தத்துடன் ஒரு பன்றி போயிற்று.

'மணி. . . ரெண்டு கத்திரி குடேன்' என்று மெதுவாகக் கேட்டார். அவன் அவரைச் சட்டையே பண்ணாமல் அட்டையை வெட்டிக்கொண்டிருந் தான். அவர்மீது இருந்த எரிச்சலிலோ என்னவோ,

அட்டைத்துண்டுகள் வேகமாக விழுந்துகொண்டிருந்தன. அவற்றை வெட்டும்போது அட்டையில் இருந்து காரமான சிகரெட் வாசனை அவர் நாசியில் ஏறியது.

'மணி! ஒரு ரெண்டு கத்திரி குடுப்பா' என்று திரும்பவும் கேட்டார்.

மணி அவரை அண்ணாந்து பார்த்தான். 'அதான் நேத்தே சொன்னம்லா அண்ணாச்சி? நூத்தம்பது ரூவாக்கி மேல பத்துவளி ஏறிப்போச்சு. . . மேக்கொண்டும் நச்சரிச்சா என்ன பண்ண முடியும் சொல்லுங்க? ஒங்க மொக தாச்சண்யத்துக்காகத் தான் விட்டு வச்சிருக்கேன். . . இன்னொருத்தன்னா இந்த மாதிரி இருக்க மாட்டான். . . ச்சேய். . . ஒங்களோட பெரிய தொந்தரவாப் போச்சே' என்று சலிப்புடன் சொல்லிவிட்டு மறுபடியும் அட்டைகளை வெட்ட ஆரம்பித்தான்.

பற்பனாத பிள்ளைக்குக் கோபம் வரவில்லை. அவர் சிரித்தார். 'சர்தாம்டே இன்னும் ஒரு வாரத்துல வய நெல்லு வித்து வந்துரும். . . அப்பம் பைசா பாக்கி இல்லாமல் பைசல் பண்ணிருதம்ப்பா. . . ரெண்டு சிகரெட் குடு.'

'எத்தனை மாசமா நெல்லை வித்துத் தாரேன். . . நெல்லை வித்துத் தாரேன்னு சொல்லிக்கிட்டு இருக்கேரு! ஓம்ம வயல் பருவம் பார்க்கிறவெனக் கேட்டா. . . அவருக்கு ஊர்ல ஒரு செண்டு நெலம்கூடக் கெடையாது. எல்லாத்தையும் வித்துச் சாப்புட்டுட்டாரு அப்படின்னு சொல்லுதான். நீரு என்ன டான்னா நெல்லு வித்து ரூவா வரும்னு சொல்லுதேரு! ஆரு கிட்டக் காது குத்துதேரு?' என்றான். மரியாதையைக் குறைத்து விட்டான். நேற்றும் இப்படித்தான், 'நீங்க நாங்க' என்று பேசிக் கொண்டிருந்தவன் திடீரென்று, 'நீர்' என்று பேச ஆரம்பித்து விட்டான். ஆனால் கடைசியில், பிச்சை போடுகிற மாதிரி ஒரு கத்திரி சிகரெட்டை எடுத்துக் கையில் போட்டான்.

அவன் அவரைச் சத்தம் போட்டது பக்கத்துக் கடையில் இருந்தவருக்குக் கேட்டிருக்கும் போல. அவர் கடைக்குள் நின்று கொண்டே, மேலே உத்திரத்திலிருந்து தொங்குகிற கயிற்றைப் பிடித்து எம்பி எட்டிப் பார்த்தார். அதற்குள் யாரோ சாமான் வாங்க வந்துவிட்டார்கள். பற்பனாத பிள்ளைக்குக் கண் கலங்கி விட்டது. ஒரு காலத்தில் அதே மணி கடையில்தான் அவருக்கு எவ்வளவு மதிப்பு இருந்தது? அவர் தூரத்தில் வருவதைப் பார்த்தாலே போதும். ஒரு பாக்கெட் கத்திரி சிகரெட்டைத் தயாராக எடுத்து வைத்துக்கொண்டு நிற்பான்.

மெதுவாக நகர்ந்தார்.

மேல ரத வீதியில் தளவாய் முதலியார் வீட்டைத் தாண்டி நடந்துகொண்டிருந்தார். இன்னும் பத்து மணிகூட ஆக வில்லை. அதற்குள் வெயில் தீப்பந்தமாக உறைத்தது. மேலே போட்டிருந்த கதர்ச்சட்டை நெருஞ்சி முள் மாதிரி குத்தியது.

முன்பெல்லாம் அந்தப் பக்கமாக அவர் நடக்க ஆரம்பித் தாலே போதும். பின்னால், 'மொதலாளி. . . மொதலாளி!' என்று சொல்லிக்கொண்டு யாராவது நாலுபேர் வந்துகொண்டிருப் பார்கள்.

பக்கத்தில் பஸ் ஹார்ன் சத்தம் பலமாகக் கேட்டது. பின்னால் திரும்பிப் பார்த்தார். பஸ் உறுமிக்கொண்டிருந்தது. பஸ்ஸிலிருந்து கேலிச் சிரிப்புடன் நாலைந்து தலைகள் எட்டிப் பார்த்தன. பஸ் டிரைவர் அவரைப் பார்த்துக் கையை நீட்டிச் சத்தம் போட்டது இஞ்ஜின் சத்தத்தில் காதில் விழவில்லை. ஒரு ஓரமாக ஒதுங்கி நின்று பஸ் போவதையே பார்த்துக்கொண் டிருந்தார். ரோட்டில் போய்க்கொண்டிருந்தவர்களும், கடைக் காரர்களும் அவரையே ஒரு தினுசாகப் பார்த்துக்கொண் டிருந்தார்கள். அவருக்கு வெட்கமாக இருந்தது. எதிர்வரிசையில் இருந்த தெருப் பம்பில் தண்ணீர் அடித்துக்கொண்டிருந்த ஒரு ஓர்க் ஷாப் பையன் தண்ணீர் அடிப்பதை நிறுத்திவிட்டு, 'ரைவர் எம்புட்டு நேரமா ஆரன் அடிச்சுக்கிட்டு இருக்காரு. . . நீங்க பாட்டுக்கு நடு ரோட்டுல வாரேளே!' என்றான்.

கூலக்கடை பஜாருக்குப் போனால் மாரியப்பனிடம் செலவுக்கு ஏதாவது கேட்டு வாங்கலாம். ஒரு காலத்தில் அவர் செய்ததையெல்லாம் மறக்காமல் இருக்கிற சிலரில் அவனும் ஒருத்தன். இன்றும் அவருக்குக் கொடுத்து உதவுகிறான். ஆனால், கடையில் அவன் இருக்கவேண்டும். அவனைப் பார்ப்பதுதான் அபூர்வம். அவன் இல்லாவிட்டால், கடையில் உள்ள மற்ற வேலையாட்கள் அவரைப் பண்ணுகிற அவமரியாதை இன்ன மட்டிலும் என்றில்லை. 'ஆள் ஒடிந்து போய்விட்டான்' என்றதும், எல்லோருக்குமே ஒரு மாதிரி தைரியம் வந்துவிடுகிறது.

'எங்கய்யா வெரசலாப் போறீய?' என்ற கேலியான குரல் அவரை நிறுத்தியது. எதிரே மீனாட்சி நின்றுகொண்டிருந்தாள். அவளைப் பார்த்ததும் முகமெல்லாம் இருண்டது.

'சரி. . ! சரி! ரோட்ல நின்னு எதும் சத்தம் போட்டுராத' என்று அவசர அவசரமாக அவளுக்கு மட்டும் கேட்கிற மாதிரி சொன்னார். அவர் அவளுக்குப் பயந்த மாதிரி நடந்து கொண்டது அவளுக்குக் குரூரமான சந்தோஷத்தைத் தந்தது. நாலுபேர் பார்க்கும்படிச் சத்தம் போடவேண்டும் போலிருந்தது அவளுக்கு.

‘த்தூ!’ என்று பக்கத்தில் காறித் துப்பினாள். ‘ஒமக்கு என்ன கௌரத வேண்டிக்கெடக்கு’ என்று அவர் பயந்த மாதிரியே சத்தமாகப் பேச ஆரம்பித்தாள். அதற்குமேல் அங்கே நின்றால் நிலைமை மேலும் ரசாபாசம் ஆகிவிடும் என்று பட்டது. அவள் கையைப் பிடித்து இழுத்துப் பக்கத்தில் இருந்த முடுக்குக்குள் கூட்டிக்கொண்டு போனார். ‘கைய வுடும். . . கைய வுடும். . . சண்டாளப் பாவி! என்னய இந்தக் கெதிக்கு ஆளாக்கிட்டீரே’ என்று அவர் புஜத்தில் குத்தினாள். பஜாரை விட்டுக் கொஞ்சம் தள்ளி உள்ளே போனதும் கதவு சாத்திக் கிடந்த ஒரு வீட்டுக்கு முன்னால் நின்று அவளைச் சமாதானப்படுத்த ஆரம்பித்தார்.

‘ஏய்! நாஞ் சொல்றதைக் கேளு! இப்பம் ரூவாய்க்கித்தான் ஒரு எடத்துக்குப் போய்க்கிட்டு இருக்கேன். நீ வீட்டுக்குப் போ! நான் நேர ரூவாய வாங்கிக்கிட்டு அங்க வாரேன்’ என்றார்.

இரண்டு பேரும் மல்லுக்கு நின்றதில் அவளுடைய கொண்டை அவிழ்ந்துகிடந்தது. சேலை விலகிக் கிடந்தது. அப்போதுகூட அவள் அழகாகத்தான் இருந்தாள்.

ஒரு உயரமான ஆள் தலைப்பாகையுடன் சைக்கிள் கேரியரில் சாக்கை வைத்துக் கட்டிக்கொண்டு, மீனாட்சியையே முறைத்துப் பார்த்துக்கொண்டு போனான். அவர்களைத் தாண்டியதும், ‘பழைய பேப்பர். . . பொஸ்தகங்கள். . . பாட்டில்கள் வாங்குகிறதேய்’ என்று கழுத்தை ஒரு பக்கமாகச் சாய்த்து வயிற்றை எக்கிச் சத்தம் போட்டான்.

‘இன்னமே நான் ஒம்ம பேச்ச நம்பத் தயாரா இல்ல! வீட்டுக்காரி நெதசரி வாசல்ல வந்து நின்னு என்னிய லெச்ச கெடுக்கா. . . சோறு பொங்கிச் சாப்புட்டு மூணு நாளாவுது. . . பக்கத்து வூட்டுல கஞ்சித் தண்ணிய வேண்டிக் குடிச்சிக்கிட்டு எத்தன நாளு கெடக்கது. . ? செவல்கொளத்துல ராசாத்தி மாதிரி எங்க அய்யா வீட்டோட கெடந்திருப்பேன். ஒம்ம ஆச வார்த்தையைக் கேட்டு ஒம்ம பொறத்தால ஓடியாந்தேன் பாரும்... என்னச் செருப்பால அடிக்கணும்...’ என்று முகத்திலும் நெஞ்சிலும் அடித்துக்கொண்டு அழுதாள். பற்பனாத பிள்ளை அவளுடைய கையைப் பிடித்துத் தடுத்தார்.

‘ஏய். . . இந்தேரு. . . அதாஞ் சொல்லுதம்லா பணத்துக்குத் தான் போய்க்கிட்டு இருக்கேன்னு. . . பெறகும் மேக்கொண்டு எதுக்குக் கத்துத?’

‘என்னால இன்னம ஒம்மகூட இருக்க முடியாது... இத்தன வருசமா நான் பட்டதெல்லாம் போரும். . . ரூவாய வேண்டிக் குடும். . . நான் இப்படியே பஸ் ஏறி ஊருக்குப் போயிருதேன்.

கெழட்டு மட்ட! ஒமக்கெல்லாம் எதுக்குவே இத்தனை வயசுல வைப்பாட்டி.'

அவர் அவளுடைய வாயைப் பொத்தினார். அவளுக்குத் தலை சுற்றியது. சுவரைப் பிடித்துக்கொண்டே அந்த வீட்டு நடைவாசலில் உட்கார்ந்துவிட்டாள். நெஞ்சு ஏறி இறங்கிற்று. அந்த முடுக்கில் கடைசிவரை போய்விட்டு அந்தப் பழைய பேப்பர் வியாபாரி திரும்பி வந்துகொண்டிருந்தான். தூரத்தில் வரும்போதே மீனாட்சியை ஒரு தினுசாகப் பார்த்தவாறு வந்து கொண்டிருந்தான். அவருக்கு அவன் மீனாட்சியை முறைப்பதைப் பார்த்துக் கோபம் வந்தது.

'என்னத்தடா மொறச்சுப் பார்த்துக்கிட்டுப் போற' என்றார். அவர் கேட்டது காதில் விழாத மாதிரி அவன் அவரைத் தாண்டிப் போனான். 'செறுக்கி மவனுவோ' என்று முணுமுணுத்தார்.

மீனாட்சி அழுதுகொண்டிருந்தாள். இரண்டு வீடு தள்ளி ஒரு பெண், டைப்ரைட்டிங் ஸ்கூலுக்குப் பேப்பரைச் சுருட்டி வைத்துக்கொண்டு தெருவில் இறங்கிற்று. எங்கிருந்தோ, 'செம்பா! டைப் அடிச்சு முடிச்சதும் நேரே வீட்டுக்கு வந்திரு! வேற எங்கியும் அவ வீடு, இவ வீடுன்னு சுத்தாத! அப்பாவுக்குத் தெரிஞ்சா சத்தம் போடுவா' என்ற கீச்சுக்குரல் கேட்டது.

'சரிம்மா' என்று அதுவும் சத்தம் போட்டுச் சொன்னது. சொன்ன பிறகுதான் அவரும் மீனாட்சியும் இருப்பது கண்ணில் பட்டது. வெட்கத்துடன் அடி உதட்டைக் கடித்துக்கொண்டு தலையைத் தொங்கப்போட்டுக்கொண்டே அவர்களைத் தாண்டிப் போயிற்று. அவரைத் தாண்டிப்போகும்போது அது தேய்த்திருந்த ஹேர் ஆயிலின் மணம் வீசியது. அதைப் பார்த்ததும் அவருக்கு ஊரில் இருக்கிற மகளுடைய ஞாபகம் வந்தது. அவள் தலையை வருடினார். இப்போது மீனாட்சி அவரை ஒன்றும் சொல்லவில்லை. அவர் அப்படிச் செய்தது அவளுக்கு ரொம்பப் பிடித்திருந்தது. நரைத்த முடிகள் அடர்ந்த அவருடைய கையில் கன்னத்தை வைத்து லேசாகத் தேய்த்தாள்.

'செத்த இரு! ஒரு டீ வாங்கிட்டு வாரேன்' என்றார்.

அவள் அவரை அண்ணாந்து பார்த்தாள். அவளுடைய கண்களில் வெட்கங் கலந்த பிரியம் மினுமினுத்தது. 'துட்டு இருக்கா?' என்றாள்.

'அதெல்லாம் பார்த்துக்கிடலாம்! கொஞ்சம் இரு! வாரேன்' என்று சொல்லிவிட்டுப் பஜாரைப் பார்க்க நடந்தார். ரொம்பப் புழுக்கமாக இருந்தது. நடந்துகொண்டே சட்டையைத் தலைவழி யாகக் கழற்றித் தோளில் போட்டுக்கொண்டார். முடுக்குத்

திரும்பியதும் நாலைந்துகடை தள்ளி இருந்த கட்டடத்தின் முன்னே போய் நின்றார். கடையின் இரும்புக் கிரில்லைப் பிடித்துக் கொண்டு உள்ளே எட்டிப்பார்த்தார். ஜவுளிக்கடையின் உள்ளே சில பெண்கள் சேலைகளைப் பார்த்துக்கொண்டிருந்தனர். அதற்கு எதிர்த்த கவுண்டரில் நின்றுகொண்டிருந்த துரை அவரைப் பார்த்துச் சிரித்தான். அங்கிருந்தபடியே, 'என்ன அண்ணாச்சி?' என்று விசாரித்தான்.

வெளியே நின்றவாறே, 'கொஞ்சம் வந்துட்டுப் போயேன்' என்றார். துரை கவுண்டரைவிட்டு வெளியே வந்தான். அவன் தோளில் கையை வைத்துக் கூட்டிக்கொண்டு முடுக்குப் பக்கம் போனார். அவன் நெற்றியில் பூசியிருந்த திருநீற்றின் மணம் அவர் முகத்துக்குள் வீசியது. முனிசிபல் லைட் போஸ்ட்டுக்குப் பக்கத்தில் போனதும்,துரையிடம், 'ஒங்கிட்ட ஒரு ரெண்டு ரூவா இருக்குமாடே?' என்று கேட்டார்.

'ரெண்டு ரூவாயா?' என்று சொல்லிக்கொண்டே சட்டையின் மேல் பித்தானைத் திறந்து உள் பாக்கெட்டினுள் கையை விட்டான். இரண்டு இரண்டு ரூபாய் நோட்டுகளை வெளியே எடுத்தான். ஒரு நோட்டை அவரிடம் கொடுத்தான்.

'நல்ல வேளை, நீ கடையில இருந்தே! நீ இருக்கியோ என்னமோன்னு நெனைச்சேன்' என்று சந்தோஷத்தோடு சொன்னார்.

துரை அமைதியாக அவரைப் பார்த்தான்.

'வேற ஒண்ணுமில்ல! மீனாட்சி வந்தா. . . ஒரு படியா வருதுன்னு சொன்னா... சரி, ஒரு டீ வாங்கித் தரலாம்னு பார்த்தா கையில ஒரு பைசா இல்ல' என்று சிரித்துக்கொண்டே தோளில் போட்டிருந்த சட்டையை உதறிக்காட்டி, திரும்பவும் தோளில் போட்டுக்கொண்டார்.

'ஓம் புண்ணியத்துல மதினிக்கி ஒரு டீ கெடச்சுது' என்றார்.

'வாங்க அண்ணாச்சி' என்று அவனே அவரை எதிரில் இருந்த காப்பி ஸ்டாலுக்குக் கூட்டிக்கொண்டு போனான். இரண்டு பேரும் டீ சாப்பிட்டார்கள். இன்னொரு கிளாஸ் டீ வாங்கி அவர் கையில் கொடுத்தான். ரூபாயைக் கொடுக்கப் போனவரை மறித்து, 'இல்ல அண்ணாச்சி... அது இருக்கட்டும்' என்று சொல்லித் தடுத்தான். கல்லாவில் இருந்தவரிடம் 'டீய ஏங் கணக்குல எழுதிக்கிடுங்க! அண்ணாச்சி கிளாஸைக் கொண்டாந்து தந்திருவாங்க! அண்ணாச்சி ஆரு தெரியுதா?' என்று கேட்டான்.

'ஏந் தெரியாமே? இந்தப் பஜார்ல அவுஹளைத் தெரியாதவுக உண்டுமா?' என்றார் அவர்.

பற்பனாத பிள்ளை கிளாஸை எடுத்துக்கொண்டு அவனுடன் ரோட்டைக் கடந்தார். பாதி தூரம் கடந்து வந்து கொண்டிருந்த போது வேகமாக வந்த பியட் காரினால் அவர் தோளில் கிடந்த சட்டை கீழே விழுந்தது. அவர் குனிவதற்குள் துரையே குனிந்து சட்டையை எடுத்துக் கொடுத்தான். ரோட்டைக் கடந்ததும் துரை அவரிடம் சொல்லிக்கொண்டு கடைக்குப் போனான்.

டீயை மீனாட்சியிடம் கொடுத்தார். ஒரு மடக்குக் குடித்ததும் நெஞ்சைத் தடவிக்கொண்டு ஏப்பம் விட்டாள். அவள் குடித்து முடிக்கிறவரை அவளையே பிரியத்தோடு பார்த்துக் கொண்டு நின்றார். கிளாஸை வாங்கிக்கொண்டு பஜாரைப் பார்க்க நடந்தார்.

இனிமேல்தான் அவர் மாரியப்பனைப் பார்க்கப் போக வேண்டும்.

தாய், 1991

நட்சத்திரங்களுக்குக் கீழே...

ஞானப்பிரகாசத்துக்குத் தூக்கம் வரவில்லை. போன வாரம் ஞாயிற்றுக்கிழமை கோவிலில் பிரசங்கியார் வாசித்த நீதிமொழிகள் திரும்பத் திரும்ப நினைவுக்கு வந்துகொண்டிருந்தன. அந்த வேத வாக்கியம் அவனுடைய மனத்தை அறுத்துக் கொண்டிருந்தது.

'தீமையை விட்டு விலகுவதே செம்மையானவர்களுக்குச் சமமான பாதை. தன் நடையைக் கவனித்திருக்கிறவன் தன் ஆத்துமாவைக் காக்கிறான்.'

விரிந்த பிச்சிப்பூவை அள்ளித் தெளித்தது போல வானமெங்கும் வெள்ளிகள் கொட்டிக்கிடந்தன. அந்த இருட்டிலும் தூரத்தில் ஊர் மங்கலாகத் தெரிந்து கொண்டிருந்தது. இது மழைக்காலமே இல்லை. ஆனாலும் குளிர்ந்தகாற்று வேகமாக வீசிக்கொண்டிருந்தது. காற்றின் வேகத்தில் கால் மயிர்களுக்கிடையே புகுந்த மணல் ஒருவிதமான கூச்சத்தைத் தந்தது. முகத்தில் காட்டுப்பூச்சிகள் மோதி விழுந்தன.

'ஞானம்! ஞானம்' என்று பாலையா கூப்பிட்டார். அவர் கூப்பிட்டது அவன் காதில் விழுந்தது. என்றாலும் அவன் உடனே எழுந்து போகவில்லை.

மறுபடியும் பாலையா, 'ஞானம்! ஞானம்!' என்று கூப்பிட்டார். அதைத் தொடர்ந்து 'டமால்' என்று சத்தம் கேட்டது. பதறிப்போய் கதவு நாதாங்கியைத் திறந்துகொண்டு உள்ளே போனான். கதவைத் திறந்ததுமே குப்பென்று பிராந்தியும்

வண்ணநிலவன்

சாராயமும் கலந்த காரமான நெடி வீசியது. சிம்னி விளக்கு மட்டும் லேசாக எரிந்துகொண்டிருந்தது. திரியைத் தூண்டினான். காற்று விளக்கை அணைத்துவிடும் போல் இருந்தது. பின்கதவு ஓரத்தில் பாலையா கால்களைப் பரப்பிக்கொண்டு விழுந்து கிடந்தார். மெதுவாகத் தூக்கிக் கட்டிலில் உட்காரவைத்தான்.

'பேசாமே படுத்துக் கெடந்தா என்ன? கட்டில வுட்டு எதுக்கு எந்திரிச்சேரு?' என்று சொல்லிக்கொண்டே படுக்க வைப்பதற்காக அவர் தோளைப் பிடித்துச் சாய்த்தான். பாலையா திமிறினார். அவரைப் படுக்கவைக்க முடியவில்லை. அவர் போக்கிலேயே விட்டுவிட்டான். அவரால் தலைநிமிர்ந்து அவனைப் பார்க்கக் கூட இயலவில்லை.

'பாட்ல எங்கடா வச்சிருக்க?' என்று கேட்டார். அவன் பதிலே சொல்லாமல் அவரைப் பார்த்துக்கொண்டிருந்தான். 'ஏண்டா ஒளிச்சு வச்சுட்டா தேடி எடுக்க முடியாதுன்னு நெனைச்சிட்டியா?' என்று குளறினார். ஞானப்பிரகாசத்துக்கு அவரைப் பார்த்தால் இரக்கமாக இருந்தது. திறந்துகிடந்த கதவைக் காற்று முன்னும் பின்னும் அசைத்து நாதாங்கியை ஓசைப்படுத்தியது. விளக்கை எடுத்து உள்ளே தள்ளிவைத்தான். இரண்டு பேருடைய நிழலும் பெரிய பூதம் போலச் சுவரிலும் மேற்கூரையிலும் விழுந்து ஆடிற்று.

'ஏண்டா. . . ஒங்க மொதலாளியே பாட்ல வேண்டிக் குடுத்திருக்கான். கேட்டா எடுத்துத் தரவேண்டியதுதானடா? ஒங்க அப்பன் வூட்டுச் சொத்தாடா கொறஞ்சு போவுது? என்னடா இது? சாமி வரங் குடுத்தாலும் பூசாரி வரங் குடுக்கலைன்ன கதயால்ல இருக்கு. . . பாட்ல எங்கடா?'

'ஏற்கெனவே நெறையச் சாப்புட்டுட்டேரு! மேக்கொண்டும் போட்டேருன்னா ஒம்மாலே தாங்க முடியாது' என்றான் ஞானப் பிரகாசம். அவனுக்கு அவர்மேல் கோபம் வரவில்லை .

'நீயெல்லாம் புத்தி சொல்லதுக்கு வந்திட்டியாடா? இப்பம் பாட்ல எடுத்துத் தாரீயா என்ன? எடுத்துத் தரலைன்னா காலையில ஒன் மொதலாளி வந்தான்னா அவங்கிட்டச் சொல்லிரு வேன்! பத்தரத்துல கையெழுத்துப் போட மாட்டேன்னு சொல்லிருவேன்' என்று சிறுபிள்ளை மாதிரி ஆள்காட்டி விரலை அசைத்து அசைத்து மிரட்டுகிற பாவனையில் சொன்னார்.

'ஒம்மகிட்ட எவெம் பேசுவான்? நீரு சொன்னாக் கேக்கப் போறீரா? எப்பிடியும் போரும்' என்று சொல்லிக்கொண்டே பக்கத்து அறைக்குள் போய் பாட்டிலையும் கிளாசையும் எடுத்து வந்தான். மண் பானையிலிருந்து செம்பில் தண்ணீர் மொண்டு எடுத்து வைத்தான். கதவைச் சாத்திவிட்டு வெளியே போகப் போனவனைப் பாலையா கூப்பிட்டார்.

‘ரொம்ப கோவிச்சுக்கிட்டுப் போறான் பாரேன்! இங்க வாடா! நீயும் கொஞ்சம் போட்டுக்கடா! ஒன் மொதலாளி ஒண்ணுஞ் சொல்ல மாட்டாண்டா! அவன் ஒன்னைய என்னம்பாவது சொன்னான்னா நாளைக்கி நான் பத்தரத்துல கையெழுத்தே போட மாட்டேன்னு சொல்லிருவேன் தெரியும்லா! அவங் கெடக்கான்டா பிஸ்கி! ஒனக்குத்தான்டா அவென் மொதலாளி! எனக்கென்னடா?’ என்று சொல்லிவிட்டுச் சிரித்தார். அவரை அறியாமல் வாயில் எச்சில் வழிந்தது. எவ்வளவு பெரிய மனுஷன், இப்படி ஆகிவிட்டாரே?

‘எனக்கு வேண்டாம்! நீரு பேசாம சாப்புட்டுட்டுப் படும்!’ என்று சொல்லிவிட்டுக் கதவைச் சாத்தினான். வெளிப்பக்கத்து நாதாங்கியைப் போட்டான். அவன் வெளியே வந்தபிறகும் இன்னும் அவர் ஏதோ பேசிக்கொண்டிருந்தார்.

காற்று வேகம் குறையாமல் வீசிக்கொண்டிருந்தது. ஈரமான பனை ஓலையின் மணம் காற்றில் வந்தது.

நேற்றுச் சாயந்திரம் ஆதி, கரியமங்கலத்துக்காரர் ஒருத்தருடன் வந்து உட்கார்ந்துகொண்டு, ஞானப்பிரகாசத்திடம் வாங்கிவரச் சொன்னார்.

வடக்குக் காடுவரை போகவேண்டியதாயிற்று. நாலு பாட்டிலை வாங்கிக்கொண்டு திரும்புகிற வழியில் காப்பி குடிக்கிறதுக்காகத் தங்கையா கிளப்புக் கடைக்குள் நுழைந்தான். அங்கே பஞ்சாயத்துப் போர்டு பிரஸிடெண்டிடம் பாலையா வுடைய பொஞ்சாதி, புருஷனைக் காணோம் என்று கண்ணீர் விட்டு அழுதுகொண்டிருந்தாள். அவளுக்குப் பக்கத்தில் புத்தி சுவாதீனம் இல்லாத பெரிய மகன், சட்டை பூராவும் எச்சிலை வடித்துக்கொண்டு உட்கார்ந்திருந்தான். அவள் அவரிடம் பேசிக் கொண்டிருக்கிறபோது, அவள் வாயைக் கையால் பொத்திவிட்டு எச்சில் வாணி வடியச் சிரித்தான். அவள் சத்தம் போடுவாள். சிறிது நேரம் சும்மா இருப்பான். பிறகு திரும்பவும் அவள் வாயைப் பொத்துவான். அவனுக்கு அது ஒரு விளையாட்டாக இருந்தது.

‘முப்பது வயசாவப் போவுது. தாலி கட்டியிருந்தா ரெண்டு புள்ள இருக்கும் இதுக்கு! இந்தப் புள்ளயக் கூட்டிக்கிட்டு ஒரு வாரமா ரோடு ரோடா அலையுதேன். இந்த மனுசன் எங்க இருக்குன்னே தெரியல. ஆச்சிவெளையில் ஆதிகூடத்தான் மோட்டார் சைக்கிள்ல சுத்திக்கிட்டு இருந்தாருன்னு ஊர்ல கண்ட ஆட்கள் சொல்லுதாவ. அவந்தான் இந்த மனுசன இந்தக் கெதிக்கு ஆளாக்குனது... ரெண்டு வருசத்துக்கு மிந்தி ஒரு

தடவ இந்த மாதிரித்தான்... அவென் ஆயிரத்தக் குடுத்தானோ இல்ல அம்பதத்தான் குடுத்தானோ... இல்ல ரெண்டு பாட்டில வேண்டித்தான் குடுத்தானோ, தெரியல. அப்பயும் இப்படித்தான் திடீர்னு ஒரு ஏழெட்டு நாளா ஆளக் காணல. பெறவு, ஒரு நா சாயந்திரம் எல்லாருக்கும் துணி எடுத்தாந்துட்டு வந்து நிக்காரு. கேட்டா வெவரத்தச் சொல்ல மாட்டேங்காரு! எந்தக் காலத்துல அந்த மனுசன் உள்ளதச் சொல்லிச்சு? பிற்பாடு நாலஞ்சு நா கழிச்சு காட்டுக்கு வெறவு வெட்டப் போன தோணி பொஞ்சாதிதான் ஓடியாந்து, 'மயினி! ஒங்கக் காட்ல பனைய வெட்டிக்கிட்டு இருக்காவ மயினின்னா... இந்தக் கோட்டிக்காரப் புள்ளய இழுத்துக்கிட்டு ஓடுனேன். இவரும் அந்த ஆதியும் நின்னு பன வெட்டப் பாத்துக்கிட்டு இருக்காவ. கேட்டதுக்கு அம்பது பனையத்தான் வித்தேங்கறாரு. இப்பயும் அவந்தான் எங்கியாவது ஆளக்கொண்டு போயி வச்சிருக்கணும். தண்ணிய ஊத்திக் குடுத்து, இருக்க ஒண்ணு ரெண்டு கல்லயும் மண்ணயும் எளுதி வேண்டிரக்கூடாதேன்னுதான் பெயமாட்டு இருக்கு. ரெண்டு கொமருகள் வூட்ல உக்காந்து இருக்கு. நாளையும் பின்னயும் அதுகளுக்குத் தாலி கட்டறதுக்கு வேண்டாமா...'

பிரஸிடெண்டு வருத்தத்தோடு தலையைத் தொங்கப் போட்டவாறே அவள் சொல்வதைக் கேட்டுக்கொண்டிருந்தார். அவனை அவர் பார்க்கவில்லை. இல்லையென்றால் அன்றே விஷயம் வெளியாகியிருக்கும். அவர் அவனைப் பார்த்திருந்தால் பாலையாவைப் பற்றிக் கேட்டிருப்பார். அவரிடம் உள்ளதைச் சொல்லாமல் இருக்க முடியாது.

எல்லாமே விதிதான். விதியை யாரால் ஜெயிக்க முடியும்? அன்றைக்கு அவன் ஆதியைத் தற்செயலாகத்தான் பார்க்க வந்தான். அந்த ஊருக்கு ஓடு, வைக்கோல், தேங்காய் என்று ஏதாவது லோடு ஏற்ற வரும்போதெல்லாம் ஆதியைப் பார்க்காமல் போகமாட்டான். ஊரில் அவர் பேரில் ஆவலாதி சொல்லாத ஆளே கிடையாது. ஆனால், அவரைப் பார்த்தால் எல்லோரும் அவர் பின்னால் ஓடுவார்கள்.

ஞானப்பிரகாசத்துக்கு வண்டிமாடு வாங்கிக்கொடுத்ததே அவர்தான். சன்னஞ் சன்னமாகத்தான் அந்தக் கடனைக் கொடுத்து அடைத்தான். அவருக்கு அவன் பேரில் ஒரு தனிப்பிரியம் இருந்தது என்றுதான் சொல்லவேண்டும். அவன் கல்யாணத்துக்குக்கூட, அவன் கேட்டதுமே ஒரு கையெழுத்துக் கூட வாங்காமல் இரண்டாயிரம் ரூபாயைத் தூக்கிக்கொடுத்தார். அவர் சொல்லும்போது மாட்டேன் என்று சொல்ல மனம் வருமா?

ஒரு வாரத்துக்கு முன்னாடி ஓடு லோடு ஏற்றுவதற்காக வந்தவன், வண்டியைப் பேக்டரிக்குள் அவிழ்த்துப் போட்டு விட்டு, அவரை எட்டிப் பார்த்துவிட்டு வந்துவிடுவோமே என்று தான் ஆதி வீட்டுக்குப் போனான். வீட்டில் அவர் இல்லை என்றதும் தோட்டத்துக்கு வந்தான். அன்றைக்கே பாலையாவும் கூட இருந்தார்.

'என்னடா ஞானம்! ஒங்க மொதலாளியப் பாக்க வந்திருக்கியே, ஒரு சீப்பு வாழைப்பழம் வேண்டிக்கிட்டு வரக் கூடாதாடா? இப்படியா வெறுங்கையை வீசிக்கிட்டு வாரது' என்று அவனைக் கிண்டல் செய்தார் பாலையா.

'வே! அவெம் பாவம்வே! சும்மா அவனெக் கோட்டா பண்ணாதீரும்! ஏதாவது வேண்டியாந்தாத்தான் பிரியம் இருக்குன்னு அர்த்தமாவே?' என்று அவனுக்குப் பரிந்து பேசினார் ஆதி.

கொஞ்சநேரம் பேசிக்கொண்டிருந்த பிறகு அவனைத் தனியே இறவைக் கிணற்றுப் பக்கம் கூட்டிக்கொண்டு போனார். லோடை இறக்கிவிட்டு மறுநாள் மத்தியானத்துக்குமேல் வரச் சொன்னார். 'ஒரு வாரம் இருந்து முடிக்கவேண்டிய வேலை இருக்கிறது. வீட்டில் சொல்லிட்டு வா' என்றார். அப்பிடி வந்து இங்கே மாட்டிக்கொண்டதுதான். நன்றி விசுவாசத்தோடு இருந்ததுதான் தப்பாகப் போயிற்று. இப்போது பழி பாவத்திற்கு ஆளாக வேண்டியதிருக்கிறது.

வந்தபிறகு, இரண்டு நாள் கழித்துத்தான் ஆதி, பாலையா வுடைய செவல்காட்டுவிளையை அவரிடம் மலரணையாக எழுதி வாங்கப் போகிறார் என்ற விபரம் தெரிந்தது. கொடுத்த கடனுக்கு ஈடாக எழுதி வாங்க ஏற்பாடு நடந்துகொண்டிருந்தது. ஆதிக்கு இருக்கிற சொத்துக்கு அந்த மாதிரி ஆசையெல்லாம் அவருக்கு வேண்டியதே இல்லை. ஆனால் அவரிடம் அதைப் போய்ச் சொல்ல முடியுமா? அவனுக்கு அதெல்லாம் பிடிக்கவே இல்லை. ஆதியிடம் பல தடவை கை நீட்டி வாங்கிய நன்றிக்காக, பாலையா எங்கேயும் போய்விடாமல் காவல் காத்துக்கொண்டு அந்தக் காட்டுக்குள் வந்து கிடக்கிறான். நாளை காலை ரிஜிஸ்தர் ஆகிவிடும். ஒரு குடும்பத்தைக் கெடுத்த இந்தப் பழிபாவம் லேசில் விடுமா? பழியைப் பார்ப்பானா? நன்றியைப் பார்ப்பானா? 'தீமையை விட்டு விலகுவதே செம்மையானவர்களுக்குச் சமமான பாதை' என்று அன்று கோவிலில் பிரசங்கியார் பண்ணின உபதேசம் ஞாபகத்துக்கு வந்தது.

தங்கையா கிளப்கடையில் பாலையாவுடைய பொஞ்சாதி யையும் புத்திக்குச் சரியில்லாத அந்தப் பையனையும் பார்த்த

பிறகு மனசே சரியில்லை. அவர் பொஞ்சாதியிடம் போய் விஷயத்தைச் சொல்லிவிடலாம் என்று பல தடவை தோன்றி யிருக்கிறது. ஆனால், அது ஆதிக்குச் செய்கிற துரோகம் இல்லையா? அதற்காக இந்தப் பழிபாவத்தை எப்படிச் சுமக்கிறது என்றும் தெரியவில்லை. இந்தப் பாவத்தை எங்கே கொண்டு போய்த் தொலைக்க முடியும்?

அண்ணாந்து வானத்தைப் பார்த்தான். மணி இரண்டரைக்கு மேல் இருக்கும் போலிருந்தது. வானத்தில் வெள்ளிகள் முன்னை விடப் பிரகாசமாக இருந்தன. ஆனால், காற்று இன்னும் வேகமாகத் தான் அடித்துக்கொண்டிருந்தது. காற்றின் வேகம் இடையிடையே குறைந்தபோது புறாக்கள் முனங்குகிறது போல் வெள்ளிகளி லிருந்து வந்த சத்தம் ரொம்பத் தெளிவாகக் கேட்டது. அந்தச் சத்தம் அவனுக்கு ரொம்பப் பிரியமானது. ராத்திரி போக்கு வண்டிகளோடு பாரம் ஏற்றிக்கொண்டு போகிறபோது, வண்டிச் சக்கரங்களுக்குக் கீழே அரைபடும் ரோட்டு மணலுடனும், சக்கரங்கள் போடுகிற ராகத்தோடும் அந்த வெள்ளிகளின் சத்தத்தைக் கேட்டால் இன்னும் நன்றாக இருக்கும். அதுவும் ஸ்ரீவைகுண்டத்திலிருந்து ஆழ்வார்திருநகரிக்குப் போகிற பாதையில் ஆற்றை ஒட்டிப் போகிற அந்தக் கரையின் இறக்கத்தில் அதைக் கேட்கவேண்டும். ஆற்றுக்கு உள்ளிருந்து வீசுகிற குளிர்ந்த காற்றும் ரோட்டை ஒட்டியுள்ள வாழைத்தோப்புகளி லிருந்து வீசுகிற கரும்பச்சை இலைகளின் மணமும்தான் எவ்வளவு அருமையாக இருக்கும்.

அந்த வெள்ளிகளின் சத்தம் அவனுக்கு ஆசுவாசத்தைத் தந்தது. மனசே லேசாக இருந்தது. ரொம்பப் பரிசுத்தமாக இருப்பது போலிருந்தது. எழுந்து கதவைத் திறந்தான். பாலையா தன் நினைவற்றுக் கட்டிலில் கீழே விழுகிற மாதிரிக் கிடந்தார். அவரை மல்லுக்கட்டித் தூக்கித் தோளில் போட்டான். கதவைச் சாத்தி நாதாங்கியைப் போட்டுவிட்டு நடக்க ஆரம்பித்தான். குளிர்ந்த காற்று வீசிக்கொண்டிருந்தது.

தாய், 1991

சரஸ்வதி

நாளை மறுநாள் சரஸ்வதிக்குக் கல்யாணம். வாசலை நிறைத்துக் கொட்டகைப் பந்தல் போட்டிருந்தது. பந்தலுக்குள் உயரே தொங்கவிட்டிருந்த அலங்காரக் கண்ணாடி ஜாடிகளுக்குள் தண்ணீரில் மீன்கள் நீந்திக்கொண்டிருந்தன. அந்தப் பந்தலைச் சுப்பையா மூப்பனார்தான் போட்டார். அவரால்தான் அந்த மாதிரிப் பந்தல் போட முடியும். மூணுநாளாகப் பந்தல் வேலை நடந்தது. கல்யாணத்துக்கு வந்திருந்த பிள்ளைகள் எல்லாம் பந்தல் கால்களைப் பிடித்துக்கொண்டு கிளியந்தட்டு ஆடிக்கொண்டிருந்தன. காருகுறிச்சியிலிருந்து வந்திருந்த மீனாட்சி அத்தை, அந்தப் பக்கம் வரும்போதெல்லாம் பிள்ளைகளைச் சத்தம் போட்டுக்கொண்டிருந்தாள். அவள் போடுகிறது ஒன்றும் அவ்வளவு கண்டிப்பான சத்தமில்லை என்பது அந்தப் பிள்ளைகளுக்கும் தெரியும். அவர்களைச் சத்தம் போட்டுக் கடிந்துகொள்ளும் போது, அவர்கள் பேரில் அவளுக்கு விவரிக்க முடியாத பாசம் எழுந்தது. அதற்காகத்தானோ என்னவோ, அவள் அந்தமாதிரிச் செல்லமாகச் சத்தம் போட்டாள். பிள்ளைகளும் அவள் சொல்வதைக் கேட்கிற மாதிரி ஒரு நிமிஷ நேரம் விளையாட்டை நிறுத்திவிட்டு, அவளுடைய தலை மறைந்ததும் திரும்பவும் முன்பைவிட வெகு குஷியாக விளையாட்டைத் தொடர்ந்தார்கள். மீனாட்சி அத்தைக்கும் அவர்களுக்கும் இடையே இந்தக் கண்ணாமூச்சி ஆட்டம் தொடர்ந்து நடந்து கொண்டே இருந்தது.

வண்ணநிலவன்

தெருவாசலை ஒட்டியுள்ள நடைக்கூடத்துக்கும் வீட்டுக்கும் இடையே உள்ள வானவெளியில்தான் பந்தல் போட்டிருந்தது. அதனால் வீட்டுக்குள் இருண்டுவிட்டது. புறவாசல் பக்கமிருந்து தான் லேசான வெளிச்சம் வந்துகொண்டிருந்தது. அந்த வெளிச்சம்கூட அடுப்பங்கரை, அறைவீடுவரைதான் இருந்தது. பட்டகசாலையில் வெளிச்சமே இல்லை. ஆனால் அந்தப் பந்தல் இருட்டை எல்லோருக்குமே பிடித்திருந்தது. நாலைந்து நாட்களுக்கு முன்பே ஊரிலிருந்து ஆட்கள் வர ஆரம்பித்து விட்டார்கள். கல்யாணத்துக்கு வந்த பெண்கள், நடைக்கூடம், பட்டகசாலை, இரண்டாங்கட்டு, அடுப்படி என்று எல்லா இடங்களிலும் எப்போதும் இரண்டு மூன்றுபேராக உட்கார்ந்து பேசிக்கொண்டிருந்தார்கள். சமயம் கிடைக்கும்போதெல்லாம் சரஸ்வதியைக் கேலி செய்தார்கள். அந்தக் கேலிப் பேச்சுகள் அவளுக்கு என்னவோபோல இருந்தாலும், உள்ளூர அவளுக்குப் பிடிக்கத்தான் செய்தது. 'போங்க அத்தை!' என்று வெட்கத்தோடு, தலையைச் சாய்த்துச் சிரித்தபடியே சொல்வாள். ராத்திரி வேளைகளில் சாப்பாடு நேரத்தின்போதோ அல்லது படுக்கப் போகிறபோதோ இந்தக் கேலிப்பேச்சில் வீட்டு ஆண்களும் கலந்துகொள்வார்கள்.

சரஸ்வதியை அவர்கள் ஒரு வேலை செய்யவிடவில்லை. ஏதாவது ஒத்தாசையாக வேலை செய்யப்போனால், 'யம்மா! நீ கல்யாணப் பொண்ணு...பேசாம ஒரு எடத்துல உக்காரு' என்று சொல்லித் தடுத்துவிடுவார்கள். அவளுக்கு நேரமே போகவில்லை. காலையில் பத்துமணிவரை சிலோன் ரேடியோ கேட்பாள். பிறகு கொஞ்சநேரம் தாயம் அல்லது பல்லாங்குழி விளையாடுவாள். அதுவும் எவ்வளவு நேரம் விளையாட முடியும்? ராத்திரி தூங்கு வதற்குப் பத்துப் பத்தரை மணி ஆகும். அதுவரை என்ன செய்வது? கல்யாணி கொஞ்ச நேரம் வந்து பேசிக்கொண்டிருப்பாள். பேச்சு ரசமாகப் போய்க்கொண்டிருக்கும் நேரத்தில் அவளுடைய அம்மா அவளைக் கூப்பிட்டுவிடுவாள்.

இந்தத் தெய்வு எங்கே போனான் என்றே தெரியவில்லை. இவ்வளவு பேர் இருந்தும், இவ்வளவு சந்தோஷம் இருந்தும் அவளுக்கு அவனைத் தேடிற்று. மூன்றுநாட்களுக்குமேல் ஆகிறது அவனைப் பார்த்து. பள்ளிக்கூடம் போகிற நேரம் போக, மீதி நேரம் பூராவும் அவளுடன்தான் இருப்பான். அவனுடன் கல்யாணச் சந்தோஷத்தைப் பகிர்ந்துகொள்ளத் தோன்றியது.

பள்ளிக்கூடம் விட்டு வந்ததும் காப்பி குடித்துவிட்டு அவளைத்தேடி வந்துவிடுவான். விளையாடக்கூடப் போக மாட்டான். அவள் வீட்டில்தான் படிப்பான். சமயங்களில் அங்கேயே சாப்பிடுவான். வீட்டுக்குப் போகிறவரைக்கும்

சரஸ்வதி

'சரசக்கா! சரசக்கா!' என்று அவளையே சுற்றிக்கொண்டிருப்பான். காம்பவுண்டு சுவருக்கு அந்தப் பக்கத்தில் நின்றுகொண்டு அவனுடைய அம்மா 'சரசு! அவனை அனுப்பி வையம்மா. தூங்கிரப் போறான்!' என்று சொல்வாள். அதற்குப் பிறகுதான் வீட்டுக்குப் புறப்படுவான். அப்போதுகூட அவனைப் பார்த்தால் வேண்டா வெறுப்பாகப் போகிறவன் மாதிரிதான் தெரியும். காலையில் வாய்க்காலுக்குக் குளிக்கப் போகிறபோது அவனும் வருவான். இப்போது நாலைந்து மாதமாகத்தான் அவன் அவளோடு வாய்க்காலுக்குக் குளிக்க வருகிறதில்லை. ஒருநாள் அவனுடைய அம்மா அவனை 'இவ்வளவு பெரிய பிள்ளையா ஆயிட்டே! பத்தாங்கிளாஸ் போகப்போறே... பொம்பளப் பிள்ளைகள் கூடவா குளிக்கப் போகிறது?' என்று சொன்னாளாம். அன்று முதல் அவன் அவளுடன் குளிக்க வருவதில்லை. அவளே வேம்பக்காவிடம், 'எதுக்கு அந்த மாதிரிச் சொன்னீங்க அக்கா? அவன் சின்னப் பிள்ளைதானே? அவன் பாட்டுக்கு வந்துட்டுப் போறான்...' என்று ஆற்றாமையோடு கேட்டாள். 'என்னம்மா சின்னப்பிள்ளை? பதிமூணு வயசாகுது. அவனைப் போய் சின்னப் பிள்ளைங்கிறியே? இத்தனை வருஷமும் சரி... அக்கா வும் தம்பியுமா ஒண்ணாவே அலைஞ்சீங்க... நீ நாளையும் பின்னயும் ஒருத்தன் வீட்டுக்குப் போகப் போறவள். தடிமாடு கணக்கா இம்புட்டுப் பெரிய பையனக் கூட்டிக்கிட்டு வாய்க்கால், குளம்னு அலைஞ்சா ஏதாவது நெனைக்கமாட்டாங்க?' என்றாள் வேம்பக்கா.

அவள் அம்மாகூட 'ஏட்டீ! வேம்பு சொல்றதும் சரிதான்...' என்றாள். நல்லவேளை, வேம்பக்கா தன் பையனை அவள் வீட்டுக்கே போகக்கூடாது என்று சொல்லவில்லை. அவனை வாய்க்காலுக்கு அவள்கூடக் குளிக்கப் போகக்கூடாது என்று சொன்ன அன்று சாயந்திரம் ரெண்டுபேரும் மச்சில் ரொம்ப நேரம் உட்கார்ந்து கொண்டிருந்தார்கள். சிறுபிள்ளைகள் மாதிரி அழுதார்கள். மறுநாள் அவன் இல்லாமல், கல்யாணியும் அவளும் மட்டும் குளிக்கப்போனபோது அவளுக்கு என்னவோபோல் இருந்தது. இந்த வேம்பக்கா இந்த மாதிரிப் பண்ணிவிட்டாளே என்று கோபமாக இருந்தது. ஆனால் நாளாக நாளாக, எல்லா விஷயங் களையும்போல அதுவும் பழகிவிட்டது. அப்படி ஒன்று நடந்தது கூட மறந்துபோய்விட்டது.

இந்தத் தெய்வு எங்கே போய்விட்டான்? வீட்டில் இவ்வளவு களேபரமும் சந்தோஷமுமாகக் கிடக்கிறது. இதை யெல்லாம் பார்க்காமல் இதில் எல்லாம் சேர்ந்து சந்தோஷப் படாமல் இந்தத் தெய்வு எங்கேதான் போனானோ?

‘சரசு! கருக்கல் ஆயிட்டுதே . . . தலையைச் சீவி மொகம் கழுவக் கூடாதாம்மா? நடைக்கூடத்துல பார்வதி சித்தி இருக்கா. அவகிட்ட போயித் தலையக் கட்டிக்கம்மா . . .’ என்றாள் ஆராம்பள்ளி ஆச்சி.

ஆச்சி சொன்னது, நடைக்கூடத்தில் உட்கார்ந்திருந்த பார்வதி சித்தியின் காதிலும் விழுந்திருக்கும்போல. அவள் பந்தல் வேலையை முடித்துவிட்டுச் சாவகாசமாக இருந்த சுப்பையா மூப்பனாரிடம், அவர் மகன் குடித்தனம் நடத்து வதைப் பற்றி அக்கறையோடு விசாரித்துக்கொண்டிருந்தாள். ஆராம்பள்ளி ஆச்சி சொன்னது காதில் விழுந்ததும், அந்தப் பக்கம் திரும்பி, ‘ஏளா! நான் அப்பமே அவளைத் தலைபின்ன வாடீன்னு கூப்புட்டேன் . . . இந்தா வாரேன்னு சொன்னவ இன்னமும் வாரா பாத்துக்கோ . . . நானும் வருவா வருவான்னு பார்த்துக்கிட்டு உக்கார்ந்திருக்கேன்! ஏல, சரசு! வாரீயா?’ என்றாள். பேச்சு விட்டுப்போன அந்த நேரத்தில் சுப்பையா மூப்பனார், காது கடுக்கன் திருகைச் சரி செய்துகொண்டே, வேலையாட்களைப் பார்த்து ‘எல்லாத்தையும் கெட்டி வச்சீட்டீங்களடா? பொறப்படலாமா?’ என்று கேட்டார்.

‘இந்தா வாரேன் சித்தி!’ என்று சொல்லிக்கொண்டே அடுக்களைக்குள் போனாள் சரஸ்வதி. அம்மா ஏதோ பலசரக்குச் சாமானை ஒவ்வொரு டப்பாவாகத் திறந்து தேடிக் கொண்டிருந்தாள்.

‘எம்மா! தெய்வு இன்னைக்கி வந்தானாம்மா?’

அம்மா ஏதோ ஞாபகமாக ‘நான் பார்க்கலையே!’ என்று சம்பந்தமில்லாமல் ஒரு பதிலைச் சொல்லிவிட்டுத் தேடிக் கொண்டிருந்தாள்.

புறவாசல் சுவர்ப்பக்கம் போய், துவைக்கிற கல்லின் மீது ஏறி நின்றுகொண்டு தெய்வு வீட்டைப் பார்த்தாள். அவர்கள் வீட்டில் இன்னும் திண்ணை விளக்கைப் போடவில்லை. வீட்டினுள் மட்டும் ஓரிரண்டு விளக்குகள் எரிந்துகொண்டிருந்தன. மங்கலான கருக்கல் வெளிச்சத்தில் திண்ணைச் சுவர் ஓரமாகச் சைக்கிளை நிறுத்திவைத்திருப்பது தெரிந்தது. இரண்டாங்கட்டில் யாரோ நடமாடுவதுபோல் இருந்தது. மரத்தில் அடையப்போகிற காக்கைகள் கத்திக்கொண்டிருந்தன.

‘தெய்வு! தெய்வு . . .’ என்று கூப்பிட்டாள். ரொம்பச் சத்தம் போட்டுக் கூப்பிட அவளுக்கு என்னவோ மாதிரி இருந்தது. அதனால் கொஞ்சம் மெதுவாகத்தான் கூப்பிட்டாள். ஆனால்

அவள் கூப்பிட்ட சத்தம் போதுமானதாக இருந்தது. வீட்டுக்குள் அடுப்படிப் பக்கமிருந்து தெய்வுவின் அம்மா எட்டிப்பார்த்தாள்.

'சரசு! கல் மேல ஏறி நின்னு கீழே விழுந்திராத. ஒரு எடத்துலே இருன்னா கேக்க மாட்டேங்கிறயே?' என்று சரசுவின் அம்மா உள்ளேயிருந்து அவளைச் சத்தம் போட்டாள். அவள் சொன்னது, உள்ளே இருந்த மீனாட்சி அத்தையின் காதில் விழுந்திருக்கும் போல. 'இன்னும் ரெண்டு நாள் பாடும்மா! தாலி கட்டியாச்சுன்னா ஓம்பாடு, அவன்பாடு... அதுக்குள்ளே இவ ஒரு எடத்துல இருக்க மாட்டா போலிருக்கே... கீழே வுழுந்து கையில காலிலே அடிபட்டுட்டா யாரு என்ன பண்ண முடியும். சொல்லு பார்ப்போம்...' என்று மீனாட்சி அத்தை சொன்னது அவள் காதில் விழுந்தது.

'தெய்வு... தெய்வு...' என்று திரும்பவும் ஒரு தடவை கூப்பிட்டாள் சரஸ்வதி.

'யாரு? சரசா? அவன் அங்கே வரலையாம்மா?' என்று வேம்பக்காவின் குரல் வீட்டினுள்ளிருந்து கேட்டது.

'வரலையேக்கா... அவன் எங்க வீட்டுப்பக்கம் வந்து ரெண்டு நாளாச்சு அக்கா... அதான் காணலையேன்னு கேட்டேன்...'

'அட மூதி! எங்க போயிட்டுதோ தெரியலையே... அவன் வந்தான்னா வீட்டுக்கு வரச்சொல்லுதேம்மா...' என்றாள் வேம்பக்கா.

'மறந்திராதீங்க... கண்டிப்பா வரச்சொல்லுங்க...' என்று சொல்லிவிட்டுக் கல்லிலிருந்து கீழே குதித்தாள்.

தலையைப் பின்னிவிட்டு, முகம் கழுவுவதற்காகச் சோப் டப்பாவை எடுக்க மச்சுக்குப் போனாள். மாடிப்படி ஏறும்போதே மாடியிலிருந்து பச்சைக் காய்கறிகளின் வாடை அடித்தது. மத்தியானம்தான் பார்வதிசித்தி வீட்டுச் சித்தப்பாவும், ராஜவல்லிபுரத்து பெரியமாமா மகனும் சேர்ந்து ஆளுக்கு ஒரு சைக்கிளில் டவுனுக்குப் போய் காய்கறி வாங்கிக்கொண்டு வந்திருந்தார்கள். கல்யாணத்துக்காகச் சாமான்கள் வந்து இறங்குகிறபோதும், விருந்தாட்கள் வருகிறபோதும் அவளுக்குள் ஒருவிதமான வெட்கம் பரவியது. கண்ணாடி மேஜைக்கு முன்னால் இருந்த சோப் டப்பாவை எடுத்துக்கொண்டு திரும்பும்போது கொடியில் கிடந்த மீனாட்சி அத்தையுடைய சேலை, அந்த மாமாவுடைய மல் ஜிப்பா இவற்றின் மீது அவள் பார்வை போனது. இனிமேல் அவள் துணிமணிகளுடன் ரங்கனுடைய சட்டை, வேட்டிகளும் இப்படித்தான் கிடக்கும். அதை நினைத்துச் சந்தோஷமாக இருந்தது.

புறவாசலில் கனகாம்பரச் செடிக்குப் பக்கத்தில் நின்று கொண்டு சோப்புப் போட்டு முகம் கழுவிக்கொண்டிருந்தாள். அடுப்படி விளக்கு வெளிச்சம் வாசல் வழியாக நீண்ட செவ்வக வடிவில், வெட்டி எடுத்த துண்டுபோல் விழுந்திருந்தது. பின்னால் யாரோ வந்து நிற்கிறமாதிரி இருந்தது. திரும்பி பார்த்தாள். தெய்வுதான் நின்றுகொண்டிருந்தான். ஆச்சரியமும் சந்தோஷ மும் தோன்ற தண்ணீர் வடிகிற முகத்துடன் அவனை இழுத்து அணைத்துக்கொண்டாள்.

'துரைகள் சொல்லிவிட்டாத்தான் வருவீயளாக்கும்? ரெண்டு மூணுநாளா எங்கே போயிருந்தே? ஆளையே காணலையே?' என்று பிரியத்தோடு கேட்டாள். அவன் அவளிட மிருந்து தன்னை விடுவித்துக்கொள்ள முயன்றான். அவள் விடவில்லை. தெய்வு, ஒன்றும் சொல்லாமல் தலையைக் குனிந்து கொண்டு நின்றான். சரஸ்வதி அவன் நாடியைப் பிடித்துத் தூக்கி, 'என்ன ? அக்காகிட்ட பேச மாட்டியாக்கும்' என்று கேட்டாள்.

'சரஸு ! சரஸு !' என்று அவளுடைய அம்மா உள்ளே யிருந்து கூப்பிட்டுக்கொண்டே வந்தாள். சரஸ்வதியின் கை, தன்னிச்சையாக அவனை மெதுவாகத் தூர விலக்கிற்று.

தெய்வு நிற்பதைப் பார்த்ததும் அவள் அம்மாவுக்கு ஆச்சரியம் தாங்கவில்லை. 'டேய்! எங்கடா ஒன்னைய ஆளையே காணலையே? அக்கா ஒன்னக்காணாமே தவிச்சுப்போயிட்டாடா!' என்று சொல்லிவிட்டுச் சரஸ்வதியைப் பார்த்து, 'சரஸு ! நாங்க எல்லாம் கோவிலுக்குப் போயிட்டு வாரோம்... ஆராம்பள்ளி ஆச்சி, வெளக்கு முன்னால் ஜெபம் பண்ணிக்கிட்டு இருக்கா... வீட்டைப் பாத்துக்க. போயிட்டு வந்திருந்தோம்... தெய்வு. நீ அக்காகூட தொணைக்கு இருடா... என்ன?' என்று வேகமாகப் பேசிவிட்டுப் போனாள்.

சரஸ்வதி கை, கால்களைக் கழுவிக்கொண்டே அவனிடம் ஏதேதோ பேசினாள். அவன் பேசாமலே சுவர் ஓரமாக நின்று கொண்டிருந்தான். அவனைக் கூட்டிக்கொண்டு மாடிக்குப் போனாள். ஆராம்பள்ளி ஆச்சி, பட்டகசாலையில் குத்து விளக்குக்கு முன்னால் உட்கார்ந்து தேவாரம் பாடிக்கொண் டிருந்தாள். இவர்கள் வருகிற காலடிச் சத்தத்தைக் கேட்டு, தேவாரத்தை நிறுத்தாமலேயே திரும்பிப் பார்த்தாள். தெய்வு மௌனமாகச் சரஸ்வதியின் பின்னால் படியேறினான். இஷ்டமே இல்லாமல்தான் அவள் பின்னால் போய்க்கொண்டிருந்தான். அவளைப் பார்க்க, இவ்வளவு வருஷமாகப் பழகிய சரஸ்வதி அக்கா மாதிரியே தெரியவில்லை. யாரோ புது மனுஷிபோல் தோன்றியது. வீட்டில் ஏற்பட்டிருந்த கல்யாணக்களை அவனுக்கு

என்னவோபோல் இருந்தது. முன்பின் தெரியாத வீட்டில் நுழைந்து விட்டமாதிரி இருந்தது. ஏதோ ஒரு ஏக்கம் தொண்டையை அடைத்தது.

'உக்காரு!' என்று கட்டிலைக் காட்டிவிட்டு, தோளில் கிடந்த ஈரத்துண்டைக் காயப்போடுவதற்காகத் தட்டட்டிக்குப் போனாள். அவனைத் தாண்டிப் போகும்போது, அவள் போட்டிருந்த சந்தன சோப்பின் மணம் லேசாக வீசியது. துண்டைக் காயப் போட்டுவிட்டுக் கட்டிலில் அவன் பக்கத்தில் வந்து உட்கார்ந்து கொண்டாள். அவன் அவளுடைய முகத்தைப் பார்க்காமல் குனிந்தே உட்கார்ந்திருந்தான்.

'என்ன உம்முனு இருக்கியே?' என்று அவன் சட்டைப் பித்தான்களைச் சரி செய்துகொண்டே கேட்டாள்.

'சும்மாதான்.'

'சும்மான்னா... நொடிக்கொரு தடவை ஓடி வருவீயே... எங்கே ஒன்னை ஆளையே பார்க்க முடியலையே?'

தெய்வு அவள் முகத்தை ஏறிட்டுப் பார்த்துவிட்டுக் குனிந்து கொண்டான். கண்கள் லேசாகக் கலங்கியிருந்தன. கீழே ஆராம்பள்ளி ஆச்சி தேவாரம் பாடுவது தெளிவில்லாமல் முணுமுணுவென்று கேட்டுக்கொண்டிருந்தது.

'தெய்வு!' என்று அவன் நாடியைப் பிடித்துத் தூக்கினாள். அவன் வெடுக்கென்று முகத்தைத் திருப்பிக்கொண்டான்.

'ஏன்டா கண்ணெல்லாம் கலங்கியிருக்கு?' அவன் பதிலே சொல்லவில்லை. திரும்பவும் கேட்டாள்.

'இனிமே ஒங்களுக்குக் கல்யாணம் ஆயிட்டுதுன்னா ஊருக்குப் போயிருவீங்க... இந்தத் தெய்வை நெனைச்சா பாக்கப்போறீங்க?' என்று தட்டுத் தடுமாறிச் சொல்லிவிட்டு விரல்களால் கண்களைத் துடைத்தான். டிரவுசரில் கண்ணீர்த் துளிகள் விழுந்தன.

'அடப் பைத்தியக்காரா! இதுக்காகவா அழுதே!' என்று சொல்லிக்கொண்டே அவனைத் தன்மேல் சாத்திக்கொண்டு தலையைப் பிரியத்துடன் கோதிக் கொடுத்தாள். 'அக்கா என்னைக்கும் ஒங்கூடவே இருந்திர முடியுமாடா? ஊருக்குப் போனாலும் அக்கா அடிக்கடி வந்து போய்க்கிட்டுத் தான்டா இருப்பேன்... இதுக்குப்போயிச் சின்னப்பிள்ளை மாதிரி அழுதீயே...'

'ஒங்களுக்கென்ன? இன்னமே அத்தான் வந்துட்டாங்கன்னா என்னையெல்லாம் நெனைக்கவா போறீங்க?'

'ஆரு வந்தா என்னடா? உனக்கு அக்கா இல்லாமே போயிருவேனாடா? ஸ்கூல் லீவு விட்டதும் நீ அக்கா வீட்டுக்கு வந்துரு...' என்று சொல்லிக்கொண்டிருக்கும்போதே அவள் கைகளைத் தூரத் தள்ளினான். அவனை என்ன சொல்லித் தேற்றுவது என்றே தெரியவில்லை. திடீரென்று எழுந்து கண்ணாடி மேஜை டிராயர்கள் ஒவ்வொன்றாகத் திறந்து திறந்து மூடினாள். மூன்றாவது டிராயரிலிருந்து சில கவர்களில் எதையோ தேடினாள். ஒரு கவரிலிருந்து தன் போட்டோவை எடுத்து அவனிடம் கொடுத்தாள். 'இந்தா! அக்கா ஞாபகம் வரும்போதெல்லாம் இதைப் பார்த்துக்கோ ...' என்றாள்.

தெய்வு போட்டோவை வாங்கிக் கிழித்து எறிந்தான். அவள் பிரமித்துப்போய் அவனைத் தடுத்தாள். அவன் அவள் கையைத் தள்ளிவிட்டு வேகமாக மாடிப்படி இறங்கிப் போனான். கீழே ஆச்சியின் தேவாரத்தோடு பந்தலில் பிள்ளைகள் விளையாடுகிற சத்தமும் கேட்டுக்கொண்டிருந்தது ...

இந்தியா டுடே, 1991

மனச் சிற்பங்கள்

சிவப்புச் சரளைக் கற்கள் பாவிய பகுதியைக் கடந்துவந்திருந்தான். இன்னும் கொஞ்ச தூரம் அந்தச் சரளைக் கற்கள் இருந்திராதா என்று இருந்தது.

அந்த ஊரிலேயே தங்கி இருக்கலாம் என்றுதான் வந்தான். தன் ஆயுள் காலம் பூராவையும் அங்கேயே இனிக் கழித்துவிடலாம் என்று நினைத்திருந்தான். அவளுடைய நினைவுகள் அந்த ஊர் எங்கும் இறைந்துகிடந்தன. அவளோடு பேசிச்சென்ற தெருக்கள், அவளோடு குளித்த ஆற்றங்கரைப் படித்துறைகள், சினிமா பார்த்த தியேட்டர்கள் என்று எண்ணித் தொலையாத எத்தனையோ நினைவுகளை அவ்வூர் கொண்டிருந்தது. இப்போது அவள் அந்த ஊரிலேயே இல்லை. அவளுடைய குடும்பமே அந்த ஊரைவிட்டு வெளியே வடக்கே எங்கோ போய்விட்டது என்றாலும், அவள் நினைவு தீராத தாகமாய் இவனுள் இருந்துகொண்டிருந்தது. எங்கிருந்தாலும் என்ன செய்தாலும் எப்போதும் அவள் நினைவுதான் மேலோங்கி இருந்தது. அவளைத்தான் மனம் தேடிற்று. அவள் இவனைப் போல இவன் நினைவாகவே இல்லை என்பதெல்லாம் இவனுக்குத் தெரியும். அவள் தன்வீடு, தன் குடும்பம் என்றெல்லாம் கரைந்து போயிருந்தாள் என்றெல்லாம்கூடக் கேள்விப்பட்டிருந்தான். ஒரு பெண்ணுக்கு அதுதான் சகஜம். வெகு இயல்பானதும் கூட. இதையெல்லாம் அவன் உணராமல் இல்லை. என்றாலும் அவனால் கடந்துபோன நாட்களைக் கடந்துவர முடியவில்லை. கடந்த காலத்தில் வாழ்வது என்பது பிணத்துடன் வாழ்வதைப்போல் என்று உறவினர்களும் சிநேகிதர்களும் சொன்னார்கள்.

வண்ணநிலவன்

இடையறாது அவ்வூரின் நினைவும் அவள் நேசமும் அவனை அலைக்கழித்தன. அதனால்தான் அந்த ஊருக்கு வந்து சேர்ந்தான். இனி எஞ்சிய நாட்களை அவ்வூரிலேயே கழித்துவிடலாம் என்று நினைத்திருந்தான். ஆனால் வந்த சில தினங்களுக்குள்ளே அங்கிருந்து கிளம்பும்படி ஆயிற்று. இன்னும் சிறிது நேரத்தில் அவன் இங்கிருந்து எங்காவது சென்றாகவேண்டும்.

'ஐயா, எந்த ஊருக்குப் போறீங்க?' என்று பக்கத்தில் ஏதோ ஒரு குரல் கேட்டது. அந்தப் பக்கம் திரும்பிப் பாராமலேயே 'தெரியவில்லை. இன்னும் முடிவு செய்யவில்லை' என்று சொன்னான். அவனுடைய பதில் அவரை அதிர்ச்சியுறச் செய்ததோ என்னவோ, அவர் போய்விட்டார்.

அந்த ஊரைப்போலவே அந்த ஸ்டேஷன்கூட மாறித்தான் போய்விட்டது. ஹிக்கின்பாதம்ஸ் ஸ்டாலில் இப்போது யாரோ இருந்தார்கள். ஸ்டாலுக்கு எதிரே பிளாட்பாரத்தின் கூரையில் தொங்கிக்கொண்டிருந்த 'இந்த வாரம் ஆனந்த விகடன் வாசித்தீர்களா' போர்டைக் காணவில்லை. உடனே மனம் நழுவிக் கீழே விழுந்துவிட்டது. அந்தப் போர்டு இல்லாமல் அந்த ஸ்டேஷனை நினைத்துக்கூடப் பார்க்க முடிய வில்லை. அது இல்லாமல் ஸ்டேஷன் மூளி ஆகிவிட்டிருந்தது. அன்று அப்போதுதான் ரயிலைவிட்டு இறங்கியிருந்தான். உடனே அடுத்த வண்டியில் திரும்பிப் போய்விடலாமா என்று இருந்தது.

அந்த ஸ்டேஷனை எதிர்காலத்தை உத்தேசித்து விரிவு படுத்தியிருந்தார்கள். நீண்ட கால்சராய் அணிந்தவர்கள் அப்போ தெல்லாம் எப்போதாவதுதான் தென்படுவார்கள். இப்போதோ அவனுடன் ரயிலில் வந்தவர்களே வயது பேதம் இன்றி நீண்ட கால்சராய் அணிந்திருந்தார்கள். வயதானவர்கள் கூட வேஷ்டியி லிருந்து அந்த நாகரிகத்திற்கு நழுவி இருந்தார்கள். சமீபத்தில் தான் அவர்கள் மாறியிருக்கவேண்டும். ஆனால் சிறிதும் வெட்க மின்றி மாறியிருந்தார்கள். பச்சோந்தி போல் காலத்துக்குக் காலம் அவ்வக்காலத்து நடையுடை பாவனைகளில் தங்களைப் பறிகொடுத்துத் திரிந்தது அவனுக்குக் கஷ்டமாக இருந்தது.

அன்று அந்த ஊருக்கு வந்த பிரயாணிகள் எல்லோரும் வடிந்துபோகட்டும் என்று பிளாட்பாரத்திலேயே வெகுநேரம் நின்றிருந்தான். அந்த இடைவெளி நேரத்தை நிரப்பவும், பழைய நினைவுகளைத் தேடியும்தான் ஹிக்கின்பாதம்ஸ் ஸ்டாலுக்குப் போனான். ஸ்டாலில் அவன் முன்பின் பார்த்திராத இளைஞன் ஒருவன் இருந்தான். நல்லவேளையாக அந்த ஸ்டாலின் அமைப்புப் பெரிதாக மாறியிருக்கவில்லை. அதன் பழமையும் அதன்

மாறாத நிரந்தரமும் தந்த உவகை அவனுக்கு ஆறுதலாக இருந்தது. வாழ்வில் ஒவ்வொன்றும் இப்படியே உறைந்து போக வேண்டும் போல் இருந்தது.

ஊரில் இருக்கும்போதுகூட, ஹிக்கின்பாதம்ஸ் ஸ்டால் களைப் பார்ப்பதற்காகவே வேறு காரணம் ஏதும் இன்றியே ரயிலில் வெகு தொலைவு சென்று வருவான்.

அந்த ஸ்டாலின் பழமைக்குச் சற்றும் பொருத்தம் இல்லாமல் பல நவ நாகரிக யுகத்துப் பத்திரிகைகள் நிறைந்திருந் தன. 'மூர்த்தி இருக்காரா?' என்று அந்த இளைஞனிடம் கேட்டான். அவன் இவனை உற்றுப் பார்த்துவிட்டு, 'அவர் எப்பவோ வெளியூர் போயிட்டாரே' என்றான். மூர்த்தி இவன் முகத்தைப் பார்த்ததுமே அவன் விருப்பப்பட்டு வாசிக்கிற பத்திரிகைகளை எடுத்துத் தந்துவிடுவார். தில்லானா மோகனாம்பாள், ஜெயகாந்தனுடைய கதைகளைப் பற்றி எல்லாம் அவரோடு மணிக்கணக்காகப் பேசிக்கொண்டிருந்த நாட்கள் நிறைய. ஆனந்த விகடன் போர்டு காணாமல் போன மாதிரி அவரும் இடம் பெயர்ந்துவிட்டார். எல்லாம் மாறிக் கொண்டிருக்க வேண்டும் என்பது என்ன குருட்டு விதி? அந்த இளைஞனிடம் ஒரு காலைதினசரியை வாங்கிக்கொண்டே, 'இந்த வாரம் தில்லானா மோகனாம்பாள் எப்படி இருக்கு?' என்று கேட்டான். அவன் இவனைப் புதிராகப் பார்த்தான்.

கூட்டம் இன்னும் வடியவில்லை. எதிரே ரயில்வே லைன்களுக்கு அப்பால் தூரத்தில் தெரிந்த ரெயில்வே காலனி வீடுகளிலிருந்து 'என் சிந்தை நோயும் தீருமோ?' என்ற பாட்டு கேட்டது. தன்னை மறந்து பரவசத்தோடு அந்த இளைஞனிடம், 'இந்தப் பாட்டெல்லாம்கூடப் போடுகிறார்களா?' என்றான். 'பாட்டா? எங்கே?' என்றான் இளைஞன். அப்போதுதான் அவன் மனச் சஞ்சாரம் நின்றது. பாட்டு எதுவும் கேட்கவில்லை. எல்லாமே நினைவுதான். 'கடந்த காலத்தில் எப்படி உங்களால் வாழ முடிகிறது' என்று கேட்பதுபோல் அந்த இளைஞன் நின்றிருந்தான்.

ஸ்டேஷனை விட்டு வெளியே வந்தபோது ஊரே இனங் காண முடியாமல் உருமாறியிருந்தது. பெயருக்குச் சில கட்டடங்கள் அப்படியே இருந்தன. காலத்தோடு காலமாய் உறைந்துபோயிருந்தன. அவற்றைப் பார்த்து மனம் விதிர்த்தது. ஏக்கமும் துயரமும் மேலிட்டன. ஸ்டேஷனுக்கு எதிரே சற்றுத் தாழ்வாகப் போகும் சாலையின் சரிவை, எதிர்காலத்தைத் திட்டமிடும் நிர்வாகிகளால் ஒன்றும் செய்ய முடியவில்லை. அந்த

இறக்கமான சாலையில் அவளோடு எண்ணித் தொலையாத தடவைகள் நடந்திருக்கிறான். சுமார் இருபது வருடங்களுக்கு முன் இதே ஸ்டேஷனில் அவளை ரயில் ஏற்றிவிடுவதற்காக நடந்ததுதான் கடைசி. அது ஒரு ஜனவரி மாதத்துச் சாயங் காலம். பொதுவாக ஜனவரி மாதங்களில் மத்தியானத்திற்கும் மேல் மேகமூட்டமாகத்தான் இருக்கும். நேரம் ஆக ஆக வாடைக் காற்று வீச ஆரம்பித்துவிடும். அன்று மாலை, முன் நெற்றியில் முடிகள் விழுந்து புரள இவனோடு வந்துகொண்டிருந்தவளிடம், ‘ஒரு காப்பி சாப்பிடலாமா?’ என்று கேட்டான். சரிவில் இருந்த அந்த ஓட்டலுக்குள் நுழைந்தார்கள். ரோட்டுப் பக்கமாகக் கண்ணாடிச் சட்டம் இடப்பட்டிருந்த பகுதியில் உள்ள இருக்கைகளில் அமர்ந்து, வெளியே வேடிக்கை பார்த்துக் கொண்டே காப்பி சாப்பிட்டார்கள். சாலையில் காற்றுக்கு எதிராகத் தங்களைத் தள்ளிக்கொண்டும், காற்றின் திசையில் அடித்துத் தள்ளப்பட்டும் ஆடைகள் பறக்கப் போய்க்கொண் டிருந்தவர்களைப் பார்க்க வேடிக்கையாக இருந்தது. அன்று அவளுடைய நினைவுக்காக அந்த ஓட்டலில் புகுந்தான். பல வருஷங்களுக்கு முன் அவளோடு அமர்ந்து காப்பி சாப்பிட்ட அந்த இருக்கையைத் தேடினான். அந்த இடத்தில் கரடுமுரடான இரண்டுபேர் உட்கார்ந்திருந்தார்கள். பழைய கண்ணாடிச் சுவருக்குப் பதிலாகக் கடினமான சிமெண்ட் சுவர் நின்றது. சிறிது நேரம் நின்று பார்த்திருந்துவிட்டு எதுவும் சாப்பிடாமலேயே வெளியே வந்தான். வாசலில் நின்றிருந்த ஒருவர், ‘ஏன் சாப்பிடலையா? நிறைய இடம் இருக்குதே’ என்றார். ‘இல்லை… ஓட்டல் பழைய மாதிரி இல்லை. இப்போது அவளும் இல்லை’ என்று சொல்லிவிட்டுப் படியிறங்கினான்.

கூட்ஸ் வேகன்கள் பின்னோக்கி மெதுவாக நகர்ந்து சென்றுகொண்டிருந்தன. பின்புறம் இருந்த வேகன்களில் ஒன்றில் ஒரு ரயில்வே தொழிலாளி தொற்றிக்கொண்டு பச்சைக் கொடியை வேகமாக ஆட்டிக்கொண்டிருந்தான். அவன் கொடியை ஆட்டிய வேகத்துக்கும் அந்த வேகன்கள் நகர்ந்து சென்ற வேகத்துக்கும் சிறிதும் இசைவே இல்லாமல் இருந்தது. அவனாவது வேகன்களின் வேகத்திற்கு ஏற்றவாறு கொடியை மெதுவாக அசைத்திருக்கலாம் என்று தோன்றியது. ஒருவேளை அவ்வளவு வேகமாக அசைக்கவேண்டும் என்று ஏதேனும் விதி இருந்திருக்கலாம். எவ்வளவு விதிகள் உள்ளன. வாழ்வு பூராவுமே விதிகளால் பிணைத்துக் கட்டப்பட்டுள்ளன. குடும்ப விதிகள், சமுதாய விதிகள், சட்ட விதிமுறைகள் என்று ஏராளமான விதிகளிடம் மனிதர்கள் தங்களை ஒப்படைத்து விட்டிருக்கின்றனர்.

அவன் உட்கார்ந்திருந்த சிமெண்ட் பெஞ்சின் இன்னொரு மூலையில் நடுத்தர வயதைத் தாண்டிக்கொண்டிருந்த ஒருவர் வந்து உட்கார்ந்தார். அவரைப் பாராமலேயே, ஏதோவொரு உள்ளுணர்வினால் அவர் ஒரு ஆண் என்ற நிச்சயம் தன்னிச்சை யாய் மனத்தில் விழுந்திருந்தது. ஒருவேளை வந்து உட்கார்ந்தது கிருஷ்ணனாக இருக்குமோ என்று நினைத்தான். திடுக்கிட்டுத் திரும்பிப் பார்த்தான். அவர் வேறு யாரோ என்பது ஊர்ஜித மானதும் முகத்தைத் திருப்பிக்கொண்டான். கண்ணிமைக்கும் நேரம் அவரைச் சற்று அதிகமாகப் பார்த்திருந்தாலும், அவர் தன்னோடு பேசுவதற்கு அது ஏதுவாகிவிடும் என்று நினைத்தே முன்னெச்சரிக்கையுடன் முகத்தைத் திருப்பிக்கொண்டான். இருந்தும்கூட அவனுடைய எச்சரிக்கை உணர்வு பயனற்றுப் போய்விட்டது. அவர் பேச்சுக் கொடுக்க ஆரம்பித்துவிட்டார். ரயில்வே ஸ்டேஷன், பஸ் ஸ்டாண்ட் போன்ற பிரயாணம் தொடங்கும் இடங்களில், முன்பின் அறிமுகம் இல்லாதவர்களுடன் பேச்சுக் கொடுப்பவர்கள் கேட்கும் வழக்கமான கேள்வியையே அவரும் கேட்டுத் தன் பேச்சைத் தொடங்கினார். 'நீங்க எந்த ஊருக்கு?' சற்று முன் யாருக்கோ அவர் முகத்தைக்கூடப் பாராமல் பதில் சொன்ன மாதிரி, 'இன்னும் முடிவு பண்ணவில்லை' என்ற பதிலைச் சொல்லலாமா என்று யோசித்தான். அது அநாகரிகமாக இருக்கும் என்று தோன்றியது. 'ஒருத்தர் வரணும். அவருக்காகக் காத்துக்கொண்டிருக்கிறேன்' என்று சொல்லிவிட்டு எரிச்சலுடன் பையைத்தூக்கிக்கொண்டு வேறு இடம் தேடி நடக்க ஆரம்பித்தான். தான் அப்படிச் செய்தது அவரைச் சங்கடப்படுத்துமோ என்று நினைத்தான். அவர் அவன் உதாசீனப்படுத்தியதாக நினைக்க வில்லைபோலும். தன் போக்கில் இயல்பாகச் சட்டைப் பையில் எதையோ தேட ஆரம்பித்துவிட்டார். இதுவே தன் நெருங்கிய உறவுகளிடையே இம்மாதிரி நேர்ந்திருந்தால் அவர் கோபித்திருக்கலாம். அவர் மனைவியோ மகனோ நண்பனோ இதுபோல் அலட்சியப்படுத்துவதுபோல் எழுந்து சென்றிருந்தால் அவர்களிடம் அவர் கோபித்திருக்கலாம். கோபிக்காவிட்டாலும் மனம் சங்கடப்பட்டிருக்கக் கூடும். வேற்று ஆள் என்பதால் அவனிடம் எந்தப் பற்றும் அவருக்கு இல்லை. அதனால் சஞ்சலமும் இல்லைபோல.

முன்பின் அறிமுகமற்ற மனிதர்களிடம் தொடர்புகொள்ள நினைப்பதையும், அந்தத் தொடர்பை நீடிக்க முடியாத நிலையில் அதற்காகச் சிறிதும் வருத்தப்படாமல் இருப்பதையும் அவனால் புரிந்துகொள்ள முடியவில்லை. அறிமுகத்தை நீடிக்க முடியாதபோது ஏன் தொடர்புகொள்ள முயல வேண்டும்? அவனுக்கு எரிச்சலாக இருந்தது. கிருஷ்ணன் இந்த எரிச்சலை,

அன்பற்ற தன்மை என்பான். சக மனிதர்கள்மீது உனக்கு அன்போ மரியாதையோ இல்லை என்பான். என்றாலும் அதற்காக இவன்மீது அவனுக்குக் கோபம் ஏற்பட்டிருக்காது சகித்துக்கொண்டிருப்பான். சகிப்புத்தன்மை பயத்தினாலோ அல்லது அன்பினாலோ ஏற்படுகிறது. இவனைவிட்டுப் பிரிந்து சென்ற அவள்மீது ஏற்பட்ட சகிப்புத் தன்மையும் இதனால் ஏற்பட்டதுதானோ? அவள்மீதுகொண்ட அளவற்ற பிரியத்தினால்தானோ? கிருஷ்ணனிடம் சொல்லாமல் புறப்பட்டு வந்தது தவறுதான். அவன் தேடிவருவதற்குள் அந்த ஊரைவிட்டுப் போய்விட வேண்டும்.

மூன்றுநாட்களுக்கும்முன் அந்த ஸ்டேஷனில் வந்து இறங்கியபோது இருந்த மனநிலைக்கும், இப்போதைய மனநிலைக்கும் இடையே இருந்த முரணை அவனாலேயே புரிந்துகொள்ள முடியவில்லை. இருபது வருஷங்களுக்கும் முன்னால் அந்த ஊரைவிட்டு வெளியேறியபோது இருந்த மனநிலைக்கும் இன்றிருக்கிறதுக்கும் கூடத்தான் எவ்வளவு வித்தியாசம்? தானே மாறிவிட்டோமா? இந்தக் கட்டடங்கள், இந்த ஊரைப்போல. மாறாமல் இருக்கின்றன என்று நினைத்துக் கொள்வது, தனக்கு விருப்பமான, துயரம் கலந்த ஒரு கற்பனையோ என்று தோன்றிற்று.

அரசமரத்தைச் சுற்றி வட்டமான சிமெண்ட் மேடை இருந்தது. அவ்விடம் பிளாட்பாரத்தின் ஒரு கோடிதான் என்றாலும் ஸ்டேஷனுக்குள் இன்னும் அரசமரத்தைப் பேணி வந்தது அவனுக்கு ஏதோவொரு இதத்தைத் தந்தது. எல்லாமே இப்படிப் பழமையும் புதுமையுமாகக் கலந்துதான் இருக்கின்றன போலும். ஆனால் இந்த ஸ்திதியைத் தன்னால் ஏன் ஏற்றுக் கொள்ள முடியவில்லை எனத் தெரியவில்லை. மாற்றங்கள், புதுமைகள், நாகரிகங்கள்மீது தனக்கு ஏன் இத்தனை சலிப்பு என்று தெரியவில்லை. மனமே புதிரானதுதான். மரத்தைச் சுற்றிலும் காய்ந்த அரசிலைகள் உதிர்ந்துகிடந்தன. அவற்றின் மீது நடந்துசெல்வது சிறுவயது முதலே அவனுக்குப் பெரிதும் உவப்பானது. அந்தச் சருகுகளின் மீது நடந்தபோது கடந்த நாட்களின் எத்தனையோ சம்பவங்கள் மனத்தில் கரைபுரண்டு ஓடின. நினைவுகள் அவனை எங்கோ இழுத்துச் சென்றன. உடம்பு மூப்படைவதுபோல் மனம் மூப்பெய்துவதில்லை போலும். சிமெண்ட் மேடைக்கு அருகே வந்ததும் அதன்மீது உட்காராமல், மேடையைச் சுற்றி இறைந்து கிடந்த சருகுகளின் மீதே திரும்பத் திரும்பச் சிறுகுழந்தைபோல் நடந்து வந்து கொண்டிருந்தான். அந்த அரசிலைச் சருகுகளுக்காக அந்த ஊரிலேயே இருந்துவிடலாம்போல் இருந்தது. இவ்வளவு

காலமாக மனத்தில் வளர்ந்துவந்த ஏக்கம் இத்தனை சீக்கிரமாக வடிந்துபோகும் என்று அவன் ஒருநாளும் நினைத்ததே இல்லை. மாறுதல் உலக வழக்கம்தானே? அவளே தன் உணர்ச்சிகளை மாற்றிக்கொண்டு எதிர்வந்த புதுவாழ்வுக்கு ஏற்றபடித் தன்னை அமைத்துக்கொண்டுவிட்டாள். இத்தனை வருஷத்தில் அவள் தன் குடும்ப வாழ்வில் புழங்கிச் சலித்து, நளினமான உணர்வு களையும் தன் ஒயிலையும்கூட இழந்துபோயிருக்கலாம்; இந்த ஊரைப்போல. தான் மட்டும் இத்தனை காலம் ஆகியும் பழைய நினைவுகளிலேயே மூழ்கிக் கிடப்பது எதன் நிமித்தம் என்று அவனால் புரிந்துகொள்ள முடியவில்லை. மற்றவர்கள் தன்னை எளிதில் நெருங்க முடியாதபடிச் செய்துவரும் அரணோ அவள் நினைவு என்று தோன்றுகிறது. முழுக்க முழுக்க அவள் நினைவிலும் அவன் இல்லைதான். நடைமுறையில் அவன் கால் பாவத்தான் செய்தான். அன்றாடத் தேவைகளை அவன் நிறைவேற்றிக்கொள்ளாமலும் இல்லை. என்றாலும் தன்னுணர்வு இன்றியே, அவளை நினைத்துக்கொள்வான். ஏதோ ஒரு சுவை, ஏதோ ஒரு மணம், ஏதோ ஒரு சப்தம், ஒரு கீதம், ஒரு காட்சி அவள் நினைவை இவனுள் கவித்துவிடும்.

பொதுவாகவே வாழ்வு, கடந்தகால நினைவுகளிலும் நிகழ்காலச் சம்பவங்களிலுமாக அல்லாடிக்கொண்டிருக்கிறது. நினைவிலும் நிஜத்திலும் நாட்கள் கழிகின்றன. நிஜம் நினைவுச் சருகாகி மனத்தை நிறைக்கிறது. இது மனத்தின் அவஸ்தையா, வாழ்வின் அவஸ்தையா என்பதே புரிவதில்லை. சம்பவங்களின் தொகுப்பு நாளாவட்டத்தில் நினைவுகளாய்ச் செமித்து, நிகழ் காலத்தில் மனம் ஒன்றவிடாமல் சஞ்சலப்படுத்துகின்றன. இச்சலனமே இல்லாமல் காலமும் சம்பவங்களும் உறைந்து போகக் கூடாதா என்று மனம் ஏங்கிற்று. நிகழ்காலமும் நடப்புலகும் உறைந்து, உலகு பனிச்சிற்பம்போல் ஆகிவிடக் கூடாதா? அவள் எப்படி வாழுகிறாள்? கிருஷ்ணன், அவன் மனைவி ராதா, அவன் கடை ஊழியர்கள், ஹிக்கின்பாதம்ஸ் ஸ்டால் இளைஞன், பச்சைக்கொடி காட்டிய அந்த ரயில்வே ஊழியன், சற்றுமுன் தன் எரிச்சலுக்கு ஆளான அந்த அந்நியர் எல்லோருமே இப்படி நினைவிலும் நடப்புலகிலுமாக உழன்று உழன்று சஞ்சலப்படுகிறார்களா? ஆனால் அது தன்னை மட்டுமே சுற்றிச் சுற்றி வரும் துக்கம் என்று நினைத்துக் கொள்வது அவனுக்கு இதமாக இருந்தது. மற்றவர்கள் ஏதோ ஒரு முடிவுக்கு வந்து வாழ்ந்துகொண்டிருக்கிறார்கள். அந்த முடிவில் நின்றுகொண்டுதான் காரியம் ஆற்றுகிறார்கள் என்பது துல்லியமாகத் தெரிகிறது. அந்தத் தர்க்கநிலை தன் மனத்துக்கு மட்டும் ஏன் கூடிவரவில்லை என்பது அவனுக்கு வெகு

விசித்திரமாக இருந்தது. கடந்த காலத்திய நினைவுகள் தரும் அவஸ்தையை அந்த முடிவு நிர்தாட்சண்யமாகச் சுருக்கிவிடும் என்று தோன்றியது. எல்லோருமே கடந்த காலத்தின் துயர நினைவுகளோடுதான் வாழ்கிறார்கள். ஆனால் நிகழ்காலத்தோடு ஒன்றியைந்திருப்பதுபோல் பாசாங்கு செய்கிறார்கள்.

காற்றில் நிலக்கரி மணம் மிதந்து வந்தது. எங்கோ பக்கத்தில் நீராவி இஞ்சின் நின்றுகொண்டிருந்திருக்க வேண்டும். அவளைக் கடைசித் தடவையாக ரயில் ஏற்றிவிட வந்தபோது நிலக்கரி இஞ்சின்தான் அவள் இருந்த ரயிலையும் இழுத்துச் சென்றது. அவள் பெட்டியினுள் ஏறி ஜன்னலருகே உட்கார்ந்து பேசிக்கொண்டிருந்தாள். அப்போதும் இதேபோல்தான் காற்றில் நிலக்கரி மணம் அவ்வப்போது மிதந்துவந்துகொண்டிருந்தது. அன்று ரயிலில் அதிகக் கூட்டம் இல்லை. ஏதேனும் ஓய்வு நாளோ என்று நினைக்கும்படி அந்த நாள் இருந்தது. அவன் சிறு வயதுமுதலே பார்த்துவரும் வெண்டர், தன் மாறாத குரலில் பிஸ்கெட்டும் மலைப்பழமும் விற்றபடிச் சென்றுகொண்டிருந்தார். அதிக விலை என்று சொல்லி அவள் தடுத்தபோதும்கூட அவளுக்காக என்றே மலைப்பழம் வாங்கி அவளிடம் தந்தான். ஹிக்கின்பாதம்ஸ் ஸ்டால்களுக்கும் ரயில்வே ஸ்டேஷன்களுக்கும் விவரிக்கவொண்ணாத மதுரமான தொடர்பு இருப்பதுபோல், ரயில்வே பிளாட்பார வெண்டர்களுக்கும் ஸ்டேஷன்களுக்கும் ஏதோ ஒரு தொடர்பு இருப்பதுபோல் தோன்றியது. அவளை ஏற்றிக்கொண்டு சென்ற அந்த ரயில்பெட்டி இன்று எந்த ஸ்டேஷனில், யாரை ஏற்றிக்கொண்டு சென்றுகொண்டிருக்கும்? அவள் இருந்த ஜன்னல் ஓரத்தில் இன்றும் யாராவது ஒரு பெண்தான் உட்கார்ந்து பயணம் செய்துகொண்டிருப்பாளோ?

‘எல்லாம் கண்ணாலே பாத்தாத்தான் கஷ்டம் . . . பார்க்காட்டா ஒண்ணுமேயில்லை. பார்த்துப் பழகப் போய்த் தானே மனசு கெடந்து அடிக்குது . . .’ என்று ஒரு வயதான பெண் தன் கணவரைப்போல் இருந்தவரிடம் சொல்லிக்கொண்டே சென்றுகொண்டிருந்தாள். அவர் வெகுதொலைவில் தன் பார்வையை நிலைக்கவைத்தபடி சென்றுகொண்டிருந்தார். கையில் ஒரு துணிக்கடை விளம்பரப்பை வைத்துக்கொண்டிருந்தார். அவர்களுடைய வீட்டின் கூரையில் மலையாள ஓடுதான் வேய்ந்திருக்கும் என்று நினைத்தான். அவர்களுடைய வீட்டில் வெண்கலக் கும்பாகூட இருக்கலாம். பூ வேலைப்பாடு செய்த பெரிய மரச்சட்டத்துக்குள் ரவி வர்மாவின் சரஸ்வதிப் படம் கண்ணாடி இடப்பட்டுத் தொங்கிக்கொண்டிருக்கலாம்.

காவிப்பட்டை அடித்த திண்ணை இருக்கும். சுவரில் தயிர்க்காரியின் சாணிப் பொட்டு இருக்கக்கூடும். வேகமாகக் காற்று வீசியது. அது அவன் முன்னே கிடந்த அரசிலைச் சருகுகளைப் பிளாட்பாரத்துக்குக் கீழே ஓடிய தண்டவாளங்களுக் கிடையே கொண்டுபோய்ப் போட்டது. தண்டவாளங்களுக்கு இடையே கிடக்கும் சருகுகளைப் பார்த்தபடியே அவன் போய்க்கொண்டிருந்தான். அந்த ஸ்டேஷன் வர்ணம் இழந்து மங்கிப்போன ஓவியம்போல் இருந்தது. அந்த ஓவியத்தினூடே அவன் மட்டும் சென்றுகொண்டிருந்தான்.

காலம், 1991

மைத்துனி

தூரத்தில் சபாபதி வருவதைப் பார்த்ததுமே நீலாவின் உதட்டில் புன்னகை நெளிந்தது. வேண்டுமென்றே அவனைப் பார்க்காதமாதிரி குனிந்து பூக்களைத் தொடுத்துக்கொண்டிருந்தாள். ஆனால் அவன் நடை ஏறி உள்ளே வந்து வழக்கம் போல் செருப்பைக் கழற்றிப் போட்டதுமே அவளை அறியாமல் கவனம் அவனிடம் சென்றது.

'என்ன அத்தான்? சினிமாவுக்குக் கூட்டிட்டுப் போற ஆளா நீங்க?' என்று அவனை அண்ணாந்து பார்த்துக் கேட்டாள்.

பின்வாசல்வரை எல்லா அறைகளிலும் விளக்கு எரிந்துகொண்டிருந்தது. வாளியில் தண்ணீர் விழுந்துகொண்டிருந்த சத்தம் பின்பக்கமிருந்து கேட்டது. மீனாவைக் காணோம். அவள் காதில் விழுந்துவிடக்கூடாது என்ற ஜாக்கிரதையுடன், நீலாவுக்கு மட்டும் கேட்கிற குரலில் பேசினான்.

'சீக்கிரமா வரலாம்னுதான் பார்த்தேன்... இன்னைக்கு என்னமோ ஆபீஸர் ஒரு நாளும் இல்லாத திருநாளா ஆறுமணிவரைக்கும் உக்காந்துட்டாரு! பரவாயில்லே! செகண்ட் ஷோவுக்குப் போயிட்டு வரலாம்... அக்கா இல்லையா?' என்று கேட்டான்.

'உள்ளேதான் வேலை பார்த்துக்கிட்டு இருக்கா... அவளுக்குத்தான் ஒரு நிமிஷம் சும்மா இருக்க முடியாதே... செகண்ட் ஷோவுக்குப் போகணும்கிறீங்களே? நாளைக்குக் காலம்பற

மொதல் பஸ்ஸுல நான் ஊருக்குப் போகணும்லா... எப்பம் தூங்கி எந்திரிக்கிறது?' என்று பாதி சந்தோஷமும் சங்கடமும் கலந்த குரலில் கேட்டாள் நீலா.

அவளிடம் பேசிக்கொண்டிருக்கவேண்டும் போல் இருந்தது. ஆனால் மீனாவுக்குத் தெரிந்தால் அவனிடம் சண்டைக்கு வந்துவிடுவாள். இப்போது அவனும் நீலாவும் பேசிக்கொண்டதுகூடப் புறவாசலில் இருக்கிற மீனாவுக்குக் கேட்டிருக்கும். அதற்கும்மேல் அங்கே நின்றால் மீனாவே வந்துவிடுவாள். 'என்ன நீங்க ? வயசுக்கு வந்த புள்ளையோட வாசல்ல நின்னு பேசிக்கிட்டிருக்கீங்க?' என்று சத்தம் போடுவாள்.

சபாபதி உடனே வீட்டுக்குள் செல்ல யத்தனித்தான். மேற்கொண்டு எதுவும் பேசாமல் உள்ளே சென்றால் நீலா ஏதாவது நினைத்துக்கொள்வாள் என்பதால், தான் ரொம்ப சகஜமாக இருப்பதுபோல், 'படந்தான் ஒரு மணிக்கெல்லாம் முடிஞ்சிருமே... அஞ்சு மணிக்குத்தான முதல் பஸ் . . . வந்து கொஞ்ச நேரம் தூங்கலாமே...' என்று சொல்லிக்கொண்டே வீட்டுக்குள் நுழைந்தான்.

நீலா ஊரிலிருந்து வந்த ஒரு வாரத்துக்கெல்லாம் மீனாவின் மனத்தில் எந்தக் கஷ்டமும் தோன்றவில்லை. அவனும் நீலாவும் பேசிக்கொண்டிருப்பதைப் பார்த்துத் தவறாக நினைக்கவில்லை அவள். நீலா இயல்பிலேயே கலகலப்பானவள். அதுவும் அக்காள் புருஷன் என்பதால் அவனை எடுத்ததுக்கெல்லாம் சீண்டிப் பேசுவதும், அவனோடு விழுந்து விழுந்து சிரிப்பதுமாக இருந்தாள். நீலாவுக்கும் அவனோடு பேசி விளையாடிக்கொண்டிருப்பதில் விவரிக்க முடியாத சந்தோஷம் இருந்தது. எப்போதும் அவன் பக்கத்தில் உட்கார்ந்து கலாட்டா செய்வாள். நீலா ஊரிலிருந்து வந்தபிறகு சபாபதி, மீனாவிடம் பேசுவதைக் குறைத்துக்கொண்டான். வேண்டுமென்றே அவன் அப்படிச் செய்யவில்லை. அவனை அறியாமலேயே மீனாவுடன் பேசிக்கொண்டிருக்கிற நேரம் குறைந்தது. ஆனால் நீலாவுடன் பேசுவதில் கொஞ்சம்கூடச் சலிப்பு ஏற்படவில்லை. இத்தனைக்கும் கல்யாணமாகி ஐந்து மாதங்கள்தான் ஆகியிருந்தன. சபாபதியைப் பொருத்தவரை மீனாவிடம் எந்தக் குறையும் காணவில்லை. என்றாலும் அவன் மனம் ஒரு நூலிழை அளவு நீலாவின் பக்கம் சாய்ந்திருந்தது. எப்படியோ மீனாவும் இதைக் கண்டுபிடித்துவிட்டாள். மிகுந்த எச்சரிக்கை அடைந்தாள். அவர்கள் இருவரும் பேசிப் பழகுவதைக் கண்டித்தாள். அவள் சத்தம்போட்டபிறகுதான் அவனுக்கே தான் எந்த நிலையில் இருக்கிறோம் என்பது புரிந்தது.

மீனாவைக் கோபப்படுத்தக் கூடாது என்று நீலாவுடன் பேசுவதை மெள்ளக் குறைத்துக்கொண்டான். அப்படியே பேசினாலும் மீனாவும் உடன் இருக்கிற தருணமாகப் பார்த்துக் கொண்டான்.

நீலாவுக்கு இதெல்லாம் தெரியாமல் இல்லை. அவள் அதைக் காட்டிக்கொள்ளவில்லை. அவ்வளவுதான். தவிர, அவள் சபாபதியுடன் பேசிக்கொண்டிருப்பதால் மீனாவுக்கு ஏற்படும் பொறாமையைப் பார்க்க உள்ளூர அவளுக்குச் சந்தோஷமாக இருந்தது.

பின்வாசலில் விழுந்துகொண்டிருந்த குடிதண்ணீரின் காரமான குளோரின் நெடியுடன் பாண்ட்ஸ் பவுடரின் மணமும் சேர்ந்து ஒரு விசித்திரமான மணத்தை அறை எங்கும் நிரப்பியிருந்தது. சுவர்ப் பக்கமாக நின்று சட்டையைக் கழற்றிக் கொண்டிருந்தவனின் தோளில், பனியன் பட்டிக்கும் மேல், ஈரமான கை பட்டது. மீனாதான் 'எப்பம் வந்தீங்க? பூனை போல வந்திருக்கீங்களே?' என்று சிரித்துக்கொண்டே கேட்டாள்.

அவளுடைய சிரிப்பைப் பார்த்ததும் சபாபதிக்கு ஏனோ எரிச்சலாக இருந்தது. சட்டையை ஹேங்கரில் மாட்டிக் கொண்டே, ரொம்பச் சாதாரணமாக, 'இப்பத்தான் வந்து சட்டையைக் கழற்றிக்கிட்டிருக்கிறேன் . . .' என்றான். அவன் உணர்ச்சியே இல்லாமல் பதில் சொன்னது மீனாவுக்கு என்னவோபோல் இருந்தது. சபாபதி பெஞ்சில் உட்காரப் போனான். திரும்பும்போது அவன் முகத்திலிருந்து சிகரெட் வாடை அடித்தது. அவனுக்குப் பக்கத்தில் பெஞ்சில் உட்கார்ந்து கொண்டு, அவன் முகத்தைத் தன் பக்கம் திருப்பினாள் மீனா. 'என்ன? மறுபடியும் சிகரெட்டா?' என்று அவனைக் குற்றம் சாட்டுவதுபோல் போலியாக முகத்தைக் கடுமையாக வைத்துக் கொண்டு கேட்டாள்.

பிரியத்துடன் அவனுடைய கையைப் பிடித்துக் கொண்டாள். சபாபதிக்கு அவளிடமிருந்து கையை விடுவித்துக் கொள்ள வேண்டும்போல் இருந்தது.

'வந்ததும் வராததுமா குற்றவாளியைக் கூண்டிலே நிறுத்தி விசாரிக்கிற மாதிரி விசாரிக்கிறியே? காப்பி இருந்தாக் கொண்டா...'

மீனாவுக்கு அவனுடைய எரிச்சலுக்கான காரணம் புரியவில்லை. மிரள மிரள விழித்தாள். எழுந்து மெதுவாக அடுப்படிக்குப் போனாள். பின்வாசலில் வாளியில் தண்ணீர் நிறைந்து வெளியே போய்க்கொண்டிருந்தது. தண்ணீர்

மைத்துனி 489

நிறைந்து ஓடிக்கொண்டிருந்த சத்தத்தைக் கேட்டதும் அவன் எரிச்சல் மேலும் அதிகமாயிற்று. கோபத்துடன் மீனாவைப் பார்த்து ஏதோ சொல்ல வாயெடுத்தான். அதற்குள் நீலாவே உள்ளே வந்துவிட்டாள். காலியான எவர்சில்வர் தட்டையும் கட்டிய பூவையும் அவனருகே பெஞ்சில் வைத்துவிட்டு, 'இந்த அக்காவே இப்படித்தான் . . . ஒரு வேலை செஞ்சுக்கிட்டு இருக்கும்போதே அதை மறந்துட்டு வேற ஏதாவது பண்ணப் போயிருவா . . .' என்று சொல்லிக்கொண்டே பின்பக்கம் போய்க் குழாயை மூடினாள். குழாயைப் பூட்டிவிட்டுத் திரும்பும்போதுதான் அடுக்களையில் காப்பி கலந்து கொண்டிருந்த மீனாவைக் கவனித்தாள். 'நீ இங்கேதான் இருக்கியா?' என்று சொல்லிக்கொண்டே அக்காவுக்குப் பக்கத்தில் வந்து உட்கார்ந்தாள். மீனா பதிலே பேசாமல் காப்பி கலந்துகொண்டிருந்தாள். அவளுக்கு நீலா அங்கே வந்தது பிடிக்கவில்லை. அவளே காப்பியை எடுத்துக்கொண்டு போய் அவனிடம் கொடுத்துவிடுவாளோ என்று மீனா உள்ளூரப் பயந்தாள். அவள் ஊரிலிருந்து வந்தது முதலே, மீனா சபாபதிக்குச் செய்துவந்த சிறு சிறு பணிவிடைகள் எல்லாம் எப்படியோ நீலாவின் கைக்கு மாறியிருந்தன. நீலாவிடம் ஜாடைமாடையாகச் சொல்லிப் பார்த்தும்கூட அவள் அதைப் பெரிதாக எடுத்துக் கொள்ளவில்லை.

மீனா காப்பியை ஆற்றிக்கொண்டிருந்தாள். கண்களில் கண்ணீர் கோர்த்து நின்றது. ஆற்றிய காப்பியைக் கீழே வைத்துவிட்டு, சீனி டப்பாவை மூடி அலமாரியில் வைக்கப் போனாள். அவ்வளவுதான். நீலா காப்பி டம்ளரைக் கையில் எடுத்துக்கொண்டு 'அத்தானுக்குத்தானே' என்று கேட்டுக் கொண்டே எழுந்தாள். மீனா அவள் கையை எட்டிப் பிடித்தாள். இரண்டு பேர் சேலையிலும் காப்பி சிந்திவிட்டது. நீலா ஆச்சரியத்துடன் அக்காவைப் பார்த்தாள். மீனா வேகமாகத் காப்பித் தம்ளருடன் முன்னறையை நோக்கிப் போனாள். சபாபதியிடம் டம்ளரைக் கொடுத்துக்கொண்டே, 'சக்களத்தி! காப்பி குடுக்க வந்துட்டா . . .' என்று முணுமுணுத்தாள்.

'என்ன? அக்கா தங்கச்சிக்குள்ள தகராறு வந்துட்டுதா?' என்று சலிப்புடன் கேட்டான்.

'தங்கச்சியா அவ? விட்டா என்ன வெரட்டிட்டு அவளே ஒங்களுக்குப் பொஞ்சாதியா வீட்டிலே உட்கார்ந்துருவாபோல இருக்கே!'

'மெல்லப் பேசு மீனா! ஏதோ ஒரு நாலுநாள் இருந்துட்டுப் போகப் போறா . . . அதுக்குப்போயி இப்படிப் பேசுதியே . . .

அவளுக்குக் கல்யாணம் ஆயிட்டா இந்த மாதிரியா அடிக்கடி வரப்போறா?'

'கட்டுனவள்னு நான் ஒருத்தி எதுக்காக இருக்கணும்?' என்று அழ ஆரம்பித்துவிட்டாள் மீனா.

'அது சின்னப்புள்ளை... சூதுவாது இல்லாமெ அத்தான் அத்தான்னு பிரியமா இருக்கு! அதைப் போயி இவ்வளவு தப்பா நெனைக்கிறயே?' அதற்கும்மேல் அவனால் பேச முடிய வில்லை. அவனுக்கே தான் பொய்யாகப் பேசுகிறோம் என்று தோன்றியது.

'என்ன சின்னப்புள்ள? இந்தானைக்கிக் கட்டிக் குடுத்தா வருஷத்துக்கு ஒண்ணு பெத்துத் தள்ளிருவா! அவளா சின்னப் புள்ள? சின்னப்புள்ளைன்னா எப்பம் பார்த்தாலும் "என்னத் தான் . . . என்னத்தான்"னு ஒங்கமேல இடிச்சுக்கிட்டு உக்காருமோ? ஒங்களுக்கு அவான்னா கல்கண்டா இனிக்குது. அவகிட்ட இளிச்சி இளிச்சிப் பேசுற ஆளுக்கு என்னக் கண்டா தான் ஆகலே! எங்கூடப் பேசணும்னா மூஞ்சி சிறுத்துப் போவுது! கல்யாணம் ஆகி ஒரு வருஷங்கூட ஆகலை . . . அதுக்குள்ள நான் பழசாப் போயிட்டேன்...' என்று மேலும் அழ ஆரம்பித்துவிட்டாள்.

அவள் சொன்னதில் உண்மை இல்லாமல் இல்லை. நீலாவிடம் பேசிக்கொண்டிருந்தால் நேரம் போவதே தெரிய வில்லை. அவள் அவனிடம் சீண்டி விளையாடுவது அவனுக்கு ரொம்பப் பிடித்திருந்தது. ஆனால் இதையெல்லாம் மீனா தன் உள்ளுணர்ச்சியினால் புரிந்துகொண்டிருப்பதுதான் அவனுக்குச் சுத்தமாகப் பிடிக்கவில்லை.

அவனுக்கும் பதிலுக்குப் பதில் சத்தம் போடவேண்டும் போல் இருந்தது. சத்தம் போட்டால் மேலும் ரசாபாசம் ஆகி விடும் என்று நினைத்தான். எழுந்து அடுக்களைப் பக்கம் போனான். அங்கே நீலா இல்லை. ஒருவேளை மீனா பேசிய தெல்லாம் அவள் காதில் விழுந்திருக்குமோ, கோபித்துக்கொண்டு வெளியே போய்விட்டாளோ? வேகமாகப் பின்வாசலுக்குப் போனான். முள்கம்பி வேலிக்குப் பக்கத்தில் நின்று பக்கத்து வீட்டுப் பெண்ணுடன் பேசிக்கொண்டிருந்தாள் நீலா. வழக்கம் போல் சத்தம் போட்டுச் சிரித்துப் பேசிக்கொண்டிருந்தாள். பக்கத்து வீட்டுப் பெண், சபாபதி வந்து நிற்பதைப் பார்த்ததும் உதட்டுக்குள் லேசாகச் சிரித்தாள். அதைப் பார்த்து நீலா பின்னால் திரும்பிப் பார்த்தாள். மீனா உள்ளே பேசியதை அவள் கேட்ட மாதிரியே தெரியவில்லை.

நீலா அவன் பக்கம் கையைக் காட்டி, 'இந்த அத்தான நம்புனா நட்டாத்துல நிக்கவேண்டியதுதான். சாயந்திரம் சினிமாவுக்குப் போகலாம்னு சொல்லிட்டு ஆறரைமணிக்கு வீட்டுக்கு வந்து நிக்கிறாங்க அத்தான்!' என்று அவனைக் கேலி செய்தாள்.

மீனா அழுதுகொண்டிருந்தாலும், அவள் கவனம் பூராவும் சபாபதியின் பேரிலேயே இருந்தது. அவன் பின்வாசலுக்குப் போன சிறிது நேரத்துக்கெல்லாம் நீலாவின் சிரிப்பும் சத்தமும் கிண்டலும் கேட்டது. அதற்குமேல் மீனாவால் அங்கே உட்கார்ந்துகொண்டிருக்க முடியவில்லை. ஆத்திரமும் இயலாமையும் முட்டிக்கொண்டு வந்தன.

சபாபதிக்கு, தனக்குப் பின்னால் யாரோ வந்து நிற்பது போல் இருந்தது. பின்னால் திரும்பிப் பார்த்தான். மீனா நின்று கொண்டிருந்தாள். கண்களில் வெறுப்புக் கொப்பளித்தது.

மறுநாள்காலை நாலரை மணிக்கு அலாரம் அடித்ததும் மீனாதான் முதலில் எழுந்தாள். அடுப்பைப் பற்றவைத்து நீலாவுக்குக் குளிக்க வெந்நீர் போட்டாள். கொஞ்ச நேரத்தில் பாலும் வந்துவிட்டது. நீலாவை எழுப்பினாள். அவள் குளித்துவிட்டு வருவதற்குள் தோசை தயாராக இருந்தது. நீலா இரண்டே தோசையுடன் எழுந்தாள். மீனா அவளை விடவில்லை. அவள் கையைப் பிடித்து உட்காரவைத்து இன்னொரு தோசை சாப்பிட வைத்தாள்.

ராத்திரி ஈரத்துணியில் பொதிந்து வைத்திருந்த மல்லிகைப் பூவை எடுத்து நீலாவுக்குச் சூட்டினாள். நேற்று நடந்ததை எல்லோருமே மறந்துவிட்டதுமாதிரி இருந்தது.

'அக்கா! நீயும் பஸ் ஸ்டாண்டுக்கு வாயேன்...' என்று நீலா கூப்பிட்டாள்.

'நான் எதுக்கு... அத்தான்தான் வர்றாங்களே... எனக்குப் பனி ஒத்துக்கிடாது. தலைவலி வந்துரும்!'

தெரு திரும்பும்வரை சபாபதி முன்னாலும் நீலா பின்னாலுமாகப் போய்க்கொண்டிருந்தனர். நீலா தன் தாவணி முந்தானையைக் கழுத்தைச் சுற்றிப் போர்த்தியபடிப் போய்க்கொண்டிருந்தாள். தெருக்களில் விளக்கே இல்லை. சில வீடுகளில் உள்ள வெளிச்சம்தான் திறந்துகிடந்த கதவு வழியே, தெருவில் துண்டு துண்டாக ஆங்காங்கே விழுந்திருந்தது. வீட்டு வாசல்களில் தண்ணீர் தெளிக்கிற சத்தம் கேட்டது.

பஸ் ஸ்டாண்டில் கூட்டமே இல்லை. மூன்று பஸ்கள் நின்றுகொண்டிருந்தன. எல்லா பஸ்களிலும் உள்ளே விளக்கு எரிந்துகொண்டிருந்தது. பஸ் ஸ்டாண்ட் டீக்கடையில் மில்லுக்குப் போகிற ஆட்களும் கண்டக்டர், டிரைவர்களும் கூட்டமாக நின்று சத்தம்போட்டுப் பேசிக்கொண்டிருந்தார்கள். அந்த மெயின் ரோட்டில் இன்னும் போக்குவரத்து ஆரம்பிக்காத தால் மில்லுக்குப் போகிற ஆட்கள் சைக்கிள்களை ரோட்டில் தங்கள் இஷ்டத்துக்குக் குறுக்கும் நெடுக்குமாக நிறுத்தி யிருந்தார்கள். அவர்கள் அனுபவித்த அந்தச் சுதந்திரம் அவர்களுடைய முகத்தில் தெரிந்தது.

திருநெல்வேலிப் பஸ்ஸில் நீலாவை ஏற்றி உட்கார வைத்தான். தலைப்பாகை கட்டிய ஒரு வயதானஆளும் இரண்டு பெண்களும்தான் பஸ்ஸில் இருந்தார்கள். பின் சீட்டில் நாலைந்து தடியங்காய்களை ஏற்றியிருந்தது.

சபாபதி கீழே நின்றுகொண்டிருந்தான். நீலா பஸ்ஸை விட்டு இறங்கிவந்து அவனுக்குப் பக்கத்தில் நின்றுகொண்டாள்.

'என்ன? யோசனை ரொம்பப் பலமா இருக்கே?' என்று கேட்டாள்.

'ஒண்ணுமில்லை!'

'பங்குனி உத்திரத்துக்கு வரும்போது ஒரு வாரத்துக்கு முன்னாலேயே வந்திருங்க ... என்ன?' என்றாள் நீலா.

'சரிங்க பாட்டி!' என்றான் சபாபதி. இரண்டுபேருக்குமே சிரிப்பு வந்துவிட்டது. பேசிக்கொண்டிருக்கும்போதே டிரைவர் ஏறி உட்கார்ந்துவிட்டார். நீலாவும் தன் இடத்தில் போய் அமர்ந்துகொண்டாள். பஸ் மெதுவாக ஊர்ந்தது. பஸ்ஸுடன் நடந்துகொண்டே நீலாவை அண்ணாந்து பார்த்துப் பேசினான்.

'ரைட்!' என்ற கண்டக்டரின் குரல் கேட்டது. பஸ் வேகமாக நகர்ந்தது.

'இனிமேல் அக்கா உங்கமேலே கோபப்பட மாட்டாள்! தைரியமா இருங்க ...' என்று கண்களில் கேலி மின்னச் சொன்னாள் நீலா.

வாசுகி, 1992

அவன் அவள் அவன்

'அன்றன்றுள்ள எங்கள் அப்பத்தை இன்று எங்களுக்குத் தாரும் . . . எங்களுக்கு விரோதமாய்க் குற்றம் செய்கிறவர்களை நாங்கள் மன்னிக்கிறது போல, எங்கள் குற்றத்தை நீர் எங்களுக்கு மன்னியும். எங்களைச் சோதனைக்கு உட்படுத்தாமல் தீமையினின்று ரட்சித்துக்கொள்ளும். ராஜ்யமும் வல்லமையும் மகிமையும் என்றென்றைக்கும் உம்முடையவைகளே. ஆமென்!'

ஜெபம்சொல்லிமுடித்ததும் அத்தை உடனே எழுந்திருக்கவில்லை. கண்கள் இன்னும் மூடியே இருந்தன. இத்தனை வயதிலும் அத்தையால் ஜெபத்துக்கு முழந்தாள் படிய இட்டு நிற்க முடிகிறது. பரிமளா, அத்தை எழுந்தபிறகுதான் எழுந்திருப்பாள். ஆனால் அவள் புருஷன் யோசுவாவும் மகள் பெற்றியும் எப்போது ஜெபம் முடியும் என்று இருந்ததுமாதிரி, உடனே எழுந்து பக்கத்து அறைக்குப் போய்விடுவார்கள். சின்னவன் லாசர் இரவு ஜெபத்துக்கு ஒருநாளும் இருக்கவே மாட்டான். அவனுக்கு எட்டுமணி ஆகிவிட்டால் தூக்கம் வந்துவிடும்.

அத்தையின் கண்கள் இன்னமும் மூடியே இருந்தன. முகத்தில் துயரத்தின் சாயை படிந்திருந்தது. அத்தையின் ஜெபம் பூராவும் பெரிய அத்தானைப் பற்றித்தான். பெரிய அத்தான் இன்னும் வீட்டுக்கு வரவில்லை. அனேகமாக ஊரே அடங்கிப் போய் விட்டது. எங்காவது குரைக்கும் நாய்கள், எப்போதாவது கேட்கும் சைக்கிள் மணிச்சத்தம் இவற்றைத்

தவிர எந்தச் சத்தமும் இல்லை. புறவாசல் கதவைத் திறந்தால் தோட்டத்தில் பனை ஓலைகள் காற்றில் உராயும் சத்தத்தை விட்டுவிட்டுக் கேட்கலாம்.

பரிமளாவும் பெரிய அத்தானுக்காகக் கர்த்தரிடம் வேண்டிக்கொண்டாள். அவளுக்கு அத்தையைப் போல், கடவுள் நம் ஜெபத்துக்கு என்றாவது செவிமடுப்பார் என்ற நம்பிக்கை இருந்தது. இயேசு சுவாமி அவளுக்கு எவ்வளவோ நன்மைகளைச் செய்திருக்கிறார். அவளுடைய வேண்டுதல்களை நிறைவேற்றி வைத்திருக்கிறார். பெரிய அத்தானை நல்ல வழியில் மனம் திருப்புவார் என்ற நம்பிக்கை அவளுக்குத் திடமாய் இருந்தது.

'பரிமளா . . .' என்று யோசுவா கூப்பிட்டான். அவனுடைய ஆத்திரம் அவளுக்குத் தெரியாததல்ல. ஜெபம் முடிந்ததும் அவள் உடனே வந்துவிடவேண்டும். ஆனால் பரிமளாவால் அப்படிச் செய்யமுடியாது. அவள் அத்தை படுத்த பிறகுதான் தன் புருஷனிடம் போவாள். திரும்பிப் பார்த்தாள். தலையைச் சுற்றிப் போட்டிருந்த சேலை முந்தானை நழுவிக் கொண்டை மீது விழுந்தது.

அலங்காரம் மருமகளைப் பார்க்கத் திரும்பினாள். 'பரிமளா! நீ இன்னும் போகலையா? போம்மா' என்றாள். மங்கலான வெளிச்சத்தில் அத்தையின் முகத்தைப் பார்த்தாள். கண்கள் கலங்கியிருந்தன.

'இல்லை அத்தை . . . நீங்க படுத்தப்புறம் நான் போறேன்' என்று சொல்லிக்கொண்டே எழுந்திருந்து அத்தைக்குப் பக்கத்தில் போனாள். அலங்காரம் பிரியத்தோடு பரிமளாவின் தலையை வருடிக் கொடுத்தாள். தன் நெஞ்சோடு சேர்த்து இழுத்து அவள் தலைவகிட்டில் முத்தமிட்டாள்.

'இவ்வளவு அருமையான மருமகளைக் கொடுத்து ஆசீர்வதித்த கர்த்தர், திருஷ்டி மாதிரி எனக்கு மூத்த மகனைக் கொடுத்துட்டாரே' என்றாள் அலங்காரம்.

'அப்படியெல்லாம் சொல்லாதீங்க அத்தை! பெரிய அத்தானை மாதிரி தங்கமான மனசு யாருக்கு உண்டு. அவங்களுக்கு என்ன கொறச்சல்? அவங்க எழுதற கவிதையைப் படிச்சிட்டு எத்தனை பேர் அவங்களைப் பாராட்டறாங்க. எவ்வளவு பேர் லெட்டர் எழுதறாங்க' என்றாள் பரிமளா.

'ஆண்டவரைக் கனம் பண்ணாம கவிதை எழுதி என்னம்மா பிரயோஜனம்? கவிதை எழுதி, சேராதவங்களோட

சேர்ந்து, குடிச்சுக் கெட்டழிஞ்சு போறானே. ரெண்டு நாளா வீட்டிலேயே இருந்தான்.இன்னைக்கு அவனுக்குப் பணம் எப்படி கெடைச்சுது? நீ கொடுத்தியா?' என்று கேட்டாள் அலங்காரம். அதற்குப் பரிமளா ஒன்றும் சொல்லவில்லை. தலையைக் குனிந்துகொண்டு நின்றாள்.

'நீயானா அவன் கேட்டதுமே மறுபேச்சுப் பேசாம துட்டைத் தூக்கிக் குடுத்திருதே... ஒன் புருஷங்காரனும் அப்படி இப்படின்னு அவனைச் சத்தம் போட்டுட்டுக் கடேசில இந்தா போ... ஒன்னையெல்லாம் திருத்தவே முடியாதுன்னு தத்துவம் பேசிக்கிட்டே துட்டை எடுத்துக் குடுத்திருவான். நீங்க ரெண்டுபேரும் சேர்ந்துதான் அவனைக் கெடுத்தீங்கன்னு சொல்வேன்' என்று ஆற்றாமையோடு சொன்னாள் அலங்காரம்.

இதுமாதிரி நேரங்களில் பரிமளா ஒன்றுமே பேச மாட்டாள். ஜன்னல்கதவுக் கொக்கி காற்றில் அசைந்து ஆடியது. அத்தையை அவளுடைய அறையில் கொண்டுபோய் விட்டாள். அவள் படுக்கையைச் சரிசெய்துகொண்டிருந்த போது, அத்தை மர பீரோவைத் திறந்து வழக்கம்போல முந்திரிப் பழப் பாட்டிலை எடுத்துத் திறந்தாள். அவள் படுக்கையைச் சரிசெய்துவிட்டுத் திரும்பவும் அத்தை நாலைந்து முந்திரிப் பழத்தை எடுத்து அவள் கையில் கொடுக்கவும் சரியாக இருந்தது.

'நீ பேசாமே முன்வாசல் கதவைத் தாழ்ப்பாள் போட்டுட்டுப் போயிப் படும்மா. அவன் எந்தத் தெருவுல எங்கே விழுந்து கெடக்கானோ? எல்லாம் என் தலைவிதி' என்று சொல்லிக்கொண்டே 'கர்த்தாவே என்னை ரட்சியும்' என்று படுக்கையில் சாய்ந்தாள் அலங்காரம். பரிமளா ஜன்னல் அடிக்கதவுகளைச் சாத்தினாள். ஆள் நடமாட்டமே இல்லை. ஃபேனைப் போட்டாள். விடிவிளக்குச் சுவிட்சைப் போட்டு விட்டுக் கதவுப் பக்கம் போகும்போது அத்தை 'பரிமளா, நீ பேசாமப் படு. அவன் வந்து கதவைத் தட்டினா நானே தொறந்து விடுதேன்' என்றாள்.

'சரி அத்தை' என்று சொல்லிவிட்டுக் கதவை வெறுமனே லேசாக மூடினாள். எதிர் அறையைப் பார்த்தாள். விளக்கு அணைந்திருந்தது. விடிவிளக்கு வெளிச்சம் மட்டும் மங்கலாகத் தெரிந்தது. கூடவே ஃபேன் ஓடிக்கொண்டிருக்கிற சத்தமும் கேட்டது. யோசுவாவும் பெற்றியும் படுத்துவிட்டார்கள்போல. பெற்றிக்கு அவள் பக்கத்தில் படுத்தால்தான் தூக்கம் வரும். இன்று அவள் சாப்பிடும்போதே கொட்டாவி விட்டுக்கொண்டு தான் இருந்தாள். பள்ளிக்கூடத்தில் ரொம்ப விளையாடி னாளோ என்னவோ? அசதியில் தூங்கிவிட்டாள்.

பரிமளா ஹால்விளக்கை அணைத்துவிட்டு மெதுவாகத் திண்ணைப் பக்கம் நடந்து போனாள். கதவைத் திறந்து வைத்துக் கொண்டு நின்றாள். நிலவு அப்போதுதான் அடிவானத்தில் மேலே வந்துகொண்டிருந்தது. தெருவின் இருபுறமும் வரிசையாக இருந்த பூவரச மரங்கள் காற்றில் லேசாக அசைந்துகொண் டிருந்தன. உபதேசியார் வீட்டுக்கு முன்னால் நின்றிருந்த பஞ்சாயத்துப் போர்டு டியூப் லைட் அணைந்து அணைந்து எரிந்துகொண்டிருந்தது. அந்த லைட் ஒரு வாரத்துக்கும் மேலாக அப்படித்தான் எரிகிறது. அப்படியே கொஞ்சதூரம் தெருவில் போய் வரவேண்டும் போல் இருந்தது.

திடீரென்று தெருவிளக்கின் முன்னால் இரண்டுபேர் சைக்கிளில் பெரிய கூடைகளைக் கேரியரில் வைத்துக் கட்டிக் கொண்டு பேசிக்கொண்டே வந்துகொண்டிருந்தனர். யாரோ வியாபாரிகள் போல. வீட்டுக்குப் பக்கத்தில் வந்ததும் இடது பக்கம் வந்துகொண்டிருந்த ஆள் பேச்சை நிறுத்திவிட்டு வாசலில் நின்றுகொண்டிருந்த அவளைப் பார்த்தார். அவர் பேச்சு நின்றதைப் பார்த்து, கூட வந்தவரும் திரும்பிப் பார்த்தார். வீட்டைத் தாண்டியதும் அவர்களுடைய பேச்சு மறுபடியும் தொடர்ந்தது.

அந்த ராத்திரிநேரத்துத் தெருவை வைத்துப் பெரிய அத்தான் எழுதியிருந்த கவிதைவரிகள் அவள் நினைவுக்கு வந்தன. சிறிது நேரம் தெருவையே பார்த்துக்கொண்டு நின்று கொண்டிருந்தாள். பிறகு கதவைத் தாளிட்டுவிட்டு, போய்ப் படுத்தாள். யோசுவாவின் இரண்டு பக்கமும் பெற்றியும் லாசரும் அப்பாவின் மீது கால்களைப் போட்டபடியே படுத்திருந்தனர். லாசருக்குப் பக்கத்தில் பரிமளா படுத்துக்கொண்டாள். தூக்கமே வரவில்லை. ஊரின் நிசப்தத்தில் நட்சத்திரங்களின் ஒலி, புறா கத்துவதுபோல் கேட்டது. அந்த ஒலி அவளை விவரிக்க முடியாத அமானுஷ்யத்துக்கு இழுத்துச் சென்றது.

சிறிது நேரம் கழித்துக் கதவு தட்டுகிற சத்தம் கேட்டது. அவசரமாக எழுந்து ஹால் விளக்கைப் போட்டாள். வாசல் கதவைத் திறந்தாள். சாராயநெடி முகத்துக்குள் வீசியது. தாமஸ் தான் நின்றுகொண்டிருந்தான். குடிகாரர்களுக்கே ஏற்படும் ஒரு வினோதமான குற்றவுணர்வில் தலையைச் சாய்த்து நின்று கொண்டிருந்தான். பரிமளா அவனுடைய கையைப் பிடித்து மெதுவாக உள்ளே அழைத்துவந்து டைனிங் டேபிளுக்கு முன்னால் உட்கார வைத்தாள். திரும்பவும் போய்க் கதவைத் தாழ்ப்பாள் போட்டாள்.

தாமஸ் தலையைத் தொங்கப்போட்டவாறு உட்கார்ந் திருந்தான். ‘அம்மா தூங்கிட்டாளா பரிமளா?’ என்று

கேட்டான். சமையல் அறையில் அவனுக்குச் சாப்பாடு எடுத்துக் கொண்டே, எந்தவித உணர்ச்சியும் இன்றி மெதுவாக, 'ஆமா!' என்றாள். விளக்கு வெளிச்சமும் கதவைத் திறக்கிற சத்தமும் யோசுவாவை எழுப்பியிருந்தன. தூக்கக் கலக்கத்தோடு அறை வாசலில் வந்து நின்று பார்த்துவிட்டு, எந்தக் காரணமும் இல்லாமல் தான் எழுந்துவந்துவிட்டதுபோல் நினைத்துக் கொண்டு மறுபடியும் படுக்கையில் போய் விழுந்தான். அவனுக்கும் லேசான முரட்டுச் சாராய நெடி வீசியது.

பரிமளா அவனுக்கு முன்னால் சாப்பாட்டை வைத்தாள். தண்ணீர் கொண்டுவருவதற்காகத் திரும்பவும் சமையல் அறைக்குள் போனாள். தாமஸ் பரிமளா போவதையும் வருவதையும் பார்த்துக்கொண்டிருந்தான். மேஜையில் தண்ணீர் டம்ளரை வைத்துவிட்டு அவனுக்குப் பக்கத்தில் நாற்காலியில் உட்கார்ந்தாள். 'சாப்பிடுங்க!' என்றாள்.

'என்னாலே உனக்கு எவ்வளவு கஷ்டம்?' என்றான் தாமஸ். 'என்ன கஷ்டம். ஒரு கஷ்டமும் இல்லை. எதையாவது நெனைச்சு மனசைக் கஷ்டப்படுத்திக்காமே பேசாமல் சாப்பிடுங்க' என்று பிரியத்தோடு அவனைப் பார்த்துச் சொன்னாள்.

'நான் வேணும்னா கையிலே உருட்டிப் போடட்டுமா?' என்று கேட்டுக்கொண்டே சோற்றை எடுக்கப் போனாள். அதற்குள் அவன் தட்டைத் தன் பக்கம் இழுத்துக்கொண்டான். கண்களில் கண்ணீர் தேங்கிவிட்டது.

'பரிமளா! லில்லியைக் கல்யாணம் பண்ணியிருந்தா நான் இந்த மாதிரி ஆகியிருக்க மாட்டேன் தெரியுமா?' என்று சொல்லிக்கொண்டே விசித்து விசித்து அழ ஆரம்பித்தான். அவள் அவனுக்குப் பக்கத்தில் நெருங்கி உட்கார்ந்து, தன் சேலை முந்தானையால் அவன் கண்களைத் துடைத்தாள். 'எதுக்கு இப்போ அந்தப் பழைய கதையெல்லாம்? பேசாம சாப்பிடுங்க அத்தான்' என்றாள். எதிரே அறை வாசலில் மங்கலான வெளிச்சத்தில் யாரோ வந்து நிற்கிறமாதிரி இருந்தது. சோற்றை உருட்டி அவன் கைகளில் போட்டுக்கொண்டே கண்களை இடுக்கிக்கொண்டு பார்த்தாள். யோசுவாதான். கொஞ்ச நேரம் அறை வாசலிலேயே நின்று பார்த்துவிட்டு உள்ளே போய்விட்டான்.

தாமஸுக்குச் சாப்பாடு கொடுத்து, அவனைப் படுக்க வைத்துவிட்டு அறைக்குள் வந்து படுத்தாள். யோசுவா தூங்குகிறானா, விழித்திருக்கிறானா என்று தெரியவில்லை. கொஞ்ச

நேரம் கட்டிலிலேயே உட்கார்ந்திருந்தாள். படுக்கவில்லை. திடீரென்று கட்டில் அசைந்தது. சுவர்ப் பக்கமாகத் திரும்பிப் படுத்திருந்த யோசுவா, படுத்திருந்தபடியே தலையைத் திருப்பி, 'அவனுக்குச் செய்யவேண்டிய பணிவிடை எல்லாம் செஞ்சாச்சு இல்லே? பிறகு இன்னும் எதுக்கு உட்கார்ந்திருக்கே? பேசாம படு!' என்றான். அவன் சொன்ன விதத்தில் ஒரு விதமான பொறாமை இருந்தது. பரிமளா ஒன்றும் சொல்ல வில்லை.

சுபமங்களா, 1992

குணச்சித்திர நடிகர்

ஒரு வழியாக நிழலுக்கு வந்துவிட்டார். இன்னும் சிறிது தூரம் போனால்தான் பஸ் நிற்கும் இடம் வரும். தொண்டை எல்லாம் வறண்டு கிடந்தது. தோளில் கிடந்த துண்டினால் முகத்தைத் துடைத்துக்கொண்டார். நல்ல வேளையாக அவ்வளவு நீளமான சாலையில் இன்னும் அந்த மரத்தை மட்டும் எப்படியோ வெட்டாமல் விட்டு வைத்திருந்தார்கள். ஒரு காலத்தில் இந்தச் சாலை முழுவதும் எத்தனை மரங்கள் நின்றிருந்தன. வெயிலே தெரியாதே. ஒவ்வொரு மரமும்தான் எவ்வளவு வயதானவை.

எதிரே இருந்த குளிர்பானக் கடையில் ஆரஞ்சும், மேங்கோவும், பன்னீர்ச் சோடாவுமாகப் பாட்டில்கள் கிணுகிணுத்துக்கொண்டிருந்தன. ஒரு பன்னீர்ச் சோடா குடித்தால்கூட ஒரு ரூபாய் ஆகிவிடும். அந்த ஒரு ரூபாயில் வீட்டுக்கே பஸ் ஏறிப் போய்விடலாம்.

அதற்குள் பள்ளிக்கூடம் விட்டுவிட்டது போல. இரண்டு பெண் குழந்தைகள் புஸ்தகப் பைகளுடன் அவருக்குப் பக்கத்தில் நிழலுக்காக வந்து நின்றன. இந்த வெயிலில் அந்தப் பிள்ளைகள் இன்னும் எவ்வளவு தூரம் போகவேண்டுமோ தெரியவில்லை. பேத்தி கீதாவின் ஞாபகம் வந்தது. காலையில் கீதாவைப் பள்ளிக்கூடத்தில் கொண்டு போய் விடும்போது, அவர் கையில் வைத்திருந்த நோட்டீஸ்களைப் பார்த்து, 'தாத்தா. . ! எனக்கு ஒரு நோட்டீஸ் தரமாட்டியா?' என்று கேட்டாள்.

வண்ணநிலவன்

நோட்டீஸ் பிரிண்ட் ஆகி வந்தது முதல் இதுவரை அவரிட மிருந்து நாலைந்து நோட்டீஸ்களாவது வாங்கியிருப்பாள். முன்பு போல இந்த நோட்டீஸ்களை இலவசமாக அடித்துத் தர கே.எஸ். ராஜகோபாலின் பேரில் அபிமானமுள்ள அந்த நுங்கம்பாக்கத்து அச்சாபீஸ்காரர் இப்போது இல்லை. அவரும் போய்ச் சேர்ந்துவிட்டார். அச்சாபீஸை நடத்தி வரும் அவரது வாரிசுகள் இலவசமாக அடித்துத் தரத் தயாராக இல்லை. கே.எஸ். ராஜகோபால் என்னதான் புகழ்பெற்ற குணச்சித்திர நடிகர் என்றாலும், அவரது செல்வாக்கு இரண்டாவது சந்ததி களிடம் இருக்கும் என்று எதிர்பார்க்க முடியாது. உலகம் ரொம்ப மாறிப்போய்விட்டது.

பல வர்ணக் காகிதங்களில் அடிக்கப்பட்ட அந்த நோட்டீஸ்களின்பேரில் கீதாவுக்கு ரொம்ப ஆசை. அந்தக் காகிதங்களின் கண்ணைப் பறிக்கும் வர்ணமும் அவற்றின் மணமும் அவளுக்கு ரொம்பப் பிடித்திருந்தது. தவிர, அந்த வண்ண நோட்டீஸ்கள் அவள் சினேகிதிகளிடம் அவளுக்கு ஒரு தனி அந்தஸ்தை வேறு ஏற்படுத்தியிருந்தன. அன்று காலை அவள் திரும்பவும் அந்த நோட்டீஸ்களைக் கேட்டபோது அவருக்குக் கொடுக்கத் தோன்றவில்லை. போன வருஷம் போல இந்தத் தடவையும் கடைசியில் நோட்டீஸ்கள் மீந்து விடத்தான் போகின்றன. என்றாலும் அவரைப் பொறுத்தவரை அந்த நோட்டீஸ்கள் ரொம்ப முக்கியமானவை. அவற்றைக் கண்டபடி வாரி இறைத்துவிட முடியாது.

அதனால்தான் அன்று காலை கீதா நோட்டீஸ் கேட்ட போது, ‘அதுதான் ஒனக்குத்தான் நேத்தே நெறையக் குடுத்திருக் கேனே. . ? இன்னும் எதுக்கு? போதும். . ! போதும். . ?’ என்று சொல்லிவிட்டார். அதற்குப்பிறகு பள்ளிக்கூடம் வருகிறவரை கீதா அவரிடம் எதுவுமே பேசவில்லை. கேட் அருகே வந்ததும், ‘போயிட்டு வாரேன். . .’ என்று அண்ணாந்து அவரைப் பார்த்துச் சுரத்தே இல்லாமல் சொல்லிவிட்டுப் போய் விட்டாள். அவளுடைய கண்களில் இருந்த ஏக்கம் இன்னா மட்டிலும் என்றில்லை. ஒரு நோட்டீஸைக் கொடுத்திருந்தால் என்ன குடி முழுகிப்போயிருக்கும் என்று இப்போது தோன்றியது.

‘அண்ணன் இருக்காரா?’ என்று டெலிபோனைச் சுழற்றிக் கொண்டிருந்தவரிடம் கேட்டார். ‘நான் குணச்சித்திர நடிகர் கே.எஸ். ராஜகோபாலுடைய செகரெட்டரி. கே.எஸ். ராமன்னு சொல்லுங்க. . . அண்ணனுக்குத் தெரியும். . .’ என்று சொன்னார். முன்பெல்லாம் கே.எஸ். ராஜகோபால் உயிரோடு இருக்கை யில் அவருடைய செகரெட்டரி என்று சொன்னாலே

போதுமானதாக இருந்தது. இப்போது குணச்சித்திர நடிகர் கே.எஸ். ராஜகோபாலுடைய செகரெட்டரி என்று சொல்ல வேண்டியதாக இருக்கிறது. பலருக்கு அவருடைய பெயரே மறந்து போய்விட்டது. அப்படியே அவரைத் தெரிந்திருந்தாலும் கூட அவரை யாரும் பொருட்படுத்தத் தயாராக இல்லை. அந்த நபர் மீண்டும் மீண்டும் டெலிபோனைச் சுழற்றிக்கொண்டே இருந்தார். அவருக்குப் பக்கத்தில் நின்றுகொண்டிருந்தவன், நோட்டீஸும் கையுமாக இருந்த இவரை ஒரு மாதிரியாகப் பார்த்தான். அந்த அறையில் உட்கார்ந்துகொண்டிருந்தவர்கள் எல்லோரும் அவரை எந்த உணர்ச்சியும் இல்லாமல் பார்த்துக் கொண்டிருந்தனர். அவர் தேடிப்போகிற எல்லா இடங்களிலும் இப்படித்தான் நடக்கிறது. எல்லோரும் சொல்லிவைத்தது மாதிரி ஒரே மாதிரியாகத்தான் அவமரியாதை செய்கிறார்கள்.

டெலிபோனைச் சுழற்றிக்கொண்டிருந்த நபர் சிறிது கூட அலுப்போ, எரிச்சலோ இல்லாமல் நம்பரைச் சுழற்றிக் கொண்டிருந்தார்.

டெலிபோனில் பேசி முடித்தபிறகுதான் அவரது கவனம் வேறு எதிலும் திரும்பும் என்று தோன்றியது. சற்றுத் தள்ளிக் கிடக்கிற பிரம்பு நாற்காலிதான் காலியாக இருந்தது. அந்த இடம் டெலிபோன்காரரின் பார்வைக்குள் படுகிற இடமல்ல. அங்கே போய் உட்கார்ந்தால் அவர் பார்வையிலிருந்து மறைந்து விட வேண்டியதுதான். அவர் வந்திருப்பதை மறந்துபோய் விட ஏதுவாகும். அல்லது ஞாபகம் இருந்தாலும், அவரைப் பார்க்காதவர் மாதிரி முகத்தைத் திருப்பிக்கொண்டு போய்விட உதவும் இடம் அது.

நேற்றுச் சாயந்திரம் மியூசிக் டைரக்டர் ஆர்.எஸ். மூர்த்தி வீட்டில் இதே மாதிரிதான் நடந்தது. அந்த ஞாபகம் வந்ததும், உட்காராமல் நின்றுகொண்டே இருந்தார். டெலிபோன் நபர் இப்போது நிஜமாகவே டெலிபோன் கனெக்ஷனுக்காகத் திண்டாடுகிற மாதிரி தெரியவில்லை. அது ஒரு தினுசான அலட்சியம். அவமரியாதைதான். ஆனால் அதையெல்லாம் பார்த்தால், பணம் வசூலித்துக் கே.எஸ். ராஜகோபாலின் நினைவுநாளைக் கொண்டாடவே முடியாது.

பக்கத்தில் நின்றுகொண்டிருந்த நபர், ‘இன்னா விஷயமா சார் அண்ணனைப் பார்க்கணும். . ?’ என்று கேட்டான். சற்று எரிச்சலுடன்தான் கேட்டான். அவர் அவனுக்குப் பதில் சொல்வதா வேண்டாமா என்று ஒரு கணம் யோசித்தார். ஏனென்றால் அவன் லுங்கி கட்டிக்கொண்டிருந்தான். எதையும் சொல்ல முடியாது. அங்கு அவன் கேட்டதற்குப் பதில்

சொல்லாவிட்டால் டெலிபோனைச் சுழற்றிக்கொண்டிருக்கும் அவனுடைய நண்பனின் கோபத்துக்கு ஆளாகிக் காரியமே கெட்டுவிடலாம்.

'இல்லே, ஒரு பங்ஷன் விஷயமா அண்ணனைப் பார்க்கணும்' என்று ஒரு மாதிரி போலியாகச் சிரித்துக் கொண்டே சொன்னார். அவர் எதிர்பார்த்தது போலவே அவர் வசூல் நோட்டுப் புஸ்தகத்தினுள் வைத்திருந்த நோட்டீஸ்கள் அவன் கண்ணில் பட்டுவிட்டன. டெலிபோனைச் சுழற்றிக் கொண்டிருந்த நபர் ஒரு வெறியுடன் சுழற்றிக்கொண்டிருந்தார்.

'அது இன்னாது. . ? நோட்டீசா. . ?'

'ஆமா. . !'

'ஒண்ணு குடு. . . பார்க்கலாம். . .' என்று கிண்டலாகச் சிரித்துக் கொண்டே கையை நீட்டினான். அவர் மெதுவாக ஒரு நோட்டீஸை எடுத்துக் கொடுத்தார். இப்படித்தான் ஆகி விடுகிறது. போகிற இடங்களில் சம்பந்தம் இல்லாதவர்களுக்கு எல்லாம் நோட்டீஸ் தரும்படி ஆகிவிடுகிறது. அவன் கையில் நோட்டீஸை வாங்கியதும் பக்கத்தில் உட்கார்ந்திருந்த ஆட்கள் ஆவலுடன் எழுந்துவந்து பார்த்தார்கள். அவன் ஒரு விநோத மான, கேலி நிரம்பிய தொனியில் சத்தம் போட்டுப் படிக்க ஆரம்பித்தான். அவருக்குத் துக்கம் தொண்டையை அடைத்தது. அவரே ராஜகோபாலுடைய மதிப்பைக் கெடுக்கிற மாதிரி இருந்தது.

குணச்சித்திர நடிகர்

டெலிபோனைச் சுழற்றிக்கொண்டிருந்தவன் அவரை அண்ணாந்து பார்த்து, 'டொனேஷன் வாங்க வந்திருக்கீங் களா?' என்று அலட்சியமாகக் கேட்டான். அவன் கேட்ட விதமே, நிச்சயமாக அவரைப் பார்க்க அனுமதிக்க மாட்டான் போலிருந்தது. பார்வையாளர்கள் நோட்டீஸைப் பார்த்து முடித்துவிட்டு ஒருவிதமான அசுவாரஸ்யத்துடன் கண்ணாடி ஷோ கேஸில் வைக்கப்பட்டிருந்த ஷீல்டுகளை வேடிக்கை பார்க்க ஆரம்பித்தனர். இப்போது டெலிபோன் தொடர்பும் கிடைத்திருந்தது. அவன் பேசிக்கொண்டிருந்தான். நோட்டீஸை வாங்கிய அவனுடைய நண்பன், அதைக் கீழே போட்டுவிட்டு, டெலிபோன் இணைப்புக் கிடைத்துவிட்ட உற்சாகத்தில் அவன் பேசுவதையே புன்முறுவலுடன் கேட்டுக்கொண்டிருந்தான்.

வருஷந்தோறும் ராஜகோபாலின் நினைவு தினத்தன்று அவர் அன்னதானம் செய்வார். ராஜகோபால் இறந்துபோய் இருபது வருடங்கள் ஆகின்றன. நல்ல செல்வாக்கோடு இருந்த போதே இறந்துவிட்டார். அவரிடம் நடிப்புத் திறனுடன் தயாள

குணமும் இருந்தது. அதற்குக் காரணம் தமிழ் நாட்டின் தனிப் பண்பு. எல்லா நடிகர்களும் போட்டி போட்டு வாரி வழங்கிப் பேர் வாங்கிக்கொண்டிருந்தபோது இவர் மட்டும் வாரி வழங்காவிட்டால் மார்க்கெட்டே சரிந்துவிடும்போல் இருந்தது.

அவர் இறந்தபோது இறுதி ஊர்வலத்தில் முதல்வர் உட்படப் பல பிரமுகர்கள் நடந்தே வந்தனர். ஒரு பிரதான சாலையின் நடுவே ராஜகோபாலுக்குச் சிலை அமைத்துக் கொடுத்தார் முதல்வர். சினிமா நடிகர்களின் செகரெட்டரி களுக்கு இருந்த சாமர்த்தியம் இவருக்குக் கிடையாது. இதனால் தான் அவரை செகரெட்டரியாக வைத்துக்கொண்டிருந்தாரோ என்னவோ? தாங்கள் அண்டிய இடம் செயலாக இருக்கிற போது இயன்றவரை சேகரித்துக்கொள்வதுதான் செகரெட்டரி களின் வேலை. சாகும் தருவாயில் கே.எஸ். ராஜகோபால் இவரது நிலையைப் பார்த்து வருத்தப்பட்டு அழுதார். 'என்னையே நம்பி இருந்த உனக்கு ஒண்ணுமே செய்யாமே இருந்துட்டேனேடா பாவி! யார் யாருக்கெல்லாமோ கொடுத்தேன், ஒனக்கு ஏதாவது செய்யணும்னு தோணாமேப் போச்சேடா...' என்று குணச்சித்திர நடிகர் அழுததோடு சரி.

'அண்ணா ... மனசைப் போட்டு ஏன் அலட்டிக்கிறீங்க? நீங்க என்னை வேற ஆளா நெனச்சாத்தானே எனக்கு ஏதாவது செய்யணும்னு தோணியிருக்கும்..? ஒங்க வீட்டிலே ஒருத்தனா நடத்தியிருக்கேள். அதுதான் தோணலை! எனக்கு ஒரு குறையும் இல்லே அண்ணா!' என்று நிஜமாகவே நிறைந்த மனத்தோடு தான் சொன்னார்.

கே.எஸ். ராஜகோபால் இருந்தவரைக்கும் அவர் தன் பிறந்த நாளன்று ஏழைகளுக்கு அன்னதானம் செய்துவந்தார். ரொம்ப நொடித்துப்போயிருந்த சமயத்தில்கூடக் கஷ்டப்பட்டு அதை நடத்தி வந்தார். அவர் இறந்தபிறகு அவரது நினைவாக அன்னதானத்தைத் தொடர ராமன் ஆசைப்பட்டார். ராஜகோபால் இறந்த வருஷம் முதலாவது நினைவு நாளன்று அன்னதானம் செய்வதற்காகப் பிரமுகர்களை அணுகியபோது, எல்லோரும் போட்டி போட்டுக்கொண்டு அள்ளிக் கொடுத்தார்கள். மூன்று நாள் கோலாகலமாக விழா நடந்தது. அடுத்த ஆண்டும்கூடப் பரவாயில்லை. ஆனால் மூன்றாம் ஆண்டு வெறும் முந்நூறு ரூபாய்தான் வசூலாயிற்று. பிறகு ஒவ்வொரு வருஷமும் நோட்டீஸ் அடித்து விநியோகித்தது தான் மிச்சம். குணச்சித்திர நடிகரின் புகழ் மங்கிவிட்டதோ என்று எண்ணிக்கொண்டார். இந்த வருஷம் ஒரு ரோஜாப் பூ மாலையாவது சிலைக்குப் போட முடியுமோ என்னவோ?

வெயிலுக்காகத் தலையில் இரண்டாக மடித்துப் போட்டிருந்த துண்டுடன் வீட்டில் நுழைந்த மாமனாரைப் பார்த்தவுடன் மீனா, 'எதுக்கு வீணா இந்த வெயில்லே சுத்தறேள். . ?' என்று விசாரித்துவிட்டு அடுப்பு வேலையைக் கவனிக்கப் போய் விட்டாள். அவள் எப்போதும் அப்படித்தான். முதலில் மேலெழுந்தவாரியாக எண்ணி, நாலே வார்த்தைதான் பேசுவாள். பிறகு தன் வேலையில் மூழ்கிவிடுவாள். சிறிது நேரம் கழித்து, தான் முன்பு விட்ட இடத்திலிருந்து தொடர்ந்து பேசுவாள். மறுபடியும் தன் வேலைகளில் மூழ்கிவிடுவாள். பிறகு சிறிது நேரம் கழித்துப் பேசுவாள். அடுத்து அவள் எப்போது பேசுவாள் என்பதை அனுமானிக்க அவர் முயற்சித்தார்.

நோட்டுப் புஸ்தகம், நோட்டீஸ் கற்றை எல்லாவற்றையும் மேஜைமீது வைத்தார். சட்டையைக் கழற்றி, கே.எஸ். ராஜ கோபாலுடன் அவர் எடுத்துக்கொண்ட போட்டோவுக்குக் கீழே இருந்த ஆணியில் மாட்டினார். மருமகள் இன்னும் பேசாதது அவருக்கு ஆச்சரியமாக இருந்தது.

வாசலில் ஸ்நானப் பொடி விற்கிறவனுடைய குரல் கேட்டது. மீனா பிளாஸ்டிக் டப்பாவை எடுத்துக்கொண்டு போனாள். பொடியை வாங்கிக்கொண்டு அலமாரியில் வைத்த பிறகு, 'நம்மாலே நடத்த முடியலேன்னா எதுக்குச் சிரமப் படணும். . ? விட்டுட வேண்டியதுதானே. . ?' என்று சொல்லி விட்டு அடுக்களைக்குள் புகுந்துவிட்டாள்.

❍

திருடன்

சர்ச் ஆல்ட்டர் சுவரை ஒட்டித் தென்பக்கம் தான் கிணறு இருந்தது. கிணற்றிலிருந்து நாலு எட்டு நடந்தால் ரெவரெண்ட் வீடு. வீட்டுக்குப் பின்னாலேயே வயல்வெளி துவங்கிவிடும்.

பக்கத்தில் படுத்திருந்த மாமியார் விழித்துக் கொண்டுவிடக் கூடாதே என்று, விளக்கைக்கூடப் போடாமல் மங்கலான விடி விளக்கு வெளிச்சத்திலேயே பைபிள் படித்துக்கொண்டிருந்தாள் அமலி. நீதிமொழிகள் முதலாவது அதிகாரத்தில், பத்தொன்பதாவது வசனத்தைப் படித்துக்கொண்டிருந்தாள். அந்த வசனத்தைப் படிக்கும்போது கண் கலங்கி விட்டது. . . 'பொருளாசை உள்ள எல்லாருடைய வழியும் இதுவே; இது தன்னை உடையவர்களின் உயிரை வாங்கும்... ஞானமானது வெளியே நின்று கூப்பிடுகிறது, வீதிகளில் சத்தமிடுகிறது' என்று இருந்தது. அதற்குமேல் படிக்க முடியவில்லை. சொல்ல முடியாத துக்கம் தொண்டையை அடைத்தது. அப்போதுதான் யாரோ கதவைத் தட்டினார்கள்.

'யாரது. . ?' என்று கேட்டாள். கேட்கும் போதே, அது பவுனாகத்தான் இருக்கும் என்று நினைத்தாள். சத்தம் கேட்டு அத்தை புரண்டு படுத்தாள்.

'நாந்தாம்மா பவுனு வந்திருக்கேன்...' என்று எங்கோ ரொம்ப தூரத்திலிருந்து பேசுகிற மாதிரி பவுனுவின் குரல் கேட்டது. குளிருக்காகத் தலையைச்

சுற்றி சேலைத் தலைப்பை முக்காடு போட்டிருந்தாள் பவுனு. பொழுது இன்னும்கூட விடிந்திருக்கவில்லை. எங்கும் லேசான இருட்டுக் கவிந்து கிடந்தது.

'வாரேன். . .' என்று வீட்டுக்குள்ளிருந்து அமலி சொன்னது பவுனுக்குத் தெளிவாகக் கேட்டது. அமலியைப் போலவே, அவளுடைய குரலும் கேட்பதற்கு மிருதுவாக இருந்தது. டிசம்பர் மாதத்து ஊதல் காற்று வீசிக்கொண்டிருந்தது. கதவைத் தட்டும் போது தாழ்ப்பாள்மீது கை பட்டதும் பனிக்கட்டியைத் தொட்ட மாதிரி இருந்தது பவுனுக்கு. சர்ச்சுக்கு முன்னால் இருந்த தெரு விளக்கு வெளிச்சம், வீட்டு வாசல் பக்கமும் லேசாகப் பூசினாற் போலப் பரவியிருந்தது. வாய்க்குள்ளாகவே, 'அடேயப்பா. . ! என்னமா குளிருது. . !' என்று சொல்லிக்கொண்டாள் பவுனு.

அமலி கதவைத் திறந்துகொண்டே, அவிழ்ந்துகிடந்த தலை முடியைக் கொண்டை போட்டுக்கொண்டு நின்றது விடிவிளக்கு வெளிச்சத்தில் மங்கலாகத் தெரிந்தது. பவுனு சிரித்துக்கொண்டே உள்ளே வந்தாள்.

சில்லென்ற வாடைக்காற்று வீட்டினுள் புகுந்தது. மேலச் சுவர் ஓரமாகக் கட்டிலில் படுத்திருந்த அமலியுடைய மாமனார் ஜஸ்டின் தேவ இரக்கம் போர்வையை இழுத்துப் போர்த்துக் கொண்டார். அமலி அவசர அவசரமாக 'கதவைச் சாத்து! மாமா முளிச்சிரப் போறாங்க. . .' என்றாள்.

பவுனு கதவைச் சாத்திவிட்டு அடுப்படிக்குப் போய் சுவிட்சைப் போட்டாள். அடுக்களைக்குள் ஒருவிதமான மசாலா வாடை வீசியது. அங்கணத்துப் பக்கத்தில் சுவரோரமாக இருந்த கிணற்று வாளியையும், அதன் அருகே கீழே விழுந்துகிடந்த தென்னை ஈர்க்கு வாரியலையும் எடுத்தாள். அமலி பித்தளைக் கொப்பரையில் இருந்த தண்ணீரைச் செம்பில் மொண்டு முகத்தைக் கழுவினாள்.

'எம்மா. . ! ஐயாகிட்ட இருந்து காயிதம் வந்துச்சா. . ? கேக்கணும். . . கேக்கணும்னு நெனைச்சிக்கிட்டே இருந்தேன். . . அயத்து மறந்துபோவுது. . .' என்றாள் பவுனு.

'காயிதம்தான? நேத்துதான் வந்தது!' என்று வாயைக் கொப்பளித்துக்கொண்டே சொன்னாள் அமலி.

'நல்ல வேளம்மா. . ! ஏதோ அந்தமட்டுக்கும் அய்யா காயிதம் போட்டாவளே. . . காயிதத்தையே காணலன்னு சொல்லிக்கிட்டு இருந்தீயளே. . .' என்று சொல்லிக்கொண்டே

வாசல் பக்கம் போனாள் பவுனு. அவள் நடக்கும்போது அவள் கையில் தொங்கிய வாளியின் ஆட்டத்தில் அதன் காதுப் பக்கமிருந்து 'கரக் கரக்' என்று சத்தம் கேட்டது. அந்த அதிகாலை அமைதியில் அந்தச் சத்தம் ரொம்பப் பெரிசாகக் கேட்டது. அவள் திரும்பவும் கதவைச் சாத்தாமல் திறந்து போட்டுவிட்டுப் போய்விடுவாளோ என்று அமலி பயந்தாள். அவள் போவதையே பார்த்துக்கொண்டிருந்தாள்; பவுனு ஞாபகமாகக் கதவைச் சாத்திவிட்டுப் போனது அவளுக்கு நிம்மதியாக இருந்தது.

அதற்குள் சத்தம் கேட்டு அமலியுடைய அத்தை விழித்துக்கொண்டாள். 'யாரு. . ? பவுனு வாசத் தொளிக்க வந்துட்டாளா. . ?' என்று மெதுவாகக் கேட்டாள்.

'ஆமா அத்தை! பவுனுதான் வந்தா!' என்றாள் அமலி.

பவுனு கிணற்றுப் பக்கம் போகும்போது பெரிய பெருச்சாளி ஒன்று குறுக்கே ஓடியது. பயத்தில் கிணற்று வாளியையும் வாரியலையும் கீழே போட்டுவிட்டு, சர்ச் சுவர் ஓரமாகப் போய் ஒண்டிக்கொண்டாள். உடம்பு நடுங்கியது. காலடியில் உடைந்த ஓட்டுத் துண்டுகள் தட்டுப்பட்டன. 'என்னது ஓடெல்லாம் ஒடைஞ்சு கெடக்கே. . .' என்று முணுமுணுத்தாள். பிறகு கீழே கிடந்த வாளியையும் வாரியலையும் எடுத்தாள். வாரியலை வாசல் நடை கல்லின்மீது சாற்றி வைத்துவிட்டுக் கிணற்றடிக்குப் போனாள். வாளிக் கயிற்றைப் பிடித்துக்கொண்டு வாளியை மெதுவாகக் கிணற்றினுள் இறக்கினாள்.

அப்போதுதான், எங்கிருந்தோ யாரோ பேசுகிற மாதிரி இருந்தது. சுற்றுமுற்றும் பார்த்தாள். யாருமில்லை; வாளியை மேலே தூக்கும்போது, முன்பைவிட பலமாக, 'என்னைத் தூக்கி விடுங்கையா. . ! என்னைத் தூக்கி விடுங்கையா. . !' என்ற சத்தம் கேட்டது. சந்தேகமே இல்லை; கிணற்றுக்குள்ளிருந்துதான் சத்தம் வந்தது. அவளுக்கு நெஞ்சு அடைக்கிற மாதிரி இருந்தது. தண்ணீர் நிரம்பிய வாளியை வேகமாக மேலே இழுத்தாள். கால்கள் நடுங்கின. அப்படியே அதைக் கிணற்றடியில் வைத்தாள்.

மறுபடியும் கிணற்றுக்குள்ளிருந்து, 'ஐயா! என்னை மேலே ஏத்திவிட மாட்டீங்களா. . ?' என்று ஈனஸ்வரத்தில் முனங்கும் குரல் கேட்டது. எந்தத் திசையில் ஓடுகிறோம் என்று தெரியாமலே ஓடினாள். சர்ச்சுக்கு முன்னால் போய் நின்றுகொண்டு கத்த ஆரம்பித்தாள்.

ஊரே ரொம்பச் சின்னதுதான். சர்ச்சுக்கு எதிரே வரிசை யாக அடுக்கிவைத்தது மாதிரி நீளவாக்கில் மூன்று சின்னத்

தெருக்கள் இருந்தன. அவ்வளவுதான் ஊர். பவுனு போட்ட சத்தம் ஊர் பூராவும் கேட்டது. கொஞ்ச நேரத்துக்குள் சர்ச் கிணற்றடியில் கூட்டம் திரண்டுவிட்டது. கயிற்றைக் கட்டி இறங்கிக் கிணற்றுக்குள் விழுந்துகிடந்தவனைத் தூக்க ஏற்பாடு செய்து கொண்டிருந்தார்கள்.

இந்தக் களேபரத்தில் அமலியை அவளுடைய அத்தை வெளியிலேயே விடவில்லை. இத்தனைக்கும் அவர்கள் வீட்டு முற்றத்தில்தான் அவ்வளவும் நடந்துகொண்டிருக்கிறது. அமலியுடைய அத்தை வெளியே விடாததற்குக் காரணம் இருந்தது. கல்யாணமாகி ஆறு வருஷத்துக்குப்பிறகு இப்போதுதான் அவள் உண்டாகியிருக்கிறாள். இந்தச் சமயத்தில் அவள் வெளியே போய்ப் பயந்து, ஒன்று கிடக்க ஒன்று ஆகிவிட்டால் என்ன செய்வது என்றுதான், அவளை நடையை விட்டுக் கீழே இறங்கச் சம்மதிக்கவில்லை. ஆனாலும் அமலி அவ்வப்போது ஜன்னல் வழியே எட்டிப் பார்த்துக்கொண்டுதான் இருந்தாள். எப்படியோ ஒருவழியாக அவனை மேலே தூக்கிவிட்டார்கள். காக்கிச்சட்டை போட்டிருந்தான். வேட்டி, சட்டையெல்லாம் நனைந்துபோய், குளிரில் நடுங்கிக்கொண்டிருந்தான். அவனால் பேசக்கூட முடியவில்லை. அவன் திருட வந்தவன் என்பதை கீழே விழுந்து நொறுங்கிக்கிடந்த ஓடுகள் காட்டிக் கொடுத்துவிட்டன. சர்ச்சில் திருட வந்தவன் என்று தெரிந்தபிறகு சும்மா விடுவார்களா? இரண்டு கைகளையும் பின்பக்கமாக மடித்துக் கட்டிவிட்டார்கள். ரெவரெண்ட் ஜஸ்டின் தேவ இரக்கம், அவனை அடிக்கவேண்டாம் என்று எவ்வளவோ சொல்லிப் பார்த்தார். அவர் பேச்சை யாரும் கேட்கவில்லை. அடியைத் தாங்க முடியாமல் அழுது கதறும் அவனைப் பார்க்க, அமலிக்கு ரொம்பப் பாவமாக இருந்தது. கூடி நின்றுகொண்டிருந்த ஆட்களுக்கு நடுவே அவனுடைய முகம் லேசாகத் தெரிந்தது. அவள் அண்ணனுடைய ஜாடை அவனிடம் கொஞ்சம் இருந்தது. மூக்கிலிருந்து ரத்தம் ஒழுகிக் கொண்டிருந்தது. கீழுதடு அடியில் விரிசல் கண்டிருந்தது.

அவனை ஆசை தீர அடித்த பிற்பாடு, சர்ச்சுக்குப் பின்னால் இருந்த சிறு அறையில் கொண்டுபோய்த் தள்ளினார்கள். அந்த அறையில் பழைய மரச் சாமான்களைப் போட்டுவைத்திருந்தது. பிடித்துத் தள்ளும்போது, ‘அய்யா குடிக்கறதுக்குச் சூடா ஏதாவது இருந்தாக் குடுங்கையா. . . ரொம்பக் குளுருது. . .’ என்று அழுதுகொண்டே கேட்டான்.

‘திருட வந்த பயலுக்குச் சூடா வேற கேக்குதாக்கும். . .’ என்று கேட்டுக்கொண்டே இரண்டு பேர் அவனை எட்டி உதைத்தார்கள். இருட்டுக்குள் எங்கே போய்த் தடுமாறி

விழுந்தானோ தெரியவில்லை. பிறகு அந்த அறைக்கதவை இழுத்துச் சாத்தி, நாதாங்கியைப் போட்டு, பூட்டுக்குப் பதிலாகப் பழைய இரும்புக் கரண்டியைச் சொருகி வைத்தார்கள். ரெவரெண்டும் இன்னும் இரண்டு பேரும் சைக்கிளை எடுத்துக் கொண்டு பக்கத்து ஊரில் இருந்த கிராம முன்சீப்பிடம் தாக்கல் சொல்லப் புறப்பட்டுப் போய்விட்டார்கள்.

அந்த அறை வாசலில் நின்று, சிறிது நேரம் ஊர்க்காரர்கள் ஆளுக்கு ஒருவிதமாகப் பேசிக்கொண்டிருந்தார்கள். பொழுது விடிந்து, இப்போது வெகுநேரம் ஆகிவிட்டிருந்தது. ஆண்கள் வேலைக்குப் போக வேண்டியிருந்தது. பெண்களும்கூட வீட்டு வேலையைப் பார்க்கப் போய்விட்டார்கள். சின்னப் பிள்ளைகள் மட்டும் அந்த அறைக் கதவிடுக்கின் வழியே உற்றுப் பார்த்தார்கள்; ஒன்றும் தெரியவில்லை. வலியால் அவன் முனங்குகிற சத்தம் மட்டும் கேட்டது. கொஞ்ச நேரத்தில் அவர்களுக்கும் சுவாரஸ்யம் குறைந்துபோயிற்று. பள்ளிக்கூடத்தில் மணிவேறு அடித்து விட்டது. வீட்டுப் பெரியவர்கள் வந்து அவர்களைச் சத்தம் போட்டுக் கூட்டிக்கொண்டு போய்விட்டார்கள்.

ஏற்கெனவே இரவு பூராவும் கிணற்றுக்குள் தண்ணீரில் கிடந்து குளிரில் விறைத்துப்போயிருந்தான். இப்போது அடிபட்ட இடமெல்லாம் வேறு வலித்தது. கூட்டத்தில் யாரோ ஒருவன் அவன் தலையைச் சர்ச் சுவரில் பலமாக மோதி விட்டான். அந்த இடம் வீங்கிப் புடைத்திருக்கும் போல. நல்ல வேளையாக மண்டை உடையவில்லை. அங்கே கொஞ்சம் அழுத்தித் தடவினால் இதமாக இருக்கும் போலிருந்தது. ஆனால் கைகளைத்தான் பின்னால் கட்டியிருந்தார்களே. உதட்டிலிருந்து பட்ட ரத்தமா அல்லது மூக்கிலிருந்து வழிந்ததா என்று தெரிய வில்லை. நாக்கில் ரத்தம் பட்டு உப்புக் கரித்தது. அறைக்குள் வௌவால் புழுக்கையின் நாற்றம் சகிக்கவில்லை. இந்த மாதிரி அறையில் பாம்புகள்கூட இருக்கலாம். கொஞ்சம் ஜாக்கிரதையாக ஓட்டின்மேல் ஏறியிருந்தால் கிணற்றுக்குள் வழுக்கி விழ வேண்டியிருந்திருக்காது. அதுவும் ஏற வழி இல்லாத கிணற்றில் அல்லவா விழுந்து கிடக்கும்படி ஆகிவிட்டது. இனிமேல் தப்ப முடியாது. மறுபடியும் ஜெயிலுக்குப் போகவேண்டியதுதான். பொஞ்சாதியையும், பிள்ளைகளையும் பார்க்கப் பல மாதங்கள் ஆகலாம். 'கடவுளே!' என்று அழுதான்.

'அமலி..! கதவைச் சாத்திக்கிட்டு உள்ளே இரு..! ரோட்டுக் கடையில் போயி ஏதாவது காய்கறி இருக்கான்னு பாத்துட்டு வாரேன்...' என்று அமலியின் மாமியார் அவளை எச்சரித்து விட்டுப் புறப்பட்டாள்.

அவள் போன சிறிது நேரத்தில் அமலி மெதுவாக வீட்டை விட்டு வெளியே வந்தாள். அக்கம்பக்கத்தில் ஆள் நடமாட்டம் இல்லை. எங்கோ ஆடுகள் கத்துகிற சத்தம் மட்டும் கேட்டது. விடிந்து இவ்வளவு நேரமாகியும்கூட இன்னும் குளிர்ந்த காற்று வீசிக்கொண்டிருந்தது.

அந்த அறைப்பக்கம் போய், கதவு நாதாங்கியில் சொருகி யிருந்த இரும்புக் கம்பியை எடுத்தாள். உள்ளே ஒரே இருட்டாகக் கிடந்தது. மறுபடியும் அவசரமாக வீட்டுக்குப் போனாள். மாமாவுடைய மேஜையில் இருந்த பேட்டரி லைட்டை எடுத்தாள். ஜஸ்டின் தேவ இரக்கம் எப்போதும் பேட்டரிக் கட்டைகளைத் தனியே கழற்றித்தான் வைத்திருப்பார்; அவற்றை டார்ச்சினுள் போட்டு மூடினாள்; அடுப்படியில் மூடி வைத்திருந்த காபி தம்ளரை எடுத்துக்கொண்டு போனாள்.

முகத்தில் வெளிச்சம் பட்டதும் அவன் மிரள மிரள விழித்தான். காப்பி தம்ளரைப் பக்கத்தில் வைத்துவிட்டு அவன் கட்டுகளை அவிழ்த்துவிட்டாள்.

'உன்னால் எழுந்து நடக்க முடியுமா. . ?' என்று கேட்டாள். மெதுவாக, 'முடியும். . .' என்று சொன்னான். அவனுக்கு ஒன்றுமே புரியவில்லை .

'இந்தா... காப்பியக் குடி.. ! குடிச்சிட்டு வயக்காட்டு வழியா ஓடிப்போயிரு. . . ஆட்கள் வாரதுக்குள்ள ஓடிரு. . !' என்றாள்.

காப்பியைக் குடித்துவிட்டு அவன் தம்ளரைத் தந்ததும், 'கொஞ்சம் இரு. . ! யாராவது வாராங்களான்னு பாத்துட்டு வாரேன். . !' என்று சொல்லிவிட்டு, சர்ச் வாசல் பக்கம் போய் நின்று பார்த்தாள். அவிழ்த்துக்கிடந்த இரண்டொரு வண்டி களையும் தெருவோரத்தில் மேய்ந்துகொண்டிருந்த கோழி களையும் தவிர தெருவில் அரவமே இல்லை. எந்த வீட்டிலோ உரலில் இடிக்கிற சத்தம் கேட்டது.

அவள் திரும்பி வந்தபோது அவன் கதவோரமாகச் சாய்ந்து துவண்டு நின்றுகொண்டிருந்தான். கிழிந்துபோயிருந்த சட்டையைக் கழற்றி கையில் சுருட்டி வைத்திருந்தான். அவனைப் பற்றி அவள் எதுவுமே கேட்காதது அவனுக்கு ஆச்சரியமாக இருந்தது. அவள் பேரில் அவனுக்குப் பெரிய மரியாதை ஏற்பட்டது.

அவனைப் பார்த்து, 'சீக்கிரமாப் போயிரு. . ! ஆட்கள் யாரும் இல்லை. . . போயிரு. . . போயிரு. . .' என்று அவசரத்தோடு சொன்னாள். அவன் அவளைக் கையெடுத்துக் கும்பிட்டான். 'நீங்க நல்லா இருக்கணும்...' என்று கலங்கிய கண்களோடு சொன்னான்.

'சரி..! சரி..! நீ போயிரு...! யாராவது வந்திரப்போறாங்க...' என்று அவனை மறுபடியும் அவசரப்படுத்தினாள். அவனிடம் அவள் நன்றி எதையும் எதிர்பார்க்கவில்லை என்பது அவளுடைய குரலிலேயே தெரிந்தது. அவன்பேரில் அவள் காட்டிய இரக்கத்தை நினைத்ததும் அவனுக்குத் தொண்டை அடைத்தது.

தட்டுத் தடுமாறி நடந்து போய் வயல் வரப்புகளுக்குள் இறங்கினான். தலைக்கு மேலே கொக்கு ஒன்று சத்தம் போட்டுக் கொண்டே பறந்து போயிற்று.

புதிய பார்வை, 1993

பெண்ணின் தலையும் பாம்பின் உடலும்

பாவா அவளைக் கூட்டிக்கொண்டு போக வந்தபோது மத்தியானம் ஆகியிருந்தது. மணி இரண்டுகூட இருக்கும். இந்த நேரத்துக்கு ஊருக்குள் வருகிற பஸ் கிடையாது. சிவந்திபுரம் வந்து அங்கே யிருந்து நடந்துதான் அவர் வந்திருக்கவேண்டும். தோளில் போட்டிருந்த துண்டை எடுத்து முகத்தைத் துடைத்துக்கொண்டே சாணம் போட்டு மெழுகி யிருந்த திண்ணையில் உட்கார்ந்தார். வழுக்கை விழுந்திருந்த தலையில் ஒத்தி எடுத்தார். அனேகமாக முடிகள் உதிர்ந்துபோயிருந்தன. இரண்டு காது மடல்களுக்கும் பின்னால் தலையைச் சுற்றி அரைவட்டமாக நரைமுடிகள் மட்டும் கொஞ்சம் தலையில் ஒட்டிக்கொண்டிருந்தது மாதிரி இருந்தது.

எதிர்த்த வண்டிக்காரர் வீட்டுக் கூரைமேல் வெருகுப் பூனை ஒன்று மெல்ல நடந்துபோய்க் கொண்டிருந்தது. வெள்ளையும் பழுப்பு முடிகளும் கலந்த அதன் திரேகத்தை வெயிலில் பார்க்க ரொம்ப அழகாக இருந்தது.

அவர் வந்ததுமே, ஸ்டால் வேலைக்குக் கூட்டிக்கொண்டு போகத்தான் வந்திருக்கிறார் என்பது தங்கத்துக்கும் பச்சைக்கும் தெரிந்து போயிற்று. அவரை 'வாங்க' என்று கேட்டுவிட்டுத் தொடர்ந்து அரிசி புடைத்துக்கொண்டிருந்தாள் தங்கம். பச்சை அப்போதுதான் மேலத் தோட்டத்து பம்ப் செட்டில் குளித்துவிட்டு வந்து தாவணி மாற்றிக் கொண்டிருந்தாள். மருந்து வரவில்லை என்று இரண்டுநாளாக அவள் தீப்பெட்டி ஆபீசுக்கே போகவில்லை.

தண்ணீர் கேட்டு வாங்கிக் குடித்துவிட்டு, பெரிய விருந்து சாப்பிட்டவர் மாதிரி நீளமாக ஏப்பம்விட்டார். தலையைக் கொண்டை போட்டுக்கொண்டே அவர் எதிரே உட்கார்ந்தாள் பச்சை. அவருடைய கண்கள் குழிவிழுந்து போயிருந்தன. போன தடவை வந்திருந்தபோது இருந்ததைவிட இப்போது ரொம்ப மெலிந்துபோயிருந்தார். அவர் மேலே போட்டிருந்த மஞ்சள் ஜிப்பாவைக் கழற்றினால் உள்ளே எலும்புக் கூடுதான் இருக்கும் போல.

'நல்ல மத்தியான வெயில்ல வந்திருக்கேளே . . .' என்றாள் தங்கம்.

'ஆமா . . . சோலி இருக்கும்போது வெயிலப் பாத்தா முடியுமா!' என்று சொல்லிவிட்டு, எதிரே இருந்த பச்சையைப் பார்த்து, 'என்ன, ஒனக்கு இன்னைக்கு வேலை இல்லியா?' என்று கேட்டார்.

'மருந்து இல்லன்னு லீவு விட்டுட்டாங்க . . .' என்றாள் பச்சை.

'ஒன் வெசயமாத்தான் வந்தேன் . . .' என்று சொல்லிவிட்டுத் தெருப்பக்கம் கண்களை இடுக்கிக்கொண்டு பார்த்தார். 'இந்தக் கனிப்பெயல சுருட்டு வேண்டிட்டு வர அனுப்பினேன் . . . ஆளக் காணயில்லய?' என்று சலிப்புடன் சொன்னார். கனியும் அவருடன் வந்திருக்கிறான் என்றால் ஸ்டாலுக்குக் கூப்பிடத்தான் வந்திருக்கிறார் என்பது நிச்சயமாகிவிட்டது. முகத்துக்குள் சுற்றிச் சுற்றி வந்த கொசுவை விரட்டிக்கொண்டே தங்கம், 'என்ன ஸ்டால் போடப் போறேளா?' என்று கேட்டே விட்டாள். அவளுக்கு எதிரே தரையில் சிந்திக்கிடந்த குருணையை ஒரு குருவி பயந்து பயந்து கொத்திக்கொண்டிருந்தது.

'மாதா கோயில்ல கொடி ஏறியாச்சு! நாளைச் செண்டு திருவிழா ஆரம்பிக்குது. அதுக்குத்தான் பச்சையைக் கூட்டிக்கிட்டுப் போலாம்னு வந்தேன். திருவிழாவுக்கு ஸ்டால் போடலாமுன்னு பாக்கேன்!' என்று சொல்லிவிட்டு, வீட்டினுள் திரும்பி அரைகுறை வெளிச்சத்தில் தெரிந்த தங்கத்தின் முகத்தையே பார்த்தார் பாவா.

'அவ இப்பம் தீப்பெட்டி ஆபீசுக்குப் போயிக்கிட்டு இருக்காளே . . . நேத்தும் இன்னைக்கியும் தான் மருந்தோ என்னம்போ வரலைன்னு வூட்டுல இருக்கா . . . அவள எப்பிடி அனுப்பட்டும்?' என்று சடைத்துக்கொண்டாள்.

'ஒரு பத்தே பத்துநாப் பாடு! தெனசரி சாப்பாடு போவ பதினஞ்சு ரூபா சம்பளம் தந்திருதேன்!'

'அவ போன தடவயே வரலன்னு சொன்னாளே . . . மருகி மருகிக் கூப்பிடுதேளேன்னுதான் அனுப்பிச்சுவச்சேன்.

போயிட்டு வந்தம் பொறவு புள்ள வருத்தப்பட்டாள். ஸ்டாலுக்கு வெளயாட வார ஆட்கள் ரொம்பக் கேலி பண்ணுதாவன்னு சொல்லி அழுதா...' என்று ஆற்றாமைப்பட்டாள் தங்கம்.

'வேணும்னே மேல வளையத்தைப் போடுதாங்க... அந்த மாதிரி எடத்துக்குத் திரும்ப வர முடியுமா பாவா?' என்றாள் எதிரே உட்கார்ந்திருந்த பச்சை.

'இந்தத் தடவ வளையம் போடுத ஸ்டால் இல்ல... பாம்பு ஸ்டால் போடப் போறேன். கண்ணாடிக் கூண்டுக்குள்ள இருக்க வேண்டியதுதான்...' என்று சமாதானம் சொன்னார். ஒரேயடியாகத் தாயும் மகளும் முடியாது என்று சொல்லிவிடுவார்களோ என்று அவருக்குப் பயமாக இருந்தது.

'மனுசத் தலையும் பாம்பு ஒடம்பும்தான? இப்பம் அத எல்லாம் யாரு பாக்க வாரா? போன வருசம் பொருக்காச்சியில் அந்த ஸ்டால்தான் போட்டோம்... வசூலே ஆகலையே! நீங்கள்லா கையை வுட்டுக் காசு தரவேண்டியிருந்திச்சு...' என்றாள் பச்சை.

'இல்லை தாயி! இது கெராமாந்தரமான எடம்... அதனால சனங்க வந்து பாக்கும்ங்க... நீ எதுக்கு அதப்பத்திக் கவலைப்படுத? நாம் பாத்துக்கிடுதேன்...' என்றார் பாவா.

அதற்குள் கனி சுருட்டு வாங்கிக்கொண்டு வந்துவிட்டான். அவனைப் பார்த்ததும் 'கனியும் ஸ்டாலுக்கு வாரானா?' என்று வாசலருகே வந்து நின்று கேட்டாள் தங்கம். அவள் கேட்டவிதம் பச்சையை அனுப்பிவைக்கச் சம்மதித்து விடுவாள்போல் இருந்தது.

'பின்னே? அதான அவெனக் கூட்டிக்கிட்டு வந்திருக்கேன்... அவென் அப்பங்கிட்ட சொல்லிக் கூட்டிக்கிட்டுதானே நேரே இங்க வாரேன்...' என்று சற்று நம்பிக்கையுடன் சொன்னார்.

வெகுநேரம் மன்றாடியபிறகு, இதுதான் கடைசித் தடவை என்று சொல்லி, தங்கம் பச்சையை அவருடன் அனுப்பி வைத்தாள். மூணுபேரும் புறப்பட்டுப் போகும்போது சாயந்திரம் ஆகிவிட்டது.

'**வா**ங்க சார் வாங்க... வாங்கம்மா வாங்க. காண்பதற்கு அரிய காட்சியைக் காண வாருங்கள். பெண்ணின் தலையைக் கொண்ட பாம்பை எங்காவது பார்த்திருக்கிறீர்களா? அந்த அதிசயத்தை இங்கே இப்போதே பாருங்கள். ஐம்பதே பைசா செலவில் அந்த அதிசயத்தைப் பார்க்க வேண்டாமா நீங்கள்? அழகான பெண்ணின் தலையைக் கொண்ட பாம்பின் உடம்பு... இந்த இருபதாம் நூற்றாண்டின் இணையற்ற அதிசயம். இந்த அதிசயத்தை அதிகச் செலவில்லாமல் வெறும்

ஐம்பதே ஐம்பது பைசா செலவில் காண விரைந்து வாருங்கள். சினிமா நடிகை கவர்ச்சிக் கன்னி காஞ்சனா தேவி பார்த்துப் பாராட்டிய இந்த அதிசயத்தைக் குடும்பத்தோடு நீங்கள் பார்க்க வேண்டாமா! ஐயாமாரே, அம்மாமாரே, சகோதர சகோதரிகளே! ஐம்பதே ஐம்பது பைசா செலவழிக்க மாட்டீங்களா? பெண்ணின் தலை பாம்பின் உடம்பு...'

என்னவெல்லாமோ சொல்லி மெகா போனில் அழைத்துக் கொண்டிருந்தான் கனி. ஆனால் ஸ்டாலுக்கு எதிரே, அவன் வயதை ஒத்த பையன்கள்தான், மேலே கட்டியிருந்த துணி பேனரை வேடிக்கை பார்த்துக்கொண்டிருந்தார்கள். பெரிய ஆட்கள் பேனரைப் பார்த்ததுமே கிண்டல் செய்துகொண்டு போனார்கள். பச்சை அக்கா சொன்னது சரியாகத்தான் போயிற்று. ஆனால் பாவா, கனி விளம்பரம் சொல்லுகிற விதம்தான் சரியில்லை என்று நினைத்தார். 'டேய்! சனங்களைப் பார்த்துச் சொல்லுடா... மேல மானத்தைப் பார்த்துச் சொன்னா யாருக்குடா கேக்கும்?' என்று அடிக்கடி அவனுக்கு ஞாபகப்படுத்திக்கொண்டிருந்தார். அது அவனுக்கு ரொம்ப எரிச்சலாக இருந்தது. 'நீரு சொல்லித்தான் தெரியணுமாக்கும்' என்று அவன் முணுமுணுத்தது மெகா போனில்கூட லேசாகக் கேட்டது.

மத்தியானம் மூணு மணிக்கு ஆரம்பித்தது. அவனும் இத்தனை நேரமாக மூச்சுவிடாமல் கத்திக்கொண்டுதான் இருக்கிறான். யாரோ இரண்டு பட்டிக்காட்டு ஆட்கள் ஒரு ரூபாய் கொடுத்துப் பார்த்துவிட்டுப் போனதோடு சரி.

அவன் இன்னும் ஒரு சாயாகூடக் குடிக்கவில்லை. முதல் இரண்டுமூன்று நாட்கள் சாயந்திரம் நாலரை மணியானால், அவனைச் சாயாக் கடைக்குப் போய் ஒரு சாயா வாங்கிச் சாப்பிட்டுவிட்டு, பாட்டிலில் அவருக்கும் உள்ளே கண்ணாடிக் கூண்டுக்குள் இருக்கிற பச்சைக்கும் சேர்த்துச் சாயா வாங்கிவரச் சொல்லுவார். இப்போது இரண்டு நாட்களாக அவரே ஸ்டாலுக்குப் பின்னால் ஸ்டவ்வைப் பற்ற வைத்து, பால் விடாத சாயா போட்டுத் தந்துவிடுகிறார். வரவர சாப்பாடுகூட ரொம்ப மோசமாகிவிட்டது. ஸ்டால் போட்ட அன்றைக்கும் மறுநாளும் கருவாட்டுக் குழம்பு வைத்ததோடு சரி. பிறகெல்லாம் மூணு நேரமும் வெறும் சோறும் மிளகாயும்தான். அவரைப் பார்த்தாலும் பாவமாகத்தான் இருக்கிறது. இந்த வருஷம் திருவிழாவில் வசூலே இல்லை. அவனுக்கும் பச்சைக்கும் பேசினபடி சம்பளத்தையாவது ஊருக்குப் போகும்போது தருவாரோ என்னவோ?

இன்று ஆறாம் திருவிழா. இந்த ஆறுநாளில் ஐம்பது ரூபாய்கூட வசூல் ஆகவில்லை. ஜனங்கள் ரொம்பப் படித்து விட்டார்கள்போல. எளிதில் ஏமாறத் தயாராயில்லை.

கேளிக்கையாக இருந்தாலும், கொடுக்கிற காசுக்குத் தகுமா என்று பார்க்கிறார்கள். காசைக் கணக்குப் பார்த்துச் செலவு பண்ணத் தெரிந்துகொண்டுவிட்டார்கள். பெறுமதி இல்லாத கேளிக்கைக்கோ விநோதத்துக்கோ யாரும் காசை அவிழ்க்கத் தயாராக இல்லை.

தவிர, இப்போதெல்லாம் திருவிழாவுக்குத் திருவிழா மரணக்கிணறு விளையாட்டுக்காரர்களும் மிருகக்காட்சிச் சாலைக்காரர்களும் தவறாமல் வந்துவிடுகிறார்கள். இதெல்லாம் போதாது என்று ராட்சஸ ராட்டினம் வேறு சுற்றுகிறது. போன வருஷமாவது கையில்லாத கண்ணம்மா சிலேட்டில் காலால் எழுதுவதையும், காலால் ஊசியில் நூல் கோக்கிறதையும், ஸ்டவ் பற்றவைப்பதையும் பார்க்கக் கூட்டம் வந்தது. இந்த வருஷம் அங்கேயும் கூட்டமில்லை என்று அந்த ஸ்டாலைக் குத்தகைக்கு எடுத்திருக்கிற செவல்காரர் சொல்லிக்கொண் டிருந்தார். பாவம், கையில்லாத பெண் இவ்வளவு வேலையை யும் கஷ்டப்பட்டுச் செய்கிறதே என்ற இரக்கம்கூட ஜனங்களுக்கு இல்லாமல் போய்விட்டது.

கனி, மெகாபோனில் கூப்பிடுகிறது போதாதென்று, பாவாவும் போகிற வருகிறவர்களையெல்லாம் கூப்பிட்டுக் கொண்டிருந்தார். கனி, தன் வேலையில் ரொம்பக் கவனமாக இருந்தான். இப்போது தன் விளம்பரத்தில், சூப்பர் ஸ்டார் சுரேஷ்காந்த் ரசித்துப் பாராட்டிய பெண்ணின் தலையைக் கொண்ட விநோதப் பாம்பைக் காணக் குடும்பத்தோடு வாருங்கள் என்று அழைத்துக்கொண்டிருந்தான். தன் குரலைக் கூட ஒரு பிரபலமான அரசியல் தலைவருடையதைப்போல மாற்றிக் கொண்டிருந்தான். ஒரு வெறியுடன் வயிற்றை எக்கி எக்கிக் கத்திப் பேசிக்கொண்டிருந்தான்.

பாவாவுக்குக்கூட அவனுடைய சாதுர்யமான பேச்சு திருப்தியாக இருந்தது. என்ன இருந்தாலும் அவர் முதலாளி அல்லவா? அவ்வளவு லேசில் தன் திருப்தியைக் காட்டிவிட முடியுமா என்ன?

‘லே மக்கா! கூட்டத்தைப் பார்த்துச் சொல்லு மக்கா...’ என்று அவனை விரட்டிக்கொண்டிருந்தார்.

தலை துண்டிக்கப்பட்டுப் பதப்படுத்தப்பட்ட மலைப் பாம்பின் உடலோடு பொருந்தியிருக்கும்படியாய், தன் தலையை மணிக்கணக்கில் ஆடாமல் அசையாமல் வைத்திருப்பது பச்சைக்கு அலுத்துவிட்டது. அதுவும் அவள் முகத்துக்குப் போட்டிருந்த மட்டமான மேக்கப்பவுடர் கலவை காய்ந்து போய் இறுகக் கவ்விப்பிடிப்பதுபோல் இருந்தது. யாராவது ஆட்கள் வந்து போய்க்கொண்டிருந்தாலாவது நேரம் போகும். எவ்வளவு நேரம்தான் கண்ணாடிக் கூண்டுக்குள் தலையை

வைத்துக்கொண்டு வெறித்துப் பார்த்துக்கொண்டிருப்பது? எப்போதாவது காற்றில் தூக்கிக்கொள்ளும் டெண்ட் துணிக்குக் கீழே, வெளியே போய்க்கொண்டிருக்கிறவர்களின் கால்கள் மட்டும் தெரியும். மரணக் கிணற்றில் கூட்டம் சேர்ப்பதற்காகப் போடும் சினிமாப் பாட்டுகளைக்கூடக் கேட்டுக் கேட்டு அலுத்து விட்டது. அதே பாடல்களைத்தான், அதுவும் அதே வரிசையில் தான் திரும்பத் திரும்பப் போடுகிறார்கள். வந்த இரண்டாவது நாளிலேயே வசூல் ஆகாது என்று தெரிந்துபோயிற்று. ஊருக்குப் போகணும் என்று எத்தனையோ தடவை சொல்லிப் பார்த்து விட்டாள். 'ஆறாம் திருவிழா தங்கச் சப்பரம் வரும். ரொம்பக் கூட்டம் வரும்' என்று சொல்லித் தடுத்துவிட்டார். இன்று ஆறாம் திருவிழாதான். ஆனால் இவ்வளவு நேரமாகியும் ஒரு ரூபாய்க்குத்தான் டிக்கெட் விற்றிருக்கிறது. இப்படி வந்து மாட்டிக் கொண்டு விட்டோமே. கண்ணாடிக் கூண்டுக்குள் கீழே, அவள் இருப்பதற்காகத் தோண்டியிருந்த பள்ளம் ரொம்பச் சிறியது. அதில் உடம்பை நுழைத்து மண்டி போட்டுக் கூனிக்குறுகி உட்கார்ந்து உடம்பெல்லாம் வலித்தது. பதினைந்து ரூபாய் சம்பளத்துக்குப் போய் என்ன பாடுபடவேண்டியிருக்கிறது.

பாவா, எப்போதும் ஸ்டாலுக்கு முன்பக்கம்தான் படுப்பார். படுக்கிறதுக்காக மடக்குக் கட்டில் ஒன்று கொண்டு வந்திருந்தார். பச்சையும் கனியும் ஸ்டாலுக்கு உள்ளே கண்ணாடிக் கூண்டுக்குப் பக்கத்தில் சாக்கை விரித்துப் படுத்துக் கொள்வார்கள். அவர்களோடு தலை துண்டிக்கப்பட்ட மலைப் பாம்பின் உடல், வளைந்து நெளிந்து கண்ணாடிக் கூண்டுக்குள் பார்க்கக் கோரமாகக் கிடக்கும்.

வழக்கம்போல அன்று இரவு பத்துமணிக்கும்மேல் மூன்று பேரும், மத்தியானம் பொங்கித் தண்ணீர்விட்டுவைத்திருந்த பழைய சோற்றைத் தின்றுவிட்டுப் படுத்துக்கொண்டார்கள்.

மறுநாள் காலையில் பாவா எழுந்தபோது, கண்ணாடிக் கூண்டுக்குள் தலையை இழந்த, பதப்படுத்தப்பட்ட மலைப்பாம்பு மட்டும் வளைந்து நெளிந்து கிடந்தது. பச்சையையும் கனியையும் காணவில்லை. வெளியே தேடிப்பார்த்தார். நேரம் ஆக ஆக அவர்கள் ஓடிப் போய்விட்டார்கள் என்பது உறுதியாகிவிட்டது. பாவாவுக்கு அழுகை வந்தது.

இந்தியா டுடே இலக்கிய ஆண்டு மலர், 1993–94

விடுதலை

கோபால்பிள்ளை தூர ஒதுங்கி நின்று கொண்டிருந்தார். எப்போதும் போல, கிட்டுதான் கடையைப் பூட்டிக்கொண்டிருந்தான். பெரிய முதலாளி படியை விட்டுக் கீழே இறங்கி நின்று, கிட்டு பூட்டுவதை மேற்பார்வையிட்டுக்கொண்டிருந்தார். அவருக்குப் பக்கத்தில் ஐயப்பனும் துரைராஜும் நின்றுகொண்டிருந்தார்கள். ஒருநாளும் இல்லாத திருநாளாக இன்று சின்ன முதலாளிகூட கடை பூட்டுகிறவரை இருந்தார். பொதுவாகச் சின்ன முதலாளி எட்டரை ஒன்பதுக்கெல்லாம் வீட்டுக்குப் புறப்பட்டுவிடுவார். கணக்கெல்லாம் முடித்துக் கடையைப் பூட்டும்போது எப்படியும் பத்தரை ஆகிவிடும்.

பெரியவரைவிடச் சின்னவர் கொஞ்சம் நல்ல மாதிரி. யாரையும் கடிந்து பேசி அறியாதவர். அதனால் கடைச் சிப்பந்திகளிடம் அவருக்கு நல்ல பேர். முதலாளியிடம் பேச்சு வாங்கியதை நினைத்துக் கோபால்பிள்ளைக்கு அழுகை முட்டிக்கொண்டு வந்தது. தோளில் கிடந்த குற்றாலத் துண்டை எடுத்து முகத்தைத் துடைக்கிற மாதிரி கண்ணைத் துடைத்துக்கொண்டார். இத்தனை வயசுக்கப்புறமும் இந்த மாதிரி எல்லாம் அவமானப்பட்டுக் கொண்டிருக்க வேண்டியதிருக்கிறதே.

பெரியவருக்கு மரியாதை கொடுக்கிற மாதிரி, சின்ன முதலாளி கொஞ்சம் தள்ளி நின்று மணியுடனும் கணக்கப்பிள்ளையுடனும் பேசிக் கொண்டிருந்தார்.

கடைக்கு இரண்டு கதவுகள் உண்டு. கிட்டு ஷட்டர் கதவுப் பூட்டுகளையெல்லாம் பூட்டிவிட்டு, மடக்குக் கிரில் கதவை இழுத்துப் பூட்டுவதில் ஈடுபட்டிருந்தான். அவன் இழுத்த இழுப்புக்குக் கதவு லேசில் வரவில்லை. கதவின் அடியில் பொருத்தியிருந்த இரும்பு உருளைகள் சிக்கின.

'ஏய். . ! கதவுக்கு எண்ணெய் போடுங்கடான்னு சொன்னா கேக்க மாட்டேங்களேடா. . ? என்று பொதுவாகச் சொன்னார் முதலாளி. முதலாளி என்ன கேட்டாலும் ஐயப்பன்தான் எது ஒன்றுக்கும் பதில் சொல்லுவான். அந்த மாதிரியே அவனுக்குப் பழகிவிட்டது. இப்போதும் அவன்தான் சொன்னான்.

'முந்தாநாளோ என்னமோ மணி எண்ணெய் போட்டான் மொதலாளி. . .' என்று ஐயப்பன் சொன்னாள். முதலாளி மணியைத் தேடினார். அவன் சின்ன முதலாளியுடன் சிரித்துப் பேசிக்கொண்டிருந்தான். அது அவருக்கு எரிச்சலாக இருந்தது. மணி அவர் மகனுடைய உதவியாளன் மாதிரி. இது பஜாருக்கே தெரியும். அவனிடம் வெளிப்படையாகத் தன் எரிச்சலைக் காட்டினால், அது சிப்பந்திகள் மத்தியில் மகனைக் குறைத்துப் பேசினது மாதிரி ஆகிவிடும். இருட்டில் ஒதுங்கி நின்று கொண்டிருந்த கோபால்பிள்ளை தென்பட்டார்.

'வே. . . என்னவே இருட்டுக்குள்ள பூனை மாதிரி பதுங்கி நிக்கேரே. . ! இதையெல்லாம் பெரிய மனுசன் நீரு கவனிச்சா என்னவே.. ?' என்று அவரை விரட்டினார். எல்லோரும் கோபால் பிள்ளை நின்றுகொண்டிருந்த பக்கம் திரும்பிப் பார்த்தனர். சின்ன முதலாளிகூடப் பேச்சை நிறுத்திவிட்டுப் பார்த்தார். ரோட்டில் ஒரு ஆட்டோ வேகமாகப் போயிற்று. கோபால்பிள்ளை பதிலே சொல்லவில்லை. தலையைத் தொங்கப்போட்டுக்கொண்டு நின்றுகொண்டிருந்தார். தொண்டைக் குழியில் எதுவோ அடைக்கிற மாதிரி இருந்தது. எல்லோருக்கும் அவரைப் பார்க்கப் பாவமாக இருந்தது.

காலையிலிருந்தே கோபால்பிள்ளை முதலாளியிடம் வாங்கிக் கட்டிக்கொண்டிருந்தார். பெரிய முதலாளியிடம் ஒரு ஆள் மாட்டிக்கொண்டால் தொலைந்தது. அன்று பூராவும் அந்த ஆளைக் கரம் வைத்துத் துரத்துகிற மாதிரி, எடுத்ததுக் கெல்லாம் குற்றம் கண்டுபிடித்துக்கொண்டே இருப்பார். சமயங்களில் இந்தத் துரத்தல் இரண்டு மூன்று நாட்களுக்குக்கூட நீடிக்கும். வேலையை விட்டுப் போய்விடலாமா என்றிருக்கும். எதையாவது தின்று செத்துப்போய்விடலாம் என்றுகூடத் தோன்றும்.

கடைசியாக ஒரு தடவை பூட்டுகளையெல்லாம் இழுத்துப் பார்த்துவிட்டுச் சாவிக்கொத்தை முதலாளியிடம் கொடுத்தான் கிட்டு. நாளைக்குக் காலையில் பேங்குக்குப் போக வேண்டியதைப் பற்றி துரைராஜுவிடம் விவரமாகப் பேசிக்கொண்டிருந்தார் முதலாளி. ஐயப்பனும் கூடக்கூடப் பேசிக்கொண்டிருந்தான். அவன் எப்போதுமே அப்படித்தான். அவனைச் சக வேலைக்காரர்கள், ஜால்ரா என்று கிண்டல் செய்வார்கள். அதைப்பற்றியெல்லாம் அவன் ஒருபோதும் கவலைப்பட்டதில்லை.

கிட்டு பக்கத்துக் கடைப்பக்கம் போய் நின்று வேட்டியை உதறிக் கட்டினான். கிட்டு ஆள் ரொம்பக் குட்டை. அதனால் நிறைய முந்திவிட்டு வேட்டி கட்டுவான். முதலாளியும் படியில் ஏறி ஒரு தடவை பூட்டுக்களை இழுத்துப் பார்த்தார். 'சரி. . ! போகலாமா.. ?' என்றார். எல்லோரும் புறப்பட்டனர். முதலாளியை முன்னால் போகவிட்டு மற்றவர்கள் பின்னால் நடப்பதுதான் வழக்கம்.

கோபால்பிள்ளையும் மெதுவாக நடக்க ஆரம்பித்தார். தலையைத் தொங்கப் போட்டுக்கொண்டே கூனிக் குறுகிப்போய் நடந்துகொண்டிருந்தார்.

'அண்ணாச்சி. . . கோபால்பிள்ளை அண்ணாச்சி!' என்று கூப்பிட்டுக்கொண்டே வந்து பிரியமாக அவர் கையைப் பிடித்தார் சின்ன முதலாளி.

'மனசுல ஒண்ணும் வச்சுக்கிடாதீய அண்ணாச்சி!' என்றார்.

கோபால்பிள்ளைக்கு ஒன்றும் பேசத் தோன்றவில்லை.

'அப்பா சமாச்சாரம்தான் தெரிஞ்சதாச்சே. . . சமயத்துல என்ன பேசுதோம்னு தெரியாமப் பேசிருவாக அவுஹ. . . காரணம் ஒங்களுக்குத் தெரியாததுல்ல. . .' என்றார் பின்னும் சமாதானமாக.

'யாரை என்ன நெனைக்கதுக்கு இருக்கு முதலாளி? வேலைக்கின்னு வந்துட்டம் பொறவு அதெல்லாம் பாக்க முடியுமா. . . என்னம்மோ இன்னைக்குப் பேச்சு வாங்கணும்னு தலையில் எழுதியிருக்கு. . . வேற என்னத்தைச் சொல்ல. . ?' என்றார் கோபால் பிள்ளை. அதற்குமேல் பேசினால் அழுதுவிடுவார் போலிருந்தது.

சின்ன முதலாளி மௌனமாக அவர் கையைப் பிடித்துக் கொண்டே வந்துகொண்டிருந்தது கோபால்பிள்ளைக்குக் கொஞ்சம் ஆறுதலாக இருந்தது. சேரன்மாதேவி ரோட்டுப் பக்கம் அவர் வீட்டுக்குத் திரும்பவேண்டும்.

‘அப்பம் நான் வரட்டுமா மொதலாளி.. ?’ என்றார் கோபால் பிள்ளை .

‘நிம்மதியாப் போயிப் படுங்க, மனசைப் போட்டு அலட்டிக் கிடாதிய. . .’ என்றார் சின்னவர். சந்திப்பிள்ளையார் கோயிலைப் பார்க்க அவர் கால்கள் தன்னிச்சையாக நடந்தன. கோயிலுக்கு முன்னால் தேங்காய் விடலை போடுகிற மரத் தொட்டிக்குப் பக்கத்தில் ஒரு பெரிய மாடு அசையாமல் சிலை மாதிரி நின்றுகொண்டிருந்தது. சன்னதிக்கு முன்னால் நின்று செருப்பைக் கழற்றிவிட்டு, காதைப் பிடித்துக்கொண்டு தோப்புக் கரணம் போட்டார். யாரோ இரண்டுபேர் சைக்கிளில் சத்தம் போட்டுப் பேசிக்கொண்டே பாப்புலர் டாக்கீஸைப் பார்க்கப் போனார்கள். சேரன்மாதேவி ரோட்டில் திரும்பி நடக்க ஆரம்பித்தார் கோபால்பிள்ளை. முனிசிபல் விளக்குகள் மங்கலாக எரிந்து கொண்டிருந்தன. கடையில் அவமானப்பட்டதை மறக்கவே முடியவில்லை. காலையில் நடந்தது திரும்பத் திரும்ப ஞாபகத்துக்கு வந்துகொண்டே இருந்தது.

கோபால்பிள்ளையின் சம்சாரம் மண்டையைப் போட்டு நான்கு வருஷம் ஆகிவிட்டது. இரண்டும் பெண்கள்தான். அடுத்தடுத்துச் சமைந்து வீட்டில் உட்கார்ந்துவிட்டார்கள். கஷ்டப்பட்ட பிள்ளைமார் வீட்டுப் பெண்கள் செய்யும் பீடி சுற்றுதல், தோசைக்கு அரைத்துக் கொடுத்தல், முறுக்குச் சுற்றுதல் போன்ற வேலைகளைச் செய்து பிழைப்புக்கு வழிதேடிக் கொண்டிருந்தார்கள்.

இவர் செந்தில் டெக்ஸ்டைல்ஸில் வேலைக்குச் சேர்ந்து முப்பத்தைந்து வருஷம் முடியப்போகிறது. சீதா லெட்சுமிக்கும் அவருக்கும் கல்யாணம் ஆகும்போது கோபால்பிள்ளையின் சம்பளம் நூற்றைம்பது ரூபாய். இப்போது எண்ணூறு ரூபாய் சம்பளம் வாங்குகிறார். தினசரி சாயந்திரம் படிக்காசு ஒரு ரூபாய் உண்டு. இதுதான் அவருடைய சம்பாத்தியம். இந்தச் சம்பாத்தியத்துக்கு, காலை ஒன்பது மணியிலிருந்து ராத்திரி பத்து மணிவரை கடையில் நிலையில் நிற்கவேண்டும்.

கோபால்பிள்ளைக்கு நாக்கில் சனிதான் இருக்கிறதோ என்னவோ. இல்லாவிட்டால் அவரையும் அறியாமல் திடீர் திடீரென்று அவர் பொய் சொல்வானேன் ?

அவர் வேண்டுமென்றே பொய் பேசக்கூடியவரே அல்ல. எந்தவிதமான உள்நோக்கமும் இல்லாமல், அவர் அறியா மலேயே வாயிலிருந்து பொய் வந்துவிடும். சிறு பிள்ளையி லிருந்தே இந்தப் பழக்கம் இருக்கிறது. உலகத்தில் உள்ள எல்லோரும் சத்தியவந்தர்கள் அல்லதான். ஏதாவது ஒரு சமயத்தில்

இல்லாவிட்டால் ஒரு சமயம் பொய் பேசுகிறவர்கள்தான். என்றாலும், அடுத்தவன் தன்னிடம் உண்மை மட்டுமே பேச வேண்டும் என்ற எதிர்பார்ப்பு எல்லா மனிதர்களிடமும் இருக்கிறது.

முன்தினம் ராத்திரி, இதே மாதிரி கடையை அடைத்துக் கொண்டு நிற்கும்போது பெரிய முதலாளி கோபால் பிள்ளையிடம் ஒரு வேலையை ஒப்படைத்தார்.

'வே. . ! கோபால்பிள்ளை ! நாளக்கிக் காலம்பற நீரு கடைக்கி வாறதுக்கு முன்னால, கொசவந்தட்டித் தெருவுல சீனாதானா வீட்டுக்குப் போயி அந்த நிலுவை என்ன ஆச்சுன்னு கேட்டுட்டு வாரும். . . கடன வேண்டிட்டுப் போறதுக்கு மட்டும் நடையா நடக்கானுவோ. . . வேண்டுன கடனத் திருப்பிக் கொடுக்க முடியல. . . அதுக்கு நாம நடையா நடக்க வேண்டியது இருக்கு. மறந்திராமப் போயிக் கேட்டுட்டு வாரும்! என்னவே. . ?' என்றார்.

முதலாளி எச்சரிக்கை செய்தது மாதிரியே, காலையில் சீனாதானா வீட்டுக்குப் போய்க் கேட்டுவிட்டு வர மறந்துவிட்டது. முதலாளி கேட்டபோதுதான் கோபால்பிள்ளைக்கே நேற்று அவர் சொன்னது ஞாபகம் வந்தது. அவரை அறியாமலேயே, 'சீனாதானா ஊரில் இல்லை' என்று சொல்லிவிட்டார்.

ஆனால், விதி யாரைவிட்டது? அவர் சொல்லிக் கொஞ்ச நேரத்துக்கெல்லாம் தற்செயலாகச் சீனாதானாவே கடைக்கு வந்துவிட்டார். அவர் கடைக்குள் நுழையும்போதே, 'என்ன இப்பந்தான் வழி தெரிஞ்சுதாக்கும். . ? நீங்க ஊர்ல இல்லன்னு கேள்விப்பட்டேனே?' என்று விசாரித்தார் சண்முகம்பிள்ளை.

'நமக்கு எங்க முதலாளி போக்கடி. . ? கழுத கெட்டா குட்டிச் சொவரு. . .' என்று சொல்லிக்கொண்டே ஸ்டூலில் உட்கார்ந்தார் சீனாதானா. கொஞ்சநேரம் பேசிக்கொண்டிருந்து விட்டுப் புறப்படும்போது, 'இன்னும் ரெண்டு வாரத்துல காடு வித்துப் பணம் வந்துரும். . . அப்பம் ஒங்க கடனப் பைசா பாக்கி இல்லாமப் பைசல் பண்ணிருதேன். . .' என்று வாய்தா கேட்டுக்கொண்டு போனார் சீனாதானா.

அவர் போனதும் சண்முகம்பிள்ளை இவரைப் பிடித்துக் கொண்டார். 'என்னவே நீரு? வயசுலதான் பெரிய மனுசனா இருக்கேரு. . . வாயில இருந்து வாறதெல்லாம் பொய்யால்லாவே இருக்கு? நாக்குப் புளுத்து அழுகிப்போகும்வே. . . சீனாதானா ஊருல இல்லன்னேரே. . . பாத்தா மனுசன் கழுக்கு மரம் கணக்கா வந்து நிக்காரேவே. . ?' என்று ஒருமணிநேரம் கொடை கொடுத்தார் முதலாளி.

கோபால்பிள்ளை திட்டம்போட்டு முதலாளியிடம் பொய் சொல்லவில்லை. 'சீனாதானா ஊரில் இல்லை' என்று

சொன்னது அவரை அறியாமலேயே வாயிலிருந்து வந்த விஷயம். ஆனால் அதை யார் நம்புவார்கள்? என்னை அறியாமலே அப்படிச் சொன்னேன் என்றால் யாராவது ஒத்துக் கொள்வார்களா? மேலும் ஏழை சொல் அம்பலம் ஏறுமா என்ன? காலையில் முதலாளி அத்தனை பேரையும் வைத்துக்கொண்டு திட்டியது திரும்பத் திரும்ப ஞாபகத்துக்கு வந்துகொண்டே இருந்தது. இத்தனை வயதில் இப்படியெல்லாம் அவச்சொல் கேட்கும்படி ஆகிவிட்டதே.

வளவுக்குள் ஆட்கள் கால்மாடும் தலைமாடுமாகப் படுத்துக் கிடந்தார்கள். சரித்திர, புராணப்படங்களில் பார்க்கிற யுத்தக் காட்சி மாதிரி இருந்தது. யாரையும் மிதித்துவிடாமல் நடப்பதற்கு ஒரு தனி சாமர்த்தியம் வேண்டும்.

'ராஜி! ராஜி!' என்று மூத்த மகளைக் கூப்பிட்டார். வயிறு பசித்தது. ஆனால் சாப்பாடு ஒன்றும் வேண்டாம் என்று சொல்லி விட்டார். எண்ணெய்ச் சிக்குப்பிடித்த தலையணையையும் பாயையும் எடுத்துக்கொண்டு வந்தார். வீட்டுக்கு முன்னால் முற்றத்தில் விரித்துப் படுத்துக்கொண்டார். ஆனால் தூக்கம்தான் வரவில்லை. நேரம் ஓடிக்கொண்டிருந்தது. நிலவு வெளிச்சத்தில் மேகம் திட்டுத் திட்டாக மிதந்து போய்க்கொண்டிருந்தது தெரிந்தது. எழுந்து உட்கார்ந்துகொண்டார். கட்டுப்படுத்த முடியாமல் புழுங்கிப் புழுங்கி அழுதுகொண்டிருந்தார்.

கக்கூசுக்குப் போக எழுந்த நாலாவது வீட்டு சிவஞானம், அவர் உட்கார்ந்திருப்பதைப் பார்த்துவிட்டு, 'தூங்கலியா அண்ணாச்சி. . ?' என்று கேட்டான். 'என்னமோ தூக்கம் வரலை. . .' என்று சொன்னார். அவன் தூக்கக் கலக்கத்தில் இருந்ததால் அவர் குரலில் இருந்த நடுக்கத்தைக் கவனிக்க வில்லை. கக்கூசுக்குப் போய்விட்டுத் திரும்பும்போது, 'படுங்க அண்ணாச்சி..! மணி ரெண்டு ரெண்டரை இருக்கும் போலயே..!' என்றான். அவராது தூங்கவாவது?

வளவுக்குப் பின்னால் சிறுதோட்டம் இருந்தது. தோட்டத்தில் ஒரு பக்கம் வீட்டுக்காரருடைய மாட்டுத் தொழுவம் இருந்தது. தொழுவுக்குத் தெற்கே எதிரும் புதிருமாக இரண்டு பெரிய வேப்பமரங்கள் இருந்தன. அதிகாலையில் மாடு கறக்க வந்த நல்லகண்ணுதான் வேப்பமரத்தில் தொங்கிக்கொண்டிருந்த கோபால்பிள்ளையைப் பார்த்தான்.

சுபமங்களா, நவம்பர் 1993

அன்று . . .

மறுபடியும் அதே டீக்கடைக்கு முன்னால் வந்து சைக்கிளை ஸ்டாண்ட் போட்டு நிறுத்தினான் ஈஸ்வரன். தலைப்பாகையை அவிழ்த்துத் தோளில் போட்டான். கால் எல்லாம் ஒரே புழுதி. பாய்லருக்குப் பின்னால் நின்றுகொண்டிருந்த டீக் கடைக்காரர் அவனை ஒரு தினுசாகப் பார்த்தார். மணி மூன்று இருக்கும். ஆனாலும் வெயில் உறைத்தது. கடைக்குள் போய் உட்காரலாம் என்றுதான் நினைத்தான். வெயிலில் வந்ததால் கடைக்குள் கண் தெரியவில்லை. உள்ளே போகாமல் வாசலில் கிடந்த ஸ்டூலின் மீது அமர்ந்தான்.

திருவிழா ஆரம்பித்து நாலுநாள் ஆகிவிட்டது. இன்றைக்கு ஐந்தாம் திருவிழா. பத்தாம் திருவிழா அன்றைக்குத் தேர் ஓட வேண்டும். பொதுவாகத் திருவிழா ஆரம்பிப்பதற்கு முன்னாலேயே மாரியப்பன் வந்துவிடுவான். தர்மகர்த்தாவைப் பார்த்துச் செலவுக்கு அச்சாரம்கூட வாங்கி விடுவான். திருவிழா ஆரம்பிக்கும் சமயம் தேருக்கு அண்டை கொடுக்கும் சக்கைகள் எல்லாம் தயார் ஆகிவிடும். பிரமாண்டமான உருளும் சக்கரங் களுக்கு நடுவே அவன் சக்கைகளுடன் நடந்து வருவதைப் பார்க்கவே கம்பீரமாக இருக்கும். நூற்றுக்கணக்கான பேர் இழுக்கும் தேரைக் கட்டுப் படுத்திச் சீராக ஓடச் செய்வது அவன்தான். சுற்று வட்டாரத்தில் எங்கே தேரோட்டம் என்றாலும் அவன் இல்லாமல் முடியாது. தேரோட்டத்தன்று அவனுக்குக் கிடைக்கிற மரியாதையே தனிதான்.

உருளும் சக்கரங்களுக்கு இடையே அவன் சக்கைகளுடன் நடந்து வருவதைப் பார்த்து ஜனங்கள் பிரமிப்பார்கள்.

மேலக்குளத்தில் இரண்டு மாதத்துக்குமுன்னால் தேரோட்டம் நடந்தபோது, மாரியப்பன் முன்னை மாதிரி இல்லை என்றார்கள். எங்கோ குடித்துவிட்டு விழுந்து கிடந்தவனைத்தான் பிடித்து இழுத்து வந்து சக்கையைத் தூக்கிக் கையில் கொடுத்தார்கள் என்று பேசிக்கொண்டார்கள்.

இன்றைக்கு அவனைத் தேடிக் கண்டுபிடித்து ஆளைக் கையோடு கூட்டிக்கொண்டு வரவில்லை என்றால், தர்மகர்த்தா பிள்ளை கோபித்துக்கொள்வார்.

காலையிலிருந்தே மாரியப்பனைத் தேடுகிறான். அவனைக் கண்டுபிடிக்கவே முடியவில்லை. அவன் மேல்பட்டியில்தான் இருந்தான். சைக்கிளை எடுத்துக்கொண்டு நேரே மேல்பட்டிக்குத் தான் முதலில் போனான். அங்கே விசாரித்ததில் அவன் இப்போது அந்த ஊரில் இல்லை என்றார்கள். கடைசியில் இந்த ஊரில் இருக்கிறான் என்று தெரிந்துதான் இங்கே அவனைத் தேடிக் கொண்டு வந்தான். இதே டீக்கடையில்தான் மாரியப்பனைப் பற்றி விசாரித்தான். ஊரில் நிறைய மாரியப்பன்கள் இருப்பார்கள் போலிருக்கிறது. டீக்கடைக்காரர் அடையாளம் சொன்ன மாரியப்பன் வாழைக்காய் இலை வியாபாரம் செய்கிற மாரியப்பனாம்.

'ஒரு டீ போடுங்க...' என்றான். கடைக்கு முன்னால் சுவர் ஓரமாக ஒரு பழைய டிரம்மில் தண்ணீர் இருந்தது. தண்ணீரின் மேலே தகர டப்பா ஒன்று மிதந்தது. அதில் தண்ணீர் மொண்டு முகத்தைக் கழுவினான். கடைக்காரர் டீ போட்டுக்கொண்டே, 'என்ன மாரியப்பனைப் பார்த்தீங்களா?' என்று கேட்டார்.

கடைக்குள்ளே ஆள் இருந்திருக்கும் போல. 'வடைக்கி இன்னுங் கொஞ்சம் சட்னி போடுங்க...' என்ற குரல் உள்ளே யிருந்து கேட்டது.

முகத்தைத் துண்டால் துடைத்துக்கொண்டே ஸ்டூலில் உட்கார்ந்தான். துண்டிலிருந்து வியர்வையும் மண்ணும் கலந்த வாடை வீசியது.

'நீங்க சொன்ன வீட்ல போயிக் கேட்டேன்... அவரு வாழைக்காய் யாவாரம் பண்ணுறவராம்... நாஞ் சொல்லுத ஆளு தேருக்குச் சக்கை குடுக்கவரு...' என்றான் ஈஸ்வரன்.

'ரெண்டு வடைக்கி எம்புட்டுச் சட்னிவே வக்யது...' என்று எரிச்சலுடன் சொல்லிக்கொண்டே அந்த ஆளுக்குச் சட்னியை

வைத்தார் கடைக்காரர். எங்கோ நாய்கள் குரைக்கிற சத்தம் கேட்டது.

'கொஞ்சம் போல சட்னி கேட்டதுக்கே ரொம்பக் கோவிச்சுக்கிடுதீரே...' என்றார் சட்னி கேட்ட ஆள்.

இப்போது கடைக்குள் இருந்த ஆளின் முகம் தெரிந்தது. கடைக்காரர் டீக் கிளாசை எடுத்துக்கொண்டு அவனிடம் வந்தார். அவனிடம் கிளாசைக் கொடுத்துக்கொண்டே, 'தேருக்குச் சக்கை போடுத ஆள் இங்க ஆரும் இருக்க மாதிரித் தெரியலையே...' என்றார். ரோட்டில் ஒருவர் சைக்கிள் கேரியரில் உர மூட்டையை வைத்துத் தள்ளிக்கொண்டு போனார்.

'கணக்குப்பிள்ளை வீடு இருக்க தெருவுல ஒருத்தர் இருக்கார். . . ஆளு எப்பிடி இருப்பார். . ?' என்று கடைக்குள் இருந்தவர் விசாரித்தார்.

'மல் ஜிப்பா போட்டிருப்பார். . .' என்றான் ஈஸ்வரன். கடைக்குள் சாப்பிட்டுக்கொண்டிருந்தவர் இலையைத் தூக்கித் தொட்டிக்குள் போட்டுக்கொண்டே, 'அந்த ஆளா. . ? அவரு வாணப்பட்டறை மாரியப்பன்லா. . . இங்க வாணப்பட்டறை மாரியப்பன்னாத்தான் தெரியும். . .' என்றார்.

'ஜிப்பா போட்டுருப்பாரு. . . ரொம்ப ஒசரமும் இல்ல. . . ரொம்பக் குள்ளமும் இல்ல. . . நடுத்தர ஒசரம். . .' என்று மேலும் அடையாளம் சொன்னான் ஈஸ்வரன்.

'அவரு வாணப்பட்டறைக்காரருதான். . .' என்று தனக்குச் சரியாக அடையாளம் தெரிந்துவிட்ட பெருமையில் டீக்கடைக் காரரைப் பார்த்துச் சொன்னார் அந்த ஆள். உடனே திடீரென்று ஏதோ நினைவுக்கு வந்தவர் போல, 'மேல்பட்டியிலிருந்து புதுசா குடிவந்தவர்தானே. . ?' என்று கேட்டார். அதைக் கேட்டதும் ஈஸ்வரனுக்கு சந்தோஷமாக இருந்தது.

'ஆமாமா. . ! அதே ஆளுதான்' என்று அவசரத்தோடு சொன்னான்.

'வேற ஒண்ணுமில்ல. . !' என்று சொல்லிக்கொண்டே அந்த ஆள் கொஞ்சம் தள்ளி ரோட்டில் போய் நின்றுகொண்டு அவனைக் கூப்பிட்டார். அவன் அருகே வந்ததும் அவன் தோளில் கையை வைத்து அணைத்துக்கொள்கிற மாதிரி நின்றார். 'நேரே போங்க. . . ஒண்ணு, ரெண்டு, மூணாவது எலக்ட்ரிக் போஸ்ட்டுக்குப் பக்கத்துல ஒரு முடுக்குத் திரும்பும். . . அதுல வலது கைப் பக்கத்துல ஒரு அடிபம்ப் இருக்கும். அந்தப் பம்படி வீடுதான். . .' என்றார். ஈஸ்வரனுக்கு அவரிடம் கொஞ்சம் விரிவாகப் பேசவேண்டும் போலிருந்தது.

‘காலையில் பதினோரு மணி இருக்கும் சைக்கிள் எடுக்கும் போது. ‘பெரிய கோயில்ல திருவிழா நடக்கு. பத்தாந் திருவிழா அன்னக்கித் தேரோட்டம். . . மாரியப்பன் வந்தாத்தான் தேரை ஓட்ட முடியும். அவர விட்டா சக்கை போட வேற ஆளு கெடையாது. தர்மகர்த்தா அய்யாதான் கூட்டிட்டு வரச் சொன்னாரு. வழக்கமாத் திருவிழா ஆரம்பிக்கதுக்கு முன்னா லேயே அச்சாரம் வாங்கிட்டுப் போயிருவாரு. இந்த வருசம் திருவிழா ஆரம்பிச்சு இத்தனை நாளு ஆகியும் ஆளையே காணலை. என்ன ஏதுன்னு பாத்துட்டு ஆளைக் கையோட கூட்டிட்டு வரச் சொன்னாரு’ என்று அவருக்கு விளக்கமாகச் சொன்னான் ஈஸ்வரன்.

‘அவரு தேருக்குச் சக்கை போடுவாருன்னு தெரியாதே. . !’ என்று ஆச்சரியப்பட்டார் வழி காண்பித்தவர். டீக்கடைக் காரருக்குச் சுவாரஸ்யம் குறைந்துவிட்டது போல. கடைக்குள் இருந்த பழைய கண்ணாடிப் பீரோவுக்குள்ளிருந்து ஏதோ ஒரு காகிதப் பொட்டலத்தை எடுத்துப் பிரித்துக்கொண்டிருந்தார். கல்லாமீது ஒரு ரூபாய் நாணயத்தை வைத்துவிட்டுச் சைக்கிளை எடுத்தான் ஈஸ்வரன். சைக்கிளில் ஏறப்போகும்போது அந்த ஆளிடம், ‘ரொம்ப டேங்ஸ்’ என்றான்.

அந்தத் தெருவில் குறுக்கும் நெடுக்குமாகச் சாக்கடை ஓடிக் கொண்டிருந்தது. அதனால் சைக்கிளை ஒடித்து ஒடித்துத் திருப்பி ஓட்ட வேண்டியதிருந்தது. தெருவில் ஆள் நடமாட்டமே இல்லை. விளக்குக் கம்பத்தை ஞாபகமாக எண்ணிக்கொண்டே வந்தான்.

தர்மகர்த்தாப் பிள்ளையுடைய ஞாபகம் வந்தது. மாரியப்பனைக் கையோடு அழைத்துக்கொண்டு போகா விட்டால் அவர் ரொம்பக் கோபித்துக்கொள்வார். அப்புறம் அவன் ஒரு வேலைக்கும் லாயக்கில்லை என்று சொல்லி ஒதுக்கி வைத்து விடுவார். ‘கடவுளே, எப்படியாவது மாரியப்பனைக் கண்டுபிடித்துக் கூட்டிக்கொண்டு போகவேண்டும்’ என்று வேண்டிக்கொண்டான்.

மூன்றாவது விளக்குக் கம்பத்துக்குப் பக்கத்தில் இருந்த சந்தில் திரும்பினான். குறுக்கே ஓடிய கோழி ஒன்று அடிபடப் பார்த்தது. கத்திக்கொண்டே பக்கத்தில் இருந்த வீட்டினுள் புகுந்தது. அவர் சொன்ன மாதிரியே அடிபம்புக்குப் பக்கத்தில் வந்து சைக்கிளை விட்டிறங்கி விசாரித்தான். பாம்படம் போட்டிருந்த ஒரு கிழவி வீட்டைக் காட்டினாள். அந்த வீட்டுக்கு முன்னால் சென்று சைக்கிளைப் பிடித்துக்கொண்டே, ‘மாரியப்பன்ணே. . ! மாரியப்பன்ணே. . !’ என்று கூப்பிட்டான். அவன் கூப்பிட்ட சத்தம் கேட்டு ஐந்தாறு வீடுகளுக்கு அப்பால்,

திண்ணையில் உட்கார்ந்து கூடை பின்னிக்கொண்டிருந்த ஒருத்தர் திரும்பிப் பார்த்தார். திரும்பவும் ஒரு தடவை, 'மாரியப்பன்ணே..! மாரியப்பன்ணே..!' என்று கூப்பிட்டான். எங்கிருந்தோ ஒரு பெண்ணின் குரல் கேட்டது.

'யாரது?' என்று கேட்டுக்கொண்டே ஒரு பெண் வாசலுக்கு வந்து மெதுவாகக் கதவைத் திறந்தாள்.

'மாரியப்பன்ணன் இல்லையா. . ?' என்று அந்தப் பெண்ணைப் பார்த்துக் கேட்டான். வீட்டைக் கண்டுபிடித்து விட்ட நம்பிக்கை அவன் குரலில் ஒலித்தது.

'நீங்க யாரு. . ?'

'நான் டவுன்லேருந்து வாரேன்... அண்ணன் இல்லையா..?'

அந்தப் பெண் சுமாரான அழகோடு இருந்தாள். அவள் பதில் எதுவும் சொல்லாமல் கதவைத் திறந்து வைத்துவிட்டு உள்ளே சென்றாள். அவள் பின்னே வீட்டுக்குள்ளே போகலாமா கூடாதா என்று தெரியவில்லை. அவள் அமைதியாகத் திரும்பிச் சென்றது, மாரியப்பன் வீட்டில்தான் இருக்கிறான் என்பதை உறுதிப்படுத்தியது. என்றாலும் வீட்டினுள் செல்லத் தயக்கமாக இருந்தது. அவள் செல்வதையே பார்த்துக்கொண்டு நின்று கொண்டிருந்தான். தெருவை ஒட்டிச் சிறு தாழ்வாரமும் திறந்த முற்றமும் இருந்தது. மேல்பட்டியில் முன்பு மாரியப்பன் இருந்த வீட்டைவிட இது சற்று வசதியான வீடு மாதிரித் தெரிந்தது. மாரியப்பனைக் கூட்டிக் கொண்டுபோய் தர்மகர்த்தாப் பிள்ளையிடம் நல்ல பேர் வாங்கிவிடலாம். மனத்தில் சிறு சந்தோஷம் குமிழியிட்டது.

'இந்தா ஒங்களத் தேடி யாரோ வந்திருக்காங்க. . .' என்று அந்தப் பெண் யாரிடமோ சொல்வது கேட்டது. ஈஸ்வரன் மிகுந்த நம்பிக்கையுடன் சைக்கிளை அந்த வீட்டுச் சுவரோடு சுவராய்ச் சாய்த்து வைத்தான்.

'யாரோ வந்திருக்காங்கன்னா அது யாரு. . ?' என்று ஒரு ஆண் குரல் கேட்டது. அது மாரியப்பனுடைய குரல்தான்.

'நான் என்னத்தைக் கண்டேன். . ?'

'வெசாரிச்சுக்கிட்டு வரக்கூடாதாக்கும். . ?'

'ஆமா. . . இதுதான் எனக்கு வேல. . ?' என்று அலுத்துக் கொண்டே அவள் வீட்டுக்குள் சென்றுவிட்டாள். வீட்டுக்குள் செல்லலாமா கூடாதா என்று லேசாகத் தயங்கினான்.

நடைக்கூடத்துக்குப் பக்கத்தில் போய் நின்று கொஞ்சம் மெதுவாக, 'மாரியப்பன்ணேய். . .' என்று கூப்பிட்டான்.

'யார்ரா அவன் சும்மா சும்மாக் கூப்புட்டுக்கிட்டு. . .'

'நான்தான் டவுன் ஈஸ்வரன் அண்ணே. . ! என்றான்.

'எந்த ஈஸ்வரன்டா. . ?'

'செல்லையா மகன் ஈஸ்வரன். . .'

'நீயா. . . வா. . . வா. . .' என்று அழிக்கம்பிகளுக்குப் பின்னால் இருந்துகொண்டே குரல் கொடுத்தான் மாரியப்பன். அழிக்கம்பிக்கு உள்ளே சாக்குப் படுதா போட்டிருந்தது. அதனால் உள்ளேயிருக்கிற மாரியப்பனுடைய முகம் தெரியவில்லை . அவன் குரல் இயல்பாக இல்லாத மாதிரிப்பட்டது ஈஸ்வரனுக்கு. நடைக்கூடத்தையும் முற்றத்தையும் தாண்டி அழிக்கம்பி போட்ட திண்ணையில் ஏறினான். அவன் நினைத்தது சரியாகப் போயிற்று. மாரியப்பனுக்கு முன்னால் பாட்டிலும் கிளாஸும் இருந்தது. பக்கத்தில் சொம்பில் தண்ணீர். பக்கோடாவோ காராச்சேவோ இருந்த எண்ணெய் ஊறிய தாள் விரிந்து கிடந்தது.

'நீ எங்கடா இந்தப் பக்கம் வந்தே. . ?' என்று கேட்டான் மாரியப்பன். அவன் தன் முதுகுக்கும் சுவருக்கும் இடையே மல் ஜிப்பாவைச் சுருட்டிப் பந்து மாதிரி அணை கொடுத்திருந்தான். ஈஸ்வரன் அவன் முன்னால் போய் உட்கார்ந்தான்.

'நான் யாரோ எவரோன்னுல பாத்தேன். . . உக்கார்டா உக்கார். . .'

'அய்யா ஒங்களைக் கையோட கூட்டிக்கிட்டு வரச் சொன்னாரு. . .'

'எந்த அய்யாடா. . ?'

'பெரிய கோயில் தர்மகர்த்தாப் பிள்ளைதான்!'

'அப்பம் வெசயத்தோடதான் வந்திருக்கேன்னு சொல்லு!'

'ஒங்களத் தேடித் தவிச்சுக்கிட்டு இருக்காவ. . . கோயில்ல திருவிழா ஆரம்பிச்சாச்சு தெரியும்ல. . ? இன்னைக்கி அஞ்சாந் திருவிழா. தேரோட்டதுக்கு இன்னும் நாலே நாலு நாள்தான் இருக்கு. நீங்க இல்லாம தேரை எப்படி ஓட்டுதது?'

'பூவுக்கு ஒரு மூட்டை நெல்லு கூட்டிக்குடும்னா கேக்க மாட்டேங்காரு. . . பெறவு எதுக்குடா மாரியப்பனைத் தேடுதீய. . ?'

‘எல்லாத்தையும் அவருட்ட வந்து பேசிக்கங்க. . . வாங்க, பொறப்படுங்கண்ணே. . . போலாம். . .’

‘இரிடா. . . வராத பெய வந்திருக்கே. . . நீயும் கொஞ்சம் போடுடா. . .’ என்று சொல்லிவிட்டு வீட்டினுள்ளே திரும்பி, ‘செல்லம். . ! செல்லம். . ! என்று கூப்பிட்டான் மாரியப்பன். பதிலே இல்லை. அதை எதிர்பாராதவன் போல, ‘ஒரு கிளாசு இருந்தா எடுத்துக்கிட்டு வாள்லா. . .’ என்றான்.

‘இல்லண்ணே எனக்கு வேண்டாம். . .’

‘போடா பெரிய இது பண்ணாத. . . சும்மா சாப்புடு.’

அவனுடைய மனைவி கிளாசைக் கொண்டுவந்து அவன் பக்கத்தில் டக்கென்று வைத்தாள். ஈஸ்வரனுக்கு அவளைப் பார்க்க வேண்டும் போலிருந்தது. ஆனால், பார்க்கவில்லை. மாரியப்பன் அந்தக் கிளாசில் தண்ணீரையும் பிராந்தியையும் விட்டான். ஈஸ்வரன் எவ்வளவோ மறுத்துப்பார்த்தான். அவன் கேட்கவில்லை.

‘சும்மா பிகு பண்ணாமக் குடி. . ! காலி ஆச்சுன்னா இன்னொரு பாட்டில் இருக்கு. . .’ என்றான் மாரியப்பன். ஈஸ்வரனுக்குத் தர்மகர்த்தாவுடைய ஞாபகம் வந்துகொண்டே இருந்தது. இனிமேல் தன்னிடம் அவர் ஒரு வேலையும் ஒப்படைக்க மாட்டார் என்று தோன்றியது. உள்ளூர அழுகை அழுகையாய் வந்தது. இப்படி வந்து மாட்டிக்கொண்டோமே என்று நினைத்தான். மாரியப்பன் எதைப்பற்றியும் கவலைப் படாமல் ஈஸ்வரனுக்கு ஊற்றிக்கொடுத்தான்.

‘அண்ணே போதும் அண்ணே. . ! எந்திரியுங்க பொறப் படுவோம். . .’ என்று திரும்பத் திரும்பச் சொல்லிக்கொண்டிருந் தான் ஈஸ்வரன்.

***சிறுகதைக்கதிர்*, ஏப்ரல் 1994**

தேடித்தேடி . . .

சாலாச்சிக்கு மாமா கடைக்குப் போகவே என்னவோபோல் இருந்தது. ஆனால் போகாமலும் தீராது. சங்கரனை மூன்றுநாளாகக் காணோம். பிள்ளைக்கும் உடம்புக்குச் சுகமில்லை. வெட்கத்தை விட்டு அவன் வேலை செய்கிற ஆபீஸிலும் போய்த் தேடிப் பார்த்துவிட்டாள். ஆபீஸ் முடிந்ததும் புறப்பட்டுப் போனதைப் பார்த்தோம் என்று அவனுடன் வேலைபார்க்கிறவர்கள் சொன்னார்கள்.

இதற்கு முன்புகூடப் பலமுறை அவன் இந்த மாதிரி திடீர் திடீரென்று ஒருநாள் இரண்டு நாள் வீட்டுக்கு வராமல் இருந்திருக்கிறான். கேட்டால், மெட்ராஸிலிருந்து ஒரு எழுத்தாளர் வந்திருந்தார், அவருடன் குற்றாலம் எல்லாம் போனேன் என்பான். இல்லை மதுரையில் ஒரு கருத்தரங்கம், அதுக்குப் போனேன் என்பான். போகிறவன் சொல்லிக்கொண்டு போகக்கூடாதோ? அப்படியே உடுத்தின வேஷ்டி சட்டையோடு ஆபீஸில் இருந்தவாறே புறப்பட்டுப் போய்விடுவான். மாதச் சம்பளத்தில் பாதி இந்த மாதிரி திடீர் பிரயாணங்களுக்கே போய்விடும். கண்டும் காணாததுக்குப் புஸ்தகங்கள் வேறு. வீடு பூராவும் புஸ்தக மயம். 'எதற்கு இப்படிச் செலவழிக்கிறீர்கள்?' என்று கேட்டால், 'உனக்கு இதெல்லாம் புரியாது' என்பான். நிஜமாகவே அவன் படிக்கிற புஸ்தகங்களெல்லாம் அவளுக்குப் புரியவில்லைதான். அவளும், வீட்டில் பெரிய மனுஷியாகச் சமைந்து இருக்கிறபோது தொடர்கதைகள் படித்திருக்கிறாள்.

ஆனாலும் அவன் படிக்கிற புஸ்தகங்கள் எல்லாம் ஒரு தினுசாகத்தான் இருக்கின்றன.

கல்யாணமான புதிதிலேயே அவன் இப்படி ஒருநாள் சொல்லாமல் கொள்ளாமல் போய்விட்டான். அவனுக்கும் அவளைப்போல அப்பா அம்மா இல்லைதான். அவள் தாய் மாமன் வீட்டில் வளர்ந்ததுமாதிரி, அவனும் அவன் சித்தப்பா வீட்டில்தான் வளர்ந்திருக்கிறான். எல்லாவற்றையும் விசாரித்து விட்டுத்தான் மாமா அவளை அவனுக்குக் கொடுத்தார். குடித்தனம் வந்து ஒரு மாதங்கூட ஆகவில்லை. ஒருநாள் ஆபீஸுக்குப் போனவன் வீடு திரும்பவில்லை.

எப்போதும் அவன் ராத்திரி வீடு திரும்பப் பத்துமணிக்கும் மேல் ஆகிவிடும். அதுவரை வீட்டுக்காரப் பெரியம்மை வீட்டிலேயே இருப்பாள். அவர்கள் வீட்டில் டி.வி. இருக்கிறது. நேரம் போவது தெரியாதுதான். தெருவாசல் பக்கம் சத்தம் கேட்கிறபோதெல்லாம் அவன்தான் வந்துவிட்டானோ என்று தோன்றும். யாரெல்லாமோ வருவார்கள், போவார்கள். ஆனால் அவன் வருகிறநேரம் பத்து மணிதான்.

கல்யாணம் ஆகி இருபத்திரண்டு நாளோ என்னமோதான் இருக்கும். அன்று பாவூரில் இருந்த பெரிய அத்தை அவளை வந்து பார்த்துவிட்டுச் சாயந்திரம் போலத்தான் போனாள். அன்று இரவு அவன் வீட்டுக்குத் திரும்பவில்லை. சாலாச்சிக்கு ஒன்றுமே புரியவில்லை. பக்கத்து வீட்டு ஜெயா வந்துகூடப் படுத்திருந்தாள் என்றாலும், அன்று இரவு பூராவும் சாலாச்சி தூங்கவே இல்லை. அழுது அழுது தலைவலியே வந்து விட்டது. பொழுது விடிந்ததும் விடியாததுமாக வீட்டுக்காரப் பெரியம்மைதான் தன் மகனை மாமா வீட்டுக்கு அனுப்பி வைத்து, விஷயத்தைச் சொல்லிவிட்டு வரச் சொன்னாள். மாமா பதறி அடித்துக்கொண்டு ஓடிவந்தார். தடிவீரன் கோவில் தெருவில் அவனுடன் வேலை பார்க்கிற கிளார்க் வீட்டுக்குப் போய் யாரிடமோ விசாரித்துவிட்டு வந்தார். பிறகு, காலை ஒன்பது மணி சுமாருக்கு அவனே வந்துவிட்டான். தன்னோடு கூடவே, கவிஞன் என்று சொல்லிக்கொண்ட ஒரு இளைஞனை அழைத்துக்கொண்டு வந்திருந்தான். இரவெல்லாம் குறுக்குத்துறை ஆற்றங்கரையில் பேசிக்கொண்டிருந்தார்களாம். மாமா அவனிடம் நாசூக்காக, எல்லோரும் பதறிப் போனதைப்பற்றிச் சொன்னார். என்ன இருந்தாலும் அவன் அவருடைய வீட்டு மாப்பிள்ளை அல்லவா? சத்தம் போடவா முடியும்?

இந்த மூன்று வருஷத்தில் இதுபோல் எத்தனையோ முறை இப்படி ஆகிவிட்டது. ஒவ்வொரு தடவையும் அவள் மாமாவைத்தான் தேடிப்போக வேண்டியிருக்கிறது.

'என்னம்மா பெல் அடிச்சுக்கிட்டே வாரேன். ஒதுங்க மாட்டேங்கேளே அம்மா' என்று சொல்லிக்கொண்டே ஒரு சைக்கிள்காரன் அவளைக் கடந்துபோனான்.

லாலா சத்திர முக்குக்கே வந்துவிட்டாள். வற்றல் மண்டி உள்ளிருந்து மிளகாய்வற்றல் வாடை வந்தது. எதிர் வரிசையில் ஒரு கடையின் முன்னே யானை வாலை ஆட்டிக்கொண்டு நின்றுகொண்டிருந்தது. யானையைச் சுற்றிச் சிறு கூட்டம் நின்றது. பதினோரு மணிதான் இருக்கும். அதற்குள் வெயில் தீப்பந்தமாக வந்துவிட்டது. யானைப்பாகன் யானையின் நிழலில் நின்றுகொண்டிருந்தான். மாமாக் கடைக்குப் போவதற்குள் சங்கரன் எதிரே திடீரென வந்துவிட மாட்டானா என்று இருந்தது. 'ஒரு ப்ரெண்ட் வந்தான். அவன்கூட தூத்துக்குடி வரை போனேன்' என்று சொல்லிக்கொண்டு எதிரே வந்துவிட மாட்டானா என்று இருந்தது.

லாலா சத்திர முக்குத் திரும்பி, மாமா வேலை பார்க்கிற ஜவுளிக்கடையை நெருங்க நெருங்க சாலாச்சியுடைய நடையின் வேகம் குறைந்தது. மாமாக் கடைக்கு ஒவ்வொரு முறை வரும்போதும் வெட்கமாகத்தான் இருக்கிறது. மாமாவை வயது காலத்தில் இந்த மாதிரியெல்லாம் கஷ்டப்படுத்த வேண்டியிருக்கிறது.

அவளை அனேகமாகக் கடையில் வேலை பார்க்கும் எல்லோருக்கும் தெரியும். சின்னப்பிள்ளையாக இருக்கையில் ஆடிக்கழிவு, தீபாவளி, பொங்கல் சமயத்தில் எல்லாம் மாமாவுக்கு வீட்டிலிருந்து சாப்பாடு எடுத்துப் போயிருக்கிறாள். கடையில் வேலை பார்க்கிற கணக்குப்பிள்ளை தாத்தா, மாரியப்பன், கிட்டு, ராமலிங்கம், நாராயணன் இவர்களுக்கு எல்லாம் அவளை நன்றாகத் தெரியும்.

அவளை அழைத்து வைத்துக்கொண்டு பேசுவார்கள். சின்னவயசில் இருந்த சகஜம், பிறகு வயதாக வயதாகப் போய் விட்டது. கூச்சமும் வெட்கமும் வந்துவிட்டது.

கடைக்கு வெளியே ரோட்டோரத்தில் தயங்கித் தயங்கி நின்றாள். மாமா, கடைக்குள் சேலைப் பிரிவில்தான் இருப்பார். கடைக்குள் நுழைந்ததும் முதலில் இருப்பது கைலி, துண்டுப் பிரிவு, அதற்கப்புறம் ஆண்களுக்கான சூட்டிங், சர்ட்டிங் பிரிவு,

வண்ணநிலவன்

கடைசியில்தான் சேலைப் பிரிவு. கடைக்குள்ளிருந்து கடையில் வேலை பார்க்கிற ஆள் யாராவது வெளியே வந்தால் நன்றாக இருக்கும். அவர்களிடம் சொல்லி அனுப்பி மாமாவை வரச் சொல்லிவிடலாம்.

அவள் எதிர்பார்த்த மாதிரியே சின்ன கணக்குப்பிள்ளை வெற்றிலைச் சாற்றைத் துப்புவதற்காக வெளியே வந்தார். ரோட்டில் நிற்கிற அவளைப் பார்த்ததும் அவர் கண்கள் அகல விரிந்தன. சாக்கடையில் குனிந்து வெற்றிலை எச்சிலைத் துப்பிவிட்டு அவளிடம் வந்தார்.

'என்னம்மா சாலாச்சி . . . எங்க வந்தே? மாமாவைப் பார்க்க வந்தியா? அண்ணாச்சி உள்ளதான் இருக்காஹ . . . கூப்பிடட்டுமா?' என்று கேட்டார்.

'ஆமா . . . கொஞ்சம் கூப்பிடுங்களேன் . . .' என்றாள் சாலாச்சி.

'வெயில்ல நிக்காத, நெழல்ல நில்லு, அனுப்பி வைக்கிறேன்' என்று சொல்லிவிட்டு, சின்ன கணக்குப்பிள்ளை படி ஏறி உள்ளே போய்விட்டார். சாலாச்சி கொஞ்சம் தள்ளிக் கடைச் சுவர் ஓரமாக ஒட்டி நின்றுகொண்டாள். குழந்தை ஞாபகம் வந்தது. வீட்டுக்காரப் பெரியம்மை வீட்டில் அவளைத் தூங்கப் போட்டுவிட்டுத்தான் வந்திருந்தாள். ஒருவேளை விழித்திருப் பாளோ என்று பயமாக இருந்தது. அவள் அழ ஆரம்பித்தால் லேசில் நிறுத்தமாட்டாள். மாமாவிடம் விவரத்தைச் சொல்லி விட்டுச் சீக்கிரம் போய்விடவேண்டும். லாலா சத்திர முக்கில் நின்றிருந்த யானை புறப்பட்டு விட்டதுபோல, மணிச்சத்தம் சீராகக் கேட்டது.

பிள்ளையையும் தூக்கி வந்திருக்கலாம். யானையைப் பார்த்தால் ரொம்பச் சந்தோஷப்படுவாள். வெயில் இல்லாமல் இருந்தால் தூக்கிக்கொண்டு வந்திருக்கலாம்.

'இப்படி வெயில்ல வந்திருக்கியே?' என்று கேட்டுக் கொண்டே மாமா படியிறங்கி வந்தார். ஒரு குடும்பம் கடைக்குள் நுழைந்தது.

'என்ன அவனைக் காணலயா?' என்று எடுத்ததுமே கேட்டார். அவளுக்குக் கண்களில் கண்ணீர் தேங்கி நின்றது. தொண்டையை அடைத்தது.

'நீ வந்திருக்கேன்னதுமே நான் நெனச்சேன்' என்றார் மாமா. அவளால் உடனே பேசமுடியவில்லை. கண்களைத் துடைத்துக்கொண்டாள்.

தேடித்தேடி . . . 535

‘கல்யாணம் ஆகி ஒரு புள்ளையும் ஆகியாச்சு. இன்னும் அப்படியே மைனர் மாதிரி இருந்தான்னா என்ன பண்ணுறது? அவுஹ சித்தப்பாகிட்டே சொன்னியா?’

‘போன தடவ அவுஹகிட்டப் போயிச் சொன்னதுக்கே சத்தம் போட்டாஹ... அவன் பேச்சை எங்கிட்ட எடுக்காதே... அதான் கல்யாணம் கட்டிக் குடுத்தாச்சில்ல... பொறவு எதுக்கு இங்கே வாறேன்னு சத்தம் போட்டு அனுப்பிட்டாங்க’ என்றாள். அவர் முகத்தை ஏறிட்டுப் பார்க்க முடியவில்லை. தலையைக் குனிந்துகொண்டே சொன்னாள்.

‘நானுந்தான் என்ன பண்ணட்டும் சொல்லு பாப்பம்? கடன உடன வேண்டி ஒன்னையக் கட்டிக் குடுத்தாச்சு... ஒங் கல்யாணத்துக்கு வேண்டுன கடன இன்னம் அடச்ச பாடில்லை. அடுத்தாப்புல ரெண்டு புள்ளைய வீட்டுல உட்கார்ந்திருக்குது. அதுகள எப்படிக் கட்டிக் குடுக்கப்போறேன்னு தெரியல. சவுளிக்கடை வேலையில என்ன ஆயிரம் ஆயிரமா அள்ளியா குடுக்கான்? இதுக்கு மத்தியில் நீ வேற மாசத்துக்கு ஒரு தடவை புருஷனைக் காணோம்னு வந்து நின்னா நான் என்னத்தைச் செய்யட்டும் சொல்லு ...’ என்று எரிச்சலுடன் பேசினார்.

சாலாச்சிக்குப் பொங்கிப் பொங்கி அழுகை வந்தது. குனிந்து தரையில் பெருவிரலால் கோடு கிழித்துக்கொண்டிருந்தாள். அவள் அழுவதைப் பார்த்து அவருக்கே தாங்க முடியவில்லை. அவளுக்கு அவரை விட்டால் வேறு நாதி ஏது? எந்தக் கதியும் இல்லாமல் வந்து நிற்கிறவளைப்போய் இந்த மாதிரி சத்தம் போட்டுவிட்டோமே என்று வருத்தமாக இருந்தது. ‘என்னைக்கிப் போனான்?’ என்று அவளைச் சமாதானப் படுத்துகிறமாதிரி கேட்டார்.

‘போயி மூணுநாளாச்சு மாமா. செவ்வாய்க்கிழமை வேலைக்குப் போன ஆளு. எங்கப் போச்சுன்னே தெரியலை. நேத்து அவங்க ஆபீஸ்ல போயிகூடக் கேட்டுப் பாத்துட்டேன். லீவு லெட்டர்கூடக் குடுக்கலையாம் . . . எனக்கும், ஒங்களப் போயி இந்தமாதிரி அடிக்கடி கஷ்டப்படுத்துறமேன்னு வெளிய சொல்ல முடியாத சங்கடமாத்தான் இருக்கு. நேத்தே வரணும்னு நெனச்சேன். வரக் கூச்சப்பட்டுக்கிட்டுத்தான் வரலை. பொறவு இன்னைக்கும் ஆளைக் காணலைன்னதுந் தான் என்ன செய்யறதுன்னு வந்தேன்’ என்றாள். சேலைத் தலைப்பால் கண்ணைத் துடைத்துக்கொண்டாள்.

‘அழாதம்மா அழாத. அழுது என்ன செய்ய? ஒந்தலை யெழுத்து ஒனக்கு இப்படி ஒருத்தன் வந்து வாச்சிருக்கான்’

என்று அவளைத் தேற்றினார். ரோட்டில் காலியான டீக் கிளாஸ்களை எடுத்துச் சென்றுகொண்டிருந்த ஒருபையன் அவர்களைப் பார்த்துக்கொண்டே போனான். எதிர்ப்பக்கம் ஒரு லாரியிலிருந்து இரும்புக் கம்பிகளை இறக்கிக்கொண்டிருந்த ஆட்கள் போடுகிற சத்தம் பெரிதாகக் கேட்டது. டிரைவர் தன் சீட்டில் இருந்தவாறே சிகரெட் பிடித்துக்கொண்டிருந்தார். அவருக்கும் மாமா வயதிருக்கும். இவ்வளவு வயதிலேயும் லாரி ஓட்டிப் பிழைக்கவேண்டியிருந்தது. அந்த லாரி டிரைவருக்கும் சங்கரனை மாதிரி ஒரு பொறுப்பில்லாத மருமகன் இருப்பானோ? திடீரென்று ஒரு காற்று அடித்துத் தெருவில் இருந்த தூசியைக் கிளப்பிற்று.

‘அந்தத் தெக்குப் புதுத்தெருக்காரி வீட்டுல போய்க் கேட்டால் தெரியுமோ . . . அவளும் இவன மாதிரி கதை, பாட்டு எல்லாம் எழுதறவதானே?’ என்று கேட்டார் மாமா. இப்போது அவர் குரலில் கோபமோ எரிச்சலோ இல்லை.

‘தெரியல மாமா’ என்று தலையைக் குனிந்துகொண்டே சொன்னாள் சாலாச்சி. கோமதியா பிள்ளை கடைப்பக்கமே பார்த்துக்கொண்டு நின்றுகொண்டிருந்தார். அவருக்கு என்ன சொல்வது என்றே தெரியவில்லை. சிறிதுநேரம் கழித்து, ‘அவ வீட்டுக்கெல்லாம் இப்ப அவுஹ போறதில்லை’ என்றாள் சாலாச்சி.

‘நீ வீட்டுல இருக்கவ . . . ஒனக்கு என்ன தெரியும்? ஆம்பள சமாச்சாரம் ஒனக்குப் புரியாது’ என்று சொல்லிவிட்டு அவளையே பார்த்தார்.

‘சரி வெயில்ல நிக்காதே . . . புள்ளை எங்கே? வீட்டுல விட்டுட்டு வந்திருக்கியா? சரி . . . சோறு கீறு பொங்குனியா? சாப்பிட்டியா? அவன் இல்லைங்கறதுக்காகச் சோறு பொங்காம இருக்கியா?’

‘காலைல உப்புமா கிண்டிச் சாப்புட்டேன்.’

‘ஒனக்கு வீட்டுல இருக்க ஒரு மாதிரியா இருந்தா நம்ம வீட்டுல போய் இரேன். நான் கடையில சொல்லிட்டுத்தான் வரணும் . . . நீ இப்ப வீட்டுக்குப் போ . . . நான் மத்தியானம் ரெண்டுமூணு மணிபோல வாரேன். அந்தத் தெக்குப் புதுத் தெருக்காரிகிட்ட போயிக் கேட்டுட்டு வாரேன்’ என்றார்.

அவளுக்கு அந்த மாதிரியெல்லாம் சந்தேகம் வரவில்லை. கவிதைகள் எழுதுகிற அந்தப் பெண்ணைப் பற்றி அவனே அவளிடம் ஒன்றிரண்டு தடவை பிரஸ்தாபித்திருக்கிறான். ஒருமுறை கோவிலுக்குப் போயிருந்தபோது அந்தப் பெண்ணை

அவளுக்கு அறிமுகப்படுத்தி வைத்தான். மாமா திரும்பத் திரும்ப அந்தப் பெண்ணைப் பற்றிப் பிரஸ்தாபித்தபோதும் அவளுக்கு ஏனோ அவள் பேரில் சந்தேகமே வரவில்லை.

'அது ஏதோ சின்னப் பிள்ளை மாமா.. நீங்க நெனக்கிற மாதிரி ஒண்ணும் இல்ல மாமா ...'

'சரி ... நீ வீட்டுக்குப் போ ... நான் பாத்துக்கிடுதேன்' என்றார் கோமதியா பிள்ளை.

புறப்படும்போது அவளுக்கு, மாமாவிடம் வந்து சொல்லி யிருக்க வேண்டாமோ என்று பட்டது. அவரிடம் சொல்லிக் கொண்டு புறப்பட்டாள். நாலைந்து எட்டு வைத்து நடந்ததும் பின்னால் யாரோ மூக்குச் சிந்துகிற சத்தம் கேட்டது. திரும்பிப் பார்த்தாள். மாமாதான். யானையின் மணிச் சத்தம் தேய்ந்து போய் லேசாகக் கேட்டது. பிள்ளை விழித்திருக்குமோ என்று பயந்துகொண்டே வேகமாக நடந்தாள்.

வீட்டுக்குள் நுழைந்தபோது சங்கரன் உட்கார்ந்திருந்தான். அவன் மடியில் குழந்தை இருந்தது.

தினமணி கதிர், 1994

அரெஸ்ட்

மச்சு இருந்தது ரொம்ப நல்லதாகப் போயிற்று. யாருக்கும் மேலே ஏறி வந்து பார்க்க வேண்டும் என்று தோன்றாது. ஆனால், செகரட்டரி சண்முகம் தேடி வந்தார் என்றால் காரியம் கெட்டது. கீழே வீட்டில் சுந்தரி, அவன் இல்லை என்று சொன்னாலும் அவருக்கு சந்தேகம் வரத் தான் செய்யும். மாடிக்கே ஏறி வந்தாலும் வந்து விடுவார். எத்தனை நாளைக்கு இந்த மாதிரி ஒளிந்து கொண்டிருக்க முடியும் என்று தெரியவில்லை.

கதவுக்கு அப்பால் தெரிந்த மொட்டை மாடியையே பார்த்துக்கொண்டிருந்தான் ஆவுடை நாயகம். வானத்தில் மேகக் கூட்டம் அசையாமல் அப்படியே நின்று அவனையே பார்த்துக்கொண்டிருக்கிற மாதிரி இருந்தது. இந்தப் பின்வாசல் கதவைத் திறக்கிற மாதிரி முன்பக்கத்துக் கதவைத் திறக்க முடியாது. முன்பக்கம் ஆள்புழக்கம் ஜாஸ்தி. அதுவும் எதிர்த்த நாரைக்கிணற்று ஆச்சி வீட்டு மச்சில் பிள்ளைகள் எப்போதும் ஊஞ்சலில் விளையாடிக்கொண்டே இருப்பார்கள். அவர்கள் வீட்டு ஜன்னல் வழியாகப் பார்த்தால் இந்தப் பக்கம் பூராவும் தெரியும்.

அவனுக்கு நாற்பத்தி ஐந்து முடிந்துவிட்டது. அவன் பிறந்தது முதல் இந்த வீட்டில்தான் இருந்து வருகிறான். சின்ன வயதில் டைபாய்டு வந்து ஒரு மாதமாக வீட்டிலேயே இருந்திருக்கிறான். அதற்குப் பிறகு இப்போதுதான் இந்த மாதிரி வீடே கதி என்று சேர்ந்தாற் போல் நாலைந்து

நாட்கள் இருக்கிறான். அந்த மாடியின் ஒவ்வொரு அங்குலமும் அவனுக்குத் தெரிந்துவிட்டது. எந்தெந்த இடத்தில் சுவரில் காரை பெயர்ந்திருக்கிறது, கூரையில் எத்தனை உத்திரங்கள், ஊடு கட்டைகள் இருக்கின்றன, எத்தனை பல்லிகள் அந்த அறையில் இருக்கின்றன, எப்போதெல்லாம் காற்று திசை மாறி வீசுகிறது என்பதெல்லாம் கரதலப் பாடமாகத் தெரிந்து விட்டன. தினசரி ஒரு குறிப்பிட்ட நேரத்துக்கு மாடியின் பின்பக்கத்து மொட்டை மாடிப்படியின்மீது வந்து உட்காரும் அந்தக் காக்கை கூட அவனுக்குப் பரிச்சயம் ஆகிவிட்டது. அதன் இடது கால் சற்றே வளைந்திருக்கும்.

ஆஷ்ட்ரே, சிகரெட் துண்டுகளால் நிரம்பி வழிந்தது. வடக்கு மூலையில் நாலைந்து எரிந்த சிகரெட் துண்டுகள் கிடந்தன. நேற்றுப் பெருக்கினது, அதற்கப்புறம் பெருக்கவே இல்லை. சுந்தரிக்கு ஏனோ சலிப்பு வந்துவிட்டது. முதல் இரண்டு நாட்கள் ரொம்ப நம்பிக்கையாகப் பேசினாள். ஆபீஸிலிருந்து ஆட்கள் தேடி வர ஆரம்பித்த பிறகு அவனைக் காப்பாற்றுவதில் அவளுக்கு இருந்த ஆர்வமும் நம்பிக்கையும் குறைந்துவிட்டன. மாடிக்கு வர நேரும்போதெல்லாம் அவள் முகத்தில் எரிச்சலும் சலிப்பும் தெரிந்தது.

இந்த மச்சே கதி என்று அடைந்துகிடக்க ஆரம்பித்து இன்றோடு ஆறு நாள் ஆகிறது. ஆத்திர அவசரத்துக்கு கக்கூஸுக்குப் போகவேண்டும் என்றால்கூட சாயந்திரம் இருட்டின பிற்பாடுதான் போக முடிகிறது.

கூட வேலை பார்க்கிற தாஸ் எவ்வளவோ படித்துப் படித்துச் சொன்னார், ‘எப்படியாவது கடனை உடன வாங்கி ஆபீஸில் எடுத்த பணத்தை அடைத்து விடு’ என்று. தொகை என்ன கொஞ்சத் தொகையா? அறுபதினாயிரத்துச் சில்லறை ரூபாயை யார் கடனாகத் தருவார்கள்? இந்த வீடுகூட அடமானத்தில் இருக்கிறது. சின்னத் தங்கச்சி கோமதியுடைய புருஷன் ரொம்ப நல்ல மாதிரி. விஷயத்தைக் கேள்விப்பட்டதும் அவனே ஆபீஸில் என்னென்ன லோனெல்லாமோ போட்டு பத்தாயிரம் ரூபாய் போல புரட்டிக்கொண்டு வந்தான். ஆனால், அது எந்த மூலைக்குக் காணும் என்றுதான், அவன் கொண்டு வந்த பணத்தைத் திருப்பி அனுப்பிவிட்டான்.

ஆறு மாதத்துக்கு முன்னாலேயே இந்த அரெஸ்ட் வாரண்ட் வந்திருக்கும். போர்டு மீட்டிங்கில் இவன்மீது கேஸ் போடவேண்டும் என்று தீர்மானம் பாஸ் ஆகிவிட்டது. சேர்மன் தான் தன் சிநேகிதனுடைய பையன் என்று கொஞ்சம் தயவு தாட்சண்யம் காட்டினார். இல்லை என்றால் எப்போதோ உள்ளே போயிருக்கவேண்டியது.

மணி பத்துக்கூட இருக்காது. வெயில் கடுமையாக இருந்தது. சுவர் ஓரமாக எறும்புகள் ஊர்ந்துகொண்டிருந்தன. யார் வீட்டிலோ தாயக்கட்டை தரையில் உருளுகிற சத்தம் ஒரு சீரான தொனியில் கேட்டுக் கொண்டிருந்தது. பாலு வீட்டிலிருந்து சுந்தரி வாங்கி வந்திருந்த பழைய பத்திரிகைகள் படுக்கை எங்கும் சிதறிக் கிடந்தன. மாடிப்படிகளில் யாரோ ஏறி வருகிற காலடிச் சத்தம் கேட்டது. சுந்தரியாகத்தான் இருக்கவேண்டும். பிள்ளைகளைக்கூட அவள் மாடிக்கு ஏற விடுகிறதில்லை. அவ்வளவு கட்டுப்பாடாக வைத்திருந்தாள்.

அவளைப் பார்த்ததும், 'இப்பந்தான் ஒன்னை நெனைச்சேன்' என்றான். அவன் குரலில் அபரிமிதமான பிரியம் இருந்தது. அவளுக்கு அது பொய்யாகப் பட்டது. தன் பக்கத்தில் வந்து உட்காருமாறு படுக்கைமீது கையைத் தட்டிச் சைகை காட்டினான். அவளுக்கு எதுவுமே பிடிக்கவில்லை. உட்காராமல் அவனுக்கு எதிரே நின்றுகொண்டே இருந்தாள். அவள் முகம் ரொம்ப வாடி யிருந்தது. திரும்பவும் அவளைப் பார்த்து, 'உட்கார்' என்றான்.

'ஓங்களுக்கென்ன. . . ஒய்யாரமா மேல வந்து உக்காந்திட் டீயோ. . . கீழ வர்ற ஆளுகளுக்கு நான்ல பதில் சொல்லவேண்டி யிருக்கு. ஒவ்வொரு தடவையும் கதக் கதக்னு இருக்கு தெரியுமா. . ?' என்றாள்.

அவன் அவள் முகத்தையே எவ்வித உணர்ச்சியும் இல்லாமல் பார்த்துக்கொண்டிருந்தான். அது அவளுக்கு எரிச்சலாக இருந்தது.

'இன்னைக்கி யாரும் தேடி வந்தாங்களா. . ?'

'காலம்பறயே கைலாசம் வந்துட்டுப் போயிட்டான். பட்டாசல்ல நின்னு பேசிக்கிட்டிருக்கும்போது மச்சுப் படியையே திரும்பத் திரும்பப் பாத்தான். . . அவனுக்குச் சந்தேகந்தான்.'

'என்ன சொன்னான். . ?'

'ஓங்க தங்கச்சிமாரு வீட்லேல்லாம் போயி தேடியிருப் பாங்க போலிருக்கு. . . அண்ணாச்சி வேற எங்க போயிருப் பாங்கன்னு சொல்லுங்க. நானே போயி பாத்துப் பேசிட்டு வாரேன்னு சொன்னான். நான் வாயே தொறக்கலை. . . நேத்து அந்த மனுஷன் தாஸ் வந்து அப்பிடி வருத்தப்பட்டுட்டுப் போனாரு. . . என்னாலே இதுக்கு மேல முடியாது. எத்தனை நாளைக்கி இப்படிப் பயந்து பயந்து சாகட்டும்? போயி சரண்டர் ஆயிருங்க. . . செயில்ல போயி இருந்தாத்தான் புத்தி வரும். . .' என்றாள். கண்களைத் துடைத்துக்கொண்டாள். மொட்டை மாடிக் கதவுப் பக்கம் போய் நின்றுகொண்டாள். அவன்

எதிரே சுவரில் மாட்டியிருந்த போட்டோப் பட வரிசையைப் பார்த்துக்கொண்டிருந்தான்.

'சுந்தரி. . .' என்று மெதுவாகக் கூப்பிட்டான். அவள் திரும்பியே பார்க்கவில்லை. தாயக் கட்டை உருளுகிற சத்தம் மட்டும் கேட்டுக்கொண்டிருந்தது.

'தங்கச்சி தங்கச்சின்னு சங்கரன்கோயில்காரிக்கும் ஆலங்கொளத்துக்காரிக்கும் ஓடி ஓடிச் செஞ்சீகளே. . . இப்பம் எந்தத் தங்கச்சி வந்து ஒங்களுக்குக் கழட்டுதா? ஏதோ அந்தச் சின்னவ ஒருத்திதான் கொஞ்சம் உருத்தல் உள்ளவா. கஷ்டத்தோட கஷ்டமா அந்த மனுஷன் ஒருத்தருதான் ஏதோ என்னாலே ஏண்டது இந்தாங்க அத்தான்னு சொல்லிப் பணத்தைத் தூக்கிட்டு ஓடி வந்தாரு. . .'

'இப்பம் எதுக்கு அதெல்லாம். . ?'

'தங்கச்சிமாரப் பத்திச் சொன்னாப் பொத்துக்கிட்டு வந்திருமே. . ?' என்று சொல்லிக்கொண்டே மாடிப்படிகளை நோக்கிப்போனாள். வாசல்நடைமீது ஒரு காகம் வந்து உட்கார்ந்தது.

'சுந்தரி. . .'

கீழே செல்ல இரண்டு படி இறங்கியவள், அப்படியே நின்று திரும்பிப் பார்த்தாள்.

'ஒரு அம்பது ரூவா இருந்தா பொறட்டிக் குடு. . . நான் குலசேகரப்பட்டணம் போயிருதேன்.'

'நல்லா இருக்கு அய்யா நீங்க பேசுதது. . . எங்கிட்டே ஏது ரூவா. . ? பெரியவ ரெண்டு நாளா வயித்து வலின்னு சொல்லிக்கிட்டு இருக்கா. . . அவளுக்கு மருந்து வாங்கி குடுக்கத் துட்டு இல்லாம நான் கோட்டிக்காரி மாதிரி அலைஞ்சுக்கிட்டு இருக்கேன்... அம்பதைக் கொண்டா, நூறைக் கொண்டான்னா நான் எங்கே போவேன். . ?'

'பம்படி வீட்ல கேட்டுப் பாரேன்...'

'பம்படி வீடாவது? கெணத்தடி வீடாவது. . ? அலையுதேளே சாகமாட்டாம. . .' என்று சொல்லிக்கொண்டே படி இறங்கிப் போய்விட்டாள்.

முதுகுக்கு அண்டை கொடுத்திருந்த தலையணையை எடுத்து விரிப்பின்மீது போட்டான். அந்தச் சத்தத்தைக் கேட்டுப் பயந்த காகம் பறந்து போயிற்று. கால்களை நீட்டிப் படுத்துக் கொண்டான். பக்கத்தில் கிடந்த பத்திரிகையை எடுத்துப்

புரட்டினான். எல்லாமே ஏற்கெனவே படித்த பத்திரிகைகள் தான். தொண்டையை அடைத்தது. அழுகை வந்தது. ஆத்திரத் துடன் பத்திரிகையை வீசி எறிந்தான். அது கொப்பரைக்குப் பக்கத்தில் போய் விழுந்தது. திறந்து கிடந்த கதவு வழியே வெயில் உள்ளே வரத் தொடங்கியிருந்தது. அந்தக் கதவுக்கு மேலே சுவரில் போட்டோக்கள் மாட்டியிருந்தன. அவை எல்லாம் தேசத்தலைவர்களின் படங்கள். சரோஜினி நாயுடு, நேரு, காந்தி, சுபாஷ் சந்திரபோஸ், அன்னி பெசண்ட், வ.உ.சி., பகத் சிங், திலகர். அன்னி பெசண்ட் படத்தின் கீழ்ப் பகுதியில் கண்ணாடிமீது பல்லி ஒன்று அசையாமல் நின்றது. அவனுடைய சின்ன வயதிலிருந்தே அந்தப் படங்கள் இருக்கின்றன. சரோஜினி நாயுடுவின் பெரிய கண்களை அவனுக்கு ரொம்பப் பிடிக்கும்.

'ஆவுடை நாயகம் இருக்காரா?'

திடுக்கிட்டு எழுந்து உட்கார்ந்தான். மாடிப்படியைப் பார்த்தான். யாரும் இல்லை. கீழேதான் யாரோ விசாரித்திருக் கிறார்கள்.

சுந்தரி இல்லை போலிருக்கிறது. மூத்தவன் வெங்குதான் ஏதோ பதில் சொல்லிக்கொண்டிருந்தான். மாடிப்படி அருகே சுவர் ஓரமாக நின்றுகொண்டு பேசுவதைக் கேட்டான்.

'வீட்ல யாரும் இல்லையா?'

அது செகரட்டரிதான். உடம்பெல்லாம் பதறியது.

'அம்மா வெளியில போயிருக்கா. . .'

'அப்பா இல்லையா?'

'இல்லை.'

'மச்சுல இருக்காரா. . ?'

'மச்சுல யாரும் இல்லையே. . .' இதைச் சொல்லும்போது வெங்குவின் குரல் ஒடுங்கிப்போனது மாதிரி இருந்தது.

'அம்மா எப்ப வருவாங்க. . ?'

'தெரியலை.'

'ஒங்க அம்மா வந்தா. . . இந்த மாதிரி ஆபீஸ்லேர்ந்து செகரட்டரி வந்து தேடிட்டுப் போனார்னு சொல்லு. ஒங்க அப்பா என்னைக்கிப் போனார்?'

'எனக்குத் தெரியாது. எங்க அம்மக்கித்தான் தெரியும்.'

'அவரு ஒழுங்கா வந்து சரண்டர் ஆயிட்டாருன்னா கேஸு லேசாப் போயிரும். இல்லைன்னா ரொம்ப சங்கடப்பட

வேண்டியது வரும். ரூபாய எடுத்துச் செலவு பண்ணிப்போட்டு ஓடி ஒளிஞ்சுக் கிட்டா விட்டுருவாங்களா. . ? சரி, ஒங்க அம்மா வந்தாச் சொல்லு.'

'சரிங்க. . .'

பிறகு பேச்சுக்குரல் எதுவும் கேட்கவில்லை. போய்விட்டார் போல. வெங்கு ஏதாவது உளறிவிடுவானோ என்று பயந்தான். நல்லவேளையாக அந்த மாதிரி ஒன்றும் ஆகவில்லை. திரும்பவும் படுக்கையில் போய்ப் படுத்துக்கொண்டான். தண்ணீர் குடிக்க வேண்டும் போலிருந்தது. பயத்தில் தொண்டையெல்லாம் உலர்ந்து போயிருந்தது. சுந்தரி எங்கே போயிருப்பாள்? எதையெல்லாமோ யோசித்துக்கொண்டு படுத்திருந்தான்.

சிறிது நேரங்கழித்து மாடிப் படிகளில் ஆள் ஏறி வருகிற சத்தம் கேட்டது. படுத்திருந்தவாறே தலையைத் திருப்பிப் பார்த்தான். சுந்தரிதான். அவள் முகம் எல்லாம் வியர்ந்திருந்தது. அவன் எழுந்து உட்கார்ந்தான். சுந்தரி அவனிடம் ரூபாயை நீட்டினாள்.

'இந்தாங்க. . . பாலு அம்மாகிட்டேதான் அம்பது ரூபா வாங்குனேன். இத எடுத்துக்கிட்டு எங்கியும் போய்ச் சேருங்க.'

பணத்தை வாங்கிக்கொண்டான்.

'செகரட்டரி வந்திருந்தார் தெரியுமா?' என்று அவளைப் பார்த்துக் கேட்டான்.

'நான் இருந்தம்னா ஆளு மேலதான் இருக்கு. . . போயிப் பாருங்கன்னு சொல்லியிருப்பேன். அப்பமே தொல்லை விட்டிருக்கும்.'

'ஏன் இந்த மாதிரியெல்லாம் பேசுத. . ? என்னைப் பார்த்தா ஒனக்குப் பாவமா இல்லையா. . ?'

'ஹும், பாவமா. . ? பொண்டாட்டிப் பிள்ளைகளைப் பாவம்னு நெனைச்சிருந்தா இந்த மாதிரி ஆபீஸ் ரூபாய எடுத்துச் செலவு பண்ணியிருக்கச் சொல்லுமா?'

அவனுக்கு எதுவும் பேசத் தோன்றவில்லை. ஏதாவது சொன்னால் அவள் கோபம்தான் அதிகமாகும்.

'சரி. . . சாயந்தரத்துக்கு மேல பொறப்படுதேன். . .'

'ஏன் இப்பமே போனா என்ன? மாட்டிக்கிடுவோம்னு பயமோ. . ? எங்க போகப் போறீய. . ?'

'அதான் சொன்னம்லா, குலசேகரப்பட்டணத்துக்கு.'

'அங்க யாரு இருக்கா?'

‘என் ப்ரெண்டு ஒருத்தன் இருக்கான்.’

‘இப்பிடி எத்தனை நாள் ஒளிஞ்சுக்கிட்டு திரியப் போறீய? கொஞ்சமாவது வீடு, பொண்டாட்டி, புள்ளைங்கங்கிற அக்கறை இருக்குதா?’ என்று சொல்லிக்கொண்டே வேகமாகப் படி இறங்கிப் போய்விட்டாள்.

ஏற்கெனவே ஒரு பையில் துணிமணிகளை எடுத்து வைத்திருந் தான். நன்றாக இருட்டியபிறகு வீட்டைவிட்டுப் புறப்பட்டான். புறப்பட்டுப் போகும்போது சுந்தரி அழுதாள். தலையைத் தொங்கப் போட்டுக்கொண்டே நடந்தான்.

ஆள் நடமாட்டம் அதிகமில்லாத தெருக்கள் வழியே போனால் எளிதில் கண்டுபிடித்துவிடுவார்கள் என்று நினைத்தான். ஆள் புழக்கம் அதிகம் உள்ள தெற்குப் பஜார் வழியாக நடக்க ஆரம்பித்தான். நாற்பத்தைந்து வருஷமாக அவன் வாழ்ந்துவரும் அந்த ஊரே அவனுக்குப் புதுசாக இருந்தது மாதிரிப் பட்டது. வேறு ஏதோ முன்பின் தெரியாத ஊரில் நடந்து போகிற மாதிரி. இனம் புரியாத வேதனை நெஞ்சில் புரண்டது. துக்கம் தொண்டையை அடைத்தது. பஜார் தன் வழக்கமான சுறுசுறுப்பை இழந்துவிட்டது போல் தோன்றியது. எல்லோரும் ரொம்ப மெதுவாக நடப்பது போலிருந்தது. எல்லாக் கடை விளக்குகளும் பிரகாசமாய் இல்லாமல் அழுது வடிந்துகொண்டிருந்தன. இன்னும் சிறிது நேரத்தில் எல்லாமே ஸ்தம்பித்து நின்றுவிடும் போலப் பயமாக இருந்தது.

பின்னாலிருந்து யாரோ கையைப் பிடித்தார்கள். பியூன் கைலாசமும் செகரட்டரியும் ஒரு போலீஸ்காரருடன் நின்று கொண்டிருந்தார்கள். கார் ஒன்று ஹார்ன் சத்தத்துடன் அவர்களைக் கடந்து சென்றுகொண்டிருந்தது.

இந்தியா டுடே, 1994

மீண்டும்

'யோவ். . . தந்தபாணி. . . தந்தபாணி. . .' படுக்கையில் திடுக்கிட்டு எழுந்து உட்கார்ந்தான். கதவோரத்தில் கனகா ஒருக்களித்துப் படுத்து உறங்கிக்கொண்டிருந்தாள். குழந்தைகள் இரண்டும் உருண்டு வந்து கால்மாடும் தலைமாடுமாக இடது மூலையில் சுவரோடு சுவராய் ஒண்டிப் படுத்திருந்தனர்.

'யோவ். . . தந்தபாணி. . . தந்தபாணி. . . ஜமுக்காளம் தரேன்னு சொல்லித் தின்னு ஏப்பம் விட்ட ரூபாயை எண்ணிக் கீழே வைக்கிறியா? இல்ல ஓம் பொஞ்சாதிய வெளியே அனுப்புறியா. . .'

தண்டபாணிக்கு உடம்பெல்லாம் கூசிற்று.

'யோவ். . .. தந்தபாணி. . .'

'ஆரது? இந்த அகாலத்துல வந்து கத்தறது?' என்று முதல் வீட்டு ஐயரின் குரல் கேட்டது.

'பார்ரா. . . கத்துறேனாம்? பின்ன கத்தாம என்னய்யா பண்ணுதது? ஜமுக்காளம் வாங்கித் தரேன்னு சொல்லிப் பணத்தை ஏப்பம் விட்டா, கத்தாமே கொஞ்சவா செய்வாங்க..? நீ யாருய்யா..? அவனுக்குக் கூஜாவா..?' என்று அவரையும் ஜெகன் திட்டினான்.

'சார்... நீங்க வீணா அவன்கிட்ட ஏன் பேசிண்டு இருக்கேள்? குடிவெறியிலே எதுனா பண்ணிடப் போறான் சார். . . உள்ளே போயிடுங்கோ. . .

யார் என்ன தொழில் பண்றான்னு கேக்காமே யார் யாரை யெல்லாமோ குடி வெச்சுடறா... அவாளைத் தேடிண்டு இங்க யாரெல்லாமோ வந்துடறா... கர்மம்... கர்மம்...' என்று தண்ட பாணி வீட்டுக்கு எதிர் வீட்டுக்காரர் சொன்னார். கர்மம், கர்மம் என்று சொல்லும்போது தலையில் அடித்துக்கொண்டிருப்பாரோ என்னவோ?

கக்கூஸ் தகரக் கதவைப் படபடவென்று தட்டுகிற சத்தம் கேட்டது. அவன்தான் தட்டியிருக்கவேண்டும்.

ஜன்னலுக்குக் கீழே கிடந்த அம்மியின்மீது ஏறி நின்று பார்த்தான் தண்டபாணி. ஜெகன் இப்போது கிணற்றுப் பக்கம் வந்து நின்றிருந்தான். கிணற்றை எட்டி எட்டிப் பார்க்கவேறு செய்தான். கிணற்றுக்குள் விழுந்துவிடுவானோ என்று தண்டபாணி பயந்தான்.

'தந்தபாணி... தந்தபாணி... த...ந்...த...பாணி... வெளியே வாடா த...ந்...த...பாணி...' என்று ராகம் போட்டுக் கூப்பிட்டான். தண்டபாணியின்மேல் உஷ்ணம் பட்டது. கனகா விழித்துக் கொண்டிருந்தாள். அவனுக்குப் பின்னால் நின்று பீதியுடன் எட்டிப் பார்த்தாள். முதல் வீட்டு ஐயர்தான் அவனைச் சமாதானப் படுத்திக்கொண்டிருந்தார்.

'சார்... நீங்க நெதசரி இப்படி வந்து எல்லாரையும் கலவரப்படுத்தறது நல்லதில்லே... எதுவானாலும் காலம்பற வாங்கோ... வந்து மிஸ்டர் தண்டபாணிகிட்டே பேசுங்கோ. பொம்மனாட்டிகள்ளாம் இருக்கிற எடம். நீங்க கத்தறதைப் பார்த்து எல்லாரும் பயந்துருவா... தயவு பண்ணிக் கார்த்தாப்பலே வந்து மிஸ்டர் தண்டபாணியைப் பாருங்களேன். உங்களுக்கு ரொம்ப க்ஷேமமாப் போகும்...' என்று ரொம்பக் கௌரவமாக அவனிடம் பேசிக்கொண்டிருந்தார். அவர் தன் வீட்டுக் கதவைத் திறந்து வைத்திருக்கவேண்டும். அவர் வீட்டு வெளிச்சம், திறந்திருந்த கதவு வழியே முற்றத்தில் நிற்கிற தென்னைவரை நீளமாக விழுந்திருந்தது. அவர் சொன்னது எதுவுமே அவன் காதில் விழுந்த மாதிரித் தெரியவில்லை. ஆனால், இப்போது அவனுடைய சத்தம் தேய்ந்து மெலிந்திருந்தது. மெல்லிய குரலில், 'வெளியே வாடா தந்தபாணி... தந்தபாணி...' என்று சொல்லிக்கொண்டிருந்தான். முன்பு இருந்த சுரத்து இல்லை.

அவனை நினைத்தால் தண்டபாணிக்குப் பாவமாக இருந்தது. அவனுடைய மனைவி, குழந்தைகள் அவன் இங்கே புலம்பிக்கொண்டிருப்பது தெரியாமல் நிம்மதியாகத் தூங்கிக் கொண்டிருக்கலாம். ஒருவேளை அவன் மனைவி மட்டும் பிள்ளைகளைத் தூங்க வைத்துவிட்டுத் தெருவில் நின்று இவன்

வருகிறானா என்று பார்த்துக்கொண்டிருக்கக் கூடும். அவன் கீழே விழுந்து காயம் படாமல் வீடுபோய்ச் சேர்வானா?

'எத்தனை நாளைக்கி இப்படிக் கஷ்டப்படறது?' என்று கேட்டாள் கனகா. தண்டபாணி பதிலே சொல்லாமல் நின்று கொண்டிருந்தான்.

'இம்மாதிரி நடக்குதுன்னு தெரிஞ்சா வீட்டுக்காரர் நம்மைக் காலி பண்ணச் சொல்லிருவார். ஏற்கெனவே வாடகைப் பாக்கி வேற இருக்குது. . . இதுதான் சாக்குன்னு வீட்டைக் காலி பண்ணச் சொல்லிட்டா என்ன பண்றது?'

'என்னை என்ன பண்ணச் சொல்றே' என்று கேட்டான். இப்போது சத்தமே இல்லை. தெருவடி வீட்டு ஐயர், 'இனிமேல் பயம் இல்லை' என்று நினைத்து வீட்டுக் கதவைத் தாழ் போட்டு விட்டார்.

'என்னை என்ன பண்ணச் சொல்றேவா? அப்போ நெதசரி இந்த மாதிரி செத்துச் செத்துப் பிழைக்கச் சொல்றீங்களா?' என்று வெடுக்கென்று கேட்டாள் கனகா. தண்டபாணி அம்மியை விட்டுக் கீழே இறங்கினான்.

'அரைக்கிற அம்மி மேலயா ஏறுறது? ஏற்கெனவே வீட்டுல செல்வம் கொழிக்கிது. . .' என்று அவனைச் சத்தம் போட்டாள். படுக்கையை விட்டு உருண்டுவந்து தரையில் கிடந்த பிள்ளை களைத் தூக்கி மெதுவாகப் படுக்கையில் போட்டான். கனகா குத்துக் காலிட்டு உட்கார்ந்திருந்தாள். அவ்வளவு கஷ்டத்திலும் கூட அவள் பார்க்க அழகாகத்தான் இருந்தாள்.

'நாளைக்காவது பணத்தை அந்த ஆளு மூஞ்சியிலே விட்டெறிஞ்சிருங்க. . .'

'என்னமோ பணத்தை நோட் நோட்டா வச்சுக்கிட்டு இருக்க மாதிரியில்லா பேசுத? நாளன்னைக்கு ரேஷன் வாங்கப் பணத்துக்கு என்னடா வழின்னு யோசிச்சுக்கிட்டு இருக்கேன். எப்படியாவது பணத்தைப் பொறட்டிக் குடுன்னா எங்கேயிருந்து குடுக்கறது. . ? பணம் என்ன வெளையவா செய்யிது. . ?' என்றான்.

அவன் பிரதிநிதியாக இருந்த கம்பெனியின் பெட்ஷீட், ஜமுக்காளங்கள் ரொம்பப் பெயர் பெற்றவைதான். பெரிய ஆல்பம் போன்ற புஸ்தகத்தை விரித்து டிசைன்களைக் காட்டி ஆர்டர் பிடிப்பான். ஆர்டரோடு கூடவே அட்வான்ஸ் பணமும் வாங்கிக்கொள்வான். ஆர்டர் பிடித்துக் கொடுத்ததற்கு வரும் கமிஷனில்தான் அவனும், மனைவி, குழந்தைகளும் ஜீவனம் நடத்திவந்தனர்.

ஜெகனும் ஒன்றும் பெரிய பணக்காரனல்ல. பழைய சாக்குகளைத் தெருத்தெருவாக வாங்கி விற்று வியாபாரம் செய்து வந்தான். அவனுடைய மாமியார் ஊரிலிருந்து வந்திருந்தபோது தான் தண்டபாணியிடம் ஜமுக்காளத்திற்கு ஆர்டர் கொடுத்தான். அவன் தேர்ந்தெடுத்த டிசைன் மாமியாருக்கும் அவன் மனைவிக்கும் கூடப் பிடித்திருந்தது. நூற்றி ஐம்பது ரூபாய் ரொக்கமாகவே கொடுத்து ஜமுக்காளத்திற்கு ஆர்டர் செய்திருந்தான். விதி என்றுதான் சொல்லவேண்டும். ஜமுக்காளம் பார்சலில் வந்தபோது அதை வாங்க ஜெகன் ஊரில் இல்லை. குடும்பத்தோடு வெளியூர் போயிருந்தான். பார்சல் கம்பெனிக்கு எழுதியும், அந்த ஆர்டரை மட்டும் அனுப்பி வைத்தபாடில்லை. ஏழெட்டு மாதம் ஆகிவிட்டது. ரோட்டில் பார்த்தால் விசாரிப்பான். ஒருநாள் அவன் வீட்டைத் தேடிக் கண்டுபிடித்து வந்து பணத்தைத் திருப்பிக் கொடுக்கும் படிக் கேட்டான். இப்போது இரண்டு நாட்களாக இப்படி ராத்திரி ராத்திரி குடித்துவிட்டு வந்து கலாட்டா செய்கிறான்.

அன்று பகல் பூராவும் தண்டபாணி எங்கெங்கோ சுற்றி அலைந்தும் ஒரு ஆர்டர்கூடக் கிடைக்கவில்லை. சாயந்திரம் ஆக ஆக இனந்தெரியாத பீதி மனத்தில் புகுந்தது. அன்றும் ஜெகன் வந்து சத்தம் போடுவானோ என்று பயமாக இருந்தது.

வீட்டுக்குத் திரும்பும்போது ராத்திரி எட்டு மணி ஆகி விட்டது. பதிவாக வாங்கும் முக்குக் கடையில் சாப்பாட்டிற்குத் தொட்டுக்கொள்ளப் பக்கோடா பொட்டலம் வாங்கிக் கொண்டு வீட்டுக்கு வந்து சேர்ந்தான்.

கனகாவுக்கு ஜெகன் விஷயம் மறந்தே போய்விட்டது. பெண்களால் நிறைய விஷயங்களை மறந்துபோக முடிகிறது. அவனிடம் சகஜமாகப் பேசிக்கொண்டிருந்தாள். தண்ட பாணிக்குத் தூக்கமே வரவில்லை. படுக்கையில் புரண்டு கொண்டே இருந்தான். அநேகமாக அந்த வளவில் உள்ள எல்லா வீடுகளிலும் சந்தடி ஓய்ந்துவிட்டது. நேரம் ஊர்ந்துகொண்டிருந்தது.

தண்டபாணிக்கு மெல்ல மெல்ல நம்பிக்கை வந்தது. இனிமேல் ஜெகன் வரமாட்டான் என்று பட்டது. நேற்றும், முன் தினமும் பத்து மணிக்கே வந்துவிட்டான். நேயர் விருப்பம் முடிந்து கிணற்றடி வீட்டில் ரேடியோவை அணைக்கிற ஒலி கேட்டது. மணி பதினொன்று ஆகிவிட்டது. இனிமேலா ஜெகன் வரப்போகிறான்? அதை நினைத்தபோது கொஞ்சம் ஆசுவாச மாக இருந்தது. அன்று ஒரு ஆர்டர்கூடப் பிடிக்க முடியாத

சங்கடம்கூட மனத்தை விட்டு மெல்ல மெல்ல அகன்றிருந்தது. மனத்தில் சொல்ல முடியாத நிம்மதி பிறந்தது.

முற்றத்தில் நின்றிருந்த தென்னை மரத்தின் ஓலைகள் காற்றில் ஒன்றோடு ஒன்று உராய்ந்து சரசரத்தன. அது அவனுக்கு ரொம்பப் பிடித்தமானது. அதைக் கேட்டுக்கொண்டே தூங்கிவிடலாம் போலிருந்தது.

'யோவ் தந்தபாணி. . . தந்தபாணி. . .' என்று ஜெகன் கத்தியது கேட்டது.

குங்குமம், 1994

விமோசனம்

வேலைக்குப் போகவேண்டும், நேரம் ஆகிவிட்டது. பஸ் ஸ்டாண்டுக்குப் போகிற வழியில் அப்பாவைப் பார்த்துவிடக் கூடாது. பணம் கேட்பார். அவரோடு சீராட முடியாது. தவிர, அவளிடம் கொடுப்பதற்குப் பணமும் இல்லை. இப்போதெல் லாம் பணம் கேட்டுக் கடைக்கே வந்துவிடுகிறார். ஊரில் எவ்வளவு அப்பாக்கள் நல்லவர்களாக இருக்கிறார்கள். குடும்பத்தைக் கவனித்துக்கொண்டு, பெண் பிள்ளைகளுக்குத் திருமணம் செய்து வைத்து, எவ்வளவு பொறுப்பாக நடந்து கொள்கிறார்கள். இந்த அப்பா மட்டும் ஏன் இப்படிச் சீரழிய வேண்டும். குடித்து அழியவேண்டும். அவர் ஒரேடியாகப் போய்ச் சேர்ந்துவிட்டால் கூடப் பரவாயில்லை என்றிருந்தது மீனாவுக்கு.

வீட்டைப் பூட்டினாள். தோள்பை ஜிப்பைத் திறந்து சாவியைப் போட்டுக்கொண்டாள். வளவில் வாசலில் உட்கார்ந்திருந்த பெண்கள் அவள் போவதையே ஒரு தினுசாகப் பார்த்தார்கள். ராஜுவுடைய அம்மா ஒருத்திதான் அவளோடு கொஞ்சம் முகம் கொடுத்துப் பேசுவாள். அதுவும் அப்பா ஒருநாள் குடித்துவிட்டு வந்து வளவில் பெரிதாகக் கலாட்டா செய்தபிறகு, அவளுக்கு அங்கே இருந்த மரியாதையே போய்விட்டது. அன்றைக்கு அவர் அந்தமாதிரி நடந்துகொண்ட தற்குப் பிறகுதான் வளவுக்காரர்கள், முத்தையா பிள்ளை தெரு வாசலைத் தாண்டி வளவுக்குள் வரக் கூடாது என்று கண்டிஷனாகச் சொல்லிவிட்டார்கள்.

அவர் எங்கே படுக்கிறார், எங்கே சாப்பிடுகிறார், பணத்துக்கெல்லாம் என்ன செய்கிறார் என்றே தெரியவில்லை. கோபாலன் கோவிலில்தான் முன் மண்டபத்தில் படுக்கிறார் என்று அவளுடன் கூடக் கடையில் வேலை பார்க்கிற குத்தாலம் ஒரு நாள் சொன்னான். திருப்பரை ஆச்சியுடைய மகன்தான் குத்தாலம். திருப்பரை ஆச்சிகூடச் சொந்தம்தான். குத்தாலம் அவளைவிட மூன்று வயதுச் சின்னவன். இப்படித் தனியாகக் கிடந்து அவதிப்படுகிறதுக்கு அவனையே கல்யாணம் செய்து கொண்டு திருப்பரை ஆச்சி வீட்டோடு போய் இருந்துவிடலாமா என்று சமயங்களில் மீனாவுக்குத் தோன்றும்.

ஏதோ ஞாபகத்தில் பெரிய தெருவுக்குள் நுழையப் போனவள், சுதாரித்துக்கொண்டு திரும்பிச் சந்திப் பிள்ளையார் முக்கைப் பார்க்க நடந்தாள். பெரிய தெருவில்தான் குத்தாலத்துடைய வீடு இருக்கிறது.

ஊரில் எவ்வளவோ மதிப்பாக இருந்தவர்தான் முத்தையா பிள்ளை. சமையலில் அவரை அடித்துக்கொள்ள ஆள் கிடையாது. ஸ்வீட்டெல்லாம் ரொம்ப அருமையாகப் போடுவார். ஆனால் தலையில் சுழிதான் சரியில்லை. ஒரு இடத்திலும் நிரந்தரமாக இருக்க மாட்டார். ஹோட்டல் முதலாளி கொஞ்சம் முன்னே பின்னே ஏதாவது லேசாகச் சொல்லிவிட்டால் போதும். அடுத்த ஹோட்டலைப் பார்த்துப் போய்விடுவார். டவுனிலும் ஜங்ஷனிலும் அவர் வேலை பார்க்காத ஹோட்டலே இல்லை. ஒரு காலத்தில் அவருடைய கைபாகத்துக்கு அவ்வளவு செல்வாக்கு இருந்தது. ஆனால், அவரது சவடால் எல்லாம் ஒரு காலத்துக்குப் பிறகு எடுபடவில்லை.

அவளுடைய அம்மா இறந்தபிறகு கொசவந்தட்டித் தெருவில் ஒரு பொம்பளையைச் சேர்த்து வைத்துக் கொண்டார். அதற்கப்புறம் தான் குடிக்க ஆரம்பித்ததும். அவளையும் ஒழுங்காக வைத்து சம்ரட்சணை பண்ண முடிய வில்லை. அவளும் போய்விட்டாள்.

சந்திப் பிள்ளையார் முக்கில் ஒரு பஸ்ஸைக்கூடக் காணோம். இப்போதுதான் ஒரு மூணாம் நம்பர் பஸ் போனது என்றார்கள். பக்கத்தில் இருந்த கடையில் மணி பார்த்தாள். மணி எட்டரை. ஒன்பது மணிக்குக் கடையில் இருக்க வேண்டும். எப்படியோ லேட் ஆகிவிடுகிறது. ஏழுமணிவரை அவள் எழுந்திருக்கவே இல்லை. எழுந்து என்ன ஆகப்போகிறது என்று படுக்கையிலேயே படுத்துக் கிடந்தாள். ராஜுவுடைய அம்மா தான் வந்து கதவைத் தட்டினாள்.

'மணி ஆயிட்டுது. இன்னுந் தூங்கிக்கிட்டு இருக்கியே? எந்திரி... பைப்புல நல்ல தண்ணி வருது. கொடத்தை எடுத்துட்டு வா...' என்றாள்.

'இல்லக்கா, முந்தாநாளு எடுத்த தண்ணி அப்படியே இருக்கு. செலவாகலை. இன்னைக்கித் தண்ணி வேண்டாம்...' என்று சொல்லிவிட்டு, அதற்குப் பிறகுதான் பல் தேய்க்கவே போனாள். பழையது நிறையக் கிடந்தது. அதைச் சாப்பிட்டு விட்டு மத்தியானத்துக்கும் எடுத்துக்கொண்டாள்.

*5*ஆம் நம்பர் பஸ்ஸும் *12*ஆம் நம்பர் பஸ்ஸும் ஒன்றுக்குப் பின்னால் ஒன்றாக வந்தன. மீனாவுக்கு உட்காரக்கூட இடம் கிடைத்தது. ஆனால் மனத்தில் மட்டும் பதற்றம் தணியவில்லை. கடை திறப்பதற்குள் போய்விட முடியுமா என்பது சந்தேகமாக இருந்தது. டிக்கெட் போடுவதற்காக நயினார் குளத்தாங் கரையில் நிறுத்தாமல் இருந்தால், நேரத்துக்குப் போய்விடலாம். பூட்டிக் கிடந்த முருகன் ஸ்டோர்ஸ் வாசலில் யாரோ ஒரு ஆள் தாறுமாறாகப் படுத்துக் கிடந்தார். அது அப்பாவாக இருக்குமோ? இறங்கிப் போய்ப் பார்க்கலாமா என்று தோன்றியது. அதற்குள் பஸ் கிளம்பிவிடுமோ என்று பயமாகவும் இருந்தது. அப்பாவைப் பார்த்து இரண்டு மூன்று வாரம் இருக்கும்.

அவள் நினைத்தது மாதிரியே ராயல் டாக்கீஸ் பக்கத்தில் டிக்கெட் போடுவதற்காகப் பஸ்ஸை நிறுத்திவிட்டான். ஆனால் எப்படியோ நேரத்துக்குக் கொண்டுபோய் ஜங்ஷனில் இறக்கி விட்டான். அவள் கடைக்குள் நுழைந்ததும் முதலாளி மேலே இருந்த கடிகாரத்தைப் பார்த்தார். பாவம் குத்தாலம், அவன் இன்னும் வரவில்லை. இரண்டு பேருக்கும் கல்யாணம் ஆகி விட்டால் சேர்ந்து ஒரே பஸ்ஸில் வந்துவிடலாம். குத்தாலம் அவளைக் கல்யாணம் பண்ணிக்கொள்வானா?

அது ஒரு புஸ்தகக் கடை. அவள் வேலைக்குச் சேர்ந்து இரண்டு வருஷமாகிறது. அவள் வேலைக்குச் சேர்ந்தபிறகுதான் குத்தாலம் வந்து சேர்ந்தான். குத்தாலத்துக்குக் காது கேட்காது. அதனாலேயே அவனைக் கடையில் கணக்குப் பிள்ளையிலிருந்து சின்ன முதலாளி வரை இளப்பமாகப் பேசுவார்கள். மீனா அவனுக்குப் பரிந்து பேசுவாள்.

'மீனா இருக்காளா?' என்ற குரல் கேட்டுக் கடைக்குள் இருந்த படியே வெளியே பார்த்தாள். முத்தையா பிள்ளைதான் நின்று கொண்டிருந்தார். வேட்டியெல்லாம் ஒரே அழுக்கு.

'ஓமக்கு எத்தனை தடவை சொல்லுதது..? இங்கே எதுக்கு வாரேரு..? கடைக்கித் தேடி வாரதை இன்னையோட

விட்டுரும். . . மீனா. . . ஒங்க அப்பா வந்திருக்காரு. . .' என்று உள்ளே பார்த்துச் சொன்னார் முதலாளி. மீனா தலையைக் குனிந்தவாறே கடைக்குள்ளிருந்து வெளியே வந்தாள். ஒரு ஓரமாக முத்தையா பிள்ளை கறைபடிந்த பற்கள் தெரியச் சிரித்துக்கொண்டே நின்றிருந்தார். மீனா கடையை விட்டுத் தள்ளிப் போனாள். அவர் அவள் பின்னாலேயே சென்றார். ராதா ஃபேன்ஸி ஸ்டோர் முன்னால் கடைப் பையன் தண்ணீர் தெளித்துக்கொண்டிருந்தான். எதிர்த்த காப்பி ஸ்டாலில் ரேடியோ பாடிக்கொண்டிருந்தது. முனிசிபல் கக்கூஸ் பக்கம் இருந்த வாகை மரத்தடிக்குப் போனதும் நின்றாள். அவரும் அவளுக்கு எதிரில் வந்து நின்றார். அதற்குமேல் அவளால் பொறுத்துக்கொள்ள முடியவில்லை.

'ஒங்களுக்கு எத்தனை தடவை சொல்லுதது? கடைக்கித் தேடி வராதீங்கன்னா கேக்க மாட்டேங்கிறீங்களே. அங்க வீட்டுக்கு வந்து பாடாப் படுத்துனது போறாதுன்னு இங்கக் கடைக்கி வந்து லெச்ச கெடுக்க வாரீயளே. . . ஏதோ நானா பொங்கி, நானா சாப்புட்டுத் தனியா எங்காலத்த எப்படியோ ஓட்டிக்கிட்டு இருக்கேன். இங்க வேல பாக்க எடத்துக்கு வந்து என்னைத் தொந்தரவுபடுத்தி, இந்த வேலயும் போயிட்டுதுன்னா நானும் ஒங்கள மாதிரி ரோட்டுலதான் நிக்கணும். ஒங்களோட பெரிய தும்பமால்ல இருக்கு. . .' என்று அழுதாள்.

'இன்னம நான் வரலைம்மா. . . இன்னைக்கி மட்டும் ஒரு பத்து ரூபா இருந்தாக் குடு. வயிறு ரொம்பப் பசிக்கி. . .'

'எங்கிட்ட ஒரு பைசா கெடையாது. பசிக்குதுன்னா வாங்க. . . என் சாப்பாடு இருக்கு தாரேன். . . கொண்டுட்டுப் போயிச் சாப்பிடுங்க. . .' என்று கடையைப் பார்க்கத் திரும்பினாள்.

'சாப்பாட்டை எங்கிட்டே குடுத்துட்டா நீ மத்தியானத் துக்கு என்ன பண்ணுவே? ஒங்கிட்டே இல்லேன்னா மொதலாளி கிட்டே கேட்டு வாங்கிக் குடு. . . இதுதான் கடேசித் தடவை. இனிமே இங்க வரவே மாட்டேன் மீனா. . .'

'அதெல்லாம் மொதலாளி தரமாட்டாரு. . .'

'பெத்த அப்பன் வந்து கேக்கேன். . . பிச்சைக்காரனை வெரட்டுதாப்புல வெரட்டுதீயே. . . நீயெல்லாம் வெளங்குவீயா?'

மீனா குலுங்கிக் குலுங்கி அழுதுகொண்டே நின்று கொண்டிருந்தாள். குத்தாலம் அப்போதுதான் கடைக்கு வந்து கொண்டிருந்தான். அவர்களைப் பார்த்ததும் தயங்கி நின்றான். ரோட்டில் ஒரு பையன் சைக்கிள் பெல்லை அடித்துக்கொண்டே

போனான். பஸ் ஸ்டாண்டுக்குப் போய்க்கொண்டிருந்தவர்கள் இவர்களைப் பார்த்துக்கொண்டே போனார்கள்.

'மீனா எதுக்கு அழுதே?' என்று அவள் பக்கத்தில் வந்து கேட்டான் குத்தாலம். சேலை முந்தானையால் கண்ணைத் துடைத்துக்கொண்டாள். பிறகு அவனிடம், 'ஒண்ணுமில்லை... நீங்க போங்க. . . ஒங்களைக் காணலைன்னு மொதலாளி கோவமா இருக்கார்...' என்றாள். அவள் சொன்னது அவனுடைய காதில் விழுந்ததோ என்னவோ.

'மாமா, மீனாவை எதுக்கு இப்பிடி அழவைக்கியோ. . ? பாவம் மீனா...' என்றான் குத்தாலம்.

'போடா செவிட்டுப்பயலே...' என்றார் முத்தையா பிள்ளை. மீனா கோபத்தோடு அப்பாவைப் பார்த்தாள். பிறகு வேகமாகக் கடையைப் பார்க்க நடந்தாள். அவள் பின்னாலேயே குத்தாலம் வந்தான்.

ராத்திரி கடையைப் பூட்ட ஒன்பது மணி ஆகும். அவளை மட்டும் பெரிய மனதுடன் ஏழு மணிக்கே அனுப்பி வைத்து விடுவார்கள். அன்று மீனா சந்திப் பிள்ளையார் முக்கில் வந்து இறங்கும்போதே எட்டு மணி ஆகிவிட்டது. வீட்டுக்குப் போகாமல் நேரே திருப்பரை ஆச்சி வீட்டுக்குப் போனாள். ஆச்சி மடியில் படுத்துக்கொண்டு அழுதாள். தன்னைக் குத்தாலத்துக்குக் கட்டி வைத்து விடும்படிச் சொன்னாள். ஆச்சி அவள் தலையை வருடிவிட்டாள்.

குங்குமம், 1995

விமோசனம்

கடன்

பாலையா தூக்கத்தில், 'மேட்டுத் தெரு அத்தை... மேட்டுத் தெரு அத்தை' என்று புலம்பினான். பக்கத்தில் படுத்துக்கிடந்த லீலா விழித்துக்கொண்டாள். யார் புலம்பியது என்று புரியாமல், கால்மாடும் தலைமாடுமாகப் படுத்துக் கிடந்த குழந்தைகளைப் பார்த்தாள். எல்லோரும் அசந்து தூங்கிக்கொண்டிருப்பது மங்கலான விடிவிளக்கு வெளிச்சத்தில் தெரிந்தது. 'இல்ல குடுத்திருதேன்... தை மாசம்' என்ற சொற்கள் தெளிவில்லாமல் பாலையாவிடமிருந்து கேட்டன. லீலா எழுந்து உட்கார்ந்துகொண்டாள். பாலையாவை எழுப்பினாள். எழுந்து உட்கார்ந்து மிரள மிரள விழித்தான் பாலையா.

'தை மாசம் தை மாசம்னு என்ன பொலம்புதீயோ?' என்றாள் லீலா.

'அத்தை... மேட்டுத் தெரு அத்தை' என்றான்.

'மேட்டுத்தெரு அத்தையா?'

'மேட்டுத்தெரு அத்தையச் சொப்பனத்துல பாத்தேன்...'

'மேட்டுத்தெரு அத்தை போயிச்சேந்து ஆறு மாசத்துக்கு மேல ஆவுதே...'

'கொடுத்த ரூவாயத் திருப்பிக் குடுன்னு கேட்டு வீட்டுக்கு வந்து நிக்கா அத்தை.'

'ஒங்களுக்குத் தன்னைப் பயம். செத்துப் போன அத்தை வந்து குடுத்த கடனைக் கேக்கவா போறா? எந்த ஊர்லயாவது செத்துப் போனவா திரும்பி வரமுடியுமா? பேசாம தண்ணியக் குடிச்சிட்டுப் படுங்க.'

வண்ணநிலவன்

‘இல்ல, ஒருவேளை அத்தையோட மகனுக்கு அத்தை நமக்குக் கடன் குடுத்த வெவரம் தெரிஞ்சிருக்குமோ?’

‘அப்படித் தெரிஞ்சிருந்தா இதுக்குள்ள எங்க அம்மா கிட்ட வாங்குன கடனத் திருப்பிக் குடுங்கன்னு வந்து நிக்க மாட்டாங்களா? அதெல்லாம் யாருக்கும் எதுவுந் தெரியாது. ஒங்களுக்குத் தொட நடுக்கம், பயந்து சாகுதியோ. இப்பம் பேசாமப் படுத்துத் தூங்குங்க...’ என்றாள் லீலா. அவள் படுத்துக் கொண்டுவிட்டாள். அவள் படுத்தபிறகும் பாலையா கொஞ்ச நேரம் படுக்கையில் உட்கார்ந்துகொண்டிருந்தான். பிறகு எழுந்து கொடியில் கிடந்த துண்டை எடுத்து வியர்வையைத் துடைத்தான். தூக்கம் போய்விட்டது. கதவைத் திறந்துகொண்டு முற்றத்தில் போய் நின்றான். பெருமாள் தாத்தாவும் சேகரும் கட்டிலில் தூங்கிக்கொண்டிருந்தனர். ஏதேதோ பூச்சிகளின் வினோத மான சத்தங்கள் கேட்டன. அண்ணாந்து பார்த்தான். வானத்தில் நட்சத்திரங்கள் பளிச்சென்று தெரிந்தன. நெஞ்சு படபடப்பு மட்டும் இன்னும் அடங்கவில்லை. திரும்பத் திரும்ப மேட்டுத் தெரு அத்தையுடைய ஞாபகம் வந்துகொண்டே இருந்தது.

சுமார் ஆறு மாதத்திற்கு முன்னால் . . .

அன்று ஞாயிற்றுக்கிழமை.

பாலையா புற வாசலில் நின்றுகொண்டிருந்தான். படவரைக் குழியில் புடல் போட்டிருந்தது. ஆடு, மாடு மேய்ந்து விடாமல் இருப்பதற்காகக் கொடியைச் சுற்றி நட்டுவைத்திருந்த குச்சிகள் சாய்ந்து கிடந்தன. அவற்றை மறுபடி மண்ணில் ஊன்ற வேண்டியிருந்தது. நாலே மாதத்தில் கொடி ரொம்பப் பெரிசாகப் படர்ந்துவிட்டது. ஐந்தாறு பிஞ்சுகள்கூட விட ஆரம்பித்திருந்தது. அவற்றுக்குக் கல் கட்டியாயிற்று. அணில்கள் படுத்துகிற பாடுதான் தாங்க முடியவில்லை. கொடிகளை வெட்டி வெட்டி விடுகின்றன.

வானம் மூடிக் கிடந்தது. வெயிலே இல்லை. மழை வருமோ என்னவோ? படவரைக் குழி வேலையை முடித்துவிட்டு ஆற்றுக்குக் குளிக்கப் போகவேண்டும். முடிந்தால் மத்தியானம் மேட்னிக்குப் போகலாம். செல்லப்பாவும் படத்துக்கு வருகிறேன் என்று சொல்லியிருக்கிறான். அவன் வந்தால் டிக்கெட் எடுப்பது ரொம்ப சுலபம். அவனுக்கு எல்லா தியேட்டர்களிலும் ஆள் இருக்கிறது. கியூவில் நின்று டிக்கெட் எடுக்கச் சிரமப்பட வேண்டிய தில்லை. அதுவும் ஞாயிற்றுக்கிழமை வேறு. ஏகப்பட்ட கூட்டம் இருக்கும்.

லீலா, துவையல் அரைத்துக்கொண்டிருந்தாள். அடுப்பில் வெந்நீர் சூடாகிப் பானைக்குமேல் ஆவி வந்துகொண்டிருந்தது.

பிள்ளைகளை எல்லாம் எண்ணெய் தேய்த்துக் குளிப்பாட்ட வேண்டும். அவன் ஆற்றுக்குப் போய்விட்டு வந்ததுமே, சாப்பிட வேண்டும் என்பான். தலைகூடச் சீவ மாட்டான். ஒரு அணில் பயமில்லாமல் அம்மிக்குக் கீழே சிந்திக் கிடந்த பொரிகடலைத் துணுக்குகளைப் பொறுக்க வந்தது.

'நீங்க அந்தானைக்கி சைக்கிள்ல ஆத்துக்குச் சவாரி விட்டுராதீய. உளுந்தங் கஞ்சி ரெடியாயிட்டுது. சாப்பிட்டுப் போங்க. . .' என்றாள் லீலா.

'சரி. . . சரி. . . எதுக்குக் கத்துதே. . .' என்றான் பாலையா.

'கத்துதே கரையுதேன்னா. . . இங்க எனக்கு ஒண்ர வண்டி வேலை கெடக்கு. இதுல ஒங்களுக்கு ஒபச்சாரம் பண்ணலைன்னா நீங்க வேற அந்தானைக்கிப் பொறப்பட்டுருவியோ. . .' என்று சொல்லிக்கொண்டே அம்மியைக் கழுவினாள் லீலா. வாசலில் யாரோ கூப்பிடுகிற சத்தம் கேட்டது.

'எம்மா. . . சம்முவத்து மாமா வந்திருக்கா' என்று சொல்லிக் கொண்டே வந்தான் பெரியவன். பாலையா புறவாசல் நடைப் பக்கம் வந்து எட்டிப் பார்த்தான்.

'எந்தச் சம்முவத்து மாமா. . ?' என்று எழுந்து நின்று பார்த்தாள் லீலா. லீலா நல்ல உயரம். பாலையாவுக்குப் பக்கத்தில் நின்றால் அவனைவிட ஒரு பிடி உயரமோ என்று தோன்றும். சண்முகம் வீட்டுக்குள் வராமல் வாசலிலேயே நின்று கொண்டிருந்தான். பாலையாவுக்குப் பின்னால் லீலாவும் போனாள்.

'என்னடே சம்முகம்? உள்ள வாயேன். வாசல்லியே நிக்கியே?' என்று அவனைப் பார்த்துக் கூப்பிட்டுக்கொண்டே போனான் பாலையா. லீலா நடுப் பட்டகசாலையிலேயே நின்றுவிட்டாள். அம்மியில் பாதி வழித்து வைத்துவிட்டு வந்த துவையல் ஞாபகத்துக்கு வந்தது.

'இல்லண்ணாச்சி. . . உள்ள வாரதுக்கு இல்ல. துஷ்டி சொல்லிட்டுப் போறதுக்கு வந்தேன்.'

'துஷ்டியா? யாரு?'

'நம்ம மேட்டுத் தெரு பார்வதியம்மா இருக்காங்கள்ள. . .'

'யாரு. . ? மேட்டுத் தெரு பார்வதி அத்தையா? இட்லி யாவாரம் பண்ணுதாளே. . ?'

'ஆமா. . . அவுக நேத்து ராத்திரி ஒரு மணிக்குத் தவறிப் போயிட்டாக. .'

லீலாவும் பாலையாவுக்குப் பக்கத்தில் வந்து நின்றாள்.

'அடக் கடவுளே, என்ன செஞ்சுது?'

'வேறென்ன? வாயுக்குத்துதான். ராத்திரி ஒரு மணி இருக்கும். ஒரு படியா வருதுன்னுருக்கா. பெரிய மக தண்ணிய எடுத்தாரதுக்குள்ள சீவன் போயிட்டுது.'

பாலையாவுக்கு ஒன்றும் சொல்லத் தோன்றவில்லை. லீலாவைப் பார்த்தான்.

'எல்லாருக்கும் சொல்லிவிட்டாச்சா?'

'தெக்குப் புதுத் தெரு, கீழப் புதுத்தெரு எல்லாம் சொல்லிட்டேன். செத்துப்போன பார்வதி அம்மாவோட தங்கச்சி வீடு பேட்டையில் இருக்கு. அங்கதான் போயிக்கிட்டு இருக்கேன்.'

'எப்பம் தூக்குவாங்க?'

'சாயந்தரம் தூக்கிருவாங்க. அப்பம் நான் வரட்டுமா?'

'தண்ணி கிண்ணி வேணுமா?'

'இல்ல. . . இப்பந்தான் போத்தி கௌப்புல ஒரு டீ சாப்புட்டேன். வாரேன்... நேரமாயிட்டுது' என்று சொல்லிவிட்டுப் போனான் சண்முகம்.

பார்வதி அத்தை செத்துப் போய்விட்டாள் என்றதுமே, அவளிடம் கடன் வாங்கியிருந்த ஆயிரம் ரூபாய்தான் பாலையாவுக்கு ஞாபகம் வந்தது. போன வருஷம் கார்த்திகை மாதம் இந்த வீட்டுக்கு வாடகைக்கு வந்தபோது அட்வான்ஸ் கொடுப்பதற்கு யார் யாரிடம் எல்லாமோ போய்க் கேட்டான். பணம் பெயரவில்லை. கடைசியில் மேட்டுத் தெரு பார்வதி அத்தையிடம்தான் போய் நின்றான். வீட்டில் யாருக்கும் தெரியவேண்டாம் என்று சொல்லி, அஞ்சு வட்டிக்கு ஆயிரம் ரூபாய் கொடுத்தாள். இப்போது வட்டியும் முதலுமாக ஆயிரத்து ஐநூறு ரூபாய்க்குமேல் ஏறி நிற்கிறது.

இரண்டு வாரத்திற்கு முன்னால்கூட சாயந்திரம் கோயிலுக்குப் போகும்போது, பார்வதி அத்தை வீட்டுக்கு வந்து சத்தம் போட்டு விட்டுப் போனாள். ஒரு மாதத்தில் திருப்பிக் கொடுத்துவிடுகிறேன் என்றுதான் வாங்கினான். ஆனால் முடியவில்லை. இந்தக் கார்த்திகை வந்தால் ஒரு வருஷம் ஆகிவிடும். சண்முகம் போன பிறகும் அங்கேயே பட்டாசல் கதவருகே நின்று யோசித்துக்கொண்டிருந்தான். லீலா உள்ளே போய்விட்டாள். அடுப்பில் இருந்த வெந்நீரை இறக்கி வைத்துவிட்டுப் புறவாசல்

கதவைச் சாத்திவிட்டு வந்தாள். பிள்ளைகள் இரண்டும் மச்சு வீட்டுக்கு விளையாடப் போய்விட்டனர். யார் வீட்டிலோ தேங்காய் உடைக்கிற சத்தம் கேட்டது.

'நல்ல வேளை, நீங்க குளிக்கப் போறதுக்கு முன்னால வந்து சொன்னானே? என்ன யோசனை பண்ணிக்கிட்டு இருக்கியோ? துஷ்டி கேக்கப் போகணுமில்லையா?' என்றாள் லீலா.

'. . .ம். . . ஒண்ணுமில்ல. . . பொறப்பட வேண்டியதுதான். இதுக ரெண்டையும் எங்க?'

'மச்சு வீட்டுல நிக்குதுக. . .'

'அவங்க வீட்டுல சொல்லி, விட்டுட்டு வா. . . நீ அங்க அழுதுட்டு ஒடனே வந்திரு. நான் அங்கன செத்த இருந்துட்டுப் பொறவு வாரேன். பேட்டைக்காரி எல்லாம் வந்து தூக்கணும்னா எப்படியும் சாயந்தரம் அன்னா இன்னான்னு நாலு மணி ஆயிரும். சீக்கிரமா மச்சு வீட்டுல சொல்லிட்டு வா. . .'

இரண்டு பேரும் மேல ரத வீதியில் போய்க்கொண்டிருந்த போது அவன் மௌனமாக நடந்துகொண்டிருந்தது அவளுக்கு என்னவோ போலிருந்தது. இரண்டு டவுன் பஸ்கள் போட்டி போட்டு ஒன்றை ஒன்று முந்தப் பார்த்தன.

'என்ன ஒங்க மேட்டுத் தெரு அத்தை போயிட்டாங்கிறதுக் காக நீங்க சாமியாரா ஆயிருவியோ போலருக்கே. . . உம்முன்னு ஒரே யோசனையா இருக்கியளே. . . அத்தை மண்டயப் போட்டுட்டாங்கிறதுக்கா இம்புட்டுத் தூரம் சடைச்சுக்கிட்டு இருக்கியோ?' என்றாள் லீலா.

'பேசாம வா. . . நான் வேற வெவகாரத்தல்லா நெனைச்சுக் கிட்டு வாரேன். . .'

'வேற வெவகாரமா?' என்று அவன் பக்கத்தில் நெருங்கி வந்து அவன் முகத்தை உற்றுப் பார்த்தாள் லீலா. அவன் தலையைத் தொங்கப் போட்டுக்கொண்டு நடந்தான். துஷ்டி வீட்டுக்குப் போனாலும் ரொம்ப நாளைக்குப் பிறகு அவனோடு சேர்ந்து போவது அவளுக்குச் சந்தோஷமாகவே இருந்தது.

'என்ன வெசயம்?' என்று திரும்பவும் கேட்டாள் லீலா.

'அத்தையிட்ட இந்த வீட்டுக்கு அட்வான்ஸ் குடுக்கதுக்காக ஆயிரம் ரூவா வாங்குனம்லா. . . அதப் பத்தியில்லா யோசிச்சுக் கிட்டு இருக்கேன்.'

‘ஆமா அதுக்கென்ன இப்பம். . ?’

‘அத்தை குடுக்கும்போதே, அவ வீட்டுல யாருக்கும் தெரிய வேண்டாம்னுதான் சொல்லிக் குடுத்தா. இப்பம் அவ போயிச் சேந்துட்டா. அதைப் பிள்ளைக கிட்டச் சொல்லவா’, வேண்டா மான்னு தெரியல. . .’

சிறிது நேரம் இருவருக்கிடையே மௌனம் நிலவியது. பிறகு லீலாதான் பேசினாள்.

‘நான் ஒண்ணு சொல்லட்டுமா. . .’ என்றாள் லீலா.

‘என்னது?’

‘நீங்களாப் போயி, ஒங்க அம்மைகிட்டக் கடன் வாங்கி யிருக்கேன்னு சொல்லவேண்டாம். அவங்களாக் கேட்டால் பொறவு பார்த்துக்கிடுவோம். . .’

‘பின்னால் தெரிய வந்துதுன்னா ரொம்ப அசிங்கம்லா. . .’

‘யாருக்கும் தெரியாமக் குடுத்த ரூவாதான? பொறவு எதுக்குப் பயப்படுதியோ?’

‘அந்த அத்தை நோட்டுல கீட்டுல ஏதாவது குறிச்சு வச்சிருந்தான்னா?’

‘அப்படி இருந்தா அவங்களாக் கேட்டு வரட்டும். இப்பதக்கி நீங்க ஒண்ணும் காட்டிக்கிட வேண்டாம்.’

பாலையா பேசாமல் நடந்துகொண்டிருந்தான். உள்ளூர அவனுக்குத் தயக்கமாக இருந்தது. கடன் வாங்கிய விஷயம் வெளியே தெரியவந்தால் அசிங்கமாகப் போய்விடும் என்று பயந்தான்.

லீலா வீட்டிற்குள் போய் பெண்களோடு இருந்து அழுதாள். பாலையா வாசலில் கிடந்த பெஞ்சில் மேட்டுத் தெரு அத்தை யின் மூத்த மகனுக்குப் பக்கத்தில் போய் உட்கார்ந்துகொண்டு வருத்தத்தோடு துக்கம் கேட்டான். இழவு வீட்டில் மேற்கொண்டு ஆகவேண்டிய காரியங்கள் நடந்துகொண்டிருந்தன. பாலையாவுக்கு அத்தையுடைய பிள்ளைகளைப் பார்க்கும் போதெல்லாம் உறுத்தலாக இருந்தது. குறிப்பாகப் பெரிய மகன் தனுஷ்கோடியைப் பார்த்தபோது பயமாக இருந்தது. அவனுக்குக் கடனைப் பற்றித் தெரிந்திருக்குமோ? அவன் பக்கத்தில் யாரும் இல்லாதபோது மெதுவாகப் போய் உள்ளதைச் சொல்லி விடலாமா என்று தோன்றியது. ஆனால் அவர்களுக்கு விஷயம் தெரியாவிட்டால் ஆயிரம் ரூபாயும் வட்டியும் லாபம்தானே? தன் பிள்ளைகளுக்குத் தெரியவேண்டாம் என்று சொல்லித்தானே

அத்தை பணத்தைக் கொடுத்தாள். யாருக்குத் தெரிந்திருக்கப் போகிறது? அதுவும் ராத்திரி திடீரென்று மாரடைப்பினால் செத்துப்போனவளுக்குத் தன் கொடுக்கல் வாங்கல்களை எல்லாம் பிள்ளைகளிடம் சொல்ல நேரம் இருந்திருக்கவா போகிறது? ஒருவேளை நோட்டில் குறித்து வைத்திருப்பாளோ? அப்படியானால் காரியம் கெட்டதே. எவ்வளவு பெரிய அவமானம் வந்து சேரும்? எப்படியோ, சுடுகாடுவரை ஆட்களோடு ஆட்களாய்ப் போய்விட்டு வந்தான்.

பதினாறு விசேஷத்துக்குக் கூப்பிட்டு விட்டிருந்தார்கள். கடையில் லீவு கிடைக்கவில்லை என்று சொல்லி லீலாவை மட்டும் அனுப்பி வைத்தான். மேட்டுத்தெரு அத்தை வீட்டில் பணத்தைப் பற்றி ஒருத்தரும் ஒன்றும் கேட்கவில்லை. உள்ளூர அவனுக்கு சந்தோஷமாக இருந்தாலும், கூடவே பயமாகவும் இருந்தது.

அத்தை இறந்து பல நாட்களானாலும் அத்தையுடைய மூத்த மகன் தனுஷ்கோடியையோ இளையவனையோ தெருவில் பார்த்தாலே பாலையாவுக்குக் கை கால்கள் எல்லாம் துவண்டுவிடும். பயத்தில் நாக்கு வறண்டு விடும்.

தூக்கம் வராமல் முற்றத்தில் உட்கார்ந்துகொண்டிருந்தவன் வெகுநேரம் ஆகிவிட்டது என்று எழுந்து வீட்டுக்குள் போனான். கதவைத் தாழ்ப்பாள் போட்டான். லீலாவும் பிள்ளைகளும் தங்களை மறந்து நிம்மதியாகத் தூங்கிக்கொண்டிருந்தனர். அவனுக்குத்தான் தூக்கம் வரவில்லை.

புதிய பார்வை, 1995

அவனுடைய நாட்கள்

கம்பெனிக்குப் போகும்போதே எதிரே ஆட்கள் திரும்பி வந்துகொண்டிருந்தனர். இன்றைக்கும் வேலை இல்லை என்பது தெரிந்து போயிற்று. வெங்கடேஸ்வரா கபே திருப்பத்திலேயே கம்பெனியிலிருந்து ஆட்கள் வந்துகொண்டிருந்ததை அவனும் ஆவுடையும் பார்த்துவிட்டார்கள். பேசாமல் அப்படியே வீட்டுக்குத் திரும்பியிருக்கலாம். ஆனால், ஆவுடை வீட்டுக்குத் திரும்பவில்லை. அவள் வராவிட்டாலும் பரவாயில்லை. அவனையும் வீட்டுக்குப் போக விடமாட்டாள். சங்கரனுக்கு அம்மாமேல் கோபம் கோபமாக வந்தது.

இன்றைக்கும் வேலை இல்லாமல் ஆட்கள் திரும்புகிறார்கள் என்றதுமே சங்கரனுக்குச் சந்தோஷமாக இருந்தது. ஆனால், ஆவுடைக்குக் கண்ணீர் முட்டிக்கொண்டு வந்தது. ஏற்கெனவே இந்த வாரத்தில் இரண்டு நாள் வேலை இல்லை. இன்றோடு சேர்த்தால் மூன்று நாள் ஆகிறது. வாரச் சம்பளம் குறைந்துவிடும். சனிக்கிழமை ரேஷன் வாங்கச் சிட்டை வட்டிக்காரனிடம்தான் போய் நிற்கவேண்டும். சங்கரனுக்குச் சீக்கிரமாக வீட்டுக்குப் போய் சாப்பிட்டுவிட்டு தூக்குச் சட்டியை வீட்டில் போட்டுவிட்டு நிர்மலா வீட்டுக்குப் போக வேண்டும். இப்படியே திரும்பினால் பதினைந்து நிமிஷத்தில் நிர்மலா வீட்டுக்குப் போய்விடலாம்? அங்கே போய் எப்படியும் ஒரு அரை மணி நேரமாவது சிலோன் ரேடியோ கேட்கலாம். முக்கியமாக நிர்மலாவிடம் பேசிக்கொண்டிருக்கலாம். நேற்று ராத்திரி கேபிள் டி.வி.யில் பார்த்த படத்தைப்பற்றிச் சொல்லுவாள். நிர்மலாவுடன் இருந்தால் வீட்டு ஞாபகமே வருவதில்லை. அவளுடன் இருக்கும்போது ரொம்ப

சந்தோஷமாக இருக்கிறது. காப்பி கொடுக்கும்போது அவளுடைய விரல் பட்டால் விவரிக்க முடியாத பரவசம் ஏற்படுகிறது. ராத்திரி வீட்டுக்குத் திரும்பும்போதுதான் நரகத்துக்குப் போகிற மாதிரி இருக்கிறது. அந்த நாள் ஏன் முடிந்தது என்று இருக்கிறது.

தசரா ஆரம்பித்து மூன்று நாட்கள் ஆகிவிட்டன. எல்லாக் கோயில்களிலும் தினசரி கச்சேரி நடக்கிறது. தெருவுக்குத் தெரு மைனர்பார்ட்டிகள் போட்டி போட்டுக்கொண்டு வெளியூர்களிலிருந்து கும்பம் ஆடுகிறவர்களையும் நையாண்டி மேளங்களையும் கொண்டுவந்திருந்தன. அம்மாதான் ஒன்பது மணிக்குமேல் வீட்டுக்கு வந்தால் திட்டுகிறாள். அதற்காகக் கண் முழித்து தசரா பார்க்காமல் இருக்க முடியுமா என்ன?

'எக்கா கம்பெனிக்கா போறீய? அதான் வேல இல்லியே. வீட்டுக்குப் போங்கக்கா. . . எதுக்குப் போட்டு வீணா அலையுதியோ. . ?' என்றாள் பாக்கியம்.

'இல்ல, போர்மேன் அண்ணாச்சியைப் பார்க்கணும். அதான் போய்க்கிட்டு இருக்கேன்' என்றாள் ஆவுடை. பாக்கியம் கொஞ்சம் தள்ளிப்போனதும், 'இவளுகளுக்கு என்ன வந்தது? நான் எங்கியும் போறேன். ரோட்டுல போறவா பேசாமப் போக வேண்டியதுதான? இவகிட்டக் கேட்டுட்டுத்தான் ஒவ்வொன்னுஞ் செய்யணும் போல இருக்கு' என்றாள்.

'எதுக்கு அந்த அக்காவைப் போட்டுத் திட்டுத? வீணா அம்புட்டுத்தூரம் எதுக்கு அலையணும். வேலதான் இல்லையே, வீட்டுக்குப் போங்கன்னு சொல்லுதா. இது ஒரு குத்தமா? அவளைப் போயி கண்டமானிக்குப் பேசுதீயே' என்றான் சங்கரன்.

'இந்தானைக்கு ஒனக்கு ஊர் மேயப் போகணும். கம்பெனி லீவுன்னா ஒனக்குக் கொண்டாட்டம். இப்பிடி, தெனசரி வேல இல்லன்னு வீட்டுக்குத் திரும்புதமேன்னு எனக்கு வயத்துல புளியக் கரைக்கி.'

சங்கரன் பேசாமல் தலை குனிந்து நடந்துகொண்டிருந்தான். கோபத்திலும் எரிச்சலிலும் ஆவுடையுடைய நடையின் வேகம் அதிகரித்தது. முணுமுணுத்துக்கொண்டே நடந்தாள். தூத்துக்குடி பஸ் ஒன்று அவர்களைக் கடந்து சென்றது.

அப்பா வேலை இல்லாமல் வீட்டில் உட்கார்ந்து நாலைந்து வருஷம் ஆகிவிட்டது. சங்கரனையும் மூன்று பொம்பளைப் பிள்ளைகளையும் வைத்துக்கொண்டு ஆவுடை அனேகம் பாடுபட்டாள். எஸ்.எஸ்.எல்.சி. முடித்ததும் அவனையும் பொட்டு வெடிக் கம்பெனிக்குத் தன்னோடு வேலைக்குக் கூட்டிக்கொண்டு போனாள். அவர்களுடைய வாரச்

சம்பளத்தில்தான் குடும்பம் ஓடியது. மாணிக்கம் சலூனில், சங்கரன் தினசரி பேப்பர் படிப்பான். சின்னப்பிள்ளையி லிருந்தே சிந்தாதிரிப்பேட்டை சந்தனுவின் சித்திர வித்யாலயா விளம்பரத்தைப் பத்திரிகைகளில் பார்த்து வருகிறான். சங்கரனுக்குப் பள்ளிக்கூடத்தில் கூட டிராயிங் வராது. ஆனாலும், சந்தனுவின் 'நீங்களும் ஓவியராகலாம்' விளம்பரத்தைப் பேப்பரில் பார்த்துவிட்டு எழுதிப் போட்டான். ஒரு வாரம் கழித்து மெட்ராசிலிருந்து நீளமான கவர் ஒன்று வந்தது. முதன்முதலாக அவன் பேருக்கு வந்த அந்தக் கவரைப் பார்த்ததுமே ரொம்ப சந்தோஷமாக இருந்தது. அதை நிர்மலாவிடம் கொண்டு போய்க் காட்டினான். ஓவியம் படிப்பதற்கு எவ்வளவு பீஸ் கட்டவேண்டும் என்ற விவரம் எல்லாம் அந்தக் கவரில் இருந்தது. பணம் கட்ட வேண்டும் என்றதும் ஓவியன் ஆகிற ஆசையே போய்விட்டது. ஆனால், ரொம்ப நாள்வரை அந்தக் கவரை அப்படியே கசங்காமல் வைத்திருந்தான்.

இதே போல் டிராஃப்ட்ஸ்மேன் ஆகலாம், விவசாயப் படிப்பை வீட்டில் இருந்தபடியே இலவசமாகக் கற்கலாம் என்றெல்லாம் ரிஷிவந்தியத்திலிருந்து ஒரு டியூடோரியல் காலேஜ் விளம்பரம் வந்திருந்தது. ரிஷிவந்தியம் என்ற அந்த ஊரின் பெயரே சங்கரனுக்கு ரொம்பப் பிடித்திருந்தது. அங்கிருந்தும் விவரங்கள் எல்லாம் வந்தன. வழக்கம் போல அம்மா அதெல்லாம் வேண்டாம் என்று சொல்லிவிட்டாள்.

ஆவுடை வேகமாகப் போய்க்கொண்டிருந்தாள். அவள் பின்னால் சங்கரன் இஷ்டமே இல்லாமல் நடந்துகொண்டிருந்தான். கம்பெனிப் பக்கமிருந்து கிருஷ்ணன் தன் பழைய சைக்கிளில் வந்துகொண்டிருந்தான். இவன் தூக்குச் சட்டியுடன் போகிறதைப் பார்த்து ஏதாவது கேட்பான் என்று எதிர்பார்த்தான். நல்ல வேளையாகக் கிருஷ்ணன் இவனைப் பாராமலேயே போய் விட்டான். கிருஷ்ணன் இவனைக் கடந்து போகும்போது அவனிட மிருந்து மருந்து வாடை அடித்தது. கம்பெனியில் வேலை பார்க்கிற எல்லோருடைய உடம்பிலும் இந்த மருந்து வாடை இருக்கும். எத்தனை சோப் போட்டுக் குளித்தாலும் அது போகவே போகாது.

கம்பெனியின் நீளமான காம்பவுண்டுச் சுவர் ஆரம்பம் ஆகிவிட்டது. சுவர்மீது வரிசையாக மைனாக்கள் உட்கார்ந் திருந்தன. நிர்மலா வீட்டில்கூட முன்பு மைனா இருந்தது. ஈஸ்டருக்கு ஒருவாரம் இருக்கும்போது ஒருநாள் காலை கூண்டில் செத்துக் கிடந்தது. என்ன செய்வது என்று தெரிய வில்லை. நிர்மலாகூட அவ்வளவாக வருத்தப்படவில்லை. இவன்தான் ரொம்ப வருத்தப்பட்டான். பிறகு வெறும் கூண்டு மட்டும் அவர்கள் வீட்டு உத்திரக் கட்டையில் தொங்கிக் கொண்டிருந்தது.

‘ஏம்மா அதான் வேல இல்லன்னு ஆளுக திரும்பிப் போறாவ இல்ல. அப்படியே வீட்டுக்குப் போவவேண்டியதுதான? எதுக்கு இம்புட்டுத் தூரம் வீணா வந்து அலையுதீயோ?’ என்றார் வாட்ச்மேன் ஞானமுத்து.

‘உள்ள அண்ணாச்சி இருக்காங்களா?’

‘அண்ணாச்சி ஆபீஸ் ரூம்ல இருக்காங்க. . . எதுக்கு?’

‘அவங்களப் பாக்கணும்.’

‘அவங்களைப் பாத்து என்ன செய்யப் போறீயோ? குளோரைடு லாரி வந்தாத்தான் வேலயே.’

‘ஏதாவது கழிவு கிழிவு கெடந்தாப் பார்க்கலாம்னுதான். . .’

‘கழிவுதான? நீங்க கேக்கதுக்கு முந்தியே நேசமணி, அண்ணாச்சிகிட்டக் கேட்டுப் பாத்துட்டா. கழிவெல்லாம் ஒண்ணும் இல்லன்னு அண்ணாச்சி சொல்லிட்டாங்க. இன்னைக்கிச் சாயந்தரத்துக்குள்ள லோடு வந்துருமாம். . . நாளைக்கு எப்படியும் வேல இருக்கும். போயிட்டு வாங்க.’

பின்னும் ஆவுடை தயங்கி நின்றுகொண்டிருந்தாள். ஞானமுத்து தன் ஷெட்டுக்குள் போய் உட்கார்ந்துகொண்டு விட்டார். சங்கரன் தள்ளியே நின்றுகொண்டிருந்தான். கொஞ்ச நேரம் அங்கேயே நின்றுகொண்டிருந்துவிட்டு ஆவுடை நடக்கத் தொடங்கினாள். சங்கரனும் அவள் பின்னால் போனான். இருவரும் ஒன்றுமே பேசிக்கொள்ளவில்லை.

வீட்டுக்கு வந்ததும் ஆவுடை தூக்குச் சட்டியை வைத்துவிட்டுப் படுத்துவிட்டாள். கொஞ்ச நேரத்திலேயே தூங்க ஆரம்பித்து விட்டாள். தங்கைகள் பள்ளிக்கூடம் போயிருந்தனர். அப்பாவையும் காணவில்லை. அம்மா தூங்கியதும் சங்கரன் புறப்பட்டான். சட்டை வேட்டியெல்லாம் கருமருந்து வாடை அடித்தது. வெயிலில் வந்ததால் அந்த நெடி அதிகமாக இருந்தது. வேறு சட்டை மாற்றலாம் என்று கொடியில் கிடந்த சட்டையை எடுத்து மோந்து பார்த்தான். அதிலும் மருந்து வாடை அடித்தது. இத்தனைக்கும் அது துவைத்த சட்டை. வீடு பூராவுமே கருமருந்து வாடை அடிக்கிற மாதிரி இருந்தது. சட்டையை மாற்றாமலேயே நிர்மலா வீட்டுக்குப் புறப்பட்டான்.

சுபமங்களா, 1995

கெட்டாலும் மேன்மக்கள்

சுப்பையா தண்ணீர்க்கரை அருகே மணலில் சைக்கிளை ஸ்டாண்ட் போட்டு நிறுத்தினான். ஆற்றில் முழங்கால் அளவுதான் தண்ணீர் ஓடிக் கொண்டிருந்தது. சூரியன் இன்னும் உச்சிக்கு ஏறவில்லை. ஒரு வண்டிக்காரர் வண்டியைக் கரையோரத்தில் அவிழ்த்து விட்டுவிட்டு மாடுகளை நடுஆற்றில் குளிப்பாட்டிக் கொண்டிருந்தார். வெளுக்கிறவர்கள் யாரும் அன்று துறைக்கு வரவில்லை. அவர்கள் துவைக்கிற அகல அகலமான கருங்கற்கள் வெயிலில் காய்ந்துகொண்டிருந்தன. யாரோ கல்லோடு கல்லாக நசுக்கி வைத்துவிட்டுப் போயிருந்த சோப்புத்துண்டு வெயிலில் பளபளத்தது. ஆற்றின் எதிர்க் கரையிலிருந்து பறந்து வந்த அண்டங் காக்கை கத்திக்கொண்டே தலைக்கு மேலே பறந்து போயிற்று.

சைக்கிள் கேரியரில் கட்டியிருந்தது மூணே மூணு கிரேடுகள்தான் என்றாலும் நல்ல பாரம். எல்லாமே கம்பெனியிலிருந்து சப்ளைக்குப் போகிற சோடா, கலர் பாட்டில்கள். கொங்கராயக் குறிச்சி, மணக்கரை வரை போய் சரக்கைப் போட்டுவிட்டு, காலி பாட்டில்களை எடுத்துக்கொண்டு திரும்ப வேண்டும். திரும்பும்போது வழக்கம் போல இருட்டிவிடும். வழியில் சைக்கிள் பஞ்சர் ஆகாமல் இருக்கவேண்டும். இந்த லைனே இப்படித்தான். பாதை சுத்த மோசம். ரொம்ப ஒடுக்கமான ரோடு. எதிரே மாட்டு வண்டி வந்தால் கூட அப்படியே லோடுடன் இறங்கி முள்ளுக் காட்டுக்குள் தான் ஒதுங்கி நிற்கவேண்டும்.

தலையில் கட்டியிருந்த தலைப்பாகையை அவிழ்த்து முகத்தைத் துடைத்துக்கொண்டான். மடித்துக் கட்டியிருந்த வேஷ்டியைத் தூக்கி அண்டர்வேர் பையில் கையை விட்டான். நெரிந்துபோயிருந்த பீடியை எடுத்தான். தீப்பெட்டி இல்லை. ஆற்றுக்குள் மாடு குளிப்பாட்டிக்கொண்டிருந்த வண்டிக்காரரைப் பார்த்தான். அவர் கட்டியிருந்த தேங்காய்ப் பூத் துண்டுத் தலைப்பாகை ரொம்ப அகலமாய் இருந்தது. எப்படியும் தலைப்பாகைக்குள் தீப்பெட்டி இருக்கும் என்று நம்பினான். சைக்கிளைத் தள்ளிக்கொண்டே அவரை நோக்கி நடந்தான். வாயில் பீடி இருந்தது. அவன் பீடியுடன் வருவதைப் பார்த்ததுமே தன்னிடம் தீப்பெட்டி கேட்கத்தான் வருகிறான் என்பது அவருக்குத் தெரிந்துபோயிற்று. மாட்டைத் தேய்ப்பதை நிறுத்தினார். கையில் இருந்த வைக்கோல் பிரிப் பந்தை மாட்டின் கொம்பில் குத்திவிட்டு, கையை உதறிக் கௌபீனத்தில் துடைத்தார். தலைப்பாகைக்குள் லாகவமாக விரலை விட்டுத் தீப்பெட்டியை எடுக்கவும், அவன் பக்கத்தில் போய்ச் சிரித்துக் கொண்டே அதை வாங்கவும் சரியாக இருந்தது. சைக்கிளை லேசாகச் சரித்து இடுப்போடு சாய்த்து வைத்துக்கொண்டு பீடியைப் பற்ற வைத்தான். தீப்பெட்டியை அவரிடம் கொடுத்துக் கொண்டே, ‘வண்டி மணக்கரைக்குப் போகுதா, வருதா?’ என்று கேட்டான்.

தீப்பெட்டியை வாங்கித் திரும்பவும் தலைப்பாகைக்குள் செருகிவிட்டு, கொம்பிலிருந்த வைக்கோல் பிரியைத் தண்ணீரில் முக்கித் தேய்த்துக்கொண்டே, ‘போயிட்டுத் திரும்பி வார வழி. . .’ என்றார்.

‘இது கார்சேரி வண்டிதான?’

‘ஆமா. . .’

அவர் அதிகம் பேசமாட்டார் போலிருந்தது. என்றாலும் ஒரு உதவி கேட்டு வாங்கிவிட்டு உடனே அங்கிருந்து அகல அவனுக்கு என்னவோ போலிருந்தது. பீடியை இரண்டு தடவை இழுத்து விட்டு, அவர் மாடு தேய்ப்பதையே பார்த்தவாறு நின்று கொண்டிருந்தான். பாதத்தின் கீழே மணலை அரித்துக்கொண்டு ஆற்றுத் தண்ணீர் குளுமையுடன் நகர்ந்துகொண்டிருந்தது. மாட்டை அவர் ரொம்பப் பிரியத்தோடு சுற்றிச் சுற்றி வந்து தேய்த்துக்கொண்டிருந்தார். தண்ணீரின் குளுமையை அனுபவித்து மாடு பாதிக் கண்களை மூடி மூடித் திறந்துகொண்டிருந்தது. அதைப் பார்த்ததும் அவனுக்கே குளிக்க வேண்டும் போலிருந்தது.

முறிந்திருந்த பீடி பாதிக்குமேல் எரியவில்லை. அணைந்து போன பீடியை ஆற்றுத் தண்ணீருக்குள் வீசி எறிந்துவிட்டு,

'வரட்டுமாய்யா...' என்று சொல்லியவாறே தம்கூட்டிச் சைக்கிளைத் தள்ளினான். அக்கரையை அடைந்ததும், மறுபடியும் சைக்கிளை ஸ்டாண்ட் போட்டு நிறுத்திவிட்டு ஆற்றுக்குள் முழங்கால் அளவு தண்ணீரில் நின்று முகத்தில் தண்ணீரைக் கோரிக் கோரி அடித்தான். தண்ணீரைக் கையில் அள்ளி நாலைந்து வாய் குடித்தான். வல்லநாட்டு மலைப் பக்கமிருந்து லேசான காற்று வீசியது. இன்னும் ஒரு பர்லாங் தூரமாவது மணலுக்குள் சைக்கிளைத் தள்ளிக் கொண்டு போகவேண்டியிருக்கும்.

சைக்கிளை எடுக்கப் போகும்போது எதிரே ஒரு பெண் கடகப் பெட்டியுடன் வந்துகொண்டிருந்தாள். ஏதாவது வியாபாரமாக இருக்குமோ என்று தோன்றியது. தின்கிற பொருளாக இருந்தால் வாங்கிச் சாப்பிடலாமே என்று நினைத்து, சைக்கிளை எடுக்காமலேயே நின்றான்.

'பெட்டியில் என்னம்மா? யாவாரமா?' என்று கேட்டான்.

'யாவாரந்தான். மொச்சப்பயறு. வேணுமா?' என்று கேட்டுக்கொண்டே பக்கத்தில் வந்தாள்.

'நல்லா இருக்கணும்மா நீ... நல்ல நேரத்துல வந்த... ஆழாக்குப் பயறு போடு.'

அவள் பெட்டியை இறக்கி மணலில் வைத்தாள். பயறை அளந்துகொண்டே, 'பேப்பரு இல்ல. கையில வாங்கிக்கிடும்' என்றாள்.

'சும்மாப் போடு' என்று இரண்டு கைகளையும் அகல விரித்துப் பயறை வாங்கினான். பயறு ருசியாக இருந்தது. இரண்டே வாயில் அவ்வளவையும் தின்றுவிட்டான்.

'இன்னொரு ஆழாக்குப் போடட்டா...' என்று கேட்டாள்.

'போதும் தாயி...'

எவ்வளவு என்று விசாரித்துத் துட்டை எண்ணிக் கொடுத்தான். கடகப் பெட்டியைத் தலையில் தூக்கி வைத்துக் கொண்டு ஆற்றுக்குள் இறங்கினாள். அவள் பின்னாலேயே போய் தண்ணீரில் இறங்கித் திரும்பவும் ஒரு வாய் தண்ணீரை அள்ளிக் குடித்தான். ரொம்பத் தெம்பாக இருந்தது. காற்றுவேறு சுகமாக வீசிக்கொண்டிருந்தது. மணலுக்குள் சைக்கிளைத் தள்ளுவது கூடச் சிரமமாக இல்லை. மேடு ஏறிவிட்டால் ஊர் வந்த மாதிரி தான். மேடு நெருங்க நெருங்க எங்கோ மாறி மாறிக் கூவுகிற கோழிகள், செக்கு ஓடுகிற சத்தம், ஆட்களின் பேச்சுக் குரல்கள் என்று ஊர்ச் சத்தம் கேட்க ஆரம்பித்தது.

கெட்டாலும் மேன்மக்கள்

முன்பெல்லாம் சில சமயங்களில் அவனோடு அவனுடைய முதலாளி அரிகிருஷ்ணனும் வருவார். இரண்டு பேரும் பேசிக் கொண்டே சைக்கிள் மிதிப்பார்கள். ஆதிச்சநல்லூர், கால்வாய் லைனெல்லாம் அவரே பார்த்துக்கொள்வார். அவர் இறந்ததி லிருந்து சுப்பையா மட்டும்தான் எல்லாவற்றையும் கவனித்துக் கொள்கிறான். அவர் போனதிலிருந்து மாறி மாறி லைனையும் பார்த்துக்கொள்ள வேண்டியிருக்கிறது. தவிர, வாரத்தில் ஒரு நாளாவது டவுனுக்குப் போய் கெமிக்கல் பவுடர், எஸ்ஸென்ஸ் எல்லாம் வாங்கி வரவேண்டும். முதலாளிக்குப் பிறகு அவர் சம்சாரம்தான் எப்படியோ இழுத்துப் பிடித்துக்கொண்டு கம்பெனியை நடத்துகிறது. மூத்த பிள்ளைக்கு ஆறு வயதாகிறது. புத்தி சரியில்லை. கையில் எட்டு மாதக் குழந்தைவேறு இருக்கிறது. ஆனால் மனுஷனுக்கு நல்ல சாவு என்றுதான் சொல்லவேண்டும். ராத்திரி படுத்தவர்தான், தூக்கத்திலேயே சீவன் போய்விட்டது.

அவர் இருக்கும்போது அவர் பொஞ்சாதி எப்போதாவது தான் கம்பெனியில் வந்து உட்காரும். இப்போது அதுதான் சகலத்தையும் பார்த்துக்கொள்கிறது. பாட்டில் கழுவுகிறதி லிருந்து லேபிள் ஒட்டுகிறதுவரை. அந்தப் பைத்தியக்காரப் பிள்ளையையும் கைப் பிள்ளையையும்கூட வைத்துக்கொண்டே எல்லாவற்றையும் அது செய்கிறது. பார்த்தால் பாவமாக இருக்கிறது. எப்படி இருந்த குடும்பம் இந்தக் கதிக்கு ஆளாகிவிட்டது.

ஆத்தாகூட அவனிடம் சொன்னாள். 'ஏலே சுப்பையா, எனியும் நீ அவியகிட்ட வேலபாக்கது சரியில்லடா அய்யா. . . இத்தன நாளும் மொதலாளி இருந்தாரு. அவரு பொஞ்சாதியும் சின்னஞ்சிறுசு. ஒனக்கோ கல்யாணம் ஆவல. ஊருல ஒரு மாதிரிப் பேசுவாவ. . . அந்த வேலய வுட்டுரு. எப்பயும் போலக் காட்டு வேல பாத்துக் கஞ்சி காச்சிக் குடிச்சுக்கிடுவோம். சோடாக் கம்பெனி வேல வேண்டாமடா சுப்பையா. . .' என்றாள்.

'நல்லா இருக்காத்தா நீ சொல்லுயது. இந்த ரெண்டு வருசமா அவர் வூட்டுத் தண்ணியக் குடிச்சிருக்கோம். இந்த நேரத்துல அந்தக் குடும்பத்தை நடுத் தெருவுல வுட்டுட்டு வந்தா எப்பிடியாத்தா?'

'ஏல, அவியளுக்கு வேற ஆளு கெடைக்காமயா போயிரும்? சுப்பையா இல்லண்டா ஒரு கந்தய்யா வராமயா போவான்?'

என்றாலும், சுப்பையாவுக்கு அவள் சொன்னது சரியாகப் படவில்லை. அரிகிருஷ்ணன் இல்லாததாலோ என்னவோ தொழில்கூட முன்னை மாதிரி இல்லை. அரிகிருஷ்ணனுக்குப்

பிறகு கம்பெனி ஆரம்பித்த பெரியசாமி இரண்டே வருஷத்தில் மளமளவென்று மேலே வந்துவிட்டார். இவர்களுடைய கம்பெனி யில் கலர் அவ்வளவாகப் போகாது. பட்டிதொட்டிகளில் ஜிஞ்சர் பீரும் சோடாவும்தான் நன்றாக விற்பனையாகும். பெரியசாமி கம்பெனி ஆரம்பித்த பிறகு அவையும் படுத்துவிட்டன. பெரியசாமி, இவனைத் தன் கம்பெனிக்கு வந்துவிடுமாறு இரண்டொரு தடவை கூப்பிட்டுப்பார்த்தார். சம்பளமும் கூடுதலாகத் தருகிறேன் என்றார். அவன் போய்விட்டால் அவனுக்குப் பதிலாக லைனுக்குப் போகிறவன் இவன் அளவுக்கு அக்கறையாக இருக்கமாட்டான். முதலாளியுடைய சம்சாரத்தை நினைத்தாலே இவனுக்குப் பாவமாக இருந்தது. புத்தி சரியில்லாத பிள்ளையை வைத்துக் கொண்டு அது என்னதான் பண்ணும்? பெரியசாமி கொடுக்கிற சம்பளமா பெரிசு? காட்டுவேலை, செங்கல் சூளை, நடுகை, அறுவடை என்று மண்ணிலும் சகதியிலும் கிடந்து கஷ்டப் பட்டுக்கொண்டிருந்தவனைக் கூப்பிட்டு, கௌரவமான பிழைப்புக்கு வழி செய்த முதலாளிக்குத் துரோகம் செய்யலாமா? அதுவும் எந்தக் கதியும் இல்லாமல் இரண்டு பிள்ளைகளை வைத்துக்கொண்டு அல்லாடுகிற அந்த நாச்சியாரை இந்த நிலையில் விட்டுவிட்டா போக முடியும்?

வல்லநாடுவரை போய்த் திரும்பும்போது கருக்கல் ஆகி விட்டது. இவ்வளவு சுற்றியும்கூட, கொண்டுபோன மூன்று கிரேடுகளில் ஒன்று அப்படியே தங்கிவிட்டது. பனையூர் விலக்கில் வந்துகொண்டிருந்தபோது சைக்கிள் பஞ்சராகி இராவிட்டால் இன்னும் கூடச் சீக்கிரமாகவே வந்திருக்கலாம். கம்பெனி வாசலில் கைக்குழந்தையை வைத்துக்கொண்டு சந்திரா உட்கார்ந்திருந்தாள். கீழ்ப்படியில் அந்தப் புத்தி சரியில்லாத பிள்ளை உட்கார்ந்து வானத்தையே அண்ணாந்து பார்த்துக்கொண்டிருந்தது. அரிகிருஷ்ணன் பஜனை மடத் தெருவில்தான் வீடு எடுத்திருந்தார். அவர் இறந்தபிறகு அந்த வீட்டைக் காலி பண்ணிவிட்டு, கம்பெனிக்காக எடுத்துப் போட்டிருந்த இந்த வீட்டுக்கே வந்துவிட்டாள் அவள். இரண்டே அறைகள்தான். முன் அறை கொஞ்சம் பெரிது. வலது மூலையில் கேஸ் அடைக்கிற மிஷின் இருந்தது. கீழ் ஓரத்தில் சுவரை ஒட்டி பாட்டில் கழுவுகிற இரண்டு பெரிய தகரத் தொட்டிகள் கிடந்தன. வாசல் நிலையை ஒட்டி ஒரு மேஜையும், மர நாற்காலியும், யாராவது வந்தால் உட்காருகிறதுக்காக ஒரு சின்ன ஸ்டூலும் இருந்தன. பின்னால் ஒரு சின்ன அறை. அதில்தான் அரிகிருஷ்ணன் கேஸ் சிலிண்டர், லேபிள்கள், கெமிக்கல்கள் எல்லாவற்றையும் ஸ்டாக் வைத்திருப்பார். அதைச் சமைக்கிறதுக்காக வைத்துக் கொண்டாள் சந்திரா.

சுப்பையாவைப் பார்த்ததும் சந்திரா உள்ளே போய் விளக்கைப் போட்டாள். சைக்கிளை நிறுத்திவிட்டு கேரியரில் கட்டியிருந்த கிரேடுகளைத் தூக்கிக்கொண்டு சுப்பையா உள்ளே போனான். அப்போதுகூட அந்தப் பிள்ளை எந்தச் சலனமும் இல்லாமல் வானத்தையே வெறித்துப் பார்த்துக்கொண்டு உட்கார்ந்திருந்தது. சந்திரா கைக்குழந்தையை ஒக்கலில் வைத்துக் கொண்டு நின்றாள். அவன் கணக்கை முடித்துவிட்டுப் புறப்பட்டான். புறப்படும்போது, 'சுப்பையா' என்றாள்.

'என்ன நாச்சியாரே. . .'

'ஒன்கிட்டே சொல்லணும் சொல்லணும்னு நெனைச்சுக் கிட்டே இருக்கேன்.' என்று சொல்லிவிட்டுத் தயக்கத்துடன் அவனைப் பார்த்தாள். பிறகு 'அந்த ஸ்டூலில் உக்காரேன். . .' என்றாள்.

'இல்லம்மா நிக்கேன். . .'

'சும்மா உக்காரு. நீ என்னைவிட வயசுல மூத்தவந்தானே, உக்காரு.'

'அது நல்லா இருக்காதம்மா. . . கடையில ஏதாவது சாமான் வேண்டணுமா?'

'இல்ல. . . அதெல்லாம் ஒண்ணும் வேண்டாம். அய்யா போன பொறவு ஒனக்கு வேல ஜாஸ்தியாப் போச்சு. லைனுக்கும் போய்க்கிட்டு கம்பெனிக்கு வேண்டிய சாமான்களும் நீதான் வாங்கிட்டு வாரே. . .'

'அதனால என்ன தாயி. . .'

'கூட ஒரு ஆளாவது வேலைக்குப் போடணும். இல்ல ஒனக்குச் சம்பளமாவது கூட்டித் தரணும். . .'

'அந்த மாதிரி எல்லாம் ஒண்ணும் நெனைக்காதியம்மா. . .'

'அடுத்த வாரத்துல இருந்து என்னால ஏண்டதக் கூட்டித் தாரேன். ஒண்ணும் தப்பா நெனைச்சுக்கிடாத சுப்பையா. . .' என்றாள். சொல்லும்போதே தொண்டை அடைத்தது. கண்ணீர் முட்டிக்கொண்டு வந்தது.

'நான் ஒங்கக் கிட்ட சம்பளத்தைக் கூட்டித் தாங்கன்னா கேட்டேன்? ரெண்டு புள்ளைகளையும் வச்சுக்கிட்டு நீங்க தனியா நின்னு தட்டழியதப் பாத்தா அந்த நல்லதங்காளக் கொடுமைப் படுத்துன மூளி அலங்காரிகூட மனசு தாங்க மாட்டாம்மா. நான் சம்பளத்துக்காக இங்கே வேலைக்கு

நிக்கலம்மா. . . செத்துப்போன அய்யாவையும் உங்களையும், இந்த ரெண்டு புள்ளைகளையும் நெனச்சுத்தாம்மா வேலைக்கு நிக்கேன். ஒழைச்சுத் தாரதத் தவிர ஓங்களுக்கு ஒதவ எங்கிட்ட வேற ஒண்ணுமில்ல நாச்சியாரே. . .'

சந்திரா தலையைக் குனிந்து அழுதுகொண்டிருந்தாள். ஒக்கலில் இருந்த குழந்தை அவள் முகத்தையே பார்த்துக் கொண்டிருந்தது.

'வாரேன் தாயி. . . பத்திரமா இருங்க. வெள்ளன வாரேன் என்று சொல்லிவிட்டுப் படியிறங்கிப் போனான். அந்தப் பிள்ளை வாசல்படியிலேயே சலனமில்லாமல் உட்கார்ந்து இன்னும் வானத்தையே பார்த்துக்கொண்டிருந்தது.

தினமணி கதிர், 1996

மேட்டு வயல்

எப்படியும் ஆனி கடைசியிலாவது வாய்க்காலில் தண்ணீர் விட்டு விடுவார்கள். பிறகு உழவு வேலைகளை ஆரம்பிக்கவேண்டியது தான். பலவேசக் கோனாரிடம் இரண்டு வண்டி எருவுக்குச் சொல்லப் போனான். குளித்துவிட்டுச் சர்ச்சுக்குப் போகவேண்டும். அன்று ஞாயிற்றுக்கிழமை. கோனாருக்கு ஞாயிறு, திங்கள் என்று கிடையாது. காலையில் வண்டி கட்டிக்கொண்டு புறப்பட்டார் என்றால் ராத்திரி எந்நேரம் திரும்புவார் என்று சொல்லமுடியாது.

செல்லையாவுடைய அய்யா இருக்கும்போது தூதுவழி பத்தில் ஏழு வயல்களை அவனும் அய்யாவுமாகப் பருவம் பார்த்து வந்தார்கள். வீட்டிலும் வயலிலும் எப்போதும் வேலை இருந்துகொண்டே இருக்கும். தொழுவத்தில் இரண்டு ஜோடிக் காளைகள் நின்றன. ஒன்று மயிலை ஜோடி. கொன்னாவரத்தில் பிடித்தது. அன்றும் இதே வீடுதான். தார்சாவைத் தவிர உள்கட்டும் அடுப்படியும்தான். அறுப்புச் சமயத்தில் அடுப்படி மேல ஜன்னல் ஓரத்தில்கூட மூடைகளை அடுக்கி வைக்க வேண்டியிருக்கும். அப்போது அய்யாவும் அம்மையும் இருந்தார்கள். அய்யாவுக்கு வாதம் வந்து இரண்டே வருஷத்தில் போய்ச் சேர்ந்துவிட்டார். அவர் போனபிறகு அம்மை ஏதோ பேருக்கு நடமாடிக்கொண்டிருந்தாள். அது ஒரு ஐப்பசி மாதம். நல்ல அடைமழை. எவ்வளவு சொல்லியும் கேட்காமல் வயலில் தண்ணீரை வடிய வைத்து

விட்டு வருகிறேன் என்று போனாள். மழையோடு வந்து படுத்தவள்தான். நாலேநாள் காய்ச்சலில் மண்டையைப் போட்டு விட்டாள். அவர்கள் இரண்டு பேரும் போனதிலிருந்தே வீட்டி லிருந்த வர்க்கத்து போய்விட்டது. பருவம் பார்த்துக்கொண்டிருந்த ஒவ்வொரு வயலாகக் கையை விட்டுப் போனது. இப்போது மூன்று வயல்கள்தான் இருக்கின்றன. பஸ் கம்பெனிக்காரர் வீட்டு வயல்கள் இரண்டு. இன்னொன்று எட்வர்ட் ஐயா வீட்டு வயல்.

எட்வர்ட் ஐயா வீட்டு வயலை அவனுடைய குடும்பம்தான் பரம்பரைப் பரம்பரையாகப் பருவம் பார்த்து வருகிறது. அந்த வயலுக்கு மேட்டு வயல் என்று பெயர். நல்ல சச்சதுரமான வயல். கொஞ்சம் குழி எடுத்தால் போதும். அவனும் ஐயாவிடம் பல தடவை சொல்லிப் பார்த்துவிட்டான். ஒவ்வொரு தடவையும் அடுத்த பூவுக்குப் பார்க்கலாம் என்று சொல்லித் தாயமாடிக் கொண்டே வருகிறார்.

வாய்க்கால்கரை ஓரமாகவே வந்துகொண்டிருந்தான் செல்லையா. வீட்டில் அன்னத்தாயும் பிள்ளைகளும் சர்ச்சுக்குப் போகத் தயாராக இருப்பார்கள். சீக்கிரமாகப் போனால் சர்ச்சில் பெஞ்சில் இடம் பிடிக்கலாம். நேரம் ஆகிவிட்டால் வெளியே நின்றுதான் சர்வீஸில் கலந்துகொள்ள வேண்டியிருக்கும். பொதுவாகவே ஞாயிற்றுக்கிழமை காலை ஆராதனைக்குக் கூட்டம் நிறைய இருக்கும். என்னதான் மைக் எல்லாம் இருந்தாலும், பிரசங்கியாருடைய பேச்சை வெளியே நின்று அவ்வளவு தெளிவாகக் கேட்க முடியாது. மரைக்காயர் தோப்புக்குப் பக்கத்தில் வந்துகொண்டிருந்தபோது எதிரே ஆறுமுகம் வந்தான்.

‘எங்கடே செல்லையா. . . ரொம்ப அவசரமாப் போறப்பல இருக்கே. . .’ என்று கேட்டான். அவன் கேட்டவிதம் ஒரு தினுசாக இருந்தது. கொஞ்சம் இளக்காரமாகக் கேட்ட மாதிரி இருந்தது.

‘கோயிலுக்குப் போகணும். நேரமாயிட்டுது. . .’ என்று சொல்லிக்கொண்டே காலை எட்டி வைத்தவனைக் கையைப் பிடித்து இழுத்து நிறுத்தினான் ஆறுமுகம்.

‘அட போலாம்டே. . . ஆமா, நீ பருவம் பாக்க மேட்டுவயல் அடவோலையைத் தவசிக்கி மாத்தியாச்சாம்ல. . ?’ என்று கேட்டான்.

அதைக் கேட்டதும் செல்லையாவுடைய முகம் இருண்டது. தலை தெறிக்கிற மாதிரி இருந்தது. ‘யார் சொன்னா?’ என்று கேட்டான்.

‘அப்பம் ஒனக்கு வெசயமே தெரியாதா? தவசிதான் சொன்னான். அந்த வயலைப் பருவம் பாக்குறவன் நீ. . . ஒனக்குத் தெரியாமலே மொதலாளி சோலிய முடிச்சிட்டார் போல. . .’

செல்லையாவுக்கு என்ன பேசுவது என்றே புரியவில்லை. உடம்பெல்லாம் நடுங்கிற்று.

‘நாலு நாளைக்கு முன்னாலகூட அய்யாவைப் பசார்ல வச்சுப் பார்த்தேனே. ஒண்ணும் சொல்லலையே? நீ... நெசமாத் தான் சொல்லுதியா?’

‘அட நீ ஒருத்தம்பா... இதுல நெசம் வேற பொய் வேறயா?’

அதன் பிறகும்கூட ஆறுமுகம் வேறு எதையெல்லாமோ பேசிக்கொண்டிருந்தான். ஆனால் செல்லையாவின் மனசு எங்கேயோ இருந்தது. உடனே எட்வர்ட் ஐயாவைப் பார்க்க வேண்டும் போலிருந்தது. அவரும் சர்ச்சுக்குக் கிளம்பிக் கொண்டிருப்பார் என்பது ஞாபகத்துக்கு வந்ததும் வீட்டைப் பார்க்க நடந்தான்.

வாய்க்கால்கரைமீது நிறைய மருத மரங்கள் நின்றிருந்தன. மரங்களிலிருந்து கீழே உதிர்ந்துகிடந்த காய்கள் பாதத்தை உறுத்தின. தண்ணீர் இல்லாமல் வறண்டு கிடந்த வாய்க்காலினுள் பையன்கள் கோலி விளையாடிக்கொண்டிருந்தனர்.

தூரத்தில் வரும்போது அவனைப் பார்த்துவிட்டாள் அன்னத்தாய்.

‘என்ன ஆடி அசைஞ்சு மெதுவா வாறிய? கோயிலுக்குப் போக வேண்டாமா..?’ என்றாள்.

‘நான் வரலை. நீ வேணும்னா பிள்ளையளைக் கூட்டிட்டுப் போ...’

‘நீங்க வரலைன்னா எப்பிடி? அப்பம் நாங்களும் போகலை. அடுத்த வாரம் போயிக்கிடுவோம்’ என்று சொல்லி விட்டு உள்ளே போய்விட்டாள்.

லேசாகச் சாத்தியிருந்த ஹால் கதவின்மீது கை வைத்ததும் கதவு திறந்துகொண்டது. எட்வர்ட் பேப்பர் படித்துக்கொண்டிருந்தார். அவன் வந்ததை அவர் கவனிக்கவில்லை. ஜன்னல்களுக்குப் போட்டிருந்த இளம் பச்சை வண்ணத் திரைச்சீலைகள் காற்றில் நாசூக்காக ஆடிக்கொண்டிருந்தன. குருத்தோலை ஞாயிறு பண்டிகைக்காகச் செய்திருந்த ஓலையிலான பெரிய சிலுவை ஹாலின் நடுவே சுவரில் அழகாகத் தொங்கிக்கொண்டிருந்தது. உள்ளேயிருந்து தற்செயலாக வந்த ரோஸலின் அவனைப் பார்த்ததும், ‘என்னடே செல்லையா? எப்பம் வந்த?’ என்று கேட்டாள். ரோஸலினுடைய மிருதுவான குரலும் அவள் பேசுகிற விதமும் யாருடைய மனத்திலும் அபூர்வமான அமைதியை ஏற்படுத்திவிடும்.

பேப்பர் படித்துக்கொண்டிருந்த கணவரிடம், 'என்னங்க, செல்லையா வந்திருக்கான்' என்று சொல்லிக்கொண்டே அவருக்குப் பக்கத்தில் சோபாவில் உட்கார்ந்தாள். அவள் போட்டுக் குளித்திருந்த சோப்பின் மணம் மெதுவாகப் பரவியது. ஒளிமிகுந்த கண்கள் அவள் முகத்துக்கு அலாதியான சோபை தந்தன.

'ஸ்தோத்ரம் அய்யா. . .'

'என்னப்பா ஆளையே காணலையே. . .' என்று கேட்டார் எட்வர்ட். என்ன நோக்கத்தோடு வந்திருப்பான் என்று அனுமானிக்கிற மாதிரி அவனைக் கூர்ந்து பார்த்துவிட்டு மறுபடியும் பேப்பரில் கண்களை ஓடவிட்டார். செல்லையாவுக்குப் பேசுவதற்குத் தயக்கமாக இருந்தது. துக்கம் தொண்டையை அடைத்தது.

'பிள்ளைங்க எல்லாம் சௌக்கியமா?' என்று ரோஸலின் கேட்டாள்.

'நல்லா இருக்காங்கம்மா.'

வாசலுக்கு நேர் எதிரே சுவரில் மாட்டியிருந்த இயேசுவானவரின் மலைப்பிரசங்கப் படத்தையே பார்த்துக் கொண்டு நின்றிருந்தான்.

'என்ன விஷயம்டே? சொல்லு.'

'மேட்டு வயல் அடவோலையை மாத்திட்டேளாம்லா? கேள்விப்பட்டேன்' என்று ஒரு மாதிரியாக விஷயத்துக்கு வந்து விட்டான். அவனைப் பார்க்காமலேயே சிறிதுகூடத் தயக்கம் இன்றி, 'ஆமா. . . அதுக்கென்ன. . ?' என்று கேட்டார். அவர் சொன்னது ரோஸலினுக்கே ஆச்சரியமாக இருந்தது. இருவரையும் மாறி மாறிப் பார்த்தாள். அவள் கண்கள் அகல விரிந்தன. மூக்கு நுனி தானாகவே விடைத்தது.

'என்ன அவ்வளவு லேசா சொல்லிப் போட்டியோ. . . இன்னைக்கி நேத்தா அந்த வயலைப் பாத்துக்கிட்டு வாரோம்? திடீருன்னு அடவோலையை மாத்திட்டா எப்பிடி அய்யா?'

'சண்டை போடணும்னு வந்து நிக்கியா?' என்று ஆத்திரத்தோடு கேட்டார் எட்வர்ட்.

'சண்டை எல்லாம் ஒண்ணும் போட வரலீங்க அய்யா. பரம்பரைப் பரம்பரையாப் பருவம் பாத்துக்கிட்டு இருக்க வயலைப் புடுங்கி வேற ஆளு கையிலே குடுத்தா நாங்க எப்பிடிப் பொழைக்கது.'

'இம்புட்டுப் பேசுதீயே? நீ அந்த வய நெல்லை ஒழுங்கா அளந்து எத்தனை வருஷம் ஆச்சு? கேட்டா, தண்ணி ஏறலை,

தண்ணி ஏறலைன்னு சொல்லிக் கட்டுக் குத்தகை நெல்லைக் கொறைச்சுப் போட்டே. . . பெறவு அடவோலையை மாத்தாம என்ன செய்யிறது?'

'ஒங்களுக்கு அளக்கவேண்டிய நெல்லைத் தரலைன்னு நான் சொல்லலியே அய்யா. . . வெளைஞ்சா தந்திரமாட்டனா?'

'எந்தக் காலத்ததுல வெளைஞ்சு நெல்லை அளக்கப் போறே? நடக்கக்கூடிய காரியமா. . ?'

'அதுக்காக இப்பிடி ஒரேடியா அடவோலையை மாத்துனா எப்படிங்க அய்யா?'

'அப்பம் ஓங்கிட்டே கேட்டுட்டுத்தான் செய்யணும்கிறியா? நீ எந்தக் கோர்ட்டுக்கு வேணும்னாலும் போ. . . ஒன்னால ஏண்டதப் பாரு. . .'

'கோர்ட்டுக்குப் போறதுக்காகவா ஓங்க வூட்டுக்கு வந்து மன்னாடுதேன்?'

ரோஸலினுக்குச் செல்லையாவைப் பார்க்க பாவமாக இருந்தது. அந்த வீட்டுக்கு மருமகளாக வந்த காலம்முதல் அவனைச் சிறு வயதிலிருந்தே பார்த்து வருகிறாள். அவளால் பார்த்துக்கொண்டு சும்மா இருக்க முடியவில்லை.

'வயலைப் புடுங்கிட்டா அவன் என்ன பண்ணுவான்?' என்றாள் ரோஸலின்.

'நீ இப்ப உள்ள போறீயா இல்லியா?' என்று சத்தம் போட்டார் எட்வர்ட்.

இப்போது அவரிடம் பேசினால் பயன் இருக்காது என்பது ரோஸலினுக்குத் தெரியும். 'போய்விட்டு அப்புறம் வா' என்று கையால் சைகை காட்டினாள். அதன்பிறகும் செல்லையா தயங்கி நின்றுகொண்டிருந்தான். மறுபடியும் அவனைப் போகச் சொன்னாள். செல்லையா புறப்பட்டான்.

'வாரேன் அய்யா. . .' என்று மெதுவாகச் சொல்லிவிட்டு தலையைத் தொங்கப் போட்டுக்கொண்டே வெளியேறினான்.

அன்று எட்வர்ட் ஐயாவைப் பார்த்துப் பேசிவிட்டு வந்த பிறகு ஒன்றுமே ஓடவில்லை. அவன் எப்போதுமே தன் மனசில் உள்ளதை லேசில் வெளியே சொல்லமாட்டான். அவனை விதவிதமாக நெருக்கிக் கேட்டு எப்படியோ மேட்டு வயல் விவகாரத்தை அன்னத்தாய் தெரிந்துகொண்டாள். அவளே போய் முதலாளியிடம் பேசிப் பார்க்கிறேன் என்று சொன்னதற்குச் செல்லையா வேண்டாம் என்று சொல்லிவிட்டான்.

எவ்வளவு அருமையான வயல் அது. கொஞ்சம் உள்ளே தள்ளியிருந்தாலும் அங்கிருந்து பார்த்தால் மருத மரங்களினூடே சர்ச் கோபுரமும் காம்பவுண்டும் தெரியும். கோவிலை ஒட்டிப் போகிற ரோட்டில் பல வண்ணங்களில் லாரிகளும் பஸ்களும் இடைவிடாமல் ஓடிக்கொண்டிருப்பது, ஒலி இல்லாமல் பார்க்கிற மௌனப் படக்காட்சி மாதிரி இருக்கும். வயலில் வேலை இருக்கும் போது சின்ன வயதில் அய்யா இவனையும்கூட அழைத்துக்கொண்டு போவார். செல்லையாவை வரப்பில் துண்டை விரித்து உட்கார வைத்திருப்பார். வரப்பில் உட்கார்ந்து தூரத்தில் ரோட்டில் போகிற பஸ்களை ஒவ்வொன்றாக எண்ணிக்கொண்டிருப்பது அவனுக்கு அலுக்காத விளையாட்டு.

மேட்டுவயலுக்குத் தெற்கே சப்–மாஜிஸ்டிரேட் ஐயர் வீட்டு வயல் இருந்தது. மேற்கு மூலையில் இரண்டு வரப்புகளும் முட்டுகிற இடத்தில் ஒரு கிணறும் உண்டு. நல்ல மழைக்காலத்தில் வயல் மட்டத்துக்கு அதில் தண்ணீர் தளும்பிக் கிடக்கும். சனிக்கிழமை எப்போதுமே அரைப்பள்ளிக்கூடம்தான். பள்ளிக் கூடம் விட்டதும் சேக்காளிமார்களுடன் போய் அந்தக் கிணற்றில் விழுந்து மணிக்கணக்காகக் குளிப்பான். யார் வந்தாலும் வராவிட்டாலும் மல்கோவா ராஜனும் லட்சுமணப் பெருமாளும் அவன் கூப்பிட்டதும் வருவார்கள். எவ்வளவு குளித்தாலும் ஆசை தீராது. அது ஒரு காலம். அந்த மேட்டு வயலை விட்டுவிட்டு இருப்பது எப்படி என்று தெரியவில்லை. ராத்திரி படுக்கப்போகும் முன்னால் வீட்டில் எல்லோரும் முழந்தாள் படி இட்டு ஜெபம் பண்ணுவார்கள். மேட்டுவயல் தன் கையை விட்டுப் போய்விடக்கூடாது என்று செல்லையா கடவுளிடம் மன்றாடினான்.

ஒரு வாரத்துக்குமேல் ஆகிவிட்டது. வாய்க்காலில் தண்ணீர்விட்டு இரண்டு நாள் இருக்கும். அன்றும் ஞாயிற்றுக்கிழமைதான். அன்னத்தாயையும் பிள்ளைகளையும் கூட்டிக்கொண்டு கோயிலுக்குப் போய்க்கொண்டிருந்தான். ரோட்டின் இருபக்க மும் பல வண்ண ஆடைகளில் சாரி சாரியாகப் போய்க்கொண் டிருந்தார்கள். பிள்ளைகள் இரண்டும் எதை எதையோ சொல்லி எசலிக்கொண்டே வந்தன. சர்ச்சுக்குப் போகிறவர்களைப் போல சிறு பிள்ளைகள் எசலிக்கொள்வதும் அழகாகத்தான் இருக்கிறது. பேக்கரியைத் தாண்டிப் போய்க்கொண்டிருந்த போது அவர்களுக்குப் பக்கத்தில் நெருங்கி வந்த கார் சட்டென்று நின்றது. அது எட்வர்ட் ஐயாவுடைய கார்தான். செல்லையாவும் அன்னத்தாயும் ஒருவரை ஒருவர் பார்த்துக்கொண்டார்கள். முன்னால் சென்றுகொண்டிருந்த பிள்ளைகளின் தோள்களைத் தொட்டு இழுத்து நிறுத்தினாள் அன்னத்தாய். காரின் பின் கதவைத் திறந்துகொண்டு ரோஸலின் இறங்கினாள். பட்டுச்

சேலை முந்தானை தலையைச் சுற்றி முக்காடிட்டிருந்தது. அவர்களைப் பார்த்துச் சிரித்தாள். செல்லையாவும் அன்னத்தாயும் கைகளைக் குவித்து ஸ்தோத்ரம் சொன்னார்கள். அன்னத்தாய் பிள்ளைகளையும் ஸ்தோத்ரம் சொல்லச் சொன்னாள். ரோஸலின் பிள்ளைகளின் கன்னத்தை வருடிவிட்டாள். டிரைவர் காரை ஓரமாக நிறுத்திவிட்டுச் சற்று எட்ட நின்றார்.

'கோயிலுக்குப் போறேளாக்கும்?' என்று கேட்டாள் ரோஸலின்.

'ஆமாம்மா. . . அய்யா வரலியாம்மா?' என்று கேட்டான் செல்லையா.

'அய்யா மதுரைக்கிப் போயிருக்காஹ. . . எங்க ஒன்னைய ஆளையே காணும்? அப்பறம் நீ வருவேன்னு பார்த்தேன். வரவே இல்லியே? ரொம்பக் கோவிச்சுக்கிட்டபோல' என்றாள் ரோஸலின்.

'மனசுக்கு ரொம்பச் சங்கடமா இருந்துதும்மா. . . அதான் வரலை. . .'

'ஒண்ணும் வருத்தப்படாத. எல்லாம் அய்யாகிட்டச் சொல்லியாச்சு. ஒம்பேருக்கே திரும்ப அடவோலை போட்டுற லாம்னு சொல்லிட்டாஹ. . . தவசியையும் கூப்பிட்டுவிட்டு அவனுக்குப் போட்டுக் குடுத்த அடவோலையைத் திரும்ப வாங்கியாச்சு. . . நீ வீட்டுப் பக்கம் வருவே வருவேன்னு பார்த்தேன். ஆளையே காணலை. . .'

செல்லையாவுக்கு என்ன சொல்வது என்றே தெரிய வில்லை. 'நீங்க நல்லா இருக்கணும்மா. . .' என்று கை எடுத்துக் கும்பிட்டான். அன்னத்தாயும் கும்பிட்டாள்.

'என்ன இது? ரோட்டுல நின்னுக்கிட்டு இந்த மாதிரி எல்லாம். . .' என்று அவர்களைச் சத்தம் போட்டாள். 'வேய், பாக்கியம் பிள்ளை . . .' என்று டிரைவரைக் கூப்பிட்டாள். கைப் பர்ஸை எடுத்துத் திறந்து இருபது ரூபாய் நோட்டை எடுத்து அவரிடம் கொடுத்தாள். 'அந்தப் பேக்கரியில போயி பிள்ளைகளுக்குக் கேக் வாங்கிட்டு வாரும்' என்று சொன்னாள். பாக்கியம் பிள்ளை பேக்கரியை நோக்கி நடந்தார்.

'எதுக்கம்மா இதெல்லாம். . .' என்றான் செல்லையா. 'சும்மா இரு. ஒனக்கா? பிள்ளைகளுக்கு இல்ல வாங்கித் தாரேன்' என்றாள். ஆராதனை மணி கேட்டுக்கொண்டிருந்தது.

தினமணி கதிர், 1996

ராதா அக்கா

விக்கிரமசிங்கபுரம் பெரியப்பா வீட்டுக்குப் போவதற்காக அம்பாசமுத்திரம் பஸ் ஸ்டாண்டில் நின்றுகொண்டிருந்தேன். குற்றாலத்தில் இரண்டு வாரமாகவே நல்ல சாரல். பொழுது விடிந்து ஒன்பது மணி ஆகியும்கூட சூரியன் முகத்தைப் பார்க்க முடியவில்லை. வானம் மப்பும் மந்தாரமுமாக இருந்தது. வாடைக்காற்று வீசிக்கொண்டிருந்தது. கருத்த மேகங்கள் கூட்டம் கூட்டமாகக் கிழக்கு நோக்கிச் சென்றுகொண்டிருந்தன.

அதிகாலையில் மழை பெய்திருக்க வேண்டும். தெருவில் எங்கே பார்த்தாலும் திட்டுத் திட்டாகத் தண்ணீர் தேங்கியிருந்தது. பஸ் ஸ்டாண்டுக்கு இடதுபுறம் தெரு ஓரத்தில் நின்றுகொண்டிருந்த கோவில் தேரின் மீது வேய்ந்திருந்த தகரக் கூரையின் மீது இன்னும் ஈரம் காயாமல் இருந்தது. கீழ்ப்பக்கம் பஸ் ஸ்டாண்ட் காம்பவுண்ட் சுவரிலிருந்து ஆரம்பித்த வயல்வெளி அடிவானம்வரை விரிந்திருந்தது. சில தினங்களுக்கு முன்னால்தான் நடுகை முடிந்திருக்க வேண்டும். பிரம்மாண்டமான பச்சைவண்ண ஸாட்டின் மெத்தை ஒன்றைக் கண்ணுக்கு எட்டிய தொலைவுவரை விரித்திருந்த மாதிரி இருந்தது. அதன் நடுவே வெள்ளைத் துணியைக் கிழித்துக் குச்சிகளில் செருகிவைத்திருந்ததுபோல் கொக்குகள் நின்றுகொண்டிருந்தன.

எப்போதும் பரபரப்போடு இருக்கிற பஸ் ஸ்டாண்டுக்கு அருகே, இதுபோல் தண்ணீரும் பசுமையும் இருப்பது எவ்வளவு ரம்யமாக

இருக்கிறது. தென்காசியில்கூட பஸ் ஸ்டாண்ட் பக்கத்தில் இப்படித்தான் வயல்கள் இருக்கும். சேர்மாதேவி பஸ் ஸ்டாண்டை ஒட்டி வாய்க்கால் ஓடும். ஸ்ரீவைகுண்டத்தில் பஸ் ஸ்டாண்டுக்குப் பக்கத்தில் ஆறே ஓடுகிறது. இப்படி வயல் களுக்குப் பக்கத்தில் பஸ் ஸ்டாண்டுகளைக் கட்டவேண்டும் என்று யாருக்கோ முதலில் தோன்றியிருக்கிறதே.

ராத்திரியே புறப்பட்டேன். ஆனால் ராசா சித்தப்பா விடவில்லை. 'மணி ஒம்பதுக்குமேல் ஆவுது. இந்நேரத்துல அங்க போயி என்ன பண்ணப்போறே . . . படுத்திருந்துட்டுக் காலம்பற எந்திரிச்சுப் போடா' என்று சித்தப்பா நிறுத்திவைத்து விட்டார்கள். கொஞ்ச நேரம் கழித்து, 'பொறப்படு ... சினிமாவுக்குப் போயிட்டு வரலாம் . . .' என்றார்கள். செகண்ட் ஷோவுக்குக் கூட்டிக்கொண்டு போவதற்காகவே சித்தப்பா என்னைப் போக வேண்டாம் என்று சொன்னதுமாதிரி இருந்தது. சினிமா விட்டு வந்த பிறகும் மூணு மூணரைமணிவரை படுத்துக்கொண்டே பழைய கதைகளை எல்லாம் பேசிக்கொண்டிருந்தோம்.

எதிரே இருந்த காப்பிக் கிளப்பில் தோசை மாவைக் கல்லில் விடுகிற சத்தம் கேட்டது. அம்பாசமுத்திரம் வந்தால் அந்த ஹோட்டலில் சாப்பிடாமல் போனதே இல்லை. அங்கே சாப்பிடுவதற்காகப் பல தடவை பஸ்களைக் கூடத் தவற விட்டிருக்கிறேன். இத்தனைக்கும் அது ஒன்றும் ரொம்பப் பெரிய ஹோட்டல் அல்ல. எதனாலோ ஒரு விஷயம் மனசுக்குப் பிடித்துவிட்டால் அதை லேசில் விட்டுவிட முடிவதில்லை. ஆனால் அதுவே மற்றவர்களுக்கு ரொம்ப அற்பமாகப் படலாம். இதையா இவ்வளவு பிரமாதப்படுத்தினான் என்று தோன்றும். அம்பாசமுத்திரத்துக்கு வந்துவிட்டு அந்தக் கிளப்பில் நுழைந்து கை நனைக்காமல் போவதா? ஒரு காப்பியாவது சாப்பிட வேண்டும் போல் இருந்தது.

கக்கத்தில் சுருட்டிவைத்திருந்த துணிப்பையைக் கைக்கு மாற்றிக்கொண்டு காப்பி சாப்பிடுவதற்காகப் புறப்பட்டேன்.

'தம்பி நீ செல்லப்பாதானே?' என்று யாரோ பேர் சொல்லிக் கூப்பிட்டார்கள். திரும்பினேன். பக்கத்தில் ஒரு நடுத்தர வயதுப் பெண். ரொம்பப் பரிச்சயமான முகம் போல் இருந்தது. ஒருகணம் தடுமாறினேன். பேர் ஞாபகத்திற்கு வரவில்லை.

திரும்பவும் அவள், 'நீ செல்லப்பாதானே?' என்று நிச்சயத்தோடு கேட்டாள்.

'ஆமாம் நீங்க?'

'தெரியலையா?' என்று விரல்களை விரித்துக் கேட்டு விட்டுச் சிரித்தாள். சட்டென்று பொறி தட்டியது.

'ராதா அக்காவா நீங்க?'

'பரவாயில்லையே? ஞாபகமிருக்கே . . .'

ஆச்சரியமும் சந்தோஷமும் முதுகுத்தண்டில் மின்னலைப் போல் ஓடின. இப்படியும் கூட நடக்க முடியுமா என்ன? மேற்கொண்டு என்னால் எதுவும் பேச முடியவில்லை. ஆனால் ராதா அக்கா, ரொம்ப சகஜமாகப் பேச்சைத் தொடர்ந்தாள்.

'அப்பமே ஒன்னைப் பாத்துட்டேன். மொதல்ல கொஞ்சம் சந்தேகமாத்தான் இருந்திச்சு. வேற யாருமா இருந்துட்டா என்ன பண்றதுன்னு நெனச்சேன். நீ இந்தப் பக்கம் திரும்புவேன்னு பாத்தேன். நீ என்னடான்னா திரும்பவே இல்லை. பெறவு நீ எங்கியோ பொறப்படுகிற மாதிரி இருக்கவுந்தான் . . . சரி, துணிஞ்சு கேட்டுரவேண்டியதுதான்னு பேர் சொல்லிக் கூப்புட்டேன்.'

பக்கத்தில் நின்றுகொண்டிருந்தவர்களின் கவனம் எல்லாம் எங்கள் மீதுதான் இருந்தது. எங்களது பரவசமும் சந்தோஷமும் அவர்களையும் தொற்றிக்கொண்டிருந்தன. ராதா அக்காவைப் பார்த்தபிறகு அந்தப் பஸ் ஸ்டாண்ட், அந்தத் தெரு, தேர், வயல்கள் எல்லாமே சொப்பனத்தில் வருகிற மாதிரி இருந்தன.

'காப்பி சாப்பிடத்தான் கெளம்பிக்கிட்டிருந்தேன். வாங்கக்கா . . . காப்பி சாப்பிடுவோம் . . .' என்று கூப்பிட்டேன். ராதாக்காவின் முகத்தில் லேசான தயக்கம் ஓடி மறைந்தது; அவ்வளவுதான்; பிறகு என்னுடன் புறப்பட்டாள்.

'அன்னைக்கு இருந்தமாதிரிதான் இருக்கே. ஆள்தான் கொஞ்சம் தாட்டிக்கமா இருக்கே . . .' என்று சொல்லிக்கொண்டே என்னுடன் ரோட்டைக் கடந்தாள். தலையில் ஒன்றிரண்டு நரை முடிகள் தென்பட்டன. அதைத் தவிர முப்பது வருஷத்துக்கு முன்னால் பார்த்துப் பழகின, தாவணி அணிந்த அதே ராதா அக்காவோடு நடக்கிற மாதிரிதான் இருந்தது.

'கதையில் வர்ற மாதிரியில்லா இருக்கு அக்கா . . . இத்தனை வருஷத்துக்குப் பிறகு நாம திரும்பச் சந்திப்போம்னு நான் நெனச்சுப் பார்த்ததே இல்லே அக்கா . . .' என்றேன்.

'கதைதான் . . . வாழ்க்கையே கதை மாதிரித்தானே இருக்கு?' என்று தலையைக் குனிந்துகொண்டே சொன்னாள்.

பெருமூச்சு விட்டாள். நெஞ்சு ஏறித் தாழ்ந்தது. எங்களுக்குள் பேசிக்கொள்ள நிறைய விஷயம் இருப்பதுபோல் இருந்தது. கிளப்பினுள் நுழைந்தோம். ஆமைவடையின் வாசனை அடித்தது. ராதா அக்காவே ஒரு ஓரமாக இருந்த டேபிளில் உட்கார்ந்தாள்.

'ஒங்களுக்கு ஒண்ணும் அவசரமில்லையே அக்கா?' என்று கேட்டுக்கொண்டே அவளுக்கு எதிரே உட்கார்ந்தேன். அக்கா என்னையே பார்த்துக்கொண்டிருந்தாள். இளநீல வண்ணத்தில் அவள் கட்டியிருந்த சேலை ரொம்ப அழகாக இருந்தது.

'சொன்னா நம்ப மாட்டீங்க அக்கா ...' என்று தயக்கத்துடன் பேச ஆரம்பித்தேன்.

'இத்தனை வருஷத்துக்குப் பிறகு சந்திச்சிருக்கோமே . . . இதை நம்பவா முடியுது?'

'நேத்து ராத்திரி நானும் சித்தப்பாவும் காத்திருந்த கண்கள் போயிருந்தோம். படம் போட்டதும் உங்க ஞாபகம் தான் வந்துச்சுக்கா. பாளையங்கோட்டையில் நாம் எல்லோரும் வளவோட அந்தப் படத்துக்குப் போனோமே, உங்களுக்கு ஞாபகம் இருக்கா?'

'அதுக்கு மட்டுமா போயிருக்கோம்? எத்தனையோ படத்துக்கு நாம சேர்ந்து போயிருக்கோம் . . . ஹூம் . . . சொப்பனம் மாதிரியில்லா இருக்கு. ஏதோ ஒரு ஜென்மாந்திரத் தொடர்பு இருக்கு... அதுதான் ஒன்னையும் என்னையும் இங்கே இழுத்துக்கிட்டு வந்திருக்கு...' சொல்லிக் கொண்டிருக்கும் போதே அக்காவுடைய குரல் கம்மிவிட்டது. கண்கள் கலங்கி இருந்தன.

காசுக்கடை பிள்ளை வீட்டு வளவில்தான் நாங்கள் குடி இருந்தோம். ராதா அக்காவுடைய வீடு தெருவடியில் இருந்தது. பள்ளிக்கூடம் போகிற நேரம் தவிர மற்ற நேரங்களில் ராதா அக்கா வீட்டில்தான் எங்கள் வளவுப் பிள்ளைகள் எல்லாம் இருப்பார்கள். அவர்களுடைய வீட்டின் முன்பகுதியில் பெரிய வராந்தா ஒன்று உண்டு. வராந்தா சுவர் பூராவும் போட்டோப் படங்கள் மாட்டியிருக்கும். ஒரு மர ஸ்டாண்டின் மீது ரேடியோப் பெட்டி. அந்த வராந்தாதான் எங்களுடைய உலகம். இருட்டிவிட்டால் வரிசையாக உட்கார்ந்து படிப்போம். லீவு நாட்களில் தாயம், பல்லாங்குழி, சீட்டு, டிரேட் விளையாட்டு என்று அமர்க்களப்படும். சிமெண்ட் தளம் போடும்போதே தரையில் தாயக் கட்டத்தைப் பதித்திருந்தார்கள்.

ராதா அக்காவின் அப்பா பயோனியர் பஸ்ஸில் டிரைவராக ஓடிக்கொண்டிருந்தார்கள். அக்காவுடன் பிறந்தவர்கள் இரண்டு அக்காவும் ஒரு அண்ணனும். ராதா அக்காதான்

கடைசி. இரண்டு அக்காமாருக்கும் கல்யாணம் ஆகியிருந்தது. அண்ணனுக்கு அப்போது இருந்த திருநெல்வேலி, தூத்துக்குடி எலெக்ட்ரிசிட்டி கம்பெனியில் வேலை. அக்கா எஸ்.எஸ்.எல்.சி வரை படித்துவிட்டு வீட்டில் இருந்துவந்தாள். அச்சு அசல் அப்படியே ஈ.வி. சரோஜா மாதிரி இருப்பாள்.

அக்கா அருமையான ரசிகை. வீட்டில் என்ன வேலை செய்தாலும் பாடிக்கொண்டேதான் செய்வாள். சொன்ன சொல்லை மறந்திடலாமா வா . . . வா . . . என்ற பாட்டை ரொம்ப அருமையாகப் பாடுவாள். ராதா அக்காவுடைய அண்ணன், அவள் படிக்கிறதுக்காகவே நிறையப் பத்திரிகைகள் வாங்கிப் போடும். அப்போது கல்கியில் 'குறிஞ்சி மலர்' வந்து கொண்டிருந்தது. அதில் வருகிற பூரணி மாதிரியே ராதா அக்காவும் இருக்கிற மாதிரிப் படும்.

எங்கள் வளவிலேயே ராதா அக்கா வீட்டில்தான் ரேடியோ இருந்தது. ரேடியோவில் வருகின்ற நிகழ்ச்சிகள் எல்லாம் அக்காவுக்கு அத்துப்படியாகி இருந்தது. ரேடியோப் பெட்டிக்குப் பக்கத்திலேயே வானொலிப் பத்திரிகையும் இருக்கும். இப்போது டெலிவிஷனில் ஞாயிற்றுக்கிழமை படம் பிரபலமாக இருக்கிறமாதிரி, அப்போது ஞாயிற்றுக்கிழமை மத்தியானத் துக்கு மேல் ஒலிபரப்பாகும் ஒலிச்சித்திரம் ரொம்பப் பிரபல மாக இருந்தது.

ராதா அக்காவுடைய அண்ணனும் கோபால் அண்ணனும் ரொம்ப ஸ்நேகம். இரண்டு பேரும் ஒன்றாகப் படித்தவர்கள். கோபால் அண்ணனுக்குச் சொந்தமாகத் தெற்குப் பஜாரில் ஜவுளிக்கடை இருந்தது.

தெருவாசலில் மோட்டார் சைக்கிள் நின்றுகொண் டிருக்கிறது என்றால் கோபால் அண்ணன் வந்திருக்கிறது என்று தெரிந்துகொள்ளலாம். அந்த அண்ணனும் ராதா அக்கா வீட்டு அண்ணனும் அந்த வண்டியிலேயே திருச்செந்தூர், குற்றாலம் எல்லாம் போவார்கள்.

கோபால் அண்ணன் வீட்டு மதினியும், வீட்டுவேலை ஒழிந்த நேரங்களில் பேசிக்கொண்டிருப்பதற்காக ராதா அக்கா வீட்டுக்கு வந்துவிடும். சமயங்களில் அந்த அண்ணனே கடைக்குப் போகிறபோது லீலா மதினியை பைக்கில் பின்னால் வைத்துக் கூட்டிக்கொண்டு வந்து ராதா அக்கா வீட்டில் விட்டுவிட்டுப் போகும். கோபால் அண்ணன் வந்துவிட்டால் ராதா அக்காவுடைய போக்கே மாறிவிடும். ராதா அக்காவைக் கேலி செய்வது என்றால் கோபால் அண்ணனுக்கு ரொம்ப இஷ்டம்.

அந்த வருஷம் கால் வருஷப் பரீட்சை முடிந்து அன்றுதான் பள்ளிக்கூடம் திறந்திருந்தது. சாயந்திரம் பள்ளிக்கூடம் விட்டு வரும்போது ராதா அக்காவுடைய வீடு பூட்டிக் கிடந்தது. அவர்களுடைய வீடு பூட்டிக் கிடந்து நான் ஒருநாளும் பார்த்ததில்லை. ராதா அக்காவுடைய அம்மா வீட்டை விட்டு ஒரு பக்கமும் போக மாட்டார்கள். விசேஷ வீடுகளுக்குப் போனால் கூட யாராவது ஒருத்தர் வீட்டில் இருப்பார்கள். வீடு பூட்டிக் கிடந்ததைப் பார்த்ததும் ஆச்சரியம் தாங்க முடியவில்லை.

வளவில் உள்ள பெண்கள் கூடிக்கூடிப் பேசிக்கொண்டிருந்தார்கள். அவ்வளவு நாளும் ராதா அக்கா வீட்டுடன் அவ்வளவு அன்னியோன்யமாக இருந்தவர்கள், அன்று அக்கா வீட்டாரை யாரோ எவரோ என்பதுபோல் பாவித்துப் பேசிக்கொண்டிருந்தார்கள். நடு வீட்டுக் கைலாசத்துப் பெரியம்மா அன்று காலையில் கூட அக்காவுடைய அம்மாவோடு வாசல் நடையில் உட்கார்ந்து பழக்கம் பேசிக்கொண்டிருந்தாள். அவள் இப்போது கூடிநின்ற பெண்கள் மத்தியில், 'ஏளா, அது என்ன குடுத்தனக்காரங்க இருக்க வீடு மாதிரியா இருந்துச்சு? கண்ட ஆட்களும் வாரதும் போறதுமால்ல இருந்துச்சு . . .' என்று சொல்லிக்கொண்டிருந்தாள். அம்மாகூட, 'இனிமே அவ வீட்டுக்கெல்லாம் போகாதே' என்று சொன்னாள்.

ராத்திரி எட்டு மணிபோல அவர்கள் வீட்டில் எல்லோரும் வந்தார்கள். ராதா அக்காவை மட்டும் காணவில்லை. அவளுடைய அப்பா ராத்திரி வெகுநேரம்வரை வீட்டில் சத்தம் போட்டுக்கொண்டிருந்தார். ஒரே சண்டையாகக் கிடந்தது. ராதா அக்கா, கோபால் அண்ணன் வீட்டுக்குப் போய்விட்டாளாம். இரண்டு, மூன்று நாள் கழித்து ராதா அக்கா வீட்டில், வீட்டைக் காலி செய்துகொண்டு போய்விட்டார்கள்.

கோபால் அண்ணன் வீட்டு வழியாகத்தான் நாங்கள் எல்லாம் பள்ளிக்கூடம் போவோம். ராதா அக்கா, வீட்டுக்குள் ஜன்னல் பக்கம் நின்றுகொண்டு எங்களைக் கூப்பிட்டு வைத்துப் பேசுவாள். வளவுக்காரர்களை எல்லாம் விசாரிப்பாள். அவளுக்கு எங்கள் பேரில் இருந்த பிரியம் மாறவே இல்லை. என்றாலும் அவள் கோபால் அண்ணன் வீட்டுக்குப் போனபிறகு, அவளுடன் பேச எனக்கு என்னவோ போல் இருந்தது. பிறகு கொஞ்ச நாளில் கோபால் அண்ணனும் வீடு, கடையெல்லாம் விற்றுவிட்டு வெளியூர் போய்விட்டதாகச் சொன்னார்கள். கோவில்பட்டியிலோ செங்கோட்டையிலோ இருப்பதாகச் சொன்னார்கள். அதற்கப்புறம் நான் ராதா அக்காவைப் பார்க்கவே இல்லை.

ராதா அக்காவைச் சாப்பிடச் சொல்லி வற்புறுத்தினேன். மறுத்துவிட்டாள். காப்பி மட்டுந்தான் சாப்பிட்டாள். நாங்கள் உட்கார்ந்திருந்த இடம் பேசுவதற்கு வசதியாக இருந்தது. நாங்கள் இருந்த டேபிள் பெரிய கல்தூணை ஒட்டி இருந்தது. பேசிக்கொண்டிருந்ததில் நேரம் போனதே தெரிய வில்லை.

ராதா அக்கா இப்போது செங்கோட்டையில்தான் இருக்கிறாளாம். கோபால் அண்ணன் இறந்துவிட்டதாம். இரண்டு வருஷத்துக்கு முன்னால் நிமோனியா ஜுரம் வந்து இறந்திருக்கிறார். அண்ணனுடைய முதல் சம்சாரமான லீலா மதினிக்குப் பிள்ளையே இல்லை. ராதா அக்காவுக்குத்தான் ஒரு பெண் இருக்கிறது. அவளை அம்பாசமுத்திரத்தில்தான் கட்டிக் கொடுத்திருக்கிறது. அவளைப் பார்க்கத்தான் அக்கா நேற்று முன்தினம் செங்கோட்டையிலிருந்து வந்திருக்கிறாள். இப்போது ஊர் திரும்புகிற வழி. செங்கோட்டைக்குப் போன பிறகு, கோபால் அண்ணன் திரும்பவும் ஜவுளி வியாபாரத்தைத் தொடங்கியிருக்கிறது. எதனாலோ வியாபாரம் விருத்தி ஆகவில்லை. போன புதிசிலேயே இரண்டு மூன்று வீடுகளை வாங்கிப் போட்டிருந்திருக்கிறது. அந்த வீடுகளிலிருந்து வருகிற வாடகையில்தான் ராதா அக்காவும் லீலா மதினியும் ஜீவனம் நடத்திக்கொண்டிருக்கிறார்கள். வெளியே திரும்பவும் மழை தூற ஆரம்பித்திருந்தது.

‘நீ கண்டிப்பா வீட்டுக்கு வந்துட்டுப் போகணும். லீலாக்காவும் உன்னைப் பார்த்தால் ரொம்ப சந்தோஷப்படுவா’ என்றாள். என்னால் எதுவும் பேச முடியவில்லை. நெஞ்சு கனத்துப்போன மாதிரி இருந்தது. அந்த மனோநிலையில் அக்காவுடன் செங்கோட்டைக்குப் போக முடியும் என்று தோன்றவில்லை. வேறொரு சமயம் அவசியம் வருவதாகச் சொல்லி, வீட்டு அட்ரஸை வாங்கி வைத்துக்கொண்டேன். அக்காவுக்குக் கொஞ்சம் வருத்தம்தான்.

ராதா அக்கா குடை வைத்திருந்தாள். குடையை விரித்துப் பிடித்தாள். இரண்டு பேரும் தேரடிப் பக்கத்து வாசல்வழியாக பஸ் ஸ்டாண்டுக்கு வந்தோம். நான், பேருக்குக் குடைக்குள் தலையை மட்டும் நுழைத்திருந்தேன். முதுகுப் புறம், கையெல்லாம் நனைந்துகொண்டிருந்தது.

‘குடைக்குள்ள வா . . . முதுகெல்லாம் நனையுது பாரு… கூச்சப்படாம பக்கத்துல வந்து நில்லு. கல்யாணமாகிப் பிள்ளைக் குட்டிக்காரனாகிட்டே . . . இன்னும் கூச்சம் போகலியே…’ என்றாள்.

ஒரு விஷயம் ரொம்ப நாளாக என் மனத்தைக் குடைந்து கொண்டே இருந்தது. அதை அக்காவிடம்தான் கேட்டுத் தெரிந்துகொள்ள முடியும். கேட்டால் ஏதாவது தவறாகி விடுமோ என்று தயக்கமாகவும் இருந்தது. இவ்வளவு வருஷத்துக்குப் பிறகு துளிர்த்திருக்கிற இந்த உறவைப் பாழாக்கி விடக் கூடாது என்ற எச்சரிக்கை உணர்வு அலைக்கழித்தது. இன்னொரு பக்கம் அதைக் கேட்டுத் தெரிந்துகொள்ள வேண்டும் என்ற ஆசை.

'என்ன யோசிச்சுக்கிட்டிருக்கே?' என்று அக்காவே கேட்டாள்.

'ஒண்ணுமில்லக்கா . . .'

'வாய்தான் ஒண்ணுமில்லேன்னு சொல்லுது . . . ஆனா . . . மொகத்தைப் பார்த்தா அப்படித் தெரியலையே?'

அதற்கு மேலும் மனசைக் கட்டிப்போட முடியவில்லை. தயக்கத்தோடு ஆரம்பித்தேன்.

'தப்பா எடுத்துக்கிட மாட்டீங்களே?'

என் இடுப்பில் மெதுவாகக் குத்தினாள். 'ரொம்பப் பெரிய மனுஷன் மாதிரியெல்லாம் பேசுதீயே? சும்மா சொல்லு' என்றாள்.

'கோபால் அண்ணன் உங்க வீட்டுக்கு வந்தா நீங்க அந்த அண்ணன்கூடவே சிரிச்சுப் பேசிக்கிட்டு இருப்பீங்க. அதெல்லாம் என்னன்னு எனக்கு அப்பம் தெரியாது. ஆனா அந்த அண்ணன் வந்தா மட்டும் நீங்க ஏதோ வித்தியாசமா இருக்கீங்கங்கிறது புரிஞ்சுது...'

உதடுகள் பிரியாத மென்முறுவலுடன் ராதா அக்கா என்னைப் பார்த்தாள். 'பெரிய ஆளுதான் . . . எல்லாத்தையும் நோட் பண்ணியிருக்கியே?' என்றாள்.

'ஆனா, கோபால் அண்ணனோட சம்சாரம் லீலா மதினி எப்பிடி உங்களை ஏத்துக்கிட்டாங்க? அதுதான் அக்கா எனக்குப் புரியாத புதுரா இருக்கு . . .' என்றேன். ஏதோ வேகத்தில் கேட்டுவிட்டேனே தவிர, உள்ளூர மனம் தவித்துக்கொண்டிருந்தது. நான் கேட்டது அக்காவுடைய மனத்தைப் புண்படுத்தியிருக்குமோ? ஆனால் அவளுடைய முகத்தில் எந்தச் சலனமும் இல்லை. குனிந்து தரையையே பார்த்துக்கொண்டு நின்றிருந்தாள். நான் பார்த்துக்கொண்டிருக்கும்போதே அவளுடைய கண்கள் கலங்கின. நான் பதறிப் போனேன்.

‘மன்னிச்சிருங்கக்கா ...’ என்று அவசர அவசரமாகச் சொன்னேன். அக்கா என்னை அண்ணாந்து பார்த்தாள்.

‘ச்சே ... இதிலே என்ன இருக்கு மன்னிக்கிறதுக்கு? நீ அப்பிடித் தப்பா என்ன கேட்டுட்டே? அதெல்லாம் ஒண்ணுமில்ல ... பழசெல்லாம் ஞாபகம் வந்தது. அதான் ... வேற ஒண்ணுமில்லே ...’

திருநெல்வேலி போகிற பஸ் வளைந்து திரும்பியது. மழைத் தூறலில் இஞ்சின் ஓடுகிற சத்தமே வேறு மாதிரியாக இருந்தது. எங்களுக்கு அருகே நின்றுகொண்டிருந்த ஒருவர், தோளின் மீது முகம் வைத்துத் தூங்கிக்கொண்டிருந்த குழந்தையைத் துண்டால் போர்த்தியபடி பஸ்ஸைப் பார்த்து ஓடினார். வெள்ளாடு ஒன்று தெருப்பக்கமிருந்து வந்து எங்களுக்குப் பின்னால் சுவரோடு சுவராய் மழைக்கு ஒதுங்கியது. அதனுடைய முகத்தில் மழைத்துளிகள் வழிந்துகொண்டிருந்தன. முதுகு மட்டும் நனைந்திருந்தது.

‘செல்லப்பா ... என்னை, கோபால் அண்ணனை எல்லாம் விட லீலா அக்கா ரொம்பப் பெரிய மனுஷி ... அன்னைக்கு, நான் வீட்டை விட்டுப் போன அன்னைக்கு என்ன நடந்ததுன்னு சொன்னாத்தான் ஒனக்குப் புரியும் ... அண்ணனும் நானும் ஏற்கெனவே பேசி வச்சிருந்த மாதிரி, நான் வாய்க்காலுக்குக் குளிக்கப் போறாப்பிலே, என் துணிமணிகளை எல்லாம் குடத்துக்குள்ளே போட்டுக்கிட்டு அப்படியே அண்ணன் வீட்டுக்குப் போயிட்டேன். மொதல்ல லீலா அக்காவுக்கு நான் எதுக்கு வந்திருக்கேன்னு தெரியலை. வாய்க்காலுக்குக் குளிக்கப் போறவா, சும்மா பேசிக்கிட்டு இருந்துட்டுப் போறதுக்காக வந்திருக்கான்னுதான் நெனைச்சிருந்திருக்கா. மத்தியானம் வரைக்கும் நான் போகலைன்னதும் வீட்டுல ஏதாவது தகராறான்னு கேட்டா. நான் என்னன்னு சொல்லட்டும்? அதெல்லாம் ஒண்ணுமில்லேன்னுட்டேன். பின்னே, ஒனக்குச் சக்களத்தியா வந்திருக்கேன்னா சொல்லமுடியும்? அவளைப் பார்த்தா சங்கடமா இருந்துச்சு. பேசாம வீட்டுக்கே திரும்பிப் போயிரலாம்னு நெனைச்சேன். அண்ணன் கடையிலேருந்து வந்ததும், அக்காவுக்குத் தெரியாம அவங்ககிட்டே சொல்லிட்டு வீட்டுக்கே போயிருவோம்னு இருந்தேன். அதுக்குள்ளே வீட்டிலேருந்து வெசயம் தெரிஞ்சு அம்மாவும் அண்ணனும் வந்துட்டாங்க. ஒரே ரணகளமாயிட்டுது. நான் என்ன நெலயில் வீட்டைவிட்டு வந்திருக்கேன்னு அப்பந்தான் அக்காவுக்குத் தெரிஞ்சுது. அப்போ அக்கா எங்க அம்மாவையும் அண்ணனையும் பார்த்து என்ன சொன்னா தெரியுமா? அவ என் வீட்டுக்குத் தஞ்சம்னு வந்துட்டா ... இன்னமே அவ என் தங்கச்சிதான். எங்கூடத்தான் இருப்பா ... நீங்கள்ல்லாம் சண்டை போடுறதா

இருந்தா வெளியில போயிருங்கன்னு சொல்லிட்டா . . . செத்துப்போன ஒங்க கோபால் அண்ணன், நான் எல்லாம் அவ கால் தூசிக்குச் சமமாக மாட்டோம். அவ மனுஷப் பொறவியே இல்லை...' என்றாள்.

சிறு குழந்தைகள் வைத்திருக்கிற கிலுக்குச் சத்தம் மாதிரி, தூறல் குடையில் விழுந்து தெறித்துக்கொண்டிருந்தது. தேரை மூடியிருந்த தகரக் கூரையின் உச்சியில் ஒரு கிருஷ்ணப்பருந்து நனைந்துகொண்டே உட்கார்ந்திருந்தது. அக்காவை அனுப்பிவைப்பதற்காகச் செங்கோட்டை பஸ்ஸை எதிர்பார்த்து நின்றுகொண்டிருந்தேன்.

குங்குமம், 1996

பிழைப்பு

கண் விழித்ததுமே தலையை வலித்தது. பஜாரில் இன்னும் ஆள் நடமாட்டம் ஆரம்பிக்க வில்லை. வலது காலில் பாதத்துக்குமேல் எக்ஸிமா புண் நொதித்துப்போயிருந்தது. விரட்ட விரட்ட அதன்மீது ஈக்கள் வந்து உட்கார்ந்தன. கீழே கிடந்த, பழுத்து மக்கிப் போயிருந்த பழைய நியூஸ் பேப்பர் துண்டைக் கிழித்துப் புண்ணின் மீது அப்பிவைத்தார் ரெத்தினம் பிள்ளை. இன்னும் கொஞ்ச நேரமானால் கடைகளைத் திறக்க ஆரம்பித்துவிடுவார்கள். இப்படி விச்ராந்தியாக உட்கார்ந்திருக்க முடியாது. மீசையை ஒதுக்கிவிட்டுக்கொண்டார். நரைத்துப் போன மீசையும் காது மடலுக்குக் கீழே இறங்கியிருந்த நீளமான கிருதாவும் இன்னும் கூட எடுப்பாகத்தான் இருக்கிறது. முகத்தைக் கண்ணாடியில் பார்க்க வேண்டும் போல் இருந்தது. பனியனின் கைப் பகுதியைச் சுருட்டிவிட்டுக்கொண்டார். முன்பெல்லாம் பனியனைச் சுருட்டிவிட்டால் அப்படியே அது கைமுண்டாவோடு பிதுங்கிக் கொண்டு நிற்கும். இப்போது சுருட்டி விட்ட பகுதி தொளதொளவென்று ஒருபக்கமாகச் சரிந்து கிடந்தது. அவ்வளவு காலையிலேயே ஒருபையன் பூக்குடலையைத் தூக்கிக்கொண்டு போய்க்கொண்டிருந்தான். மேலே சட்டை இல்லை. வெறும் டிரவுசர் மட்டும் போட்டிருந்தான். குடலை நிறையப் பூச்சரம் இருந்தது. மேலே ஈரத்துணியைப் போட்டு மூடியிருந்தது. மல்லிகைப் பூவின் வாசம் சன்னமாகப் பரவியது.

‘பூவு யாவாரத்துக்காடா?’ என்று கேட்டார். அந்தப் பையன் திரும்பிப் பார்த்துவிட்டுப் பதிலே சொல்லாமல் அலட்சிய மாகப் போய்க்கொண்டிருந்தான். ‘ஹும்! எல்லாம் ஒங்க நேரம்டா... ரெத்தினம் பிள்ளைன்னா அழுத புள்ள வாயை மூடிக்கிடுத காலம் ஒண்ணு இருந்திச்சு. இப்பம் பதில்கூடச் சொல்ல மாட்டேங்கானுவோ?’ என்று சலித்துக்கொண்டார்.

ராத்திரி குடித்திருந்த பிராந்தி, வியர்வையுடன் சேர்ந்து உடம்பெல்லாம் நாறியது. ஆற்றில் போய் சூடு அமர முங்கிக் குளித்துவிட்டு வரலாம். ஒருமைல் தூரம் போகவேண்டும். கால்புண் நெறிகட்டி வலித்தது. அவ்வளவு தூரம் நடந்து போய்க் குளித்துவிட்டு வரமுடியும் என்று தோன்றவில்லை. சட்டைப் பையில் ஐந்து ரூபாய்தான் இருக்கிறது. குளிப்பதற்காக ஆற்றுக்குப் பஸ்ஸில் போனால் டிபன் சாப்பிட முடியாது.

நேற்று மாதிரி தன்னை மறந்து நிலைகொள்ளாமல் குடித்து வெகுகாலம் ஆகிவிட்டது. சாயந்திரம் மூனாதானா வத்தல் மண்டியில் உட்கார்ந்திருந்தபோதுதான் சண்முகம் அந்தப் பக்கமாக வந்தான். நிலுவைப் பணத்தைக் கொடுத்துவிட்டுப் போவதற்காக வந்தவன், சைக்கிளை எடுத்துக்கொண்டு புறப்படும் போது, இவரைப் பார்த்து, ‘அண்ணாச்சி தச்சநல்லூருக்குக் கொடை பாக்க வாரேளா?’ என்று கூப்பிட்டான். சட்டைப் பையில் இருந்த அஞ்சுரூபாயைத் தவிர வேறு பைசா கிடையாது.

‘தச்சநல்லூருக்கா?’ என்று இழுத்தார். அவனிடமெல்லாம் போய்க் கையில் பணத்தட்டுப்பாடு என்று சொல்ல முடியுமா என்ன?

‘சைக்கிள்லேயே போயிருவோம் அண்ணாச்சி...’ என்று பிரியமாகக் கூப்பிட்டான். பேரேடு எழுதிக்கொண்டிருந்த மணி ஐயரும், ‘இங்க உக்காந்து என்ன பண்றீர்? போயிட்டுத்தான் வாருமேன்...’ என்றார்.

‘இவனை எல்லாம் நம்பிப் போகவா? கூட்டிட்டுப் போய் விட்டுருவான். ராத்திரி அம்புட்டு நேரத்துக்குமேல திரும்பி வாரது எப்பிடி?’

‘என்ன அண்ணாச்சி அப்பிடிச் சொல்லிப் போட்டிய? மெனைக்கிட்டு ஒங்களக் கூட்டிட்டுப் போயிட்டுத் தனியா விட்டுட்டா வருவேன்?’

‘செரி! என்னைய வச்சு ஒன்னால மிதிக்க ஏலுமா?’

'நீங்க வாங்க சொல்லுதேன், நான்லா மிதிக்கேன் ... ஒங்களுக்கு எதுக்கு அந்தக் கவல?'

தொண்டர் சன்னதியில் காப்பி சாப்பிட்டுவிட்டு அவன் பின்னால் உட்கார்ந்து போனவர்தான். பிறகு அவர் நிலை அவர் வசத்தில் இல்லாமல் போய்விட்டது. கொடையும் கொண்டாட்டமும் மனதை நிறைத்தன. கோவிலில் கொட்டகைப் பந்தலுக்குள் செவ்வரளியின் மணமும், பீடத்தின் மீது பூசியிருந்த எண்ணெயின் பிசுக்கும் கலந்து நாசியில் ஏறியது. கோமரத்தாடி ராமையா மூப்பனார் இவரைப் பார்த்ததும் சிரித்துக்கொண்டே, 'வாரும் மாப்ளே!' என்று நெற்றியில் திருநீறு பூசிவிட்டார். நையாண்டி மேளச் சத்தத்துக்குள், 'சாமக் கொடை பார்த்துட்டு போரும் ... அவசரப்பட்டு ஓடிராதீரும்' என்று சொன்னது திரும்பத் திரும்பக் காதுக்குள் கேட்டுக்கொண்டே இருந்தது. தனது பருத்த விரல்களுக்குள் அவர் திருநீற்றுக் கப்பரையைப் பிடித்திருந்ததே அழகாக இருந்தது. நாம் ஒன்றும் அனாதையாகிவிடவில்லை, இந்த சண்முகம் மாதிரி, கோமரத்தாடி ராமையா மூப்பனார் மாதிரி ஆதரவான ஆட்கள் எல்லாம் இருந்துகொண்டிருக்கிறார்கள் என்று நினைத்தார். மனத்துக்குத் தெம்பாக இருந்தது. சாமக்கொடை வரை இரும் என்று கோமரத்தாடி சொன்னதுக்கு ரெத்தினம் பிள்ளை தலையசைத்தாரே தவிர, கொஞ்ச நேரம் கரகாட்டம் பார்த்த பிறகு, புறப்பட்டுவிடலாம் என்று தோன்றிவிட்டது. ஆனால் விதி அவ்வளவு லேசில் விடுமா என்ன?

'அண்ணாச்சி, இம்புட்டுத் தூரம் வந்துட்டு சும்மா போறது நல்லா இருக்காது. குவாட்டர் வாங்கிச் சாப்புட்டுட்டுப் போலாம் ...' என்றான் சண்முகம். அவருக்கு இஷ்டமே இல்லை. அவனுக்காகத்தான் போனார்.

சாப்பிட்டுக்கொண்டிருக்கும்போதுதான் ராஜமாணிக்கம் வந்தான். அவரைப் பார்த்ததும் அப்படியே ஆவிசேர்த்துக் கட்டிக்கொண்டான். அவனைப் பார்த்து ஏழெட்டு வருஷத்துக்கும் மேல் இருக்கும். அப்போது ராஜமாணிக்கம், மில்லில் வேலை பார்த்துக்கொண்டிருந்தான். அவனுடைய சொந்த அக்கா புருஷன் தன் மகளுடைய கல்யாணச் செலவுக்காகக் கேட்டார் என்று குடும்பச் சொத்தில், அவன் பேருக்கு வந்திருந்த ஒரு குச்சுவீட்டை ஒத்திவைத்துப் பணம்வாங்கிக்கொடுத்தான். அவருக்குப் பஸ் ஸ்டாண்ட் பக்கம் சொந்தமாக எலெக்ட்ரிக் கடை இருந்தது. இரண்டே மாதத்தில் பணத்தைத் தந்துவிடுகிறேன் என்றவர், வருஷம் இரண்டாகியும் பணத்தைத் தருகிற பாடாக

பிழைப்பு

இல்லை. கடை, வீடு, புல்லட் வண்டி எல்லாம் இருந்தது. வசதியாகத்தான் இருந்தார். ராஜமாணிக்கம், ரெத்தினம் பிள்ளையிடம்தான் ஓடிவந்தான். அப்போது ரெத்தினம் பிள்ளை ஊரில் பெரிய சண்டியராகத் திகழ்ந்தார். மறுநாள் அவனுடைய அக்காள் புருஷன் கடைக்குப்போய் அவனுக்குக் கொடுக்கவேண்டிய பணத்தைக் கேட்டார். சத்தம் போடாமல் நிதானமாகத்தான் கேட்டார். அந்த ஆள் கொஞ்சம் எடுத்தெறிந்த மாதிரிப் பேசவும், ரெத்தினம் பிள்ளை கடைவாசலில் நிறுத்தி வைத்திருந்த புல்லட்டைக் காலால் எட்டி உதைத்தார். அத;D மேலே ஏறி நின்று மிதித்தார். கத்தினார். மூணாம் நாளே ராஜமாணிக்கத்தைத் தேடி வந்து, அவனுடைய அக்கா புருஷன் பணத்தைப் பைசா பாக்கி இல்லாமல் செட்டில் பண்ணி விட்டுப் போய்விட்டார்.

‘இன்னைக்கி நம்ம செலவு அண்ணாச்சி... ஒங்களுக்கு வேண்டியத வாங்கிச் சாப்புடுங்க...’ என்று ராஜமாணிக்கம் ஊற்றிக்கொடுத்துக்கொண்டே இருந்தான். அவன் காட்டிய மரியாதையைப் பார்த்த அவருக்கு ரொம்பக் கூச்சமாக இருந்தது. அவருக்கும் சண்முகத்துக்கும் சாப்பாடெல்லாம் வாங்கிக் கொடுத்தான். சண்முகமும் அவரும் தச்சநல்லூரைவிட்டுக் கிளம்பும்போது ராத்திரி பனிரெண்டு மணிக்குமேல் இருக்கும். ஊருக்குள் எங்கிருந்தோ மேளச்சத்தம் கேட்டுக்கொண் டிருந்தது. சண்முகமே நிலைகொள்ளாமல்தான் நின்றான். அவ்வளவு போதையிலும் எப்படி அவரைப் பின்னால் வைத்து மிதித்தான் என்று தெரியவில்லை. வழியெல்லாம் சண்முகம் ராஜமாணிக்கத்தைப் புகழ்ந்துகொண்டே வந்தான். நயினார் குளத்தங்கரை வழியாகத்தான் வந்தார்கள். இடையே சைக்கிளை நிறுத்தி, குளத்தில் இறங்கி முகத்தைக் கழுவி;F கொண்டார்கள்.

ராயல் டாக்கீஸில் இன்னும் செகண்ட் ஷோ விட்டிருக்க வில்லை. தூரத்தில் வரும்போதே தியேட்டருக்குள்ளிருந்து, தெளிவில்லாமல் வசனம் கேட்டுக்கொண்டிருந்தது. நயினார் குளத்தங்கரை ரோட்டில் லாரி ஒர்க்ஷாப்கள் நிறைய உண்டு. அந்த ஒர்க்ஷாப்களில் அந்த ராத்திரி நேரத்தில் ஒருவிதமான மந்தகதியில் வேலை நடந்துகொண்டிருந்தது. எல்லாமே சொப்பனத்தில் நடக்கிறமாதிரி இருந்தது. ரெத்தினம் பிள்ளைக்குப் பாடத் தோன்றிற்று. ‘வஸந்த முல்லை போலே வந்து அசைந்து ஆடும் வெண்ணிலாவே’ என்று பாட ஆரம்பித்துவிட்டார். சைக்கிளை மிதித்துக்கொண்டே சண்முகமும் அவரோடு சேர்ந்து பாடினான். ஒர்க்

594 வண்ணநிலவன்

ஷாப்களில் வேலை செய்துகொண்டிருந்தவர்கள் அவர்களை ஆச்சரியத்தோடு பார்த்தார்கள்.

தொண்டர்சன்னதி வாய்க்கால்பாலத்தில் ரெத்தினம் பிள்ளை இறங்கிக்கொண்டுவிட்டார். சண்முகத்துடைய வீடு குற்றால ரோட்டில் இருந்தது. அவன் அவரைப் பாட்டப்பத்தில் அவருடைய வீட்டிலேயே கொண்டுவிடுகிறேன் என்று சொன்னான். விரட்டாத குறையாக அவனை அனுப்பிவைத்தார்.

ஒரு காலத்தில் ரெத்தினம் பிள்ளைக்குச் சொந்த வீடு எல்லாம் இருந்தது. மைனராகவே காலத்தை ஓட்டியதில் எல்லாம் போய்விட்டது. நல்லவேளையாகக் கல்யாணம் செய்து கொள்ளவில்லை. சீட்டு, தண்ணி, அடிதடி எல்லாம் இருந்தாலும் அவருக்கு ஏனோ பெண்களின் மீது நாட்டம் இருந்ததில்லை. லாண்டரி கடை நடத்துகிற கிருஷ்ணன்தான் அவருக்குத் தன் வீட்டில் திண்ணையை ஒதுக்கிக்கொடுத்திருந்தான். எப்போது வேண்டுமானாலும் அவர் போகலாம்; வரலாம். திண்ணையின் ஒரு ஓரத்தில் ஒரு ஒழுக்கரைப் பெட்டியை வைத்திருந்தார். அதுதான் அவருடைய சொத்து.

ஏதோவொரு தைரியத்தில் சண்முகத்தை அனுப்பி வைத்துவிட்டாரே தவிர, கூலக்கடை பஜார் முக்குவரை கூட நடக்க முடியவில்லை. அடைத்துக் கிடந்த கடை ஒன்றின் முன்பலகையில் அப்படியே படுத்துவிட்டார்.

அங்கொன்றும் இங்கொன்றுமாகக் கடைகளைத் திறக்க ஆரம்பித்திருந்தார்கள். தலையை இரண்டு கைகளாலும் அழுத்திப் பிடித்துவிட்டார். தலைபாரம் நீங்குகிற பாடாகத் தெரியவில்லை. சந்திப்பிள்ளையார் முக்கில் ஒரு டீயாவது குடிக்கலாம் என்று நினைத்தார். எழுந்து நின்று அவிழ்ந்திருந்த வேட்டியை இறுக்கிக் கட்டினார். ‘அத்தான்!’ என்ற குரல் கேட்டது. ஏறிட்டுப் பார்த்தார். செல்லம்மாள் நின்றுகொண் டிருந்தாள். அவளை அடையாளம் கண்டுபிடிக்கக் கொஞ்சம் சங்கடப்பட்டார்.

அதற்குள் அவளே, ‘தெரியலியா அத்தான்? நாந்தான் செல்லம்மா . . .’ என்றாள்.

ரெத்தினம் பிள்ளைக்கு நினைவு தடுமாறியது.

‘என்ன அப்பிடிப் பாக்கியே? நான்தான் கீழப்புதுத் தெரு ஆவடையாச்சி மக செல்லம்மா . . .’

அப்போதுதான் ரெத்தினம் பிள்ளைக்கு அவளை அடையாளம் தெரிந்தது. 'நீயா? சட்டுன்னு ஞாபகத்துக்கு வரலைள்ளா!' என்றார்.

'நல்லாத்தான் மறந்தியோ போங்க . . .'

'இவ்வளவு காலையில் எங்க போயிட்டு வார?'

'வேற எங்க? எடுத்த செம்மம் தீரணும்லா . . . பெரிய கோயிலுக்குத்தான் போயிட்டு வாரேன். வேற ஆருகிட்ட எங்கொறையச் சொல்லட்டும்?'

'இப்பிடி உக்காரு . . .' என்று கையைக் காட்டினார். அவரும் அவளுக்கு எதிரே உட்கார்ந்தார்.

'எதுக்குள்ளா அப்படிச் சடைச்சுக்கிடுதே? ஓம் மாப்புள்ள சௌக்கியந்தான?'

'எல்லாம் இருக்காஹ! சௌக்கியத்துக்கு என்ன கொறச்சலு? வேளா வேளைக்கித் தின்னாம பட்டினியா கெடக்காஹ?'

'ரொம்ப மனசு விட்டாப்பல பேசுதிய?' என்று ஆற்றாமைப் பட்டார் ரெத்தினம் பிள்ளை. தலையைக் குனிந்துகொண்டு உட்கார்ந்திருந்தாள் செல்லம்மா. துக்கம் தொண்டையை அடைத்தது. அவளை அறியாமலே கண்ணீர் வந்துவிட்டது. கையில் சுருட்டிவைத்திருந்த துணிப்பையால் கண்களைத் துடைத்துக்கொண்டாள். தன்னைப்போலவே நொம்பலப்பட்ட இன்னொரு ஜீவன் அழுவதைப் பார்த்து அவருக்கு என்ன செய்வதென்றே தெரியவில்லை.

'அட பைத்தியாரி! எதுக்கு இப்பிடி அழுத?'

'ஒங்களப் பாத்துச் சொல்லணும்னு ரொம்ப நாளாத் தேடிக்கிட்டு இருக்கேன் . . . நீங்க கண்ணுலயே தெத்துப் படல . . .'

'எனக்கு எங்க போக்கடி ? சந்திப்பிள்ளையார் கோயில் முக்குல நிப்பேன். இல்லைன்னா லாலா சத்திர முக்கில நிப்பேன். வேற எங்க போக்கெடம்? களுத கெட்டா குட்டிச் சொவரு. ஏங்கத கெடக்கட்டும், ஒனக்கு என்ன கஷ்டம் சொல்லு?'

அவர் பேசியபோது அவரிடமிருந்து பிராந்தி வாடை அடித்தது. அது அவளுக்கு அழுகிப்போன பழத்தின் வாடையைப் போல் இருந்தது. ஏனோ அந்த வாடை பிடித்திருந்தது. ஆனாலும் அவள் அதைக் காட்டிக்கொள்ளவில்லை. ரோட்டில் மை போடாத பைதாவுடன் சக்கடா வண்டி ஒன்று 'வீய்ய்' என்ற

நீண்ட ஒலியுடன் போய்க்கொண்டிருந்தது. தொண்டைக்குழியில் நின்ற சளியைக் காறித் துப்பினாள். காறும்போது தன்னிச்சை யாய் மூக்கு ஒரு பக்கமாக வளைந்தது.

'கீழப்புதுத் தெரு வீட்டுல குடி இருக்க ஆளு ஏழெட்டு மாசமா வாடகை தரலை. வீட்டையுங் காலி பண்ண மாட்டேங்கான். இதுக்காகத்தான் ஒங்களைப் பாத்துப் பேசணும்னு தேடிக்கிட்டே இருக்கேன்... ஓங்க மாப்புளை ஒருநாள் வேலைக்கிப் போனா ஒம்பது நா வீட்டுக்குள்ள அடச்சு மூடிப் படுத்துக்கிடுதாஹ. அந்த வாடகை ஒண்ணுதான் உசுர்நாடி. அதும் இல்லன்னா நான் பொம்பள என்னன்னு குடுத்தனம் நடத்தட்டும் சொல்லுங்க?'

'செரி... இப்பம் என்ன செய்யணும்கே?'

அவரது பெரிய கிருதா மீசை, அவரிடமிருந்து வீசிய பிராந்தி வாடை எல்லாம் அவளுக்கு மிகுந்த நம்பிக்கையை ஏற்படுத்தின.

'நீங்கதான் எப்பிடியாவது அந்த ஆளைக் காலி பண்ணித் தரணும். வாடகை குடுக்காட்டாலும் போவுது. காலி பண்ணிட்டான்னா வேற ஆளைப் பாத்தாவது வச்சுக்கிடுவேன்.'

'ஏளா! நீ நெனைக்கிற மாதிரி ஏஞ்சொல்லு அம்பலம் ஏறாதுள்ளா! ரெத்தினம் பிள்ளைக்குச் சனங்க பயந்து ஓடுன தெல்லாம் அந்தக் காலம். இப்பம் நான் ஓடிக்கிட்டு இருக்கேன்.'

'இல்ல அத்தான் . . . இன்னைக்கும் ஓங்களுக்கு ஒரு செல்வாக்கு இருக்கு . . . நீங்க அந்த ஆளைப் பாத்து நாலு சத்தம் போட்டியன்னா வீட்டக் காலி பண்ணிருவான். எனக்கு வேற கெதியே இல்ல அத்தான். எங்க வீட்டு ஆளு ஒரு கதைக்கும் ஒதவாத ஆளு. ஓங்களத்தான் மலைபோல நம்பியிருக்கேன் . . .'

ரெத்தினம் பிள்ளை பதிலே சொல்லாமல் ரோட்டையே பார்த்துக்கொண்டிருந்தார். பிறகு 'செரி . . . போயிச் சொல்லிப் பாக்கேன் . . . பலிச்ச மட்டுக்கும் பாப்போம். நீ மாதாங்கோயில் தெருவுல அந்தப் பழைய வீட்டுலதான் குடியிருக்கே?'

'ஆமா, அதே வீடுதான் ... ஆம்பளை ஆளு சரியில்லாததால அரமணை மாதிரி வீட்டை வாடகைக்கி விட்டுட்டுக் குச்சுல போயிக் குடியிருக்கேன்.'

'வாடகைக்கு விட்டிருக்க வீடு எங்க இருக்கு?' என்று விசாரித்துத் தெரிந்துகொண்டார். புறப்படும்போது செல்லம்மாள் கையெடுத்துக் கும்பிடாத குறையாக, 'கை

விட்டுராதீய அத்தான். எப்படியாவது அவனைக் காலி பண்ணிக் குடுத்துருங்க. கோடு நாடுன்னு கேஸ் போட்டுட்டு அலையதுக்கு எனக்கு வழியில்ல' என்று மன்றாடினாள். பேசிக் கொண்டிருக்கும்போதே அவளிடம் கைச்செலவுக்கு ஏதாவது பணம் வாங்கலாம் என்று நினைத்தார். ஆனால் அவளுடைய பாட்டைக் கேட்ட பிறகு அவளிடம் கேட்கத் தோன்றவில்லை. வீட்டைக் காலிசெய்து கொடுத்த பிறகு ஏதாவது செலவுக்குத் தராமலா போய்விடுவாள் ?

அவர் செல்லம்மாவுடைய கீழப்புதுத் தெரு வீட்டைத் தேடிப் புறப்படும்போது இருட்டிவிட்டிருந்தது. ரொம்ப நாளைக்கு முன்னால் செல்லம்மா அந்த வீட்டில் குடியிருந்தபோது போனது. வீட்டைக் கண்டுபிடிக்கக் கொஞ்சம் சிரமப்பட்டுத் தான் போனார். வளவு சேர்ந்த வீடு. சந்து வழியே வளவுக்குப் போக வேண்டியிருந்தது. அகலக் கட்டம் போட்ட அண்டர்வேர் வெளியே தெரியும்படி வேட்டியைத் தொடைக்கு மேல் உயரத் தூக்கி, சண்டியர்க் கட்டு கட்டியிருந்தார். அது ரொம்பப் பெரிய வளவு. இரண்டுபுறமும் வரிசையாக வீடுகள் இருந்தன. வீடுகளிலிருந்து வந்த வெளிச்சம் பல்வேறு வடிவங் களில் முற்றத்தில் விழுந்து கிடந்தது. ஒரு வீட்டின் முன் கிடந்த பெஞ்சில் வயதானவர் ஒருவர் உட்கார்ந்திருந்தார். பக்கத்தில் பெஞ்சின் மீது ஓலை விசிறி கிடந்தது. எந்த வீட்டிலிருந்தோ ஒரு பையன் சத்தம் போட்டுப் பாடம் படித்துக்கொண்டிருந்தான். கறி தாளிக்கிற மணம் காற்றில் வந்தது. காலையில் நாலே நாலு இட்லி சாப்பிட்டதுதான். வீட்டில் குடியிருக்கிறவனை மிரட்டிவிட்டுச் செல்லம்மா வீட்டுக்குப் போனால் பழைய சோறாவது போடமாட்டாளா?

முதல் வீடுதான் செல்லம்மாவுடைய வீடு. பார்த்ததுமே ஞாபகத்துக்கு வந்துவிட்டது. அழிக்கம்பி போட்ட அந்தத் தார்சா அப்படியே இருந்தது. அழியில் உள்ள சில கம்பிகளின் கீழ்ப்பகுதி இற்றுப்போயிருந்தது. கம்பிகளின் மீது சாக்குப்படுதா கட்டியிருந்தது. வாசல் நடையை ஒட்டிச் சின்ன குட்டிச் சாக்கில் மரப்பொடி இருந்தது. அவர்களை மிரட்டிச் சத்தம் போடுகிற போது அந்தச் சாக்கு மூட்டையைக் காலால் எட்டி உதைத்துக் கீழே தள்ளிவிடவேண்டும் என்று நினைத்துக்கொண்டார்.

ஏதோ ரொம்ப முக்கியமான வேலை இருக்கிறமாதிரி, சந்தில் ஒருநாய் நாக்கைத் தொங்கப் போட்டுக்கொண்டு வேகமாக ஓடிவந்துகொண்டிருந்தது. மூக்குப்பொடிக் கலரில் இருந்தது. அதைப் பார்த்ததும் ரொம்ப வருஷங்களுக்கு முன்னால்,

அவர் செயலாக இருக்கையில் வளர்த்த நாயின் நினைவு வந்தது. அந்த ஞாபகம் வந்ததும் வாடகைக்கு இருக்கிறவர் களைச் சத்தம் போடுவதற்காக மனத்தில் கூட்டிச் சேர்த்து வைத்திருந்த ஆத்திரம் அப்படியே வடிந்துபோய்விட்டது. மொளுமொளுவென்று இருந்த அந்த நாயை அப்படியே ஆவிசேர்த்துக் கட்டிக்கொள்ளவேண்டும் போல் இருந்தது. அது இவரைப் பார்த்துக்கொண்டே வேகமாக வளவுக்குள் ஓடியது. அந்த வளவில் உள்ள நாயாகத்தான் இருக்கவேண்டும். சட்டென்று ஒரு வீட்டுக்குள் நுழைந்து மறைந்துவிட்டது. சிறிதுகூடத் தயக்கம் இல்லாமல் ரொம்ப சுவாதீனமாக வீட்டுக்குள் நுழைந்த விதம், அதற்கு அந்த வீட்டிலிருந்த உரிமையைக் காட்டியது. அவரிடம் இருந்த நாயும் அப்படித்தான் சர்வ சுதந்தரமாக அடுப்படி, மச்சு, தட்டோட்டியில் எல்லாம் தன்னிஷ்டத்துக்குப் புழங்கும். அவர் எங்கே போனாலும் கூடவே வந்து முன்னங்கால்களை நீட்டி அவரருகே படுத்துக்கொள்ளும். அது நாயே இல்லை. பேசத் தெரியாத மனுஷப் பிறவி. துக்கம் தொண்டையை அடைத்தது. பேசாமல் திரும்பிப் போய்விடலாமா என்று நினைத்தார். பல மாசமாக ஒருத்தன் வாடகை கொடுக்க முடியாமல் குடியிருக்கிறான் என்றால் அவன் எவ்வளவு கஷ்டப்பட்டவனாக இருக்கவேண்டும். அவனைப் போய் மிரட்டி வீட்டைக் காலி பண்ணச் சொல்ல வேண்டியிருக்கிறதே. செய்த பாவமெல்லாம் போதாது என்று இதையும் வேறு தூக்கிச் சுமக்கவா?

அதற்குள் பாவாடை, தாவணி அணிந்த மெலிந்த உயரமான பெண் ஒருத்தி அந்த வீட்டு வாசலில் வந்து நின்றாள். கைகள் எல்லாம் நரம்பாக இருந்தன. கன்னம் ஒட்டிப்போய், கண்கள் மட்டும் பெரிசாக இருந்தன. முகத்தைப் பார்த்தாலே சோகை இருப்பது தெரிந்தது. சமைந்த பெண்ணாகத்தான் இருக்கும். கஷ்டத்தினால் ரொம்ப நறுங்கிப்போயிருந்தாள். அவரைப் பார்த்ததும், 'ஒங்களுக்கு யார் வேணும்?' என்று கேட்டாள். இனிமேல் திரும்பிப் போக முடியாது என்று பட்டது. வேட்டி மடிப்புக்கட்டு அவிழவே இல்லை. என்றாலும் கட்டை அவிழ்த்து முன்பைவிட மேலே ஏற்றி, அண்டர்வேர் தெரியக் கட்டிக்கொண்டார்.

'மாதாங் கோயில் தெருவுல இருக்க செல்லம்மா வீடுதான இது?'

'ஆமா! அவங்க வீடுதான். நீங்க யாரைப் பாக்கணும்?'

'வீட்டுல ஆம்பளையாளு ஆரும் இல்லியா?'

‘இருங்க . . . எங்க அண்ணன் இருக்கு. கூப்புடுதேன்’ என்று சொல்லிக்கொண்டே பதற்றத்துடன் உள்ளே போனாள். அவருடைய தொழில் புத்தி தன்னிச்சையாக வேலை செய்தது. அழிக்கம்பிப் பிரேமில் கையால் ஓங்கித் தட்டினார். புளுத்துப்போயிருந்த சட்டம் ஆடியது. ‘ஏய், வீட்டுல இருக்கது யாருடா?’ என்று சத்தம் போட்டார்.

உள்ளேயிருந்து தோளில் துண்டைப் போர்த்திக்கொண்டு நடுத்தர வயது ஆள் ஒருத்தன் வந்தான். ‘நீதான் இந்த வீட்டுல குடியிருக்கவனா?’ என்று கேட்டார்.

‘ஆமா! நீங்க?’

‘மாசக்கணக்கா வாடகை குடுக்காம குடியிருக்கியே... நீ சோத்தத்தான் திங்கியா? இல்ல வேற எதையாவது திங்கியா?’

அவன் எந்த உணர்ச்சியும் இல்லாமல் நின்றுகொண் டிருந்தான். மரத்தில் செய்த மாதிரி முகம் இருந்தது. அவனுக்கு இந்த மாதிரி அவமானம் பல தடவை நடந்திருக்கும் போல. மெதுவாக அவரிடம்,‘வாங்க. உள்ள வாங்க. பேசுவோம்’ என்றான். பட்டாசலில் அந்தச் சமைந்த பெண்ணுடன் வேறு இரண்டு பெண்களும் வந்து நின்றனர். எல்லோருடைய முகத்திலும் தரித்திரம் பிடித்திருந்தது. பயத்திலும் அவமானத்திலும் குறுகிப்போய் நின்றிருந்தனர்.

‘உள்ள எதுக்கு வரணும்? ஒன் வீட்டுல விருந்து சாப்புடதுக்காகவா நான் வந்திருக்கேன்? ஒண்ணு பைசா பாக்கி இல்லாமே வாடகையை எண்ணிக் கீழ வையி... இல்ல ஒழுங்கா வீட்டைக் காலி பண்ணிரு... வாடகை குடுக்க முடியாதவனுக்கு வீடு எதுக்குடா? ரோட்டுல பொங்கிச் சாப்புட்டுக் குடுத்தனம் நடத்த வேண்டியதுதான?’

அவன் எதுவுமே பேசாமல் நின்றுகொண்டிருந்தான். சத்தம் கேட்டுப் பக்கத்து வீட்டு ஆட்களெல்லாம் முற்றத்துக்கு வந்துவிட்டார்கள். திடீரென்று ரெத்தினம் பிள்ளை அவன் கழுத்தில் கிடந்த துண்டை இறுக்கிப் பிடித்தார். பட்டாசலில் நின்றுகொண்டிருந்த பெண்கள் ஓடிவந்து அவனைப் பிடித்துக் கொண்டார்கள். கொஞ்சம் உயரமாயிருந்த ஒருத்தி அவரை விலக்கித் தள்ளினாள். முற்றத்தில் நின்றுகொண்டு வேடிக்கை பார்த்தவர்களுடன் அந்த நாயும் வந்து நின்றுகொண்டது. அவரைப் பார்த்துக் குரைத்தது. படிமீது தாவி ஏறி, அவரது கால்களுக்கு அருகே நுழைந்து அந்த வீட்டுப் பட்டாசலில் போய் நின்றுகொண்டு மறுபடியும் குரைத்தது. விளக்கு மாடத்துக்கு முன்னால் படுத்திருந்த அவனுடைய அம்மா எழுந்து

உட்கார்ந்து, 'வள்ளிநாயகம் ! அது யாரு?' என்று மகனைப் பார்த்துக் கேட்டாள். அந்தக் களேபரத்தில் அவள் கேட்டது யாருக்கும் காதில் விழவில்லை. குரைத்துக்கொண்டிருந்த நாயை ஒருத்தி வந்து வெளியே விரட்டினாள். அது குரைப்பதை நிறுத்தி விட்டு முணங்கிக்கொண்டே பட்டாசலில் படுத்துக்கொண்டு, காதுகளை உயர்த்திச் சண்டையை வேடிக்கை பார்த்தது.

'நீங்க யாரு வாடகை கேக்கதுக்கு . . . நாங்க வீட்டுக் காரம்மா கிட்டே பேசிக்கிடுதோம்' என்றாள் அவன் மனைவி.

'நீங்க யாரா . . . நாளைக்கிக் காலையில நாலு ஆளோட வந்து சாமானை எடுத்து வெளியில் போடுவோம் பாரு . . . அப்பம் நான் யாருன்னு தெரியும்?' என்று கத்திச் சொன்னார்.

அவள் ஆத்திரத்தோடு புருஷனைப் பார்த்துத் திட்டினாள். 'நான் அன்னைக்கே சொன்னேன் . . . வீட்டுக்காரியப் போய்ப் பாத்துச் சொல்லிட்டு வாங்கன்னு. கேட்டாத்தானே?' என்று சத்தம் போட்டுவிட்டு வீட்டுக்குள் போய்விட்டாள்.

'என்னடா இடிச்சபுளி மாதிரி நின்னுக்கிட்டிருக்கே? வாடகையை எண்ணிக் கீழவைக்கியா இல்லியா?' என்று சத்தம் போட்டுக்கொண்டே வாசல் நடைக்கல் அருகே இருந்த மரப்பொடிச் சாக்கு மூட்டையை எட்டி உதைத்தார். ஏற்கெனவே நொறுங்கித் தவிடுபொடி ஆகிப்போயிருக்கிற அந்தக் குடும்பத்தைப் போய் இப்படிப் பாடாகப் படுத்தி, வளவுக்காரர்கள் முன்னால் தலைகுனியச் செய்யும்படி ஆகிவிட்டதே என்பதை நினைத்தபோது அவருக்கு நெஞ்சை அடைத்தது.

'வாடகை குடுக்கக்கூடாதுன்னு இல்ல. என் ஒருத்தன் சம்பளத்துலதான் குடும்பம் ஓடிக்கிட்டு இருக்கு. எப்படியாவது குடுத்திருதேன். வீட்டுக்காரம்மாகிட்டச் சொல்லுங்க' என்றான்.

'வேற பேச்செல்லாம் பேசாத. நீ இத்தனை மாச வாடகைப் பாக்கியக் குடுக்காட்டாலும் ஒழியுது. அந்தம்மா, வீடுதான் வேணும்னு கேக்கா. பேசாமெ வீட்டைக் காலி பண்ணிரு. இல்ல நான் நாலு ஆளத்தான் கூட்டிக்கிட்டு வர வேண்டியிருக்கும் . . . என்ன சொல்லுதே?'

அவன் பதிலே பேசாமல் நின்றுகொண்டிருந்தான். முற்றத்தில் நின்று வேடிக்கை பார்த்துக்கொண்டிருந்த ஒரு வயதான பெண், 'பெறவு என்ன வள்ளி, வீட்டைக் காலி பண்ணிருதேன்னு சொல்லிரேன் . . .' என்றாள்.

'சரி . . . வீட்டைக் காலி பண்ணிருதேன்.'

'காலி பண்ணிருதேன்னா, எப்பம்?' என்று கேட்டார்.

'வேற வீடு பாத்ததும் காலி பண்ணிருதேன்'

'அதான் எப்பம்?'

'வேற வீடு பாக்கணும்லா?'

'இன்னைக்கி என்ன கெழம? பொதங்கெழம... ஒரு வாரம் டயம் தாரேன். அடுத்த பொதனுக்குள்ள வீட்டைக் காலி பண்ணிரணும். இல்ல நடக்கதே வேற...' என்று சொல்லிவிட்டு வேகமாகச் சந்துக்குள் திரும்பி நடந்தார். அழிக்கம்பிகளைத் தட்டியதில் உள்ளங்கை கன்றிச் சிவந்துபோயிருந்தது. கையைத் தடவி விட்டுக்கொண்டார். பசியும் ஆயாசமும் உடம்பை லாத்தித் தள்ளியது. தெருவுக்கு வந்ததும் முகத்தில் குளிர்ந்த காற்று பட்டது. கொஞ்ச தூரம் நடந்தபிறகு சாத்திக்கிடந்த ஒரு வீட்டின் கதவடியில் உட்கார்ந்துகொண்டார். வேட்டி முந்தியால் முகத்தைத் துடைத்துக்கொண்டார். எப்படியாவது செல்லம்மா வீட்டுக்குப் போய்விட்டால் சாப்பிடலாம். ஆனால் அவ்வளவு தூரம் நடக்க முடியாதுபோல் இருந்தது. அப்படியே ஆயாசத்துடன் படுத்துவிட்டார். தெருவிளக்குகள் மௌனமாகநீல ஒளியைச் சிந்திக்கொண்டிருந்தன. வாகனங்களும் மனிதர்களும் ஊர்ந்துகொண்டிருந்தனர்.

இந்தியா டுடே, 1996

அந்த இரவில்

செல்லத்துரையும் வள்ளிக்கண்ணுப் பாட்டையாவும் இரண்டு நாளைக்கு முன்பே ஊருக்குப் புறப்பட்டிருக்க வேண்டியவர்கள். ஆனால், திருமங்கலத்துக்குத் தெற்கே பஸ்ஸே போக முடியவில்லை. எங்கே பார்த்தாலும் ஒரே கலவரம், கொலை, தீ வைப்பு. தவிர அவன் பெரியக்கா புருஷன் தேவ இரக்கம், அவனையும் பாட்டையாவையும் லேசில் ஊருக்கு அனுப்பி வைக்கிறதாக இல்லை. அந்த ஒருவாரமும் தினசரி மீனும் கறியும்தான். என்றாலும் விருந்தும் மருந்தும் எத்தனை நாளைக்கு நீடிக்க முடியும்? ஊரில் எவ்வளவோ வேலைகள் கிடந்தன. குறிப்பாக வள்ளிக்கண்ணுப் பாட்டையா தன் வண்டி மாடுகளுக்கு லாடம் அடிக்கவேண்டும் என்று சொல்லிக்கொண்டிருந்தார்.

மதுரை பஸ்ஸ்டாண்டில் கூட்டத்துக்குக் கேட்கவா வேண்டும். அதுவும் ஒரு வாரமாகச் சரியாக பஸ்ஸே ஓடவில்லையா, பஸ் ஸ்டாண்டில் திருவிழாக் கூட்டம்தான். நல்லவேளையாக இரண்டு பேருக்கும் எப்படியோ உட்கார இடம் கிடைத்தது. பொழுது சாய்ந்துகொண்டிருந்தது. ஏழு மணிக்குப் பஸ்ஸை எடுப்போம் என்று கண்டக்டர் சொல்லியிருந்தார். எப்படியும் பத்தரை பதினொன்றுக்குள் திருநெல்வேலி போய்விடலாம். பஸ் ஸ்டாண்டிலேயே கொஞ்சம் நேரத்தைப் போக்கினால் இரண்டாம் பிளே விட்டு வருகிறவர்களுக்காக விட்டிருக்கிற பஸ்ஸில்

ஊர்போய்ச் சேர்ந்துவிடலாம். தண்ணீர்த் தட்டுப்பாடு உள்ள காலத்தில் ராத்திரி வயலுக்குத் தண்ணீர் பாய்ச்சிவிட்டு வீட்டில் வந்து படுக்கிற மாதிரி இருக்கும்.

இடம் கிடைத்து சீட்டில் உட்கார்ந்ததும் வள்ளிக்கண்ணுப் பாட்டையாவுக்கு சந்தோஷமாக இருந்தது. இவ்வளவு கூட்டத்தில் உட்கார இடம் கிடைக்கும் என்று அவர் நினைக்கவே இல்லை. பக்கத்தில் உட்கார்ந்திருந்த செல்லத்துரையின் தொடையில் ஓங்கித் தட்டினார்.

'பேரப்புள்ளே, ஒம் புண்ணியத்துலே மருதையப் பாக்கணு மிங்கிற ஆசை எப்படியோ நிறைவேறிட்டுது' என்றார். சந்தோஷத்தில் கண்களில் கண்ணீர் மினுங்கியது.

'மருதைக்கி வழி வாயிலம்பாவ. எப்பயோ நீரு இங்க வந்திருக்கலாம்' என்றான் அவர்களை வழியனுப்ப வந்திருந்த தேவ இரக்கம்.

'மருமகப்புள்ள நீரு சொல்லுதது சரிதான். ஆனா அதுக்கு நேரங்காலம் ஒண்ணு வாய்க்கணுமில்லையா? நாம நெனைச்சாப்புல நடந்திரவா போவுது?' என்றார் பாட்டையா.

'அது செரி. . . பொறப்பட்டு வந்து மருதையச் சுத்திப் பாத்தாச்சு, இப்பம் ஒளுங்கா ஊரு போயிச் சேரணும். அதான் இப்பதக்கிக் கதெ. . .' என்றான் செல்லத்துரை.

'கெவுர்மெண்டுக்காரன் சும்மாயா இருப்பான்? ஊரு நாடுகள்ள சண்டை, தகராறுன்னா அங்கங்கே பந்தோபஸ்து போடாமயா இருப்பான் பேரப்புள்ள?'

பஸ்ஸுக்குள் ஒரே கசகசப்பு. ஒரே வியர்வைநெடி. தெளிவில்லாத பேச்சுக்குரல்கள்.

அவனும் வள்ளிக்கண்ணுப் பாட்டையாவும் ஊரை விட்டுக் கிளம்பும்போது அறுப்பு முடிந்து நாலு நாள் ஆகியிருந்தது. ஊரெல்லாம் எங்கே பார்த்தாலும் அறுப்பு வைக்கோல் சிந்திக்கிடந்தது. எந்தத் தெருவில் நடந்தாலும் வைக்கோல் மீது தான் நடக்க வேண்டும். ஆற்றுக்குப் போகிற பாதையில் இரண்டாவது வாமடைக்குப் பக்கத்தில்தான் செல்லத்துரை வீட்டுக்களம் இருந்தது. அவனுடைய அம்மாவும் சின்னக்காவும் அறுவடைக்கு ஒரு வாரத்துக்கு முன்பே தினசரி களத்தில் சாணி தெளித்து, அதைப் பளிங்குத்தரை மாதிரி ஆக்கியிருந்தார்கள். எடுத்ததுக்கெல்லாம் ஆயிரம் நொரநாட்டியம் சொல்லுகிற அய்யாவே, அவர்கள் களம் பெருக்கியிருந்ததைப் பார்த்து வாயடைத்துப் போனார்.

வயல் அறுப்பு முடிந்து சூடடிப்பு நடந்துகொண்டிருந்த அன்று இரவு நல்ல நிலா வெளிச்சம். தேய்பிறை நிலவு. மாடுகள் அரைத் தூக்கத்தில் வைக்கோல் பிணையலைச் சுற்றிச் சுற்றி வந்துகொண்டிருந்தன. சுற்றிலும் நிறையக் களங்களில் சூட்டிப்பு நடந்துகொண்டிருந்தது. புள்ளி புள்ளியாகத் தெரிந்த ஹரிக்கேன் லைட் வெளிச்சங்களில் சூடடிக்கும் மாடுகளின் நிழலுருவங்கள் அசைந்தன. எப்போதும் வள்ளிக்கண்ணுப் பாட்டையா ராத்திரிச் சாப்பாட்டுக்குப் பிறகுதான் ஆற்றங்கரைப் பக்கம் ஒதுங்குவார். அன்றும் அப்படி வந்தவர்தான். களத்தில் செல்லத்துரையைப் பார்த்ததும் உட்கார்ந்துவிட்டார். பிணையலை ஓட்டிக்கொண்டே பாட்டையாவும் அவனும் ஊர்க்கதையெல்லாம் பேசினார்கள். நிலா வெளிச்சத்தில் பேசுகிறதே ஒரு சுகம்தான். போதும் போதாதற்கு களத்துக்கடையில் போய் பாட்டையா அவித்த மொச்சையும் சீனிக்கிழங்கும் வாங்கிவந்தார். மார்கழி மாதத்து வெம்பாப்பனி மாதிரி விழுந்துகொண்டிருந்த தேய்பிறை நிலா வெளிச்சத்தில் அந்த அவித்த மொச்சையின் ருசியே ஒரு தினுசாகத்தான் இருந்தது. அப்போதுதான் மதுரையைப் பற்றிய பேச்சே வந்தது.

‘செல்லத்தொரை, சுத்து வட்டாரத்துல முக்கியமானப்பட்ட ஊரு நாடெல்லாம் பாத்தாச்சுடே. மேக்க குத்தாலம் வரை போயாச்சு. கெழக்கே திருச்செந்தூர்வரை பாத்தாச்சு. ஒருக்கா ஏர்வாடியில ஒரு கல்யாணத்துக்கு போனவன் கன்னியாமரிக்கும் போயிட்டு வந்துட்டேன். இந்த மருதையத்தான் பார்க்கலே. மண்டையப் போடுததுக்குள்ள, ஒரு தடவ மருதைக்கிப் போயிட்டு வந்திரணும்னு ஒரு ஆசை’ என்றார்.

‘பாட்டையா, நீரு சரின்னு சொல்லும், நாளைக்கேன்னாலும் மருதைக்கிக் கெளம்பிரலாம். அறுப்பெல்லாந்தான் முடிஞ்சாச்சே. எனிமே என்ன? மருதையில பெரியக்கா வூட்டுல தங்கி இருந்து ஊரைச் சுத்திப் பாத்துட்டு வரலாம். என்ன சொல்லுதேரு?’

சூடடிப்பு முடிந்த மறுநாளே கிளம்புவது என்று முடிவு செய்தார்கள்.

பஸ்ஸின் ஹெட்லைட் வெளிச்சத்தைத் தவிர ரோட்டில் எதுவும் தென்படவில்லை. இரு பக்கமும் அடர்த்தியான இருட்டு. சேர்ந்தாற் போல ஏழெட்டு பஸ்களாகத்தான் விடுவார்கள் என்று மதுரையில் பேசிக்கொண்டார்கள். ஆனால் முன்னால் எந்த வண்டியும் போகிற மாதிரித் தெரியவில்லை. எதிரேயும் எந்த வண்டியும் வரவில்லை. ராத்திரி அக்கா வீட்டில் படுத்திருந்து விட்டு காலையில் கிளம்பி வந்திருக்கலாமோ என்று நினைத்தான் செல்லத்துரை.

வள்ளிக்கண்ணுப் பாட்டையா ஜன்னல் ஓரமாகச் சாய்ந்து தூங்கிக்கொண்டிருந்தார். ஏதோ ஒரு சிற்றூரைப் பஸ் கடந்து கொண்டிருந்தது. மங்கலாக எரிந்துகொண்டிருந்த தெரு விளக்குகள் வேகமாகப் பின்னே ஓடி மறைந்தன. ஊர் முடிந்ததும் திரும்பவும் இருட்டு கவ்விக்கொண்டது. வண்டிச் சக்கரத்துக்குப் போடுகிற வண்டி மை மாதிரி இருட்டு அப்பிக்கிடந்தது. பஸ்ஸுக்குள் ஒரு சத்தம் இல்லை. பாட்டையாவைப் போல் எல்லோரும் தூங்கி விட்டார்கள் போல. கண்டக்டர் மட்டும் தன் தலைக்கு மேலே இருந்த சிறு விளக்கைப் போட்டுக்கொண்டு, குனிந்து கணக்குப் பார்த்துக்கொண்டிருந்தார்.

கலவரக்காரர்கள் எப்படி இருப்பார்கள்? சட்டை எல்லாம் போட்டிருப்பார்களா? போன வாரம்கூட அருப்புக்கோட்டைப் பக்கம் பஸ்ஸை மறித்து ஆட்களைக் கொலை செய்துவிட்டார்கள். இந்த பஸ்ஸையும் மறித்து நிறுத்தினால் என்ன செய்ய முடியும்? பாட்டையாவும் அவனும் சாக வேண்டியதுதானா?

நல்ல வேகத்தில் பஸ் போய்க்கொண்டிருந்தது. குளிர்ந்த காற்று முகத்துக்குள் வீசியது. இஞ்ஜின் ஓடுகிற சத்தத்தைத் தவிர வேறு எந்தச் சத்தமும் இல்லை. இருட்டைக் கத்தியால் வெட்டி எடுத்த மாதிரி பஸ்ஸின் ஹெட்லைட் வெளிச்சம் ரோட்டில் நீண்டு கொண்டே போயிற்று. திடீரென்று ஒரு மேட்டில் ஏறி இறங்கியது போலிருந்தது. எதிரே ரோட்டின் குறுக்கே பெரிய பெரிய பாறாங் கற்கள் போடப்பட்டிருந்தன. வேறு வழியில்லை. பஸ்ஸை நிறுத்த வேண்டியதுதான். அவர்கள் நிச்சயம் ரோட்டோரத்தில்தான் பதுங்கியிருப்பார்கள். இனிமேல் தப்பிக்க முடியாது. 'டிரைவர், பஸ்ஸை நிறுத்தித் திருப்பி வந்த வழியே ஓட்டுங்கள்' என்று கத்த வேண்டும் போலிருக்கிறது. ஆனால் குரலே எழும்பவில்லை. பயத்தில் புத்தியே உறைந்துபோய்விட்டது.

நொடிப்பொழுதில் டிரைவர் பஸ்ஸை இடதுபுறமாக ஒடித்துத் திருப்பினார். பெரிய பள்ளத்தில் விழுந்து எழும்பியது. வரிவரியாக உழுது போட்டிருந்த புஞ்சை நிலம் பரந்து கிடந்தது. குண்டு குழிகளில் விழுந்து எழுந்து பஸ் ஓடியது. திடீர் திடீர் என்று வாகை மரங்கள் தென்படும். சரியான புஞ்சைக் காடு. வானம் பார்த்த பூமி. திக்குத் திசை தெரியாமல் பஸ் குலுங்கிக் குலுங்கிச் சென்றுகொண்டிருந்தது. ஆனால் எவ்வளவு தூரம் இப்படியே போக முடியும்? ஒருவேளை கலவரக்காரர்கள் பின்னாலேயே துரத்தி வந்துகொண்டிருப்பார்களா? கொலை வெறி என்ன வேண்டுமானாலும் செய்யத் தோன்றும்.

ஆச்சரியப்படும்படியாய்த் தூரத்தில் நடுக்காட்டில் ரயில் நின்றுகொண்டிருந்தது. ரயில் பெட்டிகளுக்குள் எரிந்த வெளிச்சம்,

அந்தரத்தில் நீளவாக்கில் சதுரஞ் சதுரமான ஜன்னல்களைத் தொங்கவிட்டிருந்த மாதிரி தெரிந்தது. ரயில் பாதைச் சரளைக் கற்களுக்குமேல் ஏற முடியாமல் பஸ் நின்றுவிட்டது. எல்லோரும் விழுந்தடித்துக்கொண்டு இறங்கினார்கள். கம்பார்ட்மெண்ட் கதவுகளைத் திறந்துகொண்டு ஏற முயற்சித்தார்கள். எந்தக் கதவையும் திறக்க முடியவில்லை . ஒவ்வொரு கதவாகத் திறக்க முயன்றார்கள். அங்குமிங்கும் அரையிருளில் அலைந்தார்கள். சரளைக் கற்களில் சரிந்து விழுந்து உருண்டார்கள். அதற்குள் சிக்னல் கிடைத்து ரயில் நகரத் தொடங்கிவிட்டது. சிலர் ரயிலின் படிக்கட்டுகளிலேயே தொற்றிக்கொண்டு போனார்கள்.

செல்லத்துரையும் பாட்டையாவும் ஏறவில்லை. அவர்களைப் போல ஏற முடியாதவர்கள் நகரத் தொடங்கியிருந்த ரயிலுடன் சரளைக் கற்களில் விழுந்து விழுந்து ஓடினார்கள். ரயில் போய் விட்டது. கடைசிப் பெட்டியின் பின்னால் எரிந்த சிவப்பு விளக்கு புள்ளியாகி மறைந்துவிட்டது. பஸ் இஞ்ஜின் உறுமிக்கொண்டே இருந்தது. டிரைவரையும் கண்டக்டரையும் காணவில்லை. பஸ் விளக்குகளைக்கூட அணைக்காமல் போயிருந்தார்கள். ஹெட்லைட் வெளிச்சம் வெறுமனே காட்டுவெளியில் வீசிக்கொண்டு இருந்தது. அந்த வெளிச்சத்தை வைத்துத் தேடிக்கொண்டு கலவரக்காரர்கள் எந்த நேரமும் வரக்கூடும். பாட்டையாவும் அவனும் சிதறி ஓடிக்கொண்டிருந்த ஆட்களோடு ஓட ஆரம்பித்தார்கள்.

‘பேரப்புள்ள, திருநெல்வேலி பஸ் ஸ்டாண்ட் வந்தாச்சு. . . எழுந்திரும். . .’ என்று வள்ளிக்கண்ணுப் பாட்டையா அவனை எழுப்பினார். திருநெல்வேலிப் பஸ் ஸ்டாண்டில் பஸ் நின்று கொண்டிருந்தது. எல்லோரும் இறங்கிக்கொண்டிருந்தார்கள்.

***தினமணி*, 1998**

வார்த்தை தவறிவிட்டாய்

ஆனந்தியின் குடும்பம் லங்கர்கானாத் தெருவிலிருந்து வடக்கு ரதவீதிக்கு வீடு மாறி வந்தபிறகு அன்றுதான் பாலுவும் ஆனந்தியும் அந்த வீட்டுக்கு வருகிறார்கள். அவர்களை வீட்டுக்கு அழைத்துக்கொண்டு வர ஆனந்தியுடைய தம்பி மணி, பஸ் ஸ்டாண்டுக்கு வந்திருந்தான். ஜங்ஷனிலிருந்து அவர்களை ஆட்டோவில் கூட்டிக்கொண்டு வந்தான்.

பஸ் ஸ்டாண்டில் மணியைப் பார்த்தது முதல் அவள், பாலு என்ற மனிதன் தன்னுடன் இருப்பதையே மறந்துவிட்டாள். பெண்கள் அந்தந்த க்ஷணங்களில் வாழ்ந்து திளைப்பவர்கள் என்று நினைத்தான் பாலு. பஸ் ஸ்டாண்டில் ஆரம்பித்த பேச்சு, வழி நெடுகிலும் வீட்டுக்கு வந்தபின்பும் கூடத் தொடர்ந்தது. வீட்டுக்கு வந்தபிறகு ஆனந்தியின் தங்கை சிவகாமியும் அவர்களோடு கலந்து கொண்டாள்.

ஆனந்தியின் குடும்பம் புதிதாகக் குடிவந்திருந்த வீடு, திருநெல்வேலியில் உள்ள பெரும்பாலான வீடுகளைப் போல வளவு சேர்ந்த வீடுதான். நடுவில் திறந்த முற்றம். இரண்டு பக்கமும் குடித்தனங்கள். தெரு வாசலுக்கு எதிரே மாடிக்குப் போகிற மச்சுப்படி. முற்றத்தின் மேற்கு ஓரத்தில் பசலைக்கொடி.

வாசலில் ஆட்டோ வந்து நிற்கிற சத்தம் கேட்டதுமே பக்கத்து வீடுகளில் உள்ள பெண்கள் வெளியே எட்டிப் பார்த்தார்கள். ஆனந்தியுடைய அப்பா இடுப்பில் கட்டியிருந்த வடசேரித்

துண்டுடன் மகளையும் மருமகனையும் வரவேற்க வாசலுக்கே வந்துவிட்டார். ஆனந்தி வீட்டுக்கு எதிர் வீட்டில் உள்ள பெண் ஆட்டோவிலிருந்து இறங்கிய பாலுவைப் பார்த்ததும், வாசல் நிலையிலேயே சிலைபோலச் சமைந்து நின்றுவிட்டாள். அவள் முகத்தில் ஆச்சரியமும் பரபரப்பும். அவளுக்குப் பின்னால் நின்ற அவள் கணவன் எதிர் வீட்டுக்கு வந்த புது விருந்தாளிகளைப் பார்த்துவிட்டு அசுவாரஸ்யத்துடன் வீட்டினுள் சென்றுவிட்டான். ஆனால் அவளால் அப்படி உடனே அங்கிருந்து அகல முடிய வில்லை. 'அவர்தானா? அவரேதானா?' என்று மனத்துக்குள் திரும்பத் திரும்பக் கேட்டுக்கொண்டிருந்தாள்.

சிறிது நேரத்தில் மணி காலேஜுக்குப் போய்விட்டான். ஆனந்தியுடைய அப்பாவும் கடைக்குப் புறப்பட்டுவிட்டார். பாலு குளித்துச் சாப்பிட்டுவிட்டுப் பட்டாசலில் உட்கார்ந்து அன்றைய தினசரியைப் புரட்டிக்கொண்டிருந்தான்.

எதிர்வீட்டுப் பெண் தயங்கித் தயங்கி உள்ளே வந்தாள். சிவகாமி, ஆனந்தி, அவர்களுடைய அம்மா மூன்று பேரும் உள்ளே அடுப்படியில் உட்கார்ந்து பேசிக்கொண்டிருந்தனர். வாசலில் நிழலாடியதைப் பார்த்ததும் சிவகாமிதான் உள்ளே இருந்து எட்டிப் பார்த்தாள். கண்ணம்மா தயங்கி நின்றுகொண்டிருந்தாள். அவள் கண்கள் பேப்பருக்குள் தலையைப் புதைத்துக்கொண்டிருந்த பாலுவைத் தேடின. சிவகாமி ஓடி வந்து அவள் கைகளைப் பிடித்துக்கொண்டாள். பின்னாலேயே ஆனந்தியும் வந்தாள்.

'நான் சொல்லல... அக்காவும் அத்தானும் திருச்சியிலேருந்து வர்றாங்கன்னு? இதுதான் அக்கா...' என்று ஆனந்தியைக் காட்டிச் சொன்னாள் சிவகாமி.

ஆனந்தியிடம், 'இவங்கதான் கண்ணம்மாக்கா. எதிர்த்த வீட்டிலே இருக்காங்க. . .' என்று கண்ணம்மாவை ஆனந்திக்கு அறிமுகம் செய்து வைத்தாள். பாலு பேப்பருக்கு உள்ளிருந்து தலையை நீட்டி யாரென்று பார்த்தான். அந்தப் பெண்ணின் முகத்தைப் பார்த்ததும் அவன் முகம் சுருங்கியது. நெஞ்சு படபடவென்று அடிக்க ஆரம்பித்தது. அவள்தானா இது? உள்ளங்கைகளில் வேர்த்தது. அவர்கள் மூவரும் சகஜமாகப் பேசிக்கொண்டிருந்தனர். எங்கே அவள் தன்னிடம் வந்து பேசி விடுவாளோ என்று பயந்தான் பாலு. கண்ணம்மா சிவகாமியிடம் கறிவேப்பிலை கேட்டு வாங்கிக்கொண்டு போனபிறகுதான் பாலுவுக்கு உயிரே வந்தது. சிவகாமியும் ஆனந்தியும் மீண்டும் அடுப்பங்கரைக்குள் சென்றுவிட்டனர்.

பாலு பேப்பரை மடக்கி மேஜைமீது வைத்தான். இன்னும் படபடப்பு நிற்கவில்லை . கைகள் நடுங்கின. இவ்வளவு நேரமும்

வார்த்தை தவறிவிட்டாய் 609

இருந்த சந்தோஷம் போன இடமே தெரியவில்லை. பயமும் ஒரு விதமான அருவருப்பும் மனத்தை ஆக்கிரமித்துக்கொண்டன. நாக்கு வறண்டது. உடம்பே துவண்டுபோன மாதிரி இருந்தது.

அவள் எப்படி இங்கே? அவள் வீடு சிவன் கோயில் தெருவில் அல்லவா இருந்தது? அவளுக்குக் கல்யாணம் ஆகியிருக்குமோ? இன்னும் ஒருவாரம் இங்கே இருக்கவேண்டுமே? அத்தனை நாளையும் எப்படித் தள்ளுவது? ஏதாவது சாக்குப்போக்குச் சொல்லி இரண்டொரு நாளில் ஆனந்தியையும் அழைத்துக் கொண்டு திருச்சிக்குப் புறப்பட்டுவிட வேண்டியதுதான். ஆனால் அதற்குள் ஆனந்திக்கு விஷயம் தெரியாமல் இருக்கவேண்டுமே? நினைக்க நினைக்க என்னவெல்லாமோ தோன்றின.

'என்ன அத்தான், தலையிலே கையை வச்சுக்கிட்டு உட்கார்ந்திட்டீங்க?' என்று விசாரித்துக்கொண்டே சிவகாமி எதிரே வந்து நின்றாள்.

'ராத்திரி பஸ்ஸிலே சரியாத் தூங்க முடியலை. தூங்கினா சரியாப் போயிரும். . .' என்றான்.

'செவாமி, அத்தானை மச்சுக்குக் கூட்டிட்டுப் போயி படுக்கவை' என்று அவளுடைய அம்மா அடுப்பங்கரையிலிருந்து சொன்னாள். ஆனந்தியும், 'மச்சுல போய்ப் படுங்க' என்றாள்.

'வாங்கத்தான், மச்சுக்குப் போகலாம். . .' என்று அவனை அழைத்துச் சென்றாள் சிவகாமி. மாடிக்குச் செல்லும் வழி முற்றத்தில்தான் இருந்தது. சிவகாமி விடுவிடுவென்று படி ஏறினாள். முற்றத்தைக் கடக்கும்போது பாலு எதிர்வீட்டைப் பார்த்தான். வாசல் திரைச்சீலைக்குப் பின்னால் முகம் மட்டும் தெரிய கண்ணம்மா நின்றுகொண்டிருந்தாள். அவனைப் பார்த்து லேசாகச் சிரித்தாள். கண்களில் கண்ணீர் திரையிட்டிருந்தது. பாலு பாராதவன் மாதிரி முகத்தைத் திருப்பிக்கொண்டு போய் விட்டான்.

சிவகாமி ஃபேனைப் போட்டுவிட்டுக் கீழே போய்விட்டாள். படுக்கையில் புரண்டுகொண்டிருந்தான். தூக்கம் வரவில்லை. யார் வீட்டிலோ தண்ணீர் பிடிக்கிற சத்தம், தெருவில் போகும் சைக்கிள் மணியோசை.

அப்போது காலேஜ் முடித்துவிட்டு வேலையில்லாமல் டைப்ரைட்டிங் இன்ஸ்டிட்டியூட்டில் டைப்ரைட்டிங் படித்துக் கொண்டிருந்தான். அப்போதுதான் கண்ணம்மாவுடன் பழக்கம் ஏற்பட்டது. அவளும் எஸ்.எஸ்.எல்.சி. முடித்துவிட்டு

எல்லா நடுத்தர வீட்டுப் பெண்களையும் போல அங்கே ஹையர் படித்துக்கொண்டிருந்தாள். அவளுடைய அப்பா சில வருடங்களுக்கு முன்னால் இறந்துவிட்டார். அவருடைய பென்ஷன் பணத்தில்தான் அவளும் அம்மாவும் காலத்தை ஓட்டி வந்தார்கள். இரண்டு வருடப் பழக்கத்தில் அந்த நட்பு வேறொரு பரிமாணம் எடுத்தது. அவளுடைய அம்மாவுக்கும் பாலுவுடன் அவள் பழகுவது ஜாடைமாடையாகத் தெரிந்தது. ஆனால் அவள் ஒன்றும் சொல்லவில்லை. எப்படியோ அவள் கல்யாணம் செய்துகொண்டால் போதும் என்று நினைத்தாள்.

பாலு, கண்ணம்மாவிடம் அவளைத் திருமணம் செய்து கொள்கிறேன் என்று ஏதோ ஒரு பலவீனமான நேரத்தில் சொல்லி யிருந்தாலும், உள்ளூர ரொம்பப் பயந்தான். அப்பாவை எதிர்த்துப் பேசவே அவனுக்குத் திராணி கிடையாது. திடீரென்று அவனுக்குத் திருச்சியில் வேலை கிடைத்தது. புறப்படும்போது எல்லாக் காதலனையும் போல அவளுக்குச் சத்தியம் செய்து கொடுத்துவிட்டுப் போனான். ஆனால் திருச்சிக்குப் போனதி லிருந்து அவனிடமிருந்து எந்தத் தகவலும் இல்லை. விடுமுறையில் வந்தால்கூட கண்ணம்மாவைப் பார்க்காமலே சென்று விடுவான்.

ஆனந்திக்கும் அவனுக்கும் திருமண ஏற்பாடுகள் நடந்துகொண்டிருந்தபோதுகூட, அவனால் தன் வீட்டில் கண்ணம்மாவைப்பற்றிப் பேச முடியவில்லை. அவனுடைய பயந்த சுபாவமே அவர்களது ஸ்நேகத்துக்கு எமனாக வந்து வாய்த்தது. கடைசியில் அவனுக்கும் ஆனந்திக்கும் திருமணம் நடந்தது. பாலுவுடைய அப்பாவுக்குத் தூத்துக்குடிக்கு மாற்றல் கிடைக்கவே அவன் குடும்பம் தூத்துக்குடிக்குச் சென்றுவிட்டது.

கண்ணம்மாவுக்கும் இரண்டு வருடம் முன்புதான் திருமணம் நடந்தது. இப்போது அவளுக்குக் கையில் எட்டு மாதக் குழந்தை இருந்தது.

இரண்டு நாட்கள் ஆகிவிட்டன. நெருஞ்சி முள்ளின்மீது உட்கார்ந்திருக்கிற மாதிரி இருந்தான் பாலு. சாப்பிடுகிற நேரம், குளிக்கிற நேரம் தவிர மீதிப்பொழுதெல்லாம் மாடியிலேயே அடைந்து கிடந்தான். லீவு முடிவதற்கு முன்பே திருச்சிக்குப் போவதைப்பற்றி ஆனந்தியிடம் பேசவே அவனுக்குத் தயக்கமாக இருந்தது.

இந்த இரண்டு நாட்களில் ஆனந்தியும் கண்ணம்மாவும் ரொம்ப நெருக்கமாகி இருந்தனர். அந்த நெருக்கம் பாலுவுக்குத்

தர்மசங்கடத்தைத் தந்தது. விபரீதமான கற்பனைகளைச் செய்துகொண்டான். ஆனந்தியிடம் கண்ணம்மா பழசை யெல்லாம் சொல்லியிருப்பாளோ என்று பயந்தான். ஆனால் ஆனந்தியிடம் எந்த வித்தியாசமும் தெரியவில்லை. இவ்வளவு நெருக்கமாக அவளுடன் பழகும் கண்ணம்மா ஆனந்தியிடம் தன்னைப்பற்றிச் சொல்லாமலா இருந்திருப்பாள் என்று சந்தேகப்பட்டான் பாலு. கண்ணம்மா அவனிடம் நேரடியாகப் பேசவில்லையே தவிர, சந்தர்ப்பம் நேர்கிறபோதெல்லாம் அவனைப் பார்த்துச் சிரிக்கத்தான் செய்தாள். அந்தச் சிரிப்பில் வன்மம் ஏதும் இருப்பதாகத் தெரியவில்லை. என்றாலும் பாலுவுக்கு அவள்மீது அவநம்பிக்கையும் வெறுப்புமே ஏற்பட்டன. அரசல்புரசலாகவேனும் தான் அவளுக்குச் செய்த துரோகத்தைப்பற்றி ஆனந்தியிடம் சொல்லாமலா இருந்திருப்பாள் என்றுதான் நினைக்கத் தோன்றிற்று. ஒருவேளை, ஆனந்தியும் தெரிந்துகொண்டுதான் தெரியாத மாதிரி நாடகமாடுகிறாளோ என்று ஆனந்தியின்மீதே சந்தேகம் ஏற்பட்டது.

ஆனந்தி மேலும் சில தினங்கள் அங்கே இருந்துவிட்டு மணியின் துணையுடன் திருச்சி வருவதாகவும், அவன் ஏற்கெனவே முடிவு செய்திருந்தபடி ஞாயிற்றுக்கிழமை புறப்படு வதாகவும் ஏற்பாடு.

அன்றுதான் அவன் ஊருக்குப் புறப்படவேண்டிய நாள், வழக்கம்போல் மத்தியானம் சாப்பிட்டதும் சிறிது நேரம் மாடியில் போய்ப் படுத்திருந்தான். அவன் மாடிப்படி ஏறும்போதே கண்ணம்மா அவனைப் பார்த்தாள். ஆனால், அவன் அவளைப் பார்த்ததாகவே காட்டிகொள்ளவில்லை.

ஃபேனைப் போட்டுவிட்டுக் கட்டிலில் உட்கார்ந்தான். ஏதோ ஒரு பத்திரிகையை எடுத்துப் புரட்டிக்கொண்டிருந்தான். திடீரென்று பவுடர் மணம் வீசியது. திரும்பிப் பார்த்தான். கண்ணம்மா நின்றுகொண்டிருந்தாள். அவளைப் பார்த்ததுமே வியர்க்கத் தொடங்கிவிட்டது. முகம் வெளிறியது. அவனருகே கட்டிலில் உட்கார்ந்துகொண்டாள்.

‘பயப்படாதீங்க!’ என்று லேசாகச் சிரித்துக்கொண்டே சொன்னாள்.

‘நீ. . . நீ. . . யாராவது வரப்போறாங்க’ என்று தடுமாறினான்.

‘உங்க வீட்டிலே எல்லோரும் படுத்துத் தூங்கறாங்க. எங்க வீட்டிலேயும் அவர் தூங்கிட்டுத்தான் இருக்கார். . . சாயந்திரம் ஊருக்குப் போயிருவீங்களே. . . அதுக்குள்ளே உங்களைப் பார்த்துப் பேசணும் போல இருந்திச்சு. அதுதான் வந்தேன். . ’

‘சரி. . . சரி. . . போதும் போயிரு. யாராவது வந்தாங்கன்னா ரொம்ப அசிங்கமாப் போயிரும். . .’ என்று அவளை அனுப்பி வைப்பதிலேயே குறியாக இருந்தான்.

அவனுடன் பேசவேண்டும் என்று நினைத்து வந்திருந்த கண்ணம்மாவுக்கு அவனுடைய பேச்சு சுத்தமாகப் பிடிக்க வில்லை. அவன் அவளை நடத்தியவிதம், அவள்மீது அவனுக்கு இருந்த வெறுப்பைத்தான் காட்டியது. தான் அவனைப் பழைய மாதிரியே நினைத்துக்கொண்டு வந்தது தவறென்று பட்டது. கண்களில் கண்ணீர் தளும்பி நின்றது.

‘நான் ஒண்ணும் உங்ககூட திருச்சிக்குக் கிளம்பி வந்துட மாட்டேன். உங்களை மாதிரி எனக்கும் குடும்பம் இருக்கு. ஏதோ உணர்ச்சிவேகத்தில் பழைய பழக்கத்தை நினைச்சு, ரெண்டு வார்த்தை பேசலாம்னு வந்தேன்’ என்று அழுதுகொண்டே எழுந்து போக யத்தனித்தாள்.

‘ஒரு நிமிஷம்!’ என்று அவளை மறித்தான். அந்தச் சூழ்நிலையிலும் அவனுடைய புத்தி தன்னலத்துடன் வேலை செய்தது. ‘ஆனந்திகிட்டே எதையும். . .’ என்று அவன் முடிக்கும் முன்பே கண்ணம்மா வெடித்தாள்.

‘நான் அவ்வளவு மோசமானவள் இல்லே. என்னைப்பற்றி எவ்வளவு கேவலமா நினைச்சிருந்தால், ஆனந்திகிட்டே சொல்லி யிருப்பேனோன்னு உங்களுக்குத் தோணியிருக்கும்? உங்களைப் போய் பெரிசா, உயர்வா நெனைச்சது எவ்வளவு தப்புன்னு இப்போதான் புரியுது’ என்று சொல்லிவிட்டு மின்னலைப் போல் மறைந்துவிட்டாள். அவளுடைய, உயர்ந்த உள்ளத்தை அப்போதுதான் பாலு உணர்ந்தான். எல்லாவற்றுக்கும் அவளிடம் மன்னிப்புக் கேட்க வேண்டும் போலிருந்தது. மனதளவில் அவனைவிட உயரமான இடத்துக்கு அவள் போய்விட்ட மாதிரி இருந்தது. தொடமுடியாத அந்த உயரத்தை நினைத்துக் குற்றவுணர்ச்சியால் அவன் சுருங்கிப் போனான்.

தமிழன் எக்ஸ்பிரஸ், 1998

ஆடிய கால்கள்

பழைய முனிசிபல் பள்ளிக்கூடத்தில் இரண்டாவது பீரியட் முடிந்து மணி அடித்து விட்டது. இன்னும் ஒரு சவுக்கம் போட்டால் இந்தப் பெட்டி முடிந்துவிடும். பிறகு பெட்டியையும் சுளகு களையும் எடுத்துக்கொண்டு மார்க்கெட்டுக்குப் போகவேண்டியதுதான்.

மேல வீட்டுப் பேராச்சிக் கிழவியைத் தவிர அந்த வளவில் உள்ள வீடுகளில் யாருமே இல்லை. எல்லோரும் வேலைக்குப் போய்விட்டார்கள். கிழவி தன்வீட்டுக்கு முன்னால் முற்றத்தில் கிடந்த அம்மியில் துவையல் அரைத்துக்கொண்டிருந்தாள். அரைக்கிற வேகத்தில் அம்மிக்கு அடியில் அண்டை கொடுத்திருந்த கல் விலகி விலகிப் போக, அம்மி ஆடியது. "எழவெடுப்பான் அம்மியோட கெடந்து லோல்பட வேண்டியிருக்கே..." என்று முணுமுணுத்துக்கொண்டே அரைத்தாள்.

கழுகுமலையா வீட்டுவாசலில் அந்தக் கரும்பூனை, கால்களைப் பரக்க விரித்துப் போட்டுத் தூங்கிக்கொண்டிருந்தது. ஆற்றுப் பக்கமிருந்து வீசிய காற்றில், அதன் அடிவயிற்று முடி அவ்வப்போது சிலுப்பிக்கொண்டது. அடிபம்புக்குக் கீழே காரை பெயர்ந்துக்கிடந்த தளத்தில் தேங்கியிருந்த தண்ணீரை, ஒரு காக்கை தலையைச் சாய்த்துக் குடித்துக்கொண்டிருந்தது. ரஞ்சிதத்துடைய புருஷன் பாண்டி, வாசல் நிலைப் படியில் கல்சிலை மாதிரி ஆடாமல் அசையாமல் உட்கார்ந்துகொண்டு அவள் பெட்டி முடை கிறதையே பார்த்துக்கொண்டிருந்தான்.

பிறகு 'ஏளா! என்ன பதிலே சொல்லாமே நீ பாட்டுக்கு இருக்கே?' என்று கேட்டான்.

அவளுக்கு வந்த கோபம் இன்னமட்டும் என்றில்லை. கண்கள் அகல விரிந்தன. கோபத்தில் முகமே பெரிதான மாதிரி இருந்தது. அசப்பில் சாவித்திரி மாதிரியே இருந்தாள். அவள் ரிக்கார்டு டான்ஸ் ஆடிவந்த காலத்தில் 'சாவித்திரியின் எதிரொலி ரஞ்சிதம்' என்றுதான் போஸ்டர் போடுவார்கள்.

'எனக்கு வாற கோவத்துக்கு அப்படியே அந்தா கெடக்கச் செங்காமட்டையை எடுத்து வீசிருவேன். ஏங்கிட்டச் செப்புக் காசுகூடக் கெடையாது. மார்க்கெட்டுக்குப் போயி இதுகளப் போட்டுட்டு வந்தாத்தான் துட்டைப் பாக்கலாம் . . . எப்பம் பார்த்தாலும் துட்டுதுட்டுன்னு பஞ்சரிச்சா. இங்க என்ன துட்டு அடிக்க மிசினா இருக்கு?'

பேராச்சிக் கிழவி அரைப்பதை நிறுத்திவிட்டு அவர்களை ஏறிட்டுப் பார்த்தாள்.

'மார்க்கெட்டுக்குப் போவதுக்குத் துட்டு வச்சிருக்காமயா இருப்பே . . .'

'பஸ் சார்ஜுக்கு வச்சிருக்கிறதை எடுத்து ஒம்மகிட்டக் குடுத்திட்டு நான் கழுதமேல ஏறியா போவேன்?'

'ஒரு வாரமா ஆளைக் காணலை காணலைன்னு தெருவோட பொலம்பிக்கிட்டுத் திரிஞ்சே. இப்பம் வீட்டுக்கு வந்த புள்ளய எதுக்குளா இப்படித் திட்டுதே?' என்று கேட்டாள் கிழவி.

'இவ்வளவு உருத்தாப் பேசுத, நீதான் பச்சை நோட்டை எடுத்துக் குடேன் . . .' என்று பதிலடி கொடுத்தாள் ரஞ்சிதம். அதற்குமேல் பேராச்சிக் கிழவி பேசவில்லை. காது கேளாத மாதிரி அரைத்துக்கொண்டிருந்தாள். திடீரென்று பாண்டி எழுந்து நின்றான். அவள் முடைந்துவைத்திருந்த சுளகுகளை எடுத்துத் தூங்கிக்கொண்டிருந்த பூனையின் மீது வீசினான். பூனை பதறி அடித்து எழுந்து கத்திக்கொண்டே ஓடியது. பாண்டி தெருவைப் பார்த்து வேகமாக நடந்தான். அவன் நடந்தபோது தரை திண்திண் என்று அதிர்ந்தது. ரஞ்சிதம் பக்கத்தில் கிடந்த செங்கல் துண்டை எடுத்து அவன்மேல் எறிந்தாள். அது அவன் கரண்டைக் காலில் பட்டது. தெருவில் இறங்கி ஓடினான். எங்கோ நின்று பூனை இன்னும் கத்திக்கொண்டிருந்தது. பேராச்சிக் கிழவி ஒன்றுமே நடக்காத மாதிரி அரைப்பதை நிறுத்திவிட்டு, துவையலை வாயில் போட்டு உப்புப் பார்த்தாள்.

அம்மன் கோவிலில் நேற்றே கொடை முடிந்துவிட்டது. தெருவெல்லாம் வாடிய பூக்களும் விளம்பர நோட்டீஸ் தாள்களுமாகக் கிடந்தன. இரண்டுநாள் கொடைக்குப் பிறகு தெருவே சோர்ந்துபோயிருந்தது. கொடை பார்த்த அலுப்பில், தூக்கச் சடைவுடன் கிட்ணக் கோனார் விறகு வண்டியை இழுத்துக்கொண்டு போனார். பன்னீர், சந்தன வாசனை மட்டும் இன்னும் கோவிலைவிட்டுப் போகவில்லை. அந்தக் கலவையான மணம் மனத்தைக் கிறங்கடித்தது. முன் மண்டபத்தில் இரண்டு மூன்றுபேர் விடிந்ததுகூடத் தெரியாமல் தூங்கிக்கொண்டிருந்தார்கள். அர்ச்சனை டிக்கெட் விற்கிற கவுண்டருக்குப் பக்கத்தில் கல்தூணில் சாய்ந்து உட்கார்ந்து கொண்டு ஈரத் தலையை உலர்த்திக்கொண்டிருந்தார் பூசாரி. மூலஸ்தானத்தில் சரவிளக்குச் சுடர் அசையாமல் எரிந்து கொண்டிருந்தது.

தெருவை அடைத்துப் பந்தல் போட்டிருந்தது. பந்தல் கால்களில் உரித்த மட்டைகளுடன் வாழை மரங்கள் நின்று கொண்டிருந்தன. கோவில் மதில் சுவரை ஒட்டிக் கச்சேரிக் காகப் போட்டிருந்த மேடைக்கு முன்னால் சிறுகும்பல் நின்று கொண்டிருந்தது. மேடையில் 'சினிமாப் புகழ் சிதம்பரம்' வளைந்து வளைந்து ஆடிக்கொண்டிருந்தான். கீழே நின்றிருந்த சின்னப் பையன்கள் கைதட்டிக் குதித்துக்கொண்டிருந்தார்கள். ஒரே விசில் சத்தம்.

சோகையினால் சிதம்பரத்துடைய உடம்பே மஞ்ச மஞ்சேர் என்றிருந்தது. அவன் கட்டியிருந்த வேட்டியில் தீ வைத்தால்கூட நெருப்புப் பற்றாது. அவ்வளவு அழுக்கு. மேலே போட்டிருந்த சட்டையில் கையே இல்லை. முண்டா பனியன் மாதிரி இருந்தது. இரண்டு கால்களிலும் முட்டுக்குக் கீழே மீன் செதில்கள் போல் வங்கு, படைபடையாய் அப்பியிருந்தது. விரலால் சொறிந்த வெள்ளைக்கோடுகள் மேலும் கீழுமாக ஓடியிருந்தன.

அதே அம்மன்கோவில் கொடையில் ஒரு காலத்தில் அவனும் ரஞ்சிதமும் எட்டு எட்டரை மணிக்கு ஆட ஆரம்பிக்கிற டான்ஸ், செகண்ட் ஷோ விடுகிறவரை நடக்கும். அந்தத் தெரு வழியாகத்தான் குறுக்குத்துறை டவுன் பஸ் போகவேண்டும். அந்தக் கூட்டத்துக்குள் பஸ்ஸை ஓட்டுவதற்குள் டிரைவர் ஞானமுத்துவுக்குப் போதும் போதும் என்றாகிவிடும். பஸ் மேடையைக் கடக்கும்போது ஞானமுத்து, 'என்னண்ணே,

இப்படி பஸ்ஸைப் போக விடாமப் பண்ணிட்டியளே?' என்று மேடையில் ஆடிக்கொண்டிருக்கும் சிதம்பரத்தைப் பார்த்துப் பொய்யாகக் கோபித்துக்கொள்வான்.

'அட ஞானமுத்தா? வருசத்துல ஒரு நாள் பாடு . . . சனங்க சந்தோஷமா இருந்துட்டுப் போகட்டும் மச்சினப் பிள்ளே!' என்று ஆடிக்கொண்டே இரைந்து சொல்வான்.

அந்தச்சுற்று வட்டாரத்தில் ராமையன்பட்டிப் பையன் ஒருத்தன்தான் அவனுக்குப் போட்டியாக ரிக்கார்டு டான்ஸ் ஆட ஆரம்பித்தான். பிறகு மடமடவென்று நாலைந்து வருஷத்தில் பல கோஷ்டிகள் ஆட ஆரம்பித்தன. சினிமாப்புகழ் சிதம்பரத்துக்கு இருந்த செல்வாக்கு கொஞ்சம் கொஞ்சமாகக் குறைய ஆரம்பித்தது. ஒரு கட்டத்தில் ரஞ்சிதத்தைத் தங்களுடன் வந்து ஆடும்படிப் புதுக்கோஷ்டிகள் கூப்பிட்டன. ரஞ்சிதம் ஆடுவதை நிறுத்திவிட்டுப் புருஷனோடு நார்ப்பெட்டி முடையத் தொடங்கிவிட்டாள்.

சிதம்பரத்துக்கு வருமானம் குறையத் தொடங்கியதும் அவன் பொஞ்சாதி செல்லி, தன் தகப்பன் வீட்டுக்குக் கருத்தப் புலியூருக்குப் போய்விட்டாள். ரஞ்சிதத்தையே கல்யாணம் செய்து கொண்டிருந்தால் எவ்வளவோ நன்றாக இருந்திருக்கலாம்.

தன் வயிற்றைக் கழுவுவதே பெரும்பாடு ஆகிவிட்டது. யாரும் அவனை வேலைக்கு வைத்துக்கொள்வதாக இல்லை. 'ஏ, நீ பெரிய ஆட்டக்காரன்டே! ஒன்னை வச்சு வேல வாங்குனா ஊருல என்னைத்தான் ஒரு மாதிரியா நெனைப்பாங்க . . .' என்று சொல்லிச் சொல்லியே அவனைப் பிச்சை எடுக்கும் நிலைக்குத் தள்ளிவிட்டார்கள்.

ஹோட்டலில் தண்ணீர் எடுத்து விட்டான். கல்யாண மண்டபங்களில் எச்சில் இலை எடுத்துப்போட்டான். டாக்ஸி ஸ்டாண்டில் கார் கழுவிவிட்டான். ஜங்ஷன் ஸ்டேஷனில்தான் படுக்கை.

விடலைப் பையன்கள் விசில் அடித்தார்கள். அவனைக் கிண்டல் செய்தார்கள். 'நல்லா ஆடுனாத்தான் துட்டு... ஆமா, அதை ஞாபகம் வச்சுக்கோ...' என்றான் ஒரு பையன்.

'பிள்ளைவாள் கடையில இட்லி சாப்புடணுமா, சாப்பிடாண்டாமா? இட்லி வேணும்னா நல்லா ஆடு!'

'சினிமாப் புகழ் செதம்பரம்கிறதை மறந்துராத... அந்தப் பேருக்குத் தகுந்தாப்புல ஆடுடே!'

‘ஹைரோ ஹைரோ ஹைரோப்பா... ஹைரோ ஹைரோ ஹைரோப்பா...’ என்று மேடைக்குக் கீழே நின்ற பையன்கள் புதுப்பாட்டுப் பாட ஆரம்பித்தார்கள். சிதம்பரம் மூச்சு இரைக்க ஆடிக்கொண்டிருந்தான். அவனுடைய அழுக்கு வேட்டி காற்றில் உப்பிக் குடை பிடித்தது.

திடீரென்று ஆடுவதை நிறுத்தினான். ‘அண்ணாச்சி! எத்தனை பாட்டுக்கு நான் ஆடியாச்சு? ஒரு டீ வாங்கிக் குடுத்தீங்கன்னா கொஞ்சம் சொரத்தோட ஆடலாம்...’ என்று கீழே நின்றுகொண்டிருந்த புரோக்கர் சண்முகசுந்தரத்திடம் கேட்டான்.

‘மருமகப்பிள்ளை! டீ என்னடே டீ? அதான் பிள்ளைவாள் கடையில் இட்லி வாங்கித் தாரேன்னு சொல்லி யிருக்கேம்லா? நீ ஆடு மருமகனே...’ என்றார்.

‘ஏலேய்! இந்தக் காலத்துப் பாட்டுகளைப் பாடாதீங்கடா... அந்தக் காலத்துப் பழைய பாட்டுக்களாப் பாடுங்கடா...’ என்று சொன்னார் அரிசிக்கடை பனாதானா.

‘மாமா! ஒங்களுக்கு என் ஆட்டத்தைப் பத்தித் தெரியுது... இந்தச் சின்ன கழுதைகளுக்கு என்ன தெரியும் மாமா? ஒரு டீக்கி ஆர்டர் பண்ணுங்க மாமா... அதைக் குடிச்சிட்டு எப்பிடி ஆடுதம்னு நீங்களே பாருங்க...’

‘டீதானே மாப்ளே? இந்தாச் சொல்லி அனுப்புனாப் போவுது... ஏய் அசன்பாய் கடையில் போய் ஒருத்தன் டீ வாங்கிட்டு வாங்கடா...’ என்று உத்திரவு போட்டார் பனாதானா. அவருக்கு அவனைப் பார்க்கவே பாவமாக இருந்தது.

‘மாமா... மாமா... ஏம்மா... ஏம்மா...’ என்று அவனே பாடிக்கொண்டு மேடையைச் சுற்றி சுற்றி வந்து ஆடினான்.

முடைந்த நார்ப்பெட்டியையும் சுளகுகளையும் எடுத்துக்கொண்டு டவுனுக்கு பஸ் ஏறுவதற்காக வந்து கொண்டிருந்தாள் ரஞ்சிதம். வழியெல்லாம் புருஷனைப் பற்றியே நினைத்து வருத்தப்பட்டுக்கொண்டு வந்துகொண்டிருந்தாள். கோயிலை நெருங்க நெருங்க விசில் சத்தமும் கூச்சலும் அதிகமாகக் கேட்டன. கோயில் வாசலில் நின்று கண்களை மூடி சாமி கும்பிட்டாள். கோயிலுக்கு உள்ளிருந்து குளிர்ந்த காற்று வீசியது. அப்படியே அம்மன் சன்னதியிலேயே உட்கார்ந்து விடலாம் போல் இருந்தது. பந்தலுக்கு உள்ளிருந்து வந்த கூச்சலும் கூப்பாடும் அவளை அங்கே நிற்கவிடவில்லை.

மேடைப் பக்கம் வந்தாள் ரஞ்சிதம். வெறிபிடித்தவனைப் போல அழுக்குக் கந்தலுடன் சிதம்பரம் ஆடிக்கொண்டிருந்

தான். அவனை அந்த நிலையில் பார்த்ததும் அவளுக்குக் கண் கலங்கிவிட்டது. அவளால் பொறுக்க முடியவில்லை. கோபத்தோடு மேடைக்கு முன்னால் போய் நின்றாள். பையன்களைச் சத்தம் போட்டு விரட்டினாள். சிதம்பரத்தை மேடையை விட்டுக் கீழே இறங்கச் சொன்னாள்.

பனாதானாவைப் பார்த்து, 'அய்யா, நீங்களுமா இந்தப் பயலுக கூடச் சேர்ந்துட்டியோ?' என்றாள்.

'தப்பா எடுத்துக்கிடாதே ரஞ்சிதம் ... கொஞ்ச நேரங்கழிச்சு அவனைக் கீழே எறங்கச் சொல்லி மெல்லக் கூட்டிக்கிட்டுத் தூரப் போயிருவோம்னு நெனைச்சுக்கிட்டுத்தான் இருந்தேன். அதுக்குள்ள நீ வந்திட்டே...'

'ஏ செதம்பரம், ஒங் கூட்டாளி ரஞ்சிதமே வந்திட்டா ... பெறவு என்னடே ...' என்று புரோக்கர் சண்முகசுந்தரம் கேலி செய்தான். பனாதானாவுக்குக் கோபம் வந்துவிட்டது.

'கிண்டலா பண்ணுதே? மரியாதி கெட்டுப் போயிரும்டா... நீயும் ஒரு காலத்துல இதே மேடையில் அவன் ஆடுறதை வாயப் பொளந்துகிட்டுப் பார்த்தவந்தானலே? இன்னைக்கு அவன் கீழே எறங்கிட்டான்னதும் எகத்தாளமாப் பேசுதே? மருவாதியா இங்கிருந்து போயிரு...' என்று கத்தினார். பையன் களை விரட்டினார். அசன்பாய் கடைப் பையன் சாயா கொண்டுவந்தான். அதை வாங்கிச் சிதம்பரத்திடம் கொடுக்கப் போனார்.

'அந்த டீயை நீங்க குடிங்க... நான் இவரைக் கூட்டிட்டுப் போயி கௌப்புக் கடையில் இட்லி வாங்கிக் குடுக்கேன் ... வாங்க ...' என்று சிதம்பரத்தைப் பார்த்துச் சொன்னாள் ரஞ்சிதம்.

தினமணி பொங்கல் மலர், 1999

தாசன் கடைவழியாக அவர் செல்வதில்லை

புனித லூக்கா உயர்நிலைப் பள்ளி நூலகர் தேவஇரக்கத்துக்கு எப்போதோ விழிப்புத் தட்டிவிட்டது. வாய் எல்லாம் கசந்துகிடந்தது. நாலைந்து மாதமாகவே இப்படித்தான் இருக்கிறது. சாப்பாடும் ரொம்பச் சுருங்கிவிட்டது. உடம்பு ஒவ்வொரு நாளைக்கு ஒவ்வொரு மாதிரி இருக்கிறது. வருகிற டிசம்பரோடு அவர் ரிட்டையர் ஆகவேண்டியதுதான். மேற்கொண்டு ஆண்டவர் எத்தனை வருஷம் எழுதியிருக்கிறாரோ தெரியவில்லை. அவர் அழைத்துக்கொள்கிறவரை வீட்டுக்கு எதிரே ஓடுகிற கன்னடியன் வாய்க்காலைப் பார்த்துக்கொண்டிருக்கவேண்டியதுதான்.

ராத்திரி படித்துக்கொண்டிருந்த ஜெப புஸ்தகம் அப்படியே மடியில் கிடந்தது. ஈஸிச்சேரில் சாய்ந்து படித்துக்கொண்டிருந்த வாறே தூங்கிவிட்டார். ரெபேக்காள்தான் விளக்கையும் அணைத்து, முன்வாசல் அழிக்கதவையும் தாழ்ப்பாள் போட்டிருக்க வேண்டும். உடம்பெல்லாம் படபடவென்று நடுங்கியது. வியர்த்தது. அந்தப் பிரெஞ்சு நாவலில் வருகிற நூலகர் மைக்கேல் மாதிரி நமக்கும் சாவுதான் வரப்போகிறதா? அதற்காகத்தான் இத்தனை வியர்வையும் நடுக்கமும் எடுக்கிறதோ என்னவோ? அப்படியானால் ரெபேக்காள் என்ன செய்வாள்? என் செல்ல ராணி ஜெஸிந்தாவைக்கூடப் பாராமல் கண்ணை மூடவேண்டியதுதானா?

ஈஸிச்சேரின் பக்கவாட்டுச் சட்டத்தை இறுக்கமாகப் பிடித்துக்கொண்டார். ‘னூக்...’ என்று கிரீச்சிட்டது. அந்த வீட்டைப்போல ஈஸிச்சேரின் அந்தச் சத்தமும் ரொம்பப் பழைமையானதுதான். முப்பது நாற்பது வருஷங்களாகக் கேட்கிற னூக்... சத்தம் அது.

தெருவை ஒட்டி ஓடுகிற வாய்க்கால் பக்கமிருந்து வீசிய குளிர்ந்த காற்று, அந்த வராந்தாவில் செறுமிப்போய்க் கிடந்த கோழிக்கூண்டின் நாற்றத்தையும் புழுக்கத்தையும் விரட்ட முயற்சித்தது. ‘டப்டப்...’ என்று படித்துறையில் துணி துவைக்கிற சத்தம் கேட்டது. மணி நாலு நாலரை இருக்குமோ? பாலத்துப் படித்துறையில் ஆள் நடமாட்டம் தொடங்கி விட்டதுபோல.

ஜெஸிந்தா இப்போது என்ன செய்துகொண்டிருப்பாள்? நிறைமாசச் சூலியாக இருக்கிறாள் என்று பரமார்த்தலிங்கத்துடைய பொஞ்சாதி சொன்னாளே. அந்தத் தாசன் பயல் அவளை நல்லபடியாகக் கவனிப்பானா? அவனுடைய அப்பனும் அம்மையும் உயிரோடு இருந்திருந்தால்கூடக் கவலைப்பட வேண்டியதில்லை. அவர்கள் ரொம்ப நல்ல மாதிரி. கல்யாணம் ஆகாத இரண்டு தங்கச்சிகள்தான் அண்ணன்காரனோடு இருந்துகொண்டிருக்கிறார்கள். அவனுக்குப் பொழுது விடிந்து பொழுது அடைந்தால் அந்தப் பலசரக்குக் கடையில் காத்துக் கிடக்கத்தான் நேரம் சரியாக இருக்கும். அவன் எங்கே இவளைக் கவனிக்கப் போகிறான்? தகப்பனையும் ஒருநடை வந்து பார்த்தால் என்ன? அவளுக்குத்தான் செவத்தையாபுரம் வம்சத்து ராங்கித்தனம் உடம்பில் ஓடுகிறது என்றால் இந்த ரெபேக்காளுக்கு என்ன வந்தது? பரமார்த்தலிங்கத்துடைய பொஞ்சாதி வந்து, அவள் முழுகாமல் இருக்கிறாள் என்று சொன்ன பிற்பாடு, இந்தக் கிழட்டு முருவமாவது மகளைப் போய்ப் பார்த்திருக்க வேண்டாமா? என் செல்ல ராணி இப்போது தூங்கிக்கொண்டிருப்பாளா, இல்லை அவளும் தூங்காமல் விழித்துக்கொண்டுதான் இருப்பாளா?

மணி பார்க்கவேண்டும் என்று தோன்றியது. படபடப்பும் அடங்கியிருந்த மாதிரி இருந்தது. ஜெபப் புஸ்தகத்தை மூடிக் கீழே வைத்தார். ஈஸிச்சேர் சட்டத்தைப் பிடித்துக்கொண்டே பிரயாசையுடன் எழுந்தார். அது மீண்டும் சத்தமிட்டது. அந்த பிரெஞ்சு நாவலில் கூட நூலகரின் அலுவலக நாற்காலி அவர் அசையும்போதெல்லாம் விசித்திரமாக ஒலி எழுப்பும். வாசல் நடை ஓரத்தில் சுவரில் இருந்த சுவிட்சைத் தடவித் தேடி,போடும் போது, அந்த நாவலின் ஞாபகம் வந்து உடல் நடுங்கியது. அந்த நூலகருக்கும் அவருக்கும் நிறைய ஒற்றுமைகள் இருந்தன.

அந்த நாவலில் வருகிற நூலகர் மைக்கேலைப்போலவே தன் வாழ்வும் இருப்பதாக அவருக்கு அடிக்கடி தோன்றும். அவரும் நாவலில் ஒரு மாதத்தின் கடைசி ஞாயிற்றுக்கிழமை அன்று தான் இறந்துபோவார். இன்றும் மாசக் கடைசி ஞாயிற்றுக் கிழமைதானே? 'கடைசி ஞாயிற்றுக்கிழமை' நாவலில் வருகிற நூலகரைப்போலவே நாமும் செத்துப்போய்விடுமோ என்று பயமாக இருந்தது அவருக்கு.

பல்பு எரிந்ததும் மரக்கூட்டில் இருந்த கோழிக்குஞ்சுகள் வெளிச்சத்தைப் பார்த்துக் கத்த ஆரம்பித்தன. நூலகர் மைக்கேல் வீட்டிலும் கோழிகள் உண்டு. வடக்கு ஜன்னலுக்கு மேலே சுவரில் மாட்டியிருந்த போட்டோப் படங்களைப் பார்த்தார். அவர், ரெபேக்காள், ஜெஸிந்தா மூணுபேரும் இருக்கிற படங்கள் மூணு இருந்தன. ஒருபடம் சாத்தான்குளத்தில் இருக்கிற அவருடைய சின்ன மச்சினன் கல்யாண வீட்டில் எடுத்தது. அப்போது ஜெஸிந்தாளுக்கு எட்டுவயது. அடுத்த படம், அவள் டீச்சர் டிரெயினிங் படிக்கிற காலத்தில் கூடப் படித்த ஸ்நேகிதிமாரோடு எடுத்தது. எல்லா போட்டோக்களிலுமே ஜெஸிந்தா அழகாகத்தான் இருந்தாள்.

யாரோ வாய்க்காலில் இறங்கித் தண்ணீரை அளைகிற சத்தம் கேட்டது. வாசல் நிலைக்கு மேலே இருந்த கடிகாரத்தைப் பார்த்தார். நாலரைக்கும்மேல் ஆகியிருந்தது. தெருவாசல் அழிக்கதவுக்குப் பக்கத்தில் வந்து நின்றார். வீட்டுவாசலுக்கு எதிரே வாய்க்கால் சுவரை ஒட்டிப் புழுதிமண்ணில், கால்களுக்குள் முகத்தைப் புதைத்தபடிச் செவலை நாய் தூங்கிக்கொண்டிருந் தது. வாய்க்கால் பாலத்தின்மேல் ஏதோ வெளியூர் பஸ் மெதுவாகச் சென்றது. கோழிகள் இப்போது அதிகமாகக் கத்த ஆரம்பித்திருந்தன. உள்ளே இருந்து ரெபேக்காள் சத்தம் போட்டாள்.

'இப்பம் எதுக்கு லைட்டைப் போட்டு அதுகள உசுப்பி விட்டிருக்கேரு?'

'மணி அஞ்சாகப் போவுது ...' என்றார் தேவ இரக்கம்.

'அப்பம் பண்ணைக்கிப் போயிப் பாலை வேண்டிட்டு வாரும் ...'

'அஞ்சரை மணிக்கிப் போனாப் போரும் . . . பேசாமக் கெடந்து தூங்கு ...'

'அஞ்சரைக்கிப் போனா பால்ல தண்ணி விட்டுருவான். இப்பம் முழிச்சிக் கெடந்து என்ன பண்ணப் போறேரு? போயிப் பாலை வேண்டிட்டு வந்து மல்லாந்து கெடையும்.'

‘பிடிவாதம் வம்சத்துல வந்ததுல்ல...’ என்று முணுமுணுத்துக் கொண்டே நடைக்கூடத்து விளக்கை அணைத்துவிட்டு உள்ளே போனார். அதற்குள் ரெபேக்காளே எழுந்து அடுப்படி விளக்கைப் போட்டுவிட்டுப் புறவாசலுக்குப் போயிருந்தாள். அவர் மர பீரோவைத் திறந்தார். தாழம்பூவும் பாச்சா உருண்டை வாசனையும் கலந்து வந்தது. துணிமணிகளுக்கு இடையே சில்லறையைத் தேடினார். மேல்தட்டில் ஜெஸிந்தாவுடைய உருப்படிகள் அப்படியே இருந்தன. அதைப் பார்த்ததும் தலைசுற்றுகிற மாதிரி இருந்தது. பீரோ கதவைப் பிடித்துக் கொண்டார். ரெபேக்காள் உள்ளே வந்து திரும்பவும் படுத்துக் கொண்டாள்.

‘அந்த புள்ள நெறை மாசமா இருக்கே . . . ஓம் பிடிவாதத்தை வுட்டுட்டு அதைப்போயிப் பாத்துட்டு வந்தா என்ன?’

‘ஏன் நீரு போயிப் பாத்துட்டு வந்தா என்னவாம்? பள்ளிக்கூடத்துக்குப் போறவரு அவன் கடைவழியாப் போனா அவன் மொகத்துல முழிக்கணுமேன்னுட்டு ஊரைச் சுத்திக்கிட்டுப் போயிட்டு வாரேரு. நீரு மட்டும் என்ன பெரிய ரொக்கமா?’

அதற்குப் பிறகு அவர் எதுவும் பேசவில்லை. அடுப்படிக்குப் போய் பால் சொம்பை எடுத்துக்கொண்டார்.

‘அப்பிடியே வந்திராதீரும். லைட்டை அணைச்சிட்டு வாரும். போவும்போது வாசக்கதவை ஞாபகமாகப் பூட்டிச் சாவிய எடுத்துக்கிட்டுப் போரும் . . . வூட்டவிட்டு ஓடிப்போன ஓடுகாலிக் களுதை எக்கேடு கெட்டால் எனக்கென்ன?’

பால்சொம்பை ஸ்டூல் மீது வைத்துவிட்டு ஆணியில் கிடந்த சட்டையை எடுத்துப்போட்டுக்கொண்டார். பித்தான்களை நிதானமாக மாட்டினார். ஜன்னல்மீது இருந்த பூட்டையும் சாவியையும் எடுத்துக்கொண்டார்.

தெருக்கதவைச் சாத்திப் பூட்டும்போது, வீட்டுக்கு எதிரே படுத்திருந்த செவலை நாய், தலையைத் தூக்கிப் பார்த்து விட்டுத் திரும்பவும் கால்களுக்குள் முகத்தைப் புதைத்துக் கொண்டது. படித்துறையில் குளிக்கிறவர்கள் பேசுகிற சத்தம் தெளிவில்லாமல் கேட்டது. பாலத்தின் மீது டியூப் லைட்டின் நீல ஒளி மங்கலாகப் பரவியிருந்தது.

செல்வராஜ் கடைக்கு முன்னால் கூனி, கூனல் முதுகோடு வேகமாகத் தண்ணீர் தெளித்துக்கொண்டிருந்தாள். சுவர் ஓரமாகத் தவலைப்பானையும் வாரியலும் இருந்தன. யாரையோ திட்டிக்கொண்டே தண்ணீர் தெளித்தாள். மீனா

பேக்கரி, அன்வர் சைக்கிள் மார்ட்டை அடுத்து எலியாஸ் மரக்கடை. அவ்வளவு காலையிலேயே லாரியிலிருந்து தடிகளை இறக்கிக்கொண்டிருந்தார்கள். லாரிடிரைவர் கடைக்கு முன்னால் கிடந்த ஆட்டு உரல்கள்மீது உட்கார்ந்து பீடி பிடித்துக்கொண்டிருந்தான். லாரிக்குப் பக்கத்தில் போகும் போது காயாத பச்சை மரத்தின் நெடி மூக்கில் ஏறியது. அவருக்கு ஒரே ஆயாசமாக இருந்தது.

பெட்ரோல்பங்க் கண்ணாடிஅறைக்குள் நைட் டூட்டி ஆள், மேஜைமீது கவிழ்ந்துகிடந்து தூங்கிக்கொண்டிருந்தான். சற்றுத் தூரத்தில் சாமி இல்லாத வெறும் வாகனத்தைத் தூக்கிக் கொண்டு ஓட்டமும் நடையுமாகச் சப்பரம்தூக்கிகள் வந்து கொண்டிருந்தார்கள். அவர்களைப் பார்த்ததும் தேவ இரக்கத்துக்கு ஆச்சரியமாக இருந்தது. இவ்வளவு காலையில் கருட வாகனத்தைத் தூக்கிக்கொண்டு எங்கே போகிறார்கள் என்று நினைத்தார்.

பண்ணைக்கு எப்படி வந்து சேர்ந்தார் என்ற பிரக்ஞையே அவருக்கு இல்லை. அங்கொன்றும் இங்கொன்றுமாக மாடுகள் கறந்துகொண்டிருந்தன. பால் ஊற்றுகிற பையன் தூக்கச் சடைவுடன் பாலை அளந்து ஊற்றினான். அவர் கொடுத்த சில்லறையை அவன் எண்ணிக்கூடப் பார்க்கவில்லை. கறந்து விட்டு வெளியேபோகிற மாடுகளுக்கு வழிவிடுவதற்காக ஒதுங்கிநின்றபோது நெஞ்சில் கொக்கியைப் போட்டு இழுப்பது போல் ஒரு வலி சுண்டி இழுத்தது. நாக்கு வறண்டது. அடைப்புக்காக வைத்திருந்த மூங்கில் பட்டியின்மேல் பால்சொம்புடன் சாய்ந்தார்.

சகடையில் வைத்து அவரைக் கல்லறைத் தோட்டத்துக்குக் கொண்டுபோனார்கள். பொழுது இருட்டிக்கொண்டு வந்தது. அவரைத் தூக்கிக்கொண்டு போன பிற்பாடும் வெகுநேரம் ஜெஸிந்தா மடியிலேயே ரெபேக்காள் மயங்கிக் கிடந்தாள். தாசன் கடை இருந்த தெருவழியாகத்தான் அவரைக் கல்லறைத் தோட்டத்துக்குக் கொண்டுபோனார்கள்.

***அம்பலம்*, 2000**

ஓர்க்ஷாப்

அருணாசலம் நழுவப் பார்த்தார். தெருவாசல் கதவைப் பார்க்கப் போய்க்கொண் டிருந்தவரை தீத்தாரப்பன் பார்த்துவிட்டான். ஜன்னல் ஊடுகட்டைமீது கண்ணாடியை நிற்க வைத்து ஷேவ் செய்துகொண்டிருந்தான் தீத்தாரப்பன். 'யம்மா..! யம்மா..! அப்பா வெளியிலே போறா அம்மா...' என்று அடுப்படியைப் பார்த்துச் சத்தம் போட்டான்.

சங்கரத்தம்மாள் பதறினாள். 'நான் இங்க கைச்சோலியா இருக்கேம்லா..! என்னைய ஏன் கூப்பிடுத? நீ போயி அந்த ஆளைப் பிடிச்சு இழுத்தா என்ன..?' என்று பதிலுக்குச் சத்தம் போட்டாள்.

தீத்தாரப்பன் நடைக் கூடத்துக்கு ஓடினான். அதற்குள் அருணாசலம் கீழே படியிறங்க ஆரம்பித் திருந்தார். அவர் கையைப் பிடித்து இழுத்தான். 'சும்மா முற்றத்திலே உக்காந்திருக்கேம்னுதானே சொன்னீங்க? அதுக்குள்ள கீழ எறங்கிட்டீங்களே? உள்ளே வாங்கப்பா?' என்று அவர் கையைப் பிடித்து இழுத்தான். அவர் தோளில் கிடந்த துண்டு கீழே விழுந்தது. அதைக் குனிந்து எடுத்து அவர் தோளின் மீது போட்டான்.

'செட்டியார் கடையில போயிப் பொகை யிலை வாங்கத்தான் போறேன். வேற எங்கியும் போகலை...கையை வுடுடா...' என்று கீழ்ப்படியில் நின்றவாறே மல்லுக்கட்டினார். வளவுக்குள்

வந்துகொண்டிருந்த ராமாச்சி, படியேறிக்கொண்டே, 'அத்தான், எங்கே போறீய? பேசாம வீட்டுல உக்காருங்க. . .' என்றாள்.

'பெரிய இவ கணக்காப் பேச வந்துட்டா. . . ஒனக்கு என்ன மொறையில நான் அத்தான் வேணும்? மார்க்கெட்டுல கீரை விக்க களுதைய எல்லாம் என்னை அத்தான் னொத்தான்ங்குது. . . கைய வுடுடா! பொகையிலை வாங்கிட்டு வரணும். . .' என்று முரண்டினார். ராமாச்சி வெற்றிலைக் காவி படிந்த பற்கள் தெரியச் சிரித்துக்கொண்டே 'அத்தான் ரொம்பல்லா சூடா இருக்காக. . .' என்று சொல்லிக்கொண்டே உள்ளே போனாள். அவரைப் பிடித்து இழுக்காத குறையாக இழுத்துவந்து பட்டாசல் சுவர் ஓரத்தில் கிடந்த ஸ்டூலின்மீது உட்கார வைத்தான்.

'இந்த ஆளோட பெரிய தும்பமால்ல இருக்கு. தின்னுட்டுச் செவனேன்னு வீட்டுல விழுந்து கெடக்க முடியாம சர்க்கோடு சுத்தக் கௌம்பிருதே?' என்றாள் சங்கரத்தம்மாள். 'சின்னப் புள்ளையா கெட்டிப் போடதுக்கு? இப்படி ஓடி ஓடிப் போற மனுஷனை நான் எத்தனை நேரத்துக்குப் பிடிச்சு வைக்கட்டும்?' என்று சடைத்துக்கொண்டாள்.

'அதான் கூட்டிக்கிட்டு வந்தாச்சில்ல. . ? பேசாம சும்மா கெடயேன். எதுக்கு லோ லோன்னு கத்திக்கிட்டு இருக்க. . ?' என்று அம்மையைச் சத்தம் போட்டான் தீத்தாரப்பன். அவனுக்கு ஊசிக் கம்பெனி வேலைக்குப் போக நேரம் ஆகிக்கொண்டிருந்தது. அருணாசலம் ஒன்றும் பேசாமல் ஸ்டூலில் உட்கார்ந்திருந்தார். வாசலை வெறித்துப் பார்த்துக்கொண்டே இருந்தார். ஒர்க்ஷாப் ஞாபகம் வந்துகொண்டே இருந்தது.

அவர் ஒர்க்ஷாப் பக்கம் போய் இரண்டு நாள் ஆகிவிட்டது. முந்தாநாள் போனது. நேற்று ஸ்ரீவைகுண்டத்தில் இருந்து அவர் தம்பி குருநாதன் வந்திருந்தான். அவன் அவரை வெளியே போகவிடவில்லை. ஒரு காலத்தில் பெருமாள் பட்டறை என்றால் அவ்வளவு ஃபேமஸ். அவர் வேலையை விட்டு நின்றபிறகு பட்டறையின் பேரே கெட்டுப்போய்விட்டது. முன்பெல்லாம் பட்டறையில் வேலை பார்த்து வண்டியை எடுத்துக்கொண்டு போனால் இரண்டு மூணு சர்வீஸ் வரைகூட பெரிய ரிப்பேர் எதுவும் வராது. அவர் வேலையை விட்டு நின்றபிறகு எல்லாமே கெட்டுப் போய்விட்டது. நாராயணன் இல்லாத சமயமாகப் பார்த்துப்போனால் அந்த முப்பத்து மூணு சைபர் மூணை அவரே கவனிக்கலாம். வக்கீலய்யா வீட்டுப் பழைய வண்டி அது. சின்ன சத்தத்தை வைத்தேகூட வண்டியில் என்ன கோளாறு என்பதைக் கண்டுபிடித்துவிடுவார். அப்பேர்ப்பட்ட

கெட்டிக்கார மனுஷனை வீட்டை விட்டு வெளியே போக விடமாட்டேன் என்கிறார்களே.

அவர் வீட்டுக்கு அடுத்த வீடு பூதலிங்கத்துடைய வீடு. அவன் அவர் வீட்டு வாசல் பக்கம் வந்து பார்த்தான். உள்ளே ஒரே இருட்டாகக் கிடந்தது. ஜன்னல் பக்கம் அவன் நின்று கொண்டிருந்ததுகூடத் தெரியவில்லை. 'என்ன மாமா வேணும்?' என்று தீத்தாரப்பன் கேட்டான்.

'வேற ஒண்ணுமில்ல. . . அப்பா இல்லையா?' என்று விசாரித்தான் பூதலிங்கம்.

'இருக்காங்களே. . !'

'வேற எதுக்கு விசாரிக்கான்? வெத்திலை, பாக்கு ஏதாவது ஒசியில வாங்க வந்திருப்பான்' என்று முணுமுணுத்தார் அருணாசலம்.

'ரெண்டு வெத்தலை இருந்தா வேணும்' என்றான் பூதலிங்கம்.

'வெத்திலை வாங்க இனிமேல்தான் போகணும்' என்றார் அருணாசலம்.

'அப்படியா? சரி அண்ணாச்சி' என்று போய்விட்டான் பூதலிங்கம்.

முப்பத்தி மூணு சைபர் மூணு வக்கீலய்யா வீட்டுக் காராச்சே. அதைப் பட்டறையிலே உள்ள பயலுக கெடுத்திரு வானுகளே. நாராயணன் இருந்தால் பட்டறைக்குள்ளேயே நுழைய விடமாட்டான். துரத்திவிடுவான். அவன் இல்லாத நேரமாகப் பார்த்துப் போகவேண்டும். செட்டியார் கடையில் உட்கார்ந்து பார்த்துக்கொண்டே இருந்தால் அவன் வெளியே போகிறது தெரியும். அந்த நேரம் பார்த்து உள்ளே போய்விட வேண்டும். ஜங்ஷனுக்கு சாமான் வாங்கப் போகாமலா இருப்பான்? முப்பத்தி மூணு சைபர் மூணு. . .

தீத்தாரப்பன் கம்பெனிக்குப் போய் கொஞ்ச நேரம் ஆனபிறகு, சங்கரத்தம்மாளுக்குத் தெரியாமல் நைஸாக நழுவிவிட்டார் அருணாசலம். செட்டியார் கடை பெஞ்சில் போய் உட்கார்ந்து கொண்டார். ஒர்க்ஷாப்பிலிருந்து நாராயணன் வெளியே போகிறானா என்று பார்த்துக்கொண்டே உட்கார்ந்திருந்தார். 'எவ்வளவு வெவரமான ஆளு தெரியுமா? இன்னைக்கும் டவுன்ல பெரிய முதலியார் வீட்டுல, இவர் வண்டி வேல

பார்த்தார்னா எப்பிடி இருக்கும்னு மொதலாளி சொல்லிச் சொல்லி மாஞ்சு போவார். என்னம்போ அண்ணாச்சி, போறாத காலம் மனுஷனுக்குப் புத்தி பேதலிச்சுப் போச்சு' என்று பொட்டல்காரரிடம் ஆற்றாமைப் பட்டுக்கொண்டிருந்தார் செட்டியார்.

அருணாசலத்தின் பார்வை பூராவும் பட்டறைப் பக்கமே இருந்தது. நாராயணன் சைக்கிளை எடுத்துக்கொண்டு பட்டறையிலிருந்து வெளியே போன மாதிரி இருந்தது. அருணாசலம் விசுக்கென்று எழுந்துகொண்டார்.

'பெருமாள் ஓர்க்ஷாப்' என்ற போர்டை நெருங்க நெருங்க அருணாசலத்துக்குச் சந்தோஷம் தாங்கவில்லை. அவர் உள்ளே நுழைந்ததை இஞ்ஜினுக்கு ரீ போர் போட்டுக்கொண்டிருந்த சுடலைதான் முதலில் பார்த்தான். 'ஏய், அண்ணாச்சி வாறாகடே. . .' என்று மெதுவாகக் குரல் கொடுத்தான் சுடலை. எல்லோரும் வாசலையே பார்த்தார்கள். முப்பத்தி மூணு சைபர் மூணுக்குக் கீழே படுத்து டிங்கரிங் வேலை செய்துகொண்டிருந்த மாரியிடம் போய் நின்றார். 'ஏய் வக்கீலய்யா காருடா. . ! நல்லாப் பாரு. இதுல எப்படி டிங்கரிங் ஓர்க் வந்தது. . ? அதை எங்கிட்ட குடு. . .' என்று மாரி கையிலிருந்து வெல்டிங் ராடைப் பிடுங்கினார்.

'அண்ணாச்சி! நீங்க அப்பிடிப் போயி உக்காருங்க. . . சோலிய முடிச்சதும் உங்களை கூப்பிடுதேன். அப்பறம் பாத்துச் சொல்லுங்க, வேல எப்படி இருக்குதுன்னு. . .' என்றான் மாரி.

'எங்கிட்ட குடுடா மாரி. . . நான் பாத்துச் செஞ்சாத்தான் வக்கீலய்யாவுக்குத் திருப்தியா இருக்கும்' என்று அவனிட மிருந்து ராடைத் திரும்பவும் பிடுங்கப் போனார். எல்லோரும் ஓடி வந்து அவரைப் பிடித்துக்கொண்டார்கள்.

ஓர்க்ஷாப் ஆட்கள் அவரை வீட்டில் கொண்டுவந்து விட்டு விட்டுப் போனபிறகு, 'இனிமே இந்தத் தெருவுல இருக்கதுக்கே லாயக்கில்லை. இந்த ஆளைக் கெட்டி மாரடிக்க நம்மாலே முடியாது. பட்டாளத்து லைன் பக்கமா வேற வீடு பாத்துட்டுப் போகவேண்டியதுதான். . .' என்று சொல்லிக்கொண்டிருந்தாள் சங்கரத்தம்மாள்.

இந்தியா டுடே, 2000

இதோ, இன்னொரு விடியல்

ஆறு மணிக்குக் கூட்டம். இன்னும் இஷ்யூ ரெடியாகவில்லை. முப்பத்திரண்டே பக்கங்கள்தான். இரண்டு சிறுகதைகள், ஒரு கட்டுரை, எட்டுக் கவிதைகள்! ஆறு கவிதைகளை முள்ளுக்காடு ராஜுவே எழுதியிருந்தான். ஆசிரியர் முகில், இரண்டு கவிதைகள் எழுதியிருந்தார். இவை தவிர, தரமான பட்டுச் சேலைகளுக்குக் கே.வி. சில்க்ஸ், நாவிற்கினிய இனிப்புகளுக்கு மீனா ஸ்வீட்ஸ், ஓட்டல் ஆனந்தா, ராஜா ராணி காபி பார், கீர்த்தி ஸ்டோர்ஸ் என உள்ளூர் விளம்பரங்களால் மற்ற பக்கங்களை நிரப்பியிருந்தார் முகில்.

'வாசல் கதவும் ஜன்னல்களும் திறந்து கிடக்கின்றன, உன்னை எதிர்பார்த்து' என்றொரு கவிதையையும், 'தோட்டத்தில் குண்டு மல்லிகைகள் பூத்திருக்கின்றன, உன்னால் பறிக்கப்படுவதற்காக' என்றொரு கவிதையையும் எழுதியிருந்தார் ஆசிரியர் முகில். எட்டாவதும் பத்தாவதும் படிக்கிற இரண்டு பிள்ளைகளின் தந்தையான அவர், காதல் கவிதைகள் எழுதியது முள்ளுக்காடு ராஜுவுக்கு என்னவோ போலிருந்தது.

முத்தையா என்ற முகிலுக்கு இலக்கியம் என்றால் 'அ'னா, 'ஆ'வன்னாகூடத் தெரியாது. ஏதோ ஓர் அலுவலகத்தில் வேலை பார்த்துவந்தார். சித்த சுபபோதினி விளக்கச் சொற்பொழிவுகள், யோகக் கலை என்று ஊரில் எந்தக் கூட்டம் நடந்தாலும், முத்தையா ஆஜர் ஆகிவிடுவார். அந்த மாதிரிதான் அவர் இலக்கியக் கூட்டங்களிலும்

கலந்துகொண்டு வந்தார். கதாபாத்திரங்களின் பெயர் வராத வாறு, 'அவன், இவன்' என்று எழுதினால் போதும்... அந்தக் கதை இலக்கியத் தரம் ஆகிவிடும் என்பது முகிலின் திடமான இலக்கியக் கொள்கை.

'பூக்காரி தெருவில் போனாள்
வாசம் ஜன்னல்
எட்டிப் பார்த்தது'

என்ற ரகத்தில், நேரம் கிடைக்கும்போதெல்லாம் வார்த்தைகளை மடக்கி மடக்கிப் போட்டுக் கவிதைகளை எழுதித் தள்ளிக் கொண்டே இருந்தார். ஜன்னல் இல்லாமல் அவருக்குக் கவிதை எழுத வராது. அவரது அலுவலகச் செல்வாக்கினால், உலக இலக்கியங்களைக் கரைத்துக் குடித்த இலக்கியச் செல்வர் ஆர்.எஸ். ராமநாதன்கூட அவரது கவிதைகளைப் பாராட்ட ஆரம்பித்திருந்தார். ஆர்.எஸ். ராமநாதன் நடத்தி வந்த 'பேனா' என்ற பத்திரிகைக்கு ஏராளமான விளம்பரங்களை வாங்கிக் கொடுத்திருக்கிறார் முகில்.

தனது 'தென்பொருநைத் தென்றல்' வெளியீட்டு விழாவுக்குக் கூட ஆர்.எஸ். ராமநாதனைத்தான் அழைத்திருந்தார் முகில். இலக்கியச் செல்வர் ஆர்.எஸ். ராமநாதன் காலையிலேயே ரயிலில் வந்து இறங்கிவிட்டார். அவரை முகிலும் முள்ளுக்காடு ராஜுவும் இதர இலக்கிய அன்பர்களும் ரயில் நிலையத்திலிருந்து அழைத்துச் சென்று, பகவதி லாட்ஜில் தங்க வைத்திருந்தனர்.

'தென்பொருநைத் தென்றல்' என்று யாராவது இவ்வளவு நீளமான பெயரைச் சொல்லி, கடைகளில் பத்திரிகையைக் கேட்டு வாங்குவார்களா என்ற தனது சந்தேகத்தை முள்ளுக்காடு ராஜு ஆரம்பத்திலேயே முகிலிடம் சொல்லிப் பார்த்தான். 'பொருநை' என்ற பெயரே போதும் என்பது முள்ளுக்காட்டின் அபிப்பிராயம். தெருத் தெருவாகப் பஞ்சுமிட்டாய் விற்றுக் கொண்டிருந்த தன்னைக் கூப்பிட்டு வேலை போட்டுக் கொடுத்த முகிலிடம் அதிகமாகப் பேசினால் வேலையை விட்டே நிறுத்திவிடுவாரோ என்று முள்ளுக் காடு பயந்தான். தவிர, அவனுடைய ஆறு கவிதைகள் வேறு முதல் முதலாகப் பிரசுரம் ஆகின்றன. முதல் இதழிலேயே ஆறு கவிதைகள் வெளியா கின்றன என்றால், அது சாமான்யமான காரியமா! அதுவும் வரிக்கு வரி கலையும் இலக்கியமும் மிளிரும் ஒரு பத்திரிகையில் கவிதைகள் பிரசுரமாவது என்பது சாதாரண விஷயமே அல்ல! உலகத் தரம் வாய்ந்த இலக்கிய நிகழ்வல்லவா அது!

முள்ளுக்காடு ராஜு, பஞ்சுமிட்டாய் வியாபாரத்தையும் இலக்கியப் பத்திரிகைகளில் பணிபுரிவதையும் மாறி மாறிச் செய்து

வந்தான். தென்பொருநைத் தென்றலுக்கு முன்பே ‘அர்ச்சனா’, ‘பாகீரதி’ போன்ற கலை இலக்கியத் திங்கள் இதழ்களில் பணி புரிந்த அனுபவம் முள்ளுக்காடு ராஜுவுக்கு இருந்தது. அவை எல்லாமே இரண்டு மூன்று இதழ்களோடு நின்றுவிட்டன.

இரண்டு மாதம் உதவி ஆசிரியர் வேலை, திரும்பவும் பஞ்சு மிட்டாய் வியாபாரம் என்று அவனது கலை இலக்கிய நாட்கள் கழிந்துகொண்டிருந்தன. என்ன வேலை பார்த்தாலும், கவிதை எழுத மட்டும் மறக்கமாட்டான். தினசரி நாலு கவிதைகளாவது எழுதினால்தான் அவனது கலை இலக்கியத் தாகம் அடங்கும்.

‘பஸ்ஸில் நாம் மட்டுமா செல்கிறோம்? இஞ்ஜினும் இருக்கைகளும் அல்லவா செல்கின்றன!’ என்ற முள்ளுக்காடு ராஜுவின் கவிதை, அந்நியமாதலை அப்படியே உரித்துக் காட்டுகிறது என்று பிரபல கலை இலக்கிய விமர்சகர் டி.ஹெச். சண்முகம் அடிக்கடி கூட்டங்களில் குறிப்பிடுவார். முள்ளுக்காடு ராஜுவின் கவிதைகளை மேற்கோள் காட்டிப் பேசும்போது, அவருக்கு எப்போதும் தும்மல் வந்துவிடும். தும்மலும் அந்நியமாதலின் உடல்ரீதியான விளைவு என்பார் சண்முகம்.

கயல் அச்சக முதலாளி மணி, மேஜை டிராயரில் வெகு நேரமாக எதையோ தேடிக்கொண்டிருந்தார். மேஜையில் காகிதங்களும், புரூஃப்களும், ஃபைல்களும் தாறுமாறாகக் கிடந்தன. மணியால் எதையாவது தேடாமல் இருக்க முடியாது. அச்சகத்தினுள் இயந்திரங்கள் ஓடுகிற சத்தமும் வேலையாட்களின் பேச்சுக் குரல்களும் கலவையாகக் கேட்டன. முள்ளுக்காடு ராஜு, முதலாளியின் தலைக்கு மேலே இருந்த கடிகாரத்தைப் பார்த்தான். மணி நான்கு ஆகியிருந்தது.

தென்பொருநை தென்றல் வெளியீட்டு விழா, மாலை ஆறு மணிக்கு! இலக்கிய சாம்ராட் ஆர்.எஸ். ராமநாதனை லாட்ஜிலிருந்து முகிலே அழைத்து வந்துவிடுவார். ஒரு ஐம்பது பிரதிகளாவது ஹாலுக்கு எடுத்துக்கொண்டு போனால் போதும்!

‘ஃபாரம் எல்லாம் மடிச்சாச்சு. கட்டிங் பண்ணிப் பின் போட வேண்டியதுதான்’ என்று, தேடுவதை நிறுத்தாமலேயே பேசினார் மணி.

‘அர்ச்சனா’ பத்திரிகையும், ‘பாகீரதி’ பத்திரிகையும்கூட இதே அச்சகத்தில்தான் அச்சிடப்பட்டன. அந்தப் பத்திரிகைகளையும் ஆர்.எஸ். ராமநாதன்தான் வெளியிட்டு, மிகுந்த உற்சாகமாகப் பேசினார். ‘அர்ச்சனா’ பத்திரிகையை நடத்தியவர் வாட்ச் கடை அதிபர். ‘பாகீரதி’யை ஆரம்பித்தவர் ஸ்வீட்ஸ்

ஸ்டால்காரர். பத்திரிகை வெளியிட யார் கூப்பிட்டாலும், ஆர். எஸ். ராமநாதன் சளைக்கவே மாட்டார். 'அர்ச்சனா' விழாவில், 'இலக்கியத்தின் விடிவெள்ளி' என்று அந்தப் பத்திரிகையைப் போற்றினார். 'பாகீரதி' வெளியீட்டு விழாவில், 'இதோ தமிழ் இலக்கியத்தின் விடியல்' என்றார். இரண்டு பத்திரிகைகளுமே நின்றுவிட்டன. என்றாலும், மங்காத உற்சாகத்துடன் ரயிலேறி, 'தென்பொருநைத் தென்றலை' வெளியிட வந்துவிட்டார். ஊக்கமும் உற்சாகமும் ததும்பி வழியும் தமிழ் இலக்கியப் பிதாமகரல்லவா ஆர். எஸ். ஆர்.?

மலையாளக் கவி சுள்ளிக்காட்டுக்கும் தனக்கும் முகஜாடை ஒத்திருப்பதாக ராஜுவுக்கு நினைப்பு! அதனால் தான் தன் பெயருக்கு முன்னால் முள்ளுக்காடு என்று போட்டுக் கொண்டிருந்தான். மற்றபடி, கையகல முள்ளுக்காடுகூட முள்ளுக்காடு ராஜுவுக்குக் கிடையாது.

ராஜு வெளியே போய் டீ சாப்பிட்டுவிட்டு வருவதற்குள், மணி தயாராக நூறு பத்திரிகைகளைக் கட்டி வைத்திருந்தார். ஒரு ஆட்டோவில் பத்திரிகைக் கட்டை ஏற்றிக்கொண்டு, விழா நடைபெறும் ஹாலுக்குப் போனான் முள்ளுக்காடு. ஹாலில் பதினைந்து இருபது பேர் இருந்தனர். மேடையின் அருகே கட்டை வைத்துவிட்டு நிமிர்ந்தபோது, ஹாலுக்குள் ஆசிரியர் முகிலும் ஆர்.எஸ். ராமநாதனும் நுழைந்துகொண்டிருந்தனர். கட்டைப் பிரித்து ஒரு பத்திரிகையை எடுத்தான் ராஜு. 'தென் பொருநைத் தெண்ரல்' என்ற பத்திரிகைத் தலைப்பின்கீழ், 'ஆசிறியர் முகில்' என்று அச்சாகியிருந்தது.

ஆனந்த விகடன், 2008

காதுகள்

சோமு மரவையிலிருந்து திருநீறை எடுத்துப் பூசினார். திருநீறில் மணமே இல்லை. சாக்பீஸைப் பொடி செய்தது போலிருந்தது. திருநீறு என்றால் இப்படியா இருக்கும்? முகத்துக்குப் போடுகிற பவுடர் மாதிரி வழுவழுவென்று இவ்வளவு வெள்ளையாகவா இருக்கும்? சாக்பீஸ் பவுடரோ, முகத்துக்குப் போடுகிற பவுடரோ... யார் கண்டது? உலகமே புரட்டில்தான் ஓடுகிறது. இதில் திருநீறு மட்டும் தப்பிக்கவா போகிறது?

வைரவன் வீட்டில் இருக்கிற திருநீறுதான் அசல் திருநீறு. என்ன மணம். நெற்றி நிறைய விபூதியை எடுத்துப் பூசியதுமே கண்கள் இரண்டும் தானாக மூடி உள்ளமெல்லாம் க்ஷணப்பொழுது ஒடுங்கி, உடம்பெல்லாம் ஒரு சிலிர்ப்பு ஓடும்.

வைரவனுடைய மனைவி மரகதம், ‘மாமா உங்க பேரனுக்கும், பேத்திக்கும் ஆசீர்வாதம் பண்ணி திருநீறு பூசி விடுங்க. . . டேய் மணி, ராஜி ரெண்டு பேரும் தாத்தா கால்ல விழுந்து ஆசீர்வாதம் வாங்கிட்டுப் பள்ளிக்கூடம் போங்க. . .’ என்று சொல்லிக்கொண்டே திருநீற்று மரவையை எடுத்து வருவாள். சிறுசுகள் ரெண்டும் அவர் கால்களில் விழும். திருநீறை விரல்களில் அள்ளி நெற்றி நிறையப் பூசிவிட்டு அவர்களுக்கும் பூசிவிடுவார். அடுத்த தடவை வைரவன் வீட்டுக்குப் போகும்போது அவன் வீட்டிலிருந்து கொஞ்சம் நல்ல திருநீறு எடுத்து வரவேண்டும்.

ஃபேனின் ஓட்டத்தில் சுவரில் மாட்டியிருந்த வெங்கடா சலபதி காலண்டர் மேலும் கீழுமாக அரை வட்டம் அடித்தது. சுவரில் காலண்டர் கம்பி இழுபட்டு அரைவட்டக் கோடு ஒன்று ஏற்பட்டிருந்தது. செண்பகம் அரிவாள்மனையில் கீரையை அரிந்து கொண்டிருந்தாள்.

மாடி ப்ளாட்டில் ணங்கென்று தம்ளர் விழுந்த சத்தம். தொடர்ந்து திடுதிடுவென்று யாரோ ஓடுகிறார்கள். 'பொழுது விடிஞ்சாச்சில்லா. . . இனி ஒரே சத்தமும் கூப்பாடும்தான். ராத்திரி பதினோரு பன்னிரண்டு மணிவரைக்கும் இந்தக் கூத்துத்தான்' என்றார் சோமு. செண்பகம் கீரை அரிவதை நிறுத்திவிட்டு, கண்கள் அகல விரிய அவரைப் பார்த்தாள்.

'வாயைப் பொத்திக்கிட்டுச் செவனேனு கெடக்க முடியலையா? எவங் கூடடா சண்டை போடலாம்னு அலையுதேளே. . . இருக்கப் படுக்க எடம் இல்லாமே கோடானு கோடி சனம் ரோட்டுல அலையுது. ஏதோ கடவுள் புண்ணியத்துல நமக்கு வீடு வாசல்னு இருக்கு. வாயைப் பொத்திக்கிட்டு செவனேனு கெடங்க. .'

'ஆதியிலேயே சொன்னேன். . . இந்தப் ஃப்ளாட் சமாசாரமே வேண்டாம். ஒரே சந்தைக் கடையாக் கெடக்கும்னு சொன்னேன். நாஞ் சொல்லுததை ஆரு கேக்கா இந்த வீட்டுல?' என்றார் சோமு.

'ஆமா. . . எட்டயாபொரம் ராசா மாதிரி அரண்மனை கட்ட பேங்குல பணத்தைப் போட்டு வச்சிருக்கீகளா? ஏதோ நாம பெத்த புள்ள கடன ஒடனப் போட்டு வீட்டை வாங்கிக் குடுத்துருக்கான். ஒங்களால இங்கன கெடக்கத் துரும்ப அங்கன நகத்த முடியுமா? கால் மேல கால் போட்டுப் பேசுதேளே. .'

'ஒனக்கு நாய்ஸ் பொல்யுசனப் பத்தி என்ன எளவு தெரியும்? ஒனக்குத் தெரிஞ்சது அடுப்படியும் கோயிலுந்தான். சாமி கும்பிட்டாப் போதுமா? நம்ம வேதங்கள் எல்லாம் சாந்தத்தைத் தான் உபதேசம் பண்ணுது. எல்லா உபநிஷத்து ஸ்லோகங்களும் சாந்தி சாந்தினுதான் முடியுது. சத்தம் போடு கூச்சல் போடுனா சொல்லுது?'

'ஆமா இந்தக் காலம்பறப் பேப்பரப் படிச்சுட்டு நாய்ஸ் பொலியூசன், வாய்ஸ் பொலியூசன்னு நீங்கதான் கத்துதீங்க. . . இந்த மாசத்தோட பேப்பர நிறுத்திருதேன்.'

'சீப்பை ஒளிச்சுவச்சிட்டா கல்யாணம் நின்னு போயிருமா?'

'எய்யா? ஒங்க எளவுல நிக்கதுக்கு எனக்கு ஆவியும் சீவனும் இல்ல. .'

தெருவில் ஸ்கூல் வேன் வந்து நின்று ஹாரன் அடித்தது. டிரைவர் விடாமல் அடித்துக்கொண்டே இருந்தார். சோமு சுவர்க் கடிகாரத்தைப் பார்த்தார். மணி ஏழே முக்கால். இனி ஒன்பது மணிவரை ஒவ்வொரு ஸ்கூல் வேனாக வந்து நின்று விதவிதமாகச் சத்தம் போட்டு ஊரைக் கூட்டும்.

'இந்தா, அடுத்தாப்புல பிராணனை வாங்க ஸ்கூல் வேன்காரங்க வந்துட்டாங்க. ஆரன் மேல வச்ச கைய எடுக்காம, ஊரக் கூட்டுற மாதிரி ஆரன் போடுதான் பாரேன். வெளியூருக்குக் கூட்டிட்டுப் போறதுக்கு ரயிலும் பஸ்ஸும்தான் வீட்டு வாசலுக்கு வந்து ஆளை ஏத்திக்கிட்டுப் போகல. ஊருக்குப் போகணும்னா ரயில்வே ஸ்டேஷன்ல அரைமணி நேரத்துக்கு முன்னாலேயே போயி காத்துக் கெடக்காங்கள்ல? அந்த மாதிரி வேன் வாரதுக்கு முந்தியே வந்து வாசல்ல நின்னா என்ன?' என்றார் சோமு.

மீண்டும் பள்ளிக்கூட வேன் அலறியது. எழுந்து ஜன்னல் கதவுகளைச் சாத்தினார். 'பொல்யுசன்... பொல்யுசன்... நாய்ஸ் பொல்யுஷன்...' என்று சொல்லிக்கொண்டே சோபாவில் உட்கார்ந்தார்.

செண்பகத்துக்கு ஆத்திரமும் எரிச்சலும் தாங்கவில்லை. 'வெளக்குமாத்துப் பொல்யுசன்' என்றாள்.

ரீகல் அபார்ட்மெண்ட்டில் அவர்களுடைய வீடு கீழ்த்தளத்தில் இருந்தது. சோமு ஆதங்கப்படுகிற மாதிரி. நிஜமாகவே அந்த அபார்ட்மெண்டிலும் தெருவிலும் சத்தம் அதிகம்தான். ஒலிமாசு சம்பந்தமாக அவரிடம் ஏகப்பட்ட தகவல்கள் இருந்தன. பல உயர் நீதிமன்ற, உச்ச நீதிமன்றத் தீர்ப்புகளையெல்லாம் அவர் படித்து வைத்திருந்தார்.

ஒருவழியாக பள்ளிக்கூட வேன்களெல்லாம் கர்ணகடூர ஹாரன் எழுப்பிப் பிள்ளைகளை அழைத்துச் சென்றுவிட்டன. செண்பகம் தனக்குத் தானே ஏதோ முணுமுணுத்துக்கொண்டே சமையல் வேலையில் ஈடுபட்டிருந்தாள். சோமுவுக்குக் கந்த சஷ்டி கவசம் படிக்கலாம் என்று தோன்றியது. பூஜை செல்ஃபைத் திறந்து கந்த சஷ்டி கவசத்தை எடுத்தார்.

எதிர்வீட்டுக்காரர் புது கார் வாங்கியிருந்தார். அந்த காரில் நவீனமான எச்சரிக்கை ஹாரன் இருந்தது. சில தினங்களுக்கு முன்னால் அந்தக் காரின் பேனட்டில் ஒரு காகம் உட்கார்ந்தது. அவ்வளவுதான், காரில் உள்ள சென்ஸார் கருவி இயங்கி எச்சரிக்கை ஹாரனை ஒலிக்கச் செய்துவிட்டது. ஹாரன் அலறிக் கொண்டே இருந்தது. மாடி ஜன்னல்களில் எல்லாம் தலைகள் எட்டிப் பார்த்தன. கார் கதவைத் திறந்தால் ஹாரன், கதவை

மூடினால் ஹாரன், காரைப் பின்னோக்கி எடுத்தால் ஹார்ன் என்று சகலத்துக்கும் அந்தக் கார் அலறிக்கொண்டே இருந்தது.

எதிர் ஃப்ளாட்டுக்காரர் காரை ரிவர்ஸில் எடுக்க ஆரம்பித்தார். ஒரே ஹாரன் ஒலி காதைப் பிளந்தது. அவர் காரை முன்னும் பின்னுமாக ஓட்டி அவர் மனதுக்குப் பிடித்தமான இடத்தில் காரை நிறுத்துகிறவரை அந்தப் பேய்ச் சத்தம் ஓயப் போவதில்லை. தெருவையே கூட்டிவிடும் அந்தச் சத்தம். இன்னும் ஐந்து நிமிஷத்துக்காவது அந்தச் சத்தம் கேட்டுக்கொண்டிருக்கும். சோமு எழுந்து ஜன்னல் கதவுகளையெல்லாம் சாத்தினார். அதையெல்லாம் மீறி ஹாரன் சத்தம் காதுகளைத் துளைத்தது.

'அடுத்தாப்ல இவன் காரை ரிவர்ஸ் எடுத்துவிட ஆரம்பிச்சுட்டான். க்யூ வரிசையில் வந்து சத்தம் போட்டுப் பிராணனை வாங்குங்கடா. இந்தச் சனியனையெல்லாம் கண்டுபிடிச்சவனைத் தூக்குலதான் போடணும்' என்று சொல்லிக்கொண்டு காதுகளைப் பொத்தினார் சோமு.

'இந்த ஊரிலே ஒரு பயலுக்கும் காது கிடையாது போல. இத்தனை சத்தத்தைச் சகிச்சுக்கிட்டு கிடக்கறானுங்களே...' என்று சலித்துக்கொண்டார் சோமு.

நாளையும் இதே சத்தங்கள், இதே சோமுவின் எரிச்சல்கள் என்றுதான் நாள் கழியும்.

த சண்டே இந்தியன், 2008

எஸ்.ஆர்.கே.

மணி ஆறே கால் ஆகியிருந்தது. மொபைலில் ஐந்து மணிக்கே அலாரம் வைத்திருந்தான். ஆனால், அலாரம் அடிக்கவில்லை. எஸ்.ஆர்.கே, 'ஏழரைக்குள் வீட்டுக்கு வந்துவிடுங்கள். ஃபைனான்ஸியரைப் பார்த்துவிடலாம். ஆபீஸில் அவரைச் சந்திப்பதைவிட வீட்டில் சந்திப்பது பல வகைகளிலும் நல்லது' என்று சொல்லியிருந்தார். அதைச் சொல்லும்போது எஸ்.ஆர்.கே. ரொம்ப உற்சாகத்தோடு காணப்பட்டார்.

அவரிடம் என்றைக்குத்தான் உற்சாகம் குறைவாக இருந்தது? எப்போதும் வொயிட் அண்ட் வொயிட்தான் போடுவார். செருப்பு கூட வெள்ளை நிறத்தில்தான் இருக்கும். உலக சினிமாவை அவரைப் போல் அலசி ஆராய யாராவது பிறந்துதான் வரவேண்டும்.

பிலிம் இன்ஸ்டிட்டியூட் நாட்களிலிருந்தே ராமநாதனுக்கு எஸ்.ஆர்.கே. பழக்கம் ஆகியிருந்தார். ஒரு ஜெர்மன் ஃபிலிம் ஃபெஸ்டிவலின்போது ஒட்டப்பாலம் கிருஷ்ணமூர்த்திதான் அவனுக்கு எஸ்.ஆர்.கே.வை அறிமுகம் செய்து வைத்தான். பிறகு அலியான்ஸ் பிரான்ஸேஸ், அமெரிக்கன் சென்டர், ரஷ்யன் கல்ச்சுரல் சென்டர், ஃபிலிம் சேம்பர் என்று எஸ்.ஆர்.கே.வும் அவனும் இந்த நாலு வருடங்களில் சேர்ந்து பார்த்த திரைப்படங்கள் நூற்றுக்கணக்கில் இருக்கும். அறுபத்து இரண்டில் சுமாராக ஓடிய ஒரு தமிழ்ப்படம் ஒன்றையும் எஸ். ஆர்.கே. சொந்தமாகத் தயாரித்திருந்தார். அதன்பிறகு

அவர் படமே தயாரிக்கவில்லை. ஆனால், அவருடைய விஸிட்டிங் கார்டில் மட்டும் இன்னமும் தம்முடைய கம்பெனியின் பெயரைப் போட்டிருந்தார்.

அது திருவல்லிக்கேணி முகவரி. திருவல்லிக்கேணியில் சினிமா கம்பெனி இயங்க முடியும் என்பது ராமநாதனுக்கு ஆச்சரியமாகக் கூட இருந்தது. படமே எடுக்காமல் எதற்கு கம்பெனியின் பெயரை மட்டும் இன்னமும் விஸிட்டிங் கார்டில் போட்டுக்கொண்டிருக்கிறார் என்று நினைத்தான். பிறகுதான் அது அவரது வீட்டு முகவரி என்பது தெரிந்தது.

பிரம்மச்சாரிகளின் அறைகளுக்கே உரிய புழுங்கிய துணி களின் நாற்றம் வீசியது. கதவைத் திறந்ததும் வெளியே இருந்து குளிர்ந்த காற்று வீசியது. டியூபைப் போட்டால் ராஜு விழித்துக்கொள்வான் என்று விளக்கைப் போடாமலேயே பிரஷ் செய்தான். இந்தக் குளிரில் குளிக்கவேண்டாம் என்று நினைத்தான். முகத்தை மட்டும் அலம்பிக்கொண்டான். ஆனால், தலைவாரிக்கொள்ள வெளிச்சம் தேவைப்பட்டது. மேலும், ராஜுவிடம் பணமும் கேட்கவேண்டும். வேறு வழி இல்லாமல் சுவிட்சைப் போட்டான். நினைத்தபடியே விளக்கு எரிந்ததும் ராஜு விழித்துக்கொண்டான். மூடியிருந்த போர்வையை விலக்காமலேயே, 'ஏன்டா... இப்பவே விளக்கைப் போட்டுண்டு என்ன பண்றே?' என்று கேட்டான்.

'எஸ்.ஆர்.கே.வைப் பார்க்கப் போறேன்டா. ஓங்கிட்ட பணம் ஏதாவது இருக்கா?' என்று தலையை வாரிக்கொண்டே கேட்டான்.

'எவ்வளவு வேணும்டா?'

'ஒரு இருபத்தைஞ்சு ரூபா குடு.'

'போதுமா... ஷர்ட் பாக்கெட்லே இருக்கும். எடுத்துக்கோ. லைட்டை அணைக்காம போயிராதே...' என்று ஞாபகமாகச் சொன்னான். ராஜுவுக்குத் தூக்கம் ரொம்ப முக்கியம். சிறுசேரி யில் ஒரு சாஃப்ட்வேர் கம்பெனியில் வேலை பார்க்கிறான்.

ராஜுவின் சட்டைப் பையில் நான்கு நூறு ரூபாய்த் தாள்களும் மூன்று பத்து ரூபாய்த் தாள்களும் இருந்தன. இருபத்தைந்து ரூபாயாக இல்லை. முப்பது ரூபாயை எடுத்துக் கொண்டான்.

'முப்பது ரூபாய்தான்டா இருக்கு...'

'சரி... சரி... எவ்வளவு வேணுமோ எடுத்துக்கோயேன்டா...'

ரயிலுக்கு சீஸன் டிக்கெட் இருக்கிறது. மாம்பலம் போய் அங்கிருந்து திருவல்லிக்கேணிக்குப் பஸ்ஸில் போய்விடலாம். ஃபைனான்ஸியர் வீடு கீழ்ப்பாக்கத்தில் இருக்கிறது. அவனை பஸ்ஸில் அழைத்துச் செல்லப் போகிறாரா ஆட்டோவில் கூட்டிக் கொண்டு போகப் போகிறாரா என்பது தெரிய வில்லை. அதை எஸ்.ஆர்.கே. பார்த்துக்கொள்வார். எதற்கும் இருக்கட்டும் என்று ராஜுவிடம் நூறு ரூபாயாகவே கேட்டிருக்கலாமோ என்று தோன்றியது.

விளக்கை அணைத்துவிட்டு, கதவை வெறுமனே சாத்தி னான். இந்த நேரத்தில் பஸ் வராது. வேகமாக நடந்தால் இருபது நிமிடத்தில் ஸ்டேஷனுக்குப் போய்விடலாம். அந்தக் காலை நேரத்திலும் வாக்கிங் போகிறவர்கள் சென்று கொண்டிருந்தனர்.

இப்போது பாளையங்கோட்டையில்கூட வாக்கிங் போக ஆரம்பித்துவிட்டார்கள். வாக்கிங் போவதைப்பற்றி ஒரு குறும்படம் கூட எடுக்கலாம். முதல் ஷாட்டில் ஃபிரேம் முழுவதும் நடந்து செல்லும் கால்களைக் காட்டவேண்டும். ஊரில் அப்பா வாக்கிங் போவாரா? உலகத்தில் எல்லோருக்கும் சர்க்கரை வியாதி இருக்கிற மாதிரி அப்பாவுக்கும் சர்க்கரை வியாதி இருக்கிறது. ஆனால், அப்பா வாக்கிங் போகிற மாதிரித் தெரியவில்லை. பொதுவாகவே அப்பா உலக நடைமுறைகளை அவ்வளவு எளிதில் பின்பற்றிவிட மாட்டார்.

ஆனால், அம்மா அப்படியில்லை. வெள்ளி, செவ்வாய்க் கிழமைகளில் விரதம் இருப்பது முதல் எல்லாவற்றிலும் அம்மாவுக்கென்று சில நடைமுறைகள் உண்டு. அம்மாவுக்காகத் தனி பூஜை அறை வைத்து ஒரு வீடு கட்டவேண்டும். சினிமாவில் ஜெயித்தால் ரேவதியை டாக்டருக்குக்கூடப் படிக்க வைக்கலாம். திடீரென்று ட்ரூபாவுடைய 'டே ஃபார் நைட்' ஞாபகத்துக்கு வந்தது.

மோட்டார் சைக்கிள் ஒன்று வேகமாகச் சென்றது. போலீஸ் ஸ்டேஷன் வாசலில் ஒரு நாய் படுத்துக்கிடந்தது. ஃபைனான்ஸியர் கதை கேட்டால் சொல்ல வேண்டும். பிலிம் இன்ஸ்டிட்டியூட்டில் ஸ்கிரிப்ட் எழுதித்தான் பழக்கம். ட்ரூபா, ஃபெலினி எல்லாம் இப்படித்தான் ஃபைனான்ஸியரிடம் கதை சொல்லிப் படம் எடுத்திருப்பார்களா? ஃபைனான்ஸியர் கோகுல்தாஸைத் திருப்தி செய்தால்தான் படம் எடுக்க முடியும். கோகுல்தாஸ் எப்படியிருப்பார்? உயரமாக நெடுநெடுவென்று இருப்பார் என்று தோன்றிற்று.

நேற்று இரவு ஃபிலிம் சேம்பரில் கிரீஷ் காஸரவல்லியின் படத்தை அவனும் எஸ்.ஆர்.கே.வும் பார்த்தார்கள். ஏற்கெனவே பார்த்த படம்தான் அது. படம் முடிந்ததும் டீ குடித்தார்கள். டீ நன்றாகவே இல்லை என்றாலும், சினிமா முடிந்தபிறகு டீ குடிப்பது இருவருக்குமே பழக்கம் ஆகியிருந்தது. பழக்கத்தின் காரணமாகச் செய்கிற எத்தனையோ காரியங்களில் அதுவும் ஒன்று. காகம் ஒன்று தலைக்குமேலே கரைந்துகொண்டே பறந்துபோனது. ஸ்டேஷன் நெருங்கிவிட்டது. ஏதோ ரயில் புறப்படுகிற சத்தம் கேட்டது.

தண்டவாளத்தைக் கடந்து ஸ்டேஷனுக்குள் நுழைகிறபோது, கிரீஷ் காஸரவல்லியிடம், மறைந்த கன்னட இலக்கியகர்த்தா சிவராம கராந்தின் மனம் இருக்கிறது என்று தோன்றியது. ஸ்டேஷன் கேண்டீனில் டீ குடித்தான். எதிரே ஒருவர் சட்டைப் பையில் மொபைல் கனத்துத் தொங்கிக்கொண்டிருந்தது. சட்டைப் பைக்குள் மொபைல் கனத்துத் தொங்கினால் அவனுக்குப் பிடிக்காது. மொபைலைக் கிரெடிட் கார்டு அட்டைக் கனத்துக்குச் செய்ய முடியாதா? ரயில் வந்துவிட்டது. அவ்வளவு காலையிலேயே ஒருவர் ரயிலில் பிச்சை எடுத்துக்கொண்டிருந்தார்.

மாம்பலத்தில் 13ஆம் நம்பர் பஸ் புறப்பட வெகு நேரம் ஆகிவிட்டது. மணி ஏழே கால் ஆகியிருந்தது. மாம்பலத்திலிருந்து ஆட்டோவில் போனால் ஏழரைக்குள் எஸ்.ஆர்.கே. வீட்டுக்குப் போய்விடலாம். ராஜுவிடம் நூறு ரூபாயாகக் கேட்டு வாங்காதது தப்பு என்றுபட்டது. ஜாம் பஜார் ஸ்டாப்பிங்கில் இறங்கி வீட்டைத் தேடினான். சிறிது நேரம் அலைந்தபிறகு தெருவைக் கண்டுபிடித்தான்.

தெரு என்று பெயர் இருந்தாலும் அது தெருவல்ல. நீளமான சந்துதான். பல திருவல்லிக்கேணிச் சந்துகளுள் அதுவும் ஒன்று. ஒரு ஆட்டோ செல்கிற அளவுக்குத்தான் அகலம் இருந்தது. இந்தத் தெருவிலா எஸ்.ஆர்.கே. குடியிருக்கிறார்? இந்த இடுக்கமான சந்தில் இருந்துகொண்டா பெர்க்மனைப்பற்றியும் கோடார்டைப்பற்றியும் மூச்சுவிடாமல் பேசுகிறார்?

வீட்டு எண்ணை எண்ணிக்கொண்டே வந்தான். பதினேழு, பதினெட்டு, பத்தொன்பது... இதுதான். அழிக்கம்பிக் கதவு போட்ட வீடு அது. தெருவை ஒட்டியிருந்த வராந்தாவிலிருந்து மாடிக்குப் படிக்கட்டு போயிற்று. அந்தத் தெரு பூராவும் வீசிய சாணத்தின் நாற்றம் அங்கேயும் வீசியது.

எஸ்.ஆர்.கே. வீடு மாடியிலா கீழ்ப்பகுதியிலா என்று யோசித்துக்கொண்டே தயங்கி நின்றான். கதவின் அருகே இருந்த ஜன்னலில் ஓர் ஆணின் முகம் தெரிந்தது.

'யார் வேணும்?'

'எஸ்.ஆர்.கே. சார் வீடு...' என்று இழுத்தான்.

'உள்ள வாங்க... இதுதான்' என்று சொல்லிக்கொண்டே கைலி கட்டியிருந்த ஓர் ஆள் கதவைத் திறந்துகொண்டு வெளியே வந்தார். அவனை அழைத்துச் சென்று சதுரமாக இருந்த சிறிய அறையில் உட்கார வைத்தார். அவரும் ஒரு பழைய நாற்காலியில் உட்கார்ந்துகொண்டார். அவருக்கு முப்பது முப்பத்தைந்து வயதிருக்கலாம். அவர் அணிந்திருந்த பனியன் தோள் பக்கம் இலேசாகக் கிழிந்திருந்தது.

'அப்பா இப்போ கொஞ்சம் முன்னாடிதான் வெளியே போனார்... நீங்க யாரு?'

'என் பேர் ராமநாதன்... சார், வீட்டுக்கு வரச் சொல்லி யிருந்தார்...'

"எதுக்கு வரச் சொன்னார்? இன்னைக்கு ஏதாவது காலை யிலே படம் இருக்கா?"

'இல்லே... ஒரு ஃபைனான்ஸியர்கிட்டே அழைச்சுட்டுப் போறேன்னு சொல்லியிருந்தார்.'

'ஓ! அதுவா?' என்று சொல்லிவிட்டு அவனையே பார்த்துக் கொண்டிருந்தார்.

'கோகுல்தாஸ்கிட்டே அழைச்சுட்டுப் போறேன்னு சொல்லியிருந்தாரா?'

'ஆமா...'

வீட்டினுள் ஏதோ பாத்திரம் கீழே விழுந்தது. சிறிது நேரம் அவனையே பார்த்துக்கொண்டிருந்தார்.

'சார் தப்பா நெனைச்சுக்காதீங்க. நீங்க ரொம்ப நம்பிக்கையோட வந்திருக்கீங்க. அப்பா இப்படித்தான் அப்பப்போ சிலபேர் கிட்டே, கோகுல்தாஸ் கிட்டே அழைச்சுட்டுப் போறேன்னு சொல்லியிருக்கிறார். கோகுல்தாஸ் அப்பாவோட படத்துக்கு ஃபைனான்ஸ் பண்ணினது நாப்பது நாப்பத்தைஞ்சு வருஷத்துக்கு முன்னாடி. இப்போ அப்பாவை மாதிரி அவருக்கும் வயசாயிடுச்சு. அவரோட பையங்கதான் தொழிலைக் கவனிச்சுக்கிறாங்க. அப்பா அந்தக் காலத்திலே, தான் படம் எடுத்த ஞாபகத்திலேயே இன்னமும் இருக்கார். இன்னமும் தன்னை ஒரு புரொடியூஸரா நெனைச்சுக்கிட்டு இருக்கார். சொன்னா நம்ப மாட்டீங்க... பூஜையிலே அவரோட கம்பெனியின் பழைய

எஸ்.ஆர்.கே. 641

க்ளாப் போர்டை வச்சுத் தினசரி கும்பிட்டுக்கிட்டு இருக்கார். சினிமாவைப் பத்தி அவருக்கு நெறையத் தெரியும். ஆனா இனிமே அவராலே எல்லாம் படம் பண்ண முடியுமா சொல்லுங்க?

'என் அப்பாவைப் பத்தி நானே தப்பா சொல்லக்கூடாது. இது ஒருவிதமான கம்பல்ஸிவ் அப்ஸஷன். ஒருவிதமான மன வியாதி. அவருக்கு எழுபது வயசு ஆச்சு. நாங்களும் அவரை ஒண்ணும் சொல்றதில்லை' என்றார்.

ராமநாதனுக்கு என்ன பேசுவது என்றே புரியவில்லை. தலையைத் தொங்கப் போட்டுக்கொண்டு உட்கார்ந்திருந்தான். தெருவில் ஒரு பெண் கோல மாவு விற்றுக்கொண்டு போனாள்.

'காபி எதுனா சாப்பிடறீங்களா?' என்று கேட்டார்.

'இல்லை. வேண்டாம்...'

'பாவம், இவ்வளவு தொலைவு தேடி வந்திருக்கீங்க.'

'நான் வர்றேன்' என்று ராமநாதன் எழுந்து நின்றான்.

'இங்கேதான் பக்கத்திலே எங்கேயாவது போயிருப்பார். உக்காருங்க. வந்திருவார்.'

'இல்லே... நான் கிளம்பறேன். அப்புறமா நான் அவர் கிட்டே பேசிக்கிறேன்' என்று சொல்லிவிட்டு வேகமாக வெளியே வந்தான்.

கல்கி, 2009

மழைப் பயணம்

'அங்க போயி மரம் மாதிரி நிக்காதீங்க... ஒங்க தங்கச்சிகிட்டவும் அம்மாகிட்டவும் பேசுங்க!'

'என்னய போகச் சொல்லுதியே... நீயே போயிட்டு வந்தா என்ன?'

'ஒங்க தலையில என்ன களிமண்ணா இருக்கு? பொம்பள போயிப் பேசதுக்கும் ஆம்பள பேசதுக்கும் வித்தியாசம் இருக்குய்யா. நீங்க, ஒங்க தங்கச்சி, அம்மாங்கிற உருத்தோட பேசலாம். நான் அப்பிடிப் பேச முடியுமா? என்ன இருந்தாலும் நான் அடுத்த வீட்டுக்கு வாக்கப்பட்டு வந்தவதான?' என்றாள் சிவகாமி.

பேச்சியப்பனுக்குத் தன் தங்கச்சியிடமும் அம்மாவிடமும் இதைப் போய்ப் பேசுவதற்கு இஷ்டம் இல்லை. மகேஸ் இரண்டு பெண்களை வைத்துக்கொண்டு கஷ்டப்படுகிறாள். அவளுடைய புருஷனுக்கு ஒழுங்கான வேலை கிடையாது. இட்லி சுட்டு, வடை சுட்டுக் காலத்தை ஓட்டுகிறாள். சிவகாமி நினைப்பது போல் கயத்தாறில் அந்த இரண்டு வீடுகளுக்கு என்ன பெரிய வாடகை வந்துவிடும்? அதில் போய், ஒரு வீட்டு வாடகையைப் பங்கு கேள் என்கிறாளே சிவகாமி. அவனுக்கு அந்த யோசனையே சுத்தமாகப் பிடிக்கவில்லை.

'இதுக்கு எதுக்கு நேர்ல போகணுங்கேன்? மகேஸுகிட்ட செல்லுல பேசுனா போதாதா?'

‘வெவரம் புரியாமப் பேசாதீய... வாடகைப் பணத்தக் கேக்க மட்டும் போகல... ஒங்க அம்மய இங்க கூட்டிக்கிட்டு வரணும்லா? ஒங்க அம்மய அவ தன்கூட வச்சுக்கிட்டுதான ரெண்டு வீட்டு வாடகைப் பணத்தையும் வாங்கி முடிஞ்சுக்கிடுதா?’

‘அம்மய இங்க கூட்டிட்டு வந்து என்ன செய்ய? அவகூட சண்டை போடதுக்கா?’

‘ஒங்க அம்மன்னா ஒங்களுக்குப் பொத்துக்கிட்டு வந்துருமே... நான் என்னைக்கு ஒங்க அம்மகூடச் சண்டை போட்டேன்? பல்லு மேல நாக்கைப் போட்டுப் பேசுதேளே? ஒங்க அம்ம போடாத சண்டையா? அவதான் எடுத்ததுக்கெல்லாம் சண்டை போடுவா. நின்னா குத்தம், நடந்தா குத்தம்னு அவ போடாத சண்டையா?’

‘சரி. . . நீ சொல்லுத மாதிரி அவதான் சண்டைக்காரின்னு வச்சுக்கிடுவோம். இப்பம் அவளக் கூட்டிக்கிட்டு வந்து வச்சுக் கிட்டா மட்டும் சண்டை போட மாட்டாளா?’

‘அதை நாமில்லா சமாளிச்சுக்கிடுதேன். ஒங்களுக்கென்ன? எங்க அம்மய வச்சுச் சாப்பாடு போடுதேன், சாப்பாடு போடுதேன்னு சொல்லிக்கிட்டுத்தான் அவ ரெண்டு வீட்டு வாடகையவும் வாங்கி வாங்கி முடிஞ்சுக்கிடுதா. நீங்களும் ஒங்க அம்மக்கிப் பொறந்த புள்ளதான? ஒங்களுக்கும் அந்த வாடகையில் பங்கு உண்டுல்ல?’

‘அவ புருசனுக்குச் சரியான வேலவெட்டி இல்ல. ரெண்டு பொட்டப் புள்ளைகள வச்சுக்கிட்டுக் கஷ்டப்படுதா. அவ பாவத்துல போயி அடிச்சு விழணும்கிறீயே?’

‘ஏன்... நமக்குந்தான் ரெண்டு புள்ளைக இருக்குது. நாம என்ன அரமணையிலயா வாழுதோம்?’

சிவகாமியிடம் பேசி மீள முடியாது. மேலும், அவள் மனத்தில் ஒன்றை நினைத்துவிட்டால் அதைச் செய்து முடிக்காமல் விடமாட்டாள். சிவகாமி சொல்வது நியாயமே இல்லைதான் என்றாலும், கயத்தாறுக்குப் போகாமல் தீராது. இல்லை என்றால், போய்விட்டு வரும்வரை நச்சரித்துக்கொண்டே இருப்பாள். அவள்மீது வெறுப்பு வந்தது. போயும் போயும் இவளைக் கல்யாணம் செய்துகொண்டோமே. இவ்வளவு காலத்துக்குப் பிறகு அதை நினைத்து என்ன செய்வது?

சிவகாமிக்கும் நாற்பது வயதாகப் போகிறது. சேரன்மாதேவி யில் சண்முகத்தக்கா வீட்டுக் கல்யாணத்துக்குப் போயிருந்த போது தான், வெகு நாட்களுக்குப் பிறகு சிவகாமியைப் பார்த்தான். அப்போது சிவகாமி மதுரையில் கல்லூரிப் படிப்பை எல்லாம்

முடித்திருந்தாள். முறைக்கு அவளும் ஒரு மாமாவுடைய பெண்தான்.

அவனுடைய அப்பாவுக்குத் தன்னுடைய தங்கச்சி மகளைத் திருமணம் செய்துவைக்கவேண்டும் என்று ஆசை. இவன்தான், கல்யாணம் என்றால் சிவகாமியைத்தான் கல்யாணம் செய்து கொள்வேன் என்று பிடிவாதம் பிடித்தான். திருமணமாகி வந்த பிறகுதான் அவள் சரியான வாயாடி என்பது தெரிந்தது. படித்திருப்பதால்தான் இப்படி எல்லோரையும் எடுத்தெறிந்து பேசுகிறாள் என்று அப்பாவும் அம்மாவும் சொன்னார்கள். பெரியவன் சம்பத்துக்கு இரண்டரை வயதாகும்போது அப்பாவுக்கு மாரடைப்பு வந்து இறந்துவிட்டார்.

அப்பா இறந்தபிறகு அம்மாவுக்கு அவனுடன் இருக்கப் பிடிக்கவில்லை. சின்னவள் கோகிலாவுக்கு ஒரு வயது ஆகிவிட்டது. இனி பிள்ளையைப் பார்த்துக்கொள்ள ஆள் வேண்டியதில்லை என்று அம்மா நினைத்தாள். மேலும், அவளுக்கும் சிவகாமிக்கும் நாளாக நாளாக சரிவரவில்லை. அதனால் கயத்தாறுக்கு மகேஸ் வீட்டுக்குப் போய்விட்டாள். கயத்தாறுதானே அவள் பிறந்த ஊர்? ஏதோ அவளுக்குப் பிடித்தமான இடத்தில் இருந்துவிட்டுப் போகட்டும் என்று நினைத்தான்.

கயத்தாறு வீடுகள் எல்லாம் அம்மாவுடைய அப்பா வழிச் சொத்து. ஒரு வீட்டில் மகேஸ் குடியிருந்துகொண்டு, மற்ற இரண்டு வீடுகளையும் வாடகைக்கு விட்டிருந்தாள். அவை நல்ல முரட்டு வீடுகள். அந்தக் காலத்துக் காரைக் கட்டடம். ஆனால், அந்த ஊரில் வாடகை அதிகமாக வராது. அந்த வீடுகள் டவுனில் இருந்தால் நாலாயிரம், அஞ்சாயிரம் வாடகை வரும்.

நாலு மணிக்குமேல் கயத்தாறுக்குப் போவோம் என்று நினைத்தான். சிவகாமி காப்பிப் போட அடுக்களைக்குப் போய்விட்டாள். அதுவும் நல்லதுதான். இல்லை என்றால் திரும்பத் திரும்ப அதையே பேசிக்கொண்டிருப்பாள். சம்பத்தும் கோகிலாவும் அவர்களுடைய நண்பர்கள் வீடுகளுக்குச் சென்றிருந்தனர். மகேஸுடன் ஒப்பிடும்போது அவனுக்கு ஒன்றும் வசதிக் குறைச்சல் இல்லை. நிரந்தரமான வருமானம் வரும் வேலை இருக்கிறது. ஆனால், மகேஸ் புருஷனுக்கு அப்படியா?

பாப்பி சாப்பிட்டுவிட்டு ஜங்ஷன் பஸ் ஸ்டாண்டுக்குப் போனான். மகேஸ் வீட்டுக்கு நிறையப் பழங்கள் வாங்கிக்கொண்டான். கயத்தாறுக்கு அரை மணி நேரப் பயணம்தான். மேகமூட்டமாக இருந்தது. கங்கைகொண்டான் பக்கம் போகும்போதே மழை பெய்ய ஆரம்பித்துவிட்டது. சடசடவென்று பஸ்ஸின் கூரையில் மழை தாரையாகக் கொட்டியது. ஆட்டுக்காரர்கள் மழையில்

கோணியைத் தலைக்குப் போர்த்திக்கொண்டு மந்தையை ஓட்டிக்கொண்டிருந்தார்கள். கங்கைகொண்டான் ஆற்றுப்பாலம் தாண்டிச் சிறிது தூரம் வந்ததுமே மழை, தூறலாக மாறிவிட்டது. கயத்தாறில் பஸ்ஸை விட்டு இறங்கியபோது மழை வெறித்திருந்தது.

கயத்தாறு இன்னும் டவுனாகவில்லை. அந்தக் காலத்து வீடுகள் ஓட்டுக்கை சார்புகளுடன் நின்றுகொண்டிருந்தன. ஆர்ச் வைத்துக் கட்டப்பட்ட மாடிகளுடன் கூடிய வீடுகளின் கீழே கடைகள் வந்திருந்தன. அவன் கயத்தாறுக்கு வந்து இரண்டு இரண்டரை வருஷங்கள் இருக்கும். மகேஸூடைய சின்ன மகள் கோமதியின் சடங்குக்கு வந்தது.

மகேஸ் ஆசையோடு ஓடிவந்து அவனை வரவேற்றாள். 'மதினி, பிள்ளைகள்லாம் வரலியா அண்ணே?' என்று கேட்டாள். அன்றைக்கு வடை வியாபாரம் போல. வீட்டுத் திண்ணைதான் கடை. மகேஸூடைய பெரிய மகள் மீனாதான் எண்ணெய்ச் சட்டிக்கு முன்னால் உட்கார்ந்து வடை சுட்டுக்கொண்டிருந்தாள். அவனைப் பார்த்ததும் எழுந்து நின்று, 'வாங்க மாமா' என்றாள். பேச்சியப்பன் சிரித்துக்கொண்டே அவளிடம் நலம் விசாரித்தான். இரண்டு பெண்கள் வடை வாங்குவதற்காகத் திண்ணையில் உட்கார்ந்திருந்தார்கள். வீடு இருட்டாக இருந்தது. மகேஸ் உள்ளே நுழைந்ததும் சுவிட்சைப் போட்டாள். டியூப் லைட் எரியவில்லை. இன்னொரு சுவிட்சைப் போட்டதும் ஒரு பல்பு எரிந்தது.

சுவர் ஓரத்தில் அம்மா கால்களை நீட்டி உட்கார்ந்திருந்தாள். அவ்வளவு நேரமும் அந்த இருட்டுக்குள்ளேயே அவள் உட்கார்ந்திருந்திருக்கிறாள். வயசாகிவிட்டால் தன்னையும் இப்படித்தான் ஓர் ஓரத்தில் போட்டுவிடுவார்களோ என்று நினைத்தான். அம்மாவுக்குக் கண் பார்வை மங்கலாகிவிட்டது. விளக்கு எரிவதுகூடத் தெரியுமா என்று தெரியவில்லை. சிவகாமியுடைய சித்தப்பாவுக்கு அவனுடைய வீட்டில் வைத்துத்தான் கண் ஆபரேஷன் நடந்தது. அரவிந்தில்தான் காட்டி ஆபரேஷன் செய்துகொண்டு போனார்.

மகேஸ், அம்மாவுக்குப் பக்கத்தில் போய், 'அண்ணன் வந்திருக்கும்மா...' என்றாள்.

'யாரு..? பேச்சியா வந்துருக்கான்?'

'ஆமாம்மா...'

பழங்கள் இருந்த பாலிதீன் பையை மகேஸிடம் கொடுத்துக் கொண்டே அம்மாவின் அருகே வெறும் தரையில் உட்கார்ந்துகொண்டான்.

‘இதெல்லாம் எதுக்கண்ணே?’ என்று பையை வாங்கிக்கொண்டே கேட்டாள் மகேஸ். அவளிடமிருந்து தோசை மாவு வாசனை வீசியது.’

‘இருக்கட்டும்… பிள்ளைகளுக்குக் குடு…’ என்றான்.

எல்லோரையும் பேச்சியப்பன் விசாரித்தான். அம்மா அவனுடன் சிறிது பேசிவிட்டுப் படுத்துக்கொண்டாள். வீட்டுக்குள் கடலை எண்ணெய் வாசனை இருந்துகொண்டே இருந்தது. அவளுடைய புருஷனைப்பற்றிக் கேட்டான்.

‘தேவர்கொளத்துல ஒரு கல்யாணம். ஆட்களோட கல்யாண வேலைக்குப் போயிருக்காக…’ என்றாள். வடை வாங்க வந்த பெண்கள் போய்விட்டார்கள். வெளியே மீண்டும் தூறல் விழுகிற சத்தம் கேட்டது. வீட்டுக்குள் ஈரமாகிவிடக்கூடாது என்று மகேஸ் அடுப்படியில் இருந்து சாக்குத் துண்டை எடுத்துவந்து வாசல் படியருகே போட்டாள்.

அந்த வீட்டில்தான் அவனும் மகேஸும் பிறந்தார்கள். அவர்களுடைய அம்மாச்சி பாம்படம் போட்டிருப்பாள். மகேஸை ஆச்சி எடுத்துவைத்துக் கொஞ்சும்போது, மகேஸ் ஆச்சியுடைய பாம்படங்களை ஆட்டுவாள்.

‘பாம்படத்தை ஆட்டிக் காதை அத்துப் போடாதடி… ஏஞ் சாவு செலவுக்கு இந்தப் பாம்படம்தான் இருக்கு. ஆச்சி செத்தா நீங்கள்லாம் நெய்ப் பந்தம் புடிக்கணும்டி… என்ன புடிப்பியா?’ என்று ஆச்சிக்கு மகேஸைக் கொஞ்சி மாளாது. அம்மாச்சிக்கு மகேஸ் என்றால் ரொம்பப் பிரியம்.

அப்போது அங்கே பெரிய வில் வண்டி இருந்தது. அவனும் மகேஸும் லீவில் தாத்தா வீட்டுக்கு வந்தால், லீவு முடிந்து டவுனுக்குப் போகும்போது காய்கறிகள், நவதானியம் இவற்றோடு தான் பேரனையும் பேத்தியையும் வில் வண்டியில் அனுப்பி வைப்பார். நாலாவது வளவில் இருந்த கந்தப் பிள்ளை மாமாதான் வண்டியை ஓட்டுவார்.

ஒரு சிறு பிளாஸ்டிக் தட்டில் மகேஸ் இரண்டு ஆம வடைகளை வைத்து எடுத்துவந்து கொடுத்தாள். சம்பிரதாயத்துக்காக, ‘எதுக்கு?’ என்றான்.

‘சாப்பிடுங்க’ என்றாள் மகேஸ்.

மகேஸுடைய சின்ன மகள் கோமதி அடுக்களைக் கதவோரத்தில் நின்றுகொண்டிருந்தாள்.

‘பிள்ளைகள்லாம் என்ன படிக்கிது?’ என்று கேட்டான்.

'பெரியவ பத்தோட நின்னுட்டா. இவ ஒம்பது போறா...' என்றாள் மகேஸ். கோமதியிடம், 'நல்லாப் படி...' என்றான். கோமதி லேசாகச் சிரித்துக்கொண்டே தலையை ஆட்டினாள். வடை மொறுமொறுவென்று ருசியாக இருந்தது.

'வடை நல்லா இருக்கு...' என்றான்.

'காலையிலயும் ராத்திரியும் இட்லி போடுவேன். சாயந்தரம் வடை, இல்லன்னா பஜ்ஜி... ஏதோ இதுலதான் வண்டி ஓடுது...'

ஒரு மணி நேரம் கழிந்திருக்கும். புறப்படலாம்போல இருந்தது. மகேஸ், ராத்திரி இருந்துவிட்டுப் போகலாம் என்றாள். அவன் ஒரேடியாக மறுத்துவிட்டுப் புறப்பட்டான். எவ்வளவோ சொல்லியும் கேட்காமல் மகேஸும் கோமதியும் அவனை வழியனுப்ப பஸ் ஸ்டாண்ட்வரை வந்தார்கள். ரோடெல்லாம் ஒரே சகதியாகக் கிடந்தது. மழைக் காலத்தில் இப்படி வெளியூருக்குப் போய் வெகு காலம் ஆகிவிட்டது. கோவில்பட்டியிலிருந்து பஸ் வந்தது. அதில் ஏறிக்கொண்டான்!

ஆனந்த விகடன், 2011

குழந்தை

கோமதிக்குப் பயமாக இருந்தது. பதினொரு மாதக் குழந்தையான வேணிக்குப் பேதியாகிக் கொண்டிருந்தது. காலையிலிருந்து போய்க் கொண்டே இருந்தது. வேணி உட்காரக்கூட முடியாமல் படுத்தே கிடந்தாள். கை, கால்களெல்லாம் துவண்டு கிடந்தன. வீட்டுக்கார ஆச்சி சொன்ன கைப் பக்குவத்தையெல்லாம் செய்து பார்த்துவிட்டாள். இட்லியில் மோர் விட்டுப் பிசைந்து கொடுத்துப் பார்த்தாள். ஒரு வாய் வாங்கிவிட்டு அப்புறம் சாப்பிடவே இல்லை. வயிறெல்லாம் ஒட்டிக் கிடந்தது. ஆனால், பேதியாவது மட்டும் நிற்கவே இல்லை. ஈனஸ்வரத்தில் 'அம்மா, அம்மா' என்று அரற்றிக்கொண்டிருந்தது குழந்தை. குழந்தைக்கருகே குனிந்து, 'வேணீ... வேணீக்குட்டி...' என்று கூப்பிட்டுப் பார்த்தாள். கண்ணைத் திறந்து பார்க்க முடியாமல் பாயில் துவண்டு கிடந்தாள் வேணி.

சங்கரன் ஆபீசுக்குப் போய்விட்டான். அவன் வீட்டிலிருக்கும்போதே வேணிக்கு நாலைந்து தடவை போய்விட்டது. குழந்தையையும் கவனித்துக் கொண்டு சமையலையும் பார்ப்பது கோமதிக்குச் சிரமமாக இருந்தது. எப்படியோ இட்லி அவித்து, சட்னியையும் தயார் செய்துவிட்டாள். இட்லி சாப்பிடும்போது அவனிடம், மத்தியானம் ஆபீஸ் கேன்டீனில் சாப்பிட்டுக்கொள்ளுமாறு சொன்னாள்.

"பிள்ளையை டாக்டரிடம் கூட்டிக்கிட்டுப் போ" என்றான் சங்கரன். டாக்டர் வீடு தெரு முனையில்தான் இருக்கிறது. ஆனால் டாக்டர் வீட்டுக்குத் தூக்கிக்கொண்டு செல்லப் பயந்தாள்

கோமதி. வேணியைத் தூக்கி நிறுத்தினாலே கொடகொட வென்று பீய்ச்சியடித்தது. உடம்பு சிறிது அசைந்தாலே போக ஆரம்பித்துவிடுகிறது. டாக்டரிடம் எப்படித் தூக்கிச் செல்வதென்று தெரியவில்லை.

அவளுடைய முதல் குழந்தைக்கும் இதே பதினோறாவது மாதத்தில் பேதியாக ஆரம்பித்தது. அன்று சாயந்திரம் குழந்தை இறந்துவிட்டது. அந்தக் குழந்தை மாதிரியே வேணியும் இறந்துவிடுவாளோ என்று பயந்தாள். திருநீற்று மரவையி லிருந்து திருநீற்றை எடுத்து வேணியின் நெற்றியிலும் வயிற்றிலும் பூசினாள். ஒரு வயது ஆவதற்குள் திருநீறு பூசக்கூடாது என்பார்கள். ஆனால் கோமதிக்கு எப்படியாவது குழந்தை பிழைத்துக் கொண்டால் போதும் என்றிருந்தது.

நடைவாசலில் நிழலாடியது. வீட்டுக்கார ஆச்சிதான் வந்தாள், "ஏட்டீ கோமதி! என்ன அழுதுக்கிட்டிருக்க. தேனை சொரசம் பண்ணிக் குடுத்தியா இல்லையா?" என்று கேட்டாள். கோமதியின் பக்கத்தில் வந்து உட்கார்ந்து காலை நீட்டிக்கொண்டாள். ஆச்சியின் சேலையிலிருந்து வெங்காய வாசனை அடித்தது.

"குடுத்துட்டேன் ஆச்சி. ஆனா நிக்கல..." என்று அழுது கொண்டே சொன்னாள் கோமதி.

"சரி... டாக்டர்கிட்ட தூக்கிட்டுப் போக வேண்டியதுதானே?"

"பிள்ளை ஒடம்ப அசைச்சாலே போயிருது ஆச்சி... டாக்டர் வீடு வரைக்கும் எப்படி தூக்கிட்டுப் போறதுன்னு தெரியல..." என்றாள்.

"டாக்டர வீட்டுக்குக் கூப்புட்டா வரமாட்டாரா?"

"தெரியல..."

"தெரியல, தெரியலன்னு சொல்லிக்கிட்டு இருந்தா பிள்ளை என்னத்துக்காகும்? நான் புள்ளயப் பாத்துக்கிடுதேன். போயி டாக்ட்டர வீட்டுக்கு கூட்டிட்டு வா" என்று சொன்னாள் ஆச்சி. கோமதி வேணியையே பார்த்துக்கொண்டிருந்தாள். கண்ணீர் பார்வையை மறைத்தது. மாடி வீட்டில் யாரோ திடுதிடுவென்று நடந்து போகிற சத்தம் கேட்டது. கோமதிக்குக் குழந்தையை விட்டுவிட்டுப் போக மனம் ஒப்பவில்லை. அவர்கள் பார்த்துக்கொண்டிருக்கும்போதே அதற்குப் பேதி யாயிற்று. கோமதி வாய்விட்டு அழுதாள். தலையில் அடித்துக் கொண்டாள்.

பாயெல்லாம் மலம் தண்ணீராகப் பெருகிக் கிடந்தது.

“ஏட்டி… இது என்ன இப்பபடிப் போகுது? கீழ கெடந்தது எதையும் எடுத்துத் தின்னுருக்குமா? இப்படியே உக்காந்து பாத்துக்கிட்டு இருந்தா பேதியாவுறது நின்னுருமா? அதைத் தொட… புள்ளய எங்கிட்டக் குடு. வா… எந்திரி… டாக்டர் வீட்டுக்குப் போவோம்…” என்று கோமதியைச் சத்தம் போட்டாள்.

கோமதி துணியை எடுத்துத் துடைத்தாள். ஆச்சி ஒரு துணியில் பிள்ளையைப் பொதிந்தாற் போல் சுற்றிக் கொண்டாள்.

“கெளம்பு… கதவப்பூட்டு. துட்ட எடுத்துக்கோ. அழாத. .. அழுது ஆகப் போறது ஒண்ணுமில்ல. எல்லாம் சரியாப் போயிரும்” என்றாள் ஆச்சி. கோமதி முந்தானையினால் முகத்தைத் துடைத்துக்கொண்டாள். பர்சை எடுத்துக் கொண்டாள். ஆச்சி குழந்தையைத் தூக்கிக்கொண்டு தெருவில் இறங்கி நடக்க ஆரம்பித்திருந்தாள். எதிர்வீட்டில் காய்கறி வண்டிக்காரன் நின்று கூவிக்கொண்டிருந்தான். வீட்டைப் பூட்டிவிட்டு கோமதி ஆச்சியின் பின்னால் ஓடினாள். அவள் கண்களிலிருந்து மாலைமாலையாகக் கண்ணீர் வடிந்துகொண்டிருந்தது.

ஆச்சி ஓட்டமும் நடையுமாக ஓடினாள். அவள் குழந்தையைத் துணியில் பொதிந்து வைத்திருந்த விதம், செத்த குழந்தையைப் போலிருந்தது. வள்ளிக்கண்ணு பிள்ளை வீட்டுக்குப் பக்கத்தில் போனபோது வேணியின் தலை கீழே சரிந்துவிட்டது. அதைப் பார்த்ததும் கோமதி, “ஆச்சி!” என்று வீறிட்டாள். ஆச்சி டாக்டர் சதாசிவம் வீட்டை நோக்கி வேகமாகச் சென்று கொண்டிருந்தாள். கோமதி கத்திச் சத்தம் போட்டு அழுது கொண்டே ஆச்சியின் பின்னால் போய்க்கொண்டிருந்தாள். அவளுக்கு நம்பிக்கையில்லை. குழந்தை இறந்தேதான் விட்டது. முதல் குழந்தை மாதிரியே, அதே பதினோறாவது மாதத்தில் வேணியும் இறந்துவிட்டாள்.

டாக்டர் சதாசிவத்தின் வீடும் கிளினிக்கும் ஒரே கட்டடத்திலிருந்தது. மாடியில் வீடு. கீழே கிளினிக் இயங்கி வந்தது. ஆச்சி வேக வேகமாக மூச்சிரைக்க, கிளினிக்கிற்குள் நுழைந்தாள். ஏழெட்டுப் பேர் வரிசையில் உட்கார்ந்திருந்தனர். அட்டெண்டர் சொல்லியும் கேளாமல் ஆச்சி நேராக டாக்டரின் அறைக்குள்ளேயே போய்விட்டாள். சதாசிவம் ஒரு பேஷண்ட்டைப் பார்த்துக் கொண்டிருந்தார். கோமதியும் டாக்டரின் அறைக்குள் நுழையப் போனாள். அவளை அட்டெண்டர் தடுத்து நிறுத்திவிட்டான்.

“ஐயோ… என் குழந்தை… வேணீ… வேணீ” என்று கத்தினாள் கோமதி.

“கத்தாதே… சும்மா உக்காரு” என்றான் அட்டெண்டர்.

டாக்டர் லேசான எரிச்சலுடன், "என்னம்மா நீங்க? நான் பேஷண்டைப் பார்த்துக்கிட்டுருக்கேம்ல்லா?" என்றார். ஆச்சி வேணியை டாக்டரின் முன்னால் மேஜையின் மீது கிடத்தினாள்.

"காலையில இருந்து பத்துப் பன்னிரெண்டு தடவை பேதியாயிடுத்து டாக்டர்... ஒடனே பாருங்க டாக்டர்..." என்றாள் ஆச்சி.

சதாசிவம் அந்த பேஷண்ட்டை அனுப்பிவிட்டு, குழந்தையின் கையைப் பிடித்து நாடி பார்த்தார். கண் கீழ் இமைகளை விலக்கிப் பார்த்தார். 'வெளிக்கி தண்ணியா போகுதா?' என்று கேட்டுக்கொண்டே ஒரு ஷெல்பைத் திறந்து மருந்து பாட்டிலை எடுத்தார். "ஆமா அணையைத் திறந்துவிட்ட மாதிரி பீச்சிப் பீச்சி அடிக்குது..." என்றாள் ஆச்சி.

"ஒண்ணுமில்ல, குழந்தை கீழ கிடந்த எதையோ எடுத்து வாயில போட்டிருக்கும்" என்று சொல்லிக் கொண்டே குழந்தையின் வயிற்றை லேசாக அமுக்கிப் பார்த்தார். பிறகு சிரிஞ்சை எடுத்து மருந்தை ஏற்றினார்.

குழந்தையின் இடுப்புக்குக் கீழே பின்புறம் ஊசி போட்டார். வேணி அழுதாள். வாசலில் உட்கார்ந்திருந்த அட்டெண்டரைத் தள்ளிக்கொண்டு கோமதி உள்ளே ஓடி வந்தாள்.

"என் குழந்தை... என் குழந்தை" என்று அழுதாள்.

"இது யாரு?" என்று சதாசிவம், ஆச்சியிடம் கேட்டார்.

"இவ பிள்ளைதான் இது"

"பயப்படாதீங்க... சரியாயிரும். இஞ்செக்சன் போட்டு ருக்கேன். எலெக்ட்ரால் அடிக்கடி குடுங்க. இந்த மாத்திரையை இப்ப ஒரு வேளை, மதியம் ஒரு வேளை குடுங்க. சாயந்திரம் குழந்தையை எடுத்துக்கிட்டு வாங்க. ஷீ வில்பி ஆல்ரைட்..." என்றார் சதாசிவம்.

கோமதி டாக்டரைக் கையெடுத்துக் கும்பிட்டாள். பர்சைத் திறந்து பீஸைக் கொடுத்தாள். ஆச்சி குழந்தையைத் தூக்கிக்கொண்டாள். ஆச்சரியப்படும்படியாக, குழந்தை வீட்டிலிருந்து புறப்பட்டது முதலே பேதியாகாமல் இருந்தது.

ஆச்சி குழந்தையை கோமதியிடம் கொடுத்துவிட்டு, கோமதியின் கையிலிருந்த மருந்துச் சீட்டை வாங்கிக் கொண்டாள்.

"நீ வீட்டுக்குப் போ... பணத்தைக் குடு... நான் போயி மாத்திரை வாங்கிட்டு வாரேன்..." என்றாள் ஆச்சி.

கோமதி வீட்டுக்குப் போனாள். எலக்ட்ரால் பவுடர் வீட்டிலிருந்தது. அதைத் தண்ணீரில் கலந்து குழந்தைக்குப் புகட்டினாள். ஆச்சி வாங்கி வந்த மாத்திரையைக் கொடுத்தாள். இனி வேணிக்கு ஒன்றும் நேராது என்ற நம்பிக்கை கோமதிக்கு எழுந்தது.

தினமலர், 2014

போக முடியாதவள்

எங்காவது தொலைந்து போக வேண்டும் என்று முடிவு செய்தாள் பார்வதி. எங்கே போவது என்றுதான் தெரியவில்லை. அவள் தொலைந்து போனால், யார் தேடப் போகிறார்கள். அத்தை 'ஒழிந்தது பீடை' என்று இருந்துவிடுவாள். கணபதியும் அவளைத் தேடுவான் என்று சொல்ல முடியாது. அவன் ஒரு நாளும் அவளைத் தேடியது கிடையாது. அவனைப் பொறுத்தவரை அவனுடைய துணிமணிகளைத் துவைத்துப் போடுவதற்கும், சோறு பொங்கிப் போடுவதற்கும்தான் மனைவி. அப்பா, அம்மா கிழித்த கோட்டைத் தாண்ட மாட்டான்.

ஊரிலிருக்கிற அம்மாவுக்கு விஷயம் தெரிந்தால் வருத்தப்படுவாள். நாலைந்து நாளில் அந்த வருத்தமும் குறைந்துவிடும். செங்கோட்டை, புளியரை வழியாக நடந்தே காட்டுக்குள் போய் விடலாமா? ஒரு தடவை கல்யாணமான புதிதில், அவளைக் கணபதி ஆரியங்காவுக்கெல்லாம் அழைத்து வந்திருக்கிறான். ஆரியங்காவு ஸ்டேஷ னில் வைத்துதான் வீட்டிலிருந்து கொண்டு வந்திருந்த இட்லியைச் சாப்பிட்டார்கள். அப்போ தெல்லாம் கணபதிக்கு அவள் பேரில் ரொம்பப் பிரியம் இருந்த மாதிரித்தான் தெரிந்தது.

ஒருவேளை அவளுக்குக் குழந்தை பிறந்திருந் தால், அவன் அவளிடம் ரொம்ப ஒட்டுதலாக இருந்திருப்பானோ என்னவோ? அவளுக்குப் பிறகு நான்கு வருஷங்கள் கழித்துத் திருமணமான கற்பகத்துக்குக் கூட இரண்டு பிள்ளைகள்

வண்ணநிலவன்

இருக்கின்றன. ஆனால் சங்கரன்கோயில் மாமா, 'இந்தக் காலத்தில் இதெல்லாம் ஒரு விஷயமே இல்லை. டெஸ்ட் ட்யூபில் குழந்தைகள் பிறக்கிற காலம் இது. ஏதாவது அனாதை ஆசிரமத்திற்குப் போய் நமக்கு வேண்டிய பிள்ளையைத் தத்துகூட எடுத்துக் கொள்ளலாம்' என்கிறார். மாமா சொல்வதை அந்த வீட்டில் யார் கேட்பார்கள்?

அவளுடைய அத்தைக்கும், அவளுடைய புருஷன் கணபதிக்கும் இதெல்லாம் தெரியாமலா இருக்கும்? பிள்ளை பெத்துத் தர வழியில்லாத மலடி என்று இந்த எட்டு வருஷமும் இதே பாட்டுத்தான். நாலு வருஷத்துக்கு முன்பே பார்வதியை, அவளுடைய அம்மா, பாளையங்கோட்டை டாக்டரிடம் காட்டி 'செக் அப்' செய்து விட்டாள். அவளிடம் எந்தக் குறையும் இல்லை என்று டாக்டரம்மா சொல்லிவிட்டாள்.

ஆனால் கணபதி தன்னிடம்தான் குறை இருக்கிறது என்பதை ஏற்றுக்கொள்வானா, இல்லை அத்தைதான் அதை ஒப்புக் கொள்வாளா? அதை ஒப்புக்கொண்டால் பார்வதியைத் தினசரி திட்ட முடியாதே.

அவள் வீட்டை விட்டுக் கிளம்பி இரண்டுமணி நேரமாகி விட்டது. கையில் கட்டியிருந்த வாட்சைப் பார்த்தாள். மணி ஒன்பது இருபது. எல்லோருக்கும் இட்லி அவித்துவைத்து விட்டுத்தான் புறப்பட்டிருந்தாள். பக்கத்து ராசத்தக்கா வீட்டில் போய்த் தேடியிருப்பார்கள். ஒருவேளை கோயிலுக்குப் போயிருப்பாளோ என்று நினைத்திருப்பார்கள். கணபதி சாப்பிட்டுவிட்டு முனிஸிபல் ஆஃபீசுக்குப் புறப்பட்டிருப்பான். மத்தியானம் ஆனால்தான் அவளைக் காணவில்லை என்பது நிச்சயமாகும்.

இலஞ்சி ரோடும் செங்கோட்டை ரோடும் சந்திக்கிற இடத்தினருகில் ஒரு பஸ் நிறுத்தம் இருந்தது. அங்கே போய் நின்றுகொண்டாள். செங்கோட்டை போய்விட்டால், செங்கோட்டையிலிருந்து குளத்துப்புழைக்கு பஸ் இருக்கும். அதில் குளத்துப்புழை போவதென்று முடிவு செய்தாள். இருட்டிவிட்டால் என்ன செய்வது? ராத்திரி எங்கே தங்குவது? பேசாமல் அம்மா வீட்டுக்கே போகலாமா என்று தோன்றியது. இரவைப் பற்றி நினைத்ததும் பயமாக இருந்தது.

குளத்துப்புழை அழகான ஊர்தான். ஆற்றின் கரையில் கோயில்கூட இருக்கிறது. யாரோ சொன்னார்களென்று ஒருமுறை அவளும் கணபதியும் குளத்துப்புழை கோயிலுக்கு வந்திருக்கிறார்கள். ஆனால் இப்போது குளத்துப் புழையில்

யார் இருக்கிறார்கள்? முன்பின் தெரியாத ஊரில் இரவு எங்கே தங்க முடியும்? இரவை நினைத்தபோது பயமாகத்தான் இருந்தது.

அம்பாசமுத்திரத்துக்கு அம்மா வீட்டுக்குப் போனாலும் சரி, சங்கரன் கோவில் மாமா வீட்டுக்குப் போனாலும் சரி, அவளைத் திரும்பவும் தென்காசியில்தான் கொண்டுவந்து விடுவார்கள். மீண்டும் அத்தையிடம் பேச்சு வாங்கிக்கொண்டு இருக்க வேண்டியதுதான். ஏதாவது மருந்தை வாங்கிக் குடித்து விட்டுச் செத்துப்போய் விடலாமா? இல்லை, குற்றாலம் போய் ஏதாவது அருவியில் விழுந்து உயிரை மாய்த்துக்கொள்ளலாமா? என்ன செய்வதாக இருந்தாலும் இரவுக்குள் செய்துவிட வேண்டும்.

வீட்டை விட்டுக் கிளம்பியபோது இருந்த உறுதியும் தெளிவும் காணாமல் போய்விட்டன. ஆணாக இருந்தால் எங்கே வேண்டுமானாலும் போகலாம். இரவு, பகல் என்று நேரத்தைப் பற்றி எந்தக் கவலையுமில்லாமல் இருக்கலாம். ஆனால் ஒரு பெண்ணால் அப்படியிருக்க முடியாது. கண் காணாமல் போவதென்பது எளிதில்லை. அதுவும் ஒரு பெண்ணுக்குச் சாத்தியமே இல்லை. ஒரு வெள்ளாடு அவளருகே வந்து நின்றது. அதன் உடம்பிலிருந்து ஒரு விதமான நெடி யடித்தது. பஸ் ஸ்டாப் திண்டில் உட்கார்ந்திருந்த வயசாளி தும்மினார்.

கண்காணாத இடத்துக்குப் போக முடியாதென்றால் செத்துப் போவது ஒன்றுதான் வழி. அதுவும் உயிர் போகவில்லை யென்றால் என்ன செய்வது? சதா சர்வகாலமும் அத்தையிடம், ஏச்சும் பேச்சும் கேட்டுக்கொண்டிருப்பது தவிர வேறு வழி யில்லையா? கண்ணீர் வந்தது. திண்டில் உட்கார்ந்து யோசித்துக் கொண்டே இருந்தாள். ஒரு செங்கோட்டை பஸ் கூடப் போய்விட்டது. வெகு நேரம் கழித்து ஹேண்ட் பேக்கில் இருந்த செல்ஃபோனை எடுத்து அத்தைக்குப் போட்டாள்.

"நான் பார்வதி அத்தை..."

"பார்வதியா? எங்கே போயிட்டே? சொல்லாமே கொள்ளாமே எங்கே போய்த் தொலைஞ்சே?"

"ஒரு ஃப்ரண்ட் வீட்டுக்கு வந்தேன். இன்னுங் கொஞ்ச நேரத்துல வீட்டுக்கு வரேன் . . ." என்று சொல்லிவிட்டு ஃபோனை அணைத்தாள்.

மங்கையர் மலர், **2015**

அவனும் அவளும்

சந்தைக் கடை இரைச்சலாக இருக்கும் இந்த வளவை விட்டு முதலில் மாறிப்போக வேண்டும் என்று சங்கரபாண்டி ரொம்ப காலமாக நினைத்துக் கொண்டிருக்கிறான். ஆனால் சட்டென்று குடியைக் கிளப்பிக்கொண்டு போக முடியவில்லை. 'பழகிய இடம், பழகிய இடம்' என்று சொல்லியே மாரீஸ்வரி கிளம்ப மறுக்கிறாள். அவளுக்கு டெயிலர் பொண்டாட்டியுடன் கோயில், கடை கண்ணி என்று போய்க்கொண்டிருக்க வேண்டும். மத்தியானமானால் பாடுபேச ஆட்கள் வேண்டும். எட்டு வருடமாகப் பழகி வைத்திருக்கிற ஆட்களை விட்டு அவள் லேசில் கிளம்புகிற மாதிரி இல்லை. மேலும் ரெட்டைப் பிள்ளைகள் இரண்டுக்கும் பள்ளிக்கூடம் பக்கத்திலேயே இருக்கிறது.

ஒரு வீடா, இரண்டு வீடா? ஆறும் ஆறும் பன்னிரண்டு வீடுகள், டி.வி. சத்தம், மிக்ஸி சத்தம், கிரைண்டர் ஓடுகிற சத்தம் என்று மின்சார சாதனங்கள் போடுகிற இரைச்சலைத் தவிர, வீடுகளிலுள்ள ஆட்களே சத்தமாகத்தான் பேசுகிறார்கள். செல்போனில் பேசினால்கூட, எட்டு வீட்டுக்குக் கேட்கிற மாதிரி சத்தமாகப் பேசினால்தான் போன் பேசிய மாதிரி இருக்கிறது அவர்களுக்கு. இந்தக் கூட்டத்தோடு இருந்து இருந்து, சங்கரபாண்டியே சத்தமாகப் பேச ஆரம்பித்துவிட்டான். முந்தாநாள், வாடகைக்கு வீடு கேட்டுப் பேசிய பேங்குக்காரரிடம் கூட சங்கரபாண்டி சத்தமாகத்தான் பேசினான். பேசி முடித்த பிறகுதான் 'ஏன் இவ்வளவு சத்தமாகப்

பேசினோம்' என்று தோன்றியது. ஆனால் என்னதான் செய்ய முடியும்? பழக்கம் லேசில் மாறுகிறதா என்ன?

அவனுக்குத் தெரியாத இடங்களா, அவனுக்குத் தெரியாத வீடுகளா? ஊரைவிட்டுத் தாண்டி வி.எம். சத்திரம் பக்கம் போய்விட்டால் இத்தனை இரைச்சலும் சத்தமும் இருக்காது. இரண்டு வாரத்துக்கு முந்திதான் வி.எம். சத்திரத்தில் காலேஜ் புரொபஸர் ஒருத்தருக்கு வாடகைக்கு வீடு பேசி முடித்தான். ஆரவாரமே இல்லாத இடம். இந்த செண்பகம் பிள்ளை வளவுக்கு நிலம் வாங்கவோ, ஒத்தி, அடமானத்துக்கோ அல்லது வாடகைக்கோ இடம் தேடி நேரில் வருகிறவர்கள், அவ்வளவு தூரத்துக்குத் தேடி வருவார்களா என்றெல்லாம் இடையிடையே யோசனை வரப் போய்த்தான் வீடு மாற்றுகிற ஆசையைக் கைவிட்டான்.

அந்த காலேஜ் புரொபஸருக்குப் பார்த்துக் கொடுத்த வீடுதான் எவ்வளவு செட்டான வீடு. வீட்டு வாசல் பூராவும் வெள்ளை வெளேரென்று சங்கு புஷ்பங்கள் பூத்துக் குலுங்கின. ஹாலில் உள்ள ஜன்னலைத் திறந்தால் ரெட்டியாபட்டி மலை. வீட்டுக்குள் எந்த அறைக்குள் நுழைந்தாலும் மலைக்காற்றும் குளிர்ச்சியும். புறவாசலில் இரண்டு வாழைகள் நின்றிருந்தன. அந்த வீட்டை முதல் முதலாக, வீட்டுக்காரரிடம் சாவி வாங்கி, அவருக்குச் சுற்றிக் காட்டிய போதே சங்கரபாண்டியனுக்கு ரொம்பப் பிடித்துவிட்டது. புரொபஸருக்கும் ரொம்பத் திருப்தி, யார் யாருக்கோ ஓடியாடி வீடு பிடித்துக் கொடுத்தாலும், நமக்கு விதித்தது இந்தச் செண்பகம் பிள்ளை வளவுதான்.

பிள்ளைகள் பள்ளிக்கூடத்துக்குப் புறப்பட்டுக்கொண்டிருந்தன. மாரீஸ்வரி உள்ளேயிருந்து வேர்த்து விறுவிறுத்து வந்து நின்றாள். முன் நெற்றியில் ஒன்றிரண்டு மயிர்கள் வியர்வையில் ஒட்டிக் கிடந்தன. முதுகுப்புறம் தொங்கிய பையோடும், கையில் சாப்பாட்டுப் பையுடனும் கமலி, அக்காவுக்காக வராண்டாவில் வந்து நின்றாள். "வாக்கா … எட்டு இருபதாச்சு" என்று வராண்டா சுவரில் தொங்கிய அஜந்தா கடிகாரத்தைப் பார்த்துக்கொண்டே கீதாவைக் கூப்பிட்டாள். கமலி எப்போதுமே எல்லாவற்றிலுமே முதல்தான். இரட்டைப் பிள்ளைகள் என்றாலும் கீதாவுக்கும் கமலிக்கும் ஏழாம் பொருத்தம்தான். "இருடி … ஏன் பறக்கிறே …" என்றாள் கீதா.

முந்தானையால் கழுத்தையும் முகத்தையும் துடைத்துக் கொண்டே வராந்தாவுக்கு வந்தாள் மாரீஸ்வரி. சங்கரபாண்டி தினசரி காலண்டரைப் பார்த்துக்கொண்டிருந்தான். தலைக்கு மேல் ஓடிய ஃபேன் காற்று சுகமாக இருந்தது. இனிதான் அவள்

குளிக்க வேண்டும். குளித்துவிட்டு கோபாலன் கோவில்நடை அடைப்பதற்குள் போய்விட வேண்டும். "மாரீ கோயிலுக்குப் போலாமா..? என்று ராஜத்தக்கா வந்துவிடுவாள். இருக்கறது ஒரு பாத்ரூம்... நானும் குளிச்சிட்டுக் கோயிலுக்குப் போணும், நீங்களும் பூசயெல்லாம் பண்ணணும்..." என்றாள் மாரீஸ்வரி. பக்கத்தில் வந்து நின்ற அவள் உடம்பிலிருந்து வியர்வை வாடை அடித்தது.

"என்னத்தப் பூச பண்ண..?" என்றான்.

"பூச பண்ணாம என்ன பண்ணப் போறீயோ? ஏன் திடீர்னு சலிச்சுக்கிடுதியோ?" என்றாள்.

"ஆமா தெனசரி பூச பண்ணி என்னத்தைக் கண்டோம். வாங்கிப் போட்ருக்க நெலத்துல ஒரு வீட்டைக் கட்ட முடியல. இந்தக் கச்சடா எடத்த விட்டு வேற நல்ல எடத்துக்குப் போக முடியல. அதே வெங்கடாசலபதி படத்தையும் முருகன் படத்தையும் பிள்ளையார் படத்தையும் பூப்போட்டுக் கும்பிட்டு நமக்கு என்ன நடந்திருக்குது சொல்லு..."

"அதுக்காக வீடான வீட்டுல வெளக்கேத்திக் கும்புட்டுப் பூச பண்ணாம இருக்க முடியுமா? ஆம்பள பூச பண்ணாமப் பொம்பளையா பண்ணுவா? ஏதோ கடவுளு நம்மள இந்த மட்டுல நல்லபடியா வச்சிருக்காரேன்னு நெனச்சு சந்தோசப் படுங்க. ஊரு ஒலகத்துல ஒண்ணு ஒண்ணு வீடு வாசல் இல்லாமத் தெருவுல படுத்துக் கெடக்கு. இந்த இரண்டு பிள்ளைகளையும் நல்லாப் படிக்க வச்சு ஒருத்தன் கையில புடிச்சுக் குடுக்காண்டாமா? அதுக்குக் கடவுள விட்டா வேற ஆரு நமக்குத் தொணை?"

"எல்லாம் தன்னைப் போல நடக்கும்."

"ஒங்க புத்தி ஏன் திடீர்னு இப்படிப் போகுது? ஒரு பூவப் போட்டு, ஒரு சூடத்த ஏத்திக் கும்புடுததுக்கு எதுக்குச் சடவு?"

"சாமி, சாத்தான்னு ஒண்ணுங் கெடையாது. சாமியா வந்து சோறு போடுதாரு? நாம உழைக்கோம்... சாப்புடுதோம். எதுக்குப் போட்டு வாணாளைக் கொடுக்கே."

"கருப்புச் சட்டைக்காரன் மாதிரிப் பேச ஆரம்பிச்சிட்டேளே..? ஒங்களுக்கு என்ன புத்தி பெரண்டு போச்சா..? இத்தன நாளா ஒழுங்காத்தான இருந்தீயோ..?"

"சும்ம அந்தச் சாமி போட்டோவப் பாத்து எனக்கு அதத் தா... இதைத் தான்னு கிறுக்கன் மாதிரிப் பொலம்பிக்கிட்டு இருக்கது புடிக்கலை."

“அப்ப சாமி பூதமெல்லாம் பொய்யா? கோடானு கோடி சனம் கடவுள நம்புதே... அத்தனை பேரும் முட்டாளா?”

“எனக்குப் புடிக்கலைன்னா விடேன்.”

“கடவுள் பக்தி இல்லேன்னா பொழப்பு, தொழிலு விருத்தி ஆகுமா? வீடு நல்லா இருக்குமா?”

“எல்லாம் நல்லா இருக்கும்...” என்று சொல்லிவிட்டுக் குளிப்பதற்காகப் புறக்கடைக்குப் போனான். ஹாலில் கிழக்கு பார்த்துச் சுவரில் தொங்கிக்கொண்டிருந்த சுவாமி படங்களில் முன் தினம் சார்த்தியிருந்த விளக்குச் சரம் வாடியிருந்தது.

இந்தச் சாமியைக் கும்புட்டுக் கும்புட்டு என்ன நடந்தது? குடும்பச் செலவுக்குத் தேவையான பணம் கூரையைப் பொத்துக்கொண்டா விழுகிறது? பழைய வீடுகளை விற்றுக் கொடுத்தால் கொஞ்சம் நல்ல கமிஷன் வரும். வாடகைக்கு வீடு எடுத்துக் கொடுத்தால், ஒரு மாத வாடகைக்கு மேல் பைசா பெயராது. நித்திய கண்டம் பூரண ஆயுசு மாதிரி சங்கரபாண்டி காலத்தை ஓட்டிக்கொண்டிருக்கிறான்.

வளவுக்கு வெளியே தெரு வாசலில் ஒரு பிள்ளையார் இருக்கிறார். காலையில் அவன் வெளியே கிளம்பும்போது, அந்தப் பிள்ளையாரைக் கும்பிட்டுவிட்டுப் போகச் சொல்லுவாள் மாரீஸ்வரி. பிள்ளைகளையும் பள்ளிக்கூடம் போகும்போது, கும்பிட்டுவிட்டுப் போகச் சொல்லுவாள். பெரியவள் கீதா ஒருநாள், “போம்மா நீ சொல்லுதியேன்னு பிள்ளையாரைக் கும்புட்டுட்டுப் போனா படிக்காத கேள்விகளா பரீட்சையிலே வருது. அவராலே நமக்கு என்ன நடக்குது? கும்புட்டாலும் ஒண்ணுதான். கும்புடாட்டாலும் ஒண்ணுதான்” என்றாள்.

அவனும் படிக்கிற காலத்தில் கணக்குப் பாடத்தில் ரொம்பக் கஷ்டப்பட்டான். அப்பா டியூஷனெல்லாம் கூட வைத்தார். ‘சாமி கும்பிட்டால்தான் படிப்பு வரும்’ என்று அம்மா சொன்னதைக் கேட்டு, பல வருஷங்களாகக் கோவிலுக் கெல்லாம் கூடப் போய்ப் பார்த்தான். ஆனால் படிப்பே மண்டையில் ஏறவில்லை.

மாரீஸ்வரி வராந்தாவில் கிடந்த பெஞ்சில் உட்கார்ந்து கொண்டாள். அவளுக்குப் படபடவென்று வந்தது.

திக் திக்கென்றிருந்தது. காலை வெயில் லேசாக வராண்டா வுக்குள் விழுந்துகொண்டிருந்தது. ஏதோ குடும்பத்துக்குக் கெடுதல் நடக்கப்போகிறது என்று அவளுக்குத் தோன்றியது. முகமெல்லாம் இருண்டது. சங்கரபாண்டி ஒரு நாளும் இப்படி பேசியதே இல்லை. இது ஏதோ கெட்டதுக்குத்தான் என்று நினைத்தாள்.

சங்கரபாண்டி, துண்டை பாத்ரூம் கதவின் மீது போட்டு விட்டு, பிடித்து வைத்திருந்த தண்ணீரை மொண்டு மேலே ஊற்றிக்கொண்டான். ஏதோ பெரிய வலையை அறுத்துக் கொண்டு வெளியே சுதந்திரமாக வந்தது போலிருந்தது அவனுக்கு. குளிர்ந்த நீர் உடம்பில் பட்டதும் சந்தோஷமாக இருந்தது. ரொம்ப நாளாகவே மனதுக்குள் குமுறிக் கொண்டிருந்ததை மாரீஸ்வரியிடம் சொல்லிவிட்டது ஆசுவாசமாக இருந்தது.

அவனுக்கு எந்தக் காலத்திலுமே பெரிய நம்பிக்கையெல் லாம் கிடையாது. அம்மாவுடைய வற்புறுத்தலுக்காகத்தான், காலையில் குளித்துவிட்டுத் திருநீறு பூசிக்கொள்வான். எப்போதாவது பெரிய கோவிலுக்குப் போவதும் அம்மாவுக்காகத் தான். அப்பா எதையுமே வற்புறுத்த மாட்டார். ஆனால் அம்மாவுக்கு வீட்டில் பூஜை செய்வது, அடிக்கடி கோவிலுக்குப் போவது இதெல்லாம் முக்கியம். பிள்ளைகளையும் வற்புறுத்திச் சாமி கும்பிட வைத்தாள்,

இந்த மாரீஸ்வரியும் அம்மாவை மாதிரித்தானே கோவில் கோவில் என்று அலைகிறாள். பெண்களெல்லாமே இப்படித் தான் இருக்கிறார்கள். மாரீஸ்வரியின் வற்புறுத்தலுக்காகத் தான் இத்தனை நாளும் வேண்டா வெறுப்பாகக் காலையில் சாமி படங்களுக்குக் கற்பூரம் காட்டி வந்தான். அதைச் செய்யா விட்டால் சண்டை போடுவாள் என்று பயந்தான். இன்று, என்ன நடந்தாலும் பரவாயில்லை என்று அவளிடம் பேசி விட்டது அவனுக்கே ஆச்சரியமாக இருந்தது. இனி அந்த போட்டோ படங்களுக்கு முன்னால் நின்று வேஷம் போட வேண்டியதில்லை என்பதை நினைத்தபோதே நிம்மதியாக இருந்தது.

அவன் குளித்துக்கொண்டிருந்தபோது, மாரீஸ்வரி அலமாரியில் தேட ஆரம்பித்தாள். வீட்டில் உள்ளவர்களுடைய ஜாதகங்களையெல்லாம் ஒரு பையில் போட்டு வைத்திருந்தாள். அவன் அப்படி பேசினால் சும்மா இருந்துவிட முடியுமா? சங்கரபாண்டிக்கு ஏதோ கெட்ட திசை நடக்கிறதோ, என்னமோ? இத்தனை நாளும் இப்படியெல்லாம் பேசாதவன் இன்று திடீரென்று அப்படி பேச தசா புத்திதான் காரணம். சங்கையா பிள்ளை மாமாவிடம் அவனுடைய ஜாதகத்தைக் கொண்டுபோய்க் கொடுத்துப் பார்க்க வேண்டும். பரிகாரம் செய்தால் சரியாகிவிடும் என்று நம்பினாள். ஏதோ அது புத்திகெட்டுப் போயிப் பேசுது, அதை அப்படியே விட்டுரவா முடியும்?

தி இந்து, 2017 சித்திரை மலர்

தாயார் சாட்சி

கேசவ ஐயங்காருக்கு வியர்த்துக் கொட்டியது. இன்னும் எழுபது படிகளாவது ஏற வேண்டும். வெயில்கூட அவ்வளவு அதிகமில்லை. ஆனாலும் அவருக்கு வியர்த்தது. படிக்கட்டின் வலதுபுறச் சுவர்மீது காகங்கள் வரிசையாக உட்கார்ந் திருந்தன. அது ஒன்றும் பெரிய மலையில்லை. மொத்தமே நூற்றி இருபத்திரண்டு படிகள்தான். படிகளும் செங்குத்தாக இல்லை. கோயிலை நெருங்குகிற இடத்தில் மட்டும் ஒரு ஏழெட்டுப் படிகள் செங்குத்தாக இருக்கும். ஒரு காலத்தில் அவருக்கு அடிவாரத்திலிருந்து மேலே போக ஐந்து நிமிடம்கூட ஆகாது.

அடிவாரத்தில் கோயில் படிக்கட்டு ஆரம்பிக்கிற இடத்தில் வலதுபுறம் சத்திரம். சத்திரத்தை அடுத்த வீடுதான் அவருடையது. ஸ்ரீமதியும் நாராயணனும் பிறந்ததெல்லாம் அந்த வீட்டில்தான். அக்ரஹாரத்து வீடு. தட்டுத்தட்டாய் வீடு உள்ளே போய்க் கொண்டேயிருக்கும். ஸ்ரீமதி பிறந்து வளர்ந்து, கிராமத்துப் பள்ளிக்கூடத்தில் ஏதோ படிப்பென்று படித்தது, பெரிய மனுஷியானது, பிறகு கல்யாணம், இப்போது குழந்தை பெற்றெடுத்தது எல்லாம் அந்த வீட்டில்தான்.

நாராயணனுக்கும் கல்யாணம் செய்து வைத்துவிட்டார். அதுவும் ஏழைப் புரோகிதக் குடும்பம்தான். அவனும் கோயில் கைங்கர்யம் தான் பார்க்கிறான். அவரைப்போல அவனும் அந்தக் கிராமத்தில் ஏதோ காலக்ஷேபம் செய்கிறான்.

படிக்கட்டில் உட்கார்ந்துகொண்டு மேலே உச்சியை அண்ணார்ந்து பார்த்தார்.

பெருமாள் சன்னிதியின் பெரிய கதவு தெரிந்தது. நம்மாழ்வான் பின்னால் வருகிறானா என்று பார்த்தார். அந்தக் காலத்தைப் போல் இப்போது வேகமாகப் படியேற முடியாததால், அத்தனை படிகளையும் ஏறி தாயார் சன்னிதியைத் திறக்க ஆகிற நேரத்தைக் கணக்கிட்டு, காலையில் என்றால் ஐந்தரை மணிக்கே வீட்டை விட்டுக் கிளம்பிவிடுகிறார். சாயந்திரமானால் நாலுமணிக்கு முன்பே வீட்டைவிட்டுக் கிளம்பினால்தான் முடியும். டயல் எல்லாம் மங்கிப்போயிருந்த வாட்சைப் பார்த்தார். நாலு இருபது. நாலரை மணிக்கே மேலே போய்விட வேண்டும்.

ஆளே வராத தாயார் சன்னிதியை எப்போது திறந்தால் தான் என்ன என்று அலட்சியமாக இருந்துவிட முடியுமா? நடைதிறக்க லேட்டானால் வெங்கடாசலம் தாட்பூட்டென்று சத்தம் போடுவான். அவன் கைக்குக் கோயில் நிர்வாகம் வந்த காலம் முதலே சின்னச் சின்ன விஷயத்துக்கெல்லாம்கூட கார்வார் பண்ணுகிறான். என்ன செய்கிறது? அனுசரித்துதான் போக வேண்டியதிருக்கிறது.

கீழே அக்ரஹாரத்து வீடுகள் தீப்பெட்டிகளை அடுக்கி வைத்தது மாதிரி தெரிந்தன. வீட்டைவிட்டுக் கிளம்பும்போது, ஸ்ரீமதி சொன்னது ஞாபகத்துக்கு வந்தது. "அப்பா, நாளன்னிக்கு நாள் நல்லா இருக்கு. நீங்க வரணும்ங்கிறது கூட இல்லே. நானும் அம்மாவுமா கொழந்தையைத் தூக்கிண்டு டவுனுக்குப் போறோம். இன்னிக்கோ, நாளைக்கோ ஊருக்குப் போறதுக்குப் பணத்தை மட்டும் எப்பிடியாவது ரெடி பண்ணிடுங்கோ…" என்று சொல்லியிருந்தாள் ஸ்ரீமதி.

குழந்தையை எடுத்துக்கொண்டு பஸ்ஸில்தான் போகப் போகிறாள் என்றாலும் இரண்டு பேருக்கும் பஸ் சார்ஜ், ஜங்ஷனில் இறங்கி வீட்டுக்கு ஏதாவது பழம் வாங்க வேண்டும். ரங்கநாயகி ஸ்ரீமதியை விட்டுவிட்டுத் திரும்பி வருவதற்கு எல்லாமுமாகச் சேர்த்து ஒரு நூறு ரூபாயாவது தேவை. கையில் தம்படிக்காசுகூட இல்லை. இரண்டு மூன்று நாட்களாகத் தட்டில் விழுகிற சில்லறைக் காசுகூட விழவில்லை.

இந்தப் பெருமாளைச் சேவிக்க வெளியூர் ஆட்கள் வந்தால் தான் உண்டு. உள்ளூர் சேவார்த்திகள் காலையில் யாராவது ஒன்றிரண்டுபேர் வந்தாலே அதிகம்தான். வருகிறவர்களும் பெருமாள் சன்னிதியோடு போய்விடுவார்கள். இந்தத் தாயார் சன்னிதியைத் தேடி யார் வருகிறார்கள்? பெருமாள் சன்னிதியில்நிற்கிற நம்மாழ்வானுக்கு, வெளியூர் ஆட்கள்

வந்தால், ஐந்து, பத்தென்று தட்டில் விழும். தாயார் சன்னிதியில் போடுவதற்கென்று ஒரு ரூபாய், இரண்டு ரூபாய் சில்லறையைத் தேடி எடுத்துத்தான் கொண்டுவருவார்களோ என்னவோ? இரண்டு நாளாகத் தட்டில் பைசாவே விழவில்லை. யாராவது வந்தால்தானே?

தாயார் திருமேனியில் பொட்டுத் தங்கம் கிடையாது. எல்லாம் கில்ட் நகை. வெங்கடாசலம், உற்சவ காலத்தில்தான் பெட்டியிலிருக்கிற நகைகளை, ஒன்றுக்கு நாலுதரம் எண்ணிச் சரிபார்த்துத் தருவான். தாயார் சாட்சியாக இருப்பது வெங்கல மணியும் தீபத்தட்டும் ஒரு பித்தளைத் தாம்பாளமும்தான். இந்த உருப்படிகளை எடுத்துக் கொண்டு போய் உள்ளூரில் அடகுகூட வைக்க முடியாது. மேலராமன் புதூருக்குத்தான் கொண்டு போக வேண்டும். அந்த ஆசாரியிடம் இருபது, முப்பதுக்கு மேல் பெயராது.

இத்தனை வருஷமாகப் பெருமாள் கைங்கர்யம் பண்ணி அவர் என்ன கண்டார்? பூ தோறும் வருகிற ஒரு மூட்டை நெல், படித்தரம் என்ற பேரில் மாதம்தோறும் வெங்கடாசலம் போடுகிற அந்தப் பிச்சாத்துப் பணம் தவிர வேறு என்ன பிடிமானம் இருக்கிறது? ஆறு மாதம் பெருமாள் சன்னிதி, ஆறு மாதம் தாயார் சன்னிதி என்று மாறி மாறிச் செய்துவருகிற இந்தக் கோயில் கைங்கர்யத்தில் அவர் கல்யாணமும் செய்துகொண்டு, இரண்டு பிள்ளைகளையும் பெற்றுக்கொண்டதே அதிகப்படியானதுதான்.

வெயில் உறைக்கிற கல்படியில் உட்கார்ந்திருப்பதால் வியர்வை பெருகி ஓடுகிறது. பொழுது சாய்ந்துகொண்டிருக் கிறது. நம்மாழ்வான் படியேறி வந்துகொண்டிருந்தான். எங்கோ மாட்டுவண்டி போகிற சத்தம் கேட்டது. நம்மாழ்வானிடம் கடன் கேட்டுப் பார்க்கலாமா? "மாமா ஒங்களுக்குத் தெரியாதா..?" என்று ஏதாவது சால்ஜாப்புதான் சொல்வான். துட்டு விஷயத்தில் நம்மாழ்வான் ரொம்பக் கெட்டி. தாம்பாளத்தை வைத்துவிட்டு வெங்கல மணியையும் தூபக்காலையும் நகர்த்தி விட வேண்டியதுதான். ஆசாரி இருபது, முப்பதாவது தர மாட்டாரா? ஸ்ரீமதியையும் குழந்தையையும் ரங்கநாயகியுடன் அனுப்பிவைக்க அது போதும். திரும்பி வரும்போது ரங்கநாயகி மருமானிடம் பஸ் சார்ஜுக்கு வாங்கிக்கொண்டு வந்துவிட மாட்டாளா?

"என்ன மாமா... உக்காந்துட்டீர்..." என்று கேட்டுக்கொண்டே வந்தான் நம்மாழ்வான். தம்முடைய மனச்சடைவையும் உடல்சோர்வையும் இவனிடம் காட்டிக்கொள்வானேன் என்று நினைத்தார்.

“நீ வர்றதைப் பாத்துட்டுத்தான் சித்தே உக்காருவோ மேன்னு உக்காந்தேன்” என்று சொல்லிக்கொண்டே தோளில் கிடந்த கோயில் சாவிகள் குலுங்க எழுந்தார்.

“ஏன் என்னவோ போல் இருக்கீர்... உடம்புக்கு ஏதாவதுமா?”

“ஒடம்புக்கு என்னடா ஒடம்பு? போக்குவெயில்லே படியேறி வந்தது... அதான்...”

“சீமதியும் கொழந்தையும் எப்படி இருக்கறா?”

“ஒரு கொறையுமில்லே. நல்லாத்தான் இருக்கா...”

நம்மாழ்வான் யதேச்சையாகத்தான் பேசினான். ஆனால் அவருக்கு அவனுடைய பேச்சு எரிச்சலைத் தந்தது. கடைசிப் படி ஏறி மேலே சென்றதும் கேசவன் தாயார் சன்னிதியை நோக்கிச் சென்றார். நம்மாழ்வான் பெருமாள் சன்னிதியை நோக்கிப் போனான்.

முன் மண்டபத்தில் ஆடுகள் படுத்துக் கிடந்தன. புழுக்கை கள் வேறு போட்டிருந்தன. கையைத் தட்டி ‘சூ... சூ...’ என்று அவற்றை விரட்டினார். ஏழு நாக்குகள் உள்ள துறவுகோலால் சன்னிதிக் கதவைத் திறந்தார். தாழ்ப்பாளை விலக்கும்போது சிக்கியது. ‘கர்’ என்ற கொடூரமான சத்தத்துடன் இரண்டு கதவு களும் திறந்துகொண்டன. வௌவால் ஒன்று படபடவென்று சிறகடித்துக்கொண்டு, வெளியே போகாமல் உள்ளேயே சுற்றிச் சுற்றி வந்தது. தரையெல்லாம் பிசுபிசுவென்று இருந்தது. எந்தப் பக்கம் நடந்தாலும், அந்தப் பிசுபிசுப்பும் எண்ணெய் மக்கு நாற்றமும் இருக்கத் தான் செய்யும்.

சன்னிதியின் கதவைத் திறக்கும்போது, இரண்டு கைகளை யும் சேர்த்துத் தட்ட வேண்டும். அன்று கைகளைத் தட்டத் தோன்றவில்லை. கடனே என்று மூலஸ்தானக் கதவைத் தள்ளித் திறந்தார். உள்ளேயிருந்து பெருச்சாளி ஒன்று ஓடியது. நல்லவேளையாகக் காலையில் ஏற்றிவைத்துவிட்டுப் போயிருந்த தீபத்தை அது தட்டிவிடவில்லை. முன்புறமிருந்து காற்று வீசியது. பெருக்குமாற்றை எடுத்துப் பீடத்தைச் சுற்றிப் பெருக்கினார். எந்த ஈடுபாடும் இல்லாமல் பழக்கதோஷத்தில் இயந்திரம் போல் காரியங்களைச் செய்துவிட்டு, வாகனத்தின் மரச்சட்டத்தில் துண்டைப் போட்டு உட்கார்ந்தார். ஏதேதோ ஞாபகங்கள் ஓடின.

திடீரென்று ஓர் ஆணும் இரண்டு பெண்களும் முன் மண்டபத்தில் நுழைந்துகொண்டிருப்பதைப் பார்த்ததும் கேசவனுக்கு ஆச்சரியமாக இருந்தது. சேவார்த்திகள்தான். மெல்ல எழுந்து நின்றார். அந்த ஆண் சற்று வயதானவர்.

அவருக்குப் பின்னால் இரண்டு பெண்கள் வந்தனர். அவர்கள் தாயும் மகளுமாக இருக்க வேண்டும். அவர் கையில் இரண்டு பிளாஸ்டிக் பைகள் இருந்தன. ஒரு பையிலிருந்த ஆரத்தை எடுத்து கேசவனிடம் கொடுத்தார். இன்னொரு பையில் தேங்காய், பழம், வெற்றிலையெல்லாம் இருந்தன. அதையும் கேசவனிடம் கொடுத்துக்கொண்டே, “அம்பாள் பேருக்கே அர்ச்சனை பண்ணிருங்க” என்றார்.

அர்ச்சனை, கற்பூர ஆரத்தி எல்லாம் முடிந்ததும், தேங்காய் – பழ பிரசாதத்தைப் பையில் போட்டு அவரிடம் கொடுத்தார் கேசவன். அவர் கண்களை மூடி பயபக்தியுடன் பையை வாங்கிக் கண்ணில் ஒற்றிவிட்டு மனைவியிடம் கொடுத்தார். கேசவனுக்குத் திடீரென்று பொய் சொல்லத் தோன்றியது.

“நாளைக்கி தாயாரோட திருநட்சத்திரம்... மாதாமாதம் தாயார் திருநட்சத்திரத்தன்னிக்கி அர்ச்சனை பண்ணி உங்களுக்குப் பிரஸாதம் அனுப்பித் தரேன்...” என்று ஒரு தினுசாகச் சிரித்துக் கொண்டே சொன்னார்.

அவர் மனைவியைப் பார்த்தார். அந்த அம்மாள், “நம்ம கலா பேர்ல அர்ச்சனை பண்ணச் சொல்லுங்க” என்றார். அந்தப் பெண் தாயாரைப் பார்த்துக் கைகூப்பியவாறு நின்றிருந்தது.

“நான் தென்காசியிலே இருக்கேன்...” என்றார் அவர்.

“அதுக்கென்ன... அனுப்பிட்டாப் போச்சு. அட்ரஸை மட்டும் கொடுங்கோ... மாஸா மாஸம் டாண்டாண்னு பிரஸாதம் வந்துடும்...” என்றார் கேசவன்.

“எவ்வளவு ஆகும்?”

“ஒங்க சௌகரியம்போல கொடுங்கோ.”

அவர் சட்டைப் பையிலிருந்து நூறு ரூபாயும் தனது விஸிட்டிங் கார்டையும் எடுத்துக் கேசவனிடம் கொடுத்தார். “இது என் அட்ரஸ்...” என்று விஸிட்டிங் கார்டைத் தொட்டுச் சொன்னார். கேசவன் நூறு ரூபாய் நோட்டை வாங்கிக் கண்ணில் ஒற்றிவிட்டு, இடுப்பில் முடிந்துகொண்டார்.

“தாயார் வரப்பிரஸாதி... உங்க குடும்பத்துக்குச் சகல சௌபாக்கியங்களும் தருவா... ஞாபகமா பிரஸாதம் அனுப்பித் தாரேன்... பொண்ணோட நட்சத்ரம் எது?”

“மகம்!”

“பேஷ்..., ரொம்ப நல்லது...”

அவர்கள் மூவரும் திரும்பவும் ஒருமுறை தாயார் சன்னிதியைப் பார்த்துக் கும்பிட்டுவிட்டு நகர்ந்தனர். இரண்டு எட்டு நகர்ந்ததும் அவர் மகள், "எதுக்குப்பா நூறு ரூபா குடுத்தீங்க? பத்து இருபது ரூபா குடுத்தாப் போறாது?" என்றாள்.

"அவர் என்ன மாசந்தோறும் அர்ச்சனை பண்ணிப் பிரசாதம் அனுப்பவா போறாரு? தெரிஞ்சேதான் குடுத்தேன். பாவம் ஏழை அர்ச்சகர்... வாய்விட்டுக் கேக்காரு... பொழச்சிட்டுப் போறாரு போ..." என்றார். அவர்கள் பேசிக்கொண்டு போனது கேசவனின் காதுகளிலும் விழத்தான் செய்தது.

அடவி, மே 2017

துஷ்டி

திருச்செந்தூருக்கு எக்ஸ்பிரஸ் ரயில், மடிக் கணினி, செல்போன், டி.வி. பெட்டியெல்லாம் வந்துவிட்டாலும் அலங்காரம், பஸ் இஞ்ஜின் சத்தத்தைக் கேட்டுத்தான் நேரத்தைத் தெரிந்து கொள்கிறாள். வயது எழுபதுக்கு மேலாகிவிட்டது. காது நன்றாகக் கேட்கிறது. அவளை விடத் தங்கப்பழ நாடாருக்கு ஆறேழு வயது கூடுதலாக இருக்கும். அவருக்கு அறவே காது கேட்க மாட்டேன் என்கிறது. மகன், மருமகள், பேரப்பிள்ளைகள் எல்லாரும் சைகையில் பேசுகிறார்கள். இல்லையென்றால் அவரது உள்ளங்கையை விரித்து அதில் எழுதிக் காட்டுகிறார்கள்.

காது கேளாதவர்களுக்கு உரிய கனத்த குரலில், தான் புரிந்துகொண்டதை, "வரமாட்டான்னு சொல்லுதியா?..." என்றோ "ஊருக்குப் போவப்போறீயா..." என்றோ கேட்டுவிட்டு லேசாகச் சிரிப்பார். புருஷன், பொஞ்சாதி இரண்டுபேருக்கும் வெற்றிலை, பாக்கு, புகையிலை, சுண்ணாம்புக் கரண்டத்தை எல்லாம் வைத்துக்கொள்ள தனித் தனியாகக் குருத்தோலையில் பின்னிய வெற்றிலைப் பை இருக்கிறது; என்றாலும் ஒருத்தர் பையில் இல்லாத தாம்பூலப் பொருளை அடுத்தவர் பையிலிருந்து தாராளமாக எடுத்துக்கொள்வார்கள்.

எப்போதும்போலஎட்டுமணிமுனைஞ்சிப்பட்டி பஸ் போன பிறகு அலங்காரம் ஓலைப் பையைத் திறந்து களிப்பாக்கை ஊதி வாயில் போட்டுக் கடித்தாள். பெரிய மருமகள் தங்கக்கனியும் சின்னவள் மனோன்மணியும் புறவாசலில் அடுப்பை மூட்டிப்

பதினியைக் காய்ச்சிக்கொண்டிருந்தார்கள். பதினிப் பாகு வாசனை வந்துவிட்டது. பக்கத்திலுள்ள வீடுகளிலெல்லாம் அந்த வாசனை புகுந்துவிட்டது. பாக்கைக் கடித்துப் பாக்குத் துண்டுகளை எச்சிலில் ஊறவைத்துக்கொண்டே, "ஏளா... வுடாமத் துடுப்புப் போட்டுக் கிண்டுங்க. அடி புடிச்சுக்கிடாம. நான் இந்த வெத்தலையைப் போட்டுட்டு வாரேன்..." என்று புறவாசல் பக்கம் பார்த்துச் சொன்னாள் அலங்காரம். அவ்வளவு காலையிலும் தங்கப்பழம் நார்க்கட்டிலில் கிடந்து தூங்கிக்கொண்டிருந்தார். வாயோரமாக எச்சில் வடிந்து தலையணையை நனைத்திருந்தது. பெருமாள், நொண்டிக் கையன் பம்புசெட்டுக்குக் குளிக்கப் போயிருந்தான். அன்று ஞாயிற்றுக்கிழமை. பிள்ளைகளுக்குப் பள்ளிக்கூடம் லீவு மேலே இரண்டும் படுத்துத் தூங்கிக்கொண்டிருந்தன.

பாகு நெடி, அலங்காரத்துக்கு மூக்கில் ஏறிக்கொண்டிருந்தது. பாகு, கட்டி (கருப்புக்கட்டி) போடத் தோதாகத் திரண்டுவிட்டதா இல்லையா என்பதை வாசனையை வைத்தே சொல்லிவிடுவாள். இதில் தங்கக்கனியைவிட மனோன்மணியும் கெட்டிக்காரிதான். ஆனால், மனோன்மணியால் கை அசந்து போகாமல் துடுப்புப் போட்டுக் கிண்ட முடியாது. "கை வலிக்கி அக்கா! நீ கிண்டு" என்று துடுப்பைத் தங்கக்கனியிடம் கொடுத்துவிடுவாள்.

இரண்டாவது வெற்றிலைக்குச் சுண்ணாம்பு தடவிக்கொண்டிருந்தபோதுதான் ஏரல்காரன் வந்தான். தூணைப் பிடித்துக்கொண்டே, "அக்கா... என்ன சாவாசமா வெத்தல போட்டுக்கிட்டிருக்க... கால்வாய்ல தெய்வச்செயல் நாடார் மண்டையப் போட்டுட்டாரு தெரியும்லா..." என்றான்.

அலங்காரத்துக்குத் தூக்கிவாரிப் போட்டது. கண்கள் அவன்மீது நிலைகுத்தி நின்றன. "என்னலே சொல்லுய?..." என்று கேட்டாள். சட்டென்று எழுந்து நின்றுவிட்டாள். மடியில், வைத்திருந்த வெற்றிலைப் பை தலைகுப்புறக் கீழே விழுந்ததில் திறந்திருந்த சுண்ணாம்புக் கரண்டம் உருண்டு ஓடியது. கரண்டம் ஒரு பக்கமும் மூடி ஒரு பக்கமுமாக ஓடின. வெற்றிலை, பாகெல்லாம் சிதறின.

ஏரல்காரன் எல்லாவற்றையும் குனிந்து பொறுக்கியெடுத்து அந்தப் பைக்குள் திணித்து அலங்காரத்தின் கையில் கொடுத்துக்கொண்டே, "நீ எந்த ஊருல இருக்க?...ராத்திரியே சோலி முடிஞ்சு போச்சு... பள்ளிக்கூடத்துத் தெரு ஆட்கள்லாம் போய்க்கிட்டு இருக்காவ. மத்தியானத்துக்கு மேலே எடுத்திருவாளாம்..." என்றான்.

அலங்காரத்துக்கு, அவர் 'கொண்டைக்காரி... என்று கூப்பிடுவது போலிருந்தது. அவளை அவர் அப்படித்தான் கூப்பிடுவார். அவருடைய ஞாபகம் அவளை எங்கோ இழுத்துக் கொண்டு ஓடியது.

"ஏக்கா... ஒம் மவன் ஒண்ணுஞ் சொல்லலையா?... காலையில கடத்தெருவுக்கு டீ குடிக்க வந்தவன் நாங்கள்லாம் பேசிக்கிட்டு இருந்ததக் கேட்டுக்கிட்டுத்தான இருந்தான்?..." என்றான் ஏரல்காரன்.

"போடா கோட்டியாரா. அவன் எப்பிடிடா சொல்லு வான்?... அவனுக்குத்தான் அவரக் கண்டா ஆகாதே..." என்றாள் அலங்காரம்.

"துட்டிக்கி நீ போகலையா?... மாமா கெடந்து இப்பிடி சாளை வாயோட தூங்குதாரே... ஒனக்குக் காவாக்காரரு மொற மாப்பிள்ளதான... மாமாவ எழுப்பி ரெண்டு பேரும் போயிட்டு வந்துருங்க..." என்று உருத்தோடு சொன்னான்.

பெருமாள் குளித்துவிட்டு வருவதற்குள் கிளம்பிவிட வேண்டும் என்று தோன்றியது அலங்காரத்துக்கு. அவன் வந்துவிட்டால் கிளம்பவே விடமாட்டான். இந்த மனுசனை எழுப்பிக் கூட்டிக்கொண்டு போகவும் முடியாது. அவரால் நடக்கவும் முடியாது. பதனீர் முறுகுகிற வாசனை நிறைந்திருந்தது. வீட்டினுள் போவதற்காகத் திரும்பினாள்.

"சரிக்கா... நான் வரட்டுமா?" என்றான்.

"கொஞ்சம் நில்லு... வாரேன்..." என்று சொல்லிவிட்டு உள்ளே சென்றாள். தங்கக் கனியிடமும் மனோன்மணி யிடமும் பாகு பதத்திற்கு வந்துவிட்டது என்றாள். புறவாசல் திண்ணையில் அடுக்கிவைத்திருந்த சிரட்டைகளைக் காட்டி, "நீங்களே பதனமா செரட்டையள்ள ஊத்திருங்க... காவாயில ஒரு துட்டி உளுந்துட்டு... போயிட்டு வந்திருதேன்..." என்று சொல்லிவிட்டு முன்பக்கம் வந்தாள். ஏரல்காரன் திண்ணையில் உட்கார்ந்திருந்தான்.

"ஏல... ஒனக்கு ஏதும் சோலி இருக்கா..."

"எதுக்குக்கா?..."

"காவாயிக்கு இப்பம் வண்டி இருக்கா?"

"அடுத்த பஸ்ஸு பன்னண்டு மணிக்கு மேலதான்..."

"சைக்கிள் வச்சிருக்க இல்ல?... அதுல என்ன வச்சுக் காவா ஊர்ல கொண்டு விட்டுரேன்..." என்றாள்.

“அக்கா … நீ தனியாப் போவாத … அவரோட மக்கமாரு துட்டி வீட்டுல ஏதாவது முன்னப்பின்னப் பேசிட்டானு வோன்னா பெரிய வெவகாரமாயிரும்லா …”

“அதெல்லாம் நாம் பாத்துக்கிடுதேன்டா . . . எங்க அதியாரியப் பாத்துட்டு ஒடனே ஓடியாந்துருவேன் …” என்றாள் அலங்காரம். கண்ணில் நீர் கோர்த்திருந்தது.

“சரி … பின்ன வா ! காவா ஒண்ணும் ரொம்பத் தூரமில்ல. ரெண்டு குலோ மீட்டர்தான் இருக்கும். ஒன்னய சைக்கிள்ல வச்சு மிதிச்சிருவேன் . . . இரி . . . வூட்டுல போயி சைக்கிள எடுத்தாரேன் …” என்று புறப்பட்டான்.

“நானும் ஒங் கூட வாரேன் … பெருமாளு வந்துட்டான்னா என்னியப் போவ வுடமாட்டான். ஒன் வூட்டுல சைக்கிள எடுத்துக்கிட்டு, அப்படியே போயிருவோம்…” என்று. சொல்லிக் கொண்டே சேலை முந்தானையைக் கழுத்தைச் சுற்றிப் போர்த்திக்கொண்டு அவனுடன் கிளம்பினாள் அலங்காரம்.

கால்வாய் ஊருக்குப் போய்ச் சேரும்போதே பத்து, பத்தரைக்கு மேலிருக்கும். எப்போதோ கல்யாணத்துக்கு வந்தது. ஏரல்காரன் அலங்காரத்தைத் தெரு முனையிலேயே இறக்கிவிட்டுவிட்டான். “பாத்துப் போக்கா...” என்று சொன்னான். வேகமாக நடந்தாள் அலங்காரம். சின்னத் தெருதான். கோழிகள் அங்குமிங்கும் தெருவில் அலைந்துகொண்டிருந்தன. தெருவின் மத்தியில் சாக்கடை ஓடியது. கல்யாணமான புதுசில் தங்கப் பழத்துக்கும் அவளுக்கும் எடுத்ததுக்கெல்லாம் சண்டை வந்து விடும். கோபித்துக்கொண்டு நேரே கால்வாய்க்குத்தான் வருவாள். அவரிடம் வந்து அழுவாள். தெய்வச்செயல் நாடார் அவளைச் சமாதானப்படுத்தித் தாதன்குளத்தில் கொண்டு வந்து விடுவார்.

தங்கப்பழ நாடாருக்கு இது பிடிக்கவே இல்லை. ‘எதுக்கு கண்டவனும் எங்குடும்ப வெசயத்துல தலையிடணும்,’ என்று சத்தம் போடுவார். அவர் பனை ஏத்த நாட்களில் பட்டி, செய்துங்கநல்லூர் என்று அசலூருக்குப் போய்விட்டால், அலங்காரம் உடனே வீட்டைப் பூட்டிக்கொண்டு கால்வாய்க்குப் புறப்பட்டு விடுவாள். பிள்ளைகள் தலையெடுத்த பிறகுதான் அதெல்லாம் நின்றது.

மர பெஞ்சுகளிலும் வாடகைக்கு வாங்கிப் போட்டிருந்த பிளாஸ்டிக் சேர்களிலும் ஆட்கள் உட்கார்ந்திருந்தார்கள். அவளைப் பார்த்ததுமே கோயில்பிச்சை, “ஏலே, இவ எதுக்கு வந்தா ?” என்று சொன்னது அவளுடைய காதிலும் விழுந்தது.

பேசாமல் உள்ளே போய்ப் பிணத்தின் பக்கத்தில் பொம்பளை களை நெருக்கிக் கொண்டு உட்கார்ந்தாள்.

தெய்வச் செயல் நாடாரின் கால்மாட்டில் உட்கார்ந்திருந்த மரிய பாக்கியம் அலங்காரத்தைப் பார்த்ததும் வேகமாக எழுந்தாள். அவள் முன்னால் வந்து இடுப்பில் கையை வைத்துக் கொண்டு, "எதுக்கு இங்க வந்த?... எந்த ஒறவைக் கொண்டாட வந்த?... எந்திரிச்சுப் போயிரு..." என்று சத்தம்போட்டுச் சொல்லிக்கொண்டே அலங்காரத்தின் கையைப் பிடித்து இழுத்தாள்.

"ஏட்டி... கொஞ்ச நேரம் இருந்துட்டுப் போயிருதேன்..." என்றாள் அலங்காரம் திமிறிக்கொண்டே.

"நீ வரலைன்னு இங்க ஆரு அழுதாவ... போ... இங்க ஒனக்கு எடமில்ல..." என்று கூப்பாடு போட்டாள். ஆட்களோடு ஆட்களாக வெளியே உட்கார்ந்திருந்த மரியபாக்கியத்துடைய அண்ணன் வேகமாக வந்து, அலங்காரத்தின் தலைமுடியைக் கொத்தாகப் பிடித்துத் தூக்கி, அவளை வெளியே இழுத்துவந்து தெருவில் தள்ளினான். சாக்கடைத் தண்ணீரில் விழுந்தாள் அலங்காரம். ஏரல்காரன் சொன்னது சரியாகிவிட்டது. மரியபாக்கியம் கையைப் பிடித்து இழுத்ததில் கையெல்லாம் வலித்தது. சேலை எல்லாம் சகதி. அழுதுகொண்டே மெதுவாக நடந்தாள்.

காலச்சுவடு, 2017

காம்பியர்

செல்போனில் வைத்திருந்த அலாரம் சிணுங்கியது. நீண்ட நேரமாக அடித்துக் கொண்டு தானிருக்கிறது. அதை அணைக்கச் சோம்பலாக இருந்தது. அடித்துப் போட்டது போல் உடம்பெல் லாம் வலித்தது. தான்யாவுக்கு அந்தப்புறம் படுத்திருந்தவன் எரிச்சலோடு திரும்பினான். “அலாரம் அடிக்கிறது காதுல விழலையா?... அதை அணைச்சுத் தொலைச்சா என்ன?” என்று சத்தம் போட்டான். சவுக்கால் அடித்து எழுப்பியது போல் பதறி எழுந்தாள் கௌசல்யா. அலார ஒலி தானாகவே நின்றுவிட்டது. தான்யாவின் நெற்றியில் கையை வைத்துப் பார்த்தாள். சுடத்தான் செய்தது. கழுத்துக்குக் கீழே நெஞ்சிலும் தொட்டுப் பார்த்தாள். சூடாகவேதான் இருந்தது. குழந்தை வாயைத் திறந்து தூங்கிக்கொண்டிருந்தாள். சுருள் சுருளான முடிக்கற்றை ஃபேன் காற்றில் லேசாக அலைந்து கொண்டிருந்தது.

போர்வையை மடித்துத் தலையணையின் மீது போட்டுவிட்டு ஜன்னலருகே போய் நின்றாள். தெருவில் ஆளரவமே இல்லை. தெரு விளக்குகள் மட்டும் எரிந்துகொண்டிருந்தன. எதிர்வீட்டு வேப்பமரம் மௌனமாக நின்றுகொண்டிருந்தது. காற்று வீசினால் தானே அசைவதற்கு? யந்திரம் போல் இப்போதே சமையலைத் தொடங்கினால் தான் டி.வி. ஸ்டேஷனுக்குப் போக முடியும். இந்த வாரம் பூராவும் ஆறு மணி டூட்டி. மத்தியானம் இரண்டு மணிக்கு மேல் வீட்டுக்கு வந்த பிறகு குழந்தையை பாலாஜி ஹாஸ்பிடலுக்குத் தூக்கிக்

கொண்டு போக வேண்டும். மாமாவும் அத்தையும் குழந்தையைப் பார்த்துக் கொள்வதே பெரிய விஷயம். நாலு தெரு தாண்டி இருக்கிற ஆஸ்பத்திரிக்கு குழந்தையை எடுத்துக் கொண்டு போய் வருவதெல்லாம் அவர்களால் முடியாத காரியம். நேற்று டாக்டர் கொடுக்கச் சொன்ன மருந்தையே கொடுக்கச் சொல்ல வேண்டியதுதான்.

குழந்தையைப் பார்த்துக்கொள்ளக் கூட முடியாமல் என்ன வேலை என்று தோன்றியது. என்றாலும் வேலையை விட்டுவிட முடியாது. இன்னும் முப்பத்தைந்து வருஷங்கள் அவள் வேலை பார்த்தே ஆக வேண்டும். அப்போதுதான் வீட்டு லோன் முடியும். மாணிக்கத்துக்குப் பெரிய சம்பளம் ஒன்றுமில்லை. மோட்டார் ஸ்பேர் பார்ட்ஸ் கடையில் அதற்கு மேல் பெரிய சம்பளத்தைத் தூக்கிக் கொடுத்துவிட மாட்டார்கள்.

அவளுடன் சேர்ந்து காம்பியர் பண்ணுகிற ஹரி, தன் அண்ணனுக்குக் கல்யாணம் என்று லீவு போட்டுப் போய்விட்டான். விமலாவும் இரண்டு மணி டூட்டியை விட்டுவிட்டுக் காலையில் வரமுடியாது என்று சொல்லிவிட்டாள். எல்லோருக்கும் ஏதேதோ காரணங்கள் இருந்தன. சுகமில்லாமல் இருக்கிற குழந்தையைப் பார்த்துக்கொள்ள லீவும் போட முடியாது. டூட்டியைக் கூட மாற்றிக்கொள்ள முடியாது. ‘மார்னிங் ஸ்டார்’ ஒரு லோக்கல் சேனல். அந்தச் சேனல் ஓனர் பெரிய மாமாவுக்கு நண்பர். பெரிய மாமா இந்த வேலையை வாங்கிக் கொடுக்கவில்லையென்றால் அந்த டெலிபோன் கம்பெனியின் கஸ்டமர்கேர் கடையிலேயேதான் காலத்தை ஓட்டிக் கொண்டிருக்க வேண்டும்.

குக்கர் வைத்துவிட்டாள். காய்கறி நறுக்க உட்கார்ந்தாள். யாரோ வருகிற மாதிரி இருந்தது. மாமாதான், “காப்பி போட்டுட்டியாம்மா?” என்று கேட்டார். “போட்டாச்சு மாமா... இதோ தர்றேன்... ஏன் அதுக்குள்ளே எழுந்திரிச்சிட்டீங்க?...” என்று கேட்டாள். “தூக்கம் எங்கே வருது?... அப்பவே முழிச்சிட்டேன். நீ எழுந்திருக்கட்டுமேன்னு பார்த்தேன்...” என்றார். மாமாவுக்கு காபி கலந்து கொடுத்தாள். எப்போதும் மாமா சீக்கிரம் எழுந்துவிடுவார். அத்தை எழுந்திருக்க நேரமாகும். அனேகமாக அத்தை எழுந்திருக்கும் போது சமையலையே கௌசல்யா முடித்திருப்பாள். அவர் காபி குடித்துவிட்டு வட்டகை தம்ளரை ‘சிங்க்’கில் போட்டுவிட்டுப் போனார்.

காய்கறி நறுக்கும்போது அம்மா, அப்பா, அண்ணனுடைய ஞாபகமெல்லாம் வந்தது. அப்பா இறந்து இரண்டு வருடமாகிவிட்டது. முன்பெல்லாம் அம்மா, வாரத்துக்கு ஒரு தடவையாவது அவளை வந்து பார்த்துவிட்டுப் போவாள். மானூர் ஒன்றும்

அவ்வளவு தூரமில்லைதான். அரைமணி பஸ் பயணம். ஆனால் அம்மா இவளை வந்து பார்த்து மூன்று மாதமாகி விட்டது. செல்போனில்தான் பேசமுடிகிறது, அதுவும் அம்மாவிடம் பேசிவிட்டு 'கால்–லாக்கி'லிருந்து அம்மா நம்பரை ஞாபகமாக அழித்துவிட வேண்டும். அகஸ்துமாத்தாக அம்மாவுக்கு அவள் போன் செய்து பேசியிருப்பதை அவன் பார்த்துவிட்டானென்றால் "என்ன? இங்க என்ன நடக்குதுன்னு ஒங்க அம்மாவுக்கு ஒழுங்கா ரிப்போர்ட் போய் ஆகுதா?" என்று இடித்துப் பேசுவான்.

எதற்கெல்லாம்தான் பயப்பட வேண்டியதிருக்கிறது. அதுவும் இந்த டி.வியில் காம்பியராக வேலைக்குச் சேர்ந்த பிறகு மாணிக்கம் ரொம்ப மாறிப் போய்விட்டான். வேலை முடிந்து வீட்டுக்கு வந்தால் அவன் எந்தச் சேனலைப் போட்டுப் பார்க்கிறானோ இல்லையோ இவள் வேலை பார்க்கிற சேனலைப் போட்டுப் பார்த்துக்கொண்டே இருப்பான். "இளிச்சு இளிச்சு தேவடியா மாதிரி பேசிக்கிட்டு இது என்ன வேலை?" என்று குத்திக் காட்டுவான். காம்பியரில் அடிப்படைப் பால பாடமே எப்போதும் முகத்தை மலர்ச்சியாக வைத்திருப்பதே. சிரித்துக்கொண்டுதான் பேச வேண்டும். அவளுடன் காம்பியர் பண்ணுகிற திலீப், ராஜேஷ், ஹரிஷை எல்லாம் கேலி செய்வான். அவர்களுடன் சேர்ந்து காம்பியர் செய்வது மாணிக்கத்துக்கு அறவே பிடிக்கவில்லை. 'கண்ட பயகளோடயும் சேர்ந்து நின்னு, இளிச்சு இளிச்சுப் பேசிக்கிட்டு இதுவும் ஒரு பொழப்பா?' என்கிறான்.

இதையெல்லாம் மாமா, அத்தையின் முன்னால் பேச மாட்டான். சொன்னால் அத்தையும் மாமாவும் அவனைச் சத்தம் போடுவார்கள். அவள் சமையல் செய்துகொண்டிருக்கும் போது அடுப்பங்கரைக்கு மெனக்கிட்டு வந்து சொல்வான். இல்லையென்றால், இரவு படுக்கப் போகிறபோது சொல்லிக் காட்டுவான். முன்பெல்லாம் அம்மா வீட்டுக்கு இவள் போனாலோ, அல்லது அம்மா இங்கே வந்தாலோ அவளிடம் சொல்லி அழுவாள். இப்போது அம்மாவையும் வரவிடாமல் செய்துவிட்டான்.

டி.வி. ஸ்டேஷனில் சாப்பிடுகிறபோது அவன் பேசியதெல்லாம் ஞாபகம் வந்து அழுகை அழுகையாக வரும். ஒருநாள் திலீப்புடன் நேயர்களுக்குப் பிடித்தவை நிகழ்ச்சியை வழங்கிக்கொண்டிருந்தபோது, 'என்ன தேவடியா மாதிரி இளிச்சு இளிச்சுப் பேசுதே' என்று மாணிக்கம் சொன்னது ஞாபகத்துக்கு வந்து, கண்களில் கண்ணீர் கோர்த்துவிட்டது. அந்த நிகழ்ச்சி 'லைவ்' வேறு. புரொடியூசர் அவளைக் 'கட்' பண்ணி திலீப்பை மட்டும் காட்டிச் சமாளித்தார். 'ப்ரோகிராம் லைவா

போய்க்கிட்டிருக்கும்போது இப்படியா பண்றதும்மா?...' என்று அவளைக் கடிந்துகொண்டார்.

அன்று அம்மாவிடம் போனில் நடந்ததைச் சொல்லி அழுதபோது, "கௌசல்யா நீ பேசாம பிள்ளையைத் தூக்கிக் கிட்டு மானூருக்கு வந்திரு... நான் பிள்ளையைப் பார்த்துக் கிடுதேன் ... நீ தினசரி இங்கே இருந்தே வேலைக்குப் போக லாம்மா... நெறைய பஸ் இருக்கு... கலகம் பொறந்தாத்தான் ஞாயம் பொறக்கும். நீ சரி, சரின்னு சகிச்சுக்கிட்டுப் போகப் போக, அந்த ஆளு தலைக்கு மேலதான் ஏறுவான். அவன் அம்மா, அப்பாவுக்கும் தெரியட்டும், அவங்களா பேசி ஒரு வழிக்கி வருவாங்க. அந்த ஆளு என்னதான் நெனச்சுக்கிட்டு இருக்கான்?... கேக்க நாதி இல்லன்னு நெனைச்சிட்டானா?.. ." என்றாள்.

இப்படிப்பட்டவனை நம்பி லோன் போட்டு அந்தப் ஃப்ளாட்டை வாங்கியதுதான் தப்பு என்று அவளுக்குத் தோன்றியது, அந்த டி.வி. வேலையில் சேர்ந்த இரண்டாம் மாதமே வேலை பெர்மனெண்ட் ஆகிவிட்டதால், சட்டென்று பேங்க் லோனைப் போட்டு அந்த ஃப்ளாட்டை வாங்கிவிட்டாள். அவனும் கூடமாட வந்து பார்த்துப் பேசித்தான் 'சரி' என்று சொன்னான். அப்போதெல்லாம் கூட அவன் இப்படிப் பேசியதே இல்லை. ஃப்ளாட் வாங்கியது வசதியாகத்தான் இருக்கிறது என்றான். தான்யாவுக்கு அப்போது எட்டு மாதம். ஃப்ளாட் வாங்கி இரண்டு மூன்று மாதங்கள்வரை பிரச்சினை இல்லாமல்தான் போய்க்கொண்டிருந்தது.

கல்யாணவீடு, சடங்கு வீடு, பிறந்தநாள் என்று சொந்தக் காரர்கள் வீட்டு விசேஷங்களுக்குப் போகிற போதெல்லாம், 'டிவியில் வருகிறவள்' என்று அவளை இனம்கண்டு அவளிடம் வலியவந்து பேசுவார்கள். அவர்களிடம் மாணிக்கத்தை அறிமுகப்படுத்தி வைத்தாலும், முகம் கொடுத்துப் பேச மாட்டான். வீட்டுக்கு வந்த பிறகும் அவளிடம் பேச மாட்டான். அதுவும் இந்த விசேஷ வீடுகளுக்கு வருகிறவர்கள் அவளுடன் 'செல்பி' வேறு எடுத்துக்கொள்கிறார்கள். இதெல்லாம் அவனுக்கு அறவே பிடிக்கவில்லை.

அதற்குப் பிறகுதான் அவனுடைய போக்கே மாறியது. அவளுடன் பேசுவதைப் பெரும்பாலும் தவிர்த்தான். அப்படியே பேச நேர்ந்தாலும் அவளுடைய வேலையைக் குத்திக்காட்டிப் பேசினான். வாய் கூசாமல் அவளைத் 'தேவடியா' என்றான். யார்தான் இதையெல்லாம் சகித்துக்கொள்வார்கள். அந்த வீட்டை

மட்டும் அவள் வாங்கவில்லையென்றால், அந்த வேலையையே அவள் விட்டிருப்பாள். இப்போது என்ன செய்வது?

அடுப்பில் இருந்த சுடுகிற இரும்புச் சட்டியை ஏதோ ஞாபகத்தில் கையால் பிடித்துவிட்டாள். விரல்களெல்லாம் சுட்டுவிட்டன. கிச்சன் 'சிங்க்'கில் உள்ள குழாயைத் திறந்து விட்டு விரல்களைத் தண்ணீரில் காட்டினாள். விரல்களெல்லாம் எரிந்தன. அழுகையும் துக்கமும் தொண்டையை அடைத்தன. வராந்தாவில் போய் உட்கார்ந்தாள். அங்கே இருந்த நாற்காலி களையெல்லாம் கீழே போட்டு உடைக்க வேண்டும் என்று தோன்றியது. தலைக்குள் ஏதோ ஓடுகிற மாதிரி இருந்தது. அதன் பிறகுதான் அவளுக்கு ஹிஸ்டீரியா பிடித்தது.

உயிர் எழுத்து, 2017

வாழ்க்கை

அது தெரு நாய்தான். பிரவுன் நிறத்தில் இருந்தது. அதற்கென்று எந்தப் பெயரும் இல்லை. நாய்கள், பூனைகள், ஏன் வீட்டு மாடுகளுக்குக்கூட பெயர் வைக்கிற வழக்கம் மனிதர்களிடம் உண்டு. எப்படியோ அந்த நாய்க்கு நிரந்தரமான ஒரு பெயர் இல்லாமல் போய்விட்டது. அது வீட்டு நாயாக இருந்திருந்தால் நிச்சயமாக அதற்குப் பெயர் இட்டிருப்பார்கள். என்றாலும், அந்தத் தெருக்காரர்கள் அவரவருக்குத் தோன்றிய பெயரால் அதை அழைப்பார்கள். எந்தப் பெயரால் அதைக் கூப்பிட்டாலும் அது வாலை ஆட்டிக்கொண்டே வந்து நிற்கும். ஒரு நாயினால் அதைத் தவிர வேறென்ன செய்துவிட முடியும்?

சில ஆ ண்கள் அதனிடம் முகத்தோடு முகம் வைத்துக் கொஞ்சுவார்கள். அதுவும் தன் அன்பைச் சிறு முனகலோடு வெளிப்படுத்தும். சிலர் அதன் கழுத்துக்குக் கீழே தங்களுடைய விரல்களால் வருடிக் கொடுப்பார்கள். இவையெல்லாமே சிறிது நேரத்திற்குத்தான். பிறகு அவரவர் போக்கில் சென்றுவிடுவார்கள். அவர்கள், தின்பதற்கு ஏதாவது கொடுப்பார்கள் என்று எதிர்பார்த்து அது ஏமாந்து போகும்.

ரமேஷூடைய அம்மா அதை ‘மணி’ என்று கூப்பிடுவாள்; எல்.ஐ.சி. காரர், அதை ‘ப்ரவ்னி’ என்பார். அது கொஞ்சம் கௌரவமானது. சில பெண்கள் தங்கள் குழந்தைகளுக்குச் சோறு ஊட்டும்

போது, அவர்களுக்கு வேடிக்கை காட்டுவதற்காக ‘தோ … தோ …’ என்றுகூடக் கூப்பிடுவார்கள். யார் கூப்பிட்டாலும் அவர்கள் முன்னால் போய் நிற்க வேண்டியதுதான் அதன் வேலை. ஒரு நாய் கௌரவமெல்லாம் பார்க்க முடியுமா?

அதற்கு நினைவு தெரிந்த நாளிலிருந்து அது அந்தத் தெருவில்தான் இருந்து வருகிறது. அது எங்கே பிறந்தது, எப்படி அங்கே வந்து சேர்ந்தது என்ற விபரங்களெல்லாம் அதற்குத் தெரியாது. தெரிந்துதான் என்ன ஆகப் போகிறது? அந்தத் தெருவில் இன்னொரு நாயும் இருந்தது. அது ஒரு சோம்பேறி நாய். அந்தப் புங்க மரத்தடியில்தான் எப்போதும் படுத்தே கிடக்கும். அதற்குப் பசிக்கவே பசிக்காதோ என்று இது நினைக்கும்.

சில வீடுகளில் தெருவாசல் கதவைத் திறந்து வைத்துக் கொண்டே சாப்பிடுவார்கள். அப்போதெல்லாம் அது தெருவில் நின்று அவர்கள் சாப்பிடுவதையே வெறித்துப் பார்த்துக் கொண்டிருக்கும். அது நிற்பது தெரிந்தால் உடனே யாராவது வந்து கதவைச் சாத்திவிடுவார்கள். இந்த மனிதர்கள் சாப்பாடு தான் போடமாட்டார்கள். அவர்கள் சாப்பிடுவதைக் கூடவா பார்க்கக் கூடாது?

பகலில் அதைத் தேடுவார் யாருமில்லை. இரவு அதுவும் எட்டு, ஒன்பது மணிக்கு மேல் அந்தத் தெருக்காரர்கள் அதைத் தேடுவார்கள்; குறிப்பாகப் பெண்கள். வேறு எதற்கு, வீடுகளில் மீந்த உணவுப் பொருட்களை அதன் தலையில் கட்டுவதற்குத் தான். வீட்டிலுள்ள ஆட்கள் சாப்பிட்ட பிறகு, மீந்து போன சோறு (அது ஊளை நாற்றமடிக்கும்), கறி, குழம்பு, நாலைந்து நாளான தொடுகறி அல்லது காய்ந்த ரொட்டித் துண்டுகள் என்று அவர்களுக்குத் தேவையில்லாத எதை வேண்டுமானாலும் தெருவில் கொண்டுவந்து கொட்டுவார்கள். கொட்டப்பட்ட இடம் மண் இல்லாத கட்டாந்தரையாகவும் இருக்கலாம், புழுதி மண்ணாகவும் இருக்கலாம். மண்ணோடு சேர்த்து அதைச் சாப்பிட முடியுமா? நாக்கால் மேலெழுந்த வாரியாக நக்கி லாவகமாகத்தான் சாப்பிட வேண்டும். வெறும் நாய்ப் பிழைப்பு தானே? வேறு எப்படியிருக்கும்? இப்படித்தான் இருக்கும்.

ராத்திரிப் பாடு எப்படியோ கழிந்துவிடுகிறது. பகலில் தான் கஷ்டம். அந்தத் தெருவில் ஒரு கறிக் கடை இருக்கிறது. ஆடுகளை வெட்டித் தோலுரித்துக் கொக்கியில் தொங்கவிட்டிருக்கும். அந்தக் கடைப்பக்கம் போனாலே நல்ல மாமிச வாசனை அடிக்கும். ஆனால் அந்தக் கடை முதலாளி மகா கஞ்சன். சிறு எலும்புத் துண்டைக்கூடத் தெருவில் வீசமாட்டான். அதையும் விற்றுக் காசாக்கி விடுவான்.

அது, அந்தக் கடைவாசலிலேயே, அவன் கறியை அறுக்கிறதையும் துண்டு போடுகிறதையும்வாயைத் திறந்து எச்சில் சொட்டச் சொட்ட மணிக்கணக்காகப் பார்த்துக் கொண்டே, முன்னங்கால்களை நீட்டிப் படுத்துக் கிடக்கும். அவன் ஆட்டுக் கறியை வெட்டுகிற போதெல்லாம் அதிலிருந்து கிளம்பும் ரத்தமும் மாமிசமும் கலந்த வாசனையை மூக்கு விடைக்க இழுத்து, அந்த வாசனையிலேயே மெய்மறந்து போயிருக்கும். அவன் கையில் வைத்திருக்கிற அந்த வெட்டுக் கத்தியையாவது நக்கிப் பார்க்க வேண்டும் போலிருக்கும். சிறு எலும்புத் துண்டைக்கூட வெளியே போகவிடாத அந்தக் கறாரான கடைக்காரனா இதற்கெல்லாம் அனுமதிப்பான்?

சிலநேரம் கடைக்குள் நின்றிருக்கிற அவனைப் பார்த்துக் குலைத்து, அவன் கவனத்தைத் தன் பக்கம் திருப்பப் பார்க்கும். அவனா இதற்கெல்லாம் மசிகிறவன்? கையிலிருக்கிற வெட்டுக் கத்தியை உயர்த்தி அதை விரட்டுவான். அவன் எவ்வளவுதான் விரட்டினாலும் அந்த மாமிச வாசனைக்கு ஈடேது? அந்தக் கடையிலிருந்து அதற்குச் சிறு எலும்புத் துண்டுகூடக் கிடைக்காது என்றாலும், அங்கே படுத்துக் கிடந்து அந்த மாமிச வாசனையை நுகர்வதை மட்டும் அதனால் நிறுத்த முடியவில்லை. ஏனோ அவன் தினமும் கறிக் கடையைத் திறப்பதில்லை. வாரத்தில் ஒன்றிரண்டு நாட்கள் கடையை மூடிவிடுகிறான்.

முன்பெல்லாம் பகலில் தெருவிலுள்ள முனிஸிபல் குப்பைத் தொட்டிகளைத் துழாவினால் சாப்பிட ஏதாவது அகப்படும். இப்போது உயரமான குப்பைத்தொட்டிகளை வைத்துவிட்டார்கள். அதில் மூச்சைப் பிடித்து எம்பி ஏறுவதே கஷ்டமாக இருக்கிறது. அதுவும் பசியோடு ஏறுவது ரொம்பக் கஷ்டம்தான்.

இரண்டு தெரு தள்ளிப் போனால் ஒரு ஹோட்டல் இருக்கிறது. அந்த ஹோட்டலின் பின்னால் விழுகிற எச்சில் சாப்பிடுவதற்குப் பெரிசாக எதுவும் அகப்படாவிட்டாலும், அந்த இலைகளில் ஒட்டிக்கொண்டிருக்கிற சாம்பார், சட்னியை நக்கினாலே பசி அடங்கிய மாதிரி ஆகிவிடும். ஆனால், அந்த இலைத் தொட்டிக்கு எப்போதும் போட்டிதான். இரண்டு உயரமான, பெரிய நாய்கள் அங்கே படுத்தே கிடக்கும்.

ஒருநாள் அந்த நாய்களுடன் சண்டை போட்டதில், அவை இரண்டும் சேர்ந்து இதன் முதுகு, வயிறெல்லாம் கடித்துப் பிறாண்டி ரத்தக் கோரையாக ஆக்கிவிட்டன. குரைத்துக் குரைத்துத் தொண்டையெல்லாம் வலி வேறு. இரை பொறுக்கப் போகவும் முடியாமல், வலியோடும் புண்ணோடும் புங்க மர நிழலில் அந்தப் பிச்சைக்காரனோடு இரண்டு நாட்கள் படுத்தே

கிடக்கும்படி ஆகிவிட்டது. பசியிலும் வலியிலும் உயிரே போய்விடும் போலிருந்தது. ஆனால் அப்படி எதுவும் நடக்கவில்லை. அதையெல்லாம் ஆராய்ந்து பார்க்கிற அறிவு அதற்கு இல்லை. அறிவு இல்லாமலிருப்பது பலவிதங்களிலும் நல்லதுதானே?

வெகு நாட்களுக்கு முன்பு நடந்தது. இது, ஒரு நாள் மத்தியானம் நல்ல வெயில் நேரத்தில் தெருவோரமாக முகர்ந்து பார்த்துக் கொண்டே உணவைத் தேடிச் சென்றுகொண்டிருந்தது. எத்தனை தெருக்கள் அலைந்திருக்கும் என்று தெரியவில்லை. எதுவுமே அகப்படவில்லை. ஒரு கோவிலின் சுற்றுச் சுவர் ஓரத்தில் நிழலுக்காக ஒதுங்கி நின்றுகொண்டிருந்தபோது, ஒரு குட்டை யான நாய் தன் குட்டிகளுடன் வந்து, கோவில் சுவரோரமாக நிழலில் படுத்துக்கொண்டது. உடனே அந்தக் குட்டிகளெல்லாம் அதன் வயிற்றில் முட்டிமுட்டிப் பால் குடித்தன. இதுவும் அதனருகே போய் முனங்கியது. குட்டிகளோடு குட்டியாகச் சேர்ந்து பால் குடிக்க முயன்றது. ஆனால் அந்தக் குட்டிகள் விடவில்லை.

அந்தக் குட்டிகளின் உயரத்துக்குத் தன் உடலை அஷ்ட கோணலாகச் சுருக்கிக்கொண்டு பால்குடிக்க முயன்றது. என்றாலும், அந்தப் புத்திசாலிக் குட்டிகள் அதைத் தங்கள் தாயினருகே நெருங்கவே விடவில்லை. சிறிது நேரம் முயற்சி செய்து பார்த்துவிட்டு வேறுவழியில்லாமல் அங்கிருந்து நகர்ந்தது.

கண்டபடி அலைந்து திரிந்ததில் உடம்பு ஓய்ந்துபோய் விட்டது. தூக்கம் வந்தது. படுப்பதற்குக் குளிர்ச்சியான இடத்தைத் தேடியது. தெரு ஓரத்தில் ஒரு அரச மரம் இருந்தது. அதனடியில் ஒரு பிள்ளையார் சிலையும், அதைச் சுற்றிலும் சிமெண்டுத் தளமும் போடப்பட்டிருந்தது. உயரமான மேடை மீது காலைத் தூக்கி ஒன்றுக்கு இருந்துவிட்டு அந்தச் சிமெண்டுத் தளத்தில் படுத்துக்கொண்டது. சிமெண்டுத் தளம் குளிர்ச்சியாகத்தான் இருந்தது. ஆனாலும் ஆற்று மணலின் குளிர்ச்சிக்கு அது ஈடாகுமா?

ஒருநாள் ஒரு வீட்டின் முன்பு மணல் லாரி அம்பாரமாக மணலைக் கொட்டிவிட்டுப் போயிற்று. அதற்கு முன் அது அவ்வளவு பெரிய மணல் மேட்டைப் பார்த்ததே இல்லை. மணல் மேட்டில் மனம்போனபடி ஏறியிறங்கி விளையாடியது. ஆசை தீர மணலில் உருண்டு புரண்டது. ஆஹா!... மணலில் என்ன குளிர்ச்சி!...

இரண்டு மூன்று நாட்கள் வரை அந்த மணல் அங்கேதான் கிடந்தது. நினைத்தபோதெல்லாம் அதன்மீது ஏறிப் படுத்துக்

கொண்டது. பிறகு, கட்டட வேலைக்காக அந்த மணலை அள்ளிக்கொண்டு போய்விட்டார்கள். எவ்வளவு பெரிய இழப்பு அது?

பொதுவாக அதற்கு எப்போது படுத்தாலும் தூக்கம் வந்து விடும். ஆனால் காதுக்குள் எறும்பு போய்விட்டால் தொலைந்தது. சிறிதுகூட அறிவில்லாத எறும்புகள். தூக்கத்தில் கனவெல்லாம் கூட வரும். பெரும்பாலும் உணவைத் தேடி தெருத்தெருவாக அலைகிற காட்சிகள்தான் அடிக்கடி வரும். சிலசமயம் தன்னை விட வலுவான நாயுடன் சண்டை போடுகிற கனவும் வரும். சண்டை போடுகிற கனவு வந்தால் திடுக்கிட்டு விழித்துக் கொள்ளும். எவ்வளவு கெட்ட கனவு அது?

அலைச்சல், பசி, தூக்கம், பகல் பூராவும் இப்படித்தான் கழிகிறது. மீந்த உணவுப் பொருட்களை இரவு நேரம் பார்த்துக் கொண்டு வந்து கொட்டும் பெண்கள், அதைப் பகலில் செய்யக் கூடாதா? இந்த யோசனை ஏன் அவர்களுக்கு வரவில்லை?

மழை வந்துவிட்டால்தான் திண்டாட்டம். மழைக்காலத் தில் சாப்பாடும் கிடைக்காது. படுப்பதற்கு ஈரமில்லாத தரை யைத் தேட வேண்டியதும் இருக்கும். தெருமுனையிலுள்ள டீக்கடை முன்பு மழைக்காலத்தில் கொஞ்சம் வெதுவெதுப்பாக இருக்கும். ஆனால் நினைத்தபோது அந்த இடத்தில் படுக்க முடியாது. கடையை மூட இரவு வெகுநேரமாகும். கடையை மூடிய பிறகுதானே படுக்க முடியும்?

என்ன செய்வது? பசி, பட்டினி, அலைச்சல் என்றுதான் நாட்களைக் கழிக்க வேண்டியதிருக்கிறது. எதற்காக இப்படி இருக்கிறோம் என்றும் தெரியவில்லை. எத்தனை காலம் இப்படியே கழிக்க வேண்டும் என்பதும் தெரியவில்லை. ஆனால் சில சமயம் கிடைக்கும் ருசியான உணவுகள், நிம்மதியான தூக்கம் இவற்றை நினைத்துக் காலத்தை ஓட்ட வேண்டியது தான். யோசித்துப் பார்த்தால் இந்த உலகத்தில் சாப்பாட்டை யும் தூக்கத்தையும் தவிர வேறு என்னதான் இருக்கிறது?

அம்ருதா, செப்டம்பர் 2017

அழைப்பு

மதியம் ஒரு மணியானால் கூடலிங்கத் திற்குத் தெருவாசலில் போய் நிற்க வேண்டும். அதுதான் தபால்காரர் வருகிற நேரம். தபால்காரர் கிருஷ்ணன் அந்தத் தெருவுக்குத் தபால் கொடுக்க ஒன்றிலிருந்து ஒண்ணேகாலுக்குள் வந்துவிடுவார். வெயிலானாலும் மழையானாலும் இந்த நேரத்தைப் பிசகவிட்டதே இல்லை அவர்.

"லெட்டர் வந்தா, நீங்க ஊருக்குப் போயி ருந்தா அழிக் கம்பி வழியா தார்சாவுக்குள்ள போடுதம்லா... அந்த மாதிரிப் போட மாட்டனா? எதுக்குக் கால் கடுக்க வாசல்ல வந்து காத்து நிக்கியோ?" என்று பல தடவை கிருஷ்ணன் சொல்லிவிட்டார். இருந்தாலும் ஹால் கடிகாரத்து முள் 12.55ஐ நெருங்கிவிட்டாலே கூடலிங்கத்துக்கு வீட்டுக்குள் இருப்புக் கொள்ளாது. தெருவா சலுக்கு வந்து வாசல் நிலையோடு நிலையாகச் சாய்ந்து நின்று தெரு முனையைப் பார்த்துக் கொண்டிருப்பார்.

தெருவில் எந்த வீட்டுக்கு முன்னால் சைக்கிளை ஸ்டாண்ட் போட்டு நிறுத்தி அவர் தபால் கொடுக்கப் போயிருந்தாலும், அவர் யார் வீட்டுக்குத் தபால் கொடுக்கப் போயிருக்கிறார் என்பதை அங்கிருந்தே அவரால் தெரிந்துகொள்ள முடியும். கூடலிங்கத்துக்குத் தபால் எதுவும் இல்லையென்றால் இரண்டு வீட்டுக்கு அப்பால் வருகிறபோதே, வெற்றிலைக் காவியேறிய பற்கள் தெரியச் சிரித்துக்கொண்டே, வலது கையை விரித்து,

இல்லை என்று ஆட்டிவிட்டுப் போய்விடுவார் கிருஷ்ணன். அவர் கடந்து போகிறபோது புகையிலை வாசம் வீசும்.

கூரியரா, கொரியரா? சிலர் கொரியர் என்கிறார்கள். சிலர் கூரியர் என்கிறார்கள். இது வந்தபிறகு கூடலிங்கத்துக்குத் தபாலில் கடிதம் வருவதே குறைந்துவிட்டது. அதுவும் ரிட்டையர்ட் ஆனபிறகு எல்.ஐ.ஸி.க்குப் பிரீமியம் கட்டச்சொல்லி வருகிற நோட்டீஸ், கோயில் கும்பாபிஷேகப் பத்திரிகை, எப்போதாவது யாராவது அனுப்பிவைக்கிற கல்யாணப் பத்திரிகை இந்த மாதிரித்தான் தபாலில் வருகிறது. அதுவும் வீட்டுக்கு வீடு செல்போன் வேறு சீரழிகிறதா, எல்லோரும் போனில் பேசியே தீர்த்துவிடுகிறார்கள். இந்தக் காலத்தில் பேனா பிடித்து யார் குசலம் விசாரித்து லெட்டர் எழுதுகிறார்கள்?

என்ன மாறினால்தான் என்ன? கூடலிங்கத்தால் தபால்காரரை எதிர்பார்த்து வாசலில் போய் நிற்கிற பழக்கத்தை மாற்றிக்கொள்ள முடியவில்லை.

“ஒங்களுக்கு என்ன கோட்டிகண்டா புடிச்சிருக்கா… ஆரு இப்போ ஒங்களைத் தேடிக் காயிதம் எழுதுதா? அலையுதேளே ஆத்திக்கெட மாட்டாமா…” என்று கமலம் பலமுறை சொல்லிச் சொல்லி அலுத்துவிட்டாள். என்ன செய்ய முடியும்? இப்படி ஒருமணியானால் தெருவாசலில் வந்து நிற்கிற பழக்கத்தை விடமுடியவில்லை.

“அய்யா! ஒங்களுக்குக் கல்யாணப் பத்திரிக்கை வந்திருக்கு போல…” என்று சைக்கிளை விட்டு இறங்காமல், ஒரு காலைத் தரையில் ஊன்றி நின்றுகொண்டே ஒரு கவரை அவரிடம் சிரித்துக்கொண்டே கொடுத்தார் கிருஷ்ணன். அதைக் கையில் வாங்கிக்கொண்டே மறக்காமல் கிருஷ்ணனுக்கு “தேங்க்ஸ்” சொன்னார். “வாரேன் அய்யா…” என்று உன்னிப் பெடலை மிதித்துக்கொண்டே கிருஷ்ணன் போய்விட்டார். பேப்பர் ரோஸ் மரம் நிற்கிற வீட்டுக்கு முன்னால் தலைப்பாகையுடன் வியாபாரி, “வெங்காயம், வற்றல், புளி” என்று சத்தம் போட்டுக் கூவிக் கொண்டிருந்தார்.

ரொம்ப நாள் கழித்துத் தன் பேருக்குத் தபால் வந்திருக்கிற சந்தோஷத்துடன் சோபாவில் உட்கார்ந்து அவசர அவசரமாகக் கவரைப் பிரித்தார். உள்ளே வழவழப்பான மஞ்சளும் ரோஸும் கொண்ட காகிதத்தில் பத்திரிகை அச்சடித்திருந்தது. அழைப்பிதழின் நடுவே ‘பூவலிங்க சாஸ்தா துணை’ என்று போட்டிருந்தது.

‘பூவலிங்க சாஸ்தா துணை’ என்று போட்டிருக்கிறதே, தாதன்குளத்துக்காரர்களாக இருக்குமோ என்று யோசித்துக்

கொண்டே அழைப்பிதழைப் படிக்க ஆரம்பித்தார். செய்துங்க நல்லூரில், தூதுவழிப் பச்சேரியில் கல்யாணம் என்றிருந்தது.

அது நடந்து பத்து நாள் கூட இருக்கும். மத்தியானச் சாப்பாடு முடிந்து தரையில் துண்டை விரித்துப் படுத்திருந்தார். கமலம் சாப்பிட்டுக்கொண்டிருந்தாள். அவள் சாப்பிட உட்கார்ந்தால், சாப்பிட்டு எழுந்திருக்க வெகு நேரமாகும். மெதுவாகத்தான் சாப்பிடுவாள். அவர் எல்லாவற்றிலுமே வேகம்தான். சாப்பாடும் அப்படித்தான். சாப்பிட்டுவிட்டுக் கழுவின கை காய்வதற்குள் அவருக்குப் படுத்துவிட வேண்டும்.

“சாப்புட்ட ஒடனே கட்டயச் சாத்தாதீங்கன்னு எத்தன நாள் சொல்லியாச்சு... அது என்ன சாப்புட்ட ஒடனே படுக்களம்... .” என்றாள் கமலம். அவருக்கு ஒன்றும் அசதியோ சோர்வோ இல்லை. ஆனால், அப்படி ஒரு பழக்கம். பழக்கத்தை லேசில் மாற்ற முடிகிறதா என்ன? அப்போதுதான் சாப்பாட்டு மேஜை மீது இருந்த செல்போன் அடித்தது. போன் அடிப்பது காதில் விழாமல், ஏதோ யோசனையாக உத்தரத்தைப் பார்த்துக்கொண்டு படுத்திருந்தார். “போன் அடிக்கது காதுல விழுதா இல்லையா?” என்று கமலம் சத்தம் போட்டாள். விழுந்தடித்து எழுந்து போனை எடுத்தார்.

“எப்பவும் கோட்டையப் பிடிக்கப் போற மாதிரி என்ன தான் யோசனையோ? என்று எவர்சில்வர் தட்டில் மோர் சாதத்துக் கழிம்பை வழித்துத் திரட்டிக்கொண்டே சொன்னாள் கமலா. அவர் போனைக் காதில் வைத்துக்கொண்டே கமலத்தைப் பார்த்து “என்ன எளவு லொட லொடன்னு பேசிக்கிட்டே இருக்க? ஒண்ணுங் காதுல விழமாட்டேங்கு...” என்று சத்தம் போட்டுக் கொண்டே “ஹலோ... ஹலோ...” என்றார் சத்தமாக.

எதிர்முனையில், “அய்யா, நான் கசமுத்து பேசுதேன்...” என்றது குரல்.

“கசமுத்தா? யாருன்னு தெரியலியே... என்ன வேணும்?”

“ரெண்டு வருசத்துக்கு முந்தி சாத்தாங் கோயில்ல வச்சுப் பாத்தோமே... யாபகம் இருக்கா? நீங்களும் நாச்சியாரும் சாமி கும்பிட வந்திருந்தியோ... நானும் எந் தம்பியும் ஆத்தாவும் வந்திருந்தோம்.”

கூடலிங்கத்தின் நெற்றி சுருங்கியது. வரிவரியாகக் கோடுகள் விழுந்தன. “ஆருன்னு புடிபட மாட்டேங்குதே...” என்றார் கூடலிங்கம்,

“நான் சக்கரவியாதிக்காவக் கால்ல கட்டுப் போட்டுருந்தேன். நாங்க சாத்தாவுக்குப் படச்ச சக்கரப் பொங்கலச் சாப்புட்டுட்டு நல்லா இருக்குன்னு சொன்னிய...”

கூடலிங்கத்துக்குப் பொறி தட்டியது. "ஆமா... மா..." என்றார்.

"எங்க ஆத்தா ஒங்ககிட்ட, என் தம்பியக் காட்டி அவன் கல்யாணம் பண்ணாம இருக்கான். அவனுக்குக் கல்யாணம் ஆகணும்னுதான் சாத்தாவக் கும்புட வந்தோம்னு சொன்னா.. . யாபகம் இருக்காய்யா..."

"ஆமா ... மா ..." என்று சந்தோஷத்தோடு சொன்னார் கூடலிங்கம்.

"அன்னைக்கு அவன்கிட்டக் கல்யாணம் பண்ணிக்கோன்னு எம்புட்டோ எடுத்துச் சொன்னீய ... இப்பம் அவனுக்குத்தான் கல்யாணம் வச்சிருக்கு... அன்னைக்கு ஒங்க போன் நம்பரைக் கேட்டு வாங்குனது நல்லதாப் போச்சு..."

"ஊரு கூட செய்துங்கநல்லூர் தூதுவழிப் பச்சேரின்னு சொன்னீங்களே?" என்றார் கூடலிங்கம். கசமுத்து சொல்லச் சொல்லச் சினிமாப்படம் மாதிரி ஞாபகம் ஓடியது. கசமுத்துவை ஒருமையில் அழைக்கலாமா என்று ஒரு சந்தேகம் தோன்றியது.

"நல்லா யாபகம் வச்சிருக்கியளே ... அந்தப் பெயலுக்குத் தான் கல்யாணம். சித்திரை எட்டுல வச்சிருக்கு. ஒங்களுக்குப் பத்திரிகை அனுப்பணும்... அய்யா அட்ரஸச் சொன்னியன்னா நல்லது ..." என்றார் கசமுத்து.

கசமுத்துவின் குரல், பசுவந்தனை அண்ணாச்சியுடைய குரலைப் போலவே இருந்தது. குசலம் விசாரிக்காமலே பேசிக் கொண்டிருக்கிறோமே என்று தோன்றியது.

"வீட்டுல எல்லாரும் சௌக்கியம்தான? தம்பிக்குக் கல்யாணம் நிச்சயம் பண்ணியிருக்கிறது நல்ல விஷயம்... ரொம்ப சந்தோஷம்..." என்றார்.

"அய்யா கல்யாணத்துக்குக் கட்டாயம் வரணும். பத்திரிகை அனுப்புதேன். குடும்பத்தோட வாங்க..."

முகவரியைச் சொன்னார். திரும்பத் திரும்பக் கசமுத்து கல்யாணத்துக்கு வரவேண்டும் என்று கேட்டுக்கொண்டார்.

அந்தத் திருமணப் பத்திரிகைதானா? பத்திரிகையைப் பக்கத்தில் சோபா மீது வைத்துவிட்டுக் கவரைப் பார்த்தார். கவரில் அட்ரஸ் சரியாகத்தான் இருந்தது. அவருக்குத்தான் வந்திருக்கிறது. உருண்டை உருண்டையான கூட்டெழுத்துகளில் முகவரி இருந்தது. திருமணப் பத்திரிகையை முகர்ந்து பார்த்தார். புதிய காகிதத்தின் வாசனை.

"என்னது... கல்யாணப் பத்திரிகை மாதிரி இருக்கு..." என்று கேட்டுக்கொண்டே வந்தாள் கமலம். இந்தக் கல்யாணத்துக்குப்

போகவிடுவாளோ, மாட்டாளோ என்று நினைத்தார். ஏதோ ஒருநாள் சந்தித்ததை மனதில் வைத்திருந்து, இவ்வளவு ஞாபகமாகப் பத்திரிகை அனுப்பிக் கூப்பிட்டிருக்கிறவர்களைக் கௌரவிக்க வேண்டும், கல்யாணத்துக்குப் போக வேண்டும் என்று கூடலிங்கத்துக்குத் தோன்றியது. கமலத்தின் முகத்தைப் பார்த்துக்கொண்டே தயக்கத்துடன் பத்திரிகையை அவளிடம் கொடுத்தார். கமலம் மூக்குக் கண்ணாடியைத் தேடி எடுத்துப் போட்டுக்கொண்டு அழைப்பிதழை விரித்தாள்.

அதைப் படிக்கப் படிக்க அவளுடைய முகம் ஒரு தினுசாக மாறிக்கொண்டிருந்தது. அன்றைக்கு கசமுத்துவிடம் போனில் முகவரியைச் சொல்லிக்கொண்டிருந்தபோது அது யார், யார் என்று துருவித் துருவிக் கமலம் விசாரித்தாள். எதையோ சொல்லி அன்று சமாளித்தார். இந்த அழைப்பிதழை அவள் கண்ணில் காட்டியிருக்கவே கூடாது.

“இது யாருய்யா? பேரெல்லாம் ஒரு தினுசா இருக்கு. மாப்பிள்ளை பேரு ஆத்தாங்கரையான்னு போட்டுருக்கு ... யாரு இது?” என்று கண்களை உருட்டிக்கொண்டே கேட்டாள்.

“தெரிஞ்சவங்கதான் ...”

“இந்த மாதிரி யாரையும் ஒங்களுக்குத் தெரியாதே... எங்க கவரக் குடுங்க பாப்பம் ... வீடு மாறி வந்துட்டுதா?” என்று சொல்லிக்கொண்டே கவரை வாங்கிப் படித்தாள். “ஒங்க பேரு தான் போட்டுருக்கு. அட்ரஸெல்லாம் சரியாத்தான் இருக்கு... இது ஆருன்னு கேக்கேன்... ஊமைக் கோட்டான் மாதிரி இருந்தா எப்படி ?...”

“அதான் சொல்லுதம்லா தெரிஞ்சவங்கன்னு ... சாத்தாங் கோயில்ல வச்சு ஒரு தடவ பாத்தோம்லா ...” என்று ஞாபகப் படுத்தினார். இனி கமலம் என்ன சொன்னாலும் கேட்கமாட்டாள். கல்யாணத்துக்கு அவரைப் போகவிட மாட்டாள் என்பது, அவள் அந்த அழைப்பிதழைப் படித்த லட்சணத்திலேயே தெரிந்துவிட்டது. அவளுக்குத் தெரியாமல் கல்யாணத்துக்குப் போய் வருவதென்பது நடக்கக் கூடிய காரியமில்லை.

“ஐவுளிக்கடை நோட்டீஸ் மாதிரி யார் யாரோ கல்யாணப் பத்திரிகையை அனுப்பி வச்சிருதான் ...” என்று சொல்லிக்கொண்டே அதைக் கசக்கிக் குப்பைக் கூடையில் போட்டுவிட்டுப் போனாள். கூடலிங்கம் தலை கவிழ்ந்து உட்கார்ந்தார்.

○

அன்பு வழி

நேற்று, அவள் ஆராதித்துக் கொண்டாடும் கவிஞரிடமிருந்து போன் கால் வந்தது. "முன்னுரையை எழுதிவிட்டேன்... வந்து வாங்கிக்கொள்ளுங்கள்..." என்று கவிஞர் போனில் சொன்னார். சுகந்தியின் மனம் சிறகடித்தது. தமிழகத்தின் தலைசிறந்த இலக்கியவாதியின் முன்னுரை அவளுக்குக் கிடைத்து விட்டது. அன்று டெய்ஸியுடன் அவளுடைய கவிதை களை எடுத்துக்கொண்டு அவருடைய வீட்டுக்குப் போனபோதுகூட, முன்னுரை எழுத ஒப்புக்கொள் வாரோ மாட்டாரோ என்ற சந்தேகம் அவளுக்கு இருக்கத்தான் செய்தது.

'அன்பையும் கருணையையுமே திரும்பத் திரும்ப தனது படைப்புகளிலும் மேடைப் பேச்சு களிலும் வலியுறுத்தும் அவரால், முகத்தில் அடித்தது போல் முன்னுரை எழுத முடியாது என்று சொல்ல முடியாது..." என்று டெய்ஸிதான் நம்பிக்கையுடன் சொன்னாள். சுகந்தியின் முகத்தருகே குனிந்து டெய்ஸி இதைச் சொன்னபோது, அவள் போட்டிருந்த லாவண்டரின் மணமும், ஜன்னலுக்கு வெளியே காற்றில் ஆடிக்கொண்டிருந்தபோகன்வில்லாப்பூவின் அசைவும் அதை உறுதிப்படுத்துவது போலிருந்தது.

அது ஒரு மழை நேரத்துக் காலை, அவருடைய கவிதைகளில் அடிக்கடி இடம்பெறும் மழை அவளுடைய ஞாபகத்துக்கு வந்தது. இந்த மழை நேரத்துக் காலை அவருக்கு உவப்பானது. இந்த நேரத்தில் போய் முன்னுரை கேட்பது அவருடைய மனதுக்கு இசைவானது என்று தோன்றித்தான் டெய்ஸியை அழைத்துக்கொண்டு, தான் எழுதி யிருந்த கவிதைகளுடன் ஸ்கூட்டியில் போனாள்.

அவருடைய வீட்டின் அந்த அழகான வரவேற்பறையில் அவளும் டெய்ஸியும் அமர்ந்திருந்தது ஒரு ஐந்து நிமிடம்கூட இராது. அவருடன் என்ன பேசுவதென்றே டெய்ஸிக்கும் அவளுக்கும் தெரியவில்லை. கவிதைகளை வாங்கிக்கொண்டவர், "போன் செய்கிறேன்..." என்றார். அப்படி அவர் சொன்னதே, அவளுடைய கவிதைகளை அவர் அங்கீகரித்தது போலிருந்தது. அதுவே போதுமென்று டெய்ஸியுடன் புறப்பட்டுவிட்டாள்.

இதோ, அவருடைய முன்னுரையை வாங்கிக்கொண்டு போவதற்காக சுகந்தி வந்திருக்கிறாள். டெய்ஸி சாயந்திர பிரேயருக்குப் போய்விட்டதால் வரவில்லை. அழைப்பு மணியை அழுத்தியதும் அன்றுபோல் இன்றும் அவரே வந்து கதவைத் திறந்தார். அந்த அழைப்புமணியின் ஓசையில்கூட மகா கலைஞனான அவருடைய தேர்வு தெரிந்தது. அவளை உள்ளே வரச் சொல்லி அழைத்தபோது, டீபாய் மீதிருந்த அவருடைய செல்போன் கிணுங்கியது. அவளிடம் ஸோபாவில் உட்காருமாறு சைகை செய்துகொண்டே போனில் பேசினார்.

"சும்மா ஏன் நைநைன்னு போனைப் பண்ணிக்கிட்டு இருக்கே? அதுதான் ஒரு தடவை சொல்லியாச்சில்ல? வா... வான்னா ஒடனே வந்துர முடியுமா?..."

சுகந்தி அவர் போனில் பேசுவதைக் கேட்டுக் கொண் டிருந்தாள். ஒருவேளை தவறான நேரத்தில் வந்துவிட்டோமோ என்று நினைத்தாள். அவர் வரச் சொன்ன நேரத்தில் தான் வந்திருக்கிறோம் என்று சமாதானப்படுத்திக் கொண்டாள். ஏதோ இசகுபிசகான போன்கால் போலிருக்கிறது. அவர் அன்பு மயமானவர். அவரையே எரிச்சல்பட வைத்திருக்கிறதென்றால், போனில் பேசும் எதிராளி எப்படிப்பட்டவரோ என்று நினைத்தாள்.

வீடெங்கும் ஒரு சுகந்தமான மணம் பரவியிருந்தது. ஜன்னல் வழியே இதமான காற்று வீசிக்கொண்டிருந்தது. தரையில் பதிக்கப்பட்டிருந்த டைல்ஸின் வர்ணம்கூட கண்ணை உறுத்தாதவாறு இருந்தது. ஸோபாவின் கால்கள்கூட கலை வேலைப்பாடுகளுடன் இருந்தன. அவரது கவிதைகளைப் போல வீடெங்கும் ஒரு கவித்துவம் நிறைந்திருந்தது. 'கலைக் கூடம்' என்று எவ்வளவு பொருத்தமாக வீட்டுக்குப் பெயர் வைத்திருக்கிறார் என்று சுகந்தி நினைத்தாள்.

வீட்டின் உள்பக்கத்திலிருந்து நடுத்தர வயதுடைய பெண் வந்தாள். அவருடைய மனைவியாக இருக்கவேண்டும். கையிலிருந்த பிளாஸ்டிக் டிரேயில் ஆவி பறக்கும் காபியும் பிஸ்கட்களும் இருந்தன. எந்த உணர்ச்சியுமில்லாமல் அவளுக்கு எதிரேயிருந்த

டீபாயில் டிரேயை வைத்துவிட்டு அவளைப் பார்த்தாள். சட்டென்று லேசான புன்முறுவலை முகத்தில் வரவழைத்துக் கொண்டு, "காபி சாப்பிடுவீங்க இல்லியா?" என்று சுகந்தியைப் பார்த்துக்கேட்டாள்.

சுகந்தி, "சாப்பிடுவேன்... சாப்பிடுவேன்..." என்று அவசர அவசரமாகச் சொன்னாள்.

"ஆறிடப் போகுது..." என்று சம்பிரதாயமாகச் சொல்லி விட்டு உள்ளே போய்விட்டாள்.

"சரிம்மா!... அதுதான் குரோசின் குடுத்திருக்க இல்ல. சரியாகிரும்... சரியாகலைன்னா சாயந்தரமா வாரேன்..."

"........."

"சரிம்மா!... சும்மா சொன்னதையே சொல்லிக்கிட் டிருக்காதே!... சாயந்தரம் வந்து டாக்டர்கிட்ட கூட்டிட்டுப் போறேன்..."

"........."

"அதுக்கு என்னை என்ன பண்ணச் சொல்லுதே?..."

"........."

"சரி... சரி... போனை வை..."

செல்போனை டி.வி. ஸ்டாண்டின் மீது வைத்துவிட்டு எதிரேயிருந்த ஸோபாவில் உட்கார்ந்தார். அவளைப் பார்த்து எதுவுமே நடக்காத மாதிரி சிரித்தார்.

"மன்னிக்கணும் சுகந்தி!... அம்மாகிட்டே இருந்து போன். அப்பாவுக்குக் காய்யச்சலாம்... பெருசா ஒண்ணும் இருக்காது ...சாயந்திரம் டாக்டர்கிட்டே கூட்டிட்டுப் போகணும்... நீங்க காபி சாப்பிடுங்க...

தனக்கு அவர் முன்னுரை எழுதிவிட்ட நெருக்கத்தில், "நீங்க கோபம்கூடப் படுவீங்களா?..." என்று காபியை உறிஞ்சுக்கொண்டே சுகந்தி கேட்டாள்.

"கோபமெல்லாம் ஒண்ணுமில்ல... அம்மாங்கிறதால அன்பாகக் கடிஞ்சுக்கிட்டேன்."

"நானெல்லாம் அன்புமயமான உங்களுடைய படைப்பு களைப் படிச்சு என் மனப்போக்கையே மாத்திக்கிட்டவ..." என்று பெருமிதத்தோடு நெஞ்சு விம்மச் சொன்னாள்.

"அது உங்களோட கவிதைகளிலேயே தெரியிது சுகந்தி..."

"நீங்கள்தான் எனக்கு, டெய்ஸிக்கு, ராஜஸ்ரீக்கெல்லாம் இன்ஸ்ப்ரேஷன்... கவிதைகள் எப்படியிருந்தது சார்?..."

"ரொம்ப அருமையா இருந்தது. இது உங்களோட இரண்டாவது தொகுப்பு இல்லே?..."

"ஆமா சார்..."

"இந்தத் தொகுப்பு உங்களைத் தமிழின் முன்னணிக் கவிஞராக்கிடுச்சு. இந்த வருஷம் கவிதா விருது உங்களுக்குத் தருவாங்க... நீங்க கொடுத்துட்டுப்போன அன்னைக்கே எல்லாக் கவிதைகளையும் படிச்சிட்டேன்... முன்னுரை எழுதத் தான் கொஞ்சம் நாளாகிட்டுது..."

"நீங்க முன்னுரை எழுதித்தர ஒத்துக்கிட்டதே பெரிய பாக்கியம் சார்..." சுகந்திக்கு அதைச் சொல்லும்போது புல்லரித்தது. தன்னைப் பாராட்டி இன்னும் ஏதாவது சொல்ல மாட்டாரா என்று நினைத்தாள்.

"முன்னுரை நல்லாவே வந்திருக்கு சுகந்தி. பனிரெண்டு பக்கத்துக்கு எழுதியிருக்கேன்..."

காபியை ஒரே மூச்சில் குடித்துவிட்டு டிரே மீது டபராவை வைத்தாள். "ஐயோ, ரொம்பக் கொடுத்து வச்சவள் சார்..." என்றாள். அவளுடைய கண்களெல்லாம் அகல விரிந்திருந்தன.

"இவ்வளவு நல்ல தொகுப்புக்கு முன்னுரை எழுத நான் தான் கொடுத்து வச்சிருக்கணும் சுகந்தி..."

"ஐயோ!... நீங்க எவ்வளவு பெரிய ஆளுமை! ஓங்க கால் தூசிக்குக் கூட நாங்க தகுதியில்லை..."

வாசல் பக்கம் திரும்பி, "பேச்சிமுத்து..." என்று கூப்பிட்டார். சிறிது நேரத்தில் சுருட்டை முடியுடன் ஒருவன் வந்து நின்றான்.

"என் அறையில், மேஜை மேல ஒரு பேப்பர் கத்தை இருக்கும் ... எடுத்துட்டு வா..." என்றார். சுகந்தியின் மனம் பரபரத்தது. எப்படியும் பாராட்டித்தான் எழுதியிருப்பார். எப்படியெல்லாம் பாராட்டியிருப்பார், எந்தக் கவிதைகளையெல்லாம் மேற்கோள் காட்டியிருப்பார்? பேச்சிமுத்து வரத் தாமதமானது.

"என்னடா பண்றே..." என்று குரலை உயர்த்திக் கேட்டார் கவிஞர், அவருடைய குரல் வேறு யாருடைய குரலையோ போல் காடுமுரடாக இருந்தது. அவருடைய மேடைப் பேச்சுக்களைப் பலமுறை அவளும் அவளுடைய ஸ்நேகிதிகளும் கேட்டிருக்கிறார்கள். அன்பையும் கருணையையும் தவிர வேறு எதையும் அவர் பேசியதே இல்லை. அவருடைய குரல்கூட

மிருதுவாகவும் சன்னமாகவும்தான் இருக்கும். ஆனால் இப்போது அதிகாரம் தொனித்தது, போனில் அவருடைய அம்மாவிடம் பேசியபோதுகூட எவ்வளவு கோபத்துடன் பேசினார்? இதுதான் அவரது உண்மையான முகமா?

காகிதங்களை எடுத்துக்கொண்டு பேச்சிமுத்து வந்தான். அதை மிகுந்த அடக்கத்தோடு அவர் முன்பிருந்த பிரம்பு டீபாயின் மீது வைத்தான். ஃபேன் காற்றில் ஒன்றிரண்டு காகிதங்கள் கீழே விழுந்தன

கவிஞருடைய முகம் இறுகியது. "ஏண்டா மடையா?... பேப்பரைக் கையில் கொடுக்கத் தெரியாது?' என்று சத்தம் போட்டார். பேச்சிமுத்து கீழே விழுந்த காகிதங்களைக் குனிந்து பொறுக்கியெடுத்து அவரிடம் கொடுத்தான். அவனை எரிச்சலோடு பார்த்தார்.

"அந்த மேஜை டிராயர்லே ஸ்டேப்ளர் மிஷின் இருக்கும், அதை எடு..." என்று சொன்னவர், அவரே எழுந்து "உன்கிட்டே வேலை சொல்றதைவிட நாமே செஞ்சிரலாம்..." என்று சொல்லிக்கொண்டே, மேஜையைத் திறந்து மிஷினை எடுத்தார். பேப்பர்களை வரிசைப்படுத்திப் பின் போட்டார். உதடுகளில் புன்முறுவல் நெளிய, அதை சுகந்தியிடம் கொடுத்தார். இனம்புரியாத தர்மசங்கடத்துடன் சுகந்தி அதை வாங்கி, வேண்டா வெறுப்பாகப் புரட்டினாள்.

"ரொம்ப நன்றி சார்..."

"அதெல்லாம் எதுக்கு சுகந்தி? இது என்னுடைய கடமை. உங்களை மாதிரி இளம் கவிஞர்களெல்லாம் பெரிசா வளரணும் என்கிறதுதான் என்னுடைய ஆசை..."

சுகந்தி அவரை எடை போடுவது போல் பார்த்தாள். முன்பு போல் அவரை முகஸ்துதி செய்ய அவளால் இப்போது முடியவில்லை. பேச்சிமுத்து சுவரோரமாக நின்றுகொண்டிருந்தான்.

"என்னடா நிற்கிறே?"

"இல்ல... வண்டிக்கிப் பெட்ரால் போடணும்..."

"சின்னம்மாகிட்ட கேட்டு வாங்க வேண்டியதுதானே?" என்று எரிந்து விழுந்தார்.

"சரி ஐயா!" என்று சொல்லிக்கொண்டே பேச்சிமுத்து சின்னம்மாவைத் தேடி வீட்டினுள் சென்றான்.

“சுகந்தி, நாளைக் காலையிலே பத்து மணிக்கு சங்கம் ஆடிட்டோரியத்திலே ‘அன்பு வழி’ங்கிற தலைப்பிலே நான் பேசறேன்… அவசியம் வாங்க…”

“வாரேன் சார்!…”

“முன்னுரை எப்படியிருக்குன்னு அபிப்பிராயம் சொல்லுங்க சுகந்தி…”

“படிச்சிட்டுச் சொல்றேன் சார்!… நான் வர்றேன் சார்…” என்று சொல்லிக்கொண்டே எழுந்து நின்றாள் சுகந்தி. அவளுக்கு முள்ளின்மீது உட்கார்ந்திருப்பது போலிருந்தது.

“வாழ்த்துக்கள்…” என்று கையை உயர்த்தி ஆசீர்வாதம் செய்தார். வாசல்வரை வந்து வழியனுப்பினார்.

சுகந்தி காம்பவுண்டுச் சுவரோரத்தில் நிறுத்தியிருந்த ஸ்கூட்டியின் ஸீட்டைத் திறந்து தூக்கி முன்னுரையை உள்ளே போட்டாள். அவர் வாசலில் நின்றுகொண்டிருப்பது தெரிந்தாலும், அவரைத் திரும்பிப் பாராமலேயே வண்டியை ஸ்டார்ட் செய்தாள். நாளை அவர் பேசவிருக்கும் கூட்டத்துக்குப் போக வேண்டாமென்றும் அந்த முன்னுரையைப் பிரசுரிப்பதில்லையென்றும் முடிவு செய்தாள்.

காலச்சுவடு, 2019

பல்

ஊருக்குள் நாராயணனைப் பற்றிப் பல விதமான பேச்சுக்கள் உண்டு. இத்தனைக்கும் நாராயணன் ஒன்றும் ஊர்ப் பெரிய மனுஷனல்ல. ஊர்ப் பெரிய மனுஷர் என்று கி.மு. வெங்கடாசலமய்யரைச் சொல்லலாம். கணக்கப் பிள்ளை சண்முகம் பிள்ளையையும், பஞ்சாயத்துப் போர்டு சேர்மன் கொம்பத் தேவரையும் கூட ஊர்ப் பிரமுகர்களென்று சொல்லலாம். இவர்களைப் பற்றியெல்லாம் ஏதாவது பேச்சுக்கள் அடிபட்டால் அதில் அர்த்தமுண்டு. ஆனால், இவர்களுக்குச் சமதையாக வடக்குத் தெரு நாராயணனையும் ஊர்க்காரர்கள் கருதியதுதான் ஆச்சரியம். குறிப்பாகப் பெண்கள் மத்தியில் நாராயணன் ரொம்பப் பிரபலமாக இருந்தான். அவர்களுக்கு நாராயணனைப் பற்றி ஏதாவது பேசாவிட்டால் பொழுதே போகாது. அதுவும் தவிர, எடுத்ததுக் கெல்லாம் அவர்கள் நாராயணனைத்தான் தேடுவார்கள்.

பெண்கள் சேலை முந்தானையை மாராப் பாகப் போட்டிருக்கிற மாதிரி நாராயணனும் தனது கருத்த வெற்று மார்பை, ஒரு துண்டினால் மூடி, அதன் முந்தியை இடுப்பில் சொருகி யிருப்பான். வேட்டி அல்லது சாரத்தைக் கரண்டைக் காலுக்கு மேல் கட்டுவதுதான் அவன் பழக்கம். மாடசாமியின் பொஞ்சாதி செவத்தையாபுரத்துக்காரி மாதிரியே இடுப்பை ஆட்டி ஆட்டித்தான் நடப்பான். பேசும்போது, குறிப்பாக அவன் நின்றுகொண்டு பேசும்போது,

பெண்களைப் போலவே கைகளையும், இடுப்பையும் ஆட்டி ஆட்டித்தான் பேசுவான். குரல் கூடப் பெண்ணின் குரல் போலத்தான் இருக்கும். ஆனாலும், அவன் வேட்டி கட்டிய ஆண். தங்களைப் போலவே அவனுடைய நடையுடை, பாவனை, பேச்செல்லாம் இருப்பதால் பெண்கள் நாராயண னையும் ஒரு பெண்ணாகவே கருதினார்கள். அவனும் ஆண்களை விடப் பெண்களுடனே அதிக நேரம் இருந்தான், பழகினான். ஊரிலுள்ள ஆண்கள், அவனுடைய பெண் சகவாசத்தைப் பார்த்து அவனைப் 'பொன்னஞ்சட்டி' என்றார்கள். அதற்காக நாராயணன் வருத்தப்பட்டதில்லை.

பெண்களோடு பழகிப் பழகி, அவனுடைய உடம்பிலும் ஆடைகளிலும் பெண்ணுடம்பின் வாசனை வீசியது. பால்கார கிருஷ்ணம்மாக்கா வீட்டிலிருந்து அவன் வந்தால், அவளுடம்பி லிருந்து வீசுகிற பால்கெளச்சி வாசனைதான் அவனுடம்பிலும் வீசும். பாக்கியத்து மதினி குட்டிக் கூரா பௌடர்தான் போடுவாள். அவள் வீட்டில் போய் நாராயணன் குழம்புக்கு அரைத்துக் கொடுத்துவிட்டுப் பாடும் பேசிக் கொண்டிருந்து விட்டு வந்தால் அவனுடம்பிலிருந்து அந்தப் பௌடர் வாசனை அடிக்கும்.

கிரைண்டர், மிக்ஸியெல்லாம் வராத காலம் நாராயண னுக்குத் தோசைக்கு மாவு அரைக்க ரொம்பப் பிடிக்கும். ஆட்டுரலில் ஒரு காலை மடக்கி, இன்னொரு காலைக் கால் மயிர்கள் தெரிய பெண்களைப் போலவே நீட்டி வைத்துக் கொண்டுதான் நாராயணனும் தோசைக்கு அரைப்பான். ஒரு படி அரிசி போட்டாலும், சளைக்காமல் அரைத்துக் கொடுப்பான். கல்யாணம் அல்லது இழவென்றால் ஊரே அந்த வீட்டில்தான் சாப்பிடும். அந்த மாதிரிச் சமயங்களில் நாலு படி, ஐந்து படி என்று அரிசியையும் உளுந்தையும் ஊறப் போட்டுத் தோசைக்கு அரைக்க வேண்டியதிருக்கும். பெண்களோடு பெண்களாக நாராயணனும் தோசைக்கு அரைக்க உட்கார்ந்துவிடுவான்.

குளிக்கிறபோது பெண்கள் தங்கள் புருஷமாரைக் கூடப் புறவாசல் பக்கம் அனுமதிக்க மாட்டார்கள். ஆனால், அந்த உரிமை நாராயணனுக்கு மட்டும் இருந்தது. அவனைக் கூப்பிட்டு முதுகு தேய்த்துவிடச் சொல்வார்கள். தீண்டலுக்குக் கட்டியிருந்த சேலையைக்கூட அவனிடம் கொடுத்து, வாய்க்காலில் துவைத்துவிட்டு வரச் சொல்லுவார்கள். ப்ங்குனி, சித்திரையில் வாய்க்காலில் தண்ணீர் ஓடாது. சில வருஷங்களில் வைகாசியில் கூடத் தண்ணீர் விட மாட் டார்கள். ஊரில் பாலத்துப் படித்துறை, இசக்கியம்மன் கோவில்

படித்துறை என்று இரண்டு படித்துறைகள் இருந்தன. இரண்டு படித்துறைகளிலுமே ஆண்களும் பெண்களும் சேர்ந்தே குளித்தார்கள். வாய்க்காலுக்குக் குளிக்கப் போகிறபோது வடக்குத் தெருப் பெண்கள் துணைக்கு நாராயணனைத் தேடுவார்கள்.

அவனிடமும் ஒரு குடத்தைக் கொடுத்து விடுவார்கள். அவர்களைப் போலவே நாராயணனும் இடுப்பில் குடத்தை வைத்துக்கொண்டு நடப்பான். பெண்கள் துணிகளை எல்லாம் துவைத்துவிட்டுக் குளிக்கப் போகும் முன்பு, குடத்தைக் குரு மண்ணால் விளக்குவார்கள். சேலையின் ஒரு முந்தியை உடம்பைச் சுற்றிக் கட்டிக்கொண்டு மீதமுள்ள சேலையை அப்படியே தண்ணீரில் நீளமாக விட்டுவிடுவார்கள். பாகம் பிரியாளும், சடைச்சியும் தங்களுடைய குடங்களைத் தண்ணீரில் குப்புறக் கவிழ்த்துப் போட்டு, அவை தண்ணீரோடு சென்று விடாமலிருக்க சேலை முந்தியைக் குடத்தின் மீது போட்டு மூடிக்கொண்டே முங்கி முங்கிக் குளிப்பார்கள். குடம் சேலைக்குள் மிதந்துகொண்டே அவளுடைய முதுகுக்குப் பின்னால் தண்ணீரில் அலைந்துகொண்டிருக்கும். நாராயண னுக்கு அந்த மாதிரிச் சேலையைப் போட்டுக் குடத்தை மூடித் தண்ணீரில் அலைய விட்டுக் குளிப்பது ரொம்பப் பிடிக்கும். அதற்காகவே தானும் சேலை கட்ட வேண்டுமென்று அவனுக்குத் தோன்றும்,

ஒருநாள், ரொம்ப நாளைக்கு முன்பு, தெண்டிக்கா தேவியம்மன் கோவிலுக்குப் பின்னாலிருந்த இரட்டைப் பனையின் தூரில், பெண்களைப் போலவே குத்தவைத்து அவன் ஒண்ணுக்குப் போனதை சங்கையா பார்த்துவிட்டான். “என்னலே, பொம்பள ஒண்ணுக்குப் போற மாதிரிப் போறே?” என்று நாராயணனிடம் கேட்டான். அதைச் சங்கையா ஊர்க் கடைத் தெருவிலும் போய்ச் சொல்லிவிட்டான். ‘பொம்பள மாதிரி ஒண்ணுக்குப் போறான்டோய்...’ என்று ஊருக்குள் ஒரே பேச்சாகிவிட்டது. அன்றிலிருந்து நாராயணன் யார் வீட்டு அங்கணாக் குழியிலாவது தான், அந்த வீட்டுப் பெண்களைக் கேட்டுக்கொண்டு சிறுநீர் கழிக்க ஆரம்பித்தான், பெண்களும் பாவமென்று, தங்கள் வீட்டு அங்கணாக் குழியில் சிறுநீர் கழிக்க அவனை அனுமதித்தார்கள். உலகத்தில் எதற்கெல்லாம்தான் கஷ்டப்பட வேண்டியதிருக்கிறது.

அவனுக்கு நினைவு தெரிந்த நாள் முதல், அவன் அந்த வடக்குத் தெருவில்தான் வளர்ந்து வருகிறான். சிலர் அவன் கொங்கராய குறிச்சியிலிருந்து வந்தான் என்கிறார்கள். சிலர் அவனைச் சேரகுளத்திலிருந்து வந்ததாகச் சொல்லுகிறார்கள்.

அவன் கார்சேரிக்காரன் என்று சொல்கிறவர்களும் உண்டு. தெற்குத் தெரு ராமையா பிள்ளை, நாராயணனைப் பெற்றது பெரிய வீட்டுத் தங்கம்மாதான் என்று சொல்வார். ஆறேழு வயதுவரை அவன் பெரிய வீட்டில்தான் வளர்ந்தான் என்பார். அவன் கன்னங்கரேலென்று இருக்கவே, தங்கம்மா யாரோ வெளியாட்களுடன் கூடி அவனைப் பெற்றுவிட்டாள், அவன் பெரிய வீட்டு வாரிசே இல்லை என்று, ஒருநாள் ராவோடு ராவாக நாராயணனை வடக்குத் தெருவில் தெண்டிக்காதேவி கோயில் முன்னால் விட்டுவிட்டுப் போய்விட்டார்கள் என்று ராமையா பிள்ளை அடித்துப் பேசுவார். அதற்குச் சாட்சியாக இன்றைக்கும் தீபாவளி, பொங்கலுக்கெல்லாம் பெரிய வீட்டிலிருந்து அவனுக்கு வேட்டிகளும் சாரங்களும் துண்டுகளும் கொடுப்பதை ராமையா பிள்ளை சுட்டிக்காட்டுவார். அதில் உண்மை இல்லை என்று சொல்லவும் முடியாது.

வெள்ளை சுப்பையா வீட்டில் அவனுக்கென்று ஒரு ஓழுக்கரைப் பெட்டி உண்டு. அதில்தான் அவன் தன்னுடைய துணிமணிகளை எல்லாம் வைத்திருப்பான். ராத்திரி எந்த வீட்டில் வேண்டுமானாலும் படுத்துக்கொள்வான். மெட்டூர்காரி வீட்டுத் திண்ணை மாதிரி வேறு யார் வீட்டுத் திண்ணையும் வராது. அவ்வளவு வழவழப்பு அந்தத் திண்ணை. பட்டி பக்க மிருந்து வீசுகிற காற்றும், நிலா வெளிச்சமும் மனசை அள்ளிக் கொண்டு போகும். நட்சத்திரங்களைப் பார்த்துக்கொண்டே தூங்கிவிடுவான். அதுவும் பாம்படத்தாச்சி வீட்டில் மொச்சை போட்ட புளிக் குழம்பும், மோரும் விட்டுச் சாப்பிட்டுப் படுத்தால், அந்தத் தூக்கமே தனிதான். எந்த வீட்டில் படுத்துக் கிடந்தாலும், ராத்திரி மழை பெய்தால், அவனை உள்ளே கூப்பிட்டுக் கதவோரத்தில் படுத்துக்கொள்ளச் சொல்வார்கள். அவனுக்கு எந்தக் குறையும் இல்லை என்றுதான் சொல்ல வேண்டும்.

ஆனால், அவனுடைய பல்லில் இரண்டு பற்கள், மூக்குக் கீழே வெளியே துருத்திக்கொண்டு தெரிவது ஒன்றுதான் குறை என்று அவன் நினைத்தான். வாயை மூடியிருந்தாலும் அந்த இரண்டு முன்னம் பல்லும் வெளியே தெரியும். பள்ளிக்கூடம் போகிற பிள்ளைகளெல்லாம் ‘மூஞ்சுரு பல்லன், மூஞ்சுரு பல்லன்’ என்று அவனைக் கேலி செய்யும். யார் வீட்டுக்காவது சாமான்கள் வாங்கக் கடைத் தெருவுக்குப் போனால், அங்கே யும் ஆணும் பெண்ணும் அவனைக் கேலி செய்வார்கள்.

வேறு யார் கேலி செய்தாலும் பரவாயில்லை. இந்த வெள்ளை சுப்பையா வீட்டுச் செல்லம்மாவுடைய கேலியைத்தான் அவனால் தாங்கிக்கொள்ள முடியவில்லை. செல்லம்மா

சுப்பையாவுடைய மகள். அவள் கையால் எத்தனை தடவை அவனுக்குச் சாப்பாடு போட்டிருக்கிறாள்? அவளுக்காக அவன் என்னவெல்லாமோ செய்திருக்கிறான். வீட்டுக்குப் பின்னாலுள்ள வைக்கோல் படப்பில் கந்தையாவும் அவளும் வீட்டுக்குத் தெரியாமல் எத்தனையோ நாள் பேசிக்கொண்டிருந்திருக் கிறார்கள், அதையெல்லாம் அவன் பார்த்திருக்கிறான். அவள் கந்தையாவை அடிக்கடி வீட்டுக்குப் பின்னால் சந்திக்கிறதைப் பற்றி அவன் அவளுடைய வீட்டில் யாரிடமும் சொன்னதில்லை. அப்படியெல்லாம் இருந்தும் அவள்கூட அவனை 'மம்பட்டிப் பல்' என்று கேலி செய்கிறாள். அதைத்தான் அவனால் பொறுத்துக்கொள்ள முடியவில்லை.

அவனுடைய அந்த முன்னம் பற்களின் மீது அவனுக்குக் கோபம் கோபமாக வந்தது. ஒரு நாள் வாய்காலிலிருந்து தண்ணீர் எடுத்து வருகிறபோது – வேறு யார் வீட்டுக்கு? அந்தச் செங்குளத்துக்காரி வீட்டுக்குத் தான் – லஸ்கர் பெருமாளைப் பார்த்தான். அவனிடம் "மாப்பிள்ளே! என் பல்லைச் சரி பண்ணணும். அதுக்கு என்ன பண்ணலாம்னு ஒரு யோசனை சொல்லேன்" என்று நாராயணன் கேட்டான்.

"இது ஒரு விஷயமாடா? கொல்லாசாரி கிட்டே போ. அவரு அரத்தை வச்சு ராவி விட்டுருவாருடா... அதுக்கப்புறம் ஒம் பல்லு சரியாகிரும்டா..." என்றான் பெருமாள், நாராயண னுக்கு ஒரே சந்தோஷம். இவ்வளவு சீக்கிரமாக அந்தப் பல்லுக்கு விமோசனம் பிறக்குமென்று அவன் நினைத்ததே இல்லை. தண்ணீர்க் குடத்தைச் செங்குளத்தாள் வீட்டில் இறக்கி வைத்துவிட்டு அவளிடம், "சித்தி. நான் பல்லை ராவிட்டு வாரேன்" என்று சொன்னான், "அடக் கரி முடிவான்! பல்லை ராவப் போறீயா?" என்று அவள் ஆச்சரியப்பட்டாள். "ராவிட்டு வந்தப்பறம் பாரு... இனிமே என்னை யாரும் கேலி பண்ண முடியாது" என்று சொல்லிக்கொண்டே வேகமாக நடந்தான்.

நேரே செல்லம்மாவைத் தேடிப் போனான். அவள் வீட்டின் பின் பக்கம் மீன் கழுவிக்கொண்டிருந்தாள், "செல்லம்மா, எல்லார் பல்லு மாதிரியும் எம் பல்லும் சரியாகப் போவுது... கொல்லாசாரி கிட்ட போயி ராவிட்டு வரப் போறேன். இனிம நீ என்னை மம்பட்டிப் பல்லுன்னு சொல்ல முடியாதே" என்றான். அவன் சொன்னதைச் கேட்டு செல்லம்மா விழுந்து விழுந்து சிரித்தாள்.

கொல்லாசாரியுடைய பட்டறை கால்வாய் போகிற ரோட்டில்தான் இருக்கிறது. ஓட்டமும் நடையுமாகப் பட்டறைக்குப் போனான். ஆசாரி வேட்டியைத் தார்

பாய்ச்சிக் கட்டியிருந்தார். அவருடைய மகன் துருத்தி போட்டுக்கொண்டிருந்தான். ஆசாரி, வாயில் வெற்றிலையை அதக்கிக்கொண்டிருந்தார். அவர் பக்கத்தில் போய் நின்றான். ஆசாரி அவனை ஏறிட்டுப் பார்த்தார். "என்ன மருமகப் பிள்ளே ... என்ன சமாச்சாரம்? திடீர்னு வந்து நிக்கேரு?" என்றார்.

"வேற ஒண்ணுமில்ல ... எம் பல்லை ராவணும் ... அதான் ..." என்றான். ஆசாரி அவனை விசித்திரமாகப் பார்த்தார். "என்னது? பல்ல ராவணுமா?" என்று கேட்டார்.

"ஆமா!"

யாரோ அவனைக் கிளப்பிவிட்டிருக்கிறார்கள் என்று அவருக்குத் தோன்றியது. துருத்தி போட்டுக்கொண்டிருந்த செல்லையா வாயைப் பொத்திக்கொண்டு சிரித்தான். ஆசாரிக்கும் சிரிப்பு வந்தது.

"பல்லை ராவதுக்கு இங்க எதுக்கு வந்தேரு?"

"பெருமாள்தான் நீரு ராவி விடுவேருன்னு சொன்னான்..."

"பெருமாளா? எந்தப் பெருமாளு?"

"அதான் லஸ்கர் பெருமாளு..."

"அவன் ஒம்மக் கேலி பண்ணதுக்காக அப்படிச் சொல்லியிருக்கான். பல்ல எல்லாம் ராவ முடியுமா மருமகப் பிள்ளே? அவன் சொன்னதக் கேட்டு நீரும் வந்து நிக்கேரே ... பேசாமப் போரும்..." என்று அவனிடம் சொல்லிக்கொண்டே வெற்றிலை எச்சிலைத் தலையை நீட்டித் தூரத் துப்பினார். "பாவம்... ஒம்மப் போயி இப்பிடிக் கேலி பண்ணிக்கிட்டுத் திரியுதானுகளே" என்றார்.

"அப்பம் முடியாதா?" என்று நாராயணன் கேட்டான். அவனுடைய முகம் தொங்கிக் கிடந்தது.

"பல்லச் சரி பண்ணணும்னா பல் டாக்டர் கிட்டல்லா போணும்... அவன் பேச்சைக் கேட்டுக்கிட்டு நீரு பட்டறைக்கி வந்து நிக்கேரே?"

அதற்குமேல் அங்கே நிற்பதில் பிரயோஜனமில்லை என்று நாராயணனுக்குப் பட்டது. ஆசாரிக்குப் பின்னால் கிடந்த சிறு இரும்புப் பட்டையை எடுத்துக்கொண்டு நடந்தான். ஆசாரி முடியாது என்று சொன்னால் என்ன? இந்தப் பட்டை கூராகத்தானே இருக்கிறது. பெருமாள் சும்மாவா பல்லை ராவலாம் என்று சொல்லுவான்? இந்தப் பட்டையை

வைத்துப் பல்லை ராவி வெட்டி விடலாம் என்று நாராயணன் நினைத்தான். இந்தப் பல்லை மட்டும் வெட்டிக் குறைத்து விட்டால், எல்லோரையும் போல அவனுடைய வாயும் பல்லும் ஆகிவிடும். மூஞ்சுரு பல், மம்பட்டிப் பல் என்று யாரும் இனிச் சொல்ல முடியாது. அதைக் கற்பனைசெய்து பார்த்துக் கொண்டான். பெருமிதமாக இருந்தது. மாராப்புத் துண்டை இடுப்புச் சாரத்துடன் இறுகச் சொருகிக்கொண்டான்.

தெண்டிக்கா தேவியம்மன் கோவில் வாசலில் உட்கார்ந்து கொண்டு அந்த இரும்புப் பட்டையினால் முன்னால் நீட்டிக் கொண்டிருந்த அந்த இரண்டு பற்களையும் தன் பலத்தை யெல்லாம் பிரயோகித்து வெட்டி உடைக்கப் பார்த்தான். வலி தாள முடியவில்லை. முனகிக்கொண்டே தன் முழுப் பலத்தை யும் கொண்டு பல்லை அறுத்தான். ரத்தம் கொட்டியது. முகமெல்லாம் வலித்தது. முயற்சியை விட்டுவிடாமல் அறுத்தான். மயங்கிச் சாய்ந்தான். முகம், துண்டு, இடுப்புச் சாரமெல்லாம் ஒரே ரத்தம். நினைவு மங்கியது.

அவன் ரத்த வெள்ளத்தில் கிடப்பதை முதலில் ஆடு மேய்க்கிற கிட்ணன்தான் பார்த்தான். ஊருக்குள் போய் ஆட்களைக் கூட்டிக் கொண்டு வந்தான். நாட்டு வைத்தியரிடம் தூக்கிக்கொண்டு போனார்கள். அவர் பற்றுப் போட்டு வாயை மூடிக் கட்டுப் போட்டார். முகமே வீங்கிவிட்டது நாராயணனுக்கு. வீக்கம் வற்ற ஒரு மாதம் ஆயிற்று. அதற்குப் பிறகு அவனுடைய பல்லைச் சொல்லி யாரும் அவனைக் கேலி செய்வதில்லை.

***உயிர்மை*, 2019**

களவாணி

அந்த வட்டாரத்திலுள்ள பதினேழு கிராமங்களுக்கும் செய்துங்கநல்லூரில்தான் போலீஸ் ஸ்டேஷன் இருந்தது. ஆச்சி மடத்தைச் சேர்ந்த சேதுவும், ராமசாமியும் பசு மாடு காணாமல் போனதைப் பற்றிப் புகார் கொடுக்க ஸ்டேஷனுக்கு வந்திருந்தார்கள். ராமசாமியுடைய தொழுவத்தில்தான் பசு காணாமல் போயிருந்தது. ஸ்டேஷன் எஸ்.ஐ. ஆச்சரியப்பட்டார். எப்படிப் பசு மாடுகள் அடிக்கடி களவு போகின்றன என்று தெரியவில்லை. பத்து நாளைக்கு முன்பு கால்வாயில்கூட ஒரு பசு காணாமல் போய்விட்டது. அதற்கு முன்னால் பட்டியூரிலும் பசு காணாமல் போயிருந்தது.

தூத்துக்குடி மாவட்டத்தில் மாடு திருடுகிறவன் கணேசப் பாண்டியன்தான், அவன் ஜெயிலில் இருக்கிறான். இந்தப் புதுக் களவாணி யாரென்று தெரியவில்லை. ஒருவேளை வேறு மாவட்டத்திலிருந்து எவனும் வந்து மாடுகளைத் திருடுகிறானா? எஸ்.ஐ.யும் ஏட்டையாவும் தலையைப் பிய்த்துக்கொண்டார்கள். மாடுகள் ரொம்ப எச்சரிக்கையானவை. அன்னியன் யாராவது பக்கத்தில் வந்தால் சத்தம் கொடுக்கும். அசமந்தமான மாடாக இருந்தாலும், மாட்டை அவிழ்க்கும்போது கழுத்து மணி அசையும். மாட்டுத் திருடன் ரொம்பக் கெட்டிக்காரன் தான். மூன்று கேஸ்களிலுமே கழுத்து மணிக் கயிறு அவிழ்க்கப்பட்டுக் கீழே கிடந்திருக்கிறது.

சில்லரைத் திருட்டுக்களில் ஈடுபடும் சிவனாண்டியைக்கூட விசாரித்துப் பார்த்தாயிற்று. துப்புத் துலங்கவில்லை.

சேதுவும் ராமசாமியும் செய்துங்கநல்லூர் ஸ்டேஷனில் புகார் கொடுத்துவிட்டு அவரவர் வேலையைப் பார்க்கச் சென்றுவிட்டார்கள். ஆனால், ராமசாமியுடைய மாடு காணாமல்போன விஷயம் ஊரில் பெரிய விஷயமாகி விட்டது. ஆண்களும் பெண்களும் இதையே கூடிக் கூடிப் பேசினார்கள். எந்த ஊரிலாவது கொலை நடந்தாலே அதை நாலு நாளைக்குப் பேசிக்கொண்டிருப்பவர்கள், பசு மாடு களவு போனதைப் பற்றி, அதுவும் உள்ளூரில் பசு களவு போயிருப்பதைப் பற்றிப் பேசாமல் இருக்க முடியுமா? வாலாட்டித் தாத்தாவின் காதிலும் இந்த விஷயம் விழுந்தது. மரியம் பிச்சையின் கடைக்கு வழக்கம்போல் டீ குடிக்கப் போனபோதுதான் அது தெரிந்தது. வாலாட்டித் தாத்தாவுக்கு இரண்டு மகன்கள். பெரிய மகன் பரமசிவம் மணக்கரைக்குக் கரம்பை அடிக்கப் போகிறேன் என்று வண்டியை ஓட்டிக்கொண்டு போனவன் இன்னும் வரவில்லை. இப்போது கொஞ்ச நாட்களாக அவன் அடிக்கடி அசலூருக்கு வண்டி அடிக்கப் போய்விடுகிறான். அது என்ன புது வழக்கம் என்று தெரியவில்லை. ஆனால், போகும்போது கீழத்தெரு புலமாடன் மகன் சொரிமுத்துவையும் கூட்டிக்கொள்கிறான். இதுவும் வாலாட்டித் தாத்தாவுக்குப் புதுசாகத்தான் இருந்தது.

ஒருநாள் பரமசிவத்திடம், "ஏல அந்தச் சொரி முத்துப் பெய கூடச் சேராதடா ... அவன் குடும்பமே வெளங்காத குடும்பம்டா" என்றார்.

"நீரு, ஒம்ம சோலியப் பாத்துக்கிட்டுக் கெடையும்... எவங் கூடச் சேரணும், எவங் கூடச் சேரக் கூடாதுன்னு புத்தி சொல்லிக்கிட்டு அலையாதீரும்."

அதன் பிறகு அவனிடம் பேச என்ன இருக்கிறது? ஆனால் வெளியூர் வேலைகளுக்கு பரமசிவம் போக ஆரம்பித்த பிறபாடு தான் வீட்டில் அடிக்கடி கறியும் மீனுமாக நடமாடுகிறது. வேலை முடிந்து திரும்புகிறபோது நல்ல, இளசான கறியை வாங்கிக் கொண்டு வந்து போடுகிறான். கறி இல்லாத நாளில் சாளை மீனும், ஜிலேபி மீனும். மருமகள் வாய்க்கு ருசியாகச் சமைத்துப் போடுகிறாள். வயதான காலத்தில் வேறு என்ன வேண்டும்?

வெளியூர் வேலைக்கு வண்டியைப் பூட்டிக்கொண்டு போகிறவன் காலையிலோ மத்தியானமோ புறப்பட்டால் என்ன? ஏமம் சாமத்தில் ஒரு மணிக்கும் இரண்டு மணிக்கும்

ஏன் புறப்பட்டுப் போக வேண்டும் என்பதுதான் தெரியவில்லை வாலாட்டித் தாத்தாவுக்கு.

“பக்கத்துப் பட்டியூர்லகூட ஒரு பசு காணாமப் போயிருக்கு ... நம்ம ஊருக்குத்தான் மாட்டுக் களவாணி வரல ...” என்று டீயை உறிஞ்சிக்கொண்டே மம்மூது வாப்பாவிடம் சொன்னான் கட்டையன்.

“வாப்பாவுக்கு என்னலே? அவர் வூட்டுல மாடு, கன்னு கெடையாது. நீதான் மாடு வச்சிருக்கே. சாக்ரதையா இருக்கணும்” என்றார் வாலாட்டித் தாத்தா.

“அசலாளு மாட்டை அவுக்கும்போது அது கத்தாமயா இருக்கும்?” என்றார் வாப்பா.

“வாக் கூடயப் போட்டு வாயைக் கட்டிட்டால் அதால என்னத்தக் கத்த முடியும்?” என்றான் கட்டையன்.

“கன்னுக் குட்டிக்கித்தான் வாக்கூட போடுவாவ? பெரிய மாட்டுக்கும் போடுவாவளா?”

“ஒமக்குத் தெரிஞ்சது அவ்வளவுதான.”

இரண்டு நாட்களுக்கு முன்னால் பரமசிவம் வாக்கூடை பின்னிக்கொண்டிருந்தது வாலாட்டித் தாத்தாவுக்கு ஞாபகம் வந்தது. போன மாசம்கூட ஒரு வாக்கூடை பின்னினான் பரமசிவம்.

“சரிப்பா ... மாட்டை ராவோட ராவா அவுத்துட்டுப் போயிரலாம்... ஆனால், அத அவன், அவன் வூட்டுலதான கட்டி வக்யணும்? ஆரு வூட்டுக்குக்குப் புதுசா மாடு வந்துருக்குன்னு ஊருல தெரிஞ்சிருமே மக்கா?”

“சரியான கூமுட்டையா இருக்கேரே வாப்பா? மாடு களவாணி என்ன மாட்டைத் திருடி மாட்டுப் பண்ணையாவே வக்யப் போறான்? தூரா தொலவுல உள்ள சந்தக்கி ஓட்டிட்டுப் போயி வித்துட்டா யாருக்குவே தெரியும்? பேசுதேரே பேச்சு.. . என்ன வாலாட்டிப் பாட்டையா, நாஞ் சொல்லுதது?” என்று கேட்டான் கட்டையன்.

“ஆமாடே ... ஆமாடே ...” என்று அவசர அவசரமாகச் சொன்னார் வாலாட்டித் தாத்தா. பரமசிவமும் அந்த வெளங்காத பய சொரிமுத்துவும் அடிக்கடி வெளியூர் வேலைகளுக்குப் போவது மாடு களவாங்கத்தானா? வீட்டுக்குக் கறியும் மீனும் வருவது மாட்டை விற்ற பணத்தில்தானா?

"சரிடே ... வூட்டுல கொஞ்சம் சோலி இருக்கு" என்று சொல்லிக்கொண்டே எழுந்தார் வாலாட்டித் தாத்தா, அவருடைய கையெல்லாம் நடுங்கியது.

இரண்டு நாள் கழித்து வழக்கம்போல் ஆட்டுக் கறியுடன் பரமசிவம் வந்தான். அப்பா, அம்மா, தம்பி, மனைவிக்கெல் லாம். ஐவுளி எடுத்துக்கொண்டு வந்திருந்தான். சாப்பா டெல்லாம் முடிந்த பிறகு வாலாட்டித் தாத்தா மகனைப் பார்த்து, "என்னடே அன்னைக்கி வாக்கூட பின்னுனீயே... அத எங்கடே?" என்று கேட்டார். அவருக்கு எதிரே நார்க் கட்டிலில் உட்கார்ந்திருந்த பரமசிவம் அவரையே கூர்ந்து பார்த்தான்.

"எதுக்குக் கேக்கேரு?"

"பத்து இருவது நாளக்கி முந்தியும் ஒரு வாக்கூட பின்னுன... அடிக்கடி வாக்கூட பின்னுதே... ஒருவேள யாவரம் பண்ணுதீயோடே?"

"என்னவே, பேச்சு ஒரு மாதிரிப் போவுது?"

"பின்னுன கூடய வூட்லயும் காண இல்ல... ஒன் வண்டி மாட்டுக்கும் போட்ட மாதிரித் தெரியல... அதான் கேட்டேன். .. வாக்கூட யாவாரம் பண்ணுதீயோன்னு?"

பரமசிவம் முகத்தைத் திருப்பிக்கொண்டு உட்கார்ந் திருந்தான். அவன் பொஞ்சாதி மாடத்தி, "அதான் மாமா கேக்காவள்ளா?" என்றாள்.

"நீயும் அவருகூடச் சேந்துக்கிட்டுப் பேசுதீயா?" என்று மாடத்தியிடம் எரிந்து விழுந்தான்.

இனி சுற்றி வளைத்துக் கேட்டுப் பிரயோஜனமில்லை என்று முடிவு செய்தார் வாலாட்டித் தாத்தா, "நீ அடிக்கடி வெளியூருக்கு வேலைக்கிப் போறேன் . . . வேலைக்கிப் போறேன்னு சொல்லிட்டுப் போற... ஊரு நாட்டுல மாடுக திருடு போகுதுங்கிறாவ, இப்பம் கொஞ்ச நாளா ஓங் கையில செழும்பா காசு பொறளுது" என்று அவர் சொல்லிக்கொண் டிருக்கும்போதே அவன் கத்த ஆரம்பித்தான் "ஆமாவே... மாடு திருடிக்கிட்டுத்தான் இருக்கேன்... என்ன செய்யப் போறேரு? போலீசு கிட்டப் புடிச்சுக் குடுத்திருவேரா? இந்த ஊருல என்ன சோலிவே இருக்கு? வாய்க்கால்ல, கொளத்துல தண்ணி இல்ல, வயக்காடு வெளஞ்சு ரெண்டு வருசமாச்சு... அப்பிடி இருந்தும் மீனுங் கறியுமாக் கொண்டாந்து போடுதேனே ...

704 வண்ணநிலவன்

எல்லாரும் உக்காந்து சண்டுதேளே... இந்தா சவுளி எடுத்தாந்து போட்டுருக்கேன்... இதெல்லாம் ஒம்ம அப்பன் வூட்டுச் சொத்துல இருந்தா வருது? வாக்கூடய எங்க? வாக்கூடய எங்கன்னு நோண்டுதீரே? வேணும்னா போலீஸ் டேசன்ல போயிச் சொல்லும் ... ஒம்ம தலயில கிரீடம் வப்பாவ."

"இப்பிடிக் களவாணிப் பெயலா ஆயிட்டியேடா?" என்று மார்பில் அடித்துக்கொண்டு அழுதார்.

தினமணி தீபாவளி மலர், 2018

அன்று

நான் பியூலாவைச் சிதம்பர நகரில் பார்ப்பேன் என்றே நினைத்ததில்லை. சங்கர மாமா வீட்டு அத்தைக்கு உடம்புக்கு முடியவில்லை என்று பார்க்கத்தான் தூத்துக்குடிக்கு வந்தேன். வந்து இரண்டு நாளாயிற்று. 'என்னடா அவசரம்? வந்தது தான் வந்தே... கூட ரெண்டு நாள் இருந்துட்டுத் தான் போயேன்' என்று மாமா வற்புறுத்திய தால்தான் இருந்தேன். இல்லையென்றால் பியூலா வைப் பார்த்திருக்க முடியுமா? மாமா வீட்டில் டி.வியைத் தவிர பொழுதுபோக்க வேறு எதுவு மில்லை. சாயந்திரம் மூணு மணிக்கு மேல் வெயில் தாழ வெளியே கிளம்புவேன். மனம் போன போக்கில் ஊரைச் சுற்றுவேன். அப்படி ஒருநாள் வெளியே கிளம்பியபோதுதான் பியூலாவைப் பார்த்தேன். ஒருநாள் என்ன ஒரு நாள்? நேற்று முன்தினம்தான்.

சிதம்பர நகரில் பூவரச மரங்கள் அதிகம். எல்லாத் தெருக்களிலும் வரிசையாகப் பூவரச மரங்கள் நின்றிருந்தன. அந்த மரங்களுக்குக் கீழே நடப்பது பிடித்திருந்தது. அதற்காகவே, எந்த வேலையுமில்லாவிட்டாலும், சும்மா தெருவி லிறங்கி மணல் நிறைந்த தெருக்களில், அந்த மரங்களினூடே நடந்து போவேன். அப்படி நேற்று முன்தினம் காலையில் போகும்போதுதான் எதிரே வந்த பியூலாவைப் பார்த்தேன். ஒரு க்ஷணம், அது பியூலாதானா என்ற சந்தேகம் வந்தது. முப்பது, முப்பத்தி இரண்டு வருஷத்துக்கு முந்திய பியூலா வின் கை அசைவு, வட்டு வைத்துப் போட்ட

கொண்டை எல்லாம் அப்படியே இருந்தன. என்னைப் பார்த்ததும் அவளுக்கும் என்னுடைய பழைய நடையும் தோற்றமும் ஞாபகத்துக்கு வந்திருக்க வேண்டும். ஆச்சரியத்தோடு தன்னுடைய நீண்ட கறுத்த ஆள் காட்டி விரலை நீட்டி "நீங்க..." என்று அவள் தடுமாறிக் கொண்டிருந்தபோது, "நீ பியூலாதானே?" என்று கேட்டு நான் முந்திக்கொண்டேன்.

"எப்படி இருக்கீங்க?"

"நல்லா இருக்கேன்..."

"எங்கே இந்தப் பக்கம்? இங்கதான் இருக்கிறீங்களா?..."

"நான் பாளையங்கோட்டையிலேதான் இருக்கேன். இங்க மாமா வீட்டுக்கு வந்தேன்."

அவள் ஆறாவது தெருவில்தான் இருந்தாள். வீட்டுக்கு அழைத்துக்கொண்டு போனாள். எப்போதும் மல்லிகைப் பூவைக் கொண்டையைச் சுற்றிச் சுற்றியிருப்பாள். அவள் பக்கத்தில் எப்போதும் மல்லிகையின் வாசனை இருந்துகொண்டே இருக்கும். இப்போது அவள் பூ வைத்திருக்கவில்லை. பொட்டை யும் நெற்றியில் காணோம். ஒருவேளை தீவிரமான கிறிஸ்தவப் பெண்ணாகி விட்டாளா?

அவள் தூத்துக்குடிக்கு வந்து எட்டு வருடங்களாகி விட்டன. மகன் திருச்செந்தூரில் வேலைபார்க்கிறான். துணிச்சலாக வீட்டுக்கு அழைத்துக்கொண்டு போகிறாளே? வேத சிரோண்மணி வீட்டில் இருக்க மாட்டாரோ என்று நினைத்தேன். வேத சிரோண்மணிக்கு எனக்கும் பியூலாவுக்கும் உள்ள உறவைப் பற்றி எதுவும் தெரியாது. ஆனாலும், பியூலா வுக்குப் பயம். அவளுக்கும் அவருக்கும் கல்யாணமெல்லாம் ஆகிப் பாளையங்கோட்டையில் இருந்தபோது கூட என்னை அவள் வீட்டுக்கு அழைத்துச் சென்றதில்லை. நெல்லை லாட்ஜில் ரூமெல்லாம் போட்டுக் கூடத் தங்குவோம். ஆனால், வீட்டுக்கு மட்டும் அழைக்க மாட்டாள். இத்தனைக்கும் வேத சிரோண்மணி தினசரி நாகர்கோவிலுக்கு வேலைக்குப் போய்விடுவார். இரவுதான் வீடு திரும்புவார். என்னுடன் சினிமா, பொருட்காட்சி, லாட்ஜ் என்றெல்லாம் சுற்றுவாள். வீட்டுக்கு மட்டும் அழைக்க மாட்டாள்.

இத்தனை வருஷம் கழித்து அவள் உரிமையுடன் என்னை வீட்டுக்கு அழைத்தது எனக்கு ஆச்சரியமாக இருந்தது. பூட்டைத் திறக்கும்போது கேட்டே விட்டேன். "ஆச்சரியமா இருக்கே... நீ என்னை வீட்டுக்கே கூட்டிட்டுப் போக மாட்டியே. இன்னைக்கு அதிசயமா வீட்டுக்குக் கூப்பிட்டுருக்கே?"

அன்று

"எல்லாம் சொல்லுதேன்... உள்ள வாங்க" என்று, திறந்த ஒற்றைக் கதவை மூடுவதற்காக, அதைப் பிடித்துக்கொண்டே சொன்னாள். நான் உள்ளே போனதும், கதவை மூடித் தாளிட்டாள். "உக்காருங்க..." என்று சோபாவைக் காட்டி உட்காரச் சொன்னாள் ஃபேனைப் போட்டாள்.

"எல்லாமே ஆச்சரியமும் அதிசயமும்தான். இத்தனை வருஷத்துக்கப்புறம் பார்ப்போம்னு நெனைச்சிருக்கீங்களா ?" என்று சேலை முந்தானையால் முகத்திற்குள் விசிறிக்கொண்டே கேட்டாள்.

"அப்படிப் பார்த்தா இது அதிசயந்தான் பியூலா" என்றேன். உட்கார்ந்திருந்தவாறே தலையைத் திருப்பிச் சுற்றிப் பார்த்தேன். சோபாவின் பின்புறம் ஏதோ பெரிய புகைப்படம் சட்டமிடப் பட்டு மாட்டப்பட்டிருந்தது போலிருந்தது. நன்றாகத் தலை யைத் திருப்பி அதைப் பார்க்கவில்லை.

"என்ன சாப்பிடுறீங்க?"

"இப்பம் ஒண்ணும் வேண்டாம்..."

"ஒண்ணும் வேண்டாம்னா எப்பிடி ?"

"சரி, ஏதாவது குடு."

காபியோ, டீயோ போடுவதற்காக அவள் எழுந்தபோது, "வேத சிரோண்மணி ஆஃபீஸுக்குப் போயிருக்காரா ?" என்று கேட்டேன். பியூலா சிரித்தாள். "ஆஃபீஸுக்கா ? கல்லறைத் தோட்டத்துக்குப் போயாச்சு" என்றாள்.

என்ன சொல்வதென்று தெரியவில்லை. "இறந்துட்டாங் களா ?" என்றுதான் கேட்க முடிந்தது.

"ரெண்டு வருஷம் ஆச்சு. ஹார்ட் அட்டாக்ல போயிட் டாங்க." எதுவும் பேசத் தோன்றாமல், அவள் முகத்தையே பார்த்துக்கொண்டு உட்கார்ந்திருந்தேன். நான் ஏதாவது பேசுவேன் என்று அவள் எதிர்பார்த்தாளோ என்னவோ ? சிறிய மௌனத்துக்குப் பிறகு, "எத்தனை பிள்ளைகள் ? பையன் வேலை பார்க்கிறான்னு சொன்னே... அவனுக்குக் கல்யாணமாயிட்டுதா ?"

"எத்தனை பிள்ளைகளா ? ஒண்ணும் தெரியாத மாதிரிக் கேக்கறீங்களே ?" என்று சிரித்தாள். எனக்கு அவள் என்ன சொல்ல வருகிறாள் என்று தெரியவில்லை.

“எபன் வயித்தில ரெண்டு மாசமா இருக்கும்போதுதான் அவங்களுக்கு ட்ரான்ஸ்பர் வந்து நான் கடலூர் போயிட் டேனே... அதுக்கு அப்புறம் நாம ரெண்டு பேரும் எங்கே சேர்ந்து இருந்தோம். இத்தனை வருஷத்துக்கப்புறம் இப்போ தானே உங்களைப் பார்க்கிறேன். அவனைத் தவிர வேற பிள்ளை எப்படிப் பொறக்கும்?”

“உனக்கும் உன் வீட்டுக்காரருக்கும் பொறந்தவன்தானே எபன்? வேற பிள்ளையே நீ பெத்துக்கலையா?”

“எபன் அவங்க பிள்ளை இல்ல... அவங்களுக்குத்தான் கொழந்தை பொறக்காதுன்னுட்டாங்களே...”

“அப்போ எபன்?”

“ஆமா ஒங்களுக்கு எல்லாத்தையும் வெளக்கணும்... அவனும் ஒங்களே மாதிரிதான் இருக்கான்.”

நான் பேசாமலிருந்தேன். “இருங்க... டீ போட்டு எடுத்துட்டு வாரேன்” என்று சொல்லிவிட்டு வீட்டினுள் சென்றாள். எனக்குப் பழசெல்லாம் ஞாபகத்துக்கு வந்தன. ஏதோவொரு குற்ற உணர்ச்சி என்னைப் பீடித்தது. அந்த ஹால் சிறியதாக இருந்தாலும், ஜன்னலுக்குத் திரைச்சீலைகள் எல்லாம் போடப்பட்டிருந்தன. தெருவில் ஏதோ வியாபாரம் போயிற்று. ஃபேன் ஓடிக்கொண்டிருந்தாலும் வெப்பமாக இருப்பது போலிருந்தது. பியூலா டம்ளர்களுடன் வந்தாள். டீ மணத்தது. டீயை ஆற்றிக் கொடுத்தாள்.

“என்ன அமைதியாகிட்டீங்க?”

ஏதோ சொப்பனத்திலிருந்து திடுக்கிட்டு விழித்தவனைப் போல், “ஒண்ணுமில்ல.. ஒண்ணுமில்ல... பழசெல்லாம் நெனைச்சுக்கிட்டிருந்தேன்... எபனுக்குக் கல்யாணமா கிட்டுதா?...” “அவனுக்கு ஆண் ஒண்ணு... பொண் ஒண்ணு”

“நீ ஏன் அவன் கூடப் போயி இருக்கலை?”

“அவனுக்கு எதுக்குத் தொந்தரவுன்னு தான் போகலை. பக்கத்துலதான திருச்செந்தூரு.”

“நான் உனக்குக் கெடுதல் பண்ணிட்டேனா? என்னை மன்னிச்சிருவியா?”

“என்ன உளர்றீங்க? என்ன நடந்து போச்சு? கர்த்தர் என்னை ஆசீர்வாதமாத்தான் வச்சிருக்கார். அவங்களோட பென்ஷன் வருது. இந்த வீடு இருக்கு. சந்தோஷமாகத்தான் இருக்கேன்.”

"கல்யாணம் குடுத்திட்டேன்... ஆனப்புறமும் உனக்குத் தொந்திரவு குடுத்திட்டேன்..."

"இல்லேன்னா எபன் கெடைச்சிருப்பானா? பேரன், பேத்தின்னு என்ன கொறைச்சல் எனக்கு?"

என்னைப் பற்றி விசாரித்தாள். என் மனைவியை அழைத்துக் கொண்டு அவசியம் வர வேண்டும் என்றாள். அவள் சகஜமாகத்தான் பேசினாள். ஆனால், என்னால் இயல்பாக இருக்க முடியவில்லை.

அம்ருதா, 2019

சுந்தரத்து அக்கா

இன்றைக்குக் காலையிலிருந்தே சுந்தரத்து அக்கா ஞாபகமாகவே இருக்கிறது. உயிருடனிருக் கிறாளோ, செத்துப் போய்விட்டாளோ தெரிய வில்லை. சாபம் விட்டதுபோல் ஒரு குடும்பமே இப்படியா உருப்படாமல் போகும்? சுந்தரத்து அக்காவுடன் பிறந்தவர்கள் இரண்டு ஆணும் ஒரு பெண்ணும். அக்காதான் வீட்டில் மூத்தவள். அடுத்தவன் ரங்கன். ரங்கனுக்குப் பிறகு சிவகாமி. கடைசியில் பிறந்தவன்தான் ராமன்.

வெளித் தெப்பத்தின் தென் கரையில் இருந்த ஆர்ய வைத்தியசாலையை அடுத்து இருந்த சந்துக்குள் போனால் கடைசியில் ஒரு பெரிய வளவு வரும். அந்த வளவில் நாலாவது வீடுதான் சுந்தரத்து அக்காவுடைய வீடு. அந்த வளவிலுள்ள எல்லா வீடுகளுமே சதா சர்வ காலமும், இருண்டேதான் கிடக்கும். எலி வளை மாதிரி நீளமாக வீடு உள்ளே போய்க்கொண்டே இருக்கும். அந்த வீட்டில்தான் சாமிநாத பிள்ளையும், சிதம்பரத்துப் பெரியம்மை யும் குடியிருந்தார்கள். நாலு பிள்ளைகளையும் பெற்றார்கள்.

சாமிநாத பிள்ளை பெரியப்பா எந்த தைரியத் தில் தலையணை உறை விற்று வாழலாம் என்று முடிவு செய்தாரென்று தெரியவில்லை. ஒரு ஐம்பது வருஷத்துக்கு முன்னால் திருநெல்வேலித் தெருக்களில் தலையணை உறைகளைச் சிறு கட்டாகக் கட்டித் தலையில் வைத்துக்கொண்டு விற்றுப் பிழைத்த ஒரே தலையணை உறை வியாபாரி சாமிநாத பிள்ளை பெரியப்பாதான்.

திருவிழாவில் சவ்வு மிட்டாய் விற்றுப் பிழைக்கிறவர்கள் இல்லையா? அந்த மாதிரித்தான்.

ஆனால், சிதம்பரத்துப் பெரியம்மை அதுக்காக ஓய்ந்து ஒடிந்துபோய் உட்காரவில்லை. கஷ்டப்பட்ட பிள்ளைமார் வீட்டுப் பொம்பளைகள் பெரிய வீடுகளில் சமையல் வேலை பார்ப்பார்கள். இட்லிக்கு நாலு வீடுகளுக்கு மாவு அரைத்துக் கொடுத்தும், முறுக்கு சுட்டு விற்றும் பிழைப்பு நடத்துவார்கள். சிதம்பரத்துப் பெரியம்மை இட்லி சுட்டு விற்றுக் குடும்பத்தைக் காப்பாற்றினாள்.

ஒரு தலையணை உறை நாலணா. ஒரு நாளைக்கு ஒரு தலையணை உறை விற்றாலே அதிகம். இந்த லட்சணத்தில் நாலு பிள்ளைகள் எதற்கு? பெரியப்பா அதைப் பற்றியெல்லாம் யோசித்ததாகத் தெரியவில்லை. அத்தனை கஷ்டத்திலும் சிதம்பரத்துப் பெரியம்மை வெடுக்கென்று ஒரு வார்த்தை கூடப் பேச மாட்டாள். அப்போது நாங்கள் திருப்பணி முக்கில் குடியிருந்தோம். எங்கள் வீட்டு வழியாகத்தான் பெரியப்பா பிள்ளைகளைக் கூட்டிக் கொண்டு குறுக்குத் துறைக்குக் குளிக்கப் போவார். வளவுக்கு எதிரில்தான் தெப்பம். ஆனால், அது கெட்டுக் கெடைத் தண்ணீர் என்று, வீட்டில் யாரையும் குளிக்கவிட மாட்டார். பெரியப்பா பிள்ளைகளைக் கூட்டிக் கொண்டு குளிக்கப் போகிற நேரத்துக்கு நான் வீட்டு வாசலில் சோப்பு டப்பா, துண்டுடன் ரெடியாக நின்றுகொண்டிருப்பேன். சுந்தரத்து அக்கா என் தோளில் கையைப் போட்டு அணைத்த மாதிரி நடத்திக் கூட்டிக்கொண்டு போவாள்.

சிவகாமி அக்காதான் வீட்டிலேயே மூக்கும் முழியுமாக நல்ல அழகு. நல்ல நிறம் வேறு. அவள் மட்டும் பெரியப்பா வுடைய கையைப் பிடித்துக்கொண்டு வருவாள். ரங்கண்ண னும் ராமனும் எப்போதும் எசலித்துக்கொண்டேதான் நடப்பார்கள். பெரியப்பாவுடைய வேட்டி முந்தியில் எப்போ தும் திருநீற்றுச் சம்புடம் இருக்கும். ஆற்றில் குளித்த பிறகு எல்லாருக்கும் தண்ணீரில் திருநீறைக் குழைத்துப் பூசிவிடுவது தவறாது.

ஆற்றுக்குள்ளிருந்து படியேறி மேலே ஏறியதும் ஈசான மடத்துக்குப் பக்கத்தில் ஈனமுத்து, வேன காலத்தில் பதினிப் பானையோடு உட்கார்ந்திருப்பார். பட்டை பிடிக்க அளவாக வெட்டிய பச்சை ஓலைகள் பக்கத்தில் குவிந்து கிடக்கும். அந்த ஓலைகளின் நரம்பில் ஒட்டியிருக்கும் சாமைகள் காலைக் காற்றில் லேசாக அசையும். பெரியப்பாவிடம் துட்டு இருந்தால் எல்லாருக்கும் பதனி வாங்கிக் கொடுப்பார். பச்சை ஓலையின்

வண்ணநிலவன்

மணத்துடன் கூடிய பதினியைக் குடிக்கும்போது எனக்குத் தாதன்குளம்தான் எப்போதும் ஞாபகத்துக்கு வரும்.

சிதம்பரத்துப் பெரியம்மை எந்தப் பிள்ளையையும் எட்டாங் கிளாஸுக்கு மேல் படிக்க வைக்கவில்லை. 'அதுவரை படிச்சதே பெரிசுதான் சந்திரா' என்பாள் சுந்தரத்து அக்கா. பதினேழு வயசிலேயே ரங்கண்ணன் கணபதி மில்லுக்கு வேலைக்குப் போக ஆரம்பித்துவிட்டான். சுந்தரத்து அக்காவை மாறாந்தையில் ஒருத்தருக்கு இரண்டாம் தாரமாகக் கட்டிக் கொடுத்தது. கல்யாணமாகிப் பத்து நாள்கூட அக்கா மாறாந்தை யில் இருக்கவில்லை. மாறாந்தையில் என்ன நடந்ததென்று தெரியவில்லை. அதன் பிறகு அங்கே போகவே மாட்டே னென்று சொல்லிவிட்டாள்.

கொஞ்சநாள் கழித்து, கொழும்பிலிருந்து வந்திருந்த நடராஜ மாமாவுக்கு சிவகாமி அக்காவைக் கட்டிக் கொடுத்தார்கள். நடராஜ மாமா திருநெல்வேலியில் தவசுப் பிள்ளை வேலை பார்த்தார். வருஷம் பூராவுமா விசேஷ வீடுகளும், தவசு வேலைகளும் கிடைக்கும்? காபி கிளப்புகளில் மாதச் சம்பளத்துக்கெல்லாம் வேலை பார்க்க முடியாது என்று வீட்டிலேயே இருந்தார். மதுரைக்குப் போனால் நிறையத் தவசு வேலை கிடைக்கும் என்று நினைத்து சிவகாமி அக்காவை யும் அழைத்துக்கொண்டு, ராத்திரி பத்தரைமணி மதுரை பாஸஞ்சரில் ஏறி மதுரைக்குப் போனார். கோச்சடையில் வீடு பார்த்துக் குடி ஏறினார்கள்.

திருநெல்வேலியை விட மதுரையில் பரவாயில்லை. கட்சி மாநாட்டுக்கெல்லாம் நடராஜ மாமாவைத் தவசு வேலைக்குக் கூப்பிட்டார்கள். ஒரு ஆம்பளைப் பிள்ளையும் பிறந்தது. அப்போது வீட்டுக்குப் வரப்போக இருந்த ஒருத்தன் ஒருநாள் சிவகாமி அக்காவைக் கூட்டிக்கொண்டு போய்விட்டான். பிள்ளையைக்கூட அப்படியே விட்டுவிட்டு அவனோடு சிவகாமி போய்விட்டாள். கடைசியில் அந்த இரண்டு வயசுப் பைய னைச் சிதம்பரத்துப் பெரியம்மையிடம் விட்டுவிட்டு, 'தச்ச நல்லூர் வரை போய் வந்து விடுகிறேன்' என்று சொல்லிவிட்டுப் போனவர்தான் நடராஜ மாமா. வரவே காணோம். ஒரு நாளாயிற்று, இரண்டு நாளாயிற்று. மாசக் கணக்கில் ஆகி விட்டது. ஆளையே காணோம்.

சுந்தரத்து அக்கா சம்பந்தமூர்த்தி கோவில் தெருவி லிருந்த நெல்லையப்ப பிள்ளை ஆயான் வீட்டில், வீட்டுடனே இருக்கும் சமையல்காரியாகி விட்டாள்.

நெல்லையப்ப பிள்ளை ஆயான் மூணு நேரச் சாப்பாட்டுடன் முப்பது ரூபாய்ச் சம்பளமும் கொடுத்தார். அந்தக் காலத்தில் கேஸ் ஏது? விறகு அடுப்புதான். காலை அஞ்சு மணிக்கே கடையை ஆரம்பிக்க வேண்டும். அதற்குள் குளித்து முழுகித் தான் அடுப்பைப் பற்ற வைக்க வேண்டும். சமையல் கட்டை ஒதுங்க வைத்துவிட்டுப் படுக்க எப்படியும் ராத்திரி பதினோரு மணியாகிவிடும்.

ஆயான் வீட்டில் தருகிற சம்பளத்தை வைத்து எட்டாவதுடன் படிப்பை நிறுத்தியிருந்த தம்பி ராமனை மேலே படிக்க வைத்தாள் சுந்தரத்து அக்கா. நீதாண்டா படிச்சு வேலை பாத்து நான் செத்தால் எனக்குக் கொள்ளி போடணும் என்று சொல்லிக்கொண்டே தம்பியைப் படிக்கவைத்தாள். சிவகாமியுடைய மகனுக்கு அஞ்சு வயசாகும்போது பெரியப்பா மண்டையைப் போட்டுவிட்டார்.

அன்றைக்கு ஆவணி ஞாயித்துக் கிழமை. ஞாயித்துக் கிழமை தோறும் சுந்தரத்து அக்காவுக்கு மத்தியானத்துக்கு மேல் லீவு. அன்றுதான் அக்கா, வீட்டுக்குப் போய்க் கொஞ்ச நேரம் இருப்பாள். சாயந்தரம் ஆனதும் ராயல் டாக்கீஸுக்கோ, ரத்னா அல்லது பாப்புலர் டாக்கீஸுக்கோ சினிமா பார்க்கப் போய்விடுவாள். வாராவாரம் சினிமா பார்க்காமலிருக்க அக்காவால் முடியாது. 'சவம்... வாழா வெட்டியாக் கெடந்து ஆயான் வீட்டு அடுப்படியில கெடந்து வேகுது... ஏதோ சினிமா பாக்கணும்னு ஆசைப்படுது. போயிட்டுப் போகுதுடா. .. விடு' என்று சிதம்பரத்துப் பெரியம்மை, அக்கா வாரா வாரம் சினிமாவுக்குப் போவதை ஆவலாதி சொல்லும் ரங்கண்ணனிடம் சமாதானம் சொல்வாள். ரங்கண்ணன் அவனாக இப்படி ஆவலாதி சொல்ல மாட்டான். அவன் பொஞ்சாதி தூண்டி விட்டுத்தான் இப்படியெல்லாம் பேசுகிறான் என்று பெரியம்மை நினைத்தாள். பெரியப்பா சாகும்போதும் சுந்தரத்து அக்கா சினிமா பார்த்துக்கொண்டுதானிருந்தாள். படத்தை இடையே நிறுத்திவிட்டு சிலைடு போட்டுக் காட்டிய பிறகுதான் அக்காவுக்கே தகவல் தெரியும். அதற்காக அவள் உடனே புறப்பட்டுவிடவில்லை. முழுப்படத்தையும் பார்த்து விட்டுத்தான் கிளம்பினாள்.

நான் சென்னைக்கு வந்த பிறகு சுந்தரத்து அக்கா, ரங்கண்ணன், பெரியம்மை, சின்ன அண்ணன் ராமன் எல்லோரையும் மறந்தே போய்விட்டது. மூன்று வருஷங்களுக்குப் பிறகு நான் வேலை பார்க்கிற பத்திரிகை ஆபீஸ் போன் நம்பரை எப்படியோ தெரிந்துகொண்டு சுந்தரத்து அக்கா போன் செய்தாள்.

“சந்திரா நான் அக்கா பேசுதேன்...”

“அக்காவா?” என்று இழுத்தேன்.

“அதுக்குள்ள மறந்துட்டியா? நான்தாம்ப்பா சுந்தரம்”

“அடடே சுந்தரத்து அக்காவா?”

“ஆமாஞ் சந்திரா... நான் இப்பம் மெட்ராஸ் வந்துட்டேன். நாலு மாசமாச்சு... நடிகர் டி.கே. பகவதி வீட்டுலதான் வேல பாக்கேன்.”

“டி.கே. பகவதி வீட்டிலேயா?... ...ஏ... அப்பா!” என்று ஆச்சரியப்பட்டேன். என்னிடம் வீட்டு முகவரியைக் கேட்டு வாங்கிக் கொண்டாள். மாதந்தோறும் ஏதாவது ஒரு ஞாயிற்றுக் கிழமை என்னைப் பார்க்க வீட்டுக்கு வந்துவிடுவாள். அன்று முழுவதும் எங்களோடு இருப்பாள். வீட்டில் டி.வி. இருந்ததே அவளுக்குப் போதும். பழைய படங்கள், பாட்டுக்களைக் கேட்டுக்கொண்டு அந்த நாள் முழுவதையும் எங்களுடன் கழிப்பாள்.

இரண்டு மூன்று வருடம் கழித்து எம்.என். நம்பியார் வீட்டில் சமையல் வேலை பார்த்தாள். அவளுக்குப் பெருமிதம் பிடிபடவில்லை. இதுபோன்ற சிறு சிறு சந்தோஷங்களைத் தவிர அவளுக்கு வேறு என்ன இருக்கிறது? ரங்கண்ணனுடைய மனைவி மூன்று பிள்ளைகளையும் விட்டுவிட்டு மஞ்சள் காமாலை கண்டு இறந்துவிட்டாள். பெரியம்மையும் இப்போது இல்லை. சிவகாமி அக்காவுடைய பையன், அவனுடைய அம்மாவைப் போலவே வீட்டை விட்டு ஓடிப் போய்விட்டான். ராமன் ஒருத்தன்தான் சர்க்கார் உத்தியோகத்தில் நல்லபடியாக இருக்கிறான்.

நான் மந்தை வெளியிலிருந்து நங்க நல்லூருக்கு வீடு மாறி வந்த பிறகுகூட, வீட்டைத் தேடிக் கண்டுபிடித்து எப்படியோ வந்து விட்டாள். நாலைந்து முறை நங்கநல்லூருக்கு வந்து போனாள். திடீரென்று சில மாதங்களாக அவள் வரவேயில்லை. அவள் என்னிடம் கொடுத்திருந்த போன் நம்பரில் விசாரித்தேன். அவள் வேலையை விட்டுச் சென்றுவிட்டாள் என்று சொன்னார்கள். திருநெல்வேலியிலிருக்கிற ரங்கண்ணன், தூத்துக்குடியிலிருக்கிற ராமனிடமெல்லாம் விசாரித்தேன். அவர்களும் ‘அக்கா இங்கே வரவில்லை’ என்றார்கள். சுந்தரத்து அக்கா எங்கே இருக்கிறாள் என்றே தெரியவில்லை. ஒருவேளை இறந்து விட்டாளா?

அந்த அக்காவுடைய வாழ்வு ஏன் இப்படியாக வேண்டும்? ராமனைத் தவிர அந்தக் குடும்பத்திலுள்ள யாருக்குமே நல்ல வாழ்க்கை அமையவில்லையே, ஏன்? யாரோ சாபம் விட்டதைப் போல் அல்லவா ஆகிவிட்டது. அந்தக் குடும்பத்தின் சீரழிவு. திடீர் திடீரென்று சுந்தரத்து அக்காவுடைய ஞாபகம் வந்துவிடுகிறது. தனக்குக் கொள்ளி போட வேண்டும் என்று சொல்லிக்கொண்டிருந்த தம்பி ராமனிடம் சொல்லாமல் கொள்ளாமல்கூட இறந்து போயிருப்பாளா? எதற்குத்தான் விடை தெரிந்தது, இதற்கெல்லாம் விடை தெரிய?

◯

தப்பித்தல்

“வே! யாவாரத்தைப் பாக்காம, என்னத்த மண்டயப் போட்டுச் சொறிஞ்சுக்கிட்டு இருக்கேரு?” என்று ஆள் விரட்டி எபனேசன் சொல்லவும் தான், தூக்கத்திலிருந்து விழித்தவரைப் போல தேவபிச்சை, எதிரே துணி வாங்க நின்ற ஆளைப் பார்த்தார். அந்த ஆளைப் பார்த்து “அய்யா என்ன வேணும்? நாலு மொளமா, எட்டு மொளமா” என்று யந்திரம்போல் கேட்டார்.

பக்கத்தில் துண்டு செக்ஷனில் நிற்கிற சேசுவடியான் அவரிடம் மெல்லிய குரலில், “நானும் ரெண்டு மூணு தடவ ஆள் வெரட்டி ஒங்களயே பாத்துக்கிட்டு நிக்யாம்னு சொல்லுதேன்… ஒங்க காதுலய வுழ மாட்டேங்கு” என்றான். “இல்லப்பா… ஏதோ யாபகமா இருந்துட்டேன்… அய்யா என்ன கேட்டீயோ? எட்டு மொளம் குண்டஞ்சா? என்ன வெலையில வேணும்…”

இரண்டாவது கவுண்டரில் நின்று எபனேசன் ஒரு மாதிரி அவரையே முறைத்துப் பார்த்துக் கொண்டிருந்தான். ஏ.சி. ஓடுகிறது. ஆனாலும் தேவ பிச்சைக்கு வியர்க்கிற மாதிரி இருந்தது. கஸ்டமர் கேட்ட வேஷ்டியை விரித்துக் காட்டிக் கொண்டிருக்கும்போதே அவருக்கு எதிரே வந்து நின்றான் எபனேசன். கஸ்டமர்கள் நிற்கிறார்கள் என்றுகூடப் பாராமல் “வே… ஒளுங்கா வாற ஆளுகளக் கவனிச்சு வேலையப் பாரும். இல்லன்னா மொதலாளியிட்டச் சொல்லி கோடவுன்ல சீட்டு ஒட்டப் போட்டுருவேன் பாத்துக்கிடும்… அங்க

ஏசியும் இருக்காது... ஒரு மண்ணும் இருக்காது. வெந்துசாக வேண்டியதுதான்... கோடவுனுக்குப் போறேரா?" என்று மிரட்டினான் எபனேசன். கஸ்டமர் அவரையும் எபனேசனையும் மாறி மாறிப் பார்த்தார். "இல்லய்யா, ஒளுங்கா இருக்கேன்" என்று கூனிக் குறுகிச் சொன்னார் தேவபிச்சை.

அய்யா என்ன அய்யா? அவர் மகன் வயசு பெறுவானா எபனேசன்? துணி அளக்கிற அடிக்குச்சியை எடுத்து அவன் தலையில் போடலாமா என்று நினைத்தார். ஏ.ஸி. மிஷின் ஓடுகிற மெல்லிசான சத்தம் 'கிர்'ரென்று கேட்டுக்கொண்டிருந்தது. வடபுறமிருக்கும் குழந்தைகளுக்கான ரெடிமேடு கவுண்டரில் ஏதோ ஒரு குடும்பம் கும்பலாக நின்றுகொண்டிருந்தது. அதில் நின்றுகொண்டிருந்த ஒரு பெண், அவருடைய சின்ன மகள் அன்னபாக்கிய மேரியைப் போலவே இருந்தாள்.

மூணு மாடி சந்தோஷ் டெக்ஸ்டைல்ஸில் அவர் வேலைக்குச் சேர்ந்து ஆறு வருஷங்கள் ஓடி விட்டன. அன்ன பாக்கியத்துக்கும், ஞானத்துக்கும் கல்யாணம் செய்து வைத்ததில் கொஞ்சம் கடனாகி விட்டது. அதை அடைக்கத்தான் சந்தோஷ் டெக்ஸ்டைல்ஸில் வேலைக்குச் சேர்ந்தார். ஞானத் துடைய புருஷன், "மாமா நீரு வேலைக்கெல்லாம் போக வேண்டாம்... என்ன பெரிய கடனு? அத நான் அடச்சிருதேன்" என்றுதான் சொன்னான். அவருக்குத்தான் மனசு கேட்க வில்லை. என்ன இருந்தாலும் அவன் மூத்த மருமகனில் லையா? அவனா கடனை அடைப்பது?

கடையில் கீழே பூராவும் சேலைகள் வியாபாரம். அடுத்த இரண்டு மாடியும் ஆண்களுக்கான துணிமணிகள். மூன்றாவது மாடியில் ஜமுக்காளம், பெட்ஷீட், தரை விரிப்புகள், திரைச் சீலைகள். அதற்கும் மேல் உள்ள மொட்டை மாடியில் கூரை போட்டு, கடையில் வேலை பார்க்கிற நாற்பத்தி நாலு பேருக்கும் தங்கிச் சாப்பிடுவதற்கான இடமாக இருந்தது. அத்தனை பேரும் தங்குவது, குளிப்பது, சாப்பிடுவது, தூங்குவது எல்லாம் அங்கேதான். முதலாளி செல்லத்துரை உள்ளூர் ஆட்களையே வேலைக்கு எடுக்க மாட்டார். அதுவும் நாற்பது மைல் ஐம்பது மைல் தள்ளி உள்ள ஊர்க்காரனாகப் பார்த்துத்தான் வேலையில் அமர்த்துவார். ஒவ்வொருத்தனுக்கும் ஒவ்வொரு கிழமை வார லீவு என்று பேர். அந்த ஊரில் யாருக்கும் வீடேது, வாசலேது? அந்த ஒரு நாள் லீவைக் கழிக்க ஊருக்கா போக முடியும்? அந்தத் தகர ஷெட்டிலேயே பாயை விரித்துப் படுத்துக் கிடக்க வேண்டியதுதான்.

சமயத்தில், கோடவுன் வேலை என்று கூப்பிட்டு அனுப்பி விட்டால், அந்த ஒரு நாள் லீவும் போச்சு. ஜெயிலுக்குள் கிடக்கிற

மாதிரிதான். ஆள் விரட்டி எபனேசன் மாதிரி ஒவ்வொரு மாடிக்கும் ஆட்களை விரட்டி வேலை வாங்கவும், வேலை செய்கிறவர்களைப் பற்றி முதலாளியிடம் போட்டுக்கொடுக்க வும் சூப்பர்வைஸர் என்ற பேரில் மூன்று பேர்களை வைத்திருக்கிறார். சாப்பிடப் போனாலும் சரி, தூங்கப் போனாலும் சரி அவர்களுடைய கண்ணை விட்டுத் தப்ப முடியாது.

கிறிஸ்தவனாக இருந்தால் கிறிஸ்துமஸை ஒட்டி ஐந்து நாள் லீவு கிடைக்கும். முஸ்லீம் என்றால் ரம்ஜானை ஒட்டியும், இந்துக்களுக்கு தீபாவளி சமயத்திலும் ஐந்தைந்து நாள் லீவு கொடுப்பார்கள். அந்த லீவில் ஊருக்குப் போய்விட்டு வர வேண்டியதுதான். சண்முகம் என்ற நாங்குநேரிக்காரன் தீபாவளிக்கு ஊருக்குப் போனவன் கடைக்குத் திரும்பவே இல்லை. கடையில் மூவாயிரம் ரூபாய் அட்வான்ஸ் வேறு வாங்கியிருந்தான். இரண்டு ஆளை விட்டு அவனைத் தேடிப் பிடித்துக்கொண்டு வந்துவிட்டார்கள். லேபர் ஆபீஸர் கடைப் பக்கமே வர மாட்டார்.

இனிமேலும் இந்த ஜெயிலில் கிடக்க முடியாது என்று தேவபிச்சை முடிவு பண்ணி ஒரு வாரமாகிவிட்டது. ஆனால், எப்படித் தப்பிப்பதென்றுதான் தெரியவில்லை. எல்லா இடங்களிலும் முதலாளி ஆள் போட்டிருக்கிறார். கோயிலுக்குப் போகிறேன், சர்ச்சுக்குப் போகிறேன் என்று புறப்பட்டால்கூட ஆள் விரட்டிகள் எவனாவது கூடவே வந்துவிடுவான்கள். இந்த ஜெயிலிலிருந்து தப்பிவிட்டால் போதும். அவரைத் தேடி ஊருக்கு ஆட்கள் வந்தாலும், பெரிய மருமகனும் சின்ன மருமகனும் சேர்ந்து அவரைக் காப்பாற்றிவிடுவார்கள். எப்போதும் அதே யோசனையாகவே இருந்தது தேவபிச்சைக்கு. அந்த நேரத்தில் தான் ஆள்விரட்டி எபனேசன் மேலே விழுந்து பிடுங்கிவிட்டான்.

சம்பளத்தை அவரவர் ஊருக்கு அனுப்பிவைத்து விடுவார்கள். சம்பளம் என்ன பெரிய சம்பளம்? சாப்பாட்டுக்கு எல்லாப் பிடித்தமும் போக எழுநூறு ரூபாயை அவர் பொஞ்சாதி ரோசாப்பூவுக்கு அனுப்பிவைக்கிறார்கள். சோப்பு, எண்ணெய் வாங்க என்று மாதாமாதம் 25 ரூபாய் தனியாகக் கொடுப்பார்கள். அதில் மிச்சம் பிடித்து நூறு ரூபாய்வரை வைத்திருக்கிறார். ஊருக்குப் போக அது போதும்.

மத்தியானம் நாலு நாலு பேராகச் சாப்பிட அனுப்பு வார்கள். அந்த நேரம் ஆள் விரட்டி எவனும் கூடவர மாட்டான். மூணாவது மாடிக்கு வந்துவிட்டால் அங்கே யிருந்து பின்பக்கமாக ஒரு மாடிப்படி இருக்கிறது. அது பக்கத்துத் தெருவில் போய் இறங்குகிறது. பெரிய பெரிய

பேல்கள் வந்தால் மேலே ஏற்றுகிறதுக்காக அந்தப் படிக்கட்டு. சமயங்களில் அகஸ்துமாஸ்தாக அது திறந்து கிடக்கும்.

அன்று மத்தியானம் அவர் வேண்டுமென்றே ரொம்ப மெதுவாகச் சாப்பிட்டார். தங்கப் பாண்டியும் மணிகண்டனும் "அண்ணாச்சி, நீங்க சாப்டுட்டு வாங்க... நாங்க போறோம்" என்று சொல்லிவிட்டுப் போய்விட்டார்கள். சாப்பாடு பரிமாறுகிற தவசி முத்து எதையோ எடுக்க கிச்சனுக்குள் போனார். அதுதான் சமயம் என்று கையைக் கழுவி விட்டுக் கிளம்பினார். மூணாவது மாடிக்குப் போய் அந்த மாடிப் படிப் பக்கம் போய்ப் பார்த்தார். ஆச்சரியமாக அது திறந்தே கிடந்தது. மடமடவென்று படிகளில் ஓட்டமும் நடையுமாக இறங்கினார். தெருப் பக்கம் வரும்போது படிக்கட்டுக்குக் கீழே சேலைகள் செக்ஷன் ஆள்விரட்டி சன்னாசி சிகரெட் பிடித்துக்கொண்டு நின்றிருந்தான். அவரைப் பார்த்ததும், "அண்ணாச்சி... எங்க இந்தப் பக்கம்" என்று கேட்டான். ஒரு மாதிரி நெளிந்துகொண்டே, "இல்ல சளித் தொந்தரவா இருக்கு... மாத்திரை வாங்கணும்" என்று இழுத்தார்.

"இதுக்கு எதுக்கு நீங்க போவணும். அதான் மேனேசர் கிட்ட எல்லா மாத்திரையும் இருக்கும்லா" என்றான். "ஆமா... மறந்தே போயிட்டேன்" என்று சொல்லிவிட்டு, மீண்டும் வந்த வழியே கடைக்குள் போனார் தேவபிச்சை.

○

ஒரு காதல் கதை

சுத்தமல்லி பஸ் புறப்படுகிறவரை அவன் அவளுக்குப் பக்கத்தில்தான் உட்கார்ந்திருந்தான். அது வழக்கம்தான். ஆனால் மாரிச் செல்விக்குத் தான் பஸ் புறப்படுகிறவரை திக்... திக் என்றிருந்தது. அவனோடு அவளுக்குப் பழக்கம் ஏற்பட்டு நாலைந்து மாதத்திற்கு மேலாகி விட்டது. இருந்தும் அவளுக்குப் பயம் போகவில்லை. என்றாவது ஒரு நாள் தெரிந்தவர்கள் யாராவது பார்க்கத்தான் போகிறார்கள். விஷயம் வீட்டுக்குத் தெரியத்தான் போகிறது. அதற்குப் பிறகு என்னவாகும் என்பதை யோசித்துப் பார்க்கவே அவளால் முடியவில்லை. இந்த பஸ்ஸையாவது உடனே நகர்த்துகிறார்களா? திருநெல்வேலியில் எந்த டவுன் பஸ், ஆட்கள் ஏறியதும் உடனே கிளம்பியிருக்கிறது?

அவளுக்குப் பக்கத்தில் இப்படி நெருக்கிக் கொண்டு உட்காருவதால் அவனுக்கு என்ன கிடைக்கிறதென்று தெரியவில்லை. அவளுடைய தோளைச் சுற்றிக் கையைப் போட்டு, எலும்பெல் லாம் முறிந்துபோகிற மாதிரி அவளை அணைத்துக் கொள்கிறான். அவளுடைய கை விரல்களை இறுகப் பற்றிக்கொள்கிறான். சினிமாப் படங்களில் வருகிற ஹீரோக்கள் தங்களுடைய காதலிகளிடம் நடந்துகொள்கிற மாதிரித்தான் நடந்து கொள்கிறான். அவனுடைய உடம்பைப் போலத் தான் அவளுக்கும் உடம்பு இருக்கிறது. அவளுடைய உடம்பிலிருந்து வீசுகிற வியர்வை வாடை, அவன் வாயிலிருந்து வீசும் நாற்றம் இதெல்லாம்கூட

அவளுக்கு அருவருப்பாகத்தான்இருக்கிறது. ஒன்றிரண்டு முறை இதைப் பற்றி அவனிடம் சொல்லியுமிருக்கிறாள்.

அதையெல்லாம் அவன் காதில் வாங்கிக்கொண்டதாகவே தெரியவில்லை. அவன் அவளை மூன்று முறை மேட்னி ஷோவுக்குக்கூட அழைத்துச் சென்றிருக்கிறான். அவன் இழுத்த இழுப்புக்கெல்லாம் போகிறோமே என்று நினைத்துக்கொள்ள மட்டும்தான் அவளால் முடிந்தது. மாரிச் செல்வியால் யாருடைய முகத்தையும் முறித்துப் பேச முடியாது. ரொம்ப இளகிய மனசு. அதைத்தான் அவன் பயன்படுத்திக் கொண்டான், அவளுடன் நடராஜா ஸ்டோர்ஸில் வேலை பார்க்கிற ஜெயராணியைப் போல், அவள் எடுத்ததற்கெல்லாம் சிரித்துச் சிரித்துப் பேசுகிறவளு மல்ல. அவளுடைய இழந்த மனசுதான் அவனுக்குத் தோதுவாகப் போய்விட்டது. இத்தனைக்கும் ஜெயராணியும் அவளைப் போல் குலவணிகர் புரத்திலிருந்து பஸ்ஸில்தான் வருகிறாள். புஷ்பலீலாகூட டவுனிலிருந்து பஸ்ஸில் தான் வருகிறாள்.

எப்போதும் மாரிச்செல்வி ஆறு, ஆறே காலுக்கெல்லாம் கடையை விட்டுப் புறப்பட்டுவிடுவாள். நேரே சாலைக்குமார சுவாமி கோவிலுக்குப் போவாள். கோயிலில் சாமி கும்பிட்டுப் பிரகாரம் சுற்றிவிட்டு, ஜங்ஷன் பஸ் ஸ்டாண்டுக்குப் போய், சுத்தமல்லி பஸ்ஸைப் பிடிப்பாள். சன்னதியை மூன்று முறை சுற்றிவிட்டு, சன்னதிக்கு எதிரேயுள்ள நீளமான முன் மண்டபத்தில் சிறிது நேரம் உட்காருவாள். அப்படி உட்கார்ந்திருக்கும் போது தான் ஒருநாள், அவள் கோயிலுக்கு வரும் அதே நேரத்தில் அவனும் வருவதையும், தான் உட்காரும் இடத்துக்கு எதிரே அவனும் உட்காருவதையும் தற்செயலாகக் கண்டுபிடித்தாள். ஆனால் அவன் அப்படித் தினசரி அதே நேரத்திற்குக் கோவிலுக்கு வருவதை வெறும் தற்செயலென்று அவளால் நினைக்க முடியவில்லை. ஒரு நாள் வேண்டுமென்றே தாமதமாகக் கோவிலுக்கு வந்தாள். அன்றும் அவன் அங்கே இருந்தான். அவன் தன்னைப் பார்ப்பதற்காகத்தான் கோவிலுக்குத் தினசரி வருகிறான் என்று அன்றுதான் முடிவு செய்தாள்.

அவனைத் தவிர்ப்பதற்காக ஒரு வாரத்திற்கு மேல் கோவிலுக்கே போகாமல் நேரே பஸ் ஸ்டாண்டுக்கே போய் வீட்டுக்குப் பஸ் ஏறிப் போனாள். இனி அவன் கோவிலுக்கு வர மாட்டான் என்று நினைத்துக்கொண்டு சில நாட்களுக்குப் பிறகு கோவிலுக்குப் போனாள். ஆச்சரியப்படும்படியாக அன்றும் அவன் கோவிலில் இருந்தான். மாரிச் செல்விக்குப் பதற்றமாக இருந்தது. சன்னதியைச் சுற்றிவிட்டு முன் மண்டபத்துக்கு அவள் போனபோது, அவளைப் பார்த்து, "ஏன் கொஞ்ச நாளா வரலை" என்று கேட்டான். என்ன சொல்வதென்று தெரியவில்லை.

சலிப்புடன் “வரலை” என்றாள். அவன் பேசியதே அவளுக்கு எரிச்சலாக இருந்தது.

“சொகமில்லையா?”

“அதெல்லாம் ஒங்களுக்கு எதுக்கு?”

“தினசரி வருவீங்களே, வரலையேன்னு கேட்டேன்…”

அவள் பேசாமலிருந்தாள். என்றாலும், அவன், ‘உங்க வீடு எங்க இருக்கு? ஏதாவது வேல பார்க்கிறீங்களா’ என்று கேள்வி மேல் கேள்வியாகக் கேட்டான். அவள் எரிச்சல்படுவதையும், அவனை அலட்சியம் செய்வதையும்கூடப் புரிந்துகொள்ளாமல், அவன் மேலும் மேலும் பேசிக்கொண்டே இருந்தான். இப்படி ஆரம்பித்த பழக்கம்தான் அது.

ஜெயராணியிடம் அவனைப் பற்றிச் சொன்ன போது, அவள், “டீ… அவன் உன்ன லவ் பண்ணுதான் டீ…” என்றாள். “லவ் பண்ணி என்ன செய்ய?” என்று அவள் அப்பிராணியாகக் கேட்டாள். “அடப் போக்கத்தவளே… வேற எதுக்குடி லவ் பண்ணுவான்? கல்யாணம் பண்ணத்தான்.”

“கல்யாணம்னா பிள்ளை எல்லாம் பெத்துக்கிடணுமே!” என்றாள் மாரிச் செல்வி.

“ஆமா, பெறகு எதுக்கடி கல்யாணம் பண்ணுவாங்க? ஆம்பளப் பசங்க ‘டாவ்’ அடிக்கிறதே அதுக்குத்தான்டி…”

“டாவ்ன்னா?”

“முண்டம்… முண்டம்… டாவ்ன்னா காதல்ன்னு அர்த்தம்…”

“இதுக்குத்தான் தெனசரி வாரானா?”

“ஒங்கிட்டயும் ஏங்கிட்டயும் இந்த ஒடம்பத் தவுத்து வேற என்ன இருக்கு? அதுக்குத்தான் அலையுதானுங்க… வேற என்ன? காதல்னா என்ன? நம்ம ஒடம்புதான்…”

ஜெயராணி இப்படிச் சொன்ன பிறகு மாரிச் செல்விக்குப் பயமாகிவிட்டது. தன்னை அவன் கடித்துத் தின்பதைப் போலிருந்தது. இந்த விபரீத விளையாட்டே வேண்டாம் என்று முடிவு செய்தாள். சாலைக்குமாரசாமி கோயிலுக்கே போகாமல் இருந்தாள். ஜங்ஷன் பஸ் ஸ்டாண்டில் போய் பஸ் ஏறாமல் மாட்டாஸ்பத்திரி போய் பஸ் ஏற ஆரம்பித்தாள். விட்டது தொல்லை என்றிருக்கும்போது, ஒரு நாள் அவளுடைய கடைக்கே தேடி வந்துவிட்டான். ஜெயராணியிடம் சொல்லி விட்டு, கடைக்குள் ஏதோ சாமான் எடுக்கிற மாதிரி போய், உள்ளேயே உட்கார்ந்துகொண்டாள்.

ஆனால், அவன் அடுத்த தையல் கடைப் பக்கம் போய் நின்று ஒளிந்துகொண்டிருந்தான். அவன் போய்விட்டான் என்றுதான் மாரிச்செல்வியும் நினைத்தாள். சாயந்திரம் எப்போதும்போல் வீட்டுக்குப் போக, கடையை விட்டு இறங்கும்போது, அவன் அவளைப் பிடித்துக்கொண்டான். ரோட்டில் அவ்வளவு ஆள் நடமாட்டமும் போக்குவரத்தும் இருந்தும்கூட, வெட்கமில்லாமல் அவளுடைய கையைப் பிடித்துக்கொண்டு கெஞ்சினான். “மாரிச் செல்வி நீ இல்லன்னா நான் செத்துப் போயிருவேன்” என்றான். எல்லா ஆண்களும் பெண்களை மடக்க வீசுகிற அஸ்திரம்தான் அது என்பது மாரிச் செல்விக்குத் தெரியவில்லை. நமக்காகச் செத்துப் போவேன் என்கிறானே என்று பிரமித்தாள்.

பெண்கள் ஸீட் பக்கம் அவளுக்குப் பக்கத்தில் நின்றுகொண்டு, பேசிக்கொண்டே வந்தான். அவனுடைய வீடு வெள்ளந்தாங்கிப் பிள்ளையார் கோவில் தெருவிலாம். பப்ளிக் சர்வீஸ் கமிஷன் எழுதிப் பாஸாகிவிட்டானாம். எந்த நேரமும் வேலைக்கு ஆர்டர் வந்துவிடும் என்றான்.

வேலைக்கு ஆர்டர் வருகிற வரைதானே? ஆர்டர் வந்தால் இந்த ஊரிலா இருக்கப் போகிறான்? வெளியூருக்கு எங்காவது போய்விடுவான். தொல்லை விட்டது என்று நினைத்தாள். ஆனால், அவளுடைய துரதிருஷ்டம் அவனுக்கு உள்ளூரிலேயே வேலைக்கு ஆர்டர் போட்டுவிட்டார்கள். வீட்டில் அப்பாவிடமாவது, அண்ணனிடமாவது சொல்லிவிடலாமா என்று நினைத்தாள். அப்பா கோபக்காரர். அவன் என்ன ஆட்களோ? அவர் கொலையே செய்துவிடுவார். அண்ணன் ரொம்ப அப்பிராணி. அவனுக்கு இதெல்லாம் சரிப்பட்டு வராது.

முன்பெல்லாம் டவுன்வரைதான் அவளுடன் இளித்து இளித்துப் பேசிக்கொண்டு வருவான். வேலைக்குப் போக ஆரம்பித்த பிறகு சுத்தமல்லிவரை அவளுடன் வந்து தொலைக்கிறான். சுத்தமல்லிக்காரர்கள், அப்பாவுக்குத் தெரிந்தவர்கள் யாராவது பார்த்துவிட்டால் என்ன ஆகும்? ஓடுகிற பஸ்ஸிலிருந்து அவனைக் கீழே தள்ளி விட்டுவிடலாமா என்றுகூடத் தோன்றும்.

அவளுடன் ‘செல்பி’ எடுத்திருந்த படத்தை வீட்டில் காட்டிப் பெற்றோரிடம் சம்மதம் வாங்கிவிட்டேன் என்று அவன் சொன்னபோது, அவளுக்கு அழுகையே வந்துவிட்டது. தன்னுடைய விருப்பு – வெறுப்பு, அவளுடைய சம்மதம் இதைப் பற்றியெல்லாம் அவன் கவலைப்பட்டதாகவே தெரியவில்லை. ஒருநாள் ஜெயராணி, ‘போலீஸ்ல போயிக்

கம்பளெண்ட் எழுதிக் குடுப்போம்டீ...' என்று சொன்னதைக் கேட்டு நடந்துகொண்டிருந்தால் அவன் இந்த அளவுக்கு வந்திருக்க மாட்டான்.

"மாரி... நாங்க ஒங்க வீட்டுக்கு எப்ப பொண்ணு கேக்க வாரது?" என்று கேட்டதும் தலையைக் குனிந்துகொண்டு அழுதாள். இசகு பிசகாக அவன் பிடியில் சிக்கிக்கொண்டு விட்டோமே என்று அவள்மீதே அவளுக்குக் கோபமும் எரிச்சலும் வந்தது.

ஒரு ஞாயிற்றுக்கிழமை. காலை பத்து, பத்தரை மணி யிருக்கும். கல்லூரிலிருந்து மல்லிகா சித்தி வந்திருந்தாள். அவளுடன் ஆற்றில் குளித்துவிட்டு ஈரச் சேலையுடன் வீட்டுக்குள் நுழைந்துகொண்டிருந்தபோது, அவன் வீட்டு ஆட்களுடன் வந்து நின்றுவிட்டான். மாரிச் செல்விக்கு உடம்பெல்லாம் வெடவெடவென்று நடுங்கியது.

வீட்டுக்குத் தேடி வந்தவர்களை உட்காரச் சொல்லத்தான் வேண்டியிருக்கிறது. அப்படித்தான் அவளுடைய அப்பாவும் அவர்களை முன்கூடத்தில் உட்காரவைத்தார். அவனுடன் இரண்டு ஆண்களும், இரண்டு பெண்களும் வந்திருந்தார்கள். மாரிச்செல்வி அந்தப் பக்கமே தலைகாட்டவில்லை. அடுப்படிக்குப் போய் அம்மாவுடன் நின்றுகொண்டுவிட்டாள். அவர்கள் பேசுகிற சத்தம் மட்டும் காதில் விழுந்தது. அப்பா சத்தம் போட்டு, அவர்களை விரட்டிவிடுவார் என்றுதான் நினைத்தாள். ஆனால், அடுப்பங்கரைக்குள் வந்து அண்ணன் அம்மாவிடம் எல்லோருக்கும் மோர் கொண்டுவரச் சொன்னதை அவளால் நம்பவே முடியவில்லை.

அவனும், அவன் வீட்டாரும் விரித்த வலையில் அப்பா விழுந்துவிட்டாரா? மல்லிகா சித்தி அவளை இடுப்போடு ஆவிச் சேர்த்தணைத்து முத்தம் கொடுத்தாள். சித்தியின் மூச்சுக் காற்றோடு அவள் பூசியிருந்த பவுடரின் மணமும் சேர்ந்து வந்தது. "சொல்லவே இல்லையடி" என்றாள் சித்தி. அவளுடைய கன்னத்தைக் கிள்ளினாள். இதில் சொல்ல என்ன இருக்கிறது? அவனைப் பிடித்திருந்தால்தானே சொல்வதற்கு? கட்டாயக் கல்யாணம் கட்ட ஆட்களைக் கூட்டிக்கொண்டு வந்திருக் கிறான். திருட்டுப் பயல்.

ஆச்சரியப்படும்படியாக அப்பா எல்லாவற்றுக்கும் சம்மதித்து விட்டார். அவர் சரியென்று சம்மதித்ததைத்தான் அவளால் தாங்கிக் கொள்ள முடியவில்லை. அவர் அப்படிச் செய்தது அவளுக்குப் பிடிக்கவே இல்லை. அவர்மீது கோபமும் எரிச்சலும் வந்தது

அவர்களெல்லாம் போன பிறகு அப்பா, "பையன் கெவர்மெண்டு வேலையில இருக்கான். என்ன சாதியா இருந்தா என்ன? வேலையில்லா பெருசு... சீரு ஒண்ணுமே வேண்டாம். பொண்ணை வீட்டுக்குக் கூட்டிவிட்டாப் போரும்ன்னு சொல்லுதாவ... நம்ம மாரி செஞ்ச அதிஷ்டம்... நமக்கு இப்பேர்ப்பட்ட எடங் கெடச்சிருக்கு" என்று அம்மாவிடம் பெருமைப்பட்டுக்கொண்டிருந்தார். மாரிச்செல்விக்கு அவனுடைய வாய் நாற்றம் நினைவுக்கு வந்து குமட்டியது.

காலச்சுவடு, 2019

பசி

ஏழு வீட்டு சாஸ்தா கோவில் பூசாரியான கந்தசாமி வேளாளர், 'இன்றைக்கு வேலைக்குப் போவதா, வேண்டாமா' என்று மோட்டு வளையைப் பார்த்து யோசித்தபடியே படுத்துக் கிடந்தான். அவனுடைய பொஞ்சாதி ரத்தினம், தெருப் பம்பில் தண்ணீர் பிடிக்கப் போயிருந்தாள். பிள்ளைகள் பள்ளிக்கூடம் போய்விட்டன. மணி ஒன்பதுக்கு மேலாகிவிட்டது. கந்தசாமிக்கு முதல் ஷிஃப்ட் ஆறு மணிக்கு இனிமேல் அவன் மத்தியான ஷிஃப்ட்டுக்குத்தான் போக முடியும். ரத்தினம், புருஷனை எழுப்பி எழுப்பிப் பார்த்து விட்டு, அவனை வாய்க்கு வந்தபடி திட்டிக் கொண்டே வீட்டு வேலைகளைச் செய்து கொண்டிருந்தாள். குளித்துவிட்டு வந்த பிள்ளை களுக்கு, அவனைத் திட்டிக்கொண்டே பழைய தைப் பிழிந்து எடுத்து வைத்தாள்.

"ஆம்பளையான ஆம்பளை இப்படிச் செத்த சவம் மாதிரி படுத்து ஒறங்குனா வீடு உருப்படுமா?" என்று கந்தசாமியைத் திட்டிக்கொண்டே வாசல் திண்ணையில் கொட்டாரத்துக்குள் கிடந்த கோழிகளைத் திறந்துவிட்டாள். புருஷனைத் திட்ட ஆரம்பித்தால் ரத்தினம் லேசில் ஓய மாட்டாள். அவளுக்காக வாய் வலித்து ஓய்ந்தால் தான் உண்டு. பின்வீட்டுச் செல்லம்மா மதினியே, "எதுக்குள்ளா இப்பிடிக்கத்தி வாணாலைக் குடுக்கே" என்று கேட்டுவிட்டாள். ரத்தினம் யார் சொல்லியும் கேட்க மாட்டாள். அவளுக்குச் செல்லம்மா மதினி மீது மதிப்பெல்லாம் உண்டு.

ஆனால் புருஷனைத் திட்டுகிற ஆசை, செல்லம்மா மதினியின் பேரில் இருந்த மதிப்பை ஜெயித்துவிட்டது. அவளை அறியாம லேயே என்னென்ன சொற்களெல்லாமோ வந்துவிழும். அவளுக்கே அது ஆச்சரியமாக இருக்கும். சாமி அருள் வந்த மாதிரித் திட்டுவாள்.

கந்தசாமியின் காதிலும் அதெல்லாம் விழத்தான் செய்தன. ‘சவத்துக்கு வேலையென்ன?’ என்று நினைத்துக் கொண்டே, படுக்கையில் அப்படியும் இப்படியும் உருண்டு கொண்டிருந்தான். சோம்பலுடன் உருள்வது ஒரு சுகம்தான்.

ஆறு மணி வேலைக்கு ஐந்து மணிக்கே அரையிருட்டில் தூக்குச் சட்டியில் சோற்றை எடுத்துக்கொண்டு சைக்கிளில் புறப்பட்டால்தான் ஷிப்ட்டுக்குப் போய்ச்சேர முடியும். ராத்திரி பூராவும் கொசுக்கடி. கொசுக்கள் கொசுவத்திச் சுருளுக்கும் பழகிவிட்டன. தூங்கினதுதான் தூங்கிவிட்டோம், கூட ஒரு மணிநேரம் தூங்கிவிட்டு, சாவகாசமாக எழுந்து மத்தியான ஷிஃப்ட்டுக்குப் போவோம் என்று கந்தசாமி முடிவு செய்துவிட்டான்.

பொதுவாகவே அவனுடைய பொஞ்சாதி ரத்தினத்துக்கு, பொழுது விடிந்த பிறகு யார் தூங்கினாலும் பிடிக்காது. பொறுத்துக்கொள்ள மாட்டாள். ஒன்பது மணிப் பள்ளிக் கூடத்துக்குப் போகிற பிள்ளைகள் எட்டு மணிவரை தூங்கினாலென்ன என்று நினைக்க மாட்டாள். ஒரு சத்தம் கொடுப்பாள். எழுந்திருக்கவில்லையென்றால் கால்களால் அவர்களை எற்றித்தான் எழுப்புவாள். அதுதான் அவளுக்குப் பழக்கம். அவள் சிறுமியாக இருந்தபோது அவளுடைய அம்மா அவளை அப்படித்தான் எழுப்புவாள். ரத்தினத்துடைய அம்மாவைப் பெற்ற கிழவியும் அப்படியே தன் மகளை எழுப்பி யிருக்கலாம். எல்லாமே வழி வழியாக வருகிற பழக்கம்தானே?

கந்தசாமி காலை ஷிஃப்ட்டுக்குப் போகாததற்கு வேறொரு காரணமும் இருந்தது. நேற்று கார்சேரிக்காரர் ஒருத்தர் தன் மகளுடைய கல்யாணத்துக்குச் சாத்தாங் கோவிலில் பூப் போட்டுப் பார்க்க வேண்டும் என்று சொல்லியிருந்தார். பத்து மணிக்கு வருகிறேன் என்று சொன்னார். சாஸ்தாவுக்குப் பூசை பண்ணி, பூப் போட்டுப் பார்த்தால் அஞ்சு, பத்து தட்சிணை தராமலா போவார்?

கந்தசாமிக்குத் தூக்கம் சொக்கியது. ரத்தினம் புருஷனைத் திட்டி ஓய்ந்துவிட்டாள். வீட்டுக்குப் பின்னாலுள்ள சிமெண்டுத் தொட்டியில் தெரு பம்ப்பிலிருந்து தண்ணீர் எடுத்து வந்து நிரப்ப ஆரம்பித்திருந்தாள். இவ்வளவு நேரமும்

வாய் ஓயாமல் திட்டியதில் தாடையெல்லாம் வலித்தது. விரல்களால் தாடையைப் பிடித்துவிட்டாள். 'இந்த ஆளைத் திட்டி நம்ம வாய்தான் வலிக்கி' என்று முணுமுணுத்தாள். அப்போது சாஸ்தா, கடும் பசியோடு வீட்டுக்குள் நுழைந் தார். புறவாசல் தொட்டியில் தண்ணீரை ஊற்றிவிட்டு அடுக்களைக்குள் நுழைந்த ரத்தினத்துக்குச் சர்க்கரைப் பொங்கல் வாசனையும், திருநீற்று மணமும் நாசியில் ஏறியது.

எங்கிருந்து வாசனை வருகிறது என்று முன்னும் பின்னும் திரும்பித் திரும்பிப் பார்த்தாள். யாருமில்லை. உள்கட்டில் கந்தசாமிதான் உறங்கிக்கொண்டிருந்தான். "சாத்தாங் கோயில்ல வைக்கிற சக்கரைப் பொங்கல் மாதிரியில்லா வாசனை அடிக்கி" என்று ஆச்சரியப்பட்டுக்கொண்டே அடுத்த நடை தண்ணீருக்காகக் குடத்துடன் தெருவில் இறங்கினாள்.

ஏழு வீட்டு சாஸ்தா கந்தசாமியை எழுப்பினார். 'ஏடே எந்திரி... எந்திரி... எனக்குப் படையல் போட வேண்டாமா? நேரமாச்சுடே ...' என்றார். கந்தசாமி கால்களை மடக்கி இரண்டு தொடைகளுக்குள்ளும் கைகளைச் சொருகிக் கொண்டு புரண்டு படுத்தான். சாஸ்தா அடுக்களைக்குள் போய் தண்டை மரத்தில் இருந்த ஒவ்வொரு டப்பாவாகத் திறந்து திறந்து பார்த்தார். ஒரு டப்பாவுக்குள் அச்சுவெல்லம் இருந்தது. வாயில் போட்டுக் கடித்தார். சர்க்கரைக் கட்டி துண்டு துண்டானது. சவைத்தார். சர்க்கரைக் கட்டியுடன் சேர்ந்திருந்த மண்ணும், வாயில் நறநறவென்று அறைபட்டது. 'த்தூ ... த்தூ ...' என்று கீழே துப்பினார். 'அச்சு வெல்லத்துல மண்ணச் சேத்திருக்கானுவளே' என்று சடைத்துக்கொண்டார்.

சாஸ்தாவுக்குப் பெரும் பசி. அவர் சாப்பிட்டு மாதக் ணக்காகி விட்டது. இரண்டு மாதத்துக்கு முன்போ என்னவோ பட்டியூர்க்காரன் வந்து பூசை செய்துவிட்டுப் போனபோது பொங்கல் சாப்பிட்டது. அன்றைக்குக்கூடச் சர்க்கரைப் பொங்கலில் இனிப்புப் போதாது. பட்டியூர்க்காரன் வாங்கிக் கொண்டு வந்திருந்த பச்சரிசியிலும் அச்சுவெல்லத்திலும் கொஞ்சம் ஒதுக்கிக்கொண்டுவிட்டான் இந்தக் கந்தசாமி. பொங்கலில் இனிப்பும் போதாது. வயிற்றுக்கும் போதாது. சாஸ்தாவுக்குத் தாழி வயிறு. நாலைந்து படி அரிசியாவது பொங்கிப் படையல் போட்டால்தான், பாதி வயிறாவது நிரம்பின மாதிரி இருக்கும்.

பங்குனி உத்திரத்தன்றுதான் கிடாய் வெட்டுவான்கள். அன்று கொஞ்சம் வாய்க்கு ருசியாகக் கறிச்சோறு கிடைக்கும். மற்றபடி இந்தச் சர்க்கரைப் பொங்கல்தான், நாக்கே செத்துக் கிடக்கிறது. எத்தனை நாளைக்குத்தான் இந்தச் சர்க்கரைப்

பொங்கலைச் சாப்பிட்டுக்கொண்டு கிடப்பது? ஒரு உப்பு, உறைப்பு இல்லாமல் என்ன சாப்பாடு?

பிச்சைக்காரப் பயலுவோ அரைப்படி அரிசியைக் கொடுத்து கந்தசாமி கிட்டே படப்புப் போடு என்கிறான்கள். அதிலும் இந்தக் கந்தசாமிப் பயல் வேறு கொஞ்சம் ஒதுக்கிக் கொண்டு விடுகிறான். வயிறாரச் சாப்பிட்டு எவ்வளவு நாளாச்சு?

அரைப்படி அரிசியைப் படப்புப் போட்டுவிட்டு ஆயிரத்தெட்டுக் கோரிக்கையை வைப்பான்கள், நாம் நடக்கக் கூடச் சீவனில்லாமல் கிடக்கிறோம். நம்முடைய கஷ்டம் எவனுக்குத் தெரிகிறது? சாமிக்கு ஒழுங்காகச் சோறுகூடப் போடாத பயலுகளுக்கெல்லாம் சாமி, சாத்தாவெல்லாம் எதுக்கு? இந்தப் பிசுநாறிப் பயலுகளுடைய குலதெய்வ மாகக் கெடந்து லோல்பட வேண்டியிருக்கு.

திறந்து கிடந்த புறவாசல் வழியாகப் பூனை நுழைந்தது. இது வேறா? சாப்பிட ஏதாவது கிடைக்குமா என்றுதான் நாமே வீட்டுக்குள் நுழைந்தோம். இதுவேறு போட்டிக்கு வந்துவிட்டதே என்று எரிச்சல்பட்டார் சாஸ்தா. சொம்பில் இருந்த பாலைக் கீழே தள்ளிவிட்டு, அதை நக்கிச் சாப்பிட்டது பூனை. அடுப்பின் மீது இருந்த அலுமினிய அடுக்கைத் திறந்தார் ஏழுவீட்டு சாஸ்தா. மேல் பாத்திரத்தில் குழம்பும், கீழ் அடுக்கில் சோறும் இருந்தன. இரண்டையும் சாஸ்தா பிசைந்து சாப்பிட்டார். இந்தப் பூனை வந்து தொலைக்காமல் இருந்தால் அந்தப் பாலையும் குடித்திருக்கலாம். நாக்கைச் சப்புக் கொட்டிக்கொண்டார்.

அதற்குள் ரத்தினம் தண்ணீர்க் குடத்துடன் உள்ளே வந்துவிட்டாள். பாய்ந்து வெளியே ஓடினார் சாஸ்தா. போகும் போது கந்தசாமியை ஒரு மிதி மிதித்து விட்டுத்தான் போனார். கந்தசாமி பதறி எழுந்து உட்கார்ந்தான். அடுக்களைக்குள் வந்த ரத்தினம் பால் சொம்பு உருண்டு கிடப்பதையும், அடுப்பில் அடுக்கிலிருந்த சோறு, குழம்பு எல்லாம் வழித்துத் துடைத்துக் காலியாகக் கிடப்பதையும் பார்த்தாள்.

“கரிமுடிவான் பூனை . . . அவ்வளவு சோத்தையும் கொழம்பையும் வளிச்சு நக்கித் தின்னு போட்டுப் பாலையு மில்லா குடிச்சிட்டுப் போயிருக்கு. நான் என்னத்தைச் செய்யட்டும்...” என்று புலம்பினாள்.

கந்தசாமி வாரிச் சுருட்டிக்கொண்டு எழுந்தான். மணியைப் பார்த்தான். கார்சேரிக்காரர் கோயிலுக்கு வந்து விடுவாரே என்று அவசர அவசரமாகக் குளிக்கப் போனான்.

***காலச்சுவடு*, 2019**

ஒரு உரையாடல்

பொழுது இதமாக இருந்தது. கர்த்தர் பிரம்மாவுக்குப் பக்கத்தில் வந்து உட்கார்ந்தார். பிரம்மா வாயு வேகம் மனோ வேகத்தில் உயிர்க ளைப் படைத்துத் தள்ளிக்கொண்டிருந்தார். கையெல்லாம் வலித்தது. ஒரே குடைச்சல். உடம் பெல்லாம் அசதி, இந்த ஆள் வேறு இடைஞ்சல் செய்ய வந்து உட்கார்ந்து விட்டார். நைநை என்று எதையாவது பேசி உயிரை வாங்குவார்.

“இப்போது என்ன செய்து கொண்டிருக்கிறீர்? மனுஷ உற்பத்தியா? இல்லை யானை, பூனை என்று மிருக உற்பத்தியா?” என்று கேட்டார் கர்த்தர்.

“இதைக் கேட்டுத் தெரிந்து என்ன செய்யப் போகிறீர்? உம்மால் எனக்கு உதவ முடியுமா? ஏதோ என் தலைவிதி... ஸிலேபி மீன், கணவாய் மீன், இறால், சுறா, திமிங்கலம் என்று ஏதோ செய்து கொண்டு கிடக்கிறேன்” என்றார் பிரம்மா.

அல்லா வந்தால் இப்படித் தொண தொணத்துக் கொண்டிருக்க மாட்டார். பேசாமல் பக்கத்தில் உட்கார்ந்து பார்த்துக்கொண்டிருந்துவிட்டுப் போய்விடுவார். இந்த ஆள்தான் சள்ளை பிடித்த மனுஷன்.

“ஏன் கோபித்துக்கொள்கிறீர்? நானும் உம்மைப் போல்தான். அப்போ இன்னைக்கு ஃபிஸரீஸ் டிபார்ட்மெண்ட் வேலை என்று சொல்லும். நாளைக்கும் இதேதானா? இந்த மீனின் வாலை நீர் எப்படிச் செய்கிறீர் என்று பார்க்க வேண்டும்...”

“அதுதான் எத்தனையோ தடவை பார்த்து விட்டீரே? ஒண்ணும் புதுசில்லை...”

“ஏன் சலிச்சுக்கிறீர்? நீர்தானே படைப்புக் கடவுள். எனக்கோ அல்லாவுக்கோ இந்தப் பேர் இருக்கா சொல்லும்?”

“படைப்பாவது பொடலங்காயாவது? ஏதோ நான் எடுத்த ஜென்மம்... இந்த வேலையைச் செஞ்சு ஜென்மாந்தரக் கடனைக் கழிச்சுக்கிட்டு இருக்கேன்... ஒம்ம பாடு தேவலை. வேலை, வெட்டி ஒண்ணும் கெடையாது. இருந்த எடத்துல இருந்தே ஜனங்க சொல்லுத ஜெபங்களைக் காதுல போட்டுக் கிட்டு இருந்தாப் போரும். யாருக்கும் ஜவாப் சொல்ல வேண்டியதில்லை” என்றார் பிரம்மா.

“அதை ஏன் கேட்கிறீர்? ஜெபங்களைக் கேட்டுக் கேட்டு மண்டையே வீங்கிப் போகுது. அதுவும் சில சமயப் பிரசார கர்கள் மன்றாடி மன்றாடி ஜெபம் பண்ணுதாங்க. அதைக் கேட்டா அழுகை அழுகையா வருது. இப்போகூட சகோதரர் ஜான்லூயின்னு ஒரு ஆள் மன்றாடி ஜெபம் பண்ணிக்கிட்டு இருக்கான். கெட்ட ஆவிகளை எல்லாம் ஓட்டுதான்; எல்லாம் நீரு படைச்சு விட்டவங்கதான்?”

“இதை எல்லாம் சத்தம் போட்டுச் சொல்லாதீரும்... ஒம்ம மதம் மாறிட்டேர்ன்னு சொல்லிருவானுக.”

“கன்வர்ஷனைச் சொல்லுதீரா?”

“ஏதோ ஒரு சாமியக் கும்புட்டுக் கிட்டுச் சும்மா கெடக்க வேண்டியதுதான? எந்தச் சாமியக் கும்புட்டா என்ன? அவனவன் கஷ்டத்தை என்ன பண்ண முடியும்? எல்லாருக்கும் புத்தியக் குடுத்தாச்சு. புத்தியக் கொண்டு பொழைக்க வேண்டி யதுதான்?”

“புத்தி மட்டுமா இருக்கு? ஆசை, பாசம், கோபம், அன்பு, இரக்கம்ன்னு ஆயிரத்தெட்டு உணர்ச்சிகள் இருக்கே. அதை யெல்லாம் மனுஷன் கட்டி மேய்க்க வேண்டியதிருக்கே...”

“எல்லா ஜீவராசிக்கும்தான் இதெல்லாம் இருக்கு... அதுக்கு என்ன பண்ண முடியும்?” என்றார் பிரம்மா.

“வேதனை, கஷ்டம் இதெல்லாம் உணராமலிருக்கிற மனுஷனை உம்மால் உண்டாக்க முடியாதா?”

“அது எப்படி? அதெல்லாம் இல்லைன்னா உயிர்ப் பிராணியே இல்லையே. மனுஷனைத் தவிர மத்த உயிர்களுக் கெல்லாம் வேண்டுதல், பிரார்த்தனை இந்த எழவெல்லாம்

தெரியாது. மனுஷந்தான் தனக்கு ஏதாவது சின்னக் கஷ்டம் வந்தாக்கூடப் பொலம்ப ஆரம்பிச்சிருதான். கோயில், கொளம், மசூதி, சர்ச்சுன்னு கௌம்பிப் போயி ஒப்பாரி வைக்கான்...”

“மனுஷனோட பொலம்பல் பெரிய பெலம்பலால்லா இருக்கு” என்றார் கர்த்தர்.

“நல்லவேளை... எங்கிட்டே எவனும் வந்து பொலம்புதது கிடையாது. ஓம்ம கிட்டேயும், சிவன், விஷ்ணு கிட்டேயும் தான் அதக் குடு, இதக் குடுன்னு கேட்டுக்கிட்டே இருக்கான்.”

“ஓமக்குத்தான் கோயிலே இல்லையாமே?”

“ஆமா நான் கழிச்சுப் போடப்பட்டவன்” என்றார் பிரம்மா.

“என்கிட்டே ஒரு பையன் வந்து விசித்திரமான கோரிக்கையை வைக்கிறான்” என்றார் காத்தர்.

“என்ன கேக்கான்? வீடு வேணும்கிறானா, கல்யாணம் ஆணும்கிறானா... இல்லை பணம் வேணும்கிறானா? இதத் தான கேப்பாலுவோ?”

“அவன் கேக்கத என்னால் தர முடியாது... அதான் ஓம்ம கிட்ட வந்தேன்.”

“ஓம்மாலே தரமுடியாததை என்னாலே எப்பிடிய்யா தர முடியும்?”

“வேற ஒண்ணுமில்ல... அந்தப் பிள்ளையாண்டான் கலாசாரமே இல்லாத வீட்டுல பொறக்கணும்னு கேக்கான். அவன் கிறிஸ்தவன்தான். ஆனால் அவனுக்குக் கிறிஸ்தவக் கலாசாரமே பிடிக்கலை. ஹிந்துக் கலாசாரம், முஸ்லிம் கலாசாரம் எதுவுமே பிடிக்கலை. தினசரி ஜெபம் பண்ணுதான்.”

“ஓம்மைக் கும்புடுதான்லா? பெறவென்ன? அவனை ரெட்சிக்க வேண்டியதுதான?”

“என்னால் முடியலை... என்னைக் கும்பிடுறவங்க எல்லாம் தீவிரமா கிறிஸ்தவக் கலாசாரத்தை அனுசரிக்கிறாங்க.. அவன்தான் கிறிஸ்தவக் கலாசாரமே வேண்டாம்னு சொல்லு தானே?”

“கலாசாரம் என்ன செய்யிது? புடிக்கலைன்னா சும்மா இருக்க வேண்டியதுதான?” என்றார் பிரம்மா.

“அவனுடைய பெற்றோர் எனக்கு உகந்த பிள்ளைகள். சர்ச்சுக்கு வரத் தவற மாட்டாங்க... இவனையும் சர்ச்சுக்கு வரணும்னு வற்புறுத்துறாங்க. இவன் எந்த நேரம் பார்த்தாலும்

செல்போனை நோண்டிக்கிட்டே இருக்கான். சர்ச்சுக்கு வந்தால் போனை எல்லாம் நோண்ட முடியாதே..."

"சரி! ஹிந்துவாப் போயிர வேண்டியதுதான?"

"உம்ம மதத்திலும் கோயில், கொளம், தீவாளி, பொங்கல்னு ஏகப்பட்ட கலாசாரச் சமாச்சாரங்கள் இருக்கே?"

"கொஞ்சம் இரும்? உம்மோட பேசிக்கொண்டிருந்ததில் ஏகப்பட்ட அரைகுறைப் பிறவிகள் உற்பத்தியாகிவிட்டன. இதுக்குத்தான் வேலை செய்யும்போது நான் யார்கிட்டேயும் பேசுறது கெடையாது" என்றார் பிரம்மா.

"ஐயையோ! நானா காரணம்? அந்தப் பாவம் என் தலையிலா?"

"கடவுளான ஒமக்குத்தான் பாவ, புண்ணியம் எதுவும் கெடையாதே... அது சரி அவனுக்காக எதுக்கு நீர் பரிஞ்சுக் கிட்டு வரணும்?"

"அவனைப் பார்த்தால் பாவமா இருக்கு..."

"அவன் செத்துப் போனால்தான் அடுத்த ஜென்மத்தில், கலாசாரமே இல்லாத வீடாகப் பார்த்து அவனைப் பிறக்க வைக்க முடியும்.எல்லாவனும் ஏதோ ஒரு கலாசாரத்தைத் தோள்லே சொமந்துகிட்டுத்தானே அலையுதான்... அமெரிக்கா மாதிரி வெளிநாடுகளிலே சர்ச்சுக்கே போகாத குடும்பங்கள் இருக்கே... அங்கே போக வேண்டியதுதான?"

"அதெல்லாம் நடக்கிற சமாச்சாரமா?"

"உம்மோடு பெரிய வம்பாப் போச்சே..."

"தமிழ்நாட்டிலேயே ஏதாவது கலாசாரமே இல்லாத வீட்டுக்கு அனுப்பினால் தேவலை."

"புரெபாஸர் சங்கரன் வீட்டில் நல்ல நாள், கிழமை, திதி, பண்டிகை எல்லாம் கிடையாது. ஆனால், அவன் வீட்டிலே பொறந்த நாளைக் கொண்டாடுவாங்களே?"

"பொறந்த நாள்தானே? பரவாயில்லை..."

"அப்போ அவனைச் சாகச் செல்லும். செத்த பிறகுதான் மறுபொறப்புல அந்தப் புரொபஸர் வீட்டுலே பொறக்க வைக்க முடியும்..."

"ஐயோ இருவத்தி நாலுவயசுப் பையனைச் சாகச் சொல்லவா?"

"அதுக்கு நான் என்னய்யா பண்ணுவேன்... உசுரோட இருக்கிறவனை மாற்ற எனக்கு ரைட் கெடையாது. உமக்கு கூழுக்கும் ஆசை... மீசைக்கும் ஆசை..."

"வேற வழியே கெடையாதா?..."

"உலகத்திலே கலாசாரம் இல்லாத எடமே கெடையா துய்யா... ஆடு, மாடு, நாய், சிங்கம், புலி, குருவி, காக்காய்ன்னு எல்லாத்துக்கும் தான் கலாசாரம், பழக்கவழக்கங்கள் இருக்கு... எந்தப் பொறப்பெடுத்தாலும் அதுவும் கூடவே வந்திரும்... என்னை என்ன செய்யச் சொல்லுதேரு?"

"சரி, சரி... உம்ம வேலையைப் பாரும்... படைப்புக் கடவுளாச்சே ஏதாவது வழி செய்வீர்னு பாத்தேன்... நான் போயிட்டு வாரேன்..." என்று இடத்தைக் காலி செய்தார் கர்த்தர்.

○

ஒரு உரையாடல்   ➡ 735 ⬅

காலச்சுவடு பப்ளிகேஷன்ஸ் (பி) லிட்.
Published by Kalachuvadu Publications (Pvt. Ltd.),
669, K.P. Road, Nagercoil 629001, India
Phone: 91-4652-278525
e-mail: publications@kalachuvadu.com

04/2025/S.No. 1154, kcp 5725, 18.6 (3) uss